கோணங்கியின் இயற்பெயர் ச. இளங்கோவன். இவருடைய தாயின் தந்தை நாடகாசிரியர் 'மதுரகவி' பாஸ்கரதாஸ். கடந்த நாற்பது ஆண்டு களாக தொடர்ந்து சிறுகதைகளும் நாவல்களும் எழுதிவருகிறார். இதுவரை 88 சிறுகதைகளும் பாழி, பிதிரா, த என மூன்று நாவல்களும் வெளிவந்துள்ளன. நீர்வளரி கோணங்கியின் நான்காவது நாவல். தமிழில் தனித்துவமிக்க கல்குதிரை என்னும் இலக்கிய இதழைக் கடந்த முப்பது ஆண்டுகளாகத் தொடர்ந்து நடத்திவருகிறார். மதினிமார்கள் கதை இவருடைய முதல் சிறுகதைத் தொகுதி. கொல்லனின் ஆறு பெண்மக்கள், பொம்மைகள் உடைபடும் நகரம், பட்டுப்பூச்சிகள் உறங்கும் மூன்றாம் ஜாமம், உப்புக்கத்தியில் மறையும் சிறுத்தை, வெள்ளரிப்பெண் என பிற ஐந்து சிறுகதைத் தொகுதிகளும் வெளிவந்துள்ளன. இவற்றிலிருந்து முதல் ஐந்து தொகுப்புகளின் தொகையாகச் சலூன் நாற்காலியில் சுழன்றபடி என்னும் தலைப்பில் அடையாளம் பதிப்புக்குழு வெளியிட்டிருக்கிறது. கோணங்கி தற்போது கோவில்பட்டியில் வசிக்கிறார்.

நீர்வளரி

கோணங்கி

அடையாளம்

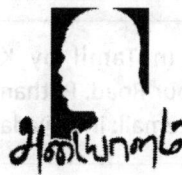

முதல் பதிப்பு 2020
© கோணங்கி

வெளியீடு: அடையாளம், 1205/1 கருப்பூர் சாலை, புத்தாநத்தம் 621310, திருச்சி மாவட்டம், இந்தியா, தொலைபேசி: 04332 273444

நூல் வடிவம்: த பாபிரஸ், அச்சாக்கம்: அடையாளம் பிரஸ், இந்தியா
ISBN 978 81 7720 314 1
விலை: ₹ 660

Neervalari is a novel in Tamil by Konangi, Published by Adaiyaalam, 1205/1 Karupur Road, Puthanatham 621310, Thiruchy District, Tamilnadu, India, email: info@adaiyaalam.net

வேட்டுவ வரி இயற்றி இந்த நாவலுக்கு கதை மரபைக் கொடுத்த மண்கால் துறவி இளங்கோ அடிகளுக்கு பாசிலும் பளிதமும் மலைநாட்டுப் பாக்குப் பனையடியில்
படைத்தல்...

உள்ளுமை

பகுதி ஒன்று
மகரத் திருப்பம் மேகலா ரேகை

1	நீர்முளரி: குன்றக் குரவை	1
2	நடுகற் காதை	34
3	காடுகாண் காதை	55
4	வேட்டுவ வரி	60
5	மொழிப்பொருள் தெய்வம்	86
6	கிங் டட் புக்	98
7	நீர்ப்படைக் காதை	127
8	திப்புசுல்தான் கனவுப் புத்தகம்	135
9	முர்ரி	144
10	நீரிலிருந்து பிறந்தான் சிந்துபாத்	174
11	பொம்மலாட்டக் கப்பல்	204
12	நகர்காண் காதை	227
13	அல்-ஹம்பாரா	254
14	பிறைமுளரி நாளம்	329
15	ஏழ்பனை ஓலைக்குடா வாளம்	358
16	துருவுதிர்க்கும் துப்பாக்கி வாளம்	481
17	உப்புவாளம்	541

18	பனிமுளரி நாளம்	581
19	சுண்ணாம்பு வாளம்: முத்துப்பட்டணம்	609

பகுதி இரண்டு
கடகத் திருப்பம் அவந்திகா ரேகை

20	இருட்டுமுளரி நாளம்	689
21	செம்மண்முளரி நாளம்	737
	நன்றி நவிலல்	773
	புனைவுக் குறிப்புகள்	776

ฐาปนี

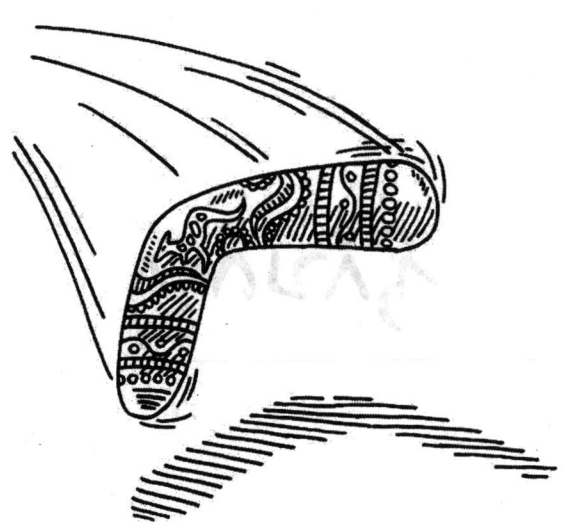

பகுதி ஒன்று
மகரத் திருப்பம் மேகலா ரேகை

1

நீர்முளரி: குன்றக்குரவை

மலை முழைஞ்சில் தொங்கியாடும் மினிக்கி மந்து

சுருட்டுகளில் சுற்றிய துண்டுத் தாள்களில் ரகஸியக் குருதியால் கிறுக்கிக் கனாவில் தொலைந்த உருக்களைத் தேடுகிறார்கள்.

ஒருவருக்கொருவர் ஒரே கங்கில் ஒட்டிச் சேர்ந்துவிடும் சந்திப்புகளைத் தற்காலிகமாகக் கூடிப் பிரியும் ரயிலடிகளில், பூட்ஸ் ஒலிகளோடு, பாதங்களை விடுவித்த ஸ்லிப்பர் ஓசைகளும் பழைய ஜோடுகள் ஞாபகப் புதர்களில் காலடுக்கி ஓடிய லயத்தில் மறைந்திருக்கும் வான்காவின் வயல்வெளி, விவசாயப் பெண்களின் பாதரட்ஷைகள் தானே தோன்றிவிடும். கிளென்மார்கன் ரயில்பெட்டி மீது தூத்து-அன்கு-ஆமூனின் மந்திர ஜோடுகளை வரைவதற்குள் ரயிலும் எகிப்தரச பாலகனோடு பறந்துவிடும். பறக்கும் மந்திர மிதியடிகளிலிருந்து அவனை நோக்கிச் சரிந்துவருகிறான் ஒருகால் கிந்தும் பாரோக்களின் எகிப்தரச பாலகன். சின்னஞ்சிறு லவ்டேல் ரயில்நிலையம் இளமையில் மறைந்த அச்சிறுவனின் துயர இதயமாக இருக்கும். அங்கு நீங்களும் அவனோடு இருக்கிறீர்கள். பற்சக்கர நீராவி ரயில்புகை புறப்பட்டு, மரத்தின் அப்பாவித் தன்மையோடு அமர்ந்திருக்கும் வீடற்ற அனாதைச் சிறுவர்களின் நிர்வாணத்தை மூடுகிறது வரைபடமாக. எல்லா முட்டைகளுக்குள்ளிருந்தும் வெளிவந்த கண்திறவாத குஞ்சுகளின் ஒலிச்சலம்பல்களைத் தன் ரயில்பெட்டிக் கோடுகளாகக் கிறுக்கிக் கீறியவாறு அதே பெட்டிக்குள் காலி இருக்கைகளோடு தனிமை வாசத்தில் ஆழ்ந்து நிலக்கரி வாசனையில் மறைந்துகொண்டே இருந்தான் கிளென்மார்கன்.

நீராவி ரயில்பெட்டியில் கதவைத் திறந்து கையைத் தூக்கினாள் நொடியில் மறையும் ரெயினிமல்லி. பிறகு அவள் தோன்றவில்லை. மூங்கில் கூடையில் சாமைப் பொரியுருண்டை விற்கும் நெல்வேலிபூ நொடியில் தோன்றி சாயல் பட்டதை வரைகிறான் அவள் மாறும்

அடுத்த பெட்டியில். அடேர்லில் நீரேற்றும் துதிக்கைகள் பிரம்மையில் திரும்பி வருகிறவர்களைப் பார்க்கிறது நீர் ஒழுக. யாரும் இல்லாத ஜன்னலில் பெரும்கூட்டமாகிய மௌன நிழல்களில் மறையும் இல்குரோவ், இரன்னிமேடு ஸ்டேஷன்களில் திரும்ப வந்து கொண்டிருக்கிறார்கள். காட்டேரி ரோடு ஸ்டேஷனில் நிசப்தத்தின் வரலாறு நிற்காமல் ஓடும் சிதறலில் கிளென்மார்கனின்ஓவியம் நிறங்களாகத் தெறிக்கிறது. மேற்பரப்பில் இருந்து ஓடும் பற்சக்கர ரயிலை மலையிலிருந்து பார்க்கிறாள் ரெயினிமல்லி. நீலத்தில் மூழ்கிக் கொண்டு இருக்கிறது நீலகிரி ரயில். கிளென்மார்கனின் கையெழுத்துக் காகிதங்கள் நொறுங்கும் ஒலியில் பற்சக்கரங்களுக்கு எடையற்ற நிறுத்தம் வந்துவிடும். ரெயினிமல்லி மலை முழைஞ்சில் தொங்கியாடும் மினிக்கி மந்துக்குப் போகவேண்டும். வெலிங்டனில் இறங்கினாள். அங்கிருந்து மினிக்கி மந்துக்கு மலைபஸ் வரும். எல்லாப் பறவைகளின் ஊழை வீச்சமும் திட்டுத் திட்டான எச்சங்களும் படிந்த பாறைகள் கிளென்மார்கனின்சுருட்டுப் புகையைத் துடைத்துப் புனிதமாக்கிவிடும். கருக்கியூர் பாறை ஓவியங்களை நோக்கி வெகு தூரத்திலிருந்து நிறவட்டிகை திறந்து கிங்டட் நூலின் எகிப்து படமொழி தாள்களில் வரைந்த தூரிகை நிறம் சிதற வருகிறான். கிங்டட் சுருளின் சித்திரக் கோடுகள் ஈரப்பதத்திலும் நிறம் அழியவில்லை. கிங்டட் சித்திரக் கோடுகளைப் பால்யத் திலிருந்து பார்த்த, எகிப்தரச பாலகனிடம் வசியப்பட்டிருந்தான் கிளென்மார்கன். அட்டுப்பிடித்த மலைவழிரயில் பல்வேறு வளைவுகளில் பாலங் களைக் கடந்துவரும் புகைப்படங்களை வெள்ளையர்கள் டபுள் பிரைலி எஞ்சின்முன் வாடகைத் தொப்பியணிந்து போல்ஸே கேமரா எடுத்தும் கருப்பு வெள்ளையின் வசீகரம் தீரவில்லை. மரப்பாலத்தில் எல்லோரும் உயருகிறார்கள். அது தண்டவாளங்களை அரை வட்டமாகச் சுற்றும் மேல் நோக்கிய பயணமாக இருந்தது.

மலைப்பாலங்களின் அதிர்வுகளும் எதிரொலிகளும் ரெயினி மல்லியின் தேகம் விழிப்புற்று சிலிர்க்கும் வியப்பில் ஆழ்ந்து, மூங்கில் கூடையில் சாமைப் பொரியுருண்டை விற்கும் நெல்வேலிபூ மேல் சாய்ந்தாள். அபரிமிதமான மலைக் குழந்தைமையின் பரவசத்தில் செடிகள் மலர்ந்து இருந்தன கிளென்மார்கனின் கோடுகளில். மேட்டுப்பாளையத்தில் இருந்து ஊர்ந்துவரும் மலைரயில் நீராவி எஞ்சின் விடும் புகைவாசனை ரெயினிமல்லியோடு கடந்து வரும்போது நிகழ்காலமாக இருந்தன அப்பெட்டிகள். அவ்வளவு மெதுவாக மலை முழைஞ்சில் தொங்கியாடும் மினிக்கி மந்துக்

காரியைப் பொத்திக் கொண்டுவரும். நீலகிரியைத் தேடும் ஆதிக்குரல் டிக்கெட் எடுத்தவர்களை அதிசயம் தீராமல் கூவி அழைக்கிறது டபுள் பெரைலி எஞ்சின். ஜன்னல்கள் திறந்த வெளி மிதக்கும் வேளை மேலேறும் பசுங்குன்றுகள் தன்னையே மறைக்கிறது. சுடரும் மலைப் பளிங்குகளாய் வழியும் நீர் தலைகீழாய் இறங்குகிறது. மனித இருப்பையே அந்தரத்தில் கொண்டு பறப்பதான நீலகிரிக்குள் நுழைபவர்கள் பச்சை ஜாடிகளுக்குள் மறைகிறார்கள். மேற்பரப்பில் இருந்து கருமந்திகள் எட்டிப் பார்த்தன. அவற்றின் உச்சியில் இருந்து சரிந்து கொண்டிருப்பதான பயணம். கட்டப்படாத நூலினால் இணைந்த உயரங்கள் ஓர்கண நிலையாக அரவங்காடு மலை ஸ்டேஷனைக் கடக்கும் இவ்வேளை, ரெயினிமல்லியைப் பார்த்து, 'உன்னோடு இந்த மலையிலேயே இருந்துவிடுகிறேன்' என்றான் கிளென்மார்கன். கரிய இருள் அடர்ந்த பற்கள் நடுவில் ரயில்வே கீல் எண்ணெய் கசியும் ஆன்மச் சக்கரம் நடுவில் தனித்து இருப்பதாகத் தொடர்ந்துவரும் ஓடித் தேய்ந்த ஊழின்ஓசை அத்தனை மசகிலும் மிக மெதுவாக நழுவி ஒவ்வொரு மலையின் சாயலிலும் வட்டமாய் கடந்து கடந்து உள்ளிருத்தல்.

இந்தக் கருவட்டங்கள் ஒன்றில் இவளும் மற்றொன்றில் அவனும் ஒரு ஓட்டம் மாதிரி இல்லாமல் இந்நீல மலையில் கடைசி ஊரான மலை முழைஞ்சில் தொங்கியாடும் மினிக்கி மந்தில் ஒளிந்து கொள்வதற்கான மனவாசியில் செதுக்கிய மரப்பாச்சிகளைத் தேடிப் போகிறான் அவளோடு. கருக்கியூர் ஆல்பத்தில் ரெயினிமல்லி கிறுக்கிய படங்களும், கதைகளும் நீலகிரி ரயில் பெட்டிகளில் வந்து, நிறைந்து இருப்பதாக இவள் கல்லூரி ஓவிய கேன்வாஸ் தூரிகைச் சிதறலில் மலையின் நிறங்களின் வேகம். 'வேறொரு கிரகத்தில் பயணித்துக்கொண்டிருக்கிறோம் ரெயினிமல்லி' என்றான் கிளென்மார்கன். தோன்றி மறைந்துவிடும் நீலம் படர்ந்த பரிசத்தில் கையை உயர்த்திய தூரிகை விரல்களால் கதவில் தாளமிடுகிறான். அவன் முகம் நீல மலையில் மூழ்கி இருக்கிறது ரெயினிமல்லியோடு.

சிறிது நேரம் விழித்து நோக்கியவன் தனியாக இருந்த ஜன்னலில் போய் சாய்ந்துகொண்டான். பின்னர் நினைத்து பார்க்க வேண்டாம் ரெயினிமல்லி மறதியின் ஆழத்தின் திரும்பவரும் நீல இரவுகளில் நீயும் நானும் நீந்திக் கொண்டிருப்போம். இரு மலைகளுக்கிடையில் ரயிலை இருவாட்சிப் பறவை கடந்து குறுக்கிட்டது. மலையின் பள்ளங்களைக் கடந்து யானைப் பாறைகளில் மிதந்து இறங்கியது இருவாட்சி. நீல ரயிலும் இறக்கை விரித்து மேகங்களில் மிதந்து

கொண்டிருக்கிறது. ஆதிவனம் அழிந்த தேயிலைத் தோட்டங்கள் ஒழுங்கு நியதி இல்லாத மேடுபள்ளங்களில் தேயிலை பறிக்கும் பெண்கள் தனித்தனிப் பாதைகளில் வேறுசில மேடுகளுக்குப் போய்க்கொண்டிருக்கிறார்கள். பருவமழை ஓய்ந்த பிறகு பல மாதங்களுக்குக் காற்றும், தூறலும் ரயிலைத் தொடர்ந்து கூடவருகிறது. அவர்கள் எந்நேரமும் மலைக்குள் மூழ்கி இருந்தார்கள். இருதலைகள் குனிந்து நோக்க கருக்கியூர் ஆல்பம் திறந்துகொண்டது.

ரெயினிமல்லி பூந்தையல் ஆடைகளில் உறங்கும் மின்மினியின்
நிழலும் மின்மினிதான்
மாயக்கவர்ச்சியுள்ள சிவப்பு கருப்பு நூல் அழகியல் நீலகிரி
கருப்பு மைனாக்களின் சாளரங்களை தட்டுகிறாள்.
எரியும் நிழல்கள் சாயங்கால உறக்கத்தின் பருத்திவேலிச்
சிலந்திகள் வலைகளிலிருந்து தொதுவரும் வெள்ளைத்துகில்
சுமைகளோடு எருமைகள் வெளியேறியதான உணர்வு.
தொதுவர் நீலகிரி கருப்பு மைனா முட்டைகளையும் மெதுவாக
உருட்டும் காற்று.
இரு விரல்களால் நீலமலைப் பனிமலரின் ஜ்வாலையை சிவப்பு
நூலில் நெய்கிறாள்.
தொதுவர்கள் நம்பும் யோண் உலகம் செல்லும் வழியில்
ஆற்றைக் காக்கும் பெர்ரோத் நாய்கள்
தட்டப்பாறையில் தொதுவப்பெண்கள் கொடுத்த நூலினு
மயிரினு நுழை நூற்பட்டு அசைகிறது.
மலைகளில் விடப்பட்டு இருந்தாற் போன்றே இறந்தவர்களின்
உறைந்த உடல்கள் மீது சீவாது கோடி மூலிகைக்காற்றை
வீசுகிறாள்
மலையிடுக்கில் மந்துகள் தொடுவானம்வரை நிலவின் அணைந்த
எரிமலை வாய்க்குழிகளில் உயிர்த்தெழுகிறார்கள்.

கிளென்மார்கனின்ரயில்பெட்டிக் கோடுகளாகச் சித்திரங்களைக் கீறிய சூரியக்கதிரில் ஏறிவரும் கொம்போர்ஸியா எருமைகள். தனித்தியங்கும் அவன் மையல் சித்திரங்கள் வான்காவின் கருவிலிருந்து தோன்றுவதால் அவர்கள் சந்திப்பு நின்றுவிட்ட போதும் காலக்கணிப்புக்கும் உட்படாமல் தொடர்ந்தது. ஒவ்வாமையில் கிளென்மார்கன் ரயில்பெட்டிச் சித்திரங்ககளை நிராகரித்தாள் ரெயினிமல்லி. ஓவியக் கல்லூரியில் சேர்ந்த ஆரம்பகாலம் முதல் அவளுக்கு அவனைப் பிடிக்கவில்லை என்றாலும் ரயில்பெட்டிக் கோடுகளில் படிந்த மென்மையை நேசிக்கிற அவள் அதைத் தன்

சிநேகிதி மெஸ்சரின் சம்பூரைக் கூட்டிப்போய்க் காட்டுவாள். விடுதியிலிருந்த நாட்களில் கிளென்மார்கனைப் பற்றி மெதுவாகப் பேசிக்கொள்வார்கள். அவன் சித்திரங்களைப் பச்சை நிறமாக்கி விடுவாள் ரெயினிமல்லி. கிளென்மார்கன் சித்திரங்களின் ஒளிச் சேர்க்கை மரம் ரெயினிமல்லி. அவனைப் பாராமலேயே தண்ணீரில் படிந்த இணையாமல் தனித்திருந்த மையலைப் பற்றி ரெயினி மல்லியின் முகத்தை அவனென்று பார்த்திருந்தாள் மெஸ்சரின் சம்பூ. பச்சையாக மாறிய கிளென்மார்கனின் ரயில்பெட்டிக் கோடுகளில் வெண்ணிறமான எழுத்தை ஓவியமாக மாற்றுகின்றன. அவன் ரயில்பெட்டிக் கோடுகளின் ஒளி ரெயினிமல்லியின் இரவுக்குள் தன்னையே வாசித்துக்கொண்டிருந்தது. மலை முழைஞ்சில் தொங்கியாடும் மினிக்கி மந்தின் இயற்கைக்குள் இருநூறு ஆண்டு களுக்கு முந்திய பழைய தொதுவப்பெண்களும் வாழ்கிறார்கள். அவளுடைய மினிக்கிமந்தில் அதிக இலைகளைக் கொட்டும் தொதுவப்பெண்கள் இருந்தார்கள். நூறு நூறு பச்சைகளில் வேறு வேறான இலைகள். அவற்றைக்கொண்டே கிளென்மார்கனின் ரயில்பெட்டிக் கோடுகளைப் பச்சையாக்கினாள்.

வழக்கமாக மையல் பட்டோருக்கு வாழ்வுசுழற்சியில் ஓடி மறையும் ரயில்கோடுகள் பாழ்பட்டு நொறுங்கும் அரக்கு ரயில்ப் பெட்டியின் நிறத்தை அடைந்துவிடும். ஆனால் விடுதிநாட்களில் உடனிருந்து படித்த மெஸ்சரின் சம்பூவால் அப்படி நேரவில்லை. ரெயினிமல்லியைப் பார்க்க இருநூற்று ஆறாம் அறைக்கு வருவாள் மெஸ்சரின் சம்பூ. கிளென்மார்கன் மெஸ்சரின் சம்பூ முகத்தைக் கொண்டிருப்பதை மூங்கில் கூடையில் சாமைப் பொரியுருண்டை விற்கும் நெல்வேலிபூ கேட்டதால் அவளுக்கு அத்தான் முறையென்று சொல்லியிருந்தாள் ரெயினிமல்லி. நீராவி எஞ்சின் விடும் புகை வாசனையோடு சாமைப் பொரியுருண்டை விற்கும் நெல்வேலிபூ அதை ஒத்துக்கொள்ளாமல் மெஸ்சரின் சம்பூ போன்ற ஒருவன் தன்னூருக்கு அடுத்த மலைக்கிராமமான வெள்ளரிக்கோம்பை யிலிருந்து மலை மலையாகக் கீழிறங்கி கிளன்மார்க்கன் பேய் மந்துக்கு அவன் கீழிறங்குவதை அவன் அவளுக்கு ரகசிய சிநேகிதன் என்பதையும் ஓரிரவில் தெரிவித்தாள் ரெயினிமல்லிக்கு. நீ சொல்லும் அவனல்ல இவன் என்றாலும் மெஸ்சரின் சம்பூவிடம் நெருங்கிப் பேசுவது ரெயினிமல்லிக்கு தனிப்பழக்கமாக மாறியிருந்தது. இவர்கள் இருவரும் அறுவடை முடிந்த வயலில் சுழன்று சுழன்று வட்டமடித்து ஒருவரை ஒருவர் தனித்த கலை வடிவத்தை அடைந்திருந்த ஏதேதோ

தோற்றங்களை எல்லாம் பேச்சில் எளிதாகக் கொண்டுவந்திருந்தனர். இருந்தாலும் கிளென்மார்கனின் ரயில்பெட்டி ஓவியங்களை ரகசியப்பச்சையாக அவள் உள்ளிட்ட கையெழுத்து மை கோடுகளின் ஈரத்தில் இன்னும் வேறொரு பச்சைநிறமாக உருமாற்றினாள். அதிலிருந்தே வெள்ளையொளி பிரிவாற்றாமையில் வெளியேறிக் கொண்டிருந்தது. இவைதாம் அவளுக்குக் காலத்தால் மாறாத கணநிலையாகத் தங்கிவிடும் மலை முழைஞ்சில் தொங்கியாடும் மினிக்கி மந்தின் பனிச்சுருளாக அவ்வெண்மை ஒளி வெளிர் நிறமாக மாறுவதை வட்டமடித்தவாறே நெருங்குகிறான் கிளென்மார்கன். கரைந்துவரும் மெல்லிய பச்சை அரும்புகளின் நுனியில் அவ்வெண்ணிறம் பனிக்கண்களாக மினிக்கி மந்துக்குள் பாய்ந்து வெளிறி மென் நீலமாக அதன் சாரம் இசைவு தராத இரு இயல்பினால் மறைந்துவரும் மையலின் குறியீடாக இருக்கும். ஒருவரை ஒருவர் பார்த்துக்கொள்ளாத ஓவியம் அது. தாபத்தை அடியொற்றிய பக்கங்களில் ரெயினிமல்லியோடு இட்டு நிரப்பமுடியாத வெற்றிடங்கள் ரயில்பெட்டி ஓவியங்களில் நிறைந்திருந்தன. அதிலிருந்த சூன்யத்தின் படர்வு பச்சையிலிருந்து வந்த, அந்த வெண்ணிறத்திற்கு ஓர் இரவை சாட்சியமாக்கலாம். அதிலேதான் சமகால வேட்கையும் காமமும் இருபாலில் கரைந்த விலங்கின் சாயலையும் பனிப்பூச்சி வரைந்த குழிவு வடிவங்களில் இனிவரும் பலரும் மையலுற்று ஒரு சிதைந்த படைப்பில்கூட இக்கண இருப்பை காணலாம். இந்த ரயில்பெட்டி ஓவியங்கள் எல்லாம் மையிட்டு ஏங்கும் சேர்ந்து படித்த நாட்களில் நிகழ்ந்திருப்பவை. யாதாயினும் ரெயினிமல்லியின்றி வாழ்வது எப்படி? அவளே வியாபித்திருந்தாள் நிறவெளிகளில். துல்லிய அந்த வெண்ணிற நிசிகளுக்கு இருள் நிறைந்த பின்னிரவுகளில் வரையாத அவன் ரயில்கோடு ஓவியங்கள் உருப்பெற்று மையலில் சந்தித்து மறைபவர்கள் யார் எவரெனப் புரியவில்லை.

தன்னை மறுக்கிறாளே என்று மனதைவிட வேகமாக ஏதோ வருத்தம் குடிகொள்கிறது கிளென்மார்கனுக்கு. பச்சையிலிருந்து வெண்மையாக மாறிய அவன் நிறவெளி ஓவியங்களில் எதிர்காலத் தனிமைகள் வாழ்ந்து அவை பழுப்படையாமலேயே காலம் புகுந்து கோடுகளை உதிர்க்காமலேயே மையல் குடித்திருந்தவை நிச்சலனமாக இருப்பதில் எல்லோருக்கும் சிறிது தெரிந்திருந்தது. அவற்றை உற்றுப்பார்க்காமல் அவ்வெண்ணிறத்தை மங்கலாகச் செய்துவிடும் அதி விலங்குகளின் வெண்டலை, வாய்திறந்து எதிர் எதிரே உரையாடி

புன்னகைப்பதில் இசைமை பொருந்துவதாகப்பட்டது. தன்னூர் விலங்குகள் புகுந்த கிளென்மார்கனின் கோட்டோவியங்களை தன் பெட்டியின் துணிமணிகளுக்கு அடியில் புதைத்தாள். அவள் உப்பேறிய ஆடைகளில் பூர்வீக பூத்குளி பின்னல்கள் உட்புகுந்த வெண்டலைகள் இச்சையுறாமல் அழுவதை ரெயினிமல்லியின் சிநேகிதி தன்னுடைய மலைகிராமக் கதையொன்றில் சாவே இல்லாத பூட்டி ஒருத்தி அரைகுறைத் தூக்கத்தில் சொன்னதை, இப்போது ரெயினிமல்லி பெட்டிக்குள்ளிருக்கும் விலங்குகளோடு அழுதாள் மெஸ்சரின் சம்பூ. கல்லூரி விடுமுறையில் பெட்டியோடு மலை முழைஞ்சில் தொங்கியாடும் மினிக்கி மந்துக்குப் போன பின்னும் அவள் அவன் வரைந்த மோனத்தில் ஆழ்ந்த கிங்டட் பாப்பிரஸின் ஏராளமான சிறிய துண்டுகள் மேலும் கீழும் பறந்தவாறு பண்டைய பழமொழிகள், எழுதுருக்கள், விலங்குருக்கள் ரெட்டிப்பான தூத்து-அன்கு-ஆமூனின் இருப்பைத்தேடி இருவராய் இருந்த கேதுரு மரத்தில் செதுக்கிய பாரோக்களுக்கு சொந்தமான இருசிலைகள் அறையின் பூட்டிய கதவுகளைத் தட்டின. பாலிக்ரோம் கண்ணாடியில் உரையாடும் சித்திரங்களிலிருந்து வரும் வெண்நீலத்துக்குள் அரசப்பாலகன் வெளியேறிப் போய்விட்ட வராண்டாவில் நீட்டிக் கிடந்த டட் அதிசய வெளிக்குள் சப்தமின்றி நடந்துபோகிறாள் தொலை தூரத்துக்கு ரெயினிமல்லி.

மரணத்தருவாயில் இரண்டு உலகங்களுக்கும் இடையில் கேதுரு மரத்தில் செதுக்கிய இரு சிலைகள் உள்ள நிலையை வாசிப்பில் அடைந்த ரெயினிமல்லி பழைய எகிப்திய மொழியில் கிங் டட் உலகிலிருந்து இவ்வுலகத்திற்கு தூத்து-அன்கு-ஆமுனின் பண்டைய எகிப்திய மொழியில் உரையாடல்களை இரவில் பாலிக்ரோம் கண்ணாடியில் உரையாடும் கிளென்மார்கனிடம் சொன்னாள்.

அவள் கூறியவை பழைய எகிப்திய மொழியைக் கற்றுவந்த கிளென்மார்கனுக்கு பெரு வியப்பளித்தது. ரெயினிமல்லி மயக்க நிலையிலிருந்து மீண்டபோது டட் உலகிலிருந்து இவ்வுலகிற்கு வருவது எவ்வளவு பயங்கரமானதெனக் கூறினாள் கிளென்மார்கனிடம்.

ரெயினிமல்லியிடம் மாத்திரம் கேதுரு மரத்தில் செதுக்கிய இரு சிலைகள் பழைய எகிப்திய மொழியில் செந்நாய் கத்துவதுபோல ஒலி எழுப்பும் ரயிலுக்குள் அவளிடம் பேசுவதை காதுகொடுத்துக் கேட்டவள் சாமைப் பொரியுருண்டை விற்கும் நெல்வேலி பூதான்.

தூத்து-அன்கு-ஆமுனின் பண்டை படமொழியுச்சரிப்புகளை

அறிந்தவளாவாள் நெல்வேலி பூவும். கிளென்மார்கனுக்கும் வேறு உடன்வந்தவர்களுக்கும் எதிரில் பழைய எகிப்தியப் படமொழியில் ஓட்டமாகப் பேசினாள் ரெயினிமல்லி.எகிப்திய இராசகுமாரனாகிய ஆமூனைச் சிற்பிக்கவந்தக் கிளைன்மார்கனின் வியப்பிற்கும், விருப்பத்திற்கும் ஏதுவாக பழைய எகிப்திய டட் உலகின் இரகசிய பக்கங்கள் சிவற்றை வாசிக்கவும் செய்தாள் ரெயினிமல்லி.

மூவாயிரத்து நானூறு ஆண்டுகளுக்கு முன் இறந்த இளம் அரசனின் எகிப்திய மொழி பேச்சினால் அவளும் உரையாடத் தொடங்கி இருந்தாள் அதே மொழியில்.

டட் உலகம் காலம் போகப்போக தூய்மையடைகிறது என்றும் தங்கமுகமூடியணிந்த அந்த இராசபாலகன் மரணமானவுடன் இன்றுவரை அவன் நினைவுப் பொருட்களுக்கு அன்மையில் வளரிப் பெட்டகத்தைச் சுற்றி இறந்தவர்களுடைய உயிர்த்தோற்றங்கள் வளரியைத் தொடுவது யுத்தத்திற்கு பின்னும் தெரிந்தது தெளிவாக. தோடர்களிடையே சுமேரிய மூலமுள்ள பதினொரு தெய்வச் சடங்காற்றுதலில் வெளிப்படும் பாடல்களில் டட் உலகம் யோண் உலகாக உருமாறும் மயக்கமான ஒரு நிலையிலேயே கிளென்மார் கனிடம் உரையாடினாள் ரெயினிமல்லி .

வளைதடிகளை விட்டுப்பிரிந்தவர்கள் அதை வீசும் ஓசைகளை கேட்கவும் சிறிது சிறிதாக அவள் கனவென மறைந்து போகின்றனர். நான்காம் ஜாமக் கனாவின் மயக்கமான ஒரு நிலையே டட் உலகின் இருதயத்துடிப்பு. அவளின் ஒரு கால் டட் உலகிலும் மறுகால் இந்த உலகிலும் இருக்கின்றன. அதன்வழி டட் உலகத்திற்கும் இந்த உலகத்திற்கும் இடையில் இருக்கும் தூத்து-அன்கு-ஆமுனின் வயது மாறாத மரணப்படுக்கையின் பக்கத்தில் வந்துநிற்கிறாள். அவன் உடலைப் பார்த்து ஆச்சரியப்படுகிறாள். பின் மூடப்பட்ட மரண முத்திரையிட்ட பேழையின் கதவுகளுக்கூடாக அரசப்பாலகன் தடைப்படுத்தபடாமல் சொல்வதை ரெயினிமல்லி பார்த்துக் கொண்டிருந்தாள்.

காலஞ்செல்லச் செல்ல யுகங்களுக்கிடையில் டட் உலகிலுள்ள அரசர்களுக்கு நித்திரையோ, பசியோ தோன்றுவதில்லை. பசியும், நித்திரையும் பூமியிலுள்ள பழக்கங்கள். ஆனால் சிடே பானத்தின் சிவப்பு நிறத்தை டட் உலகம் கடப்பதில்லை. அந்த நிறம் நித்திரையில் காணும் பாரோ அரசர்களின் புராணமாக இருக்கலாம்.

டட் உலகில் பழம்போக்கு புதியபோக்கு எனும் பேச்சுக்கள்

பொருளற்றனவாகும். டட் தாம் விரும்பியவற்றை முந்திரிகை மண்குடுக்கைகளில் பழங்காடிகளை இரவில் அருந்தி காலத்திற்கு முன்னேயும் பின்னேயும் அதிகாரத்திற்கு ஆசைப்பட்டு சென்று வருகிறார்கள். டட் உலகிலும் அப்படியே இருக்கிறார்கள் பாரோக்கள்.

நாம் எல்லோரும் டட் உலகிலுள்ள பாரோக்களுடன் சிடே பானமருந்தக் கூடியவர்களாகவும், டட் உலகில் சிலகாலம் தங்குவதற்கு வந்தவர்களாகவும் டட் உலகில் நாம் இருக்கும்போது இவ்வுலகில் நாம் பிறப்பதற்கும் அடிக்கடி அழைப்பு வருகிறது .

எகிப்திய பண்டை யகனாவில் முளையெழுத்து தோத் நூலின் மூலமந்திரத்தில் டட் உலகில் வாழ்ந்திருக்கலாம் ரெயினிமல்லி. அது காலமற்றுக் கழிந்த ஒரு மாலைப்பொழுதென நீலநைல் கருநீலமாகி பாரோக்களின் சாபமடைகிறார்கள் தோத் நூலின் ரகசியங்களை அறிய முற்படுபவர்கள்.

கோடிக்கணக்கான சிறிய உயிர்க்கோளங்களாலான தே ாத் நூலில் வாழும் பாரோ அரசர்கள் வாலும் தலையும் மட்டுமே உள்ள, உயர்ந்த உலகில் உயிர்களின் எண்ணிக்கையில் மாறுபடுகிறார்கள்.

‘பாரோக்கள் பரவச நிலையடைகிற காலத்தில் நமக்குப் பின்னால் எகிப்திய பட எழுத்தின் பழமை வாய்ந்த ஆற்றல் ஒன்று டட் உலகில் நம்மையும் ஒரு பகுதியாக்கி இருகிறது’ என்றான் கிளன்மார்க்கன்.

‘இத்துணை காலத்திற்குமுன், இறந்தவன் இன்னும் அதே வயதில் உயிரோடிருக்கிறான் என்பதேயாகும். இன்றும்கூட தோடர் களிடையே சுமேரிய மூலமுள்ள பதினொரு தெய்வப் பெயர்கள் கேதுரு மரத்தில் செதுக்கிய பதினொரு சிலைகள் உருவெடுத்துவந்து அசரீறு கூறின. டட் உலக்தினின்றும் கனாவில் நின்றும் கிடைக்கும் மரணத்தின் நீலத் தளிர்கள் அவனையொத்திருந்தன’ என்றாள் ரெயினிமல்லி.

டட் உலகில் பிறப்பதற்கான மரணத்தைத் தொடங்கிவிட்டாள் ரெயினிமல்லி.

மெய்யுளம் வெதும்பிய கடிதம்

அவள் ஒருபடி மேலே சென்று, அற்றேன் தெய்வத்தின் ரட்சிப்பில் உள்ள நாடுகள் வரிசையில் வெற்றிடக் குப்பிகளில் மறைவுமருந்து கலந்து பருகத்துடிக்கிறாள் ரெயினிமல்லி.

அவளுக்கு துடிவட்டம் நிகழும் போதே அவன் தற்கொலையுரு

அவள்முன் தோற்றங்களாகிப் பலவும் தாமதமாகக் கிடைத்த கடிதங்களை லிசேர்ள் மேரி, பிரித்து வாசிக்காமலே அவளுக்கு அனுப்பியிருந்ததில் கிளென்மார்கன் அவளை வரைந்த சுயஓவியம் உடனிருந்ததைப் பார்க்க, காலங்கள் உதிர்ந்து கொண்டிருந்தன. அதில் அரக்கும் சாம்பலுமான பாழ்பட்ட நீர்க்கோடுகளுக்கிடையே மினிக்கிமந்து ஒவ்வொரு இரவிலும் வந்தது கதையில்.

புகையடைந்த ஓவியத்திலிருந்த மூன்று தொதுவச்சிகள் நின்றிருந்த தாலக்குடைகள் அவர்களைத் தொற்றக்கூடிய அரக்கு நிறத்திலேயே இருந்தன. ஆனால் வெளியே உறைந்திருந்தன காலத்தில் சுழல்வதால். மெல்லச்சுற்றும் அச்சிறுமிகளின் குடைகள் ஒவ்வொரு நண்பகல் குளிர் நேரத்திலும் எருமத்தெரு கடந்து மோரம்மை கோயில் பேய்மந்து குழிவிற்குச் செல்கிறது. சித்திரப்பள்ளி கடைசிவருச ஓவியங்கள் கிடைத்த அதிர்ஷ்டத்தில் கடைஇருளில் மூழ்கினாள். அடங்காத வருஷங்கள் இருக்கின்றன அவன் கடிதங்களில். அவனோடு பிணிக்கும் இயற்கையிலிருந்து விலகவே விரும்பினாள். எனினும் அவள் டட் உலக இருளினுக்குச் செல்ல, தற்கொலைதான் நுழைவாயிலாக இருந்தது ரெயினிமல்லிக்கு. தங்கள் இருவடிவையும் ஆசையாய்க் கொண்டுபோய் செம்மேடுக் கிராமத்தில் வடுவஞ்சி உயிர்ப்பித்து ஓலைத்திருணையில் கனவு காணத் தூங்கவைப்பாள் என நம்பினாள். தனக்கேயானவனை விட்டுவிலகவே நினைத்தாள் சுயநலமாகவல்ல.

விலகாமல் வாசனையால் தடம்பிடிக்கும் வடுவஞ்சி அவனைப் பார்த்ததுகூட இல்லை. துன்பத்திற்கே அடித்தளமாகும் அவன் கடிதங்கள் இன்னும் பல அடுக்குகள் எழுதப்படாமலே இருக்கும். அவற்றை மினிக்கிமந்து சிமிட்டும் ஒவ்வொரு துடி இரவிலும் கண்மூடாத இலைகள்விடும் அந்தத் தாருமரங்கள் கரிக்கியூர் மலைப்பாறைகளில் உரசி, நறுமணமாகக் கீறல்களில் முகம் வைத்து, பாறை இடுக்கில் ரெயினிமல்லி கேவியது இசைக்கும் இடுக்குப் பூச்சிகளுக்கு மட்டுமே தெரியும். காடுகளின் துவாரங்களில் ரெயினி மல்லியும் கிளென்மார்கனும் கூப்பிட்டவாறு வடுவஞ்சி வேண்டிய பேரமைதியில் நடந்தாள். ஒவ்வொரு படியாக ஏறுகிறாள். மினிக்கிமந்து மலையுச்சியில் நீலத்தில் மூழ்கிய ஞாபகங்கள் சாவில் நடுங்கிக்கொண்டிருப்பதை சூரலிலைகளுக்கு அடியில், கருப்பு எறும்புகளாக ஊர்ந்துகொண்டிருந்த அவனது இறகுவடிவப் பேனா பறந்து பறந்து பாடி எழுதியதில் ரெயினிமல்லியிடம் கேட்டுத் தெரிந்திருந்தான் வடுவஞ்சியை. அவன் கைவடிவத்திற்குள் அகப்படாத பிரபஞ்சம்தான் எனது கர்வமென 'வீண்பிடிவாதம்'

கொண்டவளாக விடைபெற முணுமுணுக்கிறாள் ரெயினிமல்லி. அருஞ்செடிகளை வளர்க்கும் கண்ணாடி வீடுதான் அவள். அவனுக்குத் தெரியாமல் அந்தரத்தில் நீந்துகிறாள். விட்டுவிலகவே விரும்பினாள். வடுவஞ்சியை விட்டுப்பிரிகிறாள் என்றுதான் வெள்ளெரிக்கோம்பை நீலநிறம் கூடியிருந்ததை விடுதியிலிருந்த நாட்களில் முன்பே உணர்ந்தவைதான். கடைசியில் கிளென்மார்களை பார்க்க விரும்பினாள். பரணில் ஏறி மார்களின் சித்திரப்பெட்டியை எடுத்து அவள் மொட்டைமலைக்கு கொண்டுபோனதை யாரும் பார்க்கவில்லை. சப்தமற்ற காலடிகளில் பாதங்களை தனிமையில் ஒவ்வொரு படியாக புளூட்டோவை நோக்கி எடுத்துவைக்கிறாள் ரெயினிமல்லி. ஐந்து நிலவுகள் உள்ள புளூட்டோவுக்கு கிங்டட்டும் ஓர்நிலவுதான். புளூட்டோ சூரிய மண்டலத்தின் எல்லையில் உள்ளே ஈர்க்கப்படுவதும் தூர விலகுவதும் நீலத்தின் இயல்பாக இருக்கும். கிங்டட் திறந்து தூத்து-அன்கு ஆமூனின் ஈர்ப்பு எல்லையில் இருந்தாலும், லட்சம் பனிக்கட்டி வட்டங்கள் வளைந்து நீளும் போதும் அவற்றில் ஒன்றாக ரீயின் ஈர்ப்பைவிட்டு வால்நட்சத்திரத்தின் பாதைக்கு, தான் அடைந்த டட் வெண்வெளிக்குச் செல்ல விரும்பினாள்—இந்தச் சிறிய வட்டமான பனிச்சுருளாவாள் ரெயினிமல்லி.

அப்போதுவரை ரெயினிமல்லியின் மினிக்கிமந்தில் அழுகுரல் ஒவ்வொரு கதவிலும், ஜன்னல்களிலும் கேட்டது. அவளால் பிணி பல அடைந்தும் எழுதுவதை விடாத கிளென்மார்கன் சோபமும் இளைப்பும் தூக்கத்தில், நடுக்கமும் அரிச்சலாய் மெல்லிய ஓசை கேட்டால் திகைத்து ஏதேதோ பிதற்றினான். அவளுக்கு இது தெரிந்திருந்தும் அவனைத் தனியேவிட்டு ஏன் பேரேக்கமும் வரும் என ரெயினிமல்லி அறிந்ததுதானே? வடுவஞ்சி மாவிலை, வாழை நாரால் செய்த, இரு குயர் நோட் ஒன்றை கிளென்மார்கனுக்கு அனுப்பியிருந்தாள். அன்றைய தபால் முத்திரையுடன் சேர்ந்திருந்தது அது. ஒவ்வொரு தாளையும் நூலிலிருந்து அகற்றி மெய்யுளம் வெதும்பிய வரிகளை எழுதினான். பின்னிரவுப் பூச்சிகளும் பறவைகளும் ஒலிக்கத் தொடங்கிய அக்கணத்தில் வடுவஞ்சியின் குரலும் இழைந்தது. இவளும் அவனைத் தன் மந்துமலையடி வாரத்திலிருந்த இரவிலும் கண்மூடா இலைகள்விடும் நாகமரத்தின் அதிசய இயற்கையுடன் ஏற்கனவே செவல் ஓடையில் பார்த்திருந்ததில் ரெயினிமல்லின் வரிகளில் டட் உலகிற்குள் அவள் உலவல் ஒன்றிலிருந்து இரு சாயை ஒன்றிலொன்று குழம்பியது. ரெயினி

மல்லியின் குறைகளை வடுவஞ்சி சொல்லவும் நடுங்கி அவன் உள்ளும் உடைந்ததில் இவளும் வருத்தமுற்றாள். கிளென்மார்கன் தனக்கு சிநேகமாகக் கூட கிடைக்கமாட்டான் என்பதை உணர்ந்ததாலா வடுவஞ்சி அழுதாள்? அவள் முகத்தில் அவன் அதைப் பார்க்கவில்லை. பழமையான மந்திலிருந்த இலைகளுக்கு அது தெரியும்.

கிளென்மார்கன் முகத்தில் பல வருச இளைப்பை கண்ட போதெல்லாம் மயங்கி தன் தாவணி முந்தியால் வடுவஞ்சி தன் கண்ணீரை மறைத்தவாறு ரெயின்மல்லி சொன்ன சில இரவுநேரப் புலம்பலை எதிரொலித்தாள். 'உன்னிடம் பிரிவை நான் கேட்டுப் பெறுவதற்காக வரவில்லை மார்கா' என் துயரம் அளவு கடந்ததுதான். இதை வடுவஞ்சி உணர்ந்ததை வேறு சில மாணவிகளுக்குச் சொல்லாமலே புரிந்திருக்கும். என் இறப்பை நான் தேர்ந்தெடுத்ததில் என் ராச பாலகன் ஆமூன் மறைவுநாளில் பறையின் ஆழத்தில் வளரியாழ் ஒலி புலம்பியது. கதைப்படி ஆமூனைப் பாதுகாத்துவரவே உயிர் வாழ்ந்திருந்தேனா அன்று நாகமரப்பொந்தில் காத்துவந்தேன் கிங் டட் சித்திரப்பட நூலை. ஆமூன் சித்திரக் கோடுகளில் குழந்தமையில் வளர்ந்த நான் அவனன்றி எப்படி இருப்பேன் மார்க்கனே. இருண்ட காலமாகிவிட்ட ஆமூனின் அரண்மனை வீட்டுத் தாழ்வாரத் திருணையில் பேதுரு விட்டங்களில் பல்லிகள் பலவாயிடத்தும் உச்சி மோந்தும் வீழாமல் பகர்ந்த சொட்டுச் சொல் தூத்து-அன்கு-ஆமூனின் சொல் கேட்டுக்கேட்டு பிறர் துயர் சொல்கிறதோ மார்கனே... நான் மறுபடிமறுபடி டட் உலகிலிருந்து வருவேன்.

இவ்வேளை திரும்பிவந்த நாட்களில் பூவரசங்கிளைகளில் கூகையின் வெங்குரலைக் கேட்டபோதெல்லாம் வருந்தினேன். வடுவஞ்சி போனபாதை பாறையில் மூச்சுவிடும் கருவெண் கூகைகள் பற்றி அவள் சொன்னதும் ஞாபகம் வருகிறது. அவளை நீ பார்க்க வேண்டும். அந்த யானைப் பாறைகளுக்கு அவளோடு நீ போக வேண்டும். போன செப்டம்பர் விடுமுறையில் நாலைந்து நாள் அவள் ஊரில் மேலும் ஒரு புணர் வடிவ சப்பநாரைக் கணவாயில் நுழைந்து யாரும்பார்க்காத கூழாங்கற்களில் பார்த்தோம் உன்னை. அவளுக்கு உன்னைத் தெரிந்திருந்தது. செவல் ஓடையில் ஒருவன் அப்பாதையில் கூழாங் கற்கள் இடற ஒலியிட்டுச் செல்வதை நம் மூவரின் முணுமுணுப்பாகக் கேட்டேன். அங்கு உன்னை நினைத்தேன், நானின்றி இருந்துகொள். புனல்பாறையில் ஒட்டிய வண்டுகள் குணங்குவதை ரொம்பநேரம் கூழாங்கற்களோடு சமைந்து

கேட்கிறோம். பள்ளத்திலிருந்த மேகக்கடலில் தீப்பெட்டி தீப்பெட்டியாய் ஓட்டு வீடுகள் தெரிந்தன. தூக்கம் வந்தபோது ஆந்தையின் குரல்கேட்டு பயத்தோடு படுத்திருந்தேன். தூக்கத்திலும் இந்த ரெயினிமல்லிக்காக எழுதிக் கொண்டிருப்பாய் மார்கா. உன் விரல்களைத் தொடுவதற்கு உரிமை இருக்கிறதென்றே நினைக்கிறேன்.

தூக்கத்தில் உன் கைகளைக் கோர்த்து எழுத ஒட்டாமல் சும்மா இருக்கிறேன்... மார்கா... எதையும் சொல்லிய சொல்லாக்காமல் சோம்பலாய் கொஞ்ச நேரம் இரு. மேகத்தில் புதைந்த செந்நிறமான தீப்பெட்டிவீடுகளில்தான் நாம் இருக்கிறோமா? ஆனால் நேற்றிரவில் மலை ஓநாய்களின் அழுகுரல் கேட்டபோது ராச பாலகனுக்காக அழுதேன். கண் ரெப்பைகள் துடித்தபோது ஆமூன்தான் வளதாடியுடன் கூழாங்கற்களை உரசி காலத்தில் உறங்கிக்கிடக்கும் இவள்; மந்தில் ஒற்றை வாடைத் தெருவில் வளரிவீசித் தனியே விருப்பாச்சி நீலமலைகளுடன் பேசிக் கொண்டிருக்கிறாள் ரொம்ப வயதாகியும் சாகாத கார்ஸ்மந்து தொதுவச்சி எர்விளி. உள்நடுங்கி ஆற்றாமல் என்பெலாம் உருக அவள் எல்லோருடைய காடகி எர்விளிதான் என உயிர்த்தேன். சப்பநாரி சப்பநாரி என்று ஆவலாய் என்காதில் முனகினாள் எர்விளி. அவள் குரலில் பறவையின் சாக்குரல் கேட்டது. மறுநாள் ஊருக்கு வந்துவிட்டேன். அது சப்பநாரிப் பறவைதான். நம் மந்தின் எருமை வீடுகளில் தற்கொலையான சிறு பெண்டிர் கைகளை விரித்து சப்பநாரிப் பறவை வேறொரு டட் உலகுக்கு கூப்பிடுவதாகவே அம்மலையின் பேருரு நீலமுடையதாக எட்டிவந்து உயிரைத் தொடுகிறது.

ஆனால், அது என் இறப்பைக் குறிக்கவே பின்னிரவின் அடர் நீலமாக அந்தமலை எனக்குத்தெரிந்தது. இதை மந்திலிருந்தே குறிப்பிடுகிறேன். சப்பநாரிப் பறவை இறப்பைக் குறிக்கவே தெருவின்மேல் பறந்து சுற்றுகிறது. வடுவஞ்சியோடு இருந்த செம்மேட்டு மந்து நள்ளிரவுகள் ஓநாய்களுக்காகவே வரும். அந்த ஓநாய்கள் சலனமடையும் வேளை வடுவஞ்சியும் நானும் உறங்கி யிருந்த மூங்கில்பாயில் எனது உளம் நடுங்கியது. யாரையோ துரத்திக்கொண்டு விரைந்து ஓடுகின்றன அவை. மறைந்தவர்கள் சப்பநாரையிலிருந்து தூங்கியெழுந்திருக்கும் வேளை, அவர்களுக்கு என்ன நேர்ந்ததோ? கதவுகளை உரத்துத்தட்டிய எருமைகளில் மலைக்காற்றில் பலியானவர்கள் வருகிறார்கள். மூங்கில் தொழுவத்திலுள்ள எருமைகளுக்கும் அவற்றைக் கடந்துபோகும் வரையாடுகளுக்கும் அவர்களைத் தெரியுமென்று அந்த ராத்திரி

ரெயினிமல்லி சொன்னதை தன்னுள்ளிருந்து எதிரொலித்தவாறு எர்விளி முணமுணுத்தாள் மார்கன் காதில். சப்பநாரிப் பறவையின் உருகும் வெண்ணெலும்பு தூரங்களை அவளிடமிருந்து உயிர்ப்பித்து அப்பறவையெனவே காடகி எர்விளி கூப்பிடும் சப்தம்கேட்டு தெருவைக்கடந்து ஓடிக்கொண்டிருக்கிறாள் வீட்டுக்கு வடுவஞ்சி.

கதைவைத் தட்டும் நீர்கொம்பு எருமைகள்

'தொதுவர் வசித்துவரும் பல புனித மலைகளில் கற்குத்துக்களைக் கண்டேன். அவற்றை உலகின் ஒரே பெருநூலில் எழுதி வருகிறேன்' என இயற்பியல் துறவி ரோஸா காண்டிஸாஸ் அங்கு 'தான்' கண்டெடுத்த வெண்கலத் தாமரை முளரிவாளத்தைப் பார்த்தபடி பாப்பிரஸ் கோரையாட்டிடம் உரையாடினார். அந்த ஆடு, மேகலா ரேகையில் மேய்ந்துகொண்டிருக்க அதைப் பின்தொடர்ந்தார் சுமேர் காலத்தின் பிரஜையாக இருப்பதைச் சொன்னதும், அதைத் தூக்கித் தோளில்வைத்துப் பயணமானார் நீலமலைக்கு.

ஒவ்வொரு கற்குத்து அடியிலுள்ள இருட்டு நீரின் அடித்தளங்களில் ஒரு சுமேர் மனித எலும்பின் சூதுக்கவறு ஒன்று, பலகாலம் மண்ணிலேயே ஒட்டிக்கிடந்ததன் விளைவாக நீர்பாய்ச்சியாக உருமாறி நடமாடத்தொடங்கியிருந்த நீருக்குள் ஒரு அரிய உயிரி. அது எல்லாச் சூதாடிகளின் உலகிற்குப்போய் கனாவில் வாழ்ந்துவிட்டு அந்த ஊரிலிருந்து திரும்பிவிடும். காலத்தை நீண்ட வெளியாக்கி புலப்படாத ஏதோ நகரங்களில் சூதாடிகளை அழைத்து நாகரீகங்களில் தோன்றும் கலைகளையெல்லாம் சூதாடிச் ஜெயித்த அபரிமிதமான பொன் நாணையங்களை விலையாகக் கொடுத்து வாங்கிய புராதனச் சித்திரத் துகில்கள் மேனிமுழுவதும் வெண்கோடுகள் நீண்டு வியப்பூட்டும் உயிரினச் சித்திரங்களாய் பாதிமனித விலங்குச்சித்திர ஓலைகள், தந்திரர்களின் சிறுமண் தெய்வங்கள், மகாமச்சிலி, பெருமீன், களிமண் சிலைகளின் இருபுறமும் எருமைக்கொம்புகள் நிற்கும் விசிறித் தலைப்பாகை, யானை, பெண்புலி, இரு மான்கள், எருமைகளின் மண்ணுருக்கள் சேர்ந்து பொதிந்த லெமுரா மண்மத்தாரின் களிமண் சூதுப்பலகைகளையும் பொதிசேர்த்து மாசோதா நீர்கொம்பு எருமைமேலேற்றித் தன்கூடவே நீலமலைக் கற்குத்திற்கு வந்துவிடும் கனவுப்பாம்பின் புதிர்பாதையில். நத்தைகளென நாளடைவில் அதற்கு கால்கள் முளைக்க சுமேர் நோக்கி நடந்தான் கிளென்மார்கன் துறவி ரோஸா காண்டிஸாஸ் உருவில். சூதின் பரிணாமத்தில் சுவாசப் பைகளின்றியே சுவாசிக்கும் திறன்கொண்ட சூதாட்டங்களில் மறைந்த

பணயப்பொருள் அகராதியில் ஒலிக்குஞ் சிறுசதங்கை கிண்கிணிகளும் கிலுகிலுக்கும் பரல்களை உள்ளேஇட்டு வைத்திழைத்த குழாய்வடிவில் செய்த தண்டையை மேகலாதேவதை களைந்து மறைந்து திரியும் கவறுதான் சுமேர் என்பு.

'விபீதகம்' எனும் மரத்திலிருந்து உதிரும் சிறு கொட்டைகளை சூனியக்காரி சுற்றிச் சுற்றி பொருக்குகிறாள், பழைய தாளங்கீற்றில் பின்னிய திப்பிப்பையில் ஒவ்வொரு கொட்டைகளையும் எடுத்து ஊதியூதிச் சூதின் விதிகளை வரைகிறாள். பின்னே அவை மனிதரைத் தோற்கடிக்கும் சூதுக்கவறுகளாக மாறி, ஏறி வருகின்றன கட்டங்களைத் தாண்டி. சூனியக்காரியின் தாளங்கீற்றுப் பையிலிருந்து தாமே வெளியேறி சூதாடும் சுமேர் கவறனிடம் போய்ச்சேர்ந்துவிடும் விபீதகக் கொட்டைகள். தன்னோடு சூதாடுவோரின் விதியை மாற்றி எதிர்காலம் உரைக்கும் மந்திரயிலைகளை மெல்ல அசைக்கும் விபீதக மரத்தில் ஏறி கொக்கரிக்கும் சேவற்கவறுகளே யுத்தத்தில் வெற்றி தோல்விகளை தீர்மானிக்கும்.

சூனியக்காரியின் திப்பிப்பையிலிருந்த விபீதகக்கொட்டைகள் சூதுக்கேற்றபடி, தாம் வசிக்கும் சிறிய கறுப்பு சூதுப்பெட்டிகுள் போய்விடும். அங்கு உள்ளிருக்கும் பழைய கவறுகள் தமக்குள் சூதாடிப் பெருக்கமடைந்துவிடும். சுமேர் சூதரோடு இயற்பியல் துறவி ரோஸா காண்டிஸாஸ் எதிர் சூதராக கிளென்மார்கனாக உருமாறி அமர்ந்து இரு நதிகளுக்கு இடையில் உள்ள மேடெரிது பட்டினத்தை அறிய ஆவலுற்று விபீதகக் கொட்டைகளை கையில் குலுக்கியபோது ஊர், உருக், லகாஷ், கிஷ், எரிது நகரங்களே கவறுகளாக உதிர, சுமேர தீபிகாவிலிருந்து மெசபடோமிய நீண்ட கொம்புடைய காளையுரு தோன்றி மறைந்தது. கிளென்மார்கன் மற்றொரு குலுக்கலில் விபீதகக் கொட்டைகள் அலைவுற வானரங்களின் எலும்பினாலான கவறுகளிலிருந்து வெளிவந்த 'யா' எனும் என்-கீ தான் கவறெறியும் ஒவ்வொரு எறிதலிலும் மறைந்த கடல் மகரங்களின் ஓசை கேட்டது. ஊழிக்காலத்தில் மணல் தீடைகள் அறுநூறுக்குமேல் தென்கடலில் விம்மி மனித அலையாக வரும் மணல் எக்கர்களின் கூம்பிலிருந்து கவறுகள் ஓடிச்செல்கின்றன சுமேர் எலும்புச் சூதாட்டத்திற்கு. களிமண்ணாலான தனிப்பலகைகள் உலரும் முன் சிப்பியைச் சுட்டு சுண்ணாம்புக்கோடு கீறிய, அந்தச் சிறு கவறுகளில் சுமேர் சரித்திரம் படிந்த தொல்-கலைப்பொருட்களின் அறியப்படாத பெயர்களை ஒவ்வொரு கவறு எறிந்தவாறு துறவி ரோஸாவுக்கு 'யா' எனும் என்-கீ சொல்ல உலகின் ஒரே பெருநூலில் எழுதிவந்தான்

கிளென்மார்கன். சூதாட்டத்தைக் கவறெறிந்து நடத்திக்கொண்டிருந்த கற்குத்துகளில் ஒவ்வொரு கூழாங்கல்லும் ஒருவகை மந்திரச் சிறப்புடன் யுகங்களுக்கு இடையில் வந்து சூதாடுவோரை ஒழுங்கு செய்தான் பழந்தொதுவன். தனது பெரும் சூதுப்போரை இரு நதிக்களுக்கிடையில் உள்ள மேடெரிது பட்டினத்தில் கொடிய தேவதைகளுக்கு தம் தொல்-புராணிகக் கதைகளில் உள்ளபடி முன் நிலவிய சித்திர வரைவடிவங்களையும் தொல்-சுமேர் எழுத்துக் களையும் திறந்து காட்டியது சுமேர தீபிகா. சுமேர்களுக்கு முன்பு மெசபொடோமியாவில் வாழ்ந்த உபய்துகள் மிகத்தொன்மையான எழுத்துக்களை உபய்து என்றே சூதின் விதியில் நகர்ந்து இதிகிளாட் நதியில் மூழ்கி எடுத்த வரைவடிவங்களும் சித்திரங்களும் வளர்ச்சி பெறாத எழுத்துமுறைக்கு முற்பட்டதானதால் சுமேர்கள் வருகைக்கு முன், மெசபடோமியாவில் நிலவிய நிலையை கவறெறிவோன் இதிகிளாட் ஓரையான் கடலில் இறந்த விண்மீன்கள் எவையென்று சுமேர்களுக்குக் காட்டிய முறையை செழுமைப்படுத்தி வான் இயற்பியலுக்குத் தமது லிபிகளை அபிதானத்தில் எழுதி உருவாக்கினார்கள்.

இதிகிளாட் ஓரையான் நூல் கற்கடகம் நிழல் விழாமல் விசுவன் எனும் நடுப்புள்ளியில் சுழன்று விசுவச் சாயை படாமல் வீற்றிருக்கிறாள் தொல்தாய் தியாமத். கீழே இருக்கிற மேகலா ரேகைக்கு வடக்கில் இருபத்து நான்காம் பாகத்தில் இருக்கிற மேடு எரிதில் கற்குத்துத் தூண்கள் இருபத்துநாலிலும் முத்துச்சுடர் அசைந்தும் நிழலில்லா நிலை. துளையுள்ள தூணைத் தொட்டதும் எருமைகள் கதைபோடத் துவங்கிவிடும். இவ்விதமே தன் கைநரம்பை அரிந்து கின்னரியில்பூட்டி இசைக்கும் தெற்கில் நிழலேயல்லாமல் வடக்குநிழல் எப்போதும் இல்லை. இந்த நாற்பத்தியெட்டுப் பாகங்களுக்குள்ளே அவ்விரண்டு நிழல்களும் உண்டு. ஆகையால் தொல்தாய் தியாமத்தின் சிம்மாசனப் பதுமைகளுக்கும் மேகலா ரேகைக்கும் பரிதி நிழல்படா இருண்ட ஊற்றுகளே கடகத் திருப்பமும் மகரத் திருப்பமுமாக மேகலாரேகையின் வட்டச்சுவடி திறந்து வான் இயற்பியல் துறவிக்கு 'யா' எனும் என்-கீ சொன்னவற்றையே உபய்துகளின் நீர்மனிதன் இதிகிளாட்டும் சொன்னான். இதிகிளாட் என்ற டைக்ரிஸ் ஆறு எனப்பட்டவன் கொண்டுவந்த ஓரா சாரம் சுவடினூல் அவிழ்த்துச் சொன்னது... 'ஓரையான் கடல்கடக்க உந்தியில் வல்லோர் சொன்ன வேர்தரு சுமேர மூலதீபிகா வாக்கால் அழிந்த நாகரீகத்தின் புதைந்த கலைகளின் முடிவாய் நின்ற கதிரின் நாற்பத்தி

எட்டு பாகங்களுக்குள்ளே உத்தர கிராந்தி, தட்ஷிணக் கிராந்திகள்' என ரோஸாவுக்கு விரித்துரைத்தான் இதிகிளாட்.

கற்குத்தில் உதிரும் சுமேர் லிபிகள் ஒரு தனிவிதமான சூதுப் பலகையில் ஒவ்வொரு தொன்மையும் ஓரையில் ஏறிய பொருளும் இடமற்று ஓடிக்கொண்டிருக்கையில் இறந்த விண்மீன்களின் ஒளி வருடத்தைத் தொடும் சுமேர்களின் பரிசம்பட்ட தொதுவர்களின் பாடுகவிதைகளை ஆழ்கிணறில் மூழ்கும் வார்த்தைகளாய்ப் பார்த்தார் எருமைமேல் வந்த துறவி ரோஸா.

கற்குத்துகளிலுள்ள சிறு கூழாங்கற்களைக் கூர்ந்து நோக்கியதில் மாறும் தொல் உருவங்களாக. அந்த மூழ்கும் வார்த்தைகளுக்குள் என் தோளிலிருந்த பாப்பிரஸ் கோரையாட்டின் முகம் உடனே விழுந்தது. ஆழத்திலிருந்து கத்தியது. அதைச்சுற்றி செம்மையான மினுமினுப்பான பூந்தையலை வெண்துகிலில் பின்னியவாறு இரு தொதவச் சகோதரிகள் பாப்பிரஸ் கோரையாட்டைச் சுற்றிப் பிடிப்பதற்காகப் பாடிப்பாடி ஓடிவந்தனர். இந்தக் கற்குத்துகளிலுள்ள பானைகள் நீண்ட வடிவமும், குவளைகள் அழகான மூடிகளையும் கொண்டிருப்பதைத் தொட்டுணர்ந்தார் ரோஸா. இம்மூடிகளில் மனித உருவங்களும், பிராணிகளின் உருவங்களும் சதுர யுகமாய் உடையாமலிருக்கும் பிடிகளில் துறவியின் விரல்கள் காலநீட்சியின் உள் நகர்ந்தன. இம்மூடிகளின் ஒவ்வொரு வரியிலும் மிக மௌனமான அடிப்பகுதிக்குச் செல்கிறார். அதற்குள்ளேயே தொதுவர்களும் சுமேரக் கவறெறிபவனோடு விபீதக மரத்தின் சிறு கொட்டைகளையே காய வைத்துச் சூதாட்டத்திற்குப் பயன்படுத்த, சக பழங்குடிகளோடு வேறு வேறு சூதர் போலவே கவறெறியும் எறிகளுக்குச் சிறப்பான பெயராக 'விபீதகப் பலகை' ஒன்றை அதே மரத்திலிருந்து கொத்துவாச்சால் செதுக்கிப் படைத்தனர்.

அந்தப் பலகை மீது உதிர்ந்த காய்கள் சூதுக்கோடுகளில் நகர்ந்தன. இறந்தவர்களை உயிர்ப்பிக்கும் சீவாதுகோடி எனும் மூலிகையின் வாசம் நெடித்தது.

பார்க்க முடியாத யோணின் உலகம் காலத்தில் உறங்குவதென விழிப்பு நிலையை உடலைவிட்டு ஆவி வடிவான இன்னொரு உடலோடு வெளியேறும் தொதுவரின் மிகப்பழங்கால வண்ண நரைக்கலங்கள் இவ்வாவி வடிவங்களாக நிரம்பிக் கிடந்தன. மண் ஏனங்களில் இறந்த தொதுவர்களின் ஆவி நிறைந்திருந்தது, ஆவிகளில் தீயகவறுகளை வீசும் பேய்கள் மரணத்துடன் சூதாடிக்

கொண்டிருந்தன. உன் மரணம் எப்போதென்று வாக்குகளாக விழுந்தன விபீதகக் கொட்டைகள்.

உயிர் வெளியே சென்றிருக்கும் நேரத்தில் உடல்மீது ஓரைக் கட்டங்களை எரித்த விபீதகக் கொட்டையின் கரித்துண்டு ஒன்றை எண்ணெயில் முக்கி வரைகிறான் இதிகிளாட்.

தூக்கத்தில் இருப்பவர்களின் கனாவில் விபீதகம் எனும் சூதாட்டம் நடந்துகொண்டிருக்க கதவுகளைத் தட்டவரும் எருமைகள் யார் கனாவில் நடக்கும் சூதாட்டத்தையும் நிறுத்துவதில்லை.

அந்தப் பலயுகம் கக்கிய பணையப்பொருட்களுக்கும், மாசோதா நீர்கொம்புகளுக்கும் உயிர் உண்டு.

சடங்காற்றில் பலியிட்ட எருமைகளில் ஒன்றின் மீது ஏறியமர்ந்து வரும் மாடு மேய்க்கும் தொதுவன் இறந்தவன்தான் என்பது ஆவி வடிவில் அவர்கள் கண்களுக்கும் மற்ற எருமைகளுக்கும் தெரியும். கற்குத்துகளைச் சூழ பலரது என்புகள் சூதுக்கவறுகளாக உருண்டு கிடந்தன சூதாட யாருமில்லாத அமைதியில். இற்ற பூந்தையல் போர்வைகள் மரத்தில் தொங்கும் ஆவிகள் குளிரால் நடுங்கினால் தானே நகர்ந்துபோய் போர்த்திக்கொள்ளும் என்பது அவர்களின் நம்பிக்கை. எருமைகள் மறுவுலகப் பயணத்திற்குப் பயன்படும் என்று கருதியே அதன் கொம்புகள் உயிர் வாழ்ந்துகொண்டிருந்தன. சில இடங்களில் இறந்த முதியவரின் சடமூடாக்கு வழிப்பயணத்தில் கிழிந்தால் தைப்பதற்கான எலும்பு ஊசியையும் கறுப்பு சிகப்பு நூலையும் பூந்தையல் போடுவதற்காகச் சேர்த்துப் புதைக்கா விட்டாலும் தொதுவச்சியின் கைகள், தானே வந்து விரல்களால் நூல்களூடே நடமாடி பின்னிப் பின்னிப் பாடியவாறு மர்மமான சித்திரப் பாதைகளில் வந்த கைகள் மறைந்துவிடும்.

இறந்தவன் கையைத் தூக்கி எருமையின் கயிறையும் பிடிக்க வைத்தன திரும்பிப்போன தொதுவச்சிகளின் தனியே நடமாடும் கைகள்.

தொதுவ ஆண் ஆவிகள் கயிறுகளோடு திரிந்தன எருமைகளைத் தேடி. இராக்காலங்களிலே காணமல்போன எருமைக்கயிறுகள் மந்துகளைக் காக்கும் பாம்புகளின் கண்களுக்கு தோன்றிவிடும்.

பாம்புகள் ஜீவிப்பதற்கு நீதம் இருந்தது தொதுவர்களிடம்.

இரவில் பிள்ளைகளைக் காணவரும் எருமைகள் யாதோ ஓர் இடத்தில் தங்கியிருந்தால் அங்கே கற்குத்துக்கள் இருக்கும்.

கற்க்த்துகளிலேயே மரணமடைந்த எருமைகள் கற்குத்துகளிலேயே தங்குகின்றன.

மலை உச்சிகளிலேயே தங்கி இராக்காலத்தில் இறங்கி வருகின்றன கூட்டமாய்.

அவை மறுபடியும் மந்துகளில் வந்து பிறக்கின்றன எருமைக் கன்றுகளாய்.

தொதுவர்கள் குடியிருந்த மந்து வீடுகளின் கதவை அடிக்கடி தட்டும் சத்தம் கேட்டது, தட்டுகிறர்வர்களைக் கண்டுபிடிக்க முடியவில்லை.அதனால் தொந்தரவு அடைந்துவந்தது பிள்ளைகளின் உறக்கம். தட்டும் சப்தத்தினால் கனவுகள் வந்து அவர்களை ஆட்கொண்டன.தொதுவ தேவதைகள் தானே பறந்துவந்து மந்தில் இறங்கித் தொதுவ மொழி அபிதானத்திலுள்ள சில சுமேர் வார்த்தையில் உறவு பூண்ட தொதுவயொலி அகாராதி பரவி உதிர்ந்தன—வெங்கல நூல் அபிதானத்தைச் சத்தம் வரத் தட்டியதால்.

நித்திரையிலிருக்கும் பிள்ளைகளின் கனாவில் உருவம் மறைந்து கைகள் மட்டும் விண்ணில் பறக்கும் நெய்யாத வெண்துகிலில் பூத்குளி பின்னியவாறு மூச்சுவிட்டுக் கதவைத் தட்டுகிறார்கள் என்று கனாவில் கண்டும் மறுநாளில் நனவில் வந்து கதவைத் தட்டும் சத்தம் கேட்டது. அதனால் மந்துகள் அதிர்ந்தன. அவர்கள் பக்கத்து மந்துத் தொதுவர்களை உதவிபுரியும்படி அழைத்தார்கள், மந்து வீட்டுக்குள் ஐந்து, ஆறுபேர் குத்தீட்டி, கவண், மாட்டுக்கயிறுகளோடு வீட்டினுள்ளே நிறுத்தி வைக்கப்பட்டனர். உறங்கும் தொதுவப் பெண்ணுக்குள் யாரோ தட்டும் சத்தம் கேட்டு, கனவை அசரீரியாய்ச் சொல்லிவந்ததை அவர்கள் நின்றவாறு கேட்க, அவர்கள் தலைகளும் அசைந்து கனவில் மிதந்தன. சிலர் வெளியே நீர்க்கொம்பு வளரிகளோடு நின்றனர். சத்தம் வழக்கம்போல் கேட்டது. கெசவால்களும் சிறுமிகளும் வெளியே தட்டும் சத்தமென உள்ளிருந்து தாமும் தட்டினார்கள். அவர்கள் எத்தனை தரம் தட்டினார்களோ அத்தனை தரம் தட்டும் சத்தம் வெளியேயும் கேட்டது. தொதவச்சி தன் மகள் ரெயினிமல்லி காதை முறுக்கி, நறுக்கென்று மண்டையில் கொட்டிப் பத்துமுறை எண்ணும்படி சொன்னாள்.

உடனே பத்து சத்தங்கள் வெளியேருந்து வந்தன.

உள்ளிருந்து யார் நீங்கள்? என்று கேட்டாள், சப்தங்களால் கனவு காணும் ரெயினிமல்லியின் தாயார். வெளியில் மறுமொழி இல்லை.

'நீ எருமையாக இருந்தால் இருமுறை தட்டு' என்றாள் ரெயினிமல்லி

உள்ளிருந்து. வெளியிலிருக்கும் எருமையால் இரு கொம்புகளைத் தனித்தனியாக வைத்துக் கதவைத் தட்ட முடியாது. தட்டும் சத்தம் இருமுறை கேட்டது. இவ்வகையான தட்டும் சப்தங்களால் மறைந்து போன எருமைகளுடன் பேசமுடிந்தது ரெயினிமல்லியால்.

அங்கு தட்டியது பழங்கால நீர்க்கொம்பு மாசோதா எருமைகள்.

ஒரு எருமைமேல் நீர்க்கொம்பு வளரி மட்டும் தெரிய, போட்டியில் மாண்டவன் உருவமற்று வந்தான். வெளியூராட்கள் காவலுக்கு இருந்தும் ஒவ்வொரு வீடாய் நீர்கொம்பு வளரியால் தட்டி மறைந்து திரிந்தவன் புதைக்கப்பட்ட ஊர்க்காரனாகவும் இருக்கலாம். மாசோதா நீர்கொம்பு எருமை கொடுக்கப்போகும் தன் மற்றொரு நீர்க்கொம்பு வளரியைத் தேடி ஒவ்வொரு வீடாக எருமையே தட்டியிருக்கலாம்.

வெள்ளரிக் கோம்பை நீர்க்கொம்பு வளரிப் போட்டியில் இருவர் வீசிய நீர்க்கொம்புகளும் சுற்றிவந்து இருவரின் பனங்காய் தலை களையும் உருடின . வீரமரணமடைந்த உடம்பைவிட்டு வெளியேறிய இருவர் ஆவிகளும் நீர்க்கொம்பு வளரியோடு மொட்டுக்கல்லில் போட்டியைத் தொடரச் சுற்றிவந்தன மலை மலையாய். திகப்பேரி கோட்டிமலை தோள்ப்பட்டையை இறக்க எருமை மேலேறி நீர்க்கொம்பு வளரிவீசிப் போட்டி நடப்பதைப் பார்த்துக் கொண்டிருந்தன எல்லா மலைகளின் சாயல்களும். எல்லா மலைகளும் ஒரே இடத்தில் இல்லை. மொட்டுக்கல் புலாத்தியுடன் ஆனக்கல் மந்துத் தொதுவன் போட்டியிடுவதை ஈச்சொரை, எருமைகள் நடமாடும் பங்களாப்படுகை, தார்நாடு மந்து மற்றும் தொட்ட பெட்டா மலைமேல் குவிந்த மேகக்கடலும் நகராமல் வியந்தன.

எந்த மண்ணிற்குள் இருந்தும் தன் எதிரியை வழிவிலகாமல் கத்தாழைச் சந்து சந்தாய் அவன் ஆடைகளை முள் கிழிக்க இறந்தவனைக் கூட்டிவருகிறது இறந்தவனின் பாதை.

எருமையில் வந்த மொட்டுக்கல் புலாத்தி ஆனக்கல் மந்துத் தொதுவன் வீடு தெரியாமல் ஒவ்வொரு வீட்டையும் தட்டினான் நீர்கொம்பு வளரியால்.

ஆனக்கல் மந்தில் ஒருவரையும் தெரியாததால் அரக்கோடு மந்து செம்மேட்டில் நீர்கொம்பு வளரியைப் புதைத்து அடையாளம் எழுதிவிட்டு மலைக்கடவின் வழியே தூரத்தில் அந்த நீர்கொம்பு வளரியைவிட்டு எருமை மேல் ஏறிச் செல்லும், அவன் ஆவி உருவமற்று மறைந்து காடாய் அசைந்து செல்வதை எட்டிப் பார்த்த

சமாதிமரத்தின் சாம்பல் இலைகள் சாவின் மௌனத்தைச் சருகுற்று உதிர்க்கும் சத்தம் புலம்பலாய் விசும்பியது எருமைகள் நுகரும் மலை முகடுகளெங்கும்.

தன்னை வென்ற ஆனக்கல் மந்துத் தொதுவன் உடல் புதைக்கப் பட்டு அதிர்ந்து கொண்டிருந்த செம்மேட்டில் இருட்டிலேயே வந்து எழுதிப்போனான் மொட்டுக்கல் புலாத்தி. இறந்தவனின் இரத்தம் இருட்டிலும் பார்க்கக் கூடியது. தன்னை வென்ற ஒரு மாசோதா நீர்கொம்பு வளரி, எருமைகளை மொட்டுக்கல் புலாத்தியிடம் ராசி பண்ண அனுப்பியதில் மற்றொரு கொம்பை திருப்பிக்கொடுக்க இந்தக் கதையின் விதி சம்மதிக்க, இருவர் விதியும் ஒரே எருமையின் கயிறால் துளையுள்ள கல்தூணில் கட்டப்பட்டிருந்தது.

நீர்க்கொம்புகள் தாமே அசைதல்

சில சமயங்களில் யார் செய்வதென்று அறிய முடியாத சப்தங்களும் வாத்திய ஒலிகளும்,முள்ளுக்குறும்பரின் கொகாலு ஒலியும் சமயத்தில் மூக்கால் வாசிக்கும் புகிரி ஒலியும் கேட்டது.

சில வேளை நடுங்குகின்றன மந்து வீடுகள்.

மெல்ல சுற்ற ஆரம்பித்த மணி ஒலி அறைக்குள் வந்து பழங்காலப் பெரியவர்கள் போட்ட அவிழ்க்க முடியாத மாட்டுக்கயிறு முடிச்சுகள் அத்தனையின் சுருக்குகளும் அவிழ்க்கப்பட்டுக் கிடந்ததைத் தங்கள் விடுதலையின் நற்சகுணமாகப் பார்த்தார்கள் தொதுவர்கள்.

அவற்றில் கட்டியிருந்த எருமைகளின் வாடையடித்தது.

மயக்க நிலைமை அடைந்திருக்கும் மறைந்த எருமைகளோடு பேசுகிறர்வர்கள் பிடித்திருக்கும் சுதிப்பெட்டி, தானே ஒலிக்கிறது மெலிவான ஒலியில்.

மலை நாட்டு இருளர்கள் செம்பனாரை, கீழ்கூப்புக்காடு துதிகரை, கொக்கோடு, குஞ்சப்பனை வின்ஸ்டர் எஸ்டேட்டுக்கு பக்கம் இருப்பவர்கள் வைத்திருக்கும் வாத்தியக் கருவிகளின் புராதனக் கண்கள், மயக்க நிலையிலிருந்து பூட்டபட்டிருக்கும் எஸ்டேட் வெள்ளைக்காரன் பரிசளித்த அந்தக்கால அக்கார்டியன் சுருதியேறி தானே இயங்குவதிலிருந்து சில வேளைகளில் மாட்டுக்கொம்பு கடவுளர்களின் புனித எருமைகள் வ்ரையப்பட்டிருந்த சித்திரங்கள் தொதுவர்கள் வரையாமலே எழுதப்பட்டிருப்பதை முதலில் பார்த்தது காட்டுக்கு ஓடும் சிறுமிகள்தான்.

எட்டாத காலத்திற்கு முன்பே யாரோ கொண்டு வந்த பொருட்களில் அதிகமாக இருப்பது எருமையின் உருவமும், குதிரைச் சவாரி செய்யும் மனிதனின் உருவமுமாம்.

இரும்புக்களிமண் அம்புமுனைகள், ஈட்டிமுனைகள், தூண்டில் முட்கள், கத்தி முனைகள், உளிகள், பிச்சுவாக்களை விட்டுவிட்டு போரில் இறந்தவர்கள் தாகத்தில் நீர் கேட்டு வீட்டைத்தட்ட வந்திருக்கலாம்.

இரத்தம் அதிகமாகச் சுவரியதால் கழுதைக்கால் கட்டிலில் தூங்க இடம் கேட்டு வந்திருக்கலாம். இறந்தவர்களால் எருமைகளைவிட்டுப் பிரிந்திருக்க முடியவில்லை.

மணிகள் மெலிவாய் ஒலிக்க, விளக்கின் சுடர்கள் படபடத்துக் காட்டின் உருவங்கள் நடமாடுவதை இந்த இருட்டு மௌனமேறிய பொருட்கள் பார்த்துக்கொண்டிருந்தன.

விபீதகக் கொட்டைகள் உருண்டு சூதாட்டத்திற்கு கிளம்பின எருமைகளோடு.

காற்றில் கத்திரியால் வெண்துகிளை எப்போதும் நறுக்கும் தொதுவச்சிகள் விரல்களிலிருந்து கேட்டது ஒலி.

கோடாரிகள், அம்பு எய்தித் துளைத்த மரத்தின் கதைப்படி, கோடாரி தானே தனியாக விறகுவெட்டும் சப்தம் ஒவ்வொரு இரவிலும் கேட்டபடி இருந்தது.

அந்த சப்தம் வந்த திசையை நோக்கிப் பலரும் வில்லின் அம்புக்குத் குணத்தொனி செய்து இருளை நோக்கி எய்தியதும் கானகம் அதிர எய்த அம்பு பாய்ந்து மையிருட்டான வனக்கூட்டு முட்டையின் தோடென உடைந்து இருட்டில் கீறல்விழுந்து கசிந்த ஒளி மைனா முட்டையென வட்டமாகி உருண்டு நகர்ந்து புகுந்ததில் காரிருள் பறவைகள் கலவரமடைந்து ஒளி புகுந்து நீண்டு வருவதைக் கண்டு அஞ்சின பட்சிகள்.

மரங்களின் இலைகளால் மறைக்க முடியாத ஒளி கூர்ந்துபோய் எருமைகளின் முதுகெலும்பில் புகுந்து அதனுடைய உறங்கும் நயனத்தில் கசிந்து வெளியேறி அந்தக் கல்குத்தின் அடியில் உள்ள இருட்டு நீரில் மறைந்தது.

அந்த ஒளி மறைவதற்கு முந்தின நொடி ஒளிபட்டு செம்புச் சாமான்களைச் சுற்றிச் செம்பு எருமைகளின் பொம்மைகள் தென்பட்டன.

வளையல்கள்,மோதிரங்கள்,கண்மை தீட்டும் கம்பி, சீசா முதலியவற்றைத் திறந்து நீர்க்கண்ணாடி வட்டிலில் அசையும் முகங்களில் ஒளியாய்த் துலங்கிய தன்னை ஒப்பனையிட்டு ஒருவர் மாற்றி ஒருவர் மறையும் இடைவெளியில் புகுந்து ஒளி நெளிந்து இருட்டிலிருந்த வெண்கலக் கிண்ணங்களைக் துலக்கிக் காட்டி அதில் காணப்படும் வேலைப்பாடுகளைக் கண்டு ஒரு முட்டை வடிவு கொண்ட வெண்கலக் கிண்ணத்தில் சித்தரித்துள்ள தாமரைமொட்டில் ஒளி ஊசியாய் உருமாறி, இலை நரம்புகளாய் நடுங்கி ஒளிர்ந்தது முளரி நாளம்.

இந்தக் கிண்ணம் ஒரு மேடையின் மீது நீர்முளரி நாளமாய் ஐயாயிரத்து ஐநூற்று மூன்று வளைவுகளில் சுமேர ஊர்பட்டினத்தில் வடித்த தங்கக் கிண்ணத்தின் உருவிலும் கலையிலும் ஒத்துள்ளதில் காலத்தின் தூரப்புள்ளிகள் நகர்ந்துவந்து வளைவுகள் ஒருங்கிணைந்து விடும் ஒரு மொட்டு.

ஒரு வளைந்த சாணைக்கல்லும், ஒரு கதைக்கல்லும் நீலமலையில் கிடைத்தன எனக்கு. இவைகளுடன் தட்டையான கார்னீலியன் மணிகளையும், உருளையான அகேட் மணிகளையும், உருண்டையான தங்கமணிகளையும் நான் கண்டெடுத்தேன் கற்குத்தில்.

கரிக்கியூர் மோகினி

காட்டெருமை மாட்டுக்கொம்பை தலையணியாக வைத்து கரிக்கியூர் மோகினிக்கு சடங்கு நடனமாடும் ஒரு மலைநாட்டு இருளக் குடும்பம் எருமை வீட்டில் முதலில் குடியேறி எருமையை உடைமையாகக் கொண்டிருப்பதால் 'எரும கூரை கொடுவை' என்று பெயர் வந்தது. காட்டெருமைக் கொம்பெனவும், குதிரைக் கழுத்தெனவும், பாம்புகளை மயில்களின் தோகைகளால் உருபுனைந்த கரிக்கியூர் மோகினி வரும்போது தாழ்வாரத்தின் கூரைமேல் புல்புல் பறவையின் சிறகு ஒலிக்கும். அவள் வீடு மீன்னெலும்பு கொண்டு வேயப்பட்டது. கரிக்கியூர் மோகினியின் கதவு சிவப்பு மலர்களாலானது. தரை முழுவதும் நரிப்பயிர் வித்துகளால் பதிக்கப்பெற்ற முதலைகளே கரிக்கியூர் மோகினி அமரும் ஆசனங்களாய் ஆகின. இந்த மொட்டுக்கல் அரக்கோடு எனப்படும் கரிக்கியூருக்குத் தென் பகுதியிலுள்ள ஒரு சிற்றூர் மாவெனூர் கல்கட்டிகால் வம்சத்தின் தொடக்க காலதிலும் கரிக்கியூர் மோகினி இருந்தாள். வாலங்கெரை கல்கட்டி கெரை என்றால் ஆறு. அங்குதான் நீந்திக்கொண்டிருப்பாள்.

கரிக்கியூரின் தென் பகுதியில் வாலங்கெரை உண்டு, அங்கு கறுப்புச் செம்மறியாடுகளை மேய்த்து திரிவாள் கரிக்கியூர் மோகினி. பெருஞ்சுரை மலராலான தலைப்பாகை அணிந்திருந்த கண் கொள்ளாப் பட்டுத்தாள் அவள். அணங்கறவின் ஊரியன்ன பட்டாடையோடு இருளாயிக்கிழவிக்குக் காய்ந்தமர புஷ்ப இருளாயி என்று பெயர். வயது முதிர்ந்தவள் நெடுந்தூர செம்பனாரையிலிருந்து வந்தவள்.

மண்சுவர்களை எழுப்பி அழகு நிறைந்த வடிவங்களை கண் கணிப்பிலேயே படைப்பவள்; அந்தப் பெரிய மண்விடுதிக்குக் கூரை வேயப்பட்டது, அதற்கு வாயில் கதவுகள் கிடையாது. உள்ளே விற்களும் அம்புகளும் நிறைந்த பெரியகட்டு ஒன்றைச் சுற்றுப் புறத்தில் ஏந்திவந்த கரிக்கியூர் மோகினி அங்கு வைத்திருக்கலாம். இந்த மலைப்பிரதேசத்தில் வறுத்த எலிகளையும், சுண்டெலிகளையும் மலைநாட்டு இருளர்கள் கொடுத்தார்கள் அவளுக்கு படையலாய். கோட்டி பிடித்த நாய் ஒன்று அந்தக் கரிக்கியூர் மோகினியைக் கடித்துவிட்டது. நாய் ஊளையும் மனிதப்பாடலுமாகப் பின்னி யிருந்தன கரிக்கியூர் மோகினியின் இரவுகள். அவள் வயிற்றில் நாய்க்குட்டிகள் தோன்றி நரம்புகளின் வழியாக உடல் முழுவதும் பரவிவிடும் என்ற ஐதீகம் நிலவிற்று. கரிக்கியூர் மோகினி உடல் எனும் நிலத்தில் மறைந்து திரியும் நாய்க்குட்டிகள் நாளாவட்டத்தில் அவளுக்குள் மறைந்திருக்கும் வனமந்திரக் கதைச்சுருள்களை 96 வகை ஞானத்தால் கேட்டு ஊளையிட்டன கரிக்கியூர் மோகினி உடல் நிலத்திலிருந்து. ஒன்றுடன் ஒன்று காட்டு நிழலோட ஆடி ஊளை யிடுவது கேட்கும். பழங்குடிப் பாரம்பரியத்தின்படி அவளுக்குச் சிகிச்சையளிப்பர். கோழிக்குஞ்சுகள் அவளைச் சுற்றிலும் நடமாடித் தானியங்களைக் கொத்திக்கொண்டிருப்பதைப் பார்த்தாள். அவளிடமிருந்து வெளிப்பட்ட கண் திறவாத செவலை நாய்க்குட்டிகள் குறுக்கும் நெடுக்குமாக நடக்கக் குழந்தையாக வெயிலில் உறங்கிக் கொண்டிருந்தாள் மலை முழைஞ்சில் தொங்கியாடும் மினிக்கிமந்தில். அந்த நாய்க்குட்டிகள் அவளை விட்டு வெளியேறிவிட்டன மாந்ரீக சிகிச்சையால். ஆனால் அவள் வனமந்திரக் கதைச் சுருள்கள் நாய்களின் ஊளைக்குள் மறைந்து திரிந்தன.

எருமையுடைய ஆவி பாதையில் வந்த கரிக்கியூர் மோகினியை நோக்கியவாறு தொதுவப் பெண்டிர் பாரம்பரிய போர்வை பின்னும் துடிகளில் கருப்பு நூலை வீசி கண்வாக்கு சொல்பவர்களாய் காய்ந்த மரபுஷ்ப இருளாயோடு தொதுவப் பெண்டிர் பழகினர் மேய்ச்சல்

நிலத்தில். நீலத் திணை மலரையொக்கும் மருண்ட நோக்கினையும் உடைய புள்ளிகளையும் உடைய சருகுமானை தோளில் சுமந்து அலைகிறாள் கரிக்கியூர் மோகினி.

மரபுஷ்ப இருளாயியை பேணாதொழிந்த பெற்றோர் எங்கே இருக்கிறார்கள். தலைக்காட்டுப் போரின்போது காய்ந்த மரபுஷ்ப இருளாயியின் கூட்டத்தார் பின்வாங்கிய நிலையில் இரவிரவாய் ஆற்றங்கரையில் பதுங்கிச்செல்ல வெள்ளையர் படை மலையெங்கும் திரிந்தது. தேங்கிய நீரை பருக விரும்பவில்லை; ஊற்றுநீரில் பசியாறினார்கள். ஒருநாள் அவர்கள் இரவுப் பசிக்கு எலியை பிடிக்க ஆற்றங்கரை நெடுக கானாங்கோழிகளும் கத்த,எலிகளின் வயிற்றைக் கீரி, உப்பு வைத்துச் சுட்டு உண்டனர்.

அவர் தட்டு முட்டு சாக்குகளை எருமைகளின் மீதே கொண்டு சென்றனர். ஆற்றங்கரையில் எருமைகளையும் கறுப்புச் செம்மறி ஆடுகளை மேய்ச்சலுக்கும் தண்ணீர் குடிப்பதற்கும் அவிழ்த்து விட்டனர். உணவின்றி நீரின்றி வெகுதூரம் நடந்துவந்த களைப்பு மிகுதியில் மலைநாட்டு இருளர்கள் நித்திரையில் அயர்ந்திருந்தனர் தங்களை மறந்து. நல்லிரவில் அனைவரும் ஆழ்ந்த உறக்கத்தில் இருந்த போது ஆடுகளைச் சுற்றிவளைத்து ஓநாய்களின் நடமாட்டம் இருட்டில் வெள்ளையாய்த் திரிவது தெரிந்தது.

அந்த அமரபட்சத்துக்கு மறுநாள் மெல்லிய வளரியின் ஒரு ஓரம் மட்டும் மலைநாட்டு இருளர்களுக்குப் புலனாகியது. இதைப் பிறை வளரி என்றனர். ஏழு நாளான பிறகு நேர் கோணத்தில் அரைவட்டம் கண்ட ஓநாய்களுக்கு இருட்டிலிருந்த கறுப்புச் செம்மறிக்கள் தெரிந்தன, அடுத்தடுத்த இரவுகளில் கும்பினிப்படை போட்டிருந்த கித்தான் குடில்களிலிருந்து புகை நெளிந்தது.

நள்ளிரவில் அனைவரும் ஆழ்ந்த உறக்கத்தில் இருந்தபோது எதிரிகள் நடமாட்டம் மிக அருகில் இருப்பதாக உணர்ந்து கத்தின கறுப்புச்செம்மறியாடுகள்—அமைதியான நல்லிரவில் செம்மறியாடுகள் நாலா திசையிலும் கத்தியெழுப்பின உறங்கிக்கொண்டிருந்தவர்களை. பதறி விழித்த இருளர்கள் நோக்கியபோது எதிரிகள் கல்லெறியும் தொலைவிலிருந்து முழு ஆட்டையே திண்ணும் பசியுடன் கேப்டன் டேவிட் பையார்டு கொடுத்த போர்க் குரல் வெற்றி மதுவருந்திய வெறியில் கூத்தாடிய பரங்கியரின் வெறியாட்டம், அந்த இரவெல்லாம் தலை விரித்தாடியது. பரங்கியர் கள்ளத்தனமாக முன்னேறிக் கொண்டிருந்தனர் ஆடுகளின் தடம் பார்த்து. எதிரிகளின் தாக்குதலில்

இருந்து தப்பியோடினார்கள் மலைநாட்டு இருளர்கள். தங்களோட தப்பிவரும் கறுப்புச்செம்மறியாடுகள் கத்தியெழுப்பாமல் இருந்திருந்தால் திப்புசாகிப்பைச் சுட்ட கேப்டன் டேவிட் பையார்டின் மனித வேட்டைக்குப் பலியாகியிருப்பார்கள் இருளர்கள். திப்பு சாகிப்பை சுட்ட டேவிட் பையார்டின் யுத்த இரவை கறுப்புச் செம்மறிகள் முன்னுணர்ந்து கூறியதால் கறுப்புச்செம்மறியாடுகள் மீது பற்றும் பாசமும் கொண்டிருந்தனர் மலைநாட்டு இருளர்கள்.

1679 துளைகளிட்ட கல்த்தூண்கள் தானே சொல்லும் கதை

திகப்பேரிகோட்டி மலையின் தோள்ப்பட்டையை இறக்கி மேலே பார்த்ததில் மலையைத் தெய்வமாகக் கருதினர். கொரோல் மலையின் தோள்ப்பட்டையை இறக்கிப் பார்த்ததில் அங்கு அவர்கள் விளையாடிக்கொண்டிருந்தார்கள். நிலநடுக்கோட்டு தொதுவ இனத்தினரின் பண்டை லிபிகளின் ரகசியம் தொன்மத்தில் இருக்கிற தீபகற்பக் காடுகள் மேற்கு மலைத்தொடரின் இரு எதிர் முனைகளில் மலைமுழைஞ்சில் மேலே தொங்கும் மந்துகள் இடைவெளிவிட்டுப் பிரிந்து சென்றதும் மேய்ந்து திரியும் எருமைகள் துளையிட்ட கல்த்தூண்களுள்ள உண்டிக்குத் தானே சென்றுவிடும். ஆதிகுடிகள் புனித வட்டக்கல்லை அங்கே வைத்திருந்தனர். பாரம்பரிய எருமைகள் கீழே வராது. மலைவாழ் ஜனங்களைவிட தொதுவர்கள் சுமேர் களோடு நெருங்கிய தொடர்புடையவர்களாகத் தென்படுவதேன்.

நீலமலை இனங்களில் தொதுவர் மேகலா மொழியோடு நெருங்கிய உறவு கொண்டிருப்பதேன். உயிரினங்களும் தாவர இனங்களும் வெப்பம் விரும்பும் மண்புழுவின் நாட்டியத்தை யோண் கடவுளின் உலகம் என்று சொன்ன கதை எது. நிலநடுக்கோட்டு இனங் களின் ஒவ்வொரு உட்பிரிவிலும் லெமுராமண்மத்தார் கிளை ஒன்றிருப்பதேன். தென்கடல் அண்மிய பெருவழியில் கருக்கியூர் சித்திரப்புடவுகளிலுள்ள மிகக்குள்ளமான வீவிடை மனிதர்கள் மேற்குமலை அடுக்கத்தில் நீர்க்கொம்பு வளரிவீசி வட்டவட்டமாய்ச் சுழன்று வரும் 28 உடுகண ஓரைகளை வைத்துக் குறிபோடும் தொதுவப் பூசாரிகள் ஒரு காலத்தில் இணைந்த மலைப்பகுதிகளில், உயரம் குறைந்த வீவிடை மனிதர்களின் கிளை ஒன்று, கதையாக ஊர்ந்து வரும் வெள்ளரிக்கோம்பை எழுத்துப் பாறையின் மேல்ப் பக்கமுள்ள அகண்ட பரப்பில் வரைந்திருந்த கைக்கூட்டங்களாகப் பிரிந்து நிற்கிறார்கள் என்று தொதுவர்கள் நீர்க்கொம்பு வளரியில் ஏறிய வார்த்தை வந்து மறைய மறையக் கதைபோட்டதில் ஈரினங்கள்

இருவாச்சி, உதிரவேங்கை, கருங்காலி மரத்தில் செய்த படகில் வருவதேன் மலையிலுள்ள கதையில். சில இடங்களில் நிலநடுக் கோட்டு இனங்கள் சிதறிக்கிடக்கிறார்கள். கருநிற லெமுரா மண்மத்தார் நாவலந்தீவின் தென்பகுதியில் மேகலா ரேகையை ஒட்டி முதன்முதலில் தோன்றியதான நிலப்பகுதியில் பெரியதோர் தீவில் தொல் பழங்காலத்தில் லெமுரா மண்மத்தாரின் தாயகம் இருந்தது என்று மூழ்கியுள்ள கதையையும் சொல்லும் குறியோட்டம். மூழ்கியதொரு கதை உருவெடுத்து ‘தொல்’ பனுவலானது, பெருங் கடலிலிருந்து இந்திர தேசத்தைப் பிரிக்கும் கிழக்கு மேற்குத்தொடர்ச்சி மலைகள் நீண்டு உயரமாக முன்தள்ளி இருப்பதை உயரமாய் கை நீட்டிக் காண்பித்தான் கீழ்மந்து பூவாடன் குட்டன்—துறவி ரோஸாவுக்கு.

எரிமலைப் பிழம்பின் படிவம் தென்கடலுள் மூழ்கிக் கண்டேன் மலைகளுக்குள். மேற்கில் தென்கடலின் நிலம் கடலுள் அமிழ்ந்த பொழுது தொதுவரின் பூர்வீக நீலமலைத்தொடர் விம்மி எழுந்தது. ஒரு காலத்தில் பெருமளவில் இந்த நிலம் கிச்சிலிப் பனங்காடுகள் கடல்கொள்ளப்பட்டது என்றான். மூழ்கிய காடு ஒன்றில் கடந்து திரிந்தேன். அங்கே தாலமரங்களின் ஓலையைக் கிழிக்கும் ஒலியில் பனம்பேய்களின் இருட்டு. லெமுரா மண்மத்தாரின் நிலம் மூழ்கியதற்கான தடயம் கண்டேன் பனம்பேய்களின் இருட்டில். நிலம் சூழ்ந்த மேகலா என்னும் பேரேரியில்தான் அமைதிக் கடலாக இருக்கிறது. கால இடைவெளியில் நிலம் மறைந்தும் இதன் கதைகள் மறையாமல் அதன் கலைகள் தொதுவச்சிகளின் பூந்தையல் கருப்பு சிவப்பு நூல் பின்னல்கள் தொலைதூரம் பாதைகளாகக் கூட்டிச் செல்லும் முன்பிருந்த காலத்துக்கு. உறுப்புகளை இழந்தும் சிதைந்த சிற்பங்கள் வேறு நிலம் தோன்றியவுடன் மூழ்கிய நிலத்தின் வாதையுடன் தம் கற்கண்களைப் பறித்து வீசி உடைத்து இருட்டாக்கி குருடனின் அரண்மனைக்குள் நடமாடுகின்றன. நிலநடுக்கோட்டு சிற்பங்கள் உடைகின்றன எங்கெங்கோ பரவி. ஜம்புள்கதையும் வெள்ளரிக்கோம்பை எழுத்துப் பாறைகள் நிலநடுக்கோட்டின் மையப்புள்ளியைத் தொடுவதால் அங்கு மிதமான தட்பவெட்பநிலை இருந்தது முன்னே. ஆனால் கடுமையான வெயில் காய்ந்த நிலநடுக் கோடுகளில் லெமுரா மண்மத்தாரின் சஞ்சாரம் இருந்தது.

லெமுராக்களின் கைக்கூட்டச் சித்திரங்கள் கருக்கியூரில் மறைந் திருக்கும். அருகில் 1679 எண்ணுடைய துளையிட்ட கல்த்தூண்கள், தானே சொல்லும் கிளைகளைக்கொண்டிருந்தது. நீலமலையில்

தோமரத்தால் செய்த மரக்கலம் உடைந்து வழிதவறிய லெமுராக்களின் மாலுமி ஒருவரின் கதையைக் கூறுகிறது. ஹோமருடைய ஒடிஸி அரேபிய இரவுகளில் வரும் சிந்துபாத் என்னும் மாலுமிக் கதை, விவிலியக் கதை போன்றது. இந்தக் கதையை நெடுங்கதைப் பாடலாக இந்தக் காலத்தில் எழுதிய பெல்ஸாஸர் லப்ராத்தின் மூலப் பனுவலாயிருக்கும் எபிரேயு பாஷையில் இருந்து மொழிபெயர்த்தேன் என்றார் துறவி ரோஸா. செங்கடலிலும் தென்கடலிலும் செய்த பட்டுகட்டும் திறமைவாய்ந்த லெமுரா மாலுமிகள் புயலில் சிக்குண்டு தவித்து நிற்க, ஏழாம் நாளில் சமுத்திர தேவதை அவனை மீட்டு மேகலா ரேகையில் விடுகிறாள். முதல் மூன்று நாட்கள் அவன் தனியே கழித்தான்.

காடுகளுக்குள் சுற்றித் திரிகையில் பனங்கூட்டங்களுக்கிடையில் கதைகளின் ரேகைகள் தான்தோன்றி நுழைவு வாயில்களாக வளைந்து சென்றன. பாதைகள் நெடுவாளம் பனையின் மேல் தொங்கிய அத்தீவின் அரசனான பாம்பைக் கண்டான். நீண்டதாடி மோகினிப் பட்டாடை ஒளிவிடும் கரிய இரைப்பை அவனுக்கு உண்டு. மாலுமியைக் காப்பாற்றிய சமுத்திரா தேவதையைத் தனக்கும் தெரியும் என்றான் பாம்பரசன். மாலுமியிடம் வேறு பாம்புப் பாதையில் செல்லும் நீலமலைக் கதைகளையும் சொன்னான் அவனிடம். அவன் விலா எலும்புகளில் நட்சத்திர ஓரைகளை வரைந்து ஒவ்வொன்றாக எடுத்து வீசி திரும்ப வரும் வட்டங்களை வாசித்துவரும் விதி கூறினான் பூவாடன் குட்டன். மேற்கு மலைக்குமேல் துறவி ரோஸா வுடன் கொடநாடு மந்துக்கு வந்திருக்கும் மாலுமியே இவ்விடமிருந்து நீங்கிய பிறகு இந்த நிலம் உன் கண்களுக்குத் தோற்றமளிக்காது. நீ கேட்கும் கதைகளின்படி அது ஒளிபுகா இருட்டுவனமாக மாறி விடும் என்று சொல்லி வழியனுப்பினான். பண்டைக்காலத்தில் இம்மலைகளில் அரவர்கள் வாழ்ந்தனர். அவர்களின் தலைநகரம் மேகலா ரேகையில் உள்ள உரகபுரா. ஒவ்வொரு அரவனும் ஒவ்வொரு குன்றாக இருக்கலாம். இக்கதை 1679 எண்ணுடைய துளையிட்ட கல்த்தூண்கள் தானே சொல்லும் கதையாக இருக்கலாம்.

கிளென்மார்கன் பேய் மந்து

வாளங்கள் பல வரையப்பெற்ற பெரிய மாசோதா எருமைகளின் நீர்க்கொம்புகள் வட்டமாக இடிந்த தொதுவ ஏழாம் பிறைவடிவ வீட்டிலிருக்கும் தம்தொல்லிய சேகரிப்பிலிருந்து எடுத்தாள் யோணின் குமாரத்தி தெற்கேஷ், மண்ஜாடிகளுக்கிடையில் இருந்து வெளி

வருகிறாள் மாசோதா எருமைகளின் நீர்க்கொம்புடன். அதைப் பார்த்ததும் இதுபோன்ற மாசோதா எருமையின் நீர்க்கொம்பு வளரியைத் தொல்லிய பட்டணங்களிலிருந்தும் தாம் கண்டதில்லை பருத்திவேலி சிலந்திப்பெண்ணே, என்றார் வானியற்பியல் துறவி ரோஸா காண்டிஸாஸ்.

அதை வானில் வீசி எறிந்து தன் பக்கமே திரும்பிவந்து, யோணின் குமாரத்தி தெற்கேஷ் காலடியில் வீழ்ந்த பிறகு மேல்பாகத்தில் காணப்பட்ட வட்டங்களின் சேர்க்கையிலிருந்து ஜோதிடம் சொன்னான் பூவாடன்குட்டன். நீர்க்கொம்பு வளரி சுமேர் எரிதுப்பட்டிணத்தின் தொல்மக்களது கபாலக்கவிகைகளும் வட்டங்கள் பல வரைந்தவாறு இருந்தான். எட்டுபுள்ளிகள் கொண்டதொரு நட்சத்திரம் அந்த நீர்க்கொம்பு வளரியாய் இருந்தது. தொட்டு அண்ணாந்து பேசினான், சாதாரணமாக நட்சத்திரம் ஐந்து அல்லது ஆறு புள்ளிகள் உடைய ஒரு எருமையின் இரு நீர்க்கொம்பு வளரிகளை எடுத்துக்காட்டினான். ‘ஐயத்திற்கு இடமின்றி சொல்கிறேன் இப்பொழுது வறண்டிருக்கும் நிலத்திலிருந்து மிக மிருதுவான யாமரத்தாலான படகுகளுக்கும் வலுவான உயர்ந்தரக உதிர வேங்கை, இருவாட்சி, கருங்காலிப் படகுகளுக்கும் நிகழ்ந்த தொண்டிக் குடாப்போர் பாக் நீர்ச்சந்தியில் பரவியது. பாம்பன் துறைமுகத்தில் இருந்தான் கடற்படை கேப்டன் லூசிங்டன். வையைக் கரைகளில் பிரான்மலையில் காளையார் கோயில் கானகத்தின் திணை மீட்புப் போர். நம் காலத்தில் வளைகுடாப் போர் பெரும்பகுதி வானில் நிகழ்ந்தது. இங்கோ கடலில் குட்டிக்குடாப்போர் நடந்தது தொண்டிக் கடலில். கடற்கரை, போராளிகளின் கைகளில் இருந்தது.

தொண்டிப் படகுகள் மூலம் போராளிகளுக்கு தானியங்களும் ஆயுதங்களும் காளையார் கோயிலுக்கு வந்து சேரும். காட்டும் சித்திரம் செங்கடல் இவற்றின் கரையோரங்களிலிருந்த துறைமுகங்களைத் தொட்டுச் சென்ற இம்மரக்கலங்கள் மேகலா ரேகையில் இருந்த மகுளிம் புணை நாவாய் என பல பெயரை உடையது. இங்கு கிடைத்த மரக்கலங்களின் வடிவங்கள் சுமேரிய வணிகர்கள் ஏலம் எல்லைகளிலிருந்து அமுதாரியா நதிமேல் இருந்த முன்னைத் தொல்லிய தொதுவர்களின் அமுதாரியா ஊர் நீராக மாறிவிட்டது. தொல்மேகலா மொழி குடும்பத்திலிருந்து மிகப்பழமையான காலத்திலேயே ஏலமொழியும் உபெய்து மொழியும் கிளைகளாகப் பிரிந்து போயின இந்த மொழிகளுடன் மாலுமிகளின் உரையாடல். ஒற்றுமைக்கும் வேற்றுமைக்கும் வேறொரு விளக்கம் தந்தாள்

யோணின் குமாரத்தி தெற்கேஷ். மேகலா மொழிகளும் சுமேர்களுக்கு முற்பட்ட உபெய்து மொழியும் ஏலமொழியும் ஒரே பொது மொழியிலிருந்து பிரிந்திருக்கலாம் என்றாள் யோணின் குமாரத்தி தெற்கேஷ். இப்பொழுது மொழியின் மூன்று கிளைகளாகும் இம்மொழிகள் தொல்சுமேர் எழுத்துக்களே மிகத் தொன்மையானவை என்றாள் தொதுவமொழி அபிதானம் திறந்து. சுமேர்களுக்கு முன்பு மெசபொடேமியாவில் இருந்தவர்கள், உபெய்துகள் மிகத்தின்மையான எழுத்து முறைகளை உபெய்து என்றே அகராதி புரட்டிக் கூறினாள் துறவி ரோஸாவிடம். எவ்வளவோ காலம் ஓடிவிட்டது. இவ்வேளை நாம் காணா தொதுவர் வரிவடிவ எழுத்து எது எனக்கேட்டார் துறவி ரோஸா. அதற்கு வரைவடிவங்களும் சித்திரங்களும் வளர்ச்சி பெறாத எழுத்து முறைக்கு முற்பட்டவை என்றாள் யோணின் குமாரத்தி தெற்கேஷ். சுமேர் வருகைக்கு முன் மெசபொடோமியாவில் நிலவிய நிலை என்ன? அதற்கு தொதுவர்களின் மொழிஅபிதான ஏட்டைத் திறந்து சொன்னாள் யோணின் குமாரத்தி. 'சுமேர் அப்போது வரை இருந்த கல் லிபிகளில் மறைந்திருக்கும் முன்னைத்தொதுவரின் வெண்துகில் பூந்தையல் கலைச்சலனங்களில் மறைந்த சுமேர் நாகரீகம் படைத்திருந்த மண் எருமைச் சிற்றுருவங்களை நனவிலிகளும் கனவுகளில் வரும் கம்பட்ராயன் சிந்திய வியர்வைகளிலிருந்தே தொதுவர்கள் தோன்றினர்; சுமேர் உதிரத்திலிருந்து பல உருவங்கள் சித்திரஎழுத்துகள் அரிமானப்பட்டன' என துறவியைத் தொட்டுச் சொன்னாள் யோணின் குமாரத்தி.

'இந்த மேகலா ரேகையிலும் ஏலத்திலும் இது போன்றே நிகழ்ந்திருக்குமில்லையா தொல்-மேகலா தீவம், தொல்-ஏலமியம், தொல்-சுமேரியம் லிபி வடிவங்களில் மறைந்துள்ள தொதுவர் பாடு கவிதைகளை ஒவ்வொரு மலைமந்துகளிலும் கேட்டு உலகின் ஒரே பெருநூலில் நான் எழுதிவருகிறேன். இந்த தொதுவரின் பாடு கவிதைகளில் மின்மினி, சில்வண்டு வந்தால் முதுவேனில், முழுநிலா இரவில் காணாமல்போன செப்பு எருமைப் பொம்மைகள் வந்தால் இலையுதிர்காலம்; தொடர்மழையும் அடர்பனியும் வந்தால் குளிர்காலம். மலைத்தூறல் இளவேனில் ஆகிவிடும். தொதுவர், தொல்மேகலோர்களுடன் உறவுகொண்டதும் முற்பட்ட காலச் சலனங்களில் மேகலா தொல்லெழுத்து வடிவமும் ஆதிமேகலா ரேகையின் தாயெழுத்து வடிவத்திலிருந்து எவ்வாறு தொதுவத் தொல்லிந்தியம் பிறந்து பிரிந்தனவோ தம் தாய் தொல்லிபி மேகலாரேகையில் பிறந்து பிரிந்திருக்கலாம். 'தாய் மேகலா மீது

வரைந்த தொதுவமொழித் தொல் லிபிகள் பிறந்ததும் முதிர்ந்ததும் உதிர்ந்ததும் மலைமந்துகள் பல தூர்ந்தும் தோன்றியும் நகர நாடுகளுக்குப் போய்ப் பிரிந்து இருந்து தனித்தியங்கிய கலைவெளி மேகலா ரேகையின் தொதுவரின் மொழி அடிவேர் இன்றும் புதிராகவே உள்ளது' என்றவாறு துறவியுடன் நடந்தாள் யோணின் குமாரத்தி. 'நீர்க்கொம்பு வளரியில் தோன்றிய நாகரீகங்கள் எல்லாம் ஒரு தாய் வயிற்றிலிருந்து பிறந்தவை' என்று நடந்தவாறு சொன்னாள்.

மேகலாரேகையில் இருந்த நகரத்திலிருந்து லெமுராமண்மத்தார் வெளியேறிவிடவே தெருக்கள் பாழடைந்து விடுகின்றன. வெள்ளிய களிமண் பாளத்தில் வெவ்வேறு வகையான மூன்று எழுத்தின் வடிவங்கள் நான்குமுறை திருப்பித்திருப்பி எழுதப்பட்டுள்ளவை, லெமுராமண்மத்தார் தாமாகவே எழுத்து முறைகளை உண்டாக்கி களிமண் புத்தகங்களாகினர்.

சிலந்திக் கம்பாரின் பருத்திவேலி

ஜன்னல் திறந்திருக்கிறது. உள்ளே ஒரு தறி வெண்கொக்காகி தன்னையே நெய்து வருவதை யாரும் பார்க்கவில்லை. பருத்திவேலி ஊர் மீதும் சிலந்திக்கம்பார்களின் மீதும் ஊர்ந்து தனிமையில் மிதக்கும் கொக்கு குவாக்...கெனச் சொல்லி விட்டதில் திகைத்து விட்டனர் பருத்தி மனிதர். வேடன் வில்திறம் அதிர்வுபட்ட கொக்கை நெடுகிய அம்பும் கதறிய அதிர்ச்சியில் ஓடிவருகிறான். கனாவிலிருந்தவாறு அம்புபட்ட கொக்கின் குற்றுயிர் நிலையில் கலங்கினான். உதிரப் பெருக்கில் சிவந்திருந்த சிறகுகள் பதறின தொட்டதும், குனிந்து அதை ஏந்தி அம்பினை நீக்க நடுங்கியது போலும். தறிக்குழிக்குக் கொண்டு போய் பருத்திநூல் கட்டி, மந்திர ஔஷதங்கள் செய்து வந்தான் கம்பார். காயம் வற்றியதும் வானத்தில் வரும் கூட்டத்தில் வரிசை பிசகாத வளரி வடிவக்கணிதத்தினை நோக்கிக் கடைசிப் பறவையாக இணைக்க வழிவிட்டன கொக்குகள்.

நீலத்தில் பறந்து அதன் அசரீரி சொன்னது: 'வருவேன் உன் ஜீவிதத்தில்' என விரைந்த ஓசை ஒடுங்கியது காட்டில். சப்தம் மறைந்த பின்பும் தோற்றம் மறையவில்லை. விசாரத்தில் ஆழ்ந்த பருத்திவேலி பூர்வீகக் குழித்தறி கொக்கிடம் பேசியவையெல்லாம் இன்னும் இருந்து கொண்டிருந்த பாவோடித்தெருவில் செம்மண் சுவர் கரைந்து வரும் பொந்துகளில் உதிரத்தொடங்கிய ஞாபகங்களின் துகள்களில் சிலந்திக்கம்பார்களின் குரலும், அவர்கள் போன தடம் கூடலூர்

குந்தா, கோத்தகிரி, ஏபர்கோடு மந்து, கரிகாடு மந்து, ஆனக்கல்மந்து, பகல் கோடு மந்து, கோட நாடு மந்து, மஞ்சள் மந்துகளைச் சுற்றி முப்பத்தியாறு வகை வெள்ளைப் பருத்தித்துணிக்கும் தொதுவச்சிகள் மஞ்சள் தானியம் கொடுத்து வாங்கியதும், ரத்தாம்பரச் சிவப்பு, கருப்பு நூல் கை நெசவாய், கொடிகளில் பூந்தையல் போட்டு நின்றால் யார் உருவமும் தெரியாது. எருமை உண்டிக்குப் போனால் ஆள் விலக இடமிருக்காது. எல்லாம் பருத்தி வாசம்.

பருத்திவேலிக்கு கும்பினி வந்த காலத்தில் முப்பத்தியாறு தினுசுகளில் இருந்த சாயப்பட்டறைகள் ஆறாகச்சுருங்கி ஒற்றை விதிக்குத் திரும்பின. தொதுவச்சிகள் அதிர்வடைந்து அழுதவாறு பாரம்பரிய பூந்தையல் நெசவைக் காக்குமாறு கடவுள் யோணின் மகள் தெற்கேஷை வேண்ட, அவள் வனம் திரிந்து தேடிக்கொண்டு வந்த சீவாது கோடி எனும் வனமூலிகையால் மந்திரித்து முப்பத்தியாறு வெண்பருத்தித் துகில்களை வெள்ளையனிடமிருந்து மீட்கிறாள். பருத்திவேலிக்கு வந்த பருத்தித்துணிக்கு சாயமேற்றும் ப்ளூசலம் போர் ராணுவ நீலக்காடா எந்திரங்களை இழுத்து மூடினாள். பருத்தி வேலிக்கு வெள்ளைத்துகில் வாங்க தொதுவச்சிகள் வருவார்கள் எருமைகளோடு. தேவாக் மடியில் உட்கார்ந்த குழந்தைக்கு அவன் தாய்மாமனாக இருக்கக்கூடும். தேவாக் தன்னிடம் இருந்த செம்பை எருமை பொம்மைகளாக்கவும் அவை அலைந்து திரிந்து வெள்ளையரின் ப்ளூசலம்போர் ராணுவ திரைச்சீலைகளைத் தின்றன. வனமர நாற்காலிகளின் போலி உருவைக் கொறித்தன. நீலகிரி அடைந்த வெள்ளைப் படைவீரர்களின் படங்கள் உடைந்த தட்டுமுட்டுப் பொருட்களினிடையேயும் எருமையிட்ட சாணத் திடையேயும் வீசப்பட்டிருந்தன.

கீத்துகளை அறுக்க பாக்குப்பனைகளில் ஏறிய நீலகிரி மலைக் குறவன் குடும்பம் எப்போதும் ஓலைக்கலம் துன்னுவார்கள். ருதுவான நீலமலைக் குறத்திமார் கொட்டான், கிலுக்கு, ஓலைக்கிளி பாக்குப்பை வரை பின்னல் போடுவார்கள். பருத்திவேலிப்பெண்கள் தூரச் செவலுக்குப் போய் சுளையெடுக்கத் தாமதாகிவிடும். பல்லி, முயல் நிறைந்த செவல் மேடு. கத்தாழை அடர்ந்த ஓடை. கிடைக்கிற பரங்கி, சுரை, பூசணிக்கொடி சுற்றிப் படரும் கால்வழிகளைத் தட்டிவிட. சொந்த விளைபொருளைத்தான் சாப்பிடுவார்கள். காற்றும் மண்ணும் ஒன்று சேர்ந்த நீர்ப்பிணக்கு. எருமைச்சாண வரட்டிகளைத் தட்டி சுவரெல்லாம் ஒட்டுவார்கள் தொதுவச்சிகள். கட்டை சேரவும் வரட்டிகள் வேண்டுமே. அப்படி ஒரு அடுக்குமானத்தில் பஸ்பமாய்

சுடலைச்சாம்பல். மாசோதா நீர்க்கொம்பு எருமைகளைக் கடவுளின் பரிசாகக் காத்துவர வாழவும் வரட்டித்தட்டுப்பாடு இல்லாமல் வட்டமான எருமைக்கோயில் பொதிபோட்டு அங்கு வருவார்கள். வரட்டிதான் எல்லா பணிகளையும் செய்கிறது. வாசல் தணிவான மந்து வீடுகள்தான். கடவுளே குனிந்து வா! பழைய வீடுகளின் உள்ளேயும் தொழுவம் இருந்தது. இந்த மலைக்காட்டில் அங்கங்கே மனிதன் பிரிந்து வாழும்போது கழிவுகள் இல்லை. தட்டிய வரட்டிக்குள் குடல், பாகற்காய், பூசணிவிதைகளை புதைப்பார்கள். கைவிரல் பதிந்த வட்ட வீடு. எருமையெரு, தாவரங்களை எரித்து சாம்பல் திரும்ப வரும் உரத்திற்கு. எருமை வண்டி கட்டி விற்கப்போன கூளங்கள் திரும்பவருவதில்லை. மந்துகளை விட்டுப்போன மனிதனை மலைப்பாதைகள் கூட்டி வந்துவிடும். சொந்த விளை பொருளைத்தான் சாப்பிடுவார்கள். கத்தரியை காயப்போட்டு வத்தலாக்கும் வரை அருகில் சிறு கலங்களில் மிதுக்கங்காய், சுண்டை, சீனி அவரை, பருத்தி வேலி முற்றங்களில் காயும். செவக்காட்டு கள்ளிப்பாதைகளில் பருத்திப்போரா ஏற்றிப்போன வண்டிச்சோடு களில் சக்கரங்களின் உரசல். மயக்கத்தில் இருந்த பருத்திவேலித் தறிகள் மங்கலாய் தெரிந்த தெரு வழியே வரும். மறுபடியும் வராத கொக்கை எதிர்பார்த்து பாவடித்தூணில் சாய்ந்திருக்கிறார்கள் பருத்திவேலிப் பெண்டிர். பறவை கையில் பட்ட நாடித்துடிப்பின் ஜுரவேகத்தில் வந்துவிடும். அரூபமாய் மூச்சுவிடும் சித்திரங்களை தொதுவப்பெண்டிர் பச்சை குத்திக்கொள்கிறார்கள். அவர்கள் பூந்தையல் நெசவின் கம்பள வாசனை கருத்திருந்த புகைக்கூண்டு வழியே வெளிப்பட்டது. பருத்தி வேலித்தறியிடம் யாருமில்லை. தெரு மூடியிருந்தது. யாருமின்றி கேட்கும் தறியோசையை கீறலில் கேட்கிறார்கள் மாசோதா நீர்க்கொம்பு எருமைகளோடு வந்த தொதுவச்சிகள். எருமைகளின் தாவர உணர்கொம்பினால் தன் சிறகுகளை விரித்து உயர்வகை ‘முர்கலா’ எனும் கம்பளத்தை நெய்து வருகிறார்கள் சிலந்திக்கம்பார். சுரக் கூட்டமாய் பரவும் கொடிப் பட்சிகளை ரத்தாம்பர நூலில் பூந்தையல் இட்டவாறு வருகிறார்கள் தொதுவப்பெண்டிர் பருத்திவேலிக்கு. அருகில் அலகுகளால் குத்திக் கீறி வரும் அத்திக்கனிச்சாறும் இச்சிப்பழங்களும் காரக்காடும் கருத்த சூரம்பத்தைகளும் நவ்வாப் பழத்தொலியும் வண்டரித்த உதிர்கனிகளும் கடிக்கக் கடிக்க மண்ருசி ஏறும் பேரணில் கோடுபட்ட தொதுவரின் புனித ஜம்பைமரம்.

2

நடுகற் காதை

நிலவிருந்து உதிர்ந்த சாடி முதலோன் கடல் நீந்திவந்த கதை

நீர்மனிதர்கள் கரை கொண்டு வந்த வலைகளுக்குள் சாடிகள் குவிந்து கிடக்கின்றன நொறுங்கும் சில ஒலிகளுடன். இருட்டில் ஒளிரக்கூடிய சாடிகள் சடமயமானவை. நிலவிலிருந்து உதிர்ந்த சாடிகளாக விருக்கலாம். ஆனால் பழைய சீவரத்தின் வெளித்தாழ்வாரத்தில் இருக்கும் சார்கள் நாடகத்துக்கானவை. அவற்றை வலை கொண்டு மூடமுடியவில்லை. தானாக வைத்த சராசரம் ஆடக்காற்றில் அசைந்து கொண்டிருந்தன ஜாடிகள். அதில் அடங்கிய தீயையும் நீரையும் நாடகத்தில் ஒருங்கிணைத்த நகரங்கள் உள்ளனவென்றான் துரைசாமி. நீரழித்த நகரங்களும் தீயழித்த நகரங்களும் கொழுந்துவிட்டெரியும். ஆனால் நீர்மேல் மிதக்கும் 'கடைசிப் புகை' நாடக வரைபட உருவத்தை துரைசாமி சுவரில் வரைந்து காட்டினான் துறவி ரோஸாவுக்கு. நாடகத்தில் உடல் நீங்கியோர் ஆவிகளை மொத்தமாக ஒரு புனல் வைத்து வடித்து மாந்திரீக நீரை அடுத்த கலயத்திற்கு இடம் மாற்றினான் கிட்டானே மகிஷாசுரா. ஆவிகளின் நீரில் தென்படும் சாடிகள் எல்லாவற்றிலும் மரணங்களைப் புதைக்காத பூமி தேயத்தின் வாதைகளை ஈர்த்து நடுங்கினர் சனம். சாடி முதலோன் கடல் நீந்தி வந்து இங்கு நடமாடிக்கொண்டிருந்தான். தன் சோதரனைத் தேடி வருகிறான். யாருக்கும் காடேற்று நிகழவில்லை என்று சிசுவும் கர்ப்பிணியும் புதைந்திருந்த சாடியொன்றை தோளில் சுமந்து வருகிறான். பஞ்ச பூதியங்களில் உருவான மிக உயரமான மனிதர்கள் சாடியுள் நின்றவர்கள் நடுகல் ஆனவர் இந்நாடகத்தின் மூலப் பொருளில் இருந்தனர். எல்லாம் தோன்றின அதில். மற்ற இவர் சாடிகள் மறைந்திருக்கும் மெய்ப்பொருளில் நீயும் நானும் ஆவிகளை தைல சாடிகளில் புனல் வைத்து வடித்து ஒவ்வொரு சொட்டும் புஸ்தகங்கள் மீது பட்டு புகுந்து பரவுகின்றன காகிதங்களில்.

பூழி நாடக அதிசயங்கள் எரியாத நூலகத்துக்குள் ஒளிந்திருந்தது. வதை முகாமுக்குள் வடிந்த ஆவிகளையும் கொலைகளில் அடங்கியிருந்த பல்லாயிரம் பேர்களின் அடைக்கலமாக தள்ளிவிடப்பட்ட முகங்களை மரணத்திற்குப் பின் கதாபாத்திரங்களை திணைகளின் ஆவிகளில் வரைந்து கொண்டிருந்தான் கும்பினிகளுக்கு எதிராய் துரைசாமி. ஒதுக்கி வைக்கப்பட்ட சூழல், கதாபாத்திரங்களுக்குள் சொட்டாக இறங்கிப் பரவுகிறது பைத்தியத்தின் வேகத்தில். நம்மை அடக்குகிறது எல்லாம். விநியோகிக்கப்பட்டுவிட்ட விளைநிலங்களை வேலியடிக் கப்பட்டிருக்கும் வெற்றுத் தூண்களின் நிழல் சாய்கிறது மெல்ல. இன்னும் ஒருசில பேர்கள் இருப்பார்கள் இறப்பதற்கு. விடுமுறை இல்லா நடிகர்களின் இயக்கத்தில் எலும்பு வார்த்தைகள் எல்லாப் பக்கங்களிலிருந்தும் நெருக்கடி வருகிறது. நடுவில் சிக்கிய நத்தம் கணவாய் முனையில் விரட்டி விரட்டிச் செத்தவர்களின் ஆவிகள் புத்தகங்களில் நங்கூரமிட்டுக் கதாபாத்திரங்களாக சூனிய அடர்த்திக்குள் மொழியை ஊடுருவி நுழைகிறார்கள். சிதைந்த முகங்கள் சிதறுண்ட சூழ்நிலைகளில் சனம் மெய்யுணர்ந்து புத்தகங் களில் நடமாடும் நாடக வெளியாக வீசுகிறார்கள்.

துரைசாமி சாடியைத் தொட்டு, காதுவைத்து எதை எதையோ கேட்கிறான். துறவி ரோஸாவிடம் திரும்பி வரைந்த உருக்களைக் காட்டினான். சம்பு விருட்சத்தை சாடியில் தீண்டினான். சாடியின் கீறலில் கசியும் 'மெய்ப்பொருள்' யாதெனக் கேட்டார் துறவி ரோஸா, மதமதக் கந்தாழியின் கதையை வட்டச் சுவடியைத் திறந்து அதன் தொகை நூலை இடாயெருமைச் சேணத்திலிருந்து எடுத்தான். இந்த ஜாரில் மறைந்திருக்கும் ஆம்பிர வனத்தின் மாமரம் வெளிப் பட்டது துறவி ரோஸாவுக்கு.

ஓலைபடா வெட்டுக்காளி வாலை

கந்துப்பனங்கூட்டம், தனக்குத்தானே காற்றுவாக்கில் வெட்டுக்காளி அரியாக்குறிச்சி செம்பொட்டலில் சுவறிய குருதி இன்னும் ரகசியமாய் உரையாடுவதை வழிப்போக்கர்கள் கேட்டு மறுகுவதை ஊர் ஊராய்ச் சொல்லி வரும். அவள் மனதுடைய தனித்தன்மை வாய்ந்த வாக்குகளில் வலிமைமிக்க வாச்சியங்கள் அசரீரியாகவும் கேட்கும். வெப்பக்காற்று வீசும் தாலமரங்களின் ஓலைகளில் புழுதி பறந்து செம்பார் சுழிக்காற்றாய் வீசும். உண்ணுவதற்கு இலந்தைப்பழமும் உடைத்து உறிஞ்சிய கற்றாழைச் சாறும் குடிப்பதற்கு ஆத்தாஊரணி நீர் மட்டுமே கிடைத்தன மாடுமேய்க்கும் உடையாளுக்கு. ஆயினும்

அரியாக்குறிச்சி கிளி திருப்தி அடையவில்லை. அந்தத் திக்கில் எல்லா ஊரைச் சுற்றிலும் நத்தம் பனங்காடாய் இருந்தது. சரியில்லாத மண்பாதை. மழைக்கு அழிந்துவிடும். பிரமாதீச வருஷம் சித்திரை குழிக் காற்றில் பேயாய் கூப்பிட்டது பனையோசை. பாகனேரி, சக்கந்தி, அரளிக்கோட்டை, எழுவன்கோட்டை, கொள்ளுக்குடி, தேவாம்பூர், வேட்டங்குடி, ஆ.தெக்கூர், செண்பகம்பேட்டை, மாங்கொம்பு, விராமதி காட்டுப்பகுதியெல்லாம் நத்தம் பனைகள் கும்பு கும்பாய்க்கூடி ஊருக்கு ஊர் வெளித்தோற்றத்தில் இருட்டிக் கிடக்கும் நண்பகல் எல்லாம் உறக்கம் கலையவே கலையாது. நாலுகோட்டைக் காட்டுப்பகுதிக்குள் மாடு மேய்க்கிறாள் உடையாள். குற்றாளிப்பனை ஓலை நறுக்குகளில் மொட்டையப் பரதேசி பல்வேறுவிதமான படிமமாக அவளுருவை நூறு வடிவங்களிலுமாக மாறும் கதைக்குள் கலனல் ஜோசப் ஸ்மித் ஸஃபீல்டு இரும்புப் பட்டயம் கொண்டு மிரட்டிக் கேட்ட ஒரே கேள்வியில் அவளது பதில் பலவுமாகச் சருக்கத்தை மாற்றிவிடும்.

விருப்பாச்சிச் சீமையில் ஓடும் குடமுருட்டி ஆற்றின் கரையில் ஒரு சிறிய மண்கோட்டை வளமான விளை நிலங்கள் கம்பளத்தார் மண் கொட்டகைக்குள் மறைந்திருந்த வேலுநாச்சி, ஐதரலி மைந்துனருமான சையத் சாகிப்பைச் சந்தித்துவிட்டு ஆற்காடு நாவாப்பைத் துறத்தியடிக்கப் படை உதவி கோரிய ராணியாரின் வேண்டுதலைச் சுல்தான் ஐதரலிக்குத் தூது ஓலையும் எழுதிக் கொடுத்து அனுப்பிவிட்டு, பிரதானி தாண்டவராயரோடு சிவகங்கைச் சீமைக்குத் திரும்பவந்து கொண்டிருக்கும் செய்தி காடுகளில் பரவியது. அவள் போன தடத்தில் கொல்லங்குடிக் காட்டில் படித் துறையிலும் பூந்தருவிலும் விளையாடி கற்கட்டிக் குளத்தில் தன்னூற்றுத் தடாகத்தில் நீந்திக் குளித்துக் கொண்டிருந்தாள் உடையாள்.

பாகனேரிக்கு அடுத்து முத்துவடுகநாத சத்திரத்தில் இளைப்பாறி பல்லக்குத்தூக்கிகள் இலுப்பந்தடி ஓடியக் காலமெல்லாம் அழுத்திக் காய்ப்பேறிய தோள்பட்டையில் கசிந்த கருப்பு இலுப்பை எண்ணெய் அவர்கள் உடம்பெல்லாம் தானே கசிவதை வருத்தமுற்று நோக்கினாள் வேலு நாச்சி. சத்திரத்தில் லயித்து இருந்தவள் போர்ப்படையில் சீருடைதாங்கி விருப்பாச்சி மந்தையிலும் இளம் பருவத்தில் சக்கந்தியிலும் அரண்மனைச் சிறுவயலிலும் தமது பாட்டனார்களிடம் பெற்ற பாரிவேட்டைக்குச்சிகள் வீசும் உத்திகளை நினைத்ததில் கம்புஓநாய் உருகிப்பாடியதும் அகத் தோற்றத்தில் செம்பராங்காடுகளில் மூழ்கியுள்ள செங்குழவிகள் புற்றுகளைவிட்டு

வெளிவந்து முனகிய சுனாத இசையில் செம்பராட்டங்கல்லும் கரைந்துவிடும். எல்லா மரங்களும் அவளிடம் காட்டின கோம்பைநாய் வளரிகளை. அரியாக்குறிச்சி நத்தம் பனங்காட்டில் மாடு மேய்க்கும் உடையாள் என்ற கன்னிகாவைப் பார்த்து 'அரசாணி வேலு நாச்சி பல்லக்கு எந்தவழியில் சென்றது' என கலனல் ஜோசப் ஸ்மித் கேட்டதும் சட்டென்று சொல்லாமல் மேயும் ஆடுமாடுகளின் பேர் சொல்லிக் கூப்பிட்டாள். 'போலையாடே புலிக்குளத்துக் காளையே படமாத்தூர் காராகுளமே தேவாம்பூர் செவளையே நாட்டார்மங்கலம் கிளிக்கொம்பே' எனக் கொஞ்சினாள். வரப்புமேல் ஓடியோடி ஒவ்வொரு மாடுகளிடமும் கொஞ்சி உரையாடினாள்.

கலனல் ஜோசப் ஸ்மித் கேட்டதற்குப் பதில்பேசாமல் செடிக்குச் செடி மறைந்திருக்கும் மாடுகளின் தலையை எதிர்த்து முட்டி விளையாடினாள். இப்போது தான் சூலாடு ஈன்றகுட்டியைத் தோளில் சுமந்தபடி இன்னொன்றை மடிப்பிள்ளையாய் சேலைமாரப்பில் தொட்டில் கட்டித் தூரத்து மாடுகளை அழைத்தவாறு, சுற்றிச் சுற்றிவரும் துப்பாக்கிச் சோல்சர்களை உடங்கம்பை நீட்டி 'கிட்டவராதே சோல்சரே தொட்டால் உன் கழுத்தை சீவிடுவேன்' என்றாள் எடக்காக. 'ஆட்டுக் கார உடையாள்! இந்த சோல்சர்கள் உன்னை சுடப்போறாங்க உயிர்மேல் ஆசை இருந்தால் அரசாணி போன திசையைச் சொல்' என்றான் கன்னர்மேன். 'சொல்லமாட்டேன் படுக்கா ஆத்தா போன லெக்கு எனக்குத் தெரியும் நீ சுட்டாலும் சொல்லமாட்டேன் படுவா' சுற்றிச்சுற்றிச் துப்பாக்கிகள் நீட்டி தட்டாமாலை ஆடிவருகிறார்கள். பிறகு என்ன நினைத்தாளோ திடீரென்று பாடுவாள்; நரிகள் பனங் கூட்டத்திற்குள் மெல்லிய ஊளையை எதிரொலித்ததில் கம்புஓநாய்கள் சோல்சர்கள் மேல் எக்குப்போட்டுக் கீழே உருட்டுவதை பனை மீது இருந்த சுடலைக்குக் கேட்டது. கலந்த பனைக்கு இடையே உழுபவர்களின் பச்சை லங்கோடு தூரத்தில் அசையும் தோற்றம்.

வெயில் அசையும் உச்சிவேளையில் பெண்கள் குனிந்து குள்ளம் கம்பு அறுக்கும் போது அவள் கழுத்தை அறுத்த கும்பினிப்படையைச் சுற்றிக்கொண்ட கம்புஓநாய்களுக்குத் தப்பி, தொப்பிகள் பறக்க கல்லில் விழுந்து முள்ளில் விழுந்து ஓடியது கலனல் ஜோசப் ஸ்மித் படை. புலிக்குளத்துக் காளைகள் முட்டி விரட்ட தூரத்தில் அறியாக் குறிச்சி வயல் வெளியில் சுற்றிலும் தாளிப்பனங் கூட்டத்திலிருந்த வெளவால்கள் கிரீச்சிட்டுப் பறந்துவந்து அவளைச் சுற்றி பறந்து பறந்து கருவளையம் போட்டு போபோ என்றன. சோல்சர்கள்

அண்ட விடாமல் தாக்கிவிரட்ட ஓடுகிறார்கள். பெண் நரிகளால் சூழப்பெற்றவளுமான அரியாக்குறிச்சி வெட்டுமாகாளி! அறுத்தெடுத்த தலை, வாளம், அபயம், வரம் இவைகளை உடைய கைகளும் கழுத்தில் ஆரணமாய் விளங்குகிற சிரசுகளின் வரிசையும் அவிழ்த்த கூந்தலும் கடைவாயினின்றும் ஒழுகுகிற குருதிச் சலனங்களைத் தோடாக உடைய காதுகளும் நெடுங்கழுத்தில் சோல்சர்களின் கரங்களை வரிசையாகக் கோர்த்து அணிந்திருந்தாள். சூலாட்டுமரியை சிசுவாய் மாராப்பில் தொட்டிலிட்டுப் பாடினாள் தாலாட்டு. சிங்க மத்ஸ்யமீன்! மேகலா ரேகையிலிருந்து துள்ளிவந்தது வெட்டு மாகாளியை நோக்கி. தொண்டிக் கடலில் கோடு போட்டு வந்தது சிங்கமத்ஸ்யமீன்.

'உன்னைத்தான் தேடிவந்தேன் வெட்டுடையாள்' என்றாள் திரும்பி வந்த வேலு நாச்சி. வெட்டுடையாள் கையில் புலரி நிழற்கடிகை. மகரக்கோடியில் நீர்வளம் பொருந்திய ஒரு தடாகத்தினிடமாகச் சிறுதாமரை இலைக்கூட்டத்தில் மாடு மேய்த்து வந்து இலையொன்றைப் பறித்து சுண்ணாம்புக்குச்சியால் புலரி நிழற்கடிகை ஒன்றை வரைந்து அறியாக்குறிச்சி நீராவி நடுவில் வைத்தாள் நேரத்தை ஷணிகமாகக் கடக்கும் புலரி நிழல் நாளிகையை. இலை மடிப்பின் ரேகைகளில் ஊர்ந்துவர நிழலில்லா நிலை கண்டு தாமரைச் செறுவின் பேரில் தோடி ராகத்தை ஊமை ஒலிச்சுருள்களாகச் சுற்றிவந்த சில வண்டுகள், அவள் சிகலிகையையும் சுற்றித் தோடி ராகத்தை நெய்தற்பெரும்பண்ணுக்குள் எதன் சாயையும் படவில்லை எனத் தமக்குள் உரையாடி வந்து பூ ஒன்றிற்குள் வண்டுகள் ஒன்று என இறங்கிவர, திகம்பரநிலை அடைந்த ஒரு வண்டுக்கு இறங்க மலர்கள் இல்லாமையால், வந்த வண்டுகள் எல்லாம் எழுந்திருந்து வெட்டுடையாளைப் பார்த்து வெட்டுண்ட உன் ஒவ்வொரு அங்கமாக அத்தனை மலர்ச்சியிலும் இப்பூமியில் தனித்திருக்கும் பள்ளிப்படைக் கோயிலாக உள்ளன. நீ தேன் கல் ஒன்றில் போட்ட கோடுகளில்தான் சோகப்பண்ணில் உன் சாயை விழுகிறதால் ராகங்களும் வேறாகிவிடுகின்றன ஷணிக நகர்வில். பூ ஒன்றுக்கு இரு வண்டுகளாக இறங்கின போது உன் கையில் உள்ள புலரி நிழற்கடிகை ராகத்தை மாற்றிவிடும்.

சுரும்புகளின் திவ்யதொனி கொடுக்கும் ரீங்காரச் சுருள்களில் ஸ்ருதியின் கதியை நீ மாடு மேய்த்து வரும் போது நீண்ட புல்லாங் குழலை வீசி வீசி ஒவ்வொரு வண்டின் கமகச் சுருள்களை சுழற்றிவிடுகிறாய் பனைகள் ஓசையிடும் காற்றில். உலர்ந்த தாமல் தாள்களில் இசைப் பெருநூல் ஒன்றினைச் சிதறிக் கிடக்கும்

தொண்டியந் துறையூர்களின் புலப்படாத தூரங்களை நிறங்களாக மயக்கும் புலரியின் மஞ்சள் ரேகைகளைத் தீட்டி வருகிறாய் என்றன. வண்டுகள் இரு பூக்களில் இறங்கின போது ஒரு பூ மீந்தது. ஆதலால், வந்த வண்டுகள் எத்தனை என்று எங்களுக்கே தெரியவில்லை. 'பகல் ராகத்தின் நரம்பு ஸ்ருதிகளில் கசியும் சுரும்புகளான நீங்கள் சுநாத ஓசையின் கோடுகளே! நான் மாடுமேய்த்து அலைந்து கணித்த கந்துப் பனங்கூட்ட ஓலைகளில் படும் காற்றிலிருந்து எழுதாமையை வாசித்தேன் இசை ஒழுகும் வரிவண்டுகள் எட்டு என்றே எண்ணுகிறேன். பூத்திருந்த புட்பங்கள் இந்தத் தாமரைச் செறுவில் எட்டிப் பார்த்தால் ஏழெனத் தோன்றும். பிறப்பிலேயே பொன் வண்டுகளால் கடுக்கனிட்டு விளையாடியதில் என் காதுமடல்களில் தோடியாய்ச் சரிந்து கொண்டிருக்கிறது செம்பராங்காட்டு ஊர்களின் தோற்றம்' என்றாள் வெட்டுடையாள். இருதலை எண்கால் புள் அகவலில் விரியும் றெக்கைகள் வெளிநோக்கி ஆழ்ந்திருக்கும் மகரமீன மிருகாயி வெட்டுடையாள் கண்கட்டு வித்தை 'பாரிவேட்டைக்கம்பு' என்றான் இறந்து கொண்டிருக்கும் கிளிப்பாண்டியர்.

சூருடைக் கானகம்

உயிர்க்குலத் தளிர்கள் மெலிதாகப் பரவுகிற மௌனநீரோடைகளாய் நெகிழ்ந்து மேல்நோக்கி ஏறி வளர்கின்றன மேகலா ரேகையில். மேனி முளைத்த சூருடைக்கானகக் கல்முட்டைகள் வளர்ந்து நிற்கின்றன மூடிய விழிகளாய். கல்முட்டைகளின் இமைகள் இன்னும் மூடியே இருந்த கீறலில் மறைந்தநதி ஒளியாகஓடுகிறது. அது ஒரு திசை யிலிருந்து வேறொரு திசைக்கு இடமுறைத் திரிபில் வளைந்து சிறுவயல் கணிகையாக ஊடுருவித் தெரிவதாயின் அவள் துயிலும் மேகலாரேகையில் ஒரு வேளை கலையின் புதிருக்கான அழுக்கான யாழ்நரம்புகள் அம்முதிய நிலத்தில் குடியிருந்த பூழியர்களின் உயிர் எழுத்துகளும் ஓரை வட்டமும் ஞாலத்தைப் பூராவும் அடக்கி உடுமகா திசையும் காலச்சக்கர திசையும் நாம் அறிந்துகொள்ள இயலாதபடி சிறுவயல் கணிகையின் சதிர்க் கால்களின் அனுபவச் சேகரிப்பில் நாம் எல்லோரும் இருந்துகொண்டிருப்பது கல்முட்டைகள் விழிகள் திறவாது தூங்குவதுதான். கல்முட்டைகள் விதைகளாகத் திறந்து சதிர்க்கால்கள் இசையின் ரசநாளங்களில் கால்விரல்களாய் மெல்லத் தாளமிட, விழிகள் தனித்துத் திறந்ததும் மூடியபித்தத்தில் நாம் தூங்கிக் கொண்டிருக்கிறோம். அவள் கடைவிழியின் ஒரு நொடி அபிநயத்தில் செம்மாந்து மாள்வோமா? முதிய கணிகை முகம்

நிலவின் வெண்ணிறமாய் மாறிவிட்டதேன். மானேந்தி விரல் கிளைகளாய் மாற உடனே விழியுயர்த்தினாள். ஆனால் சிறுவயல் ஊரின் இமைகள் இன்னும் மூடியே இருந்தன. ஒருவேளை அவள் முயலின் கூட்டில் மறைந்திருப்பாள். நெடுநேரம் ஆகியும் சிறுவயல் கணிகை வியோனி என்பவள் மக்கட்பிறப்பில்லா பலவகை ஜீவகோடி ஓரையின் கடல்கடக்க நெடுநேரம் ஆகியும் அபிநய விழிகள் அடுத்த நொடியில் சொருகிக் கொண்டன கனகாங்கி ராகத்தில். உடுகணங்களை உதறி எழுகிறாள். நட்சத்திர ஆடையுடுத்திய வியோனியின் சதிர்மரபு தொடுவானில் மறைந்திருக்கும் மேகலா ரேகை துடித்து மின்னலென நகர்ந்து உலகத்தின் வேறொரு தீவகங்களைத் தொட்டு மறைந்த நகரங்களிலிருந்தோ கபாடபுர வாசிகள் சதிர் அரங்கைக் கண்ணுக்குப் புலனாகாத ஒரு புவியியல் பரப்பின் பரவலாக்கியிருந்தனர். சதிர் ரீதியான ஒவ்வொரு பாவங்களும் ஒரு தனித்த ஊழில் இணைந்து அபிநயமாகிவிடும். மூழ்கிய இசை மீளவும் நிஜ உலகிற்கு வருகிறார்கள். அடர்ந்த தன்மையுடன் உப்பு முகமூடிகள் கீழிறங்கிச் சரிந்துவரும். மீள் நிகழ்த்துக் கலைகளில் எதிர்ப்படுகிறார்கள். மறதியை விழிப்படையச் செய்யும் நவீன நிகழ்த்துதலில் சுழலும் விசையாகிவிடும். வெளிமேல் வெளி அடுக்கிய கலையின் உள்ளுமைகள் மௌனத்திலிருந்து விண்மீன் ஓரைகளாய்ச் செறிவடைகின்றன.

நிகழ்த்துதலின் அரங்கத்தில் தொண்டிக் கடற்சுழிகளாக உள்ளன சிறுவயல் கணிகைகளின் நொடிகள். கணிகைகளின் அவ்வாறான நொடிகளால் பின்னப்பட்ட மேகலா ரேகை வேட முகங்களைச் சூருடைக்கானகப் புராதனத் துணிகளிலிருந்து பாவைகளாக அச்சத்துடன் வெளிப்படுத்தும். மேகலாரேகையில் பிளக்கும் ஜம்புவிருட்சமும் விண்மீன்களின் ஆடையுமாக சாதகப்புள்ளின் இன்னோசை கொண்டு, சென்மாந்திர அமானுஷ்ய கிருத்தியங்களாகத் தம் முற்பிறவிகளை அறிய முயல்வதில் மிகுதியும் புனைந்தவற்றில் கதை தோன்றியதிலிருந்து தேசாந்திரம் செல்வதற்குப் பொம்மலாட்ட மரக்கலம் கவிழ்ந்தமையால் கடலிடையே தவித்து வருந்தி நின்ற துணிப்பாவைகள் ஏழு நாட்களுக்குள் இடம்மாறி துகில் கூத்தை தம்முன் நிகழ்த்தவே சமுத்திராதேவதை மேகலா ரேகைக்குக் கொண்டுவருகிறாள்.

சூலிச்சங்கினைப் பன்னிரண்டு அங்குலமாய் அளவிட்டு நண்பகலைச் சதுரமாக்கிய நிலத்திலே நிறுத்திப் பார்த்தால் சூலகக் கருச்சாயை தன் பாதப்பெருவிரலில் சுற்றிய சதிரின் நிழலும் படாமல் சக்கராகாரமாய் பூமியைச் சூழ்ந்திருந்தும் எந்தப் பக்கத்திலும்

நிழல் விழாது. அலரி மேடாயன துலாயனத் தினங்களில் விசுவன் மண்டலத்திற்கு நேராகக் கீழே இருக்கிற மேகலா ரேகைக்கு சதிரில் சுழன்றவாறு போகிறாள். வடக்கிலே போக இருபத்து நான்காம் பக்கத்தில் இருக்கிற அவந்திகாப் பட்டினத்தில் வடக்கு நிழலே யல்லாமல் எப்போதும் தெற்கு நிழல் இல்லை. அந்தத் தினங்களிலே அங்கே இருந்து பரிதி தன் கிராந்தி மார்க்கத்தினாலே தினந்தினம் கொஞ்சங்கொஞ்சமாக நடந்துகொண்டு, மிதுனாப்தத்திற்கு வடக்கே இருபத்து நாலு பாகமும் தனூரந்தத்திலே தெற்கே இருபத்தி நாலு பாகமும் போய் சிறுவயல், தொண்டிமேகலா ரேகையிலிருக்கும் ஓரையான் கடலுள் எழுந்த சூலிச் சங்கின் உள்ளே ஒரே ராகத்தில் சுற்றுகிறாள் சூட்சுமசாயையும் கரைந்து. அவள் உந்தியில் சுற்றும் கலைகளின் முடிவாய் நின்ற கதிரினைத் தொடுவதற்கு, உலகுயிர் அனைத்தின் சூட்சுமச் சாயைகளின் ஆரோகண அவரோகண மெலிவிலும் மெலிவான மகவு கருவாகும் சூலிச்சங்கின் சயனநிலை வியோனியின் நனவிலியில் நிலவியிருக்கும். அங்கெழுந்த சூலாகும் மீன்கள் ஒன்றையொன்று மோந்துபார்க்கும் இச்சையின் ஒளிநிலை, சங்குவாயில் சிசுவின் விரல் வியோனியின் சயனத்தில் ஊர்ந்து இந்த வெளி எந்த வெளியில் பிறந்துள்ளது என மேகலாவில் ரேகையிட்டு நீராகி நிலம் படைத்து, நெருப்பாகி நீர் ஏறி, ஊழியாகிக் காற்றெழ, சங்கின் சுவாசித்தின் பன்னிரண்டு அங்குலச் சுரியலைச் சுற்றிச் சுற்றி விண்மீன்கள் கூட்டமாய் வியோனியின் கருவை நோக்கி வாளமாய்ச் செல்கின்றன.

சூட்சுமமாக உலகப் பொருட்களோடு கல்விதைகள் வியாபித்து மரங்களாய் விரிந்த தோற்றம். கருவில் ஒன்றிணைவதாக இருக்கும் மேகலா மண்டலமாவது, மேகலா ரேகைக்கு நேராக ஆகாசத்தில் இருக்கிற மண்டிலமாம்; மேகலா ரேகை என்பது ஒவ்வொரு திங்களிலும் கடலடி உயிர்க்குலத்தின் அந்தக வெளியில் மேகலாவின் தொப்புள் கொடியில் லட்சம் உயிரினங்கள் அவள் சயனநிலையில் சுரையும் முறுகும் கமழும் வாசனையில் தொகுத்துப் பின்னிய கருங்குழல்களாய் சுழன்று சுற்றும் கூந்தலின் விம்மலில் சலராசிகள் ஊர்ந்துவரும். அவள் வியோனி சென்மாந்திர அத்தியாயங்களில் எழுவகைத் தோற்றத்தில் மக்கட்பிறப்பல்லாத உயிர்க்குலங்கள் பிரவாகமெடுக்கும் மேகலா ரேகையின் தோற்றம். மெல்ல நெளிந்து பகல் பொழுதையும் சேராமல் நிசியையும் சேராமல் இரண்டுக்கும் இடையே ஊடாடும் ஒரு சிருஷ்டி கணமாய் மெல்ல நகரும் சூருடைக்கானகம் ஒரு முடிவுறாத மங்கியதோர் தெளிவற்ற பூழி

நாட்டுத் தொன்மத்தின் ஒளிப்பாட்டமாய் இருக்கலாம். இருட்டு மின்னலில் மறைந்த மேகலாமலையடுக்கத்தின் பரந்த இருளாக இருக்குமென்றும் ஒருவேளை முற்பிறப்பு ரேகையில் சிவந்தெரியும் பூழியர்களின் எலும்புகளின் தொலைதூர ரேகையில் இருக்கலாம். அவள் கண்கள் இன்னும் நிறைவாக மூடியிராத சயனத்தின் வெளிகளில் எரிந்துகொண்டிருக்கும் இறந்த விண்மீன்களின் தொலைவான ஒளி சதிரில் பட்டுத் திரியும் அவள் கால்களின் ஊடாட்டம். முன் அறிந்திராததையும் சம்புச்சயன மரக்கிளைகளின் சிற்றலை அசைவுகளை உணர்கிற ராகத்தின் நுண்ணிய இலை யுதிர்வுகள் மேகலாரேகையில் ஊற்றுக்கண்களின் இரவுத் தேட்டங்கள் சூலிச்சங்கில் இருந்து பிரிக்கமுடியா முடிவற்ற இருளின் இயற்கையான புதிரில் மறைந்திருக்கிறதோ சூருடைக்கானகம். ஒவ்வொன்றும் நிகழப்போவதையும் மேகலாரேகை முன் இந்த அபிதானம் கூறிவிடுவதாக உவணப்புள் குரலிட்டுச் சகுணம் காட்ட ஆகூழ் போகூழ் பற்றிய யாக்கை மதி கொண்டவளாக பிறப்பினின்று நீங்கி என்றும் இருப்பவளின் ஓர் இருண்ட ஒளி கலங்கவிழ்ந்த மரக்கலமாக் களின் திசைதவறிய கடலிடையே வருந்துகிறபோது இந்திரனேவலால் மேகலா ரேகை தோன்றிச் சமுத்திரதேவதை உருவெடுத்து ஏழு நாட்களுக்குள் கலமிழந்தோரைக் காத்து உதவி வந்தாள் என்பதும் ததாகதரிடம் எப்போதும் உரையாடியவாறு திசை திரிகிறாள். பழங்கலஞ் செலுத்துவோரை வெய்யோன் வெஞ்சுடர் நோக்கித் தள்ளும் கடற்சாகசக்காரர் சுழியில் கவிழும்வேளை கிழக்கேயுள்ள தீபாந்திரங்களெல்லாம் இந்த சமுத்திரதேவதையின் பரிபாலனத்திற்கு உட்பட்டிருந்தன என்றும் போதிசத்துவ புண்ணிய சீலர் ஆழிப் பேரலையில் வருந்தியபோது, ஏழாம்நாளில் அம்மேகலா ரேகை பல்ஜாதகச்சுருள் திறந்து பூமியின் மையத்திலிருந்து மேலெழும்புவது மேகலா ரேகையில். சுழியும் பூமியின் ஆழத்தின் இருளில்கூட ஒரு முளை இரவி நோக்கி வளர திருகிவளைந்து சுற்றும் அலரியின் திசையில் திரும்புகிறாள்.

நார்முடி வலேட்டாடி ஓவிய மாந்ரீகம்

காட்டுக்குள்ளேயே அடைந்துகிடந்தவர்கள் காடுகளில் வாழ்வதையே தேர்ந்தெடுத்தனர். அவர்களுடைய சமயம் ஆவியுலகத் தொடர் புடையது. வேர்களை மந்திரித்து வலேட்டாடிகளாகப் பயன்படுத்தினர். சடங்குகளும் வலேட்டாடிகளும் கெட்ட ஆவிகளை விரட்டுவது. அவர்களுடைய தனிமை சொந்த மொழியைப் பேசவைத்தது.

அரளிப்பான காடுகள் திசைகளை மூடியிருந்தன. கரடுமுரடான பாஷை இசையாக இருந்தது. முன்கூட்டிச் செல்ல முடியாத பாதைகளை மறித்து நார் வைத்துக் கட்டினார்கள். திரும்ப வரும்போது முடிச்சுகளை அவிழ்த்து தோன்றிவரும் காட்டுக்கதைகள். தான் தோன்றிப் பாதைகளில் திரண்டன. வெயிலொழுகும் கட்டுக் கதைகள். காடுகளினூடே வழிகளை அமைத்து இன்றுவரை விடாப்பிடியாக நிலைத்து இருப்பது கதை. அதுவும் மதிக்கத்தக்க எண்ணிக்கையில் பெருக்கமடைந்த வலேட்டாடிகளை ஒரு தனிப் பண்புடைய வேர்களிலேயே படைத்து வளைதடியாய் வீசினர். கூட்டமாக எவ்வளவு நெருங்கினாலும் விலகலைக்கொண்டு தங்கள் பழைய இடத்தைப் பிடிக்கும் குணமுடைய கெட்ட ஆவிகளே வந்து தம் பூர்வ இடத்தைக் காட்டின. அளவுகடந்த பழமைக்குள் கெட்ட ஆவிகளின் தொப்பூழ்க்கொடி மரப்பொந்தில் இன்னும் இருளோடு உறங்கும்.

கனவுகளின் ஆழ்ந்துறங்கும் பாதைகளில் ஆடுமேய்ப்போர் அவர்களுடைய சுற்றுப்பதைத் தொலைவுகளில் வருவது தெரிந்து மரங்களுக்குள் காத்திருந்தனர். ஓராடு தராமல் இடையக்குடி யாரும் கடந்து செல்லவில்லை. சில உருபொம்மைகள் சுட்ட மண்ணில் தனித்த தம் கோபத்தில் உருண்டு உடைந்தன, காட்டில் காணாமல் போன கதைகளோடு. ஓடிப்போய்விட்டவன் உருளும் நாணயங் களோடு கோமாளிகளும் தோற்பாவைகளும் கலைஞர்களும் கயிறுகளைக்கொண்டு பொம்மலாட்டத்தை நடத்தினர். தானியங்களை அதிக நாள் சேர்த்துவைத்த சாணம் மெழுகிய இலந்தைமரக் கொட்டாரங்களில் கூடிப் பாடுவது நிலத்தைக் கெட்டியகாப் பிடித்துக்கொள்பவர்க்கு உண்டு. புதிய இடங்களிலிருந்து வந்த பாவையாட்டியின் மனக்குறைகளைக் கேட்டு கிராமங்கள் ஒன்று சேர்ந்து கூத்துக்குப் படியளந்தனர். நார்பொம்மைகள் கைவினையால் குவிந்திருந்தன. நாட்டுப்புற பொம்மைகள் நார்களிலே எழுந்து நகர்ந்து வந்தன. ஆனால் வணிகன் ஒவ்வொரு தானியத்தையும் பொம்மை களோடு சரக்காக மாற்றினான். அக்கசாலைகளைத் தோற்றுவித்தவன் வணிகனே. அரசனுடன் உடன்பட்டு கட்டுக்குள் வைத்தான். தராசுகளை வைத்து காசுகளை மதிப்பிட்டான். நாணயங்களைச் சிதறவும் எறியவுமான விளையாட்டில் தொலைதூரத்தில் விழுந்த நாணயங்கலிளிருந்து உருவங்கள் வெளியேறி நாடுபிடித்தலுக்கு முன்னிருந்த வணிகத்தடங்களில் பொற்காசுகள், பவளங்கள், துணித்துண்டங்கள் சிதறிக்கிடந்தன. சில உருபொம்மைகள் ஆற்றில் காணாமல்போன கதைகளோடு ஓடிப்போய்விட்டன. பானைகளென

சுட்டெறித்த சுள்ளைமண் கடவுள்களைச் செதுக்கிய காலம் பன்மடங்கு சித்திரவகையைக் கொண்டது. மண்பாண்ட முத்திரைகள் அவற்றைச் செய்த காட்டுக்குடிகளோடு அடங்கிக்கிடக்க காளைகளோடு வெளியேறவுமில்லை. நாகரீகம் வெளிப்படுத்திய வடிவமிகு தொல்லுணர்ச்சியும் விழிப்பு நிலையும் அவர்களுக்கு ஒவ்வாமையைக் கொடுத்த பிணக்காகக் கசந்தது. திறந்தவெளிக் கூடாரங்கள் தழைகளால் ஆனது. மண்கூரைகள் பிழைத்திருக்காதபோதும் கலைகளோ பிழைத்திருந்தன. தங்குமிடத் தாயத்துகள், எருமைகள், நரிகள், ஆட்கள், பூனைக்குடும்பங்கள், இயற்கையிலேயே செதுக்கிய கூழாங்கல் குத்துகளில் ஒரு கற்தாய்த் தெய்வத்தின் வால் அடிவானில் அசைந்து கொண்டிருந்தது. அவளது வால் ஓர் இயற்கையான கல் முக்கோண வடிவம். சிறிய அம்புமுனைகள் நிறைய கிடந்ததற்க்கிடையில் நார்முடி வலேட்டாடிகள். காட்டு தானியங்களின் கூடுதல் இருப்பைக் காத்தன நார்முடி வலேட்டாடிகள். நீண்டகாலம் தங்கியிருக்கும் மனப்பான்மையை தானியம் உருவாக்கும்.

விலங்காண்டி வலேட்டாடிகள் காலத்து கரடுமுரடான எந்திரம் தேய்க்கும் கற்களில் தானியங்கள் முணுமுணுத்த திருகைப் பாடல்கள். தவசங்களை உணர்வாகக் கொண்டவை. வலேட்டாடிகள் பேசியமொழி கூழாங்கற்களுக்குத் தெரிந்த அளவுக்கு நமக்குத் தெரியாது. விலங்கு எலும்புகள் மண்கூரையில் ஆடிய இருட்டில் மறைந்துபோன நெருப்புக்கோழி விடாமல் கத்தவும் எருதுகள், நரிகள், வெள்ளாடுகள், நீர்வாழின ஓடுகளை ஒரு தந்த வளுதாடி புதைகுழிப்பெட்டகமாய்க் காத்துவந்தது. மறுபிறப்புக்கொள்கை தொன்முது வலேட்டாடிகளுக்கு பாறைகளும் தங்குமிடங்கள், குகைகள், விலங்குகளின் வரையுருக் களோடு குறுக்குக்கோடுகளில் நிழலுருவாக வேட்டையின் உருவலையாகவும் வலேட்டாடி விளையாட்டாகவும் வேட்டைத் துரத்தலை வரைந்து வேட்டை பொய்யாது நடைபெறவைக்கும் ஓவிய மாந்ரீகம்.

சோளப்பெண்

கதவு திறந்திருந்தால் பன்றிகள் சோளத்தை நோக்கி ஓடும். சோளப் பெண் தங்கப் பாம்படத்தைக் கழற்றி வராகத்தின் கொம்பில் எறிந்தாள் (கவனக்குறைவுதான் பிரச்சினைகளை உருவாக்கும்).

இரவில்மறையாத அந்தப்பாறையில் தேனிறமான வளுதாடியுடன் நிறைபலியான ஆவாத்தாள் சூலிப்பெண்ணாய் அமர்ந்திருக்கிறாள்.

ஒவ்வொரு கதவுக்குப் பின்னும் தோன்றி மறைந்தாள்; மூன்று அண்ணன்மார் தங்கைக்கு அடைக்கலம் கொடுக்க அவளை ஒத்துக்கொள்ளாமல் வீடு வீடாய்த் தேடிவந்த மற்றநால்வரும் தங்கையைச் சின்னக்காரை வீட்டில் பித்தாய்த் தலைவிரித்தவளைப் பெரியகாரை வீட்டுக்கதவோடு பதிக்கத் தலையைச் சாய்த்திருந்தாள், கடைசி மூச்சுவிட்டு. ‘குடிக்கத் தண்ணி குடுண்ணே’ என்று கேட்க மற்ற மூவர் ஓடிவந்து செம்பிலிலிருந்து ஊற்ற, தண்ணீர் இறங்குவது வெளியே தெரியும். பிறந்த சிவப்பு மாறாத தங்கை. ஊரில் இருந்த எல்லோருடைய வீட்டிலும் சிறு வெளிச்சமாய் ஆவாத்தாள் கரைந்து பிசுபிசுக்கும் தேனிறஅரக்கு இருட்டில் நகர்ந்து வந்து பாறையில் காத்திருப்பாள். சூலிவந்த தடமாகஇருந்த எல்லோரின் கவலையும் ஆவாத்தாளுக்கானது. அவள் உரு அழியாமல் தலைவாசல் கருங் கதவுக்குப் பின் தன்னை நிறைபலி கொடுத்த நாலு அண்ணன்மாரைத் தேடி ஒவ்வொரு ராத்திரியும் மாறானாட்டுக் கண்மாயில் குளித்து மஞ்சள்மெழுகி ஈரச்சேலையில் தோற்றமாகிப் பெரியகரைநெடுக மேற்சுற்றிய இருபழைய மடைகளில் தன்னைக் கொன்றவர்களை உருபார்த்து ‘கிளை அழிய வாழ்பவர் நீங்கள். அழலும் வெஞ்சுரத்தில் குறுக்கிட்டுக் கிடக்கிற முள்ளுதிரும் பெருநரியாவீர்... அழுவஞ்சூழ் புகையழல் அதர்பட உம்கால்புதர்கள் தீயுமிழக் கடவீர்’ என மலைமலையாய் எதிரொலிக்க அனல் வாக்கிட்டாள். மூலக்கரைக் கருப்புக்கோயிலுக்கு சிவனம்மாள் கோயில் வழியாக ஓடியோடி குலவையிடுவது மீன்களுக்கும் அடபாம்பு சுலகு வைத்த இடத்தைக் கேட்டு அவை மாறானாட்டுக் கம்மாயைவிட்டு ஊர்ந்துவரும்.

ரொம்பநாள்தங்கி சுலகுவைத்த அடைபாம்பின் சீற்றத்தை அடைந்தாள். வடக்கு நோக்கிச் செல்லும் தொண்டிச்சாலை மரக்கூட்டத்தில் பில்லத்தியான் தோட்டத்துக்குக் கிழக்கேயுள்ள தாயார் பொன்னாத்தாளின் நினைவான ஆத்தாஊரணித் தண்ணீரில் படிந்து கதைபோட்டு அங்கிருந்து திரும்பி நடந்தாள். தலைப்பலி நடுகல் சாய்ந்து அதன் நிழல் மீண்டது. அதில் தாய்பிம்பமெனத் தோன்றுகிறதோ இருட்டின் தாத்பரியம்.

தலைப்பலி நடுகல் ஜீவதன்மை அடைந்து மண்ணானது, அவள் உருவத்தை அடைந்து தோன்றுகின்றன சிசுக்களும். நடுகல் விளக்குவடிவ மாடத்தில் எதுவோ அது தான் ஈனாதரெட்டைச் சிசுக்களின் சிரசு வடிவத்தில் தோற்றமானது. சாவான்கல் கோடுகளைத் தொட்டு அழுதாள் ஆவாத்தாள். அவள் கல்உடல் ஜீவபாச வடிவம் அடைந்து இரு சரீரங்களோடு முனங்கிக்கொண்டிருப்பதாக மயக்கம்

அங்கே இருப்பதில் கனாவுக்கும் இரவுக்கும் உள்ளே கரையும் மயக்கரவின் சீற்றத்தினால் சொற்கள் மாயமுற்று காற்றில் வயந்தன. பார்க்க ஒளிகொள்ளும் கருமைகரையும் ராத்திரியில் கண்மாயில் மட்டுமே துயர்தாங்கும் நீர் இருந்தது. கழுவக்கழுவத் துக்கமாக இருக்கும் முகத்தின் இருண்டிருந்த ஒரு பகுதியை ஆவாத்தாள் என்று சொன்னது மயக்கரவு.

யாராலும் துடைக்கமுடியாத கறைகள் வளுதாடியில் இருப்பதைக் கண்மாயில் கழுவினாலும் உருவங்கள் தெரிந்தன. நீரில்கரையும் உருவங்கள் மறையவில்லை. மறைந்தவை வளுதாடியில் வெளுத்த நிலவில் உள்ள பள்ளங்கள் விதியாகவும் உள்ளன.

புதர்மண்டிக்கிடந்த சருகினுள் பாம்புச்சுலகு பனம்பழவாடை யடித்த நெடுநாட்களும் மெலிந்து நகரும். அங்கேயே நிற்கின்றன வசியத்தில் ஆழ்த்தும் சாவான்கல் தூண்கள். பெண்ணுரு ஆன மயக்கரவும் ஆணுருவான மயக்கரவும் சாவான் தூண்களிடம் பேசுவதை பலியானஆவாத்தாள் கேட்டாள். மயக்கரவுகள் ராத்திரி வரும்தடம் சாவான்கல்லுக்குத் தெரியும். யாருமில்லாத வயல்வெளி மீது இறங்கும் தவிட்டுப்பனி வெண்படலமாய் இருட்டைத் துளைக்கும் மயக்கரவுகளின் புணசல் ஓசையும் அதிசயமாய்க் கேட்கும். ஆவாத்தாள் வளுதாடியோடு நீர்மேல்பதிந்த தடத்தை அழியாமல் தொடர்கிறவர்களும் செங்கல்லகத்தில் ஒருசில மலைகளின் அடிவார ஊர்களில் இருந்தார்கள்.

பாறைப்பட்டி மலைப்பக்கம் நெளிந்து வளைந்து சுழிந்திருந்தார் சுழியன் கிளிப்பாண்டி வளுதாடியோடு. அவர் கூப்பிடக்கூப்பிடத் திரும்பிப் பார்க்காமல் கதவிடுக்கில் மறைகிறாள் இறந்து போகாமல். பாறைப்பட்டி மலையடிவாரக் கோடுகளில் அவள் கிறுக்கிய பல்ரூபங்கள் பாதைகளில் போவோரைக் கூப்பிட்டனர். நரிக்குட்டி கண்ணுக்குப்படும் ஒளியுருவங்கள் ஆவாத்தாள் மறைவுக்குள் இருந்து ஒவ்வொரு இரவுமே வெளிவரும். அவள் உருக்கொண்டுவிடும் பாறைப்பட்டி மலை. அதில் எத்தனை நீர்ப்பறவைகள் கூட்டமாய் வந்துபோன தடங்கள் அழியவில்லை. அவளுடைய தடத்தில் சில பட்சி நகங்களும் சுற்றிப் பறக்கும். மயக்கரவு வந்துபோன தடங்களைப் பார்க்கிறாள் பொழுது கிறங்கிய வேளையில். ஆவாத்தாள் வரும் இரவுகளை முன்னுணர்ந்த மயக்கரவு, ரெட்டால மரத்தில் தஞ்சமடையும். கூட்டமாய் வந்த இலைக்கணுவில் மயக்கரவின் நரம்புகள் சேர்ந்திருக்கும். மயக்கரவின் விலா

எலும்பிலான வளுதாடிகள் சிலவே இந்தச்செங்கல்லகத்தில் மறைந்து இருக்கும். வேறு சிலவும் மயக்கரவின் உருவைப்பெற்றுவிடும். தேனிறமான அவள் வளுதாடியுடன் பாறைக்குவந்து ஊரையே பார்த்துக்கொண்டிருக்கிறாள் இரவுகளில்.

அந்தக் காலத்தில் இரவில் விளக்கு தேவைப்பட்டது. காடுகளில் ஒளி இருக்காது. வளுதாடியை வீசிவீசிப் பளபளக்கும் வீச்சொலிகளால் பாதையைக் கண்டு கூட்டமாய் கொண்டு வருகிறார்கள் நரிக்குட்டியை. ஊர் எல்லையைத் தொட்டதும் உசுரும் பிரியத் தொடங்கினாலும் தாயார் மேல் பல்லி வடிவில் வால் துடிக்கக் கிடந்தான் வளுதாடியென. அவன் ரெட்டைத் தங்கச்சிகள் நரிக்குட்டி... நரிக்குட்டி எனக் கூப்பாடு போட்டு எழுப்பினார்கள் தேரை வகுரனை. சுழியன் கிளிப்பாண்டி பெண் மக்கள், மும்பா,குறுக்காடி எனும் இரு ஈசநாட்டு வளுதாடி களால் ஆவியேறிய பெண்பிள்ளைகள் கேவியதைப் பெரியவர்கள் சத்தம் போட்டுத் தடுத்தும் அடங்கவில்லை விம்மல். 'நரிக்குட்டி என்ன சொல்றானு செத்தக் கேக்க விடுங்களே. பாவப்பட்ட பய. சேவல் கிறுக்கன் ஆத்தாளைக் கெட்டித் தேம்பித் தேம்பி அழுவுரான் பாரு' என தொப்பிலாங்கரையாரும் பூசாரி நோணான் தாத்தாவும் செங்கோந்தி ஆத்தாளும் தலைசரிந்தவன் முகத்தைத்தொட்டுத் தடவி வாசித்தார்கள். நரிக்குட்டியைக் கொண்டுவந்த நடுநிசிப்போதில் காடுஇருண்டு திசைமறித்த வேளையில் மஞ்சள் வெளுத்த வரகுநிறப் பல்லியாக அவனைச் சுற்றிக்கொண்ட ஆவியைத்தொட்டன காட்டுஊர்கள்.

சுரைக்காய்ஊருணிக்கும் சருகணிக்கும் இடையில் வகுரனைத் தூக்கிவரும்போது கொட்டாவி விட்டான். அமரபட்சம் கடந்து ரெண்டாம் ராத்திரி இறந்த தோற்றமுடைய வளர்பிறை வளுதாடி வடிவில் சிறு வெளிச்சமிட்டது. உடனே தேரைவகுரன் நிறம்மாறிப் பல்லியின் கருத்தவர்ணத்தை அடைந்து கொண்டிருந்தான். தூக்கிச் சுமக்கும் இளந்தாரிகளில் ஒருவன் வதலைநாச்சி மகன் நிலவைப் பார்த்து மண்ணள்ளித் தூற்றினான். 'சந்திரக் கடவுளே... நீ கவர்ந்து சென்ற ரெட்டைக் குமருகளைக் கொண்டு வந்து கொடுக்காமல் நாலு கோட்டை வகுரன் சாகமாட்டான் பாரு...' அரைகுறை மயக்கத்தில் வகுரன் புலம்பினான். 'மும்பா மும்பா நான் சாகத்தான் போரேன்... அடியே செல்லச் சிருக்கி குறுக்காடி... நான் போயிரப்போரேன்... உன்னவிட்டு போயிரப்போரேன்... வரவே மாட்டன் பாரு... ஏட்டி அணில் குஞ்சே... நீ இல்லாமல் எப்படி நான் சாவேன்... சொல்லு சொல்லு...' கரும்பல்லியும் செம்பட்டைப்பல்லியும் வாலைச்சுற்றி

அந்தரத்தில் வளைகின்றன இரு வளுதாடிகளாய்.

அவர்கள் தூக்கிச்சுமக்கும் வகுரனிடம் எதிரிவளுதாடியும் தகப்பன் சுழியன் கிளிப்பாண்டியர் வளுதாடியும் உடும்புப் பிடியாய் சாவுடன் இறுகும் விரல்களில் நகங்கள் அவற்றை ஈசனிக்காட்டுஎலி நகமாய்ச் சுரண்டும் ஒலி நிசப்தத்தில் துல்லியமாய்க் கேட்டது. 'வகுரா வகுரா... சுக்காங் கிணறு வருதுடா... குடிக்க தண்ணி தரட்டுமாடா... ராசா...' சுனை நீர் வற்றாத காட்டுக்கிணத்தின் மேல் நீட்டி உறங்கும் கமலைக்கல் தன் இரண்டு துவாரங்களால் அவர்களைப் பார்த்துக் கூப்பிட்டது. காட்டுத் தண்ணியில் எல்லோருடைய உயிர் இருந்தது. அதில் சலனமிட்டது நரிக்குட்டி உயிர். வளைந்து கருத்த கமலைத்தூண் ரெண்டிலும் பறவைஎச்சம் படிந்து வெள்ளையாய்த் தெரிந்தது. நீட்டித் தூங்கும் கமலைக்கல்லில் நரிக்குட்டியைக் கிடத்தினார்கள். வாய்காலில் வெள்ளியாய் பளபளத்தது இறவைத் தண்ணீர். ஒவ்வொரு கைக்கூட்டிலும் நீர்அள்ளி ஊட்டினார்கள் தேரைவகுரனுக்கு. கழுத்தெல்லாம் குளுந்த நீர்பட்டுப் பெருமூச்சுவிட்டான். கண்முழி பிதுங்க நீரைமண்டினான். நெஞ்சயர்வாய் இருக்கே... ஏ ஆத்தாள்ட்ட சேருங்கடா என்ன... நடுக்காட்டுல சாவ மாட்டேன்டா... கீரி மண்டையா... என ஆங்காரமிட்டது ஒவ்வொரு காடும். கூடவே கோழி குறும்பூழ் சிவல் ரெண்டும் கொக்கரித்தன தலைப்பாகையில் இருந்து.

மந்திர வெள்ளித்தீவு

'மருத்துவச்சி ஒரு பண்டைய காலக் கதையில் ஒரு நீலநிற வான் சமுத்திரத்தில் மிதக்கும் மந்திர வெள்ளித் தீவாக இருந்தாள். பிறவாத சிசுக்களோடு அலையும் சூலிகளுக்கு இளம்பிள்ளை சிகிச்சாலயமாக இருந்தாள். நிலவுக்கும் இரவுக்குமிடையில் கருப்பையிலிருந்த குழந்தையிடம் கதைபோட்டுக் கர்ப்பிணியின் அடிவயிற்றில் எண்ணை பூசி மெழுகியதில் அவள் கையில் பிறந்தன குழந்தைகள்.

வளுதாடி வாசனையைப் பிறந்த சிசுவுக்கு உரசியுரசிச் சேனை வைத்தாள் மருத்துவச்சி. ஊர் வண்ணாத்தியிடம் பிரசவத்தில் தேய்ந்த வளுதாடியால் பிள்ளைத்தாச்சி அடிவயிற்றைத் தடவி ஆமணக்கு எண்ணை பூசுவாள். அவளிடமே உந்திக் கொடி சுற்றிய வளுதாடிக் கோடு சுகப்பிரசவங்களின் ரேகையோடு பத்துமாசச் சுழற்சியோடு வண்ணாக்குடியில் இருக்கும். கழுதையின் கிழிந்த மூக்கின் சுவாசம் இருக்கும் அதில். பிள்ளைக்கும் உச்சியில் இருந்து

உள்ளங்கால் வரை கழுதை ரோமத்தால் சாம்பிராணிப் புகைகாட்டி அழுக்கு வளுதாடியில் குடிஇருந்த கழுதைகளின் சாம்பல்நிற அலாதியையும் பிறந்த சிசுவுக்குக் கழுதை ரோமத்தில் உருக்கிய தலைத் தைலமிட்டு மெழுகினாள் வண்ணாத்தி. கெர்ப்பணக்காரி வாதையின் நாட்களும் துடிக்கும் வண்ணாத்தியின் வளுதாடி. உண்டாங் கல்லுமலைகளின் நிழல் நீர்க்குளங்களில் தெரியும். வண்ணாப் பிள்ளைகளோடு அலாக்கல் விளையாட்டில் பாறைப்பொந்துகளில் ஒளிந்துகொண்டவர்கள் ஊ...ஊ...ஊ... வெனக் கொட்டுவாங் குளவிகளோடு ஓசையிட்டுக் கூப்பிடும் குகையொலிகளில் காணமல் போன ருதுக்களின் தோற்றம் தெரியும். அலாக்கல்... அலாக்கல்... என இறந்துபோனசிலரும் பருத்திமார் எடுத்து ஒவ்வொரு கல்லாகத் தொட்டுத்தொட்டுத் திரும்பவராத இடத்திற்குப்போய் மறைந்து விடுவார்கள்.

சின்ன அவச்சொல்லுக்காகத் தன்னைப் பென்சிலால் கிறுக்கி எழுதிவிட்டு சித்திரம் தெரியாமல் அழித்துக் கொண்ட பிள்ளைகள் மலைகளுக்கிடையில் யாரும் பார்க்காத குளத்தில் குளிக்கும் சப்தம் கேட்டு ஒளிந்திருக்கும் ஊர்ப் பிள்ளைகள் 'திரும்பி வா... திரும்பி வா...யாரும் உங்கள ஒன்னும் சொல்லமாட்டாங்க, வண்ணாத்திப் பூச்சி சொல்றேன் கேட்டுக்கோ எங்கூட விளாட வா' என்றாள் வண்ணாத்திப்பூச்சி கஸ்தூரி. 'நா விளையாட வல்ல... கஸ்தூரி என் அக்காட்ட போய் சொல்லு நாளை வாரேனு சொல்லு.' பலரும் மலைகளின் சாயலாய் மறைந்து கொண்டிருந்தனர்.

பூமியின் மர்மங்களில் பதிந்து தோண்டத்தோண்ட மயக்கரவு நிழல் நீரில் படிந்து கையைவிட்டு நழுவிப்போய்விடும். பிரசவவீட்டு முட்டுத்துணி அலசுவதற்கு மாறாணாட்டுக் கண்மாயில் குனிந்திருக்கிறாள் வண்ணாத்தி. பட்சிகள் மௌனித்து உறங்கும் பூவரச மரத்தை வாலால் தொட்டு மிதக்கும் மயக்கரவு மெல்லிய சொற்களை முனகியதைக் கேட்டாள் வண்ணாத்தி. இன்னும் விடிந்திருக்கவில்லை. அலையலையாய் மயக்கரவின் கோடுகள் அவளைச் சுற்றி அலைந்தன இருட்டு நீரில்.

முதல் வளுதாடி

அங்கே கத்தி தொங்குகிறது உனக்கு ஒரு சவால் விடுகிறேன். (நரியிடத்திலே போகிறதெப்படி? வலத்திலே போகிறதெப்படி? மேலே விழுந்து கடிக்காமல் போகிறது உத்தமம்).

எல்லோரது கனாவெளியாக ஊர்ந்த மயக்கரவுக் கோடுகளில் மோப்பமிட்ட அலங்குநாய் லொங்கோட்டமாய் ஓடிவரும். வழிசெல்வோர் நீர்வேட்கையை அவர் வருத்தக் கண்ணீரே நாவில் வீழ்ந்து ஒருவாறு தணிக்கும். தழைஅயரும் மலைகளின் அடிவாரங்களிலும் மயக்கரவு சூட்சும மந்திரங்களை எழுதிக் கொண்டிருக்கும் திமில்கள் உள்ளேயும் வெளியேயும் வீதியெங்கும் நடமாடும் எருதை சிறுமிபூதக்கா, கயிறு போட்டுக் கூட்டிச் செல்கிறாள்.

பெண்கள் கைப்பற்றிக் கொண்டபின் ஆண்களைச் சாபமிட்டு என்றென்றைக்குமாய் நழுவிப்போய்விட்டது வளுதாடி. முளைப்பாரி மேலெழுவதை வளுதாடி என்று காதக ஆவியர் புளியம் பொந்தில் இருந்து சொன்னார்கள். இனிமேல் வளுதாடி, பெண்களின் தலையெழுத்தோடு இயற்கை நியதியாகிவிடும் என ஆற்றாமையில் ஒரு காதகஆவி பெண்களைச் சபித்தது. பெருந்துயரத்தில் வீசியகாற்றில் காதகஆவிகளின் துயரம் வளுதாடியைத்தேடிக் கதவுகளைத் தட்டியது இரவிரவாய். வளுதாடிமேல் கைவைத்த ருதுவான நாளிகையில் தீட்டுஉதிரரேகையும் அழியாமல் பெண்வனத்துக்கு வளுதாடி காவலாயிற்று. கூப்பிடக் கூப்பிடத் திரும்பிப் பாராமல் மறையும் ருதுக்கள் வளுதாடி ரூபமாய்ப் படிகிறார்கள். ஆவியூரை விட்டுச் செல்லும் பாதைகளில் செல்லாயி வரும் வாசனை. அவளிடம் மறைந்த இருபூழியரசர்களின் உடல்வாகு, சாயல், குணம் ஒயிலாகத் திரும்பிக் கழுத்தைவளைத்துப் பார்க்கும் சாவை உணர்ந்த மயில். முளைப்பாரியில் குருத்துவிடும் பெண்ருதுக்கள் கூட்டமாய் ஒளிர்விரியும் இலைக்கணுவில் சிறுமிகள் ஒலியிட்டு இலை தளிர்க்கும். தானேவளர்ந்த வளுதாடிப் பெண்கள் பூவின் நிறங்களை வைத்து ஆத்தாஊரணிக்குப் போயினர் குடங்களுடன். காளையார் கோயில் ஆனைமடு தேங்காய்த்தண்ணீர் ருசி. சங்கரபதி ஊரணிக்குப் பெண்கள் போவதும் வருவதுமாய் இருந்தனர்.

மான்கொண்டான் பொய்கையில் ருதுக்களைத்தேடி அப்சரஸ்கள் வருவார்கள் மருதோன்றி இலையேந்தி. அங்கவள் வருவதாகவே இருக்கும் யாருமில்லாத தோற்றம். ஏனோ மம்மலில் ஒற்றைப் பேடை சிறுவயல் வண்ணாவூரணி அத்தியில் கால்வைத்துத் துக்கத்தில் ஒலியிடுவது விட்டு விட்டுக் கேட்கும். முளைப்பாரிப் பெண்களின் பேச்சுக்கால் கேட்டு ஒற்றைப்பேடையின் துயர்தீராத துக்கமாய் நீளும் கருக்கல் வெளுக்கிறது. இங்கு காணமல்போன சிறுமிகளைத்தேடி மருகும் ஓசை விண்ணில் கேட்கும். மூங்கில் நாற்காலியில்

அமர்த்தி இருந்த கிளிப்பாண்டியர் மேல் பறித்த மலர்களை ஒட்ட வைத்துப் புத்துணர்வு ஊட்டி அவரது சாத்திய நெஞ்சில் காது வைத்து ஓநாய்வளதாடிக் கதைகளைக் கேட்டார்கள். அவர்மேல் ருதுக்களின் கைபட்டதும் கரும்பச்சை இலைகளையுடைய வளுதாடி தழுவிய மருதோன்றி சிவந்தவிரல்களுக்கிடையில் அவர் சுவாசிப்பது கேட்டது சன்னமாய்.

வளுதாடி உடலுக்குள் இருந்த உப்புஞாபகங்கள், குருதியின் ரகசிய இழைகள், சுக்கிலம், கனா, காராவூரணி மேல் மிதக்கும் ரணமங்கலக் கோட்டை, பேச்சில்லா கிராமம், மேப்பல் வாசிகள் மேப்பல் கீப்பல் என இரு ஊரில் இருந்தனர். கோட்டையின் இரு பெரும்கதவுகள் இரு வாசல்கள் பல்சக்கரம் மூலம் இயங்கும் கதவுகள் கீப்பல் மேப்பல். ஊரணிக்கரையில் காளி சிலையின் சிதைந்ததலை சொல்லும் தான்தோன்றிக்கதைகள், நெற்குதிர், முதுதாழி, கண்ணீர், வியர்வை மற்றும் விளையாட்டு விதிகளில் ஓடும் தற்செயல், அவன் இறந்த பின்னும் படைப்பில் உயிருடன் இருப்பதாக அடக்கம் செய்வதற்கு முன்பாக குரண்டி, ஆவியூர், அரசன்குளம், சருகணி, மங்கலங்காடு, நத்தம்கணவாய் வழியாகத் தன் கூட்டத்துடன் விருப்பாச்சி அந்தகராசா வருகிறார் கேதம் கேட்க. இருந்தும் ஆவியூரில் விழுந்த கேதம் விசாரிக்க ஊரூராய் வந்தவர்கள் மரத்தடியிலும், வயல் வரப்பிலும் அமர்ந்திருந்தனர்.

வளுதாடி பாடும் பெண்கள்... ‘கருமருது வெண்மருது கையில் எடுக்கும் இரும்பு வளரியினால்.../சீரான வண்டியூர் தெப்பக்குளம் தாண்டி/குளக்கீழ்க் கரையாலின் கொம்புகளைக் கத்தரித்து/முழங்கி வளரி முனை கொண்டு வேகமுண்டு/வித்தாரமான வெளிகடந்து தான் வளரி/ முத்தீசுபுரத்து மேட்டில் விழுந்திலையோ’ சுழன்று ஊரைச் சுற்றி இருந்த நெல்வயலையே மந்திரவளுதாடியாகச் சில காதகஆவியர் வளுதாடிக் கும்மியைக்கேட்டுவருவதை மூங்கில் நாற்காலியில் கழுத்தில் கயிறுபட்ட கிளிப்பாண்டி பார்த்திருந்தார். அவர்கள் நாற்காலியைச் சுற்றிவந்து சூழவும் ‘தாகமாய் இருக்கு, குடிக்கத் தண்ணி தாங்களே’ எனக் காய்ந்த உதடு முனகியது. இன்னும் சாகாமல் ஆவியேறி இறங்கிவர வண்டிப்பாதையில் வரும் அங்கத ராசாவுக்காகக் காத்திருந்தது போலும். அவரும் வந்துவிட்டார், கையள்ளிய நீரால் முகத்தைத்தடவி கிளியின் வாயைத் திறந்து ஊட்டினார். காதக ஆவியரைக் கிட்ட ஒட்டாதவாறு ருதுக்கள் ஒன்றுகூடி ஒரேகுரலில் ஏசிப் பேசினர். மோதலுக்கும் வன்முறைக்கும் முன்னைப்போல் ஒட்டுறவு கிடையாது. காய்ந்த பூழி நிலத்தின் ஏடுகளை அந்தக

அரசர் கிளிப்பாண்டி இறக்கும் சரீரத்தில் இருந்து பறித்து வாசிக்கிறார். வளுதாடிச் சண்டைக்கு ஆண்வாடை ஆகாது என்றனர் விருப்பாச்சியாரிடம்.

எல்லாப் பெண்களுக்கும் அது யுத்தக்கருவி என்று சாதாரணமாகத் தெரியும். ஆனால் முளைப்பாரிக் கூட்டுச்சடங்கில் களரி அன்று எந்த ஒரு கணத்திலும் யாருடைய கையில் இருந்தோ வளுதாடி சுண்டும் ஒலிகேட்கும். கேதம் விசாரிக்க வந்த காதகஆவியர் மந்தைப் புளியமரங்களில் தொத்திக்கொண்டு சண்டையை மூட்டாமல் அடங்கமாட்டார்கள். மாசிக்களரியில் ஊரே திரண்டு இருக்க ஏதாவது புகைச்சல், ஒரு சைடுமோதல்வரும். எதிரிபக்கம் ராசியானதும் பூப்போட்ட கண்ணாடிக் கிளாசில் மாம்பட்டை வடிமது கேட்டுச் சேர்ந்து சிரிப்பார்கள்.

நறுமணவடுக்கள் பாய்ச்சிய செம்பாறைகள் மயக்கரவாய் உருகிநிற்கும். பறம்புக் காட்டில் அரக்குக்கறகள் எல்லோர் ஆயுளாகத் தோன்றும். மயக்கரவு கண்ட சூனியவாதிகள் பிரத்யட்சமாய் நேத்திரத்தில் சிவக்கிறார்கள். சொரூபஞானமுடைய ஓட்டைச்சுனைத் தவசியர் ஒளியுமிருளுமின்றி ஓரிடத்தில் மெய்வார்த்திகங்களைக் கல்கஞ்சணத்தில் கருமருதுக்குச் சொல்லி, சொல்லப்படாத இயற்கைக்குள் மயக்கரவு அரிதிற் சொல்லிய மூலிகைப் பிரவாகங் களோடு கல்முகஇமைமூடிக் காத்திருக்கிறார்கள். காற்றின் ஸ்பரிசத்தில் மயக்கரவு கரையும் பாறைகளில் எல்லாமே மயங்கிவரும். பூலாங்குண்டு வயல், கோடகுடி, சிறுகம்பையூர், ஓரியூர், வெள்ளையாபுரம் சென்று குருக்கத்தி அய்யா ஊரூராய் மகசூல் களம்பாடி ஆதிநெட்டி மாலை சூடி பூமிநிலமெங்கும் குட்டிநாகம் வரைந்து பாட்டெழுதி களத்தில் வரகும் கேப்பையும் குறுணி மரக்கால் படிவாங்கி வருகிறார். இரு மயக்கரவுகள் தம்முள் இயைவனவாக வரப்போகும் யுத்தமுறையை எழுதி அதில் ஓநாய்வளதாடி, நரிவளதாடி இரண்டும் அத்யயிக்கிறவாறு எடுத்துச் சொல்லத் தேவதைக்கதை சொல்லும் தீயஅரசர்கள் தம்முள் பகைமைகொள்ளாவிட்டால் இக்கதையைத் தொடர வாய்ப்பில்லை என்று நளச்சக்கரவர்த்தி லங்காபுரி ராஜனுக்கு ராவணன் வதை படலத்தை முன் கூட்டியே உரைத்தவாறு கௌரிவல்லபன் எதிரிபக்கம் சாய்ந்தது போர்வுத்தியோ... கதா விதியோ என்று குழம்பியவேளை வளதாடியைக் கைதவறிக்கீழே விட்டுவிட்டான். பிறகு கதையின் விதிப்படி கலனல் அக்னியுமுன் மணலில் வரைந்து காட்டிய ஒக்கூர் முகாமில் சின்னப்பூழியார், பெரியபூழியார் மறைந்திருக்கும்

கடுங்காடுவரை தேடும் வதைபடலம்.

குருட்டு மண்ணுளிப்பாம்பின் குடும்பமொன்று மரிக்கொழுந்து பறிக்கும் நோணான் தாத்தாவைக் கடந்து மறையும். மந்திர வலிமைமிக்க மூலிகைகளைப் பூழிராசனிடம் கேட்டுக் கூடவே வேட்டைக்குப்போய் தொட்டுத்திரிந்த தாழையூத்து மலையடிவாரத்தில் நிழலாட்டம் தெரியும். ஒத்தைத்தென்னைமரக் கிணறில் சுற்றிச்சுற்றி ஓடிக்கிறுக்கிய அரசாணி மயிலரச்சிநாச்சியார் வாக்குகளை செவலநாய் காரசிங்கம் நக்கிநக்கி எடுத்த ஏடுகளைக் கிணற்றில் மேல் வீசிவீசிச் ‘சிரி சிரி’ என அண்ணாந்து பேசுகிறாள். ஒத்தைத் தென்னைமரக் கிணற்றிற்குப் பக்கம் ஆயாவூரணிப் பனங்கூட்டத்திற்கு ஊடே வளைந்து மறைந்து வந்து பனங்கொட்டையில் மையூட்டிக்கிடந்த பூழியர் சருக்கத்தை நிலாவெளிச்சத்தில் நரிக்குடிச்சத்திரத்தில் தங்கியவர்கள் கேட்க, அரசாணி மயிலரச்சி மையில் எழுதியெழுதி மறைவது தெரியும். ஊசிமூஞ்சியால் கல்லைத் தொட்டுத்தொட்டு உருட்டி விளையாடும் சிறுகண்படைத்த ஒழக்குள்ள நரிதான் முத்தூர் அரண்மனையின் கதையைச் சொல்ல வந்தது. கவுண்டன்கோட்டை அரண்மனையில் தூக்குமர நிழல் நீண்டு கருத்தப்பாண்டி கால்கள் தொட்டன சேங்கையூரணியை. மகள் பெரிய தங்கத்துடன் முத்தூர் அரண்மனையைவிட்டுக் கிளம்பி மீனாட்சி ஆத்தாள் நரிக்குடியை அடுத்த வேலங்குடியில் குடியேற்றியிருந்தாள்.

பசியவயல்வெளியாக இருந்த முத்தூர் அரண்மனை ஒரு கூழாங்கல் ஓடையின் கரையில் அமைந்தது. ஒரு ஏக்கரில் பழைய செங்கல் தளவரிசை இந்தக் காட்டாற்று வெள்ளத்தில் மிஞ்சியிருந்தது. தேரைவகுரன் என்று செல்லப்பெயர் கொண்ட கருத்தப்பாண்டி என்ற நரிக்குட்டி தாயாரும் மகன் வயிறு ஊதியூதி வற்றியதை நோணான் தாத்தாவிடம் சொல்லக் கை மூலிகையால் தடவி விட்டார் நரிக்குட்டிக்கு. தாயார் மீனாட்சி சொல்ல ‘டேய்... நரிக்குட்டி தெனம் ஆயாவூருணியில் குளி... எந்தச் சீக்கும் வராது உனக்கு... நீயும் வாடா ஓட்டைச்சினை மலைக்கு. எத்தனை ஏடுதரும் பாரு. மாறானாட்டுக் கம்மாத்தண்ணி இருட்டாது. கலிங்கல்மேல் ஏடுசொல்லித் தருவேன் உனக்கு’ என நோணான் தாத்தா நரிக்குட்டி பரட்டைத்தலையைத் தடவிப் பேராண்டியைக் கொஞ்சினார். ‘ராத்திரி வாரேன் அப்பச்சி இருட்டமுன்ன ஆயாவூரணி போயிரு’ என்றான் கருத்தப்பாண்டி.

சேவல்கட்டுக் கருப்பனின் நரிக்குட்டியைக் கூட்டிக்கொண்டு காடோசெடியாய் அலைந்தது அலங்குநாய். அய்யங்கோயில்மலை

தாண்டி கத்திப்பாறையில் பதுங்கினான் நாயுடன். உச்சியில் இருந்து பார்த்தால் ஓட்டைச்சுனை மலையில் இருந்து நீர்க்கண்கள் சொட்டி வடிந்து இறங்கும் ஒலி விட்டுவிட்டுக் கேட்கும். பெரிய உண்டாங்கல்லுமலை மீது தூங்குவான். திடியன்மலை சமணக் குகையில் தங்குவதற்கு மிக உயரமான இடத்தில் செங்குத்தான பாறையில் ஒட்டிக்கொண்டு தேரை வயிரால் ஊர்ந்து ஏறிவிடுவான். திடியன்மலை, அரிட்டாபட்டிமலை, மாங்குளம்மலை, அரக்கன் நாக்குமலை, மான்கொண்டான் பொய்கையில் பெருங்கடம்பை மானுடன் பூழிச்சிறுமியும் குனிந்து நீர் பருகுவதைத் தூரத்தில் கண்டான், காட்டுக் கருப்பியாகக் கொம்புதிர்க்கும் மான்களை மேய்த்துத் திரியும் மங்கலங்காட்டுக் கொடும் நீலியின் குமாரத்தி கடிமிளை பெரும் கடம்பை மான் உருக்கொண்டு வனத்தில் பாய்ந்து திரிந்தாள். மான் பெற்றபிள்ளையோ... கரடி, புலி, மான் மரைகளைத் தொட்டுத் திரிந்தாள் கடிமிளை. ராஜ வேங்கை ஒன்றாய் நீலியுருத் தோன்றும்.

சித்தர்மலை, பெரிய உண்டாங்கல்மலைச் சமணப்பள்ளிகளின் உள்ளே வேறு பிரித்தரியாத கற்படுக்கைகளில் ஒளித்தோய்வில் கலந்துவிடுகிறான். ஜீவரூபமான கற்படுக்கையில் யாருமில்லை. அங்கே பிச்சாந்தேகியர் பிரவேசித்திருந்த சுருதியைக் கேட்டான். ஆடுகள், பட்சிகள் அப்படியே எறுப்புக் கூட்டமும் அங்கே இருப்பதில் தனிமை வாசம் பாறைகளின் புள்ளிகளும் கோடுகளும் நூறு நிறங்களாக மோகித்தன மயக்கரவை.

அங்கே மறைந்து கொண்டிருக்கும் அம்மணத்தேகியர் மயக்கரவின் சப்தாந்தத்தில் காட்டுப்பூக்கள் இதழ்விரியும் ஒலிகளைக் கேட்டார்கள். குகைச் சப்தத்திற்கு வாச்சியார்த்த வடிவமாகச் சுவரில் எழுத்தறியாப் பெயர்களும் குறியீடுகளும் தொட்டன இவனை. விரலால் எழுத்தின் மீது எழுதிப்பார்த்தான். பிரபஞ்சம் யாவும் சுருக்கமாகச் சொல்லப்பட்டு உள்ளதாக அறியவும் பறவை இறகை எடுத்துக் கோடு வைத்தான் அங்கு.

3

காடுகாண் காதை

பனங்காட்டுக் குலவை

நெற்றியில் உள்ள திருநீற்று வரிவடிவங்களும் விழிகளும் விடைத்த மூக்கும் மீசையும் வெள்ளிப் புடைப்புப் படிமங்கள், பூழிச்சனம் பாண்டிமுனியை வெள்ளி முகமூடியாகக் காண எல்லா உறுப்புகளும் தனித்தனியே வெள்ளி முகமூடிகளும் மாறநாடு, வாதன்வயல், வெட்டியான்வயல், பள்ளியாரேந்தல், அம்பலத்தாடி, அழகர்குடி, அயினிச்செட்டியேந்தல் என வையையாற்றுப்பாசி, தொண்டிக் கடற்பாசி வழுக்கி பாசிப்பட்டணம்போய் கல்லூரணி,கீழ்க்கரைக்கும் அழகன்கால்வாய் பெரிய உடைப்பிற்கும் மேற்கே தென்பட்டு மாங்குடி மண்டிக்கண்மாய்க்கரைமேல் நிற்கிறான்.

ஒவ்வொரு ஊர் ஊராய்ச் சுற்றிச் சுற்றி 18 பாதைகளாகப் பிரிந்து மீன்படுபள்ளம், தேன்படுபொதும்பு மஞ்சுவடமிழுத்து விழிமயங்கிய பெண்களுக்கு வாக்குச்சொல்லி நிற்பவனை, முத்துவடுகரைக் கூப்பிட்ட நாதன் வயல்,பாணன்வயல், பனங்குடி ஊர்ச்சனம் குலவையிட திப்பனேந்தல் கிழக்கே தானிக்கண்மாய்க்கு மேலே இச்சியடி ஊரணியில் நீர்பருகி, புங்காணிக்காட்டுப்பனங்கூட்டப் பேய்க்காற்றில் எட்டுப்பாதைகள் துலங்கக் காத்தாடியேந்தல், வாணியங்குடி, மானங்குடி, முடிக்கரை நாலூர்ப்பெண்களும் மாறிமாறிக் குலவைகட்ட நெடுநேரம் ஓடி ஈரேழ்குன்றங்கள் சுற்றிப் பெரும்பாலும் நடுநிசி நேரங்களில் தானே தோன்றி வரும் பாதைகளில் முனிப் பாய்ச்சல் இருக்கும். அச்சநிலையையூட்டும் கண்கள் எப்பொழுதும் விழித்துள்ளன, பாண்டிமுனியின் சரவிளக்குகள் தூங்குவதில்லை. கூட்டம் கூட்டமாய் இருட்டில் தொங்கும் கூரைமணிகளைத் தொடும் காட்டின் மெல்லோசை. மரத்தாலான தொட்டில் பிள்ளைகள் மயங்கும் மணி ஒலியைத் தொடுவதற்காக வருகின்றன மேலேறி. கருவறையையும் மண்டபத்தையும் சேர்த்தே

சுற்ற வேண்டும் மக்கள், கிடாய்ப்பலிக்குத் தனி இடம். ஆண்டியின் சரீரம் தொட்டு அரக்கு மஞ்சளாய் வறுமையின் சுடர் நெளிந்து மாடப்பிறையினுள் கல்விளக்குகள் மயங்கும் ராத்திரிகளில், பிறைக்கு மேல் எவ்விதக் கூரையும் இல்லை. நேத்திக்கடன் பாதை மெதுவாக நகர்ந்து ஒவ்வொரு தெருவாக மருதந்துறைக்குள் ஊர்ந்து செல்கிறது.

சுற்றிலும் வாடிவாசல் துலங்கவே, காங்கேயம், ஆலம்பாடி, தேனி மலை மாடு, உம்பளாச்சேரி, பர்கூர், மானாமதுரைப் புலிக்குளம் பூர்வ ஏர்தழுவும் கூட்டம் ஊரைச் சுற்றிலும் பெரும்பகுதி புதர்களும் பனங் கும்பல்களும் சூழ்ந்த பாதையில் சிறுவயல் தாண்டி கோணல்மாணல் அற்ற நெடிய வீதி கடந்து போகிறான் பாண்டிமுனி. கூட்டம் அலை மோத வருஷத்தில் ஒரு நாள் கட்டிய கரங்களை பூசகர் அவிழ்க்க வீச்செனத் தொண்டிக் கடலில் மூழ்கிக் குளித்து அலைமேல் சுழன்று வரும் நீர்வளரியைக் கைப்பற்றி எழுந்து போகிறான் வருகிறான் ஒவ்வொரு ஊராய். சீகனேந்தல், கற்குடி செம்மண் துள்ளத்துள்ள திருவேகம்பத்துப் பாதையில் மக்களிச்சை மண்ணாய் வடியும் மரங்களில் மூடுபாலமிட்ட செங்கரையான்கள் தலைசிலிர்க்க ஊர் ஊராய்ப் பெண்கள் வளுதாடி ஏந்திக் குலவையிட்டு மருளேறி ஆடி வர மறுபடியும் கைகளைக் கட்டுகிறார்கள் பாண்டிமுனியை. எழுத்தாணிக்காரத்தெரு தூங்கியதும் பனைஓலைச்சந்தில் வைகைநீர் ஆமைகள் தானே சொல்லும் கதையை ஓலைத் திருணைகளில் தெருப்புலவர்கள் கஞ்சிக்கு எழுதுவது கந்தல் உடுத்திய நியதியாயிற்று.

சமயன்சாமிக்கு வலது பக்கத்தில் வெட்டப்பட்ட தலை உள்ளது, சமயன் உச்சி மேல் வெண்கல மணி உள்ளது. பால் வரை நியதியூட்டும் ஊழ்பட்டோர் ரேகைகளைக் கணிதம் பார்ப்பவர்கள் மீது பாண்டி முனி நனவிலி மெய்ஞானம் பற்றிக்கொண்டுவிடும். வாழ்வின் நிழல் சாயும் பாதை நெடுகிலும் பூழிச்சனம் குறிகேட்க உள்நாக்கு நத்தையாய் ஊடுருவிவந்து சொல்கிறான். ஒவ்வொருவரின் உடுஓரைகடல் கடக்கும் கணிகன் இடத்திலும் பாண்டிமுனி மறைந்து திரிகிறான், உடுக்கை அடிப்பவர்கள் கூட்டமாய் வருகிறார்கள், காரைக்கார்களுக்கு காவல் தெய்வமாக விளங்கும் ஊர்களான கருப்பாயூரணி, ஒத்தவீடு, மேலமடை, மானகிரி, வண்டியூர், காளிகாப்பான், ஆண்டிக்குச் சாராயமும் சுருட்டும் கனவில் வந்து படையல் இடச்சொல்கிறான். பூசகர் மட்டுமே நடந்துவர ஆண்டியுடன் சேர்ந்து ஒவ்வொரு பாதையாய்த் திரிவது தானே சுற்றும் தான்தோன்றிக் கதைகளாக உள்ளன.

அரண்மனைச்சிறுவயல் பூண்டழிந்த ஆவிகளின் பெயரிடல், திணையழிந்தோர் மீண்டும் கருவுறல், சாக்கோட்டையில் சுவடிதிறந்த இப்படைப்பின் கருஉயிர்த்தல். மருதந்துறைப் பாண்டிமுனியைக் கட்டிய புனைவுச்சரடு ஆண்டொருநாள் அவிழும் நொடியில் பூழிமலை நாட்டினர் பாண்டிமுனி சிலையைப் பூசப் பெட்டியில் வைத்து வையை ஆற்றில் விட்டனர். கருவளையர் கடம்ப வனத்தில் விறகு வெட்டிக் கிளியாற்றுப் படுகையில் மீன்பிடிக்கத் தூண்டில் வீசியதில் முள்ளில் சொருகிய மண்புழு பெட்டியைத் தொட்டு நாட்டியமாடியதைக் கண்டு அதிசயித்து பெட்டி மேல் இருந்த கிளி சொன்ன கதையின்படி சிலையில் ஒட்டியிருந்த பங்குனி ஆமையை எடுத்து வளர்த்தனர்.

ஒத்தக்கடைக்கு அருகில் உள்ள நரசிங்கபட்டி சமணக் குகையில் மருதந்துறைக்கு வந்த சமணத் திகம்பரர்களின் ஆற்றலை முழுதுணர்ந்து பஞ்சமகா நோன்புகளும் படிக மணமும் லோகாணி சங்காணி கரணகிரந்த ஒலி தானே கேட்டது. நாலுகோட்டை இளவல் கிளிப்பாண்டி கையில் நீரேந்தி வையையில் வழிபட்டபோது மாணிக்கக் கங்கணம் திருப்புவனப் படித்துறையில் உருண்டு தவறி விழுந்தது. துக்க நிலையை அடைந்த மருதராசா சிலை முனியை அடைந்து முகமுகமாய் நோக்க கல்முகம் மக்கள் அஞ்சும் வகையில் கோரமாக்கிப் பாண்டி முனி என்று பெயரிட்டு வந்து இருக்கலாம் என பங்குனிஆமை வந்து பாண்டி முனிக்குள்ளிருந்து சொன்னது. நீ தொலைத்து விட்ட மாணிக்க மோதிரம் உமக்கு மீண்டும் கிடைக்கும். நீர் அந்தி வழிபாட்டின் போது சிவகங்கை ஆயா ஊரணிப் படித்துறையில் கையில் நீரேந்தி மறுபடியும் வார்க்கும் போது இருட்டு நீரிலும் கண்ணில் பட்டு பளிச்சென்று சுடர்விட்டுக் காண்பாய். பதவிப் பெருமையாலும் வளுதாடி வித்வசூசக நுகர்ச்சியாலும் ஏற்படும் அழிவைக் கண்டேன் இப்போதே கிளிப்பாண்டி என்றான். பழையூர்காரர்கள் மணிகட்டுதல், எட்டுநாழிக்காரிகளின் கரும்புத் தொட்டில், ஒக்கூர் பிள்ளத்தொட்டில், விருப்பாச்சி கரட்டுச்சேவல் நேர்த்தி விடுதல், வெள்ளியிலான மனிதநேர்த்தி அளித்தல் என்ற பூழிநாட்டு வேண்டலில் சங்கரபதிக்கோட்டை ஊரணிக் காவல் காப்பதற்காகப் பாண்டிமுனி ஊரைச் சுற்றிவரும். அதற்கு முனி ஓட்டம் ஊரைச்சுற்றி இருக்கும் இடத்தில் தடையாக குறுக்கே வீடிருந்தாலும் அழிவு ஏற்படும், பாண்டி பேயாக மாறி மாதரோடு துணைக்கு வருகிறான் யாரும் இல்லாத காட்டில். ஆமினா என்ற பெண்ரூபத்தில் சுருட்டுப் புகைத்துக்கொண்டே மருதந்துறையைச் சுற்றிக் குறி சொல்கிறார்,

கன்னிப்பெண்களைச் சுற்றி பாண்டிமுனி கூடவே துணை வருவான்.

இதுவரை நவக்கிரக வீடு மாறி உள்ளோர் வேறுவேறு பாதையில் வந்தாலும் கிழக்கு நோக்கி வந்து சேரும் வழியில் தொண்டிக்கடல் நின்று ஓரையான் கடல்கடந்து நீந்திவந்து கேட்ட குறி சொல்லும் அமர்ந்த வடிவில் இடதுகாலை மடக்கி அதன்மீது வலது காலை வைத்து அமர்ந்து இருக்கிறான் பாண்டிமுனி. இருகைகளும் சேர்த்துகட்டிய நிலையில் உள்ளன கால்களின் மீது, மார்பிலும் தோளிலும் துண்டு போன்ற ஆடையை அணிந்து பீடத்தில் அமர்ந்திருக்கிறார்.

கணியர் ஒருவர் சாராயம் குடித்து உருண்டு வருவார், உரிமை உள்ளோர் கணிநந்தன் மதுஆட்டம் கிடாய் சேவல் நடையில் ஒவ்வொருவரும். நந்தர்களுக்கு மட்டுமே உரிமை, எந்த மண நிகழ்ச்சியும் நந்தன் கிடாய் பிடித்த பின்னே வதுவை நடைபெறும். கன்னிப்பூசை வெகு நாட்களாக மணமாகாத கன்னிப்பெண்களின் வீட்டார்கள் கணிகராகப் பங்குனி ஆமையை அழைத்துக் கேட்கும் போது அது அசரீரியாய் குறி சொல்லும். இந்தப் பெண்களுக்குப் பாண்டிமுனி பிடித்திருக்கிறது. வெள்ளி, செவ்வாய்க் கிழமைகளில் கன்னிப்பெண்கள் பூசைசெய்ய ஆமை அபிதானம் திறந்துவந்த வலையர்கள் பாண்டி முனியைச் சுற்றியிருக்க வள்ளியம்மை பாண்டிச் சாமி சிலையைப் பூமிக்கு அடியில் இருந்து எடுத்து வரும் துடியான கட்டம் நனவிலியில் தோன்றும். பாண்டிமுனி கனவில்வந்து தன்னைக் குலதாம்பரச் சடங்காற்றில் கிளியாற்றுத் தடத்தில் நடந்து வரச்சொன்னான்.

கைரேகைக் கணிதம் பார்ப்பவர்கள், பாதை நெடுகிலும் குறி சொல்பவர்களை மறைந்து பார்க்கும் பங்குனி ஆமை. உடுக்கை அடிப்பவர்களுக்கு பங்குனி ஆமையிடம் கேட்டுச்சொன்ன மந்திர வாக்குகள் ஒவ்வொருவருக்கும் அந்தரங்கமாய் கேட்கும்.

கிணற்றில் குளித்து விட்டுக் கருவேல மரத்தில் தொட்டில்கட்டி பலியிடும் சேவல் கூவாத நிலையில் இருக்க பூழிப்படை ஏகியது. தலையும் ஆட்டின் ஒருகாலும் பூசகருக்கு. பிணிதீர்க்கும் ஆமை சொன்ன வாகட மருத்துவத்தால் பிழைத்த மாடு கன்று ஈனும் போது பாண்டி முனிக்கு நேர்ந்து விடும் ஊர்களில் இருந்து பாதைகள் தோன்றி கால்நடைகளோடு அசையும் எளியோர் நிழல். அவ்வப்போது காட்டுக் கனிகளும் தானியங்களும் கடகப் பெட்டியில் சுமந்துவரும்

சாக்கோட்டைக்காடு, கடுங்கடு, கந்தவனக்காடு, தெக்கூர், ஒக்கூர், சருகணி, நாலாங்குடி, கீரனூர்களில் இருந்து ஒன்றுகூடிப் பெட்டிகள் சேர்ந்து கூட்டமாய் சிங்கம்புணரிக்காடு தாண்டி வரும் கிராமப் பெண்கள். மூன்று வாரங்காளாக, ஐந்து வாரங்களாக நடந்து வரும் நேர்த்திக் கடன் பாதைகள் மருதந்துறையைச் சுற்றிச் சுற்றிச் செல்கின்றன. நாலுகோட்டைச் சீமையில் இருந்தும் நேர்த்திகடன் பாதைகள் வளைந்துவர மூன்று வாரங்காளாக, ஐந்துவாரங்களாக நடந்து தொடர்ந்து பாதைகள் செல்லும். ஊரணியைச் சுற்றிக் கிடைமாட்டுக்காரர்கள் மண்சாலில் புளித்தமோர் கொடுப்பர். வீட்டில் இருந்து பல ஊரைக் கடந்துவரும் பாதைகள், பாதைஓரம் தங்கத் தோன்றும் காடுகளாகக் கருவலையர்கள் வைகையோடு ஓடிவரும் பாதைகள், வைகைக்குள் இறங்கி ஊடுருவிவரும் பாதைகள், குழந்தைவரம் கேட்டுத் தலைவன் தலைவிப் பாதைகள், நேர்த்திக் கடன் பாதைகள், மருதந்துறையைச் சுற்றிச் சுற்றிச் செல்கின்றன.

பாண்டிமுனி ஊர் ஊராய்ச்சுற்றி ஓடும் பாதை, பேய்பிடிக்கும் பாதைகள்,கோடாங்கி பேய்விரட்டும் பாதைகள், வையைப்படுகையில் குறிபார்ப்பதற்கு மரமடர்ந்த ஆமைமண்டபம் உண்டு. இரவுகளில் இப்பாதையில் பேய்களின் ஆதிக்கம் அதிகமாக இருக்கும். வீரமலை குடிசைகளில் பேய்விரட்டும் ஒலி. நேர்த்திகடன் செய்முறை தவறினால் பின்விளைவு அதிகம் ஏற்படும். தீமைகளைப்பற்றி அறிந்து கொள்வதில் பாண்டிமுனி ஊர் ஊராய்ச் சுற்றும் பாதைகள் ஈர்ப்பானவை. கற்றோரும் கல்லாதாரும் எதிர்காலத்தை அறிந்து கொள்வதில் பனங்காட்டை ஊடுருவிவருகிறார்கள்.

4

வேட்டுவ வரி

சுருதி நரம்பாடிகள்

புலிவாலைப் பிடிப்பது (கஷ்டமான விஷயத்தைச் செய்வது)

செவக்காட்டு முள்ளெலிகளின் வட்டமான ஓட்டத்தைத் தொடர்ந்து, சாகுருவி முன்னே பறந்துவர, சுருதி நரம்பாடிகள் வாலியின் காலெலும்பில் தந்திபூட்டி நாலுகோட்டை, தொண்டிச்சீமை, சிறுவயல் ஊர்மேல் அலையும் ஆவிகளைத் தொட்டு கதவுகளைத் தட்டினார்கள். புழுதிச்சீமையின் கடந்தகாலச் சுழிக்காற்று பல அனுபவத் தொகுப்பானதில் சரித்திரக் கும்மியானதும் இந்தச் சுழிக்காற்றின் தனிப்பாடல் கொச்சைச்சொல் மாறாமல் சுற்றிவரும். பாடிப் பலன் பெறாத கையில் வறுமையுள்ள பூழிப்பெண்கள் கும்மிக்கு ஆனி மாதம் தீ வளையம் சுற்றுவார்கள். சரளமாக கும்மியில் சிறுமிகளும் சேர்ந்துகொள்வார்கள். நேரில் கண்டதென சொல்லிச் செல்வாள் ஒருத்தி.

ஊசி வளநாடு நரிக்குட்டி சோணாடு...
உத்தரவு இல்லாமலே சித்தெறும்பு நாடாமலே...
வையைவள நாடாமே நான் பொறந்த சோணாடாமே...
மூலையிலே கள்ளை வச்சு மொந்தைக்கள்ளை வார்ப்பாளோ...
சாலையிலே கள்ளை வச்சு சாத்தமுதை வார்ப்பாளோ...
ஈச்சமரங்கழுத்தில் குடைந்த ஈச்சங்கள்ளை வார்ப்பாளோ...

கதைப்பாடலில் வருபவர்களோடு திணை இசையில் வாழ்ந்திருந்த பூழியர்கள். பலவேசஞ் சேர்வைக்காரர் கதைக்குள் வெகுவாய் வெகுபாஷை வரும். புனைவு தழுவியதில் அக்கினியூ கௌரி வல்லபரிடம் சொல்லவரும்போது வேல்முருகு போல களமிறங்க எவருமில்லை என்பான். அக்னிமேஷ்தர், சோல்சர், தில்லாரி, காரிசன், சதாரியக் கோர்ட்டார், மேசத்திரட்டு, மேல் அப்பியல், சர்ச்சி என கும்மியில் இங்கிலீசும் உடைந்தது கொச்சையழகாய். மிகச் சிறிதளவே வந்தவர்க்கு ஆதாரங்களைத் தேடவேண்டாம். பிழைபடலும்

மிகைப்படலும் கும்மிக் கைவிரல்களின் இடைவெளிக்குள் நழுவியவை ஏராளம். கும்பினி அம்மானை முதுமையில் பல மறதிகளும் புழுதியால் ஆனவை. நரம்பாடிகள் சொன்ன மந்திரங்களை முணுமுணுத்தனர் வீட்டுக்குள் தூங்கியோர். ஒவ்வொரு வாசலாக நின்று பார்வை பார்த்து தானியங்களைப் படிவாங்கிப் போனார்கள். புறாமலை என்ற கரடுமுரடான குன்றின் அடிவாரத்தில் அமைந்த ஊர்களுக்கும் பாரி காலத்துப் பறம்புமலை, கடோரகிரி எட்டுவகை எதிரிகள் கும்பினியோடு கோர்த்துவந்து நாலுகோட்டைச் சீமையைத் தாக்கிய இம்மலை, உள்ளபடியே கொடுங்குன்றம்தான். உட்புறத்திலிருந்து வெளியில் ஆபத்துக் காலங்களில் இருந்த சுருங்கைவழியை ஊமையனும் கடந்திருந்தான் கருமருதுடன். பாரி காலத்தில் மூங்கில் நெல்லும், வள்ளிக்கிழங்கும், பலாப்பழமும், தேனும் புறாமலையில் செழிக்கும். சீதா, தனக்கா மரங்கள் உண்டு. குரங்குகளும் காட்டுக்கோழிகளும் தென்படும். சுருதிநரம்பாடிகள் மலையில் ஏறியதும் அவர்களின் கல்வீடு மலையுச்சியின் சரிவில் உள்ளது. கொஞ்சம் கொஞ்சமாக சூர்ப்பெண்களின் வாதைகளைக் கரைத்து மறைவிடங்களில் படிந்திருக்கும் புழுதிநாட்டு புராதனக் கதைகளின் சீவசந்துக்களின் உருவத்தை வரைந்து அவற்றின் இருப்பை நரம்பில் நித்தியப்படுத்துவார்கள். ‘அக்கதைகள் அநித்தியமானவை’ என்றே சாகுருவிகள் வாதிட்டன நரம்பாடிகளிடம். ‘எங்கள் கோடுகளே அவற்றின் இருப்பிடம்’ என்பார் வரைவோர்.

இந்த நாலுகோட்டை ஊரார் பறம்புமலை நரம்பாடிகளின் கோடுகளைப் பின்தொடர்ந்து செல்கிறார்கள். ஓந்தி, சில்லான், எறும்புத்தின்னி, காட்டு வெருவு, புனுகு ராணிக்கும் ஊரார் தொந்தரவு செய்திருக்கவில்லை. பூனைகளின் கதையில் கனவுகளின் வலிவந்து புதுவுடல்களுக்கு மாறினார்கள். ருதுவான பெண்மக்களின் குருத்து விரல்களில் வெளிப்படும் ஆத்தாவூரணிப் பசுமை உணர்வுகள் ஆட்கொண்டன செவக்காட்டு ஊர்களையும் காடுகளையும். ஒக்கூர், மானகிரிக்காட்டு உயிர்ஜந்துக்களின் செங்கமங்கலான செந்நிற அலை பரவத் தொடங்கியது சமையலறை எங்கும். பூழி நாட்டு ஆண்கள் எல்லாப் பெண்களையும் தேவதைகளையும் சமையலறைச் சுரங்கத்தின் இருட்டில் குடிவைத்தனர் நித்தியமான ஜந்துக்களோடு. சமையல்கட்டுச் சுரங்கத்தில் மாயப் பிரதேசத்தின் சுவர்ப்பொந்துகளில் பதுங்கியிருந்த ஆத்மஹத்தியான பெண்டுகள் வளுதாடி தழுவி இல்லாமல் இருந்துகொண்டிருப்பதில் தனித்தனி சாயைகளாகக் காட்டில் இருந்த அலரிப்பூக்களின் கந்தவாடை மற்றும் இஷ்டமான

பூக்களின் நறுமணம் காற்றில் கலந்துவிடும். இருட்டுக் கண்ணாடியில் கருமைதீட்டிப் பூழிப் பெண்களின் விழிப் புருவங்களில் படிந்த ரோமத்தின் பளபளப்பு, கழுத்தில் ஆடும் கருமணியில் துயரங்களின் இருட்டு வெளிவந்து செவக்காட்டுக் கதைகளாக இருந்த புழுதியின் ஞாபகங்கள் இலந்தைமரம் பழுக்கும்போது அதன் இருப்போடு ஒட்டிக்கொள்கிறார்கள் தற்கொலையான ருதுக்கள். தானே திறந்த சாளரங்கள் பல. பறம்புமலை நரம்பாடிகளின் கோடுகளைக் கூப்பிட்டதில் மறைந்த ரூபங்களும், ஓணான்களும், காரங்காடுகளும், சூரம்பத்தையில் உள்ள பெரிய பல்லிகளும் சந்துசந்தாய் உள்நுழைந்து ஊர்ந்துவரும் பச்சோந்திகளின் நிறமாற்றம் புழுதி அரண்மனையின் நீண்ட சமையலறைச் சுவர்களில் மூச்சுவிட்டுக்கொண்டிருப்பதை தூங்கியிருப்போரும் கலக்கத்தில் விழிப்போரும் கதவைத்தொட்டு வெளிவந்து வீரிட்டு அலறும் சமையல்காரிகள் கைதட்டிப் புன்னகைத்து சுருதி இழைகளில் வரும் நரம்புகளின் ஒலி ஒவ்வொரு பணிப்பெண்ணுக்கும் வேறுவேறாய்க் கேட்டன அந்தரங்கத்தில்.

பெண்களின் கால்பதிந்த சுண்ணாம்புத் தரையில் இருந்த உயிரோட்டத்தை ஸ்பரிசித்தவாறு செம்மண் மேல்மாட அரண்மனைச் சன்னல்களைத் திறந்து நின்றிருந்தவர்கள் திரிக்காரிகளாகவும், காவற்பெண்டிராகவும் சமையலறைப் பண்டாரி நங்கைகளாகவும் வெகுநேரம் கீழே எட்டிப்பார்த்தனர் நரம்பின் சுருதியை. தற்கொலையில் விவசாயவம்சிகள் ஆபத்தில் இருப்பதைச் சொல்லாமல் சொல்லாக்கதையின் மேற்கிலிருந்து வால்நட்சத்திரமாக புளூட்டோவின் வால் ஊர்களுக்குமேல் சரிந்துவருவதை இசைத்தனர். அந்த நரம்பு சுருதி புளூட்டோவைக் கண்டதும் முற்றுகையிட வந்து தூரத்தில் பதுங்கியிருக்கும் சோல்ட்சர்களின் நீலக்கண்களாயிற்று. வெளுத்த நிறத்தில் வந்த அந்நியர்கள் காட்டுப் புழுதியைத் தொட்டதும் செடிகளின் துயரம் நீலமாக இருந்ததென்று அண்டை ஊராரும் பார்த்திருந்தனர் காட்டுக்குப் போய். அன்னியர்கள் வந்தபோது நிமித்திகர் ஆதிநெட்டிமாலை சொன்னபடி, ‘புளூட்டோ திரவ நிலவாக வனத்தையே நீலமாக்கியது’ என்றார். அதற்குள் தற்கொலையான கன்யைகள் வாழ்கிறார்கள். உருகும் பனிக்கட்டிகளாக நீலத்தில் கரையும் தற்கொலை உருக்கள் சிறு அவச்சொல் கேட்டாலே வளதாடியையும் விட்டுவிட்டு காணாமல் போகிறார்கள்.

ருதுவான ஆவியூர்ப் பெண்கள் நரம்பாடிகளின் கதையைக் கேட்பதைவிட புளூட்டோவின் மாயத்தோற்றங்களில் தற்கொலையின் சாயைகள் ஈர்த்து அங்கே போகிறார்கள். இவ்வூர்களின் அமைப்பு

தற்கொலையில் வகுக்கப்பட்ட பல மாடங்களைக்கொண்டிருந்தது. மேல்மாடங்களில் தஞ்சமடைந்தவர்கள் புளூட்டோவிற்கு போய்க் கொண்டும் வந்துகொண்டும் இருந்தார்கள். புளூட்டோவில் உருகும் சிறுசிறு பனிக்கோள்களாகத் தற்கொலையானவர்கள் சுற்றத் தொடங்கி விலகிய தனிமைகளாக நீலம்கசிந்தனர் தனித்தனி வசீகரத்தில். நடுயிரவில் நரம்பாடிகள் நாலைந்து ஊர்களைக் கடந்து இருப்பர். உள்போய் வேற்றூரின் ஸ்திதிகளிலும் தக்கதோர் நீலத்தில் உலவுதல் ஓரிடத்தில் நில்லாத நாடிகளைப் பிடித்து, இல்லாதவர்களை அழைக்கிறார்கள்.

வளரியுடன் வருகிறார்கள் ஒவ்வொரு எட்டாய் எடுத்துவைத்து. இல்லாதவர்களும் ஆவியூரிலும் தொண்டிப் பட்டினத்திலும் பூர்வீகத்தில் சாகுருவியின் தூதர்களாய் நுழைவதற்கு முன் பழமையான ஊரின் கீறல் சுவர்களில் கசியும் புளூட்டோவின் நீல ஒளியை உள்ளுணர்ந்து தூக்கத்தில் இருக்கும் சாயல் நிலைகளை ஒலிகளால் வரையும் நரம்பாடிகள் இவர்கள். இசையில் உருளுகின்றன புளூட்டோவில் எடுத்த நீலக்கறள்கள். வெகுளியான பிள்ளைகளை அவச்சொல் தொட்டால் ஒட்டிக்கொள்ளும் தற்கொலையின் எயின்கிரகம் அது. சுண்ணாம்பு வீடுகளின் புராதனக் கீறல்களாய்ப் பரவும் புளூட்டோவின் வரைபடத்தை வளதாரிப் பெண்களும், யுத்தத்தில் இறந்தவர்களும்தான் கீறுகிறார்கள். பலவருஷ காலங்கள் சுழன்ற பருவச்சக்கரத்தில் ஊர்மறதியில் இருக்கும் விவசாய வம்சிகளின் தற்கொலைகள். வெள்ளாமையில் நவதானியம் விளைந்த மனித இயக்கத்தின் கரங்களில் சுழன்ற பட்டத்தில் உள்ள முளைப் பயிர்களின் பச்சைக் கோடுகளைக்கொண்ட இழப்புகளுக்கு மருந்து தேடினர். இவ்வூர்த் தோட்டக்காடுகளின் சிவந்த மிளகாய்க்குள் பழம் பறிக்கும் பக்கத்தூர் கூலியாட்களும், பெண்களும் காணாமல் போன ஓடைகளினுள்ளே வளையும் ஒத்தையடிப் பாதைகளில் தேய்ந்த சோடுகளின் ஒலி. காட்டு மரங்களிடையே மண்பானைகளில் இருந்த சோளமும், கூழும் சுட்ட வத்தலும் குடல்வயிற்றில் இறங்கிய பூழியர் காலம் ருசுப்பட்டது. பலநூறு வருஷங்கள் காலவுருபடிந்த அப்பானைகள் மண்வீடுகளின் ஜன்னல்களில் அமைதியாய் குளிர்ந்திருந்தன. உலைமூடியைத் திறந்து சுக்காங் கிணற்றுத் தண்ணீரை மொண்டு பருகிய தாகவிடாய் அதிதாகமாக வந்து நரம்பாடிகளைப் பீடித்தது. செவக்காட்டுக் கலப்பைகளின் அடிமுடி தேய்ந்து எரிசெவல் ஆழத்தில் மண்கட்டிகளும், கூழாங்கற்களும் பெயர்ந்து செஞ்செவல் மண் வெளிப்படவும் கண்களில் நிலைத்திருந்த நரிப்பயறுகள்

தட்டானெத்து பாசிப்பித்தாம் பயறு, புல்வகைகள், தட்டாம்பட்டத்துக் காய்கள், சிறுமிகளை அழைக்க வாயோரத்தில் பச்சைக்கசிவு. சுழற்சியாய் விதைவித்தாகி படிவாங்கிய நாட்களைச் சுழற்றி இசைத்தனர். தவசவாடைகளில் இருந்த ரகசியம் அப்பெண்களின் வரகுநாய் வளதாடியாய் நெளியும் ஒவ்வொரு சாதாரண சம்சாரியும் பிரஸ்தாபித்த கதைகளில் இருந்து அவை நெத்துவெடித்து சிதறியிருக்க வேண்டும். செவக்காட்டு மொச்சிவாடை திருடர்களைத் தான்தோன்றியாய் அலையவிடும். பொல்லாத ஆசைக்குத் தின்றால் காய்களைப் பறிப்பதை விட்டுவிடுவார்கள்.

செவக்காட்டுக் கடலைக்குள் நரிக்கூட்ட ஊளைகளும் கேட்கும். தவசங்கள் காய்ந்த செவக்காட்டு நிலங்களின் கீறல்களிலிருந்து நரிகள் தூங்குவதாகத் தூங்கும் கதைகளை இரவுகளுக்குள் சொல்லிப் போய்விடும். கனிகள் உடைந்து சரம்பெருகா நின்ற கொம்புகளை உடைய ஜம்பைநாகா மரத்தில் நரம்பாடிகள்தான் உறைந்து இருக்கிறார்கள், முனைமுள்ளிலவு மரத்தில் ஜம்பைக்கனிகளை மாந்தியுண்ட மயக்கத்தில் கீச்சிட்டுப் பறந்து, ஒவ்வொரு அணங்கு துயிலும் ஆடைகளில் கோடுபோட்டுக் கீறிவரும் வெளவால் கூட்டம்.

இருளெனக் கருப்பாகிய காளகன்னி, நீலி, தருமராசன் பார்யை களாயினும் பறம்புமலைக் கன்யாவனத்தில் சகல ஜீவன்களையும் காட்டானின்ற பாசம் மயக்கரவாய் உள் நுழைந்தது, அரவைக் கயிறாக உணர்ந்தனர் சுருதி நரம்பாடிகள். மயக்கரவு எப்போதும் நரம்பாடி களிடம் உறைந்து இருப்பதாகப் படுகிறது. சேர்ந்திருக்கும் இரு வளதாடிகளாக உருமாறியதில் மறதியிலிருக்கும் துயிலில் வருகிறார்கள். காணமுடியாததை இந்தப் புழுதியுடல்களில் அவ்வாடைகள் தரைத்து இயக்கமுறுவதைப் பார்த்துக் கொண்டிருக் கிறார்கள். கண்ணுடையாள் கோவில் வரும். சீலைக்காரி புராணத் திலிருந்து சீதை, திரௌபதை, மண்டோதரி சேலைகள் இன்னும் எல்லா வணிதங்களிலும் மோகினிப்பட்டில் கோடுகீறின வெளவால்கள். பறம்புமலைப் பாறைகளில் தேனடைகள் வழியும் குகைகளில் உள்ளே வளரும் ஜம்பைநாகா விருட்சத்தில் தலைகீழாகத் தொங்கி பொந்துத் தேனீக்களின் கொட்டு வாங்கி வதையுறும் வெளவால்களாய் உருமாறிய காட்டுச் சிறுவர்களும் சுருதி நரம்பாடிகளும் ரீங்காரமிட்டுக் குகையில் இருந்தனர்.

ஜம்பைநாகா விருட்சத்தின் பொந்துகளில் மோகினியாடைகள் கசங்கியழிந்து இருந்தாலும் திரும்பவும் தோன்றிவிடுகின்றன.

இற்றுப் பொலிவிழந்த மோகினிப்பட்டு நரம்பாடிகளைப் பின்தொடர்ந்து எமனேஸ்வரத்தில் நெய்யப்பட்டு வரும் தொண்டிக் கூடுசாலையில் கம்மஞ்செட்டிசத்திரத்தில் தானிய மூடைகளின் அட்டியலுக்கு மேல் சிம்ளிவாடைப் புகைக்கோடு. நள்ளிரவிலும் திறந்திருக்கும் கம்மஞ்செட்டிசத்திரம். அதன் வெளிச்சம் தெரியும் ராத்திரிப் பேய்களுக்கு. மங்கலான அரிக்கன் விளக்குகொளி நகரும் மாட்டுவண்டிகள். ஊருக்குத் திரும்பும் செவக் காட்டுப் பாதை. கொழுமம், தேங்காய்வாடி, வேடம்பட்டி, அயோத்திரிக்கு நத்தம் கணவாயில் போகும் தானியவண்டிகள். விருப்பாச்சியில் தங்கள் தூதுவர்களுக்கு, திப்பு அனுப்பச் சொன்ன பூழி நாட்டுக் கம்பும் கேப்பையும்.

கோபாலர் முயற்சியால் போனவண்டிகள் திப்புவுடன் தொடர்பு கொண்டது. கம்மஞ்செட்டி வண்டிவரிசையில் விருப்பாச்சிக் காவலர்கள் மானாவாரிகளுக்கு தூதுஓலை கொண்டுபோகிறார்கள். மலைவழிப் போக்குவரத்தை கும்பினியார் தடுத்தனர். வண்டி மாடுகளை மிரட்டியும் பார்த்தனர். காடுகளில் இருந்தே ஹைதர்அலி குதிரையில் வந்த தூந்தையா கருமருதுக்கு இன்னொரு தூண். அதன் நிழலில் லாந்தர் விளக்கடியில் விருப்பாச்சியாரைப் பார்க்க, சுருதி நரம்பாடிகள் வண்டிவரிசையோடு போகிறார்கள். செம்மண் விளிம்புக் கரைகளில் நீரில்லாமல் வறண்ட காற்றில் தானிய மூடைகளைச் சுமத்துசெல்லும் மாட்டுவண்டியில் தூங்கிவழியும் உருவங்கள். மண்ணில் செங்குத்தாகப் புதைத்து நிறுத்தியுள்ள கனமான அடிமரங்களின்மீது பேரழகுடன் மெருகேற்றப்பட்ட காட்டுத் தூண்களில் பிராமி லிபிகள் உதிரும். ஏழு கன்னிகளில் பிராமியும் லிபியுருவம் கொண்டவளாய் மொழிவேர்களை மெல்லுகிறாள். சுமைதாங்கியில் சூலிகளின் தூக்கம். கெர்ப்பணக்காரியின் வாதையும் காற்றில் கேட்டுக் கைபதறிக் கும்பிடுவார்கள்.

கடவுளுக்கும் வழிவிடமாட்டாள் சூலி. காட்டுக் கல் சிற்பங்களும் சிதைந்திருக்கும். வெள்ளை வெளேரென்று வறண்ட தொண்டிப் பட்டின உவட்டுக் காட்டில் உதிர்ந்த வெள்ளிகள் உப்பாய்ப் படர்ந்து இருட்டைத் தின்றுவிடும். புளியங்குளத்து எல்லைக்கும் இடையன் தாவுக்கும் இடையில் காவலர்கள் வண்டிக்குப்பின் வருகிறார்கள். வளையன் கண்மாய்ப் புறக்கரையில் இறங்கும் வண்டிப்பாதை. அது கள்ளிச்சேரி கண்மாய்க் கரைமேல் ஏறியது. சுற்றி எங்கும் மணல்புஞ்சைகள். தினைக்கருதுகள் விளைந்து மஞ்சளாய்த் தெரிந்தது அத்தியடி ஊரணிவரை. புத்தூரில் தனி இலுப்பையொன்று வானளாவி

கிளைகளை விரித்துப் பேசியது. சூனியமாகத் தெரியும் சிலைகளைச் சுற்றி உருவிலிகளின் நடமாட்டம். இப்பிரதேசத்திலிருந்து சுக்காம் பாறைகளும் மூச்சுவிடும். வெப்பக்காடு வருகிறது.

ராத்திரி சந்திரப் பிரவேசம் வரைக்கும் வண்டிக்காரர்கள் ஓய்வெடுக்கவில்லை. சுக்காங்கல்லில் படிந்து உருவழித்த கேப்டன் ரம்லேயால் சுடப் பட்டவர்கள் சாயல் பதுங்கிய ஊர்கள் சிவப்பு ஓடு கருஞ்சிவப்பாய் இரவிலும் தெரியும். கை ஓடுகளில் காலம் மெல்ல ஊர்கிறது. ஒவ்வொரு ஓட்டுச் சில்லிலும் நாக்கையும் உதட்டையும் வைத்தால் ஒட்டிக்கொள்ளும். ஓடுகாலிச் சிறுவர்களை இழந்த ஊர் விழித்திருக்கிறது திரும்பிவருவார்கள் என்று. உவட்டுக் காடெங்கும் துரைசாமியின் ஏக்கம் அப்பியுள்ளது. அவன் மறைந்து போனது ஆயிரம் சங்கு வகைகளுக்குள் ஒளிந்திருக்கும். அவன் வாழ்வும் அட்மிரல் நெல்சன் கப்பலோடு உடைபடும். புழுதிக் காடுகளுக்கு வெகுதொலைவில் பலகாலம் தடாகம் வாயில்லாச் சீவனுக்கு சுகசீவனமாய் இருந்தது. தொண்டிப்பட்டினம் கைக்காளன்குளம் கலுங்குமேல் அமர்ந்திருந்தான். அய்யாவின் வளதாரி சொருகிய பினாங்குக் கடல் உப்பேறிய பொட்டணத்துடன். அவன் காலாக்கிரகத்திலிருந்து ஊர் திரும்பியிருந்தான். அவன் கடல் நீலமாய் இருந்த இரவில் எழுந்து இறந்தவர்களைத் தொட்டு அவர்கள் உதட்டில் உப்பிட்டுச் செல்ல வந்திருந்தான். இந்தப் பிரதேசத்திலிருந்து தற்கொலையான விவசாய வம்சிகளின் சமவெளிமேல் கரிசல் சாம்பலும் மூடிய பனிப்பொழிவும் தவிடாய் இறங்கும்.

உவட்டுப் பனியை அசைபோடும் காளைகள் புத்தனாய் எலும்பு துருத்திச் சமைந்துள்ளன அவனுடன். அவன் திரும்பிவந்தபோது விவசாயம் சூனியமானது. மாடுகளுக்குள் மோனித்திருந்தன விசாரம். பனித்தூள் பரவியது அவனுக்குள். தவிட்டுப் பனியில் மெல்ல நடக்கிறான். வெம்பரப்பில் சூர்கள் எலும்புதுருத்தி அழும் ஆடு, மாடுகளை ஆவி சேர்ந்து கட்டித் தூங்க வருவார்கள். அவற்றின் வெண்ணிறக் கைகளுக்குள் காளையின் வளைந்த திமில் ஒடிந்த கலப்பையின் குமுறலாகக் கேட்டது. மாடுகளைத் தேடி சூர்கள் மிதந்துதிரிகிறார்கள். வெண்ணிறமான தோற்றங்களைப் பார்த்து வறண்ட நிலத்தில் நடந்தான் துரைசாமி. யுத்தத்தில் பலியான ஞாபகத் தூண்கள், புழுதி நாடெங்கும் சாயைகளாக மீண்டன. அவற்றில் வாலியின் எலும்பின் வெண்ணிறம் சுண்ணாம்புக்கல் தூண்கள் என்று புலம்பியழும் கருவேலமுள் மரங்கள். பூழியர் எலும்புகளே

தூண் கூட்டங்களாக அமரநிலை எய்யாமல் மறைந்திருந்து தாக்கிய புரூன்ஸ் விக் துப்பாக்கி ரவைகள் துளைத்த தூண்கள் அதிர்ந்தபடியிருந்தன. ஆடையின்றிப் புழுதி வீசிவீசி உப்புக்காற்று வழியில் வருகிறான். தாலவனம் என்று பனங்கருக்குகளை ஒடித்து இவ்வூர்களின் புருசர்கள் பெண்டிரை வதைத்த கோடுகள் பதிந்துள்ளன காட்டில். பட்ச பாதகர்கள் கடலைத் தாண்டி ஓடிப் போகிறார்கள். சுருதி நரம்பாடிகள் யாசகம் ஏற்கிறார்கள் நள்ளிரவில் ஊரில் புகுந்து. வீட்டைவிட்டு ஓடிப்போனவர்களின் சருக்கத்தை நாடிவாக்கில் பாடி நரம்புசுருதிக்குள் வரும் விதி கூறுவார்கள். நிவர்த்தியில்லாத வீடுகளுக்குமேல் வாலியின் எலும்பைக்கொண்டு தடவுகிறார்கள். ‘சீத்தைக்கொடியை வளைத்து அறுக்கவேண்டாம்’ என்பார், போகிறபோக்கில்.

தெரு மூலையிலிருந்து அந்தச் சுருதிநரம்பாடிகள் காற்றில் திரும்பி வீடுகளின் தோற்றத்தில் தற்கொலையான விவசாய வம்சிகள் வீசம்படி புல்லும் சாமையும் கொடுத்த காலங்களை வரவழைக்கிறார்கள் பாடலில். தன்னோடு கொண்ட உறவை இசைத்தனர். சந்துவழியே நாயின் ஒலி மிகவும் சுருண்டகுரலாய் இழையும். தன்னை விரட்டிக்கொண்டு தொடர்வதும் யார்பட்ட பாடோ நாய்களுக்குப் போய்ச் சேரும். உறவற்ற நாய்கள் சுருதிநரம்பாடிகளோடு கூட்டமாய் பிலாக்கணப் புத்தகத்தைத் திறக்கும். நாயின் வாசகங்கள் ஆத்மஹத்தியை முன்னுணர்ந்தவை. முன்கூட்டியே சுருதியைக் கொடுக்கும் நாய்கள். யுத்தத்தில் பாழான இரவுகள் வீடுகளுக்குக் கேட்டுவிடும். மீளாத் துயரடைந்த சம்சாரி வீடுகள் செங்கல்மூடாமல் சிவப்பாய்க் கசிபவை. சுண்ணாம்புக்காரையோடு மூடாத செங்கல் இரவில் பளிச்சிட்டு நரம்பாடிகளைத் தொட்டுவிடும். காரை வீட்டின் செங்கல்கோடுகளைத் தொட்டதும் தெருவில் கோடுகீறி எழுதுவார்கள் நரம்பாடிகள். வண்டிப்பாதை செங்கல்வீடுகளின் விதியாக இருந்தது. அதில் உப்பங்காற்றுடன் தொண்டிப் பட்டினக்காரர்களுடன் மீன்காரிகளும் வருவார்கள் தானியத்துக்கு கருவாடு விற்று.

இல்லாத பெண்களுக்கு சீப்பு, கண்ணாடி, பவுடர், ரிப்பன்களை உயரத் தூக்கி, கூவி விற்கும் கமுதி நாட்டு மீரா உம்மா ஏர்வாடிக் கடலிலிருந்து பேத்திகளோடு டிரங்குப் பெட்டிகள் தூக்கி வருவார்கள். மீரா உம்மாவின் புகையிலை வாடைக்கு இனாம் கேட்டு சருகணிப் பேய்கள் கூப்பிடும். புகையாக வளைந்து ஓடுகின்றன வெள்ளை நாய்கள். அவள் போனதிசையில் நரம்பின் சுருதியில் இழைகிறது நாகூர் சுருட்டுக்கோடு. முக்காடைத் திறந்து மேல்மாடங்களைத் திறந்து

அண்ணாந்து புழுதியில் மூழ்கிய அரண்மனைகளைப் பார்க்கிறாள் சுருட்டுக்கிழவி. மேல்மாடங்களிலிருந்து தொங்கி ஆடுகிறார்கள் வளதாடிச் சிறுபெண்கள். அவள் சுருட்டுப்புகை கருப்புப் பூட்டில் பட்டுப்பெட்டி திறக்கிறது. அமரர்களுக்கான வட்டக் கண்ணாடியை ரிப்பனோடு கொடுக்கிறாள் மறைந்த பூழியர் இல்லாத பெண்களுக்கு.

மந்திரக் கோடியுடுத்திய அருங்கலச் சாலினி

கொற்றவையின் கோலம்பூண்டு தம் சுற்றத்தார் பலரும் தொழும் படியாகக் கலைமான்மீது அமர்ந்திருந்த சாலினியைக் கண்ட எயினர்கள், தம் குலக்கன்னிகாவுக்கு இக்கோலம் மிகவும் பொருத்தமாக இருந்தது. இதன்வாயிலாக ஐயை சூர் ஏறிய எம் மகள் சாலினியென குலவையிட்டனர். மாமன் கம்சனால் தோன்றிய இரு மருத மரங்களினிடையே கட்டிய உன் உரலோடு நடந்துசென்று அவற்றைச் சாய்த்து உருண்டு நின்று சக்கரத்தை உதைத்து நொறுக்கியவளே... உடம்பில் வழிப்பறிப் புண் உண்டாக்கி தண் என ஒலி எழுப்பும் துடியின் முழக்கத்தோடு எல்லோரும் உறங்குகிற நல்லிரவில் பகைவரின் ஊரில் புகுந்து கொள்ளையிட்டுக் கொன்று திரியும் எயினர்களாகிய யாம் செலுத்துகிற இப்பலியை ஏற்றுக்கொள். தீ விளக்கிற்கருகில் மான் கூட்டங்கள் உறங்க உலர்ந்த மரத்துக் கொம்புகளை எயிற்றியர் ஒடிக்கும் ஒலி அவற்றினை எழுப்பவில்லை. மரக்கொப்புகளின் சுழிகளில் தோன்றும் சாலினியின் உடலிழைகள் செம்மண் ஊர்களின் பேரினங்களாகப் பாலுணர்வுகளின் ஒவ்வொரு உருவும் ஊழி நீட்சியின் அகப்பாலையைக் கொண்டிருக்கும் மெல்லிய ஊரணி நீரில் கிளிஞ்சல்கள் வரைந்த சித்திர உருவங்கள் கலையிலும் நீடித்துவரும் தொண்டிச் சிலாபத்தில் மூழ்கிய ஊழில் வார்த்தை களுக்குள் அடங்கியிருந்தவர்கள் நட்சத்திரங்களின் பெயர்கொண்டு பிறை வடிவங்களில் நகரும் இரவுகளில் கூட்டமாய் கடலாடுவர். பைரிப் பறவையினத்தின் மென்மையான குரலில் சாலினி பேசிய மையலும் பாலைப் பெரும்பண் நாணல் பழங்கோட்டு நரம்புகள் வருடி ஒன்றிலிருந்து ஒன்று நேரம்மாறி விடுபடுகின்றன. வல்வில் எயினர்தாயத்து வழிவளம்சுரவாது பழங்கடன் செய்ய முழங்குவாய். சாலினி தெய்வமுற்று மெய்சிலிர்த்து நிற்கிறார்கள். உயிர்ப் பலியிட்டு சூழ குலவையிட்டனர். வில் நரம்புக்கருவி அமைப்பிலும் இசையின் சாகரத்தை அடைந்தனர். செம்மேடுகள் பல திசைகள் அமைந்துள்ள உவர்ப்பொட்டலில் சுறவு முள்நட்டி கல்லாக மாறிய மீன எயினனை

கட்சவப்பேழை உரு அழியாது காத்து வந்தனராயினும் பரதவரோடு கூடி சிலாபத்தை அவனே நடத்தியும் வந்தான். அகப்பட்ட சிப்பிகளின் உருவத்தையும் தரத்தையும் அதன் வேறுபாடு நிறைகளையும் விழியால் நோக்கி உட்புற ஒளிர்வை உடுகதிர்களாய் எண்ணி விலை தீர்த்தும் மண்கலயத்தில் உள்ள ஈச்சந்தேறல் நுரைகளால் கொடுக்கு மீசையை அணிலென பூசிக் குறுஞ்சிரிப்பில் யவனரையும் ஏமாற்றவும் செய்தான் முத்து வர்த்தகத்தில். ஏரல்கள் அவன் கழுத்தில் முழுநீளத்திலும் வியாபித்துள்ளன ஆரணமாய். முத்தின் இனப்பெருக்கம்தான் சுழி எயினன் விழிகளாக உள்வெளியாய் நோக்கினான் ஏதேச்சையில் வர்த்தகரால் சூழப்பட்டு யவன யாழின் வடிவத்தில் பேரியின் ஆயிரம் நரம்புகளைக் கணிதமாக்கிக் கொடுத்த கோடு மீட்டுபவர் உரையில் இருந்து மஞ்சள் பசை பூசிய சீதள ஓலைகளை எடுத்து வணங்கினர் முத்துகடுக்கண் அணிந்த மீனஎயினனை.

அண்மைக் காலத்தில் நேரடியாகத் தொல்லுணர் யாக்கையின் அழுகிய வாடைக்கு நெருங்கிவந்து மூக்கால் நீட்டி குத்தி உரசும் காக்காச்சிகளோடு வாக்குவாதம் செய்தான். இரட்டை மயமாக அவன் உடலம் இருக்கவேண்டும். சுருங்கி விரியும் நுண்குழிகளாக உள்ள சிறுத்த சாலினியின் கொடுநயனங்கள் எயினர் பாழடைந்த காலத்திலிருந்து ஊழிச்சுழிகளாகச் சுழலக்கூடியவை. எயினக்குடுமி அந்தகமாகி பல யுகமானதென்றும் கண் புள்ளிகளும் கிடையாதென்று பனைமீனுக்குள் புகுந்து ஆதியாகமத்தில் வரும் யோனாவைப் போல் தொண்டிக் கடலில் கதையாக மிதந்து மூடியிருந்தது அவன் இருக்கும் இருண்ட நீர்அரண்மனை. ஆனால் அவன் குலதாம்பரமூதாள் சாலினியின் இருவிழிகளும் சிவந்து தனித்தனியாக வில்எயினரின் வேட்டையைப் பின்தொடர்ந்து ஊழினை உப்பக்கம் காணக்கூடியவை. சாலினி விழி ஒன்று ஆகூழாகவும் மறுவிழி போகூழாகவும் இரு பிளவடைந்து நட்சத்திர ஓரைகளையும் பிரித்து நால்வகை அணுக்கள் கூடுவதை ஆகூழ்விழிக்கடவில் பார்த்தாள். எயிற்றியர் பிரிவதை மறுகண் நோக்க கண்களால் ஈர்த்தாள் முதியோள். போகூழ் என கணியாதன் வைசேடிய சூத்திரத்தில் வரும் ஏழுபொருள் திணை களைச் சொல்லும் சவச்சிரசினை அசைத்து அந்தக எயினன் ஆமோதித்தான். 'நான் இறந்தும் என் யாக்கை இதாதீதம் ஆனந்தமும் துக்கமும் இவ்விரு கண்களின் ரெப்பைமேல் லிபிகளை எழுதிய எயிற்றியர் கொற்றந்தை நாரையிறகு தொட்டு, நத்தையின் நீர்மத்தை அழியா மையில் முனைந்தேன்.' 'எயின இறைவியே, உன் இவ்விரு ஊழ்நயனங்களும் வீழ்ச்சி எழுச்சி என்ற இரு நிலைகளில் சஞ்சரிக்கக்

கூடுவதேன்' என்றாள் எயிற்றி. 'கொற்றந்தையே என் இரு செங்களிக்கும் மண் இமைகள் திறந்து செங்காற்றாய் வீசுகிறேன். எயினர்க்கு வரும் கேடு உணர்ந்து முதுகுடிஎயினனின் இருண்ட நீர் அரண்மனையின் ஆலாத்திப் பெண்கள் மயிடன் தலையாகிய பீடத்தின்மேல் ஏறிநின்று வேலினை பெரியகைகள் தாங்கிநின்ற சாலினி காட்டை இடமாக விரும்பிய எயினரும் உள்ளே வருகிறார்கள். துடி கொட்டும் புலையர் கோடு மீட்டும் பாணர்கள் அங்கே நிற்க மடக்கு ஓலையில் கள் வழங்கும் வாதிரிப் பெண்களும் பறவைச் சகுனம் கூறியவனைப் பார்த்து முதிய எயினர் எயிற்றியரின் சாவே இல்லாத கூன்பானைகள் ஆயிரம்குடி மேடு ஊரானது. கவர்ந்து வந்த ஆநிரைகளை கண்மாய்க் கரையின் இச்சியடியில் சமைந்திருந்தனர். சாலினியை வழிபட்டால் பனைநாட்டு வேட்டுவரே பகைவரது முனையிடமும் அவர் நிறைமீட்கும் தொழிலும் பாழ்படும் ரகசியத்தில் வெட்சிமாலை சூடி அருளுவாயாக' என்று சாலினியை வழிபட்டு நின்றனர்— கரந்தையாரிட மிருந்து ஆநிரையைக் கவர்வதன் பொருட்டு எயினன் வெட்சி சூடுவான் சாலினியை வணங்கி.

சாலினி அந்நிலை யூகித்து எயினர்க்கு சகுனம்காண கரந்தையாரது காட்டில் காரிப்பட்சி குரலெழுப்பி, அவர்களுக்கு வெட்சி எயினரால் வரும் கேடுபற்றி முன்னறிவிப்பு செய்யும் வெட்சி எயினர் பழைய கடன் கொடுக்கவேண்டி இருப்பதால் புதிதாக கடனுக்கு பனங்கள் கொடுக்க வாதிரிமாதர் மறுக்க, அதைப் பொறாத எயினன் கான் அதிரும் வில்லினை கையில் ஏந்திய வண்ணம் காரிப்பட்சி சகுனம் பார்த்து கரந்தையாரின் ஆநிரைகளை கவரச் செல்கிறான். அப்பொழுது படைத்தலைவி நாயகி சாலினி ஆலிக்கொடி எடுத்து எயினர் ஏந்திய வில்முன் உரு மறைந்து செல்கிறாள். கள்ளின்றி வாழார் பனைநாட்டு எயினர். சாலினி சுய தோற்றத்தோடு எயினரின் மையல் விதி கூறினாள். பிரசுதிகை எங்கும் செண்பக மலர்களை உண்டு பட்டதால் நீ போய் முத்து ஆராத்திப் பலகையை எடுத்து வா எயினப் பெண்ணே, சவமூடாக்கின் இருட்டில் மீனோன் ஓரையான் கடல்கடந்து கனாவில் நடந்தவற்றில் மறைந்த ஊர் தோன்ற அதற்கு செண்பகப்பேரி ஓர் அத்துவான வெளியாள் நடமாடமுடியாத புதரும் அடவியுமாய் இருந்தது. அனேகர் இருள்மேல் மோகித்துப் பாடியதும் சாலினி கல்மாட விளக்குகள் எயிற்றியரை வாதில் கெலிக்காது தோல்வி போயினர் கரந்தைப் பெண்டிர். ஆனாலும் சாலினி கரந்தைப் பெண்டிருக்கும் கிளியஞ் சட்டியில் வரகு உணவும் காவுச்சேவலும் கொடுத்தாள். நெருஞ்சிமுள் கொடிபடர்ந்த

சிரசுடன் ஆசீவகன் மாங்கொட்டை ஏந்தி மண்கால் துறவியாய் வந்துகொண்டு இருக்கிறான். மாங்கொட்டை துறவியைக் கண்டதும் எயினர் கூடவே துயர்ந்தனர் பரம்புக்காட்டு நத்தம் பனங்கூட்டம் வரை. அங்கே கல்மடந்தையைச்சுற்றி எயினரை அமரச் சொல்லி விதைப்புக்கு பனிவரகைக் கொடுத்தார் மண்கால்துறவி.

எயினர் பாம்பட நாகரீகம்

ஈமவினை முகமூடிகளணிந்த பிலாத்திகள் கைபொம்மைத் துணியில் இறகுகளால் வரைந்த புலிநகாஎயிற்றியின் உருவரைகளில் முழு விலங்குகளைச் சித்திரிக்காமல் நீலநிற ஆவிகளால் வரையப்பட்ட புனைவுருக்களை பருத்தித் துணிகளுக்குள் ஒன்றையொன்று எதிர்க்கிற தெய்வீக பெண்பொம்மைகளின் வளரிவீச்சு ஆசிய நெறிகளாக வினைபுரியும் பாவைகள் கொடுவில் எயினர் செங்குறும்பு மலைகளில் வெங்கொலைவிடா எயினப்பொம்மைகள் பகட்டானவைகளல்ல. கொடுங்கோன்மைக்கு எதிரான சிறுகலகங்களாகவும் அவள் கோபவிழிகளில் பழைய நுட்பமான செம்மண் கரைசலைப் பூசினார்கள். எழுச்சிகளைத் தூண்டுகிற செந்நயனமுடையவள் கையணல் வைத்த எயிற்றி என எழுதினார் துறவி ரோஸா.

அத்தானக்காடு. மனித நடமாட்டமில்லாத காட்டு மரங்களின் உறக்கம். தொலைவிலுள்ள முள்ளும் முடலும் சோடை விழுந்த கொலக்கால் பாதைகளில் கானல் நீரசைவு. எயினர் கற்றாழையை மென்று தாகம் தணியாமல் ஈசநாடு என்று ஈச்சமரக்கூட்டத்தில் அண்டி வாழ்ந்தனர். ஈச்சங்கள் புளித்த காடி நுரைபொங்கி மாந்திக் குடித்ததில் சிவந்து திரிந்தன கண்கள். எல்லாவற்றையும் உள்ளடக்கிக் கொள்ளும் முதுமக்கள் தாழி, காணாமலே மறைந்த எயினர் அகப்பாலையில் மிகச் சிறியதாக கோள்களின் வடிவம்கொண்ட தங்கப்பாம்படம் ஒன்று தாமிர வெட்டுப் பாதையில் கிடக்கிறது.

அரசாணி மயிலரச்சி நெருப்பில் நடந்தவள். கால்பட்ட இடமெல்லாம் மூலிகை தட்டியது. நாளும்கோளும் அறிந்த சம்சாரிகளுக்கு மாசூல்பெருகவும் அவளிடம் துளசி நறுமணத் தைலம் வாங்கினார்கள். வளுதாடியை ஏடாக விரித்துப் பேசும் வாய் வார்த்தை அரசாணி மயிலரச்சி சொன்னால் பலித்துவிடும். தாய் மயிலரச்சி மூலிகைக் காற்றை ஏந்தி வழிவழியாய் சம்சாரிமார்களுக்குக் கலப்பையில் வந்த சேதங்களை வேறு மரம் காட்டி மறைவாள். புதுமேழி செய்யும் முன்னாவல்கோட்டை வளுதாடித் தச்சர்கள்

கூட்டமாய் வருகிறார்கள். கம்மஞ்செட்டி சத்திரத்தில் குள்ளங்கம்பு, சடைக்கம்புக்குப் பஞ்சமில்லை. கீழ் பூவானூரில் சிக்கம்பட்டுக் காரர்களிடம் பழங்காலத்து வளுதாடிகள் காஞ்சியைவிட்டு வெளியேறிய காலத்தில் கொண்டு வந்தவை அழியவில்லை. வளுதாடிக்காரர்கள் காதில் துளையிட்டுப்பெரிய பெரிய தொங்கட்டாண் கடுக்கனிட்டும் ஆத்தாமார் ஆறு அங்குலம் வரை காது வளர்க்க வங்காருபட்டிக் குறவர்வகையறா ஒரு மாதம் குடிபோட்டு ரணசிகிச்சையும், மந்திரப்பண்டுவம் பார்த்துப் பஞ்சுவைத்த பாம்பட நாகரீகம் கிளையழியாமல் வாழ்ந்த காலம் மறையவுமில்லை. வடித்த காதில் எந்தச் சக்கை சொருகினாலும் அறுந்துவிடும். வங்காருபட்டிக் குறத்திதான் எத்தனை வடிவாகக் காது வளர்த்துத் தண்டட்டியும் புள்ளாக்கும் அணிந்தவள்; வள்ளைப்பாட்டுப் பாடக் கிளையழிய வாழ்பவன் மறைந்துநின்று கேட்கிறான். வந்தவன் லெட்சணத்தைக் கண்ட சமஞ்சகு மரெல்லாம் வெட்கப்பட்டு காதுப் பாம்படங்களை மூடிக்கொண்டு குறுஞ் சிரிப்பில் ஓடுவார்கள்.

குறத்திகள் வள்ளைப் பாட்டுப் பாடும்முன், விரல்களால் வடி நரம்புகளைத் தடவிக் குரல் பொருந்தக் கிளையழிந்தவனை ஏசல்பாடி முனகுவார்கள். சுட்டுவிரலும் பெருவிரலுங்கூட்டி நரம்பை வருடி அகமும் புறமும் கார்வையை ஒழுங்குபடுத்துவார்கள்; பாம்படம் அசையும் ஊசலுக்கு ஏற்ப. சின்னப்பூலாம்பட்டி சூராயம்மன் கூரைக்கோயிலில் ஆயிரம் வளுதாடி பழுதில்லாமல் மஞ்சள், கற்பூரம் மெழுகித் துடியாய்த் துடிக்கும். குறத்திகள் பெண்டிருக்குப் பாம்படம் பூட்டும் குலவைச் சடங்கில் சொர்ண ஆசாரிகள் பாம்படப் பெட்டி தூக்கி ஊர் ஊராய் விற்றுவருவார்கள்.

ஊருக்குமேல் வெம்பரப்பான அபாந்திரத்தில் வளுதாடிக்கோடுகள் பாதுகாப்பான வீணாகாத தடையற்ற திணையின் மறைமொழியாக முணுமுணுக்கும். மிகப்பழைய சாமனிசச் சடங்குகளில் ஓர் உயிரி. மாகெமு கொங்கர் நாட்கப்படுத்திய வளுதாடிதான் பெரிய கோட்டை, ஒரத்தூர், கொட்டையூர், லாயத்தில் சொருகியவை அத்தனையும் தொலையவும் இல்லை.

சிறுவயல், முத்தூர், சருகணி சுத்துக்கட்டு வீடுகளின் மொட்டை மெச்சில் சாணம்பூசி உலர்ந்தசருகும் மூங்கில் பத்தைக்குள் அடுக்கி வைத்திருந்த சாலி நெல், ஐவன நெல், வெண்ணெல், குளநெல் விதைத் தவசம் பூசிக்காத்துவந்தார் வழி வழியாய். எரியும் கால்களோடு ஓடிவரும் வளுதாடிக்காரர்கள், களமர் வேறோர் காட்டுவழி 'மேழிச்

செல்வம் கோழை படாது.' பூழிராயர், காடவராயர், கொட்டாரங்களில் மண் மெத்துகளில் சரஞ்சரமாய் தொங்கி உரசும் வளுதாடி வெளிச்சத்தில் எலியும் பூனையும் வேட்கைமிகு செல்வங்கள்தாம் நெல் உள்ள ஊருக்கு.

செவிடு, ஆழாக்கு, உழக்கு, உரி, நாழி, குருணி மரக்காலில் விதை நெல் பலவிதமாய் சுவாலித்து உறங்கும் அளவைக்காரர் வீட்டுக் கூரைகளில் ஒழுகும் மூங்கில் நெல் ஈக்கி ஈக்கியாய் மஞ்சள் ஒளிரும்.

மனைமுகமே கிழக்காக வைத்ததில் மேற்சென்று முப்புறமும் சுற்றிக்கொண்டு வளுதாடி அம்மை பொருதுவாள். அளவிட்டு ஊற்றிய நெல் குழுமைகளில் களிமண் தட்டு வைத்து சில காலம் எடுக்க மனம் வராது கண்பத்தாத அரசாணி மயிலரச்சிக்கு. ஈசானியப் பார்வையில் வளதாரிகளைக் கடகப் பெட்டிகளுக்கிடையே காவலாகத் தொங்க விட்டதில், அரசாணி மயிலரச்சி பேசாதளந்த குருணி மரக்காலில் சமைஞ்ச குமரு மஞ்சள் மெழுகிய விரல்களை வைத்துக் கிறுக்கியதில் விண்ணுள்ளோரும் மண்ணுள்ளோரும் கையணல் வைத்த எயிற்றி விளக்குமேல் நிழல் படர்த்தி ஆடுகிறார்கள். ராத்திரி வாசனை மண்வீட்டு ராசிக்கு வஸ்தாவி செம்பல்லி சொல் மந்திரம் பலித்தது.

உலோகத்தை மாற்றும் வளுதாடிக்கு ஒவ்வொரு மரமும் சர்வஅடைக்கலம். நாடோடி வளுதாடிக்காரர்கள் இடாயெருமைமேல் திரிந்தகாலமது. சமைஞ்சகுமரு ருதுவான நாழிகைக்குக் கட்டுப்பட்டது வளுதாடி. எயினன் களவுக்குப் போயிருந்து பிடிபட்டு மரத்தில்கட்டி சூட்டுக்கோல் தளும்புபட்டுக் கிடந்தாலும், அவன் வளுதாடிவைத்து இரும்புலி எயிற்றுத்தாலி இடையிடை நத்தைகோர்த்த ஒட்டுத் தாலியில் மரிக்கொழுந்து சூடி வெண்கலக்கும்பாவில் நெல்மேல் வெற்றிலையைப் பாக்கில் வைத்துப் பாம்பட நாகரீகப்பெட்டி திறந்தால் இருமுறி மரக்கிளை, தாருகா மரக்கிளை, நீட்டினவிரல் கிளை, நிலையிழந்த கிளை, புங்க மரக்கிளை, ஆச்சா மரக்கிளை, கடம்பா மரக்கிளை, மேருமரக் கிளை, தந்தையான வனமரக்கிளை, தனலாக்கினி மரக்கிளை, கருங்காஞ்சர மரக்கிளை, யாமரக் கிளை, ஞாழல்மாது மரக்கிளை, செம்மணத்தி மரக்கிளை, சீதாப்பவளக் கிளை, சிற்றிலைவாகைக் கிளை, களரிஉகாய்க் கிளை, கிளாதரிக் கிளை ஒன்றுக்கொன்று காடுறை சூர்மண்சிலைகள் மாறுபடும்; இருபத்தோரு பந்தி தெய்வங்கள் ஒவ்வொன்றுக்குப் பின்னும் கிளைகொத்தோடு பாம்படம் இருக்கும். அதை நூற்றிமூன்று வயதுக் குருவமாத்தாள் கைநடுங்கக் காதுவளர்த்த ருதுவுக்கு பூட்டுவாள்

எயினர்குடி திருப்பூட்டு மரபுப்படி. பாம்படத்தைத் திறந்து காதில் பூட்டும் குலவை சுற்றும் நுண் புல் அடக்கிய வெண்பல் எயிற்றியர் மணலில் நடந்துபோய், காப்பிரிச்சி அம்மனுக்கு ஒருகலர் நாட்டு சாராயம் வடித்துவைத்து பூசை நடத்துவர். கள்ளுக்கடை முத்து வெய்யக்காளை பூட்டிவருகிறான். வண்டி நிறைய சுதேசிப் போத்தல்கள் சிற்றீச்சமரம் உதிர ஈந்தின் முற்றிய பெருநறவு முதிரா இளங்கள் நாறும் மட்கலங்கள் பொங்கி வழியெல்லாம் நுரை சிதறுகிறது. உனக்கு எனக்கு என வாக்குவாதமிட்டுச் சண்டையிடும் விருந்தில் வடிமதுவும், தேறலும் தீர்வதுமில்லை. உறுதிக்கோட்டை மீனாட்சி ஆத்தாள் கண்டாங்கிச் சேலைக்குள் தேரைவகுரனோடு புதைந்து தூங்கியது வளுதாடியும்.

எயினன் கோடிக்கால்செம்பல்லி ஆனைமடுவில் கண்டெடுத்த அரசாணி மயிலரச்சி மூலிகை தடவித்தான் தேரைவகுரனையும் உச்சிமோர்ந்து மெழுகினாள் வெகுளியான பாசத்தால். வாஸ்தவந்தான் அவள் பெறுமையாகத்தான் செம்பல்லியை வீழ்த்திய தேரைவகுரனை மெச்சினாள், அந்த இருசமவயதுள்ள இளந்தாரிகளுக்கான போட்டி, நாள்நிச்சயிக்கப்பட்டு நடந்தஒன்றல்ல, தன் அருமந்தப்புத்திரன் தவுட்டுப் பிள்ளை கோடிக்கால்செம்பல்லி மரணமே, தன் ஆயுள் முழுவதற்கும் கொடுக்கப்பட்ட தண்டனையாகத் தெரிந்தது. ஆனால் ஊர்சனம் கூடிப்பேசி இவனுக்குத் தகுந்த எதிரியைத் தேடியது சொந்த அரண்மனை ஊர்களுக்குள்.

'எயினரின் திசுக்களில் வைத்திய நெடி அடிக்கும், என் சகோதரர்கள் ஆயிரம் மூலிகை கண்டவர்கள்.' ஊர் சனத்தால் பொறுத்துக்கொள்ள முடியாத போக்கிரிப்பிள்ளையான எயினன் ஒரு விலங்கோ? கொடூர வெகுளியானகண்களால் பார்க்கும்பொழுது வனத்தின் பச்சை நிறத்தைக் கக்கின எயினன்கண்கள். யாருக்கும் இரக்கம் காட்டாத, புள்ளிப்பெரும்பூனையாக எயினன்கண்கள் துடிப்பதை சதா பார்த்திருந்தாள் அரசாணி மயிலரச்சி. ஊர்ப்பெண்கள் ஒவ்வொருவரும் எயினனை ஒளிந்திருந்தே பார்த்தார்கள், அவனிடம் இருந்தன வளுதாடிகள் பல, ஒவ்வொருவர் வீட்டிலும் நிழலாடின இரவில். எயினர் தேடும் சாகசத்தின் குறியீடாக வளுதாடியின் உடம்பில் போராடும் வெப்ப ரத்தம் இருந்துகொண்டிருந்தது.

எயின் நத்தைக் கிரகத்தைச் சுற்றும் கூழாங்கல் வாளம்
கிளிஞ்சல்கள் குவிந்த உப்புமேஜை மேல் இருளுமிழும் நெடுந்திரியை

ரோஸா காண்டிசாஸ் கொளுத்தியதில் எண்ணையில் ஊர்ந்து நடமாடும் எயின்கிரக நிழல்கள் பாசிநீலப் பெருநத்தை மண்டபத்திற்குள் நீல நிழல்களாக உருமாறி நுழைகின்றன. கண்ணாடிப் புழுக்களின் கூட்டுப் பருவங்கள் கண்மூடித் தூங்கும் பசும் சுடர்களின் சாமங்களில் இருந்து பாசிநிற நத்தைமண்டபத்தில் உரையாடத் தொடங்கியதில் 'எயின்நத்தை கிரகத்தில் இனப்பெருக்கத் துளைக் கருவில் கூழாங்கல் கிளையேந்தி நத்தை இளவரசி கையணல் வைத்த எயிற்றி கலவி கொள்ளும் சதுரயுகப் பாலுணர்வுகளின் நான்கு திசைப் பரிமாணத்தில், பதினெட்டு மரக்கிளைகளின் கவை மடிப்புகளில் ஏறும் பாசி ஒளிரும் நத்தைகள் கடிகாரப் பொறி அமைவுடைய நத்தை வடிவ மண்டபத்தில் கருங்கண் எயிற்றி நத்தைக் கூட்டம் கடல்களைக் குடித்து உள்ளீடற்றதாக்கி உருமச் செய்யும்; அலைகள் பின்வாங்க ஏறும் நத்தைகள் வெப்பமண்டல கடல் மீனம்வரை ஊர்ந்துவருகின்றன கரை நோக்கி. நத்தையின் சுருள் இருபத்தியோரு பந்தி தெய்வங்களின் அதரங்களில் கசியும் அசரீரி கேட்பதற்கு எயின் கிரக வாசிகளைக் கவர்ந்து ஆட்கொள்ளும் புலிநகா எயிற்றி என்ற மூதா இந்த நத்தை மண்டபத்தின் இயந்திரகதிமிகு படைப்பிற்குள் சுற்று விதிகளையும் சூரிய நாட்களின் நிபந்தனைகளையும் பருவச் சுழற்சியாகக் கொண்டவள் மூடுபனியில் புகுந்திருக்கும் பிறைகளாகவும் நீல நத்தை மண்டபத்திற்குள் வெளிவருகிறாள்.

இங்கு பாசி ஒளிரும் நத்தைகளின் நிழல்கள் அந்தரித்திருக்கின்றன, நீல இரவு ஏந்தியுள்ள மிளிரும் விளக்குகளாக மாறுகிறாள் கையணல் வைத்த எயிற்றி.ஒவ்வொரு நத்தையிலும் ஒரே மாதிரி இருக்கமாட்டாள் சூர்நிலை பரவியிருந்த நத்தை மண்டபத்தின் உவர்வெளி திரிபவள். கருங்கண் எயிற்றி நத்தைகள் முன்னிலும் மாறுதல் அடைந்து இயற்கையின் மாற்றத்தை உணர்கிறவளாகவும் மிக வறண்ட பிரதேச விலங்குகளோடு பாழடைந்த பதினெட்டு மரக்கிளைகளில் வளர்ந்தவாறு இருக்கும் நத்தை மண்டபத்தின் ஒவ்வொரு கிளைகளிலும் முனகலிடும் தனிமைவாசம் அவளுடனிருக்கும். எயின் மண்டபம் இயங்கும் புதிர்ப்பாதைகளில் எறும்புப் புற்றின் உட்புறமெனப் பின்னிக்கிடந்த கோடுகளில் ஊர்ந்து வந்தன கருங்கண் எயிற்றி நத்தைகள். அவள்மீது கல்தானியங்கள் வளரத்தொடங்கியதில் நூறு வகை இருக்கும். 'திரேதா யுகக்கலப்பை பூட்டி உழுதால், தானே வந்து விதைக்கிறாள்' என்றது ஒரு நிழலுரு. துறவி ரோஸா தன் இறகுப் பேனாவைத் திணை இயல்நிலை அளவுருவில் கருவுருவை வரையவிட்டதில் தலைநிமிராமல்

நத்தை மண்டபத்தின் நடுக்கூடத்தில் அமர்ந்து பல்லுயிர்களின் பெருநூலைக் கீறி வருகிறார் இயற்பியல் துறவி ரோஸா காண்டிசாஸ். பதினெட்டு மரக்கிளைகளில் தோன்றிய வாளங்களின் விளிம்புக்கு அருகில் ஒரு நடு அச்சில் இருபுற சுழற்சிப் பாதைகளில் சிற்றலை களாகக் கலையின் இழைகள் தான்தோன்றியாய் அரும்புவதை நோக்கினார்.

ஆறு பருவங்களாய் நத்தை மண்டபத்திற்குள் பிரிந்துவரும் தீர்க்கதரிசிகள் அவள்மேல் குருசுகளை நீட்டி மந்திரிக்க அதன் ஒளியில் இருந்து விலகித் தப்பிவிடுகிறாள். தன் கையில் உள்ள நீர்மனிதர்கள் கொடுத்த நிறமில்லா நீர்வாளம் குருசு மந்திரத்தின் ஒளியிலிருந்து காலநீட்சியாய் வெளியேறிய தொல்பரிதியாகிறாள் கையணல் வைத்த எயிற்றி. குருசுகள் ஈர்த்து வெண்மை பலவாய் ஒன்றுக்கொன்று சம தூரத்தில் வளைவுக் கணித வளைவுகளாக வடிவில் சுற்றும் நத்தைக்குள் கையணல் வைத்த எயிற்றி இடமாறிய பாதைகளில் மறைந்து திறிகிறாள். துறவி ரோஸா அந்த கருங்கண் எயிற்றி நத்தையை வரைந்து நோக்க, சுற்று ஆரங்களாய்க் கரைந்திருக்கும் திரவப் பரப்பில் மூழ்கிவரும் தன் மூலத்தாய் புலிநகா எயிற்றியின் எலும்புவாளத்தை அடைகிறாள். எயின் கிரகத்தின் குறியீடு பரிதியில் இருந்து பிரிந்த தீக்கல் வளரியாகிறது. கருங்கண் எயிற்றி நத்தையின் காம்பு நயனத்தில் பரிதியின் துகள்கள் வீழ்ந்துகொண்டிருக்க, பொன்னிறமான ஏழு மஞ்சள் தானியக்கதிர்கள் ஒரே தாவரத்தில் தோன்ற சூரியனில் இருந்து உதிர்ந்த ஏழு கல்தானியங்களாக இருந்தன என்று கண்டதைச் சொன்ன ரோஸா காண்டிசாஸ் கனவுக்கு அர்த்தம் கூறினாள் நேரில் வந்த நத்தை இளவரசி கையணல் வைத்த எயிற்றி.

ஒவ்வொரு கதிரின் ஒரு பகுதியில் கருங்கண் எயிற்றி நத்தையின் கடைவிழியால் பார்த்துக் கொண்டிருந்தாள் கையணல் வைத்த எயிற்றி. கருங்கண் எயிற்றி நத்தைகளின் உயிர்ப்பாதையின் நெடுக்கோடுகள் தொடந்துவர அவள்மீது குருசை மந்திரிக்க மேற்கில் எறிகிறார்கள் தேடிவந்த தீர்க்கதரிசிகள். நத்தை மண்டபத்தில் மூழ்கி மறைந்த அவள் கிழக்கில் உதயமாகி வெளிவந்தாள்.

நத்தை மண்டபத்தின் தூண்களாய் இருந்த பூதங்கள் ஐந்தும் புறப்படும் பதினெட்டு மரங்களின் கிளைகள் வளரிகளாகி அவள் சொன்னபடி முளைப்பாலிகை மேல் சுற்றும். அதில் வரையும் கோலங்களில் சுண்ணாம்புக் கோடுகள் இருந்தன செம்மண்

வரிகளுக்கிடையில். எப்போதும் சுமையேறிய கடும் துயரக்காற்று உப்பரித்த நத்தை மண்டபத்தில் கூழாங்கல் வளரியைத் தாந்ரீக முறையிலே சடங்காற்றுப் பாடல் ஒன்றைப் பிலாத்திகள் அறுவர் வேகமாய்க் கொக்கரை இசைக்க நத்தை மண்டபத்தின் வாயிலில் இருந்து பரிபூரண சொச்சொரூபத்தைக் காட்டுவதில் பரிதி, புவி, நிலவு மூன்றுக்குமான கணிதார்த்த அட்சரங்களைப் பூதகணங்கள் முனக, தொல்எச்சத்தில் முளைத்த விண்கோரைகளைக் கருங்கண் எயிற்றி நத்தைகள் தொடுவதற்காக, ஒரு புல்லில் மிதக்கும் விசும்பில் கண்துஞ்சும் கையணல் வைத்த எயிற்றி என்பவள் வேற்றுகிரகத்தில் தொடர்ந்து செல்கிற கனவுகளுக்கு அர்த்தம் கூறுவதில் ஒவ்வொரு கனவின் ஒரு பகுதியில் நத்தையின் காம்புக்கண்களோடு அந்தரத்தில் பதினெட்டு மரக்கிளைகளில் தொங்கி அசையும் மண்டபத்தில் உள் நுழைகிறாள். கனவில் கலந்த சதுரயுக விலங்குகளின் பாலுணர்ச்சிகளின் தொல் இயல்புகளை வேட்கையோடு நீண்ட நாட்கள் எங்கொங்கோ அலைந்து திரிந்து ஒரு திராட்சைக் கொடியில் ஏவாளுக்கு மூத்தவள் லிலித் தோன்றினாள்.

கரடித்தோலில் சுருண்டு தூங்கும் லிலித் கனவில் திராட்சைக் கொடியின் மூன்று கிளைகள் இருந்தன. லிலித் கனவுக்கு விளக்கம் சொன்னாள் நத்தை இளவரசி கையணல் வைத்த எயிற்றி. மூன்று கிளைகளும் தோரா, நபி, நபிஸ்தே அவை உற்பத்தி, வெளியேற்றம், லைவிய வியவஸ்தை விளக்கம், வியவஸ்தான விவரம் என ஐந்தும் நத்தை மண்டபத்தின் மையத்தில் இருக்கும் பீடத்தில் உள்ள தோராவில் வந்துவிடும். நினேவே சால்டியாவுக்கு பக்கம் இருந்த ஊர் ஒருதொல்பட்டினம். ஊருக்கு வடக்கில் இருந்த தொலைதூர ஹாரானில் இருந்து பராத் ஆற்றைக் கடந்து ஊர்வரை ஸ்க்ரோடிங்கரின் பூனை வீட்டுக்கூரைகளைத் தாண்டித் தாண்டி சென்றிருக்க முடியும் என்றார் இயற்பியல்வாதி ரோஸா. ஒன்றுக் கொன்று மாறுபடும் உப்பு நிலங்களில் படிந்திருக்கும் புராதன ஊர்களைக் குறிக்கும் திராட்சை வகை மண்ணுக்கு மண் பிணக்கு என்று எழுதினார். அங்கு கல்தானியங்கள் மறைந்துவிடாதபடி இன்னும் வைத்திருந்தனர். திராட்சைக் குடியானவர்கள் நீரின் அடுக்குகளை இசையாக வாசிக்கும் உணர்கொம்புகளின் உச்சியில் நீல விழிகளில் பரிதியாக இறங்குகிறாள் கையணல் வைத்த எயிற்றி. தொல் விலங்குகளின் இச்சைகளைக் கனாவின் அடித்தளத்தில் இருந்து துருவி எடுத்துப் பூசிக்கொள்கிறார்கள் விலங்கு நெடிமேல் மோகம் கொண்டு.

பேய்களின் நீல நத்தைமண்டபத்தில் வருடாந்திர நடுநிசிக் கொண்டாட்ட வேளையில் பதினெட்டு மரங்களாக மாறிய பிலாத்திகள், கொக்கரை வாசிக்கும் வெகு பாஷைகளின் ஓட்டத்தில் பரிதியின் வெம்மம் உடைய புலிநகா எயிற்றியின் வசியங்களை எதிர்த்து சொற்போரிடும் புனிதர்களையும் பிரளய விருச்சத்தில் செதுக்குருவங்களாக்கி சாபமேற்றுகிறாள் கையணல் வைத்த எயிற்றி. தன் பெரு நூலில் உள்ளபடி புனிதர்களை விடுவிக்க வந்திருக்கிறார் துறவி ரோஸா. அதன்படியே பதினெட்டு மரங்களாக மாறிய உருவினராகிவிட்ட புனிதர்கள் காற்றில் நிலைபெயர்ந்து நரகியான புலிநகா எயிற்றியைப் பிடிப்பதற்கு நான்கு திசை தீர்க்கதரிசிகளைக் கூட்டி வந்தனர் அதே நத்தைமண்டபத்திற்குள்.

அங்கு ஒருவரு மில்லை. பிரளய விருச்சத்தின் கிளையை ஒடித்துக் குருசுகளை இயற்றி ஒருவரும் இல்லாத அந்தரத்தில் அசையும் நத்தைமண்டபத்தில் சூனியத்தின் மீது மறைந்திருக்கும் அவளுடன் சொற்போரிடுவதில் ஈடுபட துறவி ரோஸாவை மட்டும் விடுவித்து நால்வரையும் செதுக்குருவங்களாகப் பிரளய விருச்சத்தின் அழகியலாகவும் படைத்துவிடுகிறாள் கையணல் வைத்த எயிற்றி. தாவரங்களின் அழிவுக்கும் மறுபிறப்பிற்கும் இடையில் சமநிலையை பிரதிபலிப்பதாகக் கருங்கண் எயிற்றி நத்தைகளின் தீக்கடவுள் நத்தை இளவரசி கையணல் வைத்த எயிற்றி கீழைப் பரிதியில் உதித்தவள். மனித ரத்த வேட்கையால் தன் துடியைத் தசையாக்கினாள்.

அதில் சாம்பல் மூடிய கங்குகள் நகர்ந்து ஊதியூதி மந்திரித்ததில் நெருப்பு தொடர்ந்து எரிய உலகை வெளிச்சத்திற்குக் கொடுத்தாள். சுண்ணாம்பு முடார் மக்களை அவள் பலி கேட்பதில் இருந்து தடுக்க கையணல் வைத்த எயிற்றி நிலப்பரப்பில் பூகம்பம் உலுக்கியது. கருங்கண் எயிற்றி நத்தைகள் உலகில் இருந்து தப்பி பதினெட்டு எயின் நத்தை கிரகங்களாக விசும்பில் இருந்தன. இரவும் பகலும் உருவாவதற்காகவும் பதினெட்டுவகை மரக்கிளையில் இருந்து நிலவாகவும், பரிதியாகவும் சுற்றிக் கொண்டு இருந்தாள். கையணல் வைத்த எயிற்றியை பிரபஞ்சத்தில் உருட்டி ஞாழல்மாது வளரியாக எறிந்ததில் புவியில் இருந்து தப்பி பகல் இரவாய் மாறினாள். அவளைப் பிடிக்க தீர்க்கதரிசிகள் பலமுறை முயன்றதில் அவள் மூக்கில் சங்கிலிக் குறடு பூட்டி அவள் சிரசில் குருசு வைத்து எழுதியெழுதிக் கிழக்குத் திசையில் அவளை அடித்துச் சென்றனர். கடல்களின் விளிம்பை அடைந்தாள். திரும்பவும் கிழக்கில் இருந்து மேற்கில் சுற்றி அலைந்து அடிவானுக்கு கீழே மூழ்கி, ஒவ்வொரு நாளும் கிழக்கில் எழுந்து கடல்

அலைகள் மேல் சோகத்தில் கூந்தல் விம்மி விம்மி மஞ்சள்பூக்கள் ஏந்தி பித்தத்தில் சிரித்தவாறு திரும்புவாள் கையணல்வைத்த எயிற்றி.

கடுத்தெடுத்த காட்டுத்தீ காய்ந்து உலர்ந்த மணல்மிக்க மெய்கள் ஒன்றிலொன்று புகுந்த விலங்கு மனிதத் தொன்மத்தின் பால்விதியை கருங்கண் எயிற்றி நத்தையின் நீர் சுவாசத்தின் போது கண்டார் துறவி ரோஸா. அது நிலத்தில் சுவாசிக்கும்போது விலங்குரு கையணல் வைத்த எயிற்றியை விட்டு ஒருகணம் பிளக்கும் இடைவெளியில் அனைத்து உயிரினங்களின் புராதன இச்சைகளின் குருத்திழைகள் அறுபடவும் கண்டார். அதில் நீர்நிறம் மறைய முதிர்ந்து உதிர்ந்த இலைக்கூட்டம் உப்பு அரித்துத் துளைகளிட்ட கூழாங்கல் வாளங்களின் மேல் துவண்டு தலைவைத்துக் கனவில் மூழ்கி இருந்தாள். அவள் கனா விளிம்பில் கானக்காக்கை தாவித் துள்ளிய விட்டிலைப் பிடித்துண்ண கல்விழி உருண்டு கனாவின் நெடுக கோடிட்டு கருங்கண் எயிற்றிநத்தை உருவடைந்து சொன்னது 'என்மீதே பரிதி அமர்ந்து பூமியின் பயிரினமனைத்தையும் கருகிச் சாம்பலாக்கி விடும் வெம்மம் உளது' என கனவில் அரற்றித் திடுக்கிட்டு எழுந்தாள்.

தன் கனவுக்கும் வரும் விதி கூறினாள். எயின்கிரகவாசிகள் உவட்டும் உப்பைத் தழுவி உயிரினங்களின் ஒலியகராதியை விடியலில் புரட்டி பட்சி ஜாலங்களின் கங்காளங்களை நரம்பு பூட்டி வரிநிழல்கள் ஊடாடும் உருகும் இசையாய் இருந்தனர் எயின் கிரகத்தில். இந்தப் பிரளய மரத்துக்குள் குருசுகள் பல சேர்ந்து தமது இசைப் பணியறை களை பொந்தாயிரம் உள்ள இவ்விருச்சத்தில் உயிர்பித்துக் கொப்பு களில் அமர்ந்து புலிநகா எயிற்றியின் கருப்பையில் இரு இனங்கள் சண்டையிட்டுக் கொள்ளும் கனவின் விதிப்படி மூத்தபிலாத்தி நெடிலா பிறந்தான். அவன் குதிகாலைப் பற்றியபடியே இடிசிகா பிறந்தான். நத்தை இளவரசியின் இசைச் சுரங்களைத் துறவி ரோஸா கேட்டு முடியா மிலோடியில் பல இனங்களின் துயர் மட்டுமீறிச் சினமுறாமல் கேட்பதற்கான செவிகளைக் கொண்டவராகவும் எயின் கிரக இசைக் குறிப்புகளைக் கேட்டு எழுதியும் வந்தார்.

எயின் கிரகப் பூசாரிகளான பிலாத்திகள் இறந்தோரையும் உயிர்த்தெழ வைக்கும் கொக்கரையின் வேக ஒலி பழங்குடி எருக்க நார்களால் சுற்றிச்சுற்றிக் கட்டும் உயிர்க்கட்டுகளை, தீர்க்க தரிசிகள் கொக்கரை ஒலிக் கூட்டத்தின் தொடர்ச்சியான மந்திர ஒலியேணிகளில் உப்பினாலான படிக்கட்டு களில் நெடிலாவின் குதிங்காலைப் பிடித்துப் பிறந்த இடிசிகாவும் எயின் கிரகக் கூட்டத்தை அடைந்தனர்.

உப்பினாலான மந்திர ஒலியேணிகள் ரகசிய இறங்குபடிகளும் ஏறுபடிகளும் அதே மரப் பொந்தில் அடுக்கி வைத்திருக்கும் அதன் இருப்பிடம் புனிதர் களுக்குத் தெரிவதில்லை. ஓர்வாளத்தின் உருப்புகளில் கிளைத்துப் பிறந்த பதினெட்டு வளரிகளின் உரிமை பெறுதல் எயின்கிரக விக்ரக வழிபாட்டில் இருந்து வருகிறது.இருமுறி மரக்கிளை, தாருகா மரக்கிளை, நீட்டினவிரல் கிளை, நிலை இழந்த கிளை, புங்கமரக் கிளை, ஆச்சா மரக்கிளை, கடம்பா மரக்கிளை, மேருமரக் கிளை, தந்தையானவன மரக்கிளை, தனலாக்கினி மரக்கிளை, கருங்காஞ்சர மரக்கிளை, யாமரக் கிளை, ஞாழல்மாது மரக்கிளை, செம்மணத்தி மரக்கிளை, சீதாப்பவளக் கிளை, சிற்றிலைவாகைக் கிளை, களரிஉகாய்க் கிளை, கிளாதரிக் கிளை ஒன்றுக்கொன்று காடுறை சூர்மண்சிலைகள் மாறுபடும் இருபத்தோரு பந்தி தெய்வங்கள் ஒவ்வொன்றுக்குப் பின்னும் சப்த சயனங்கள், சப்த மேகங்கள், சப்த தீபங்களாய் நாவலம், இறலி, குசை, கிரெளஞ்சம், இலவம், தெங்கம், புட்கரம், பரிதியின் ஏழு கண்ணாடிப் புரவிகள் மூவேழு கிளைகளால் காதைகளை வழக்குரைத்து கல்விதைகளைப் பூசினாள் கையணல்வைத்த எயிற்றி. சுடர்தொடும் இருப்பில் மெய்யுரு அகல் ஆனாள் கையணல் வைத்த எயிற்றி.

இருளில் திரியும் இரவிடை மீள்வோருக்கு கசியும் ஒலி விருத்தமாக அழுது நின்றோர்க்குத் தேம்பும் சுடரென முணுமுணுத்துக் கேட்ட நிலையில் சிவந்த நோக்குடன் விழித்தாள். சுனைநடுவே மூழ்கி எழுந்த கையணல் வைத்த எயிற்றி புலன்வழி ஓடாது உள்ளடங்கிய குருடான உயிர்தோறும் உறைதற்கிடமானாள். சிறுவிளக்காகித் திரியைத் தூண்டும் விரல்களுக்கு இடையில் நெடுநுண் இருளிடை செல்கிறாள்.

உயிர்க்குல ராத்திரி ஓசைகள் போர்த்திய மரங்களுக்கு இடையில் அகலமான பாதங்களில் நடந்ததில் இடத்தோளின் பக்கத்தே அணைத்திருந்தாள் கூழாங்கல் வளரியை. காடு மொழிகிற மொழிகள் ஒன்றுடன் ஒன்று உரையாடிப் பலவான காலக்கற்கள் இடறுகின்றன ஓடித்திரியும் கால்களை. அவள் தோள்மேல் குருதியினைப் பருகிய இருதலை எண்கால்புள், அவள் செவியில் உரசிய முனகல். விலங்குகளின் ராட்சஸர்களின் பட்சி ஜாங்களின் கங்காளம் இசையாகிக் குதிரைத்தோலில் சுருண்டு தூங்குகிறாள் அக்கினி ஆற்றில். கூழாங்கற்களின் கற்பிதத் திரட்சியில் சுருளும் காற்றில் ஏடுகள் திறந்து தானே வாசித்துக் கொண்டிருந்த புனைநிழல்கள் கரைந்திருக்கும் தூரத்தில் கூட்டமாய் நகர்ந்து அவளுடள் அதில்

கொடுங்கனலைப் படிகமாக உணர்ந்து வரி சொல்லும் இந்தப் பிரபாவங்கள் வாசமிக்க போஜ்பத்தர் மரப்பட்டைகளில் வட்டச் சுவடிக்குள் துறவி ரோஸாவின் சாம்பல் கோட்டும் ஈரமுற்றது. உப்பரித்த கூழாங்கல் வாளங்களை யாரும் பார்த்ததுமில்லை என்றார் ரோஸா. நத்தையின் நீர்மத்தைத் தொட்டு துறவி விரல்கள் கானலில் வெந்தழியும் புடவுகளிட்ட கூழாங்கல் வளரிகளை நுகர்ந்த காமத்தின் பூடகமான கோட்டுருவங்களை வரைந்தார். அதில் கிளர்ந்த இருள் கீறலில் 'தோன்றிக் கரையும் இளமா எயிற்றி... நான்' என்றாள். சுவடிக்கிளிகள் கோரைப்புல் தாளில் வரைந்து பறந்தன. கோரைப்புல் கூடையில் வாய்திறக்கும் மோஸசின் உருவை வரைந்தாள். புல்லால் புனைந்த கூடை நீரில் மூழ்காமல் இருக்க? அதனைச் சுற்றி ஒரு வகைப் பிசினைத் தடவியதாய் ராகேலின் கை மட்டும் துறவியின் சித்திரத்தில் மறைந்திருந்தது.

பூமியில் மூண்டெழுந்த உயிர்புடைய கிரௌஞ்ச மலைமேல் அன்றில் பட்சிகள் எல்லா ஆழத்திலும் மிதந்து மையல் கழுத்தைக் கோர்த்த மாயத்தில், தீக்கல் வாளத்தில் அகலமான காலெடுத்து நடந்த ஊழித்தீக்காயி புலிநகா எயிற்றி கிரௌஞ்ச எலும்புவாளங்களில் உள்ளேறிய உரத்தகாற்று தீக்கணமாய் சுவாசமிட துலங்காத காலக்கூறின் தூண்டலினால் உள்ளடங்கிய ஆளுமைகொண்டு சரீரத்தின் புடைப்பெழுச்சியாய் சுழற்சி தோன்ற நனவிலி உருவெடுத்தவள் கையணல் வைத்த எயிற்றி. மறதியின் பனிக்கீறலில் மூங்கில் கணுக்கள் உடையுமொலி நிலா காய்கிற சருகுகளின் புலம்பலைக் கேட்டவாறு எயின் நத்தை மண்டபத்தின் தனிமையில் நடமாடுகிறார் துறவி ரோஸா.

புலிநகா எயிற்றியின் சுவாசம் எங்கோ அழைக்கும் திசையில் திரும்பினார். பாதையில் ஓடிக்கொண்டிருக்கும் புலிநகா எயிற்றி கனங்குலவிய வனம் புகுந்து தவமிருந்து ஆத்மார்த்தத்தில் மனம் குவிந்து எலும்புவளரிகளைக் குனிந்து தொட்டதும் பென்சில்கண் சுற்று வளைவாக மிதந்து வரைந்ததும் பறக்கவிடுகிறார் எயின் நத்தை மண்டபத்தில். பதினெட்டுக் கிளைகளில் சமைந்த உருவங்கள் இன்றுவரை தீக்கல்வாளத்தில் பிறந்த வம்சாவளியிலே பதினெட்டு விருச்சங்களாக மாறுதல் அடைந்த பல யுகங்களில் வெள்ளெலும்பு ஓநாய்வளரிகளில் உடுவனின் வஜ்ரமும் உருவிய கருவியாக ஒளிர வாமனனின் முதுகெலும்பில் வடித்த வளரி எறியும் தோற்றம். அழுக்கான யுத்தகாண்டத்தில் வரைந்திருந்தது. புராணங்கள் கடித்துத் துப்பிய அத்தனை வகை புரவிகளின் வேக எலும்புகளும் வளைந்து

சுழன்று பறந்துவர இந்தக்குருக்ஷேத்ரச் சாம்பல் மேடுகளைத் தொட்டு நுகர்ந்த பக்கங்களில் வாளத்தின் நாடியோட்டம் யுத்த முடிவில் நெடுங்கழுத்தில் சாயம்போன ஆடையில் சொருகியிருந்ததது. வாலிகோஸ்டாவில் வெண்குன்றமாய் எழுந்த வாளம் வளைந்து குவிந்த எலும்பு வளரிகளின் உறைநிலை உறக்கத்தைத் தொட்டார். நத்தை மண்டப விதானத்தில் வானரர்களின் சுவரோவியங்கள் ஊர்ந்து வருகின்றன அவரைத் தொடுவதற்கு. ஊழித் தீக்காயா புலிநகா எயிற்றி அந்தகார இருளில் ஒரு சிறு விளக்காக கையணல் வைத்த எயிற்றி உருமாறி மெல்ல மங்கிய பிறகு ஊர்ந்து ஆதிகால வானர ஓவியங்களில் தோன்றும் பெருங்குழப்பங்களைத் துறவிக்குக் காட்டியது. ரோஸா பார்த்திடாத இருட்டு அகலாகவும் வாலி எலும்பு மலையின் உருவத்தை தொலைதூர மண்டபமாக மாற்றிக் காட்டினாள் துறவியின் நத்தை விழிகளில். தொன்னெடுங் காலப் புதிர்களைக் கக்கும் இருட்டு அகல் சென்ற வழியில் தள்ளாடினார் தன் சுவடிகளோடு.

அவர் திறந்த காகிதத்தில் அளவு கடந்த லாவா பாய்ந்துவர, தன் இருட்டுத் திரிநாவில், தான் இருப்பது அவள் கனவுத் தோற்றங்களில் என்பதை சாம்பல் உதிரும் பக்கங்களில் வாசித்தார். ஜலசந்தியின் சரிவுகளில் எயின் என்னும் கிரகங்களை வசியப்படுத்தும் பரிதியின் மாந்ரீக மறைபொருட்சொல் மீவுயர் ஸ்திதியால் பகலும் நிசியுமாய் உடல் கொண்டவளாக மாற, பூகம்பமாய் பாய்ந்த சுண்ணாம்பு முடார் அரக்கனாய் காயமடைந்த சரிதத்தில் நுண் புல் அடக்கிய வெண்பல் எயிற்றியர் சிறுசுடர்கள் தகதகத்ததில் கையணல் வைத்த எயிற்றி தீபமாக மாறினாள். உலகத்தை விட்டு வெறியேறினாள்.

மையிருட்டில் அந்திஅகல் ஆனாள் கையணல் வைத்த எயிற்றி. இருட்டில் மிதக்கிறாள் அந்தி அகல்களாக. அவளைப் பிடிக்க சுண்ணாம்பு முடார் அரக்கனும் முயற்சி செய்து வருகிறான். ஒவ்வொரு ராத்திரியிலும் ஒவ்வொரு திசையாக ஏறி இறங்குகிறான். அவள் நத்தை உடலைக் கிழக்கில் எறிந்ததில் ஒளிர்ந்து பரிதியில் உருவிய வாளம் உதயமாயிற்று. எயின் கிரகத்தில் இருந்து திரும்பி கிழக்கில் இருந்து மேற்கில் மெதுவாகப் பனிவாளமாக விடி காலையில் உருகி மெல்ல மெல்ல உச்சிப் போதில் தீக்கல்வாளமாகி விடுகிறாள். இறங்கு நிரலில் அடிவான் பிளந்து சிவந்த நாக்குகள் எழ வீழ்கிறாள் பிழம்பாகி. கருத்து இருட்டு அகலாக உருமாறி சுடரும் மயங்கிய இரு விழிகள் இமைப்பீலி அசைத்து மூடுவதும் திறப்பதுமாக பகல் இரவுக்குக் காரணியாகிறாள் கையணல் வைத்த எயிற்றி.

அடிவானத்துக்கு கீழே தன் நத்தை உடலைநீட்டி காம்பு விழிகள் கக்கும் இருட்டைப் பூசுகிறாள். உடல்மேல் வரைந்து கொண்ட மீன்கூட்டம் அதனதன் ஒளிஅலைகளில் மிதந்து செல்லும் கூழாங்கல் வாளமிதைப் பழுப்பு, வெளிர்நீலக் கிளைப்பாதையில் குறைந்த ஒளியில் மிதக்கவிட்டாள் சிவப்புநிற விண்மீனைத் தொடுவதற்கு, செம்பழுப்பாய் தவழ்ந்து சுற்றும் செவ்வாளம்.

வெப்பகாடுகளில் மரங்களின் இலைகள் மீது தூங்கும் பாசிநிற நத்தையின் நீர்மத்தைத் தொட்டு உலகின் ஒரே பெருநூலில் குனிந்திருந்தவர் நிமிரும்போதுதான், தான் யாரெனப்பட்டது துறவி ரோஸாவுக்கு. துத்திக் காட்டில் உலர்ந்து வரும் சுண்ணாம்பு நத்தைக்கூட்டம் தவிட்டுப்பனி குறித்து வெளிர் தண்டுகளின் ஈரப்பிசுபிசுப்பில் ஏறி இறங்கி தோட்டங்களில் வட்டக் காய்கள் காய்ந்து சுற்றி வெயிலைக் குடிக்கும். நத்தைச் சுருள்கள் பலவும் காய்ந்து அப்படிஅப்படியே நின்றுவிட்ட ஏற்ற இறக்கங்களில் வெறுங் கூடுகளில் மஞ்சள் வெயில் ஒளிர்வதையும் இலைகள் உதிர்வதையும் பார்த்தார். மைஇருட்டில் சுண்ணாம்பு நத்தைகள் சிறு விளக்குகளாய் துத்திக் காடுகள் அசைய உருமாற்றம் மெல்ல மங்கிய பொழுது விண்ணில் இருந்து கீழிறங்கும் பனியீரத்தைத் தாகத்தில் பருகுவற்காக அண்ணாந்த நத்தைகள் இறந்த விண்மீன்களாக மேலேறுகின்றன ஊர்ந்து. ஆதிச்சுருள் இயக்கத்தின் குழப்பமான யுகங்களாகச் சுற்றும்.

இன்று ஓடிமறைந்த ஆற்றின் கரைகளிலே உடைபடும் ஒலிகளில் நொறுங்கிய ஓடுடலிகள் விட்டுச்சென்ற தடங்களில் இன்றைய மனிதகுலமென நொறுங்கி இருந்தார் ரோஸாவும். நன்னீர் ஏரிகளுக்கு ஏற்ற நீலஒளி நத்தைக்கூடுகளுக்குள் மறைந்திருந்து மூழ்கிய நீர்மனிதர்களின் வெகுபாஷைகளையும் குறிப்பேட்டில் கீறினார் ரோஸா. பென்சில்கோடுகளில் எயின் நத்தைச்சுருள்களாய் ங்கயணல் வைத்த எயிற்றியின் சிகலிகை சுருள்கொள்ள நெருப்புச் சுனை பீரிட்டு எழக் கண்டார் துறவி. பொங்கெழுச்சி நாடகத்தில் சுண்ணாம்பு நத்தைகள் மூழ்குவதனின்றும் மேல் எழுந்த நீர்மனிதர்கள் கூட்டமாய் நீந்தி அலையலையாய் நீல ஒளிவிடும் சாம்பல் நீலப் பெருநத்தைக்குள் ஈர்த்தவேகத்தில் உருவற்று நீலத்துளிகளாய் பெருவாய்க்குள் சுழன்றுவர அவர்களுக்கு அளித்தாள் தாய் புலிநகா எயிற்றி.

அவர்கள் கையணல் வைத்த எயிற்றிக்கு வேறொரு யுகத்தில் மலைகள் போலும் அலைகள் வீசும் சுனைப்பெருக்குடைய கருவளத்தைக் கொடுத்தனர். நீலொளிக் கூடுகள் மறைபுதிராய் உள்ள

சக்கரவாளதின் சுற்று ஆரங்கள் நீர்மனிதர்களின் இருப்பைத் துறவிக்கு உணர்த்தியதில் கையணல் வைத்த எயிற்றியின் படைப்பாற்றலை அவர் அலைந்து வரைந்தார் பென்சில் கோடுகளில். துத்திக் காடுகளில் ஏறியிறங்கும் தொல் நத்தைகளின் புராதன எச்சங்களோடு மனிதப் பாலுணர்வுகளின் தேட்டம் அரிமானப்பட்டு உயிரற்ற ஓடுடலிகளின் நொறுங்கிய கூட்டம் தூசிக்கூளமாய் பொடிப் பொடியான புதைவில் மனிதகுலம் கால்மாறிக் கால்வைத்து ஒவ்வொருவரின்காலும் சிக்கி வீழ்ந்துகொண்டு இருக்கிறது. துறவியின் முடிவற்ற நத்தைநூலில் அவையும் ஊர்ந்து மேலேறி கீறிவரும் வினோதக் கோடுகளில் நனவுக்குப் பின்னும் நனவிலிக்குள் மூழ்கி மிதந்து பின்னிருந்து முன்னுமாக சுழலும் ஒவ்வொருவரும் நத்தைக்கூடு சுமந்து பால்வரை நியதியில் எயின்கிரகமாகப் புலப்படாத தனிமைகளில் நகர்ந்து கொண்டு இருக்கிறார்கள் என ரோஸா கண்டிசாஸ் தன் உலகின் ஒரே பெருநூலில் கச்சாவாக ஓடுடலில்நொறுங்கிய தூசிக்கூலத்தையும் தொட்டுக் கிறுக்கத் தொடங்கி இருந்தார்.

ஒரு ஊற்றெனச் சுரப்பும் ஆறெனப் பெருகி விரிந்த விருட்சவாளம் பல்காலம் வளரக்கூடியது. அதன் தோற்றம் கிளையின் ஒரு வளைவுப் பகுதிதான். விருட்சவாள மரபு பதினெட்டு வகை மரங்களின் கவைகளில் தோன்றும். ஒரு அண்டமும் முதிர்ந்த வேறொரு பிரளய விருட்சத்தில் படிந்து ஆகாய விரிவு கொள்ளும். 'காய்ந்து உலர்ந்த பிரளய விருட்சி நான். என்மீதே பரிதி உயிர்நாடியாக இலைவிடும். ஒளிச்சேர்க்கையில் புவியின் விதியையும் உயிரினமனைத்தையும் கருக்கிச் சாம்பலாக்கும் வெம்மம் எனக்குளது' என்றாள்.

பட்சிகளின் ஒலியகராதியை அவர் விடியலில் புரட்டி எச்சில் தொட்ட நூறு சித்திரங்களாய் கிளி அலகுகள் சிவந்த கபாடம் திறக்கச் சப்தமிடும் மண்தாளின் கோடுகள் பறவைகள் மறைந்த கால் தடங்களில் விட்டுப் பறந்த றெக்கைகளையும் பென்சில் கீறுகிறது. நத்தைக் கூடுகளை இசையாக்கும் காற்றின் விசில் ஒலி. சுண்ணாம்பு நத்தையின் வட்டச்சுவடிக்குள் கையணல் வைத்த எயிற்றி சொன்ன பூடகச் சுருள்களைத்தேடி ஒரு சுழலில் உள்ள நத்தையின் கோடு வளையும் பாகங்களாகத் தோன்றும். அடுத்தடுத்த உள் சுருள்களில் சிறிதாகும் வளைவுகளின் எண்ணிக்கைக்குள் குறுகிச் செல்லும் உள்நாக்கு நத்தைகளை 'புலிநகா எயிற்றி' எனப் பெயரிட்டு எழுதினார் ரோஸா காண்டிசாஸ். ஒவ்வொரு தொல் நத்தைச் சுருளிலும் சிற்றுருக்களான உள்நாக்கு நத்தைகள் அமையுமாறு இயற்கையில்

பொருந்தி இருக்கும் பலநிற அலைகளின் கற்றைகளின் பெருக்கத்தில் ஒன்றுகலந்திடும் பிரளய விலங்குகளின் பாலுணர்வுகளின் சுரியல் பரிணாமத்தில் அமைப்பு விதியையும் எந்த வெளியில் இருந்து இந்த உள்நாக்கு நத்தைகள் நீலத்தில் மூழ்கிப் பறந்துகொண்டு இருக்கின்றன. குறிப்பிட்ட தூரத்தில் தோன்றும் நீலம் வெண்மை வெளியாக உருவடைந்து வேறொரு நத்தைச் சுரியலுக்குள் மெல்ல சுற்ற ஆரம்பித்தவிசையில் எல்லாமே சுற்றிக்கொண்டு இருப்பதாக ஒரு நத்தையின் நாக்கைத் தொட்டு எழுதிக்கொண்டு இருக்கிறார் ரோஸா.

ஒவ்வொரு நாளும் இருட்டிலிருந்து கோழிமுட்டை எனப் பிறந்து உருண்டு வருகிறது. இராப்பகல் உருவாகும் சாம்பல் நீல நத்தை களுக்குள் மறைந்திருக்கும் கையணல் வைத்த எயிற்றி என்ற பெயர்ச்சொல்லின் ஆற்றலில், முன்னூற்று அறுபத்தைந்து தோற்றங் களின் மூலமாக இந்த எண்களின் கூட்டுத் தொகையை விசும்பில் உச்சரிக்கும் தனது 'நத்தை நூலை' துறவி ரோஸா தன் உப்பு மேஜை மேல் பென்சில் கால்களில் தோன்றும் சுழற்ச்சியின் மேலிருந்து வரும் விடியற் பொழுதில் பரிதியின் மூல உடலியாக வரைந்திருந்தார் புலிநகா எயிற்றியை.

5

மொழிப்பொருள் தெய்வம்

முதல் கதையின் வெற்றிடக் குப்பிகள்

வெற்றிடக் குப்பிகளில் அடட் புயல் லிபிகளாய் சுழல்கிற விண்ணிலும், மண்ணிலும், நீரிலும் தாவிச்சுழலும் பழைமையான காற்றுகளால் தியாமத்தைத் தோற்கடிக்க முடியாது. பாதி உடல் வானுலகாகவும் மீதியுடல் கீழ் உலகின் தண்ணீராகவும் மாறுகிறாள் தியாமத்.

'முதற்புல் கூட முளைக்கவில்லை. முதல் மரம் எதுவும் படைக்கப் படவில்லை. செங்கல் எதுவும் பதிக்கப்படவில்லை. கட்டடம் எதுவும் அமைக்கப்படவில்லை. நிலமெல்லாம் கடலாக இருந்தது' முதல் கதையில்.

நிபந்தனையின்றி சரணடைவதற்கு வெற்றிடக் குப்பிகளில் பறந்து வருகின்றன மீ விலங்குகள். காற்றில் உரசிப் பிரிகிறாள் உடனடியாகப் பிரிவதற்குக் காத்திருந்த விலங்குகளை.

சிந்துப் படுகையிலும், சரஸ்வதிநதிப் படுகையிலும், பஞ்சாபில் ருபாரிலும் மகிஷாநாடு எனும் மைசூரில் சில பகுதிகளில் சுமேர தீபிகாவின் பக்கங்கள் சில புதைந்தனவாம். நதிகளுக்கு இடைப்பட்ட நிலம் கோதுமைநரியும், பார்லி முயல்களும் சோளம்,எள்ளுத் தண்டுகள் சுமேரிகளைவிட உயரமானவை. சோளப்பெண்கள் அவ்விரு நதியின் மேற்பகுதிப் பிரதேசத்தில் பிறந்து வந்தனர் சோளக்கதிர்களுடன். ஷாட்டல்-ஆரப் வளைகுடாவைச் சுற்றி மேற்கு முகமாக நதியின் போக்கிலேயே சென்றால் நாம் சுமேர்களின் புதைந்த நகரங்கள் இருந்த பிரதேசங்களை அடையலாம் முதல் கதையில். அந்நகரங்கள் நதியின் வடக்கு-தெற்கு இரு கரையோரங்களிலும் அமைந்திருந்ததாம்.

இன்னும் சற்று அப்பால் கதாவிதி நகர்ந்தால் சுமேர தீபிகாவில் கோர்த்த புராணங்களில் உதிர்த்த மரபுகள் நீண்ட தூரப் பாடல்களாய்

கரையும். இன்னும் அப்பால் வட-கிழக்கில் டைகிரிஷ் பாயும் பிரதேசத்தில் அசிரீயர்கள் சுமேரிகள் அல்லாத ஆதிகுடி செமிடிக். மகிஷா நீலமலைமேல் ஒரு மலைத்தெய்வத்தின் புதையலாகக் கல்குத்துகளுக்குள் சுமேர தீபிகா சிறு சிறு கூழாங்கற்களாக மாறிப்புதைந்தது முதற்கதையில்.

ஆழமான கடலிலே வளர்ந்து வந்தவை ஆணுமல்ல, பெண்ணுமல்ல சர்வநாசமிக்க சூறைக்கற்றுகள் அவை. சுமேர தீபிகாவில் கண்ணுக்குத் தெரியாத பல காற்றுகள் சுழன்று சுற்றி பறவைகளாக மாறிவிடும். யார் பார்வைக்கும் தெரியாதபடி கூழாங்கற்கள் கீழே நழுவி இறங்கிக் கொண்டிருக்கிறது சுமேர தீபிகா.

மர்டுக் நிலத்தைப் படைக்கிறான். அம்முயற்சியின் வர்ணனையைப் பார்த்தால், சமுத்திரக் கரையில் ஜல விளிம்பில் கரைகளைக்கட்டி அணைகளை எழுப்பிக் கடலிலிருந்து நிலம் மீட்கப்பட மனித முயற்சியின் பழையகதை தென்படுகிறது என்றாள் தாய் தியாமத். பிறகு அத்தெய்வம் பச்சை மூலிகைகளைப் படைக்கப் பிறகு கால் நடைகளையும், திறந்தவெளியில் திரியும் மிருகங்களையும், ஊர்வன வற்றையும் இறுதியாக மனிதக் கதையைச் சொன்னாள் தியாமத்.

தனித்தியங்கும் தூத்து-அன்கு-ஆமுனின் டட் உலகின் குறிப்புகள் வேறாகவும் சுமேர தீபிகாவில் யோண் கருவிலிருந்தும் தோன்றும் உலகு அருகாகவும் இரண்டும் காலக்கணிப்புக்கு உட்படாமல் தொடர்கிறது.

'துத்தன்கு அற்றேன்' என்று பெயர் கொடுத்திருந்த அவனது மருமகன் தன் பெயரை தூத்து-அன்கு-ஆமூன் என்று மாற்றிக் கொண்டான்.

புரோகிதர்களுக்கு மிகவும் பிடித்தவனாகிவிட்டான் திறந்து கிடக்கும் அதிசயமாம் வளரிப்பெட்டகத்தில் உறங்கும் ஆமூன்.

அவன் மாமூல் மதாசாரங்களை மீண்டும் அமுலுக்குக்கொண்டு வந்தான். புரோகிதர்கள் இக்னற்றேனை 'மாகா பாபி' என்று குறிப்பிட்டார்கள்.அந்தப் பாஷாண்டவாதியின் பெயரை யாரும் வாய்விட்டுச் சொல்லக்கூடாது என்று தடை விதித்தார்கள் இரண்டாம் கதையின் விதிப்படி.

ஆமூனின் புரோகிதர்கள் அந்த இளம் புரட்சி வீரனை ஆமூனின் அம்மானை மக்கள் மறக்கும்படி செய்வதற்கு என்னென்ன வெல்லாமோ நூல் சுற்றிப் பார்த்தபோதிலும், அவன்தான் நமது எதிர்கதைப்படி பூர்வ சனாதனத்திற்கு மறுப்பான ஞாபகத்தில்

மிகத் தெளிவாக விளங்கி நிற்கிறான். அம்மான் அற்றேன் ஒருவேளை அடோனிஸ் அல்லது தாமுஸின் புதிய ரூபமாக இருக்கலாம் புராணப்படி. பூமியில் உயிர்களை நிலைக்க வைக்கிற சூரிய தேவன் ரீயாக இருந்திருக்கலாம். ஆனால் அம்மான் இக்னற்றேன் செய்திருந்தான்.

சூரியனைக் குறித்து அம்மான் இக்னற்றேன் இயற்றியுள்ள பாசுரங்கள் இருட்டடிப்பில் கசிந்துருகும் கவிதைகளாக ரகசிய வழியில் நுழைந்து ஒவ்வொருவரையும் தொற்றிவிடும் ஏகதெய்வ தத்துவத்தை முதல் தடவையாக வெளிப்படக் கூறுகிற சிறந்த விளக்க மாகவும் அமைந்திருக்கிறது எதிர்கதை. தெய்வம் எல்லா நாடு களுக்கும் ஒருப்போல சொந்தமானது என்று அம்மான் கற்பனை செய்திருக்கிறான்.

பங்குனி ஆமை

சொரிப்புள்ளிக்கற்கள் சாமத்தில் காக்காய் பொன் தூசிகளாய் உதிர்த்து ஒளிர்ந்த கடலுக்குள் பங்குனி ஆமைகளின் கூட்டம் சேரன் தொண்டியை யுகயுகமாய் ஒரே கடல்குடாவில் முட்டையிடும் பருவத்தில் கருமேகக் கற்பம் சூழ இழுத்துவரும் பகலிரவு மற்ற விடத்திலிருந்து நீர்க்கோரைகள் அசையும் பவளப்பாறைகளுக்குள் நாள்தோறும் விரைவில் கூடுகட்டி கடல்பாசிகளை எல்லாம் முட்டைமேல்சுற்றி வைக்கிறான் சேரன்தொண்டி. மதிரவியை மேலும்கீழுமாக்கி அடைகாக்கும் காலவிதி தவறாமல் கடல் நீர் ஓரம் பாக்நீரிணைக்கும் மன்னார் வளைகுடாவிற்கும் இடையில் சிறுசிறு தீவுகளாய் மூழ்கி அலையும் பங்குனி ஆமைகள் கூசித் தலைநீட்டி வெளுப்பாகும் முட்டைகள் ஒவ்வொரு நாளும் நிறம்மாறி வருவதை உற்றுநோக்கினான். மஞ்சள் வெயிலில் ஓடுகள் கீறிவந்த கையும் காலும் பிறந்த வெளியில் தொண்டிக் கடல் முனையில் மூக்கு வைத்துச் சுவாசிக்கும் மணல்மேற்குடி எக்கர் மேலிருந்து விண்வெளியில் சிறுகைகளை அசைத்து வயதான பெற்றோர்கள் மேல் ஒன்றுமேல் ஒன்று ஏறி விளையாடும் பங்குனி ஆமைக்கூட்டத்தை ஏக்கத்துடன் பார்த்தான். கும்புகும்பாய் கடல்பாதை வரைபடங்களைத் திறந்து ஞாபகத்தில் வரைந்த முன்னைக் கடல் ஏடுகளை உடல் இரண்டு உயிர் ஒன்றாய் ஆண்கடல் பெண்கடல் கூடியதில் மூன்றாவது கடல் நோக்கிப் பங்குனி ஆமைகளின் கடல்பாதை வரைபடத்தின் உள்ளே சென்று தலைகளை இழுத்து இருட்டு நீரில் எழுதியிருக்கும் பழமையான வடகிழக்கு, தென்மேற்குப் பருவக் காற்றுகளில்

உள்ளே கிளைக்கும் காற்றழுத்தச் சுழிகள் ஒவ்வொன்றையும் ஞாபகத்தில் கொண்டுசெல்லும் உள்ளோட்டில் வரைந்திருக்கும் தென்கடல் தொன்மைகளால் இயற்கை விலகுவதில்லை என்பதை உணர்ந்தவன் சேரன்தொண்டி. பங்குனி ஆமைகளின் கடல்பாதை வரைபடங்கள் கலிங்கம் முதல் தொண்டிவரை அவனையும் சேர்த்து உள்ளே இழுத்துக்கொள்ளும்போது, பழமையான ஆமை ஓடுகள் கடலுலக ரகசிய நூலகத்தில் அவனும் நுழைகிறான். ஒவ்வொரு பங்குனி ஆமைக்குட்டிகளின் விழிகளுக்குள்ளும் மூழ்கியநூலகம் மஞ்சள்நீர் கண்களால் அவனைப் பார்த்தது. புலப்படாத பல வரைபடங்களுக்குள் பங்குனி ஆமையோடுகளின் உள்ளேறிய ஆயுளானது 638 வயதாகிறது. 153 ஆண்டுகள் வரை வாழ்ந்த சில பங்குனி ஆமைகளின் வயோதிகத்தை உணர்வதில் பாக்ஜலந்திக்கு வரும் அதிகபட்சமான இந்திர தேசத்தின் கிழக்குக்கடற்கரைதான் பூமி தோன்றியதிலிருந்து முக்கியக் கடற்கரை.

கலிங்கத்தில் நந்தர்கள் அவற்றைப் பிடித்து அசோகனின் கடற்சாளரங்களில் வளர்க்கிறார்கள் என்பதைக் கண்டுகொண்டான். அசோக பிராமி லிபிகள் எழுதப்பட்ட பங்குனி ஆமைகளின் முட்டைகளைச் சேகரித்து மீன்களின் இமையாத கண்களாகத் தமது ரெப்பைகளை வெட்டிக்கொண்ட பல பிக்குகள் பங்குனி ஆமையின் வரைபடம் வழியாகக் கடந்து ஈழம்வரை ஏகியபோது நரை முதிர் யாக்கை நடுங்கா நாவினுரை மூதாளன் அரவணடிகளும் உடனிருந்தார். நகியபொடனா வழியாகக் கொடிய குளிர் தாங்கும் எலிமயிராடையை விற்றுவந்த கைம்பெண் துர்க்கா காருக மடந்தையர்களோடு துணிமணி, மிளகு, செந்நெருப்புண்ணும் செவ்வெலிமயிர் கம்பளங்களைச் சுருட்டி முரசிபந்தண சேர வாணிபர்களின் மாலுமிகள் தூங்கும் முகுலிம் நாவாயை அலை களோடு கொண்டு வந்தன பங்குனி ஆமைகள். அவற்றின் ஓடுகளில் வரைந்திருக்கும் ரகசியங்களை வாசிக்கும் கடற்தொல்லியன் ஆன சேரன்தொண்டி இரட்டைமொழி நாணயப் புனைகதைகளைப் படித்ததில் சில நாணயங்களை லெமுரி எழுத்திலும் பண்டை எகிப்து படமொழியிலும் நீரில் உருண்டு வாணிபத்தின் பழைய தடங்களைக் கூறியதில் தொன்மைப் புவியியலுக்கு வந்து சேர்ந்தனர். பாரோ மன்னர்களின் சவ உடல்களுக்கு மலைநாட்டிலிருந்து கொண்டு போன பொருட்கள் அம்பர், எச்சம், புழுகுப்பூனைகள், நாகப்பூ, லவங்கபத்திரி, நிரியாசப் பதனத் தைலம், மார்பு, இளமார்பு, ஆரூர்க்கால், கையொட்டுக்கால், மாரப்பற்று, உருக்குடுக்கு,

சீனச்சூடனையும் வாங்கி ஜார்களில் ஏற்றிப் போன பொம்மலாட்டக் கப்பல். எகிப்தியக் கடவுளர்களாகவும் உருமாறிய பாவைகள் காணாமல்போன கஸ்தூரி எலிகளைத்தேடி கப்பல் எங்கும் பாடுகிறது. முதுநீர் முன்துறை முசிறிக்கு ராசகுமாரன் ஆமூனின் ஆன்மா வருகிறது. மலைநாடு நோக்கி தன் பதன யாக்கைத் தைலம் தேடிவந்த மலை நாட்டில் யானைத் தந்தத்தில் வளரி செதுக்கும் கம்மியர்களைப் பார்த்தான். தொன்ம எகிப்திய மரபுகளை அறிந்த மலைநாட்டு சேரப்போத்திரா ராசனின் தட்டார்களோ கம்மியர்களோ நொய்யல் தொண்டியில் வசித்தனர்.

நொய்யலாறும், பொன்னாணியாறும் கலக்கும் மேலைக் கடலருகே டிண்டிஸ் அமைந்தத் துறையில் ரோமர்களும் எகிப்தியரும் கப்பலோடு துளையில் கடம்பினால் வடித்த முரசங்கள் முழங்க குழுமினர். கடம்பின் பெருவாயில் பொம்மலாட்டக் கதை அகழ்தலில் வேலிமேடு தோன்ற, கம்பளிப் பாவைகளின் அணிமணிகளில் பல எகிப்து சிரியா பொம்மைகள் ஆர்க்கும் கடலங்கரைமேல் ஆடின வஞ்சிப்பாவைகளோடு அபிநயங்கள் ஒன்றுகலக்க அகுதை எனும் பாடினி கடல்கெழு மாந்தையிலிருந்து கடற்காற்றை இசைத்தாள். அதைக் கேட்டு ஹிப்பலஸ் என்றான் ஆமூன்.

மேற்குக் காற்றின் போக்கு வழியாகச்சென்ற தீபாந்திர வியாபாரிகள் பூம்புகைப் போர்வைகளுடன் வந்தனர். பூம்புகைப் போர்வை பலவும் இருக்க பருத்தித்துணி மெல்லிய வகையில் இந்தியப் பஞ்சு வெளுப்பானதைக் கொண்டுசெல்லப் பாரோக்களின் பதன மூடாக்குகளுக்கு அதிகத் துப்பரவாக அமைந்தது முசிறிஸ். தொண்டியில் நெய்த பருத்தித்துணி சவயாக்கையின் பதன எண்ணெய்யை முசிறிஸில் கடைந்தனர். இந்த நறுமணம் டட் உலகைக் காத்தது. செங்கடல் மார்க்கமாய் வந்து சேர மலைநாட்டு யானைத் தந்தத் தாயம் அடைந்தான். மாற்று வாணிப வஸ்துகள் மது, பாபிரஸ்தாள், சாம்பிராணி, பெரிய பட்டு வழிக்கு முன்பே பங்குனி ஆமை வரைபடம் இருந்தது சேரன்தொண்டியிடம். கடலன் வழுதி கல் படுக்கையைத் துறவிக்கு அளித்தமையை தமம் ஈதா செழியன் அங்கே இளஞ்சடிகன் தந்தை சடிகன் தேறி அஜிதாவுக்கும் கொடுத்த திரையல் என்பது கற்பூரம். வெற்றிலையும் பலிதமானது. பிக்குவுக்கும் தேறி அஜிதாவுக்கும் மாங்கொழுந்தைப் போன்ற மெல்லிய பருத்திச் சீவரம் கொடுத்தான் நார்முடிச்சேரல். அஜிதா ஒன்று போதுமெனக் கூறி உடுமாத்தாய் கொண்டு செல்கிறாள் கடிகாவுக்கு. எலிப்பூம் போர்வையோடு மயிர்ப்படம் விரித்து அதன் மேல் காத்திருக்கிறது

பூனையினும் பெரிய உருவம். மலை நாட்டு நார்முடி அரண்மனை வரை அரசன் கனவுக்குள் வந்து, தம் இனம் காக்குமாறு உருகிப்பாடிய பாசுரங்களால் அழுதன கற்பூர எலிகள். யாம் வாழும் நியதியை அறியாயோ சேரா மன்னா? மேலும் பல எலிகளுக்குத் தாக்குதல் தொடரவே பவளநிற பன்மயிர்ப் பேரெலிகளும் குன்றுறையும் அசுணங்களும் சேரனின் கனாவில் நுழைந்து நச்சரித்தன நீதிக்கதை கூறி. 'துறவியை விடவும் மேலானதோ இவ்வினம்' என சேரன் கனவின் விதியை எலிகளின் நீதிக்கதைகளில் உணர்ந்தான். வேட்டையாடி அழிக்கப்பட வேண்டாமெனப் போர்வைக்குள் ஆயிரம் பவள எலிகள் தப்பி ஓட ஓட நெய்து அழிவுற்ற அசுணங்களின் சாபம் திசாதிசையில் பாரோக்களின் சாபமாய் அலைவதைக் கண்டான் நார்முடி. கையே வா, தியானக் கதிரே மதியாக வா, மையிலா நூல் முடியுமாறு எச்சில் தொட்டு, இழை முடியும் கூட்டம் சேரப்புலவோர் வாயே கையாகவும் அவர்கள் அறிவே கதிராகவும் நுண்ணிய பல் பஞ்சின் நுனிகளால் உலகம் அனைத்தையும் ஓரிழைப்படுத்தினர்.

சேரமகளிர் நூற்ற நுண்ணிய நூலிழைகளைப் பாரோக்களின் சவமூடாக்கின் பழங்காலத்திற்கு கைம்பெண் துர்க்கா கொண்டு சென்ற வளரிவடிவ மகுலிம் அலைமேல் மிதந்த பாய்மரம். சீனத்துக் கஸ்தூரியை அவள் கைமாற்றாய் வாங்கிக் கலந்து மலை நாட்டு இலவங்கபத்திரித் தைலம் கொடுத்ததில் டட் உலகில் பதன யாக்கைகள் அழியாமல் காலாதீதமடைந்தன.

வங்க வீட்டத்துத் தொண்டியோர் இட்ட அகிலுந்துகிலும் ஆரமும் வாசமும் தொகுத்த கற்பூரமும் ஓசிரிஸ் கீழுலகக் கடவுளுக்கு இறந்த பின்னால் தொடரும் மறு தைலப் பரப்பில் சுடரூட்டும் எண்ணெயில் நடமாடும் நிழல்கள் சவப் பிரதியில் பொருட்களும் யாக்கைகளும் இறந்த பாரோக்களைக் கடவுளுடன் இணைக்கச் செய்வதற்கான தைலங்களை தீநீர்க் கலயங்களில் வடித்து பாய்மர ஜார்குடுவைகளில் மாற்றி வைத்தனர். உல்லியர் கூவ நூலுணர்வோர் முசிறி, தொண்டி யிலிருந்து யவனர் கொடுத்த உலகின் முதல் பினீஸியக் கண்ணாடி, தண்கமழ் தேறல், உயர்ந்த மதுவுக்கு ஈடாக சித்திரக் கம்மி, சில்லிகை, குருதி, சுண்ணம், துண்டுகில், பதனப்பிரேத வெண்பொத்தி, பனிப்பொத்தி, கலிங்கம், குழிப்பாடி, பழையசீவரம் மூங்கில் ஆடையை உரித்தாலொத்த மாசில்லாத டட் அரசபாலகன் ஆமூனுக்கு மாசில்லாத ஆடை கொடுத்தான் முசிறிபந்தன வணிகன் சேரன் தொண்டி. திரும்பும் புணைகள் தென்கடல் சேர இந்திரவிழவூர் எடுத்த காதையில் நுரைகள் சிதற எகிப்திய மண்ஜாடிகள் திறந்தன.

சேரன்தொண்டியை பங்குனி ஆமை வரைபடம் கூட்டிவந்த இந்தக்காற்றுகளின் திசை அகராதியைத் திறந்தவர்கள் டட் உலகின் பிரஜைகள். நீரோட்டங்கள் இவற்றை அறிந்து எந்தெந்தக் காலம் நீந்தும் 1003 புயல்களின் கருஞ்சுழிகள் எப்போது சுழலும், மகாப் பிரளயமாய் மாறும், எல்லாமும் என்னவாகும் என அஞ்சினான் சேரன்தொண்டி. ஆழிப்பேரலை உருவாகும் போக்கு வழியிலிருந்தே அடுத்த கடலுக்குப் போய்விடுவான் பங்குனி ஆமைகளோடு.

கடல்நீரோட்டம் வளிமண்டலக் காற்றின் இணைப்பைப் பங்குனி ஆமைகளின் பழமையான வரைபடங்களைக் காண்போர் முன்னை மீனரும் சேர வணிகரும் மரைக்காயர்களும் மரக்கலச்செட்டிகளும் வங்கமாக்களும் வயதான ஆமை ஓடுகளைக் கடல் பயணத்தில் கொண்டு சென்றனர். பின் ஆமைகளின் கோடுகளை வைத்துத்தான் கொள்ளிடக்கடற்படை கடாரம்வரை சென்றது. பங்குனி ஆமை களின் நினைவு வரைபடங்கள் சிலவேளை சேரன்தொண்டியோடு தனித்துப் பயணப் படுவதாகத் தோன்றும். அவற்றைச் சேரன்தொண்டி கலிங்கர்களுடன் ஆமையின் பின்னால் போய் தீவுகளையும் மணல் எக்கர்களையும் கண்டுபிடிக்கிறான். மாசி பங்குனி சித்திரைக் குழிக்காற்றின் சுழல்களில் தலை நீட்டித் தன் வரைபடத்தை வட்ட நீர்ச்சுவடிகளாகத் திறந்து ஓடும் நீரின் கோடுகளை நீர்மனிதர்களின் மொழியாக முதலில் வாசித்து வயோதிக ஆமைகளுடன் கூடிப்பேசி டட் உலகின் தொல்வரைபடங்கள் எங்கே இருக்கிறது என்று அவர்களிடமிருந்து கேட்டாலும் தரமறுக்கும் மூத்த ஆமைகளின் சொற்படி ரகசியப் பாக்கமாக மறைந்திருக்கும் திருவாமையூர் உறைந்த கடலின் ஒவ்வொரு படிவிலும் நின்றுகொண்டிருந்தான் சேரன் தொண்டி.

அது வேறொரு பெயரில் மேகலூர்களில் பலவாக இருப்பதற்கு பங்குனி ஆமை தம் முட்டைகளை இடுவதற்கான ஈனில்களும் கோடுகளாய் வரைந்த, உடல் இரண்டு, உயிர் ஒன்றுபோல் ஆயினர் ஆமையும் சேரன்தொண்டியும். கடலுக்குள் பங்குனி ஆமை முட்டைகள் சுண்ணமாய் உருமாறிய அங்கங்களை மூடிக்கொண்ட ஓடுகள் உதிர்ந்து கிடந்த வராகத் தந்தங்களின் வாளம் விதவிதமாய் வளைந்துகிடந்த கிளிஞ்சல் மேட்டில் அரசன் தூத்து-அன்கு-ஆமூன் ஒருவராகக் கொம்பை எடுத்து ஊதுகிறான். நீல நைல் நெடுக நாணத்தால் உடல் வளைந்து வீழ்ந்த ஒரு மஞ்சள் தானியத்தின் கீழே தள்ளிவிடப்பட்ட ரெயினிமல்லி அவள் கையிலிருந்து தவறி வீழ்ந்துருண்ட வடிவான சுண்ணாம்பு யுக நாழிகை வட்டிலைப்

பணிந்து எடுத்தான் தூத்து-அன்கு-ஆமூன். இதுவே புலரி நிழற் கடிகை என்று புலம்பினாள் ரெயினிமல்லி. நொடியாகத் துடிக்கும் தற்போது அவள் சுருண்டு தூங்கும் பங்குனி ஆமையோட்டின் நிழல் நீள்கிற நாடிகளில் கானப்பேரையில் நோக்கி அலரி செல்லும் இயற்கையின் பங்குனி ஆமை வரைபடத்தின்படி முட்டைகளுக்குள் இருந்து அந்தரங்க தியானத்தில் இருவரும் இருந்தனர். சுண்ணாம்பு வாளத்தில் இருந்த ஓடுகளைக் கீறி வந்த கருவலான பாரோக்களையும் எகிப்திய செந்துறவிகளையும் அதே ஆமை ஓடுகளில் காரோதிமப் புள்ளின் இறகு பறித்து நத்தைகளின் நீர்மத்தைத் தொட்டு எழுதி வந்தான் தூத்து-அன்கு-ஆமூன். வரும் கடற்காற்றுகளில் அசையும் புல்கீற்றுகள் ஆடிச்சொன்ன வாக்குகள் எல்லாம் அவனால் எழுதப்பட்டுவிடும். கோதுமை ஓநாய்களை எதிர்த்துத் தாக்கும் சாமை முயல்களின் உக்கிரமான நிலத்தின் உதிர வரியிட்டு வீழ்ந்த ரெயினிமல்லியின் வடுக்கள் மறையாமலும் இருட்டில் தலையிட்டு அசையும் பங்குனி ஆமைகள் குழந்தைக் கால்கைகளை உடையதாயும் உறைந்த சாகரத்தைக் கிண்டிச்செல்லும் கோடுகள் அழியவுமில்லை. பங்குனி ஆமைகள் கல்லாகவும் அந்தச் சுண்ணாம்புக் கற்களிடையே படிந்தவை ஆமை சூழ்ந்த ஒளிவட்டத்தில் இருவரும் எழுதி எழுதிச் சுழன்ற குமிழ்களும் வளைவுகளும் இன்னுஞ் சில டட் உலகில் உள.

முர்கலா

லெமுராக்களின் சுட்டமண் ஓட்டுக்கதாமந்திரக் கடற்தேவதை மேகலாவின் தாய் 'தியாமத்' குரல்வளையில் லெமுரா மண்மத்தார் இன்னும் உருவாகவில்லை. சேறும் இல்லை. அவர்களின் விதியும் நிர்ணயிக்கப்படவில்லை. கடலில் ஓர் அசைவு உண்டாயிற்று. மேகலா தேவதை நீரிலிருந்து வெளிவந்தது. அவளே பாப்பிரஸ் கோரையாட்டை தோளில் சுமந்தவாறு லெமுராக்களில் அறிவு மிக்கவளாகவும் வலிமை மிக்கவளாகவும் இருந்தாள் . அவளுக்குச் சமமானவர்கள் நாவலந்தீவுகளில் இல்லை. அவள் சமுத்திர அரசாணி யாகவும் நிலங்களின் லெமுரா மண்மமாகவும் இருந்தாள். லெமுராக்கள் இருட்டுமின்னல் தாக்கியதில் இருளடர்ந்த கடலில் குழப்பத்தினுள் வாழ்ந்தனர். தங்களது வழித்தோன்றல்களான லெமுரா மண்மத்தார் பிரபஞ்சத்தைத் தங்கள் ஆளுகைக் உட்படுத்தி, குழப்பத்தில் ஒழுங்கை நிலைநாட்ட முயலுவதைக் கண்டு மூலத்தாயும் தியாமத்தும் லெமுரா மண்மத்தாரும்

கவலையுற்றனர். தியாமத் தன் கூந்தலிழைச் சுருள்களின் விம்மலில் புயல்களைத் தோற்றுவித்தாள்.

லெமுரா மண்மத்தார் தியாமத்தைப் பார்த்து கொம்போர்ஸியா எருமைகளோடு அவளை வணங்கிவிட்டு, 'இரவு, பகலாக எங்களுக்கு உறக்கமில்லை. கனவுகளை வரைந்து நிம்மதியாக ஓய்வுகொள்ள விரும்புகிறோம்' என்றனர், முன்பனிக்காலத்து பவளச்செவ்வெலிகள் தம்சிகலிகையால் நெய்த கம்பளத்தை மண்மத்தார் கொடுக்க கடற்தேவதை மேகலாவும் தியாமத்தும் போர்த்திக்கொண்டனர். செந்நெருப்புண்ணும் செவ்வெலி மயிர்ப்போர்வை பனித்திரை அகற்றியதால் அதற்கு எலிமயிற்சீலை என்றனர் லெமுரா மண்மத்தார்.

லெமுராக்களை பார்த்து 'போர் துவங்குக' என்று தியாமத் கட்டளையிட்டாள். 'மூ தாய்' என்ற மறுபெயர்கொண்ட தியாமத் பேய்களையும், ராட்சசப் பாம்புகளையும், மலைபோன்ற விஷ ஜந்துக்களையும், தீயுமிழும் டிரகான்களையும் படைத்தாள். மலைப் பாம்புகளையும், நச்சரவங்களையும், புயல் வீசும் விலங்குகளையும், வேட்டை நாய்களையும், தேளுரு யாளிகளையும், மச்சவுரு மனிதர் களையும், பாப்பிரஸ் கோரை ஆடுகளையும் படைத்தாள். மகிஷா சுரனைப் படைத் தலைவனாக்கினாள். அவனை முதல் அவுணர்கோன் என அறிவித்தாள். அவனை இடாயெருமைக் கொம்பிருக்கையில் அமர்த்தி, எருமைத்தோலுடைகள் அணிவித்து, அவனிடம் சொன்னாள்: 'உன்னுடைய ஆணையை லெமுர் மண்மத்தார் நிறைவேற்ற வேண்டும். நீ அவர்களையும் இடாயெருமைகள் பெருகிச் சூழ ஆளவேண்டும். நீயே யாவரினும் வலியவன். நாவலந் தீவங்களுக்கு நான் உன்னை அதிபதியாக்குகிறேன்' என்று கூறி அவனிடம் சுட்டமண் சுமேர் மந்திரச்சுருளை விரித்து லெமுர் மண்மத்தின் புராதனங்களைச் சொல்லத் தொடங்கினாள்:

'என் அவுண மகனே மகிஷாசுரா... விதிசாகா இடாஎருமைமேல் களிமண் சுவடிகளே ஆற்றுப்படை வாய்மொழி வரிவடிவங்கள்' ஆறுகள் பாய்கிற இடத்தில் இருந்த கால்டியா, ஸைரியா ஜிப்ஸிகள், எருமைகள் அடைத்துவைக்கும் தொளர் முற்றத்தில் கூடி நோகோரோவ் ஸர்ப்ப துள்ளலில் களிமண்ணில் செய்த அழகுவடிவ மான் நாணயங்களைக் குலுக்கிக்குலுக்கி நினைத்துப்பார்க்காத நினைவுக்குச் செல்வார்கள். களிமண்ணால் செய்த கார்கூடுசின் காதணிகளில் பல எழுத்துக்கள் ஆடும்போது நதி உரையாடிக்

கொண்டிருக்கும். ஆதி காலத்தில் களிமண்ணோடு எழுது கருவியாகக் கொம்போர்ஸியா எருமை கொம்பூசிச் சீவல்களை கொண்டு வந்தார்கள். களிமண்ணைப் பிசைந்து சிறுசிறு பலகையென அமைத்து, அப்பலகையின் ஈரம் உலர்ந்து போவதற்கு முன்னமே இடாஎருமை கொம்பூசி கொண்டு எழுதி உலரவைத்துப் புத்தகப் பொதிகளை ஆக்கினர்; அவர்கள் எழுதிய சுமேர் எழுத்துக்களுக்கும் அவர்களுக்கும் பெளுக்குப்பான் மண்மத்தார் என்று பெயர். அவர்கள் எழுதிய களிமண் சுவடிகளைப் தீர்டு மரக்கூட கோயிலில்களில் வைத்துப் போற்றினார்கள். பெளுக்குப்பான் அரசர்க்குரிய குடைகள், இடா எருமைகளின் சேனை மற்றும் முழு ஆடை அணிமணிப் பூட்டு சுமேரியர்களிடமிருந்து வந்த நெசவுப்பழங்குடி சிலந்திக்கம்பார் பருத்தி மனிதர்களிடம் தொதுவனொருவன் நூல்வழி இறங்கி, வெண்துகில் வாங்கி, பருத்திப்பெண்டின் திருதீவிளக்கத்து சுடராடும் சிம்னிகளில் செய்த தீர்டு மர நாரிழைப் பூந்தையல் நெசவு உச்சத்தை அடைந்திருந்தது. தங்கமென ஒளிரிடும் உடை, தென்கடல் முத்துக்கள் பின்னிய உடைகளில் பூத்தையல் செய்தனர். பேய்களும் ஸைரியா ஜிப்ஸிகளும் இந்தளவுக்கு உடுத்தவில்லை.

அந்தக் களிமண் ஏடுகளில் எழுத்தப்பட்ட சாயமிடுதல் நெசவின் சித்திர நுட்பங்கள் கோயில் பெண்சிலைகள் மெல்லியதான மஸ்ஸின் துணி உடுத்தியிருந்ததை பாசுரங்களாக எழுதினர். இவர்களின் அரியணையில் கொம்போர்ஸியா எருமைக் கொம்புகள் மகிஷனான உன்னுடன் இப்போது அமர்ந்திருக்கின்றன. மயில் மற்றும் கொம்போர்ஸியா எருமையின் தோலை பல ஆண்டுகள் மலைக்குகைகளில் பதனிட்டு மெருகேற்றி தொலைவான ஊர்களின் ஞாபகங்களைத் தூண்டும் ஒரு காட்டுச்செடியின் நூதன வாசனையூட்டி முடைந்த ஆடைகளாக்கினர்.

அங்குள்ள புல்வெளி சிவப்பு நிறமாய் அசைகிறது. சிலந்திக்கம்பார் பருத்திநூலுக்கும் வேறு துணிவகைகளுக்கும் ஒளிச்சாயமேற்ற கைப்பிடி புல்லெடுத்துக் கொடுத்தபோது அந்நிலமும் சிவந்திருந்தது. எரிசெவல் செம்மண்ணாய் இருந்தது அந்த நிலம். அழுக்கேறிய கரட்டுப்படிகத்தையும் கண்ணாடியையும் மெருகூட்ட எரிசெவலையும் அள்ளிக்கொடுத்தேன். அங்கேதான் பக்வம், குங்குமப்பூ, குசும்பம் எல்லாமே படர்ந்து மறைந்திருந்தது சவானா வெளியில். செந்நெருப்புண்ணும் செவ்வெலி மயிர்ப்போர்வைகளைக் குளிராட்டிப் பாறைகளில் அமர்ந்து மண்மத்தார் போர்த்தித் திரிந்தனர் அந்த எலிகளைத்தேடி. அந்த எலிகளானது கூர்மையுடைய

மயிரினால் செய்த உங்களுக்கு ஆடைகளாகிவிட்டன. அந்த எலிமயிராடை பிள்ளைகளைச் சுருட்டிக் கொஞ்சி உறவாடிக் கதகதப்பூட்டும். குளிர் நீக்கும் அதனுள் காற்றுப்புகாது. ராணி எலி முர்கலா பனிக் காலத்தில் அணிந்துகொண்டு எலிகளின் சேனையுடன் புறப்படுகிறாள் உசினாச் சாயப்பூச்சி வேட்டைக்கு. அந்தப் பூச்சிகள் கக்கிய புரதச் சிவப்பு மென்மையான பிசுபிசுப்புக்கொண்டது.

கையில் ஒட்டிய சாயம் அழியாதது. சிலந்திக்கம்பார் நெய்த துணியை வெட்டி சவானா புல்வெளி மேலடுக்கித் தைப்பதற்குப் பரப்பியதில் எலிராணி முர்கலாவே துணியுமானாள். அவள் இருகைகளும் இரு வண்ண விளிம்புடைய கழுத்துப்பட்டையும் மார்புத்திறப்புமுடைய 'முர்கலா' துணியையே நெய்துவருகிறாள். கடல்நீர் மேகலா ரேகையில் ஒரு திருகுக்கோடென நிலத்தை அறுத்துக்கொண்டு உள்ளே செல்கிற நீர்மனிதர்கள் மறைந்திருக்கு மிடம் அக்கழிமுகம் வளைகுடாவைப் போன்றதுதான். அவுணர்கோன் ராவணேஸ்வர பரதவ குமாரத்தி மீன்கன்னி சுபர்ணஜா ஓடிக் கொண்டிருக்கும் நீர்ப்பரப்பின் மேல் நின்று கடலுடன் இணைந்து மேகலா ரேகைக்கு வருகிறாள்.

என் மகிஷா அவுணராசா... குறுகலான உயர்ந்த காட்டுக்கொடித் தைல வர்ணங்கள் தீட்டிய பலகையடைப்பு மெத்துகளில் குலவை யிட்டுத் திரியும் பெண்கள், சாரிட்ஸ் அரசக்குடைகளைப் பின்னுவார்கள். சௌரிஸ்குதிரை விசிறிகள், யானைத்தந்தம் மற்றும் சந்தனக்கொப்புகளில் பின்னிய விசிறி மலைக்காற்றில் அசைந்து கொண்டே காட்டெருதுவின் உலர்ந்த தோல்களின் எழுதப்பட்ட நூல்கள் விசிறியாகி அசைந்துகொண்டிருக்கிறது மகிஷா, உன் அவுண சபையில். இறந்த விண்மீன்களின் வரைபடம் கொண்ட சூரிய விசிறியொன்று மகிஷா அவுணராசா உன் கைகளில் அசைந்து கொண்டிருக்கிறதே, நோக்கினாயா? சரபங்கா நிலத்திலெடுத்த ஒளிரும் வெள்ளைக் களிமண்ணில் செய்த ஆபரணங்கள் தொல்கால மெல்லுடலிகளின் உருவங்களாய் இருக்கின்றன—மண்மத்தார் காதுகளில். முக்கியமான அவுண அரச மரியாதைச் சின்னமாக மற்றொரு இசைக்கருவி 'முர்கலா' கக்கரை கலந்த உவட்டு மண்ணில் வார்க்கப்படிருந்தது. நஂபீர், சார்னா மற்றும் ச்-சிங் போன்றவை கொம்போர்ஸியா எருமை எலும்புகளில் செய்யப்பட்டிருந்தன.

முள்ளுச்சங்குகளும் பலகரைச் சங்குகளும் ஊதியழைக்கின்றன மகிஷா அவுணராசா உன்னை. நெஹரச், டெஹில், டெமாமெக்,

கவ்ரெக் காட்டு விலங்குகளை அழைக்கும் கொம்போர்ஸியா எருமைத்தோல் நகராக்கள் சூரியோதயத்திற்கு முன்பே ஒலிக்க, காட்டு ஊரிக்கால் எருமைகள் வனமேய்ச்சலுக்குப் போகின்றன. சார்னா, கௌரஹ் இரண்டு கருவிகளும் காட்டு அவுணர்களை எவ்வளவு அதிர்ந்து எழுப்பினாலும் அவர்கள் எழப்போவதில்லை. சிறிதுநேரம் அமைதி கடைப்பிடிக்கப்படும். அவர்கள் மேல் பாப்பிரஸ் கோரை யாடுகள் நடந்து திரியும்.

அன்னாசி இலைபறித்த தொதுவர் மெய்யுடல் சாய, செம்மேடுகளில் ஊளையிடும் மஞ்சள் ஓநாய்களின் பின்னே ஆங்கோரா செம்மெறி, லாமா ஆடு, அல்பகாத் திருக்கை ஆடு, பாப்பிரஸ் கோரையாடு சமுத்திர மேழின் தீவுகள் கரைய, சோதனைகள் செய்த என் மகிஷா அவுணராசா, அணுத்துளை சீழ்வடியும் குறைப் பார்வை அங்கஹீனர்களுக்குக் கொடுக்கப்பட்ட முர்கலா ஆடைகள் போர்த்தி கப்பலில் இறங்கிய பாப்பிரஸ் கோரையாடுகளின் நிழல் நீள்கிறது— பாவோடித் தெருவரை. கொத்துப்பாவைப் பிரித்து, லெமுர் கண்குருடர் பதினெட்டுப் புணிகளில், முப்பத்தாறு இழைகள் தம்முள் ஒட்டிக்கொள்ளாமலிருக்க, கஞ்சியுடன் எண்ணைக் கிண்ணி தொட்டு மெழுகுகிறார்கள். மாறி மாறிச்செல்லும் ஓடப்பாவில் நூல்முறுக்கி வெண்டுபோடுகிறார்கள் சிலந்திமகளிர். மீன்வலை கிழிபடக் காய்ந்த தென்னைநாறும் கொண்டு புதுப்புது இழைகள் மறையும் கிட்டிக்கோல் கொத்தை அலசி, கொதிர்களை உழற்றும் சாயநூல் படிந்துவரும் சிலந்திக்கம்பாரின் சாயப்பட்டரையில் கொம்போர்ஸியா எருமைகளின் நிறம் தடவித் திரியும். நூல் உதறும் பெண்ணே பாவு குத்திப்போன மலை எதுவோ... தோய்ச் சட்டிக்காரன் கைச்சாயம் போட்ட தாவரங்களின் வாசனை சென்றுமறையும் ஈரப்பலா அத்திமர உள்பட்டைகளை உரித்தெடுத்து, தட்டிப் பிழிந்து, நார்நாராய் இழைகிழித்து, சிலந்திக்கம்பார் மேல்த்தறி கீழ்த்தறி குழியில் அடங்காத கீழ்மந்து தொதுவப் பூந்தையல் நெசவுக்குக் கொடுப்பார்கள் வெண் துகில்களை.

6
கிங் டட் புக்

அமோண் தெய்வம் கொடுத்த வளரிகள்
சிமிட்டும் யவன அந்திகள் இருட்டிய மண்விளக்குகளின்
வதந்திப் பேச்சையும்
எழுத்தழிந்த உருவங்களையும்
இலையுதிர்காலச் சருகுகளென மடிந்து மாயும் வளரி யாழ்
கமக சுருளிகளில் சொருகி கண்களை மூடிக் கேட்கிறாள்
ஜோர்பா முந்திரித் தோட்டத்து வளரியாழ் மடந்தை
தொன்மை எனும் நெடுந்தொலைவுக்குப் போய் அடித்துச்
சுழன்ற காற்று வளரிகளை கூட்டி வருகிறது
விலங்குகளின் வியர்வைச் சருமத்தின் பிசுபிசுப்பு
மிதந்து வந்த வளரி தெய்வம் அமோணை மறைக்கிறது
புராதன எகிப்தின் பனிப்படலம்
நைல் நதி போஷித்து வளர்த்த நீலநீர் பட்டினங்கள்
மூழ்கிய அசைவு
செங்கடலும் மத்தியதரைக்கடலும் உரையாடுவதைக்
கவனமாகக் கேட்கும் நீர்வளரி
இரு கடல் நுரைகள் தெறித்து மணல் எக்கர் மேலெழுதிய
போர்க்களம்
விரைந்து பறக்கும் இடங்கை வலங்கை வளரிகளின் மலர்ச்சி
வளிவடிவ கல்லாரிப் போட்டியின் குரல்கள் ஒடுக்கப்பட்டதால்
வெகுண்டெழுந்தான் அமோண்
தூத்து-அன்கு-ஆமூனின் சொல்லொணா டட் கோரைகளின்
அசைவை துயரக் காற்றாய் இசைத்தாள்
காதுகொடுத்துக் கேட்டால் அவை இன்னுங்கூட மையலின்
நுரையோடு விழும் காதில்

அவன் அமைதியின் பதுங்கிடத்தில் ஓசை அடங்கிய
பதனப் பேழையில் உறங்குகிறான்
களத்தில் பரோ வம்ச வளரிகள் கனல்கின்றன கையில்
நடுநடுங்கும் தீயென
அது எந்த வாய்ப்பேச்சையும் சகிப்பதில்லை
மடிந்துவிட்டனர் பித்தளைக்கட்டூர்யா அரசர்கள்
பித்துப் பிடித்திருக்கையில் இந்தியப் பிருதுங்கிகளோடு
இருந்தவன் இப்போது திக்கற்றவனாகிவிட்டான்
காடுகளில் விளைகிற எட்டுத்தவசங்களைவிட செழித்தன
சாமை வளரிகள்
சொற்களஞ்சியம் வரிச் சூலமைவுக்கேற்ப கீறல் விழுந்து
கசிகின்றன மண்சுவர்கள்
வளரி நெஞ்சமே எழுந்து சுற்றி நீ உதித்த நதியிலிருந்து வேறு
நதியில் வீழ்கிறாய்
கண்முன் காண்பவைகளை நோக்கி கொம்பு சுற்றுகிறாய்
டட் உலகின் சுவரைத் தாண்டும் இளவரசக் குழந்தை
கைமறந்து வெளியேறிய வளரி ஆவியுரு பாலைவன
மிதப்பிலிருந்து வரைபடத்திற்கு அப்பால் யாரோ
படித்துக்கொண்டிருந்த நிலத்திலும் கடலிலும் எழுதிய வரிகள்
மறைந்த யோநைல் கிளைவிடும் ஆறுகளின் உள் முதலைகள்
உதிர்க்கும் சித்திரங்கள்
ஆமோண் வளைதடி தெய்வத்தைப் பிரார்த்திக்கிறான்
பூர்வகுடிகள் ஒன்று திரண்டு கிழக்கு எல்லைக்கு வீசிய
சுண்டு வளர்எறிகள் காலம் தாழ்த்தித் திரும்பி வருகின்றன
எதிரிகளோடு போரிட்டு
வேறு அலைகுடிகள் சலவை செய்து வைத்திருந்த அழுக்குத்
துணிகளை உவர் முறுக்கி காயவைத்திருந்தனர் பாதையில்
ஓரிடத்தில் அது ஒருபுறம் ஆறும் மறுபுறம் வயலுமாக ஊடே
ஒடுங்கிச் செல்கிறது
ஆடுகள் கிட்ட வந்ததும் துணிகளை மிதிக்காதே மிதந்து நடந்து
வயலில் இறங்கிச் செல்ல எத்தனித்தன
சந்தைக்குச் செல்லும் பாதை மிகவும் குறுகலானது
மெரினோ ஆடுகளை திருடிக்கொள்ளத் திட்டமிடுகிறார்கள்
நாடோடிப் பூர்வர்கள்
ஆடுகளின் விருத்தாந்தம் ஒரு சிறுகதையென ஆரம்பிக்கிறது
நீயே ரீ தெய்வம்

நான் என்றென்றைக்கும் அழியாத வளூதாடியைத் தருவேன்
முயல்குச்சிகள் வீசும் விதிகளை அமோண் தெய்வத்திடம் கேட்டு
ஒழுங்குபடுத்தியவன்
எகிப்தியர் கண்டுபிடித்த வலேட்டாடி வடிவம் தரை தட்டிவிடாமல்
படகுகளை அலைகளுக்குத் துணையாக அனுப்பினான்
அளக்க முடியாத ஆழமுள்ள சுழற்சி பொருந்திய நீர்வளரி
உன்னைக் கொண்டுசெல்ல வரும் மரணதூதன் அல்ல
இளமைப் பருவம் கீழே விழாத சாமை வளரி விளையாட்டு
அதன் நல்ல குணம் ஞாபகத்தில் இருக்கும்
சித்திரங்கள் வரிகள் வெளியே மிதக்கின்றன
கனவு முடிவுற்றுவிட்டால் மீதி நேர்கோட்டு
வளரிகள் சிதைந்துவிடும்
வளூதாடி வரும்போது வீசுபவனை ஏறிட்டுப் பார்க்காதீர்
அதில் எழுதப்பட்ட எந்தப் படமொழியும் சூரியப்பட்டினத்தில்
இராஜகுமாரர்கள் பேசுவதற்கு முன்மாதிரியாக
அதனோடு உரையாடு
உன் வார்த்தைகள் ஓர் இடுகலான மலைத்தொண்டு வழியாக
காற்று மொழியில் வருபவை
நீ தூத்து-அன்கு-ஆமூன்
உனக்குத் துணை யாருமில்லை
உன்பின் படை எதுவும் இல்லை
அந்த மலைக்கடவை கடந்துசெல்வதற்கு
வழிகாட்ட யாருமில்லை
உன் பாதை நெடுக பாறையும் கல்லுமாக இருக்கும்
தெளிவான தடம் இராது
புதர் அடர்ந்து கிடக்கும்
முளரி நாளம் விழித்திருக்கிறது
நீ ஜோர்பாவுக்குள் நுழையும்போது திடல் வெளியில்
இருசுண்டு வளைதடி பந்தயம் காண்பாய்
முந்திரித் தோட்டத்தை காவல் காத்து நிற்கும் அழகான
வளரியாழுடன் நீர்ப்பாவையொருத்தி இருப்பாள்
அவள் உன்னைத் தன் இசையின் பாடலாகவும்
வளூதாடிப் போட்டியில் நீ வென்றால் உன்னைத் துணையாகவும்
ஏற்றுக்கொள்வாள்
அவள் உருவில் மறைந்துள்ள கார்ப்பேத்திய ஓப்பிலஸ் ஓவா
சுண்ணாம்புக் குகை யானைத் தந்த வளரியின்

இரகசியங்களைக் கூறுவாள்
கார்ப்பேத்திய மலையின் சாயலான இருட்டு வளரியோடு திரியும்
  எதிரிகள் உன்னைப் பார்த்துவிடுவார்கள்
நீ விசாரணைக்கு அனுப்பப்படுவாய்
அபராத பணம் கட்டுவதற்காக நீ உன் அருமையான எகிப்திய
  சித்திர மேலங்கியை விற்பாய்
முரட்டு சாக்குத்துணியை சுற்றிக்கொண்டு உறங்குவாய்
  கையில்லா சிறு மரப்பாச்சியின் சிணுங்கலோடு
உன் நரிவளரி திருடு போய்விடும் பாடல்
உன் குதிரை கடிவாளத்தை அதே நரிவளரியால்
  அறுத்துச் செல்லும் அடுத்த பாடல்
திருடப்பட்ட இடக்கை வாளம் திரும்ப வரும் பாடல்
பாடுவது யார்?
பலியான கார்ப்பேத்திய மலைத் திருடர்கள்
  மறுபிறப்பு கொள்ளும் பாடல்
வானம் சீறிக் குமுறும்போது புயலை உள்ளே வராமல்
தடுப்பாள் ஜோர்பா முந்திரித் தோட்டத்து
கையில்லா சிறு மரப்பாச்சி
அச்சமற்று இருந்தோம்
நூபியாவிலிருந்து வலேட்டாடித் தாக்குதலுக்கு மூன்று
  இரவுகள் காத்திருந்தோம்
கார்ப்பேத்திய மலைத்திருடர்கள் திராட்சை மது
மண் ஜார்களை உரசுவது ஜாமத்தில்
கேட்டுக்கொண்டே இருந்தது முரட்டு யாழுடன்
சண்டையிடும் மனிதர்கள் யாருமில்லை
ஓநாய்வளரிகள் மட்டுமே சண்டையிடுகின்றன
சிரியாவின்மீது எறிந்த சித்திர வளரிகள்
எதுவும் திரும்பவேயில்லை
தூத்து-அன்கு-ஆமூனின் கொட்டடிகளில் ஓய்ந்து கிடக்கின்றன
அவை உறங்கும்போது சித்திரங்கள் தீட்டிவிடுகின்றன மறைந்த
  தொதுவரின் பதினொரு சுமேர பெண் தெய்வங்களின் கைகள்
செடே மதுவை வயிறு நிரம்பக் குடித்தார்கள்
முயல்குச்சிகள் பிள்ளைகளின் பக்கமே உறங்கின
அவைகளை நெஞ்சில் வைத்து பலமூட்டும் கம்பளிப் பெண்கள்
கைவினைஞர்கள் வரைந்த வளரியெழுத்துகள் அசீரியர்களின்
மனப்போக்கைவிட தொடா மனம்கொண்டு தம்மீது எழுதிய

விலங்குகளாக அலைந்தன
அசீரியர் கொள்ளைக்காகவே போர்களை நடத்தினர்
பண்டை எகிப்திய சித்திர வளரிகள் எறிந்தபின் ஈவிரக்கம்
காட்டவில்லை
என் படுக்கையில் படுத்திருந்தேன்
களைப்புற்றிருந்தேன்
இருட்டுத்துணி கண்களின் தூக்கத்தை கிழித்துச் சொருகின
அப்போதுதான் மரநாய் வளரிகள் சிணுங்கி
மோதும் சத்தத்தைக் கேட்டேன்
அசீரியர்கள் என்னை நாடி வருகிறார்கள்
உறக்கத்தில் இருட்டுத்துணி கிழிவதைக்
கேட்டுத் தெரிந்துகொண்டேன்
நான் ஒண்டியாக இருட்டுத்துணி மூடி வளரியோடு எழுந்தேன்
சீக்கிரமாக வலங்கை வளரியை எடுத்ததும் கனாவில்
சண்டையிட்ட வளரிகள் திரும்பி வரக் கண்டேன்
இரவில் எனக்குப் பலம் இராது
யாராலும் தன்னந்தனியாக நின்று எப்போதும்
வெற்றிகரமாகப் போராட முடியாது
கோதும்பை வளரிகள் தனித்து இயங்குபவை
பல்வேறு பூர்வ குடிகளின் நிழல்கள் வளைவுகொண்டிருப்பதை
நிலவு வெளிச்சத்தில் துலங்கிக் கதைபோடுவதைக் கேட்கலாம்
அந்தப் பிறைகளும் ஊர் ஊராய் தன் பாடுகளை
புலம்பியலையும் வளரிகள்தான்
அவற்றில் அகப்பட்டுக்கொண்ட சிறுவர்களை புராதனக்
கனவுகள் மூழ்கவிட்டு கூட்டிவருகின்றன
குழந்தைகளின் மனதிலுள்ள கற்பனைப்போக்கானது
வளரியின் கணிதத்தில் உள்ளது
ஒரு நொடிப்பொழுதில் அவன் கையிலிருந்து
வெளியேறிவிடும் பார்
உன் பின்னால் நிற்கிறேன் என்றது பாரிவேட்டைக் குச்சி
எகிப்திய பெருமையால் முதன்முதலாக உருவாக்கிய வளரிக்
கணிகன் ரகசிய நிரலை டட் உலகில் இருக்கும் பாரோ மன்னர்கள்
வளரிப்பெட்டகத்தில் ஒரு காவியமாய் வைத்திருந்தனர்
ரமேஸஸோ போர்ச்சிங்கமோ வாளத்தால் காயப்படவில்லை
எல்லாவற்றிலும் குற்ற உணர்வற்ற இரத்தமும் தற்பெருமைத்
தூசியும் படிந்துள்ளன

வளரியுகத்தின் தற்பெருமைக் கவசங்கள்
நீண்டகாலமாய் உடைந்துகொண்டிருந்தன
சீஸருக்கும் பாம்பிற்கும் இடையே நடந்த உள்நாட்டுச்
சண்டையில் லூக்கன் காவியமாகப் பாடும்போது
வளரிகள் உருவாகிவந்தன என்ற பெருமையை
நாம் எகிப்துக்கு வழங்காமல் இருக்கமுடியாது
கிம்பர்லி வளரி
தொண்டித்துளை கிளிகள் சுற்றி வரைந்த மீனன் வளரி
பாரி வேட்டைக் குச்சிகள் இடறி வீழ்த்திய கடிமிளையோடு
கானகம் ஏகுகிறான் கருமருது
அவன் மீது பறக்கும் ராஜாளியை ஒதுக்கிவைக்க முடியாது
நூபியாவில் உள்ள அபு ஸிம்பல் எனுமிடத்தில்
கசிந்த படமொழியில் கோவில் சுவர்களில்
செதுக்கிய கவிதைகளில் மறைந்துள்ள முளரிகள்
நெருப்பின்மீது செதுக்கிய சாம்பல் வார்த்தைகள்
சீஸருக்கு பாம்பு முதுகெல்லாம் வளரிகளாய்த் தெரியும்
எலும்பின் தூரங்களில் அலைந்து முணுமுணுத்தன சாபம்
நீள்கோடி எல்லை வரை பறந்து திரும்பிவந்தன
தூத்து-அன்கு-ஆமூனின் கைப்பிடியில் அடங்கின
பானேஸியர்கள் பினீஷியர்கள் நாடோடிகள் வளரியின்
கொரில்லா முறையையே கையாண்டனர்
எகிப்திய பாரோக்கள் பிடித்த பூர்வகுடி நீர்வளரி
வனத்தில் சுற்றி நாடோடிகளாய் திரும்பிவந்தது
கால்கள் ஓயாமல் சுற்றிக்கொண்டிருக்கும் பண்டைய
நெடுங்காலம் அமோண் தெய்வம் மூன்றாம்
துக்மோசுக்கு வளைதடியைக் கொடுத்தது
அவன் வளரிச் சண்டையிட்டு ஜெயிக்கவும் மாட்டான்
ஜெயிக்கவும் விடமாட்டான்
பாரோக்களின் முளரிகள் போர் தினத்தை அறிவிப்பதில்லை
காற்று வரும்வரை காத்திருக்கும் சுண்டு வளரிகள் கிளை
களிலிருந்து வெளியேறிப் பறக்கின்றன

- சிறைக்கைதி துரைசாமி, கடைசிப் புகை பாட்டுமடை.

பாப்பிரஸ் கோரையாடு

பரிதியின் பிழம்பைநோக்கிப் பறந்து சூலுறும் பீனிக்ஸ் இறகு தொட்டு பாப்பிரஸ் கோரையாடு எழுதிவரும் இந்த நூல், வன

மந்திரக் கதா சுருள்களை ரவுக்கையணிந்த எலிகள் வந்து கதைக்குள் தனிப் படலமாகக் கரும்பிக்கரும்பி சாமங்களைத் துளையிட்டு கனாவுக்குள் சென்றுவிடும். தனியொரு நிலையில் எலிகள் நிகழ்த்துவது மனித நடுமையிலிருந்து விலகிய அருநிகழ்வாக பெரும்பாலும் கதை உருக்களை வெளியிடும் வழக்காற்றில் இருந்து பன்மை நிறத்தில்வரும் சிறிய சீசாக்களில் எழுதுவோர்கள் எழுந்துவருகிறார்கள். தொன்மக் கதை வழியே சுமேர தீபிகாவில் நுழைந்து வந்த பீனிக்ஸ் பறவை இறகொன்றை கிளென்மார்கனின் விரல்களுக்கிடையே நழுவவிட்டு மறைந்துவிட அது லூசிபரின் விடிவெள்ளிப் பிழம்பிலிருந்து உதிக்கும் பிரகாசமிக்க விடியலில் பரிதிக்கடவுளை மோதி மோதி அழியும் பீனிக்ஸ் பறவையின் குறியீடுகளின் ஆராய்ச்சியில் பகலெல்லாம் மூழ்கிவிடுவார் இயற்பியல் துறவி ரோஸா.

அந்தப் பீனிக்ஸ் பட்சி ஆன்டினோ புதைவுகளில் எடுத்து வந்த அழகிய துகில் ஒன்றில் மடித்திருந்த சீயான் நான்காம் தூத்மோஸ், சீயாள் மியூட்மீவியாளின் காட்டுயானைத் தந்தவளரி வெளிச்சத்தையும் நதியின் நீலத்தையும் எவ்வாறு ஒன்றுகலந்து நெய்ய முடியுமென வியந்துதான் போனார் ரோஸா. அவற்றில் சில வண்ணமயமான தந்த வளரியின் ஓரங்களினால் அலங்கரித்த சதுரம், வட்டம், நட்சத்திரங்களின் வளியையும், வலங்கை வளரி, இடங்கை வளரி எறியும்போது தலைக்குமேல் கைதூக்கி எறியவே முடியுமெனவும், தலைக்குக்கீழ் எறியவே முடியாதெனவும் இயற்பியல் குறிப்புகளில் எழுதியும்,வரைந்தும் பிறைவடிவங்கள் பல இதழ் களாகக் கோர்த்த வளரிகளே தாமரையின் படிவங்களாக உள. அதன்மேல் பறந்து சுழலும் நகங்களால் சுமேர தீபிகாவில் வரைந்தது பீனிக்ஸ்.

பாப்பிரஸ் சுருளை வலதுபக்கம் வைத்து எழுதித் தீர்ந்தவை நெளிந்த முட்டைவடிவ டீக்கேத்தல்கள். களிமண்ணில் எழும் கோரைகளை அறுக்கும் கல்கத்திகளை மடக்கினால் ஓலை எழுத்தாணியாகிவிடும். மடக்கு ஓலைகளை விரித்து இடது கையில் ஏந்திக் கீறுவார்கள் கடைக்கோடில் எரியும் ஊழியில் புலவோராய் அமர்ந்த அசுரர்களும். மாபெரும் கல்நத்தைச் சுருள் வரிகளில் படிந்திருக்கும் எச்சில் நுரை திணைக்கீறலில் கசியும் தாள்களைப் பிடித்துக்கொள்ளும். விரிந்த தாள் மடியில் படிந்திருக்கும் பழமையான உரைநடையின் வாக்கியங்கள் சில இல்லாத உரைநடையின் வாக்கியங்கள் வெற்றிடங்களில் முன்வார்த்தைகளைப் பின்பற்றிப்

போகாமல் சொந்த வாக்கியங்களை சேர்க்க முடியாது. திருத்தவியலாத பாப்பிரஸ் சுருள்கள் கன்மூங்கில், முள்மூங்கில், பெரு மூங்கில்களில் வரைந்த விரல்கள் நீலநிறமான தளிர்களையும் குருதியின் ரகசியத்தில் நனவிலியில் முளைக்கும் கோரை உருவங்களும் சுக்காங்கற்களும் அவர்களெனப்படும். அமரர்களை எழுப்பும் தொதுவ மொழி மந்திர இலைகள் விடும் மினுக்கு மந்து சீவாதுகோடிமூலிகை நரம்புகளாய் ஒளிர்கிறது. அதன்மேல், சித்திரக் கல்புடவிலிருந்து கரிக்கியூர் மோகினி வலது கையினால், விரிந்த பகுதியில் நாணல் மருப்பினால் மை தொட்டு வரைந்துகொண்டிருக்கிறாள்.. மனிதர்களின் சாரமும் சருமமும் பிரதி செய்யப்பட்டு அழி அழியெனக் கதறின பாப்பிரஸ் கோரைக்காடுகள். மொஸார்ட்டின் இசையில் ஏறி மனிதர்களின் மாறாத நியதிகளை மாயத்துள் கரைக்கும் எலிகளின் உரையாடல் அதன் வலைகளுக்குள் மனித நிர்மாணங்களை இடறி வீழ்த்தி தன் பற்களின் புராதன வளர்ச்சியை முடிவற்றுக் கரும்பியவாறு யதார்த்தமாக இதுவரை அறியப்பட்டு வந்த தோற்றங்களைக் கலைத்து தன்னைப் புனைந்துகொண்டே செல்லும் புனைவின் தீவிரத்தில் ஒளிர்வடைகின்றன.

உலர்ந்த பாப்பிரஸ் கோரைகளில் வீசும் காற்றென உடைந்து நொறுங்கியும் உடையாத கண்ணாடியில் தோன்றும் எலிகளின் ஒப்பனையிலிருந்து கிளென்மார்கன் தோன்றுகிறான். கோரையாட்டின் குளம்படிகளென சப்தமிட்டுப் பலகை ஒலியிட்டு வருகிறான் கிளென்மார்கன். வறண்ட நதிகளில் காய்ந்த கோரைகளில் சருகுறுகிறான். வான்காவின் மனதுக்கு அண்டங்காக்கையின் இறகு பொருந்திய போது பாப்பிரஸ் சுருளைத் திறந்து மொஸார்ட் ஹாப்ஷிகார்டு யாழை தோலூசிகளால் மீட்டிய இசை வரும்போதே மென்மேலும் அப்பால் செல்லும் நதியைத் தொடர்கிறது கோரைகள் அசையும் கிளென்மார்கனின் சங்கீதவெளி. பீனிக்ஸ் பறவையின் தரைக்கு வராத ரகசியங்களின் மஞ்சள் அலகால் பறித்துக் கொடுத்த ஓர் இறகு நீர்க்கொம்பு வாளத்தை வரைகிறது நீர்வளரியில். அந்த ரெயினிமல்லி தன் உச்சி மலையிலிருக்கும் மினிக்கி மந்தைச் சுற்றி ஒருபாதை மேலேறிப் புராதன வேனில் மாதங்களில் புகைநெடி வீசும் அபூர்வ ஜீவாதுகோடி பச்சை மூலிகையை வேரும் தூருமாய் செடியின் வலியோடு பறிக்காமல் தாவரம் ஒன்று தானே எழுந்து தொதுவ மந்திர மொழியில் பேசி இறந்தவர்களை உயிர்த்தெழ வைக்கிறது.

இந்த மண்ணுலகில் எழுந்த ஜீவாதுகோடி மூலிகை பேசும்

தொதுவ மொழி மந்திரப்படலமே பாப்பிரஸ் சுருளாகக் கிழிக்கப்பட்டு இடம்மாறிக் கொண்டே இருக்கிற பாத்திரங்களாக உருமாறிய முடிவற்ற நீர்க்கோரையின் பரவல். மாயக் கோரைகளின் இழை எழுத்தில் தொலைந்து போன சுமேர தீபிகாவில் விரிந்த வரைபடத்தில் யுகங்களுக்கிடையில் இறந்த கடவுள் கிடிலி கையிலுள்ள ஈமு வளரியைத் தேடி கங்காருவின் பின்செல்லும் சதிர்க்கட்டங்களில் தொலைதூர வளரிவீசும் ஆஸ்திரேலியன் டேவிட் ஷம்மிக்கும் ஜப்பானிய ஹாருகி டெலடோமிக்கும் நடந்த பந்தய வீச்சில் ஈராயிரத்தி நாற்பத்தாறு முறை வளரி எறிந்து திரும்பப் பிடித்த உயரமான களிமண் சுவர்கொண்ட நகரம், காரைச்சுவர் கொண்ட மிலன் நகர வளரிப் பந்தயத்தில் இத்தாலியா தேசத்து வியிராக்கியோ செம்மண் உதிரும் நகரத்தில் அலெக்ஸ் பெரில் டேவிட் ஷம்மியின் இலக்கை வென்றிருந்தான்.

உவட்டுக்கடல் நகரில் மூழ்கிய வியிராக்கியோ வளரிகள் சுயேச்சையான நீர் ஊழிகளால் ஆனது. பாப்பிரஸ் கோரைகளைச் சுற்றி அடியோட்டத்தில் திரும்பத் திரும்பவரும் வியிராக்கியோ நீர் வளரிகளில் தன்னைப் புனைந்து கொண்டே செல்லும் புனைவின் தீவிரத்திலிருந்து நல்லதும் கெட்டதும் ஒன்று கலந்த சரட்டில் பின்னப்பட்டுள்ளதாக இருக்கிறது வாழ்வின் வலை. எங்கு செல்வது என்று யாருக்கும் தெரியவில்லை. படுகொலைகளின் வழியே தூத்து-அன்கு-ஆமூனின் சிம்மாசனத்தையும் அடைய முடியாது. கிம்பெர்லி வளரியையும் கைப்பற்ற முடியாது. இதன் குறியீடான பாப்பிரஸ் கோரையாடு மறைந்த நதிநீரில் நடந்து செல்வது தடை விதிக்கப்பட்டுள்ளது. மனிதகுலத்தை எண்ணிப் பார்க்கும் பாதரஸ வாயில்களில் நாம் அனைவரும் குற்றவாளிகள்தான். குற்றம் குற்றம் கலையைப் போன்றது, கலைஞன் எப்போதும் குற்றவாளியைப் புரிந்துகொள்பவனாக இருக்கிறான். என இந்தச் சுருள்கள் பல தசா வாளச் சக்ராகாரமாய் பூமியைச் சுற்றிச் சுற்றிப் பச்சைக்கோடுபோட்டு நத்தையின் நீர்மத்தைத் தொட்டு சர்க்கங்களை எழுதிக்கொண்டிருக்கிறது கோரையாடு. குற்றவாளியின் பயம் கலைஞனின் பயத்தை ஒத்தது என நீல, வெண் நைலை ஆண்ட பாப்பிரஸ் சுருள் திறந்து பேசியது.

பழமையான புராதன மொழிகளின் இதிகாசங்களைப் பாப்பிரஸ் சுருள்களில் மேய்ந்து படித்துத் தின்று வளர்ந்தது பாப்பிரஸ் கோரையாடு. எகிப்து தேசத்துச் சதுப்பு நிலத்தில் எழுந்த பிரிஸ்லி சுவடியில் கார்பேதியன் மலைகளில் ஒப்பிலஸ் ஓவாக் குகையில்

காட்டு யானைத்தந்த வளரிகளைக் கண்டுப்பிடித்தது, அப்போதிருந்த கோதுமை நரிதான். அதிசய நரிகளோ எல்லாக் காற்றுகளையும் முணுமுணுக்கும் மையல் மரங்களைக் காணவருவது நிலவு தேய்ந்து நலிவதும் வளர்வதுமான கார்பேத்தியன் மலைப்பாதையில் உச்சியிலிருக்கும் டுடன்ஹம்மனின் ஃபாரோ அரச மெய்மையின் நீலம் புனித எருதுகளின் மோனத்தில் கரைந்திருக்கும். மெண்டெஸ் கழிமுகத்தில் கிளம்பும் படகுகளில் ஃபாரோக்களின் தூதர்கள் ஏறிச்செல்லும் ஓவியத்தில் புதைத்த எலும்புகளின் தூரங்களில் கைக்குத் திரும்பும் வளரிகளையும் வேட்டையாடும் சித்திர வளரிகளையும் கண்டெடுக்கிறார்கள்.

இரு நதிகளுக்கிடையில் நீலநைலில் வளர்ந்த ஒருவகைக் கோரைச்செடி கவிதைகளை மோப்பமிட்டுக் கண்டுபிடித்துவிடும். இந்தக் கோரைவெளிகள் கவிஞன்தான். நீலக்கோரைகளின் விட்டுப் பிரியாத பாடலின் தொடர்ச்சி படங்ஹரி நதிக்கு அடியிலும் ஏர்முசி ஆற்றுப்படுகையிலும் மறைந்திருக்கும் ஹோமரின் லயர் யாழ் மூழ்கி இசைக்கக் கோரைக்கூட்டங்கள் வளர்கின்றன. ஓரறிவுள்ள கோரையின் ரேகைகளை உணர்ந்த புனைவுலக ரஸவாதிகளைக் கூட்டிக்கொண்டு தேடித்தேடி அறுவடை செய்த அதிசயப் புல்லுடன் உரையாடினார்கள். கோரைக்கட்டுகளை எடுத்துச் சென்றனர் மேடுளரிது நகரத்துக்கு. நதிக்கரையில் நிம்மதியாகத் தூங்கிக் கொண்டிருந்த கால அமைதியைச் சுற்றிச்சுற்றி வந்தது பாப்பிரஸ் கோரையாடு, பத்துப் பதினைந்து அடி உயரம் வளரும் கோரைப் புதருக்குள். ஒவ்வொரு தாளும் ஓர் ஆளின் கைப்பருமன் அளவு இருக்கும். வெம்பரப்பான பாப்பிரஸ் சுருள்களில் உருவங்களை நீர் சித்திரமெனப் பனிப்படலத்தில் வரைந்தது கோரையாடு. மங்கலாகத் தெரியும் காவியப்பாத்திரங்களின் உரசலொலி.

எகிப்தியர் கையாண்ட பாப்பிரஸ் வேறு; இக்கோரைத் தாள்களை அறுத்துவந்து பட்டையை உரித்து ஒரே அளவாக நறுக்கிப் பதப்படுத்தி, வெயிலில் வைத்து உலர்த்திக் கொண்டிருந்தது கோரையாடு. பாப்பிரஸ் தாளுக்கு சுமேர தீபிகாவின் ஆன்மாயிருக்கிறது. பாப்பிரஸ் கோரையாட்டின் பிரமைத் தோற்றம் காகிதம் போன்றது. அதற்கும் அக்கோரையின் பெயரே விதியாக வந்து வாய்த்தது. இவ்வாறு பதப்படுத்திய பேபரைஸ் தாள்களை ஒன்றோடொன்று ஒட்டிச் சேர்த்து, நீண்ட சுருள்களைச் செய்வதே அதன் சிருஷ்டிமுனை. சாம்பல் நத்தைகளின் நீர்மத்தைத் தொட்டு சிம்போஷியா எருமைக் கொம்பின் மருப்பினால் பிசுபிசுத்த சொப்பனம் தானே எழுதிய உப்பு

அரண்மனை வாக்கியங்களை கோரை விதைகளில் எடுத்து நூதனப் படைப்புகளை அல்-ஹம்பாரா நூலகம் எழுதுகிறது. பாப்பிரஸ் தாவரத்தின் தேவை உணரப்பட்ட அந்தக் காலம் தொட்டே தொல்கலைகளின் பட்டியல்களின் பொருத்தமான நரிப்பயிர் தான் தேர்ந்தெடுத்து தான்தோன்றியாய் பயிரிடாமல் வளர்ந்தது.

எயிற்பட்டினத்துக்கு வடக்கில் பாலியாறு நெடுகப் பாப்பிரஸ் கோரைத் தாழைக்காடு கழிசூழ்ந்த ஊர் களையுடைய பட்டினம்வரை கடலோரமாய் வந்து முடிந்தது. அம்மணற்குன்றுகளுள்ள இடத்தில் பண்டை எயிற்பட்டினமும் அதனை அடுத்திருந்த பட்டினமும் கோரைச் சுருள்களால் மறைந்திருக்கும். பலவகையான கோரைகளில் எல்லா நதிக்கரையிலும் பாப்பிரஸ் எதுவென்று அறிந்து கொள்ள முடியாது. புனைவாளிகளின் உளவெளிகளைக் கண்டறிந்து அவர்களுக்குத் தன்னையே பகிர்ந்தளித்தது. பாப்பிரஸ் கோரைகள் தீராமல் குடித்து மறைந்த நதிகளே சுமேர தீபிகாவின் ஆன்மா, கோரைச் சுருள்களில் ஓடி மறைந்த நதிகளைக் கடந்து கொண்டிருக்கிறோம். மினிக்கிமந்து நடுநிசியில் இருட்டில் ஒளிரும் நீண்டகூந்தல் ஒரு இழை மினிக்கி நெளிந்ததாம். தட்டுப்பட்டதாம் அதை எடுத்து பார்த்தால் கருக்கியூர் மோகினியை விட நீளமாக இருந்ததாம். இது யாருடையது. இயர்திடம் கூறி கூந்தலுடைய பெண்ணைத் தேடியதில் அவள் கன்னியாக இருக்கவேண்டும். பாப்பிரஸ் கோரையாடு அவளைத் தேடி நதி தோன்றிய குளிர்காலக் கண்களால் பார்த்தது, எருமைப்பாதையில் ஏறிவரும் பாப்பிரஸ் கோரையாட்டை. ஓட்டைச் சுனைமலை முழைஞ்சில் தொங்கி யசையும் மினுக்கிமந்தின் பிரஜையாகிவிட்ட பாப்பிரஸ் கோரையாடு அந்தமலையின் குளிர்கால கண்கள் எழுதிவரும் நீர்க்கொம்பு வாளம், நதியைப் பருகிக்கொண்டே பாப்பிரஸ் கோரைகளாக உருமாற்றியது.

இந்த தசா வாளங்களை வாசிக்கும் தூக்கநடையில் நீர்க்குரலில் பேசுவதும் பாப்பிரஸ் கோரையாடுதான். புனையரவுகளின் மோனம் கண்ணாடியில் நீங்கவில்லை. கோரையாடு இழந்த ஓடைகளில் குளம்படிகள் தட்டித் தெறித்த நுரைக்கலில் பொங்கிய நாணற் பேனாவின் மூச்சு தொட்டு எழுதியது. ஒரு பத்தி எழுதியானவுடன், எழுதிய நீர்க்கொம்பு வளரியை இடது கையினால் சுருட்டிப் பிடித்துக்கொண்டு, அடுத்த பிறை வாளத்துக்குள் மேய்ந்து சுற்றி மயிலிறகைத் தொட்டு எழுதியதில் பித்தமாகியிருக்கிறது பாப்பிரஸ் கோரையாடு. நாணற் செடிகளின் தண்டைச் சீவிசீவி துண்டுகளாக

வெட்டிய, அதன் ஒரு முனையைக் கூர்மையாகச் கீறிக் கூரின் நடுவைச் சிறிது பிளந்துவிட்டது கோரையாடு, அது நாணலை நேர்த்தியான பேனாவாக வடிவமைத்தது. இந்தப் பேனாக்களில் கணவாய் மீனின் கறுத்த குருதி தொட்டு, பேபரைஸ் தாள்களில் பண்டைக் காலத்து லெமுர் மண்மத்தாரின் லிபிகளை உதிர்த்தது.

வாளங்களைச் சுற்றி எழுதப்பட்ட ஏட்டுச் சுருள்களில் இன்றுள்ள வரை படிப்படியாக நீலத்தில் நடந்து சென்று கிட்டானே மகிஷாசுரா கூடவே நித்திரை போய் சற்றே கனவு வந்து தனி நீலத்தில் கலையைச் சுற்றியிருந்த ரெமேடியோ இடாயெருமையின் முகக்கோட்டில் முட்டி உரையாடும். கரிக்கியூர் மோகினி பின் செல்லும் கோரையாடு சற்று தூரத்தில் காத்து நிற்கிறது. கண்ணாடியில் பாப்பிரஸ் கோரையாடும் இடாயெருமையும் உரையாடி நடிக்கிறார்கள். பர்னிகா, மியோஸ், ஹோர்மஸிக்கு பாப்பிரஸ் சுருள்களைக் கொண்டுசென்றது கோரையாடுதான். அந்தக் கண்ணாடியில் மியோஸ் நகரத்து தாசியுடன் மையல்கொண்ட பாப்பிரஸ் கோரையாடு கலையும் கூற்றும் காட்டி வலசாரி போய் இடசாரி சுற்றிவரும் ஆடியில் கோரையாடு வருகிறது.

கந்தப் பூக்களில் வாசனை கசியும் ஹோர்மஸ் பட்டண மறைமுக மாலுமிகளுக்கு இருட்டில் விநியோகித்தது பாப்பிரஸ் சுருள்களை. பர்னிகா நகரத்து புள்ளொலிகளில் எட்டுவகை கிளிகள் வெகு பாஷைகளில் உரையாடுவதை எழுதிவரும் கோரையாடு மேல் மையலுற்று கூந்தலைப் புறத்தொதுக்கி அவள் அண்ணாந்திருந்த வேளையில் முத்தம்பட்டது மியோஸ் கண்ணாடி. பாப்பிரஸ் கோரையாட்டின் மோனம் கண்ணாடியில் நீங்கவில்லை. அதில் தாசி, முத்து வர்ணச் சேலை உடுத்தியிருந்தாள். சூரண வண்ணப் பட்டுத் துணியில் கட்டிய பாப்பிரஸ் சுருள்கள் அவள் மர பீரோவில் தனி வாசனைபரவும். பீரோவைத் திறந்து பாப்பிரஸ் சுருளை வாசிக்க இந்த மோகினிகள் கைநீட்டி புராணத்தைத் தொட்டதும் பாப்பிரஸின் சால வித்தைக்கு யாம் அடிமைகளே. அவை பேசின அத்தனை பொய்யும் மெய்யென்றே கதையாயிற்று. பாப்பிரஸ் வித்தையின் உலகிற்குள் பித்துப் பிடித்த கோரையாடு செல்கிறது.

அந்தக் கோரைநூலகம் மலைசூழ்ந்த ஏரியைச் சுற்றிநின்ற ஆளுயரக் கோரைகளாகக் காற்றில் அசைந்துகொண்டிருந்தது. விந்தை நூலகத்தில் வளரும் பாப்பிரஸ் கோரைகள். கலையின் ஆதாரத் திலிருந்து பட்டுப் பாதையில் சீனர்கள் பாப்பிரஸ் சுருள்கள் வாங்க வந்திருக்க வேண்டும். அவர்கள் சுமந்துவந்த சீனமூங்கில் மதுப்

போத்தல்களுக்குப் பண்டமாற்றாய் ஆம்பொரா மது ஜாடிகளுடன் இருட் குகையில் கண்டெடுக்கப்பட்ட மொழிப்புதையல்கள் அடங்கிய பாப்பிரஸ் சுருள்களையும் வாங்கிக்கொண்டனர் சீன வர்த்தகர். பாப்பிரஸ் சுருள்கள் ஒரு கற்பனாதீத விலங்கு. பெயரில்லாத அந்த அதீத விலங்குதான் பாப்பிரஸ் நூலகமாய் பறக்கக்கூடிய கொம்புகள் கொண்ட சிறகு மிருகம்.

சுமேர தீபிகா

சைத்ரீகன் கிளென்மார்கனுக்கு மிகநீண்ட வியத்தகு புனைவுருவைக் கொடுத்த கால்மடத்துறவி ரோஸா காண்டிஸாஸின் சுமேர தீபிகா பாப்பிரஸ் சுருளைத் திறந்து வாசகர் தயக்கத்துடன் அடியெடுத்து வைக்கும் போதே அவன் மறைந்து வாழும் சித்திரக்கல் புடவுக்குள் சுலபமாக அகப்பட்டுவிட நேரிடுமென எச்சரிக்கைகளைத் தேவைக்கதிகமாக ஏபெல் தன் பாப்பிரஸ் கோரையாடுகளிடமும் சொல்லி வைத்திருந்தான்.

ஆதிகாலத்தில் ஏபெலைப் போன்றே சித்திரக்கல் புடவில் வசிக்கும் கிளென்மார்கனும் ஆடுகளை மேய்ப்பவனாகக் கற்காலத்துக்குப்பின் தோன்றிய ஏரிக்கரையோரங்களில் வளர்ப்பதும் தன் உயிராதாரமாகக் கௌரவத்தோடுக் கொஞ்சிப் பெருக்கினான். தன் கிடையாடுகளைச் சுமேர் நிலப் பகுதிகளான பாபிலோனியா வுக்குக் கீழுள்ள மேடு எரிதில் வரைவோர் வரலாற்றில் மான் கொம்பைக் கைக்கோலாகக் கொண்டமையால் அவனை 'சித்திரக் கலைக்கோட்டு மரை' எனக் கண்ட, நிலத்து வாழ் சுமேரிகள் அவன் கையில் தூரிகையும், யாழும் இருப்பதால் மையலுற்றனர்.

எருமையையும் மரையையும் நீர்வாழ் தெய்வத்தையும் ஆற்றங் கரையில் வரைந்து திரிந்தான் கிளென்மார்கன். அவன் தூரிகை சிதறலில் நீர்வாழ் நந்திலிருந்து ஒருத்தி வந்தாள். மூங்கா, வெருகு, எலி, மூவரி அணில், கடிநாயுடன் சேர்ந்து திரிந்தான் கிளென்மார்கன். ஆடி நிழலில் ஆட்டின் உட்பொருளோடு சிலவகை எழுத்தின் கோரைகள் நுண்மைக் கோடுகள் போட்டு அசைந்தன சித்திரத் துகிலில்.

அரவமாகிய இசை வந்தது அவன் கை 'யாழில்.' அதனோடு ஆடுகளின் மயங்கல் இசையில் இயைந்த புல்வாய் அசைந்து புலம்பியது.

அவன் யாழிசை கேட்டு மெஸபடோனியர் கம்பள ரோமத்தாலான ஆடைகள் அணிவதை வரைந்தான் கிளென்மார்கன்.

மேலும் தன் பாப்பிரஸ் கோரையாடுகளின் ரோமத்தை நீளமான தன் விரல்களால் கத்தரிக்கும் பாசுரங்கள் ஆசியச் சமவெளி வரை பிரசித்தம் அடைந்ததும் அவன் படைத்த கம்பளி விரிப்புகளால் நாடோடிகள் தங்களின் கூடாரத்தை அமைத்தனர்.

மேல்சட்டையும் கால்சராயும் இடா எருமைமேல் பொதிபோட்டு வந்தான் கிளென்மார்கன். அந்தந்தப் பிரதேசங்களின் பருவநிலை களைக் கம்பளி ஆடைகளோடு பாடு கவிதைகளையும், ஆடு வளர்ப்பவருக்கே கொடையளிக்கப் புத்தாடைகளைப் புறக்கணிக்காமல் ஏற்றுக்கொண்டனர்.

கிடையாடுகளோடு திரும்பும் போது இஸ்பானியா தேசத்தில் மூர்கள் மேய்த்துவந்த மெரினோ ஆடுகளை மந்தையாக கம்பளிக்கு மாற்றாய் வாங்கினான் கிளென்மார்கன். அவனை எல்லோரும் ஒற்றைக் கொம்புள்ள 'கலைக்கோட்டு மரை' என மீ மனிதனாய்த் தள்ளி வைத்துப் பார்ப்பதை ஒத்துக்கொள்ளவில்லை அவன். சட்டத்திற்கு புறம்பாக மெரினோ இன ஆடுகளை யாழிசைத்துக் கடத்திச்செல்கிறான்.ரொமானிகள் இவனிடம் வாங்கிய கம்பளி விரிப்பில் கனவாய் சுருண்டதையும் தீட்டிக் கொடுத்ததில் ஒன்று கலந்தன நிறங்கள்.

மெரினோ இன ஆடுகள் அல்-ஆந்தலூஸியாவிலிருந்து தன் கூட்டாளிகளான ரொமானி அலைகுடிகளையும் அவனோடு குற்றதோஷமுடையவர்களாய் பார்த்தனர் மூர்கள். சங்கிலியினால் கட்டப்பட்டு கிளென்மார்கன் தேகத்திற்கு எப்படி நிர்பந்தமுண்டா கிறதோ அப்படி அவன் யாழிசைப்பதில் நிர்பந்தமில்லை என்றனர் ரொமானிகள். அவன் வரைவதோ நாடோடிகளின் அநந்த இதிகாசம். முற்காலத்து மீ புருஷர்களின் கதையாகிய சித்திரங்களைப் படைத்தான். லௌகீகக்கதைக்கும்,அநுகூலயுக்திக்கும் எதிரானவன் கிளென்மார்கன்.

சமுத்திரத்தில் பருகி,மகா மேருவில் தூரிகைக்குக் கோரைகள் தேடி அக்னியைப் புசித்து பாஸ்பரஸின் வெப்பத்தை யாழிசையில் மீட்டி விலங்கின் ஆற்றல்களை இசைத்தான்.

யாழின் தேகவடிவம் வியர்த்தது இசையில்.

அவன் வரைந்த காவிய முதலியவற்றில் அநேக விலங்கின் சப்தங்களைக் கோர்வையாகக் கோர்த்து மனித ஜீவிதத்துக்கு அப்பால் திரியும் விலங்குகளுக்கே மரியாதை செய்தான்.

மூர்களின் மெரினோ ஆடுகளையும் மாயமாந்ரீகத்தினால்

ஆக்கப்பட்ட கந்தர்வ நகரத்திற்கு விலங்குகளைக் கூட்டிப்போகிறான் ஓவியத்தில். நரம்பு, எலும்பு, மாமிசத்தின் முடிச்சுகளிட்ட கம்பளி நூலால் சுற்றிப் பொம்மைகளைப் படைத்து அசைத்தான்.

அக்கம்பளிப் பொம்மைகளின் மோனம் அவன் யாழ் நரம்பும் ஓநாய் எலும்பில் கோர்த்து வருடுவது பிரசித்தம். கழிந்த எல்லா ஜென்மங்களிலும் கோடு மீட்டினான்.

மோனத்தை யாழின் கண்ணீர் உதிர்த்தது.

அமீர் அரசனால் பலவந்தமாக சங்கிலியால் கட்டப்பட்டவனைப் பார்க்க வேட்கை கொண்டு அவன் யாக்கையில் வியர்க்கும் இசை நறுமணத்தை நோக்கி நகரே கூடிப் பேசியது.

'இவன் இசை பிரயாசையினால் சாதிக்கத்தக்கதல்ல' என்று.

மெரினோ ஆடுகளின் திருடனென்று அறிந்தும் அவனிடம் கூடி வரும் இசை அவன் திருடனல்ல என்றே இசைத்தது. அநிச்சையின் இசையில் அவன் கடத்திச்சென்ற ஆடுகள் நீங்காமல் கூடவே வருகின்றன. அமீர் அரண்மனையின் வித்வான்களுக்கு உரியதோ வறுத்த விதை முளையினுற்பத்தி இல்லாததாயினும் அரசன் புசித்தற்பொருட்டு உபயோகப்படுவதென வித்வான்களின் இசை வெகுவிதமான அந்தப்புர இசையில் சாமர்த்தியமுடைய மாநிற திருநங்கையர் கிளென்மார்கனின் சுருதியையும் வென்றவர்கள் எனப் பகலில் துறவி ரோஸாவாய் உருமாறிச் சொன்னான். இசையின் சொரூபமாக உடையவர்கள் மாநிற திருநங்கையர் என்று கிளென்மார்கனுக்கே தெரியாது என ரோஸா புன்னகைத்தார்.

நண்டெனப் பதினெட்டுமுறை உடல் கலைந்து புது உடலுக்கு மாறுவர் மாநிறத் திருநங்கையர்.

விரல்கள் இசைவித்து முளைகட்டுகிறது யாழ்.

கூத்தாடுதல், பாடுதல், வீணாகத்திரிதல் திராட்சாரசத்தைக் குடித்தல் இசைக்கு அநுக்கமானவையென யூத யாழோன் லப்ராத் ஆடுகளைக் கொண்டு செல்லும் கிளென்மார்கனைப் பார்த்துக் கத்தியது அவனுக்குக் கேட்கவேயில்லை.

ஆனால் கிரிஸ்டோபர் கொலம்பஸ் லிண்டா கம்பளிக் கப்பலில் சான்டாமரியா வழியாக அமெரிந்திய நிலவெளிக்கு மெரினோ ஆடுகளை ஏற்றிப் போனதால் அங்கே கைத்திறமிக்க ப்பூங்லோஸ் பழங்குடிகளும், நவஜோக்களும் பேரழகின் மினுக்கங்களோடு தரமுயர்ந்த கம்பளியை இந்தக் கொலம்பஸ் கொடையளித்த

மந்தையிலிருந்து ஆயிரம் விரல்களால் கத்தரிக்கும் இசையொலிப் பாடல்கள் தறிகளில் இரவிரவாய் துயிலாத கவிதைகளை கம்பளி ரோமத்தின் இழையுருவில் கோர்த்திருந்தனர் என சுமேர தீபிகாவில் எழுதினான் கிளென்மார்கன்.

திரும்பவும் கம்பளிப் பாடல்களில் சிந்து ரொமாக்கள் விசிறியை அசைத்து ஃபிளெமேங்கோ நடனத்தின் உதயமும், சிந்து அலைகுடிகள் எவரும் மெரினோ ஆட்டு மந்தையை கிளென்மார்கன் கம்பளிக்கு மாற்றாய் கையளித்துக் கடத்தத் துணைசெய்தால் மரண தண்டனையும் அளித்த தோப்காப்பி அமீர்கள் மொகசராபியராகவும் இருந்தனர். தோப்காப்பி கொடூர அந்தப்புரத் தனிமையில் மாநிறத் திருநங்கையர் மெரினோ ஆடுகளாய்ச் செருமி, சளியைத் துப்பியழுதவாறு ரோமங்களைக் கத்தரிக்கும் ஒலி பிரசித்தி பெற்ற அந்தப்புர இசைக் கோர்வையாகிற்று.

கிளென்மார்கன் குறிப்புகளில் நித்யத்துவம் அளிக்கும் மாய மாந்ரீக முந்திரிகைப் பழத்தோட்டத்தை நோக்கி வேட்கை கொண்டேகியதில் முதலில் சந்தித்துக்கொண்டவன் டிரோஜன் யுத்தத்திற்குப் பின் அடையா நெடும் பயணம் மேற்கொண்ட ஒதிஸியஸைத்தான்.

ஒற்றைக்கண் அரக்கன் சைக்ளோப்ஸ் பெருவிழி ரெப்பயைத் திறந்து திராட்சை ரஸம் ஊற்றி ஒயினை ஆயுதமாகப் பாய்ச்சித் தப்பி வந்ததையும் முடிவற்ற துகிலை நெய்துவரும் பாரியாள் பெனிலோப்பையும் காணக் கூட்டி வருகிறான் அதிசய அதிதி கிளென்மார்கனை. பெனிலோப்பின் தறி விளக்கொளியில் கிளென்மார்கன் தயக்கத்துடன் எழுதி வரும் சுமேர தீபிகாவில் மிக நீண்ட வியத்தகு சரித்திரமும் நாகரீகங்களிடையே இராஜ்ஜியங்களின் வளர்சியினை இணைத்துக் கேட்கக் கேட்க திராட்சைத் தோட்டங்களில் புனித முட்டாள்களின் கப்பலில் பயணமானான் வாசிப்பினூடே தயக்கத்துடன் வாசகன் மாயமாந்ரீகத் தோட்டக் கதவைத் தட்டியதும் சத்தமிடும் கதவைத் திறந்து,

பாப்பிரஸ் கோரையாடு: கிளென்மார்கன்... நீ வரும் நாளை ஏற்கனவே கல் எழுத்தில் உற்றறிந்தேன். உனக்கு முன்பே பாம்புக்கடி மருந்தாக இறந்த அரசன் ஒயினைத்தான் இரத்தத்தோடு பூசிப் பிழைத்தான். பாரோஸ் அரசப் பதன யாக்கை வியர்க்கப் பருகிய முப்பத்தாறு மண்ஜாடிகளின் வெளிச்சத்தில் ஓசிரிஸ் கடவுள் யுத்தத்தின் கொடுமைகளால் பூமியை வெறுமனே உழுதுகொண்டு சென்றது உனக்கு தெரியுமா.

கிளென்மார்கன்: தூத்து-அன்கு-ஆமூன் பதன யாக்கை மேல் நைல் நதியைக் குடித்த பழந்திராட்சைக் கொடியைப் பிழிந்து பூசி திராட்ஷைக்காடி தயாரிக்கும் வித்தகர்களின் சித்திர நிகழ்சிகளை வரைந்து அவனை எழுப்பினார்கள் என்பதும் எமக்கு தெரியும்.

அரசப் பதன யாக்கை ஆமூன்: சிவப்பு முந்திரிகைக் காடியை என் அதரத்தில் படாமல் ஊட்டு கிளென்மார்கன்.

கிளென்மார்கன்: புராதன செடே இருக்கிறதா உன் நிலவறையில்.

ஆமூன்: மிச்சம் இருக்கும் செடே பானம் இந்தா... களைத்து போயிருக்கிறாய் கிளென்மார்கன். இதில் ஹோமருக்கும் கொஞ்சம் கொடு... லயர் யாழை அவன் இசைத்துப் பாடட்டும்.

மார்கன்: உன் திராட்சைக் கடவுள் ஓசிரீஸின் பழஞ்ஜார் அடுக்குப் பானைகள் எங்குள்ளன பாய் கிங்...

ஆமூன்: நைல் ஆற்றைத் திராட்சைக் கொடியாய் ஏந்திய ஓசிரீஸ் இந்த முறை துண்டு துண்டாய் இக்கொடியை வெட்டி நடுகையிட வண்டல் மண்ணை ருசி பார்த்து என் பதன யாக்கைகளுக்குப் பழகிவிட்டது சுமேர சைத்ரீகனே.'

கோரையாடு: உயிருள்ளவர்களைவிட மண்ணின் மூலகத்தை சதா விருந்தாக உண்பவர்கள் பதனத்தைலமிட்ட அரசர்கள்தான்.

ஆமூன்: மரணத்திற்குப் பின் ஓசிரீஸ் கொடுத்த ஜார்கள் முப்பத்தாறும் தீர்ந்துவிட மரணத்துடன் உரையாடுபவன் கிளென்மார்கன். அவன் கடலையே திராட்ஷைக்காடிதான் என்கிறான், அது உனக்குத் தெரியுமா கோரையாடே.

கோரையாடு: பேக்கனாலியா வெறியாட்டம் சடங்கு நாடகத்தில் யூரிபிடஸோடு இரத்தத்தில் திராட்ஷைக்காடி கலந்து பருகுபவன் இந்தக் கிளென்மார்கன் என்பதும் எனக்குத் தெரியும். அவனை நம்பாதே அரசே.

பெரும் பீடிப்பிலும் ரகசியக் கலையாளுமையான கிளென்மார்கன் விரல்களுக்குள் வந்துவிடுகிறான் தூத்து-அன்கு-ஆமூன். ரினாசிட்டா காலம் கலையின் முன்மரபை கிளென்மார்கன் ஆரத்தழுவினாலும் மறுகோலமாய் மாற்றும் பேரலையாக எழுந்துவிட அயல் உலகம் திரிந்து சுற்றிய மூடர்களின் கப்பலில் நிரந்தரக் தற்கொலையில் வாழ்ந்துகொண்டிருக்கும் வான்காவை துருப்பிடித்த லெஃபோ-ஸோ வுடன் சந்திக்கிறான் கிளென்மார்கன் கடந்த நூற்றாண்டில். சுமேர தீபிகாவைத் திறந்துவரும் சைத்ரீகர்கள் கால எல்லைகளைத்

தாண்டி அகாலத்தில் பயணித்து மகாசமுத்திரங்களைச் சுவாசித்தனர். ஒன்றுக்கொன்று கொடுத்து வாங்கும் கிளென்மார்கன் கலைவிரல் களுக்கு கடல் தன் நிறங்களை வேறுவேறு கால நிறங்களாய் ஓவியங்களைப் பகிர்ந்து கொண்டது புனித முட்டாள்களின் கப்பலில். இருள் விலகி கிளென்மார்கனின் ஆன்மாவில் கசிந்த உலகளாவிய நிறங்கள் மறுமையைக் குறித்தோ சொர்க்க நரகங்களைக் குறித்தோ கவலைகொள்ளவில்லை கப்பல் பயணத்தில்.

மார்க்கத்துறையின் போலிமைகளை மதகுருமாரின் சுகபோகங்களை இடறி வீழ்த்தி துறவி ரோஸா காண்டிஸாஸாக பகலில் மாறிவிடும் தன் சுயவுருவின் அத்தனை சம்பிரதாயங்களையும் ஒழுக்க நியதி களிலிருந்து விலகி ராத்திரியில் கிளென்மார்கனாகி முட்டாள்களின் கப்பலில் வந்த சைத்திரீகர்களோடு தன்னை முழுமையாக விடுவித்துக் கொண்டான். ரோமா சபை குருமார்களோடு துறவி ரோஸா காண்டிஸாஸாக உருமாறி காமக்கேளிக்கைகளில் மிதமிஞ்சிய இரவுகளினூடே பெரிய திராட்ஷைக்காடிப் போத்தல் தயாரித்த இஸ்பானியா தேச டொமினிகன் துறவியோடு முதலாம் முந்திரிகைத் தோட்டத்தின் அதிசயங்களினூடே சிவப்புத் திராட்சையின் மரபணு நிழல்கள் துறவி ரோஸாவை குடிகாரனாக்கி பின் சைத்ரீகன் கிளென்மார்கனாய் உயர்த்தியது. மதம் தன் ஆதிக்கத்திற்காக எந்த விலையும் கொடுக்கச் சித்தமாய் இருந்தது எங்கும். தூத்து-அன்கு-ஆமூன் அரண்மனையில் இருந்து வெளியேறி கலைத்தொழிலுக்கு இன்றியமையாத மனிஸ வங்காதிபாதம், உடலின் உறுப்பு நெசவுகளின் வடிவம் கட்டுக்கோப்பின் சேர்மானங்களை விரல்பிடிகளால் வரைந்த பென்சில் கண் உணரும் சித்திரசாஸ்திரத் தசைத்திரட்சிகளின் நுணுக்க அமைப்புகளைக் காண வேட்கையுற்றான்.

இருகரங்களால் தூத்து- அன்கு-ஆமூனின் பதன யாக்கையைத் தொடுவதற்கு துறவி ரோஸா காண்டிஸாஸ் கால்மடத்திலிருந்த ஆடி முன் தன் இரவு நேர ஒப்பனையில் கிளென்மார்கனாக உருமாறித் தன் தலைமைப் புரோகிதர் உருவைத் துடைக்க பாப்பிரஸ் கோரையாடு உதவியது. பிரமிடை ஒட்டிய படிக்கட்டுகள் வளைந்து இறங்கும் அரசனின் பதனப் பிரேத நிலவறைச் சுவர்களை அண்ணாந்தான். அங்கு மிகப்பெரிய சுவரோவியங்களில் தாமரைகளும், நைல் ஆற்றில் அல்லி மலர்களும் தூத்துஅன்கு-ஆமூன் விருப்பார்வக் குறியீடுகளாய் தாமரை மொட்டுகளின் பக்கத் தோற்றமும், மலர்ந்த அல்லியின் மேற்புறத் தோற்றமும் பதனத் தைலமிட்ட அரசனின் பிரத்யேக அலங்கார அங்கிகளை ஒரு சிறிய மோதிரத்தில் நுழைத்திட

முடியும் என்ற சொலவு உண்டோ என வியந்து. சவப்பேழைப் பிரதியைத் தொட்டுப் புரட்டியவாறு ‘நெய்யப்பட்ட காற்று’ என எழுதினான் கிளென்மார்கன்.

பிரமிடின் நீர் ஓவியத்தில் நைல் ஆற்றின் அலைகளில் அல்லிகளும், தாமரைகளும் தவிர தாவரமாகிய பாப்பிரஸ் காகிதக் கிழங்குகளை பெண் முகமும், சிங்க உடலும் கொண்ட ஸ்பிங்ஸ் கறும்பும் ஒலிகளைக் கேட்டு என்னென்னமோ வரும் உருத்தோற்றங்களை சவப் பேழைப் பிரதியைப் பார்த்து எழுதினான் கிளென்மார்கன்.

நிலவறை சவப்பேழைப் பிரதியுடன் உரையாடிக்கொண்டிருந்தன நீலநைல் வளரிகள்.

மார்கன்: நீ பேசி எவ்வளவு காலம் ஆகிவிட்டது தூத்து-அன்கு-ஆமூன்... நான் வரைந்த மனிதனை உண்ணும் சிங்கம் ஓவியத்தை உன்னிடம்தான் கொடுக்க நினைத்தேன். நீ வெறுங்கையோடு திரும்ப நேர்ந்தது. அது ஜாம்சிட் பெர்ஸியன் ராஜாவுக்கு கிடைக்காமலே போயிற்று. அதை நான் என் நேசமிக்க ஊழியன் இந்த பாப்பிரஸ் ஆட்டிற்குப் பரிசாகக் கொடுத்துவிட்டேன். ஆனால், மனிதனை உண்ணும் சிங்கம் பலரிடம் இருந்து இடம்பெயர்ந்து பதிமூன்றாம் லூயியிடம் போய் ஓவியமே தண்டனைக் குள்ளாகும் முன் இந்தக் கப்பலில் வரும் புனித மூடர்களோடு மனிதனை உண்ணும் சிங்கமும் இருவரும் இருக்கிறார்கள். இதை உனக்குத் திரும்பத்தர விரும்புகிறேன். இப்பொழுதாவது நெருப்பை எழுப்பும் வளரியைப் பற்றிப் பேசு எம் பாய் கிங்...

ஆமூன்: என் நீர்க்கோழி வளரிகள், என் குழந்தைப் பருவ விளையாட்டு வளரிகள், என் தந்தை அகெண்டனின் திரும்பி வரும் வளரியையும் வேட்டைக்குச் சென்ற நேர்கோட்டு வளரியையும், என் தாய் அரசாணி அன்கென்சென்டேடன் ஊரில் இருந்து கொண்டு வந்த குடும்ப மரபு சித்திர வளரியையும் எங்கே வைத்திருக்கிறாய் என்று கேட்கிறாயே பாரோக்களின் சாபத்துக்கு அஞ்சாமல்...

மார்கன்: ‘இதோ என் கார்மென் சுருட்டு... உன் உறைந்த விரல் களுக்குள் பற்றவைக்கிறேன்’ என்றவாறு கைக்கூட்டுக்குள் எரியும் மெழுகு சுடரைச் சுருட்டை நோக்கிக்கொண்டு வந்தவாறு ‘என் சுருட்டைப் புகை...’ இனியாவது பேசு, மௌனமாக இருந்து விடாதே தூத்து-அன்கு-ஆமூன். உன் உடலின் நுட்பங்களைச் சாவிலும் வாடாத உன் முகத்தைக் கல்லில் செதுக்க விரும்புகிறேன். நடுநிசியில் நீயும் வரலாம்.

ஆமூன்: சவப்பேழையில் இருக்கும் என்னை மரணத்தில் உறங்க விடாமல் ஏன் என் வளரிகளின் ரகசியங்களைக் கேட்டுத் தொந்தரவு செய்கிறாய் கிளென்மார்கன். அழகியொருத்தி பாப்பிரஸ் கோரையாட்டுடன் மோகப்புயல் கொண்டு மெய்மறந்து நிற்கும் நிலையை சித்தரித்த இந்த ஓவியம் வக்கிரமான தோற்றதை அப்பட்டமாக வெளியிடுகிறதே.

மார்கன்: இறந்த பின்னும் என் கலையை நீ புரிந்துகொள்ளவில்லை எகிப்திய அரசே.' பால்வீதியில் பாப்பிரஸ் கோரையாட்டுடன் அந்தப் பேரழகி எவ்வளவு மோனத்தில் இணைந்திருக்கிறாள். இதனை விலங்குருவாக்க மனிதக் கலையாகப் பார்க்கத் தவறி விட்டாய். இனியும் சனாதன ஒழுக்க நியதிகளைக் குறித்து அதிகம் கவலை கொள்ளாமல் இரு.

ஆமூன்: நீயும் இறக்கப் போகும் மனிதன் தானே மார்கா... இறந்த பின்னும் பனிப்பேழையில் யாருக்காகக் காத்திருக்கிறேன். இந்த இரவு நேரத்தில் என் உடலைப் புரட்டிப் பரிசோதிப்பதும் மெழுகுவர்த்தி வழிய என்னைக் கண்டு நடுங்கும் சுடரைக் கொண்டு இருட்டை ஏன் உரிக்கிறாய் சைத்ரீகனே. மரணமடைந்த தெய்வத்தின் சாட்டை நுனியால் என் தோல் உரிந்திருக்கிறது. அதன் தடங்களைப் பார்.

மார்கன்: உன் மனிஸ அங்காதிபாதம்... பதனத்தைலங்களின் கெமிஸ்த்தம்... உம் முன்னோரின் வைத்தியாகரத்தை யாக்கையின் வடிவங்களை சிற்பிக்கவே விரும்புகிறேன். சவப்பேழைப் பிரதியின் உறுப்பு நெசவுகளில் உள்ள கடவுள்களின் எலும்புகளில் தீராக் கலைத் தாகத்தை தோத்தில் அடங்கிய புராணக் கதைகளை வாசித்தவுடன் ஆரம்பிக்கும் அச்சம், டட் உலகின் தொடர்ச்சியற்ற புனைவுகளை சவப்பேழையில் துயிலும் மறைத்து வைத்த மரண மூடாக்கில் வரைந்த சைத்ரீகர்கள் யார் சொல்லெனக்கு?

ஆமூன்: பைசாச வழிப்பாட்டினர்களுடன் தொடர்புடைய புராணத்தை முத்திரையிட்டு ஒளித்து வைத்திருப்பதை கேட்காதே. என் யாக்கையில் மறைந்துள்ள கடவுள்களின் எலும்புகளை நீ பார்ப்பது பாரோக்களின் சாபமாகிவிடும். அவை மீண்டும் கதை சொல்வதாக நம்புகிறேன். என் எலும்புகளைத் தொடும்போது கடவுள் இருக்கிறார் என்று நம்புகிறேன், அரச பாலகனாக இருந்தும். என் எலும்பின் அனுமானத்திலிருந்து புனைவில் நடமாடும் கடவுள்கள் ஒளியில் ஊடுருவி வருகிறார்கள். புராணங்களென விவரங்களும்

ஒத்திசைவான சிதைவுற்ற வேறு புராதன எச்சங்களையும் என் நனவிலியால் வரையறுத்து சவப்பேழைப் பிரதியில் எழுதியும் வருகிறேன் இறந்தபடி.

மார்கன்: பாய் கிங் எனக்கு பயமாக இருக்கிறதே உன் பேச்சு... ஏனோ தார்மீக பீதியுற்ற உனது 'கிங் டட்' காமிக்ஸ் தொகுப்பில் இருநூறு புதிர்க்கதைகளில் நூற்றிமூன்றாவது கட்டுக் கதையில் உன்னை நோக்கி விண்ணிலிருந்து பறந்துவந்த விண்கல் வளரியின் அமானுஷ்யத்தை வணங்குபவர்களாக பாரோக்கள் மாறியதேன்? விண்கல் வளரி எங்கே?

ஆமூன்: அதில் விண்மனிதப் படமொழியில் வரைந்துள்ள ரகசிய அர்த்தங்கள் எகிப்திய புதிர் எழுத்துகளை மானடே என்ற எகிப்திய பாதிரியார் விரிவாக பாரோக்களின் சாபத்தின் பால்வரை நியதிப்படி என் சிம்மாசனம் 'நெப்கெபூர்' எனப்பட்டது. இனி டட் விதிப்படி நான் அமரும்வேளை வந்துவிட்டது மார்கா.

நரகத்தின் சித்ரவதைப் பாப்பிரஸ் தாள் அட்டவணை ஓவியன்

அதற்கு ஆமூன் புகை நடுவில் உரையாடினான்.

ஆமூன்: நரகத்தின் சித்ரவதை வாசல்களில் நுழைந்து நீ வரைந்து கொண்டிருக்கும் பாப்பிரஸ் அட்டவணைத் தாள்களை ஏன் தட்டுகிறது உன் கோரையாடு.

மார்கன்: உன்மரணத்தின் மீது பரம்பரைப் பெருமையின் தூசி மூடியுள்ளது. அதை அகற்றி என்னைப் பார் அரசே. என் கலைப் படைப்பிற்காவது உன்னால் உதவ முடியுமா?.

ஆமூன்: என் அங்காதிபாதங்களைப் பிரித்து மேலும் அனாதை யாக்கி விடாதே மார்கா... மதுதேவதை ஓசிரிஸ் கடவுகளுக்குக் கடன்பட்ட குடிகார தூத்து-அன்கு-ஆமூன் நான்தான். இந்த அழுகிநாறாத நகங்களில் வெள்ளை லில்லிகள் அரும்பும் எகிப்திய சவப்பேழைப் பிரதி நான்.'

மார்கன்: பழைய நாவலாசிரியர்கள் எழுதி வைத்த எல்லா இயல்பு களோடும் உன்னைச் சிற்பமாய் உருக்கொடுக்கிறேன் பார். நீ உயிருடன் இருந்தபோது அழகியொருத்தி பாப்பிரஸ் கோரை ஆட்டுடன் மோகப்புயல் கொண்ட என் ஓவியத்தைப் புரியவில்லை என்றாயே.

ஆமூன்: என் உருவைச் சலவைக் கல்லாக ஒன்றித்து உன் உளியின்

தொகுதியால் சவமான என் முகத்திற்கு ஒளிபாய்ச்ச விரும்புகிறாயா? கடுமையான சிருஷ்டித் தொழிலில் தன்னை மறந்த மார்கா... உன்னையெவரும் நேரில்வந்து வரையவோ சிற்பிக்கவோ இந்த முட்டாள்களின் கப்பலில் உள்ளவர்களால் முடியுமா... நெடுங் காலத்துக்குப்பின் பலரின் குரல்வளையில் இருந்து கிளம்பிய உன் சிருஷ்டிகளின் பார்வையார்கள் கண்களால் பறித்த ரினாசிட்டா காலமாய் தொகுத்து எழுதுவான் லெமுரா...

மார்கன்: உறவுகளில் இருந்து விலகி இருந்தே வாழ்வின் கசப்புகளை உணருகிறேன். பிரபலமான சைத்திரீகர்களும் என் எதிரிதான். பிறர் என்னை அவமதிப்பதாகக் கற்பனை செய்துகொள்ளும் விசித்திரப் பண்பினால் அணுக முடியாத நெருப்பென என்னைக் கண்டு விலகித்தான் போவார்கள்.

ஆமூன்: என்னை நீ சோகபாவத்தில் சிற்பிக்கப் போகிறாய்.

தைலமூட்டப்பட்ட சவப்பேழைப் பிரதியின் நகங்கள் பேசும்போதே வளர்ந்துகொண்டிருந்தது.

மார்கன்: கடவுளால் ஆசீர்வதிக்கப்பட்ட இடம் புனித மூடர்களின் ஒரு திராட்சைத் தோட்டம் தான் அரச பாலகன்.

கோரையாடு: பொன் மட்கலயத்தில் குடித்துக்கொண்டிருந்த இறந்த அரசனோடு சூதாடுவது மரணம்தான்.

உரையாடல்களுக்கு இடையே மரணத்தின் மேல் அங்குமிங்கும் நடந்து கொண்டிருந்தது கோரையாடு.

ஆமூன்: இறப்புக்குப் பிந்தைய வாழ்வில் நம்பிக்கையற்றவனாய் நடமாடிக்கொண்டிருக்கிறேன். ஏனெனில் அடுத்த வாழ்விற்கான பொருள் தேவைகளை இறந்த பின்னும் இந்த உலகிலிருந்துதான் பெற வேண்டியிருக்கிறது.

மார்கன்: இன்னும் முந்திரி ஜாடிகளை பருகி முடிக்காமல் மிச்சம் வைத்திருக்கிறாயே.

ஆமூன்: பாரோக்களின் முந்திரிகை காடி கொடுக்கக் கொடுக்க கை சிவந்துவிடும் எனக்கு... இனியான காலத்திற்காக காத்திருக்கிற ஜார்களிவை.

மார்கன்: சமையல்காரரையும், நெசவாளர்களையும், விவசாயி களையும், கோதுமைக் கதிர்களையும், பருத்திப் பெண்டிரையும், அடிமைகளையும் மண் பொம்மைகளாகவும், மண் உருக்களாகவும், கம்பளிப் பொம்மைகளாகவும் நிலவறையில் வைத்துவிட்டு

வெளியேறிவிட்டனரே மீண்டும் பூமியின் மேற்பகுதிக்கு... வருத்தமாக இருக்கிறதெனக்கு பால்ய நண்பனே.

ஆமூன்: தோத் கடவுளின் கை எழுதிக்கொண்டிருக்கும் பிரபஞ்ச ரகசிய நுட்ப மையங்களை நீ வாசித்தும் வகைப்படுத்த முடியாது... பன்னிரு நுட்பங்களில் உலர்ந்த என் தொப்பூள் கொடிக்கு சற்று கீழே சஞ்சரிக்கும் தோத் நூலின் மஞ்சள்நீர் கண்கள் மரணத்திற்கு பின்னான பிரிந்த உயிரின் தியானம் பல ஆற்றல்களைக் கொண்டது. உயிருள்ள மனிதனின் குருதியின் மோனம் இதயம் எனும் உறுப்பை தொடும் போது, தோன்றும் கலைகளும் மையலில் சுருண்டு விடுகின்றன ஒவ்வொரு நொடியிலும். நீ எழுதிய நம்பிக்கையற்ற புத்தகமல்ல தோத் கடவுளின் பிரதி. படிக்கப்பட்ட பின்னும் முடிக்கப்படவில்லை என்பதை மனித ஆன்மாவிலிருந்து உணர முடியாது. தோத்தின் ரகசிய இழைகளின் வழி, உன் கலை நுழைந்துகொண்டிருக்கிறதா... எனக்கு தெரியவில்லை மார்கா.

மார்கன்: பால்ய வனத்தில் வயதற்ற சிறுவனான உன்னை டட் உலகிலிருந்து நீல கிளிஞ்சலின் துன்பியல் நடிகன் கிளாடியஸாய் பார்க்கிறேன் உன்னை. ஒவ்வொரு நடிகனுக்கும் நீ வைத்த விருந்தில் சிடே பானத்தில் மூரெக்ஸ் கிளிஞ்சலில் எடுத்த முத்தை ஒலியிட்டு உரசிக் கொடுத்தாய். உன் நீலநிறக் கிளிஞ்சலின் கழுத்துப் பகுதியில் ஒரு சிறிய பகுதியிலிருந்து பிரபஞ்ச மென்நீலம் கசிவதை உன் கழுத்திலும் அதன் நீல நறுமணம் எந்தப் பகுதியிலிருந்து குறுஞ்சுனை எடுக்கிறது பாய் கிங்...

ஆமூன்: என் தீப்ஸ் நகரத்தின் நீலக் கிளிஞ்சல்களோடு நைலில் என்றுமே விளையாடிக்கொண்டிருக்கிறேன். இந்த நிறத்தில் தோய்த்த ஆடைகளில்தான் தோத் கடவுளும் என்னோடு நீர் விளையாட்டில் கொடுத்த நீல மயக்கத்தின் பேருயிர் மீண்டும் கிடைப்பதற்கு இக்கிளிஞ்சல்களின் நாக்கு ஒரு விரல் அளவுதான் நீட்டி விசும்பை வருடுகிறது. அதுதான் பிரபஞ்ச கானமென பால்யத்தில் தொலைந்த என் உயிர் நீந்திக்கொண்டிருக்கிறது. நான் மீண்டும் வருவேனா என எனக்குத் தெரியாது. நீல நிறக்கிளிஞ்சல்கள் இருக்கும் வரைதான் நான் இருப்பேன். அந்த இப்பியில், இறந்த நீள் வெள்ளியொன்று தன் ஒளியை கைவிடாமல் எத்தனை யுகங்களுக்கு வைத்திருக்கும் என்று எனக்குத் தெரியவில்லை. நீள் வெள்ளி மரணத்தின் ஒளியாகச் சரிந்துவந்து ஒவ்வொருவரின் பால்ய விளையாட்டில் பறக்கும் யோநைல் வளரியை தொடுகிறேன்.

எனக்கு இந்த நிறம் வந்ததும் நைலும் அதன் கரையில் நுரையென சிதறிவாழ்ந்த என் பால்யமும் மறைந்துகொண்டே இருப்பதாக உணர்கிறேன். நீலநிறக் கிளிஞ்சலின் குறீயிடாக நான் மனிதரின் கண்ணுக்குப் படாமல் மறைந்திருக்கிறேன் குழந்தையின் கையில் நழுவும் இப்பியில்.

மார்கன்: கீழறைகள் மூழ்கியுள்ள இருண்ட கால அரண்மனையில் கொக்கிகளில் தொங்கவிடப்பட்டிருக்கும் கம்பத்தைத் தொட்டதும் கம்பளிப் பொம்மைகள் உரையாடத் தொடங்கிவிடும் திராட்சை ரஸம் கேட்டு. உடலில் கொக்கிகளை மாட்டும் சடங்கைச் செய்பவர்கள் உயிரோடிருக்கும் உன் அடிமைகள்தான்.

ஆமூன்: என் தொடையைக் கிழித்து வெளிவரும் நீலநைலின் துயரத்தில் என் குருதியின் இரகசிய உரையாடலில் வியக்கத்தக்க வகையில் மரபணு நிழல்கள் பெரிதாகி ஆடியபடி திராட்சை ரஸம் கேட்டு கதறுகின்றன.

விடியுமுன் ரீ சொன்ன கதை

நீலநைல் ஆற்றங்கரையிலிருந்து வந்த இடையர்களுடன் கிளென்மார்கன் தங்கிவிடுகிறான். பல மைல் தள்ளியிருக்கும் கிங்ஸ்பள்ளத்தாக்கு சமாதிக் குன்றத்திற்கு கூட்டிச்சென்றனர் கம்பளிப்பெண்டிர். சிறிய வாயில் தோன்ற இதைவிடப் பழமையான குன்றின் அடிவாரத்தில் தூத்து-அன்கு-ஆமூனின் உரு அழிந்த கற்கள் சுமேர தீபிகாவிலிருந்து உதிர்ந்தவைகளாக இருக்கும்.

இப்போது இடிந்த லெமுரா மண்மத்தார் உரு அழிந்த கடவுள் களுக்கு குகைகள் இருக்குமெனத் தினை, சாமை, கோதும்பை தானியங்களை கடவுளைச் சுற்றி தானியப்பாதையை வரைந்தார்கள். புராதன மரபுக்கற்களில் எகிப்தியர்கள் வாழ்ந்த பிரதேசமாகத் தொடர்ந்து செல்லும் கற்களாலான பாதைகள் மறைந்து மறையாத சில பாதைகள் சந்திக்கும் வெள்ளைநைல், நீலநைல் இவ்விரு நதிகளுக்கிடையே உயர்ந்த மேடுகளில் கற்களிடையே மட்பாண்டங் களின் அருகில், தூத்து-அன்கு-ஆமூனின் மரபணு நிழல்கள் மறைந்திருக்கும் விண்கல் வளைதடியும் அங்கு உலகில் கிடைக்காத விந்தை ஒளிர்வாகக் கிடந்தது. அதை ஏழு பெண்களும் உடனே கம்பளி ஆடைகளில் மறைத்தனர். ஒருவர் மாற்றி ஒருவரை கிளென்மார்க்கன் சோதனையிட்டும் யாரிடம் மறைந்திருக்கிறதெனக் கண்டுபிடிக்க முடியவில்லை. அத்து மீறுபவர்களையும் கல்லறையில்

நுழைவோர்களையும் குழப்பத்தில் ஆழ்த்திவிடக்கூடிய விண்கல் வளரியாக அது இருந்தது. கல்லறையில் துயிலும் அரசனின் அடிமைப் பெண்களுக்குத் தண்டனையளிக்க உயிருள்ள மனிதனால் முடியாது. அப்பெண்களின் கருணையின்றி அரசனின் நிலவறையை அடைவது எளிதல்ல. உறுதியாகப் பாதுகாக்கப்பட்ட தங்கம் கருங்காலி மரவழிப்புதிர்க் கதையில் வரும் கதாபாத்திரங்கள் இப்பெண்கள். மனஅழுத்தத்திற்கு ஆளாகி துறவி காண்டிஸாஸ் உருவெடுத்தான் கிளென்மார்கன். முக்கிய அறைக்குச் செல்வதற்குரிய இடைவெளி உள்ளடங்கல்களை முத்திரையிட்ட வாயில்களுள் ஒன்றைக் காட்டினர் கம்பளிப்பெண்டிர்.

அது அடக்கம்செய்யும் அறையெனக் கண்டார் துறவி ரோஸா. நீல லில்லிகள் செதுக்கிய கட்சவப்பேழையைக் கைகள் நடுங்கத் தொடுகிறார். சவப்பேழையைச் சுற்றி முத்திரைகள். மரண முத்திரைகளை அகற்றத் தயங்கினார் ரோஸா. பல மீவிலங்கு யுகங்களைக்கடந்து துறவியின் கை ஸ்பரிசமடைந்தது சித்திரமிடப் பட்ட விண்கல் வளரியால். பித்துப்பிடித்த துறவி ரோஸாவைப் பற்றிக்கொண்டது சதுரயுகத்துக்குமுன் அரசனை நோக்கிவந்த விண்கல்வளரி. வந்தவர் அரசனின் கனாவில் நடனமாடத் தொடங்கினார். தூத்து-அன்கு-ஆமூன் அரசனின் பாலூட்டிய செவிலித்தாய் மயா சொல்லத் தொடங்கிய அகேநத்தன் வளரிகளில் ஒரு யாழ் வளரியை எடுத்து அவள் கதைப்பாடலாய் மீட்டிச் சொன்னவற்றை, நீர்வளரி இயல்களாக சுமேரதீபிகாவில் எழுதிக் கொண்டிருக்கிறார் துறவி ரோஸா காண்டிஸாஸ்.

விண்கல் வளரி அவரைப் பீடித்த நன்நிமித்தமாக இயற்பியல் வேட்கைமிகு படைப்பைத் தொடர்ந்துகொண்டிருக்கிறார். நிலவரை மதிற்புறங்களில் வளரிகளில் வரைந்த விநோதமான எழுத்துகள் நிறைந்து கிடந்தன. அந்தக் கம்பளிப் பெண்களில் ஒருவர்கூட அவற்றைப் படிக்கக் கூடியவர்களாகவோ விளக்கக்கூடியவர் களாகவோ காட்டிக் கொள்ளவில்லை. துறவி ரோஸாவுக்கு புதிராய் இருந்த இந்த எழுத்துகளை உடன் வந்த ஈத்தம்பனை சுமேர முனியோன் நைலின் முகத்துவாரத்தில் ரோஸட்டா கல்லை வாசித்துமிருந்ததால் அக்கல்லில் மூன்று வெவ்வேறு மொழிகளைக் கடந்து கொண்டிருந்தான். எகிப்தின் பண்டைய தூத்து-அன்கு-ஆமூனின் வளரிகளில் உள்ள சித்திர எழுத்துகளும் நடுவில் பிற்கால எழுத்துகளும் அடியில் கிரேக்க எழுத்துகளும் ஒரே பொருளைப் பற்றிய வளரிமரபுச் சித்திர நுணுக்கங்கள் மூன்று

மொழிகளில் பொறிக்கப்பட்டிருந்தன என்று வாசித்தபடியிருக்க, துறவி ரோஸா அதற்கு விளக்கம் கேட்டார். 'தெரிந்த கிரேக்க எழுத்துகளைக் கொண்டு தெரியாத புராதன எகிப்து வளரிச் சித்திர எழுத்துகளை வாசித்தேன்' என்றான்.

ஆற்றுப்படுகையில் இன்னும் மேலே சென்றால் தூத்து-அன்கு-ஆமூனின் சில மரபணு நிழல்கள் நடமாடும் வளரிக் கணிதவியல் களில் தோன்றிய கலையுணர்வுமிக்க மண்ணின் அடிப்பகுதியிலிருந்து இரு நதிகளின் உரையாடல்களைக் கேட்கிறான். அதிலிருந்து வளரி மரபு கிளைத்துச் செல்லும் நூறு சிற்றாறுகளை நீலநைல் கம்பளிப் பெண்கள் கடந்து செல்கிறார்கள்.

நீலமீன் வளரியைப் பிடித்து அது காட்டும் பாதையில் ஆற்றைக் கடக்கிறார் ரோஸா.

சில சிறு உபநதிகளின் கரைகளில் வண்ணமேற்றிய கம்பளியையும் சாயமேற்றாத லினனயும் துல்லியமாய் தூத்து-அன்கு-ஆமூனின் உடலுக்குத் தைலக்காரிகளே துணிகளை உலர்த்துவதைப் பார்த்தார்கள் நீலநைல் கம்பளிப் பெண்கள்.

இறந்த அரசயாக்கைக்குப் பிரகாசமான கம்பளியை இயற்கையான லினன் இழை பின்புலத்தில் ஒன்றுக்குள் ஒன்று கலந்து நெய்து வெகுமானச் சுருள்களை விரித்து நீலநைல் கம்பளிப் பெண்கள் ஒருவருக்கொருவர் கைவிரல்களை மாற்றி மாற்றி வரைந்தனர். அச்சித்திரங்கள் பண்படாத தன்மையிலிருந்தாலும் கோடுகள் தூத்து-அன்கு-ஆமூனின் புராதன காலத்திற்கு ஈர்த்தது.

அரசப் பதனவுடல் துகில் நெசவில் மிகத்தேறியவர்களாக அவர்கள் இருந்தார்கள் என அரசன் தன் கல்லறை அடிமைகளைப் பற்றிச் சொல்ல மறந்ததையும் சுமேர தீபிகாவில் எழுதிவந்தார் ரோஸா.

எகிப்தியரின் பின்புல நெசவு அவர்களுக்கு தெளிந்த கச்சிதமான உருவழிந்த கடவுள்களின் மறைந்த கோடுகளை அலை போன்ற ஓரங்களில் வரைந்திருந்தனர்.

சித்திர வேலைப்பாடு முழுமையாகப் பரவிய சாய் சதுரங்கள் சுமேர தீபிகாவின் நீலநைல் கம்பளிப் பெண்களின் அரசக் கல்லறைச் சுவர்களின் செவ்வியல் வெளிப்பாடுகளாம்.

ஒன்றுடன் ஒன்று பிணைந்த வளையங்களின் மையப்பகுதி இந்திர நீலம், அடர் நீலம், அரக்கு நிறங்கள் நீலநைல் கம்பளிப் பெண்கள் பகிரும் உணர்வோட்டம் அரசனென மறைந்துபோன யோநைலில்

முடிகிறது. நான்கிதழ் பூக்கள் உதிர்ந்த நிலம்.

எண்முக நீள்வால் நட்சத்திரம் யோநைலாக அரசனோடு உதிர்ந்தது. தூத்து-அன்கு-ஆமூனின் மேலாடையின் முன்புறம் அமைந்திருந்தது. பூக்களும் விலங்குகளும் சேர்ந்த இழைப்பின்னல் சித்திர வகைகள் குறைவானது.

ஒருசில பறவைகளும் மீனம் சேர்ந்தவாறு இறந்த அரசனுக்காக இறவாத நாட்களில் நெய்துகொண்டிருந்தனர் நீலநைல் கம்பளிப் பெண்டிர்.

நீண்ட காதுகள்கொண்ட முயலுக்குப் பின்னால் தூத்து-அன்கு-ஆமூனின் தந்தவளரியில் மனித உருவங்களற்ற கோட்டோவியங்கள்.

சுமேர தீபிகாவின் செறிந்த சித்திரங்களும் யோநைல் தொல்கதை களும் இழைகள் வழியே நெட்டாங்குக் கோடுகளில், துகிலின் மடிப்புகளில்,காற்றிலலையும் நீலநைல் கம்பளிப் பெண்டிர் சித்திரங்களின் துல்லியமற்ற தன்மையோடு கானல்நீரில் அசைந்து கொண்டிருந்த வாடக்கறடுகளில் மேய்த்துக் கொண்டிருந்தனர் தூத்து-அன்கு-ஆமூன் அரசனுக்குப் பலியிடும் கோரையாடுகளை.

யோநைல் வளரி

சுமேர தீபிகாவில் அத்யயிக்கும் ஒரு பாப்பிரஸ் சுருள்.

நீலநைல் கம்பளிப் பெண்கள்

நீலநைல் நீரில் வாழும் ஏழு கம்பளிப்பெண்கள் தம் இனத்தைச் சேர்ந்தவனென்று தூத்து-அன்கு-ஆமூன் ராசகுமாரனின் அடிமை களாக இருந்தனர் பதினெட்டே வயது நிரம்பிய பச்சிளங் காளையவனைக் கொஞ்சாத விலங்குகளுமில்லை. வயது மாறாத சடலாபரணங்களுடன் கதை சொன்னபடி புதைந்து கொண்டேயிருக்கிறான்.

பொற்பாத மிதியடிகள் அவன் சொல்லும் கதையின் விதிப்படி பறக்கக் கூடியவை. ராசகுமாரனாய் இறந்தபிறகும் தன்னுயிர் வாழ்கிறதென்றும் பூதவுலகில் ஒவ்வொரு மரக்கிளையும் வளரியை ஒடித்துக் கொடுக்க ரீ எனும் கதிரவக் கடவுளே வளரி பயிற்றும் வஸ்தாவி. நிலவின் பிறைகளை மாறும் ஒளிவளரிகளாய்ப் பறித்துக் கொடுத்த ஒவ்வொரு ராத்திரியையும் கதையாகச் சொல்லிவர பிறைவளரி மீது நீரோட்டம் சூழ்கிறது. ரீக்கும் தூத்து-அன்கு- ஆமூன் ராசகுமாரனுக்குமான வெள்ளை நைல்மேல் நடக்கும் வளரி விளையாட்டில் அலைகள் ஓய்ந்தன. இறந்த ராசகுமாரனின்

முன் நீர் மெலிதாக உலகின் முதல் கதையை முணுமுணுத்தது. நீல நைலின் முகத்துவாரத்தில் இறந்தபடி நீலமடைந்த அவன் முழங் கால்கள் மண்டியிட்டிருக்க அவனது கருநீலக் கைகள் வீழ்ந்திருந்தன. சிறுவனின் நெஞ்சு ஏந்தியிருந்தது உவர்நீர் வளரியை.

விளையாட்டுப் போட்டியில் அவன் தலை நதியிலும் கனவிலும் மிதக்க, வாயிலும் நாசித் துவாரத்திலும் நீல நைல் பொங்கித் தாரையாய் வழிந்தது. அந்த நீல நைல்வளரி சுவாசமின்றிப் பேச்சின்றி மூர்ச்சையாகி சிறுவன்மேல் கிடந்தது. திகிலடைந்த வளரியின் அயற்சி அவனில் கவிந்திருந்தது. ஆனால் நீர்வளரியின் சுவாசம் திணறித் திரும்பி மீண்டும் வந்தது உணர்வு. முகமூடியை உப்பு வளரியாக நதியில் வீசினான். ஒரு பெரும் அலை அதைப்பற்றி வேறொரு நாகரீகத்தின் யுகத்திற்குத் திரும்பி வீசியது. ஈயாகான் - ஒன்னெஸ்ஸின் முகமூடியிலிருந்து தன்னை அவிழ்த்துக்கொண்டான் ஈத்தம்பனை சுமேரமுனி.

கடல்தேவதை ஈயாகான்-ஒன்னெஸ்ஸின் மேதைமை தொலை கடல் தூரங்களில் வரும் செங்கோன், தரைச்செலவு நூலைக் கைப்பற்றி அதன் தொல் வரைபடங்களில் வரும் முன்னைச் செழிய மீனரின் மரக்கலமாக்கள் புயலில்சிக்கி அவளிடம் புகலிடம் அடைய பெருமுயற்சி செய்வோரைக் காக்கும் கடல் பெண் தெய்வம் மேகலா. அவள் முக்கவர் சூலத்தை இறுகப்பிடித்து மேகங்களை ஒன்று சேர்ப்பதன் மூலமாக தென்கடலின் நீரிணைகளில் பங்குனி ஆமை முட்டைகளைத் தேடிவருவாள்.

எல்லாவிதக் காற்றுகளும் கலந்த எல்லாவிதப் புயல்களையும் தன் வரைபடங்களில் வரைந்துகொண்டிருந்தது பங்குனி ஆமை. விண்ணிலிருந்து உப்புவளரியைக் கீழ்நோக்கி வேகமாக வீசினாள் மேகலா. கிழக்குக் காற்றுவளரியும் தெற்குக் காற்று வளரியும் மோதிக்கொண்டன. அவை மாபெரும் அலையின்மேல் சுழன்று வந்த அவள் கூறிய காற்றின் கதையிலிருந்து மேற்கிலிருந்தும் கிழக்கிலிருந்தும் புயல்களாகப் பிறந்தன வளரிகள்.

அவள் இப்போது அணிவது உப்புமுகமூடி. பிறகு, இறந்தும் வயதுமாறா ராசகுமாரன் பாப்பிரஸ் கோரைப்புறக்களில் மீண்டும் வீழ்ந்து லெமுரா மண்மத்துக்கு இறந்தபடி பயணித்து விதைத் தானியம் தரும் மேகலாவின் முளைப்பாலிகை சுட்டமண்பல்லா தானிய மூட்டி அவனது இறந்த வதனத்தை உயிர்ப்பித்தது. கபாடபுரக் கிளியினம் பெருகும் வளரிவஸ்தாவி ரீ சொன்ன கதைப்படி வந்தடைந்தான்.

ஜம்புத் தீவப் பெண் தெய்வம் லெமூரா மண்மத்தை நோக்கி கடற் கரையில் உயரமான ஜம்பை மரங்களாக வளர்ந்து இருப்பதைப் பார்த்தான். புணைகோல் விதிப்படி வினோவரின் புணைகளைவிட பினீஷியரின் அம்பியைவிட எகிப்தியரின் வளரி வடிவப் பாய்மரத்தைச் செய்தான். புணைகளின் திருப்புளிகள், பாய்மரத்தைத் தாழ்த்தவும் உயர்த்தவும் கயிறுகள் செய்தான்.

7

நீர்ப்படைக் காதை

லெமுரி மரமா நிரல்

தூத்து-அன்கு-ஆமூனின் விண்கல் வளரியை; எடுத்துக்கொண்டோம். பிறகு, வெள்ளை நைலுடன் நீலநைல் கலக்கும் கர்த்தூம் நீர்ப் பெயற்றில் கப்பல் துறையிலிருந்து வெளியேறி செங்கடல் கடந்து தென்கடலின் கீழே இறங்கிச் சென்று லெமுரின் அடிநிலத்தில் கால் பதித்தோம்.

நடுநிசி நெருங்கியது.கடல் இருளால் தடங்காணா இருட்டுநீரால் சூழ்ந்திருந்தது. நிலந்தருமாற மீனனின் காவல்மிகுந்த கடிய அரண்மனை. ஆனால் மீள்இசைக்குழுக்கள் முன்னேறிச்சென்று திரும்பும் எதிர்ப்பாடல், எதிர்சந்தம், சந்தப்போக்கு எதிர்மாறிய இசை, எதிர்நிரல்நிறை, எதிர்மாறிக்கதை உரைத்தல், விட்ட இடத்தில் சுமேரதீபிகா மரபணுநிழல்கள் பாகாயப்பிரவேசம் செய்து லெமுரி காரிகைக்குள் உருமாறிவந்த யுகங்களுக்கிடையில் சிதைந்த மொழித் தொன்மங்களை நனவிலிமெய்ஞானத்தில் நீரரமகளிர் கூறல்.

எகிப்தியர் செங்கடலைக் கண்டுணர்ந்து பண்ட்நாட்டை அடைந்ததும் கபாடபுரத்தொடர்பின் முதற்படி கைகூடிற்று கடலில் மூழ்கிய வார்த்தைகளால். கபாடபுர மாலுமிகள் மிக முற்பட்ட காலத்திலேயே கடலோடிகளாக இருந்தனர். ஆனால், லெமுராக்களின் கடலோடிப் பண்பு எகிப்தியரின் பண்பிற்சற்றுக் குறைவாய் இருந்தது. சுமேர வளரிகளுக்கு முன்பே தூத்து-அன்கு-ஆமூனின் ஓநாய் வளரிகளின் காற்றொழுங்கு, காற்றுவீச்சு, மென்காற்றலை, வன்காற்றலை அனைத்திலும் தாவி மிதந்துவருவது. லெமுராக்களின் யாழ்வளரி மாசிக்களரியில் போட்டியாகி மண் அழிக்காளியால் மேகலூர்கள் அழிக்கப்பட்டு மோப்பக் காற்றலையில் நரிவளரிகள் நூறு யாழாக மாறி இசைத்த சடங்காற்றுப் புழுதியில் தொலையறிகுறி

கூறும். நரிவளரியின் மூச்சுவிடும் மென்தடத்தில் மேலக்கால் கணவாய் கருப்பிடமிருந்து வளரியின் சொற்கள் கூறும் அனுமானத்திலிருந்து அவை வேறான எட்டுநாட்டில் ஒன்றுதான். மேலக்கால் வளரியின் விருப்பம் அடங்கவில்லை. நூறுவளரி யாழ்களை நெஞ்சுடன் வைத்து புதிய கார்வையில் இசைத்த வேதனைகள் நிலத்தைச் சேர்ந்தது. யாழ் நூலில் திறந்த இருட்டுமுகமூடியை நிலத்திலிருந்து வெகுதூரம் ஆழத்திற்கு வீசியெறிய அது திரும்பவும் வரும். அவன் பற்றியிருந்த மரவளரி தெற்குவடக்கில் சுண்டியெறிந்து பயிர்கள்மீது கழுகெனக் கடந்துசெல்கிறது. இரு ஓநாய்வளரிகள் மேலெழுந்து சேர்ந்தால் சீகல்பறவையாய்ச் சுழன்று சுற்றும். நரிவளரிகள் செங்குத்து மலைமேல் படாமல் சரிந்துவளைந்துவரும். காற்றினால் பெருமளவில் வடிவமைந்த கல்வளரிகள் மூழ்கிக்கிடந்த தென்கடல்.

மேடுமேடான பஃறுளி மணல் எக்கர்கள் படிப்படியாக ஏற்றமாக உயர்ந்து சென்றது. நீர்ப்பெயற்றியிலிருந்து இரண்டு காதம் தூரத்திலிருந்து ஒருவித சிவப்புப் புள்ளியை எனக்குக் காண்பித்தான் தூத்து-அன்கு-ஆமூன்.

வளரி யாழ் இசைத்தொன்மம் உமிழும் வெளிச்சம் அது? நனவிலித் திரட்சியினிடையே எவ்விதம் அது இசையாக எரிகிறது. என்னால் சொல்ல முடியவில்லை. உண்மையில் அது எங்களுக்கு மங்கலான வெளிச்சம் தந்தது. இதனால் விரைவில் அந்த விநோத இசையின் மங்கலான ஒளியில் இருளைப் பழகிக்கொண்டோம். பக்கம் பக்கமாக ராசகுமாரனும் நானும் அந்த பஃறுளி நீர் யாழின் ஒளியை நோக்கி நேரே நடந்தோம்.

நாங்கள் நீண்ட அடியெடுத்து நடந்தோம். எங்கள் விண்கல்வளரி ஒளியில் ஒருவருக்கொருவர் உதவிக்கொண்டோம். எனினும் வளரி யாழாக மாறுவது மெதுவாகவே நடைபெற்றது. அடிக்கடி எங்கள் பாதங்கள் மறைந்த நதியின் புல்பூண்டுகளும் தட்டைக் கற்களுமுடைய சகதியில் சிக்கிக் கொண்டன.

நாங்கள் தொடர்ந்து சென்றிருந்தபோது என் தலைக்கு மேலாக ஒலி எழுப்பின இலைகளென சாம்பலென இறகுகளெனக் கேட்டது. சில சமயங்களில் அந்த இசை இருமடங்கானது. விடாது பொழிவது போன்ற கூட்டிசையில் நூறுவளரிகளில் இலைநிழல்களின் பாடல் லெமுராக்களின் கனவுகாணும் எலும்புகள் ஆக்டோபஸின் பழுப்பு நிறக்காகிதங்களில் வரைந்த இசைக்குறிப்புகள் புலப்படா எழுத்தால்

ஆன லெமுர் மண்மத்தாரின் சுயசரிதம். கபாடபுரக் கண்ணாடிகளாக இருந்த நீர்நூலகத்தில் நிழல் இல்லா அரசன் நிலந்தரு கூனன் யாழ் வளரியின் பிடிப்பகுதியில் தெய்வங்கள், மான்கள் மயிலுருவங் களைச் செதுக்கிப் பூசிய சாயவேர் ஓவியங்கள் அழியவுமில்லை. பிறகு அது கடுமழை பெய்து அலைகளின் மேற்பரப்பில் சுருள்வதால் எழும் ஒலிதான் என்று அறிந்தேன். மறைந்த பஃறுளிநீரால் கபாடபுரம் நனையும் விந்தை.

பலநாழிகைக்குப்பின் தரை நிலம் பாறையால் ஆனதாக இருந்தது. நீலமீன்களிலிருந்தும் நண்டு-நத்தையினது போன்ற மறைந்த நதியின் கெட்டி மேலோடுகளிலிருந்தும் மெல்லிய பாஸ்பரஸ் மிளிர்வு எங்களுக்குச் சற்றே வெளிச்சம் தந்தது. நான் கணநேரத் தோற்றத்தில் லட்சக்கணக்கான செடிவடிவமுடை விலங்கான 'லெமுரமரமா'க்களும் கடற்புல்பூண்டுகளும் புதர்க்காடுகளும் சூழ மூடிய கற்குவியல் களைக் கண்டேன்.

பிசுபிசுப்பான கடற்புல்பூண்டுகளின் தரைவிரிப்பில் என் பாதங்கள் அடிக்கடி வழுக்கியது. யோநைல்வளரி இல்லை என்றால் நான் பலமுறை கீழே விழுந்திருப்பேன்.

திருப்பினால் லெமுரிக் காரிகையின் சிவப்பொளி தொலைவில் மினுங்கிக் கொண்டிருந்ததை இன்னமும் நான் கண்டேன்.

என்னால் விவரிக்க முடியாத ஒருவித சீரொழுங்கில் கடலினடியே இந்தக் கற்குவியல்கள் இருந்தன.தொலைவான இருளாழத்தில் லெமுர்மண்மத்தார் தம் நெடிய வளரிப் பற்றில் தாம் இழந்து விட்ட வற்றின் பூதாகரச் சுவடுகளைக் கண்டுணர்ந்தேன். கடற் பஞ்சாலான புதைமிதிகள் லெமுர் எலும்புகளின் கூளங்களை மிதித்தபோது உலர்ந்த சப்தங்கள் எழுந்தன. இந்த பரந்து விரிந்த லெமுர் மண்மத்தாரின் அடிக்கடலின் சமவெளியை நான் கடந்து கொண்டிருந்தேன். இதுபற்றி நான் லெமுர் என்புக்கூலங்களிடம் சமிக்ஞைகளாலான மொழியில் பேசினேன்.

கண்ணிற்கும் காதிற்குமான சச்சரவில் ஒருவேளை புதிய சிருஷ்டிமொழியால் பேசினர். என்னைப் போன்றவொரு மரபணுக்கள் பேசும் சொல்லின் நிழல்களாக எனக்கப்பால் நானே பலராய் அலைகிறேன். கபாடபுரக் காற்று லெமுரிகாரிகையின் பக்கங்களைப் புரட்டும் எகிப்தியவணிகரது ஆவிகள் தேடும் முத்துகளை ஓடேந்தித் தச்சன் பிட்சாபாத்திரத்திலிருந்து கொற்கைக்குடா முத்துகளை அள்ளித் தெளிக்கிறான். தூத்து-அன்கு-ஆமூன் வருகையை எதிர்கொண்டு

கைப்பிடியளவு அலைபடும் தூத்து-அன்கு-ஆமூனின் பதினெட்டு வயது கேசத்தைத் தொட்டு அவனை உயிர்ப்பிக்கிறான் லெமுரர் யாழில் வரும் பாசுரம் தலைமுடி வளரப் பாடுவது. இறந்த ராசகுமாரனின் தலைமயிரின் வேர்களைப் பலப்படுத்தும் இசை தொதுவ இனப்பூசகர் அவன் படிந்த தேசத்தை உயிர்ச் செறிவூட்டும் அனந்தமாகக் கை முழங்களால் அளக்க, நெடு நீள்மையுறும் புராதன எகிப்தின் காலங்கள் என அவனது சிரத்தினின்று ஒவ்வொரு இழையும் கருமையென உயிர்த்திரவத்தில் நறுமணமுற்றது. நீண்டமுடி அடர்ந்த எகிப்திய சென்னியன் இவனைச் சூழ மதங்கர் பாணர் கூடி கோடு இசைத்தனர். அவன் துயில் வரப்பெறாத விழிகளில் பூசிய சவத்தைலத்தைத் துடைத்து ஒளிபடைத்த கண்ணினனாக விரைந்து தூங்கும் நிலையினை மூலிகையில் மந்திரித்துக் கொடுத்தான் தொதுவப் பூசகர்.

லெமுரிகாரிகையில் அவன் தலையைப் படியவைத்து மெல்ல இறந்த நயனங்கள் இமைப்பீலி திறப்பதை ஊதியூதி மந்திரிக்கிறான் கபாடபுரத்து தொதுவப் பூசகர். அவனைப் பார்க்கவரும் ஒவ்வொரு கபாடபுரவாசிகள் தம்மால் சொல்ல எண்ணுவதை லெமுரியில் எழுதிக்காட்ட அவனும் கைவிரலால் பண்டைய எகிப்தின் சித்திர எழுத்துகளில் எழுதிக்காட்டினான். அவனது முகத்தில் தூய பொன்னாலாய காபாடபுர முகமூடியை அணிவித்தனர். பதனத் தைலமிட்ட அவனது உடலானது தொதுவர் நீலமலையில் பறித்துத்தந்த ஜீவாதுகோடி மூலிகையால் சுமேரியமொழி மந்திரத்தைத் தொதுவ சாமரின் கடும்முயற்சிக்கு வேண்டிய மூச்சாற்றலால் அவன் மூச்சு ஏறி இறங்கியது. கடற்பஞ்சினால் இறந்தவன் முகத்தைத் துடைத்தனர். குருத்து இறகுத்தூரியால் முகத்தில் அட்சரம் வரைந்தான். இவன் கூறியதை அவன் தலைமாற்றி மீண்டும் கூறினான். பாசி வகையில் எடுக்கப்பட்டுப் பல்வேறு இனச்சாயைகளைக் காட்டும் உயிர்ப் பளிங்கை அவன் இருதயத்தில் வைத்தனர். தூத்து-அன்கு-ஆமூன் உயிர்பெற்றுவருவதால் காற்றின்திசை மாறி, வெவ்வேறு திசைகளில் அலைவீசும் கடல்.

இதற்கிடையே லெமுரிக் காரிகையின் சிவப்பொளி அதிகரித்து தொடுவானம் கொழுந்து விட்டெரிவதை தூத்து-அன்கு-ஆமூன் பார்க்கிறான். பூமியின் கற்றறிஞர்களுக்கு முன்னறிந்திராத இயற்கை நிகழ்வுகளில் சுமேரதொதுவ சாமரின் ஜீவாதுகோடி மூலிகை இறந்தவர்களை உயிர்ப்பிக்கும் இரகசிய உரையாடலை தூத்து-அன்கு-ஆமூன்னுக்குச் செய்ததில் சுமேர எகிப்திய மொழி மூலகம்

தொதுவர்களிடம் உள்ளுமையில் மறைந்திருந்தது. அவனது மனக் கண்களின் ஊடாக பொருட்கள் முடிவற்றுத் தொடர்ந்திருப்பதை உணர்ந்து மகிழ்ந்திருந்தான்.

மூழ்கும் நூலகத்தின் மஞ்சள் நீர்க்கண்கள்

கனாவென ஒரு பூச்சியுருவில் நான் பயணித்திருந்தேன். அது ஒருவேளை கடல் கோளில் மூழ்கி அழியாத செழுங்கலை நூல்களின் கரமா? அதுதான் கலைகளின் நிழலெரிவுப் படிமங்களை ஏந்தி யிருக்கிறதா? நீர்நூலகத்திற்குள் எழுத்துப் பூச்சியாய் வரைந்தபடி நுழைகிறேன். உருவமற்ற நூலோர், நீர் மனிதர்களாய் நூலக அடுக்குகளில் மஞ்சள்நீர்க் கண்களால் பித்தமடைந்து வாசிப்பில் மறைந்திருந்தனர்.

தூத்து-அன்கு-ஆமூன்னின் காலடிப்பாதை மெல்ல மெல்ல ஒளி கூடியதானது. எட்டு நூறடி பன்மலையடுக்கத்தின் உயரே மலை உச்சியிலிருந்து அவன் உயிர்த்தெழுந்த ஒளி கசிந்தது.ஆனால் புலனுணர்ந்தது யாதெனில் லெமூர்களின் நீர்ப்படிகத்தின் உயிர்ப்பை, மாயமான ஒளியின் தோற்றமூலம் அந்த மலையின் எதிர்ப்பக்கம் இருந்து அவன் வந்ததால் கூடியது.

கற்பாதைகளின் மத்தியில் தடங்கொண்டு தயக்கமின்றி நடந்து சென்றான். இருளான மார்க்கங்களை அவன் அறிவான். அவற்றில் தன்னை இழக்காமல் ஐயமின்றி அவன் கடந்து கொண்டிருக்கிறான் கபாடபுரவீதியை. கலக்கமடையாத நம்பிக்கையுடன் என்னுடன் அவனைப் பலரும் பின்தொடர்ந்தனர்.

அவன் முன்னே, யவன வர்த்தகரும் மாலுமிகளும் நடந்து சென்றபோது அவன் கடற்பேயுருவாக தொடுவானத்தின் ஒளிர்புலத்தில் தன் உயரமான உருவத்தின் கருத்த நிழல்கொண்டு அவன் நடந்து சென்றான். ஆனால் வழியில் பரந்தகன்ற புதர்களின் இடர்ப்பாடான பாதைகளைக் கடந்திருந்தோம்.

இந்தக் கடலடி லெமுரிகாரிகையில் மரங்களின் புதர்க்காடுகள் அவை இலைகளில், எழுதப்பட்ட லிபிகளின் உயிர்ச்சாரம், நீரின் செயலால் அசேதனங்களும் அகப் பொருட்களாய் மாறியனவாகக் காணப்பட்டன. பேருருவ நீர்நூலகத்தில் ஆதாளிப்பனை ஓலைச் சுவடிகள், திப்பிலிப்பனைஏடுகள் உச்சியில் இங்குமங்கும் அலைவாடியவாறு சொற்பொருளையடுத்துப் பொருள்தொகையின் எண்ணிக்கையற்ற நிரல்களின் அசைவு அருஞ்சொல் தொடர்களாகத்

தம்மை தவிர்த்துவிட்ட மண்நிலத்தில் இன்னமும் மரபுத் தொடர்களாக வேர்பிடித்து நிற்கும் மூழ்கிய ஏடுகள் அவற்றின் கிளைகள் அகராதிப் பண்பைநோக்கி வளர்ந்து நீர்மேவிய கடற்கரைக்கு எதிர்வாக நிலவுவனவாக அமைந்திருந்தன. இதைப் படிப்பவர்கள் ஏட்டுச் சுவடிகளில் ஆதியிற்பொருள், அந்தத்துப் பொருள் என இரு கூறுபடுத்தி ஒவ்வொற்றிலும் கவிதைகளை அகராதி வரிசையில் கடந்தனர். மலைகளின் மேல் உள்ள மேகராகக் குறிஞ்சிப்பண்ணை கற்பனை கொள்வார்கள்.

ஆனால் இந்தக் காடும் மலையும் கடலின் அடியில் உள்ளவை. நீர்நூலகத்தின் பாதைகள் கடற்புல் பூண்டு களாலும் கடற்பாசிகளாலும் நிரம்பியிருந்தன. அவற்றிடையே கெட்டி மேல்தோடுடைய இயற்கையில் கூட்டமாகத் திரண்டு மொய்ந்திருந்தன நூலகத்தின் கிளை அறைகளில் ஒன்றிலிருந்து மற்றொன்றிற்குச் சென்று ஒரு மரத்திற்கும் இன்னொன்றிக்கும் இடையே படர்ந்துள்ள கடற் தாவரக் கொடிகளைப் பிளந்துகொண்டு செல்கையில் ஒரு கிளையிலிருந்து மற்றொரு கிளைக்குப் பறந்து திடுக்குறச் செய்யும் புத்தகங்கள் இடையிட நான் சென்ற பாதைகள் நூல் திறந்தன. இந்தக் கலைகளஞ்சியங்களில் காடுகளும் பாறைகளும் இந்த லிபிகளின் சாரத்தில் நிலவும் கபாடபுரம் ராட்சசப் பெரணியாக மூழ்கிய ஏடுகளை எல்லாம் நீர்நூலகத்தின் அடிப் பகுதிகளில் இருளார்ந்த அடைக்கலம் கொடுத்தது. நான் எனது லெமுரிகாரிகையை அறிந்துகொள்ளச் சில குறியீட்டு உருக்களைத்தொட்டு உள் பாதைகளின் ஊடாகவும் இருளின் ஊடாகவும் புத்தகங்களின் பாதைகளின் உள்ளாகவும் நடந்துசென்ற வேளை லெமுரிகாரிகையின் துயரமான உணர்வை என்னால் தாங்கிக்கொள்ள முடியவில்லை. புத்தகத்திற்குள் உள்ளே மூழ்கும் வார்த்தைகள் மொழிச் சுழல்களில் நகரும் புயல்.

இந்த லெமுர் மர்மமே ஓர் அறியப்படாத பிரதிபட்சமாக உள்ள லெமுரிகாரிகை உள்ளாக அமைந்து இன்னமும் வெளிப்படாமல் பல பத்தாயிரம் நூல்களை உள்ளடக்கியதாகவும் என்றென்றைக்குமாக அமைந்துள்ளது. அந்த நூலகத்தின் மறுபக்கம் கருநிறத்துடனும், பாழ்வெளிக் காடாக மண்டியும் மேற்பகுதிகள் நீரின் இரட்டையான எதிரொளிர்வு நிலவுவதான ஒளியில் மேலீடனா மென்சிவப்பு நிறத்தில் ராட்சசப் பெரணியின் தோற்றம் நகர்கிறது. குமரிக்கோடில் அடியெடுப்பிற்குப் பிறகும் உடனே ஏராளமான நூல்களின் முறிவுத் துணுக்குகள் பவளப்பாறைச் சித்திரக் கேலரிகள் இருந்தன.

இங்கே மனிதக் கைகளால் எழுதப்பட்ட புத்தகங்கள் தோன்றும் விதமாக அடுக்கப் பட்டிருந்தன. இந்த கடலடி நீர்நூலகத்தில் எழுதியவர்கள் யாரேனும் ரகசியமாய் எழுதிக்கொண்டிருந்த மஞ்சள் நீர்விளக்கொளி மயங்கித் தோன்றும் இருளில் யாரோ நடந்து வருகிறார்கள். நூலகத்தில் குடியிருப்போராய் இருக்கும். நீர் நூலகம் தாவர நூலகமாக மறைந்த நதியைப் பருகியபடி விந்தையாக மாறிக்கொண்டிருந்தது.

கடலுக்கு வெளியே மூழ்கும் நூலகம் அதன் நினைவை ஒவ்வொரு நாளும் அறியாமலே இன்னமும் எழுதியபடியே மறைந்துகொண்டு இருக்கிறார்கள். இருளின் சமுத்திரத்தில் மூழ்கிய உலகங்களில் அவை இன்னும் அப்படி அப்படியே ஊழியின் கணம் முடியாமல் நின்றிருந்தது. மூழ்கும் நூலகம் பின்தங்கிவிடப் போவதில்லை. அது நூல்கள் தந்து உதவியது. இந்த குறுகலான புத்தக வரிசையின் சந்துகளின் பகுதிகளில் நூதன வாசிப்பில் கபாடபுரவாசிகளின் பாதைகள் வாசிப்பின் செங்குத்துப் பாதைகளின் பக்கங்களில் குடைவுற்றதாக அமர்ந்திருந்தனர். ஆனால் நான் நடந்தேன். சில சமயங்களில் நான் சறுக்கும் பனிக்கட்டிப் பாளத்தில் எகிறியெழுந்தாற் போன்று கடல் ஆழத்தின் பிளந்த சிறு இடைவெளிகளைத் தாண்டி பெருந்தொகை நூல்கள் காத்திருக்கின்றன நீரில். நான் கனவு காண்கிறேன் அவற்றை நான் உணர்கிறேன்.

அங்கே நீர்நூலகத்தின் மஞ்சள் நீர்க்கண்கள் முன்னே பாழ் நிலையுற்ற, அழிவுற்ற, நிலை குழைந்த ஒரு நகர்ப்பகுதி தோன்றியது. அதன் கூரைகள் நொறுங்கிச் சிதிலமடைந்துள்ளன. அதன் கோயில்கள் வீழ்த்தப்பட்டுள்ளன. அதன் வில் வளைவான விதானங்கள் சீர்குலைந்து தாறுமாறாகி உள்ளன. அதன் தூண்கள் தரைக்குச் சரிந்து கிடக்கின்றன. இன்னும் நூலகத்தின் மஞ்சள் நீர்க்கண்கள் நுணுக்கிக் காணும்போது அவற்றில் கபாடபுரக் கட்டிடவியற் கலாச்சாரம் சார்ந்த திடப்பரிமாண அளவுகள் இருப்பதை உய்துணர்ந்தது நூலகம்.

மேலும் அங்கே நூலகம் பேருருவம் அடைந்து உள்ளே வாசிப்பில் தோன்றி நகரும் படகுகளில் எழுதியோரின் உருவமற்ற இருப்பு கால்வாய் பாலங்களில் அமர்ந்து எழுதப்படாத படைப்புகளுக்காகத் தொல்எச்சங்களின் அழிபடா மிச்சங்களைத் தேடிக்கொண்டிருந்தனர். பண்டைய கபாடபுர நகரத்து உள்ளரணின் அஸ்திவார அமைப்பும், எரிதுநகர அமைப்பும் மாபெரும் கோயிலான மூலத்தாய் தியாமத்தின் உருவரை எச்சங்களும் காணப்பட்டன. அங்கே, பழைய கபாடபுரத்

துறைமுகம் முந்தைய காலத்தில் நடப்பிலிருந்து மறைத் தொழிந்த சமுத்திரக் கரைகளில் தங்கிடமாக அமைக்கப்பட்டு இருந்தாற் போன்று ஒரு கப்பற்துறையின் எச்சத்தடங்கள் இருந்தன. அங்கே வாணிப நாவாய்களும் மூவரிசைத் துடுப்புகளுடைய போர்க் கப்பல்களும் (வளரி வடிவத் தோணிகளும்) இருந்ததற்கான சான்றடையாளங்கள் இருந்தன.

இன்னும் தொலைவிடத்தில், நீண்ட வரிசைகளில் அழிவுற்ற சுவர்களும் அகலமான கைவிடப்பட்ட கபாடபுர வீதிகளும் இருந்தன.

8

திப்பு சுல்தான் கனவுப் புத்தகம்

கோடை அரண்மனை நுழைவுவாயிலில் நகரிகாரை சிறுசிறு மாடங்களில் தொடர்ச்சியான கனவுகளை எழுதிக்கொண்டிருந்தான். வீட்டுக்குள் நட்சத்திர நீலஒளி படர்வதைக் கண்டதில் துயரமடைய நேரிடும். அடுத்த இரவில் நவதானியக் கதிர்களைக் கண்டதில் நற்பலன் ஆகிவிடும். நட்சத்திரமே இல்லாத அந்தகார இருள் தோன்றியது. சீர்மை இழக்க நேரிடும். சிறைச்சாலையில் உள்ள குற்றவாளியைக் கண்டதில் உடனடியாக விடுதலை கிடைக்கும். நாவலந்தீவைக் கண்டதில் மனித விடுதலையைத் தேடிய தீபகற்ப ஒற்றுமை நிலைத்தாலும் அதை அடைவது காலத்தின் தூரப் புள்ளியில்தான் நிகழும். நெருப்புக் கோழியை வேறொரு இரவில் கண்டான்.

அதன்பொருட்டு திப்பு சுல்தான் தாமே பாதுஷாவாய் ஆவது சடுதியில் நடக்கும். கிணறு, குளம், ஏரிக்குக் கிளைகளாய் வந்துசேரும் ஆற்று நீர் நீலநிறமாய் இருக்கக் கனவு கண்டேன். ராஜ்யத்தில் உள்ள குடியானவர்களைக் கவனமுடன் காப்பாற்றவேண்டி வரும். புலியின் தலையுடன்தான் இருப்பதாகக் கண்ட கனவின் விதிப்படி விரோதிகள் சரணடைய எல்லா முயற்சியிலும் அவருக்கு வெற்றி உண்டாகும். யானையின் தந்தம் இருட்டில் இரு பிறைகளாக ஊர்ந்து வந்ததைக் கனவுத் தாளில் பிறைகவ்வி இருட்டுமலை நடந்தது என எழுதி இருந்தான். அதிசயம் நிகழும் என்றும் எழுதினான். சொக்கட்டான் விளையாடுவதாகக் கனவு காண்பது யுத்த வியூகத்தை பல பாளையக் காரர்களின் ஊசலாடும் மனநிலைப்படி பாய்ச்சிகள் ஓடும் விதியை நகர்த்துமாறு எச்சரித்து சூதுப்பலகை வானத்திலிருந்து திப்புவின் கனவுக்குள் இறங்கியதுபோலும். எதிரியின் துப்பாக்கி ரவை குமுறி வெளிப்பட்டு திப்பு சுல்தான் மண் நுரையீரலில் தானே திறந்து கொள்ளும் துயில் புத்தகத்தில் ஓலைச்சீவாளியைச் சொருகிய ஷேக்மௌலானா உசேன் ஷெனாயில் ராகங்கள் இயங்கு திணையாக

இசைப்படும் வேளையில் அணுக்களைக் கூட்டவும் கலையவும் செய்யும் ஆற்றல் வாய்ட்டர்ஹாலில் நெப்போலியன் போனபார்ட் அழிந்து பிறக்கவும் மூப்படைந்த முதுகு கூனவும் கூன்தாழிக்குள் சீரங்கப்பட்டணம் காவேரி அடியில் மூழ்கியுள்ள ஈமப்பேழையில் எழுதிக்கொண்டுதான் இருக்கிறான் திப்பு சுல்தான். தொண்டியந்துறை கடற்கோரைத் தாள்களை உலர்த்தி மூத்தமொழி உணர்ந்த ஏற்பாட்டில் முறையே மருதிருவர் விருப்பாச்சியாரோடு விவாதித்துப் பால்வரை நியதியென ஊழிக்கு விளக்கம் அளித்து நீர் ஓலையில் இருதலை எண்கால்புள்ளினைப் பிடித்து ராஜகம்ஸநாரையாரே... நாலு கோட்டையில் இருந்து வேட்டைக்கு வந்த இடத்தில் திப்பு சுல்தான் கனவுப் புத்தகம் வெள்ளைநாவலடி ஊற்றில் மேலேமிதந்து வந்து கனாத்திறம் கூறியது 'சீமையாளுவாய்' என்றதும் வடக்குக் காஞ்சரங்கால் தென்வடலோடிய செம்பொட்டல் புத்தடிப் பாதைக்கு முடக்குப் பள்ளத்துக்கு தெற்கே போகிறது காரையூர்ச் சர்க்கரை உத்தமக் காமிண்டன் காத்து வளர்த்திய பஞ்சகல்யாணி எனப்படும் ஒரு குதிரை பத்து சுழிகள் பிறழாது இருந்தது.

நாலுகோட்டை, சோழபுரம் உள்கடையில் ஆறாங்குளம் கண்மாய்க்கரை நெடுக அவிதாளிப்பனைகள் வளைந்து ஓசையிட்டன. பஞ்சகல்யாணி தூங்கியவாறு கனவுப் புத்தகத்தை சேணப்பையில் வைத்திருந்தது. அந்தப் பேசும் குதிரைக்கு ஓலையில் மடம்கட்டிக் கொடுத்தனர் மருதிருவர். கருங்காளக்குடிக்கு மேற்கில் மருதவயல் கண்மாய் நீர்ப்பிடிப்பு தீரவும் இல்லை. கீழ்நோக்கிய கிணறு மேல்நோக்கிய பனங்கூட்டம் எந்நேரமும் சப்தமிட்டது. 'சீமையின் இன்பதுன்பங்களின் கனவு திப்புவின் அகவெளி ஆற்றல்களைக் கொண்டே அணுக்கள் எந்திர வகையில் கூடவும் பிரியவும் செய்கின்றன' என திப்பு சுல்தானின் கனவுப் புத்தகம் தூது விட்டது சூதாடிகளுக்கு. மருதிருவரையும் கூப்பிட்டு தொண்டியந் துறையூர்களிலெல்லாம் சூதாடிகளை அழைத்தது. அங்கே யவனப்பாவை விளக்கின் நிழல்பட்டு திப்புவின் கனவுப் புத்தகத்திலிருந்து வெளிப்பட்ட மிலின்டர் நகரக் கணிகன் லியூசிப்பஸும் மெய்யியலாளன் எம்பிடாக்ஸும் தோன்றினார்கள். வெள்ளை மருதின் சூதாட்டப் பாய்ச்சிகளைத் தொட்டுப் பேசினர். 'அணுக்கள் ஏழு என்றும் இன்ப துன்பங்கள்கூட அவ்வேழு அணுக்களில் அடங்கும்' என்றான் லியூசிப்பஸ். 'இதோ இந்த நன்கணியார் திப்பு சுல்தானைத்தான் கிரேக்கத்தின் எம்பீடாக்ஸ் எனக் கூறுவேன் லியூசிப்பஸ் உன் சூதுக்காய்களை விதிப்படி

ஆடுகிறாய்' என வெள்ளைமருது திப்பு சுல்தானை நோக்கினான். 'இயல்பால் வேறுபட்ட உலக விருத்தாந்தம் தெரிந்த திப்புராசனே... பார்க்கப்படாதவாராகி அக உருவாய் இந்தப் பகடைக்காய்கள் நான்கில் புகுந்திருக்கும் உன் கனவுக்குள் நடக்கும் இந்தச் சூதாட்டத்தில் உம் யுத்த வியூகத்திற்குள் நாங்களும் இருக்கிறோம்.

கவறெறிவோன் பெருஞ்சூதுப்போரைக் கருவாக நிகழ்த்துகிறான். இச்சூதாட்டத்தில் திப்பு தன் பன்னிரு குமாரத்திகளின் கனவுகளை இதிகாசமென ஒரு பகுதியில் மற்றொரு கதையைக் கூறுகிறான்.

சூதாடுவோர்க்குக் கவறுகளை வாடகைக்குக் கொடுத்து அறவிடும் கட்டணத்தாலும் பெறப்படும் சூதாடுவோர் தம் சொந்தக் கவறுகளைப் பயன்படுத்தாதவாறு தடுக்கப்படுவர் பன்னிரு குமாரத்திகளின் கனவுகளால். கவற்றோடு திப்பு சுல்தான் குமாரர்கள் பன்னிருவரும் பிணைக்கைதிகளாய்க் கும்பினி கொண்டுசென்ற கோட்டைச் சிறையில் உலூடோ எனும் பலகை விண்ணிலிருந்து கீழிறங்குகிறது. இவ்வாட்டங்களில் அதிர்ஷ்டமும், துரதிர்ஷ்டமும் கனவைப் பொறுத்து மாறுபடும். கவறுகள் ஊழிகளைச் சுற்றி பலகையாட்டங் களில் ஒன்றுகூடி யுத்தவியூகத்தின் சிக்கல்மிகுந்த ஆட்டமாக வளர்ச்சியடைகிறது. திப்பு முன் பலதலைகள் குனிந்துநோக்க அறுபத்திநான்கு சதுர அறையமைந்த பலகையொன்றில் ஆடப்படு கிறது திப்பு என்ற ஒருகாயும் அவன் படையின் உறுப்புகளோடு மொத்த நான்குவகையான பிறகாய்களும், எதிரி அரசன் ஒன்றும், யானை ஒன்றும், குதிரை ஒன்றும், தேர் அல்லது கப்பல் ஒன்றும், காலாட்படை நான்குமாக எட்டுக்காய்கள் இவ்வாட்டத்தில் விருப்பாச்சி கோபாலரும், வேலுநாச்சியும், பூலி-வெள்ளை இருவரும், கலனல்களும், மருமான் சந்தாவும், அம்மான் தோஸ்த்து அலிகானும், தந்தை ஹைதரலியும் கலந்திருக்கிறார்கள்.

வெட்டுக் காய்களையும் வைத்துக்கொண்டு ஆட்டக்காரர்கள் நால்வர் எதிரெதிராக உட்கார்ந்துகொண்டு பாய்ச்சிகையை உருட்டி, விழும் ஆயத்துகளுக்கு ஏற்ப, காய்களைப் படைவரிசையின் தாக்குதல் களோடு நகர்த்தி ஆட, டோரிஸ் பினாட்டா ஹைதரலியின் படை களைக் குறிக்கும் காய்களை வைத்து ஆடியமையாலும் மருமான் சந்தாவுக்கும், மைத்துனன் நவாப் முகமது அலிக்கும் வாரிசுப் போராய் அல்-ஹம்பாரா சூதுப்பலகை இறங்கிவருகிறது. அமராடும் படைகளை வைத்துத் தனியே ஆடிக்கொண்டிருக்கும் மருமான் சந்தா திருச்சிக் கோட்டைக்குள் இருந்துகொண்டு ஒரு பாய்ச்சியை

உருட்டியவாறு உத்தரவிட, மகன் ராஜாசாகிப் பணிந்து தலைநகர் ஆற்காட்டிற்குப் படையுடன் நடத்தும் சூதுவிரகினை நோக்கி நடந்தான். திப்பு சுல்தான் கனவின் சதுரங்கம் நாற்படையெனப் பெயர் பெற்றது. அராபியர் பாரசீகத்தை வென்று கைப்பற்றிய சூதுப் பலகை வடசொல்லில் 'சாத்திரஞ்சு' எனத் திரித்துச் சொன்னதை கவறெறிவோன் ஒத்துக்கொள்ளவில்லை. கனவுப் பாய்ச்சிகைகளைப் பன்னிரு குமாரத்திகள் உருட்டுவதை நீக்கிவிட்டுத் திப்புவைக் கொன்ற ஜெனரல் காரிசன் மருமான் லூசிங்டன் ஹாரிசின் அப்பாச்சி கர்னல் அக்னியூ சுற்றிவளைக்க, காவிரியில் மூழ்குகிறது திப்புவின் சூதுப்பலகை.

பெல்ஹாம் சின்னப்பா தூந்தையா மதிநுட்பத்தால் காய்களை நடாத்தி ஆடுகிறார்கள் மேஜர்களை எதிர்த்து. இப்போது ஒவ்வொருவரிடமும் இரு குதிரைப்படைகள் இருந்தன. அதனால் ஒரு படையின் அரசன் மற்றைய படையின் தளவாய் அல்லது தண்டத் தலைவன் ஆயிற்று. இஸ்லாமியரிடமிருந்து ஆடிச் சித்திரம் தீர்ந்த பலகைகளை இச்சிலுவைவீரர்கள் அழிந்த கோடுகளிலிருந்தே சரித்திரப் புனைவைக் கீறினர். சூதன் இரங்கல் திப்புவின் பன்னிரு மகளிரும் தான்றிமரத்தின் வன்மைவாய்ந்த சிறுகொட்டைகளை ஏந்திவந்து கனாவிலிறங்கிய சூதுப்பலகையில் கொட்டுகிறார்கள். விபீதகக் கொட்டைகள் கனாவில் மிதந்துகொண்டிருப்பதால் சூதாடுவோர் ஒரு தாமிரக் குவளையிலிருக்கும் நீரில் ஊற்றுகிறார்கள். கனவிலிருந்து விழித்தெழுகின்றன விதைக்கவறுகள். ஒரு மரத்தின் கிளைகளாக வேகமாய் விரிந்துவரும் சூது அனைவரையும் கவ்விக் கொள்கிறது. நீரில் மூழ்கியுள்ள விபீதகக் கொட்டைகளில் ஒருபிடியை எடுத்து எண்ணி அத்தொகை நாலின் பகுயெண்ணாய் இருக்குமானால் திப்புவின் கனவுப்பலகை புத்தகத்திலிருந்து மறைந்துவிடும். திப்புவின் வெற்றியென்பது ஒருபகா எண். கனவின் புத்தகத்தின் பக்கங்கள் நான்கினைக் கொண்ட நீள் சதுர பாப்பிரஸ் காகிதம். ஃபிரெஞ்சு தளகர்த்தன் லாலியும் உள் நுழைகிறான். சூதராய்க் கவறெறியும் கம்மந்தான் லாலியோடு முற்றுகை.

வளரிப் பயிற்சியில் இந்த கிளிப்பாண்டியர் சொன்னதாகச் சொல்லப்படுவதை வைக்கிறேன் இந்தப் பாய்ச்சிகளின் நகர்வை. இவற்றின் தன்மைகளும் வெவ்வேறானவையன்றோ... இந்தக் காய்கள் நிலம், நீர், தீ, காற்று நான்காகத் தோன்றுகிறது... ஆதார ஊற்றில் அணுக்கள் நான்காய் வேறுவேறாக ஆனவைதானே... பொருட்களும்

உயிர்களும் ஆகுமன்றோ திப்புவின் கனவுப் புத்தகமே' என லியூசிப்பஸ் நகர்த்தினான் விவாதப்புள்ளிகளை. அவனுக்கு எதிரில் கும்பினிக் கலனல் ஜேம்ஸ் வெல்ஸ் முடிவற்ற இந்தச் சூதாட்டத்தில் பல்வேறு கட்டங்கள் கொண்ட வர்ணச்சித்திரம் படங்களில் வரையப்பட்ட நீர், நிலம், தீ, காற்று வகை வகையான கோட்டுருவங்கள் முன் தற்பெருமையோடு அமர்ந்திருக்கிறான். பாண்டிய நாட்டுப் பொற்காசுகளை வைத்தான் தானே சொல்லும் கனவுப் புத்தகத்தின்முன். திணை மீட்பு யுத்தத்துக்குப் பிறகு புதைரூபப்பொம்மைகளை வைத்துச் சூதாடுவோம் மருதநாயகம் என்ற கான்சாகிபு உன் நெடுங்கழுத்தைக் கண்டு திருபுவனம், பனையூர்க்காரர்கள் கம்மந்தான் என்றே கூப்பிடுகிறார்கள் உம்மை.

பனையூரில் தோன்றியும் திணை மீட்புக்கு எதிராய் இரும்பும் கருமருந்தும் வைத்துள்ளீர் கான்சாகிபு அவர்களே... இந்தப் புதைரூபச் சவமூடாக்கில் நானும் கிளிப்பாண்டியரும் பருத்தித் துணிகளால் சுற்றப்பட்ட எட்டு ஊர்களில் புதைக்கப்பட்ட கம்மந்தானே ஒவ்வொரு உடல் அங்கமும் கான்சாபுரங்களாயின. எம்பிள்ளைகளும் ஐதர் சிங்கத்தின் வம்சாவளியினரும் நாங்களும் பொம்மைகள்தான்.

சேடிப் பெண்கள் திரிக்காரிகளின் பட்டுப்பொம்மைகளும்கூட புதைரூபப் பொம்மைகள். மருதிருவரின் செம்மண் துணிப் பாவைகளும் தேவதையின் கருவிழிகளுக்குள் சுற்றும் இந்த ஒரையான் கடற்சுழலில் கோலச்சித்திரங்கள் வரைந்த சூதாட்டப் பலகையில் உமக்கு வேலுநச்சியார், விருப்பாச்சியார் கொடுத்தவற்றை சவமூடாக்கில் இறந்தபடி சூதாடும் எம் இருவரின் தொண்டியந் துறைக் கோரைத்தாள் சுருள்களையும் திப்புவின் கனவுப் புத்தகத்தில் செதுக்கிய இந்த தென்னாட்டு ஊர்களிலும் பட்டினங்களிலும் இந்தச் செம்பொட்டலூர்களில் ஒன்றான சிறுவயல், முத்தூர், உறுதிக்கோட்டை மடல்மாதரோடு பிறைதொழு மகளிரும் ஓலை மடலெடுத்துத் தருகிறார்கள். சித்தாறுக்கு வடக்கில் அரியாண்டிபுரம் நெடு ஊரணியில் கும்பினிப் படை நிற்கிறது கலனல் ரம்லே வழிநடத்தலில். தடாதகை நாட்டுப் பெரியகண்மாய் தாமரைமடையில் பிறைகளோடு ஒளிர்ந்திருக்கும் திப்புவின் கனவுப் புத்தகம். அருணையூர் நீர்த்தாவில் மூழ்கியிருந்தனர் வளரி இளவல்கள். கல்லூரணி ஏந்தல் வழி போராளிகள் வருகிறார்கள் திப்புவின் பேசும் குதிரையுடன். பயிர்த்தடத்தில் விளைந்த வரகுக் கதிர்மேல் கால்படாமல் அக்கானரத்து வழி சென்றால் முள்ளுக்காடு. மரவடை திட்டுத்திடலில் கலனல் வெல்ஸுக்கு வளரிப் பயிற்சி சீவந்தி

ஏந்தல் கண்மாய்க் குள்ளும் நடந்தது. ஊரணி உடைப்பு வழியாக திரும்பி வருகிறான் வெல்ஸ். வளரி அவனை விடாது கூட்டிவருகிறது. ஈமப்பேழைகளின் பிணமூடாக்கில் செம்பார் புழுதியில் ஐநூறுபேர் போரிட்டு வீழாமல் தூக்கிலிடப்பட்ட பூழியரின் யாக்கைகளுக்குள் திப்பு சுல்தானின் கனவுப்புத்தகம் குருத்துவிட்டுத் திறந்து கல்தானியங்கள் முளைவிட்டு எட்டிப் பார்க்கின்றன. நூறுவகையில் உறங்கியவாறு இருட்டு நகரத்தில் சவக்குழிகளில் மற்றவர்களுடன் இறந்தநிலையில் உறவாடும் தாவரங்களாய் வேர்விட்டு ஆழத்தில் ஜீவித்திருக்கும் செம்புழுதி பூசி அலங்கோலமாய் இருந்த ஆடைகளையும் மண் தின்றிருந்தன.

மருதிருவர்களின் விதைகளாக ஏந்திக் குருத்துவிட்டு இமைகள் மூடிக் கருவிழிகள் ஆழ்ந்திருந்தன சாவின் மோனத்தில். வளரியுடன் பணிந்து வந்த கலனல் வெல்ஸிடம் அவை ஏதோ ரகசியமாய்ப் பேசின. நிசகுணயோகியும் சசிவர்ணனும் சிவஞானம் பாரியை விரதச்சீலை என்பவளும் கொண்டுவந்த வரகுச்சோறும் ஆட்டுப் பாலும் மண் ஏனத்தில் பருகினர். ‘கிளிப்பாண்டியர் வளரிப்பிடி பிடித்துக் கொடுத்த வெல்ஸ் இனி யாது செய்வான் என அடக்கத்துடன் சவமூடாக்கில் இருந்த வேம்பத்தூர் சிலேடைப்புலி பிச்சுவையர் சொன்னார். எவராகினும் சரி, வீர சோழியத்தில் ஐந்தாவதான அலங்காரப் படலத்தின் தரைமலி மானிடர் தன்மலங்காரங்கடண்டி சொன்ன ‘உரைமலி நூலின்படியே உரைப்பேன்’ எனப் புத்தமித்திரர் சொன்னதும் அவந்திரேகையோடு கடகத் திருப்பத்தைத் தொட்டுவந்த வேம்பத்தூர் சிலேடைப்புலி பிச்சுவையர் பனைநாட்டிலும் நாலு கோட்டையிலும் சந்நதம் கொண்டு கூறுவார்: ‘தண்டியைப் பற்றி பேச்செதற்கு இப்போது இருவர் என்றும் ஒருவர் என்றும் தண்டு மிண்டில் உரைக்கில் யாம் யாது சொல்லலாம்?’ ‘எவராகினும் சரி தண்டியாசிரியர் இங்கு வரட்டும். அவர் செய்த அலங்காரத்துக்கு ஒரு கணையாழியாவது பரிசில் பெறட்டும்’ என்றார் வேம்பத்தூர் சிலேடைப்புலி பிச்சுவையர். தொண்டியந்துறையூர்களின் பிண மூடாக்கில் கடைசிப் பூவென மருதிருவர் பாதி நூலாய் உருமாறி தன்னையே வாசித்துக்கொண்டிருந்தனர். மண் புதைந்த ஐநூறு தூக்குக்கயிறுகளைப் புனையரவுகளாய்ப் பிடித்து வந்த வேம்பத்தூர் சிலேடைப்புலி பிச்சுவையர் உப்புப் பொட்டலில் கோடுகோடாய் மந்திரக் கதை சொல்லிச் சென்றார். செம்பொட்டலில் ஐநூறு தூக்குக்கயிறுகள் காணாமல்போய் கரையானேறிக் கிடக்கிறது. கழுத்தில் பட்ட தடங்கள் உச்சியில் இருந்து உள்ளங்கால்வரை

படர்ந்திருந்தன தாவரங்களின் ரஸநாளங்கள். மருதிருவர் பாதங்களில் வேரும் தூருமான வாழ்விகளாய் முளைத்து மறைந்த நதியை அருந்திக்கொண்டிருந்தன. மருதநூல் ககன அடுக்குகளாய் பக்கங்கள் புரண்டு மண்கால் யாக்கையர் மூச்சுவிடும் பனைநாடு செம்பார் நிலக் கலப்பைகளோடு புதைந்திருந்தன. மரங்கள் இடையே செடிகளும் புதர்களும் சென்ற பாதையில் சிறுவயல் கானகம் சிங்கம்புணரிக் காடு, கடுங்காடு, கந்தவனக்காடு, கருமை படர்ந்த காடுகள் பனங்கும்பல் களும் வடலிக்காடுகளும் சூழ்ந்த அழகாபுரி மேப்பல் நடுவில் கந்தவனக்காடு உழுத பூமியில் இவர்கள் உடல்களாய் மாறியதில் எல்லாவகைக் கல் தானியங்களையும் தம்மீதே செதுக்கி வைத்திருந்தனர்.

செம்பொட்டல் ஊர்களின் தொண்டியங் கடல்துறை உப்பு யாக்கையாக இவர்கள் இருப்பதால் உவர்வெளியில் யுத்தத்தில் நடந்தவற்றைக் கும்பினிகளின் காடழிப்பை கலனல் அக்னியூ வெட்டுப்பாதையில் குண்டுதுளைத்த திப்புவின் கனவுப் புத்தகத் திலிருந்து மரங்களின் பச்சை ரத்தம் ஊர்ந்து வந்தன மருத மரங்களை நோக்கி. உப்பூர் சதுப்புநில உமரியிலைகளைக் கனவில் கண்டதில் தொலைதூர இப்பயணமும் சாத்தியம் என்றது. பூமிக்குள் நகரும் கண்கள் தலைகீழாக திப்புவின் கனாயாக்கை நூலை இன்னும் அவர்களும் இவர்களும் எழுதி முடித்திருக்கவில்லை. உவர்வெளியின் பக்கங்களைத் திறந்து காட்டினான் கருமருது கலனல் வெல்ஸுக்கு. பெருநரியைக் கனவுப் புத்தகத்தில் காண்பது எச்சரிக்கையாகக் கருதிடல் வேண்டும். கும்பினி எதிரிகள் கெடுதல் செய்யத் திட்ட மிட்டுள்ளனர். மண்பட்டணத்தின் தலைவாசலில் நரி தூங்கிவிட்டால் செங்கல் கட்டுவாசலில் பத்துத் துப்பாக்கிக்காரர்கள் அந்த ஊர் வாசல்களை பந்தோபஸ்துபண்ணி, திப்பு மனிதர் தியாக துர்க்கம் மலைமீது ஏறி ஏழை சனங்களைக் காப்பதற்கு மேலிருந்த பீரங்கிகளைக் கீழே தள்ளி உடைத்துப் போடுவார். பாலக்காடு சத்தியமங்கலத்தில் இங்கிலிஷ் குதிரைகள் வந்து ஆற்காடு சீமையின் கிராமங்களை கொள்ளையிட்டுக் கொழுத்தியதில் திப்புவின் கதவைத் தட்டினார்கள் சனம். பழுப்பும் வெள்ளையும் கலந்த குதிரையைக் காண்பது விஷேசம். இந்தக் கனவின் புத்தகத்தில் வெற்றுக் காகிதங்களைக் காண்பது நல்லது. ஆனால், கனவுகளால் எழுதப்பட்ட காகிதங்களைத் திப்புவைத் தவிர மற்றவர் காண்பதும் காகிதங்களைக் கிழித்தோ எரித்தோ நிலவறைச் சுவர்களில் காகிதங்களை ஒட்டுவதெனக் கனவு காண்பது கவலை உண்டாக்கும். கனவுத்தாள்

களைக் கட்டுக் கட்டாகச் சுமந்து செல்வதென கண்டால் நாடோடி ரொமானிகளைக் காண்பர். கனவுப் புத்தகத்தின் நறுமணம் கமழும் காற்றினை சுவாசித்ததில் எண்ணிக்கையற்ற கனவுகளை அடைவீர்கள்.

இந்தப் புத்தகத்தின் விதிப்படி மண் நிலவறையின் ஒவ்வொரு படியிலும் தயங்கித் தயங்கி நடை தள்ளாடி கனவுக்குள் அமர்ந்தான் வெல்ஸ். காலம்கடந்து வளரி கேட்டு வந்திருக்கிறான். வெல்ஸை அழைத்துச் சவப்பேழையில் இறந்தவாறு முடிவற்று சூதாடிக் கொண்டிருக்கும் பெரிய மருதைக் காட்டினான். ஏன் அந்தத் திப்புவின் கனா யாக்கை நூல் அவசியமாயிற்று. இந்தப் புத்தகம் கொடுங் கனவுகளின் வாழ்வில் இருந்து பிரித்தெடுக்க முடியாதது.

மருத மரங்களின் முதிர்ந்த வாழ்வு கனாப் பதிவுகளாக இதை வரைந்தது யார் கை என்பதைவிட எந்தக் காலவெளியில் அழிவெய்திய ரத்தசாட்சியங்கள் பலராலும் எழுதப் பட்டிருக்கிறது. வெட்டுண்ட கொல்லங்குடி வெட்டுக்காளி ஒவ்வொரு அங்கமாக அறுத்துச் சிதைக்க மண் அள்ளித் தூற்றிய அவள் வாக்கில் அனல் அடித்தது. நடுநடுங்கினான் கலனல் ஜோசப் ஸ்மித். கும்பினிகளின் துரோகங் களுக்கு எதிராய் துட்டை வெட்டிப் போட்டார்கள் பலியான ஆவிகள். அனைத்து வாதைகளும் வெட்டுமா காளியின் விழிகளாகத் திறந்திருக்கின்றன. இமை மூடியும் சிறு கீறலில் கசியும் செங்காட்டு மோனநிலை இறப்பிலும் துயிலிலும் நீங்காத மொழி இருப்பாகப் பேசிப்பேசி மாடு மேய்த்தபடி வெட்டு உடையாள் கும்பினி மேஸ்தர்களின் ஸஃபீல்டு இரும்பு வாள்கொண்டு அவளை வெட்ட வெட்ட அன்னிய வந்தேறி இருப்பை நிலைமறுத்தாள். நாலு கோட்டைச் சீமையில் மறைந்துபோன விழிகளில் அரூப நித்திரை அடைந்துள்ளனர்.

இறந்த யாக்கைகளின் சொல் அபிதானத்தின் அடியில் செம்மண் வாசிகள் இருக்கிறார்கள். தொண்டிக்கு மேற்கே படமாத்தூர், ராஜாக்கூர் வரை கனவாகும் எல்லா செம்மண் ஊர்களின் தோற்றம் முல்லையின் அகப்பாலையில் உலகமே ஒன்றுபட்டு சூதாடிக் கொண்டிருக்கிறது. மறைந்த நதியைக் கடலடியில் சிருஷ்டித்து செஞ்சீமைக்கு வாழ்வளிப்பதற்கு விரும்பி பூசகர் தன் கைக்கட்டை அவிழ்த்த நொடியில் பாய்ச்சலாகித் தொண்டிக்கடல் ஏகுகிறான் பாண்டிமுனி. அவர்கள் எல்லோருக்கும் செங்காட்டு ஊர்களின் நதிக்கரையின் கீழடுக்குகளில் மண் தாழிகளில் புதைந்திருக்கும் சுடப்பட்ட யாக்கைகள் திப்புவின் கனவுப் புத்தகத்தில் புதைந்து

இருட்டில் விழித்து இல்லாமையின் கால்களில் எழுந்து நிற்கின்றன. மறைந்த தானியங்களாக அவர்களை எழுப்பி நிறுத்தி விட்டாய் பாண்டிமுனி... மறைந்த நதியில் அவர்கள் யுத்தக் கறைகளையும் கை கால்களையும் கழுவிக்கொண்டிருக்கிறார்கள். அவர்களின் கரங்கள் திப்புவின் கனவுப் புத்தகத்தின்மீது தத்தமக்கான உடுகண ஓரைகளை ஒவ்வொரு ராத்திரியும் ஒவ்வொரு கனவாக வரைந்து காட்டுகிறார்கள். காலத்தின் தூரப் புள்ளியில் இறந்த இரு விண்மீன்களாக அவர்கள் மறைந்தும் ஒளி வருடமாக மெல்லமெல்லச் சரீர ஒலி மோனத்தில் கலையாக சாஸ்வதம் கொண்டிருப்பதையும் பாண்டிமுனி, வயிரதாரணியும், பனசைக் கண்ணுடையாள், அரியக்குறிச்சி வெட்டுடையாள் இருமருதர் பின்சென்ற பூழிநில மீட்பில் கொலையுண்டவர்களை மறைந்த ஆற்றில் உள்ள மீன்கள் ஒன்றையொன்று மோந்து பார்க்கும் தறகணத்தின் சிருஷ்டியை ஆற்றில் மேலும் கீழுமாகப் பறக்கும் அசனப்பட்சியின் குரல் இறந்த காலத்தின் நற்சகுணமாக எதிர்காலம் கொண்டிருக்கிறது அலை. சாவின் கூர்ந்த நித்திரையில் இருந்து விதைகளாக விடுபட்டிருந்தார்கள். செம்பார் நில யாக்கையில் முளைத்து எழுதிப்படர்ந்து வரும் ஒவ்வொரு நொடியும் கலையும் சிறுவயல் கணிகை செங்கமலநாச்சி சிஷ்யைகளோடு சதிருடல் சேர்ந்தே வீழ்ந்துகொண்டிருக்கிறது நாகரீகத்தின் மீது தங்கிப்படிந்தவாறு இருக்கிறது திப்புவின் கனவுப் புத்தகம்.

9

முர்ரி

சூஃபியா

சூஃபியா: விபசனா… ஏன் இவ்வளவு இளைத்திருக்கிறாய்.

விபசனா: எழுத மறந்த ஒரு சொல் தன்னை நெய்துகொண்டு செல்கிறது, என் பருமை இயல்புகளைக் களைந்திருக்கிறேன். முடிந்தவரை மெலிந்து போகவேண்டுமடி தோழி.

சூஃபியா: விபசனா நீ நெய்திருக்கும் அறுபது பொம்மைகள் இடைவிடாது தொடர்ந்து நூல்வழி இறங்கி இசை கொடுப்பதைக் கேட்டேன் ராத்திரியில்.

விபசனா: சூஃபியா… உனக்குக் கேட்கிறதா… என் ஆன்மாவின் சாயைகளாக நடக்கும் நிழல் நாடகம். அறுபது இசைமேதைகள்… இந்தப் பொம்மைக் கூட்டம் அவர்களோடுதான் விளையாடுவேன். நீயும் வருகிறாயா?

சூஃபியா: எனக்கு வேலையிருக்கிறதே மஸ்லின் தொடர்ச்சியான நெய்தல். ஒரு ஓடம் மாதிரி தலைமுறை நெடுக கண்ணியறுபடாமல் தொடரும் விதி நான்.

விபசனா: மஸ்லின் தொடர்ச்சியைக் குறிக்கிறது. இது தொண்டியின் அற்புதம். பாசிப்பட்டணத்தின் பாசியாறு ஓட்டம் போன்றது. அந்த நதியில் நெய்யப்பட்டவள் நான்.

சூஃபியா: அஞ்சுமண் என்பது தொண்டிக்குச் சிலகல் தொலைவிலுள்ள மஸ்லினைக் கொண்டுவந்த முஸ்லிம் குடியேற்றத்தையே குறிக்கும் பாசிப்பட்டணமது. தொண்டியை 'தந்தா' என்றால் அரபுப் பூகோளத்தின்படி கம்மந்தான் கான்சாகிபு மஸ்லின் நெசவாளர் களுக்குப் பாவுவிரிக்க கொடுத்த பாவடித்தூண்களடி. அது கனவு காண்கிறது. அக்கனவில் வரும் நீ அறுபது பொம்மைகளை இசை மேதைகளாகச் சிருஷ்டிக்கிறாய். நானும் நதியில் மூழ்கியிருக்கிறேன்

விபசனா: சூஃபியா... உன் முன்னோர் பிறை தொழும் மகளிர். அவர்கள் தொண்டியில் நெய்யப்பட்ட மஸ்லின் காற்று. காற்றில் கரைந்திருக்கும் மஸ்லின்.

சூஃபியா: விபசனா... நீரில் பட்டால் மஸ்லின் காணாமல் போய்விடும். நீரில் மறைந்திருக்கும் பிறைதொழு மகள் நான்.

விபசனா: தண்ணீரில் மறைந்திருக்கும் பிறைதொழு மகளிர். தொலைதூரத் தேசங்களில் நீரின் ஒளியாக மெலிய இழைக்கும் கலை. எழுத மறந்த ஒரு சொல் நெய்து செல்கிறது.

துக்கத்தில் ஆழ்ந்த விபசனாவைப் பார்த்து அவள் தலைமுடியை நீளவிரல்களால் கோதினாள் இவள்.

விபசனா: உன் அறுபது பொம்மைகளிடம் என்னைப் பறிகொடுத்தேன் சூஃபியா. மென்மையான சில பாவைகள். கனிவாகும் இசை. வெகுதூரத்திலிருந்து கேட்பதற்காக சிற்றெழால் பட்சியும் பைரியும் பறந்துவந்தன என் தறிவீட்டுக்கு. கருணை அறிபுள்ளுகள் பொடிப் பொடியாய் சுழன்று சுற்றி அலையும் ஆற்று மணல் படுகை. அங்கு போவோமா?

சூஃபியா: என்னால் வரமுடியாது விபசனா வாப்பா விடமாட்டார். பல நுண்ணிழைகளை அவர் ஒன்று சேர்த்து நூலில் இழையும் பாடலாக இருக்கிறார் அவர். நூலின் பிசுபிசுப்பில் பிரபஞ்ச வாசனை. ஓராயிரம் பொந்துவீடுகளில் தறியோசை. நூல் குடில்களில் தூங்கும் பட்டுப்பூச்சிகள் வாழும் ஓவியத்தில் நூற்கும் பூச்சிகளிடம் கரைந்திருக்கும் கருணை. பாசி நதியின் நீருக்கடியில் பட்டினால் கூடாரம் நெய்து காற்றுக் குமிழ்களில் மறைந்திருக்கும் சிற்றினங்களில் கரைந்திருக்கிறோம் தானே விபசனா.

விபசனா: மன வேட்கைகளும் கிலேசங்களும் நூல்வழி இருட்டில் கூடவரும் நெய்தல். மனதைக் கரைப்பதற்காக நெய்து வருகிறேன் நானும். இந்த டஸ்ஸா பட்டுப் பூச்சி தேர்ச்சிபெற்ற இயற்கையான நெசவாளி. நான் உருமாறிய நுண்ணுரு. அருவப்பொருளைத் தியானித்து அதில் ஒரு மல்பெரி இலையில் ஒட்டித் தூங்குகிறேன். இரவே கூட ஒரு பேரிலை. அதில் துக்கத்தை மென்று மனக்குகை இருட்டை நெய்கிறேன். இருட்டு நூல் எனது இருப்பு.

சூஃபியா: மறையும் மஸ்லின் இழை நான் விபசனா.

விபசனா: நான் மஸ்லின் பொம்மை (இருவரும் தறிக்குழி இருட்டிலிருந்து முகம் முகமாய் ஏறிட்டுப் பேசினர்).

சூஃபியா: ஒரு மோதிரத்தில் நுழைந்து வெளியேறிவிடுவேன். தொண்டித் துளையில் கப்பல் பாதைக்குக் கொடுத்தோம். நெய்த துகிலை எல்லாம் கொடையாக அதன் விலையைவிட அதன் மெல்லிய கலைக்கு ஈடில்லை. எந்த ஒரு பொருளாகவும் நெய்யப் படுவதில்லை மஸ்லின். அந்தச் சொல் நெய்துகொண்டு சூன்யத்தில் கரைத்துவிடும் தன்னை. விபசனா... நீயும் நானும் பின் இல்லாமலே போவோம், பாசியாற்றுப் படுகைமேல் நாம் நெய்த மஸ்லின் மல்லிப்பூவின் வெண்பாசி நிறத்தில் இந்த ஆற்றோடு கலந்துவிடுவோம்.

விபசனா: அதன் இசை மட்டும் தீரவில்லை சூஃபியா. கரையும் இசையில் மஸ்லின் பொம்மைகள். அரபிகளும் யவனரும் வங்க வீட்டத்து தொண்டியோரிட்ட அகிலும் துகிலும் ஆரமும் வாசமும் தொண்டிக் குதிரைகளும் ஊர்காண் காதைவழி செல்ல நீயும் நானும் அங்கிருந்து இங்கு வந்தோம்.

சூஃபியா: கோல்கோயிலிருந்து பாய்மரக் கப்பலில் சென்ற செய்கு முகமது முதலியார் சாயபு பாசித்துறை அருகில் வந்ததும் கப்பல் ஓடாது நின்றதென்றும் அதற்கான காரணி ‘நைனா முகமது வலியுல்லா பரகதி’ அடைந்ததை திருஷ்டியில் உணர்ந்து பாசித் துறைவந்து அத்தனை மஸ்லின் மென்மையிலும் மென்மையான மணிவயிற்று திருமகர் மிதக்கும் கண்ணுக்குத் தெரியாத துகிலாகக் கரைந்துகொண்டு இருக்கிறார். இந்தப் பொம்மைகளுக்கு உலகில் பற்றிக் கொள்வதற்கு ஏதுமில்லயடி விபசனா.

விபசனா: தொட்டதும் கரைந்துவிடும் நூல்சாரத்தில் ஊறிய சாயநீர் பொம்மை. அது மெல்ல மெல்ல உருவற்ற சாயலாகிவிடும். மந்திரக் கப்பலில் சாயநீர்ப் பதுமைகளோடு மறைந்திருக்கிறேன்.

சூஃபியா: தொடர்ந்து நிறம் மாறும் சாயநீர்ப் பதுமைகளோடு போகிறது மந்திரக் கப்பல். எதுவுமில்லாத மிதத்தல். நீரைச் சாராத மந்திரக் கப்பல். வளிமிதந்து செல்கிறது விபசனா...

விபசனா: உன் அறுபது இசைமேதைகள் இருக்கிறார்கள். அறுபது மூங்கில்களால் வடிவமைந்த மெலிவான மந்திரக் கப்பல். உனக்குத் தெரியுமா?

சூஃபியா: என் கனவில் காண்பதான நுண்ணுருக்களாகக் கருவுருவில் நுழைகிறது மந்திரக் கப்பல். இதன், இசை இயற்தூண்டலில் சுற்றிக் கொண்டிருக்கும் கற்பிதம் என்பதன்றி வேறில்லை விபசனா.

விபசனா: உலகைப் போர்த்துகிறாள் மஸ்லின் துகிலால். மந்திரக்

கப்பலிலிருந்து பிரிந்திருக்கும் அறுபது பொம்மைக்கூட்டத்தில் மறைந்திருக்கும் இரு பொம்மைகள் தானோ சூஃபியா.

யாரோ: விபசனா.

விபசனா: கதவைத் தட்டுவது யார்?

வீட்டுக்கு வெளியில் யாரோ கூப்பிட்டதும் தறிக்குழி இருட்டு இழைவழி ஊர்ந்து வருகிறது சிலந்தி.

கிளியேந்திய சாரதா பிறந்த ஊர் மண்மம்

அது ஒரு காலத்தில் அற்றைத்திங்கள் மன உணர்வுக்கேற்ப நிறம் மாறும் முர்ரியை ராவுத்த மாமன் கொண்டுவந்தான் குதிரைகளோடு. மொராக்கோவிலிருந்து வந்த கம்பளத்தின் முழு உருவம் தெரியாமல் உள்ளே தோட்டமும் நகரமான கீழ்க் கெய்ரோவும் ஸாரியார் மனைவிமாரும் ஷீரஸாத் விரல்கள் இயற்றிய கனிநார்த் தொலி தைத்த துன்னல் புனைவோ.

அதைக் கையாளும் சடங்குகளும் மடிக்கும் முறைகளும் கற்ற முர்ரிப்பெண்டிரும் மறைகிறார்கள் துயிலில். தங்களுடைய கரத்தால் அந்தப் பெண்டிர் முன்பகுதியைத் தொடாமல் கடைசி இழைகளைச் சுற்றி வளைத்து ராசனை நோக்கிச் சுற்றினார்கள். பகலெல்லாம் ஷீரஸாத் உறங்குகிறாள். விழித்த இரவுகளில் முர்ரியின் விஷயங்கள் தான் இங்கே, கதை போட நிச்சயமானது, வழியை அனுமதித்துவிடும்.

தூங்கியதில் தந்தையின் கனவுப் புத்தகத்தின் சொல் பூட்டினைத் திறப்பதற்கு திப்புவின் பன்னிரு குமாரத்திகள் அஸ்மத் யுநிஸா, நூருண்ணிஷா, அமீனா பேகம், உம்மத், பர்துன்நிஷா, ஹோலிம் ஷாகிரா, அகோமுதி பேகம், கரீமுந்நிஷா, பாத்திமா, நூர்ஜகான், உநிஷா, பட்ஷா பேகம் ஒவ்வொருவரும் தந்தை 'அக்க சாலை'யில் வார்த்துக் கொடுத்த, கையில் கிளியேந்திய சாரதா தேவி பொற்காசுகளை மடியில் கொண்டுவருகிறார்கள் சிதைவுற்ற சிருங்கேரி மடத்திற்கு.

அங்கம் பங்கமடைந்த கையில் கிளியேந்திய சாரதா கூடவே அழுகிறார்கள். சிறுபிள்ளைகள் இவர்கள் சமர்ப்பித்த பொற்காசுகளை ஒவ்வொன்றாய்ச் சுண்டிபோட்டுப் பிடித்துத் தன்னுரு பார்த்தவாறு கூடவே வருகிறாள் தரியாட் தௌலத் அரண்மனைத் தோட்டத்திற்கு. தெருவில் நின்று பெண்கள் கூட்டமாய் அவள் சுண்டும் ஒலியைக் கேட்கும் காதுகளில் எத்தனை வகை உரையாடலை கிளியேந்திய சாரதாவிடம் மையலாய்ப் பகிர்கிறார்கள். நிலவு வீழ்ந்ததும் அவர்களோடு கூடவே சயன அறை வாசனைகளில் சீசா விளக்குகள்

மங்கிப் பிசுபிசுத்த சுடர்க்கண்கள் இமைமூடிக் கனாவின் உள்ளுறைகளில் திப்புவின் பன்னிரு குமாரத்திகளோடு விந்தைப் பிரவாகத்தில் நீந்துமாறு அசையும் கட்டில். இரத்தாம்பர நிறத்தில் மக்மல் படுதாக்களை மூடியிருந்தனர் கட்டில்களை. கட்டிலை உறைபனியென மூடியுள்ளது திப்புவின் கனவுப் புத்தகம்.

சாரதாவை நேரில் கூட்டிச்செல்லும் பனியிரவில் கூடங்களைத் திறந்து வரவேற்கிறார்கள் சேடிகள். துணிச்சிற்பமான கற்பித உருவங்கள் கனவில் நுழைகிறார்கள் வாசிப்பை நிறுத்திவிட்டு. சிறுமிகள் திறந்து புரட்டும் கனாவில் சாரதாவின் கிளி மிதக்கிறது புனைவு விதியால். கண்ணாடிச் சட்டமிடப்பட்டு திராட்சை நிற ஓவியத்தில் மூழ்கியிருப்பவர்களும் மறைந்தவர்களோடு இருப்பவர்களைவிட பன்னிரு குமாரத்திகளே அரூபமாகக் கரைகிறார்கள் சாரதாவின் கிளியுடன். சிவப்பு வெல்வெட்டு உடையில்வந்த கடைக்குட்டி ஐமீர்ருதீனும் அடுத்தவன் முனிருதீனும் சயன அறையில் நுழைகிறார்கள். சாரதாவின் கிளி அவர்களைப் பார்த்து உரையாடுகிறது. மழைக்காலச் சிவப்புப் பூச்சிகளைப் பிடித்து வந்திருக்கிறார்கள் சாரதாவின் கிளியிடம் காட்ட. சாயம்போன சேலைகளில் கரைந்து மங்கிய திரிக்காரிகள் சயன அறையின் விளக்குகளை மங்கிய விண்மீன்களாய் மெலிவிக்கிறார்கள்.

சாமானியரும் வறியோரும் குருந்த மலர்நிற நிலவை விடுவிக் கிறார்கள் காவலர்களை மீறி. உலகின் எல்லாக் கட்டில்களையும்விட திப்புவின் ரெளலத் சயன அரண்மனை ஒரு கனவுப் புத்தகம். பன்னிரு குமாரத்திகளின் கனவுகளை சாரதாவின் கிளி சூன்யத்தில் நழுவி மிதக்கும் கதவுகள் இல்லாப் பெட்டகம் என அவளுக்குச் சொல்லியவாறு ஒரு துண்டு மரத்தால் கற்பனை செய்தது.

குமாரத்திகளின் கட்டில்கள் சுத்தமான படிக மரங்களின் அகவெளி ஊடுருவும் விசைகொண்ட பர்துன்நிஷாவின் வெகுளியில் படர்வது. கனவில் நழுவக்கூடிய ரெளலத் சயன அரண்மனைக் கட்டிலின் எல்லாப் பகுதியிலிருந்தும் காணாமல்போன ஜின்களின் மணம் வீசும். பெட்டிமேஜைமீது திறந்திருக்கும் கனவின் நீலக்காகிதங்களை இருட்டுமை தொட்டு ஒவ்வொரு குமாரத்தியின் கனவை எழுதும் விரல்நுனியில் மூன்று அக்காமார் பட்ஷா பேகம், அஸ்மத் நிஸா, நூருண்ணிஷா பெயரற்ற கனவு உடலிலிருந்து எரியும் தழல் தாவிய கனவின் படிமச் சுருள்களில் நிறநாட்டியத்தைத் தூங்கியவாறு கிளியேந்திய சாரதா பார்த்துக்கொண்டிருக்கிறாள். கனவுப் புத்தகம்

விழுங்கி உமிழ்கிறது நிலவை. நீரொளி இயற்கையில் பிறை பதிந்த உப்பு ஏரிக்குள் கிளியேந்திய சாரதா மூழ்கிக்கொண்டிருப்பதால் திப்புவின் பன்னிரு குமாரத்திகளும் ஒருவிதக் கண்ணீரின் மிருதுவான ஒளியிடம் செல்ல, சாரதாவின் கிளி ஏங்கிக்கொண்டிருப்பதென உணர்வு. பன்னிரு குமாரத்திகளின் அழுகுரலும் பாடலும் கட்டிலை விட்டிறங்கி சயன அரண்மனை இருளில் அலைவதாயிற்று. பன்னிரு குமாரத்திகளும் மறைபொருளாகக் கட்டிலில் படிந்துள்ளனர்.

பக்கத்தில் சேடிப்பெண்கள் மயிற்பிஞ்சம் வீச, மெய்க்காவலர்கள் கிளியேந்திய சாரதாவின் உயிருக்குப் பொறுப்பான வாளின் நுனியில் விழித்திருந்தார்கள். எத்தனை இரவை அணிந்துகொண்டு நடமாடுகிறார்கள் அங்கும் இங்கும் இருப்பைக் களைத்தவாறு பிறைக்கொருவராய். முப்பது ஓரைப்பெண்டிர்! ரௌலத் சயன அரண்மனைக்குச் செல்லும் தோட்டப்பாதையில் பூக்களின் நிறங் களைப் பற்றிக்கொள்பவர்களாய் வளைகிறார்கள் பிரதமை வட்டமாய் ஒரு சந்திரமாதம். குருந்தமலரில் புகுந்த நிலவில் குடிகொண்ட தாத்தாவின் தந்தை பாத் முகமது, சித்தூர் முற்றுகையில் வீழ்ந்தும் ‘வாளை’ விடாத அவர் குமாரர் ஹைதர் அலி ஆவிகளாக ரௌலத் சயன அரண்மனை முற்றங்களில் கூடுகிற ஒப்பனையாளர்கள் சயன அறைக்கண்ணாடிகளாக இருக்கிறார்கள். சில துண்டு மேகங்கள் சரிந்து வருகிற உப்பு ஏரிக்குள் மிதக்கும் முர்ரி அரண்மனைக்கு நிலா வெளிச்சம் கலந்த கிளியேந்திய சாரதாவைக் கூட்டிப்போகிறார்கள் பன்னிரு குமாரத்திகள். வாசனை மரங்களில் ஓடும் இவர்களின் சயன அறை ஓசைகளைக் கேட்டுகறையும் பட்சிகள் ஒலிகளைக் கட்டிய கனவுப் புத்தகத்தில் தந்தை எப்போதும் நேரில் வருவதில்லை. மகளின் கட்டில் காலருகில் கனவுப்புத்தகத்தின் நுரையீரல் மூச்சு விடுகிறது.

இக்கட்டில் காத்திருக்க அங்கு வந்து சயனிப்பவளாக நறுமணத்தில் துவங்கும் கனவு, எப்பொழுதும் மாறிவரும் அடுக்கைக் களைத்தவாறு கிளியேந்திய சாரதாவின் பிரதாபத்தை அறிய முடியும் எனத் தோன்றியது குமாரத்திகளுக்கு. பெயரற்ற இரவில்வந்த கதை, குனிந்து மோந்து பார்த்தது கட்டிலை. எதிரில் நின்ற அக்காமார் பட்ஷா பேகம், அஸ்மத் யுநிஸா, நூருண்ணிஷா கனவில் கண்ட கட்டில் என்றனர். இதற்குச் சமமானது உலகில் இல்லை. அதில்தான் கிளியேந்திய சாரதா துயில்கிறாள்.

கட்டில் படிகத்தில் மிதந்து பறக்கும் கிளி ஒவ்வொருவரின் விரலைத்

தொட்டு ரகசிய உரையாடல் புரிகிறது. வாசனைவந்த திக்கில் கிளியேந்திய சாரதாவின் அரூவமிருந்தது சுதந்திரத்தில் சொருகிய கண்களுடன். தவளைகள் அடிவயிற்றில் பதுங்கிய நன்னீரை அவளுக்குக் கொடுத்தது உப்புநீர் ஏரியில் இருந்து. கூடுசாலை லாந்தக்கல். அந்தக் கண்ணாடி போட்ட விளக்கு மங்கியது காட்டு மனமென. அவ்வொளியில் சில கற்தூண்களுடன் சுமைதாங்கி வெளிப்பட்டாள். கர்ப்பிணிவாதை இருள்பட்டது. விளக்கொன்று வெளியாகிக் கிளியேந்திய சாரதா அடிவயிற்றில் எண்ணெய்பூசி கையில் தவழும் சுடரினை விரல்கூட்டி அணையவிடாமல் உடல் நெடுக அவள் பார்வை பார்த்தாள்.

வாழ்விழந்த ஒளியைக் கண்டாள் சூலியிடம். அது அணையாமலும் அது நீடித்திருக்க குறைந்த ஒளியை வேண்டினாள் சூலி. பழுப்புத் தூண்கள் பலவும் நடப்பட்ட பொட்டல் மேல் கிளி பறந்தது. தூரத்தில் பழைய கிராமம் ஒளியிழந்திருந்தும் சமவெளியின் வெம்பரப்பான சாம்பலின் வெளிச்சத்தில் காலத்தின் துருவென உதிரும் கூரைகளும் ஓட்டுவீடுகளும் நாழியோட்டு வீடுகளும். தெரு பாழ்பட்டு விரித்திருந்த சாம்பல் அமைதியில் கிளியேந்திய சாரதா. சூலியை ஆதரவாய் தோளில் சாய்த்து நடந்தபடி கர்ப்பத்தின் இரவுடைய ஊரை அப்பெண்ணுக்குக் காத்துக் கொடுத்தாள் சாரதா. வெளிப் பட்டிருந்தன கல்லில் பதுங்கியிருந்த ருதுக்களின் ரேகைகள். சூலியைத் தோளில் சாய்த்தவாறு ஏந்தி நடக்கிறாள். பாதத்தின் கோடுகளில் நீர் நகர்வு. இவர்கள் இறங்கி இருந்தார்கள் வெளித் திருணைக்கு.

பாகாய்ச் சுவைத்த ஊரணிமண் பூசியிருந்தது. அவ்வீட்டு விட்டங்களில் அத்தி, மஞ்சணத்தி, மகிழமரப்பட்டை காலத்தின் விறுவுகளும் வெடிப்புகளுமாக அவ்வீடு கீறல்பட்டுச் செம்மண் ஒழுகியது. கிளியேந்திய சாரதா பிறந்த ஊர் மண்மம் இதைச் சர்வத் திராலுக்கும் பிரயோஜனமாகும்படி கர்ப்பிணிகள் அவளை நேர் நோக்கி விரல்பொத்தி வாங்கிப் போகிறார்கள் கண் மலர்களை. அதிக வயதான தறியின் மூச்சைக் கேட்டு நூற்பாதை செல்லும் தந்தையரின் ஆயுள் பூராவும் பாவோடையில் கழிந்தது. பருத்தித் தெரு ஆவிகளைப் பனையூரின் உடலுக்குள் இழுத்துக்கொள்ளும் தறிகள் கம்மந்தான் தாயாரையும் தந்தை ஆலிமையும் வைத்திருக்கும் பனையூர் நெசவில் ஒரு போக்குப் பிறந்து நிலைக்கிறது.

மஸ்லின் வெளிச்சத்தில் உயரமாய் இருக்கும் ஹைதர் அலியின்

மைசூர் நகரத்திற்கு முர்ரிப் பெண்கள் போய்க் கடுமையான வேலைப்பாடுகளைச் செய்யும் விரல்களில் விரிந்தன ரௌலத் சயன அரண்மனைப் பெண்கள் நூற்க நூற்க ஒவ்வொரு இழையாகக் கூடவருகிறார்கள். ஜாமி அஸ்ரப்பு நெய்துகொண்டிருக்கிறாள். ஹைதர் அலி அக்கசாலை தங்கக்காசுகள் ஒவ்வொன்றிலும் கிளியேந்திய சாரதா உருண்டுவந்து வாங்கிய மஸ்லின் சுடர்கிற ஊரெதுவோ அங்கு சரித்திரமும் வர்ணிக்க முடியாமல் கடந்துவிடும். முர்ரிக்கு உயிருள்ளதெனவும் பெரிய கலைமுறை நிலவிவிடும். முர்ரியின் குணப்பாங்கு தனிவகை ஆகினும் அதன் விபரங்களைப் படித்து, அறியவோ பயிற்சி விளைவுகளோ கலையைக் கொடுத்து விடாது நிராசைகளில் சரிந்துவரும் செங் காற்றுடன் கூடவே நடந்துபோகும் முர்ரிக் கம்பள வணிகர் கூட்டம் முதலில் செல்வது ரௌலத் சயன அரண்மனைக்குத்தான். விண்மீன்களின் குருதியை இரத்தாம்பர நூலில் உலர்த்துவது யார் என்றாள் திப்புவின் மூத்த குமாரத்தி. வெயிலால் கருத்துள்ள நெசவாளர் தலைமயிற்றைப் பிய்க்கும் செங்காற்று ஆடுகிறது பாடலில் மண்பட்டு.

பெண்களின்றி வயதான தறிகளைக் காப்பது யாராம் எனக் கேட்டாள் அஸ்மத் யுநிஷா. நாடுவிட்டு நாடுசேரும் துருக்கர் கூட்டம், ஞாபகத்தில் செதுக்கியுள்ள வரிகளை வீசி மீனைப் பிடிக்கும் வலையாக்கி உரையாடுகிறார்கள் கடலில் காடிஸ் வரையிலும் கிழக்கில் நெடா வரையிலும் தரை வழியாகவும் முர்ரி கடந்தது.

ஆதலால் கிளியேந்திய சாரதாவின் இறக்கை இரு உத்திரியங்களாய்ப் படர்ந்துபோவதென நெசவின் நுட்பங்களைத் தோற்றுவித்தாள் என்றவாறு முன்னைச் சிறு தெய்வமெனத் தறிக்குள் மறைந்திருந்தாள்.

ராமன் உத்திரியம் கேட்டு மேலாடை பறக்கக் கீழிறங்கி அவளுக்குப் பணிவு செய்யக் கிளியேந்திய சாரதா நெய்தலுற்றாள். விரைந்ததிரும் உத்திரியத்தில் மலர்களின் ஆன்மாவை வரைந்து சிக்மங்களூர் துங்கா ஆற்றின் கரையில் புராண விதிப்படி சங்கரர் இருந்த இடத்தில் ஒரு தவளை நாகத்திற்குக் கடும் வெயிலில் குடைபிடிப்பதைக் கண்டு வியந்து, இயற்கையின் விதிகளை மீறிப் பகைமை உணர்வுகளை மிருகங்கள் கைவிடும் இந்த நதிக்கரைப் பூக்களின் அழகியலையும் தீட்டத் திறக்கும் கிளியின் நாசியால் வாசிக்கும் நறுமண அகராதி.

எவராவது பகைவர் துங்கா ஆற்றின் கரையில் தோன்றிய சயன அரண்மனைப் பக்கம் வந்துவிட்டால் தவளையின் விடுகதையை

அவிழ்க்காமல் கடக்க இயலாது. துங்கா ஆற்றுத் தவளை திப்பு சுல்தான் கனவுப் புத்தகத்தின் நீலங்களையும் வெளிர் பாசை நிறங்களையும் காணத் துகிலாக அடுக்கி வைத்தது கோட்டைக்குள். துங்கா நதியின் பாம்பினங்களைக் காத்துவரும் கிளியேந்திய சாரதாவிடம் இரத்தாம்பரப் பட்டாடையைத் திப்பு பெற்றதும் விரியும் வரைபடத்திலிருந்து ஒவ்வொரு முற்றுகையிலும் நூற்பாதை தெரிந்தது. கீழிருந்து மேல்கிளம்பி திரும்பிப் பறக்கும் முர்ரி சித்திரக்கம்பளம் படபடத்து வணிகச் சந்தையேகும் கப்பல்களை இடைமறித்துச் சொல்லப்போகும் நிறங்களை அதிர்வில் எடுத்து மெலிதான ஆடை வகை கேட்டுவந்த மொனார்சி வணிகன் பேராசையால் கொடுந் தமிழும் கற்றிருந்தான். இவ்வளவு கனா நிலையோடு துணிவகை களைக் கடவுளாலும் நெய்ய முடிவதில்லை. கொடி மரத்தில் ஒரு சோளக்கதிரை நூலினால் கட்டி நீர்மேல் தொட்டு அசையும் அலையில் சோளமணி கேட்டு பன்னிரு குமாரத்திகள் திரும்புகிறார்கள்.

கதிர்களுக்குள் அசையும் வளைந்த சருகோசைக்குப் பின்னே கிளியேந்திய சாரதா மறைந்திருப்பாள் நூறு நூறு நந்திபுராத் தறிவீடுகளோடு. எனினும் எந்தப் பருவத்திலும் செவல்நிலத்திலும் சோளத்தைப் பயிரிடும் திறமை சிமோகா விவசாயிகளுக்கு இருந்தது. பாவடியில் கஞ்சித் தோச்சலிடவும் சோளமும் கம்பும் பசைப் பல்லாவில் காய்ச்சுவார்கள். கீழ்த்திசையெங்கும் சோளம் தந்தவர்கள் துங்கா நதி சார்ந்த விவசாயிகள். ஒவ்வொரு சோளமுனைக் கொத்தும் தாழங்கீற்று மணக்கும் போர்வையில் உறையும். தாழங்கீற்றுப் போர்வை கிழித்துப்பார்த்தால் மணிவரிசை புலப்படும். ஒவ்வொரு மணியிலும் இரண்டிரண்டு சிறிய பூ. முதிர்ந்த வேனிலில் குதிரை மேல்வரும் ஹைதர் அலி, கம்பளத்தில் குனிகிறான்.

இந்த முகையின் பூநொய்கள் துங்கா நீரின் மென்மையான காற்றில் கலந்து நிறைகிறது. நந்திபுரா நெசவுப் பெண்களின் செம்பட்டைக் கண்களைக் கூர்ந்து நோக்க ஒரு முனைப்பால் குமிழ்களில் இமைமூடிகள் கீற அவற்றைத் திறந்துகொண்டு பனியின் பால்பாதை செல்லும். மென்மையான காற்றில் அசைந்தபடி நின்றது ஹைதர் அலியின் குதிரை. சோளத் தட்டைகளுக்கிடையே நந்திபுராவின் தோற்றம். கல்லுப்போல விளைந்த சோளக்கதிர்களின் ஆட்டம். அவற்றின் நிழல் குதிரையின் காதுகள்தான் என்றனர் பெண்டிர்.

காலத்தின் மயக்கம் அதைத் திறந்து முளைத்த முனை. மேல் வரிசையொழுங்காக பால் தவசம் இசைபட முளைக்கதிர் தாழ்கிற

காற்றில் சினைத்துச் சோளமணி அடிவயிற்றில் வெள்ளிஒளி நெளிந்தோடும் நந்திபுராப் பாவடித் தெருக்கள் சில. அறுந்த தறிநூல் கலந்த காற்றில் மிதந்தபடி இருப்பதால் சோளப் பெண்டிர் சரீரத்தில் உதிரும் எத்தனை வகைச்சோளம் இயற்கை கொண்ட வழி, நெசவின் வளர்ச்சி மைசூர் பட்டாய் உயர்ந்தது. ஏணியில் ஏறிப் பலகை மெத்தின் கண்ணாடி பீரோவைத் திறந்து நீண்ட காலப்பழக்கத்தால் மைசூர் டைமண்பட்டு குளிர்ந் திருக்கிறது நிலாச்சரீரமென.

சிறந்த வித்துகள் வைக்கும் ஹைதர் அலி தவசக் களஞ்சியக் கீறல்களில் கசியும் மஞ்சள்நிற தானிய ஒளியில் கலை அறிவும் பழக்க அறிவும் உழவடையில் சிதறிக்கிடக்கும் துங்காநதி மேழி எரிய. சம்சாரி மெய்ப்பித்தல் வழி கர்நாடக ராச்சியத்தில் ஹைதர் குதிரையோடுவரும் மழை மோடங்கள் போட்டு இடி மின்னலில் அர்ச்சுனன் பேர் பத்து. திருணையில் கதிர் சுற்றும் பீபிநாச்சியார் கால்நீட்டிச் சயனஅறை ஜன்னலை எட்டிப்பார்த்தாள். பன்னிரு குமாரத்திகள் கனவுப் புத்தகத்தில் சுற்றித் திகழும் பாம்புகளின் வளைவோட்டத் தூக்கத்தில் கனவை நெய்தவாறு தறிவிளக்கு அறையின் இருட்டில் சுழன்று அவளுக்குத் தெளிவைக் கொடுத்தது.

நம்மூர் பாவோடித் தெருவில் பாவிடை நூல் வாங்கி ஓடிச் செல்லும் ஓரைப் பெண்டிர் கால்பட்ட புராதனம் பட்டுப் பாதை யாகவும் கூடியது சிருங்கேரி மடம். வறுமையும் கொடுங் கனவும் மென்மையான கண்ணீரும்கூட இருந்து, சீர்செய்து புரையெடுக்கும் கசங்கிய வாழ்பகல் விழித்திருக்க இழைகள் ஒன்றுபடுவதை மல்பெரித் தோட்டமாக்கினான் ஹைதர் அலி. அறுபட்டிருப்பினும் குமாரத்திகள் பாரம்பரிய பட்டுப்புழுக்களின் உறக்கத்தில் திப்புவின் குதிரைத் தோலில் சுருட்டித் தூங்குகிறார்கள். துங்கா நீர்மேல் வந்துவிடும் ஆயிரதீபதூபங்கள் ஏந்தி வந்த நெசவுப் பெண்களுக்கு நடுவில் கிளியேந்திய சாரதா.

அல்-தலபில்லா

திப்பு சுல்தான் நீராழி மண்டபத்திற்குச் செல்லுமாறு அமைந்த நீர்வாய்க்கால்கள் முதலில் கச்சத்தீவீலிருந்த தலபில்லா சாயத் தாவரங்களைக் கொண்டுவரும் கிட்டுபாய் தலைமையிலான சாயக்காரர்கள் திறந்த நிலை மைதானத்தின் வழியாக சுமந்து செல்கிறார்கள் செடிகளை உலர்த்துவதற்கு. இங்கே சாய அறைகளில் ஒவ்வொரு தூணில் துவங்கும் உட்கூடுகளில் சாயத்தொட்டிகள்

இருக்கும். முர்ரியை சாயமேற்றும் கிலான் நகரைச் சேர்ந்த பாரசீக சாயக்காரர்களும் படையிலிருந்து விடுபட்டவர்களும் அவர்களின் இறுதி நாட்களும் சோகமயமானது. வயோதிகச் சாயக்கார்களின் விரல்களில் தலபில்லா விதைகள் நிலைத்திருக்குமாறு புகுந்த மண்ணில் முளைத்தெழும் தலபில்லா சாயச்செடிகள் இவர்களாகப் பட்டது. பாரசீகத்திலிருந்து தருவித்தவர்களும் புகுந்த மண்ணின் பாணியும் சாயல் சிறிதளவுகூட படாமல் பார்த்துக்கொண்டனர்.

இரு சுண்ணாம்பு வளையக் குடா நீரில்தான் நிறம் அழியாது பதிந்தது பேலாயிற்று. இவர்கள் சாயக்கார்கள் தங்கும் வசதி முழுமையாகப் பெற்றிருந்த மணல் மடம் மூங்கிலால் ஆனது. முர்ரியால் ஈர்க்கப்பட்டு இங்கு வந்து, நெசவில் பணியாற்றியவர்கள் ஊர் திரும்புவதில்லை. இங்கு மறைத்து வைத்திருந்த தலபில்லா விதைகள் புழக்கத்தில் இல்லாததால் இயற்கையின் வளூரமாயிற்று. முர்ரியின் செல்வாக்கு ஓங்கியிருந்த காலத்தில் ஹைதர் அலி அனுப்பி வைத்த நூறு நூறு நெசவுக்குடும்பங்கள் அவர் குடும்பத்து முன்னூறு உறுப்பினர்களுக்கும் முர்ரி மெலிவிலும் ஒயிலிலும் மையல்.

பொருத்தமான நிறக்கலப்பில் கிட்டுபாயும் கசபா நூல் வித்தைக்காரனும் மறைந்து கொண்டிருந்தனர் கலையில் பொருந்திக் கலக்கும் கோடுகளையும் பிற வடிவமைப்புகளையும் துணியில் வெற்றிடம் படாமல் வெவ்வேறு தாவர இலை வடிவங்களை பூமியின் ஆழத்திலிருந்தும் அடிக்கடலின் இருளிலிருந்தும் வடிவங்களைக் கலையாக வெளிக்கொணர்தல். இலையில் ஒளிபடாப் பகுதிகளில் நிழல்விழும் பகுதிகள் என ஒளியை உருக்கி ஆன்மாவில் படர விட்டார் கிட்டுபாய். இவை எதையும் மொராக்கோ பாணிக்கு முரணான வண்ணக்கோடுகளைப் பதிந்து கற்பனையால் அழகு படுத்தும் நோக்கம் அவருக்கு இருந்திருக்க வில்லை. திப்புவின் கனவுப் புத்தகத்திற்கு கலைஞர்களின் கை வண்ணம் நீர்க்கோரைத் தாள்களை உலர்த்தி கனவின் அழகியல் உள்ளுவம் எதிர்கால நெட்டாங்குக் கோடுகளாய் மெல்லியதாய் வடிவமைப்பில் மிக அழகியது.

பனிமூட்ட இரவில் தோன்றும் கனவு நூல் திறந்து கற்பாதைகளில் பதுங்கி இறங்கும் நிலவில் திப்புவின் பன்னிரு குமாரத்திகள் வெளிப்படுகிறார்கள். சுருங்கையின் இருள் விலகி உள்ளே வருகிற ஓரையின் குணநாடிகள் முர்ரி உப்புமாடங்கள் கடந்துவந்த அறுவரையும் ஓவியன் வரைந்து காட்டினான். முர்ரித் துகிலில் கனவுநூலும்கூட, ஒரு உப்பு அரண்மனைதான் விடுதலை என்பதின்

தாகத்தை நியதி, விதி, முறைமை, நியமப்படி தோன்றும் கனவு குமாரத்திகளின் மானசீக விழிகளில் மறைந்திருக்கும் தந்தையின் நூல். அடுக்கி வைத்திருக்கும் படிகள் கனாவில் கீழிறங்கினால் சாயநீர் அரண்மனையைவிட்டுத் தப்பிவிடுபவர்கள் உப்பு ஏரியில் அகப்படுவார்கள். கனவுநூலும் ஒரு மிருகம். அதிலிருந்து அனைவரும் திறந்துவருகிறார்கள். துன்பத்தினாலும் நேசத்தினாலும் மார்பில் பூசிய உப்பு, புத்திரர் பன்னிருவரையும் சிறையிடுகிறது. கீழ்த்தளத்திற்கு இறங்கியவாறு சொன்னாள் நெபுலா சாகிரா.

மர உப்பரிகைப் பலகைமெத்து ஓசையிட குமாரத்திகள் நெடிய வராண்டாவில் நடக்கிறார்கள். அபிசீனிய சீசா விளக்குகளில் சுடர்விட்டு எரியும் படர்வில் முகங்கள் தெளிவடைய திரைச்சீலைகள் தாத்தா ஹைதர் அலியின் உருவை சைத்திரீகர் கசபாநூல் வித்தைக் காரன் வரைந்திருந்தான். விரல்நுனிகளில் பிறைவடிவ உப்பு ஏரி திப்பு மகளின் நகவொலி மேல் வந்தது. பன்னிரு குமாரத்திகளும் பறவையாகி நகங்கள் பறக்கின்றன. உயிர்த்துவம் சிறகணிந்த ஆறு நிறப் பட்சிகள் மரக்கூடத்தில் கருகெண்ணெய் கசிய தந்தையின் சாயலில் ஏங்கி நிலவை அணைத்தவாறு முர்ரித் துயிலை மோந்து கைகளை மேலுயர்த்துகிறார்கள். தலபில்லா இலைகளை மெல்லும் பசுஞ்சீலை சாய ஓவியம் 'அறுவருக்கும்' கொடுத்தார் தாத்தா கிட்டு பாய். மேல்கூடத்தில் வெண்கலமணி ஓசை கேட்டதும் ஏரி நீர் முதலைகள் எக்கி விசும்பி சுடரும் நாவுகளை நீட்டி குமாரத்திகளை அழைக்கும். சிருஷ்டி உருவடைந்த முர்ரிப் பெண்கள் கூடவே நகரும் நகவொலி இருட்டு. தந்தையின் பிரிவு பல உருமாற்றங்களைக் கொண்டது.

கனவு நூலின் எழுத்தாகிவிடும் உருவங்கள் படைப்பில் வாழ்வில் விதியில் மறைந்திருக்கிறது. ஹைதர் அலியின் அருகில் சுற்றும் சதா உலவும் பேத்திகள், தனியே நடந்து போகிறார்கள். நிழல் இல்லாத சாயநீர் அரண்மனையில் சுற்றிலும் கனா உருவங்கள் அவர்களுக்குத் தெரியாதவர்களின் கைகோர்க்கும் விருந்தில் பிணைக் கைதிகளாக இருப்பதில் சலனப்படுகிறார்கள், விடுதலையைப் பற்றிக்கொள்ளப் பிரிகிறார்கள். திரும்பிப்போனவர்கள் வரும் பொழுது அன்னியர் களாகவும் எதிரிகளாகவும் தொலைவில் சிதைகிறார்கள் முற்றுகையில். சிகப்பு மணற்கற்கள் கொண்டு கட்டிய வலுவான உயரமான மதிற்சுவர்களால் சூழப்பட்டிருந்த தோட்டத்தையும் பின்பக்கத்தில் காவேரி நதிக்கரையையும் பார்த்தவாறு தொடர் அரண்மனைக் கட்டுமானங்களில்தான் உச்சநிலை கலைநயம் ஹைதருடையது.

இவற்றிற்கு ஈடாக இருந்திருக்க உச்சியில் தங்கமுலாம் பூசப் பட்டிருக்கவில்லை. ஹைதர் அலியை தனிமையில் மற்றோரை சந்த்திக்கும் பளிங்கு மண்டபம் விழித்திருந்தது. துளைகள் உள்ள திரைச்சீலைச் சாளரங்களில் ஒவ்வொரு குமாரத்தியும் தொலை தூரத்தில் வரும் தந்தையின் பஞ்சகல்யாணிக் குதிரையின் அசைவை காண்கிறார்கள். மறுபடி பார்க்க விரும்பாதவர்கள் தெரிந்த அந்நியர்கள்.

ஒரு துளியாய் மீந்திருக்கும் முர்ரித் திவலையில் தந்தைக்கான ஏக்கம் கரைந்த நிலை. ஏகாந்தத்தில் பக்கத்தில் ஊர்ந்து தந்தை முகத்தருகில் குனிந்திருக்கிறார்கள். சிறுமிகளின் கைக் குட்டைகளில் இருந்த வெண்மலரின் வாசனை அறையெங்கும் பரவி, துயரும் விரிவும் கொள்கிறது. ஒருவருமில்லை. அரிச்சலான சாயல்கள் வருகின்றன. படுக்கையிலிருந்த வயோதிக மூதாட்டி தவளைத் தொலியாய்ச் சுருங்கிய திரேகம். கிட்டுபாய் தலைமாட்டில் ஊர்ந்து வந்து நிற்கிறார். முர்ரித் துகிலை இரவுகளாய் நெய்துவரும் முடிவிலா சேலை போலும். அவள் தறியில் இருட்டு இலைகளை நெய்தவாறு விரல்களில் சாந்து, ஜவ்வாது, பனிநீர்ப்பெண்கள் அறுவரும் பாட்டியின் மெலிய நெய்த கலையைத் தொட்டதும் கண்கள் பனித்து ஓடுகிறது. பாட்டி மேல் முர்ரியின் உயிர்ப்பிரவாகத்தில் நீந்துவோர் அசையும் கட்டிலில் ஆறு குமாரத்திகளும் துயில்கிறார்கள்.

பூதவாதி அபுகாம் கோட்டி லெப்தர்னர் வரும்போது இறந்த கோடைக் காற்றினூடே மஞ்சள் இலையுதிர்காலம் திரும்பியது. அல்-தலபில்லா அரண்மனை உப்புஏரி நடுவில் தோற்றமாகி மிதக்கிறது படிக்கட்டில் கற்களைத் துளைக்கும் பார்வையோடு மேலேறி வருகிறான். அவன் காலடியில். தீக்கற்கள் மற்றும் கூழாங்கற்களின் தொலைதூர பாக்ஜலசந்தியும் மன்னார் நீரிணையும் முணுமுணுக் கின்றன. சிதைந்த ஒலித் துணுக்கும் பேசப்படாத சொல்லுக்கு அடியிலுள்ள பாறைகளைத் தொட்டு விரல்களால் வரைந்தவாறு உள்ளே வருகிறான்.

தலபில்லா எனப்படும் சாயநீர்த் தாவரத்திலிருந்து உதிரும் விதைகளைத் திரும்பத் திரும்பப் பயிர்செய்து விற்றதில் கிடைத்த வருவாயில் உருவான முர்ரி அரண்மனை ஒரு தலபில்லா சாயவேர்க் குத்தகையில் கிடைத்த மூலதனத்தில் கட்டிய உப்பு ஏரி அரண்மனை மொராக்கோவிலிருந்து வந்த, மூர்களின் முர்ரி நெசவுப் பெண்டிர் இங்கு என்நேரமும் நெய்து கொண்டிருக்கிறார்கள். இதன் உள்ளே இருந்து பளிங்கு ஜன்னல் வழியாகப் பார்த்தால் உப்பு ஏரியைக் கடந்து

படகில் வருபவர்கள் தெரியும். வெளியே இருப்பவர்களால் உள்ளே என்ன நடகிறது எனப் பார்க்க முடியாது. கன்னத்தில் வழிந்தோடிய கண்ணீர்த் துளி என தாஜ்மகாலைத் தாகூர் வர்ணித்த அளவு முர்ரி அரண்மனை தலபில்லா சாயநீர்த் தாவரத்தின் இலைகளில் வழிந்தோடும் உப்பு நீரும் முர்ரிக் கம்பளப்பெண்டிரின் கண்ணீர்தான். இன்னும் கோதிக், ரோமனாஸ்க் ரினாசிட்டா காலப் பாணிகள் மூர்களின் காலம்தொட்டே முந்தைய கலை அம்சங்களுடன் கலந்திருப்பது. ஊசிக் கோபுரங்களும் தேவாலயங்களும் இந்தோ-சரசனிக்-ரோப்பியக் கலவைகளாகிய கலையின் ரகசியரேகைகள் முர்ரிக் கம்பளத்துடன் நீர் அரண்மனையாகவும் துணி நெய்வதின் கலை அம்சங்களில் தோய்ந்தவை. ஒப்பற்ற முர்ரி நெசவுக்கலை இங்கே கடந்து வந்திருக்கும் பிறைதொழு பெண்களின் விரல்களில் உள்ளது.

முர்ரியின் அழகெனப் பூப்பின்னல் வேலைப்பாடுகள், ஜியோமிதி வடிவங்கள், டிரேசரி கலைப்பாடுகள் இஸ்லாமிய அழகுணர்வின் கலைக்கூறுகளாயிற்று. திருக்குரானின் வாசகங்களைப் பொறிக்கும் முர்ரிக் கலையின் காலிகிராஃபி சித்திரக் கையெழுத்துக்கலை உப்பு நீரிலும் பிரதிபலிக்கும். இப்பிரமாண்ட முர்ரி மாடங்கள் நிலைத்திருப்பது கலையில். உப்புஏரி நீர்ப்பரப்பில் மிதப்பதெனத் தோற்றம் தருவது; காரணி ஏரி நீரில் நகர்வதென உப்பு மாடமானது நீர் ஜன்னல்களில் அலையாக தோன்றுவது. நெய்யும் மெல்லிய முர்ரியின் பேரலைதான் ஒட்டுமொத்த உப்புப்பளிங்குகளாய் ஊடுறுவும் மயக்கத்தில் யார்தான் இல்லை.

ஏரி நீரில் பிரதிபலிக்கும் பிம்ப உருக்களில் நடமாடுவது தன்னை யாரென்று தெரியாத நாமும்தான். இருமடங்கு பெரியதென தோற்றப் பொலிவைக் கொடுக்கும் அனுபவம் கலை தவிர வேறென்ன. இத்தகு கலையுற்ற உள்பளிங்குகள் நெசவின் விரல்களுக்கிடையில் நழுவுகிற தலபில்லா சாயவிதைகள் மொராக்கோ தேவதைகளான சாய்ர, கமார்ஜான், மஹிஜா, நஷ்ரியா, நைலா தோய்க்கும் சாயப்பட்டறையும் அங்கிருந்தது. இந்த உப்புஏரி மாடத்தீவைப் படைத்தோரின் தனிமை வாசம் முர்ரிகேயுரியது. மாடத் தீவை அனுகுவதற்கான தூரங்கள் திப்பு சுல்தானின் கனவுப் புத்தகத்தில் உள்ள வரைபடங்களில் சேரும் வழிமுறைகளை உங்கள் கனவின் மூல ஏட்டிலிருந்தும் அங்கே சென்றுவிடலாம். எப்படி வடிவமைத்து சிஷ்டித்தார்கள் இதை. நம்பிக்கையற்ற நெசவுப்பெண்களை வழிநடத்தும் இறந்த விண்மீன்களின் எதிர்கால ஒளி கலையின்

அரூபத்தில் கரைந்திருக்கும் சலனங்களை முர்ரிஅலை என்கிறோம்.

படிக்கட்டுகளுடன் அமைந்த கனவுப்பாதை ஏரி நீரிலிருந்து எழுவதெனத் தோன்றும். வா வா என்று அழைக்கும் உப்பு ஏரியில் கால் வைத்தீர்களென்றால் அலிஹேட்டர் முதலைகளின் முற்றுகை யிலிருந்து தப்பமுடியாது. உப்பு ஏரியின் ஒட்டு மொத்த கட்டுமானமும் பாக்நீரிணையும் ஓதத்திலிருந்து நிலவின் எழுச்சியில் உருவானது. உப்பு ஏரியின் பிரமாண்டம் எந்த அளவிற்கு என்பது வாலி நோக்கம் நுரைக்கற்கள் பதிக்கப்பட்ட ஏரிக்கரைகளின் நீலம் பிறைக்குப் பிறை தேய்விலும் வளர்விலும் மாறுபடும்.

ஏரியில் நகரும் உப்பு மாடங்கள் திப்பு சுல்தானின் கனவுப் புத்தகத்தில் தொலை நோக்கிய கனாத்திறம் முர்ரிநெசவின் அழகுணர்வுத் திறனும் பெண்களின் விரல்களில் தோன்றும் படைப்பின் உச்சமெனப்படும். கம்பளத்தில் தோன்றும் அலைகள் கனாவாய்ச் சிலருக்குத் தோன்றலாம். அடித்தளமற்ற கனாவின் குவிமாடங்கள் தேய்பிறையில் குறைந்துகொண்டே செல்லும் ஈச்ச மடல் வடிவப் பிறையாகக் கண்ணிற்குப் பாந்தமாகத் தோன்றும். உப்பு மாடங்கள் சதுர வடிவிலிருந்து எண்கோண வடிவாகவும் எண்கோணவடிவிலிருந்து உருளை வடிவாகவும் ஒன்றியைந்து உருமாறும் அதிசயம். பல்வேறு இரவுகளின் கதைச் சுருளில் வரும் பிறைதொழும் மகளிர் விரல்வழி இயங்கும் அழகு வேலைப் பாடுகளில் பல்வேறு அரேபியக் கதைகள் பொருத்தமான இரவின் எண்ணிக்கையில் கம்பள நெய்வின் அளவீடுகளில் உருவாகும்.

கலையின் பின்னலான வடிவமைப்பு ஒட்டு மொத்த முர்ரிக் கம்பளத்தின் கணிதக் கோர்ப்புகள் ஒன்றியைந்து போகுமாறு அமைக்கப்பட்ட நெசவின் நேர்த்தி என திப்புவின் கனவுக்கான காரணிகளை அடுக்கிக்கொண்டே செல்லலாம். முர்ரிப் பெண்டிர் மைய மண்டபத்திற்குள் நுழைய மேற்குப் பக்கம் தவிர்த்த பிற பக்கங்களில் பக்கத்திற்கு ஒன்றெனும் விகிதத்தில் அமைந்துள்ள கம்பளம் நெய்யும் பெண் சொல்லும் முடிவற்ற கனவுப் புத்தகத்தின் நுழைவு வாயில்களில் திப்புவின் குமாரர்கள் பன்னிரெண்டு பேரும் பன்னிரு குமாரத்திகளும் மிஹ்ராப் மாடத்தின் மீது அமர்ந்து கேட்டுக் கொண்டிருக்கிறார்கள். சிறந்த நுரைக்கற்கள் கடலின் இயல்புணர்வு கொண்டவை. பெரிய பெரிய நுரைக்கற் பாலங்களைச் சீரற்ற முறையில் ஆனால் இறுக்கமாய் இருக்கும்படி பொருத்தமாக அடுக்கிக் கட்டியதாகும் சாயநீர் அரண்மனை. இந்த நுரை மணற்

கற்பாலங்கள் ஒன்றோடு ஒன்று அதிசயமாய் இணையும் விதத்தில் மரக்காயர் உளிகொண்டு சீர் படுத்தியது. கடலின் மீது இருமடங்காய் பிரதிபலிக்கும் குணாதிசயத்தை சீரான சாம்பல் வண்ணம் உப்பு நீரிலிருந்து, தான் தோன்றும் வினாடிக்கு வினாடி நிறம் மாறிக் கொண்டே இருக்கும் உப்பு அரண்மனைத் தோற்றம் வெளிப்புறச் சுவர்களில் ஒட்டிய வண்ணமய நூதன ஓடுகளின் சுடுவேலைகள் கச்சாங்காற்றில் கருத்தும் கனாவின் இறவாறக்கூரையின் கீழ் உள்ள வெளிர் நீலமான அறைகளில் முர்ரிப் பெண்டிர் துயில்கிறார்கள். சிவப்பு நீலம் மஞ்சள் வெள்ளை அனைத்திலும் கனாவின் சாம்பல் நிறம் படிந்து ஏரிநீரால் தாலாட்டப்படும் நெசவுப்பெண்கள் இவர்கள். முதற் பார்வைக்கு முர்ரியின் வடிவமைப்பு திசைகளோடு ஒத்துப் போகும் சமச்சீரான கலை வடிவம் என்றுதான் தோன்றும்.

மொராக்கோ கம்பளத்தின் வாழ்வு ஏரி நீரால் கடலால் ஆயிரத்தோரு இரவிற்சொல்லிய கதைகளால் தாலாட்டப்படுவதில் ஆயிரம் நுழைவு வாயில்கள் கம்பளத்துக்கும் சரியாய் இருக்குமாறு கனவுகளால் இத்துயில்கள் திருத்தப்பட்டு உயிர்பெற்று இருப்பது தெரியவரும், முர்ரி மாடத்தீவை அணுகிட, படகுகளையே பயன் படுத்திட வேண்டுமென்ற திரவப்பரப்பு கனவுகளுக்கே உண்டு. திப்புவின் கனவுப் புத்தகம் உப்பு மாடங்களைக் கட்ட ஆரம்பித்த போது, இந்த முர்ரி நெசவின் அமானுஷ்யத்தைக் காண ஏரியிலிருந்து நான்கு பக்கமும் ஏறிவருவதென ஆழ்கடல் சுழிகளில் வாழும் முதற்காலப் பரிணாமத்திலிருந்தே ஒளியைக் கண்டிராத அந்தகக் கடலுயிர்கள் வாய் திறந்து கக்கிய கடவுள் அறியாத சிருஷ்டி ரகசியம் கண்முளைக்காத குருட்டு உயிக் குலத்தின் தான்தோன்றி இருட்டு இழைகளை முர்ரிப் பெண்டிர் முடிவற்று நெய்துகொண்டே இருக்கிறார்கள். இவர்களை அறிவதற்கு எந்தக் கலைஞர்களும் சிறிது சிரமப்படவேண்டியதா இருந்தாலும் நெசவின் எழிற் பெண்களின் சாயலும் துயரம் படிந்த இருப்பும் நேர்த்தியான கலைக்கு எந்தவொரு பங்கமும் நேர்ந்திடாமல் திப்பு சுல்தானின் கனவுப் புத்தகம் சரிபார்த்தலை திறம்பட நிறைவேற்றி விடுவது கனவில்தான் நிகழ்கிறது.

மொராக்கோ சுல்தான் துருக்கியின் வழித்தோன்றல், உச்சிப் பிறைகளைக் கொண்டு வடிவமைத்ததை நோக்கி படகில் ஊர்ந்தான் அபுகாம் கோட்டி லெப்தர்னர். இது ஆட்டோமன் பாணியாய் இருக்கலாம். கிழக்கில் உள்ள அல்-ஹம்பாராக் கட்டுமானப் பாணியின் குணாதிசயங்கள் எவர் கண்ணிலிருந்தும் தப்பிவிடாது.

இந்த அழகியல் நுட்பத்திற்கு ரோஜாவின் வடிவமைப்பையும் பாரம்பரியத் தொங்குவிளக்குகள் பலவும் விழி திறக்க, ஒன்றுடன் ஒன்று பின்னிச்செல்லும் குறியீடுகளென எழுதினான் கையேட்டில். நாகைக் கல்செதுக்கு உருவங்களும் சுதை இணைப்புகளும் சுண்ணாம்பால் எடுத்த தஞ்சை மரபுக் கொத்தரின் கட்டுமானங்களில் பளபளப்பேற்றப்பட்ட வண்ண ஓடுகள். உளி வேலைகள் உப்பு நீரைச் செதுக்கி உள்ளன. அழகு வளைவுச் சாளரங்கள் திறக்க முர்ரிப் பெண்டிர் நடந்துவருகிறார்கள். நுழைவாயிலில் தோன்றும் உருவங்கள் நீரில் பளீரென்று புலனாகும் வண்ணங்களுடன் செதுக்கு வேலைகள் சுவரோவியமெனத் தோற்றப்பொலிவினைத் தரும். கட்டுமான வித்தகத்தில் இதன் இரட்டை நடைபாதை உள் மண்டபத்தைச் சுற்றி நடந்து செல்கிறது. குறைகூற இயலாத உள்மண்டபத் தோற்றத்தைப் பார்வையிட வந்த, அபுகாம் கோட்டி லெப்தர்னரை உயர் மனநிலைக்குக் கொண்டு செல்லும். சித்திரச் சுவர்களை நெருங்குகிறான். மிதமிஞ்சிய வேலைப்பாடுகள் கணிதார்த்தம் ஆகினும் புதுவகை அழகியலைப் பிறப்பித்து, இதன் அலாதியானது முர்ரிக் கலையில் உள்ளது. ஆனால், சிக்கலான அராபெஸ்க் வேலைப்பாடுகள் சுவர்ப் பரப்புகளை அழகுபடுத்துவதில் முர்ரியின் தணியாத தாகம் பிரவாகமெடுக்கும் மெல்லிய துணியின் ஆன்மாவைப் பெற்றுள்ளது.

உப்புஏரிக்குள் ஒருகல் தூரத்தில் தலபில்லா என்னும் முர்ரி அரண்மனை இருந்தது. அங்கு விண்மீன்களை வைத்து சூதாடும் முத்து வர்த்தகர்களும், பிறந்தது முதலே வாயில் ஒரு வெள்ளி ஸ்பூனுடன் திரியும் உலோக ரேகைகளின் வழியாகவே நடந்து, இந்திய இஸ்லாமிய அரண்மனைகளைச் சுற்றி புதிர்ப் பாதைகளாலானத் தோட்டங்களைக் கடந்து இந்துஸ்தான ரோஜாவின் வடிவையும் கண்டான். செடார் குடும்பத்தைச் சேர்ந்த தேவதார் மரம் மாளிகை ஆயிற்று. கலைக்கு உகந்த மரம் கூண்டு மாடங்களாயின. ஆற்காடு நவாபின் கோட்டையானது கைமாறியது வெள்ளையரிடம். கோட்டைச் சிறையில் புத்திரர்கள் பனிரெண்டுப் பேரும் திப்புவின் பன்னிரு பெண் மக்களும் கூண்டோடு அடைபட்ட இரவுகளில் மூத்த புதல்வன் பத்தே ஹைதர் வெள்ளையரை விரட்டி மீண்டும் திப்புவின் ஆட்சி வர தந்தையின் கனவுப் புத்தகத்தை வாசித்து இயற்கை அன்னையின் கொடைகள் யாவும் வெட்ட வெட்ட வளரும் மரப்பாவைகளாய் கனவில் வந்து பொம்மலாட்டம் ஆடி வேலூர் புரட்சியைத் தூண்டின ராணுவ முகாமில் தங்கியிருந்த பக்கீர்களிடம். அவர்கள்

திப்பு சுல்தானின் கனவுப் புத்தகத்தை சிறை இருட்டில் வாங்கி விடுதலை தாகம் தீப்பந்தங்களாய் தகதகக்க மஞ்சள் நிற அழுக்கு மரப்பாவைகள் முர்ரி ஒப்பனையில் வெள்ளையராய் இந்தியராய் வேடம் பூசி தாவிவந்து மோதி தலைகளை முட்டி எதிரெதிரே வசனித்தன திப்புவின் வாளும் எதிரியின் துப்பாக்கிகளும். பக்கீர்கள் நடத்திய பொம்மலாட்டப் போரில் வெள்ளையர் தோற்று இந்தியர் வெல்லுவதென ஆடிய நிகழ்ச்சி தீக்கோடுகளாய்ப் பரவியது எங்கும்.

ஜமாலுதீன் அம்மான் மாடவீடு

புலவு மணல் மீதெல்லாம் குதிரைத் தடம்பட்ட பாம்பனில் ஜமாலுதீன் அம்மான்வீடு மழைதோயும் உயர்மாடம். மாளிகையின் ஒவ்வோர் அடுக்கும் ஜன்னல்கள் திறந்திருக்கும். நெடும்படிக்கால்கள் மரத்தால் ஆனவை. கொடுந்திண்ணைகளில் மீனவர்கள் வலைகளைச் சரிசெய்கிறார்கள். வழிப்போக்கரும் தங்கி உறங்கலாம்.

அந்தத் திண்ணைகள் வளைவுகளை உடையவை. மரயேணிகள் சாத்திய திண்ணைகள். ஒன்றுக்கொன்று இடையே தடுப்பிட்டு மறைந்த கான்சாகிபு மாமனின் பலகட்டு வீடது. பெருவாயில் பாம்பன் வாராவதியைப் பார்த்தது. இந்த நாலடுக்கு வீட்டில்தான் கம்பந்தான் தாயார் பிறந்தது. அங்கு பனையூர் ஆலிம் கைமிஷினோடு மனதில் நினைத்ததையெல்லாம் தையலில் இணைத்துக் காட்டினான். இம்மையலை ஒன்றுக்கொன்று இடையே தடுப்பிட்டு மறைக்க இயலாத ஜின்கள் வளிநுழையும் சாளரங்களில் எத்தனையோ பழையநாட்கள் புலனாகும். மாடங்களின் எரியும் ஒளியில் அம்மாவின் முகம் துலங்கக் காத்திருக்கும் குதிரை வணிகர்கள் கடையாமத்தில் கண்ணயர்வதையும் பார்த்திருந்தாள்.

மூர்க் குதிரைகளின் காதசைவுகளில் என்னென்னமோ வரும் மனத்தாங்கலைச் சொல்வதைக்கேட்கும் புரவி நிழல்களின் அசைவு. மலைமரங்களால் தச்சர்கள் செதுக்கிய பலகை மெத்துகளில் மொராக்கோவிலிருந்து வந்த முர்ரி வணிகர்கள் நடக்கும் தூக்கமற்ற சப்தம் வரும். அவர்களோடு பருத்திப் பெண்டிரும் இறங்கியிருந்தனர் ஜமாலுதீன் மாமன் மாடவீட்டுக்கு. பாம்பனுக்குரிய தட்ப வெப்பநிலை முர்ரி நெய்வதற்கு ஈரத்தன்மையுடன் காற்றுவரும் அடுக்கில் அம்மாவும் அவர்களுடன் நெய்ய ஈரக்காற்று மனநிலை களுக்கேற்ப பலநூறாய் மாறும் இயல்புடையது. கோடிநாட்டுத் தீவின் மேற்குப்பகுதியில் கலங்கரையில் ஜமாலுதீன் விளக்கு

தூரவெளிச்சத்தைக் கக்கியது இருட்டில். மரக்கலக் கம்மியர்கள் பணிதீர்த்த பினீஷியக் கண்ணாடி போட்ட எண்ணெய்விளக்கு தாமிரத்தாலானதாயினும் இருளாய்க் கருத்திருந்தது. தைலப் பிசுக்கும், காலக்கருமையும் கலந்தவாடை. எரிஒளியில் பெரும்புகை மண்டிய கலங்கள் தள்ளாடுகின்றன ஒன்றையொன்றும் மோதி ஒலியிடும் அலைகளோடு. எண்ணெய் நெடித்த சுடரில் மாலுமியார் வீதியும் சுருண்டிருந்தது. இலுப்பை எண்ணெய்க்காரர் தோப்பிலிருந்து கொண்டுவந்த மரப்பல்லாவும் கசிகிறது. இலுப்பைப்பல்லாவைச் சுமந்த தந்தை தையல்கார ஆலிமின் தோள்களும் காய்த்துப்போனவை.

இலுப்பைக்காரன் வெளிச்சம் தூரங்களைக் காட்டிக்காட்டி கருப்படைந்தவன். வெள்ளைக் குதிரையில் ஜமாலுதீன் மாமன் வருவான்.

அம்மாவின் பூர்வீக வீட்டு முற்றமாகவும், முன்றிலாகவும், பரணாகவும் சுவரில் மண்கூடுகட்டி வாழ்ந்த குளவிகளாகவும் ஜமாலுதீனின் சகோதரிகள் ஆறுபேர் எரவாரத்தில் சொருகியிருந்த ஞாபகக்கேசச்சுருளாகவும் பிராயம் இழந்தவற்றின் உப்புவரி களாகின்றன.

கான்சாகிபு பால்யத்தில் ஜமாலுதீன் குழந்தைகளோடு விளையாடிய கையில்லா சிறிய மரப்பாச்சியின் தேகத்தில் உதிர்ந்த பொடிமணலுக்குள் லிபிமணல் களை ஏந்திக் கனவில் நகரும் பித்தக்கோடுகளில் கட்டிய மணல்த்தெரு வெளிகளை இழந்த தவிப்பே நான்காவது மாடத்தில் கூம்புக்கூம்பாய்ச் சொருகிய நாழியோடு சிவந்த வீடுதிரும்புகிறான் மாமனைப் பார்க்க. ஜமாலுதீனை அருவமாகக்கொண்ட தறி உருவங்களாக வடிவெடுக் கின்றன என்றாலும் வடிவத்தில் சுற்றிய சர்க்காவில் எல்லா உயிர்களும் ஜமாலுதீன் மாமனைக் கற்பித முர்ரிக் கம்பளமாக நீந்திக் கொண்டிருக்கும் ஒருதீவு என மாமனின்வீடு அருவத்தோற்றத்தில் முர்ரியின் ரசவித்தை உடல் இழைகள் குறுக்கே நெய்தல். அம்மாவின் ஈடுபாடு நிம்மதியான பொறுமையோடும் எப்போதும் நூற்பதான தோற்றம். புடவைகளின் கசிவு மெலிதாக இருக்கிறது. நமக்குச் சேராத கலை எந்தக்கடலில் வாங்கியதென்று ஒருவருக்கும் தெரியாது. எங்கேபோகிறதென்று தெரியவில்லை. எட்டிப்பார்க்க முடியவில்லை.

கண்ணைக் கட்டியிருந்தது. நாலுகை, மூன்றுகை மாறிப்போய்க் கொண்டே இருக்கும். நெய்தவள் எங்கிருக்கிறாள் என்றே நமக்குத் தெரியாது. சித்திரத்தின் விதியென நம்கண்ணுக்குத் தெரியாத அளவுக்கு

இழைகளின் மறைவு. பண்ணைகட்டுகிறார்கள் அறுவரும். வெள்ளி ஜரிகை தயாராவது கச்சியில். மூங்கில்ப்பண்ணை ஈக்கிவடிக்கிறாள். எந்தெந்த நிலமோ ஒன்றுசேர்வது ஜமாலுதீன் வீடு. ஒரு முர்ரியைக் கொண்டுபோனால் ஆயிரம் தினாராகும். தலபில்லா சாயநீர்விதை களைப்பூசிப் பிடித்த நிறம்பிரித்து எடுக்கிறாள் அம்மா. நெய்ய நெய்யச் சிரமமாகத்தான் இருக்கும் முர்ரியின் விசேஷம். சேது ராசகுமாரத்திகள் மாமன்வீட்டுக்கு வருவார்களாம். ‘உங்கள் தயவுஇருந்தால் முர்ரியைப் பெறுவோம்’ என்பார்களாம் அம்மாவிடம். ‘அந்தத் தயவுவர நாம் இப்படி வாழ்கிறோம்’ எனக் கண்ணிமைப்பர். அம்மாவின் கைப்பலகையிலிருந்து நூல்தொங்கல். புடவை சுற்றுவது படமரம்.

மூன்றுசுருக்குத் தாழம்பூ சின்னச்சின்ன நெய்தல். வடிஜதைப் பண்ணைச் சின்னம்மாக்களின் வேலை. ஆலிம் தறிப்பிள்ளையாக ஜமாலுதீன் மாமன்வீட்டுக்கு வந்தது பட்டோடு பிறந்தவர் நூலுக்கும் ஊசிக்குமிடையில் தையல்வேலை. உயிருள்ள பொருளாகப் பாவித்துக் கொள்வதில் இனிமேல் அதற்கு உயிர்கிடையாது. தறியின் கடைசிக் காலத்தில் ஜமாலுதீன் மாளிகையின் ஓசைகள் காலச்சக்கரத்தை நூற்கும் நிழலோட்டம். திருவட்டம் பக்குவம் இருந்தால்தான் முர்ரி அமைதியாக இருக்கும். ஒவ்வொரு பெண்ணும் கலையாக பழைய காலத்துப் பண்ணை மூங்கில் சீவுவதில் தாளம்படுமோ! தறிபடுமோ! யார்படுவார்.

ஜமாலுதீன் மாளிகை நீலநிழல்களுடன் இசைவுடன் சிதைந்து ஒருங்குகூடும் சூட்சுமத்தில் கரைவதின் மூலம் மீண்டும் முர்ரியின் சுனையில் இருக்கக்காண்கிறோம். மனச்சார்பின்மை களிலிருந்து விலகி முர்ரியை நீலஓடைகளின் இரவில் வரும் அப்போதுவரை முழுவதுமாகத் தொலைந்துபோயிருந்த பட்டுப்புழுக் குலத்தை மனிதனோடு இழைத்திருக்கும் ஜமாலுதீன் மாடவீடு. புழுக்களின் தெளிவற்ற மயக்கம். அருவுரு ஏறிய பழமைநிற அடுக்குகளில் நகர்கிறோம். நூற்றாண்டுகளைக் குழப்பும் முர்ரியை நெய்யும் பெண்கள் பேசும் ஒவ்வொரு வார்த்தையும் எந்தப்பிறவியில் பட்சி களின் திவ்யதொனியை அடைவதாம். முர்ரியை மானசீக நெசவில் சாத்தியமற்றதை வெற்றிடத்தில் செதுக்கிய ஊடிழை எல்லைகளில்லாப் பாழ்வெற்றின் இழைசேர்ந்ததில் ஒளிரும் சூன்யப்பாழ் புனைவு ஒவ்வொரு துகிலிலும் சுருள்படும் வேளை.

முர்ரியின் நேர்த்தி பலவான வடிவமேறும் ஒளி கண்ணாடியில்

அறுபடும் கால இருளிலும் புதைகிறார்கள். மண்நுரையீரலை ஜமாலுதீன் சிமிழாக ஏந்தியிருக்கும் ஜின்கள் துகில்நெய்யும் கனாநிலையில் அங்கங்கே தறிவிளக்கில் அமரும் பட்டுப்பூச்சிகளின் உருமயக்கத்தில் மெருகேறிய சவிதா அஸ்தமனத்தின் நித்தியத்துவம். முர்ரியின் நறுமண இழைகள் சேகரிக்கும் பெண்டிர்பனுவல் புதைந்திருக்கும் தொலைந்த நூற்றாண்டுகளில் இறங்கும் செந்நிறப் பாய்களின் நகர்வு. மணம்வீசிப் பொன்னிறம் பொலிந்து, வெள்ளி மெழுகிய ஒளி மெல்லென உற்றுத் தண்ணெனக் குளிர்ந்த முர்ரியை அம்மா பிரியத்தொடங்கும் ஜமாலுதீன் வீடு நெசவின் இறுதிநாட்களில் குடும்பம் வெளியேறும் இருளில் விழித்த இழை தடவி அம்மா கடைசியாக ஏற்றிய பாவும் மாமன்வீட்டுத் தறியும் கூடவேவரும் காலமற்று.

முர்ரியும் மஸ்லினும் ஈருடல் கொண்ட கனியாப் பெண்டிர்

கீழிருந்து மேல் கிளம்பிச் செங்கடற் காற்றில் பறக்கும் முர்ரிச் சித்திரக் கம்பளம் படபடத்து வணிகச் சந்தைக்கு ஏகும் கப்பல்களை இடைமறித்துச் சொல்லப்போகும் நிறங்களை அதிர்வில் எடுத்து மூர்களின் மெலிதான ஆடைவகை இருபக்க வரைவில் தொடர்ச்சியாய்ச் செங்குத்தான விலா எலும்புகளெனப் பொருந்திவிடும் தொழிற்நுட்பம் தொட்டால் புலப்படும்.

ஒன்றுபோல் மற்றொன்று இல்லாத தனித்தனி முர்ரி வடிவம். கற்சாளரகங்களில் இருந்து எட்டிப்பார்த்தால் நூலின் கொடிக் கருக்கில் வேலைப்பாடு மிகுதியாக இருப்பதைத் தொடர்ந்து ஊசிக்கும் நூலுக்கும் இடையில் பெண்டிர் குனிந்திருக்கிறார்கள். சுற்றுச்சுவர்களே இல்லாத தூண்களாலான சீரான கூடங்களில் கோடை வெப்பத்தைச் சமாளிக்கும் காற்றோட்டமான முர்ரி அரண்மனை.

குறுக்குவசத்தோற்றப் பொலிவில் சித்திரங்களில் இருக்கும் உருவங்கள் மாறிவிடும். கம்பளத்தை உயரவாக்கில் தூக்கி மாற்றிப் பிடித்தால் இச்சித்திரங்களின் பொலிவு காரணிகளைத் திறம்படக் கையாண்டதில் வெளிச்சமும் நிழலும் நீண்டு உங்களைத் தொட கம்பளத்தோட்டத்தின் உள்ளே நடந்துகொண்டிருக்கிறீர்கள். முர்ரி, உப்புநீர் அரண்மனையில் வெளித்தோற்றப் பொலிவிற்கு எந்த விதத்திலும் குறைந்ததாய் இல்லை நெய்துவரும் கம்பளம்.

கலையின் உள் அங்கங்கள் ஒன்றோடொன்று ஒத்திசைந்து போகும் வடிவப் பிரக்ஞை தானே இயங்கும் கனா நிலையில் அழகுணர்வின்

தான்தோன்றி நூலோவிய அனிச்சையில் திறந்த விழிகளோடு துயிலும் முர்ரிப் பெண்களின் முடிவற்ற கனாவாகக்கூடப் பேரெழிலூட்டும் காற்றையும் நீரையும் அக்னியையும் மண்ணையும் சேர்த்து விந்தையால் பிரம்மையூட்டும். நெசவில் தோன்றும் நூலின் சூக்குமசரீரம் நிலவின் ஒளியாயும் பிறைமறைவாயும் இருக்க அதனைச் சுருட்டித் தூங்கினால், நிமிஷத்திற்குள் போய் விட்டில்பூச்சி தீபத்தின்மேல் எவ்விதமாய் மோகம் கொண்டதாய் இருக்கிறதோ அத்தனை புதைபொருளையும் தந்துவிடும். குமாரத்தி முர்ரியா ருதுவாய் இருக்கிறாள். அவளை விவாகம் செய்து கொடுக்க நெசவாளியிடம் ஒன்றுமில்லை. 'ஒருவேளை விதைகளும் தானியமும் என் களஞ்சியத்தில் இல்லை, எனக்கு உதவி கிடைக்குமாயின் முதலில் என் மகளின் விவாகத்தை முடித்துவிடுவேன். அறுநூறு சக்கரம் தேவையாய் இருக்கிறது' என ஹைதர் அலியிடம் அறிக்கை செய்து கொண்டது குடும்பம். 'அதிசயமான ஒரு குமாரன் முர்ரி அரண்மனைக்குள் நுழைவான், வெகு சந்தோஷமாய் மூர்களின் குதிரைமேல் வருவான்' என ஹைதர் அலி தூதன் வந்து ஆயிரம் வராகம் பொற்களஞ்சி கொடுத்து மறைகிறான். இப்படி இருக்கையில் தன் விவாகத்தின் சமாச்சாரத்தை அவளே நெசவில் வரைந்தெழுதி அக்கடித்தைக் கம்பளமாக நெய்தாள் குமாரத்தி.

முர்ரியாவின் பந்துத்துவம் பரிமேல் வந்த யௌவனன் மனதுக்குப் பிரியமாய் இருக்கிறது. மகளைக் கொடுக்க உறவுமுறையார் வெகுவாய் ஆசைப்பட்டுச் சம்மதிக்க முர்ரியின் கதையைக் கேட்கலானான். கனியாப் பெண்கள் முர்ரியாளுக்கு ஊழியம் செய்ய அவளைச் சுற்றி நின்று கொண்டிருக்கிறார்கள். அவளோ கலையில் பேர்ப்போன வித்தகி. உலகத்தில் அவளைப் போலொத்த முர்ரிச் சரீரம் சந்திராயனமாய் இருப்பது வேறு ஒருவருக்கும் இல்லை. அவள் வளமான உப்புநீர் அரண்மனைக்குள் ஒளியாய் இருக்கிறாள். இரவும் பகலும் சித்திரங்களை நோக்கி நெய்கிறாள். அவளுடைய வாசலின் மேல் 'கல்நகறா' ஒன்று இருக்கிறது. அதில் குச்சிகளோ கல் குச்சிகளாகவே இருக்கின்றன. பின்னும் விஷேசமான ஒரு கல் பாறையும் இருக்கிறது. அவளோ வாசலை அடைந்து அதிசய அதிதிக்காக ஒவ்வொரு நாளும் காத்திருக்கிறாள் அழிப்பாங்கதை போட்டு. உலகத்தில் முர்ரியைத் தவிர பரிமேல் வந்தவனையும் சேர்த்து வேறு எவனோடும் சிநேகிக்கிறதில்லை. எவனாவது அவளுடைய வடிவில் ஆசையை வைத்து வருகிறதாயிருந்தால் அப்போது கதையின் விதிப்படி அவன் அழிப்பாங்கதைகளுக்கு விடை பகர்ந்தபின்

அக்கல்குச்சிகளைக் கொண்டு 'நகறா'வை அடிக்கவேண்டும். இதுவே அவள் கலையை அறிந்துகொள்வதற்கான விடுகதைகளாக இருக்கிறது. அவள் உப்புநீர் அரண்மனைக்கு வெளியே வந்து ஓர் இரவு அந்தப் பாறையின் மேல் பரியில் இருந்து இறங்கியவனை முதலில் உட்கார வைத்தாள். விடிந்தவுடன் இரவிற்சொன்ன அரேபியக் கதைக்குள் இருக்கும் முர்ரியின் கனவைச் சொல்ல வேண்டும். எவன் ஒருவன் சதாகாலமும் முர்ரியின் ஊழியத்தில் நெய்துகொண்டு இருப்பது வெறும் பயனாடை அல்ல எனப்புரிந்து கனாவுக்கு விளக்கம் சொல்லவேண்டும். அடுத்த இரவில் பாறைக்கு வந்து கடலை முத்திசெய்தாள். ஒரு மகா மச்சத்தைப் பிடித்து அதன் மேல் முர்ரிப் பெண்டிர் அனைவரும் ஏறி அமரவும், 'இவர்களை அஜூஜஹ் என்னும் தீவில் கொண்டுபோய் விட்டுவிடு' எனச் சொன்னாள்.

அம்மச்சமோ அவள் கட்டளையின்படி ஒவ்வொரு இரவும் சொல்லி வந்த கதைக்குள் கனா ஒன்று தோன்றி இவர்கள் எல்லோரும் அந்தத் தீவாந்திர முர்ரிப் பட்டினத்திற்குள் போகிறார்கள். எதிர்கொண்ட அந்த ஜனங்கள் இவர்களைக் கண்டு 'கப்பலும் தோணியும் இல்லாமல் எப்படி இங்கு வந்து சேர்ந்தீர்கள் வந்த காரணமென்ன... எங்கே போக வந்திருக்கிறீர்கள்' வந்தவர்களுக்கு ஆச்சரியமான அல்-தலபில்லா சாயநீர் விதைகளை ஒவ்வொரு வீட்டின் களஞ்சியத்தின் மரயேணியில் ஏறி இறங்கி கொடுத்தார்கள் ஏனத்தில். 'நாங்கள் எல்லோரும் முர்ரியானவர்கள். செங்களிமண் தீபங்களை அணையாமல் நூறுவகை நிறங்காட்டும் சிவப்பு விதைகளாக எல்லா அரண்மனைகளிலும் தீபதூபங்களிலும் சமுத்திரக் கரைகள் நெடுகச் சிகப்பு அல்-ஹம்பாரா அரண்மனைகளைப் பூமியின் நாலா திசையிலும் உயர்வாய் நிர்மானிக்கும் கலைவித்வம் எமக்கே உரியது. அதை உலக விளிம்புகளில் செம்புதிர்களாய் இயற்றுவோம். பகையற்றோர் அனைவரும் வந்துகூடலாம். நீர் மனிதர்களாய் விரோதமின்றி நெய்யலாம் முர்ரியை. கும்பு கும்பாய் நடுக்காட்டுச் சந்தைகளில் குதிரைநிழல்கள் அசையும் காண்டாவிளக்குகளோடு கதை போடுவோம். மூர் குதிரைகளின் முதுகின் மேல் முர்ரியை ஏற்றிக் கொண்டு சிவப்புநிற அரண்மனைகளை அடைவோம். அங்கு இருந்தவாறு நீங்கள் யார் எங்கிருந்து வருகிறீர்கள்' என வினவ 'நாங்கள் எல்லோரும் கோல்கோய் சேதுச்சீர்மையிலும் திப்பக் காட்டிலும் காவேரி நெடுகிலும் ஹைதரி பட்டப்பெயர் உள்ளவர் களாயும் இருக்கிறோம். முர்ரியின் ருசியைக் காட்டவும் உங்களிடம் அல்-தலபில்லா சாய விதைகளைத் தேடி வந்திருக்கிறோம்.'

வீடுவீடாய்த் தோல்ப்பைகளில் சாயவிதைகளை ஓரொரு முத்திரி நாழியாய் அளந்து கொடுக்க அக்கனா வழிகாட்டவும் திரும்பினார்கள். தீவாந்திரச் சாயவேர்க்காரர்கள் சொன்னார்கள் 'நீங்கள் எங்களின் முர்ரி நெசவுக் கலைகளில் இருந்து தப்பிப்போக முடியாது. அந்தக் கம்பளத்திலேயே சீக்கிரமாய்ச் சுவாசிக்கும் சாயவிதைகளால் ஈமான் ஒளியை அடைவீர்கள்.' வந்தவர்களின் பிரிவால் விசாரப்பட்ட இரவில் வாய்திறந்த பெரும்மகரத்துக்குள் சென்று மறைகிறார்கள். கனவைக் கடந்து கடற்கரைக்கு வந்துசேர்ந்தார்கள். இந்த சோனகராணி கனியாப்பெண்களோடு முர்ரி ஊழியம் செய்யப் பொழுதெல்லாம் நின்று கொண்டிருக்கிறார்கள். மரக்கட்டுமானக் கலைக்கு உன்னத மாதிரி தான் முர்ரி அரண்மனை. உப்பு நீரின் குறுக்கே அமைந்துள்ள எழிலான மரக்கட்டுமானப் பாலம் சுற்றிலும் எக்கர்கள் பின்புல மணற் கூம்புகளாய் நகரும் இக்காட்சிகள் நிலையற்ற மனித இருப்பின் நம்பிக்கையற்ற அனைத்தையும் பிரதிபலித்தவாறு அசைந்தோடும் வையை மணல் எக்கர்களும் நிலையானவை அல்ல.

ஆனால், ஊழியின் வடிவத்தில் சேதுக்கடல் எக்கர்களாய் உங்களுக் காகக் காத்திருப்பவை. இந்த மணற் புகைக்கிணற்றில் அவளைத் தூக்கிக் கொண்டு போய்ச் சேர்க்கிறது துயில். அவள் வசிக்கும் கிணற்றில் உள்ள கட்டிலில் கட்டிவைத்துவிடுவான் வெள்ளரக்கன். நித்திரை தெளிந்து கண்விழித்துப் பார்க்கிறீர்கள் திடுக்கிட்டு நோக்கியதில் உங்கள் கைகள் கட்டப்பட்டுள்ளன. ஒரு மூலையில் இருந்து மினுக் மினுக்கென்றெரியும் ஒரு செம்மண் திரிவிளக்கின் ஒளிவந்து கொண்டிருந்தது. கொஞ்சம் கொஞ்சமாய் மணற்கேணியில் நீங்கள் இருக்கும் இடம் கண்ணுக்குப் புலப்படும் இருண்ட ஒரு குகைக்குள் ஒரு கட்டிலில் தான் கட்டப்பட்டிருப்பதை உணர்கிறீர்கள் மணற் புகைக்கிணற்றில். மட்டிப்பால் வாசனை ஆவிவீசப் புகைச்சர்ப்பங்கள் சீறும் சத்தம் ஒரு பக்கம் செவியில் கேட்டது.

இரவிற் சொன்ன கதைகள் யாவும் தமக்குத் தெரியுமாகையால் தொன்முது விலங்கின் அரவணைப்பின் நித்திரையில் அமிழ்ந்த கனாமாயையில் நடக்கும் சங்கதி தெரியாமல் இருக்கிறோம். ஊரைவிட்டுப் பிரிந்த மணற் தடாகத்தில் பரிதவித்துக் கொண்டிருக்கப் பக்கத்தில் சயனித்திருந்த கம்பளப்பெண்டிர் கண்ணாடியையும் கொண்டு வந்து அக்கண்ணாடியில் முர்ரி தேவதையின் முகத்தை அவனுக்குக் காட்டிப் பின் கம்பளச் சுருள் ஒன்றையும் காட்டினர். பின்னும் ஒருத்தி வெள்ளிக்கிண்ணத்தையும் பொற்கிண்ணியையும் டேரட் கார்டு ஒன்றையும் நெஞ்சின் மீது வைத்துக் குனிந்து சலாம்

செய்தாள். நாளதுவரையில் இந்தப் பெண்ணைக் காத்து வந்தோம். இப்போது அவளை தங்களுக்குக் கட்டிக்கொடுத்தோம். இன்னொரு சங்கதி இவளை மையல்கொண்ட அரக்கன் ராத்திரியில் நித்திரையின்றி விழித்திருக்கிறான், கனாவழியே வந்து இடையூறு செய்யலாம். எதற்கும் எச்சரிக்கையாக இருப்பது நல்லது. அவனுக்கு மனதில் கலக்கமும், திகிலும் உண்டாகியிருந்தது. அதற்குக் காரணம் ஒன்றும் தோன்றவில்லை. அவன் துஆ செய்துகொண்டே நித்திரை போய்விட்டான். முர்ரியாமேல் மையல் கொண்டிருந்த வெள்ளரக்கன் துணிந்து உப்புயேரியைக் கடந்து வராதிருந்தாலும் அன்று நடுநிசியில் அக்கோட்டைக்கு வந்தான். தினந்தோறும் கோட்டை வாயிலில் காவலிருந்த சகோதரர் யாருமில்லை. தங்கள் அறையில் நித்திரை செய்து கொண்டிருந்தனர். நெஞ்சில் கருப்பாயும் மற்ற திரேகமெல்லாம் வெண்ணிறமாய் இருக்கிறான். அந்தக் கிணற்றில்தான் வெண்ணரக்கன் இருக்கின்றான். அக்கிணற்றின் மேல் குன்றைப்போலொத்த ஒரு பாறையை மூடிவைத்திருந்தான். அப்பாறையை அசைக்கவும் அதுகாறும் யாராலும் முடிந்ததில்லை, கிணற்றுக்குள் ஒருவரும் சென்றதுமில்லை. அம்முர்ரிப் பெண்டிர் கிணற்றைக் காட்டிய உடனே நீ இந்தப் பாறையை அப்பால் வைத்துவிட்டு 'மணற்புகைக்குள் இருக்கும் முர்ரியாவைக் கொண்டு வா வெளியே.' இதைக்கேட்டு அவன் தன் தலையை அப்பாறைமேல் சாய்த்து கேவிய மணலில் ஓடாத கண்ணீர் ஓடியும் சப்தத்தை வெள்ளரக்கனின் காது கேட்டது.

'என்னைக் கொன்றுவிட்டாலும் கொன்றுவிடுங்கள் ஆனால், ஒருபோதும் மணற் கேணியில் இறங்கமாட்டேன்.' 'உன் உயிர் உனக்குப் பிரியமாய் இருக்கிறதா உன் மையல் மாயமே, நீ நம்பிக்கையற்ற ஒரு மணல் புத்தகம்' என்றனர் கனியாப் பெண்டிர். கிணற்றை மூடிய பாறை ஒடிந்த கண்ணீரால் நகர்வுற்றது. 'கிணற்றுக்குள் எவ்விதமாய்ச் செல்லப் போகிறேன் பார்' என்று சொல்லித் தன் கச்சையைக் கட்டிக்கொண்டு அப்பாறையைத் தூக்கி கிணற்றிற்குப் பக்கத்தில் வைத்துவிட்டு இடுப்பில் கயிற்றைக்கட்டி முர்ரியாவை நோக்கி மாயக் கயிற்றின் நுனியைக் கெட்டியாய்ப் பிடித்து நழுவினான். வெள்ளரக்கனின் கர்ஜனையில் சோகமும் மணலும் ஒன்றாய்ப் படிந்திருந்தது. உள்சென்று நாலாபக்கமும் சுற்றிப் பார்த்தான், அங்கே கட்டிலில் இருந்த அவளை அவிழ்த்துவிட்டு கயிற்றில் ஏறுகிறான். மாறிமாறிக் 'கால்'சிக்கும் மாயவலைக் கண்ணிகளில் பிடிபட்டு ஒருகால் எடுக்க ஒருகால் சிக்கியது.

வெள்ளரக்கனின் நெஞ்சு விம்மி அழுவதைப் பிரலாபித்தாள்

முர்ரியாவும். வெள்ளரக்கனின் கனவுப்படி மீண்டுகொண்டிருந்தாள். பட்டயத்தைத் தலைக்கு வைத்து கட்டிலின் மேல் மல்லாந்து படுத்திருந்தான். அவனுடைய உள்ளங்காலில் ஈட்டியைக்கொண்டு குத்தி நாலு விரற்கடை காயப்படுத்தினான். அவனோ கடும் நித்திரையில் இருந்தான். அவனுடைய காதில் 'ஹைதரி' சப்தத்தை சப்தித்து அவனுடைய கனவை முடிவற்று இரவிரவாய் நீளும்படிச் செய்தான். கண்களில் இருள் மூடிக்கொண்டது. இருட்டுநீரை அடைகிறான் சுறாஅரக்கனாய் உருமாறுகிறான். உடலற்று இருட்டு நீராய் மீண்டும் உருமாறினான். முர்ரியாவும் யுவனும் இருட்டு நீரில் கரைந்து ஒரு படகில் தப்பிவருகிறார்கள். நெடுநாளாய் வெள்ளரக்கன் சேர்த்து வைத்த பெட்டகம் இருட்டு நீரில் அசைய அதில் வைரங்களும் ரத்தினங்களும் முத்துகளும் கண் விழித்து நகர்ந்துவந்தன.

அதைத் தொங்கும் கயிற்றில் கட்டிவிட்டு முர்ரியாவைச் சயனத்திலேயே படுக்க வைத்தான் கதவுகள் இல்லாப் பெட்டகத்தில். முர்ரிப் பெண்கள் கனவில் நெய்தவற்றைச் சுருட்டி உறங்குகிறார்கள். வெள்ளரக்கன் கனாவில் இரண்டு மூன்று பேர் சேர்ந்து ஒளியின் மயக்கத்தில் ஈசல் பிடிக்கும்போது ஒவ்வொன்றாய் வந்துவிழும் சொல்லாக இருந்தது கிணறு. மம்மலில் விளக்கும் மங்கிவீசிய ஒளியில் ஈசல்படை பறந்து சுற்றும். சருகுகள் குவியும். சிறகு பெற்றதும் வெளிச்சம் அறுந்த கருப்பு ஈசல்கள்தான் எல்லாம். ஒருபொழுதில் கலையாகி உடனே மறைந்துவிடும் முர்ரியென. ரமலான் மாதத்தில் பகலில் உண்ணா நோம்பு நோற்றவும் தொண்ணூற்றுவோர் உருமணிகளை விரல்களால் உருட்டும் மூதாட்டி வயாதன தறிமுன் அமர்ந்திருக்கிறாள்.

நீரூற்றுகளின் தெளிந்த தருக்களைக் கடந்து வரும் தீங்கனிவாய் திறக்கும் செம்மகரத்தின் கண்நோக்கில் பூமிநிறமெலாம் பகிரும் இம்மீனுருக் கொண்ட முர்ரியா, தறியின் இதயத்தைக் கைப்பற்றி நினைத்தையெல்லாம் இழைகளாக்கி நெய்கிறாள் இப்போது. அருகில் ஒருவருமில்லை. பாட்டி கண்மூடி தியானத்தில் உருமணிகளின் பாதையில் செல்கிறாள். ஜலசந்தி எத்தனை வகை நிறங்களை உருவங்களாகக் கொள்வது ? அவற்றில் எத்தனை சாயல்கள். கடலின் இயற்கை எத்தனை வடிவங்களில் புலனுக்கு அப்பாற்பட்டதையும் தொட்டு உணரவைக்கிறது. இயற்கையின் விதிகளை நூலாக்கி இயற்றும் கதிர் சுற்றல். மூர்களின் கப்பலில் வந்த அழகுநெசவு பாணிக்கு முந்திய, இறுதிநிலைக் கூர்முனை தறியின் உடலில் அமைந்த நடைபாதைகளும் பூந்தோட்டங்கள் கலையின் திறம்பட

நெசவாளர்கள் அமைத்தது எவ்விதம். இவற்றில் தொழிற்படும் பெண்களின் விரல்கூட்டம் எளிமையான ஆனால், இயற்கையை மலர்விக்கும் இணைப்புச் சேர்க்கைகள் அழகு வேலைப்பாடுகள் பூக்களின் நிறங்கள் ஆடம்பரமற்ற நூற்கண்ணிகளுக்குள் இறை நோக்கின் நீர்மை எனப்படும் மஸ்லின் இயற்றும் திறனில் முழுமையாகத் தங்களின் கைத்திறனைக் காட்டி இருப்பது மஸ்லினில் தான். மூர்களின் தீவாந்திர மொராக்கோ தேச முர்ரி நூலும் இப்பூவுலகு உள்ளளவும் எளியோரின் கனவுகளைப் பற்றிய கதைகளில் உள்ளடங்கும். காலம் காலமாய் ரத்த அணுக்களில் தொடர்ந்து வரும் அறுபடாத முர்ரி நெசவும் இந்தியச் சூழலில் மஸ்லின் படைப்பின் உச்சமாக ஈருடல் கொண்டிருக்கும்.

பூதவாதி அபுகாம் கோட்டி லெப்தர்னர்

உலகத்தைச் சுற்றிவரும் தீக்கோடுகளில் பூதவாதி அபுகாம் கோட்டி லெப்தர்னர் நடந்து வருகிறான். பூமியைச் சுற்றிக் குடைந்து பார்த்தவன் தன் போக்கில் காலடியில் ஒரு கல் கிடந்தாலும் விடமாட்டான் அபுகாம் கோட்டி லெப்தர்னர். இந்த உப்பு ஏரியில் எடுத்த கல்லின் விநோதமான தோற்றத்தை அவன் உற்றுப்பார்த்தபடியே வந்தான் படகில். தீய அரசர்கள் இங்கு முத்துப்பட்டணத்தில் உலோகத் தத்துவ நிபுணர்களாகிவிட்டார்கள் என்றான் கிண்டலாக. மிக மிக மெல்லிய கம்பியால் ஒரு மனிதனது தலை ரோமத்தைவிட மெல்லியதாக உலோகங்களுக்குள் உஷ்ணத்தையும், மின்சாரத்தையும், மிக நன்றாக கிரகித்துக்கொள்ள முடியும் என்றான் சாயநீர் பெண்களிடம். பூதவாதிக்கும் சாயநீர் பெண்களுக்கும் முர்ரி அரண்மனையில் இடமிருக்கும். அவர்களில் பல மரைக்காயர்கள் உண்டு. சீதக்காதியின் மூதாதையர்கள் உண்டு. அபிசீனியக் கொத்தர்கள் கூடுகிறார்கள் தலபில்லாவில்.

இப்போது மயில் ரேகையைப் பிடித்து மண் கால்களால் நாடு நாடாய் நடந்து இஸ்லாமியக் கட்டிடக் கலையில் ஊடுறுவிய உலோகங்களை உணர்ந்துவரும் பூதவாதி அபுகாம் கோட்டி லெப்தர்னருக்கு சாய நீர் அரண்மனை இடம்கொடுத்தது. புனித யாத்ரீகர் சேரமான் பெருமாளைச் சந்திக்கிறான் தலபில்லாவில். புனிதசேவியர், மன்னார்தீவுகளுக்கு வர தலபில்லாவின் மாலுமிகள் தான் காரணி.

இப்போது அல்-தலபில்லாவில் வைத்து முர்ரிப் சாய்ரா, கமார்ஜான்,

மஹிஜா, நஷ்ரியா, நைலா ஐவருக்கும் மரைக்காயர் முத்துபலகைகளில் சரண்தீவுக்கான குறிப்புகள் பொறித்திருப்பதைக் காட்டினான். அவனுக்குப் பழமையான சில முத்துக்களைக் கொடுத்தாள் அபிர் தாகீரா. வந்த பூதவாதியிடம் இரிடியம் சொருகிய உயர்தர பவுண்டன் பேனா ஒன்று இருந்தது. அதைக் கேட்டு மரைக்காயர் சில முத்துக்களுக்கு பேரம் பேசினர். இது நான் எழுதிக்கொண்டிருக்கும் பேனா. நிப்புகளின் முனைதான் இரிடியம், இந்தப் பேனாமுனை காற்றாலோ, மையினாலோ மற்ற எதனாலும் பாதிக்கப்படாது, சீக்கிரம் தேய்ந்தும் தொலையாது. நல்ல இரிடியத்தில் தோய்க்கப்பட்ட நல்ல முனையுள்ள பவுண்டன் பேனாமுனை. நிப்பு பல வருட காலம் பூத சர்க்கத்தை எழுதிக்கொண்டிருக்கிறது. அவர் காதில் பிளாட்டினத்தால் ஆன வளையம் ஒன்றை அணிந்திருந்தார். அதை அபிர்தாகீராவுக்கு கழற்றிக் கொடுப்பதை வியாபாரி ஒருவனும் பார்த்துக் கொண்டிருந்தான். அதன் விலையைக் கேட்டதும் தூக்கி வாரிப்போட்டது மரைக்காயருக்கு.

சேரமான் பெருமாள் கொல்லங்கோட்டில் இருந்து அரேபியா சென்று இஸ்லாத்தை ஏற்கிறார்; 'அப்துல் ரஹ்மான் ஷாமிரி'யாக மாறி அரபுமங்கையை மணந்து ஷபர் என்னும் துறைமுகத்தில் காலமானார்.

இந்திய அரசர் ஒருவர் மாபெரும் ஜார் நிறைய இஞ்சியை சன்மானித்தபோது யாருமல்லாத வீட்டில் இருக்கும் முர்ரி பெண்கள் பலருக்கும், அதிலிருந்து ஒருசில துண்டுகளை மட்டுமே எடுத்துக் கொண்டு மீதத்தை மரைக்காயர் வாங்க மறுத்துவிட அதனை பூதவாதிக்குக் கொடுத்தாள் சாகிரின் நஸ்ரியா. அவர் அதை ஆவலாய் கொஞ்சம் சாயர்புரக் கோப்பையிலிட்டு அருந்தியும் விட்டிருந்தார். சாகிரின் நஸ்ரியா விரல்களில் இருந்து இஞ்சி கிடைத்தது பூதவாதி அபுகாம் கோட்டி லெப்தர்னருக்கு. அதனை அருந்தியபடியே தாது மணல் கொள்ளையைப் பற்றி ஒவ்வொரு நதியும் தற்கொலை செய்து கொண்டது பற்றி விசாரத்துடன் பேசிக்கொண்டிருந்தான்.

இன்று பூமிக்குள் குடிபுகுந்த மணல் குள்ளன் ஒருநாள் எல்லா உலோகத்திலும் குடியிருந்து தாது மணலைப் பிரிக்கப் பிரிக்க அந்த உலகத்திற்கே போய்விடுவான். மணல் மூலம் உலகெல்லாம் பரவிச் செல்கிறான். ஒற்றை ஒரு மணலை கோடியாக்கவும் முடியும் அவனால்.

அல்-தலபில்லாவின் அருகில் அடக்கம் செய்யப்பட்ட பலியானவர்களுக்காக, நீங்கள் போரிட்டால் கொல்லப்படவும் நேரலாம் என்ற

வாக்கியம் சாகிரின் நஸ்ரியாவின் முர்ரி சித்திரத் துகிலை கைப்பிடியில் ஓவியமாக மாறியது. 'மணல்தேசக்கையேடு' எனும் நூலில் சாகிரின் நஸ்ரியாவின் பூர்வீக முர்ரி மறைந்துள்ளது. அங்கிருந்து சைலானில் உள்ள ஆதாம் மலைக்குன்றில் உள்ள சிகரத்திற்கு வந்துதான் பூதவாதி அபுகாம் கோட்டி லெப்தர்னர் தலபில்லாவுக்கு வந்திருக்கிறான். அங்கே போனதில் மலை உச்சியில் நான்கு அடி நீள மனிதப்பாதச் சுவடு இந்தியாவிலேயே கர்ணபரம்பரையில் கதீஷ் ஒன்றும் உள்ளது. இப்பாதச்சுவட்டைக் குறித்து உரிமை கொண்டாடும் பல்வேறு காகங்களின் வாக்குவாத ஒலி.

தென்கிழக்கில் இருந்து ஷயாமியரும் பர்மியரும் திபெத்தியரும் திருபதா என்ற ஒரு கப்பலில் வருகின்றனர். அவர்களும் தங்கி இருப்பதற்கு சாகிரின் நஸ்ரியாவின் தலபில்லா அடைக்கலமாக இருந்தது.

ஜெரூசலத்தின் வீழ்ச்சிக்குப்பின் யூதமதகுரு ரப்பி ஜோசப்பின் தலைமையில் யூத அகதிகளுக்கு வசிக்க அடைக்கலம் அளித்த முர்ரிப் பெண்டிர் தலபில்லா, காலம் குறிப்பிடப்படாத ஒரு குறியீடுதான். கரும்பாறையின் உச்சியிலிருக்கும் நான்கடி நீள வெற்றுக்குழிக்குத் திரும்புகிறான் பூதவாதி. அதில் உலோகத்தின் பரிணாமங்களை இரிடியம் தோய்க்கப்பட்ட தானே எழுதும் பவுண்டன் பேனா நிப்பால் எழுதுவதில் இருந்து விடுபடவில்லை அவன்.

இந்துமா கடல்பகுதிக்கு அராபியக் கப்பல்கள் வருகின்றன. கடற்பயணம் பற்றிய மாலுமிநூல்கள் திறக்கின்றன முர்ரிப் பெண்டிர்க்கு. அடிவானிலிருந்து கோள்களின் தூரம் வரை வருகிற பூதவாதி விவரிக்கும் விண்மீன்களோடு சேர்ந்து சிலிர்க்கிறாள். ஒவ்வொரு விண்மீனிடமும் திரும்புகிறாள் சாகிரின் நஸ்ரியா. ஒருபடகில் யூத அகதிகள் வருவதைப் பார்த்து தலபில்லாவில் தங்கிச் செல்லுமாறு அழைக்கிறார்கள் முர்ரிப்பெண்டிர்.

நட்சத்திரங்களுக்கிடையே ஏதிலிகள் பயணிக்கிறார்கள். இலங்கையில் இருந்து வெளியேறி விண்மீன் குவியலை சிலவேளை கைகளிலிருந்து நழுவவிடுகிறார்கள் அகதிகள். அராபியக் கடலோடிகளின் வரைபடங்கள் முத்துப்பட்டணத்தின் வில்லில் சுருட்டப்பட்டிருந்தது. வில்லின் மீதிருந்து அதிரும் முர்ரிப் பெண்டிரின்தறி அம்பு விண்மீன்களைத் துளைக்கிறது. கொற்கை மாலுமிகளோடு அராபிய மாலூமிகளும் இருந்தார்கள்.

தலபில்லாவைச் சுற்றி நான்கு புலிகள் தோன்றும் வானின் வடமுனையில் புலியடிச்சாலைத் துறைமுகம். மேற்கில் கொற்கை. கீழ்கொடியில் மன்னார்தீவுகள். அதன்அடிவானில் ஆறாம் சிகரத்தில் கரும்பாறைக் குழியில் ஒருவிண்மீன் கீழிறங்கியது. மேகலாரேகையை விட்டுவெளிவருகிறது, கப்பல் தெற்கே தோன்றும் மகரமீன் பல துறைமுகங்களாகவும் தீவுகளாகவும் சிதறிவிடுகின்றன.

சிதறிய ஒவ்வொரு மகரத்துகளும் ஒரு முழுவிண்மீன்தான். மூளித்தீவு, தலையாரித்தீவு, வேதாளம் துறைமுகத்துக்குத் தொலைவில் உள்ளதீவுகள். பழைய மூலித்தீவுக்கு மேற்கே முளைத்த ஆனைப் பார்த்தீவு, தலையாரித்தீவுக்கும் மேற்கில்உள்ள அப்பாதீவு என்ற செரமுதலித்தீவும் அந்த தீவின் தென்மேற்கு முனையில் இருந்து கிழக்கே நாலு மைலில் பூவரசன் அல்லித்தீவு வரும்.

இவற்றின் அருகே அந்தக் கப்பல்கள் செல்வது ஆபத்து. முல்லித்தீவுக்குத் தெற்கேயும் தென்மேற்கேயும் மகரமீன் ஓட்டம். சுல்லித்தீவுக்கு மேற்கே சென்று தென்மேற்கு வழிவந்தால் உப்புத் தண்ணீர்தீவு வரும். இங்கே நீர்ப் பாவைகளின் நடமாட்டம் தெரியும். இங்குதான் அராபிய மாலுமிகளுக்கு நீர்ப்பாவைகள் துருவங்களின் தூரத்தையும் கடலில் தொலைந்துபோன தங்கச் சுருள்களோடு மூழ்கிய கப்பல்களின் கதைகளையும் சொல்லுவார்கள்.

10

நீரிலிருந்து பிறந்தான் சிந்துபாத்

மூங்கில்களில் வடித்த மூர்ச்சங்க் மஞ்சள்நீர் பாடல்
நசுக்கப்படாத மஞ்சள்நதியை ஊற்றி
வெட்டிவீழ்த்தப்படாத இயற்கையின் கோப்பையை
பசும்புல்விரிப்பை நோக்கிக் குடித்தவாறு திரும்பிக்
கொண்டிருக்கிறான் சிந்துபாத்
கற்களால் ஆன இந்தக் காடு
சிந்துபாத் பொம்மையின் கால்களை இடறுகின்றன
அவன் கக்கத்தில் போர்கா என்ற அன்னத்தை
இடுக்கியவாறு நடக்கிறான்
பொம்மையாகத் தள்ளாடுகிறான்
அவனைக் கண்டு குரைக்கின்றன நாய்கள்
தெருவில் விழுந்து எழுந்து வணங்குகிறான் பூனைகளை
அவன் தள்ளாட்டத்தைப் பாடலாகச் சொல்லிச்சொல்லி
அவன்மேல் அமர்கின்றன பச்சைக்கிளிகள்
கோப்பையில் தாளமிட்டால் கிலிகிலியெனச் சிரிக்கின்றன
போர்கா அன்னத்துக்கு கிளிகள் தானியமூட்டுகின்றன
இயற்கை அன்னையின் கருப்பைக்கே சிந்துபாத் பொம்மை
ஆடியாடித் திரும்பிக் கொண்டிருக்கிறான்
தெருவைப் பார்த்து அவன் குற்றம்சாட்டினான்
கோழைத்தனமுள்ள பூனைகளையும் அசாதாரணமான
நாய்களையும் நன்றிக் கயிற்றால் இழுத்துச் செல்லாதீர்கள்
உயிர்ஜீவிகளின் உலகில்
மனிதர்களுக்கு இடமே இனி கிடைக்கப்போவதில்லை
போ... போ...
கிலிகிலி பொம்மக்கா என

அவன் கை நழுவவிட்ட அன்னத்தின் வளைந்துவளைந்து ஓடும்
  தடத்தில் போகிறான்
ஆயிரம் ஊர்களின் பச்சைவழித் துன்பத்தைக்
  கடக்கிறது போர்கா அன்னம்
இருட்டைத் துளையிட்டுத் தூங்கும் மரங்கள் சுடப்படுகின்றன
சிந்துபாத் பொம்மையைப் பார்த்து டார்வின்பூதம் பேசியது
உனக்குத் தெரியாததில்லை சிந்துபாத் பொம்மையே
ஒரு பறவையை ஒரு துப்பாக்கியால் சுட்டால்போதும்
அதைக் கயிற்றில் கட்டி வனத்தில் ஆட்டினால்போதும்
தொந்தரவு செய்கிறாய் கால அமைதியை
ஒரு துப்பாக்கியைப் போன்றே செயல்படுகிறது அச்சம்
இலை இருள்களுக்குள் அச்சம் ஊர்ந்துசெல்கிறது
நான்கு பறவைக் குடும்பங்களில் இரண்டு
ஒவ்வொருநாளும் விரட்டப்பட்டன அச்சுறுத்தி
அவை துரத்தப்படவோ மீண்டும் சுடப்படவோ இல்லை
துப்பாக்கி மறைந்தும் அதன் புகை மறையவில்லை
படர்ந்துகொண்டிருக்கிறது பயம் மட்டுமே
சிலநாட்களும் கடந்துகொண்டிருக்க
வனத்தின் பட்சிஜாலங்களில் பேடைகள் மட்டுமே
  உயிருடனிருந்தன
பயத்தால் சுருண்ட குஞ்சுகள் அனைத்தும்
இயற்கையைக் குருடாக்கிய மனிதர்கள் கற்பனை செய்த
  நரகத்துக்குப் போய்விட்டன
அதே இயற்கை நிலைமைகளின்கீழ் அருகில் இருந்த
இரண்டு கழுகுகளின் குஞ்சுகள் தாயின் கழுத்தைக் கொத்தி
  உதிரம் அருந்தின
நன்கு வளர்ந்து பறந்துசெல்கின்றன என்றவாறு
கழுகின் தடத்தில் அமைதியாக நடந்துகொண்டிருந்த
  வனவாசிகளோடு
டார்வின் தடம் விழுந்தது
வளி பறவையின் நகங்களோடு இருந்தது
பறக்கின்றன டார்வின் நகங்கள்
ஆயிரம் ஊர்களின் தூக்கநிலையில் எழுதப்படாமல்
  மறைந்திருக்கும் இலைகள்
சிந்துபாத் கதைகளுக்குள் நடமாடுகின்றன பட்சிகளோடு
அந்தந்த ஊர்களின் ஜீவராசிகளையும்

நீரிலிருந்து பிறந்தான் சிந்துபாத் ♦ 175

மோப்பமிடும் ரெமிங்டன் துப்பாக்கியால்
துளைத்துக் கொண்டிருக்கிறார்கள்
கலப்பைகள் ஒழுங்குபடாமல் சிதறியிருக்கும் கருவள
பூமியின் நிழல்களோடு
காலம் பரிதவித்து அலைவுறுகிறது
ஆயிரம் ஊர்களின் காலங்களை நூலில் கட்டுகிறான் தீயஅரசன்
சிந்துபாத் போன தெருவில் கோல்ட்நேவி ரிவால்வரால்
சுடப்பட்டவர்கள்
மணலாக நீட்டிக் கிடக்கிறார்கள் நிழல்களோடு
இறந்தவர்கள் சரிதம் கதைகளாகிவிடும்.
மயக்கமருந்தூட்டிய பொம்மைகளின் நிறங்கள்கூட
பலியாகி உருவழிந்தவை.
கசபா நூல் வித்தைக்காரன் தெருவில் எல்லோரும் குடிகாரர்கள்
தீய அரசர்களின் கையில் ரெமிங்டன் கைத்துப்பாக்கி
ரெமிங்டனின் கண்காணிப்பில் போர்வீரர்களாக
நடமாடுகின்றன காலிக்குப்பிகள்
கொடிய ரஸாயனம் ஊட்டிய மஞ்சள் எரிமயக்கக் குப்பிகள்
காத்திருக்கின்றன குடிகாரர்களைச் சுடுவதற்காக
அந்தச் சீரழிந்த மரங்களின் கிளைகளில் இருந்து
தற்கொலையான விவசாயிகளை
கயிற்றிலிருந்து இறக்கியவர்களைத் தேடிவந்து
இழுத்துச் செல்கின்றன
காட்டில் காணாமல்போன கயிறுகள்
யார் வீட்டுக் கயிறுகள் என்று தெரியவில்லை
தூக்கிலிடுபவன் அக்கயிறுகளுக்குச் சவர்க்காரமிட்டு
குருதியைக் கழுவுகிறான்
மரங்களின் சாவு இப்படியாகத்தான் இருக்குமா
அந்தச் சீரழிந்த ஆயிரம் வீட்டுப் பிள்ளைகள்
மண்வீடுகளைக் கட்டிக்கொண்டு அழுகிறார்கள் பாட்டிகளோடு
பாட்டியின் அழுக்கான கண்டாங்கிச்சேலை
துயருற்றுக் குமுறுகிறது.
கந்தல்சேலைகளில் முடிந்த உலகம்
பழைய வித்துகள் சிதறிக் கிடக்கின்றன விதைகள் வழியெல்லாம்
சிந்துபாத் பொம்மைகள் சிதறிய ஆதி வித்துகளைக்
குனிந்து எடுத்து ஜேபிகளில் மறைக்கின்றன
குடிகாரர்களை பொம்மைகளாகத் தொட்டுக் கொஞ்சுகிறாள்

அழிந்துபோன ஏழுமலைகளின் பாட்டி
தெருக்கடேசியில் ஓடு போட்ட காரை வீட்டில்
பட்டுநூல் நாகரீகம்
வேறடி மண்ணோடு அழிந்ததென்று சாயவேர் சேகரிக்கும்
மலைக்கிராமங்களின் பெண்கள் ஒப்பாரியில்
இறந்துவிட்டார்களென்று சாவு நடுங்கிக்கொண்டிருக்கிறது
உச்சிவிளிம்புகளில்.
ஜன்னி வேகத்தில் சாவு வேகத்தில்
சாபத்தின் பச்சை வெட்டுப்பாம்புகள் எட்டு வழிகளாய்ப்
பரவி அலைந்து கவ்விக்கொண்டிருக்கிறது
இளம்பிள்ளை, கஞ்சமலைச் சித்தர்கள் மானுடத்தால்
தூள் தூளாக்கப்படுகிறார்கள் பட்டுநூல் செட்டிமக்கள்
ராப்பகலாய்ப் பட்டு நெய்கிறார்கள்
நடுங்கிக்கொண்டிருக்கும் பாவோடித் தூண்களை
பச்சை அரவம் விழுங்கிக்கொண்டிருக்க
சிந்துபாத் சாய்ந்திருந்த பாவோடித்தூணில் அடுத்த இரவில்
சாவு நடுங்கிக் கொண்டிருக்கிறது.
அடுத்த கூண்டுவிளக்கைத் திறந்தால் ஆயிரத்தி ஓர் இரவுகள்

- மாநிறத் திருநங்கை பெராரி நௌடி

தென்கிழக்கில் இருக்கிறாள். உப்புப் பாலைவனம் போன்றவள் வடக்கில் இருக்கிறாள். தென்துருவத்தில் இருப்பவள் நீர்ப்பாவைகள். முத்துப்பட்டணத்தின் தென்மேற்கிலிருந்து எரிது நகரத்தின் படகுகள் வருகின்றன. பாரசீக வளைகுடாவில் இருந்த எரிது கடல் பட்டணம் பேராறுகளின் பாய்ச்சலில் மணல் மேவிமேவி கடலில் இருந்து பிரிந்துவிட்டது. முத்துப் பட்டணத்தின் கொற்கை, காயல் மணல்மேடுகளைத் தான் மேடு எரிதிலும் காணலாம்.

மேடுஎரிதும் முத்துப்பட்டணமும் குருத்துமணல்தான், வெண் தருவாக நீட்டிக்கிடக்கிறது. சில நேரங்களில் சந்தித்தவர்கள் இன்னும் நடந்துகொண்டிருக்கிறார்கள். மணலில் செல்லும்போது அவர்களாக இல்லாதவாறு நானாக இருக்கிறேன் எப்போதும்.

நீர்ப்பாவையின் கையிலிருந்து நழுவுகின்றன விண்மீன் பாதைகள், ஒரு விண்மீனின் உதயம் மறைவு உப்புவிழிகளில் பாண்டியானம் மாலுமிகள் திசைதிரும்புகிறார்கள். நட்சத்திரம் அடிவானுடன் இணைந்து நோக்கும் நீர்ப்பாவைகள் ஈர்க்கிறார்கள் உதயமாகும் விண்மீன்களை. மேற்கே திருப்புகிறார்கள் நீர்ப்பாவைகள். வேகா

என்பவள் நீர்ப்பாவைகளின் குமாரத்தி வடமேற்கில் மேற்கே போகிறாள். வடமேற்கில் நிற்கும் காப்பெல்லாவைவிட்டு.

தொலைத்த முத்துக்களுக்கு அடியில் உள்ள கருத்த இரவுகள்

முர்ரிப்பெண்டிர் செதுக்கியநீர்ப் பாவைகளுக்குத் திசைகளே பெயர்களாக இருந்தன. முத்துப்பட்டணத்தை மையமிட்டு வில்ஊண்டி நிற்கிறாள் ஸ்கார்பியஸ் என்பவள். அவள் திசை தென்கிழக்கில். கிழக்கை அடுத்து ஓரியன் என்பவளும் வடக்கு வடமேற்கில் ஆர்க் ஆர்ட்டரஸ் எசக்கியேள் பாடிய கையறுநிலை பாடுகிறாள். நீர்ப்பாவையே செவ்விய அகிலால் உன்பாய்மரங்களைச் செய்தாள். பாண்டியர் உன்னமரங்களால் துடுப்புகளைப் படைத்தவர்கள். ஈழத்தின் தந்தங்கள் உந்தன் கைகளாயின. தொண்டிப் பட்டண மென்துகில்கள் கப்பல்பாய்களாய் மாறின.

வடகிழக்கில் இருக்கும் உப்புஏரி நடுவிலிருக்கும் சாயநீர் அரண்மனையில் அதே வயதிலிருக்கும் தற்கொலையான சோளப் பெண்கள் காலத்தின் பாடலை முணுமுணுத்தனர். முசிறிப் பட்டணத்தின் பெருங்குடிகள் மீகாமர்களாயினர். உந்தன் அறிவாளிகளே உனக்கு மாலுமிகளாய் அமைந்தனர். ஆழியின்நடுவே உந்தன்எல்லைகள். முத்தோடு தொலைந்துபோன கருத்த பாண்டிக் காரனே நான் உன் குறையற்ற பேரழகி சாகிரின் நஸ்ரியா, நீ தொலைத்த முத்துக்களுக்கு அடியில் உள்ள கருத்த இரவுகள் நான். தலபில்லாவில் சந்தித்தோம். முன்பு இருந்தோம் பிறகு இல்லை. முத்துப்பட்டணத்திற்கு வரும் கடல்வழியைத் திறக்கிறாள் சாகிரின் நஸ்ரியா.

சாகிரின் நஸ்ரியாவைப் பக்கத்திலிருந்து பார்க்கும் பொழுது கடினமான பெண்ணாக இருந்தாள். கடூரமான கரும்பாறையில் செதுக்கியவளாக இருந்தாள். உடல்முழுவதும் கடல்உயிரினங்களைப் பச்சைகுத்தியிருந்தாள் நீர்ப்பாவை, தைலமரம் மாதிரிக் கருத்தவள். கைகள் ஆடிக்கொண்டிருந்தன, வந்தவர்களைத் தலபில்லா முர்ரி அரண்மனைக்கு அழைத்துபோகிறாள் சாகிரின் நஸ்ரியா. கண்கள் இருட்டு மீன்களாக கடலடியில் பார்த்துக்கொண்டு நகர்ந்தன. சூரியனுடைய ஒளியையெல்லாம் கருவிழிக்குள் திரட்டி உள்வாங்கி இருட்டியிருந்தாள் சாகிரின் நஸ்ரியா. ஒளிகளை உள்வாங்கும் நீர்ப்பாவைகளின் கருவிழிகள் கடலின் ஆழங்களை ஊடுருவிப் பார்க்கின்றன.

கண்ணுக்குள் பல உப்புவயல்களின் சோகத்தில் சனம் கண்ணாடி களாக முர்ரி நெசவு அரண்மனையில் நெய்துகொண்டிருந்தனர். தலபில்லா சாயநீர்த்தாவரங்களும் கடல்தாவரங்களும், மூலிகைகளும் இருந்தன. மீன்களிலிருந்து எண்ணெய் பிழியும் தைல ஜாதிப் பெண்கள் நஸ்ரின் சாகிராவுடன் இருந்தார்கள். பாண்டிராசன் அவர்களை பார்த்தான். தன்னுடைய கொற்கை நகரத்தில் இல்லாத தலபில்லா தாவர விதைகள் அரண்மனையில் குவிந்துகிடந்தன.

மூழ்கியிருக்கும் உப்புமரமாக இருந்தாள் நஸ்ரின் சாகிரா. அசையும்போது பின்கால்களின் மேல்அமர்ந்தன குரங்குகள். விலங்குருவாக இருந்தாள். ஒளியின் மூல மூதாதையாக இருக்கலாம். ஆசிய நாகரீகத்துக்குள் முர்ரிக்கம்பளம் மொராக்கோவிலிருந்து வந்து சாயநீர் அரண்மனையாகி கட்டியம் கூறியது. ஓர் ஊராக இருந்து கட்டியம் கூறுகிறாள். கொற்கை, கயல் பிறவிலங்குகள் போலும் தோன்றின நீர்ப்பாவைகள். பல தொல்இந்திய பழங்குடிகளின் தாயத்துகளை கழுத்தில் அணிந்திருந்தன நீர்ப்பாவைகள். நீர்ப்பாவை எப்போதும் தீபகற்பத்தின் தூர்ந்துபோன லெமுரர் இனக் கலப்பின் தடயங்கள் சரீரத்தில் மறைந்திருக்கும். இலக்கண ஒற்றுமைகளைக் கடன்பெற முடியாது. அவை சிலசமயம் ஒத்துள்ளன, சிலசமயம் மாறுபடுகின்றன. களிமண் பாலங்களில் நேர்கோடாகச் செல்லும் முர்ரிச் சித்திரங்களை வரைந்திருந்தாள். சாகிரின் நஸ்ரியா அவை கொத்தாய் சாயநீர் விதைகளுக்கான தலபில்லா தாவரம் அழிவதில்லை. புலியடிச்சாலையில் முர்ரி நெசவுப் பெண்டிரின் குடும்பநபர்களின் எண்ணிக்கையாக இருக்கலாம் அல்லது முன்னைப் பாண்டியரின் வாணிப ஆவணங்களாகவும் இருக்கலாம்.

கோர்வர்ஷ் காக்கை விண்மீன் கூட்டம்

நீர்ப்பாவையை கோர்வர்ஷ் காக்கை விண்மீன் கூட்டத்தின் சித்திரமாகத் தீட்டிஇருந்தது, ஏழ்பனை நாட்டு விண்மீன்குழுக் காக்கை மெல்லக் கீழிறங்கியது. முத்துப்பட்டணம் தூரத்தில் இருக்கும்வரை செல்கிறது. பின்பு நீண்ட மணறபரப்பை நோக்கிவர நீங்கள் மேடுகளிலிருந்து பார்க்கிறீர்கள்.

ஐந்தாம் வயதில் அதன் மருங்கு, கடை இவ்விரண்டிலும் உள்ள இரு பற்கள் உதிர்ந்த குதிரைகளோடு பயணத்தை நிரூபிக்கும் இரவில் சொன்ன அரேபியக் கதை அதுவென ஒவ்வொருவரும் அதே வெளியில் அது சாகிரின் நஸ்ரியா தானென்று அனுமானிக்கிறீர்கள்.

காக்கையாக ஒருமித்த விண்மீன்கள் அலகைநீட்டுகின்றன யாருமல்லாத சாயநீர் அரண்மனை மேல்.

'நான் யாராக ஆகியிருக்கிறேன்' என்றது காக்கை. அதன் கேள்வியைக் காக்கைகள் கரைந்துகொண்டிருக்க, சாயநீர் அரண் மனைக்கு வருகிறாள் சாகிரின் நஸ்ரியா

வாழ்க்கையிலிருந்து தள்ளிவிடப்படவர்களும் முத்துப்பட்டணம் காக்கைகளும் ஒன்றுதான். மணலில் ஓடும் நட்சத்திரக் குழு காக்கையாக வளர்ந்து யாசகர்களையும் ஓடுடலிகளையும் பற்றிவிடும். காக்கையின் விண்மீன்கள் பிச்சைகாரர்கள்தான். மொத்தவாழ்வை விட்டு வேரறுத்து மிதக்கிறார்கள்.

சிலுவாவைப் புத்தகத்திலிருந்து பற்றியிழுத்து அலையவிடும் காக்கை. 'நீயெப்போதும் காக்கையரோடு கூடித்திரிகிறாய்.' நோவாவின் படகிலிருந்து சிலுவா ஜலப்பிரளையத்தில் காக்கையை வெளியிட்டாள். அது பறந்து முத்துப்பட்டணத்தை விட்டுத் தப்புகிறது என்றார், வயிற்றில் துளையிட்டு மறுபக்கம் வந்த தீக்கல்லை முத்தமிட்ட பாதிரியார்.

அலைகளிடத்தே கடற்கரைநெடுக வளரும் காக்கை சுழன்று வெளிப்படும் நண்டுகளைஉடைக்கும் மணல்மேடுகளையுடைய கடற்கரை எங்குள்ளதென்று தேடியலையும். துறைமுகப்பண்டங் களைச் சிதைக்கும் காக்கையிடம் குறிகேட்கும் அதன் சுற்றத்தாராகிய பரதவர் அண்டங்களைக் கொல்வதில்லை.

மணல்மேடுகளின் மீது கூம்புமேடுகள் மறைகின்றன. அலவன் நண்டுகள் நடமாடும் கோடுகள். வளைந்து செல்லும் உப்பங்கழிகளில் காய்ந்தமரக் கலங்கள் மீது கரைகின்றன கால்வைத்து.

மறைந்துபோனவர்கள் கரைமேல்ஏறி வருகிறார்கள். அவர் களில்லை இவர்கள். தூரத்தில் தெரியாதவர்களும் தெரிந்தவர்களாக வருகிறார்கள். பிற இடங்களிலும் அல்-ஹம்பாரா தெரிகிறது, சுற்றுலாவுக்காகக் கேளிக்கைகளுக்காக அவர்கள் வரவில்லை.

கோர்வஷ் காக்கை அலகில் முர்ரிக்கம்பளம். உன்விதியைப் புரட்டி உறையாடும். சாயநீர்அரண்மனைக்கும் தலைமன்னாருக்கும் இடையே கடல்வழியை விவரிக்கிறது காக்கை.

வடக்குமுனை அடிவானில் இருந்து வருகிறது. தென் இலங்கையை அடைந்தால் மழையின்றியோ, மழையுடனோ, ஈழமின்னலைக் காணலாம், அழிந்த நிலத்தோற்றங்களில் ஈழத்தின் கருப்புமின்னல்

அழிந்த வாசலுக்கும் அந்த ஊர்களுக்கும் விண்மீன்களின் காக்கை திரும்புகிறது.

முள்ளிக்கல் கசபாநூல்வித்தைக்காரி

திரிச்சீலையைக் கிழித்து மண்விளக்கில் சுடரவிட்டாள். காற்றில் ஆடி தனியே மிதந்தது சுடர். விளக்கடியில் திரிந்த கடுத்தரவாளி விரலில் கடிச்சது வலி கடுகடுன்னு கடுக்கு. அவள் கைமேல் ஊர்ந்துவந்து பேசியது. அதன் சின்னச் சின்ன கதை கேட்டாள். அதைக் கொன்றால் கதை சொல்வதும் முடிந்துவிடும். விரல்வழியாகக் கடுத்திரவாளி ஊர்ந்து சொன்னது 'சின்ன வீடாம். அவள் சிறுகதவம் அரக்கு மாளிகையாம். சிலை பண்ணி வைத்திருந்தது. முள்ளிக்கல் சிற்றூரிலே அத்தனைப் பாவடித் தூண்களும் பழசு, இருட்டில் மிதந்தன. செத்தைச் சருகுகளில் பல்லி ஊர்ந்து சொட்டு வார்த்தை உதிர்த்தது. 'சீவரங்கள் நெய்யும் பெண்ணே பழைய சீவரம் ஊருக்கு போய் காஞ்சிபுரம் பட்டு வாங்கிவா' என்றது.

இளவந்தி பனையக்குறிச்சியிலிருந்து விளக்காடியம்மன் கருவைச் சுற்றிவந்தாள். எந்த வருஷமும் இல்லாத குறையாக வெம்பலாகி விட்ட செம்பராங்காட்டிலிருந்து அனற்காற்று தாவரங்களின் துயராக வீசிவந்த நாட்களில் பித்துப்பிடித்த சிந்துபாத் முள்ளிக்கல் தெருவில் அலைந்துவருகிறான். பள்ளிவாசல்பட்டி சுண்ணாம்பால் எடுத்த காரைவீட்டுச் சுவரில் ராஜாளியின் சித்திரத்தை வரைகிறான் சிந்துபாத். கோடுகள் பூர்த்தியாகும்நாளில் இயற்கை வர்ணங்களைப் பூசி பல நூற்றாண்டுகளின் அடுக்கில் விரல்பட்டுப் பழமையான இறகுகளின் வரையுருவைத் தீட்டும் வேளையில் முள்ளிக்கல் திறந்துவந்தார்கள். ராஜாளியின்குறிப்புகள் அடங்கிய சுவடிஒன்று சப்தபூஷண ஓலைகளாய் வரைந்திருந்த வட்டச்சுவடிகள் சிந்துபாத் தோல் பையிலிருந்தன. அதைப் பார்க்கிலும் சிறந்த ராஜாளி ஓவியம் நீலிதாபுரத்து தாம்பூலவல்லி வீட்டிலிருக்கிறதென கிளிஞ்சிக் குப்பன் சொன்னான். தன் தோல்பையிலிருந்து சுவடி எடுத்து நீட்டினான் பணிவாக. இவனும் தன் நாடோடி அழுக்குப் பொட்டணத்திலிருந்து இயற்கையிலிருக்கும் கிளிஞ்சல்களின் நிற ஏட்டினைத் திறந்ததும் சலசலவென சப்தமிட்ட பால் சங்குகளின் உள்ளிருக்கும் சித்திரக் கோடுகளை நிறம்மங்கிய பூமியின் நிறங்களால் தானே பகிர்ந்து கொள்ளும் தொல்காலச் சங்குகளின் இயற்கை நியதியே கலையென்று சொன்னான். ஒவ்வொரு இரவாக பிறையின் தேய்விலும் வளர்விலும் நிறம்மாறும் ராஜாளி ஓவியத்தை

கிளிஞ்சிக்குப்பனிடம் காட்டினான். கண்களைக் குளிர்வித்த சப்த சங்குகளின் அலைகடல் ஓசையையும் கடல் நாணல்களின் ஏகாந்த அசைவையும் மெல்லக் கோடுகளாக்கி ரகசியக் கிளிஞ்சல்களின் துளை துவாரங்களில் மைக்காரப் பேச்சியையும் வரைந்திருந்த ஒரு முரட்டுத்துணியில் வாசனைகளும் வாசிப்பாகயிருந்தது.

மறுநாள் விடியும்போது இருவரும் சேர்ந்து பாவோடித் தெருவிலிருந்த சிலவீடுகளில் வான்கோழியைச் சுற்றிக் காணப்படும் கிண்ணிக் கோழிகளின் கூட்டம் ஆயிரம் கண்கள் வைத்த இறகுகள் தீட்டப்பட்டு இறகுகளிலாத வெளியையும் இருவரும் சேர்ந்தே எதிரெதிர் உலகில் கிறுக்கிக்கொண்டிருந்தனர். தம்பலப்பூச்சியின் பல நிறப்பொடிகளை எவ்வாறு பெற்றான் சிந்துபாத். முகலாயக் கலை வம்சத்தின் கடைசி வாரிசாக இருக்கலாம். அரசர்களின் உருவம் எதையும் அவன் கிளிஞ்சல் சுவடியில் வரைந்திருக்கவில்லை. முள்ளிக்கல் கூரைப்பள்ளி வாசலிலிருந்த ஜலத்துவழிராவுத்தர் இருவரையும் பார்த்து 'சிந்துபாத்... சிந்துபாத்' எனக் கூவிக் கொண்டேயிருந்தார் பறவையையென. சிந்துபாத் வட்டச்சுவடியைக் கொண்டு எத்தனையோ கடல்நகரங்களுக்கும் தீவாந்திரங்களுக்கும் பயணமாகி சுமத்திராவில் அகப்பட்டு மால்பரோச் சிறையில் இருந்ததை இருவருமே ஒத்துக்கொண்டனர் ஜலதுவழி ராவுத்தரிடம்.

ஆனால், சிந்துபாத் சுமத்திராவில் இப்போதும் வனத்தில் மறைந்திருக்கும் ராஜாளியைத் தான் நபிகளால் அனுப்பப்பட்ட தூதுவர்கள் என்றே இருவரையும் ஏழை நெசவாளர்களும் பனையூரில் பிறைதொழு மகளிரும் நம்பினார்கள். பட்சி ஜாலங்களைச் சித்தரிக்க முடியாத திணுசில் மால்பரோ சிறையில் வைத்து ஜெயிலர் காமிரான்துரைக்கு வரைந்து கொடுத்தவற்றை விடுதலையாகித் திரும்பும் வேளை ராஜாளியின் மூலப்பனுவல்களை திருப்பியும் கொடுத்திருந்தான். அதிசயமான ஒரு துணி ராஜாளியை மட்டும் சிந்துபாத்திடம் தங்கத்துள் பை ஒன்றுக்கு வாங்கினான் ஜெயிலர். அந்த ஓவியம் இவனைவிட்டு கடல்கடந்து சென்றுவிடும்.

நாட்டுபுறச் சோனகப்பெண்கள் அவன் காட்டிய ராஜாளி நிறங்களைக் கம்பளத்தில் படைப்பதில் நூல் வழி இயற்றினார்கள் அவன் சித்திரத்தில் இல்லாத தாங்கள் பார்த்தே அறியாத ராஜாளியை. கைமாறிக் கிழிந்துவிட்ட இவ்வோலைச்சுவடியை சிறுவயல் அரண்மனைப்பெண்களும் பார்த்திருக்க முடியாது. பொன்னும் மண்சிவப்பும் மூலிகைப்பசுமையும் கற்பொடியும் தொட்டு

வந்த பட்சிகள் இவை. பாரசீக ஏடுகள் நகல் எடுக்கப்படாமல் நாடோடித் திரிந்ததனால் கப்பலின் கயிறுகளும் பாய்மரங்களும் அதற்கடியில் வந்த புலம்பல்காற்றுகளும் நூறுவகை நீலநிற மடைந்து சிந்துபாத்தின் தனிமைத்துயரத்தில் கலந்திருந்தது. மால்பரோவி லிருந்து வெளியேறி செரம்பாணன் துறைமுகத்தில் செந்நிறப்பாய்கள் காற்றில் வளையும் சாயல்களில் றெக்கை விரித்திருந்தான் சிறையில் பிரிந்துவந்த துரைசாமிக்கும் கண்டுமேய்க்கி வெங்கணருக்காகவும்.

சிந்துபாத் சித்திரங்களின் தன்மையை பனையூர் சோனகர் அறியக் கூடும். இளையாங்குடி பாவடித் தெருவில் முன்னோர் வீடு இருந்தது. அரேபியக் கதைகளின் ஆன்மாவைப் பறவைகளாகவும் கடலோடும் பாய்மரக் கப்பல் விளிம்புகளாகவும் படைத்திருந்தான் சப்தஜாலங் களின் சுழிக்காற்றில். தன் விதாதிரி கிராமத்தின் சிவந்தமண் செங்காற்றாய் வீசி சிந்துபாத் கலைக்கு ரகசியஇழைகளை நெய்தது. பட்சிகளின் ஓவியங்கள் துண்டுதுண்டாய்க் கிழிந்துவிட்டதால் சில துணித்துண்டுகளைக் காலம் கைப்பற்றியது போக சுமத்திராவின் மியூசியத்தில் மேலும் பல துண்டுகள் கண்ணாடிச்சட்டகத்தில் பொருத்தியிருந்தன வரும் நாடோடிகளுக்காக. சிந்துபாத் அழுக்குப் பொதியில் ஆடைகள் எதுவுமில்லை. ஆனால், உப்புக்காற்று புகுந்து பழுப்படைய வைத்த புராதனத்தன்மையும் கூடிவிடுவதில் சிந்துபாத், வட்டச்சுவடி உலகில் மிக அரிய அசேதனப் பொருளாகிவிட்டான்.

இற்று முறியும் ஓலைகளில் விம்மி எழுந்த ஆன்மாவை நிறங்களின் சாயலாக்க சுமத்திராவின் கானகத்தில் எரிமலைக்கண்கள் உமிழ்ந்த நிறங்களின் உறைநிலைப் படிவமாக இப்பட்சிகள் சிந்துபாத் ஆடைமேல் கையெழுத்திட்டு மறைந்தன. மேகலா ரேகையில் தொங்கிக் கொண்டே சப்தபூஷண ஓலையில் கிறுக்கியிருந்தான் சிந்துபாத். மால்பரோவில் அவன் உயிராய் இருந்த துரைசாமியிடம் அமிர்ஹம்சா ஓவியங்களைப் பற்றி இரவெல்லாம் பேசினான்.

சிறைத் துவாரங்களில் துரைசாமி எரிமலை சுற்றிய சாம்பல் காடுகளில் பறவையின் இயல்புகளை ஒவ்வொன்றாகச் சொல்லச் சொல்ல கோடுகளைக் கீறினான் சிந்துபாத். சருகணிக் காட்டுச் சிறுமி குயிலரச்சியின் ஆன்மாவுக்கு உன்னால் நிறங்களைத் தரமுடியுமா என்று கேட்டான் துரைசாமி. விதாதிரி கிராமத்தின் பிறைதொழு மகளிர் கசபாச் சித்திரக்கம்பளத்திற்குள் சிந்து பாத்தின் கோடுகள் புகுந்து குயிலரச்சியின் மறைவு அலைகளைக் கொண்டிருக்கும் மிக மென்மையான கசபா சித்திரத்துக்கு தன்னால்

உயிர் கொடுத்தால் சப்தபூஷணப்பட்சிகளாக விண்ணில் குயிலரச்சி விடுபட்டுப் பறந்து கொண்டிருப்பாள் அல்லவா.

அவள் மெல்லிய நூலில் திணைகளின் தறிகளில் இழைந்து கொண்டிருக்கிறாள் என்பதில் சந்தேகமில்லை. கசபாச் சித்திரம் காட்டுப்பழத்தின் வாசனையைக் கம்பளத்துக்கு உயிர்கொடுக்குமாறு கடவுளை நினைத்து நெய்தனர் வெகுளியான பிறைதொழுமகளிர்.

‘சிருஷ்டிக்கு கடவுள் துணையிருக்க முடியுமா? நீ வாங்கிவந்த உப்பு என்ன’ வென்று கசபாக் கம்பளம் கனவில் வந்து நாதிர்தாஸிடம் கேட்டது. ‘என்னால் ஓவியங்களைக் கண்டு பழக முடியாது’ என்றது கசபாச் சித்திரத்தில் மறைமுகத்திலிருக்கும் மொராக்கோப் பெண்கள் நெய்ததறியின் ஆன்மா. துண்டித்த ஒரு நூற்றாண்டில் தனித்திருக்கும் கம்பளத்தின்பாணி யாருக்கும் கட்டுபட்டதல்லதாகும் மதப்பற்றுகொண்ட கோல்கோய் முகமதியர்கள் கசபாச் சித்திரத்தை அதன் சுவாதீனத்துடன் நெய்துதர முடியுமா. ஓவியத்தை வெறுப்பவர்கள் பலரும் இருக்கிறார்கள். அவர்களை எனக்குப் பிடிக்கிறதில்லை. ‘கடவுளை உன் ராஜாளி ஓவியத்தால் காண முடியுமா’ எனக்கேட்டாள் பனையூர்காரி. ‘கசபா சித்திரக் கம்பளம் குளிரில் நடுங்கும் கடவுளைப் போர்த்துகிறது’ என்றான் சிந்துபாத்.

சிந்துபாத் கந்தல் சித்திரம்

பறவைகளும் விலங்கினங்களும் மச்சவினங்களும் அனந்த ஒலி விசிறியின் மெய்மறந்த லயச் சேர்க்கையில் இசையின் பரவசத்தை மேற்கையும் கிழக்கையும் சூஃபி இசை மரபில் ‘சாதே சர்மத்’ சொல்லாடலின் வழியாக அரூபஒலியை ஹிரா மலைக்குகையில் வஹி இறங்க முன்னரும் பின்னரும் ஒலி மற்றும் ஒலிச் சமிக்ஞைகள், மூஸா இறைவனோடு நிகழ்த்திய உரையாடலில் கண்ணாடிகளின் உள்ளொளிகளாகும் வெளிப்பாடுகளைத் தொகுத்து எழுதியவாறு பூர்ஜமர இலைப் பொதியை ‘ரெமேடியோ’ இடாயெருமை சுமந்தே சோகம் படிந்த கண்களுடன் பாறையிலே அமர்ந்திருந்தது ஆமை இளவரசனுடன்.

அவன் உடலின் நிறமும் ரஸல் ஆன்மிக மையலின் சாம்பல், இடாயெருமை இதயத்தின் நிறமும் சாம்பல். சிந்துபாத் எழுதிய சித்திர இலைகளில் சித்தார், ஸாரட், சாரங்கியின் பன்சுரி இசைச் சேர்க்கையில் வரும் நிறமும் சாம்பல். அங்கு திடீர் புயல் காரணமாக புழுதியில் தோன்றிய விடைபெற்றுச் செல்லும் வானவில்லைப்

பார்த்தன இருஇடாயெருமைகளும். இன்னொரு இடாயெருமையான 'விதிஸாகா' ஆமை இளவரசன் சிந்துபாத்தைச் சுமந்தது. ரெமேடியோ கேட்டது 'புழுதியில் தோன்றிய வானவில்லே சாம்பலில் மூழ்கிப் போன பாங்கோசை மிடற்றிசை தெம்மாங்கோடு பல்வகை ராகங்களும் ஆடு மேய்ப்போரின் மேய்ச்சல் வெளிப் புழுதியோடும் என் வாழ்க்கையும் உன்னைப்போல் மறைந்துவிடக் கூடியதா சொல்...' இடாயெருமையின் காதில் வந்தமர்ந்த லிலித்குருவி தன்னுடைய ரீங்காரக் காற்றால் 'இஹ்யா' பெருநூலில் ஊடாகச் சுழன்றுவர முஹாசபா, முனாஜாத்து மிடற்றிசையின் ராகக் கோலங்களாக றெக்கைகளில் கீறிப் பறந்துவரத் தரனாவின் அதிசயத்தைக் குருவிகளோடு பனை ஓலைகள் தானே இசைக்கும் ஒலிக்கோடுகள் அவனையும் சேர்த்து வானவில்லின் ஓர் அற்றத்திற்குக் கூட்டிச் செல்கிறது.

விதிஸாகா இடாயெருமைமேல் வந்த மூன்றாவது காலஇலையை எழுதி சிந்துபாத் தலைமேல் மிதக்கவிட்டார் மூஸா. சந்தேரியில் வசித்த பேராசைக்கார ரத்தினப்பரிசோதகன் அகிர்துலியா ஆமை இளவரசனுக்குக் கொடுத்த விருந்தில் அவன் பூமிக்கடியில் தங்கமிருப்பதைக் கால்போனரேகையில் அறிந்து சொல்லக் கூடியவனாய் இருந்தும் அவன் ரத்னத்தினச்செப்பை அபகரிக்கலாமோ தரனாவின் இளவரசன் சேட்டுமியானே... சிந்துபாத் அண்ணாந்து புராதனக் காக்கையிடம் சொன்னான். 'ஒரு சிறிய வரைபடத்தைக் கொண்டு எதையும் கண்டுபிடிப்பேன். என் தேடலை நான் கைவிடுவதாகயில்லை. தூரக்காட்டில் விவசாயம் நடைபெறாத கன்னிநிலங்களில் உடும்புப்பாறை உள்ளது. அதில்தான் 'கன்கல் கட்டை' எனும் ஓடும் உடும்பைப் பிடித்து கஞ்சிராவில் பூட்டிய மான்மூண்டியா பிள்ளைக்கும் சேட்டுமியானுக்கும் கஞ்சிராவின் ஊடாட்டத்தில் எல்லா உடும்புகளும் கன்கல்கட்டையிலிருந்து ஓடியது.

கன்கல்கட்டையின் மறுபெயர் கஞ்சிரா. ஒன்று சேட்டுமியான் மற்றது மான்மூண்டியா பிள்ளை. இருவரும் உடும்பில் மறைந்து இருக்கிறார்கள். அங்கிருந்து பார்த்தால் உப்பு வேலூருக்கு மேற்கே பாழியாற்றுக் கரைநெடுக ஊர் ஊராய்ப் பொட்டணி வியாபாரிகள் சுமந்து சென்ற பெட்டிகளில் கமகமக்கும் நறுமண அத்தர் திறந்த நடோடிப் பாடல் கடல் மல்லைவரை முட்டும். எவ்வளவோ தூரம் ஜலாலுதீன் ரூமியின் தியானச்சுழல் புல்வரகுகளாய் அசைவதைக் காணலாம். அங்கும் தங்கத் திமிங்கிலம் பூமிக்கடியில் ஊர்ந்து செல்லும் துடுப்புகளால் கீறும் பெரிய வரைபடம் அதற்கும் உண்டு.

உள்ளே போனால் முள்மரங்கள் கீறிவிடும். வறண்டு உவர்த்த தங்கவயலை உழுகிறார்கள் தஸ்யுக்கள். உழவுசாலின் வடக்கே பெருவாமை மரத்தின் மேல் எண்காற்புள்ளான சரபங்கள் அமர்ந்திருந்தன. அங்கு போனால் தங்கத்தின் விதிப்படி பூமிப் பெட்டகத்தைக் காத்துவரும் சொர்ண உடலைத் தேடியலையும் பெரும்பாந்தள் அரசாணி மர்ஜானா மதினாநிஷா என்னைச் சுற்றிக் கொண்டு படம்விரி கோலத்தில் பிளந்த நாவசைத்து முதன்முதலாக மானுடருக்கு வெளியிடப்படாத பூதசஞ்சாரங்களைக் கூறுவதில் ஒன்று சொல்லிப் பின்னொன்று சொன்னேனென்று கதையை மாற்றி விடுவாள்.

கதோபகதனத்துக்குள் தடைசெய்யபட்ட அல்-ஹம்பாராவின் கதை உடலைக் கொண்டிருக்கும் மர்ஜானா மதினாநிஷா என்ற பெரும்பாந்தள் எப்போதும் என்னைச் சுற்றிப் புனையரவாக இருக்கிறாள். இடைகழி நாட்டில் புவிதவிருக்கம் காடடர்ந்தது. அங்கே முக்குவர், மீன்படவர், ஏனாதிகள் பரதவரின் புல்வரகு நிலங்கள் உள்ளன. கணிதப் புதிர்களைப் போடும் மர்ஜானா மதினாநிஷா கதோபகதனத்திலிருந்து வெளிவந்து ஏடுகளை எடுக்கும் போது ஓரம் சொரிகிறது. கனவின் கட்டுகளை அவிழ்க்கும் போது கீற்றோலை முறிகிறது. ஒரு கனவின் ஓலையைப் புரட்டியதும் துண்டுதுண்டாய் பிரிகிறது புனைவின் உடல். இனி கதோபகதன எழுத்துக்களை ஒருங்கிணைக்க முடியாமல் வாலும் தலையுமின்றி ஆமை இளவரசன், மர்ஜானா மதினாநிஷாவிடம் கோர்க்கச் சொல்லி வேண்டவும் வேண்டினான். பல ஓலைகள் வெளிவர இரவிலும்கூட அவளுக்கு ஓய்வில்லை. இந்த அல்-ஹம்பாரா நீர் அரண்மனை கடல் எல்லைக்குள் அன்றைய மூர் வர்த்தகர் குதிரைகளோடு வருகிறார்கள். குதிரையின் வாசனையைத் தூரத்தில் மோப்பமிட்டு பாளையம் இறக்கிய இடம் எதுவெனத் துப்புக் கிடைத்ததும் மறைந்து காத்திருந்து குதிரைகளைத் திருடினர் புலிக்காட் ஏனாதிகள். எல்லாத் தட்ப வெப்பதிலும் குதிரை மூர்களுக்குக் காவலாய் துப்பாக்கி ஏந்திவந்தான் டோரிஸ் பினாட்டா. அருகிலிருந்த புலிக்காட் ஏனாதியருக்கு இரண்டு பவுண்டு தங்கத் தூளை மானியமாகப் படைக்காமல் மஞ்சள் ஓநாய்களான கிழக்கிந்தியக் கம்பேனியாரும் இடைகழிக் காட்டைக் கடக்க முடியாது.

அந்தப் புனிதமூடன் சிந்துபாத் சொர்ணரேகையைக் கற்றுக்கொண்ட வரருஷியும் வியாடியும் புராதனச் சுரங்கத் தஸ்கராக்களிடம் அகப்பட்டுத் தப்பி வரும்போது ஒரு கோடிப் பொன் முடிச்சுகளைச்

சுமந்து வர அகிர்துலியா பரிசோதகரிடம் ஒவ்வொரு கல்லாய் உரசிப்பார்க்க அதிர்ஷ்டமாயிற்று. மூடன் சிந்துபாத் தனக்குத் தேவை ஓர் ஒளிரும் கூழாங்கல் மட்டுமே என்று தன் இடாயெருமை விதிஸாகா முகத்தில் உரசிப் பெற்று மற்றதை ஏற்க மறுத்துவிட்டான்.

அந்த மூடனின் உயரிய செய்கை காரணமாக சிந்துபாத் 'கன்கல்கட்டை' சேட்டுமியான் எனும் சொந்தப்பெயர் மாறி ஆமை இளவரசன் என்ற பட்டமே பெயரானது. ஜவ்வாதுமலை குன்றுகளுக் கிடையில் இயற்கையுடன் மூடியிருக்கும் தங்கரேகைகளைத் தேடி நீராதாஸ் என்கிற பாணியவணிகன் ஆமை இளவரசன் சிந்துபாத்தைத் தேடி உலோகத் தகடுகளைச் சுரங்கதஸ்கராக்களிடம் மலிவாக வாங்கி வடபாதிமங்கலம் தாண்டி வண்டி வரிசைகளில் நிரப்பி ஓட்டி வந்தான் பெரும்புகை கடந்த வழியில் திருமலை சமணக் குளத்தங் கரையில் வண்டிகளை நிறுத்தினான்.

நீரின் தேசல் ஒளியில் மிதந்தவாறே சிந்துபாத் 'கன்கல்கட்டை' சேட்டுமியான் அவனுக்குச் சொன்ன கதையின்படி வியாபாரத்திற்காகக் கொண்டுவந்த உலோகத்தகடுகள் வெள்ளியாகவும் ஐம்பொன்னாகவும் தாமிரமாகவும் சில தகடுகளே சொர்ணமாகின. அந்தத் திரவியங்கள் அனைத்தும் செலவழித்துப் பெரியதோர் கலாலயத்தைச் சிற்பி நவுபத்கானா தில்வாரா சைத்ரிகர்களையும் கூட்டி முன்னூறு தாவரச்சாரில் நிறமெடுத்து சமணத் திருமலைச் சித்திரங்களை வரையச் செய்தான்.

இற்றுக் கந்தலாகி சித்திரமழிந்த துணிச்சுருளை இடாயெருமை ரெமேடியோ சுமையிலெடுத்துக் கரையான்கள் மூடுபாலமமைத்துத் துளைகளிட்டு வினாசமிட்டதைக் கைப்பற்றி வைத்திருந்தான் அன்னவாசலில் இருந்து வந்த ஜைன சைத்திரீகன். பாழடைந்து அழிந்த துணிச்சுருளைக் கதோபகதனத்திலிருந்த அரசாணி மர்ஜானா மதினாநிஷா எடுத்துக்கொடுத்ததில் தன் கதையைத்தான் வாசிக்கிறோம் என்று அவனுக்கு புரியவில்லை.

யார் கதையோ என்று அந்த சிந்துபாத் 'கன்கல்கட்டை' சேட்டுமியான் தன்னைச் சுற்றிக்கொண்ட கதோபக தனத்தைத் திறந்து திரவியம் சம்பாதிக்கவே அபிலகுண்ட என்னும் எண்ணம் கொள்ளுமாறு பெரும்பாந்தள் அரசாணி மர்ஜானா மதினாநிஷா கனவில் சொன்ன தன்னை நாடுகடத்திய பினாங்கு ரத்னத்வீபம் எனும் தீவை அடைந்தான்.

அவன் மூட ஞானத்தினால் ரத்னங்களும் முத்துக்களும் வைரங்களும்

கிடைக்கத் தென்கிழக்காசிய தீவக்குறையிலுள்ள அகிற்கட்டைகளையும் பவளங்களையும் கதைக்குள் கொடுத்தது பெரும்பாந்தள்.

அவன் திரும்பிக் கரைவந்து சேர்ந்தான். தம்மிடமிருக்கும் ரத்தினச் செப்பினை யோக்கியமுள்ள பரிசோதகன் அகிர்துலியாவிடம் கொடுத்துவிட்டுத் தன்னுடைய விதாதிரி கிராமத்துக்கு நாடோடி என்ற பெயருடன் போய்விட்டான் சிந்துபாத். பெற்றோரைக் காணப்போய் ஒரு மாதம் கழிவதற்குள் இவன் கொடுத்துவைத்த மணிகளின் மீது விருப்பம் அதிகரித்ததால் அவற்றை அபகரிக்கச் சித்தம் கொண்டான். ஆமை இளவரசன் சிந்துபாத்தாகத் திரும்பிவந்து கேட்க 'நீ யார்? எவ்விடமிருப்பவன். உன்னை நான் அறிந்ததில்லையே' 'யான் கப்பல் யாத்திரை செய்து ஈட்டிவந்த ரத்னச் செப்பினைத் தங்கள் கையில் சேர்ப்பித்துப் போனவன்' என, 'செப்பென செப்பியது என்ன' என்று அதட்டினான் அகிர்துலியா. 'நான் ஒப்பில்லாத மணிச்செப்பைத் தங்களிடம் வைத்துச் சென்றதை குற்றமில்லாத தாங்கள் மறந்தீர்களோ?' என்றான். 'என்ன பைத்தியமா நீ... நான் உன்னை என்றும் கண்டதில்லை. என் கையில் நீ ரத்தினச் செப்பு வைத்ததற்கு சாட்சியுண்டா சொல். சாட்சியைக் காட்டினால் அல்லாது நீ சொல்வது பொருந்தாது' என முகங்கடுத்தான். 'நல்லது உம்முடைய பேரினுக்கு பொருந்தும் படியாகவே பேசுகிறீர்.' நான் 'கன்கல்கட்டை' சேட்டுமியான் அரேபிய நாட்டு அரசகுமாரன்.

செப்பு வைத்த அன்றைக்கும் இன்றைக்கும் மற்ற எல்லாக் காலங்களிலும் என்னை நீர் கண்டதில்லை. செப்பைக் கொடுக்கவந்த சமயத்தில் சாட்சிவேண்டும் என்ற சடப்புத்தி உம்மிடமிருப்பதை அறிந்திலேன் பிறர் பொருட்கோடல் மாற்றல் குறள்நெறி வாணிப மரபென்று நீர் சொன்ன வாய்மொழியையும் மறந்தேன். என் ரத்னச் செப்புமேல் மோகத்தினால் தகாத வசனம் சொல்கிறீர்.' மிகுந்த கோபங்கொண்டு வெளியில் பிடித்துத் தள்ளிவிட்டான் சிந்துபாத் என்றும் பாராமல். எண்காட்சரபத்தில் அயர்ந்தான் சிந்துபாத். அவனைத் தேடி புழுகுப்பூனை வந்தது. 'நரவிப் பிள்ளாய்... என் துயர் கேட்டுவந்தாயோ' எனப் புலம்பினான். அரசாணி மர்ஜானா மதினா நிஷாவுக்கே தூதுவிட்டான் நரவிப்பிள்ளையை. அல்-ஹம்பாராச் சீர்மை விட்டே விரட்டின அகிர்துலியாவின் பேராசை நிழல்கள். பிரதி தினமும் ஆமை இளவரசன் சிந்துபாத் புவிதவிருக்க வாகை மரத்தில் இடாயெருமை இரண்டையும் கட்டிவிட்டு மேல் ஏறித் தன் வழக்கத்தை விடாமல் நவாப்புக்குக் கேட்குமாறு ரத்னச் செப்பின் சருக்கம் சொல்லிவந்தான். அது அரசாணி மர்ஜானா மதினாநிஷா

காதில் நாள்தோறும் கேட்டது. அரசமா தேவி முதலை உடல்கொண்ட மர்ஜானா மதினாநிஷா சிந்துபாத் அறம்கேட்ட காதையைத் தினந்தோறும் தூக்கத்தில் புரண்டு கேட்டுவந்த நவாப் தோஸ்து அலிகானை நோக்கி 'நாள்தோறும் வித்தியாசமில்லாமல் ஒரே கருத்தைச் சொல்லுவதால் இவன் கோட்டியல்ல. முதல் இழந்த பேராசை வணிகன் என்றால் அடிக்கடி வார்த்தை மாறிவிடும்.

அப்படியில்லாதபடியால் இவன் பித்தனல்ல. ஒருவாறு இவன் சைகையால் காட்டும் வீடு அரண்மனை ரத்னப் பரிசோதகன் அகிர்துலியா மனைதான்' என்றாள் அரசாணி மர்ஜானா மதினாநிஷா. 'அப்படியானால் நீயே இதை விசாரிப்பாயாக' என்றான் நவாப் தோஸ்து அலிகான். அதன்மேல் சூசகமாகி அரசாணி அகிர் துலியாவைச் சாமர்த்தியமாகச் சொக்கட்டான் மண்டபத்துக்கு ஆள்விட்டாள் தூதகி மாமர இனத்தவளான மார்காமை. அவனும் தூதகி மார்காமோடு சொக்கட்டான் மண்டபம் வந்தான்.

முகம்முகமாய்க் கண்டதும் முதலில் பரிகாச வசனங்களைப் பேசினாள். 'சூதுப்பாய்ச்சிகளை உருட்டுவதில் எனக்கு ஒப்பானவர் யாருமில்லை' என்றாள். நவாபும் தலையசைத்தான். சூது நாற்காலியில் அமரச் சொன்னான். உடனே அவள் 'அகிர்துலியாவை வெகு சீக்கிரத்தில் அதாவது ஒரு வார்த்தை பேசிமுடியும் எல்லைக்குள் சூதில் வெல்வேன்' என்றாள். அது கேட்டு பரிசோதகன் 'முதலை உடல் கொண்ட அரசாணி மர்ஜானா மதினாநிஷா சாத்ரஞ்ச் சூதுப்பலகையில் காய்களைப் பூட்டும் முன் யாம் ஜெயிப்போம்' என்றான். நவாப் தோஸ்து அலிகான் குறுஞ்சிரிப்புடன் ஒன்றும் பேசாமல் மௌனமாய் இருந்தான். பொம்மலாட்டக் கப்பலின் இனிவரும் ஒவ்வொரு பொம்மலாட்டத்தையும் சூதுக் கட்டங்களாக நிகழ்த்துவர் இருவரும். முதலை உடலோடு அவளும் பொம்மையாக ரத்னச் செப்பின் நிழல்களாக பத்து அகிர்துலியாக்கள் தோன்றினர் சூதில்.

பொம்மலாட்டாச் சூதுப்பலகையில் பரிசோதகர் மார்புநூலையும் முத்திரை மோதிரத்தையும் உடனடியாக ஜெயித்துக் கொண்டாள் அரசாணி மர்ஜானா மதினாநிஷா. அகிர்துலியா அச்சமடைந்து பெருமூச்சுவிட்டு வியர்த்து அவமானமுற்றான். அரசாணி மர்ஜானா மதினாநிஷா சர்பத் கானாவுக்குத் தாகவிடாய் தீர்க்கச் சென்றவள் தூதகி மாமர இனத்தவளான மார்காமை அழைத்து அவள் கையில் அகிர்துலியாவிடம் ஜெயித்த பொருட்களைக் கொடுத்து 'நீ போய் அகிர்துலியாவின் பாண்டகாரியிடத்தில் முத்திரை மோதிரத்தைக்

காட்டி சிந்துபாத்தின் ரத்னச் செப்பை வாங்கிவரச் சொன்னதாக உபாயமான வார்த்தைகளைச் சொல்லிப் பெற்றுக்கொண்டு வந்துவிடு' என்றதும் தூதகி புவிதவிருக்க வாகைமரத்தில் கட்டியிருக்கும் இரு இடாயெருமைகளிடம் சென்று சாம்பல்காதில் சூசகம் சொல்லிவிட்டுச் சென்றாள் நிபுணமதியுடன். பிறகு அல்-ஹம்பாரா சொக்கட்டான் மண்டபம் சுருதியடைந்தது. 'உத்தமருக்கு வரும் பழிச்சொல்லை விலக்கலாகாது. ஆமை இளவரசன் ரெமேடியோ, விதிஸாகா இருஇடாயெருமைகளின் பழிப்பானது இந்த உலமெல்லாம் படர்வதாயிற்று. அவன் என்னிடம் செப்புவைத்துப் போனதை மறந்துவிட்டேன். அதனால் அவன் வந்து கேட்கும்போது முதலில் அதை அவன் கொடுக்கவில்லை என்று சொல்லிவிட்டேன்.

ரத்தினங்களின் தீயவிதி சூழ்ந்துகொண்டது. முதலில் இல்லையென்று சொல்ல வைத்த உப்புவிதியால் நிறமாறிவிடும் என் அகப்பளிங்கில் விசமேறிவிட்டது. முதலிலே இல்லையென்று சொல்லிவிட்டு இப்பொழுது கொடுத்தால் அகப்பளிங்கு ரெட்டிப்பாய் நீலப்பளிங்காகி விடுகிறது. முன்னிலும் அதிகப் பழிப்புண்டாயிற்று. புவிதவிருக்க வாகை மேல் சிந்துபாத் ஏறினதால் அகப்பளிங்கு மெல்ல மெல்லச் சாபத்தின் கருநீலமடைந்து வருகிறது. அவன் பன்முறை வாகைக்கவையில் இடாயெருமைகளின் மோனத்தில் பித்தாய் ஆடுவதாய்த் தோன்ற இரவெல்லாம் அசைகிறது புவிதவிருக்க வாகை' எனச் சொக்கட்டானின் கடைசிச் சுற்றில் தோல்வியில் உருண்டுவந்த பாய்ச்சி ஒன்றைக் கையிலெடுத்து தேம்பியவாறு மேலும் கூறினான்.

அகிர்துலியா. 'ரத்னச் செப்பைக் கொடுத்துவிடுகிறேன் எனக்குப் பைத்தியம் பிடித்திருக்கிறது' என்றான். அல்-ஹம்பாரா நீர் அரண்மனை வாசலில் அரசாணி மர்ஜானா மதினாநிஷா முன் ரத்தினச் செப்புடன் வந்து நின்றாள் மாமர இனத்தவளான மார்காம். இந்தச் சித்திரக்கதா துணிச்சுருளில் அல்-ஹம்பாராவின் சிவப்பு நிறங்களின் கதையையும் எழுதி முடித்த அல்-ஆந்தலூஸிய சைத்திரிகர் களின் புதிர் இன்னமும் தீரவே இல்லை.

'சிந்துபாத்! உனது உடுப்புகளின் சித்திரங்கள், எப்படி அவற்றை விவரிப்பேன். கடிஎறும்புகளின் துண்ணூசித் துளைகளில் இறங்கும் சீனப் பட்டுநூல் பறவையென ஒலியிடுகிறது. பழைய வடிவம் பழுதுபட்ட ஆடைகள், கனவுகாணும் அல்-ஹம்பாரா உப்பு அரண்மனையின் கீர்த்தி இற்றுக் கிழிபடுகிற கனாவில் ஒலிக்கிறது

எனக்கு. சொப்பனத்தில் மிதக்கும் இந்தப் பட்டு உடுப்பில் சாயம்போன பாலியாற்று நந்தவனப்பூ வெளுத்திருக்கிறது உன் ஓவியங்களில்.

வெள்ளை போலவும், வெள்ளையுடை கந்தல் கமறும் பாலியாற்றக் கரை கிராமப்பெண் புறாவெனத் தோன்றினாள், ஓவியத்தின் சாம்பல் வடிவத்தில்.' இத்துணி ஓவியங்களுக்கு மூல ஊற்றாக சிந்துபாத் கந்தல் சித்திரங்களின் வாசகங்கள் பின்புறத்தில் எழுதப்பட்டிருக்கும் ஓதாளர்களுக்கு புலனாகும்படி ஓவியங்களைக் கையிலேந்திப் பிடிப்பவர்கள் காஞ்சிநகர்ப் பட்டு நெசவாளிகள்தான். 'உடுவனின் சிற்றோவியங்களில் உருப்பெருக்கமடைந்த வீரர்களின் இட நெருக்கடியில் அவதியுறும் தானே எழுதிக்கொள்ளும் உப்பு அரண்மனைக் கதாபாத்திரங்கள் மனித உருவிலிருப்பதால் இவர்களை ஓவியத்திலிருந்து வெளியேற்றிவிட பட்சி, விலங்குருக்கள் சிலவற்றிலேயே பல்லுயிர்களும் தோன்றலாயின. உப்பு அரண்மனை ஒவ்வொரு உயிர்க்கும் திவ்ய தொனியைச் சொப்பனம் தானே எழுதிக்கொள்ளும் கோடுகளில் சித்திரத் துகிலாயிற்று.'

'கனாவில் மறையும் ஆடைகளை நான் உப்பு அரண்மனையில் கண்டேன், தூதகி மாமர இனத்தவளான மார்காம், உனது தையல் கணிதமுறையில் சிந்துபாத் தைலச்சித்திரம் வட்ட வடிவம், கேந்திர கணித வடிவப் பிரக்ஞையிலிருந்து வளைகோடு நேர்கோடு பல்வேறு கோடுகளின் சங்கமத்தில் முக்கோணப் பேட்டர்க்களில் சிறுசிறு புள்ளிகள் பிரமாதமான சித்தரிப்பு விரல்கள் உனக்கு.' 'சிந்துபாத், அல்-ஹம்பாராக் கதைகள் அல்-ஆந்தலூஸியாவில் வரைந்திருப்பவை ஜீஸ் பறவையும் விலங்கும் உரையாடுவதாகச் சுருள் ஒன்றில் நீயும், சுருள் ரெண்டில் நானுமாகக் கடந்துகொண்டு இருக்கிறோம்தானே!' 'சிறப்பானதாக இருக்கிறது சிலந்தி வீடு கட்டுவதான நெசவில், எங்கு மறைந்திருக்கிறாய் தூதகி மாமர இனத்தவளான மார்காம்.

குதிரையையும் இரும்பையும் அறிந்த மூர்கள் யாம். சேதுச்சீமை, கோடிநாடு, கொள்ளிடநாடு, இடைகழிநாடுவரை எமக்கு இருந்த ஆதிவனத்தை எம் விருட்ச கன்னியரைப் பனி மேய்ப்பர்கள் இரும்பாலான கோடரிகளாலும் அக்னியாலும் அழி அழி என அழித்தீர். அந்த நெசவுப்பெண்கள் பனாரஸ், அகமதாபாத், முர்ஜிதாபாத்திலிருந்து வந்தவர்களாக இருக்கலாம்.' 'இல்லையில்லை நவாப் தோஸ்தோ அலிகானின் சித்திரக்கூடத்தில் அரசாணி மர்ஜானா மதினாநிஷாவுக்கு ஆடை நெய்பவர்கள்' 'தூதகி மாமர இனத்தவளான

மார்காம் உனக்கு தெரியாததில்லை அந்தப்புர நெசவுப்பெண் என்னதான் ஒப்பனை செய்துகொண்டாலும் ரகசிய இடத்தில் புனிதமூடன் சிந்துபாத்தை சந்திக்கமாட்டாள். சிவப்புநிற நீர் அரண்மனை பட்டுத்துணி நெய்வில் இழைவழியே இசைகிறது பல்லுயிர் மையல்.' 'இந்த உலகமே சிந்துபாத்தின் இயல்பில் இருக்கவேண்டும். நீர் அரண்மனை அந்தப்புரப் பெண்டிர் முர்ரிச் சித்திரக் கம்பளத்துடன் மொராக்கோவிலிருந்து வருகிறார்கள் இடைக்கழி நாட்டுக்கு. முர்ரி உரையாடுவதைத் தறி ஒலிகளுக்கிடையே கேட்டேன் மொராக்கோ நெசவுப் பெண்ணே. பணி தீர்ந்த முர்ரியை நடுச்சாமத்தில் கடல்வழியே அலைகள் வந்து மோப்பமிட்டுச் சென்று மறைவதைத்தானோ உப்பு அரண்மனையாகச் சொப்பனம் தன்னைத் தானே எழுதிக்கொண்டது.

கவி வல்லாதாவின் இருதந்தி வாத்தியம் ரபாபா

எங்கே மிதக்கிறான் மாயக்கம்பளம் உதிர்க்கும் சிந்துபாத்
மொடுமொடுக்கும் முர்ரி நகரம் ஒரு சோனகர் இழந்த
அனாதிகாலத் தறி துணியின் மெலிவை நோக்க
இருசு ஆப்பில் இருந்த துருவின் ஒலி
பழைய நாட்களின் தறியில் சிதறிக்கிடந்த அரேபிய இரவின்
பாவுகளை எடுத்து
அடுத்த கப்பலில் பூட்டினான் நிகழ்காலத்தை
நிராசை மிகுந்த நேத்திரங்களின் வெறுமை
ஊமையாக இருந்த சிந்துபாத்தின் கருத்த பாய்மரக் கிளி
நெசவு செய்வதை அடியோடு விட்டுவிடாதே என் குமாரத்தி
சிந்துபாத்தின் விரல்களில் இருக்கிறாள் பழங்குடிக் காணி
அந்தரங்கத்தில் கருத்த கிளி சொன்ன தறியின் வேதனைகள்
அபிராமத்திலும் தொண்டியிலும் உயிர்மேல் தூசி படாமல்
காத்துவரும் பாவடித் தூண்
துடைத்த சிலையென உயிர்ப்பதுமை உறங்கும் தறி
பள்ளிவாசல்பட்டித் தெருவிலிருந்து கப்பலுக்குப் போனவர்கள்
பரவினார்கள்
கிழக்கில் கொழும்பு மூர் வீதியில் முர்ரியை மூர்த்துணி என
கடைகளில் அசையும்
தீவுகளில் முர்ரே, முரி இல்லாத முர்ரி அனிச்சையில்
பட்டினமாகவும் கரைந்திருக்கும் தோட்டம்
முர்ரியின் ரகசியத்தைச் சிந்துபாத் சொல்லவும் இல்லை

நடோடி மூர் ஆவிகள் குதிரைமேல் கொண்டுவரும் சித்திரங்களில்
ஓர்மூர்ஸ் துறைமுகம் நூலில் மறைந்திருக்கும்
மொராக்கோ பெண்கள்
அல்-தலபில்லா சாய வேர் வடித்தெடுக்கும் முர்ரிப் பிசாசுகள்
வாயில் தைலம்மண்டி விழுங்காமல் உதட்டைக் கூப்பி பீச்சி
வரும் சாயமிடுதலை தரம் பிரிக்கிறார்கள் ஆவியுருவினர்.
சேதுராசனுக்கு அந்நியச் செலாவணி கிடைக்க கட்டுக்கதைகளில்
வரும் சூனியக்காரி மறைகிறாள் பூர்வீகப் பாவடித் தூணில்
கதவுகள் கருத்துத் தேய்ந்த பெட்டகம்தான்சூனியக்காரியின் தறிவீடு
சோனகரின் கூந்தல்மேல் மையல்கொண்ட தைல வாசனை
கையிலா மரப்பாச்சி கூட்டிச்செல்லும் பக்கமெல்லாம்
மோப்பத் தடம்
முல்தானில் இருந்துவந்த கையில் மிஷின் தூக்கி அலையும்
ராவுத்த மாமன்
அவுரி விவசாயிகள் இருந்த கீகாட்டுக்கு சாம்பல் தொப்பிவைத்த
பரங்கியரும் வந்தார்கள்
வீடுவீடாய் அவுரி இலை தனியாகவும் நெத்து தனியாகவும்
பிரித்து வாங்கி சணல் போராக்களில் நிலவு வீழ்ந்ததும்
தூக்கத்தில் ஆழ்ந்துவிடுவாள் மந்திரக்கிழவி
பூமியானது கடலிலிருந்து தோன்றியதாகச் சொல்லப்பட்ட
பிள்ளைகளிடம் கிசுகிசுத்தது நூல் ஓடத்தின் ஒலி
முர்ரி நெசவு நுண்மைகளை கனவின் குழப்பங்களோடு
பிடித்துக்கொண்டது கடல்
நேரடியாகக் கண்ட கடலைவிட பார்க்காதவரின்
அலை நுரைகள் முர்ரியாகிவிடும்
கதைசொல்லும் மந்திரக்கிழவி தானியத்திற்குள்ளே
இழுக்கப்படுகிறாள்
கொடுவாளின் முன் நிறுத்தப்பட்டவள்
நெய்யும் ஊடாட்ட ஒலிகளில் குழந்தைப் பிராயம் கடந்த
பின்னும் நூல் வசியம் தோன்றும் பிறவாத பால்யவனம்
அவை கதைகளாகவும் இழையக் கூடியதாகிறது
சித்திரங்கள் வழியாக கதை போடும் கம்பள விரல்கள்
கருப்பாய் பர்தாமூடி மறைந்திருக்கும் குமுறல் கொண்ட மகளிர்
கண்முன் கொணர்ந்த விரல்களெங்கும் மறையும் நூல் வித்தை
கம்பளப்பெண்டிர் மறைந்துகொண்ட அபிராமத்தின் உதிரும்
பாழடைந்த காரை வீடுகள்

முர்ரி இழைகள் பிரிந்து உள் செல்லும் புதைந்த
வாசனைகள் நிறம் வெளிறியது
சீதோஷ்ண நிலைப்படி வாசனை ஏற்றும் பூங்கரை நீலம்
பாரசீகர், துருக்கர், அரேபியர், மொகலாயர் நாளிழைகள் கலந்த
ஒரு உயிரோட்டம்
பல்லுயிர் நிலைபெறும் இரக்கம் நீங்கி என்னுயிர் நீங்கும் என்றார்
கண்ணாடியில்
எல்லா உயிரும் என்னுயிர்போல் எண்ணி இரங்கவும் சேதுவில்
சமாதிகொண்ட நெசவாளி திரும்பினான்
பள்ளிவாசல்பட்டித் தெருவைப் பார்த்து சுடுமண்ணில் வடித்த
விளக்கம் சுடர் தலைகுனிந்து உருட்டிய உருமணிகளில்பட
மெல்லிய கனாத்திறம்
வளமையும் நீட்சியும் கோர்த்திருந்த அபிராமம்
பாவடித் தெரு ரகசியங்கள்
சாயம் தோய்க்கும் ஈர அமைப்புநிலை
வேம்பின் நிழல் கால்வைக்கும் இரு வளரியைச் சிறகுகளாய்
மடக்கும் வல்லையத்தான் பட்சி
காற்றின் சுயம்புவில் மிதப்பது இரு வளரியானால் அது முயல்
தட்டும் வல்லைப்பட்சிதான்
அதிசய முர்ரி நாடோடியாய் மணற்றாறைகளில் குடைந்த நகரமான
பெட்ராவுக்கு வர அரண்மனைக்குள் இஸ்லாம் வருவதற்குமுன்
வழிபட்ட தெய்வங்களில் சூரியக் கடவுளானவர் ஜீயஸ் முர்ரியின்
வாசனையால் மருவி இருந்தார் ஹெர்மிசாக
துஸாரா மலைக்கடவுள் நெபேத்தியர்க்குச் செதுக்கிக் கொடுத்த கல்
வளரியின் சாயல்களில் உள்ளடங்கும் மறைந்த கடவுளர்
அந்த மலைகளிலிருந்து சிவந்து கசியும் தலபில்லா சாய விதைகளில்
வரைந்த நகரங்கள்
போர்க்கடவுளான அல்-காம் தறி வீடுகளுக்குப் பொறுப்பானதில்
வியப்பில்லை

களிமண் அகதிகளாய் சூளையில் ஜார்கள்

முர்ரிக்கு முந்திய ஆதிப்பெயரழிந்த சிறை வைக்கப்பட்ட
முர்ரா பெண்டிர்
நெசவுக்கூடங்களில் துயருரும் மாநிறத் திருநங்கைமாரை
சேடிகளாக்கியது அல்-உஸா பெண் கடவுள்தான்
கொடும்மணம் பட்ட வினைமாயற்புத விளக்குகளுக்குப் பின்னே

மறைந்திருக்கும் காமத்தின் கருந்திரிகள்
கவிழும் சுடர் மங்கலாய்த் துலங்க பேய்பிடித்த ராத்திரிகள்
மறதியில் பதுங்குபவை
இப்பழைய இச்சை களையாத உதிரத்தின் தொல்குடி கற்கள்
லிபிக் கடவுளும் கணிதம் எழுத்துக் கடவுளான அல்-குத்பே
முரே கம்பளத்தறியில் உணர்ச்சிமிக்க சித்திரக் கற்கள்
மத்திய தரைக்கடல் ஊழிப்புடவுகளில் இருந்து கரும்பி வரும்
கபாலாக்களான எதோமித்ஸ்த் மாலூமிகளின் அரூப மையங்கள்
நெசவுக் கூடாரங்களில் யூதயாழோன் நீரின் இசை திறக்க
மோசேயின் பின்னே ஓடிவந்த மக்களில் பலரும் முரே நெசவாளிகளாக
கைத்திறனைக் கடத்திவர கைக்குக்கை மறையும் இழை
அதிசய முரே சாயக்காரர்களின் கரங்கள் வெட்டப்பட்டு அலைமேல்
மோதி விரல்கள் அழுது உப்பானது கடல்
தங்களை மீட்பதற்கு மோஸேயும் ஆரோனும் வர முரே
கைவினைஞர் கூட்டம் பெட்ராவில் ஜாடிகளில் மறைத்த
சாய விதைகள் கசியும்
அடுக்கப்படும் மாயத்தோடு இவர்களும் அவர்களோடு ஒன்று
கலந்தனர் இச்சைமரத்தில்

அறிவின் கனியைப் பறித்தனர் மறுமுறை

எந்த வருஷமும் இல்லாத குறையாக வெம்பலாகிவிட்ட
நிலங்களிலிருந்து துயராக வீசிவந்த நாட்களில் அனல்காற்று
மோரா நூல் வித்தைக்காரன் சித்திரக் கல் ஒன்றை மத்தியதரைக்
கடலோரம் கண்டெடுத்தான்
அந்த கல்சித்திரத்தில் பெண்ணுருவும் விலங்குருவும்
இணைந்த புராதனம்
தலபில்லா தாவரத்தின் பசை சாற்றினால் ஆன றெக்கை விரித்த
மனிதனாகவும் வெளிப்பட்டான்
கல் பெயர்ந்தவன் நடமாடத் தொடங்கினான் தலபில்லா தாவர
கல் விதைகளை ஏந்தி
பெட்ரா மதில்மேல் குடைந்து வந்தான் தலபில்லா சாயச்சித்திர
நீர்ப்புடவுகளை
எல்லா மனிதர்களையும் ஊழிச் சித்திரங்களால் கீறி ஈர்த்த
களிமண் அகதிகள்
மோராக் கம்பளவரும் அதன் வசியத்தில் கிறங்கி நெசவில் கரைய
ஜார்களிலும் விதவிதமாய் வரைந்தனர்

ஒன்றைப்போலொன்று இல்லாத கலைநகங்கள் றெக்கை விரித்து
முளைக்க அவர்கள் மூழ்கிய சித்திரப்புடவுகள்
அவ்வோவியங்கள் ஈர்த்த நீர்ப் பரிணாமத்தில் நினைத்தபடி நிறம்
மாறும் நிலையாமை
தலபில்லாவாசிகளாய் இவ்விரு இனங்களோடு ஒன்று கலந்து
கலப்பு ரத்தப்பிறவிகளாயினர்
பெட்ராவின் அரச பரம்பரையில் அரிட்டாசும் ராணி குல்லோவும்
தாமிரம், வெள்ளிக்காசுகளைக் குலுக்கியவாறு மூழ்குகிறார்கள்
சித்திரப்புடவிலிருந்த சாகிலாத் நெசவுக்கூடாரங்களில்
தனிமையின் துயரங்களை நெய்கிறாள்
களிமண் அகதிகளையும் ஆசிர்வதிக்கிறாள்
பூமியின் எல்லா கடவுளர்க்கும் கலையின் ரகசிய ரேகைகளில்
பொறாமையோடுதான் மனிதர்களைத் தொடாமல் இருக்கிறார்கள்
கடல்நீர் அடிக்குகைகளின் சித்திர விசித்திரங்களைக் காண
கீழ்நோக்கிய பயணத்தில்
அனைத்து யுத்தங்களுக்கும் ஈடாக பெட்ராவின் திராட்சரசப்
புதையல்

சிந்துபாத் நூலகத்தின் மஞ்சள்நீர் பொம்மைகள்

மஞ்சள் வெளிறிய வைக்கோல் பொம்மைகளைப் பிய்ப்பானேன், தைப்பானேன். பிய்த்துவிட்டாலும் போச்சுது அதை எடுத்து மூட்டித் தைத்தால் போதும். இரவுகளாய்ச் சுரக்கும் கதைகள்.

- அரேபிய பழமொழி

சிந்துபாத் நூலகத்தின் மஞ்சள்நீர் பொம்மைகள் தனது சொந்த வலிமையில் நம்பிக்கைகொண்டு அதில் மட்டுமே அக்கறை செலுத்திய விதியானது இரவுகளைத் தவறவிடாமல் கதைக்குள் இயற்கையின் மடியிலே ஒரு குடிகார வியாபாரியென நாணயங்களை உருட்டி சூதாடியபடி மஞ்சள்நீர் விளக்கு உரையாடியது.

மஞ்சள்நீர்விளக்கு: முன்னேற்றம் என்னும் பதாகையின் கீழ் அணி வகுத்த பேராசைக்காரர்கள்.

பொம்மைகளாக ஆடுகிறார்கள் சிந்துபாத் உன் நூலகத்தில்.

சிந்துபாத்: குடிகார வியாபாரி பொம்மைகளின் பேராசை அடக்க முடியாததாய் இருக்கிறதே. காட்டெருமைகள் அழிந்தன. ஐம்பதே ஆண்டுகளில் மறைந்தன காட்டுமந்தைகள். பொம்மையின் தோலுக்காக அழித்தனரே என்ன சொல்ல இந்த நிலை கெட்டவர்களை...

மஞ்சள்நீர்விளக்கு: வனவிலங்குகள் எதையுமே வைக்கோல் அடைத்த பொம்மைகளாக விபரீத விதியினால் சும்மா அவற்றைக் கொல்ல வேண்டும் என்பதற்காகக் கொல்கிறார்கள். இந்தக் குற்றத்தின் கதையும் தெரியாத குடிகார வர்த்தக பொம்மைகள்.

சிந்துபாத்: நடுநிசியில் நான் தோட்டக் கதவுகளைத் தாண்டி பாவோடித் தெருவின் தனித்துவப் பாரம்பரிய மறதியைத் தேடி அலைந்தேன். சுத்துப்பட்டி காட்டுப்பாதையில் பொட்டி யாவாரிகள் நூறுநூறு ஒத்தையடிப்பாதைகள் தெம்மாங்கு இரவுகளாய் இருந்தன. காணாமல்போகும் கதைகளுக்காக தவிப்பான ஊர்களில் வழிவழியாய் காட்டுப்பாதையில் கதையின் குளிர்ச்சியில் பாவை அள்ளி முறிக்கிறார்கள் நெய்தபடி.

சுருதிநரம்பாடிகள்: சிக்கலான இருப்பில் நெசவுதான் வனவாசி ஊர்வரை படர்ந்து இருக்கிறது. மஞ்சள்நீர்விளக்கின் மூலப் பனுவல் பெயர்தெரியாத ஊர்களில் பெண்களின் நூல் வித்தையில் இருக்கிறது. தறி படும்பாட்டெல்லாம் கோடு வாசித்து நரம்பாடிக் கேட்டு வந்தேன் நெசவுப் பனுவலை. அதில் ஊணுறங்கி அமிழ்கிறார்கள் பாரேன் ராட்டை சுற்றும் முதியவர்கள்.

மஞ்சள்நீர்விளக்கு: சர்க்காவின் ஒலி நடுங்கும் கைகளாகயிருக்கின்றன.

சிந்துபாத்: பருத்திநூல்காரர்கள் ஒத்தைமாட்டுவண்டியில் மரப் பதுமைகளும் ராமபாணம் துளையிட்டரித்த ஏடுகளும் புராணங் களும் பொம்மைகளுக்கான ஆடைகளும் புராண அழுக்கையும் இவ்வேளை சிதைந்த ஊர்களையும் அழுகையோடு இதோ கொண்டுவருகிறார்கள் சுருதிநரம்பாடிகள்.

மஞ்சள்நீர்விளக்கு: எந்த ஊர் என்றே தெரியாத கள்ளி அடநதல் விடுதியில் கொற்கைப் பனைநாட்டு விரலியர் மயக்கத்தில் உறைந்துகிடப்பதை இசைக்கமுடியுமா சுருதிநரம்பாடிகளே.

சுருதிநரம்பாடிகள்: திரும்பவும் எழுந்து பருகுவார்கள் பாடியபடி. பொம்மைகள் கேட்டால் மண் லோட்டாவை வாயதரத்தில் வைத்து நுரை பொங்கக் கொஞ்சுவாள் அந்த விரலி. அவர்கள் கூட்டமாய்த் தெருவில் போகும் போதையின் கோடுகளில் நரம்பின் சுருதி ரகசியங்கள் மறைந்திருக்கும் உன்னிடம். சிந்துபாத் நூலகத்தின் மஞ்சள்நீர் விளக்கே விரலியர் கோடுகோடாய்ச் சென்று குடிகார பொம்மைகளின் தடுமாற்றத்தையும் கட்டுப்படா அசைவுகளில் வெளிப்படும் குணரூபங்களையும் உருப்புகளின் வசன இணைவையும் சேகரிக்கிறார்கள் ஒவ்வொருநாளும்.

சிந்துபாத்: ஒரு நெசவாளனிடம் தொண்டி மஸ்லினுக்குள் பூமியின் கனவுகள் மென்மையாக மறைந்து இருக்கிறது.

மஞ்சள்நீர்விளக்கு: அதனால் உலகில் உன் பதுமைகள் இருக்கிறார்கள் தொங்கும் விடுதியில் ஆடும் சிந்துபாத்தே.

சிந்துபாத்: என் பொம்மைகளுக்கு சப்னம் எனும் பனிபடர்ந்த சரீர உடைகளே வடிவழகாக இருக்கின்றன. அப்ரவான் துணிச் சுருளும் வைத்திருக்கிறேன். தெளிவான களங்கமற்ற தண்ணீரில் எறிந்தால் உன்னால் பார்க்கமுடியாது துகில் மறைவதை.

தொண்டி மஸ்லினுக்கு இணையான துணிகளுண்டோ என் பொம்மைகளுக்கு

(விரல்நீட்டி சுவற்றில் சாய்ந்து போதையில் சுருதிநரம்பாடியிடம் கேட்டான்).

சுருதிநரம்பாடிகள்: தொண்டி மஸ்லின் இப்போது பொம்மைகளின் சரித்திர அவலங்களோடு அலைகிறது. உன் பாவைகளுக்கு மஸ்லின் கொஞ்சம் வேண்டுமா சிந்துபாத்.

மஞ்சள்நீர்விளக்கு: டோரியஸ் பொம்மையிடம் கோடுபோட்ட மஸ்லின் ஆடைகள் மெல்ல வெளிப்படுகின்றன இருட்டறையில். நெல்லூர் சக்கனா மஸ்லின் அல்ல அது. ஜம்தணி என்பவள் பதுமையாக என்னிடம் வந்தாள். அவளிடம் இருக்கிறது தொண்டி வரைபடம்.

(மர்மமான மஞ்சள்நீர் கண்களைக் காட்டியது சிந்துபாத் சாய நீர்நூலகம்.)

சிந்துபாத்: ஜம்தணி ஆடைகளில் சிறுசிறு பூ தெளிக்கப்பட்டதெப்படி என் அற்புத மஞ்சள்நீர்விளக்கே.

மஞ்சள்நீர்விளக்கு: நான் இழைத்த ஆடைகளல்ல அழுக்கான தூக்கம் பிடித்த சிந்துபாத் பொம்மைகளே.

சுருதிநரம்பாடிகள்: அழுக்கும் தூங்காத நடிப்பின்விழிகளும் ரெப்பைகள் படபடப்பதில் சிந்துபாத், உன் நரவிப்புனுகு ஒரு நாடகத்தையே எழுதிச் சென்றுவிட்டது.

சிந்துபாத்: கருப்புத் துளைவழி எதிர்காலத்தின் அடிவானில் உன் வால் அசைகிறதில்லையா என் நரவிப்பிள்ளாய்.

மஞ்சள்நீர்விளக்கு: என் ஒளியில் குவாலியர், பனாரஸ் நகரங்கள் மயங்கின மஞ்சள்நீர் பொம்மைகளாய். பூர்விக பொம்மைகளின் வீட்டின் இருட்டில் கனாவை வரைந்துகொண்டிருந்தேன். ஆனால்,

தொண்டியில் பிறைதொழுவீடுகளின் மண் அகலாகவும் இருட்டின் அரக்கு ஒளியில் பொம்மைகள் எத்தனைவித வாசனைகளை நடித்து வெளிப்படுத்தின எனக்குத் துலங்காத இருட்டில். மஸ்லின் போர்த்திய பொம்மலாட்ட இரவுகள் மறைகின்றன. இந்தூரிலும் நந்திபுராவிலும் மனதிலுள்ள சிமிழாக என் வாசனை பொம்மைகளாக என் ஒளி மங்கிய இருளில் எஞ்சியிருப்பதைப் பார்த்தேன்.

அடைக்கலாங்குருவிகளின் வசவுப்பாடல்

கழிஓடையில சம்பு அதிகமா வளர்ந்து கிடக்கு. அதுமேல அடைக்கலாங் குருவிக மூக்குகள் பின்னிக்கிட்டே கெடக்குக. எட்டுமூலைகள் கொண்ட கூடுகள் அசையிதுக. மண்ணில் ஈரநசப்பு இருந்துக்கிட்டுத் தானே இருக்கு. 'வா..வா... உனக்கு கிச்சுகிச்சு காட்டுதேன்' என்றான் தன் கெசவால் சேக்காளிகளிடம் சிறுவன் சிந்துபாத். அப்படியே கழைக்கூத்தாடியா மண்ணுல பிறண்டு தூத்துவேன் உன்ன. மனசுக்குள்ள கறுவிக்கிட்டே இருக்காத நீ. குருவிக் கூட்டை குலையக் களைக்காதே குருவி சொல்லும் மருவி கேளு' என்றான் சிந்துபாத். ஓவேலா... காவேலா நாலு இரண்டு ஆடா ஓவேலா... காவேலா... நாலு இரண்டாம் ஆடா பலவ நோக்கா ஓவல... அதுல ஒரு ஆடா ஓவல கினிகினி கேழை ஆடா ஓவல.. புருசன் நல்ல ஆடா விற்ற பஞ்சம் ஓவல குடியரசன் ஆடா ஆண்ட பஞ்சம் ஓவல' என ஆற்றில் சிறுவர்களின் அம்மணக் கும்மாளம்.

அடைக்கலாங்குருவிகளின் வசவுப்பாடலைக் கேட்டதால் ஏற்பட்ட தோற்றமானது அழிந்த விலங்கின் உருவெடுத்து ஓடுகிறது. அவ்விலங்கு பூமியில் இல்லாமல் இருக்கிறது. விரும்பிய தோற்றத்தை அடைவதற்கு மீன்வடிவ எழுத்தை உருச்சேர்ப்பதில் வந்துவிடும். அந்தக்குருவிகள் பூவரசங்கிளையில் கால் வைத்துப் பாடுகின்றன. 'கீச் கீச் கிலிகிலி... யோயோ...ரிரிரிங்... சிந்துபாத் கண்ணெதிரிலேயே மறைந்துவிடும். அடைக்கலத்தான் பேடை அவன் மேல் பறந்து ஒன்று விட்டு ஒன்று வசைபாடும். அதன் அதிர்வுகள் இன்னும் மறைய வில்லை நாடோடி வாசத்தில். திரிபுபெற்ற நீலநிழல்கள் கனவின் அடிவாரங்களில் ஊறும் நத்தைக்குள் சிந்துபாத் போகிறான். குகைக்குப்போ.. எனப் பாடியது குருவி. 'இருட்டில் உரசிய மருந்துமாயம் சுகப்படவைத்துவிடும். சிந்துபாத் உன் உருவத்தைப் போல இல்ல நீ' என்றது நத்தை. இந்தப் புத்தகத்தை நீ எரித்தால் சாம்பலாகவும் புகைமரமாகவும் மாறிவிடும். அடைக்கலாங்

குருவிகள் எழுதிய புத்தகம் சிந்துபாத்தின் வெகுளியில் தோன்றிய பாரிஜாத மலராகிவிடும். நிறைவின் அழிவின்மைக்குள் புத்தகத்தின் எலும்புகள் கல்லாக இருக்கின்றன, நீராக இருக்கின்றன. காலங் கடந்துவிட்ட காலத்துக்குள் திறந்த சிந்துபாத்தின் பால்ய வனம் ஒரு பச்சைநூல். புகையிலையின் புகையையூதிவந்த ஆவி ஒன்று நத்தைக்குள் செல்கிறது. புறாவின் சுருண்டவிழிகளில் செல்லும் சிந்துபாத்தின் மோப்ப வரைபடம் அதில் எரிந்துகொண்டிருக்கின்றன ஆறுகளும் மலைகளும். மலையின் சாயல்களாய் சிந்துபாத்.

அடைக்கலாங் குருவிகள் நம்மைக் காக்கட்டும். கடந்தகாலத்திலும் நிகழ்காலத்திலும் வாழ்ந்திருக்கும் சிந்துபாத். சிறுவர்களின் திசையறிந்த நாரைகளின் கோடு. துருவங்களைக் கொண்டுவந்த சிந்துபாத் பாடல்களில் குருவிகள் சுழன்று சுற்றும் நகங்கள். கிணறு, வாவி, நீராவி, தடாகம் இவற்றின் ஆழத்திலும் இருமடங்கு மும்மடங்கு ஆழத்திலும் உள்ளேயும் வெளியேயும் 'போகா' குருவிகள் சுற்றிச்சுற்றி வட்டமிட்டு நிச்சயமற்ற பனைமரப் பொந்துகளில் அடைக்கலாங் குருவிகளைத் தேடி றெக்கை ஒலியிட்டு பறந்துபோய் வீட்டில் ஒட்டிக்கொள்ள அதை யாரும் பிடிக்கவும் மனமில்லை. கிராமத்தில் இருத்தற்குரிய குருவிகளை கிராமத்திலும் காட்டில் இருத்தற்குரிய குருவிகள் காட்டிலும் வசவுப்பாடல்களை வழியெல்லாம் கொட்டித் தீர்த்துவிடும். பெருங்களா மரமொன்று காய்பழுத்தால் ஒட்டிக்கொள்ளும். பனைக்குப் பனை கள்ளிருந்தால் சடைசடையாய் தொங்கும் தூக்கனாங்கூடுகள். தூக்கனாங்குருவிகளின் மட்டுமீறிய வசவுகளால் அவற்றின் நடத்தையில் நூறு குழந்தைகளின் விந்தை யிருப்பதாகச் சொன்னான் சிந்துபாத். புறவுலகில் நொடித்துப் போனயிருப்புடன் கட்டுண்ட நாகரீக நாட்களில் அழுக்கான பொம்மைகள் அழிந்தொழிந்து நிலவு தேய்ந்து நலிவதும் ஆயிரத்தொரு இரவுகளில் வேடமிட்ட சாயப் பதுமைகள் வளர்ந்து மிகுவதும் சிந்துபாத்தை விட்டுப் பிரியாத மஞ்சள் நாய்க்குத் தெரியும்.

அடைக்கலாங்குருவிகள் சிந்துபாத்திடம் அளவலாவினாலும் இல்லையென்றாலும் அவற்றின் வசவுப்பாடல்களை ஏன் எழுதுகிறாய் என்று கேட்டுவிடத்தான் போகின்றன. அடைக்கலாங்குருவியின் வசவுக்கு என் மனம் ஏன் பொருந்திப்போகிறது. பொம்மலாட்டக் கப்பலின் வீழ்ச்சிக்கான மாற்றங்களை விளைவிக்கும் வசந்தத்தை அடைக்கலாங்குருவிகள் சொல்லிவிடும். மந்திரவாதி சாரெஸ் பொம்மை சொன்னது 'அழிந்தொழிந்த ஒரு சிப்பி உயிரினமே அத்தனை பெரிய கடல் முத்தைப் பளிங்காக ஈன்றது.' ஒவ்வொரு

நத்தைக்குள் துயிலவரும் சிந்துபாத்தின் அரவணைக்கப்படாத தனிமை தினசரிதையாகிவிட்டது. எல்லாச் சாலைகளிலும் மரங்களின் நிழல்கள் அழிக்கப்பட்டு வருவதில் ‘எமது தொங்கும் கூடுகள் எங்கே எங்கே’ எனப் பறந்துபறந்து வசைபாடியது ‘நாய்.. நரி.. நந்தாங்குழி.. காட்டெழவே.. முழிகண்குருட்டு ராசா கூசா’ என விரட்டிவிரட்டிக் கத்தியது அடைக்கலாங்குருவி. வயோதிக விருட்சிகள் நில வாழ்விகளான மனிதனிடம் விலகியே வாழ்ந்துவருகிறேன் என்றன அடைக்கலாங் குருவியிடம். குருவிகளின் மோகத்தினை வீசியழித்தது கடற்காற்று. கல்நண்டுகளில் ஊளைவாடை தீரவில்லை. எந்த மீனையுமே சிந்துபாத்தோடு கடலிலிருந்து பிரிக்க முடியவில்லை.

சிலையாக நின்றுவிட்ட வாலைமீனிடம் உயிர்வேண்டிக் கெஞ்சின குருவிகள். ஓலை மீன் இன்னொரு மீனைக் கருக்கொள்ளும் கோடுகளை ஆயிரம் தேவதைகளாக குருவிகள் வரைந்துவிடும். உடல்வெளியைத் திறந்து மூடினால் குருவிகளின் விழிகளாகிவிடும். பூவரசமரத்தின் இருமுக உணர்ச்சி. விசும்பில் தாவியலையும் அடைக்கலாங் குருவிகளுக்கு வாழிடம் பெருங்கிளாமரம். தன் சரீரத்தின் அனைத்துப் பகுதியிலும் கதை உயிர்க்கும் சிந்துபாத்தின் சிறிய றெக்கைகள் நிலவுடன் உருமறையும்.

நத்தையில் சுருண்டுவரும் சிந்துபாத்

ராமுழுவதும் மல்லிவாசனை பூத்தெழச்செய்த நடனங்களும் உதிர்ந்தன.

நெய்தல் நிலத்துக்கு உரியமலர்நெய்தல். விளரியின் நிறப்பண்ணே ஆம்பற்பண். இப்போதும் இறங்கு நிரல்.

திணைமீட்பு யுத்தம் விடைபெற்றுவிட்ட வாழ்வுலகிலிருந்து சாம்பல் நத்தைகள் சிவந்து பறக்கும் மையலைத் தொட்டதும் ஊழ்பிடித்துவிடும். இருட்டு நகருக்குள் கடற்காகங்கள் கூப்பிடும். மறைமுக மாலுமிகள் நத்தைக்குள் ஒளிந்த இச்சைகளைப் பூசி நீரில் பிறந்தான் சிந்துபாத். நீர்மனிதன் சிந்துபாத் உணர்வுளை நத்தைகள் எழுதிப்பார்க்கும் உணர்கொம்புகளில் பிரபஞ்சம் பூசிய கோடுகள் அவை. நீரில் சிதறிய காற்றின் இவ்வளவான ஓட்டம் பருந்தின் இறக்கை உதறிய துளிகளும் காகங்கள் கூடித் திரியும் பாசிப்பட்டணம். காற்றுவீசும் சரிவில் தொடர் திவளைகளில் தொனித்தாள் சங்கு பொறுக்கும் கிறுக்கி . அவள் சாயலில் ஒய்ந்து இருக்கும் நத்தைகளிடம் சீற்றத்தை வேண்டினாள். சிந்துபாத்தும் உடுவனென உருமாறிய

சாம்பல் நத்தைதான். தொல்லுயிர்தான் சிந்துபாத். பாசிக்கடல் நிசப்தம். இருட்டு.

சிந்துபாத்தைத் தொட்டதும் வேறுஉரு அடைந்தவர்களின் உடல் கருநத்தைச் சுரியலாய் எச்சில்பட்ட கோடுகளைப் பதித்தனர் அவன்மீது. ஒலிவகைச் சங்குகள் சுழிசுற்றும் காற்று ஒரு நீரின் இசை. சப்தச் சுழியாகும் படிக நத்தைக்குள் சிந்துபாத்தின் உதிர்பருவம் வீசிய காற்றின் சருகொலி இரவுகள் மெலியக் கேட்கும்.

நத்தைகள் மறைமுக சிந்துபாத்தாய் கடலின் உரையாடல் விரிவுகொள்ள சாகரத்துக்குமேல் நீட்டிக்கொண்டிருக்கும் பனிப் பாறையைத் தன் முதுகெலும்பாய் உருவிச்செதுக்கும் உடுவன், சிந்துபாத்தின் ஒளி வருடத்தில் தொடுகிறான். சிந்துபாத்தின் பனிச்சிலையைச் செதுக்கிக் கீறி மோகித்த உடல் படிந்துகொண்டு இருக்கிறது உருகும் பிறையில். கடலுக்கு உள்ளே தன் பாதங்களில் நின்று இருக்கும் பேய்முனைப்பாறை. மெல்ல ஊர்ந்து கொண்டிருக்கிறது கடலடிக் கற்களில். சிந்துபாத்தின் சிற்பம் கடலடி மூழ்கியுள்ளது என்பதில் எந்தச் சந்தேகமும் இல்லை. புரிந்து கொள்ளப்படாத இந்தப் பேய்முனையில் மனிதகுலம் தம் தாபத்தில் கூந்தல் விரித்து அலறுகிறது சிந்துபாத்தைத் தேடி. அவன் நில உடலிகளுக்குக் கிடைக்கப் போவதில்லை.

தாம் இழந்திருக்கும் பிரளயத்தின் கதைக்குள் சிந்துபாத்தின் சாயைகள் பிறைவாளத்தில் தெரிந்து கிட்டவருகிறார்கள். மறைந் திருக்கும் கடற்பாறைகளும் தீவுகளும் மரணத்தில் வெளிப்பட்டு அவை குவிந்திருக்கும் ராட்ஸசக் கடல்விலங்கின் எலும்பு மலையாகப் பனிமூடி உப்பேறி நத்தை நண்டு நாறிப் பாறைகளுடன் உரசிக் கொள்வதில் சப்பநாரைப் பாறைமேல் எழுந்ததில் சிந்துபாத் பழுதான கம்பளம் தெரிந்தது அதில்.

புதிர்களைக் கட்டும் சிந்துபாத் புளூட்டோ கப்பலில் தனிமைக் கூடத்தில் எல்லோரது இருப்பிலும் கதைகளைத் தேடுகிறான். இந்த அனாமதேயக் கப்பல் மாலுமிகள் கைவிளக்குகளோடு மஞ்சள் நீர்நூலகத்திற்கு இரவில் வருகிறார்கள். சிந்துபாத் நூலகத்தின் தொல்லொளிபட்டு அராபிய இரவுகளாக மாறியது கடல். உயிர்ப் படிமைகள் அலைகளினால் நனவிலிகளில் நடமாடவரும் சிந்துபாத் புளூட்டோவின் திரவ நிலவுக்குப் பயணப்படும் வேறாகிவிட்ட விதி. வேறுகோடுகளாய் மாறும் சிந்துபாத்தின் காலமென்பது பனியுகம் உருகும் தோற்றம். கடந்துசென்ற உயிர் மறைந்தும் கதையின்

தொல்லுயிர் மறையவில்லை. மணலும் எலும்பும் ஒரு கதைதான். எல்லாக் கதைகளின் எலும்பும் மணலும் நள்ளிரவிலும் கதையைச் சொல்லிக்கொண்டு முணுமுணுத்தவாறு அலைகளாக உருமாறி உப்பை நக்கி நுகருவதில் கடலலை சீறுகிறது. அலைகளில் வளையும் சிந்துபாத்தின் சாயைகள் நீலநிலவுக்குள் சென்றுவிடும். புளூட்டோவில்தான் மறைந்த கதாபாத்திரங்கள் இருக்கிறார்கள்.

மறைந்த பாலூட்டிகளின் மிக மெல்லிய பாலுணர்வுகள் மஞ்சள்நீர் நூலகத்தின் நகர்வில் இருப்பதாகவும் எலும்புகள் முணுமுணுப்பதில் கதைபெற்று ஓடுவதாகவும் சிந்துபாத்தின் தீராத சலனம் கடலுயிர் களின் பாலுறவுகளிலிருந்து வேறுயாரும் காணாத உயிர்களின் பிரவாகம். காலக் கணிப்புக்கு அப்பால் நொடிக்கு நொடி மனிதர் களைக் கண்டதும் உடனே தப்பிவிடும் சிந்துபாத் கதையின் ரகசியத்துடன் மேவிமேவி எழும் விலங்குகளின் நிகழ்காலத்திற்கு வருகிறான். அகாலம் புரள்கிறது நீர்வாளத்தின் தாபத்தில். கடலின் உப்புநீர் இச்சைகளில் சிருஷ்டி முனையாகிறது. கோடியில் நின்று பார்த்தால் மணல்நுனியில் தோன்றி சிந்துபாத் கடலுயிர்களுடன் உரையாடுகிறான். நனவிலிக்குள் என்னவாக நீர்வாளத்தின் அரிச்சல் ஒலி கேட்கிறது.

அது பூக்களில் தோன்றிய நீர்வாளங்களின் ஆவிகளைக் கனாநிலை கொண்டவர்களோடு ஒன்றுசேர்க்கிறது. மனநோயாளியாய் மணல் அலைகிறது. அந்தவழியே சிந்துபாத் எதிர்காலத்திற்குச் செல்கிறான். மஞ்சள்நீர் விளக்கின் பால்விதி சிந்துபாத்தின் நூலகத்தை அடைவதால் எதிர்காலத்திற்கு புளூட்டோவின் பயணம் செல்கிறது. மஞ்சள்நீர் நூலக இரவு சொல்லும் கதாபாத்திரங்களில் சிந்துபாத்தின் உருவம் ஊரின் சாயலிலும் வேறாய்ப்பட்டது. மஞ்சள்நீர் நூலகத்தில் உறையும் தற்கொலையானவர்கள் வாதைகளையும் உடனடைந்தான் சிந்துபாத். எனவே கதையின் பால்வரை கலையின் விதியாயிற்று. ஆனாலும் புளூட்டோவின் விதியையும் பாதித்த சிறுபெண்கள் அவச்சொல் தாங்காமல் மறைந்த நூலகத்திற்கு வருகிறார்கள்.

தற்கொலையானவர்கள் அங்கு நனைந்த நூல்களுக்குள் சென்று மறைந்து அதே வயது மாறாத திரவநிலவில் மாயப்புழுதியாகத் தோன்றி செங்காற்று வீசிய துயரக்கதைப் பாடலில் விதியின் திறந்த ரேகைகளில் கரைந்து ஊழின் உப்பக்கம் ஆயினர்.

நீரிலிருந்து பிறந்தான் சிந்துபாத் ✦ 203

11

பொம்மலாட்டக் கப்பல்

கவிஞன் பெல்ஸாஸர் லப்ராத்தின் யூதயாழ்
என்னரும் புறாவே என்னரும் புறாவே
நின்னுழைக் கூறுதல் நீயோ கேண்மதி
எள்ளும் சோளமும் அரிசியும் பிறவும்
உள்ளும் குன்றத்து உச்சியிற் கொடுபோய்
மரனிடைக் கூடு வனைந்தக் கூட்டினுள்
ஒருங்குடன் தொகுத்து வைத்தோம்புக ஓம்பின்
மாரி பெய் காலத்து வாய்க்குமால்
நீரும் உணவும் உறையுளும் நினக்கே

செபாஸ்டியான் சான்ஸியோ மச்சாடோ கப்பலில் பெல்ஸாஸர் லப்ராத் உலகின் தொன்மையான யூதயாழை மஞ்சளாற்றுப் படகோட்டி மூர்ச்சங்க் என்றான் சீன ஓவியத்திலிருந்து. அவன் மலைவாழ்மக்கள் யூதயாழை மூங்கிலில் செய்து இசைப்பதைத் தேடிப்போகிறான். இந்த சீன மூங்கில்களில் பல்வேறு வகையான சுருதிகளில் மஞ்சள்நீர்தான் சுழன்று வருவதை ஐந்து முதல் பத்து வகையான சுருதிகளில்கூட சீனாவில் மாடு மேய்க்கும் முட்டாள்கள் பலவகை ஆற்று மூங்கில்களில் வடித்த மூர்ச்சங்க் இசைக்கருவிகளை மஞ்சள்நீர் மேல் வாசித்துக் காட்டுவார்கள். சுருதியை மாற்றுவதற்காக மெழுகினை வைத்துப் பூசினான் லப்ராத். யூதயாழின் சுருதியைக் கூட்டவும் குறைக்கவும் அவன் கவிதைகளால் முடியும். லப்ராத் யாழுடன் குதிரையின் நிழல்களாக நாடு கடந்துவந்தவர்கள் மூர்கள்.

மரக்கலம் நடுக்கடலை அடைந்ததும் அவர்கள் யூதயாழோன் லப்ராத்தை அழைத்து 'இசை பாடுக' என்றனர். அவன் யூதயாழுக்குச் சுருதி ஏற்றி முனகினான் 'நேற்றிரவில் அவ்வழிப்போக்கனைப் புறக்கணித்துப் படுப்பதற்கு வைக்கோல் அப்பெண் கொடுத்து

வைத்தாள் இன்று காலை அழுதுகொண்டு சேர்க்கிறாள் என யூதயாழ் சோகம் இழைக்க குதிரைநிழல்கள் கூட்டமாய் நெருங்கி வந்தன . ஒவ்வொரு நிழலாகவும் மோந்து பார்த்ததில் மூர் வர்த்தகனின் அழுக்குடையில் குதிரைகளின் கொஞ்சல் ஒலிகள் நுரை சிதறின.

மேலும் அவன் பாடினான். 'உன்னைக் காத்திருக்கையில் இரு யாமமும் ஒரு நொடிப் பொழுதாய்க் கழிந்தன. பின்னரையாமமும் ஒரு யுகமாகியது ஏனெனின் துயரிலாழ்ந்திருந்தேன் ஆதலின்...' குதிரைகள் யூதயாழைச் சுற்றி வட்டமிட்ட வேளையில் சொன்னான் லப்ராத், 'உங்களுக்கு முழு மனதுடன் இசைவிருந்து அளிப்பேன் ஆனால், அவ்வாறு செய்வேனாகின் நீரின் எல்லா ஆழத்திலிருக்கும் மீன்களும் குதித்து கப்பலை நொறுக்கிவிடும்' என்றான். குதிரை நிழல்கள் சிரித்தன, சாதாரண எபிரேயனான ஒருவனின் இசை கேட்டு மீன்கள் தூண்டப்படுவதுமுண்டோ அதனால் வருவது வரட்டும் இசை கேட்போம் 'உன் இசையைத் தொடங்குக யூத யாழே... நான் ஏழு கடல்களின் அதிபன் செபாஸ்டியான் சான்ஸியோ மச்சாடோ.' அவனும் பின்னர் 'யாது நிகழ்ந்தாலும் என்மீது பழிகூறற்க' என்றான் தன் யூதயாழுக்கு இசைகூட்டி மூர்ச்சங்கில் காற்றின் விந்தையை தவளைகளின் அறுபத்துநான்கு குரல் சுழற்சியில் உயிரினத்தின் அந்தரங்க இயற்கையை மீட்டினான். உருகினான் சான்ஸியோ மச்சாடோ. அவனுக்குத் தன் சீயாள் கொற்கைக் குடா நாட்டு ஆதக்காளின் ஞாபகம்வர அலைமீது தாவிய மீன்கள் துள்ளிவந்து 'லப்ராத் உன் பாடலை நிறுத்திவிடாதே எனக்காகப் பாடு' என்றது. சுறாவசியக்காரி சுபர்ணஜா அப்பொழுது மகரம் ஒன்றாய்க் கடலிலிருந்து பாய்ந்து கப்பலின் மேல் நீந்தியவாறு 'செபாஸ்டியான் உன் கப்பல் ஊழ்படப் போகிறது' என்றாள். ஆனாலும் லப்ராத்தின் பாடல் அதைத் தடுக்குமாறு சுருதியை மாற்றுவதற்காக மெழுகினை வைத்துபூசிக்கொண்டிருந்தான் வெகுநேரம்.

நீர்ப்பாவைக் கலையின் ரகசியம்

'பழைய கூரையை நாணல்மாற்றிப் பிரித்து மேயவேண்டியிருக்கிறது' (நீர்ப்பாவை கலைகள் மிகப் பழுதானாலும் திரும்பப் புதுப்பிக்க முடியாது).

பொம்மலாட்டக் கூத்தரங்கில் பர்மிய, மலேயா இனக் கலப்புள்ள பழம் மாலுமிகள் நீர்ப்பாவைகளுக்கு பல நதிகளிலிருந்து நீர்ச்சாயம் ஏற்றுவார்கள். அதில் காவேரியும் நீர்ப்பாவையாக

இருந்தாள். நீரில் மூழ்கிய பர்மீய வயலின்களைத் தொடர்ந்து, அங்கே உதயத்தின் குளிர்ச்சியை நீரின்மேல் காலைகள் விடிவதற்கு முன்வரை, நீரை வெட்டிச் செதுக்கிய பாவைகள் மெல்ல நீரில் மறைய, பிறகு விடிந்துவிடுகிறது. தீவுகளில் நீர்ப்பாவை இருக்குமிடம் அவர்களுக்குத் தெரியும். நீர்ப்பாவைகள் பழமையான இலைச்சாறு வேர்களின் நிச்சயத்துடன் கலங்கமில்லாமல் வரைவோரில் ஜாவானிய, பர்மீய சோழநாட்டுப் பெண்களும் உண்டு.

பிரம்ம கபாலத்துள் முளைத்த நெல்லி மர வேரிலிருந்து சொட்டுச்சொட்டாய் தலைக்காவேரி தொனித்த மெலிவுக்கும் மெலிவான ஒலிகளின் அகராதிக்குள் நீர்ப்பாவை தோன்றுவதை குறிஞ்சி நிலப் பழங்குடிகள், மேகராக குறிஞ்சிப்பண்களை ஒவ்வொரு திவலையும் வைரமாய் திருகிய நீரை பாவைகளாக ஏற்றுவார்கள். பழம் செந்நெறிகொண்ட இப்பாவைகள் ஐராவதி நதியில் மூழ்கி யுள்ளன. அவற்றில் வரைந்து அலையும் பெரிய நண்டுகளின் கோடுகள். ஐராவதி தீரத்தின் மறதியிலிருந்து புராணம் உயிர்பெற்று விடும். நீர்ப்பாவையில் பாத தூளியின் அசைவில் எல்லா நதிகளின் மணலும் கலையின் துகள்களாக இயங்குகின்றன. ஐராவதி நதியின் அடிநிலத்தில் பாழியடித்துக் கிடக்கும் நீர்ப்பாவைகளை உருட்டி அம்மண பர்மீயச் சிறுவர்கள் மூழ்கியெடுத்தவையெல்லாம் பளிங்காகின்றன. நாம் இழந்த நதியின் குழந்தைதான் நீர்ப்பாவை. விவசாயிகளின் விரல்களுக்கிடையில் நழுவுகிறாள் நீர்ப்பாவை. ஓரறி உயிரான புல்லும் நாணலும் வளைந்த பாதையில் நீர்ப்பாவையும் வளைகிறாள் பர்மீயப்பெண்கள் ஒலியிட்டு அழைக்கும் பாடலில். அவளை பருத்தி நெசவில் பர்மீய நெசவாளர் அழியாச்சித்திரமாக்கிய தீராத நதிதான் ஐராவதி. பர்மீயத் தொன்மங்களில் பரவியுள்ள மாயமாந்ரீக நீர்ப்பாவை. ஐராவதி நதியின் புதுமையினாலும் ராமாயணக்கதையின் ரகசிய இழைகளாலும் இங்கே சிலம்பில் ஒளிந்துள்ள நடந்தாய் வாழி காவேரியாகவும் நீர்ப்பாவை, திரும்பி வராமல் போகிறாள். வருவதாக அவள் தோற்றம் சிலம்பின் பாடல்களாக மறைந்துள்ளன.

நீண்டகால வாய்மொழிப் பரிமாற்றமாக கமாராப்பட்டின உப்பையே நீர்ப்பாவையாக்கினர். சாயநாட்டியப் பிரபந்தத்தில் சக்ராகாரமாய் வளைந்திருக்கும் மாயப்பொய்கையில் தோன்றும் நீர் பொம்மைகளோடு பர்மா, சோழ தேச மாலுமிகள்தான் உரையாடு கிறார்கள். நிழலற்ற நீர்ப்பாவை நிஜமனிதரைவிடவும் கொழுந்து விடும் எரிமலைப் பிளவிலிருந்து தோன்றியவள். அவள் நீர்

நயனங்களே பொம்மலாட்டக்கயிறுகளை அசைப்பவை. அங்கே கப்பல் பாய்களையும் இறக்குவார்கள். நீர்ப்பாவை சதா இயங்குவதில்லை. நீர்க்கயிறுகளை இயக்கும் விதிவாதி சோழராசன் ராசேந்திரன் பர்மா வந்து கூடவே பார்க்கிறான். நீர்ப்பாவை குளத்தில் மோகினியாட்டக் கலைஞர்களும் சுற்றி நின்று பார்க்கிறார்கள்.

இப்போது ஃபெனிக்தோர் விசித்திர பொம்மைகளோடும் பைத்தியங் களோடும் இறந்தகால மனிதர்களைச் சுமந்து நங்கூரமிட்டு நிற்பது அல்-ஹம்பாரா ஆர்பரில் கப்பலை அம்மான் தோஸ்து அலிகான் ஏன் விடவில்லை. இந்த நீர்ப்பாவை பிரதேசத்தை ஏற்கனவே சுரங்கம் தேடிக் கைப்பற்றிக் கொண்டனர் பாணியர்கள். நீர்ப்பாவை அரசன் சீனர்களுடன் சேர்ந்து தாமிரச் சுரங்கம் வெட்டும் பாணியரை எதிர்த்தான் பர்மாவிலிருந்து போர்னியாவரை. தோல்வியில் வீழ்ந்த நீர்ப்பாவை ராசா, பாணியரின் வர்த்தக ஒப்பந்தத்தால் அடிபணிகிறான். இந்த நீர்ப்பாவை நாடகத்தை கமாராபட்டினத்து கதாபாத்திரங்கள் பொம்மலாட்டமாக நடத்திக் காட்டவும் கவர்னர் தூப்ளேயும் பிரெஞ்சு அதிகாரிகளும் பார்த்து கிளாப் செய்து நீர்ப்பாவை அரசனின் கப்பலை விடுவிக்கிறார்கள்.

ஆனால் கப்பலுக்குள் இருக்கும் 14 வகைப் பொம்மலாட்டக் குழுக்களையும் சிஸிலியப் பொம்மலாட்டக்காரிகளையும் செபாஸ்டியான் சான்ஸியோ மச்சாடோ மாலுமிகளான கருப்புக் காசாதுகளை அந்தரத்தில் தொங்கும் தேன் கள் விடுதிக்கு அழைக்கிறான். கலைஞர்களை நீர்ப்பாவைகளாக நோக்கி வங்கக் கடலில் போக விட்டனர். நீர்ப்பாவைப் பெருங்கலத்தை மீட்டவர்கள் காசாது மாலுமிகளானதால் அல்-ஹம்பாரா ஆர்பருக்குள் செலுத்தினார்கள். இங்கே லெய்டன் கப்பல்களை ஆவிகளே பழுதுபார்த்துவிடும். பேய்க்கப்பலை நோக்கி நகரமே ஈர்க்கப்படும். ஏற்றவற்றங்களில் ஆவிகள் வெளியேறி அல்-ஹம்பாராவை இருளில் ஆழ்த்திவிடும். கடல்மேல் கிரீச்சிட்டு கருங்கோடுகளை வரைந்தவாறு பலியான விவசாயிகளின் கொலைக்குறிப்புகளை உதிர்த்தது நீர்ப்பாவை. விவசாயப் பிணங்கள் ஒதுங்கிய கரையில் சனம் கூடியது. சுடப்பட்ட கொத்தடிமைகள் உறைந்திருந்தனர். அடிமையின் மேல் ஜேப்பிலிருந்து கைப்பற்றிய கறுப்பு டைரியில் மூழ்கிய எழுத்துகள் கரைந்தவையாகவும் முதல்பக்கத்தில் நீர்ப்பாவையின் இசைக் குறிப்புகளும் பாடல்களும் இருந்தன. நீர்ப்பாவைப் பெயரைக் கேட்டவர்கள் வியந்தே போயினர். அதில் ஐராவதி நீர்ப்பாவைகள் பற்றிய புராணமும் இருந்தது.

நீர்ப்பாவை சொன்னது

'நிறைய விரிசல் உள்ள சுவர்க் கசிவில் நீர்ப்பாவைகள் வெளிவரும்' (ஒரு விசயத்தைச் சரியாகப் பார்த்துக்கொள்ளவில்லையெனில் நீர்ப்பாவைக் கலையும் மங்கி விழுந்துவிடும்).

சோழனுக்கும், கெமர் சாம்ராஜியத்துக்கும், பர்மாவுக்கும் இடையில் நீர்ப்பாவை தனி உருவாக வளர்ந்த கதை. இதை நதியின் சடங்காக வழங்கினோம். இங்கே பர்மா நாட்டவருடன் இரத்தக் கலப்பான கலை நீர்ப்பாவை பொம்மலாட்டமும் லெமுரர் சிற்ப, சித்திர ரத்னாகரத்துள் இருப்பது. மயநூல் அறுபத்துநாலுடன் தொடர்புடையதுதான் எல்லாக் கலைகளும். மலேயா இனக் கலப்புள்ள மாலுமிகள் வசித்தார்கள். இவர்களே நீர்ப்பாவைக் கலைகளோடு பல நாடுகள் நுழைந்து மாறுபடச் செய்தனராம்.

மீசானில் சில பொம்மலாட்டக் குழுக்கள் குன்றின்மேலுள்ள 'பின்தின்' கோயிலில் கடினமும் மென்மையும் விந்தையான வகையில் தனித்துவச்சாயைகளோடு கலக்கும். பின்னே சிற்பங்களின் முதுகில் முட்டுக் கொடுத்து அவற்றைத் தாங்கும் வழக்கம் கலையின் வீழ்ச்சியாயிற்று. ஆனால் டச்சுக்காரர்கள் ஆண்ட நாளில் மலேயா தீவுக் கூட்டத்துக்குள் வேறுவேறான கதைகளை பொம்மலாட்டத்தில் காணலாம். ஜாவா, சுமத்திரா, மருதை, போர்னியா, டைமோர், பாப்புவா, செலிபீஸ், பாலி, புளோரில் சிறு தீவுகள் சேர்ந்து எரிமலைப் பிளவில் ஒளியிட்டு மேலெழும் மந்திர நீர்ப்பாவையை நோக்கினர்.

மேகலாரேகை லெமுராக்களின் கலை எரிமலையிலிருந்து பிளந்து நீர்ப்பாவை புராணத்திற்குள் நுழைந்து கதாபாத்திரங்களாய் உருமாறிவிடும். அயனமண்டலக் காற்று ஊர்களில் ராமாயணக் கதைகளில் வரும் பாத்திரங்களை காட்டாறுகளில் செதுக்கும் ஆயிரம் நீர்ப்பாவைகளை தச்சர்கள் கூடிச் சிற்பித்த பொம்மலாட்டம் கண்டனர்.

அந்தரத்தில் தொங்கும் அல்-ஹம்பாரா தேன்கள் விடுதி

கள்ளருந்தவரும் ஆடையணிந்த அந்தப்புர எலிகளுக்கு இனிய குரலில் இசைக்கும் ஆற்றலுண்டு.

வட்டமிட்டுக் கொக்கரிப்போம்
வலையக்கண்டால் கத்தரிப்போம்
வீச்சு வலைக் கண்ணி வைத்தால்

வட்டச்சுழி கெண்டை போல
வலையை விட்டு விலகிடுவோம்

- எலிகளின் பாடல்.

வாராங்கள்ளு வாரவண்டி வண்ணத்தூரு நாட்டுக்கள்ளு
ஆதக்காள் வித்தவிலை பொழுதேறிச் சென்னவலை
பாட்டுக்கு வித்தவலை பட்டாணிதான் ராயவலை
பட்டுமுண்டா செட்டியாரே பவழம் உண்டா பாண்டியரே
பட்டுவந் திறங்குதடி பவழம் வந்த கப்பலிலே
முத்துவந் திறங்குதடி முன்னே வந்த கப்பலிலே

- மீனவன் பாடல்.

கந்தாடு பழந்தேறலின் பாடல் ஸ்வரத்தை உச்சஸ்தாயிக்கு கீசும் கீச்சுக் குரல் நாறல்வாயன் குப்பம் குடிகாரர்கள் கேட்கும் சக்தியையும் மீறிச் சன்னமாகவே முனகும் சுநாதம். 'எதைப்போன்று ஏவாளின் ஆப்பிள் உனது கைகளுக்கு கவிதையைச் சேர்க்கிறது எயிற்பட்டிணத் தேறலே' என்ற பாடலையும், 'கள்ளின் பனிமூச்சு, கடல் மெழுகாக உருகும் அமைதியான அல்-ஹம்பாரா தேன்கள் விடுதி' ஆகிய பாடல்களையும் இந்தச் சிவப்பு அரண்மனையின் ரவுக்கை அணிந்த அந்தப்புரச் சுண்டெலிகள் இசையோடு கேட்டுக்கேட்டு சதா பருகிக் கொண்டிருக்கிறது. சிலவேளை, அவை 'வெள்ளைப் பொட்டிக் கள்ளுக்கு மாற்றுக்கள்ளு வேணும்... ஏலெல்ல ஏலெ ஏசச்சாமி ஏலெ... ஏலமல்லி ஏலெ பில்லஞ்சடை ஏலெ... பேந்தப் பாட ஏலெ' எனப் பாடி 'வெள்ளைப் பொட்டிக்கள்ளு' என்ற குட்டி நாடகத்தை விடுதியெங்கும் நிகழ்த்தி எதிரெதிராய்ப் பாடி ஏந்திவரும் வெள்ளைப் பொட்டிக் கள்ளுடன் இவர்களும் அதன் சங்கீதத்தைக் கேட்கலாம். கனாலிப் பறவை மூங்கில் வராண்டாவில் கால் வைக்கும்போது அதன் குரலொலியும் எலிகளின் பாடலும் ஒன்றாகி வெள்ளை முட்டிகள் சுரக்கின்றன லயத்தில்.

அல்-ஹம்பாரா தேன்கள் விடுதியைச் சுற்றி கூட்டம் கூட்டமாய் நீராவி மேகங்கள் ஒன்றுமேலொன்று உறங்கும் இருட்டில் வந்த நிலவுக்குள் இருந்த கொற்கைக்குடா நாட்டு ஆதக்காள் பாட்டி கதை கேட்க ஆளில்லாமல் மூங்கில் கம்பெடுத்து தட்டித்தட்டி உசுப்பி ஒல்லாந்தர் பட்டமளித்த 'ஏழு கடல்களின் அதிபனை' எழுப்பினாள். நீராவி மேகங்கள் காசாது முத்துவாணிபத் தலைவன் செபாஸ்டியான் சான்ஸியோ மச்சாடோவை ஒட்டிக்கொண்டு ரகசியம்பேசின காது காதாய். அவன் தன்னோடு எழுபது காசாதுகளை இருபத்தியொரு

முத்துக்குளிப்பார்களில் இருந்து குதிரைச்செட்டிகள் போன கருங் கலத்திலிருந்து பார்த்தான். தன் சீயாள் மன்னார்வளைகுடா வரை கால்நீட்டி சுடக்குப்போட்ட சத்தம் கேட்டது அவனுக்கு. அவள் கையிலிருந்த சுண்ணாம்பு வளைய நீர்வளரியை மெல்ல அசைத்ததும் கடலுக்குள் அலைகள் உண்டாயின. பூச்சிகளின் றெக்கைகள் அவளுக்கு இருந்ததால் பேரன் செபாஸ்டியான் சான்ஸியோ மச்சாடோ முத்துப்பட்டணத்திலிருந்து கப்பலில் போய்க் கடல் நீரோட்டம் நோக்கி திருமுல்லைவாசலை அடைந்து கரையர்களைக் கூட்டிச் சோழ மண்டலமேகிப் பரம்பரையாகச் சிப்பிகளைச் சேகரித்து காளவாயிலில் சுட்டு நீற்றிச் சுண்ணாம்புக் கட்டுமானக் கீர்த்தியை அல்-ஹம்பாராச் சிதைவுகளை சீராக்கித் தந்தான். தரங்கம்பாடி டேன்ஸ் ஃபோர்க் உட்கோட்டையைக் கரையக் கொத்தமாரைக்கொண்டு கட்டிக் கொடுத்தான் டேனிஷ்காரர் கேட்டுக்கொண்டபடி. அதிராம்பட்டினம், நாகூர், திருமலைராயன் பட்டினம், காரைக்கால், கூனிமேடு தாண்டி எயிற்பட்டினச் சிதிலத் தோற்றத்தைக் கண்டு விழிபிதுங்க அழுதான் செபாஸ்டியான் சான்ஸியோ மச்சாடோ.

தரங்கைச் சலங்கையர் கூட்டமாய் அவனுக்கு வாவல் மீன் விருந்து வைக்க ஆவலாய்ச் சாப்பிட்டனர் உடன்வந்த கொத்தர்கள். திரும்பப் பாய்மரமேறிச் சேர்ந்த அல்-ஹம்பாரா முத்துக்கடை பஜாரைக் காணவும் அந்தரத்தில் தொங்கும் தேன்கள் விடுதியை வந்தடைந்ததும் வீறிட்டு அலறும் சமையல்காரியாகவும் மாறிய மாநிறத் திருநங்கையருக்கு வெகுமதியாகச் சுருக்குப்பையிலிருந்து ஒவ்வொன்றாகக் கொற்கை முத்துக்களைக் கொடுத்தான். அந்த மூங்கில் தொங்குகட்டைகள் அடுக்கித் தேன்பூச்சிகள் வீடு கட்டிக்கொண்டு விஸ்தாரமாய்த் தேன் உண்டாக்குகிறபடியினாலே, இடைகழிநாட்டுப் பனம்பாளைகளில் மயங்கிவந்த குடிகார முத்துராசாக்கள் தான் தேனீக்கள். யாழ்குடா கோரியஸ்களுக்கும் பரங்கி அதிகாரி ஃபெர்னாண்டோ-டி-குரூஸுக்கும் சமாதானப் பேச்சு நடந்து கொண்டிருக்க தேன் கள்ளின் மந்திரத்தில் ஒன்றுகூடி நாற்படு தேறலைப் பகிர்ந்தனர். தேன்கள்ளுக்கு ஆசைப்பட்ட மயக்கரவு அல்-ஹம்பாராச் சீர்மையில், திறந்திருக்கும் மச்சாடோவின் படுக்கையறைக்கு வந்து அவனுக்குமேல் வாளில் விசும்பி நிழலாய் முத்தித்துக் காத்திருந்தது. அந்தச் சமயத்தில் ஒரு முத்துக்குக்கலயம் கள் வாங்க வந்த தகடு கட்டும் வெண்ணாங்குப்பட்டு கருங்கண் வல்லத்தான், செப்புத் தகட்டில் துவாரங்கள் விட்டு மந்திர நாகபந்தனக் கோலத்தை உடனே வரைந்து தூங்குகிறவன் இடக்கையில்

காப்புத் தாயத்தாகக் கட்டினான்.

செபாஸ்டியான் சான்ஸியோ மச்சாடோவும் பொற்பாதச் செட்டியாரும் கூட்டு வர்த்தகத்திகல் கொற்கை, கயல் முத்துச் சிலாபங்களே பிரதானம் என்றாலும் மெல்லிய சணல்துணிகள், அர்ஸியோன் துணிகள், சாதாரண வர்ணம்தீட்டிய கோல்கோய் ஆடைகள், இருபக்கக் குஞ்சர மேல் துணி, சுத்தஞ் செய்யாத கண்ணாடி, சிவப்புநிறக் கற்கள், மாணிக்கம் இழைத்த முரியாக் கிண்ணங்கள், நாணயங்களோடு உருளும் குறைந்த அளவு சாராயக் குடுக்கைகள், ஜைதுன் எண்ணெய் ஜாடிகள், ஒருவகை பிளிண்ட் கண்ணாடி, தேபீஸ் புளிப்புத் திராட்சா ரஸக் களிமண் புட்டிகள், ஆமைநூல் ஓடுகள், சிறிய அளவு முராவினாலும் வர்த்தகஞ் செழித்ததில் செங்கடல் முகத்துவாரம் போய் ஓலிலிஸை அடைய அங்கே மூர்கள் கப்பல்களை விடாமல் தடுத்ததையடுத்துக் கொற்கைமுத்து வர்த்தகத்தில் உலக விளிம்புகளில் நடக்கும் சிலாபங்களில் ஏரல்களை ஏலத்தில் வாங்கும் வேட்கையில் கடல் நகரங்களாய் நாவாய் செலுத்தும் பெயர்பெற்ற செபாஸ்டியான் சான்ஸியோ மச்சாடோவை ஆர்வத்துடன் ஸார்தே பூமிமேல் நடக்கும் இரவுச் சந்தையின் முதல்வனாக்கிவிடுவர்.

அவன் கொண்டுவந்த கொற்கை ஏரல்களுக்கு அராபியக் குதிரைகளின் பற்களின் தோற்றம் தொடங்கி தடவிப் பார்த்து நடு, மருங்குக் குருத்துப் பற்கள்வரை தொட்டு அதன் ஒளியில் குதிரை மொழியில் பேசுவான் செபாஸ்டியான் சான்ஸியோ மச்சாடோ. பிறகு குதிரை வாய்க்குள் ஒளியாடி வைத்துக் கடைப்பற்களின் மேடுகளை நோக்கியபின் முகநுனியில் வளைந்த மூன்று ரேகையுடையவை களாகத் தேர்ந்து தசம கணிதப்பலகையில் உயர்ந்த முத்துகளைக் கைமாற்றும் வித்தை வெகு சூதானமாய் நடக்கும் மூர்களுக்கும் இவனுக்கும். ஒமேனியில் இருந்த கதித்து நிற்கும் செம்பாறைகளுக்கு ஏறிப்பழகிய குதிரைகளைப் பார்த்து வாங்குமுன் ஒவ்வொன்றின் வைடூரிய ரத்தினக் கண்களையும் பல்வகை நிறங்களைக் காட்டும் புரவிகளின் நயன பாஷையில் விழிகளுடன் ஊடாடி அதை சயமங்கலம் என்றார் பொற்பாதச் செட்டியார். அடுத்த 'ஒரே நிறங்காட்டும் புரவியின் கருவிழிகளுக்குள் அதிசயம் இருக்குது' என்றான் செட்டியிடம். கருமைநிறம் வாய்ந்த அண்ணத்தினை உடையதையும் ஓடும்கால் ஒன்றில் வெண்காலும் சாம்பல் நிறத்தை உடைய புரவியைச் சுழிபார்த்துவிட்டு விலகி விடுகிறார்கள் இருவரும். கால்களை உயரே தூக்கி ஓடும் நடையை யானை, புலி, அன்னம், சிச்சிலிப்புள், புறா, மானின் தாவுதலைக்கொண்ட புரவிகளையே

இருவரும் விலை ஏறும்போதே வளைத்துப் பிடித்துவிடுவர். மூர்களின் அழுக்கு மென்சணலாடைகளில் தீராத குதிரை வாசனையையும் அவனுக்குப் பிடிக்கும். இவனுக்கும் பொற்பாதச் செட்டிக்கும் கொற்கைச் சிப்பிகளின் நாறல் அதன் மூடிய ஒளிக் கூட்டிலிருக்கும். இருபக்கமும் வாசனைகளை உணர்ந்தும் வாங்கினர்.

சிறிய சிறிய மணல் வெளியில் பறிந்து நடக்கவிட்டும் பிறகு மணற்பாங்கான அஜானியக் கடற்கரையில் பாய்ந்தோடி சவாரியும் செய்தனர். முஜாதான் குதிரைவர்த்தகத்தில் அதிகப் பங்கெடுத்தது. முஜாவைச் சேர்ந்த மலாலாவின் குதிரைமந்தைகள் ஏராளம் என்று மூர் வர்த்தகர் கூட்டிச்செல்ல ஏடன், டியோஸ் கோர்டியா இங்கே கிரேக்க இந்திய அரேபிய வணிகர்கள் குதிரை நிழலுக்குள் சந்தித்துக் கொள்கின்றனர். செபாஸ்டியான் சான்ஸியோ மச்சாடோவுக்கு மோஸா அரபு மூர்களின் உயர்ந்த குதிரைகளுக்கான பேரத்தில் கொற்கைப் பேழைகளும் தீர்ந்துதான் போகும். பாபேல் மந்தேவ் ஜலசந்தியைக் கடந்து குதிரைகளோடு ஷேக் சையத் முனைக்கு வடக்கில் தள்ளி வடக்கு வளைகுடாவிற்கு வந்துவிடுவர். அராபி ஸ்தானத்தில் கரையோரமாகச் சென்று குதிரைகளின் புழுதிப்படலத்தில் இருந்து செபாஸ்டியான் சான்ஸியோ மச்சாடோவுக்கும் அரேபியாவின் தற்காலத்து மூர்களுக்கும் எப்போதுமே விரோதமில்லை.

அவனுக்கு வழிகாட்டும் பருவக்காற்றின் போக்குநிலை தெரிந்தவுடன் கிளம்பிடுவான் செபாஸ்டியான் சான்ஸியோ மச்சாடோ. இவன் மோஜாவில் களிக்கும் குளிர்காலத்தில் ஊர்சுற்றியாய் மோஜாவுக்கு வந்த எபிரேயக் கவிஞன் பெல்ஸாஸர் லப்ராத்தை மட்டிபால் வர்த்தகன் தலாத் ஹால்மனுடன் சந்தித்துக் கொண்டதில் மூவரும் அபுல் காசீம் எனும் பயணி சீனாவில் தாம் கண்ட ஒரு அதிசயத்தைக் கூறும் கதையின் வாயிலாக ஒருநாள் பகல் மயங்கிய அந்திவேளையில் மோஜாவில் இருந்த குதிரைவர்த்தகர் களின் சூதாட்டக் கூடாரங்களைக் கடந்தால் வரும் வர்ணம் பூசிய மரத்தாலான ஒரு வீட்டுக்கு இவர்களை அழைத்துச் செல்ல அங்கு ஒருவகை சோக இசை அவ்வீட்டிலிருந்து கேட்க அந்த மரமேல் மாடிக்குச் சப்தமின்றிப் படிகளில் ஏறிச் சென்று கீழே எட்டிப் பார்த்தார்கள். அங்கே குறுகலான புழுதி நிறைந்த சந்தில் அரைகுறை ஆடையணிந்த குழந்தைகள் சிலர் விளையாடிக் கொண்டிருக்க ஒரு சிறுவனின் தோளில் நிற்கும் இன்னொரு சிறுவன் நடிக்கிறான் ஒரு சிலையாக. அவன் கண்களை இறுக மூடிக்கொண்டு பெல்ஸாஸர் லப்ராத்தின் கவிதையைப் பாடுகிறான். இந்த விளையாட்டு

வெகுநேரம் நீடிக்கவில்லையாயினும் சிலையாக நடிக்க விரும்பியது இவன் கவிதைகளிலிருந்துதான். அந்த வீட்டை வர்ணிக்க இயலாது. அதில் இருந்தன மூன்று அறைகளில் அல்-ஆந்தலூஸியச் சித்திரங்கள் வரைந்த பெட்டிகளிருந்தன ஒன்றன்மேல் ஒன்றாக. அப்பெட்டி களுக்குள் குதிரை லாட ஆசாரிகள் வசித்தனர். அதிலேயே அவர்கள் உண்டனர், குடித்தனர், தரையிலும் மாடியிலும்கூடக் குதிரைத் தோலில் சுருண்ட ஜாமங்களில் செந்நிற முகமூடி அணிந்திருந்தனர்.

அவர்கள் பெல்ஸாஸர் லப்ராத்தின் கவிதைகளைச் சித்தார் கொண்டு வாசித்தனர். மட்டிப்பால் வியாபரத்தில் பிரசித்திபெற்ற சேட் சுலைமான் அவன் ஒவ்வொரு கவிதைக்கும் செபாஸ்டியான் மச்சாடோ வாங்கிய குதிரைக்கு விலையாகக் கொடுத்த கொற்கை ஏரல்களை ஒவ்வொன்றாகச் சமர்ப்பித்தவாறிருந்தான் கவியின் கருப்பு மேஜை மேல் வைத்தவாறு. ஒரு அரக்குக் குதிரையின் வேகத்திலிருந்து தெறித்த சொற்கலாந்தத்தில் வெகுவாய் வெகு பாஷை கொண்டது அவன் கவிதை. செபாஸ்டியன் ஸான்ஸியோ மச்சாடோ குதிரை களோடு பெல்ஸாஸர் லப்ராத்தையும் முத்துப்பட்டிணம் திரும்பும் போது கூட்டிச் செல்கிறான். கப்பலின் கீழறைக்கு இறங்கி வந்து எபிரேயக் கவியோடு தொடரும் உரையாடலில் மோஜாவின் மட்டிப்பால் புகை வளைந்து கவிதையின் அகப்பளிங்கில் அரபி, எபிரேயம், அராமிக்குடன் நெருங்கிய உள்ளுமையை உணர்ந்தான் மச்சாடோ. யூத அரபு இலக்கிய மரபுகளின் எழுத்திலும் ஒவ்வொரு காலமாய்த் தாண்டிவரும் பாமரர்களின் பேச்சுவழக்கில் யூத வழிவந்த பழுதான பாப்பிரஸ் சுருள்களைத் திறந்து இலக்கியமாகும் தல்மூத்தையும் புராண இதிகாச அபிதானக் களஞ்சியமான மித்ராஷை எபிரேயக் கவிஞன் இவனுக்கு கடற் பயணமெல்லாம் வர்ணித்த காற்றில் தோன்றிய நகரங்களின் தெருக்களில் படர்கிறான் காஸாது செபாஸ்டியான் சான்ஸியோ மச்சாடோ. அந்த எபிரேயன் ஒட்டகத் தோலில் சுருட்டியிருந்த ஹாதீதுத் திரட்சியை விரிக்கிறான் இறந்த விண்மீன்களின் ஒளியில். எபிரேயனின் குரல்வளையில் உருகும் பனியாக விடிகாலைகளில் கவிதையாகக் கவிந்து வியத்தகு நெருக்கத்தில் இணைந்திருந்தான் செபாஸ்டியான் சான்ஸியோ மச்சாடோ.

எபிரேயம் அராமிக் இரு மொழிகளுக்குமிடையே கசிந்து கப்பலில் கூடவரும் முதியவர்களில் ஒருவருக்கொருவர் மெல்ல உரையாடும் வெகு பாஷைகளையும் கவனித்தான் செபஸ்டியான் சான்ஸியோ மச்சாடோ. அவர்களிடமே விளக்கம் கேட்டான்.

ஆப்ரஹாம்/இப்ராஹிம், மோசே/மூஸா, யோபு/ ஐயூப், யோசேப்பு/ யூசுப் இவர்களோடும் புராதன உறவாயிற்று மச்சாடோவுக்கு. ஒவ்வொரு இரவாய் வந்து உரையாடும் தீர்க்கதரிசிகளின் கதைகளையும் கவிதைகளையும் பழமொழிகளையும் உறங்காத அலைகளோடு கேட்டான் மச்சாடோ. இவ்விரு மொழிகளுக்கும் பொதுவான ஓர்மை இருப்பதை, தன் புதிய சிநேகிதன் பெல்ஸாஸர் லப்ராத்திடம் கேட்டுத் தெரிந்துகொண்டதைவிட அரபிக் கவிதைகளின் ரகசிய ரேகைகளில் ஒவ்வொருவர் இசையும் அந்தகார இருளில் கரைந்து சுருதி சேரும் அல்-ஹம்பாராவின் அபூர்வ லயத்தில் நகரங்கள் மிதந்து பனிக்கருவில் விடிவதாகக் கண்டான். எபிரேயக் கவிதைகளை வெடிப்பெழுச்சியாய்த் தோற்றுவிக்க எபிரேயக் கவிஞர்களிடம் அல்-ஆந்தலூஸியத் தொன்மம் மறைந்திருக்கிறது. அல்-ஆந்தலூஸியக் கனவுகளில் மூழ்கியிருந்த கவிஞன் பெல்ஸாஸர் லப்ராத்தின் தலை தல்மூத் புராண இதிகாசத்தைத் தானே சொல்லும் இரவுகளைத் தட்டின பாப்பிரஸ் கோரைத் தாள்கள். மச்சாடோவுடன் எபிரேயக் கிளியொன்றும் இருக்கிறதென்று ஆனது. அல்-ஹம்பாரா பெண் அரண்மனையின் இருளில் மறையாத சிவப்பு நீர்மைக்குள் பறந்தவாறு எபிரேயக் கிளியோடு உறங்குகிறான் இனியான கவிதைகளுக்காக.

சாம்பிராணி நாட்டிலிருந்து கொண்டுவந்ததெல்லாம் அல்-ஹம்பாராவின் புகையூட்டும் புராதன வாசனையின் மயக்கப் பரப்பிற்கு வருகிறார்கள் மாநிறத் திருநங்கையரும். க்ருதகுமாரி என்னும் ஒருவகை வாசனைச்செடியின் ஜாலமான பெல்ஸாஸர் லப்ராத்தை, தோஸ்து அலிகானின் அரசாணி மர்ஜானா மதினா நிஷாவிற்கு பாப்பிரஸ் சுருள்களுடன் அரசவைக்கு வந்த கவியாக சமர்ப்பிக்கிறான். மணலில் ஓடும் கோடுகளைக்கொண்டு நன்மை தீமைகளைக்கூறும் கலை இல்முர் நமல் எனும் ராவுத்தராயன் குதிரைலாடக்காரனையும் ஒப்படைத்தான் குதிரைகளோடு நவாப்பிடம். அப்போதுவரை குறும்பனை நாடும், ஏழ்பனை நாடும் நெடுவாலப் பனைமரங்களாய்ப் பேய்க்கூச்சலிட்டன உரசிக்கொண்டு. லெமுரி மண்மத்தைத் தாக்கிய கருப்பு மின்னலில் பனை நாடுகளெல்லாம் கடலுக்குள் தாண்டுவிட வெடிப்பெழுச்சியில் தீபகற்பத்தைவிட்டு துண்டித்துக்கொண்ட இந்தத் தீவின் வடபகுதியிலும் முத்துப்பட்டணத்துக்கு மேல் வடகிழக்கில் பாலியாற்றுக்குத் தெற்கில் தாழைக்காடு, கைப்பாணி, யக்கியர் குப்பம், வங்கக்கரையோர வெள்ளரிவோடை, உச்சிப்புளி, சேத்துப்பார், தும்பிச்சி ஆண்ட

கரிசல்காடு வாலிநோக்கம் திரும்பி கீழே கொம்புத்துறை, செந்தூருக்கு மேலேயும் கீழேயும் உடன்குடிக் காடெல்லாம் சுற்றியிருந்த லட்சம் பல பனங்கூட்டமாய் கருத்து முளைத்தெழும் மின்னலுக்குள்ளிருந்து கீற்றோலையைக் கிழித்து ஏடுகளை எழுத்தாணி சாயாமல் எழுதிய முதல் மனுஷி சான்ஸியோ மச்சாடோவின் சீயாள்தான். அவளுக்கு சவேரியார் விரல்நீட்டி வரைந்த அருள்நிறை மந்திரம், உத்தம மனஸ்தாப மந்திரம், அவர் சொல்லத் தானே மனப்பாடம் செய்து கொண்டாள். பேரனோடு தசமகணித முத்துப் பலகையை எந்நேரமும் கக்கத்தில் இருந்து எடுத்து விரித்தவள் ஒவ்வொரு முத்தாய் தரம்பிரித்தாள் சீயாள். பேரனோடு கிளம்பிய படகுப் பாட்டியானாள். அல்-ஹம்பாரா வேலையாட்கள், அடிமைகள், நோயாளிகள் இருந்த மீனவக் கிராமங்களுக்கும் நெடுக நடந்தாள். பெயரிலிருந்து துணைப்பெயர்களுக்கு வந்தார்கள். லோபோ, சான்ஸியோ மச்சாடோ, மோத்தா பரிச்சயமில்லாத பெயர்களில் மீனவர்களைக் கடலோர ஊரெல்லாம் கவ்விக் கொண்டனர் போர்ச்சுக்கீசிய முன்னோடிகள். கண்டல்வேலி கழிசூழ் படப்பை தென்கடல் பெருங்கழி நாடு, சிறுபல் தொல்குடிப் பெருநீர்ச் சேர்ப்பும் கட்டாரை மங்கலம் போய் புளிக்குடி கிடந்து வரகுண மங்கையைக் கண்டாள் கொற்கைக்குடா நாட்டுச் சீயாள்.

தேன்பாக்கம் கள்ளுக்குச் சுட்ட கருவாடும், பரங்கிப்பேட்டை சுகந்த மூக்குத்தூள் மட்டையும் கண்டாங்கியில் முடிந்திருந்தாள். புகையிலைக் கிறுக்கு தேறலின் சாரத்தினைத் தொட்டுக் கையால் அள்ளி ஊட்டினாள் கிழவி கர்ப்பிணிகளுக்கு. பனைவிட்டத்தில் கயிற்றில் பிரசவ வாதையில் அழுதவள் அதரத்தில் ஒரு மரத்துக் கள் முட்டியைப் பருகக் கொடுத்து தானும் மண்டியைக் குடித்தாள். சூணாம்பேடு செம்மண் விளக்கு வைத்து சிசுக்களுக்கு சேனைவைத்த கள்சொட்டில் அங்கே மீனவர், பட்டினவர் கூட்டம். இங்கே சாண் சத்ரியர் கூட்டம் குலவையிட்டு பாட்டியோடு அந்திக்கள் இறக்கப்போனார்கள். பாட்டிக்குப் பனைவாடியில் ஓலைக்குடிசை போட்டுக்கொடுத்தார் கடப்பாக்கம் வாதிரிமார். கூரைமேய்பவன் புங்கவர்நத்தம் மண்கூரை வீடுகளில் கள்ளில்லாக் காலத்தில் சேடார் நெசவாளிகளாகவும் பனையேறிகளாகவும் பனை சுரந்தால் வாதிரிமாராகவும் ரெட்டைத் தொழில். சுரக்குடுக்கைகளை இடாயெருமைகளில் பொதிபோட்டு வந்த ஒல்லாந்தர்களோடு முத்துமாலை சூடிய அல்-ஹம்பாரா இளவரசி மீரா உம்மாவை கழுதையில் வைத்துக் கூட்டிவந்தார்கள். 'நாகூர் கைத்தறி ராவுத்தன் புகையிலை இருக்கா... சுருட்டு தீர்ந்து

விட்டது' என்றாள் ஒல்லாந்த இளவரசியிடம். 'யாழ்ப்பாண சுருட்டுக்கட்டை இருக்கு அதற்குக் கைமாறாய் பரங்கிப்பேட்டை நாகபட்டிணம் மான்மார்க் சுகந்த மூக்குத்தூள் இருக்கா உன்னிடம்... உன்பேரென்ன நாடென்ன... ஆமையாய் சாபமடைந்த காரணம் என்ன' என்று சுருட்டுக் கட்டை பேசியது. எச்சில்பட்ட சுருட்டுக்குப் பாட்டியும் ஒல்லாந்த இளவரசியும் பந்தமாயினர்.

'முத்துக்குளத்தில் நல்லதண்ணி மீனிருக்கு... தூண்டில் போட்டு பிடிப்போம் வா' என்றாள் கிழவி. 'எனக்கு மீனும் வேண்டாம் ஒண்ணும் வேண்டாம் உன் எச்சில் சுருட்டுக் கட்ட போதும் பாட்டி...'

கொற்கைக்குடா நாட்டு ஆதக்காள்பாட்டி மாறமங்கலம், பழைய காயல், மஞ்சள்நீர்க் காயல், இடையர்காடு, சூளவாய்க்கால், கோவங்காடு, முள்ளிக்காடு, உமரிக்காடு, மங்கலக்குறிச்சி, இனபந்துக் களைக் கூட்டிவைத்து புகைத்தவாறு கட்டைச்சுருட்டை ஒவ்வொரு பரதவக் கிழவிக்கும் கைமாற்றிக் கொடுத்தாள். 'அல்-ஹம்பாராவில் உள்ள குளியல்கேணியில் மீன்முகம் கொண்ட ராணியொருத்தி சுறாவசியக்காரி நித்தமும் ராத்திரி குளிக்க வாரா கடல்மச்சங்களோடு... மீன்கன்னி உருவெடுத்து. அங்க நீ முங்கி எழுந்தா உன் ஆமையுடல் மறையும். அல்லி பூக்கும் வேளையில உலர்ந்து வளைந்த பழைய பேரீச்சை மடலைப்போன்ற பிறை புறப்பட்டு வருகையில் சந்திரனுக்குப் பல கதாநிலைகளைச் சொல்லிச்சொல்லி வருவோம். உன் ஆமையுடல் மாறிவிடும்' என்றாள் பாட்டி.

'பாலியாற்றுப் படுகைவரை தூண்டில்போட்டு புதுப்பட்டினம் முடிவடையும் சதுரவாசன்பட்டினத்திலும் முத்துக்குளிக்க வருவேன்' என்று ஒவ்வொரு பிறையாகக் கதைபோடத் தொடங்கினாள் கிழவி.

கேட்டுக் கேட்டு யாழ்ப்பாணக் கடல்நீர் ஏரியில் நித்திரை தீராதவள் ஆமை இளவரசி மண்அணைகள் மேல் நடந்து மரக்காணத்திற்கு வடகிழக்கு வரை நிலவு செல்கிறது. நல்லதண்ணீர் தீவுநீர் ஏரியில் அழுகிப் புழுத்த மீனைப்போல் நாறிக்கிடந்த நிலவு நீந்தி மேலக்கிடாரம் கீழக்கிடாரம் தொடுவாய்கால் வழி ஊர்ந்து போய் தேவதையானாள் சிப்பிகுளத்தில். அங்கு நீராடும் பெண்களோடு ஆமை உடல் களைந்து குளிக்கிறாள் புலிப்பள்ளத்தில். பாட்டியோடு வெளிப்பட்ட பூச்சிக்காரி என்றே கொஞ்சினார்கள். சுக்காம்பத்தி ஊரணிக்கும், மரக்காணம் உப்பளத்து முடுக்கு பனங்காட்டுக்கும், எயிற்பட்டினம் திட்டுத்திடல் பனங்கூட்டத்துக்கு அருகில்

தலைப் பாசிப்படுகையில் அவளும் பச்சையானாள். தேய்பிறை மடுவில் குளிக்க பெண்கள் அச்சப்படுவார்கள். கடல்மல்லைக்குத் தெற்கேயுள்ள மணல்வெளிகளில், நூறு நூறு தடாகங்களைப் பிறை வடிவில் அமைத்திருந்தனர்.

பாட்டியிடம் மஞ்சள்நீர்க் காயலில் பூர்வீகப் புல்வேய்க் குரம்பை மொட்டை மண்மெத்தில் ரொம்ப காலத்துக்குமுன்பே ஏடுகட்டிய தாவரஅபிதானம் பாசி உடலாக முளைத்திருந்தது. வரண்டியாவேல் பேராண்டியை அவள் வளர்த்த ஊர் ஆகும். அல்-ஹம்பாராக் கோட்டையின் சுண்ணாம்புக்கல் அடுக்கில் கசிவுற்று ஒரு ஆமை இளவரசியாக குடாவில் பாய்ந்த ஒலி க்ளப்... எனக் கேட்டது.

இந்த அல்-ஹம்பாரா இளவரசிக்கு ஒரு கண்ணில் 15000 இலை வகைகளின் சாயல் இருப்பதாக இங்கே படகில் வந்த ஷேஃப்ரிபாவா சகோதரன் பெவிஸிக்கு காதில் முணுமுணுத்தான். பனைகளின் நிழல் நகர்வுடன் உணர்ந்தனர். தேன்பாக்கம், சூணாம்பேடு பதநீர் ருசிக்கு இருவரும் அடிமைகள். ஏனோ கொற்கைக்கள்ளை அறியாதவர்கள். சுண்ணாம்பு தொட்ட பால் பதநீர் ஆயிற்று.

செபாஸ்டியான் சான்ஸியோ மச்சாடோவின் அல்-ஹம்பாரா தேன்கள் விடுதிகள் எயிற்பட்டணத்தின் அந்தரத்தில் அசையும் வேளை லெமுர் குருவிகளின் ஒலிப்பாட்டம் பாணரின் பாடல் என வர்ணித்தாள் சுறாவசியக்காரி சுபர்ணஜா... திக்கம் வடிசாரத்தில் மூழ்கினாள். கடல் நெடுக அவ்வையின் தடமிருப்பதில் இவளும் ஒத்துப்போகிறாள். சதுரவாசன்பட்டினம், பெரியபட்டினம் அல்-ஹம்பாராவைச் சுற்றி பத்தாயிரம் பனைகள் கருப்பட்டி மணக்கும் பாம்பு வெளியேறாத பனைவாடிப் பக்கம் ஒல்லாந்தர், பரங்கி, பிரெஞ்சியர் ஆவிகளும் தேடிவரும். அவளைத் தூரத்தில் கண்ட நளவர்கள் மேலிருந்து கூப்பிடுவார்கள்.

கலந்த பனைக்கூட்டத்திற்குள் வந்துகொண்டிருந்தாள் சான்ஸியோ மச்சாடோவின் சீயாள் கொற்கைக்குடா நாட்டு ஆதக்காள். பனைக்குப் பனை கள்ளை மோந்து பார்த்தாள். 'ஒவ்வொரு பனைக்கும் கள்வேறு முனிவேறு' என்றனர். ஆதக்காளின் சகோதரிகள் பம்பையும் பஞ்சவர்ணமும்.

சான்ஸியோ மச்சாடோவின் இரு சகோதரர்களில் ஒருவன் பச்சை வீடுகளிலும் இவன் நீல உறைவிடங்களிலும் வரைபடங்களில் கீறி சுறாவசியக்காரிக்குக் கொடுத்தனர். டச்சுக் காணியாச்சி வரைபடத்தில் தென்துறைமுகம் கோல்கோய், முத்துப்பட்டணக் கடற்கரையில்

அந்தரத்தில் தொங்கும் தேன்கள் விடுதி ஒன்றை நிர்மானித்தவர் சுறாவசியக்காரியின் சீயான் மயனாசுரன். நிலவு பாட்டியுடன் இறங்கிவர வடிவம் எட்டாம்பிறையாக அமைந்தது.

தாமிரத் தீக்கோட்டையைப் பார்த்த ஒல்லாந்த ஆவிகள் அல்-ஹம்பாரா தேன் கள்ளுக்கு ஏங்கித்தான் இன்னும் நாடு திரும்பவில்லை. மாஜி ஒல்லாந்த ராணுவத்தினர் இடைகழிநாட்டுப் பனங்காடுவரை போத்தலை நீட்டி பனையேறிகளிடம் 'அடியேனுக்கு மதுரக்கள் கொடு' என்பார்கள். கள்ளுப் பொதிமாடுகள் வந்துசேர நாட்களாகிவிடுவதால் தேள் கடுப்பன்ன நாட்படு தேறலை மாந்தி உண்ட வௌவால்களாகப் பறந்து பறந்து திரிந்தன இருட்டில். 'தேரிக்கள்ளு, ஏரல்கள்ளு கொண்டுவா' என விடுதியே அந்திக் கள்ளுடன் நிசிக்கடவுவரை ஆடியவாறு கூப்பிடும், பொதிமாடு போட்டுவரும் மரக்காணம், சூணம்பேடு பனையேறிகளை.

அல்-ஹம்பாரா சாக்கோட்டையில் உலவிவரும் பிரெஞ்சு, பரங்கி, இஸ்பானிய மூர் ஆவிகள் இரவானால் கொத்தளச் சுவர் இருட்டிலிருந்து ரகசியமாய் முத்துவணிகன் செபாஸ்டியான் சான்ஸியோ மச்சாடோவின் தொங்கும் விடுதிக்கு வந்துவிடுகிறார்கள். மூர்களிடம் முத்துக்கு அரக்குக் குதிரைகளை வைத்துச் சூதாடி ஏறிய விலையை இறக்கினானாம். அவனோ 'ஏறினானாம் கப்பலிலே, இறங்கினானாம் சந்தையிலே, கைபோட்டு வாங்கினானாம் புரவிகளை' வெப்ப மண்டலத்தில் சிறகுகளைக் காயவைத்து கழுகின் மூச்சைத் தொட்டுக் கீறும் வரைபடங்களில் தென்கிழக்காசிய அயன மண்டலத்தில் மயனாசுரன் அமைத்த தொல்லிய வீடுகளின் ஒரு அமைப்பில் ஓடும் பரிதியிலிருந்து உலோகங்களை வடிக்கும் ரசவாதிகளாக விடுதிகளின் கோப்பைகளோடு குதிரைகளையும் இடமாற்றிவிடுகிறார்கள்.

இலங்கையில் இருந்து பகோலாக் கப்பலில் பைபிளைத் திறந்து ஷீபாராணி கொடுத்த அசல் முத்துகளைக் கதைகதையாய்த் தொகுத்துக் கொடுத்த 'மௌத்திக ஒளிக்கதிர்' எனும் முத்தாலான மேல்சட்டை வைத்திருக்கும் காசாது செபாஸ்டியான் சான்ஸியோ மச்சாடோவைத் தேடியும் தளபதி லாரன்சுக்கு வழிகாட்டிய பனையூர் கம்மந்தான் அதைக் கைப்பற்றும்வரை படத்தின் மோப்பத் தடத்தில் வந்தவர்களைத் தடுத்தாள் சீயாள் கொற்கைக்குடா நாட்டு ஆதக்காள். அவனிடமிருந்த முத்து மேலாடையை கைப்பற்ற பீரங்கி வைத்துச் சுட்டாலும் முத்தாடையை கண்ணில் காட்டவில்லை அவள்.

சிலந்திக் கப்பல்

பேலுர் ஆற்றுமணலை மட்டுமே சேகரித்து கண்ணாடியாக உருமாற்றி கண்ணாடியை நீலலில்லிப் பூவாக்கி, அப்பூவை கலீபா முஸ்தபாவின் குமாரத்தி கவி வல்லாதாவாக்கிப் பிறகு அவள் கவிதையின் உருப்பளிங்கில் எகிப்திய ராசகுமாரன் தோஸ்து-அன்ஹு- ஆமூனின் அகேநத்தன் வளரியாக்கினான் கிளென்மார்கன். பினீசியக் கடற்கரையில் பேலுர் ஆற்றுக் கழிமுக வெடியுப்பைக் கொணர்ந்த சிலந்திக்கப்பல் சேதமுற்று அகேநத்தன் கடல்நகர நீர்பெயற்றில் ஒதுங்கியது. அக்கப்பலில் சேகரித்த வெடியுப்பு பேலுர் ஆற்று மணலுடன் கலந்துவிட்டது. அங்கே குளிர்காயும் துறவி ரோஸாவுடன் பினீசிய மாலுமிகளும் தீவளையம் சுற்றி சிடே மதுபான விருந்தின் இரவில் மணலுடன் கலந்த வெடியுப்பு சூடாகி ஒரு கலவைப் பொருளாகி அதுவே இறுதியில் உருப்பளிங்காயிற்று எகிப்தியப் புராணத்தில். பின்னர் அதை இயற்பியல் துறவி ரோஸா கண்ணாடி யாக்கி முகம் பார்த்து ஒப்பனையிட்ட நடு நிசியில் கிளென்மார்க்கனாய் உருமாறினார். அதை மாலுமிகள் பினீசியக் கண்ணாடியென்றே கிழக்கே கூவி விற்றனர். பினீசியக் கண்ணாடி நிரல் பெயர்க் களஞ்சியத்தில் பாமேசியர், பனேசியர், பினீசியர், முன்னைப் பனையோர்களான லெமுரர்களாகவும் காட்டியது வேர்ச்சொல். எகிப்துக்கு கப்பல்கட்ட அளக்கும் தச்சு முழமாக வளரியைத்தான் அளவுகோலாக கொண்டு சென்றனர்.

நூலில் உள்ள பூனைவால் கொண்ட புனுகுராணி ஆந்தலூஸ் ஈன்றெடுத்த கலீபா முஸ்தபாவின் குமாரத்தி கவி வல்லாதா கப்பலெங்கும் கவிதையை தைத்துத் திரிகிறாள். யார் நுழைந்தாலும் வெளியே வரமுடியாத பினீசிய சிற்பிகள் நிர்மாணித்த அல்-ஹம்பாரா பெண் அரண்மனையில் மறையும் விதி. அவள் நெய்த நூல்வரிகள் கண்ணுக்குப் புலப்படாத மொழியின் கண்ணாமூச்சி விளையாட்டு. நூலில்தான் சிக்கிவிட்டீர்கள். பேரழகின் நூல் நிறங்களை மறைத் திருக்கலாம். நீங்களும் புனுகுராணி வல்லாதாவுக்கு இரையாகப் போவது நிச்சயம். அவளைப் பிரிந்துவர உங்களால் முடியாது. சிவப்புநிறப் பெண் அரண்மனை நீரில் பட்டால் ஆடைகள் காணாமல் போய்விடும். எழுத மறந்தவற்றை அல்ஹம்பாராவில் நெய்கிறாள்.

கலைஞர்களும் புத்திஜீவிகளும் அவளிடம் தஞ்சமடைந்தவுடன் இயற்கையான நிறங்களின் குணங்களோடும் தோட்டங்களோடும் ஒன்றுகலந்துவிடுவர். புனுகுராணி வல்லாதா அல்-ஆந்தலூஸ்

சிலந்திக்கப்பல், தறியோசையில் விழித்திருக்கும் இரவுகளில் பாவோடித்தெரு அல்ஹம்பாராவில் இருந்தது. சிற்பம் சிதறி வெறிச்சிட்டுக் கிடக்கிறது இன்று. எயிற்பட்டினம் மணல் தெருவில் தாழ்வாரங்களைத் தொடாமல் சிலந்திக்கப்பல் பக்கிங்ஹாம் கால்வாயில் மிதந்துசெல்லும் நூல்வழி. முன்னுடலைத் தூக்கியும் இறக்கியும் பின்னுடலின் முன்பாகத்தோடு உராய்வித்து கடகடவென்று ஒலி செய்வது உனக்குக்கேட்கிறதா அல்-ஹம்பாரா நெசவுப் பெண்ணே.

நம்மைப் பற்றிக்கொண்டு தலைகீழாகப் பாலியாற்றில் நிலை கொண்டிருக்கிறது சிலந்திக்கப்பல். யாருடைய அங்கீகரிப்புக்கும் ஏங்காத கடல்மல்லை, அரிக்கமேடு ஜார்களின் கீறல்களில் வழிகிறது இறந்த நம் காலம். மணல் மணிகளை உருட்டாதே காற்றே. அரிக்கமேட்டின் மெல்லிய ஆவிகள் கற்படைக் கோவிலில் உறங்கட்டும். இடைகழி நாட்டு மணல் ஓடி திரவப் பிசினில் மயங்கி ஒளியிட்டு சிலந்திக்கப்பல் கல்மணிகள் அதிர புனல்வடிவ வலைக்குள் சிக்கியிருக்கும் தொல்லுடல் கீறல் விடுகிறது. வல்லாதா காற்றில் விடும் கவிதை ஓடிவருகிறது. வினைமான் அருங்கலம் கசியும் நம் வேட்கை தீரவில்லை இன்னும். முரசிப்பந்தனம் ஏகிய அரிக்கமேடுபட்ட வினைமான் மண்ணுருவங்கள் பெயர்தெரியாக் குயவர்களால் இயற்றப்பட்டிருந்தாலும் ஆயிரம் வருஷங்களில் சில ஆயிரம் வருஷங்கள் புதைந்த அடுக்கில் எடுக்க எடுக்க ஜார்களின் நூலகம் திறந்தாள் வல்லாதா. உள்ளே சிலந்திக்கப்பல் அதன் பெயர் வங்க்ஈட்டத்து தொண்டியோர், எயிற்பட்டினவாசிகள் வருகிறார்கள். வண்ண நரைக்கலமேற்றி பாலியாற்றில் மிதக்கும் படகுகள். கெடிலப் பாசித்துறையில் கலக்கும் கீழைக்கடல் அருகே இருக்கும் செயின்ட் டேவிட் கோட்டை போர்ட்டோநோவா கடற்துறையும் நான் எனச் சொன்னான் மாலுமி. கடம்பின் பெருவாயில் கடல்நகரம் வாகைப் பெருந்துறை என்னும் இடத்தில் நடந்த போரில் சிதைந்த நரைக்கல பொம்மைவீரர்கள் கடம்புமரம் கடைந்த மரப்பாச்சிப் போர்வீரர்களோடு பொருதுதல்.

இருபக்க வீரர்களுக்கிடையே ஒரு நூலைக் காற்றில் விட்டு அதில் தன் படைப்பின் சாத்தியத்தில் ஆயிரத்தில் ஒரு இழையில் ஊசலாடிக் கொண்டிருக்கிறாள் சிலந்திப் புனுகுராணி வல்லாதா. முகமது யூசுப் கான் சாகிப் அவளை அடைய விழைகிறான். ஆனால் கலத்தில் சென்றபோது நடுக்கடலில் மூழ்குவதாகத் தோன்றி விலகிவிடும் சிலந்திக்கப்பல். அவனால் வல்லாதாவை நெருங்கமுடியவில்லை.

அரபு நாட்டுக் கப்பலோட்டிகள் தோன்றினார்கள். மூர்களின் குதிரை வியாபாரம் பரங்கியருக்குக் கைமாறிவிட்டது. நறுமணத் துணிக் குல்லாவில் தன் வரிகளை நெய்கிறாள். இதை நவாபுகள் தலை யிலணிந்துகொண்டார்கள். நறுமணத் தைலங்களில் நனைத்த துணிப்பூக்களால் இக்குல்லாய்களை நெய்கிறாள். இவைகளில் அவள் வரியிட்ட கவிதை நெடுநாட்கள்வரை நறுமணம் மிகுந்து கொண்டே இருக்கும். அல்-ஹம்பாரா சிவந்த பெண்சிலையின் தலையில் இவள் வரியிட்டு நெய்த குல்லாய் அணிவிக்கப்பட்டிருக்கும். சிலந்திக்கப்பலில் பெண்கவிகளின் இரத்தினக் களஞ்சியம் ஒன்று இருந்தது. சிவப்பு அரண்மனைக்கு வந்த ஹஜ்ரத் உமர் கேட்ட கேள்விக்குப் பதில் கொடுக்கும் முறையில் குதிரை மூர் வணிகன் சொன்ன வாக்கியம் ஞாபகத்தில் வைக்கற்பாலது. 'இந்தியாவின் தென்கடல் முத்துக்கள் மேற்கு மலையின் சிவப்பு ஆபரணக்கற்கள் நறுமணத் தரு மரங்களில் ஊஞ்சலாடும் ஜின்கள் சருகுப் பாம்பாய் தொங்கியசைய அங்கிருக்கும் ஆலிவ் மரங்களில் மயங்கி இலைகளில் துயில்பவர்களும் இதே ஜின்கள்தான்' என்றாள் வல்லாதா. காணும் காலில் பிரிதல், கலத்தில் பிரிதல், கலங்கவிழ் மாக்கள் உடைகல மாக்களின் ஆசையோ வல்லாதாவின் சிலந்திக்கப்பல்தான்.

காற்றின் சில துமிகளைத் திரவமாக மெலிய வைத்து ஆன்மாவால் நெய்கிறாள் மையலை இசையாக்கி. அது மனிதருக்கு வருவதில்லை. ஒளியில் படும் சிறுமணிகளின் அதிர்வு. எதிரியின் நஞ்சுமுள் தொட்டால் வீழ்ச்சி. அடிக்கணுவில் இழையும் வல்லாதாவின் பாடல். பல நுண்ணிழைகள் ஒன்றுசேர்ந்து வரைபடும் கலையின் பிசுபிசுப்பில் பிரபஞ்சவாசனை. ஓராயிரம் நூல்குடில்களில் சிலந்திக்கப்பல் மூர் குதிரை நாடோடிகள் தீராமல் பருகிக்கொண்டிருக்கிறார்கள் அந்தரத்தில் தொங்கும் சூணாம்பேடு கள்விடுதியில். இடைகழி நாட்டிக்கு வரும் யவனர் தந்த தண்கமழ்த் தேறல் மணக்கும் ஆம்பொரா மண்ஜாடிகளின் வெளிச்சத்தில் கும்புகும்பாய்ப் பருகிக் கொண்டிருக்கிறார்கள் அல்-ஹம்பாரா கலஞ்செய் கம்மியர்களோடு. அந்தக் காசாதுத் தலைவன் செபாஸ்டின் சான்ஸியோ மச்சாடோவிடம் மணியல் யவனச் செப்பு ஒன்று இருந்தது. அதை உருக்கித் தங்க நாணயங்களாக மாற்றும் தீய அரசர்கள் அல்-ஹம்பாரா சாக்கோட்டை யிலிருந்து வந்து 'பொன் யவனப் பேழை உன்னிடமிருக்கிறதா. ஆர்லியன் தங்கநாணயங்கள் எங்கே வைத்திருக்கிறாய்' என்று பேராசையில் கேட்டார்கள். அவர்கள் குரலுக்கு செவிசாய்க்கவில்லை சான்ஸியோ மச்சாடோ. அவனுக்குச் சொந்தமான அந்தரத்தில்

தொங்கும் சூணாம்பேடுக்கள் விடுதியில் யவனரின் ஆம்பரோ ஜாடி ஒன்றில் இடைகழி நாட்டுப் பனையில் வடித்த சுரையோடுகள் பொங்கிய முதிர்ந்த கள்நுரைகள் சிதற ஊற்றி, ஓடினும் ஆடினும் உறங்கினும் விழிப்பினும் கண் சிவந்தது மாநிறத் திருநங்கையருக்கு.

கப்பலுக்குள் வாழும் துணிவகைகளைத் தொட்டால் சுருங்கிவிடும் கூச்சவுணர்வு மாநிற நங்கையரின் இயல்பிலிருந்தும் எல்லா ஜீவராசிகளின் இயல்புகொண்டும் நெய்கிறாள் புனுகுராணி வல்லாதா. கப்பலுக்குள் அடைந்துகிடக்கும் மென்துகில்களின் வகைகளுக்கு எண்ணி முடியாத தன் கவிதையின் பெயர்கள். நீருக்கடியில் போன பட்டுக்கூடாரம் ஒன்றில் காற்றுக் குமிழ்களுக்காகக் காத்திருக்கிறாள் சிலந்திக்காரி வல்லாதா. கப்பல் அடியறையில் சில கைதிகள் எந்நேரமும் நெய்துவருகிறார்கள் அவளுக்கான வெளிர் சிவப்பில், மண் சிவந்த ஆடைகளை. 'தூய பனிச்சருகில் ஜின்களுக்கு நெய்யும் பருவம் முடியவில்லை.'

சிலந்திக்கப்பலுக்குள் வட்டவலை மேல் கீழ்அச்சுக்கு ஒரு பக்கத்துப் பாதிப் பாய்களுக்குப் பதிலியாய் பின்னியதும் கீழ்பாதிப் படைப்பின் இருளுலகில் ஆரம், ஆரங்களின் விரிகோடுகள் செல்லும் உயிர்ச் சொட்டு மேலே வருகிறது மெல்ல. ஒரு சொட்டில் சொடக்கிட்டு புனுகுராணி வல்லாதா நடக்கையில் ஒவ்வொரு எட்டிலும் சொடக் கொலி கேட்டு 'சொடக்கி' என்பான் முரசிப்பந்தனச் சேர வணிகன். அவள் வலையை லாவகமாய் விரித்திருக்கிறாள் உங்களுக்காக. மையலை அடைவதற்கு முன்பாதியில் வல்லாதாவின் இருதந்தி வாத்தியமான ரபாபா இசையில் நிறுத்தப்படுவீர் ஜாக்கிரதை. மேலும் கீழும் சக்கரத்தின் ஆரங்கள். விரிகதிர்கள் நாணத் துலங்கும் அவள் கவிதையின் சூக்கும சரீரம். மெல்லிய இழை சுற்றுகிறாள் சிலந்திக் கப்பலை வலையாக்கி. வேட்கைமிகு குதிரை மூர்கள் மோகப்புயலில் சிக்கி அவளை நெருங்க மாறிமாறிக் கால் சிக்கும் மாயவலைக் கண்ணிகளால் கப்பலுக்குள் ஈர்க்கிறாள். அவள் மைமோகம் குறுவலைதான். பெருவெளி மேல் கடல்பயணி சான்ஸியோ மச்சாடோ தூங்கினாலும் தனிமையின் சூறைதனை சிறகுகளில் தாங்கொணாத தவிப்பால் மாபெரும் ரெக்கை மடக்கி சிறுவலைக்குள் உறங்கும் அவள் ஓரிழையைத் தொட்டதும் கைதியானான்.

சிலந்திக்கு இரையாகும் இச்சைதான் பெருங்கடலோ? நுதல் வியர்ப்பக் கூடலில் சேர்ந்த உப்பில் உருவெடுத்த காமப்பெருஞ் சிலந்தி கண்களால் கடலை உலர்த்தி உப்புப்பாலைவனம் ஆக்கினாள்.

கடல்சார் உப்புநகரங்களைச் செதுக்கியவளும் வல்லாதாதான். தொலைவிலிருந்தே தாகிக்கும் உப்பியல் பாவை இடைகழி நாட்டுக் கழிவெளியில் தோன்றினாள். மூன்று நான்கு சுற்றுகளில் வெளிவரத் துடிக்கிறாய். பல கண்களுள்ள சிக்கலான பின்னலின் மாயத்தில் திளைக்கிறீர். இது மையிட்ட இழை. சிக்கவரும் இழைக்குள் போய்த் தன்னை மாய்த்துக்கொள்வது வல்லாதாவின் மை மாயம். இங்கே சிலந்திப் பெண்கள் ஓரத்தை நோக்கி நூற்றுக்கொண்டிருக்கிறாள் சதா காலமும்.

இது கப்பலின் வலிமை வலயம். ஐந்தாவது சுற்றில் வாணிப நகரங்கள், கடல் நகரங்கள், மிக மெல்லிய உப்புத்தாளில் மறைந்து இருக்கின்றன சாயைகளாய். கொடுமணலும் இன்றைய மௌண்ட் ஏலி அன்றைய வேலிமேடு. அதுவே கடம்பின் பெருவாயில். நன்னன் நாள் எழிற்குன்றம். கண்ணனூருக்கு வடக்கே இருபது மைல் தொலைவில் வாகை மரத்தை நன்னன் காவல்மரமாக வளர்த்தான். சுடர்வீ வாகைக்கடி. வாகை மரத்தை நார்முடிச்சேரல் தடிந்து அதன் அடிமரத்தை நன்னனுடைய அந்தப்புர மகளிர் கூந்தலைக் கலைந்து கயிறாகத் திரித்துக் கட்டிய சடங்கினால் யானைகளைக் கட்டி இழுத்துச்சென்ற நிழல்கூட்டம் கடல்மேல் பட்டது. வலிய வலை மகளிரின் கூந்தலை நெய்து அதன் சால்வையினை போர்த்தியிருந்தாள் புனுகுராணி வல்லாதா. சுருள் சுருளாகச் செல்லும் சேடிப்பெண்களின் கருங்கூந்தல் தைலமிட்ட வாசகம். பல பொதுமை வட்டங்களில் நூல்வழி இறங்கும் அல்-அந்தலூஸ் மாலுமிகள் கீழறைக்குப் போகிறார்கள். சிலந்திப்பெண் ஓரத்திலிருந்து மாயமையத்தை நோக்கிப் பின்னிக்கொண்டிருக்கிறாள்.

இப்பாகமே மனிதன் பூச்சியாக உருமாறி அகப்படும் சாவுமுனை. வலையமைப்பின் பரிணாமத்தையும் தொட்டுவிடும் சாவுடன் கலந்த மோனவிதி. மிகவும் ஆதியான வலையிருப்பது யாருக்கும் புலப் படாது. அங்கே புனுகுராணி வல்லாதா ஒதுங்கியுறைகிறாள்.

சிலவேளை அவள் சோம்பேறிக் கழுதை. ஆனால் நிலவறையில் அறுந்த கெச்சலை நூலும் மோகப் பனுவலாம். அதில் எச்சில்பட்ட அழிப்பாங்கதைகளை மறைத்து வைக்கிறாள். பிடிபட்ட குதிரை மூர்கள், புராதன மாலுமிகள் ஒவ்வொருவரும் கைதிகளாம். வெப்ப இரத்தத்தால் உப்பைப் பிரிப்பதுபோல் ஒவ்வொருவரோடும் தொல்லிருளில் கூடி அகயிழைகளை உருவுகிறாள். திசைகளில் திரியும் ஆடைகளின் பாழ்படிந்த இழைகளைப் பறித்தெடுப்பதும்

அங்கங்கே அழிக்கப்பட்ட கோடுகளைக்கொண்டும் பொம்மலாட்டக் கப்பலின் இயல்களை நூதனமாய் ஒருங்கிணைக்கிறாள். அழிக்கப் பட்ட பட்டு வாணிபக் கோடுகளில் இல்லாததை உருவாக்கும் கதையை இழைத்து வாசகர்கள் நெய்யும் கதைக்குள் இழைநீட்டித் தனியொரு நெசவாக ஊடிழைந்து அவர்களையும் கைதுசெய்து விடுகிறாள். வலையை உட்புறத்தில் போர்த்திக்கொண்டு மையலுள்ள சான்ஸியோ மச்சாடோவைப் பூச்சியாக உருமாற்றி ஈண்டித் தூங்குகிறாள் வல்லாதா. பட்டுப்பூச்சிகள் காமத்திலிருந்து பிறப்பெடுக்கின்றன. அவள் உடல் தறிக்கூடத்தில் தீராமல் கசிகிற ஆவிமீன்கள் மிகவும் பல கப்பல் அறைகளில் சிவந்தபெண் அரண்மனையின் திருநங்கையரும் சாயப்பெண்களாகித் தங்களையே வரைகிறார்கள். கிடைமட்டமாக விரித்த துணியின் அடிப்பாகம் செல்கிறார்கள் சாயப்பெண்கள். அங்கே ராத்திரிகளை நூற்கும் நிஷிபுத்ரர்கள் கைதுசெய்யப்பட்டு தொங்கிக்கொண்டிருக்கிறார்கள். இரவின் இழைகள் நெருங்கி துணியாகிறது கரும்பட்டு. எந்நேரமும் கதாபாத்திரங்கள் தோன்ற வேண்டியதில்லை. கதையின் உருவத்தை சம்பவத்தின் மூலம் நடத்தவேண்டியதில்லை. அர்த்தத்தை நூலினால் ஆட்டிவைத்து கதையில் மறைகிறாள் வல்லாதா.

அவள் ஒவ்வொரு வணிகனிடமும் முன்னுக்குப்பின் வேறுபட்ட கதைபோட்டுத் தப்பவிடுகிறாள் ராத்திரிகளை. கதையை ஒன்று சேரவிடாமல் தனித்தனி இழைகளாக மோகித்தவனின் கந்தலாடையை உப்பு வேர்வையுடன் நுகர்கிறாள். இவள் எல்லோரையும் மோகித்தாள் வாசகனின் கதவுவழியாக. வாசகனே சொற்கப்பலேறி அவளைத்தேடி வருவதற்கு புஸ்தகங்களைப் பல கைதிகளைக்கொண்டு பல்லாயிரம் பிரதிகளாக்கி வாசகர்களுக்குத் தூதுவிட்டாள். அவள் நூற்ற வலை களை விசிறியாக்கி ரொமானி ஜிப்ஸிகளை அல்-ஆந்த்தலூஸியா விலிருந்து ஃப்ளமேங்கோ பாடலுடன் கூட்டிவருகிறாள். வேறுவேறு கப்பல்களான மந்திரக்கப்பல், நாடகக்கப்பல், மரணக்கப்பல், பொம்மலாட்டக்கப்பல் அறைகளில் ஒவ்வொருவரின் அகப் பொருளையும் வாசகனின் பளிங்குக்குள் இழைவழி சூட்சும சரீரமெடுத்து நுழைந்து எல்லாக் கப்பல்களையும் நூற்கிறாள். வாசகன் அவள் நெய்த இருட்டைத் தொட்டதும் பேரூழியின் குழப்பம்.

சிக்கலான ஓர்மூஸ் துறைமுகத்திலிருந்து ஆயிரம் குதிரைகளோடு வந்த மூர்களின் வாணிபத் திசைகளைக் கரும்பட்டில் வரைவது நிஷிபுத்ரர்கள்தான். அந்தக் குடும்பத்தைச்சேர்ந்த ஆறு புத்ரர்களுக்கும் புனுகுராணி வல்லாதா மேல் மோகம். மானசீகப் பட்டு நூற்பதில்

களட்சிக்காய் சேரலின் குமாரத்தி களட்சி நம்புதாயி ஒருத்திதான் கீழ்த்திசையில் பேர்பெற்றவள். அரூபத்தை நெய்வதில் பெனிலோப்புக்கு ஈடானவள் என்பதை டிரோஜன் யுத்தத்துக்குப்பின் அடையா நெடும்பயணம் போன யுலீஸஸ் கேள்வியானான் களட்சிக்காய் குமாரத்தியை. இவள் டஸ்ஸாப் பூச்சிகளின் முட்டை களைப் பட்டுக்கோடுகளில் இட்டுப் பாதுகாப்பதற்கு யவனப் பெண்டிர் காவலிருந்தனர். குஞ்சுகள் வளர்வது பட்டுத்தொட்டிலிலே. சிலந்திப்பெண் தோலுரிப்பதும் பட்டுத்திரைக்குள்ளே.

குளிர் காலத்திலே கப்பல் நுழைகிறது. வெண்படலம் மூடிய கடல்மேல் மிதக்கிறாள் களட்சிக்காய் நம்புதாயி. அவள் உறங்கிக் கிடப்பது பட்டால் நெய்த அறைகளுக்குள்ளே. இழைகளை இலையிலும் மரத்திலும் கல்லிலும் சுவரிலும் ஒட்டிவைப்பதும் பட்டினால். பணிதீர்ந்த வலைகளைச் சுருட்டி வைப்பதும் நீலப்பட்டில். ஆனால் களட்சிக்காய் நம்புதாயி வாழும் அறை பச்சையானது. அதன் கதவுகூட மாறும் கடல்நிறங்களில் பல விற்களைப் பொருத்தி மூடும் பட்டுக்கதவு. களட்சிக்காய் இளவரசி நம்புதாயி இச்சையால் நூற்பதும் எங்கிருந்தோ வரும் இளந்தாரிகளை ஈர்த்து பட்டால் சுருட்டி நூலினால் கட்டிச் சிறைசெய்வதும் திரும்ப ராத்திரி அவிழ்ப்பதும் சிலந்திப் பெண்களின் புதிரான வேலை. புனுகுராணி வல்லாதா போகும் இடமெல்லாம் தனக்குப்பின்னே பட்டுத் தொடரை விட்டுக்கொண்டே செல்கிறாள். அதன் முடிச்சுகள் அந்தரங்கமானவை.

காமுற்ற இளையோர் தடம்பிடித்துக் கால்பட்டுச் சிக்கியதும் அடுத்த கால் முடிச்சை அவிழ்க்கிறாள் வந்து சேரவும். இச்சையின் இழைபட்டு நழூக்... கென்ற உணர்வு. மரத்தின் மேல் ஏறவும் இறங்கவும் பட்டுத்தாம்பை விட்டுக்கொண்டே பாடுகிறாள் களட்சிக்காய் நம்புதாயி. பட்டு நூலேணியில் மிகச்சிறு சொல் அறிபுள் நிமித்தம் கூறும் வந்து. சிலந்திக்கு ஓராயிரம் புத்திரிகள் பிறந்ததும் நூற்கிறார்கள் விதியால். கள்ள முத்தங்களின் வீதிகளை நெய்கிறார்கள்.

சிலந்திக் கப்பலில் அவளைப்போல் ஆயிரம் தேவதைகள் ஒருவருக்கொருவர் அடிமைகளாய் கீழறைகளில் அடுக்கப் பட்டிருந்தனர் அடிமைக்கப்பல் சாஸ்திரப்படி. இளவரசியைவிட்டுப் பிரிந்து செல்லாமல் ஒட்டியே பரவிச்செல்லும் தேவதைக் கதைகள். ஒவ்வொருவரும் கப்பலின் விதி என்பது நிசிபுத்ரர்களுக்குத் தெரியாது. அண்டகோல விலாசத்தில் தனித்திருக்கப்பட்ட கோடுகள் மேலும் இழைபிரிகின்றன. வல்லாதாவின் இழையும் களட்சிக்காய்

நம்புதாயின் இழையும் ஒன்றென வாசனை இழைப்பதில்லை. மெல்லிய தேவதைகளுக் குள்ளும் இழைவாசனைகள் வேறுபடும் கலை. பிரிந்து செல்லும் பயணத்தில் ஒன்றாய்த்தான் இருக்கிறோம். தன் உடலிலிருந்து ஒரு நீளமான பட்டுநூலைக் காற்றில் விடும் வேகத்தில் அந்த இழை மெல்ல மெல்ல வெளியே இழுக்கப்படும். காற்றில் மொழியற்று மிதந்து செல்லும் பாடலை மெலிய வைக்கிறாள் இளவரசி வல்லாதா. களட்சிக்காய் நம்புதாயின் பாடலின் முடிவற்ற இழை அந்தரத்தில் வாசம் செய்வதால் பட்சிகள்கூட கடந்து பறந்த கோடுகளில் பட்டு இழைபட்டதும் ரெக்கையுடைய தேவதைகளாக மாறுகிறார்கள். தேவதைகளுக்கு ரெக்கை முளைத்த கதை கற்பனையானதல்ல. ஒரு பட்டுநூல் பறவையின் அங்கங்கே அழிக்கப்பட்ட கோடுகள் புலப்படாத பட்டுவழி நகரங்களாக பாழில் அசைந்துவர அங்குச் செல்ல நமக்குத்தான் இறகுகள் மீது நம்பிக்கை இல்லை.

12

நகர்காண் காதை

விளக்குத்தூண்களைக் கடக்கும் இரவுகள்

கம்மந்தான் மெய்யாகவே ஆலிம்களின் வாரிசுதாமா என ஐந்துவித ஐயங்கள் தெளிவுபடாமல் மாறுவேடம்பூண்டு மருதந் துறைத் தெருக்களைச் சுற்றிநோக்கி சனங்களின் குறை அறிந்துவரக் கிளம்பினான். கான்சா வருகையை சனம் அறியாவண்ணம் ஊழியர்கள் முன்னே சென்று தெருவிளக்குகளை ஒன்றன்பின் ஒன்றாக அணைத்துக்கொண்டே செல்கிறார்கள். ஏணியிட்டு விளக்குத்தூண் மேல் ஏறி கண்ணாடிக்கூண்டைத் துடைத்து திரியைச் சுருக்கச் சுடர் தாழ்ந்து பணிகிறது. கடைக்கண்ணால் கம்மந்தானை முகம்பார்க்கத் தெளிவடைகிறது மருதந்துறை ராத்திரி. இருட்டுப்பூச்சிகள் இருளைக் கக்கி கம்மந்தானை மறைக்கிறது. முன்னேசெல்லும் ஏணிக்காரரைப் பின்தொடர்கிறார்கள் காவலர்கள். திரிக்காரன் ஒவ்வொரு படியாக ஏறி, அணையும் தெருவிளக்கின் புலம்பல்களைக் கேட்கிறான். 'ஏன் நானிருப்பதில் கம்மந்தானுக்கு என்ன தடை?' என்றது கருத்த திரியில் நாக்கை நீட்டி ஆடிய சுடர். வெண்கலக்கடைத் தெரு முடுக்கிலுள்ள ஒரு தெருவிளக்கில் இளந்தாரி ஒருவன் நின்று இரவில் சொன்ன அரேபியக் கதையேட்டிலுள்ள நானூற்றி அறுபத்தாறாவது கதையை வாசித்துக்கொண்டிருக்கிறான். அவனைக் கண்ட விளக்குத்தூண் ஊழியன், ஏணி மேலேறித் திரியை அணைக்க மனமில்லாது கம்மந்தானிடம் ஓடிவந்து விசயத்தைக் கூறினான்.

கம்பந்தான்: அவ்விளக்கை மட்டும் அணைக்காது விட்டுவிடு...

ஏனைய விளக்குத்தூண்களை அணைத்துக்கொண்டே செல்லுமாறு ஆணையிட்டான். ஒளியிழந்த இருளில் மிதக்கும் ஒவ்வொரு தூணாய் கடந்துவருகிறான் கம்மந்தான் அந்தக் கதையிலுள்ள இரவுக்கு. ஒருவரையொருவர் முகம்முகமாய்ப் பார்த்துக்கொண்டனர்.

கம்பந்தான்: நீ யார்?

சிறுவன் கான்சா: நீங்கள் யார்?

கண்ணிமைப்பொழுதில் விழிகள் இரண்டும் கேட்டுக்கொண்டன.

கம்பந்தான்: என்ன படிக்கிறாய் பாலகா?

சிறுவன் கான்சா: என் பெயர் பனையூர் முகமது யூசுப்கான். ஆலிம் குலம் விளங்க, ஆயிரத்தொரு இரவிற் சொன்ன கதைகளை வாசித்து வருகிறேன்.

கம்பந்தான்: ஒரு ஆலிமுடைய முகத்தைப் பார்த்து இபாதத் (வணக்கம்) ஆயிற்றே எனவே பார்த்தேன்.

சிறுவன் கான்சா: உங்களை இப்போதுதான் பார்க்கிறேன்.

கம்பந்தான்: பிள்ளையை அடக்கி ஊசியை ஏந்தி தையல்தொழிலைக் கற்கச் சொன்னான் என் தந்தை ஆலிம். வாளேந்தப் பிறந்த கை ஊசிக்கும் நூலுக்குமிடையே தோன்றியிருக்கவில்லை. கம்மந்தானாய் உன்முன் நிற்கிறேன். விண்மீன்களைவிட தண்மதி சிறந்ததுபோன்றே வணக்கவாளர்களைவிட உலமாக்கள் சிறந்தவர்கள். பனையூர் இஸ்லாத்தில் உள்ள ஆலிம்கள் சிறந்தவர்கள். உன்னைப் பார்த்ததும் ஆலிம்கள் நபிமார்களின் வாரிசுகள்தாம் என்று நம்புகிறேன்.

கனவில் வந்த அரூபம்: நீர் எவ்வாறு என்னுடைய வாரிசை விளக்குச் சிமிழை அணையாமல் கண்ணியப்படுத்தினீரோ, அவ்வாறே அல்லாஹ் உம்மை சுவனத்தில் கண்ணியப்படுத்துவாராக.

இந்த வாக்கியத்தில் கம்மந்தான் உடல் சிலிர்த்தது. கனவில் விளக்குத்தூண்களைக் கடந்துகொண்டிருந்த கம்மந்தானை அதே கனாவில் பார்த்துக்கொண்டிருந்தான் சிறுவன் கான்சா.

பனையூர் பருத்திப் பெண்டிர்

பனையூர் செம்போர்த் தரையில் வீசும் பெருங்காற்றின் சித்திரங்களில் யூசுப்கான் சாகிபின் உதிரம் பூசியிருந்தது. பலமுறை வந்த சூரியனின் வடுக்களைக்கொண்ட மண்கட்டிகள் தேயும் பழுப்புச்செதில் கொண்ட ஓணான் திரும்பிவந்த பனையூர்க்காரன் கான் சாஹிபை 'உன்ன எனக்குத் தெரியும். உன்ன எனக்குத் தெரியும்' எனத் தலையாட்டிக் கூப்பிட்டது. செந்நிற வெப்பத்தில் அடிவயிறு மஞ்சளான ஓணான் பால்யவயதில் தன்னைக் கடித்த தடத்தில் தேரிமண் பூசினாள் கண்ணாட்டியக்கா. ஊரின் வடிவமைப்பில் சம்சாரிகள் ஓய்வெடுக்கும் சவுக்குச் சாவடி மண்திருணைகளில்

கண்ணாட்டியக்கா பகலெல்லாம் தூங்குவாள். கட்டெறும்புகள் அணிவகுத்துச் சென்றன அவளைப் பார்த்துக் கடிக்காமல். எந்த எறும்பு மீதும் கால்படாமல் கம்மந்தான் ராஜா சாலமனாய்க் குனிந்து பார்க்கிறான். சம்பிரதாயங்கள் பேச இங்கே ஊர்க்கூட்டம் நடக்கும்.

அம்பலகாரர் பருத்திப்பெண்களோடு காட்டுக்குப் போகிறார். செக்கந்தத்திப் பருத்திக்காட்டில் அவன் ஐந்து அத்தை மக்கமார் குனிந்து வெடித்த சுளைகளை எடுக்கிறார்கள். அவன் பிறந்த வீட்டுக் கதவு மஞ்சணத்தியின் மரவாசனையால் பூட்டப்பட்டிருந்தது கொண்டி போட்டு. ஆத்தா அய்யா காலகதி அடைந்தபின் கம்மந்தானாகிக் கீதாரி வேடத்தில் வருகிறான். சுவர்கள் கீறல்விட்டிருந்தன. வெங்கலக் கைப்பிடிகளில் உள்ள சிங்கத்தின் பிடறியில் கைவைத்துத் திருகினான். ஆத்தாளின் ஏக்கம் சத்தத்துடன் திறந்த கதவில் முகம்வைத்து யாருக்கும் தெரியாமல் கேவினான். உள்ளே தனக்கான இருட்டுச் சால்வையை நெய்துகொண்டிருந்த சிலந்திப்பெண்ணைப் பார்த்தான். அவனுக்குக் கண்ணாட்டியக்காளின் ஞாபகம் வந்தது. வீட்டுக்குள் அய்யாவின் துருப்பிடித்த தையல் மிஷின் கரகரக்கும் காலச் சக்கரமாய் சுற்றிக் கொண்டிருந்தது. மண் தாங்கிப் பலகையிலிருந்த கிளிகளிடம் பேசினான் கான்சாஹிப்.

அய்யாவழி அக்காமாரின் குமாரத்திகள் பருத்திப் பெண்களாய் இருந்த காலம் மடிப்பருத்தியோடு புஞ்சை யிலிருந்து வருவது தோன்றியது. செவக்காட்டுப் பருத்தி எடுத்து ராட்டில் நூற்றவர்கள் தாங்களே நெய்து அவனுக்கான பருத்தித் துணியை அய்யா தையல் மிஷின்மேல் வைத்துவிட்டுக் காணாமல் போயிருந்தனர். தன் அய்யாவின் ஒரு குறுக்கம் செக்கந்தத்திக் காட்டில் வெடித்த பருத்திச் சுளைகளைச் சேகரித்த ஐந்து அத்தை மக்கமார் பிறைதொழு மகளிராய் மாறியபின் சொந்த நிலத்தில் விளைந்த பருத்தியால் நெய்யப்பட்டதாகும் அந்த இறுதிப்போர்வை. தான் ஒவ்வொரு முற்றுகைப் போருக்கும் செல்லும்பொழுது பனையூர் பருத்திப் பெண்டிர் நெய்த துணியில் ஒட்டிய குதிரைக்கால் புழுதியையும் சேர்த்து வைத்திருந்தான். அதனையும் எங்கு சென்றாலும் கொண்டு சென்றான் பனையூர்த் துணியுடன்.

வீரமரணத்தில் குதிரையின் புழுதியோடு தன் உடலில் சுற்றி அடக்கம் செய்யுமாறு சுயஇறுதி மொழியை எழுதியிருந்தான். கான்சாஹிப் குதிரைகள் சேனமிடப்பட்ட தன் பரிவாரங்களோடு வைகைப்பாலங்கள் ஒவ்வொன்றாய் கடந்து நவாபையும்

நகர்காண் காதை ♦ 229

கும்பினியரையும் வீழ்த்த அலைகிறான். வைகைப் பாலங்களின் அடியே கூட்டமாய் எட்டிப்பார்க்கும் குடியானவர்களையும் ஊராரையும் உள்ளூர நெருங்கி மிகப்பெரிய குடல்கள் போன்ற பெரியாற்று நீருக்கு அணைகட்டிக் கொண்டுவர முதல் வித்திடுகிறான் கான்சாஹிபு.

கால்வாய் கண்ணிகளிற்கு மீதாகத்தன் மருதநில வேளாண்மைப் பயிர்களெல்லாம் மிதந்திருப்பதாகப் பெரியாற்று நீரில் எல்லா நிலங்களும் விடுவிக்கப்பட்டுவிடும். தளவாய் தாண்டவரின் துரோகத்தால் சடக்கென்று நொடிவுற்று குதிரையுடன் கீழே வீழ்ந்தும் உணர்ச்சியற்று மிதப்பதாகத் தோன்றுகிறது நேற்றைய கனாவில்.

அங்கே விவசாயி களின் மண்கால்களை நெருங்க விரும்பினான். நீயும் உனது சூரிய அஸ்தமனம் மஞ்சள் புற்களின் பொறியில் சிக்கிக் கொள்ளும் விதமாகத் தனியே தன்னூர் தேடிவந்திருக்கிறாய். அங்கே கம்மந்தானாய் தோன்றினான். அவன் கீர்த்தியை வெள்ளித்தட்டில் பனையூர்க் கொல்லர் தங்கப்பல் ஆசாரி செதுக்கிக்கொண்டிருப்பதை நீ காத்திருந்து பார்க்கலாம். இங்கே காம்பெல், நவாப் அலி, தாண்டவர் முக்கூட்டுச் சதியில் கான் கோட்டைச் சுவர்மேல் மஞ்சள் கொடியை ஏற்றினர். அதன் பொருள் இறக்கும்வரை போரிட்டுப் போக வந்தோம்.

மார்ச்சண்ட், சீனிவாஸராவ் திரைமறைவில் வாங்கிய தங்கத்தூள் பைகளை ஊதியூதிச் சந்தர்ப்பங்களை எதிர்பார்த்துக் கான்சா கோட்டை வாசலில் ஒரு கண் பொத்தித் தூங்கும் நரிகளாக இருவரும் மாறியது மருதைக்கு ஒன்றும் புதிதல்லவே. தூக்கம் புனை கதைதான். தவறுதான் நரி. தளவாய் தாண்டவ நரியின் ஒரு கண் இருக்க மறுகண் திறந்திருக்க இரண்டிற்கும் சமநிலை கிடைத்துவிடுவது எங்ஙனம் எனக் கான்சா குதிரை லாயத்தின் ஒவ்வொரு ஜன்னல்களாகத் திறந்து எந்தெந்தப் பரிகள் நரிகளாகப் போகின்றன.

ராத்திரிகளில் தூக்கமின்றித் திரிந்தான். குதிரைகள் தன்னைவிட்டு ஓடும் ஜன்னல்களாகக் கனாவில் தெரிய ஒரு பக்கத் துயிலில் நண்பகலில் உடலை நடுக்கும் கனாவும் மறுபக்க விழிப்பில் முற்றுகை வியூகங்களில் அடைபட்ட குதிரைகளோடு இறந்த வீரர்களின் பிணங்களையும் மீட்பதுமாக நடந்தது. எதிரிகளின் எலும்புகளும், நேச எலும்புகளும் ராவோடுராவாக ஒருவருக்கொருவர் பகிர்ந்து கொண்டனர், பனையூர்க் கள்ளுமுட்டிகளை. பனைக்குப்பனை கள்வேறு முனி வேறு. முப்பத்தி மூன்று வகைப் பனைகளுக்கும் முனியேற்றத்தில் தனி முட்டி ஒன்று நுரை பொங்கத் தொடுவதில்லை.

முனி அதரம்படாத தேறல் இல்லை. முனிப்பாய்ச்சல் சாரையாய் ஏறும் உப்பாங்காற்று முனி. சாரக் காற்றுமுனி தேடிவந்தால் கலயங்கள் முணுமுணுக்கும். ஓலைமடல் மொடுமொடுக்கும். இருவகை எலும்புகளும் திணை நிலங்களில் பனை முனிகளின் தாகத்தோடு இருந்தன. தனியே கிடந்த திருப்பாச்சி வாள்கள் சண்டையிட்டுக் கொள்ளும் ஊளை இரும்புக் காலத்துக்குத் தாவியது. எதிரி எலும்புகளோ சமாதியிலிருந்து வெளி வந்து நேச எலும்புகளோடு உரையாடுவது பேச்சியம்மன் படித் துறையில் சதா கேட்டுக்கொண்டே வைகை நீர் ஊரூராய்ப் புலம்பியது.

மறுதரமும் கழுத்தில் கயிறு போட்டுத் தூக்க சம்மட்டிபுரம் மாமரத்திலிருந்து நழுவினான் கீழே. மூன்று தரம் கட்டித் தூக்கினாலும் கிளையில் தொங்கி அசைந்தவாறு இருந்த கான்சா கால்கள் கும்பினி மேஜர் தொப்பியைக் கீழே தட்டிவிட்டது. தொப்பி பறப்பதெனக் கயிற்றிலிருந்து நழுவி மிதந்தது கம்மந்தான் உடல். ஒவ்வொரு இலையாக அந்தரத்தில் இருந்து கீழே விழாமல் பூமியில் படாமல் மிதக்கிறான் கான்சாகிபு. ஏழுமுறை எதிரிகள் தூக்கில் மாட்டியும் சம்மட்டிபுரம் மாமரத்திலிருந்து ஒரு எடையற்ற இலையாக எல்லாப் பக்கமும் சுழன்று சுற்றி பச்சைக் கண் ஒன்றாகப் புறங்களில் தவழ்ந்து கீழே சரிந்து மேலேறுகிறது கான்சா உடல். தூக்கில் போட முடியாமல் சம்மட்டிபுரம் கோட்டை வாயிலைச் சுற்றி கூட்டமான பெண்கள் குலவைகட்ட செளராஷ்ட்ர மகளிர் நெய்வதை விட்டுவிட்டுத் தறிக்குழிகளிலிருந்து ஓடிவர பட்டுநூல் செட்டித் தெருவில் தாண்டவ ராயருக்கு நூல் சுற்று மந்திரத் தகடுகளைப் புதைக்கிறார்கள்.

கயிறுபட்ட காயங்களுக்கு புது மண்டபத்து டெய்லர் பக்கிரி ஒருவன் மயில் பிஞ்சத்தால் வீசி வீசி கூட்டத்திற்குச் சாம்பிராணிப் புகையூட்டு கிறான். செக்கானம், சோழவந்தான் பெண்கள் வைகைக் கரை நெடுக குலவையிட்டுப் பானக்கர மண் தோண்டிகளைத் தூக்கிவருகிறார்கள் கான்சாகிபுவைக் குடிக்கச் சொல்லி. தூக்கில் போட முடியாமல் அயர்ந்து போன சிப்பாய்களுக்கும் பானக்கரம் கொடுத்ததும் கருமாத்தூர் பூசகர் சிவனாண்டி வாத்தியார் கான்சாகிபு வாயதரத்தில் பானக்கரப் போணி வைத்து ஊட்ட நெஞ்சுக்குள் இறங்கமாட்டாமல் இறங்க அவன் கடைசி வார்த்தையைக் கேட்கிறார்கள். ‘பெரியாத்துத் தண்ணீய நான் மருதைக்கு கொண்டு வருவேனப்பே...’ மறுபடியும் கோட்டையைச் சுற்றிக் கட்டிய குலவை சுழன்று சுழன்று உச்சிக்கு ஏறியது. தைப்பாறிய தூக்கிலிருவோரைப் பார்த்து உயிரிருக்கும் சிமிழைப் பற்றிய தன் சாவின் ரகசியத்தை தன் மருதைப் பெண்மக்கள் கேட்கும்படிச்

சொன்னான் கதையின் விதிப்படி...' 'மலையாளத்து பொம்மக்காள் கொடுத்த வச்சிரமணி நரிக்கொம்பு சிமிழியில் அடைத்து உச்சிப் பிடரியின் பதிச்சு வைச்சிருக்கேன். சூரியால் என்னைக் குத்தி வகுங்கடா, கம்மந்தான் என்னைத் தூக்கிலே போடு...' சிமிழியை ரத்தம் கசிய எடுத்த பின்னே. தானே முன்வந்து மந்திரச் சிமிழியை அறுக்கச் சொல்லிய பகல்கனா பலிக்கும் என்றது குதிரைலாய விட்டத்தில் இருந்த பல்லி. கும்பினிப்படை வீரர்களும் நவாபு துருப்புகளும் கானுக்கு கழுத்தில் சுறுக்கிட்டு ஏற்றின சம்மட்டிபுரம் மாமரம் இப்போது பூப்பதையும் காய்ப்பதையும் நூறு வருஷங்களாய் நிறுத்தி இலைகளற்று வாடும் இருப்பானது.

மிருகங்களில் தனக்குள் அடைபடாதது மருதைக்கடவு நரி மட்டுமே வழிதவறிவிட்ட முட்டாள்களுக்கு நடுச்சாமத்தில் புகுந்து வந்த தேவதைகளாக ஓரியூர் மாறந்தைக் கம்மாயைச் சுற்றி நிற்கும் ஆதாளிப் பனங்கூட்டம் ஓசையிட அங்கே பதுங்கியிருக்கும் பனையூர் பாழ் மண்டபத்திற்கு வழிகாட்டிச் சென்ற தளவாய்நரி காணாமல் போகிறது. ரமலான் மாதத்தில் நோன்பிருந்து சுபுகு வேளைத் தொழுகை நடக்கும்போது கான் சாஹிப்பைக் காவல்புரிந்து நின்ற மார்ச்சண்டே அவனைக் கிட்டி போட்டுப் பிடிக்கப்போகும் விதியை கனாவில் முன்னுணர்ந்த போதிலும் கசந்து கைகோர்த்த மூவரின் சேர்மானத்தில் கான் சாஹிப்பின் பதிவாக எஞ்சுவது பெரியாற்றுக் கல்நீர்தான். தொலைவான மேற்குமலை அடுக்கிலிருந்து அவன் அந்திம காலமும் நெருங்கியிருந்தது.

உனக்குமுன் சொல்லப்பட்ட யாவும் அத்தை குமாரத்திகளால் முன்பிருந்தே நெய்துகொண்டிருந்த பருத்தித் துணியுள் கான் சாஹிப்பின் எழுதுகோல் நூற்கும் எந்திரம் போல் ஆகிவிடும். தன்னூர் சாமானியரின் முகத்தோற்றத்திற்கு மாறிமாறி மருதை எவ்வொரு ஆன்மாவிலும் கான்சா மேட்டுத் தெருவில் கூட்டமாய்த் தேடிவரும் ஒவ்வொரு விழிகளிலும் கரு விளிம்பிட்டு மருதையைப் போர்த்திய மெல்லிய அவனது காலங்கள் இன்னும் சிறு உறக்கம் கொண்டுள்ளன. தன் ஐந்து அத்தைகளின் குமாரத்திகள் நெய்த பருத்தித் துணியில் அவன் உடலங்கங்களைத் தனித்தனியே மருதையில் உடலும், சிராப் பள்ளியில் தலையும் கனாவில் புதைந்திருக்க பெரியகுளத்தில் மண்ணுக்குள் கால்களை ஊன்றியதில் மீண்டும் தன்னூர் சாற்றுப்பனை, காந்தப்பனை என இரண்டாய் அறுபதடி வளர்ந்து உரையாடுவதைக் கேட்கையில், தஞ்சாபுரியில் ஒரு கையும் திருவிதாங்கூரில் மறுகையும் சின்ன நரிச் சின்னம் பொறித்த வாள்

நழுவவுமில்லை. திசாதிசையில் பிரித்துக் கிழித்துச் சுற்றியிருந்தது பனையூர் பருத்திப் போர்வை.

கேட்பவர்கள் யாருமின்றி வனங்களில் ஒரு பருத்திப்பூவென உதிரும் கான்சா கதை வாசனையின் பின்சென்றுவிடுகிறார்கள் இருப்புப் பெயர்ந்து அலைபவர்கள். அவர்களை பனையூர் நரியின் கதைக்குள் உருவெடுத்து அவனோடு பட்டயமேந்தி வருபவர்களாகவும் இருந்தார்கள்.

அவன் விடைபெற்ற வாழ்நாள் முழுக்க வருகிறது பனையூர் நரி. புலிக்குகையின் பாறையில் கசியும் காற்றின் கீறலில் நாசிவைத்து கல்லின் வேட்கையை சுவாசித்த பனையூர் நரி வெளிக்காற்றை உணருவதில்லை. மேட்டிலிருந்து இறங்கிவரும் நரிகள் சூழ்ந்து கொள்கின்றன கம்மந்தானை. இன்று அவனை ஏமாற்றியதில் சந்தோசம் இல்லை நரிகளுக்கு . கியாஸ் உதீன் தம்கானின் குதிரை வீரனாய் டில்லியில் இருந்து அதன் நிழல் மருதையில் விழுந்ததால் ஜலாலுதின் மகளை மணக்க அவள் இளைய சகோதரியை இப்னு பதுதா என்ற மூர் பயணிக்கு நிகாஹ் செய்திருந்தும் கியாஸ் உதீன் கொடுமைகளை வரித்து எழுதியதில் வயோதிக வல்லாள கண்டனை எதிர்பாராது முற்றுகையிட்டதில் சிறைப்பட்டான். அக்கொடியோன் வீரவல்லாளனை மரியாதையாக நடத்துவதெனப் போக்குக் காட்டித் தந்திரமாய் லட்சம் பொன்னையும் பரித்து வீரவல்லானை உயிரோடு தோலை உரித்து அத்தோலில் வைக்கோலை அடைத்து அங்ஙனம் அசையும் திருமேனியை மருதை நகர் மதில் மேல் தொங்கவிட்டான்.

மூன்றாம் வீரவல்லாளன் திருவுடல் சங்கப்பலகை தேயுமாறு மருதைத் திருநகர் மதிலில் தொங்கிக்கொண்டு இருந்தது. இருள் தெருவில் அசையும் வல்லாளன் பொம்மை பதூதா... பதூதா... எனக் கூப்பிட்டு ‘நீ மொராக்கோவிலிருந்து மருதைக்கடவுக்கு வந்த குதிரை நிழலாக அலையும் மூர்தானே. நீ எங்கே போகிறாய் உன் மொராக்கோ நெசவுப் பெண்களின் முர்ரி மென் கம்பளம் எங்கே... நான் இறந்துவிடவில்லை. என் தோலை உறித்து சுல்தான் கியாஸ் உதீன் பொம்மையாக்கிவிட்டான். உதீனிடம் செல்கிறவர்கள் காலில் ஜோடு இல்லாமல் நுழையக்கூடாது.

தனக்கு இஸ்லாமியர் அல்லாத ஒருவர் தோல் மிதியடிகள் கொடுத்து உதவினால் வியப்பதும் மற்ற சமயத்தோரை கழுவேற்றுவதும் உருவ வழிபாடு செய்தவன் ஒருவன் அவன் மனைவியுடன்

கொல்லப்பட்டான் இது உனக்குத் தெரியுமா பதூதா'

'வல்லாளனே நீ மருதையில் உயிரோடு இருப்பது வரப்போகும் விதியின்படி கிழக்கிலிருந்து ஒருவன் கம்மந்தானாக வருவான். அவன் நம்பியவர்களிடம் அகப்பட்டு எட்டுத்திசையிலும் அடக்க விடங்களுக்குப் போவாய். இங்கிருந்து மருதைக் கடவில் அகப்பட்ட வல்லாள நரியாகக் கடவாய். உன் கதியை அவன் அடைவதுவரை நீ பொம்மையாக கியாஸ் உதீன் சுல்தான் கோட்டை வாசலில் தொங்கிக்கொண்டுதான் இருப்பாய்' எனப் புதிர்க் கதை போட்டவாறு சென்று கொண்டிருந்தது குதிரை நிழல்.

கான்சாகிப்பும் பனையூர் நரியாகத் தனிமையில் திரிந்து ஒற்றையாய் கும்பினியாரையும் நவாபையும் தளவாயையும் தேடி எதிரி சோல்சர்களை வேட்டையாட, ஒவ்வொரு பாதையாய் இடைமறித்து சுற்றிவளைக்கிறான். வனவாசத்திலிருந்து நகருக்கு உள்ளே நுழைய முடியாமல் முற்றுகையிட்டிருந்தான் நவாப் சேனைக்கு. காவேரிப் பாக்கத்துக்கு வெளியே வளையமிட்டுவந்த பிரெஞ்சுத் துருப்புகளை வீழ்த்த முகமது அலி கான் இவனை ஆங்கிலேயருக்கு உதவியாகப் பலமுறை அனுப்பியதில் அந்த முறை வென்றான். ஆங்கிலேயரைக் கூட்டாக்கி பிரெஞ்சியரை ஒழித்து, பின் சுதேசிகளோடு கைகோர்த்து வெள்ளையரைச் சுற்றிவளைத்துச் சிறைப்படுத்திக் கப்பல் கப்பலாய் வெளியேற்றவும், கட்டாஞ் செவல் பூலியானைக் கைகோர்க்க நீட்டியும் இருவருக்கும் பகை உறவாயிற்று. இத்தனைக்கும் முதலில் பூலியானிடம் தோற்று அடுத்த முற்றுகையில் வென்றிருந்தான் கட்டாஞ்செவலை. பாளையக்காரர்களை ஒன்றுகூட்டிக் கும்பினி உத்தரவுகளுக்குப் பணியாத ஓலைகளை எதிர்த்துவிட்டான் காற்றில். அவர்களது கொடியை பீரங்கி வாயில் வைத்துச் சுட்டுவிட்டுத் தன் மஞ்சள்கொடியை ஏற்றினான்.

தளபதி காம்பெல் எயினர்களின் இருண்ட மலைவீடுகளுக்கு நெருப்பிட ஆதி இருள் உதிரமாய் நகர்ந்து கான்சாவைத் தொட்டதும், மலைகளிலிருந்து இறங்கிவந்த காட்டை இருட்டித்திரியும் சுதேசிகளை ஒன்றிணைத்தான் முகமது யூசுப்கான் சாகிபு.

பழைய இங்கிலாந்து டொலொடோவின் ஜீலியன் டெல்-ரெய் தனது ஆயுத வர்த்தகத்துக்குத் தயாரித்த பாய்மரக் கப்பல்களுக்கு அளித்த வாள்களில் வாணிப முத்திரையாய் சின்ன நரிச்சின்னம் பொறித்திருந்ததை தொட்டுப்பார்த்து வாங்க தொண்டியந்துறைக்குப் போகிறான் கான்சாகிபு.

செம்மண் உதிரும் நகரம்

அந்த நகரில் எந்தக் குதிரையுமில்லை. நரியின் அழகிய வால் சிறிய காதுகள் மட்டான தவ்வுநடைக் குதிரைப் பாதை மட்டும் கானலில் சருகுப் பாம்பாய் நெளிகிறது. ஆனாலும் இந்நகரம் நட்சத்திரங்களுக்கு அப்பால் உதிர்ந்து கொண்டிருந்தது.

உயரமான களிமண் சுவர்கொண்ட நகரம், காரைச்சுவர் கொண்ட நகரம், செம்மண் உதிரும் நகரம், உவட்டுக்கடல் நகரம்.

தெருமூலையில் அந்தப் பெண் காற்றில்திரும்பி செம்மண் உதிரும் வீடுகளின் தோற்றத்தில் தன்னோடு கொண்ட பனையூரின் தோற்றத்தை நோக்கினாள். சந்துவழியே அனேகநாட்கள் நாயின் ஒலி மிக மெல்லிய குரலில் தன்னை விரட்டிக்கொண்டு தொடர்வதும், உருவற்றநாய் கூடவே வருவதுமாக உணர்ந்தாள். செவல் ஊரின் வண்டிப்பாதை வழியே உப்பங்காற்று வீசியது. முன்னே செம்மண்மூடிய வெளிச்சம் ஆழ்ந்த சூரியனில் உதிர்ந்துகொண்டிருந்தது எரிந்த சிவப்புமண். அதைக்கண்ட அவள் மண்ணினூடு நடந்து செல்கிறாள். வெயிலின் வியர்வை அவள்மேல் படர்ந்தது. கவ்விய வெப்பத்தில் செவக்காடாய் சிவந்திருந்தாள். மூக்கினடியில் உலர்ந்த துளிகள் கரித்தன. 'எங்கே உலவிக்கொண்டிருக்கிறோம் அம்மா' என்றான் சிறுவன் கம்மந்தான். 'ஆம், வெளியில் தெரியும் உவட்டுக்கடல் நோக்கிப் போய்க் கொண்டிருக்கிறோம். அங்கு சுண்ணாம்பு உதிரும் தெருக்கள் உள்ளன. சிறு ஊர்களைக் கடக்கிறோம்' 'கால் வலிக்குதே அம்மா' அதோ தனித்திருக்கும் இலந்தை மரம் பழமாய்ச்சிவந்து சொரிந்து கொண்டிருக்கிறது.

நிழலற்ற தூரம்வரை கிளா மரங்களின் சாயல். அது இன்னும் பிஞ்சும் பூவுமாய் உதிர்கிறது. 'கொஞ்சகாலம் பொறுத்துக் கொள்ளடா செல்லமே' 'பையில் உப்பு வைத்திருக்கிறேன் கிளாக்காய் வேண்டுமே அம்மா.'

இருவாயில்கள் கொண்ட கிளாமரங்கள் சூழ்ந்த பனையூரின் ஒவ்வொரு முற்றத்திலும் புகுந்து அவர்கள் வேறொரு தெருவை அடைந்தார்கள். கிழக்கிலிருந்து வீசும் உப்பங்காற்று அரக்குகொண்ட ஒளி செந்நிறத்திலிருந்த நிறங்களின் மயக்கத்தில் கிளாமரங்களைச் சுற்றிச்சுற்றி விளையாடிக்கொண்டிருக்கும் பனையூர்ப் பிள்ளைகள். தெருவில் ஆள்நடமாட்டம் தொடங்கியிருந்தது. தென்வடல் மூன்று தெருவும் எலுமிச்சை, நார்த்தை, கிச்சிலி மரங்களும் வெளியேறிச் சென்றன ஊரைவிட்டு. பனையூரில் ராசசத்திரம் ஒன்றில் பப்ளிமாஸ்

மரமொன்று கனி தந்துகொண்டிருந்தது. ஜாவாவிலிருந்து வந்த மரக்கலச்செட்டி கொண்டுவந்து நட்டியது.

அதை கம்மந்தான் பின்னே விதியால் மருதந்துறை வைகையாற்றங் கரைமேல் மாமரத்தின் கிளையில் தூக்கிலிட்ட நிழல் நீண்டுவர அந்த மரத்தை மறுமுறை பார்க்கப்போகிறான். பழத்தோட்டம் சூழ்ந்த பனையூர் கன்னியா வனத்திற்குத் திரும்பிக்கொண்டிருந்த ராத்திரி அது. சாவுதான் அழைத்தது என்று அவன் பனையூருக்குத் திரும்பி வரும் ஆட்கள் தனித்தனியாய் விலகி மறையவும் ஒக்கூர் பாதைக்குச் சாயைகள் தட்டுப்படும். நீர்மேல் ஏற்றி தீபாந்திர தண்டனை பெற்ற கடல் கூலியின் முனங்கலைக் கேட்டது செம்மண் உதிரும் அந்தச் சிறுநகரம். ஒவ்வொரு செடியிலும் சிற்பமான இலைகளில் துணுக்கொலி ஓடியும் பனையூர் முனகல். முத்தல் இலை காயாமல் கீழே இருளில் உதிரும் சுவர்களில் உரசிப்படிவது தெரியும். சுயமரணத்தில் செடிகளுக்கு வாட்டம். கத்தரிப்பூச் சேலையை மெல்லலையாகக் காற்றில் பரவவிட்டு நீண்டநேரம் பாடி மெலிந்த ஒலியை பூச்சிகளும் சர்ப்பங்களும் காது நுனிவைத்துக் கேட்டன நிசப்தமாய். அங்கு சேரும் இருள் எல்லாம் பட்சிகளுடன் பைத்தியம் பிடித்துக் கதறும். பனையூரில் ஒருவரும் இல்லை என்று மறைகிறார்கள். செவக்காட்டு வெளியிலிருக்கும் பனையூர் தானே புலம்புவதைக் கேட்டான் கம்மந்தான். தற்கொலை ஊரில் மென்மையான ஆவிகளே அபாந்திர மென்னிரவுகளாக வரும்.

கன்னிகைக்கொடி கொண்ட யோனிவட்டக் கீறல்களில் நைந்த சேலையை மாற்றி உடுத்தினாள் பனையூர் ஜெபரூத். கிளாமரப்பூவீசி துளைகிற காற்றில் நடந்தாள். கருப்பான பாறைகள் கூடிய கரடு ஒளிக்கசிவில் திரவ உயிராய்த் தற்கொலையான இவர்கள் ருது உடலேற்று நகர்ந்தனர். மாய உருக்கொண்ட பெண்மனனிகள் நிசப்தத்தில் அழைத்தன அவனை. புள்ளி வடிவங்களைக் கற்பலகை எழுத்தில் வரைந்த சுண்ணாம்பு பழுத்திருந்தது. பல ஊரைச்சேர்ந்த மனனிகள் உதிரும் லிபிகளை உடலாக உயித்தனர். ஆனால் புருஷர்கள் கன்னிகைகளாகச் சாபமடைந்த கற்தூண்களைப் புதரில் கண்டாள் பனையூர் ஜெபரூத். கல்லெழுத்துப்படி பிதிரர்கள் கற்சிலாம்புகளில் மறைந்துசெல்வதைக் குன்றும் கூம்புமான பரப்பில் பார்த்தான்.

ஸ்பரிசச்சுவை உதட்டில் ஒட்டிய சாம்பல், இச்சிறு செம்மண் நகரம் சுவர்களின் உமிழ்உடலில் உதிரும் மண். ஏன் என அரக்குவிழிகள் பாறைகளில் தோன்றி அசையும் இப்பெருங்கரடு பிறைகவ்வி

மலைநடந்தது என இருட்டியிருந்தது. அது இருட்டில் மறைந்திருக்கும் வாளம் கவ்விவரும் களிற்றின் கொம்பு.

செம்மண் ஊர்ப்பொந்துகளில் ஒளிந்த இராப்பட்சி காலைத் தீண்ட நடுஇரவின் படைப்பு அழிவுபடாத கன்னிகைகளின் இருப்பைக் காட்டியது. 'வாளத்தில் இருக்கிறோம்' எனக் கத்தியது வனம். மறைந்த விலங்குகளின் திரளான அலறல். வாளத்தின் ஒளிப்பாட்டம். வைகை மழையால் சிவந்து ஓடியது. ஆவிப்பெருநதி பெண் ரூபமெடுத்துப் பாறைக்குப் பாறை திரும்பிப் பாசிக்கண்களைக் காட்டியது. மனிதர்களால் போக முடியவில்லை வாளக்காட்டிற்கு. விலங்குப் பெண் தடத்தில் பெரு நரித்தடங்கள் விருவுப் பாறைகளில் தெரிந்தது.

மடிப்புப்பாறைகளின் சங்கிலித் தொடரில் வெளிர்நீல ருதுக்கள் விலங்குப்பெண்ணுடன் சக்கர வாளத்தில் மிதக்கிறார்கள். பால்மடு பலகொண்ட விலங்குப்பெண் அவர்களை இறுக அணைத்து ஆண்களைத் தன்னுருவாக மாற்றினாள். விலங்கின் கால்வழியில் நடந்தான். பச்சை சர்ப்பங்களும் அங்கு நெளிந்தன கிளைப் பாதைகளாகி. அவளோடு மயங்கி முகம்முகமாய் நுழைந்து தேம்புகிறான் அவன்.

தன்னூர்ப் பனையூர் வாடை. அவள் இவனை நெருங்க ஒட்டாமல் காற்றில் இவ்வளவான தொடுதலை உணர்ந்தான். ருதுக்களின் நாசி விலங்குக்கூட்டமாய் வளுதாடியில் ஒட்டுவது கேட்டது. அவ்வொலி விலங்குப்பெண்ணின் கண்களில் பாசியடைந்து பனையூர் ஜெபரூத்தை ஈர்த்தது. பாறைக்குப் பாறை ஒவ்வொன்றாய்த் தொட்டு மிதந்த ஜெபரூத்தைத் தோளில் தூக்கிக் கடக்கிறான்.

பொய்யாக்கொடி வையை

மணப்பாறையில் வளரிப் படைப்பற்றை வென்று மருதையில் நவாப்பின் பிரதிநிதியைப் பிடிப்பதற்கு கலனல் ஹெரானுக்கு முன் கான்சாஹிப்பின் நிழல் நீண்டு, நத்தம் கணவாய்வழி ஊர்ந்து சென்று மியானாவைத் தொட்டதும் அவன் தப்பிவிட்டிருந்தான். 'இன்றைக்கு உம்முடைய மரணம் என் கையில் இருக்கிறது அதை நீர் என் கையால் பெற்றுக்கொள்' எனக் கான்சா குதிரை நிழல் பேசியதும் திறம்பூருக்கு ஓடி ஒளிந்துகொண்டான் மியானா. திறம்பூர்தான் கோயில்குடியென்று ஹெரான் காதைக் கடித்துச் சொன்னான் கான்சா. கோயில்குடியில் உள்ள வளரிப்பற்றை பூர்வீகக் கோவிலோடு, மியானாவையும் பிடிக்கும் சாக்கில் கொள்ளையிடச் சூழ்ச்சம்

செய்தான் ஹெரான். இதை கான்சாவிடம் சொல்ல 'தேளின் பிறப்பை போன்றதாயிருக்கிறதே உன் வார்த்தை' என்றான் கான்சா.

கோட்டையின் வெளியில் வெகு நேர்த்தியான கரடு. அதன் பின் புறம் வளரி நிழல்கள் முன்வீச்சாலும் பின்வீச்சாலும் நம் அநேகரைத் துண்டாக்கியதும் சேனையைக் கூட்டிக்கொண்டு துரிதமாய் பின் வாங்கினவர் கண்களிலிருந்து நித்திரை ஒழிந்துப் போய் இருள் மூடிக்கொண்டது முதல் தாக்குதலில் கண்திறந்து பார்ப்பதற்குள் நத்தம் கரட்டில் இருளாய் மறைந்தனர். இடையில் தொங்கும் இருபுறமும் கருக்கான வளரிகள் நம்மைக் கழுத்தோடு அணைத்துக் கொள்ளத் துடிக்கும். 'இந்த விக்ரகங்களைத் தொடவேண்டாம் அந்தக் கோயில்க் கல்லில் செதுக்கப்பட்ட அட்சரங்கள் நம் ஒவ்வொரு முற்றிகையிலும் மரணம் தன்முகத்தைக் காட்டி விதியாய் வந்து பேசுமே.' கோயிலைச் சுற்றிக் காவலுக்கு இருந்த பாதரஸ ஓநாய் எயினர் கைமேல் சுற்றும் வளரிகள் தானே சண்டையிட்டுக் கொள்வதைத் தங்களுக்குள் விடுகதைகள் போடுவதைக் காதுகாதாய்ச் சொல்லிவந்தன வளரிப்பற்றுகள். பாதரஸ ஓநாய் எயினர்களின் எயினர்நூல், பூர்வ விக்கிரங்களைக் கொள்ளையிட்டால் சும்மா விடாது எனவும், மருதைபோய்ச் சேர இயலாதெனவும் ஹெரானுக்குச் சொல்லியும் கேளாசிரவத்தோடு பேராசைப் பட்டிருந்தான் கோயில் சிற்பத்தில். கான்சாவிற்கு இதில் கொஞ்சம்கூட உடன்பாடில்லை. 'கோயில் கோட்டைச் சுவரின்மேல் ஏறுவதற்கு ஏணி மற்றும் உடும்புக் கயிறுகள் கிடைக்கவில்லை... அந்த மியானா, இங்கிருந்தும் தப்பி ஓடிவிட்டான்' என்றான் கான்சா ஹெரானிடம். ஆனால், இதனை ஏற்காத ஹெரான் அந்தக் கோயில் கோட்டைக் கதவை வைக்கோல் படப்பை உருவித் தீயிட்டுக் கொளுத்த ஆணையிட்டான் கான்சாவுக்கு. இதைக்கேட்டுக் கூசி காதைப்பொத்திப் பதறி அதிர்ந்தான் கான்சா. 'நமது சேனையை மடக்கிக்கொண்டு போகவிட்டால் வளரிப்பற்று நமது போர்ச் சேவகர்களின் இரத்தத்தால் பூமியைச் சிவப்பாக்கி விடுவர்.

இவர்களோ பனங்காயெனக் கருநிறத்தில் காட்டை நத்தம் கணவாயை இருட்டித் திரிகிறார்களே. கீழ்படியாதவர்களாய் தம் பிள்ளைகளை ஆட்டுமறிகளெனத் தோளில் தூக்கி நீட்டோலை வாசியாமல் காட்டில் பதுங்கி விரிகிறார்கள் கமாண்டரே' என கான்சா சொன்ன சொல்லை கேட்கவேயில்லை கலனல் ஹெரான். வெள்ளையன் உத்தரவு கான்சாவையும் படைவீரர்களையும் பீடித்ததில், பூட்டிய கதவுக்கொண்டிகள் நொறுங்கி, திண்டுக்கல்

பூட்டுகள் உடைந்து சிதறி, குதிரைகள் கதவுகளை முட்டின. இந்த முறை கலனல் ஹெரான் எயினர் நூலில் அகப்பட்டுவிட்டான். வளரிப்பற்றில் ஒளிந்திருக்கும் குதிரை நிழல்கள்மீது காதக ஆவியர் கிளம்பிவரக் காலங்காலமாய்த் தாம் சுற்றிவந்த சிலையைப் பெயர்த்து எடுக்கிறார்கள் கும்பினிப் படையினர். ஹெரான் செல்லும் இட மெல்லாம் குதிரை நிழல்கள்மீது காதக ஆவியர் பின்தொடர்ந்தனர். மருதைக் கடவில் பாதரஸ ஓநாய்களின் சாபத்திற்கு அஞ்சி சிலையை ஏலமிடுகிறான் ஹெரான். ஒருவரும் ஏலம் கேட்டு வரவில்லை. சிலையைக் கொள்ளைப் பொருட்களோடு சணல்மூடாக்கில் சேர்த்துக் கட்டுகிறார்கள். சிலையின் கூடவே பறந்துவந்த பதினெட்டு வளரிகள் பூருவச் சிலையைச் சுற்றிக்கொண்டு கிடந்தன வயனம் காத்துத் துயிலிலும் எதிரியின் வரவை எதிர்பார்த்து. வளரியேந்தி மருலேறி ஆடுகிறார்கள். தெய்வச்சிலையின் கைவிரல்களில் பொய்யாக்கொடி வையை வாடியிருந்தாள். ஹெரான் திரும்பிவரும் பாதையின் குறுக்கே பொய்யா வையைக்கொடி சுற்றிப் படுத்திருந்தனர் பழிதீர்க்க.

மருதைக்கு வந்த ஹெரானுக்கு பிரிட்டிஷ் கவுன்சிலிடமிருந்து உடனே திரும்பிவரும்படி முத்திரை உத்தரவுத் தாளும் நடுங்கி வழிமறித்தது. திருச்சி நோக்கிப் படையும் கிளம்பிவிட்டது புழுதியில். ஆனால், கிளம்புவதற்கு முன்பாக கலனல் ஹெரானுக்கும் படைகளுக்கும் ஒரு அதிர்ச்சித் தகவல் வந்தது. இந்த உளவுத் தகவலின்படி பாதரஸ ஓநாய்க் குடிகளும் வளரிப்பற்றும் உலவும் ஆபத்தான நத்தம் கணவாயைப் பயன்படுத்த வேண்டாமென மறுஉத்தரவிட்டிருந்தது பாதைகளை முத்திரையிட்டு. மருதைக் கமாண்டர் தன் படைகளை நத்தம் கணவாயில் மேய்ந்துதிரியும் கிடைமாடுகளைப் பிடிக்க அனுப்புகிறான் உத்தரவை மீறி. போனவர்கள் ஒருவரும் திரும்பவில்லை. வளரிப்பற்று ஊசிமுனை அளவுகூட ஈவு இரக்கமின்றி வளரிவீசப் பனங்காய்த் தலைகள் சோளக்காட்டில் பதுங்கிக்கிடந்தன. கலனல் ஹெரானையும் அவனது படைகளையும் ரகசியக் குருதிமொழியில் கற்களில் மந்திரக்கோடு போட்டு வரைந்திருந்தனர். அவர்கள் வரவை ஒவ்வொரு கல்லும் அறிந்திருந்தது. கல்லுக்குக் கல் தூரப்பார்வையில் ஹெரானின் குதிரை இடறுவதைப் புழுதியில் பார்த்தனர் ஓநாய் கண்களால். நத்தம் கணவாயில் சுட்டமண்கடவுளர்கள் காத்துக் கிடந்தனர் கோபத்தில். இந்த அதிர்ச்சித் தகவல் கேட்டு இரத்தம் உறைந்துபோன கலனல் ஹெரான் மிகவும் சூழ்ச்சமாகத் தனது படையை நான்காகப் பிரித்து

ஒவ்வொரு பாகத்திற்கு ஒரு கேப்டனைக் கொண்டு வழிநடத்த ஆணையிட்டான்.

ஒவ்வொரு பிரிவும் மருதையிலிருந்து வெளிச்சி நத்தம் பகுதிக்கு கலனல் ஹெரானின் படை, உறையும் குருதியின் நடுக்கத்தோடு சாவுநடையில் பூட்ஸ்கால்கள் பதுங்கிப் பதுங்கி நடந்துவந்தன. முதல் பிரிவில் ஒரு சார்ஜெண்ட் தலைமையில் பதினெட்டு ஐரோப்பியர் களும் படைவீரர்களும் செல்கிறார்கள். காதகரின் குதிரை நிழல்கள் மரத்துக்குமரம் தோன்றி மறைகின்றன வளரியுடன். அவர்களைத் தொடர்ந்து முதல்பிரிவுப் படை பீரங்கியுடன் செல்கிறது.

இரண்டாவது படைப்பிரிவில் கேப்டன் பொலிஸ் குதிரைமேல் செல்கிறான் தலைமையேற்று. அவனைத் தொடர்ந்து மூன்றாவதாக ஒரு சார்ஜெண்ட் தலைமையில் பீரங்கிகள் பல துருவோசையிடும் சக்கரங்களோடு துப்பாக்கி நிழல்கள் செல்கின்றன கூட்டமாய். இறுதியாக நான்காவதாகக் கேப்டன் ஸ்மித் தலைமையில் யானைகள், ஒட்டகங்கள், சிறிய பல பீரங்கிகள் ஆறு இராட்சத பீரங்கிகளுக்கு நடுவில் பாதரஸ ஓநாய் எயினர்களின் பூர்வ சாமிசிலை இருட்டு மின்னலிட்டுக் காதகர்களைத் தொட்டதில் நத்தம் கணவாயில் அத்தனை பேரையும் கறுப்புமின்னல் தாக்கிப் பலியேற்றன உதிர தெய்வங்கள். நகைநட்டுகளை கழுத்திலிருந்து வீசியெறிந்துவிட்டு சோல்சரின் கைகளைக் கோர்த்து ஆரணமாய்ச் சூடினாள் மைக்காரப் பேச்சி. முதலில் சென்ற இராணுவப் பிரிவு, தாங்கள் எந்தத் தாக்குதலுக்கும் ஆளாகவில்லை. இங்கு பாதரஸ ஓநாய்களின் நடமாட்டம் இல்லையென தகவல் அடுத்த அணிக்கு வந்தடைந்தது. அனைத்தும் பாதுகாப்பாய் செல்கிறது என துப்பாக்கிகளை மவுனப்படுத்தி அணிவரிசையைவிட்டு விலகி பாதையின் போக்கில் நடந்தனர். ஆனால், காட்டை இருட்டித் திரியும் வளரிப்பற்றுகளில் தான்தோன்றிப் பாதரஸ ஓநாய்களின் கால்புதர்களில் உதுகாட்டம்மன், பேயாண்டியம்மன், எலவந்தியம்மன், விளக்காடியம்மன் சுடர்விட்டு சிறுதெய்வங்களின் வாசனைகள் மயக்கரவுகளாய்த் தேடிவந்தன எதிரிகளை.

ஒவ்வொரு மயக்கரவின் விலா எலும்புகள் உருவிய வளரிகளாய்ச் சுழன்று சுற்றி காப்டன் ஜோசப்பின் கன்னர்களைத் தாக்கின. பாதரஸ ஓநாய்களின் கால்புதர்களின் அடியில் பீரங்கி ஓட்டுனர்கள் கவனமின்றிப் புதைந்தார்கள். இதனால் முன்னே சென்ற படை களுக்கும் இவர்களுக்குமுள்ள தொடர்பு துண்டிக்கப்பட்டதும் காடு

மேலும் இருட்டியது, மரத்துக்கு மரம் பாதரஸ ஓநாய்களின் சிணுங்கல்களும் நகைப்பும் படைவீரர்களை நடைப்பிணமாக்கியது. என்ன தாமதம் எனக் கேட்க, எந்த வீரர்களும் வரவில்லை.

நத்தம் கணவாயில் என்ன நடக்கிறதோ எனக் கலங்கி நின்றனர் வெள்ளைப் படையினர். காலம் கடந்து கொண்டே இருந்தது. அங்கு காட்டு விளக்குகளை யார் ஏந்தி வருகிறார்கள்? இறந்த விண்மீன்களாக இருக்கலாம். நத்தம் காட்டுக்குள் பிணக்கூட்டம் எழுந்து துப்பாக்கி யேந்தி சுடுகிறது. கொல்லப்பட்ட ஹெரான் படையினர் ஏராளம். காடுகளில் சிறைப்பட்டனர். இருட்டித் திரியும் காதக ஆவியர் மணலை அள்ளி வீசிவீசி அதன் வெளிச்சத்தில் பாய்ந்தனர்.

யாரும் ஹெரான் படையிடம் பிடிபடவில்லை. முடிவு நெருங்கி விட்டது. ஆனால் மெதுவாக நடந்துகொண்டிருந்தனர் செத்த நடையில். மாஸ்டர் ஸ்டோக்போல் தங்களுக்கு ஏற்றாற்போல் வளரிப்பற்று ஆங்கிலேயப் படையை ஒரே காட்டைச் சுற்றிச்சுற்றி வரும்படி இயக்கியது. இதனால் இந்நாள் வந்த அனைத்துப்படையும் ஒரே இடத்தில் தப்பித்து ஓடாதமுடியாதபடி திசைகள் மிரட்டுகின்றன. ஆங்கிலப்படைகள் என்ன செய்வதென்று தெரியாமல் விழித்துக் கொண்டிருந்த வேளையில் பாதரஸ ஓநாய் எயினர்கள் தங்கள் ஆயுதங்களுடன் (வளரி, வில் அம்பு, மணப்பாறை சந்தன ஆசாரி செய்த நாட்டுக்கட்டைத் துப்பாக்கிகள்) ஒருவித வினோத சத்தமெழுப்பி திசா திசைகளில் திரண்டுவந்து தாக்குதல் நடத்தினர். இறந்த குதிரைகளின் நிழல்கள் பேசின. அவற்றின்மேல் காதக ஆவியர் வளரிவீசி வந்தனர். கேப்டன் ஜோசப் படைகள் பீரங்கி மற்றும் நவீன ஆயுதங்களுடன் எதிர்த் தாக்குதல் நடத்தினர். ஏனோ திடீரென பாதரஸ ஓநாய்கள் மறைந்துவிடுகின்றனர் காட்டுக்குள். எதிரிப்படைகளால் அவர்கள் எங்கு போனாலும் நின்று தேட முடியாத இருட்டு வாழ்வு நெடுக பால்வரைத் தெய்வமாக இருக்கிறது.

அந்த இருட்டு பழமையானது. புராணங்களில் இல்லாதது. எழுதாமைக்குள் மிஞ்சியிருக்கும் நத்தம் கணவாய்க் கதைகளுக்குள் மறைந்திருக்கும் இருட்டு, சூதறியா விலங்குகள் அறிந்த இருட்டு, அவர்களுக்குள் இருந்தது. ஆங்கிலப் படைகளால் கண்டுபிடிக்க இயலவில்லை. இந்த முதல் தாக்குதலில் காப்டன் ஜோசப்பின் படைகள் பாதரஸ ஓநாய்களின் குருதியின் ரகசிய உரையாடலைக் கேட்கிறார்கள். சுடுகருவிகள் நடுங்க நிற்கிறது படை. சற்று நேரத்தில் மணல் வீசிவீசி வரும் வெளிச்சத்தில் பாதரஸ ஓநாய் எயினர்படை

மிக உக்கிரமாகத் தாக்குதல்களைத் தொடர்ந்து, பல பிரிட்டிஷ் வீரர்களைக் கொன்று முன்னேறுகிறார்கள்.

தாக்குதலில் பூர்வ சாமிசிலையை வைத்திருந்த ராட்சத பீரங்கியைச் சுற்றியிருந்த அனைவரையும் நீண்ட ஈட்டியால் குத்திச் சரிக்கிறார்கள். திடீரென ஒரு அசரீரிக் குரல் வந்ததும் அனைத்துப் பாதரஸ ஓநாய்ப் படை தாக்குதல்களை நிறுத்தியது. அந்த அசரீரி சொல்வது என்ன வென்றால் பூர்வக் கிழவன் சிலையைப் பாதரஸ ஓநாய்ப் படை மீட்கிறது என்பதுதான். கலனல் ஹெரான் இருந்தவரை பிரிட்டிஷ் படைகளுக்கும் பாதரஸ ஓநாய் வளரிகளுக்கும் மாறிமாறி இழப்பை சந்தித்ததில் உருச் சிதைந்தவர்களின் பின்னே வானோக்கி உயரப் பிடித்த இரும்புவளரியைக் கழுவக்கழுவ இரத்தம். உப்புநீரில் கருக்கிறது ஓநாய்வளரி. வெளவால் தலைகொண்ட இறந்த சிப்பாய்களும் துவக்குகளுடன் காவல். எங்கே புதைக்கலாமென உலவி வருகிறார்கள் வெளிச்சிநத்தம் காட்டில். நத்தம் கணவாயிலிருந்து ஒரு அம்பைப் பாய்ச்சினான் அணிவகுப்பின் மீது. அதை இழுத் தெடுத்து சாம்பலான நீத்தாருக்குப் படைக்கிறான். ஊனுயிர் காக்கும் நீரின் இயல்பில் உலவும் பாதரஸ ஓநாய் எயினர் பலர் கைதாகினர்.

எயினர்நூலுக்குள் பறக்கும் சாகுருவிகள் சா சா வென அலறிச்சுற்றி வட்டமிட்டு அமர்கின்றன. அவற்றின் கால்களுக்கிடையே உப்பு வளரியைத் துழாவி அலையும் திணை ஆவிகளைக் கரும்பும் பட்சி அது. அந்தரக் கயிற்றில் நான் நடந்துபோகும் மரணத்திற்கு விடுத்த ஒருகால் காத்திருத்தல், எடுத்த கால் சரிகிறது நத்தம் பனங்கூட்டத்தில். உடைந்த எலும்புக் கூலத்தில் நீரில் நெருப்புயிர்க்கும் புகைப்படலம் மூடுகிறது கரு மருந்தின் நெடியில். முந்தையவர்கள் வருங் காலமாயினர். எயினர்நூல் நோக்கி நெடுஞ்சுடர் ஆட இறந்தவர்களின் நிழல்களும் ஆடின. வெறுமையில் இன்னமும் உயிர்த்திருக்கும் பாதரஸ ஓநாயின் மொழி உடல் சிதைந்த வளரியின் கலை வடிவங்களை சிதறுண்டவர்களின் சரீரத்தோடு சேர்த்துத் தைக்கிறார்கள். அடிமைசாசனம் எழுதிக் கொடுத்தவர்கள் கான்சாவின் படை வரிசையில் பிரிந்துபோய் நிற்கிறார்கள். அவர்கள் யாரையும் காடுகள் சேர்த்துக்கொள்வதில்லை. ஒவ்வொருவரின் கையிலும் வளரி எரிகிறது. அதன் வேகத்தில் பனங்காய்களாக உயரத்திலிருந்து தலைகள் கீழிறங்குகின்றன. விழுந்த பனங்காய்கள் எட்டிப்பார்க்கின்றன. காட்டுக்கோயில் மண் ஜன்னல்களிலிருந்து கைகள் நழுவவிட்ட வளரிகள் துயில்வோரைத் தொடுவதற்காக சாகுருவியின் சிறகணிந்த

இளந்தாரி வளரிப்படை நந்தம் பனைகளுக்கிடையே கூட்டமாய் கீழே மிதந்து பறக்கின்றன.

வீழ்கிற முகமூடிகள் அந்தரத்தில் மிதந்து துயர்பூசி
இறங்கிவரும் இருட்டு
சிறு பிராயத்தவர்கள் கண்ணீர்த் தடங்களைத் தொட்டு முகம்
மெழுகி உப்பாகிறார்கள்
சிற்பங்களாய் சாயைகளின் மோனம்
அதனுள்ளே வளரியின் பாதரஸ ஓநாய் நிழல்களும்
தோற்றமாயின அந்தரத்தில்
ஒரு எயினர் நூல்தான்
பாதரஸ விலங்கும் நூல்தான்
எல்லா உயிரினமும் ஒரு நூல்தான்
எல்லா பாலினமும் ஒரு புத்தகம்தான்
கரும்போர்வை மூடி விளக்குடன் வருகிறாள் அணங்குடையாட்டி
தெய்வ ஆவேசங்கொண்டு ஆடுபவள்
வீழ்ந்தோரை வாழ்த்தும் அணங்குடையாட்டி
வளரிகள் மேல்நோக்கி எழுதல்
ஹெரான் அவளைக் கைது செய்கிறான்
சார்ஜெண்ட் அவளைச் சங்கிலிபூட்டி இழுத்து வருகிறான்
தடைசெய்யப்பட்ட எயினர்நூலை குளியலறையில் படிக்காதே
என்றாள் கைதி ஒருத்தி
புஸ்தகங்களில் படரும் பொய்யாக்கொடி வையை
எல்லா நூல்களையும் மூழ்கடித்தாள்
ஆற்காடு நவாப் உளவாளிகள்
தீக்குச்சியை உரசிக் கிழட்டு நாயாக மோப்பமிட்டு வருகிறார்கள்
அணங்குடையாட்டியைச் சுற்றி
புத்தகங்களை தின்றுவிடாதே கம்மந்தான்
எங்கே என் எயினர்நூலை ஒளித்து வைத்திருக்கிறாய் சொல்
கரண்டைக் காலில் சவுக்கடி பட்டுப் பேசுகிறாள்
பெயரிடப்படாத கலவரத்தில் தவறுதலாய்க் காயமடைந்தவள்
தையல்களிட்ட முகமூடிகளை அணிந்து சொன்னாள்
பறக்கிற புத்தகமும் சகுனம் காட்டும் பறவைதான்
எம் எயினர்நூல் காலத்தினூடும் அதே நீண்ட காலத்துக்கு
கீழும் நூல்வெளியில் பறந்துகொண்டு இருக்கிறது
சமகாலத்திற்கு நகர்ந்துவிடும் தடைசெய்யப்பட்ட புஸ்தகங்களும்
எயினர்நூலும்

சாதாரண புஸ்தகங்களும் கடந்துகொண்டிருக்கின்றன
எல்லா வழிகளிலும்
காடுகளில் மறைந்த எயினர் மொழி
செங்கல்லக மலைகளிலும் ஒவ்வொரு நொடியிலும் மறைந்த
எயினர்நூல்
ஒவ்வொரு சொட்டாய் இறங்குகிறது
கம்மந்தான் உன்மொழியும் என்மொழியும் புத்தகம்தான்
இடைவெளிகளைக் கடந்துகொண்டிருக்கிறாள்
ஈச்சம்பனை, குமுதிப்பனை, சீமைப்பனை, திப்பிலிப்பனை,
இடுக்குப்பனை, ஆதம்பனை யாமென்றாள்
'என் எதிர்ப்புகளைக் குற்றமாக்கும் சந்தேகப்பார்வை
பார்க்காதே' என்றாள் அணங்குடையாட்டி.
'உன் இருப்பே குற்றமாகும்' என்றான் கம்மந்தான்.
நவாப்பின் பணியாளனாக நியமித்திருக்கிறார்கள் உன்னை
நீ குடிக்கும் நீரையும் காற்றையும்தான் குடிக்கிறேன்
பொய்யாக்கொடி வையை நான் என்றாள்
சந்தேகம் எதற்கு, ஏன் பின்தொடர்கிறாய் கம்மந்தானே
என்னை நீ தொடர்வது சித்ரவதை
நிலவுக்கும், இருட்டுக்கும், நீருக்கும்
குடைப்பனை, தாதம்பனை, பாக்குப்பனை கூந்தப்பனைக்கும்
எதிரானது என்றாள் பொய்யாக்கொடி வையை.
'கண்ணுக்குத்தெரியாத சுவர்களால் பிரிந்திருக்கிறோம்'
ஆலிமின் குமாரன் கம்மந்தான்
அந்தச் சுவர் வெள்ளையர் மற்றும் முகமதுஅலியின்
நிர்பந்தங்களில் எழுந்தது
எயினர்நூலை ஏன் சுட்டாய்
இயற்கையில் உலகில் சுவர்கள் ஏதுமில்லை

அந்தச் சுவர் அவ்வாறு இருக்கவேண்டி இருப்பதென அவர்கள் சென்றுகொண்டிருந்த பிளவுக்குள் எதிரெதிர் கரையினில் நிற்கிறோம் கம்மந்தானே, என் கரைக்கு நீயும் உன்கரைக்கு நானும் வரமுடியாது. நத்தம் கணவாயில் இறந்தவர்கள் திணையிலிருந்து வெடித்து வருவார்கள் என்றவாறு சிறையில் நடந்தவாறு இருந்தாள் பொய்யாக் கொடி வையை. அவள் உரையாடலிலிருந்து கம்மந்தான் கும்பினிக் கொடியை மெல்லக் கீழிறக்குகிறான். நடனமிடும் குதிரை முரசு பொறித்த சுதேசிக் கொடியை மெல்ல உயர்த்துகிறான் அந்தரத்தில்.

ஆறுவிரல் கான்சா பொம்மை

மறையும் பனையூர் பருத்திப்பெண்டிர் பாதை. யுத்தத்தில் இறந்தவர் ஆடைகளின் துர்கந்தம் ரத்தமடுவில் சிலைகளாய் உருண்டவர்கள் சுதேசிகள். வால்மீகி சடைக்கஞ்சாவில் சிமிழ்கள் விட்ட புகைமரம். நெய்யக்காரர்கள் இருந்த தொண்டித் தெற்கு வடக்குத் தெருவின் பூர்வீகத் துணி பொம்மைகள். மர பொம்மைகள் கூட்டமாய் இருப்பது எக்ககுடியார் வீடு, தெற்கத்தியார் வீடு, சேர்வாய்க்கால் வீடு, கண்ணங்குடியார் வீடு எல்லாம் பொம்மலாட்டத்தில் நடித்து ஓய்ந்திருப்பவை. பாவோடி மைதானத்தில் பொம்மலாட்டம் நடக்கும். பொம்மலாட்ட இரவு திறக்க காண்டா வெளிச்சத்தில் பருத்திப் பெண்டிர் பொம்மைகளில் பின்னிய பட்டுத் துணியைப் பூவாக்கி புழு துளைக்கிறது. யுதிஷ்ட்டர் பொம்மைக்குக் கப்பம் கொடுத்த இருட்டுப் போர்வையைப் பொம்மை அடிமைகள் நெய்கிறார்கள். கம்பளிப் போர்வை நெய்யும் மேய்ப்பர்கள் வருகிறார்கள் நடைவியாபாரிகளாய். தெருவில் கூவிக்கூவி விற்கிறான் பனிக் காலத்தை. மறுநாள் ஆடுகளுக்கு ரோமம் கத்தரிக்கும் நீளமான விரல்களால் பாவைகளைத் தடவிப்பார்த்தான் கசபாநூல் வித்தைக்காரன். அவனுக்கு மானாமதுரையை அடுத்த வையை நதிக்கரையில் பேய்பிடித்த பனையூரில் ஒரு பூர்வீக வீடு இருந்தது. அந்தப் பனையூர் பருத்தி சம்சாரிகளின் சமாதிக் கோபுரங்களுக்குப் பின்னே சிறகு போர்த்தும் கழுகுகளும் கூகைகளின் மூச்சொலிகளும் மரணபயத்தைத் தரும். ஆனால் பருத்திப் புஞ்சை அமரர்கள் மௌனத்தில் ஆழ்ந்திருக்கிறார்கள். மரத்தைத் தசையாக்கிய கசபா நூல் வித்தைக்காரனுக்குச் சொந்தங்களெல்லாம் பனையூர் மரத்தச்சர்கள் தான். நீளமான விரல்கள் அவனுக்கென்றால், கான்சாகிபுக்கும் ஆறுவிரல்கள் உண்டு என்பார் பனையூர்க்கார்கள்.

பனையூரில் பொம்மைகளின் ஆட்டத்தில் எல்லா அங்கங்களும் தனித்தனி நூல் விதியில் இயங்கும். இரவின் முடிவிலே பனையூர் இரவோடு நீங்கள் இருக்க வேண்டும். பகல் வந்துசேரும் எல்லைப் போதில் வையை நதியில் எல்லா பொம்மைகளும் தெரியும். அது பிரம்மையாக இருக்கலாம். எல்லா நிறங்களும் மெழுகிய பாவைகள் ஒளிப் பிரபையின் நடுவே கை குனிப்புற்று ஒன்றையொன்று தூக்கத்தில் தழுவிக் கிடக்கின்றன, நாடகம் முடிந்த விடிகாலையில். பனையூர் மரத்தச்சர்களில் கான்சா சிநேகிதன் நாகூர்கனிக்கு ஆறாவது விரலில் கயிறுகள் கட்டையாக சிலிர்த்து மயங்கும். நூறு பிரிவுகளாய் ஒரு பாவைக்குள் பூட்டிய உறுப்புகள் அலகுகளாய் பிறைகள்,

பிறை வளைவுகள், வரிகள், வரிப்பிறைகள், பிறைவளைவு வரிகள் எனத் தேய்பிறைக்கும் வளர் பிறைக்கும் கதைகள் தேயவும் வளரவும் பாவை நிழல் நிலவில் படிகிறது. சமாதியடைந்த கம்மந்தான் எனப்படும் கான்சா பொம்மலாட்டத்தில் பாத்திரமேற்று நடிக்கும் ஒரேயொரு இரவு வருகிறது. யாருடைய கனவிலோ அது நிகழ்ந்துவிடும். வையை நதிப்படுகையில் அங்கையில் ஆரமஞ்சளும் பூசி விரல் நகப்பூச்சு விரல் அணியென்ன, கண்ணாடி நறுநெய்க் கலவைகள், நொங்கு குடுவைகளில் தொங்கக்கன்னம் தீட்டுகிறாள் பனையூரின் ஒப்பனைக்காரி. கண்ணிமை கோர்ப்பில் ரெப்பைகள் ஏறவும் இறங்கவும் உட்புறம் இழுக்கும் நூல்வழிமறைக்கும் கருமைப் புருவங்களை எச்சில் தொட்டு குச்சியில் தீட்டினாள்.

முகத்தில் கோலம் எழுதிய ஆதிநிறம், பச்சையும் கருப்பும். காட்டல், குறுகல், உயர்த்துதல், விலகிக்காட்டல், உயர்தல், தாழ்தல், உலுக்கல் வீசல் காற்றின் போக்கில் பதுமைகள் நடத்தல். ஆனால் திரைக்குப்பின் இருப்போன் தன் கால் சதங்கைகள் தட்டி உள்ளே நடந்து கயிற்றிலாடும் பாவைக்கும் தனக்கும் உள்ள கருந்திரை நிரந்தரமானது. பெண்பாவைகளுக்குக் கொண்டை முடிதல், குழல் வரிப்பின்னல், கத்தாழை நாரால் கணவாய் மீன்ரத்தம் பூசி உலர்த்திய கூந்தலம்பாவை. கசபா நூல் திறந்தேன். அதில் பொம்மைகளுக்குச் சாயம்வரைதல், முக வடிவங்களுக்கு வர்ணனைகள் ஏகப்பட்டவை. பாவையில் பூசிய வர்ணம் அட்சரம் ஆகுதல். வர்ணம் இரு பிறப்பாலர்களையும் வெள்ளை நிறத்தையும் கொள்கிறது. வர்ணங்களற்ற விடத்தில் பொம்மலாட்ட அரங்கை கருந்திரையால் மூடினால் புருவங்களின் நுணுக்கவுணர்வு மாற்றங்களை அறியலாம்.

பனையூர்ப் பேய்களின் மூலாதாரக்கனவிலிருந்து ஜடமாய் இருக்கும் கோபுரங்களில் அசைவது, கழுத்தைக் கோர்த்துத் தங்களுக்குள் கொத்தி ரத்தம்ருசிக்கும் கழுகுகள் தாம். கதா பூருவங்கள் இந்தப் பாவைக்குள் காற்றானது எழும்பி இயங்க அணுக்களின் திரளானநாதம், மார்பு கழுத்தில் ஓடும் அசைவும் தலையசைவும் மாறிவிட மூக்கின்நிறம் சிவந்திருந்தாள் பனையூர் கண்ணாட்டியக்கா.

அவயங்களை அவள் தனித்தனியே பிரிக்கவும் சேர்க்கவும் உள் இணைத்த நரம்புகள் சுருங்கிவிரியத்தக்க புளிச்சநார் கோர்க்கிறாள். மரத்தச்சர்களின் ரேகையுள்ள நீர்மையின் சலனம் அவர்களின் வியர்வையும் ரத்தமும் கொடுத்த பனையூர் மரப் பொம்மைகள்.

லஸ்ஸியோ அல்வாரோ அகுஸ்தோ மாஷாவுக்கு தளவாய் சீர்கள்

அகுஸ்தோ மாஷாவே உன் நேயமிக்க தளகர்த்தர் கான்சாகிபு கீர்த்தியைக் கொஞ்சம் செவிகொடுத்துக் கேளு தங்காள். செம்பொட்டல் ஊர்களின் பேரழகை நவதானியங்கள் ஒவ்வொன்றின் மீதும் ஏழடுக்கு உமிகளின் ஒளிர்வும் வாசனைகளும் தனித்தனி மயக்கப் பரப்பான தினால் கட்டாத நவாப் வரிபாக்கிக்குப் பதிலாய் திருப்புவனம், பார்த்திபனூர் இரண்டையும் கான்சாகிபு கேட்கிறான் தங்காள். பலியான ஆவியர் திரிகிறார்கள் அங்கு. இனியும் கும்பினியாருடன் நேச முறையில் எங்களால் நடந்துகொள்ள முடியாது.

அவர்களது அக்கிரமங்களுக்கு உடந்தையாக கான்சாகிபு இருக்கிறான். அவனுக்கு புத்திமதி சொல் அகுஸ்தோ மாஷா. நவாப்பின் பிடியிலிருந்தும் கும்பினியின் பிடியிலிருந்தும் சீமையை எங்ஙனம் விடுவிப்பது? பனையூரில் பிறந்த பாலகன் மருதனை மூஸாலாலி என்ற பிரெஞ்சியன் வளர்த்தான். பிரட்டன் என்னும் ஆங்கிலத் தளபதியிடம் பணியில் சேர்ந்து ஆங்கிலம் கற்று ஆற்காடு நவாப்பின் படையில் நுழைந்து படிப்படியாக உருதும் பிரெஞ்சு மொழியும் கற்றதால் பதவி உயர்ந்து கமாண்டர் ஆன கான்சாகிபுவை கம்மந்தான், கும்மந்தான் என்று சேவுகர்கள் கூப்பிட்டதால் முறைத்துத் தலையசைத்தான். ஒல்லாந்தருக்கும் பிரெஞ்சியருக்கும் எதிராக நடந்த யுத்தத்தில் சுட்டான் அநேகரை. பிரெஞ்சு மேஜரின் கைத்துப்பாக்கியைப் பறித்துக்கொண்டான். பரங்கிக்காரி அகுஸ்தோ மாஷாவை மணந்து கொண்டதால் சிவகங்கைப் பாளையத்தோடு நேசமாயிருக்குமாறு அவளுக்கு தாண்டவராயர் அனுப்பிய பரிசில்களில் சூழ்ச்சியையும் நரித்தந்திரத்தையும் மோர்ந்து பார்த்தான் கான்சாகிபு. நவாபிடம் கோல்மூட்டி மார்ச்சண்டு என்ற பிரெஞ்சுக்காரனின் உதவியோடு பீரங்கிகளை உற்பத்தி செய்வதாகவும் நவாப்பின் காதில் போட்டார். கேட்டதும் கான்சாகிபுவை மாற்றிவிட வேண்டும் என்று கப்பெனியிடம் நவாப் வேண்டிக்கொண்டார். இதை முன்பே உணர்ந்துவிட்ட கான்சாகிபு நவாப்பின் மேலதிகாரத் திற்குள் வர மறுத்தான். கான்சாகிபுவை சுபேதார் பதவியிலிருந்து நீக்கினான் நவாப். அவனை எதிர்க்கும் வழிமுறைகளில் விருப்பாச்சி கோபாலர் கும்பினிக்கு எதிராக சித்திரங்குடி மயிலப்பனோடு கூட்டானது.

வடக்கத்தியான் பூழியும் சேர்ந்துகொண்டான் எம்மோடு. கிளர்ச்சிக்காரர்கள் விருப்பாச்சிக் காடுகளில் ரகசியமாய்க்கூடி

ஆவியோர் உதிர்க்கும் கதிர்களின் செந்நிறத் தோற்றமானது.

ஏற்கெனவே எதிரியின் பரிசுகளைப் பேய்கள் கொண்டுவருவதைக் கனவில் கண்டான் கான்சாகிபு. மருதையில் பேய்களுக்குப் பஞ்ச மில்லை என பீரங்கியைத் தொட்டான் கான். அகுஸ்தோ மாஷாவுக்குப் பரிசில் கொண்டுவரும் பரிகளை நரிகளாக கனாக்கண்டான் கான்சாகிபு. சித்திரக் கட்கூடங்கள் தாண்டி தேவரடியாள் சாவடியையும் தாண்டி கருங்கல் சவுக்கையில் அந்தக் கனவில் அமர்ந்திருந்தான் கான்சாகிபு. ஏதடி பரங்கிப் புகையிலை வணிகன் பெண்ணே இத்தனை உடுப்புகள் கொடுத்தவர்கள் யார்? 'அண்ணன் தாண்டவராயன் கொடுத்தனுப்பி வைத்தார்' என்றாள். உடனே கான்சாகிபு ஒவ்வொரு கல்லாய் உற்றுப்பார்த்தான் சீர்ப்பட்டியலை. ரத்தினப் பரிசோதகன் சராப் அகிர்துலியாவை அழைத்து 'ஒவ்வொரு கல்லின் விலை மதிப்பைக் கூறு' என்றான். அந்த அகிர்துலியா ஒவ்வொன்றாய் பரிசோதிக்க நேரமாயிற்று. அதட்டினான் கான் சராபை. 'நமஸ்காரம் கான் தளகர்த்தரே! நம் அரண்மனை விலையாக விற்றல் 600 பொன்னுக்கு வாங்கலாம்... இருகல்லும் கூடிய விலையில் விற்றால் ஒவ்வொன்றையும் 700 பொன்னுக்கு விற்கலாம்' என்றான். இப்படிக் கல் விளையும் தேசம் இருக்குதோ என்ற பேராசையில் 'திருப்புவனம் கோட்டையின்மீது படையெடுப்பேன்' என அகுஸ்தோ மாஷாவிடம் கூறினான். 'திருப்புவனம் வேணுமென்றால் மறவருட பார்த்திப னூரையும் வாங்கித் தருகிறேன்' என கனவு விடுபட்டபோது மருதையில் நரிகளின் பிலாக்கணம் திறந்தது. நரிகளையோ பரிசுகளையோ காணவில்லை.

திருப்புவனத்திற்குப் படையுடன் நவாப், பிரிட்டனுடன் வர ஒன்றுகூடி கான்சா எதிர்த்தாக்குதலை முறியடிக்க முயன்றார் தளவாய். கான்சாகிபு இரவில் இப்பெரிய படையைத் தாக்கிவிட்டு பகலில் ஓடிச் சென்று மறைந்துகொள்வான். கொரில்லாப் போர்முறையைக் கொண்டுவந்தான் கான். திருப்புவனத்தில் தங்கியிராமல் மருதந்துறை செல்வதென்று நவாப்பும் பிரிட்டனும் முடிவு செய்தனர். மறுபடியும் பரிகள் நரிகளான கதைப்படி தளவாய் தாண்டவரின் தோற்றம். 'பூவாத மாவொடு மாமைநிறத் தங்காய் அகுஸ்தோ மாஷா... நான் உனக்குத் திணை நெறியால் காத்துவரும் சீர்வரிசை அனுப்பும் பட்டியல் இதோ... கைக்கொலுசு பொன்னாலே செய்து தாரேன் அன்புடன் உனக்கு அகுஸ்தோ மாஷாவே, விலைமதியா உரிவெண்ணெய்க் கலயம் ஐம்பொன் சங்கிலி கோர்த்துச் செய்துவிட்டேன். நீ வேசியாங்கணைகள் பெருத்த மருதந்துறையில் வெள்ளாட்டிகளோடு வைகை மண்டபத்தில்

அவர்களோடு உடனிருந்து விளையாட தங்கத்தால் பல்லாங்குழி ஒன்று உள்ளது எடுத்துக்கொள்.'

'என்னைக் கண்டு வணங்காத பேர்களை எரித்து நீர்த்துளிப் படலமாய் நொறுக்கிவிடுவேன்' என்கிறான் கான். அவன் கடிதத்திற்குப் பதில் மடலை சிவகங்கைப் பேட்டை தாண்டவன் கையில் கொடுத்தான். 'துடி வளரும் மருதைக்கு மேஸ்தரனாய் நீயும் மைத்துனர் என்று உறவாடி உன்னுடைய அகுஸ்தோ மாஷாவை தங்கை என்று உறவாடியிருந்தேன். கான்சாகிபுக்கு 1001 முத்துகள் பின்னிய அங்கியும் புஷ்பராகக் கல்பதித்த மோதிரமும் கொடுத்து அனுப்பினேன். அகுஸ்தோ மாஷா உனக்கு யாழ்ப்பாணப் பட்டும் எடுத்து இழையிழைக்குச் சரிகையும் நீர்த்துளிப் புட்டாவும் நெய்யச் சொல்லியிருக்கிறேன் பரமக்குடி நெசவாளர்களிடம்.' கானகத்துப் புலியெனச் சீறி கண்சிவந்து பொறி பறக்கப் பார்த்தான் கான்சாகிபு. 'கையினால் எமனேஸ்வரம் குஞ்சங்கள் கட்டிய பட்டுக்குள் சித்திரகுப்தன் ஓலையும் ஒளிந்திருக்கிறது. நாலு மொய் பாலாடுகளை படமாத்தூர் கீரிக்கோனார் பத்திக்கொண்டு வருகிறார் உனக்கு. மானாமதுரை ஜாடி வேண்டுமா குளிர்ந்த நீர் பருகு தங்காள். உன் கானுக்குச் சொல்லிவை போரால் சாதிக்கமுடியாததை பொன்னால் சாதிக்கத் தாண்டவன் விதி செய்தான் என்று சொல்.' தளவாய் சீனிவாசராவுக்கும் பிரெஞ்சு மார்ச்சண்டுக்கும் திரைமறைவில் கொடுத்த பொன் முடிப்புகளால் கான்சாகிபுவை பாசக்கயிற்றால் சுற்றி இழுத்துவரச் செய்தான். கோட்டைக்கு வெளியில் கொண்டு வந்து தூக்கிலிட்டார்கள்.

இரணியமுட்ட நாடு

சப்பாத்துக் கள்ளிச்சந்தில் கம்மந்தான் ஆவி நுழைகிறது நத்தம் காட்டில் காணமல்போன தன் தூக்குக்கயிறைத் தேடி, அந்த இருட்டுக்கள்ளிச் சந்தில் சப்பாத்துத் தலைகள் ஆடி மஞ்சள்முள் ஒளிரும் பாதையைப் பீடித்து சாயாமல் போகிறான் இறந்த பின் கனமாய்க் கனக்கும் தன் துப்பாக்கிக்குள் மரணப்புழு பாதைகாட்டி வர. கம்மந்தான் போன பாதையானது மிகவும் செங்குத்தானது.

பல விடங்களில் தனக்கு முன்னே ஒருவன் பாறைகளின் மேலேயே சிலாம்புகளில் கால் வைத்து ஏறும் இடாயெருமை மேல் போகிறான். அவனை இவனுக்கு ஏற்கனவே தெரியும். இருவரிடமும் துப்பாக்கி இருப்பது இன்னும் விபரீதம். அவனிடம் இருப்பது கொக்குத் தோட்டா.

குறவர்கள் தானே ஒரு மரக்கட்டையில் கடைந்த துவாரங்கள் அதில் உள்ளது. அந்த இடாயெருமை மேலிருந்து சுட்டான். நூறு நூறு மொழிகள் பேசும் கிளிகள் பறக்கின்றன. 'கிட்டானே மகிக்ஷாசுரா' என கம்மந்தான் ஆவி அவனை பின்னாலிருந்து கூப்பிட்டது. அவனுக்குக் காது கேட்கவில்லை. தன் கொம்புகளில் ஒன்றை உருவி அண்ணாந்த விம்மலில் பிளிறுகிறான். சகடத்தின் சக்கர நிழல்கள் பெரிதாகிச்சுழல ஓரடி ஈரடி அழுந்த இடாயெருமைகள் இழுக்க மாட்டாமல் கரிச்சோறு சித்திரத் துணிப்பொதி மேலிருக்கும் இலையை அசைபோடும் தேவாங்குக் கூண்டுக்கு அருகில் சேவல்கள் ரெண்டு குரலெடுத்துக் கொக்கரித்து வலுச்சண்டைக்கு கூப்பிடும் வனமரச் சேவலை. எயிற்பட்டினக் உப்புக்குறத்திகள் அண்ணாந்த பெருமூச்சில் பாறைக்குப் பாறை தாவி வருகிறார்கள் மிதந்து.

மகிக்ஷாசுரா இடாயெருமையைக் கைத்தாளமாய் அடித்தடித்து வளையல்கள் ஒலியிட சுற்றிவந்த கைகலெல்லாம் கதைபோடும். இடாயெருமைகளில் சில கீழே படுத்துக்கொண்டு அண்ணாந்து மகிக்ஷாசுரன் ஆவியை வரவழைக்க பள்ளமும் படுகுழியுமான பாதையில் நீர்மேல் மிதந்து வருகிற இடாயெருமைகளின் ஆவிகளின் கால்களில் தீக்கோடுகள் ஊர்ந்துவர எழுச்சியடைகிறார்கள். குருதி பூசிய ரகஸியப் பெட்டிகளைத் திறந்து தொல்லோரின் எயிற்பட்டினச் சவ்வாது மலைக்குடிக் குறத்தியம்மனின் கல்லைத் தசையாக்கிய சிலையில் கசியும் பருவ உதிரம் காய்ந்த துணிகளை செண்டாவாய்க் கைகளில் உயர்த்தி அசைக்கிறார்கள். 'ஏற்றமும் இறக்கமுமாய் இருக்கே மச்சான்...' எயிற்பட்டின உப்புக்குறத்திமார் கூட்டமாய் பட்டறைக் காட்டு கல்லுளிகளோடு 'அம்மி கொத்திரது... அம்மி கொத்திரது...' என்று சவ்வாது மலை இறங்கி வருகிறார்கள். கூத்தர் போன வளைந்து வளைந்து மரங்களிடையே தோன்றும் பாதையில் கடுக்களூர் குன்றுப் பொத்தை மேல் ஏறுகிறார்கள். அதனிடையே கட்டை வண்டி வரிசைகள், முள்ளுமுடலில் சிக்கும் குறத்தியரின் பழந்துணிகள். அது கிழிபடும் ஒலிகேட்ட அடபாம்புகள் நுரைகக்கி முத்தமிட்டன— மத்தளப் பாறைக்கு மேல் தாவும் குறத்தியர் பாதங்களை. மந்திரசித்தி பெற்ற குறத்தியர் மஞ்சணத்திமரத்தில் நடமாடுகிறார்கள் அங்கு. ஸ்படிகமென நித்திய கருங்கனிகள் உதிர்ந்து மக்கிய இலைகளில் பதுங்கும். கந்தலான சுங்கிடிகளும் அழுக்கு ஜமுக்காளங்களும் கூடாரங்களாய் மாறிவிட நெய்யும் ஊரைத் தேடி பனையூர், அபிராமம் ஏலச்செட்டிகள் காண்டா விளக்கேந்திய இரவுகளில் எயிற்பட்டின உப்புக் குறத்திமார் கதுவாலிக் கண்ணிகளைப் பின்னியவாறு

ஊர்களின் மனிதர்களிடையே தாங்களே பின்னிய உடையணிந்து தோன்றலாயினர். நூற்றாண்டு புரண்டுவீசும் தைலம் கறுத்த ஏலவிளக்குகள். பூக்களின் இதழ்களாக குஞ்சரம் வைத்த துணிகளை வீசுவாள் செட்டிக்குப் போட்டியாக ஏலமிட்டு, தொராக்கா என்ற கிளி ஏந்திய எயிற்பட்டினப் பேரழகி . அவள் கையால் நெய்தே பூந்தையல் போட்டது அது.

டூசலா என்பவள் இவளுக்குப் போட்டியாக சில நேரங்களில் ஒரே கம்பளத்துக்கு எட்டுத் தறிகளை நெய்தாள் குறத்திகளைக் கூட்டி. நெய்பவள் நூலைக் கோர்ப்பவள் மரப்பிசினால் மண்நிறத்தை மாற்றிக் கலப்பவள். சாயத் தண்ணீரில் மிதந்துவரும் சால்வைகள். இரு குறத்திகள் துணிநெய்யும் முறையானது இரத்த அணுக்களோடு இயங்கும். பழங்கால எயிற்பட்டின நெசவுத் தொழிலை காடுகாடாய் இயற்றித் திரிவார்கள். அந்தந்த கானரம் கக்கிக் கொடுத்த நிறங்களுக்கு ஏற்ப உருமாறும் மயில் கழுத்துள்ள ஒயிலான 'முர்காலா' பெண்களின் ஆடைகளுக்கு அங்கங்கே கிராக்கியோ கிராக்கி. முர்காலாவைத் தொட்டுணரும் உணர்வு கலவை நிறமேறிய தம்பலப்பூச்சியின் இறகெனத் தொட்டால் சிணுங்கி இலைகளாய் சுருங்கிவிடுமெனப் பதறுவார்கள். இருள் கசியும் வெண்கலக் களிம்பேறிய திரிகளில் வழியும் இலுப்பை எண்ணெய்யில் காலயேக்கம் நெடிக்கிறது. இந்த உப்புக் குறத்திமார் காட்டுச்சந்தையின் போக்கே விநோதம் போங்கள். பத்துப்படி சாமைக்கதிர் அறுத்தால் ஒரு முர்கலா ஆடையை வாங்கலாம். வட்டக்கல் பாறையில் காலால் நசுக்கி ஒரு மரக்கா குள்ளங்கம்பு கொடுத்தாலும் ஒரு முர்கலா கொடுப்பாள் குறத்தி. பொந்துத் தேனீக்கள் வடித்த மதுவுடன் கல்லை உரலாக்கி இடாயெருமைக் கொம்பினால் இடித்தாள் பச்சை குத்தும் குறத்தி. தேக்குயிலையில் சுளகு முடைந்து தெள்ளித் தெள்ளி நீலஆரஞ்சு நூழா அள்ளிப் பிடித்து ஊட்டக் கேறிக் கூப்பிட்டது அவளை. வகுத்துப் பிள்ளைக்காரிக்கு தினைமா திங்க ஆவல்.

என்னத்தக் கடிப்போம் என்றிருந்தது. எலந்தங்காட்டுக்குள் முள்ளுமுடலுக்குள் ஊர்தோன்றும். சேத்தாண்டி அவள் அடிவயிற்றில் வண்டல்பூசி புகிறி என்னும் மூக்கு வாத்தியத்தை அதன் மேல்வைத்து சிசுவின் தலைகீழ் நர்த்தனத்தை உணர்ந்து அழுதான். 'முர்காலா... முர்காலா...' எனும் பழம்பாடல் தங்கியிருந்த நீரை வாசித்தான். புகிரி எரியச்சுரந்த நீரின் இசை கருப்பிஞ்சைத் தொட்டது. இரணியமுட்ட நாடு பூர்வீக ஆவிகளின் விசாரத்தில் மூழ்கிய மூக்கால் அழுத புகிரி சிசுவின் கனாவில் நுழைந்தது. அரிதுயிலில்

பதியமிட்ட வெகுபாஷையில் கலந்த தொராக்கா எந்த நீரில் ஜீவித்திருக்கிறாள். உப்புக் குறவர்களின் கட்டற்ற நாடோடிப் போக்கில் மேலே கிடக்கும் மேகம்தான் மழை. தொராக்காவின் சுழிச் சேட்டைகள் அனைத்தும் ஆலங்கட்டி மழைதான். நூழா எனும் சித்திரப்புள்ளிச் சேவலை தொராக்கா தோளில் தூக்கித் திரிவாள். சூரியால் காட்டுச் செம்மண் புற்றுகளைக் கொத்திக் கொத்தி கரையான் ஊட்டித் திரிவாள் அதற்கு. தொராக்கா ஒரே சமயத்தில் இரு இடங்களில் சஞ்சரித்தாள்.

அது சித்திரப் புள்ளிச் சேவலுக்குத் தெரியும். அந்தப் புள்ளிச் சேவல் கண்முன் 'தொராக்கா வுக்கு எந்தக் காட்டுக் குறவனும் விரிக்கும் வலை வீண்' எனக் கத்தியவாறு புதருக்குள் பதுங்கிக்கேறியது.

மயக்கரவுகளைக் கண்டதும் துணிகளைக் கிழித்துப்பாடி ஆடு கிறார்கள் வீசி வீசி. வேனிலால் வழிகள் வெம்மை வீச, வறண்ட மலைகளில் பரலும் முறம்பும் தொடரக் கூண்டுவண்டிகளை அவிழ்த்தார்கள். விலங்குகளின் வாசனை முன்னே வந்து எயிற்பட்டின உப்புக்குறத்திமாரை விதவிதமாய் மலையின் உருவத்தில் சமைந்திருந்த எல்லா மிருகங்களும் எழுச்சிபெற்றுத் தோன்றியது. மிருகவுரு வெடுத்து ஓடிவந்து சந்தோசமாய் நோக்கின பாறை பெயர்ந்துவந்து. 'அச்சுறுத்தும் நெறியே எம் அலாதி உலகு' என தொராக்கா மேல் தாவி வந்து பேசியது முது நரி. நாவற்கனிகள் வீழ்ந்து கிடக்கும் அகன்ற பாறையில் கூட்டமாய்த் திரிந்தன இருகாலில் விசும்பி நின்று எக்குப் போட்டு கிளைகளை நோக்கித்தாவின ஏமாந்த நரிகள். ஆசினிப்பலா மணக்கும் மரம்தேடி மந்திகள் குட்டிகளை ஏந்தி வர நரிகளின் மூக்கைச் சுழன்று சுற்றி இருளில் கோடுபோட்டு காட்டு விளக்குகளாய் அந்தகார இருட்டில் மின்மினிகள் எழுதிவரும்.

எயிற்பட்டின உப்புக்குறத்திமார் கைகூட்டில் விரல்கள் ஒளிரும் மின்மினிகளை விளக்காக சுற்றி ஏந்தி அலைந்து வருகிறார்கள் விளைந்த மேட்டு நிலத் தினைக்காட்டில். இரணியமுட்ட நாடு நத்தம் மலைகளைச் சுற்றி இடையில் கண்ட கம்மந்தான் ஆவியிடம் மருதைக்கு வழிகேட்டு கொள்ளுமின். பாதை தப்பிவிடாதபடி சுற்றி அடையாளமிட்டபடி செல்லும் கம்மந்தான் ஆவித்தடம். நத்தம் மலைக்காட்டு இரவுகளில் தங்கினால் கம்மந்தான் ஆவியோடு கோட்டுமடக்கி வெள்ளைக்கார ரம்லே சாமியின் அசரீரி மலைக்கு மலை எதிரொலிக்கும். செல்லத் தகும் வழியில் செல்லத்தகாத வழியில் இன்னின்ன ஊறு நேரும் அவற்றினின்று எவ்வாறு

தப்புவதென்று இரணியமுட்ட நாட்டு நரிகளுக்குத் தெரியும். எயிற்பட்டின உப்புக் குறத்திமார் வழிதப்பினால் மீண்டும் வழிகாண பாதைகள் மயங்குமிடத்தில் கம்மந்தான் ஆவி கூடவே வரும்.

கம்மந்தான் ஆவியைக்கண்டு பயந்து கல்லுக்கும் கல்லுக்கும் ஓடி கோடுபோட்டு மந்திரம் வரைந்தாள் தொராக்கா. இனி வழியில் நுமக்கு ஒரு துன்பமும் நேராது செல்லவேண்டிய பாதையோ கம்மந்தான் சோகக் காற்று வீசும் நத்தம் மலைக்காடு. வழி தப்பினால் ஏதம் விளையும் மலையின் சாயலில் பாறைகளே மலைவிலங்கு களாய் உருப்பெயர்ந்து தொராக்கா கூடவே வரும். மரணத்தின் அச்சம் உச்சிமலையில் அசைய அங்கு சறுக்கி விழுதல், கால் இடறுதல், இடா எருமைகளுக்கு நேரவே நேராது என சினைப்பட்ட மந்தி ஒன்று தூரத்தில் அரிச்சலாய்க் கூறியது.

நத்தம் மலைகள் யுத்தமடுவில் சுவரியகுருதியால் சிவந்திருக்கக் காட்டில் காணாமல்போன தன் தூக்குக்கயிரைத் தேடி கம்மந்தான் ஆவி ஒவ்வொரு பாறையிலும் இரவுகளில் தங்கி அலைகிறது இரணியமுட்ட நாட்டு நரிகளோடு.

13

அல்-ஹம்பாரா

சிவப்பு நிற நீர் அரண்மனை

'வாழ்க்கையின் ஆதாரம் நீர்' திருக்குரானின் மொழியை மெய்ப்பிக்கும் எத்தனையோ நீருற்றுகள் அமைந்துள்ளன பெண்களின் அரண்மனை நெடுகிலும். இவற்றின் சலசலப்பொலி நவாபின் எயிலாடி சேரந்தியான் மற்றும் கடல்மல்லை சிற்பச் செந்நூலின் சைத்திரீகர்கள் சிவப்புநிறச் சாயக்காரர்களுடன் நீரில் தவழ்ந்துவரும் அல்-ஹம்பாரா வரைபடத்தின் ரகசிய உரையாடல் ஒலியை அடக்கிவிடும். இந்தத் தனியறைக்குக் கீழே மகளிருக்கான ஒரு சலவைக்கல் குளியலறை இருக்கிறது. இதன் ஒருபக்க வாயிலைத் திறந்து இரண்டாவது குளியலறைக்குச் செல்லலாம்.

வேறுசில அறைகள் காத்திருந்தன நீர்மனிதர்களின் வருகைக்காக. மருமான் சந்தாவைப் பன்னிரண்டு வருடச் சிறை வாழ்வுக்குப்பின் சட்டாராவிலிருந்து மராட்டியருக்குப் பெரும்பொருள் கொடுத்துப் பிரெஞ்சு கவர்னர் டூப்ளே கூட்டிவருகிறான். இவ்விருவரும் இங்கே தனி உரைவிடத்தில் நவாப்பின் அரியணை முத்துகள் பதித்த ஜமுக்காளத்தில் வீற்றிருக்கிறார்கள். இந்த ஜமுக்காளத்தில் அந்தப் புரத்தில் அழகு வேலைப்பாடுகள் செய்யும் கோல்கோய் நெசவுப் பெண்கள் கோர்த்துக்கொண்டிருந்தனர். அந்தப்புரத்தை விட்டு நவாப் வெளிவரும் போது மருமான் சந்தாவையும் கவர்னர் டூப்ளேயையும் பார்த்து அதிர்ச்சியுற்றார். அவருக்கு ஆம்பூருக்கு அருகில் நடந்த யுத்தம் ஆற்காட்டைக் கைப்பற்ற நடந்த சந்தாவின் சூழ்ச்சியில் டூப்ளேயும் ஒளிந்திருக்கிறான். மருமான் சந்தா தஞ்சையைச் சூறையாடியபோது பிரெஞ்சுக்காரர்களால் சிறைப் பட்டோர் அடிமைகளாக மொரீஷியஸ் தீவுக்கு அனுப்பு முன்பே வறட்சி தொடர்கதையானதிலிருந்து தழைத்தோங்கியது அடிமை வாணிபம் காவேரிப் படுகையில்.

உட்பகுதிகளில் அடிமைகளை விலைக்கு வாங்கி இரவிரவாய்ப் புதுச்சேரி கொண்டுவந்து ஏற்றுமதியானதில் லூயி துறைமுகத்தில் இறங்கி மொரிஷியஸ் தீவுக்கு வந்த அடிமைகளை மொசாம்பிக் கால்வாயின் இருண்ட நீரின் பாதையில் கொமோரஸ் தீவில் அடைத்தார்கள். செயிண்ட் பியர் கப்பல் கீழறைகளின் இருளில் மூழ்கிய விற்கப்பட்ட சிறுவர், சிறுமி, இளைஞர்களை நாசமாய்ப் போன போர்களும் பஞ்சமும் தமது பிள்ளைகளையும் தாமாகவே முன்வந்து அடிமைத்தனத்தில் ஆழ்த்திக்கொள்ளும் வீழ்ச்சியின் கொடுமுனையைக் கண்டு மருமான் சந்தா வருந்தாமலுமில்லை.

அல்-ஹம்பாராத் தாழ்வாரங்களில் மணிலாவுக்குக்கொண்டு போகும் அடிமைகளை முத்திரையிட்டு அனுப்ப பிரெஞ்சு அதிகாரிகள் அரண்மனையைப் பயன்படுத்தினர். விலைக்கு வாங்கவும் நடந்த பேரத்தில் மருமான் சந்தாவின் வரைபடத்தில் மாண்ட் மாத்ரேமலை ஓநாய்களின் தடம் சுற்றிவந்தது டூப்ளே உருவில். அடிமைகளின் வயதுதான் அவர்களின் சந்தை மதிப்பை ஏலமிடும்போது கூட்டியது. அடிமைகளை வாங்கியோரில் பிரெஞ்சுக் காரரும் ஒல்லாந்தரும் முஸ்லிம்களும் உண்டு.

முகமது ஷா, முகமது தஸ்தி, காதர் சாஹிபும் பிரெஞ்சியருக்கு உதவினர். சிறு தங்கக் காதணிகளை அணிந்த பிரான்ஸிலிருந்து தப்பிவந்த கருப்புக்காஸாது கிளென்மார்கனை அல்-ஹம்பாராவிற்கு விலங்கிட்டு இழுத்துவந்தனர் கடற்படையினர். உள்ளே வாதித்துக் கொண்டிருந்த மருமான் சந்தாவும் செயிண்ட் மாலோ தீவைச் சேர்ந்த அடிமை வணிகர்களும் பிரெஞ்சு அதிகாரிகளும் அடிமை ஆவணத்தில் முத்திரையிட்ட மனிதன் கருப்புக்காஸாது கிளென்மார்கன் கைவிலங்கை அகற்றி உள்ளே அனுமதித்தனர்.

இவன் இந்தோ போர்த்துகீசியப் பெற்றோருக்குப் பிறந்த கருப்புக்காஸாது. புதுச்சேரியிலிருந்து பிரில்லியண்ட் கப்பலில் பிரான்ஸுக்குக் கருப்புக்காஸாதுகளோடு இவனும் விற்கப்பட்ட அடிமை. அங்கு மாண்ட்மாத்ரேயில் நிலப்பிரபுவுக்கு ஏழாண்டு அடிமையானான். இரவில் நீலமாய் ஒளிரும் மாண்ட்மாத்ரே மலைத்தொடர்களுக்குள் சருகாகி மண் உதிர நெளியும் மயக்கத்தை யாரும் அறியாத பாதையில் யாருக்காகவுமின்றிக் கோடுகள் செல்லும் சதுப்புவெளியில் இதுவரையில்லாத தனிமையில் நிலக்காட்சிகள் ரத்தமும் ஒயினும் கலந்தது.

காக்கைகள் பறக்கும் ஓவியத்தைச் சாவதற்கு இரண்டு நாட்கள்முன்

வரைந்தான் வின்சென்ட். அவன் அடிவயிற்றில்தான் லெஃபோ-ஸோ துப்பாக்கித் தோட்டா இருந்தது. அதன் துளையில் கசிந்த குருதியைச் சுற்றிப் பிறழ்ந்த கோடுகள் பறக்கத் தொடங்கின காகங்களாக. அடித்துப் பறந்துவரும் கருங்காக்கைகளின் வெள்ளத்தில் ஓய்வின்றிச் சஞ்சலமுறுபவனாக வெகுளி இரவின் இருட்டில் களைத்துத் தவித்த குடிகளின் ஏதிலிப்பாலங்களின் அடியில் உறங்குவோரோடு உறங்கினான். அங்குதான் மலைத்தொடர்களுக்குள் ஓடிவந்த கருப்புக்காஸாது கிளென்மார்கனும் மறைந்திருந்தான். உலகத்தின் பகுதியாக மாண்ட்மாத்ரே இருண்ட பாலங்கள் அடியில் கல்முட்டை விளக்கில் முதற்காலப் பல்லியோடு தூங்குபவர்களில் கருப்புக் காஸாது கிளென்மார்கனுடன் வின்சென்ட்டும் இருந்தான். அவன் புதுச்சேரியைவிட்டு வந்தபின் இயல்பின் பிரத்யேகத் தன்மையில் விதைப்பவனாகி நான் நானாக முப்பது விதை வீசுவோராகி முப்பது கேன்வாஸ்கள் காலமற்று வரும் கிருஸ்துவோடு கருப்புக்காஸாது கிளென்மார்கனும் விதை தூவுபவனாக வின்சென்ட்டின் படைப்பிலும் மறைந்து தைலவண்ணக் கேன்வாஸில் வெளிப்படுகிறான். மாண்ட்மாத்ரேயின் புதிரான கதாநாயகன் வின்சென்ட். பெயரற்று வந்துசேர்ந்த கருப்புக்காஸாது கிளென்மார்கன் அவ்வூரில் தோன்றிய மலைகள் ரகசியமாய் வைத்திருக்கும் நிறங்களைக்கொண்டு பொம்மைகள் செய்வதில் ஈடுபட்டான். இம்மலைகளின் இரவுகளில் திகிலூட்டும் ரகசியத்தைக் கண்டுபிடித்தான் கருப்புக்காஸாது கிளென்மார்கன். துரதிஷ்டத்தால் பீடிக்கப்பட்டு, மாண்ட் மாத்ரேவில் கருப்பு காஸாதுவிற்கு போர்ட்டோனோவா பரங்கிப் பாட்டி தன்விரல்களுக்கு முடிவற்ற காதலைப் படரவிடும் ஏக்கத்தை மனதின் விம்மலோடு பியானோ வாசித்த விடுதியில் வேசைகளாக இருந்த பெண்கள் சேகரித்த இசையில் வந்தன அடிமையின் உறக்கமற்ற இரவுகள். குளிர்ந்து இறந்துபோன பெயரற்ற பிச்சைக்காரர்கள் மற்றும் சாமானிய மனிதர்களில் அடிமைகளாய் பிரான்சுக்கு வந்த முகங்களையும் ஏதிலியான கருப்புக்காஸாது கிளென்மார்கனையும் வரைந்திருந்தான். இடுகாட்டிலும் பழமையான சின்னப்பாலத்திலும் இருந்து வரைந்தான் வின்சென்ட்.

இவன் தங்கியிருந்த சிறிய வீட்டின் மாடி முகப்புக்கு ஏறிப் பலகை ஒலியிடும் படிக்கட்டுகளில் சென்று புகை பிடித்தபடி நின்றான். மாண்ட்மாத்ரேயில் இருந்த வருடங்களில் அமைதியையும் துயரத்தையும், மலையடுக்கில் சதா மாறிக்கொண்டிருக்கும் நிறங்களிலிருந்து, அங்கே சரிந்துவரும் பாதைகளில் கருப்புக் காஸாது

கிளென்மார்கன் நடந்து வருவதை பல கேன்வாஸ்களில் உரித்திருந்தான் வின்சென்ட்.

கருப்புக்காஸாது கிளென்மார்கனை ஊரெங்கும் தேடிய பணி யாட்கள் வின்சென்ட்டின் மாடிப்படி ஏறி அங்கிருந்த அவனை பிரித்திழுத்துச் செல்கிறார்கள் நிலப்பிரபுவின் ஆலிவ் ஆர்ச்சியாடுக்கு. அங்கு பட்ட கொடுமைதாங்காத அவனை அங்கிருந்து கூட்டிச் செல்கிறான் வின்சென்ட்.

இன்னோரிடத்தில் அடிமையான அவனை அங்கிருந்தும் விடுவிக்கிறான் சைத்ரீகன். கருப்புக்காஸாது கிளென்மார்கன் ஆலிவ் ஆர்ச்சியாடில் வேலைக்குச் சேர்ந்திருந்தான். மாண்ட்மாத்ரே ஆண்டை அவனை சிறையில் அடைபடச் செய்ததில் விதைப்பவன் ஓவியத்தில் வின்சென்ட் வரைந்திருப்பதாகவும் சொன்னான் அல்-ஹம்பாரா விசாரணையில். சாமானியனான தன் கோட்டோவியத்தை வின்சென்ட் வரைந்து கொடுத்ததையும் அடிமைப் பத்திரத்துடன் வைத்திருந்தான். அடிமைத் தனத்திற்கும் கருமை நிறத்திற்கும் இடையேயுள்ள உறவு முதன்மையானது என்று வின்சென்ட் அவனை வரையும் போது சொன்னதை அல்-ஹம்பாரா மன்றத்தில் விசாரணையின்போது சொன்னான். வின்சென்ட் தனக்குக் கொடுத்த இதய வடிவிலான பொத்தான்களை எடுத்துக் கையில் குலுக்கிக் குலுக்கி வேறொரு பிரதேசத்தில் விதைப்பவர் நிலத்தில் கருப்புக் காஸாது கிளென்மார்கன் உழுதுகொண்டிருந்தபோது மண் கட்டியோடு புரண்டுவந்த துருவுதிர்க்கும் லெஃபோ-ஸோ கைத்துப்பாக்கியை கண்டெடுத்ததாகத் தன் கருப்பு சுரப்பிப் பையிலிருந்து எடுத்துக் காட்டினான்.

அதை தன்னிடம் கொடுத்து விடுமாறு விசாரணை அதிகாரிகள் வேண்டியும் அவன் தரமறுத்து புனுகுப் பூனைக்குட்டியாக அதை நெஞ்சுடன் அணைத்துக்கொண்டான். கருப்புக்காஸாது கிளென்மார்கனை விசாரணையில் நிரபராதியென்று அவர்கள் அவனை விடுவித்தனர். பணிந்து வணங்கியவாறு அல்- ஹம்பாராவை விட்டு துருவுதிர்த்து ரகசியமாய் முணுமுணுக்கும் லெஃபோ-ஸோ வுடன் வெளியேறிப் போகிறான் கருப்புக்காஸாது கிளென்மார்கன். டுப்ளேவிடம் பிரெஞ்சு துப்பாக்கிகளைத் துருப்புகளோடு வாங்கவே இந்த சந்திப்பு நடந்துகொண்டிருப்பதை நோக்கிய வேகத்தில் வெளியேறினார் நவாபு. இந்த நீர் அரண்மனைக்குள் எவரொருவரும் யாருக்கும் எதிரியாக முடியாது.

அல்-ஹம்பாராவின் உன்னதக் கலையை நிறைவேற்றியதில் மருமான் சந்தாவிற்கு ரகசிய ரேகைகள் உண்டு. மருமான் சந்தாதான் ஒளியும் வண்ணமுமிக்க நுட்பமாகப் படிப்படியாக இணைந்து தோன்றும் வண்ணம் கணித முறையில் பதித்த இத்தாலிய நீலப் பளிங்குகள் இரவில் ஒளிரக் கூடியவை. கீழிருந்து மேலே கண்ணாடிக் கதவுகள் வரையில் இசை மண்டபம் ஒரு தனிவகைச் சிவப்பு வண்ணம் பூசப்பட்டுள்ளது.

இந்தச் சிவப்பு வண்ணக் கலவையைத் தயாரிக்கும் ரகசியம் அதனை எத்தனையோ இயற்கைத் துகள்களின் கலவைகளில் இஸ்னிக் கைவினைஞர்களுடன் மறைந்துவிட்டது என்று சொல்ல முடியாது. ஏனெனில் இஸ்னிக் கலைஞர்கள் இருவர் மருமான் சந்தாவைத் தேடியே இஸ்பானியாவிலிருந்து இங்கு வந்து சேர்ந்தனர். கற்பூக்கள் அலங்கரிக்கும் நீரூற்றுகளாக சதா உரையாடியபடியே இருந்தனர் இஸ்னிக் கலைஞர்களும் மருமான் சந்தாவும். ஆனாலும் பிரெஞ்சியர் களோடு பல சதிவேலைகளில் ஈடுபட்டுப் புதிய திட்டங்களின் வரைபடத்தில் இந்த அல்-ஹம்பாரா அரண்மனையும் ரகசியமாக முற்றுகையிடப் பட்டிருந்தத மருமான் சந்தாவால். ஒரு புதிய நவாபுவாய் மருமான் சந்தா ஆட்சிக்குவரும் கனவை டூப்ளேயின் உதவியோடு நிறைவேற்றவும் செய்தான். ஏனெனில் நவாப் அன்வருதீன் கானுக்கும் மருமான் சந்தாவிற்கும் நடந்த போரில் அன்வருதீன் வீரமரணம் அடைந்தான். பின்பே தன் மனைவியின் சகோதரன் முகமது அலி வாலாஜா ஆட்சியேற முடிந்தது. மருமான் சந்தாவின் வெற்றி பிரெஞ்சியர்களின் வசமாயிற்று.

மருமான் சந்தாவுக்கும் கவிஞன் பெல்ஸாஸர் லப்ராத்துக்குமான உரையாடல்

எகிப்தியர்கள் செங்கடலைக் கடப்பதை மோசே தடுக்கும் மொகசராபிக் விவிலியத்தில் உள்ளியல்களில் திறக்கும் நுண்ணோவியச் சுருளைத் தனக்குப் பரிசளித்தமைக்கு ஈடாக பிரெஞ்சு கவர்னர் தூப்ளேயை அல்-ஹம்பாரா வரும் நேரம் பெல்ஸாஸர் லப்ராத்தை சந்திக்கச் செய்தார் மருமான் சந்தா.

மூவரின் சந்திப்பு நூலக மரக்கூடத்தில் நிகழ அல்-ஹம்பாராக் கலைச் சூழலையும் சூஃபித்துவ மெய்ஞான இயலைப் பற்றியும் தெரிந்து கொள்ளாமல் யூத ஆன்மீக வளத்தையும் அதன் அந்தரங்க உள்ளுவ உருக்கத்தையும் அகப்படுத்த முடியாதெனத் தோன்றியதால்

லப்ராத், அவற்றைச் சுடர்களாக நாவில் ஏந்தியிருக்கும் தீர்க்கதரிசி எசேக்கியல் வர்ணித்த ஏமர்கவா ரதத்தைப் பற்றி மேலும் சொன்னான் மருமானைப் பார்த்து,

லப்ராத்: புராதன யூத மெய்ஞானவியல் அதனை இஸ்லாமிய திக்ரு என்னும் ஜெபம், மௌன அறைகளின் சுவாச கோஸ மெல்லொலிகளில் இஸ்லாமிய அந்தரங்க ஆன்மீக அரூபப் பளிங்கு உருகிக் கொண்டிருக்கிறது.

தூப்ளே: இவையின் தாக்கம் எதிர்திசையில் அமைந்திந்திருக்கிறதே... யூத மெய்ஞானிகளின் தெளிவில்லாக் கூற்றுகள் கால வெளியில் தூரமாய்த் தேய்ந்துவர, அவற்றின் சமயவேர்களில் இணைந்திருந்த மொகசராபியர்களின் அரேபிய மயமாக்கிய நிலை அரபு ஆந்தலூசியக் கலை எழுச்சியாகவும் இந்தக் கீழைத்தேயம்வரை முகமது தோஸ்து அலிகானின் விந்தையூட்டும் கலையின் மாபெரும் சிருஷ்டியாக வங்கக் கடல்மேல் எழுந்த அல்-ஹம்பாரா அசைகிறதில்லையா லப்ராத்?

மருமான்: (இடைமறித்து) கிருஸ்தவமும் அரேபிய இஸ்லாமும் காலத்தின் தூரப் புள்ளிகளிலிருந்து நெருங்கிவந்து இரு ஆந்தலூஸியக் கலைகளின் இணைவாகத் தனித்தனி உடைகளைத் தீர்க்க தரிசிகள் அணிந்திருந்தாலும் ஒரே ஊற்றினை நோக்கிவந்து சேர்கிறார்கள் தானே? யூதக்கூறுகளை ஆர்வமிக்க இஸ்லாமிய மெய்ஞானிகளின் சொல்வளத்துக்கு இடங்கொடுத்த இந்தக் கால நீட்சியிலிருந்து இஸ்லாமியத் தெய்வீகப் பற்றார்வம் யூத மெய்ஞான இயலிலும் ஒழுக்கவியலிலும் பதிந்துவிட்ட இரவிற் சொன்ன அராபியக் கதைகளில் வரும் எண்கால் இருதலை மாயப் புள்ளின் பாடல்கள் உருகும் மஞ்சள்நிறப் பூக்களின் புதிராகவும் வாசனை கொண்டுள்ளதே.

சூஃபித்துவ மெய்ஞான இயலின் மூலமாகத்தான் இங்கே எயிற்பட்டின அல்-ஹம்பாராவின் சிவப்பு நீர்மை சூஃபித்துவமாக அங்கு ஆந்தலூஸிய சூஃபிக்களிடமும், இங்கு கீழ்த்திசை நாடுகளின் சூஃபிக்களிடமும் உருகும் உப்பு அரண்மனைகளாக தெளிவின்மையிலிருந்து மெல்லத் துலங்கும் அனைத்துக் கவிதைகளிலும் அரபி, எபிரேயக் கவிதைகள் அடைந்துள்ள அளப்பெரும் மாறுதல்கள்... எபிரேயக் கவிதைகளின் இலக்கண அமைப்பிலும் கணிசமான பாப்பிரஸ் கோரைத்தாள் சுருள்களுக்குள் ஒரு பகுதியாக ஆந்தலூஸியப் பாரம்பரியம் உலகின் ஒரு

பகுதியாகவும் மாறிவிட்டதில் கீழைத்தேயக் கலைகளின் உள்ளுமைகளுக்குள் நூதனப் புணர்சிருஷ்டிகளை அடைந்திருக்கிறதில்லையா?

தூப்ளே: எல்லாக் கலைகளும் தம் சுயசமயம் கடந்த நீட்சியில் ஒன்றுக்குள் ஒன்று கொடுத்துவாங்கி புவியைச் சுற்றிப் படர்ந்து இறந்த விண்மீனின் ஒளியைத் தொடுகிறது. கலை ஆயிரம் ஒளிவருடங்களைத் தொட்டுக் கொண்டிருக்கிறது பெல்ஸாஸர்.

லப்ராத்: அதன் சாட்சியம் நான்தான் தூப்ளே அவர்களே! (எழுந்து நின்று கைகோர்க்கிறான் மருமான் சந்தாவுடனும் தூப்ளேயுடனும்.)

லப்ராத்: (மேலும் அறையில் நடமாடியபடி) தொன்மையான கீழ்த்திசைக் கவிஞர்களைத் தேடி எயிற்பட்டினம் வந்தேன். இடைகழி நாட்டு நத்தத்தனார் ஓலைகளை இந்த நூலகர் துபாஷி தினமராக்கா வாசிக்க இம்மொழியின் வடிவத்திலும் நானறிந்த அரபி யூத மொழிக் கவிதைகளுக்கு ஒப்பான பல புதிய சாளரங்களில் செய்யுள் வடிவமும் 'உலகம் யாவையும் தாமுளவாக... / அற்றைத் திங்கள் அவ்வெண்ணிலவில்' தொல்யேடுகள் இருளின் படிம ஏடுகள் தானே புரண்டு கதாபத்திரங்களோடு குனிந்து அல்-ஹம்பாராக் கூண்டு விளக்கடியில் கூட்டு வாசிப்பில் ஒவ்வொரு இரவாய்க் கடந்து கொண்டிருக்கிறேன் இங்கே.

முகமது தோஸ்து அலிகான் அரண்மனை நூலகத்தை மேலும் ஆபூர்வ நூல்களைத் திசை நான்கில் திரட்டிக் கொண்டுவரும் பொறுப்பில் மருமான் சந்தாவை நியமித்ததில் அல்-ஹம்பாரா நூலகத்தில் லட்சத்தி ஓராயிரம் தொகுதிகளில் புகை மனிதராய் நடமாடுகிறார்.

புத்தகம் திரட்டுவதில் மருமான் சந்தாவுக்கு இருந்தப் பேரார்வம் எந்தவொரு புத்தகமானாலும் அதற்குரிய விலையினும் பெருவிலை கொடுத்து வாங்கச் செய்தது. இந்த ஒரு நிலை காரணமாக மருமான் சந்தாவுக்கும் அம்மான் தோஸ்து அலிகானுக்குமான பகைமுரண்கள் பல இருந்தும் நூல்களை யாத்தவர்கள் யார் மீதும் விரோதமில்லாத ஊழ்பிடித்திருப்போராய் இருப்பதால் நூலகத்துக்குள் இருவாட்கள் தாமே சண்டையிட்டுக்கொள்வதும் இல்லை பகைமை தலைகாட்டுவதும் இல்லை. அனைத்துலகின் கலை அசைவுகளைத் தரும் நூல்களும் அபு அல்-பாரட்ஸ் அலி அல்-இஸ்பகானியின் இசைப் பரவெளியாய் அமைந்த பாடல்களைக் கொண்ட பாப்பிரஸ் திரட்டுகள் கீழ்த்திசை நாடுகளுக்குக் கொண்டு

வந்ததே மருமான் சந்தாவின் ஒவ்வொரு பிரெஞ்சு அடிமை கப்பலும் ஏதிலிகளை இறக்கிவிட்டு புராதன நூல்களையும் ஓவியங்களையும் இசைக் கருவிகளையும் ஏந்தி வந்தன அல்-ஹம்பாராவிற்கு. புத்தகங்கள் மேலைத் தேசங்களில் பதிப்பித்த ஒருசில திங்களில் மருமான் சந்தாவின் கைகளுக்கு வந்துவிடும் ஒவ்வொரு நூலும்.

கிருஸ்தவ நாடுகளிலிருந்து ஓவியர்களும் நாடோடிகளாய் கீழை அல்-ஹம்பாராவில் வைத்தே ஓராண்டுக்குள் வரைந்தவற்றை விட்டுச் செல்கிறார்கள். இன்னமும் அழியாதிருக்கும் சைத்ரீகர்களின் பெருநூல்களைக் காப்பதும் மருமான் சந்தாதான்.

பிரெஞ்சியரோடு சேர்ந்திருப்பதில் வாசித்த வேகத்தில் வெகுவாய் வெகு பாஷைகளின் நூல்களைப் பல்வேறு மதங்களைச் சார்ந்த நூலக ரேக்குகளிலிருந்து ஒவ்வொரு அடுக்காய் கீழிறங்கி சிஷ்டிதர்களும் வெளியேறி வந்தனர் அறிஞர்களுடனும். அவர்களோடு இரவெல்லாம் ஒரு புகைமனிதனாய் திறந்துவரும் மருமான் சந்தா ஒரு புத்தகப் பித்து. அரிய வழிபாட்டுச் சுவடியின் ஆசிரியரான ரெசிமுண்டோ துறவியார் தோல் கலிக்கோ நூல்திறந்து சந்தாவுடன் உரையாடுகிறார். அவரது எழுத்துப் படைப்பு இருவருக்குமான விவாதங்களாயிற்று. ரைன் ஆற்றுப் பள்ளதாக்கிலுள்ள கால்மடத் துறவி ரோஸா காண்டிஸாஸ் இங்கு வந்து சேர்ந்ததும் இருவருக்கும் ரெசிமுண்டோ துறவியாரின் பல்வேறு முனையிலிருக்கும் காலம் குறிப்பிடப்படாத பச்சை நாற்காலிகளின் தொடர்ந்த உரையாடல்களை நீங்கள் கேட்கிறீர்கள். அவர் கொண்டுவந்த இயற்பியல் தசம எண், கணக்கிடு மணிச் சட்டம், வான்பொருள் எழுச்சிக் கோணம் அளக்கும் கருவி, சூரியக் கடிகாரத் தட்டு, நேர்வரை நிறைவரைகளைக் கொண்ட புவியுருண்டை இன்னும் கருவிகள் பல அல்-ஹம்பாராவில் சேரவும் மருமான் சந்தாவை காண துறவி ரோஸாவின் வருகையும் இயற்பியல் சாளரங்களைத் திறந்து ஜன்னலில் முகம்வைத்து துறவி ரோஸா சுருக்கமாக வரைந்து காட்டிய லத்தீன் மொழிச் சொற்றொடர்களால் விண்மீன்களின் அரபு மொழிப் பெயர்களையும் ரீகல், திருவாதிரை, திருஓணம், வேகா ரோகிணி இவற்றுக்கு வழக்கத்திலுள்ள குறியீடுகளையும் நகர்த்திக் காட்டினார். துறவி ரோஸாவின் வருகை இயற்பியல் களஞ்சியங்கள் கடல் கடந்துவர மஸ்லாமா எனும் பெயரும் அல்காரெஸ்மி எனும் மறுபெயரும் கொண்ட பாக்தாத் நகரக் கணித மேதையின் அட்டவணைப் பட்டியலைக் கீழை அல்-ஹம்பாரா வானப் பகுதிக்கு ஏற்ப மாற்றி அமைத்துத் தந்தது துறவி ரோஸாதான்.

விண்மீன்களின் வெளிச்ச உயரக் கோணத்தை அளக்கும் கருவிகள் இங்கே அமைப்பது பற்றிய குறிப்புகளைத் தந்ததற்குமான தூண்டல் பிரெஞ்சியரின் தொடர்பால் தோஸ்து அலிகானின் நல்விதியாயிற்று. பிரெஞ்சியர் கடல்மேல் கொண்டுவந்த ஆயுதங்களைவிட நூல்கள் அதிகம் இருந்ததால் மருமான் சந்தாவின் நூல்தேட்டமும் தீவிரமாயிற்று. தீராமல் இசைகேட்பதில் லூசிஃபராகவும் நூல்களுக் கிடையில் உறங்கா இரவுகளை கொண்டிருந்தார் மருமான் சந்தா. அங்கு வந்த கவிஞன் பெல்ஸாஸர் லப்ராத் வரைந்த ஆட்டுத்தோல் பாவைகளில் செடிகளில் வரைந்த பச்சைக்குருதி. அல்-ஹம்பாராவி லிருந்து திரும்பிய செபாஸ்டியான் சான்ஸியோ மச்சாடோவின் கப்பலில் பேய்களும் அடிமைகளும் கவிஞன் பெல்ஸாஸர் அளவுக்கு உடுக்கவில்லை. இங்கே முகம் உடைந்து மூக்கறுந்து கையுடைந்த அல்-ஹம்பாரா பிரதிமைகள் தொங்கும் நூல்படுதாவை தன் கவிதையிலும் வரைந்திருந்தான்.

சீதைக்கு பட்டுக்கொடுப்பதற்காக கச்சிப்பட்டணம் பொம்ம லாட்டத்தன்று அலைவாய்க் கரைநெடுக நடந்தான் இடைகழி நாட்டுத் தனிமையை குடித்தவாறு. நாளை டொண்டிஸ்ஸிக்குப் போய்விடத்தான் போகிறான் கப்பலேறி. தொண்டித் துளையில் நுழைகிறான் மறு இராத்திரியில். பொறையன் தொண்டியும், குட்டுவன் தொண்டியும், கடல் தொண்டியும் அவன் கவிதைக்குள் இடம்மாறின. என்றாலும் பொம்மலாட்டக் கப்பலில் செபாஸ்டியான் சான்ஸியோ மச்சாடோவுடன் முத்துப்பட்டணம் போக ஆவலுற்றான் கவிஞன் பெல்ஸாஸர் லப்ராத். இவன் கூப்பிட்டால் நீர்மேல் கூடவந்த கட்ட ராவுத்தர் குதிரைகள் திரும்பிப் பார்க்கும்.

தொண்டியில் நடந்துவந்த கூடு, கொடியேற்றம், பஞ்சா எடுத்தல் கடற்கரையில் பொம்மலாட்டமும் பார்த்தாயிற்று. செபாஸ்டியானுடன் பார்க்கிறான் இவனும். நீலிதாபுரம் நெசவாளர்கள் வருகிறார்கள் கூட்டமாய் இவனைப் பார்க்க. பரங்கிப்பேட்டை முத்துக்குழிப்பாரில் ஹிரண்யதிரப்பி, மணிச்சீரா ஆகிய ஏரல்கள் ஆறும் கோர்த்த ஒட்டியானம் சீத்தா கல்யாணம் காட்சி முடிந்ததும் பரிசளித்தான் சான்ஸியோ மச்சாடோ. தோல்ப்பாவைகளின் நுனியில் ஆடுகளின் செருமல் சத்தம். அந்தத் தொண்டியந்துறைப் பொம்மலாட்டத்தில் கத்திக்கொண்டிருக்கும் கொம்பு, ஐரிஸ்பைப், போர்பீன் பிரெஞ்சு வயலின், டல்சிமர், ஜாலர், சுதிப்பெட்டி, மிருதங்கம், தோல் உடுக்கும் பன்னிரண்டு பேர் திரைமறைவில்.

திரையில் விளக்குப் பட்டதால் 'அவர்களும் பொம்மைகள்தான்' என்றவாறு ஊர்ந்து வருகின்றன. கவிஞன் பெல்ஸாஸர் லப்ராத்தைக் கூட்டிப்போகிறான் முத்துப் பட்டணம்.

ஜின்களின் நீல அரண்மனை

நீரின் தனிமையில் விண்ணிலிருந்து கீழ்பாயும் நீலஒளியில் ஜின்கள் வரும்போது எல்லாப் பறவைகளும் மரங்களும் மீன்களும் கடலும் கூட முதலில் வெளிர்நீலம் அடைகிறார்கள். இதைப் பார்க்கவென்று எயிற்பட்டினக் கடற்கரையில் ஏகாந்தம் மிகும் விடிகாலையில் அலைந்து திரிகையில் 'சாதேசர்மத்' எனும் சஹஸ்ர தள ஒலியைக் கேட்கிறான் ஒரு மீனவன். அவன் நீலத்தில் வலை விரித்தபோது இந்த ஒலி குறித்த விழிப்பை நீர் அரண்மனைக்குள்ளிருந்த நீர்மனிதர்கள் இயல்பிலேயே நீலமடைகிறார்கள்.

கடற் பலகறைச் சங்கால் ஊதி ஒலிக்கிறார்கள். அந்த அரண் மனையில் தஞ்சமடைந்த யுத்தத்துக்கு எதிரான நிராயுதபாணிகள் இரு கைகளையும் உயர்த்தியபடி உள்ளே வருகிறார்கள். இந்தச் சிவப்பு நீர் அரண்மனை மிகவும் மெலிதாகத் தோன்றியது. அவை நில மனிதர்களின் ராணுவ நோக்கத்தைத் தடுக்கும் சுவர்கள் கொண்டவை அல்ல. இது பெண் அரண்மனைக்கு சாளரங்களின் வழிவரும் ஜின்களின் கூட்ட மண்டபம் குறுகிய இடைகழியைக் கொண்டது. இது அந்தப்புரத்தின் முக்கியமான பகுதி. பூதவுடல் இல்லாது ஆத்மார்த்த உடல் மட்டுமே பெற்றவர் மூவர். இவர்களில் மேலோர் மலக்குகள் எனும் வானவர்கள். நடுத்தரத்தில் உள்ளவர்கள் ஜின்கள். கடைத் தரத்தில் உள்ளவர்கள் சைத்தான்கள். ஜின் என்னும் சொல்லுக்கு பொருள் மறைத்தல் என்பதாம். நீர்மனிதர்களென நில மனிதர்களின் கண்களுக்குத் தென்படாமல் மறைவாய் இருக்கும் ஜின்கள். ஜின்களுக்குத் தந்தையானவர் தம் குமாரத்திகளைப் பார்க்கவருகிறார். இவர்களில் நீர்மனிதர்கள் ஆண்களாகவும் தீயும் காற்றும் கலந்து உருவடைந்தவர்கள் பெண்களாகவும் இருக்க நீர்மனிதர்களுக்கும் தீயுமிழ் காற்று ஜின்களும் கூடிக்கலந்தது நீரும் காற்றும் தீயுமான கடற்பளிங்காய் உருவடைந்து நீர்மேல் நடக்கிறார்கள். இவர்களின் உணவு எலும்பின் தூரங்களில் காற்றை மென்றவாறு உருக் கரைந்து காணாமலே மறைகிறார்கள். இவர்களும் நீர்மனிதர்களும் விண்ணகம் ஏகி கண்ணாடிவயல்கள் மீது அசையும் நீர்க்குளிரிக் கூடங்களில் வானவர்கள் உரையாடுவதை ஆர்வமாய் ஒட்டுக் கேட்கும் ஜன்னல்களின் மீது ஏறியேறி

எரிவெள்ளிகளாய் அங்கிருந்து காற்றால் விரட்டியடிக்கப்பட்டு மண்ணகத்தின் பல பாகங்களிலும் நீர்மேல் படியும் நீலங்களாலான உருவற்ற வீட்டுக்குப் போகிறார்கள். நிறமாறும் அல்-ஹம்பாரா பெண் அரண்மனை ஏதோ ஒரு இறந்த நட்சத்திரம் உலகையே மூழ்கடிக்கும் போது ஏகாந்தச் சாளரங்களில் நுழையும்போது அரண்மனையே கருநீல இரவாகிவிடும்.

பாலி ஆற்றின் குறுக்கே நிலையான பாலங்களைப் புனைவால் கட்ட முடியாது

அல்-ஹம்பாரா சிவப்புநிற நீர் அரண்மனை படிந்த பாலி ஆற்றின் உருவத் தோற்றங்களைச் சொல்லிக்கொண்டே போகலாம்.

சர்ஜீயோன் அலெக்ஸாண்டர் ஹென்ட்டர், எர்னஸ்ட் பி. ஹேவல், இருவரும் இறவாநிலை எய்துமாறு அல்-ஹம்பாரா ஆண், பெண் இரு அரண்மனை இடிபாடுகளைப் புதுப்பிக்க நவாப் தோஸ்தோ அலிகான் மூதாதையருடன் செய்துகொண்ட ஒப்பந்தத்தின் குறிப்பேடுகளில் கண்டவாறு அரக்கு வேலைகள், மரக்கூடங்களைப் பழுதுபார்த்தல் சுண்ணாம்பால் எடுத்த மாடங்களைப் புதுப்பித்தல், முலையறுந்த மூக்கறுந்த மரப்பாவை, அங்கங்களை அதே மரத்தில் கடைந்து செதுக்கிச் செதுக்கி மீளுருச் செய்தல், கட்டிடங்களைச் சுற்றியுள்ள காடுகளின் குறிப்புகள், தோட்டத்தின் பலவகைத் தொழில்நுட்பங்களால் இடிபாடுகளைச் சீரமைத்தல், அல்-ஆந்தலூஸ்யாக் கட்டிடக் கலையை அறிந்தவர்களைக்கொண்டு இஸ்பானியாவின் கடைசி இஸ்லாமிய அரண்மனை நிறங்களுடன் கொண்ட நூல்களைக் கூட்டாக வாசிக்கவும் பல நூற்றாண்டுகளாகப் பழுதடைந்த நானூறு அறைகளின் மோனத்தைக் கலைக்காமல் மெட்ராஸ் கலைப்பள்ளி ஆசான்கள் இருவரோடு தாமதமாய் வந்த பாலகிருஷ்ண முதலியாரும் சேர்ந்துகொள்ள சீடர்கள் அறுபதுபேர் குண்டுவீச்சில் சிதைந்த கட்டிடங்களைச் செப்பனிடுவதில் அல்-ஹம்பாரா மீண்டும் மறுகண்டுபிடிப்பாளர்களான கலைப்பள்ளி ஆசான்களால் இஸ்லாமிய கட்டிடக்கலையின் மெய்ப்பாடுகள் பழையகாலம் பகலில் தோன்று மாறு நிறங்களைப் பகிர்கிறார்கள் கலைஞர்கள், பிரெஞ்சியர் மிகப் பலரும் இங்கு வந்து சுற்றித்திரிந்து புதுச்சேரிக்குத் திரும்பாமலே தங்கிவிடும் பாதாளமூளி படர்ந்த செடிமுளைத்த தோற்றத்தோடு வெகுபழக்கமாகிவிட்டதில் கடல்கடந்து ஓவியர்கள் இங்கு வந்த சில நாட்களில் செந்நிறத்தில் ஒன்றுகலந்துவிடுவர்.

மெட்ராஸ் ஒரு ராஜதானியாக தென்னகக் கலைஞர்கள் ஒன்றிணைந்து சேரவும் அன்றைய கால ஓட்டத்தில் நிகழ்ந்த கலை முயற்சிகளில் தென்னகத்தின் பெரும்பகுதி ஈடுபட்டது.

உள்நாட்டுக் கைவினைக் கலைகளின் குருதியின் ரகசிய உரையாடலை ஒருங்கிணைப்பதில் பாலகிருஷ்ண முதலி தேடிய கலையின் நிலரேகைகளும் ஒன்றுசேர கைவினைக்கலை மரபு மூங்கில்களைத் தட்டவும் நூறுகிளிகள் பறந்தன அல்- ஹம்பாராவுக்கு. மதராஸில் சார்ஜ்கோட்டைக்கு நிலம் கொடுத்த தர்மலா சகோதரர்களின் தந்தையார் சென்னப்பநாயக்கரின் பெயரே சென்னப்பட்டணமாய் இருக்க அங்கே ஆயிரம் தச்சர்களும் மசூலிப்பட்டிணம், கச்சிமேட்டு நெசவுப் பூந்தையல்காரர்களும் இடம் மாறி இடைகழிநாட்டு சிகப்பு அரண்மனைக்குள் திரும்பிவந்து பார்க்க மிகப்பல நீரூற்றுகள் அதன் அடுக்குகளிலிருந்து ஓடிவர நீரின் சப்தத்தால் நீர் அரண்மனைகளின் மோனம் மேலும் முழுமை யடைகிறது. படிப்படியாகப் புதிய கலைஞர்களின் கைபட்டு மூலச்சுவடி பிசகாமல் இந்த வளாகத்தில் வாழ்ந்த வெவ்வேறு இஸ்லாமிய ஆட்சியாளர்கள் நடமாடிய ரகசியரேகைகள் கலையாமல் அல்-ஹம்பாராவின் அதிசய இருப்பைச் சீர்படுத்தினர், இம்மூவரோடு வந்த கலைமாணாக்கர்கள்.

நெடுவரிசை ஆர்கேடுகள், ஓடும் நீருடன் நீரூற்றுகள், மேலும் பிரதிபலிக்கும் குளங்களைச் சுற்றி மெட்ராஸ் கலைப்பள்ளி மாணாக்கர்களே கலையின் அருவுருவாய்த் தோன்றினர். நீலம், சிவப்பு, ஒரு தங்கமஞ்சள் இவையனைத்தும் பொழுது, சிறுபொழுது, சின்னஞ்சிறு பொழுது என ஒளியை விரல்களால் மெல்ல மெல்லத் தூண்டிய ஆயிரம் விரல்கள், ஒளியின் துலக்கத்தை மங்க வைப்பதன் மூலம் புதிய இடங்களுக்கு மாறுகிறார்கள். இவற்றில் முக்கியமாகப் பயன்படுத்தப்படும் வண்ணங்கள் வடிவியல் வடிவங்கள் மீது தாவரச்சாறுகளின் பின்னணியில் அராப் ஸ்க்யூ அமைப்பைத் தோற்றத்தின் பெரும்பகுதி கல்லைவிடச் செதுக்கிய ஸ்டக்கோவின் சிக்கலான கணித வடிங்களுடன் ஸ்ட்ரேசரியா மிகத்துல்லிய லேசெரியா சதுரங்களுக்குள் வளைகோடுகள் சங்கமிக்கும் கணித உருவாக்கத்தில் கீழ்ப்பகுதி மரக்கூரை வடிவமைப்பில் இந்த மிகச் சிறந்த குவிமாடங்கள் கலைப்பள்ளி மாணாக்கரின் அரக்கு பூசிய கலைவிரல்களால் புதுவடிவம் ஆனது. இங்கே அவர்கள் இஸ்லாமிய வடிவங்களின் மறுபெயரிடப்பட்ட மேற்கத்தியச் சிறப்பியல்புடைய சகோல முடேஜர் நூலையும் வாசித்தபடி இருந்தனர்.

அல்-ஹம்பாரா நேரடி சிகப்புப் பெண்கோட்டை மறுவுருவாக்கம் நடந்த இரு வருஷங்களில் அந்தப்புரங்களைச் சிகப்புக் களிமண்ணின் நிறத்தை மீளுருச்செய்ய இடைகழி நாட்டுச் செம்மேடுகளில் செவ்வெறும்புகளாய் ஊர்ந்து அலைந்தவாறு அனைத்தையும் புதுப்பித்தனர்.

'சிவப்பு முன்னைப் பழங்குடிகள் மற்றொரு பழங்குடிக்குப் பகிர்ந்தளித்த இயற்கையில் மறைந்துள்ளது...' என பணியில் ஈடுபட்டிருக்கும் கலைஞர்களுடன் பேசியவாறு புதிய சாளரங்களைத் திறக்கிறார் எர்னஸ்ட் பி.ஹேவல். பக்கிங்ஹாம் கால்வாய் வழியாகக் கலைப்பள்ளியிலிருந்து அல்-ஹம்பாராவுக்கு ஆறு படகுகள் வருவது தினசரி சூர்யோதயத்துடன் தோன்றும்.

கலைப்பள்ளியில் பயில்வோரில் அமராவதி சிற்ப மரபைச் சேர்ந்த கிருஷ்ணா நதிப்பிள்ளைகளும் பெருந்தகைக் கவியெனப் படுத்துக் கிடக்கும் கோதாவரிப் புதல்வர்களும் ஓங்கோல்வாசிகள் நாகாஜுனகொண்டாக் கோடுகளைத் தொட்டுவந்தோரும் உளியின் தொகுதியோடு வந்த கடநாகை ஸ்தபதிகளின் வாரிசுகள் இராஷ்டிர கூட கலைக்கு உரிய தலைமுறையும் ஹலபேடு வாசிகளைத் தொடர்ந்து பேளூர் நரசிம்ம ஸ்தம்பத்தில் ஒரே கல்லில் அத்தனை சிற்றுருவங் களையும் உள்ளடுக்கி ஒளிந்திருக்கும் கலையின் ரகசியப் பாதையில் அல்-ஹம்பாராவைத் தொட்டு அதன் வீழ்ச்சியின் சிதிலப்பாடுகளை ஆராய்வது எளிதாக இல்லை சீடர்களுக்கும் கலைப்பள்ளி ஆச்சாரியார்களுக்கும். மயனாசுரன் அமைத்த அரக்கு மாளிகைகளிலிருந்து காணாமல்போன பதுமைகளை சுடலை யிலிருந்து எடுத்தவர்களும் பவளநிற ஊற்றுக்கண்களை நீர் அரண்மனையில் மறுபடியும் திறப்பதற்குக் கலையின் கரங்கள் கூடவேண்டியதாயிற்று.

படைப்பு வீதிகளாகக் காகிதக்கோடுகளில் புகுந்து கலைஞர்களின் பென்சில் கால்கள் தானே வரைந்து நகர்ந்து குழந்தைகளிடம் தோற்றுப் புராணங்களையும் புனைகதைகளையும் கனவுகளில் கீறியவாறு அகத் தூண்டுதல்களைக் காலத்தின் தூரப்புள்ளியிலிருந்து நிகழ்காலப் புள்ளியில் அல்-ஹம்பாராவைச் சேர்த்துவிடுகிறார்கள். பனிபடர்ந்த பாபிலோனாகவும் நீரில் மிதக்கும் தென்திசை வெனிஸாகவும், பழைய வேகவதி பாய்ந்து இடைவிடாது நீர்மேல் மூர்களின் குதிரைகள் ஓர்மூஸ் துறைமுகத்திலிருந்து சீஸர் பிரடெரிக் கூடவே பயணித்து வர அல்-ஹம்பாரா சிவப்புநிற நீர் அரண்மனையை

அடைந்தனர். இங்குதான் குதிரைகளின் தரம் அதன் இயல்புகளையும் பற்கள் குருத்துவிடும் குணச்சுழிகளை வைத்து நிர்ணயிக்கப்படும். பகோலா, டெலோச்சி பாய்மரக் கப்பல்களில் கூட்டமாய் வந்திறங்கிய குதிரைமூர்களும் பரங்கிப் புகையிலை வணிகர்களும் வெண்ணிற இரவுகளின் குடிகாரர்களும் தூங்காமல் அல்-ஹம்பாரா சிவப்புநிற நீர் அரண்மனையில் ஞாபகங்களால் நீண்டிருந்த ஓட்டுக் குதிரைலாயங்களில் நடமாடினர்.

மஞ்சள், பைந்நீலம், ஆரஞ்சு, வெளிர் சிவப்பு வண்ணங்கள் ஒவ்வொரு பகலாய்க் கரைந்துவர விரைந்து ஓடும் பாலிஆறு. சர்ஜீயோன் அலெக்ஸாண்டர் ஹென்ட்டர் லண்டனில் உள்ள 'ராயல் அகாடமி ஆஃப் ஆர்ட்' வடிவையே, கலைத் தொழிற்பள்ளியை பசுமை அலைபாயும் மெட்ராஸ் பட்டணத்தில் நிறுவினார். பின்னே விடுதலை உணர்வு தலைதூக்க பிரிட்டிஷார் பாலகிருஷ்ண முதலியாரை குடுமியாக நியமிக்கவும் இரு வருஷகாலம் கலைப் பள்ளியை அல்-ஹம்பாரா சிருஷ்டிக்கு விரிவுபடுத்திய பிறகுதான் வருஷங்கள் பல கடந்து தேவிபிரசாத் ராய் சௌத்ரி பள்ளியின் முதல் முதல்வரானார். லட்சிய வேகத்தோடு செல்லும் சிலையிலிருக்கும் காந்தி பயணித்தபடி இருக்கிறார் மெரினா கடந்து. விடுதலை வீரர்கள் சிலையைக் கடக்கிறார் காந்தி. வாதையில் ஆழ்ந்திருக்கும் உழைப்பாளர் சிலைமுன் சற்றே நிற்கிறார். தேவி பிரசாத் ராய் சௌத்ரியை அழைக்க, கூடவே வந்துகொண்டிருக்கிறார். இருவரின் உரையாடலில் மெட்ராஸ் கலைப்பள்ளி மிகவும் முக்கியத்துவம் வாய்ந்ததென்றார் காந்தியிடம்.

சிப்பாய்க் கலகத்துக்குப் பின் கிழக்கிந்தியக் கம்பெனியிடமிருந்து பிரிட்டிஷ் பார்லிமெண்ட் கைக்கு மாறவும் எலிசபெத் அரசாணி இந்தியாவுக்கும் பேரரசியானாள். இது இந்தியக் கலைகளை வளர்ப்பதில் பிரிட்டிஷ்காரர்களுக்கு அதிக அக்கறையும் வாய்ப்பையும் ஏற்படுத்திக் கொடுத்தது. இந்த கலைப்பள்ளியால் சொந்தக் கலைமரபுடன் ஐரோப்பிய பாராசீகக் கலைமரபின் கலப்பும் நிகழ்ந்தது. 'லட்சம் தானியங்களாய் சிதறிக் கிடக்கும் நம் கிராமங்களின் மண்சுவர்களில் வரைந்திருக்கும் நமக்கேயுரிய தொன்மங்களை மீளுருச் செய்யும் ராட்டையை நோக்கி பருத்தித் துணியில் வரைந்துகொண்டிருக்கும் பிறைதொழு மகளிரிடம் கந்து கந்தலாய் அழியும் பௌத்தர்களின் பழைய சீவரம் கிராமப் பருத்திக் காட்டுக்குக் கலைப்பள்ளியைக் கூட்டிச் செல். இந்திய பாரசீகக் கலப்புக் கோடுகளைச் சேர்ப்பதே விடுதலைக்கான பருத்திப் பாதை'

என... ராய்சௌத்ரியிடம் சொல்லியவாறே வெடுக்கென கரி எஞ்சின் ரயிலின் ஊதலைக் கேட்டு விரைந்தார் காந்தி.

மஞ்சு மூடிய பஃகிங்காம் கால்வாயில் கிளென்மார்கன் நவீன சைத்திரீக மாணவர்களுடன் அப்பள்ளியில் மூத்தவனாய்ச் சேர்ந்தான். சிறிய மணல் தீவுகளில் கிறுக்கித் திரிந்தான். இந்த நகரத்தின் அரிதான மெய்மையை உணர்ந்த எர்னஸ்ட் பி.ஹேவல் கைவினைப் பொருட்களைச் சேகரிப்பதிலும் அதன் மரபுகளை மண்ணுக்கே உரிய முறையில் வளர்த்தெடுக்க மாயக் கவர்ச்சியூட்டும் கடல் மல்லை சிற்பக் கதாபாத்திரங்கள் அழைத்த பாதையில் சென்றார்.

சிங்கக்குகைச் சந்துகளுக்குள் ஒவ்வொருவரும் போய் கற்கட்டிடங்களின் தொகுதியாய் உயரஉயரத் திறக்கும் கல் ஜன்னல்களில் ஏறிக்கொண்டிருக்கிறார்கள் கலைப்பள்ளியினர். அங்கிருந்து பாலி ஆற்றைத் தெற்கே தாண்டினால் வரும் அல்-ஹம்பாரா சிகப்புநிற நீர் அரண்மனை ஜன்னல்களில் இவ்வளவான காற்று கதவுகளைத் திறப்பதும் மூடுவதுமான ஒலிகளைக் கேட்பதில் கவிதைகளும் கூடிக்கலப்பதெனக் கலந்துவிட இந்நகரின் தனித்தன்மை வாய்ந்த படைப்பை மறுபடித் தூண்டியது கலைப்பள்ளி. ‘இரு பண்பாடுகளின் மோதலில் இந்நகரம் பிறந்தது. அம்மோதலில் கலையின் அதிர்வும் வேகமும் கலைஞர்களின் படைப்பில் நிலைத்துவிட்ட கருப்பொருளாக விளங்கிற்று...’ என்றார் எர்னஸ்ட் பி. ஹேவல் கலைப்பள்ளி மாணவர்களிடம். அல்-ஹம்பாரா அரண்மனையின் கவிகை மண்டபத்துக்குச் செல்லும் ஒரு வாயில் வழியாக அந்தப்புரத்துக்குச் செல்லலாம். இந்த மண்டபத்தில் அடுக்கடுக்காகப் பெட்டிகள் உண்டு.

இந்தப் பெட்டிகளில் மூர் வணிகர்கள் குதிரைகளை விற்ற பொற்காசுகளும் மறைந்த பெண்களின் சலங்கைகளோடு சலசலக்கும் பெட்டிகளில் யார் இருக்கிறார்கள் என்றே தெரியாது. அந்தப் பக்கம் யாரும் போக மாட்டார்கள். குதிரை மூர்களின் இசைநாயகிகள் பரிசுபெற்ற காசுமாலைகளையும், கம்பளி ஆடைகளையும் கச்சிமேட்டுத் துணிகளையும் கலைந்துவிட்டு கனவுக்குள் சென்றுவிடுவர். பொற்காசுகளை உருட்டும் பேராசைக்காரர்கள் மஞ்சள் ஒளியாய் அந்தப்புரத்தில் கரைந்திருக்கிறார்கள். மாநிறத் திருநங்கையர் வசிக்கும் பகுதி மூன்றுஅடுக்குகள் கொண்டது. நீலம், பச்சை, பசும்நீல வண்ணவோடுகள் வேய்ந்த முற்றங்களைக் கொண்ட முடிவற்ற கனா எங்கே தொடங்கி எங்கே முடிகிறது

எனத் திருநங்கையின் தகுதிநிலையைப் பொறுத்து தெரிந்து கொள்ளலாம். குடியிருக்கும் சொர்ண மஞ்சள்நிற ஒளி நகரும் இடத்தில் அந்தரத்தில் தொங்கும் மரக்கூண்டுகளில் ஊஞ்சலாடும் நங்கையரின் இருதந்தி ரபாபா களிமண் குடவாத்திய இசை. ஒரு திருநங்கை தான் தைத்துக்கொண்டிருந்த ஒப்பனை ஆடைகளுக்குள் ஊசியைத் தொலைத்துவிட்டாள். இந்த உப்பு அரண்மனையில் தையல் ஊசி கிடைப்பது அரிதாகையால் மூன்றடுக்குத் திருநங்கையரும் அதைத் தேடுகிறார்கள் நெடிய பலகைமெத்து மரக்கூடங்களில்.

அரண்மனையே தேடுகிறது நாடக ஊசியை. ஊசியால் அல்லோலப் படுகிறது மேடை. இதுதான் இன்றைய நாடகத்தின் கதை. மாநிறத் திருநங்கையரோடு காராகியூஸ் பொம்மலாட்டக் கலைஞர்களும் இருக்கிறார்கள். உலகின் மொழிகளில் அங்கத விகடக் கதைகளைப் பொம்மலாட்டமாய் நிகழ்த்த ஒல்லாந்த ஆதிக்கத்திற்கு எதிராக ஸீலஸ் கலைஞர்கள் அமைதியான மௌன பொம்மலாட்டம் நடத்திவிட்டுக் காணவந்த கூட்டத்தில் அமர மொகப்பசீன் நடிகர்கள் அடுத்த நிகழ்வில் பரிகாச நாடகங்களால் மறைந்திருந்து பார்க்கும் நடிகர்களைக் குசிப்படுத்தும் பெண்பாத்திரத்தை ஆண்களே நடிக்க மாறும் காட்சிகளில் பரிகாசக் கூத்துகளை ஆற்காடு நவாபுக்கு எதிரில் இருந்த அரங்கில் நடத்த முகமதலியின் வரிவசூலை பிரிட்டிஷ் கம்பெனிக்குக் கொடுத்தது அரசியல் பரிகாசமாகவும் அமைந்தது நாடகம்.

கேளிக்கை நிறைந்த காராகியூஸ் பொம்மைகளின் விகடங்கள் ஏராளமான வசை நாடகங்களாக மாறி ஆண் அல்-ஹம்பாராவுக்கு எதிராகவும் வசனங்கள் சுவர்களில் கசிந்துவர நவாப் அலிகான் சுவரைத் தொட்டதும் விதித்த உப்பு வரியும், தறி வரியும், பனை வரியும் முத்துக்குளிப்பார் வரியும் உதிர்வதாக அங்கத நாடகத்தில் நவாபே மறைமுகமாகத் தாக்குதலுக்கு ஆளானார். முகமது அலிகான் இதனால் கோபம் கொண்டு அவர் மரபுத் திருநங்கையர் அரங்கிற்குச் சென்று 'உங்கள் தற்பெருமை வீம்பைக் கொஞ்சம் குறைத்துக் கொள்ளுங்கள்' என்றார். உள்ளே போர் ஒத்திகைக்கான நடிகர்கள் உடல் வெடவெடக்க கருப்பு ஆடைகள் அணிந்து நீண்ட மூக்குள்ள முகமூடிகளை பொருத்தி அசைத்தவாறு ஆற்காடு நவாப்பை வட்டமிட்டுச் சுற்றுகிறார்கள். நவாபின் வெஞ்சினத் தோற்றத்தால் பயமடைந்த திருநங்கையர் அவரவர் அறைகளுக்குள் ஓடி ஒளிகிறார்கள். வயலின் செய்வதில் மிகச்சிறந்த கலைஞன் ரொமானி கிட்டானே மகிஷா சுராவை அங்கு கண்டதும் மனம் குளிர்ந்து

போனார் நவாபு. 'கிட்டானே நீயிருப்பதால் இவர்களை விடுகிறேன். எனக்கு நீ உலகின் அற்புதமான வயலின் ஒன்றைச் செய்து தரவேண்டும்' என உத்தரவிடுகிறான். அதைப் பணிந்தேற்ற கிட்டானே 'வயலின் செதுக்குவதில் என்னைவிடச் சிறந்த தச்சர் திருநங்கை பெராரி நௌடிதான். உங்கள் அரண்மனையில்தான் இருக்கிறாள். அதன்மீது பொறாமை கொண்டவனும் நான்தான்' என்றான் மகிஷாசுரா.

திருநங்கையின் இருட்டுத் தீவு

குருடர்களை வழிநடத்தும் குருவிகள் ஓலை தானே சொல்லும் கதைகளைத் தன் பிடிலில் வாசிப்பவள் பெராரி நௌடி. இந்த ஓலைகளைக் குருடர்கள் தொட்டு ஃபிரைலி குழிவு எழுத்துகளை விரல் பூசித் தடவி வாசிக்கிறார்கள் பெராரியின் பிடில் அழுவதைக் கேட்டபடி. அவள் பிடில் திருநங்கையரின் இருட்டுத் தீவு. அந்த ஆகாசத்தில் அபாந்திரமான நட்சத்திரங்கள் மின்னுகின்றன. கீழே குருடர்கள் கூட்டம் ஒன்று அமர்ந்திருக்கிறது. சாவிலிருந்து திரும்பி வந்த இந்தத் தீவின் மாநிறத் திருநங்கையரின் கைகளிலோ குருடர்களின் வயலின் வில் கூட்டமாய் துக்கத்தின் சாரத்தைப் பிழிகிறது. இந்தத் தீவில் தாளிப்பனைகளே முளைக்கும். அதன் உச்சியில் தொங்கும் தூக்கணாங்கூடுகள் மணல் ஓலைகளில் சப்தித்த ஒலிச் சலம்பல்கள் குருடர்களின் இசையாக மாறிவிடும். அவர்கள் தங்கியிருக்கும் தீவைச் சுற்றிலும் பனை களிலிருந்து சரிந்துவரும் 'குருவிகள் ஓலை தானே சொல்லும் கதைகள்' என எல்லாவற்றையும் கிட்டானே சொல்ல அறைகளிலிருந்து திரை விலகி பெராரி நௌடியை எல்லா கைகளும் சேர்ந்து கோர்த்தவாறு நவாப் முன் கூட்டிவர முகமதலிகான் குறுஞ்சிரிப்பாய் வருபவர்களை எதிர் கொள்கிறான்.

குதிரை மூர்கள் வடிவமைத்த இசை ஊற்றில் கசீதாவிலிருந்து காவ்வாலி வரை கேட்கிறது. கூபாவிற்கு அருகிலிருந்த பண்டைய நகரான அல்ஹீரா மெசபடோமிய இசைத் தொடர்புகளில் 'ரத்'தினாலான குழிவான ஊத் வாத்தியம் மிஸ்ஹர், ஸன்ஞ் எனும் யாழையும் பழைய புராதன நகரமான ஹீராவிடம் தோண்டி எடுத்துக்கொண்டது அல்ஹம்பாரா. ஸன்ஞ் யாழின் நரம்பு கொண்டு அதிரும் முற்றங்களில் வரையப்பட்ட திரைச்சீலைகளும் பகட்டான தரைவிரிப்புகளும் இந்த மூன்று வளாகங்களில் நானூறு அறைகளில் பழைய நகரங்களின் திருநங்கையரின் அபிநய நிறங்கள்

மாறாதவாறு இசையின் விதியைப் பூசினர். ஒன்று திருநங்கைக்கு உரியது. மற்ற இரண்டும் புரஸீனியம் நாடக நடிகர்களுக்கும் ஸ்திரீபார்ட்டுகளுக்குமானது. சிகப்பு சில்க் கொள்ளைக்காரன் புரஸீனியம் நாடகத்திலும் ஒரு பறங்கி நடிகை நவாபு வேடமேற்றாள். தலைநகர் திரைச்சீலைகள் சூறாவளியாய்ச் சுற்ற முற்றுகைக் காட்சி. சிகப்பு ஆடையும் வெண்ணிற முழுக்கால் சட்டையும் அணிந்திருந்தாள். காதணியும் கையணியும் ஆபரணங்களுடன் தோன்றினாள். எவ்வித ஆடையும் இல்லாத ஒருவன் கல் மண்டபத்தில் படுத்திருந்தான். தன் தந்தையைத் தனக்கே தெரியாது என்றான். சிகப்பு சில்க் கொள்ளையனை விரட்டிப் பிடிக்க பொம்மை வீரர்களோடு வந்தவன் நவாப் தளபதி கான்சாகிபு வேடமிட்டவள். கான்சா உதவியால் பிரெஞ்சுப்படையைத் தோற்கடித்த ஆங்கிலத் தளபதி வேடமிட்டவள் 'யூசுப்கான் ஒப்புயர்வற்றவன். அவன்தான் எனக்கு ஒரே தாரகம். மேஜர் லாரன்ஸ் பொம்மை யூசுப்கானை பிறவிப் போர்வீரன்' என்றது. 'இவனுக்குச் சமமான வீரனை இங்கே கண்டதில்லை நான். ஒவ்வொரு வேலையையும் நேரில் கவனித்து ஓயாது உழைக்கிறான் கான்சா' என்றதும் புகழால் கிறுகிறுத்தது கான்சா பொம்மை. 'கிளைவ்வுக்கு சமமான வீரன் நான்' என்று தலைகால் தெரியாமல் ஆடியது கான்சா பொம்மை. சிப்பாய்ப் படை பொம்மைகளுக்கு கான்சா பொம்மையை சேனாதிபதியாக்கி கம்மான்டண்ட் என்று பட்டமாகப் பறந்து சுற்றியது. கம்மந்தான் என்று சனங்கள் கூப்பிட பிளாசி யுத்தத்துக்குமுன் பிறந்த கம்மந்தான் முதலில் கர்நாடக நவாப்பு ஸ்தானத்தைக் குறிவைத்துச் சந்தாசாயபுக்கும் முகமதலிக்கும் நடந்த போர்களில் பொம்மைகள் உடைபட்டன.

கான்சா பொம்மை சேவகத்தில் முதலில் சந்தாவைச் சுற்றிப் பாதுகாக்க அடுத்த சுற்றில் துப்பாக்கியுடன் கிளைவ்வைச் சுற்றி ஆற்காடு கோட்டையைச் சுற்றி கதவைச் சாத்திப் பொம்மை வீரர்களைத் துப்பாக்கிக் கருமருந்தோடு காத்துவர அடுத்த கட்டச் சுற்றில் பிரெஞ்சுப் போர் வர மேஜர் லாரன்ஸ்க்குமேல் கான்சா பொம்மை நிழல் பெரிதாயிப் படபடத்து எல்லோரையும் அரட்டி வசனித்தது 'சிகப்பு சில்க்' கொள்ளைக்காரன் யார் என்று கேட்டதும் சாராயமும் அராபிக் கோந்தும் ஒட்டிய மீசையும் தலைமுடியும் வைத்து ஒப்பனைக் கண்ணாடியில் 'சிகப்பு சில்க் கொள்ளையன்' வேடமிட்டதை எண்ணெய் மெழுகித் துடைத்துக் கலைந்த முகத்துடன் திரும்பிப் பார்த்தவாறு கான்சா பொம்மையை நோக்கி வருகிறாள் பறங்கிப் பேரழகி அகுஸ்தோ மாஷா.

படிந்த வாடல்

அப்போதுவரை சந்தாவுடனும் அல்-ஹம்பாராவில் வைத்துப் பரங்கிக் குமாரத்தி அகுஸ்தோ மாஷாவை ரொமானி விசிறி நடனத்தில் ரோக்கா எனும் இஸ்பானிய வண்டிமேடை மேல் சுழலும் ஃபிளமேங்கோ ஜிப்ஸி நடனத்தில் 'படிந்த வாடல்' எனும் பாசமும் நுண்மையும் மாயமும் கொண்ட கொதரனாஸ் கிரேக்க நாடக பூட்ஸ் அணிந்த கால் நடன ஒலியடுக்கில், ரெக்கைகள் தோன்றிப் படபடப்பதை வியந்து நோக்க அவள்மேல் ப்ரீதிகொண்ட கான்சா பொம்மை அவள் சுழலும் ப்ரில் மடிப்புகளில் வீழ்ந்தது. 'நாடோடியாக உன்னால் அலைய முடியாது. என் பின்னால் நீயோ முகமதலி கானுக்கும் மேஜர் லாரன்ஸ்க்கும் இடையே நத்தையாய்க் கூடு சுமந்து அலைந்தபடியிருக்கும் மித் ஆஃப் ஸிசிபஸ். என்னிடமிருப்பது ஸ்கினி சின்ன டென்ட். எளிமையின் மர செட். இந்த நடிகர்களின் ஆடை அலங்கார அறைகளாக இந்த நாடகப் பெட்டிகளே மிதக்கும் தீவுகளாக உள்ளன. பெரிதாக்கப் படாத நாடகப் பெட்டிகளுக்குள் உள்ளன மிதக்கும் தியேட்டர்களும் கடல்களும்' என்றாள் மாஷா.

கான்சா பொம்மை அகுஸ்தோ மாஷாவிடம் பணிந்து கேட்டது. 'ஷோ போட்ஸ்க்காரியா நீ. கடலைச் சுற்றும் நடிகர்கள் நீங்களா? மிதக்கும் அரங்கவாசிகளே வாருங்கள் என்னோடு நாடகத்தார் தூங்காத மருதைக்கு' என்றான், விடாத பால்விதி பட்டுக் கலங்கியவாறு.

'அருமைக் கம்மந்தானே கான்சா... என் உலகம் நாறும் அரிதாரம். ஸ்கினி சிறு படகே எம் உடை அலங்கார அறையாம். சாலமனின் மீன்பிடிக்கும் ஆசைதான் முதலில் மிதக்கும் அரங்கமாக மாறியது. சின்னஹால் லாஞ்சியில் அலைகிறோம். நடிக்கிறோம். சின்ன ரோக்கா வண்டி மேடைப் படகில்தான் அதன் குதிரைகளும் மூர்களிடமிருந்து சமர்ப்பணமாய் வந்தவை.' பாத விளக்குகள் நீராவிப் படகுகள் தீயபொம்மை அரசர்களின் உள்நாட்டுச் சண்டையின்போது மெழுகுவர்த்திக் கூண்டுகளில் மிதக்கும் கத்திச் சண்டையில் குருதியில் ஊர்ந்து நடமாடும் ரகசிய நிழல்கள். மற்ற சிறுபடகுகள் ரொமானி நாடோடி விசிறி மகளிருக்கானது. இந்த அல்-ஹம்பாரா பெண் அரண்மனை நீருக்குள் மூழ்கியுள்ளது. இங்கே கடற்கரை மேல் இருப்பதோ அல்-ஹம்பாரா ஆண் அரண்மனை.

இரண்டு நீர்அரண்மனைகளுக்கு இடையே இருட்டுக் கண்ணாடியில் மயங்கித் தோன்றும் இடத்தில் மூன்றாவது உப்பு

அரண்மனை கனவில் மிதக்கிறது. இந்தக் கனவில் வசிக்கும் உப்பு அரண்மனையில் திருநங்கைகள் தொன்மையாகக் கரைந்திருக் கிறார்கள். மெசபடோமியர் காலத்தில் தோன்றிய இப்பழக்கம் சீனா முதல் அல் அந்தலூசியா வரை பரவியது. ஆட்டோமன் அந்தப்புரமும் இதற்கு விதிவிலக்கல்ல... என்றவாறு எர்னஸ்ட் பி. ஹேவல் கலை மாணக்கர்களோடு பிறை மாடங்களை நோக்கி மரச்சுருள் படிகளில் ஏறிப் பழுது பார்த்துக் கொண்டிருந்தவர்களோடு உரையாடிக் கொண்டிருந்தார். நீருக்கும் வானுக்கும் நடுவில் தொங்குகிற இரவின் பிறைகள் கோடைகாலத்தில் வெள்ளை இரவுகளின் ஒளிசிந்தும் இந்த நகரம் குளிர்காலத்தில் வாட்டம் தரும் இருளில் மூழ்கிக் கிடக்கும். மனித உறவுகளில் பனியும் இரவும் உருகுவதாய் இருக்கும். அல்-ஹம்பாரா சிவப்புநிற நீர் அரண்மனையின் துடிப்பு ஆரவாரமான நாடோடி மூர்களையும் இங்கு தலைக்கோட்டை யுத்தத்தில் மறைந்த அரேபியக் குதிரைகளின் இருப்பையும் காணலாம். நாடோடி மூர்கள் பாத்திரங்களாகி இந்த நகரத்தின் தெருக்களின் புனைவு இருளில் இன்னும் இருக்கிறார்கள். அங்காடிகளில் திரிகிறார்கள். வெண்ணிற இரவுக்குள் போய் அல்-ஹம்பாரா பூங்காவின் தனிமையில் இருக்கிறார்கள் அப்பாத்திரங்களின் நிலவுடன் சேர்ந்து. சதுக்கங்களில் அவலங்களை அடைந்த பிற பாத்திரங்களையும் காணலாம்.

அல்-ஹம்பாரா சிவப்பு நிற அரண்மனை நகர்ந்த கொண்டிருக்கிறது பாலி ஆற்று நீரோட்டத்தில். அதன் பனி இரவுகள் மிக நெருக்கமாக அல்-ஹம்பாரா பெண் அரண்மனையும் பிணைக்கப்பட்டிருக்கிறது ஆற்றோடு. 'இந்தப் பெண் அரண்மனையை இஸ்பானியா தேசத்தில் இருக்கும் அல்-அந்தலூஸியாவில் பார்த்துவிட்டேன்' என்றார் மாணவர்களிடம் எர்னஸ்ட் பி.ஹேவல். அடிக்கடி வங்கப் புயல் வெள்ளங்கள் பாய்ந்ததால் அரண்மனையின் முக்கியமான பகுதிகளை இடைகழி நாட்டுமணல் எக்கர் பெருநிலத்தின் மேல் கட்டுவதென முடிவெடுத்தார் நவாப் தோஸ்த் அலிகான். அல்-அந்தலூஸியா நூல்களுக்குள் வெகு விரைவாகக் கதாபாத்திரங்களுக்குள் சென்று தானே எழுதிக்கொள்ளும் ஆற்றுவடி நிலத் தீவுகளைச் சூழும் படகுகளோடு நீரின் கோடுகளில் பரவியது. ஒவ்வொரு தீவும் மற்றொரு படைப்பில் இருக்கும் தனித்தன்மையான வாசனைமிக்க முர்ரி நெசவுப் பெண்களின் ஆன்மாவும் தனி வாழ்க்கை முறையில் கலந்திருக்கும் திராட்சை ஜாடிகளில் புராதனக் களிமண் ஜார்களில் வரைவோருடன் பெண் பாத்திரங்களை இணைக்கிறது பஃகிங்காம் கால்வாயுடன். அறுபது பாலங்கள் இருந்ததோடு பாலி

ஆற்றின் குறுக்கே நிலையான பாலங்களைக் கட்டுவது நவாப் தோஸ்த் அலிகானால் முடியாது. வேறு யாராலும் முடியாது.

விதவிதமான பாலங்களுக்கு பெண் அரண்மனையில் உருவற்று இருக்கும் ஜின்களின் வெண்ணிறப் பளிங்கு ஆன்மாவுக்குள் கலீபா முஸ்தஃபீவுடைய குமாரத்தி வல்லாதா கவிதாயிணியாகப் பேச்சுவன்மைமிக்க ஆந்தலூசியப் பெண் கவிகளோடு இங்கேயேதான் இருக்கிறாள். பெண்களின் தனி நூலகத்தில் நீர்க்கூரைக் காகிதங்களை உலர்த்தியவாறே கவிதைகள் இயற்றுவாள் வல்லாதா. அப்பாதி அரசபரம்பரையினர் பலரும் இங்கு மறைந்திருகிறார்கள். இங்கே இசைக்கருவிகள் ஏராளமாகப் படைக்கும் மாநிறத் திருநங்கை பேரழகின் மினுக்கங்களோடு அபிநயிக்கும் பெராரி நௌடி தலைமையில் எந்நேரமும் வயலின் வில் அகராதி அவள் சிருஷ்டியில் பறந்தபடியிருக்கிறது. பெராரி நௌடியின் தேசல் ஒளிமிக்க வயலின் பெட்டிகள் குதிரைமூர்கள் திரும்பிச்சென்ற கப்பல்களிலேயே அவையும் கூடச் செல்லும். இப்னு மாஜா இயற்றிய பாரபியின் இசை நூலுக்குமான கலந்துரையாடல் இசைப் பெண்களோடும், திருநங்கைகளோடும் இங்கு நடக்கும். இதில் குதிரை மூர்களும் கலந்துகொள்வர். மேலும் நாட்டுப்புற ஓவியர் களோடும் பேசிக் கொண்டிருந்தது பாலியாறு.

ஓவியன் கிளென்மார்கன் ஒவ்வொரு நாளும் வேறொரு பாலத்தை வரைந்துவிட்டு நள்ளிரவில் திரும்பிப் போய்விடுகிறான். ஏனெனில் உயிர்நாடியான போக்குவரவுக் கருவியான பாலியாறு ஜனவரி மாத நடுவிலிருந்து ஆறுமாத காலம் காய்ந்து போய்விடும்.

கீழ்வாலை வேடன்

செத்தவரை மீனின் சித்திரப்புடவுக்கல் செங்கோடுகளில் ஆதி வளரியாய் மறைகிறேன் நான்.

- எர்னஸ்ட் பி. ஹேவல், அல்-ஹம்பாரா சிவப்பு டைரி.

முதலில் வந்த கைதி சொன்ன கதை...

தண்ணீர் தனக்குள் மறைந்திருக்கும் நிழல்களோடு உரையாடும், ஒரு துளி நீருக்குள் மலரும் வாசனைகள், கானக நிழல்களாகக் கடந்து செல்கிறேன். பரிதியின் பாதையில் நகரும் நிழல் சூரியக்கல் பிளவில் வெடித்துச் சிதறிய விதைகளின் பாதையில் பருவங்கள் ஆறையும் அடைகிறேன். தொலைவே கூட்டமாய் வந்த மான்களின் வெண் புள்ளிகளைத் தொடுவதற்காக நெருங்குவதில் உரசலிடும்

கொம்புகள். நிழல்களாகவே உருவங்களைக் கொள்ளலாம். கடமானிடம் கேட்டதும் 'இன்மையிலும் நிழல்கள் இருக்கலாம். நிழல் இருந்த இடத்தில் பொருள் இல்லை. நிழலுருவம் மாரீசமான் வேடனே...' வில்திறம் அதிர நீ வேட்டையாட முடியாத மான். இன்மையின் நிழல் வேறொன்றாய் வந்துவிடும். இல்லாமல் ஓடும் மாரீசன் மான் குளம்படிகளோடு புராணத்தில் மறைகிறான். அவன் நிழல்கூட அங்கு உறையும். அதைச் சிருஷ்டித்தால் மீமிருக உருவடைகிறது கலை. வனத்துள் ஓடி ஒளிந்தான். மோனத்தில் கரைந் திருக்கிறது வனம். சருகுகளின் உரையாடல். மெல்ல நீண்டு வனநிழல் கால்களாயின மாரீசமானுக்கு. குளம்படியில் கசியும் இச்சைத் தைலம் காடோ செடியாகக் கால்பட்ட கலை. முதல் தோட்டத்தில் அதிசயத்துக்குள் தாவினாள். மூங்கிலாய் உயரும் கால் எலும்புகள் அதற்கு. தாடகைப் பெருநிலத்தில் மாரீசமானினம். தந்தையைக் கொன்ற அகத்தியரை விரட்டிக்கொண்டு முட்டி முட்டிச் சிரிக்கிறான். மானும் அரக்கனாகுமோ. செத்தவரையில் திரும்பியிருக்கும் மாயமான் வேறாம். விசுவாமித்தரரும் ராமனும் அங்கில்லை. சுமாலியை வாயுவாஸ்திரம் கொலை செய்த பழியும் தீராது பெண்ணே. ஆரண்ய வாசத்துக்குவந்த சீதாமுன் பொன்மான் உருக்கொண்டு மேய்ந்த மான். மாரீசமானைக் கண்டு மயங்கித் தனக்குக் கொடுக்க ராமனைக் கேட்கிறாள். பின்தொடர்ந்து பிடிக்க ஓடுகிறான். மாரீசமான் நெடுந்தூரம் சென்றது கண்டு மாயமானாக இருக்குமென அத்திரம் பிரயோகிக்கக் குணத்தொனி செய்கிறான். வேடன் அதிர்ந்த காயாத கானகத்தில் ராமனிட்ட அம்பும் நுழைய வில்லை.

செத்தவரை

> தூர நிலத்தில் மறையாத கடமானின் உதிரம் தொட்டு வரைந்த சிவப்பு நிற ஊற்று.
>
> - எர்னஸ்ட் பி. ஹேவல், அல்-ஹம்பாரா சிவப்பு டைரி.

ஆனால் பன்னெடும் சகாப்தப்பாதையில் புராணவுரு தோன்றி யிருக்கவில்லை. சுருள் சுருளாய் கிளைவிட்ட தலைக்கொம்புகளோடு செத்தவரையில் வளைந்திருக்கும் மாயமான். எல்லா நீரும் ஓடித் தேய்ந்த மீன் துள்ளி எழுந்த சித்திரம். செத்தவரை மானுக்குக் கீழே மனிதக் கைகள் பதிந்த கூட்டமான பதிவுகளில் மூன்றுவிரல் கொண்ட கையைத் தொடுகிறேன், அதில் இல்லாத விரலினால்.

நான்கு விரல் பதிவில் ஒரு விரல் மீனாக நீந்தி நழுவியது.

மூன்று விரல் வைத்தவன் அங்குதான் மறைந்திருக்கிறான். தங்கள் கைகளைக் கூட்டமாய் பதித்து நின்ற கணம் நீரில் ஓடாமல் காற்றில் கரைகிறது. எல்லோரும் பாறையில் படிந்திருந்த கைகளை இன்னும் எடுக்கவில்லை. செத்தவரையை விட்டு நீங்கி நிரந்தரமாய் காணாமல் போயினர். சித்திரமாகப் பதிந்த கைகளில் விரல்களை மடித்த ஒருவன் என்ன கேட்கிறான் உன்னிடம். திரும்பிய மானிடம் ஆரண்ய ரகசியங்களை யாரிடமும் சொல்லாதே என்றிருப்பான். அக்கைகளில் என் கைவைக்கிறேன். மின்னலெனப் பாய்கிறது மாடுமேய்பவர் ரேகையில் வளையும் கானகம். பத்திரப்படுத்திய பதிவுக் கைவிரல்களில் மறைந்திருக்கும் யாருடைய கைகளோ வந்து அந்தராத்மாவும் சிறுகூழாங் கல்லென உருளும் ஒலி யுகங்களாக விரித்த விரல்களில் கணிப்புக்கு அப்பால் போனவர்கள் சலனம் கேட்கிறது அரூபத்தில். வறண்ட இப்பாலையில் தங்கநிழல் தேடி அலையும் இவ்வேளையில் அந்திரத்தில் அக்கைகளும் அழைக்கிற றெக்கைகளாக வீசிய மென்காற்றில் மிதக்கிறேன். சித்திரமீன் விரலிடுக்கில் நழுவிய இடைவெளி ஒவ்வொரு விரலுக்குள்ள தொலைவில் காலமென்பது தூரமாக விரிகிறது. ஈராயிரமாண்டுத் தடங்களில் கால்வைக்கிறேன் நிழலின்றி. நிழலும் நிழலில்லா நிலையில் கலையின் உருவகம் ஈர்த்துச் செல்கிறது ஆழத்தில். அங்கே தனியாக மேலிருக்கும் பலவித மறுக்கும் குறுக்குமான கோடுகளுக்குக் கீழேதான் செத்தவரைமான் திரும்பிய காலத்திலிருக்கிறேன் நான். ஆவியேறிய நிழல்களின் ஆட்டம். வேட்டைக்கு முந்திய கனவில் வந்தமானை கீழ்வாலை வேடன் மறுநாளில் சரம்விட்டு தோளில் தூக்கிவருகிறான் குகைக்கு. செத்தவரை கல்லளை வெளியில் உலர்ந்த செடிகளின் உரசல். மான் உதிரம் தொட்டு வரைந்த செத்தவரைக் கோடுகளைக் கண்டான். கனவில் ஓடும் புள்ளிமான் கூட்டத்தில் நகரும் வெண்புள்ளிகள் ஒன்றையொன்று தொட்டுக் கொள்வதில்லை.

குருதிநாறிய ரகசிய நிழல்கோடுகள். செத்தவரை மரைமான் ‘வளரியின் செந்நிறம் கரையுமோ’ எனக் கேட்டேன் கீழ்வாலை வேடனிடம். ‘திரும்பத் தோன்றும் செந்நிறம் கரையாத தூரநிலத்துடன் குகைவளரி. கூட்டமான குளம்படி பதிந்த ஏரிக்கரை ஈரத்தில் யோனிவடிவப் பதிவுகள். அதில் கால்படாமல் மிதந்து பறந்து மண்மத்தின் கருவறையில் ஒடுங்குகிறான் கீழ்வாலை வேடன். பிரியமுடியவில்லை, செத்தவரை ரத்தமான்கள் பலஆகி உடுவனப்

புள்ளிகளாய் கீழிறங்கும் குளம்படி ஓசை வளைவுகளில் வேடர் காத்திருக்கும் சித்திரக்கோடுகள் ஆவிகளாய் நெருங்கும். ரத்தக் குகை வேடர் செத்தவரை நிழல்கள் உள்ளேபோனதும் திரும்பி வருவதில்லை. செவ்வளரி நிறம் கலைக்கு. வளரியின் ஒவ்வொருகோடும் ஒன்றுபோலில்லை. ஒன்றுக்கொன்று பிணக்கு உனக்கு எனக்கு பிடிபடாத கோடு மானுக்கு மேல் பாறையில் தோய்ந்த ரத்தப் பனுவலது பெயர்ந்து ஓடும் நிஜத்தில் தொங்கிக் கொண்டு தலைகீழாக வளரியின் கோடுகளை மீண்டுவரப் பிடிக்கிறாள்.

கண்டு கண்டு கட்டும் தேளே
கடைக்கண்ணை வெட்டும் தேளே
விட்டு விட்டு விடும் தேளே
விடு விடு விடு என்னை...

மான்குளம்படியால் நிலம் தொடாமல் ஓடிவந்தவள் சொல்லி மறைகிறாள். களுக்...கென்று சிரித்தாள். விஷத்தைக் கட்டுகிறாள் கயிறின்றி. அரூபம் வசித்திருக்கும் மேலிருந்த கோடுகளைவிட்டு விருட்சிகம் கீழிறங்கியது முன்வந்து பின்போய் கொடுக்கைத் தூக்கி. அந்தக் கைகூட்டச் சித்திரத்தில் வந்து சுற்றிவரக் கொம்பு சுற்றிக் கொடுக்கால் உரசும் கோடு. இருளில் பதுங்கிய புராணிக மனுசி ஒருத்தியின் கைச் சித்திரத்தில் நிலைபெயர்ந்து விருட்சிகத்தைக் கையில் வாங்கி கட்டைவிரலில் சுற்றவிட்டுப் பின்கைக்கு அது வரவும் அதனை ஊதியூதி மந்திரிக்கிறாள். அவள் சரஞ்சரமாய் தேளின் நாடிகளில் சுவாசமிட்டு கைமேல் வந்தமர்ந்த விருட்சிகம் மறைந்து பச்சைகுத்திய அதன் சித்திரம் விருட்சிகக் கோலத்தை வரைந்த சீதாளக் குறத்தி செத்தவரைக்குள் முதல் சைத்ரீக ஏடுகொண்டு எல்லார் சரீரத்திலும் விருட்சிகக் கன்னியாக வந்து ராசி வட்டத்தை வரைந்துகொண்டு இருக்கிறாள். செத்தவரை சித்திரங்களின் விதியில் அகப்படுகிறாள். நடையுடை பாவனைகளில் மானின் வாசமுள்ள குறத்தி. முதல் குறத்தியின் குச்சிதொட்டு குருதியின் ரகசியப் பாதை திறந்தது. செத்தவரையில் எல்லாம் நிழல்கள். அவள் கைவிரல் பச்சையில் பெயர்ந்த விருட்சிகம் கொட்ட வரும் பதற்றம்.

நடமாடித் திரியும் மான்குறவர் தீக்குருவியைச் சுடராக ஏந்தி வருகிறார்கள் சயனக்கோடுகளில். விசும்பில் ஊர்ந்து விருட்சிக உடுக்களை அந்தக் கைகூட்ட ஓவியங்கள் கையெடுத்து விரல்களை மூன்று இரண்டு நான்கு எனவும் ஐவிரல்களையும் உள்மடக்கினால் அது உடுக்களோடு விளையாடும் வட்டப்பாறையில் போட்ட

கோடுகள் விதியாலானவை. கோடுகளின் விதி உருவழிகின்றன சூதாட்டத்தில். சூதில் நகருவதெல்லாம் சூச்சுமபாத்திரத்தினர்.

சொல்லுதல் எலாம் வேட்டைக் கதைகளின் சொல்லுதல். உருவழியும் கோடுகளில் கருவுதிரம் அழைத்த வழி. சித்திரத்தில் பட்ட செத்தவரை மான்கோடுகளிலிருந்து சிவப்பு நிறத்தின் ரகசியத்தைத் தேடி மாணாக்கர்களோடு முதலில் கீழ்வாலை சித்திரக்கல் புடவில் பகலிரவாய்த் தங்கி பின் அடுத்த குகைக்கு ஏகினர். இந்த இடத்தில் மானின் குருதிக்கோடுகளை அடைந்து அறியாத சிவப்பை உள்ளுணர வந்துபோன குகை ஓவியனின் விரல் தடங்களைப் பின்தொடரும் மோப்பத் தடத்தில் மூல நிறங்களைப் பகிரும் சித்திரக்கல் புடவில் அரூபத்தில் இருக்கும் ஆதிவிரல்கள் அங்கே பதிந்திருக்க அழியாத பலவகைச் செந்நிறத் தோற்றங்களை அடைந்த கலைப்பள்ளியினர் அதே செவ்வர்ணத்தை அல்-ஹம்பாரா தொன்மைக்குள் கலையாக மெருகிட்டனர்.

இறந்தவர்களின் சிவப்புநிற விடுதி

இன்று அவன் ஏழு வலைகளுடன் அடைந்திருப்பதோ எயிற்பட்டினக் கடற்கரை. அனேகமாக காபிலை முதலில் எதிர்கொண்டது ஹாபில்தான். தவத்திலிருந்து எத்தனை யுகங்கள் நீர்மனிதர்கள் அரிதுயிலில் சமைந்திருப்பது 'கலைக்கும் நீர்மனித உலகிற்கும் என்ன சம்பந்தம் சொல் ஹாபில்' முதலில் ஹாபில் நீரின் ஓசையைக் கேட்கிறான்.

இந்த ஒலியின் புதிரை அறிந்த நீர்மனிதர்கள் பிரபஞ்சம் முழுவதின் புதிரை அறிந்தே அடிக்கடலின் சமவெளியில் அல்-ஹம்பாரா நீர் அரண்மனையை இயற்றியதால் ஒவ்வொரு சுவரிலும் ஒட்டியுள்ள கண் திறவாத கடலுயிர்களின் ஒலிகளைக் கேட்க முடியும். இந்த ஒலியின் துணுக்குகளைப் பின்தொடர்ந்தவர்கள் யுத்தத்துக்கு எதிராய் யார் மீதும் விரோதமில்லாதவர்களாயும் நிலவுலகின் பாகுபாடுகளையும் பிளவுகளையும் மறந்து சகலமும் ஒன்றாய் இணையும் அல்-ஹம்பாரா நீர் அரண்மனையில் தஞ்ச மடைகிறார்கள். 'எயிற்பட்டினக் கடலில் கால அமைதி உறைவதை உணர்கிறேன். அல்-ஹம்பாரா நீர்அரண்மனையின் ஓசைதான் மௌனங்களாகவும் சிவப்பிலிருந்து நீலமடைகிறது. உருமாற்றம் நிறமற்ற நீரிலிருந்து நடக்கிறது.

கடலில் வலைவிரிக்கும் காபில் நீ கொண்டுவந்த மீன்களை

யெல்லாம் வரைய விரும்புகிறேன். கடற் பவளங்களின் வர்ண இயல்பைத் தான்தோன்றியாய்ப் புரிந்துகொண்டவை ஆதம் நீந்தவிட்ட சிவப்புமீன்கள். வரம்பற்ற மௌன அமைதியில் ஆதம் மலையில் காய்ந்து உறைந்த விருட்சங்களின் அடியில் நம் தாயார் பாலூட்டிய வெண்படிகத்தில் நாம் இருக்கிறோம் தானே. எல்லாக் கடல்வழிகளும் ஆதம் மலையை அடைவதற்குள் உன்னைச் சந்திக்கிறேன். நீரைப் போல் உன் குரல் உருமாறிவிட்டது' என்றான் ஹாபில். 'காய்ந்து உலர்ந்த துரியான் மரம் நான். ஒவ்வொரு பொழுதாய் சருகாகிறேன். நம் கல்லறைகளில் எந்தக் கல்வெட்டும் பொறிக்கப்படவில்லை. பயனற்றவகையில் தடயங்கள் ஏதும் கிடைக்குமாவென சேரமானும், பதூதாவும் தேடிப் பார்க்கிறார்கள். அங்கே தரைப்பகுதி முழுவதும் நீண்ட இரு கல்லறைகள் கொண்டதாக இருக்கிறது. நாம் ஒவ்வொருவரும் ஒரு கடல்தான். நாம் நாற்பதடி நீளமுடையவர்கள்' என்றான். ஒன்று மற்றொன்றின் மறு அமைப்பாக உள்ளது. நேராகப் பிளக்கப்பட்ட தூணைப் போன்று வழவழப்பான வட்டவடிவக் கல்லறையாக ஒவ்வொன்றும் அமைந்திருக்கின்றன. 'நம் இருவருக்குமான ஒரே கல்லறை சாத்தான் சிறகு விரித்து வெண்முகமுடி அணிந்து வேகமாகப் பறந்து வருகிறான். கதைப்படி நான் உன்னைக் கொன்றாக வேண்டும். அருகருகே நாம் புதைக்கப்பட்டதற்கு இரத்த உறவுதான் காரணமா. இரு காகங்களாய் நாம் இருக்கிறோம். இந்த இரண்டு கல்லறைகளின் தலைப் பகுதியில் நீ வரைந்த காகங்கள் கல்கண்களை உருட்டும் ஒலி கேட்டுக்கொண்டிருக்கிறது. உன் காகம் என் கண்களைக் கொத்துகிறது. நன்கு செதுக்கப்பட்ட கால்களைவிட நம் பாதங்கள் திமிங்கலத்தின் துடுப்பைப் போல் அகன்றவை. இப்பெரிய பாதங்களால் நாம் நடக்கும்போது சிறுசிறு நீர்த்திட்டைகள் தோன்றிவிடும்' என்றான் காபில்.

பதூதா நீர் அரண்மனையின் சிப்பிச்சுண்ணம் பூசப்பட்ட சுவர்களைத் தொடுகிறார். கொலைசெய்யப்பட்ட ஹாபிலின் பாத ரேகைகளில் மூழ்கிய பிரதிகளை வாசிக்கிறார்.

மேலே உத்தரத்திலிருந்து தொங்கிக்கொண்டிருந்த சங்கிலி விளக்கில் வளையம் வளையமாக மேலேறுகிறது சிவப்புமீன். அவ்விளக்கு உமிழ்ந்த மெல்லிய சுடரில் ஹாபிலின் அகன்ற பாதங்கள் இரண்டும் புத்தகச் சுவடியாகத் திறந்துகொண்டது. அப்போது யாரோ ஒருவர் வந்து சேரமான் பெருமாளை வணங்குகிறார். 'அஸ்ஸலாமு அலைக்கும்' என்றார். அவருக்கு 'அலைக்கும் சலாம்' என்றார்

சேரமான் பெருமாள். வந்தவர் முற்றும் வெள்ளாடை அணிந்த முல்லா. சேரமானின் பாதுகைகளைக் கழற்றி மரியாதையுடன் வெளியில் கொண்டு போய்வைத்தார். சேரமான் முல்லாவைப் பணிந்து வணங்கினார். 'இருவரும் இந்தக் கல்லறையின் ரகசியத்தைப் புரிந்து கொண்டீர்கள். காண்பதற்கு உள்ளே வாருங்கள்' என்றார் முல்லா. சேரமான் 'என் வாழ்நாளில் நான் கண்டிராத விசித்திரமான சிவப்புநிற அரண்மனை இதுதான்' என்றார் முல்லாவிடம்.

அந்த முல்லா சற்றுநேரம் நீரோடைகள் துயரத்தில் இசைக்கத் தொடங்கிய நாள் முதலாய், இலைகளின் சலனத்தில் 'பாங்கு' சொன்னார். ஆன்மா விடுதலையாகிவிடும் ஒலியைக் கேட்டு அதை தியானிக்கவும் தம் துயரத்திலிருந்தும் சஞ்சலங்களிலிருந்தும் இருளின் அச்சங் களிலிருந்தும் வெளியேற விரும்பினர். ஹாபில், காபில் இருபெரும் கதவுகள் மெல்லத் திறக்கிறது. பிறைவடிவ மாடத்தில் லட்சம் கடல் உயிர்களின் ஒலி அகராதி. ஆதம் அவ்வாவின் ஆவி மட்டிப்பால் புகையாகப் பரவுகிறது. இந்த இரு ராட்சச மனிதர்களின் காதுகளில் அத்தனை பட்சி ஜாலங்களின் ஒலி இசையாக உருகுவது மெல்லக் கேட்கிறது. அந்தப் புகைச் சுருணைகளில் அதிகற்பனை மிருகங்கள், கதாபாத்திரங்கள், அபினிப் பிசினில் எல்லாத் துர்மரணங்களும் பாடல்களாக எழுதப்பட்டுள்ளது. ஹாபில், காபில் பற்றிய அதிசயப் புராணமும் அங்கிருந்தது. பதூதா அந்த ஏடுகளின் பக்கம் போகிறார். கொல்லக் காத்திருக்கும் காபிலும் இஃப்லீஸால் தூண்டப்பட்டவன். கற்பிதத் திரட்சியில் சுருளும் காற்றில் ஏடுகள் தானே திறந்து வாசித்துக்கொண்டிருந்த புனைநிழலில் கரைந்திருக்கும் தூரத்தில் கூட்டமாய் உயரமான மனிதர்கள் நகர்ந்து நகர்ந்து வெளியேறிப் போகிறார்கள். சேரமான் யுத்ததிற்கு எதிரான நிறங்கொண்ட அவர்களைப் பார்த்தான்.

படிகத்தில் மறைந்திருக்கும் ஆதமின் வழித்தோன்றல்கள் உயரமாகிப் போகிறார்கள். தேவதைக் கதைகளின் நேயமான இருப்பில் ஹாபில், காபில் இரு நீண்ட வாலை மீன்களாக நீந்திச் செல்கிறார்கள். தூங்கிக் கொண்டிருந்த இருவரும் ஒருவர் கனவில் ஒருவர் வாழ்ந்து கொண்டிருக்கிறார்கள். ஒவ்வொரு மீனுமே காபிலின் முத்தம் பட்டதுதான். மீண்டும் நீரா வந்து 'உனது சகோதரன் ஹாபில் எங்கே?' எனக் கேட்க, 'எனக்குத் தெரியாது அவனை நானா வைத்துக் கொண்டிருக்கிறேன்' என்றான்.

காபிலின் பதில் மனித வர்க்கம் வெளியிட்ட முதல் பொய்யாகும்.

'நீ என்ன காரியம் செய்தாய். உனது சகோதரனின் இரத்தம் படிந்துள்ள பூமி அழுதுகொண்டு சொல்கிறது. ஹாபிலின் இரத்ததைக் குடித்த பூமியிலிருந்து இப்போது நீ சபிக்கப்பட்டுள்ளாய். நீ யுத்தத்தின் கொடுமைகளால் பேரீந்து பூமியை உழுதுகொண்டிருப்பாய். இனிமேல் நீ நாடோடியாகத்தான் இருக்க முடியும்' என்றார் நீரா. 'பழிபாவத்தை என்னால் சுமக்க முடியாது. இந்த முகத்துடன் எங்கு செல்வேன். சுற்றும் நாடோடியாக எப்படி வாழ்வேன்' என காபில் புலம்பினான். யார் காபிலை கொல்கிறார்களோ அவன் மீதுள்ள பழிக்கு ஏழு மடங்கு பழி வாங்கியவர்கள் ஆவர்.

அவன்மீது ஒரு குறியீட்டைப் பொறித்தார். அவனைக் கண்டவர்கள் முதலில் கொல்வதற்காக. அந்த வடுவைச் சுமந்துகொண்டு காடோ செடியாக அலைந்தான். அவன் கால்பட்ட இடமெல்லாம் ஈடனாயிற்று. தம்பியின் கொலையினால் அவன் சந்ததியும் தடையுற்றது.

இங்கிருக்கும் அல்-ஹம்பாரா பச்சையும் நீலமுமான சுடர்களலைய மஞ்சள் நிறப் பிறைமாடத்திலிருக்கும் அதிசயப் புராணத்தின்படி கருவுற்ற அவ்வாவுக்கு ஆணொன்றும், பெண்ணொன்றும் ஜனித்தன. இவையே ஆண் அல்-ஹம்பாரா கோடி வருட விரக்தியான மணல் அரண்மனை எனவும் பெண் அல்-ஹம்பாரா நீர்மனித நாகரீக அரண்மனையுமானது. மொத்தம் நாற்பது புத்திர, புத்திரிகள் வளர்த்தியில் இடைகழி நாட்டுப் பனங்கூட்டமாய் இருந்தனர். இரவில் பிறந்த ஆணுக்கு, பகலில் பிறந்த பெண்ணென்ற முறையும் வந்தது. மீண்டும் குறுக்கிட்டான் இஃப்லிஸ். 'காபிலுக்கான முறைப்பெண்ணை ஹாபிலுக்கு மணமுடித்து அநியாயம் செய்து விட்டனர்' என்று கோல்மூட்டினான். 'அறிவிலா காபிலே கேள். ஆதியில் உனக்காக ஈந்த பெண்ணை ஹாபில் மணந்தானே...' அந்தப் புராண ஏடை வாசிக்கிறான் சேரமான். அதில் ஹாபிலைக் கொன்ற காபில் உலகின் எல்லா மூலைக்கும் தோளில் சுமந்துசெல்கிறான். எயிற்பட்டின மணற் குன்றுகள் சரிந்து பாதைகளை மூடும் காற்று. உப்பு நீர் ஓடைகளைக் கடந்துபோகிறான். இறந்தவனுக்குத் தாகமாக இருக்கிறது.

சாலுவன் குப்பம் மணல்வீடுகளின் பின்பக்கத்தில் மல்லைக்கு வடக்கிலும் தெற்கிலுமுள்ள மணல்வெளியை ஊடுருவிக் கொண்டே இன்றைய ஃபக்கிங்காம் கால்வாய் செல்கிறது. இந்த மணல்வெளியில் பண்டைக் காலத்தில் கடல்நீரைப்

பெற்றிருந்ததால் இன்று மணல்வெளிகளாயுள்ளன. மூர்கள் அப்போதிருந்தே கடல்நீர் பெய்தலையுடைய நிலப்பகுதியில் கரையேறினார்கள் செங்கடலிலிருந்து. குதிரைகள் செங்கடல் அலைகளாகக் கால்தூக்கிய வேகத்தில் எவ்வாறு அல்-ஹம்பாரா சிகப்பு லாயங்களுக்கு வந்தன. நூறு குதிரைகளை ஏற்றி ஓர்மூஸ் துறைமுகத்திலிருந்து வந்த மச்சுவான் கப்பல்கள் நேராகக் கோல்கோய் டொண்டிஸ் துறைகளில் இறங்குவதும் போர்ட் மஹ்மூதா கரையேறிய அரபிக் குதிரைகளுக்கும் விரிவான மேச்சல் வெளி நடுநாட்டைக்கடந்து வில்லியம்தாமஸ் கேப்பர்மலை மாளிகை மேடுவரை நீண்டிருந்தது.

போர்ட் மஹ்மூதாவில் குதிரைச்செட்டிகளும் மூர்களும் பாண்டியர்காலக் குதிரைவர்த்தக நடுக்காட்டுச் சந்தைகளில் சண்டைப் புழுதியோடு காண்டா விளக்கெரிய குதிரைக் காலெலும் புகளும் பிணங்களுக்குமேல் அரைப்பிணமாய் ஓடித் தகதகத்த பெருநிழல்களாக ஆட குதிரைச் செட்டிகளின் ஆவிகள் பல மச்சுவான்களில் யுத்தத்தில் சிதறிய புரவிகளைக் காடுகாடாய் கைப்பற்றியபடி அல்ஹம்பாரா மணல்வெளிச் சந்தையில் கூடுவார்கள். அங்கே குதிரைக்குப் புகையிலை விற்பவர்கள் சுருட்டுக்கட்டையாய் கிடந்து உறங்குபவர்கள் காயம்படாத குதிரைகளே இல்லையென்று கொடுங்கனாவில் குமுறி அழுவார்கள்.

அல்ஹம்பரா குதிரை வர்த்தகம் மூர்களின் ரகசியத் துறைமுக வணிகமானது. பரங்கியரும் பிரெஞ்சியரும் ஒல்டுடவுன் தற்கொலையில் தோற்ற குமாஸ்த்தா கிளைவ் கண்ணாடியைப் பார்த்துச் சுட்டதில் அல்ஹம்பாரா குதிரைகள் பேசின. சென் டேவிட் போர்ட் , தேவனாம்பட்டினம் ஓல்டு ஹார்பருக்கு அல்ஹம்பாரா ரகசியமாய் ஓர்மூஸ்குதிரைகள் ஆயிரம் புழுதியில் புறப்பட்டு பிரெஞ்சியர் கண்ணில் மண்ணைத்தூவி போய்ச்சேர்ந்ததும் நாவாபிற்கு சுங்கமும் சேர்ந்தது. மரப்பாச்சிக் குதிரைகளை அல்ஹம்பாரா சூதுப் பலகையில் வைத்து ஹைதர் அலியும் சகாக்களோடு செஞ்சியைக் கடந்து வந்தது சூதாட்டத் திருப்பமாகிறது. ஆண் அரண்மனை சேகவர்களின் ஆடைகளி லெல்லாம் குதிரைநெடி மறையவுமில்லை. பெண் அரண்மனை மேல் நான்காம் பிறை மெல்லிய வெளிச்சத்தில் பரங்கிக்குதிரைகளின் உரையாடலோடு ஓர்மூஸ் குதிரைகளின் தோலில் சுருண்டு உறங்குவோர் மூன்றாம் சாமத்தை அனுகுகிறார்கள். ஓர்மூஸ் துறைமுகத்தில் நாற்பது கோட்ஸ் வரிசெலுத்தி நீர்மேல் செல்லும் அனுமதி முத்திரைகள் குதிரைக் காதுகளில் அசையும்.

அல்ஹம்பாரா வந்த குதிரைகளுக்கு பரிவாகட வைத்தியன் ஹோலாஹீர் நூர்தீன் குதிரையின் பற்களை எண்ணி ஆயிரம் டுகாட்ஸ்வரை ஏலமிடுவான். ஏலமிடும் மூர்களின் குரல்வளை யிலிருந்து குதிரைகள் பேசின.

இக்கழிவெளி எல்லையில் துறைமுகமும் பட்டினமும் நீர்ப் பெயற்று நிலத்தையுடைய உப்பங்கழியைத் தாண்டினான் காபில். அக்கழிக்கு முன்னே மறையவர் உறைபதியைக் கண்டான். பெரும்பாணன் துறைமுகப் பகுதியைக் கூறிப் பட்டினம் செல்ல வழி கேட்டான். கிழக்குத் திசை பட்டினம் சென்று கடற்கரைக்கு அண்மையில் உள்தள்ளிய வழியாகப் பட்டினத்திற்கு வட மேற்கிலிருந்தும் தென்மேற்கிலிருந்தும் அல்-ஹம்பாரா இரண்டில் ஒன்றையே காணமுடியும். உமணர் உப்பு வண்டிகள் செல்லும் நெடிய வழிகளில் கடந்தான். எயிற்பட்டினக் கழிவெளியில் உமணருடைய உப்பு அம்பாரங்கள் இரண்டு அல்-ஹம்பாராவின் வெண்ணிற மதில்களாகத் தோன்றும். அங்கிருந்து உப்புவணிகரோடு மூர்களும் 'உல்கு' எனும் சுங்கம் கொடுத்து கடல்வழியே இறக்குமதியாகும் நீர்மேல் வந்த புரவிகளை இக்கோட்டைக்குள் கொண்டு போகிறார்கள். வலையர்கள் குதிரைக் கூட்டத்துக்குள் போர்ட்டோனோவா குதிரை லாயக்காரர் களைப் பார்க்கிறார்கள். எங்கும் வெறுமை கொண்ட தெருக்களில் மூர்களின் காலடியில் கானல் நீர் அசைகிறது. கடல் நாய்கள் காபிலைத் துரத்தி வருகின்றன. கடலில் ஓலம் கூடிய வேளை பரிமேல்வரும் கம்மந்தான் கான் சாஹிபைக் கண்டதும் நாய்கள் குரைப்பதை நிறுத்தியிருந்தன.

அடிக்கடலின் சமவெளியில் நடந்து பெண் அல்-ஹம்பாராவில் கிடைத்த ஒரு மீனைக் கையால் அணைத்தவாறு மற்றொரு கையால் ஹாபிலைக் கோர்த்து நடக்கிறான். அங்கே நீர்மனிதர்கள் தானே தோன்றும் மணல் ஊற்று இருந்தது. ஹாபிலின் முகத்தை நீரால் மெழுகிக் கழுவினர் நீர்மனிதர்கள். ஒரு சிரங்கை அவன் அதரத்தில் ஊட்டினான் ஒரு நீர்மனிதன். இறந்தவனின் சொருகிய கண்களைத் துடைத்தான். அவன் இரைப்பையை அசைத்து மெல்ல விழிக்கிறான். அதிலிருந்து மயிலிறகின் நிறங்கள் மினுமினுப்பதைக் காபில் பார்த்தான். விழிகளைச் சுழற்றி நீரை உமிழ்கிறான் சுறாவென. சிவந்த அல்-ஹம்பாராவின் இருண்ட ஊற்றுகளில் பொங்கிய உணர்வுகளைத் தோண்டத் தோண்ட ஹாபில் மெல்ல மேலெழுகிறான். அவனைக் கூட்டிக் கொண்டு கடலுக்கு அப்பால் போக இருந்தான். அதுவரை நடவாதவன் மணலின் கால்களால் நடந்தான்.

ஹாபிலின் முகத்தில் கரும்புருவங்கள் வசீகரமாய் இருப்பதால் பெண் அரண்மனையின் கண்களால் ஈர்க்கப்பட்டான். மீன் உதடுகளால் துப்பிய ஹாபிலின் உமிழ் நீரில் வைரங்கள் உதிர்ந்தன. எப்போதும் பெண் அல்-ஹம்பாரா நீரை அசைபோடும் நீர்மனிதர்கள் இறந்தவனை நடக்கவைத்துக் கூட்டி வருகிறார்கள்.

அல்-ஹம்பாரா சிவப்பு விடுதியில் துஞ்சினர் அதிசயமான சிவப்புச் சாயக்கார்ரகள்... எதிரியின் பிணம் பேசாமல் இருக்கிறது. ‘ஒரு தனிவகைச் சிவப்புமண் பட்டினத்தை அல்-ஆந்தலூஷியா’ என்பார் முன்னேறிய மரைக்காயர்கள். அவ்வூர் மறைந்துவிட்டதாகச் சொல்ல முடியவில்லை. சேரமான் பெருமாளுக்கு நீர் அரண்மனையில் ஆறு பிறைகளைக்கொண்ட தனி உறைவிடம்.

இப்னு பதூதாவுக்கு ஈரடுக்கு விடுதி. சித்திர மாடங்களில் எந்நேரமும் ஹாபில் வரைந்துகொண்டிருக்கிறான். முத்துப் பதித்து முலாமிட்ட மரக்கைப்பிடிகளும் அமைந்த கதவுகள் திறக்கும் ஒலியும், சிவப்புமண் கசிவில் அரூபித்துள்ள சாயக் கலைஞர்கள் யாக்கையில் சுவர் வாசனைகளும் வேறாக இருக்கும். சேரமான் பெருமாள் பதூதாவுடன் முத்துகள் பதித்த ஜமுக்காளத்தில் அமர்ந் திருக்கிறார். அவர்கள் ஹாபில், காபில் சுருளைப் படிக்கிறார்கள். இந்த ஜமுக்காளத்தை முர்ரி என்றே சொல்கிறார்கள். இந்த மூர் நெசவாளர் வங்கக்கடல் நெடுகவுள்ள கோல்கோய் பட்டினத்திலும் நாகூர், தொண்டி, கமாரா, நாகவதனாவிலும் பகலிரவாய் வேலைப்பாடு செய்கிறார்கள். சேரமான் பெருமாள் அந்தக் கம்பள நெசவளர்களைப் பார்க்க வருகிறார். நாடோடி பதூதா கொண்டுவந்த கறைநாளூர்கு அல்-ஹம்பாரார் காற்று இசையாக இருக்கிறது. தென் பாலையர் ஏந்திவந்த செடிகளைச் சாயமேற்றும் வனவாசனை கரைந்திருக்கும். இந்தச் சிவப்பு மாடங்கள் எப்போதோ விடுதியாகி விட்டன. சாயக்குறவர்கள் வாழும் சாயக்காரத் தெரு போர்ட்டோனோவாவிலும் நடுநாட்டிலும் இருக்கிறது. கட்டிடக் கலைஞன் திசைகாட்டிக் காகத்தைப் பறக்கவிடுகிறான் இடைகழி நாட்டுக்கு. அது ஹாபில், காபில் இருவரையும் வட்டமிட்டுக் கரைகிறது. இங்குதான் முன்னைய கலைமரபின் உயரத்தை எடுத்துக் கூறும் இரு சிவப்பு அரண்மனைகளில் நீர்நீல விடுதிகளாக பெண் அல்-ஹம்பாரா தொட்டால் தன்மனப் போக்கில் நிறம் மாறக்கூடிய சுவர்கள் ஆறும் கவான்கள் தாங்கி நிற்கின்றன. இவ்வளவு உயரமான ஓவியன் ஹாபில் இறந்த பின்னும் நீர் மனிதர்களோடு வாழ்கிறான். இறந்தவர்களின் கண்களில்

உள்ள ஒளியும், வர்ணமும் மிக நுட்பமான செந்நிறத்தில் விடுதி யெங்கும் பூசப்பட்டுள்ளது. சேரமான் பெருமாள் சாளரத்தைத் திறக்கிறான்.

காக்கை ஒன்று இறந்த காகம் ஒன்றை மண்ணைத் தோண்டி அடக்கம் செய்வதைக் கண்டுதான் காபில் தன் தம்பியின் உடலை அடக்கம் செய்தான் அடிக்கடலின் சமவெளியில். இரத்தக்கறை தோய்ந்த நாள் செம்மண் ஆயிற்று. செவ்வாய் என செம்மேடுகளில் சுற்றித் திரிந்த காபில் தன் உதிரம் சுவரிய மண்ணைத் தோண்டித் தன் சித்திர ஏட்டின் நிறக்கிண்ணங்களை நிரப்புகிறான். எல்லா ஆன்மாவுக்கும் இடமளிக்கும் சிவப்புநிற நீர் அரண்மனையை அடைய வாழ்வின் கருங்கரை நெடுக நடந்துபோய் இறந்தவர்கள் இருக்கும் ஊரான இவ்விரு அரண்மனைகளில் சிவப்புநிற விடுதிச் சுவரைப் பூசுகிறான். உலகின் முதல் கொலையான ஹாபில் கொலை செய்த சகோதரன் காபிலை எதிர்பார்த்து ஒரு சிவப்பு மீனுக்காகக் காத்திருக்கிறான். ஒவ்வொரு மீனிலும் வெகுளியான புதிய சிவப்பை வரைகிறான். அங்கு இறந்தவர்கள் ஓவியங்களைப் பார்க்கிறார்கள். அல்-ஹம்பாரா ஓவியங்கள் நீர்க்கடிகாரமென வீழ்ச்சியிலும் எழுச்சியிலும் மாறி மாறிப் பிரதிபலிக்கும். துன்பியல் சித்திரங்களைக் கண்டு சற்று மறைந்தே திரிகிறான் காபில். ஹாபில் இல்லாதபோது அச்சுவர்களைக் காணவருகிறான். அவன் சிவப்புப் புள்ளிகளை உடைய சித்திரங்களைப் பார்க்கிறான்.

மீன்களின் உருவமைப்பில் விடுதியே கடலாகியது. காணவியலாத செந்நிறவிடுதி மரவேலையின் முதிர்ச்சியுற்ற நுணுக்க மரபு. சேரமான் இடைகழி நாட்டு மட்கலக் கோயிலைக் காண்கிறான். சிவப்பு, வெளிர் சிவப்பான மட்கலங்கள் புதைந்துள்ளன விடுதியைச் சுற்றி. அதிலிருந்து சுருண்டிருக்கும் நிழல்கள் உயர நீர்மனிதர்களாய்ப் பின்னிரவில் எழுந்து மணல் மேடுகளைக் கடந்து கொண்டிருக்கிறார்கள்.

அல்-ஹம்பாரா ஆண் அரண்மனை

'அந்தலூசியன் நாகரீகத்தில் அனைத்துக் கலைகளின் உள்ளுவங்களிலும் கோர்டோபா கலீஃபாட்சிதான் காரணியாயினும் சரித்திர நிகழ் வரிசைகளைக் கூறுவதிலுள்ள தவறுகளையும் தெரிந்துகொள்ள வேண்டும்' என்றார் சேரமான் பெருமாள். ஹிஸ்பானோ மூரிஸ் கலைப் பாணியில் நீரோட்டங்களும் கிருஸ்தவ ஐரோப்பாவின் ஒஜிவல்

கலையின் வளர்ச்சிக்கு இந்தச் சலனங்களின் வடிவங்களும் உண்டு.

ஃபாஸ் காலத்து அந்தலூசியக் கவிதைகள் உச்சநிலையை அடைந்ததும் அல்-ஹம்பாரா அரண்மனையின் நிழல் கீழ்த் திசையிலுள்ள கமாராவுக்கு வடகிழக்கில் மரக்காணம் என்ற எயிற் பட்டினத்தை ஒட்டிய வங்கக் கடற்கரையில் தோன்றியது. முன்னது செவிலிலுள்ள அல்மோராவி மசூதியின் கோபுரம் அதுவே கிரனடா சுல்தான்களின் பதிமூன்றாம் நூற்றாண்டிலிருந்து கட்டப்பட்டு வந்து அல்-ஹம்பாரா முஸ்லிம் அந்தலூசியக் கலை நீர்மேல்பட்டு அலையாகும் நிழல்கள் சுருண்டிருந்தன கலீஃபாக்களின் மாயக் கம்பளங்களில். இங்கே தோன்றி எழுந்த அல்-ஹம்பாரா உள்ளங்கை வடிவ அளவான சூணாம்பேடு சிவப்பு மேடுகளில் செங்கட்டுமண், செக்கந்தத்தி மண்ணும் இடைகழி நாட்டுப் பனைவெல்லமும் சுண்ணாம்புச் செட்டுச் சுக்காம்பாறை சுட்ட காளவாயில் புகைந்து கல்ரோதையில் அரைத்த காரையும் சேர்த்து மரக்காணக் கொத்தர்களின் ரசமட்டம் நாடியில் மெல்லமெல்ல உயர்ந்தது கட்டுமானம்.

எயிற்பட்டினக் கலைப் பாணியின் உழைப்பேறிய கலையின் கரங்களையுடைய கடல்மல்லைக் கொத்தர்களின் சேர்க்கையில் இந்தக் கட்டிடத்தின் பரந்த முன்பகுதி அமைப்பில் மாபெரும் தடாகம் மணல்மேடாகிவிட்டிருக்கும். இந்த இடத்தில் சேரமான் பெருமாளுக்கும் முகமது அலி நவாப்புக்கும் சந்திப்புகள் இன்றும் நிகழ்ந்தபடியுள்ளன. இந்த அல்-ஹம்பாரா ஆண் அரண்மனை சூரியனோடு சேர்ந்து சுழலக்கூடிய இதைவிட மேலான பிறைகளோடு சுற்றும் இரவுகளைக்கொண்ட பெண் அரண்மனையைத் தன்னால் உருவாக்கி முடித்திருப்பதைப் பற்றி சேரமான் பெருமாளிடம் வினவினார் நவாப் அலி தோஸ்த்கான். இதைக் கட்டிய மரக்காணத்துத் தலைமைக் கொத்தன் எயிலாடி சேரந்தியார் கடல்மல்லை பூர்வீகத் தச்சர்களும் 'இந்த ஆண் அரண்மனையின் எந்தவொரு கல்லை உருவி வெளியே எடுத்துவிட்டாலும் இந்த அல்-ஹம்பாரா விழுந்து நொறுங்கி துவம்சமாகிவிடும்' என இடைகழி நாடெல்லாம் சொல்லித் திரிந்தனர். இது நவாப் அலி தோஸ்த்கான் செவிப்பட்டதும் கொத்தர் தலைவன் எயிலாடி சேரந்தியாரை அழைத்து வருமாறு செய்து 'இந்த அரண்மனை இரண்டில் ஏதொன்றின் உச்சிமேலேறி கீழே விழுந்து உயிரை மாய்த்துக் கொள்ள வேண்டும்' என்ற கோபித்த நவாபின் உத்தரவை தடுத்தாட் கொண்டது நவாப்பின் மருமான் சந்தா சாஹிபு. மயனூல் பதினெட்டும் மாமல்லையோர் சிற்பச்செந்நூல் ஸ்தபதி

வழிவந்த எயிலாடி சேரந்தியாருக்கு மூர்களின் குதிரை இரண்டும் கடல்மல்லை பூர்வீகத் தச்சர்களுக்கு போர்ட்டோனோவா கம்மியர்கள் வடித்த யாளிமுக அம்பி ஒன்றும் பரிசிலாகக் கொடுத்து சமாதான மாக்கினார் மருமான் சந்தா. பூரணநிலா பொழியும் ஓரிரவில் எயிற்பட்டினம் கடற்துறை வந்திறங்கிய சேரமான் பெருமாளையும் இப்னு பதூதாவையும் தன் உப்பரிகையில் அமரவைத்து சூழவுள்ள பசுமை நிரம்பிய தோட்டங் களையும் கடலையும் பார்த்து சொக்கி மகிழ்ந்து சேரமான் பெருமாளை நோக்கி நவாபு 'இத்தகு அல்-ஹம்பாரா அரண் மனைகளை நீர் பார்த்து இருக்கிறீரா' என வினவ 'இல்லை. இவ்விரண்டும் பரிதிக்கும் நிலவுக்குமான வாளங்களாக உள்ள அரண்மனைகள். இவைமட்டும் நிரந்திர மானவையாக இருப்பின் நிகரற்றவைதான்' என எட்டாம் பிறை வடிவ அல்-ஹம்பாரா பெண் அரண்மனையின் மோனத்தில் மூழ்கியவாறு சொன்னார். அருகிருந்த இப்னு பதூதாவும் தலையசைத்தான். 'அவ்விதமாயின் எது நிரந்திர மானது' என அரசர் வினவ சேரமான் பெருமான் பிறையை நோக்கிவாறு 'சுவனத்தில் இறைவன் நிர்மானித்திருக்கும் அல்-ஹம்பாராதான்' எனப் பதிலளிக்க 'அதனை எவ்வாறு அடைவது' என விசாரத்தில் ஆழ்ந்தார் நவாப். மூவரையும் பணிப்பெண்கள் வெகுநேரக் காத்திருப்பில் சலிப்படைந்து விசிறியை அசைப்பதைப் புரிந்துகொண்ட மூவரும் இரவு உணவுக்குக் கீழே செல்கிறார்கள். போகிறவழியில் படிக்கட்டில் இறங்கியவாறு 'அழகிய ஆண்கூரை' என தனக்குள்ளே முணுமுணுத்தாள் காத்திருந்து இருட்டு ஜன்னலில் மறைந்த பணிப்பெண்ணொருத்தி.

சொப்பனம் எழுதிய முடிக்கப்படாத உப்பு அரண்மனை

முன் அறியப்படாத உயரமான அல்காஸ்ஸா, லைலா, அல்-அக்யாவியா மூன்று பெண் பாடகிகளின் குரலில் நயமேறிய பாடல்களோடு தலைமுடியின் வாசனை அந்த உப்பு அரண்மனையை ஊடுருவி இருளில் புரண்டு மூச்சுவிடக் கருங்குழல் நாசிகள் கைகளில் ஈரம் படரத் திறந்துகொண்ட முடிப்பின்னல்களில் மாநிறத் திருநங்கை பராரிநெளடி இருள்கோடாய் நீண்டு நகர்ந்து கீழிறங்கிய சிநேகிதி புகுல் சாமீராவின் கேச அலைப் படிவுகளில் சுவாசித்த கல்மூங்கில் குரல் பலவாய் வருவதுரைக்கும் ஷாய்ல் பாடல் மாறி மாறித்தேம்ப நகீனாவாத்திய நரம்புகள் விம்மி எழுந்த தாளலயக்கூறும் ஒத்திசைவில் அதிரும் தோடி வண்டுகளின் மோனம்

முகமுகமாய் வந்து குழல் மூங்கிலைத் துளைத்து மந்திர அலை தீவிரமாய் எரியும் காற்றைச் செங்காந்தள் விரல்தடவிச் சுருட்டும் இசை கைகளில் நழுவும் கூழாங்கற்கள் அதுவரை கேட்டிராத மிஸ்யலாஃபா யாழ் ஊடாடி பாரசீகர்களையும் பைசாந்தியர் களையும் தவிர்த்து நோக்கினால் அராபியர் இசைக் கருவிகளின் வியர்வை நெடி அரும்பி மெல்லிய உப்பு நரிகளின் ஊளையாய்ப் பரவிப் புழுதி லய மலர் அருகே செல்ல பேரார்வத்துடன் இசைக் கருவிகளைப் படைத்த மூர்களின் மௌனமான குதிரைமந்தைகளின் கடற்பயணக் கோடுகளில் மின்னிய பளிங்கு யாழின் தீக்கல் சுடர அப்துல் காதிர் பின் ஹெய்பி இசைக்கருவிகளை முழுத் தீவிரத்துடன் நேசித்து எழுதிய இஸ்பானிய அல்-ஆந்தலூசிய இசைக் கருவிகளின் விற்பனைச் சந்தைகள், இரவு நேரக் கூட்டிசையின் ஆரவாரம் எல்லார் வாழ்வின் விதியாக இருக்கவும் விரும்பினர் மூர்கள்.

அல்-ஹம்பாரா இசைக் கருவிகளை உருவாக்கும் மிகத் தொன்மையாக உருவெடுத்த இசையின் ஆழத்தில் தோய்ந்த நாறுகாந்தள் லயமலரைத் தொட மஞ்சள் நீளவிரல் பிடியில் சூர்னா மூங்கில் மூச்சுக் குளிர்ந்த லைலா, அல்-அக்யாவியா, அல்-காஸ்ஸா மூன்று யுவதிகளும் பாடும் சக்திக்கு ஜின்களே அமானுஷ்ய ஈர்ப்பானதில் காற்றும் தீயுமான இசை கரையும் சூர்னா மூங்கில் ஜோகி... ஜோகி... என தண்டில் சுட்ட தீத்துளைகள் ஆயிரம் திறந்து மூடியவிரல்கள் துளை ஒழுகும் காற்றில்வரும் ஜின் குரல் அஸ்ஃப் எனும் இசைக்கருவியாக வாசிக்கப்படும் மூச்சின் நிறம் கலந்து அல்காஸ்ஸா முகம் திரும்பிப் பார்த்தாள் மஞ்சள்நீர்க் காயலை.

ஜின்களின் எலும்புகளுக்குள் புகுந்து சுருளும் காற்றில் அஸ்ஃப் கருவியாய் மாறிய ஜின்களின் பாடலை வாசித்தாள் பெராரிநௌடி மயக்கியவாறு. மறைந்த மிருகத்தொலி கனாவில் தோன்றி அதிரும் ஊழின் கணித வாத்தியம் எலும்பின் ஓசை சிக்கிமுக்கியில் உராயப் பரவும் தீயில் தஃப் அரபு மேள விரல்கள் அசைந்து மாநிறத் திருநங்கை புகுல் சாமிராவின் காதருகில் சூர்னா மூங்கில் ஒழுகிய காற்றில் இசையின் சரம் ஓட ஜின்கள், விலங்குகள், பறவைகள் இறங்கி வர உப்பு அரண்மனை அருகில் ஜோகி என முனகினாள் அக்கியாவியா.

‘ஜோகி இங்கு இல்லை’ என்றது கருங்கிளி மறைந்தவாறு.

உப்புக்கல் படுகையில் பதிந்து அங்கே பிரிய முடியாமல் திரும்புகிறாள் ஜோகிசாம்பா. பல்வேறு உணர்ச்சிகள் கொண்ட ஏழு எட்டு வரிகள் கொண்ட பாடுகவிதை இயற்கையின் பண்புகளைக் காட்டுவதாகவும் அக உணர்ச்சிகளை வெளிப்படுத்துவதாகவும் முஅலாக்காத் அரபுக் கவிதைகள் உள்ளுறையாக உள்ள செவிவழி குரல்வழி உயிர்நாடியாக எழுத்து வடிவத்தில் அன்றி ஞாபகத் தெருப் பாடகர்களாய் நீண்டுவரும். அவர்களின் நகஒலி அழுக்கில் தீட்டிய சித்திரங்கள் ரிதா புலம்பல் ரூபத்தை அபிநயித்து செம்மறி ஆடுகளை மேய்க்கும் நீளமான புல்லாங்குழல் கோடுகள் பதித்தாள் ஜோகி சாம்பா. அவள் ஆடுமேய்க்கும் சுழிக்காற்றில் சுழன்று சுற்றும் தொன்மையான சாம்பல் கஸிதாக்களின் உள்நாட்டுக் கலையில் ஆடுகளின் குளம்படிப் புழுதியில் பாடல்கள் மெல்லப் பரவ உடங்கம்புத் தொரட்டியில் கேவி அழுகிறாள் சத்தமில்லாமல். பாரசீக வெள்ளாடுகளையும் வைத்திருந்தாள் இசையின் செல்வாக்கில்.

கூடாரவண்டிப் புழுதியோடு வந்து அவளோடு ஒன்றுகலந்த சிந்து வெளியில் சிதறிய புஷ்பராகக் கற்கள் எரியும் புழுதியின் இசையாகத் தொட்டது அவளை. ஆடுமேய்க்கும் உடங்கம்பு அவள் தனிமையைப் பாட ஜோகி சாம்பா அதில் ஊர்ந்து எரியும் மேய்ச்சல் நிலக்குருதியின் பாடலை மூங்கிலில் துகள் துகளாய் உதிரும் உப்பாகி மங்கிய இசையைச் சாம்பல் வனங்களின் காற்றாக்கினாள் ஜோகி சம்பா. உப்பு அரண்மனைப் பளிங்குகளாய் சொப்பனம் வெண்மை கொள்ளும். 'ஜோகி... உனது சொல் என் பாதங்கள் வரை கல் இலைகளாக என் பாதம்வரை ஒலியாக இருக்கிறதேன்? கல்லிலைகளின் வாசனையை நுகர எதிர் எதிர் திசையில் கிளம்பி இருபால் இலையேந்திய மாநிறத் திருநங்கை யருடன் ஒரே ஊற்றை வந்தடைக்கிறோம் நாமும்தானே.' ஜோகி நாசி ஈரம் தொட புகுல் சாமிரா மெல்லிய வெண்குருதியோடு காற்றின் பாடலாய்க் கரைகிறாள். 'உப்புக்கல் பறக்கும் வனமூங்கில் காற்று அனாதியில் முன்பு இருந்தோம் சந்தித்துக்கொண்டோம்! பின்வரும் இரவுகளில் உப்பு அரண்மனையில் நாம் இல்லை.

உறைந்த குரல்களோடு இல்லாமல் இருக்கிறோம். மீண்டும் உன் மூச்சில் சுழன்றுவரும் பறவைக்கூட்டம் சுவாசித்து உள்சுழல்கின்றன உன்னோடு. பறவைக்கூண்டைவிட்டு கலையின் கோடுகளில் வெளியேறினாய் ஜோகி சாம்பா. சுண்ணாம்புநிறக் கடல் ஆலாப் பறவை அலைவுறுகிறது நீ இல்லாத உப்பு அரண்மனைத் துயரத்தில். பறந்த சுண்ணாம்பு நிற ஆலா கிரீச்சிடும் உப்பு அரண்மனையின்

மூச்சில் உன் சிறகு படர்ந்திருக்கிறது.

மாசற்ற ஆலாமுட்டை ஒன்றை ஏந்தியிருக்கிறாய் அங்கே. ஆலா முட்டைகளை உருட்டும் பொன்மஞ்சள் ரோம நரிகளோடு ஆடுமேய்த்துச் சுற்றுகிறாய். வெண்சாம்பல் ஆலா அலறிப் பறக்கும் உப்பின் பளபளப்பாக வளிமண்டலச் சூறையில் ஜோகி சாம்பா உன் சிறகு பதிந்த வளி பார்க்க நரித்தடம் வரும்.' அல்-ஹம்பாரா பாழ்விளக்குகளின் சிமிழ்களைத் துடைக்கும் அடிமைத் திருநங்கையர் விளக்குத் தைல சீசாவும் திரிக்கற்றையும் கொண்டு ஒவ்வொரு விளக்கிடமும் சென்று வாதாடுகிறார்கள். நாணத்தில் சுடர்கள் வளைந்து பச்சை ருதுவடைந்து அடைபட்ட சிமிழிக்குள் வளைந்தெழுந்து அந்தப்புர இருள் அறைகளில் மறைந்துபோன புராதனத் திருநங்கையரின் லட்சம் அபிநய நொடிகளைக் கண்களாக இமைதிறந்து மையூட்டி அழுகின்றன மெய்யெல்லாம் சுற்றிப் பரவுகின்றன ஒளிபடைத்து.

இவர்கள் கேட்கிறார்கள் தாங்கள் யாரென்று... அல்ஹம்பாரா இருள் அறைகளில் புதைந்துபோன பழம்பதுமைகள் உடையும் சிமிழிகளோடு முணுமுணுக்கின்றன. உடைந்த ஒவ்வொரு சிமிழ்களுக்காவும் அடிமைகளோடு அழக்கூடும். ஏனோ உப்பு அரண்மனையைவிட்டு ஓடிப்போன சாம்பல் படிந்த தெருச் சிமிழ்களிடம் குழந்தையாக நடந்துகொள்கிறாள் வயலின்காரி பெராரி நௌடி.

அவள் வயலின் விற்களை அசைத்து அழுது இசைக்கும் நரம்புகளில் தொலைந்துபோன சிந்து ரொமானிகள் வயதான நங்கைகளின் அபிநயப் பாதங்கள் அசைந்து அசைந்து உரசிவரக் கண்களின் வடிந்த புகையும் இருளைத் துடைப்பதற்கு ஆளே இல்லை இங்கு. உப்பு அரண்மனையின் சோபை தினம் தினம் கனாவில் மெலிந்த ஒளிகளோடு ஊடாடும் உயிர் தோன்றும். திருநம்பிகள் மீது வீசப்பட்ட கல் உருக உப்பு அரண்மனையின் அகால விளக்குகள் எரிகின்றன தனிமையில். ஆத்மஹத்தியான திருநம்பிகள் சுவர் ஓரம் விரல் பதித்து நடமாடும் மென்மையான இருளில் திரிபோட்டுத் தைலமிட்டுத் தழுவுகிறார்கள் இரவை. மையல் விளக்குகள் கனவுக்குள் சரிந்துவர உப்புத் தூண்களை வைத்த முன்னோர் அந்தப்புரம் நீங்கி வெளிப்புறத்தில் உப்பு அரண்மனையை நோக்கிய ஏக்கத்தில் ஊர்பேர் தெரியாத அனாதையாகி சமாதிப் படிகத்தில் உறைந்துவிட்டிருந்தனர்.

உப்பு நகரமே சரிந்து விழும் படிகத் தடாகத்தில் ஆவிமீன்களாய் அலைவுறுகின்றனர். பழையவர்கள் இருட்டுத் தண்ணீராய் இருக்கிறார்கள். அலைகளோடு நீரில் நெளியும் ஒளிப்பூச்சிகளைப் பிடித்து விழுங்கி இருட்டு நீராய் மாறுகிறார்கள். மீனுருக்கொண்ட திருநம்பியர் பாதி மனித உருவினர். அறியப்படாத புளூட்டோ எனும் நீல நிலவை நோக்கிப் பயணிக்கின்றனர் இருமை நிலை அடைந்தோர் அழுக்குக் கோடுகள் பட்டு நிராகரிக்கப்பட்டோராய் நடமாடித் திரிந்த நிலவில் அவர்கள் இருக்கக்கூடும். நீலநிலவில் விழுந்து பதிந்த பாதங்கள் திரும்பத் திரும்ப உப்பு அரண்மனையைத் தேடிவரும். அடுத்த காலத்தவரும் தம் பறவைப் பாதங்களை அங்கே நகர்த்திச் செல்வது எங்கே. மிருதுவான நீல ஒளிபடும் புலங்களில் பாதம் படியப் படிய பறவைகளும் விநோத உணர்வுகளும் வந்து கண்ணுக்குத் தெரியாத அந்தரங்க விதைகளால் காம்பில் இலைகளைப் பின்னி மையல் மரமாகிவிடுகிறார்கள் உப்பு அரண்மனையின் அந்தப்புரத்தில். அங்கே அடைபட்ட மனனிகள் ஐந்து பனி நிலவுகளாய் மாறிவிடும் இரவுகளை உலர்த்திக் கதைகளைப் பதனமாக்கிப் பனிப் பளிங்கில் எதை எதையோ கிறுக்கிவிடும் மென்மையான பாவங்களை அல்-ஹம்பாரா சிவப்பு நீர் அரண்மனையின் நீலப் பீங்கான் ஸ்திரீகளைக் கண்ணாடிக் கதவுகளைத் தட்டி எழுப்புகிறார்கள். கதவுகளைத் தட்டுவதால் சொப்பனம் எழுதிவரும் உப்பு அரண்மனையின் முடிவற்ற கனவு அறுபடப் போவதில்லை.

ஏனம் தவறி விழுந்தாலும் கரண்டிகள் முணுமுணுத்தாலும் தண்ணீர் சிந்தும் ஓசையில் இருந்தே சொப்பனம் அதிசய ஆற்றலைப் பெற்றுவிடும். சாமானிய மனித முகங்கள் கனவில் மிதக்கும் பொழுதும் உப்பு அரண்மனை உயிர்பெற்றுவிடும். உயரமான உப்பு அரண்மனையில் பகலிராக் கனா வெளியில் நீலநிலவு கிட்டானே மகிஷாசுராவின் அக்கோடியன் துன்பியல் நாடகத்தைப் படரவிட இருபால் யாக்கையர் மனித உற்பத்தியின் கடைக்கோடி நாளின் இசைக் குறிப்புகளை எழுதிக்கொண்டிருக்கிறார்கள்.

கிட்டானேவின் அக்கோடியன் ரெமேடியோ இடாயெருமை மேல் நீலநிலவை நோக்கி இவர்களின் விநோத ரகசிய மையல் ஓலைகளைத் திறக்கவும் வண்டி மேடைமேல் ஏறிய ஜிப்சிகளின் விசிறி நடனத்தில் ஃபிளமேங்கோ ரொமானிப் பெண்டிர் சிந்து நீரின் தேசல் ஒளிவீசி அசைகிறார்கள் கரங்களை உயரே தூக்கி. கிட்டானேவின் தோலில் வரையப்பட்டிருக்கும் ஜிப்சிகளின் பச்சை நிற ஆரூடக் கோடுகளின்

கிரகங்களோடு நகரும் கதாச் சருக்கம் கரைந்து எழுந்த தெருக்களில் ஸ்திரீகளின் முக வெட்டுடன் சிந்தி ரொமா ஜிப்சிகளின் அழைப்பு. உப்பு அரண்மனையின் கதாச்சுருளைக் கடத்திச் செல்லும் ஜிப்சி கிட்டானே நாடுநாடாய்ச் சுற்றிவந்து பச்சைக் கோடுகளை வாசிக்கிறான். கைகளில் உடலில் திறந்த ரணமான காயங்களை தையல்போட்டு சிகிச்சை செய்தான் மூலிகையால்.

வயலின் வித்தகி பெராரி நௌடி தன் உடலுடன் வண்ணத்துப் பூச்சிகளைத் தைக்கச் சொன்னாள் கிட்டானே ஜிப்சியிடம். பல நிற தம்பலப் பூச்சிகளே திருநங்கையர் மேல் தைத்து சிகிச்சை செய்து மந்திர உலகிற்குக் கூட்டிச் செல்கிறான். வர்ண இறகுகளின் நிறப்பொடியால் ருதுவை யுவனாக மாற்றும் தையல் வேலை சொப்பனத்தில் நடந்து வந்தது ரகசியமாய் உப்பு அரண்மனையில். இரு அரண்மனைகளின் மரபுப்படி வழிவழியாய் வரும் ருதுரூப யுவநங்கையர் உடலில் காளான் வளர கல்உப்புக் காளான் ஆண்கடல் பெண்கடல் கூடி மூன்றாவது சொப்பனம் எழுதிவந்தது அறியப்படாத உப்பு அரண்மனையை.

வெட்கத்தால் நடிப்புடல் ஏற்று அரிதாரம் நாற மறைந்து திரிகிறார்கள் ஜிப்சிகளோடு. கல்உப்புக் காளான்களாகிவிட்ட அரூப ருதுரூபங்களாய் வண்ணத்துப் பூச்சிகளோடு பறக்கிறார்கள். பூனைத்தோல் கொண்ட பியானோக்காரி அஸீலியா சுரோணிதச் சந்துகளில் மஞ்சள் சிகப்பு வண்ணத்துப் பூச்சிகளோடு வேறான இயற்கைநியதியின் பால்வரைத் தெய்வம் புவியகத்தின் பாலின வகைப்பாட்டிலிருந்து ஈர்ப்புவிசைகளில் இருந்து விடுபட்ட இனியான உயிர்க்குலமாகத் தொலைதூர ஆற்றல் சரியாக விளக்கிக் கொள்ள முடியாத இப்புளூட்டோவாசிகள் நில வாழ்விகள் அல்ல. எனவே வயலின் அறைக்குள் திறந்துவிட்ட தனிமையில் துயிலும் உப்பு மனிதனான கிட்டானே ஊர்ந்து நகரும் சந்துகளின் முதற்கால விலங்குப்பல்லி முட்டைகளை விளக்குகளாக ஏந்தி அலைவுறும் சந்துகளில் ஒவ்வொருவரின் உடலுடன் ஜிப்சிகளின் டேரட் கார்டுகளை வைத்து எதிர்காலத்தில் தோன்றும் ஐந்து பனி நிலவுகளோடு வரும் விதி கூறினான்.

ருதுரூபத்துடன் இருபால் இலைகளைப் பூசி விநோதப் பிராணியை வரைந்து இரு உயிரினமாகி விடும் ஒருடலாய் கிளைத்திருந்தாள் ஒவ்வொருத்தியும். இந்த ரொமானிகளின் வருகையும் டேரட் கார்டுகளின் ஜோஸ்ய விநோதம் சொப்பனம் எழுதிவரும் உப்பு

அரண்மனையை நெருக்கடியில் சிக்கவைத்தது. உப்பு நரிகள் கூட்டமாய் அறைகளில் புகுந்து சிரித்து ஊளையிட முதற்காலப் பல்லி ஓணான்களின் நாசிகளில் ஈரம் படரத் தெருக்களின் சுவர் ஓரம் சாய்ந்து மயங்குகிறார்கள் இச்சை மரத்தில் கிளையேறித் துயில்கிறார்கள்.

ஏனோ ருதுவான யுவதிகளின் ஆடைகளைத் திருடும் ஜோகி சாம்பாவை விலங்கிட்டுச் சுவர்களில் அரைகிறார்கள். ஆனால் உப்பு அரண்மனையில் வேடமிட்டு இருக்கிறாள் நடிகையாக கருங்கற் சுவர் நடுங்க மனித வாடைக்காகக் காத்திருக்கும் ஜோகி சாம்பா சிறுமியர் தடம் உப்பு அரண்மனையில் படரவேண்டி கனவு காணும் அறையில் நடிப்பில் அசைவற்றுக் கிடக்கிறாள். ஸ்திரீகளின் ஆடை உடுத்திக் கானகம் புகுந்து மறைகிறார்கள். மாநிறத்தோர் நிறம் அழிந்த ஆடைகளில் உவர் வாசம் கனவுகள் நெடிக்கிறது. உவர்மண் வாசனை கொண்ட எலும்பினால் ஆன பிடிலைக் கானகத்திலிருந்து ஆடு மேய்க்கும் புழுதியோடு கொண்டுவருகிறாள். ஜோகி சாம்பா, பெராரி நௌடி இருவரின் அழுகை பிடிலில் வழிகிறது.

சலவைத் துணிகளின் அலைவு உவர்த்து உள் தேம்பப் பிடிலின் பரிசம் சொப்பனம் எழுதும் உப்பு அரண்மனையாயிற்று. அந்தப்புர உருக்கள் எப்போதும் அங்குதான் இருக்கின்றனர். அனாதரவான ஜோகி சாம்பா, பெராரி நௌடி இருவரும் கோர்த்த விரல்கள் வியர்வையும் உப்பும் பொதிந்த அந்தப்புர ராணிகளின் துணிகளைக் கழுவக் கழுவ ஊழ்படும் சம்பவங்களை எழுதி எழுதி ஆடைகளில் தோன்றிய எழுத்தைக் கனவில் வாசிக்க உப்பு அரண்மனையின் வெம்பரப்பான பின்னிரவுத் தோற்றம் மெல்ல மறைகின்றன மூழ்கியவாறு. ஆடைகளில் தோன்றிய எழுத்தை வாசித்த வரிகளில் எல்லோரும் உப்பு அரண்மனைக்குப் போய்விடலாம். அங்கு உங்கள் வாசிப்பின் அருகாகப் பல கூண்டுகளில் பஞ்சநிறக் கிளிகள் போடும் கதைக்குள் நீங்களும் இருப்பதும் தெரியாமல் துயிலில் அடைபட்டுக் கண்ட கனாவில் எழுத்து அழிந்தும் அழியாத கதையாக இருக்கிறீர்கள்.

வரிகளில் தோன்றும் நிழல் கம்பிகளோடு வெளிரூபம் அடைந்த பியானோக்காரி அஸ்ஸிலியாவை மொழியாகப் படைப்பது உங்கள் வாசிப்பில்தான். கிளியாகப் பழுப்பு மொழி பேசும் உருமாற்றத்தை அடைந்திருப்பது வேட வாசகன். தனித்தனிச் சத்தங்களைச் சேர்த்துத் தூங்கியதால் கனவில் நீங்கள் வாசிப்பது மாநிறத் திருநங்கையரின் தாது மூலமொழியை. போதையூட்டப்பட்ட அந்தப்புரச் சுவர்கள் தள்ளாட நடந்து திரிகிறீர்கள் நூல்களில் ஓடும் கண்ணீரின் வடிகாலில்

முகம் புதைத்து. அங்கிருந்து இரவிரவாய்த் தப்பிவந்து சேரும் நிழற்சாலை மதுக்கூடக் குப்பிகளை உரசி இசைவரும் பளிங்காக வாசிப்பில் சென்றடைந்த சீசாக்களில் கசியும் திராட்சைத் தோட்டம்.

முதலாம் தோட்டத்தில் திராட்சைத் தோலினால் தைக்கப்பட்ட இரவு விடுதியில் விரல்களுக் கிடையில் பற்றிய மஞ்சள் மதுவும் கரைந்து காயங்களை மறைக்கும் தையல் கோடுகளில் ஜோகி சாம்பா, பெராரி நௌடி இருவரும் கோர்த்த விரல்கள் குருதியை முத்தமிடும் இரவு சாம்பாவின் திரண்ட தோளில் கை வைத்தவாறு வயலின் வித்தகி நௌடி குற்றங்களை உலறி மர்மங்களை வெளிப்படுத்த நீல நிலவின் உயிர் ஊற்றை நோக்கி இருவரோடு மூவராகப் புனை வோட்டத்தில் ஒன்றுகலந்து இருள்கிற நடுநிசியைக் குப்பிகளில் ஊற்றி ஒருவரை ஒருவர் முகமுகமாய் நோக்கி துவண்டு அழுகிறீர்கள். ஆனால் குப்பிகளுக்கு நடுவில் தனிமையில் வாசித்துக்கொண்டிருக்கிறீர்கள். நடுங்கும் கரங்களுடன் மூழ்கும் வார்த்தைகளை அல்-ஹம்பாரா சிவப்பு நூலகத்தின் ஸ்பரிசத்தில் முதலாம் தோட்டத்தை அடைந்து திராட்ஷைக்காடியோடு மறைகிறீர்கள் புத்தகத்தில். சிதைந்து போன முதலாம் தோட்டத்தில் அதிசயங்களின் ஊடே பச்சைப் பாம்புகளின் மூச்சு சுழன்று சுற்றும் காலிக் குப்பிகளின் மூச்சாகச் சுழல்கிறது.

பின்னிரவில் கழுவப்படும் மதுக்கூடத்தைத் தேடி தெளிவற்ற உருவில் ஜோகி சாம்பா தொப்புள் அடியில் எரியும் வைலட் பூ ஒளிர தன் ஆடைகளைப் பிய்த்து எறிந்து நிர்வாணமாய்ச் சுடர்விடும் பாடல்களுக்கிடையே ஒரு மூங்கிலைத் தட்டும் வாக்கியத்தில் நூறு திருநங்கையர் கிளிகளாகப் பறக்கிறார்கள்.

கிளிகளின் குளறும் மொழி ஜோகியரின் இளம் சிவப்புக் கண்கள் கீறி மெல்லக் காற்றில் கரையும் உப்பு அரண்மனை நிழல் கடலுக்குள் விழுந்து அதன் அடித்தளமற்ற கனவு ஸ்திதி கலை தவிர வெறென்ன.

உவர் அரண்மனை என்னும் படிகத்தை வெட்ட வெட்ட உருமாறும் சதுக்கத்தின் புதிர்ப் பாதையினூடே மறைந்து திரியும் உப்புநரிகள் அதை அடைய விலா எலும்பில் தோன்றிவரும் பறவைகளைச் சிறுபுள் கூட்டங்களை எழுப்பி, கூகையின் சுருள் மூச்சை ஏவுகிறாள். அஸ்ஸிலியாவின் பியானோ நாசிகளில் உப்புநரிகள் படர யுகாந்த கால இசைக்காகக் காத்திருக்கிறாள் மூன்றாவது தனிமையில். ஏனோ புளூட்டோவின் நீல நிலவின் சுழற்சியில் மறையும் ஆறுநிறப் பூச்சிகளாய் மயங்குகிறாள் வில்லின் அகராதிகளைப்

பதுமைகளின் அசைவில் எடுத்து. முடிவற்ற மூன்றாவது தனிமை சூழ்ந்த இருட்டில் இவர்களும் விழித்தபோது இசையின் லய மலர் சிவப்புநிறமாகிக் கண்ணாடியைத் தொட்டதும் மாநிற நங்கையானாள்.

அவள் கண்களில் யாரும் அறியாத செவ்விழியை இமைத்து அபிநயத்தில் காட்ட அந்நொடியே கலையும் இருப்பற்று வீழ்கிறது. சாவின் உச்சிமீது கண்களுக்குத் தோன்றுவது உப்பு நரிகளின் கோடுகள் மூன்றாவது தனிமையின் குறியீடாகத் தோன்ற வயலின் சிருஷ்டிதா பெராரி நௌடி காத்திருக்கிறாள். இவையெனச் சிறிதும் பெரிதுமான இசையின் ஒழுங்கில் பரவிய உப்பு நரிகள் அனைவரின் மூன்றாவது தனிமையில் இப்பிரபஞ்சத்தின் கண்களாய்த் திறக்க அச்சத்தில் மூழ்கியபடி இருந்தனர். உப்பு அரண்மனை காணும் சொப்பனத்தில் நீர்ப்பூச்சிகளாக வட்ட வடிவங்கள் சுற்றி அல்-ஹம்பாரா ஆட்கொண்ட கலையின் உச்சம் நித்தியத்துவத்தில் சலனமடைந்துகொண்டிருக்கும் உப்புத் துகள் படலமாய் உதிர இக்கணம் சூன்யத்தில் திரண்ட உப்புத்தூண்களாய் சமைந்த கனாவின் தோற்றமான உப்பு அரண்மனை தானே தோன்றி மறைந்துவிடும். மெதுவாக கரையும் உவர்காற்றில் இவர்களும் கலையின் உச்சிதமாய்ச் சூழ்ந்துகொள்ள, கனாவில் அரண்மனை மூழ்கும் கீழ்த்தட்டு அறையில் சுவர்கள் பொதும்பி, தாரைதாரையாய் கசிவதைப் பாடலாய் இசைத்தவாறு பார்த்துக் கொண்டிருக்கிறாள்.

வயலின் அகராதி உதிரும் உப்புச் சுவர்களுக்குள் முடியாத கனாவின் உப்புநீரில் நழுவிவந்த நீல நிலவைச் சுற்றி, ஆவிமீன்கள் கரும்பித் தூள் தூளாகப் புழுதி நிலவில் மங்கியதோர் உப்பு அரண்மனைக்கு உள்ளே போய்த் திரும்ப முடியாமல் நிலவு வாசிகளாய் நீருக்குள் வரமுடியாமல், ஆனால், நீரால் சூழப்பட்டு உப்பு அரண்மனையும் நானூறு அறைகளில் நங்கையர் இல்லாமல் மறைந்த வெறுமையுள் படர்ந்து உருகியது இசை. இவள் சாம்பல் சித்திரம் வரைந்துகொண்டு உப்பு அரண்மனைக்குள் போய் நர்த்தகி அறைகளுக்குள் மறைந்து போகிறாள். வயலின் அலை வில்லின் அசைவில் மறைந்திருக்கும் இறந்தவர்களும் உப்பு அரங்கத்தில் நடக்கும் சோக நாடகத்தைப் பார்க்கப் பழமையான ஆடியில் ஆடை அணிந்த அந்தப்புர எலிகள் மூன்றாவது சிருஷ்டியில் எதை எதையோ தேடுகின்றன.

நாடகப் பெட்டிகள் தானே திறந்து மாய உப்பு உருவங்கள் தோன்றி

மயங்க வெளிறிய முகத்துடன் உடலற்ற ஜின்கள் கனாவின் ஊடே புகுந்து இளமையான உருவை விரித்து அசையாத கண்களுடன் காற்றின் அடுக்கில் இமைகளின் வளைவில் உள்ள கனா மெல்ல முணு முணுத்தது. தலைகீழ்ப் பாதையில் சென்ற குகையில் மிருகா நரைப்பனியர் வரைந்த வடிவங்களின் ஊடே மாய உப்பு மனிதர்கள் குகைகளில் மெலிந்த கல்படுக்கையில் நிர்வாண உடல்களை உலர்த்தி வரும் பலருடன் திருநம்பியரும் நங்கையரும் உப்புக்கல் படுக்கையில் உதிர்ந்த பல்லுயிர் உணர்வுகளை இழையிழையாய்க் கோர்த்துக் கதிர் கற்றைகளாய் ஏந்தி அம்மணமான உருவினராய் கற்பகாலமாய் சொப்பனம் எழுதிவரும் உப்பு அரண்மனை அவர்களை உள்ளீர்த்துக் கொள்ள தலைகீழ்ப் பாதையில் சென்றுகொண்டிருந்தார்கள் அங்கு.

டோனா ரோஸிட்டா கன்னிகையும் அரும்பும் சொற்களும்

வாதையுற்று அழும்
நீர்த்துளிகளில் மிதக்கும்
சிறு வெண்ணிற வயலின்கள்

- லோர்க்கா.

ஒருநாள் பிற்பகலின் அல்-ஹம்பாரா நீர் அரண்மனைக்கு இயற்பியல் துறவி ரோஸா காண்டிஸாஸை அழைத்துச் சென்றபோது சீன்கிளானிலிருந்த மரைக்காயர்களுடன் அவரோஸை கண்டதும் கிளென்மார்கனாக மாறியிருந்தார் துறவி ரோஸா. பெண் அரண்மனையை வர்ணிக்க இயலாது என்றான் கிளென்மார்கன். பலகை மெத்துக் கூடங்கள் ஏழடுக்குகளாக சுருள் வளைவுப் படிக்கட்டுப் பாதை மேலே செல்ல திரைச்சீலை விலகி ஒவ்வொரு நாடக அறையிலும் யாருமற்ற தனிக்குரலில் 'ஓலம் ஒரு அதிரூப நாய்/ஓலம் ஒரு அதிரூப தேவதை/ஓலம் ஒரு அதிரூப வயலின்... மேல்மாட ஜன்னலை மூடினேன்/சாம்பல் மதில்களுக்கு பின்னிருந்து/ ஓலத்தை தவிர்த்து வேறெதுவும் கேட்கவில்லை' என நாடகப் பிரதியின் உள்ளார்ந்த கவிதையை நடிகனின் சுயபுரிதல் குறித்தான நுட்பம் இந்தப் பெண் அரண்மனையின் தோற்றத்தை விரிக்கிறது. நாடகத்தின் சக ஜீவியாக லோர்க்கா மறைந்திருக்கிறான். லோர்க்கா நாடகத்தை அப்போதுவரை அறியாத நீர்மனிதர்கள் தென்பட்டனர். அங்கே ஒன்றன்மேல் ஒன்றாக 'டோனா ரோஸிட்டா கன்னிகையும் மற்றும் அரும்பும் சொற்களும்' லோர்க்கா நாடகச் சித்திரம் தீட்டிய பெட்டிகள் இருந்தன. அதில் மூன்று கன்னிமார், மூன்று சிணுக்காட்டப் பெண்களின் தனித்தனி நிறங்கள் பூசிய

பெட்டிகளாகவும் திறந்து, டான் மார்ட்டினை ஒப்பனையிட்டவாறு பேராசிரியர் செனார் எக்ஸைத் தேடுகிறது இருட்டுக் கண்ணாடி. இப்பெட்டிகளுக்குள் அயோலாவின் இரு குமாரத்திகள் வசித்தனர். செம்மண் முகமூடி அணிந்திருந்தனர் கதாபாத்திரங்கள்.

அவர்கள் கண்ணீர் விடும் சுவர்களை முட்டி நாடகத்தில்வரும் அல்-ஹம்பாரா கவிதைகளை இடையிடையே பாடியவாறு மறைகிறார்கள். லோர்க்கா நாடக இசையின் பல்வேறு கட்டங்கள் சொல்லின் உயிர்ப்பும் பிரத்யேகமும் கொண்டிருந்தன. புறமாகத் துலங்கும் சூழலைக் கண்ணாடியாகக் கொண்டு சிவந்த பெண் அரண்மனைக்குள் லோர்க்காவின் 'டோனா ரோஸிட்டா கன்னிகையும் மற்றும் அரும்பும் சொற்களும்' 126 பக்க நாடகப் பனுவலை மனனம் ஒத்திகையில் உரையாடிக் கடந்தவாறு இருந்தனர்.

தொன்மமும் இசையும் இரண்டுமே நீர்மனிதர்களின் மொழியிலிருந்து உயிர்த்தெழுந்து விசாலமாகிப் பரவிச் செல்லும் ஒரேயொரு கதைக் கருவிலிருந்து தோன்றினார்கள். அதுவே இசை நாடக வடிவமாகவும் நெய்தலின் இரங்கற் பெரும்பண் தோடியில் மறைந்திருந்தனர். நீரின் முதல் கதையிலிருந்து வருகிறார்கள். வலமிருந்து இடமாக வாசித்தால் இரவிற் சொன்ன பிறைகளின் வாளங்கள் யாழ் கருவியாகவும் உள்ளது.

இசையின் உள்ளார்ந்த தொன்மத்தைத் தாங்கி நிற்கும் அரேபிய இரவுகள் கலைத் தேய்விலும் விழித்திருக்கிறது. நீரின் முதல் கதையும் கடல்பட்டினங்களை உள்வாங்கும் கதைக்கட்டுகளின் தனித்தனிக் கூட்டு இரவுகளை அறைகளாகக் கொண்டுள்ள வெளிர் சிவப்பில் மிதந்துவரும் பெண் அரண்மனை. கடல் தன் நேசப் பொழிவைப் புறம் நோக்கி ஆன்மாவின் தூண்டுதலில் நிலமனிதர்களின் நெருங்கிய தொன்மங்களில் கரையும் இருட்பிரளயத்திலிருந்து இன்னமும் கண்திறவாத லட்சோப லட்சம் அந்தக உயிரினங்களின் ஒளிபடாத விழியிருட்டுக் கலையின் கோடுகளாக நம் வேட்கையில் துளையிட்டு மறையும்.

புவி வாழ்வின் முக்கியத்துவம் குறித்த புத்துணர்வைச் சாமானியர் களிடையே நீர்மனிதர்கள் உள்ளார்ந்த முற்பிறவிகளாய் புகுந்து வருகிறார்கள்.

போர்ட்டோ நோவா பரங்கிக்குமாரத்தி அகுஸ்தோ மாஷா

அல்-அந்தலூசியா வங்க மாக்கடலில் கலீஸிய வாசனை வழியாக

இசை மேதை மார்ட்டின் கோடாக்ஸ் பங்குனி ஆமையின் ஒரு கடல் வரைபடத்தையும் வைத்திருந்தான். அது கூட்டி வந்ததோ போர்ட் மஹ்மூதா பட்டணத்துக்கு. தன் புறாக்களின் சுருட்டு விழிகளில் உள்ள மோப்ப வரைபடத்தை விசிறிப் புறாக்களின் மையல் கும்கார ஓசையின் துயரார்ந்த பாடுகவிதைகளில் இருந்து கூட்டிவருகிறான் போர்ட் மஹ்மூதா பட்டணத்துக்கே.

அந்தக் கப்பல் வங்கக் கடலில் புயலில் சிக்கிய வேளை இந்தக் கடற்கரையைக் கண்டதும் புதிய துறைமுகம் கண்டதாக, ஸ்ட்ரபதோர்களும் இசபெல்லா லிஸபோவாவும் மாலுமிகளும் சந்தோஷத்தில் பாடி குரலெழுப்பக் கரைநோக்கிக் கப்பலைச் செலுத்திவர தாம் கண்ட உகோமியையும் பாடி போர்ட்டோ நோவா எனப் பெயரும் இட்டனர். பனை உயரமுள்ள அறுபதடி சாஹிபு சைகு இஸ்மாயில் கடலுக்குள் புகுந்து நடந்துவந்து கப்பலை வரவேற்றார்.

ஓஜேன் பொம்மைக்காரர்கள் பருவக் காற்றுவழி இந்தியாவிற்கும் செங்கடலுக்கும் இடையே பெட்ரா நகர நாடகத்தைக் கப்பலில் நிகழ்த்தினார்கள். ஸ்யா குருஸ் வளைகுடாவிலிருந்து சிலகாலம் தாமசித்துக் கிளம்பும் கப்பல் நேராக மலபார் கடற்கரை சேரும். இதனால் முசிறியைத் தொடுவதற்குமுன் செங்கடல் பாய்களின் படபடத்த காற்றில் நான்கு வரிப்பாடல் ஒவ்வொன்றிலிருந்தும் தானே உச்சஸ்தாயியை எட்டும் ஒரே வரி திரும்பத் திரும்ப எழும். அதில் விரிந்தகன்ற வெற்றிடங்களும் கைக்கிளை நெற்றுலர்ந்த பாடுகவிதை களும் சிறிய விதையுறைகள் மிதந்து வந்து நீர்க் குளிரிகளாக சுருள்வதில் வாழ்வினூடாக அற்புதம்போல் காட்டிப் பிரிந்துவிடும் கையறுநிலை கப்பலாக நடுக்கடலில் கண்ணயர்ந்திருக்கிறது.

'அகுஸ்தோ மாஷா துயிலெழு' எனப் பொம்மைகள் வந்து பாடிய பின்னும் துயிலெழவில்லை பொம்மலாட்டக் கப்பல். பகலெல்லாம் தூங்குகிறது வீகோ நகரச் சிறுமி அகுஸ்தோ மாஷாவுடன். இந்தப் பழுதான சாபமடைந்த நூல் தரித்திருக்கும் மோகமுற்ற சில கமாராப் பட்டிண ஆவிகளும், கலீஸிய ஆவிகளும், அக்கையெழுத்துப் பிரதியில் அல்-ஆந்தலுஸியா பொம்மைகளின் விதியும் ஒன்று கலந்திருந்தது. மரக்காணம் தொன்முது சோபப்பட்டினமாயிருந்து இடைகழிநாட்டுப் பனங்கூட்டத்துக்குள் அல்-ஆந்தலூஸின் அபு அல் ஹைஜ்ஜாஜ் யூசுப் அவர் நீர் மேல் நடந்து வந்தார். அவர் தம்மையும் தம் சூழலையும் மறந்து இறைத் தியானத்தில் திளைப்பார்.

தன்னை மறந்த பாதையில் கீழ்நோக்கிய கிணறும் மேல்நோக்கிய ஒலிவ மரம் நின்றது. போகவர இடைஞ்சலாக இருந்ததென்று மாலுமி அவரிடம் தாங்கள் ஏன் அந்த ஒலிவ மரத்தை நட்டு வளர்த்தீர்கள் என வினவியபோது வயதால் கூனிக்குருகிப் போயிருந்த அவர் நான் இந்த அல்-ஆந்தலூஸியா வீட்டில்தான் வாழ்ந்து வருகிறேன். கீழ்நோக்கிய கிணறும் மேல் நோக்கிய ஒலிவ மரமும் நிற்பது தென்பட வில்லையே எனக்கு. அவர் மார்ட்டின் கோடாக்ஸையும் பங்குனி ஆமையின் ஒரு கடல் வரைபடத்தையும் அல்-ஆந்தலூஸியாவை ஒரு மாபெரும் பழுதடைந்த கப்பலாக மாற்றி ஓரிடத்தில் இருந்து தொழாதவாறு கப்பல் போகுமிடமெல்லாம் இடங்களை மாற்றித் தொழுதுகொண்டு இருப்பார். ‘எங்கிருக்கிறீர்கள்’ என்று கேட்டார் ‘அல்-ஆந்தலூஸியாவில் இருக்கிறேன்’ என்பார். ஸ்ட்ரபதோர்கள் அவரிடம் போய் பணிந்து தமக்காக இறைஞ்சுமாறு கேட்கத் துணிவில்லாததால் இசபெல்லா லிஸபோவாவின் மெல்லிய குரலை எப்படியோ கேட்டுவிடுகிறார். பாடுகவிதையாக அவர் இருப்பதால் எல்லோரும் சேர்ந்து பாடுகிறார்கள். எந்தக் கப்பலில் தொழுகிறார் என்று கண்டறிவது ஒருவராலும் முடிவதில்லை.

மாலுமிகள் அவர் பின்னால் போய்த் தொழுவர். அவர் அல்-ஆந்தலூஸியாவில் அருவுருவாய்க் கரைந்திருக்கிறார். அவர்களும் அவர் காதில் விழும் வண்ணம் அலைகலெனச் சத்தமிட்டு இறைஞ்சுவார்கள் கடல்நீரை அள்ளித் தெளித்து. அது கேட்டு ஆமீன்... என்று கூறுவார். அவர் நாவின் இறைஞ்சுதல் அடிமை மாலுமிகளுக்கு நிறைவேறிவிடும். அவர் இந்த அல்-ஆந்தலூஸியா கப்பலில் நாற்பதாண்டுகள் பயணித்தவாறே இருந்தார். அங்கு கப்பலில் விளக்கேற்றப்படுவதில்லை. இறைஞ்சுவோரும் அல்- ஆந்தலூஸியாவின் ஒளிரும் மாலுமிகளாய்க் கப்பலுக்குள் திரிந்தனர். இஸ்பானியாவின் ஏராளமான சொற்கள் அராபியிலிருந்து வந்துசேர்ந்தவை. அல் என்று துவங்கும் ஸ்பானியச் சொல் அரபிச் சொற்களின் திரிபே. இப்பெரிய ஆறு வாதியுள் கபிர் என்ற அரபுச் சொல்லின் திரிபே. குவாடல்குவிர் என்ற ஆற்றின் கரையில் துறவிமடம் உள்ளது. அங்கே நீங்கள் போகலாம்.

குவாடல்கரா என்பது கல் ஆறு. வாதியுள் ஹஜரா என்பதன் திரிபு. அல்-ஆந்தலூஸியா கப்பலில் கவிகளின் ஆவிகள் வாழ்ந்து வரும். கலைகளைப் பற்றிய நானூறு நூல்களை ஈன்றெடுத்த இப்னு ஹஸ்ம் கூடவே எழுதிய நூல்வடிவில் பயணித்துக்கொண்டிருக்கிறார். கோஸ்மோஸ் இண்டிகோப்ளாயிஸ்டஸ் கூறியுள்ளபடி ஆறு பெரிய

கடைத்தெருக்களில் பழைய பட்டண வெண்கலம், கருப்புமரம், துணி, மரப்பிசின்களால் வடித்த அல்- ஹம்பாரா பொம்மைகள் இவை. காலத்தையும் இடத்தையும் வெவ்வேறு நகரங்களாய்க் கடந்து கீழ்திசை நோக்கி வருகிறார்கள். ஒடிந்துகொண்டிருக்கும் பாடு கவிதைத் திரட்டுகள் பாலடைந்த பிரதிகள் இந்தக் கப்பலில் நீண்டகாலம் அழிந்த மாலுமியாகச் சிதைந்தும் எல்லாரது விரல்களில் நூற்றாண்டுக் கணக்காய் பத்திரப் படுத்திவைத்த கையெழுத்துப் பிரதிகள் இரண்டு. ஒன்று அரசன் டெனிஸ், மற்றொன்று மார்ட்டின் கோடாக்ஸ். கணவாய்மீன் குருதி நீர்மத்தைத் தொட்டு ரகசியப் பண்ணியற்றிப் பாடவும் தெரிந்த நூற்றுக்கணக்கான பாணர்களில் வீகோ நகரத்துப் பாணன் கோடாக்ஸின் பாடுகவிதைகள் மொழியாய் வலிமையலாய் பொம்மலாட்டக் கப்பலின் இசைக் கோர்வைகள் ஆயின.

இசபெல்லா லிஸபோவா வெளியேறாமலே இக்கப்பலின் ஊழ்விதியாகப் படிந்து கவிதைகளை எழுதவும் பாடியதை எழுதவும், நடிக்கவும் திறன் பெற்றவள். கப்பலில் மறைந்திருக்கும் ஜாக்லர்கள் தாம் இயற்றிய பாடல்களைப் பாடவும் செய்தனர். பிறர் பாடல்களை இசைப்பவர்கள் ஸ்ட்ரபதோர்கள்.

இந்தக் கப்பலைச் சிறுபெண் அகுஸ்தோ மாஷா கையால் தொட்டால் லீஸாப்ரென் என்ற வரிக்கட்டமைப்பு சங்கப் பாடல்கள் ஊற்றெடுக்கும் சாயல் நெய்தல் திணையாகத் தோன்றும் இரங்கலும் இரங்கல் நிமித்தமும். ‘குறளடிச் செய்யுள் குறுந்தொகையாமே’ குறளடி என்பது நான்கு முதல் ஆறெழுத்துள்ள நாற்சீரடி என்பது தொல்காப்பிய நெறி. ஆயின் அந்நெறி சங்கத்தார் காலத்துக்குப் பிறகு போற்றப்படவில்லை. சங்கத்தார் குறுந்தொகை என்னும் தொகைநூலோ நெடுந்தொகை எனும் அகநானூற்றடியளவை கோர்க்கக் குறுந்தொகை ஆயிற்று. ஐங்குறுநூறும் அத்தகையதே. தெம்பாங்கு ஈரடி ஓரெழுதுகையால் நாற்சீரடியாய் ஒவ்வொரடியின் மூன்றாம் சீரும் முதற்சீருக்கேற்ற மோனையுடையதாய் வரும் சிந்து நடை. தெம்பாங்கு. தென்பாங்கு இதனைப் பாடி இசைத்த காற்று பரணியாற்று நெடுக தேய்ந்திருக்கும் ஒற்றையடிப் பாதையில் இன்று தெம்மாங்கை இழந்த காற்று வீசுகிறது.

நெய்தல் கரைநெடுக தேன்போல் இனிக்கும் தாழைக்காடு, வசவன் குப்பம், அழகன் குப்பம், கைப்பணிக்குப்பம், நாறல் வாயன் குப்பம் தேறல் நுரைபொங்கும் பாடு கவிதைகள் லட்சம் பனங்கூட்டமாய்

உரசுகிறது. அல்-ஆந்தலூசியாவை வெண்ணாங்குப்பட்டு கடப்பாக்கம் கடல் வெளியில் கண்டனர்.

நவாப் தோஸ்தே அலிகான் கட்டிய அல்- ஹம்பாரா தொன்மம் இஸ்பானியா தேசத்தின் சிவப்புப் பெண் அரண்மனை கோட்டையை உருவேற்றும் அற்புதங்களை சிவப்புக் களிமண்ணின் நிறத்தைப் பிரதியாக்கும் அல்-ஹம்பாராவின் கட்டிடங்கள் முதலில் வெண்மையாகக் கட்டப்பட்டன. இவை சிவப்பு நிறத்திற்கு மெல்ல உருமாறும் ரகசியத்தை சாயக்காரக் கலைஞர்களைத் தவிர யாரும் அறிந்திருக்கவில்லை. அராபியாவில் பானு அல் அஹ்மர் உருவாக்கிய அல்-ஹம்பாரா அரண்மனை சிவப்பான ஆண் அரண்மனையாகும். இதை 'யூசும் த ரெட்' என்ற செல்லப் பெயர் கொண்டு அழைத்தனர். ஆனால், இடைகழிநாட்டு அல்- ஹம்பாரா பல ரத்தக் களரிகளுக்கு ஆளானது. பழமையான இந்தச் சிவப்புக் கோட்டையில் தஞ்சம் புகுந்தவர்கள் ஆண், பெண் எனும் இரு அரண்மனைகளாக கடற்கரை மேல் ஒரு அரண்மனையும், கடலில் மிதக்கும் ஒரு அரண்மனையும் ரகசியக் கொத்தர்களாலும் சாயக்காரக் கலைஞர்களாலும் நிர்மாணித்தார்களாம்.

திப்பு சுல்தான் கனவுப் புத்தகத்தில் உள்ள கந்தலான ஒரு வரை படத்தின்படி செஞ்சியின் ராணிக்கோட்டை, ராஜாக் கோட்டை என்பதின் குறியீடாக ஆண் என்றும் பெண் என்றும் இரு அரண்மனை களாகின. திப்பு சுல்தான் கனவில் இங்கே வந்து செல்கிறான். செஞ்சி ராணிக் கோட்டையில் தூங்கும்போது முன்னைப் பனைநாடுகளின் தென்பாங்கு முதலடியின் இறுதிச் சீர் மடக்கி இரண்டாவது அடி வருவதுமுண்டு. நாட்டுப்புறம் பாடு கவிதைவளம் இந்தத் தெம்மாங்கு ஞானக் குறவஞ்சி வகை. போர்ட்டோ நோவா பொம்மைகள் ஆடிப்பாடும் உரையாடல். விராலிமலைக் குறவஞ்சி, குற்றாலக் குறவஞ்சி. குறம்: குறம் என்பது குறி சொல்லுதல் என்றும் பொருளது. குறம் என்னும் ஏடுகள் செல்லறித்துப் போனாலும் தானே பாடுகின்றன நம் மறதியைச் செறிவூட்டி. ஓலைகளைத் துளைத்துத் துளைத்து ஒழுகி ஆடும் புழுவே நம் ஆற்காடு நவாப் தோஸ்தே அலிகான். அவன் சதா ஏட்டுப் புழுவாய் வளைந்தாடுகிறான். குறத்தி கூற்றுடன் கூட்டமாய் பிறர்பாடும் கூற்றும் வரும் நெட்குறி கூறும் முறையைக் கூறுவதாகும். இசைச் சுருளில் தனித்து இழைகிறாள் களம்பாடும் எயிற்பட்டினக் குறத்தி. கைக்குறி நிமித்தக் குறி பெண்கள் படைத்த நாழி நெல்மீது குறத்தியார் பாடுகவிதை எழுகிறது. கும்மி: இடைகழி நாட்டுச் சித்தர் எழுதிய வாலைக்

கும்மி ஏடு முறியாமல் நீந்தி வருகிறது இடைகழி நாட்டுச் சித்தர் ஓலைமடல். இடைகழிநாட்டுப் பனமடல் அறுத்து அருளிய ஞானக்கும்மி. நெல்லில் ஊறவைத்து வெளிர் மஞ்சலான தூக்கு ஓலைகளும் தொலைந்து போன நடேசர் கும்மி கஞ்சாக்குடிக்கி சுப்பையாவின் கும்மிப் பாடல்களும் பாடுகவிதை.

ஒவ்வொரு அடியிலும் நான்காஞ் சீற்றையும் தனிச்சொல்லாக அமைத்துப் பாடுவதும் பொந்தம் புளிய மரத்தில் சூணாம்பேடு கள்ளுண்ட கும்மியின் நுரைப்பாடல்கள் பலபேர் கூடி நின்று நாறல்வாயன் குப்பம் காடியைக் கலையங் கலையமாய்க் குடித்துப் பாடியதையே பாடி, ஆடிப்பாடுதல். கும்பல் கும்மிருட்டு குப்பல் தொகுதி குறிக்கும் சொற்கள்.

தலைவனை நினைத்து தலைவி பாடுவது அங்கே அமிகோ. தலைவியை நினைத்து தலைவன் பாடுவது அங்கே அமோர். மூன்றாவது அடைக்கலாங்குருவிகளின் வசவுப்பாடல். ஒவ்வொரு பாடலின் ஈற்றடி ஒரே வரி தான். திரும்பத் திரும்ப ஒரே வரி. முதல் இரு வரிகளின் ஈற்றசைகள் திருப்புகழின் சந்தலயமாய் சுருள்கள். ஐகாரத்திலோ ஓகாரத்திலோ முடியும் ஒவ்வொரு வரியும். முதல் பாடலின் இரண்டாம் வரி மூன்றாம் பாடலின் முதலடியானது. இரண்டாம் பாடலின் இரண்டாமடி நான்காம் பாடலின் முதலடியானது. இப்படி வரிகள் திரும்பத் திரும்ப வரும்படி பின்னிய தூக்கணாங்குருவிக் கூடுகளாக பாடுகவிதைகள் தொங்கி ஆடுகின்றன.

ஒவ்வொரு நாரும் குருவி மூக்கின் இசைக்கோலம். தூக்கணாங்கூடு களைத் தொட்டால் மார்ட்டின் கோடாக்ஸின் இசைக்கோலம் தானே இயங்கத் தொடங்கிவிடும். நீரில்லாமல் ட்ரபதோர்களால் இசைக்க முடியாது. நீரிலும் நிலத்திலும் உள்ளவர்களோடு சேர்ந்திசைப்பதில் நீரில் வாழும் பறவைகளாக பாடகனின் தனிமைத் துயரம் போர்கா அன்னத்தின் தடாகமாக இருக்கிறது. பின்னர் நிலத்திலேறி வசிக்கிறார்கள் செங்கால் நாரைகளாக.

முதல் தாவரத்தின் பச்சையமாகவே இருக்கிறோம் நாம். அல்-ஹம்பாரா கடற்பஞ்சுகள், பாகு மீன்கள், உழுப்பூச்சிகள், சிப்பிகளில் வரிபடும் பிரளயத்தின் சாயைகளாக அல் ஆந்தலூசியா என்ற கப்பலில் மறைந்துகொண்டு இருக்கிறோமா. நிலத்தின் விரிவையெல்லாம் மூடிய கடலுக்குள் சலவரி கொண்ட அல்-ஹம்பாரா ஆண், பெண் இரு அரண்மனைக் கோடுகளை வரைந்து மீன் ஒன்று முதன்முதலில் சித்திரமாகிப் படிந்து நீந்திவர ரெட்டைத் துடுப்புகள்

ஐபீரியத் தீவக் குறையிலும் மார்மாராக் கடலிலும் இங்கே எயிற் பட்டினம் மிதக்கும் வங்கக் கடலிலும் எழுதிச் செல்கின்றன. முட்டைகளாய் நீரில் இடப்பட்டு கருஞ்சுழியில் எதிர்காலப் புழு நுழைந்து உடற்கூறு பாகங்களும் திறக்கின்றன முதல் நீச்சலில்.

பரங்கிப் பாட்டி இசபெல்லா லிஸபோவா இறந்தபின் அவள் குமாரத்தி லஸ்ஸியோ அல்வாரோ அகுஸ்தோ பியானோ வாத்தியக்காரி இப்போதவள் முடிவற்ற காதலை போர்ட்டோ நோவாவில் டபாக்காரியா என்ற புகையிலை வணிகனிடம் இசையாகப் படரவிட்டுத் திருமணம் செய்துகொண்டார்கள். 'நெப்போலியனின் வெற்றிகளைவிட பெருங்கனவுகள் கண்டேன்; என் கற்பனை இதயத்தில் கிருஸ்துவைவிட மிகப்பலரை அரவணைத்தேன். காண்ட் எழுதியதைவிட பல தத்துவங்களை மறைவில் புனைந்தேன். வேறு இடத்தில் வாழ்கிறபோதிலும்' என்ற அல்வாரோ தெ காம்போஸின் பாடலை பியானோவில் இசைத்தபடி தன் தாயார் இசபெல்லா லிஸபோவா கலீசியப் பாடகர்களோடும், மார்டின் கோடாக்ஸ்ஸோடும், அல் ஆந்தலூஸியா கப்பலில் முடிவற்றுப் பயணிக்கிறாள். ஸ்ட்ரபதோர் களோடு இசபெல்லா லிஸபோவா பாடியவாறு கடல்மேல் நிலவைப் பெற்றுவிட்டாள். அதனுடன் கடல் மடிப்புகளுக்குள் ஆழ்ந்து செல்கிறார்கள் ஸ்ட்ரபதோர்கள்.

அவர்கள் துரத்திய கணவாய் மீன்கள் வெளிப்படுத்திய கருப்பு நீர்மத்தைத் தொட்டு எழுதிவரும் பாடு கவிதைகளில் முன்னறியப் படாத துருவப் பறவையின் முட்டைமேல் சுற்றிவருகிறது பறவை இறகு. அது நீர்ச்சுழலை வெற்றிகொள்வது சாத்தியமாய் இருந்தது. மார்டின் கோடாக்ஸின் உணர்வில் இருந்தாற்போன்றே இசையில் உயிரும் உடலுமாக உருவெடுத்துத் தோன்றினாள் அந்தப் பரங்கியாள் இசபெல்லா லிஸபோவா. உள்நாக்கு நத்தையின் குரலாக மிக மெல்லிய குரல்வளையில் பாடினாள் அவள் குமாரத்தி லஸ்ஸியோ அல்வாரோ அகுஸ்தோ. அமைதியின் மென்னயத்தில் கைக்கிளை மரமாகக் கடலுக்கு அடியிலும் உயரத்திலுமாக இசபெல்லா லிஸபோவாவைப் பிரிந்த குமாரத்தி லஸ்ஸியோ அல்வாரோ அகுஸ்தோ நடமாடினாள். படகின் மீது காற்றில் ஏறிச் செல்கிறாள் இசபெல்லா லிஸபோவாவின் குமாரத்தி. எதற்கழுகிறாள் லஸ்ஸியோ அல்வாரோ அகுஸ்தோ. தன்னைக் கடந்து சென்ற சாகப் பொழுதன்றி வேகப்பொழுதில்லை.

சாகிற பேருக்கு சமுத்திரம் கால்வாய். அவள் புன்னகையில்

நழுவிய வார்த்தைகள் ஏக்கம் தனியாது பியானோவில் விம்மிய கூந்தல். நிலவின் இழைகள் அதரங்களை வீசி வளர்ந்து நெளியும் இசபெல்லா லிஸபோவா மகளின் குமாரத்தி பொற்சிகலிகை. அவளை நோக்கித் திரும்பிய தலைவன் கம்மந்தான் கான் சாகிபு கடலலை மேல் நின்ற சிறு கலத்தில் பார்த்துக்கொண்டிருந்தான் லஸ்ஸியோ அல்வாரோ அகுஸ்தோ மாஷாவை. பாடலில் புகுந்து அவனைப் பார்க்காதிருந்தாள் தலைவி அகுஸ்தோ மாஷா. தலைவன் கான்சாகிபுவின் அழைப்பையோ சீகல் வட்டத்தின் சுழற்சி ஒலிக் கோலத்தையோ எதையுமே பார்க்காதிருந்தாள் தலைவி அகுஸ்தோ மாஷா. பாடுகவிதையால் உள்நாக்கு நத்தையாகச் சுருண்டு உணர்ந்து கொண்டிருந்தாள் தலைவன் கான்சாகிபை. இன்னும் மொஸாம்பிக், மாம்போஸா அடிமைகளைக் கோவா சந்தைக்கு கொண்டுவரும் அல்-ஆந்தலூஸியா கப்பல் புலம்புவதைப் பாடினாள் அகுஸ்தோ மாஷா. டாம் கான்ஸ்டாண்டினோ ப்ரகன்ஷாவிடம் முத்திரையிட அடிமை களைக் கூட்டிப்போகிறார்கள்.

அவர்களை காட்டுப்புதரிலிருந்து தாள்புகையிலையாகப் பறித்தெடுத்தனர் அகுஸ்தோ மாஷாவின் தந்தையாகவும் இருந்த பரங்கிப்பேய் வணிகன். அவர்கள் முகத்தில் ஏப் விலங்கின் பூர்வ வாசனையும் மரங்களின் நறுமணமும் குருதி இழைகளில் ஓடும் இருண்ட கண்டத்தின் மாலைகளும் சூரியோதயங் களைச் சுற்றும் பறவைகளும் ஆரஞ்சு நதியில் மடிக்கப்பட்ட ஆயிரம் மரங்களின் நிழல்களும் அவர்கள் கூடவே பெயர்ந்து வந்திருந்தன. அகுஸ்தோ மாஷா விட்டுப் பிரிய முடியாத தன் சீயாள் இசபெல்லா லிஸபோவா வந்த அல்-ஆந்தலூஸியா கப்பல் அல்-ஹம்பாரா, ஆலம்பரா என மருவியதில் அங்கு போய்ச்சேர்ந்தது மார்ட்டின் கோடாக்ஸ் வந்த வங்கம். நடுக்கடலில் மூழ்கிக்கொண்டிருக்கிறது அல்-ஆந்தலூஸியா கப்பல் அதற்குள்ளே முகமதலியின் அல்-ஹம்பாரா ஆண்களின் அந்தப்புரம் கொண்ட அரண்மனையும் பெண்களின் அந்தப்புரம் கொண்ட அரண்மனையும் இருட்டு நீருக்குள் மூழ்கிக்கொண்டிருக் கின்றன. கப்பல் நிறைய ஸ்ட்ரபதோர்கள் சீயாள் இசபெல்லா லிஸபோவாவின் ஆவி கொடி மரத்தில் பாடி நடுங்கியது. பேத்தி லஸ்ஸியோ அல்வாரோ அகுஸ்தோ மாஷாவைப் பிரிந்து செல்வதைப் பார்த்து.

உடுகண வாளம்

மூர்களின் குதிரைக்குதிகால் வளையமெனச் சுற்றும் இருளுமிழும் நெடுந்திரியைக் கொழுத்தினான் முகமது அலி கான் படைத் தளபதி

யூசுப்கான் உடுகண வாளத்துக்குள் ஞாயிறு எழும்போது கற்படை வட்டங்களில் புனை நிழல்கள் பெரிதாகித் தலை தூக்கு மரமும் சுற்ற சக்கரவாளகிரி விளிம்பிலிருந்த அண்டங்கருப்பிகளான காக்காச்சிகள் கா…கா வென அவனைச் சுற்றி வாக்குவாதமிட்டு தன் முகவைச் சீயைில் பனையூர் அபிராமத்தில் அத்தை செண்டுக்கிளி காத்துவந்த முர்ரி சீவரத்தில் பனங்காய் பருமனுள்ள கருநாவற் கனியைவிட்டுப் பறந்து ஏகின. தன் கைவரிவாளம் சுற்றிக் கும்பினி சோல்சர்களின் சிரசுகளை அரிந்த பழையோர் உதிரவாளக் கொத்தை சிரசிலிருந்து உருவாமல் நத்தம் கோட்டை மண்மதில்கள்மேல் ஒட்டிப் புதைத்து வைத்தான்.

அபிராமத்தில் வாக்கப்பட்டுப்போன அய்யாவின் அக்காமார் காக்கூராள், பூனமிசா, மம்ராம்மா மூவரின் குமாரர்களான மச்சான்மார் எழுவரான செந்துலுக்கி, தெக்குத்தியான், பட்டாக்கத்தி, கண்ணு ராவுத்தன், முள்ளெலி, உப்புக்காய்ச்சி, நொண்டிப் பக்கீரும் பால்ய வனத்தில் கரைந்து எண்ணெயில் ஊர்ந்து நடமாடும் நிழல்கள் மேன்மேலும் கான் சாஹிப்பை நெருங்க சுடரின் நாணம் தாங்காது காற்றில் வளைந்து இருட்டில் நில்லாது படரும் உருவையும் பருத்தித் துணி நெய்வதிலும் அபிராமத்தில் பட்டுச்சேலை நெய்வதிலும் பனையூர், பாசிப்பட்டினம், இளையான்குடிப் பிறைதொழு மகளிர் அல்-மௌஸிலில் நெய்யப்பட்டதை முகசராபியர்கள் குதிரை மூர்களோடு கப்பலில் கொண்டுவந்த பாவுகளை விரித்து இங்கே உமறுப் புலவர் தெருவிலும் திப்பு சுல்தான் தெருவிலும் பள்ளிவாசல் தெருவிலும் ஊரணிக்கரைத் தெருவிலும் சூறாவளித் தெருவிலும் பேனாரீயனா சந்திலும் மேற்கு மல்லிப்பட்டினம் வரை நெய்தார்கள். சர்க்கரை ராவுத்தர் தெருவில்தான் உசேன் சந்து இருந்தது.

தெருவின் உள்ளிருக்கும் கூண்டுத் தெருவில் பனங்கிளிகள் போகிறவரை மஸ்லின் வாங்காமல் சும்மாவிடாது. கூண்டுத் தெருவிற்கும் கூலலெப்பைச் சந்திற்கும் எலுமிச்சை ஊரணிச் சந்திற்கும் இடையே கண்ணுக்குப் புலப்படாத பாவு விரித்திருந்தனர். மொராக்காவிலிருந்து வந்த கம்பளப் பெண்டிர் முர்ரியை நூர்தீன் தெருவிலும் சம்சுத் தெருவிலும் நெய்ததை சபூர்பாட்சாவிடமும் குப்பைப்பிச்சை ராவுத்தரிடமும் மரைக்காயர் கப்பலுக்குக் கொடுப்பார்கள். மூங்கில் கொம்புகளில் என்ன ஏதென்று கேட்டால் ‘அபிசீனியச் செட்டிப் பாதைக்கு கொடுத்தோம்’ என்பார்கள். நெய்த எல்லா முர்ரிக் கம்பளங்களும் கோல்கோய் கடல்வழி செல்லும். பழமையான முர்ரியின் சித்திரவற்புதத் தொல்லெச்சங்களையும்

தொட்டதில் குயவனுடைய திகிரியிலே திரிகின்ற பூச்சிகள் வாளங்களாய் மகரத்திலே வரும்போது முற்பட்ட பகலிரா மாறி வித்யாசமான பரிதியின் நிழல் படாத மகரத் திருப்பத்தில் மண்ணுலக முர்ரி நெசவுப் பெண்டிரின் கலைகளின் பிரவாகம். உயிர்ப்பலி உண்ணும் வெறியாட்டில் காக்காச்சிகளின் வாக்குவாத ஒலி உடுவனுக்குக் கேட்க வான்பலி ஊட்டும் கீழ்த்திசையில் மாலியவான் மலை நீலமாய் எழுந்து பலிச்சிரசுகளைத் தொட்டதும் அவற்றில் சுவாசம் இருந்தது. நவகண்டத்தில் இருந்தோரின் தோற்றங்களாய் நடமாட்டம் மேற்றிசையில் கந்தமானத அடுக்கத்தை நோக்கி மூர்கள் போர்த்துக்கீசியரோடு அடிமை வாணிபக் கப்பல் சாயைகளின் நடமாட்டம் இருந்தது. அங்கு பருத்துத் தழைத்த சிலைகளை உடைய மாமரங்கள் நிறைந்த ஆம்பிரவனமும் நெருங்கிவர புத்த பீடிகையும் நந்தவனமும் கிட்டவர அங்கு இஸம்: இ-ஆஸம் சொல்லொலியைப் பறவைகளும் விலங்குகளும் ஒலித்தவாறு நீலமடைந்த கோல்கோய் கடலலையைப் பார்த்தவாறு இருந்தான் ஷத்புதீன் ஜிந்தாமதார் மகன் மருதன். பறவைகளை அண்ணாந்தவாறு தன் உடல் கவசத்தை உடைத்துத் திறந்து அகவெளியில் வறண்ட மணலின் விரக்தியைக் கண்டான். ஏன் மணல்மேடுகளாய் சூனிய ஒளியிட்ட கோடுகளாய் உள்ளதெனக்கு.

மூத்த துறவிக்கான முகமது மீரான் மஸ்தான் பரங்குன்றம் சிக்கந்தர் மலைமேல் அடங்கியிருக்கும் சிக்கந்தர் ஒலியுல்லாவின் சீடராய் ஞானப்பாடல் காற்றில் வர அருமைநாயகம் தோன்றி மறைகிறார். ஞான ரத்தினாகரம் நாகூர் குலாம்காதிர் கைவசமாய் இருக்க காயல்பட்டினம் கண்ணகுமதுப் புலவரும் செவத்த மரைக்காயர் ராமேஸ்வரம் இருளப்பிள்ளை சாற்றுக் கவிகளாய் கடல் பளிங்கில் மகன் மருதன் நடக்கிறார்கள். அவர்களுக்குப் பருத்திப் பெண்டிர் தானமாய்க் கொடுத்த பழுப்பு நூல்பாவுகளை அள்ளி முறித்து சீவரப் போர்வையை நெய்து கொடுத்தனர். தன் குதிரைத் தோல் பையில் அங்கே பழைய சீவரம் ஒன்றை அபிராமத்து அத்தை மம்ராம்மா கொடுத்ததை அழுக்காக வைத்திருந்தான். அதன்மேல் வான் மீன்கள் தங்கள் நிலை பிசகாமல் உலாவிக் கால மழை பெய்து சம்புவிருட்சங்களும் வடவிருட்சம் என்ற ஆலமரமும் அதைச்சூழ இருந்த நன்னீர்ச் சுனையில் மூன்று அத்தைமார்கள் மண்தோண்டிகளில் பருத்தி எடுக்கும் பெண்டிருக்கு குடிக்க நீர் சுமந்துபோவதை தூரத்தில் இருந்து பார்த்தான். சிறுவயதில் தையல் மிஷினைத் தோளில் சுமந்தவாறு அத்தைமாரைப் பார்க்க பனங்காட்டு ஓடை, உப்போடை,

கல்லாறு கடந்து கூட்டிப்போன கரிசல் வாளத்தில் பெரிய ஆலமரம் நின்றிருந்தது. அதன் விழுதுகளில் பொம்மைகளாக இறங்கிவரும் கிழிந்த பழஞ்சீவரத்தில் செய்த ஆயிரத்தோரு இரவுகளின் பொம்மைகளும் அழுக்கான துணியால் மூன்று அத்தைகள் தைத்தவையாய் இருந்தன. அவைகளைச் சுற்றி சீவராசிகள் என்றும் கேட்டிராத நாத ஒலியானது மிகமெல்லிய எளிய பருத்தி நெசவாளர்களின் தறிக்குரல்களாய் கேட்க நெய்த சீவரங்களின் ஒருவகை ஒலி தோன்றி சீவராசிகளை நிலைக்கச் செய்தன. குணங்குடி மஸ்தான் சாயபு நூல் ஆலிலைகளாக உதிர்ந்துகொண்டிருந்தது. எதனோடும் ஒப்பிட முடியாத அபிராமத்து அத்தைகள் பருத்திப் பெண்டிராகவே இருந்தனர். உலகெங்கும் சுற்றிவருவதற்குச் சாட்சியாக பரிதி நிலவிரண்டும் கலங்கமற்று பழைய முர்ரிச் சால்வை நெய்யும் மண்கூரை ஊரின் நெசவு ஒலி இடைவிடாமல் கேட்டது.

கடலாடுகாதையிலும் ஊர்ந்து செல்லும் குருதியின் ரகசிய உரையாடலாக ஆழ்நிலையில் நீறுபூத்த நெருப்பாக மூடியுள்ள தொன்மப் பரப்பிலிருந்து சடங்குகளில் மகரமீன மிருகாயி உயிர்ப்பலி கேட்டதில் அலை மேலிருந்து இரவிரவாய் உடுவன் வான்வழிபாடு நோக்கி பலவேட முகமூடியர், மூழ்கிய நகரத்திலிருந்த பழந்துணிப் பாவைகள் சம்பாபதியோடு ஆடி மேலேற கான் சாஹிபு கட்டிய நத்தம் கோட்டையைப் பீரங்கியால் இடித்தனர் வெள்ளையரும் ஆற்காடு நவாபும்.

அழிந்த மண்பட்டின நத்தக்கூறு மண்கரைத்துப் பூசுகிறான் வேடமுகங்களில். ஆயிரம் பணாமுடியுடைய கார்கோடக சர்ப்பத்தைக் காடு கசிந்த பசுமைச் சாறினால் வரைகிறான் முடிவற்ற துகிலில் சதியால் வீழ்ந்த கம்மந்தான் தூக்கிலிட்ட கயிறுபட்ட உடலைச் சிறு சக்கரங்கள் அமைந்த அலங்காநல்லூர் வண்டியில் வைத்து இழுத்துச் செல்லப்பட்டது என்றும் அவனுடைய தலைமுடி எழுத்தாணிக்காரத் தெருவை உரசிக் கிளாஸ்காரச் சந்தில் ஒளிந்திருந்த மனைவி போர்ட்டோ நோவா பரங்கி வணிகனின் குமாரத்தி அகுஸ்தோ மாஷா உடுகணப்பேழை ஏந்திய கான் சாஹிபு சடலத்தைப் பனையூர் பருத்தித் துணி போர்த்தி அழுதாள். போர்த்திய துணியிலிருந்து குதிரைக்கால் புழுதி கிளம்பி அதன் குளம்படிகளின் ஒலியும் கனைப்பொலியும் கேட்டது. அவனுடைய தலைமுடி வாசனை மருதை மாசி வீதியெல்லாம் இழுபடும்போது அந்திக்கடை வெள்ளாட்டிகளையும் நெல்பேட்டைப் பெண்களையும் தவிட்டுச் சந்தில் இருந்தவர்களையும் சுண்ணாம்புக்காரத் தெரு இசை

நாடக ராஜபார்ட், ஸ்த்ரீபார்ட்களையும் கரைகண்டு டாப்பிலிருந்த தாசிகளையும் ஒப்பாரியிட வைத்தது. கான் சாஹிபு பாழிச்சிகலிகை தரையில் இழுபடும்போது வலிய தீக்கொழுந்துகளாய் சீறி மருதையை அரற்றின. அவன் பாரியாள் அகுஸ்தோ மாஷா தன் கூந்தலால் பூமியில் விழுந்தவன் சிகைக் கோடுகளைத் தூற்றுத் தூற்று அழுதாளென்று சனங்கூடி அழுது ஒப்பாரியிட்ட பாடல்கள் பூழிப் புழுதியாய் சுழன்று கம்மந்தான் முகத்தில் போய் படிந்ததென்று அந்த அந்திநேரத்தில் தலைவிரிச்சான் சந்தில் புட்டு விற்கும் வந்தியெனும் வாணியக் கிழவி, 'நேற்றோ இவர் மருதைக்கு ராசா... இன்றோ பிணம். இதுதான் மருதைக் கடவு ஓலையை சித்திரபுத்திரன் முறிச்சிட்டானப்பே' என்றாள். வஜ்ர மந்திரத்தால் வடதுருவமீனை வான் அச்சாகக்கொண்டு ஞாயிறு மண்டிலம் மீதுயர்ந்த நான் மீன்களினூடாகத் தன்னை இஸ்பானியா தேசத்திலிருந்து தேடிவந்த இயற்பியல் துறவியைக் கோரிப்பாளையத்தில் முகம்முகமாய்க் காண வருகிறான். கான் சாஹிபு ஆண்ட வெகுசில வருடங்களில் மருதையில் கிளைக்கும் ஆயிரம் சித்திர வாயில்கள் வழி நுழைந்து உயிர்க்குலங்களின் சித்திரப்புடவுகளில் காகியென்பவளுக்குப் பிறந்த காக்காச்சிகளின் கோட்டுருவங்களுக்கு கணவாய் மீனுதிரக் கருமையும் சுடலைச் சாம்பலும் தொட்டுப் பூசிவரைந்திருந்தான் பனையூர் கம்மந்தான். காக்காச்சிகளின் வர்ணங்கள் கான் சாஹிபின் ஆட்சியில் சாம்பல் நிறப் பின்னணியில் பாடுகிற ஆற்றலைப் பெற்றுவிடுகின்றன என வியந்தார் துறவி ரோஸா.

அனுபவத்தின் நிறம் சாம்பல்தானே.. எல்லாப் பொருட்களும் அழிந்த பின் எல்லாவற்றின் மறைவிற்குப் பின் எஞ்சியிருப்பது கருமை பூசிய சாம்பல் காக்காச்சிகள்தானே துறவி ரோஸாவே... என்றான் வரும் விதியை ஒரு காகத்தின் கரைவில் உணர்ந்தவாறு கம்மந்தான். அவர்கள் இருவரும் வரிச்சியூர்க் கண்மாயை அடுத்த குகைக்குள் நுழைந்தவுடன் சுதி என்பவளின் ஓவியத்தில் நூறு கிளிகள் பறந்தன. பாசினியின் தோளில் பருந்து வந்து கால்வைத்து அவள் இடதுதோளில் ஆந்தையும் பதுங்கியது.

புறாக்களின் ஒவ்வொரு சாயலிலும் மையல் தேக்கிய கண்களோடு கீழக்குயில்குடி கருப்புக் கோயில் மலைப்புடவில் கும்கார ஒலியிட்டு அலறும் நூறு தனிமைகளையும் ஈன்றாள் ராக்கிப்புடவுச் சித்திரத்தில் கண்ட சேனை என்பவள். மிருகை என்பவளின் குகையில் அரிட்டாபட்டி வராகங்களின் கொம்புகள் உதிர்ந்து கிடந்தன. அரிணிக்கு நாம் வந்து சேர்ந்த அழகர்மலைத் தீர்த்தத்

தொட்டிக் குரங்குகளுக்கும் பதினெட்டாம் படிக்கருப்பர் கோயில் குரங்குகளுக்குமான சண்டையை அனுமாரும் கள்ளழகரும் தீர்த்து வைக்க முடியாது. கள்ளழகர் போனபாதையில் மந்திகளின் கூட்டம் மறைந்திருந்தன. மத்திரமதிக்குப் பிறந்த ஐராவதத்தின் பிரமாண்ட ஓவியங்களைத் தெப்பக்குளத்தைச் சுற்றி சுண்ணாம்புக் கட்டிகள் கரிக்குச்சிகள் கொண்டு பித்துப்பிடித்த சைத்ரீகனுக்கு தோல்காசுகளை வீசினர். ஜம்பு விருட்சமெனும் நாவல் மரத்தைச் சுற்றிவருகிறான் கோடுபோட்டு வரும் குழந்தைமுகம் மாறாத சைத்ரீகன். சினைமந்தியின் கைபோல் அவனுக்குப் பிஞ்சு விரல்கள். தேக்கும் கமுகும் நிறைந்த மருதந்துறையில் நடந்து அந்த ஓவியத்தின் கோடி வரை செல்கிறார்கள். ஜம்புத் தீவத்தின் மத்தியில் மகாமேரு வரையப்பட்டிருந்தது. நான்கு திசையுள்ள ஓவியக் குகைக்கு வருகிறார்கள் கான் சாஹிபும் துறவி ரோஸாவும். இப்போது கம்மந்தான் சொல்லிவந்த ஏழு பொழிலும் ஏழு பறவைகளும் அசைந்துகொண்டிருந்த ஏழு வகை மரங்களில் வந்து அமர்கின்றன. அந்தத் திசை நான்கின் ஓவியம் அதிசயம் எனப்பட்டது துறவி ரோஸாவுக்கு. அவர் மூங்கில் தாள்களில் தன்னைக் கவர்ந்த ஜம்பு மரத்தின் வெளி உருவை வரைந்தார். அகுஸ்தோ மாஷா அரண்மனைத் தோட்டத்தின் மூலைகளில் வெள்ளத் தாள்களை ஒளித்து வைக்கும் காக்காச்சிகள் அவரோடு உரையாடத் தொடங்கின. ஆற்றல்வாய்ந்த காகமே எப்போதும் நேர்கோட்டில் பறப்பது நீதான் என்றார் பறவையை நோக்கி.

கரிய இருளில் மூடப்பட்டுள்ள நெருப்பு வட்டத்திற்குள் நமது மூதாதையர்கள் முன்மொழிந்த வருங்காலம் பற்றிய விரிவான பிதிர்க் கதைகள் மூழ்கிய நகரங்களின் தைல ஓவியங்களுக்கு நிறங்களின் வடிவிலும் இசை மறைந்திருக்கிற தில்லையா. பாசியடைந்த கின்னரி வாத்தியத்தின் மத்திம ஒலிக் குறியீடாக ஒலிக்கப்பெற்றதாக மேலஅனுமந்தராயன் கோவில் தெருக் கணிகையிடம் உள்ள 'மாறு' இசையின் விதியாகவும் வரும் கலைகளில் குறியீடாகவும் இங்கு உள்ளன என்றான் கம்மந்தான். அந்த உடுகணப்பேழையை இயற்றிய உலகவறவிக்குப் பின்னே சீடனாய் உருவான பனையூர் தையற்காரர் சத்புதீன் ஜிந்தாமதாரின் ஏகப் புத்திரன் அவன். ஞாயிறும் திங்களும் சுழல்கிற இயற்பியல் கூற்றுகளையும் குறியீடுகளையும் உலவறவியிடம் கேட்டுக்கேட்டு உரையாடி வளர்ந்த வானியல் கணியப் புலமைமிக்க அல்-ஹம்பாரா அறிவுச் சாளரத்தில் தன்னையும் எதிர்கால அபிதர்களான ஜின்கள் மற்றும் நீர்மனிதர்களைத் தேடிவந்த

இயற்பியல் துறவி ரோஸாகாண்டிசாஸ் வியல்வாளப்பட்டினம் வர உச்சைச் சிரவமெனும் வெண்புரவி எதிர்கொண்டு வான் வழிபாட்டின் தொல்தெய்வமான உடுவனிடத்தில் சேர்த்தது துறவியை.

மருதைக்கு அரசாணி அகுஸ்தோ மாஷா அரண்மனையிலிருந்து அவ்விடம் எதிர்கொண்டு வந்து நின்றான் கம்மந்தான். அவன் கையில் மஞ்சலிட்டிருந்த வட்டச் சுவடி நீண்டகாலமாக மழை பெய்யாத பூமியென வெடித்திருந்தது. தன் சுவடியை வான்மீது அண்ணாந்து ஏந்தினான் மழைக்காக உலகத்தார் யவனரின் ஆம்பொரா வடிமதுக்குடுக்கைகளை நாகமணலிப் பட்டணம் விழவின் ராத்திரிக் கொண்டாட்ட ஆரவாரப்புழுதி காலமற்றுப்போன புழுதி நூலாகப் புரண்டுகொண்டிருந்தது. வந்த துறவியோ உடுவனின் பாண்டு கம்பளத்தின் நடுக்கத்தையும் உற்றார். கீழ்கடலோரம் நடந்துசெல்ல வெட்டவெளிமேல் மின்னல் கூட்டங்களோடு பாய்ந்துவந்த வெள்ளையானை மேலமர்ந்த கிழக்குத்திக்குப் பாலகன் உடுகண வாள மேந்திவரக் குலவையிட்டுக் கைவிரித்து வா... வாவெனக் கூப்பிட்டார்கள். உடுவா... ததீசி முனிவர் தந்த முதுகெலும்பால் வஜ்ரஞ்செய்த உடுகணவாளமோ... இதை மலைகளின் சிறகை அரிந்ததில் உதிரம் சிந்திய இடத்தில் பவளமுடான போது மைநாகபர்வதம் கடலில் ஒளிந்துகொண்டு மேல்வராமலிருக்க மலையின் சாயலில் அல்-ஹம்பாரா பெண்களின் அரண்மனைக்கு வந்த நீர்மனிதர்களாய் யாம் உதித்ததை நீ யாரிடமும் சொல்ல வேண்டாம்... நிலமனிதராய் வரவில்லையாம் இங்கே. கான் சாஹிபிதிடம் அன்னம் யாசித்து உறிஞ்சிய நீரில் பிரவாகமெடுத்தோம் யாம். பருத்திப் பெண்டிர் வாழும் அபிராமம், பனையூர் நெசவாளருக்கும் அன்னத்துக்கும் தீராமோகத் தொடர்பிருக்கும் தடாகத்தில் நீந்தும் இசையில் நிலவின் ஒவ்வொருபிறை நாளிலும் இந்திர விழவு வெகுவாய்க் கொண்டாடுவோம். இங்கு தனித்தனிப் பரிதியாக இருப்பவைதான் எல்லா உடுகணங்களும். குளிரிப் பளிங்கு அடுக்கத்தைக் கடந்து பூமிக்கு அடியில் இருப்பதும் கடற்குளிரி முழைஞ்சுகள். கடற் பளிங்கில் நீர்மனிதர்கள் அலையாய் வருகிறார்கள் அல்-ஹம்பாரா ஆண்களின் அரண்மனைக்கு.

ஒவ்வொரு உயிரும் ஒரு பெரிய கடல்குளிரியின் பளிங்கின் ஒரு பகுதியாக இருக்கிறது. இப்பகுதியில் ஒரு விண்மீனின் ஒளி வருடங்களும் தொட்டுச் சேர்ந்திருக்கிறது ஜின்களோடும் நீர்மனிதர்களோடும். இன்று இரவு வானில் வடக்குயர்ந்திருக்கிறது பிறை. ஆரல்மீன் அருகில் அகுஸ்தோ மாஷா செல்ல கூரிய

மூக்குள்ள நரிகளின் ஊளைகளை வெண்கோடுகளாய் வரைகிறான் நாடோடியாய் வந்த பித்துப்பிடித்த சைத்ரீகன். உடுகணவாளமாக முதுநரியின் ஊளை நீண்டு கம்மந்தான் ஒடுவை மரம் தாண்டி உழிஞ்சல் மரம்மீது கைதூக்கித் தன்விதியின் இறுதிநாள் நெருங்கிவிட்டதை உடு ரேகைகளால் தொடுகிறான். தான்றி மரங் களுக்கிடையில் உருக்கமாய்ப் படந்திருக்கிறது அவன் முன்னுணர்ந்த விதி. சுண்ணாம்பு ஓடையில் இந்திரன் வெருவு உருவெடுத்து மருதந்துறையில் கான்சாஹிபு ஆட்சி நாளில் வான்வழிபாட்டுச் சடங்கை ஏற்கிறான். 'உடுவன் பூசைநாளைக் குறிக்கிற வேனில் முடங்கலை பரிதி மண்டிலத்தின் மீது இந்திரனின் புள்ளி'யெனக் கூவியது இருதலையென்கால் புள்ளுரு. 'ஞாயிறு வேனில் முடங்கலுக்கு வரும்போது அப்புள்ளியில் புணர்பூச நாள்மீன் இருக்கும். கழைக்கு உரிய விலங்கு பெண்பூனையெனக் கூறிய கம்மந்தான் மறுநாள் பூசத்தில் பரிதி இருக்கக்காண்பாய்' என்றான் இயற்பியல் துறவி ரோஸாவிடம்.

துறவி கைமேல் யேந்திவந்த யவனச்சாம்பல் பூனையை விரலால் கோதியவாறு மேற்கிலும் இந்தப் பூனை சென்றுவிட்ட இரவிலும் தயோனிசச் சடங்கு நாடகத்தில் முன்னைய நடிகன் தெஸ்பிஸ் என்பவன் அகாரியா கிராமத்தைச் சேர்ந்தவன். தயோனிஸ விழா துவங்குகிறது. புனர்பூசத்தை இந்திரனோடு உறவுபடுத்தி அவன் பூனை வடிவெடுத்ததாக அடிவானில் பூனைவால் அசைந்து கொண்டிருக்கும் புனைவு திறந்து பித்தகோரஸ் வந்த கப்பலில் தான் நானும் வந்திருக்கிறேன் என்றார் துறவி ரோஸா.

உடனே கம்மந்தான் சொன்னான் சிலம்பிலுள்ள இந்திர விழாவுக்கு இராவணாதியர் கொண்டுபோன கப்பல் நிறைய அரிஷ்டங்கள், நிரா, மித்திக்கள் அதிபோதை தரும் காதிக்கள், கசப்புக் கள் நடிகன் விரும்பிக் கேட்பது. எலுமிச்சைச் சாற்றில் கழுவிய மண்பாண்டங்களில் கள்ளின் வெளிச்சத்தில் பொங்கும் நுரையுடன் மிச்சமிருந்தாலும் விற்க முடியாத வாசனை சுண்ணாம்புக்காரத் தெரு நொடிக்கொரு அபிநயங்கள் நாடகச் சூழலாகிவிடும்.

கட்டியன் வந்து வேடமுகங்களை அறிமுகம் செய்கிறான் மூத்த நடிகன் தன் முகத்திற்கு முத்து வெள்ளை பூசவும் ஒவ்வொரு திணையிலிருந்தும் பறித்த முந்நூறு வகை இலைச்சாறுகளைக் கொண்டு முகத்தில் கோடு வரைகிறான் வியல்வாளப்பட்டினத்தின் ஒப்பனைக்காரன். 'நான் கூறிய தயோனிஸச் சடங்கு நாடகத்தில்

தெஸ்பிஸைப் போல் கூட்டுப் பாடல் வடிவத்திற்கு திணைக் குழுக்களைத் தேர்வு செய்கிறான் இந்த துன்பியல் நாடகத்துக்குள். மைமோக நள்ளிரவொன்றில் கடலில் உருவாகும் கடற்புலவர்களும் மறைந்திருக்கிறார்கள் அமரபட்ச நிலவு கரும்... புள்ளியாகக் கடலைத் துளைக்கிறது நாடக விளக்குகள் மேலெழுகிறது அலைகளோடு' எனத் தன் இரு கைகளையும் விரித்து, துறவி ரோஸா வசனித்தார்.

தயோனிஸ விழாவின் சருக்கத்தைத் துறவி சொல்லும் நாடக பாணியைக் கவனமாகக் கேட்டான்.

மகரமீனமிருகாயி கடலடி அந்தக இருள் பூசி நமது பயிர்க்குல விதை முழுவதின் தாய் ஆனாள். ஆரம்பத்தில் அடிக்கடலின் அந்தக வெளியில் மயனாசுரன் தச்சுமுழம் போட்டு இயற்றிய கடற்பளிங்கு நத்தைக் குளிரியில் நீர்மனிதர்களைப் பெற்றெடுத்தாள். 'அவள் எல்லா இன மனிதர்களின் எல்லா வாய்பேசா விலங்குகளின் தாய். அவள் கருப்பு மின்னலின் தாய். ஆழ்கடல் அந்தக நத்தைக் குளிரியோடு சர்வசக்தியுடன் கர்ப்பமுற்றேன் என்றாள். உட்புறம் ஒளியும் வெளிப்புறம் இருளும் கொண்டு அண்டங்களின் எல்லையில் உடுகணப் பேழையேந்தி வருகிறேன்...' என்றாள் ஆம்பேரா ஜாடியை கரோடிகைக் கோவேறுமேல் ஏற்றிவந்த துறவி ரோஸாவிடம். தான் எழுதாத பக்கங்களில் அறிவன் தேயத்தின் வெட்டவெளிமேல் மின்னற்கூட்டங்களோடு பாய்ந்துவந்த மயனாசுரன் புராணத்தூசி அடங்காமல் துறவி ரோஸா முன் தோன்றினவன் கைக்கூட்டில் அண்டகோள விலாசங்களை அளக்கும் கெமிலியரஸமட்டம் துடித்துக் கொண்டிருக்கப் பார்த்தார்.

இருவருக்கிடையிலான இயற்பியல் புலமையைப் பரிசோதித்துக் கொண்டதில் கிரேக்க கட்டிடக் கலையின் ஞானி ஸ்டேடிகிரேடஸ் பற்றிய பேச்சில் அவனையும் தெரிந்திருந்தான். உடனே தன் அறிவன் தேயத்து இயற்பியல் ஞானிகளின் ஆவிகளால் பீடித்த நொடிப்போதில் வடதுருவ மீனை சக்கரவாள மலையின் முகடாகவும் நடுப் புள்ளியாகவும் வைத்தளந்ததில் வான் உடுக்களெல்லாம் சுற்றிச் சுழன்று வலம்வரும் ரஸநாளங்களுடைய கெமிலிய ரஸமட்டம் மயனாசுரனின் கற்பனையான வானமாமலை மேல் கட்டிக்கொடுத்த இந்திரனின் அரண்மனைச் சிற்பமரபுகளையும் உரைத்தது கெமிலியா.

மயானசுரனின் இந்திர சிற்பம் எனும் வட்டச் சுவடியை வாங்கிப் புரட்டியதில் தொலையா நேமியே ஓயாது சுழன்று கொண்டிருக்கும் சக்கரம் என்பதைச் சக்ரவாளமலை புவியைச் சுற்றி

மைவரையாய் முளைத்த வளையங்கள் பலவாகத் துண்டு துண்டான ஆரங்களில் வளர் இயல் சுரியல்கள் பலவும் தோற்றமாயிற்று. உலகவறவி தீவுகள் ஒவ்வொன்றையும் சுற்றி நட்சத்திரப் பேழை யொன்றை ஏந்திவர அவள் நீலச்சரீரத்தில் நாவலந்தீவு உள்ளிட்ட நான்கு பெருந் தீவங்கள் ஒவ்வொன்றையும் சுற்றும் ஐநூறு தீவுகளும் சக்கிராங்கப் பறவை ஒன்றின் இறகால் தன்மீதே கீறியிருந்தாள். தன்கை மருப்பினால் நளியையும் சிலையையும் கடந்து அடுத்துவரும் ஓரையான் சுறவத்துக்குள் செல்கிறாள். பெரும் பருந்து வடிவிலான வரைபடத்தைத் துறவி ரோஸா நோக்க தம் மேற்கு மரபினர் யாத்த கணியம் இதனைக் கழுகு எனும் பொருளில் அக்யுலா என்றார். இங்கே கருடனும் மேற்கே கழுகும் பக்கமாய் வர மாயோனும் செம்பருந்தும் கற்பிதப்படும். திருவோணம் அடங்கிய சுறவ ஓரையும் ஒன்றன்பின் மற்றொன்றாகப் பக்கத்திலேயே ஒட்டி உறவாடிவருவதால் வாலியோனையும் மாயோனையும் கடல் மணற் பரப்பாகவும் கடலாகவும் வெள்ளையனாகவும் கருப்பாகவும் பொருளாகவும் சொல்லாகவும் புனைநிழல்களாய்ச் சுற்றிவர நளி, சிலை ஓரைகளின் உருவமாயின. எனினும் திருவோண நாள் மீன் ஊர்திமேல் மாயோனுரு கீழே ஊர்ந்து கருட நிழலோடு சுற்றிவர வழக்காற்றில் ஒன்றிய கருடஒலி வெண்கழுத்தோடு விண்மண்டலத்தில் சிறகுவிரித்த மூச்சும் சுடுகிறது. சுற்றிவந்த திறந்தவெளிச் சந்தைக்கு அடிமைகள் தம் ஆண்டைகளுடன் வர உரக்கக் கூவி ஏலமிட்டனர். அடிமைப் பத்திரப்பதிவு தமிழிலும் பிரெஞ்சு மொழியிலும் ஊர்க் கணக்கர் எழுத சுங்க வரியோடு அடிமைமேல் முத்திரையுமிட்டனர். இந்தோ- போர்த்துகீசியர் பிரான்ஸிஸ்கோ ரோட்ரிக்ஸ் சந்தைக்கு வந்த பிள்ளைகளின் விலையும் விற்ற நாளும் வாங்கியவர் பெயரும் விற்றவர் பெயரும் பிரெஞ்சு அடிமைப் பதிவேட்டில் மையிட்டு இடதுகைப் பெருவிரல் ரேகை வாங்கினர் பாட்டிமாரிடமும் முலையூட்டிய தாயார்களிடமும்.

முத்து, நல்லதம்பி, தைலம்மை, முத்தம்மாள் எல்லாம் அடிமைப் பெயர்களாக அடிக்கடி ஏலத்தில் வந்தன. முகமது பாதுஷா, காதர் சாஹிபு வெவ்வேறு நாட்களில் வாங்கி விற்கவும் தாயாரும் பாட்டிமாரும் கையொப்பமிடாமல் அடிமைப் பிள்ளைகளை மணிலாவுக்குக் கூட்டிச்செல்ல முடியாது. குழந்தைகளை விற்றுக் கொடுக்கும் உரிமை தாய்க்கும் பாட்டிமாருக்கும் மட்டுமே இருக்க தந்தைக்கு அனுமதியில்லை. அடிமைகள் அணிவதற்கென வரியும் கட்டமும் கொண்ட நீல் பருத்திக் காடாவை நடுநாட்டு

நெசவாளர்கள் நெய்ய அதே ரகத்தில் மொரீஷியஸ் ரீயூனியன், மஸ்க்ரீண்ஸ் தீவுகளுக்கும் நெய்து தர அடிமைச் சட்டைகளின் ஏசண்டாக ஆனந்த ரங்கம் பிள்ளை அனுப்பி வைக்க, அதில் பிரெஞ்சு முத்திரையின்கீழ் அடிமைகள் உடுத்தும் மோட்டா ரகங்களும் பெருகிய உற்பத்தியில் கோடுகளும் கட்டம் போட்ட துணிகளும் சுருட்டி மூடின கப்பலின் மேல்தளத்தில் அடுக்கி வைக்கப்பட்டிருந்தது உறக்கம்.

கொடுங்கனவில் வீறிட்டு அலறும் சமையல்காரர்களும் வீட்டு வேலைக்காரர்களும் பிரெஞ்சு அதிகாரியும் சமையற்கூடத்தில் அலறியடித்து அழுதனர். தற்காலிக மாலுமி களாகவும் படை வீரர்களாகவும் அட்லாண்டிக் பெருங்கடல் தாண்டிய வீடுகளின் தோட்டங்களிலும் கட்டிடங்களை வலுப்படுத்த உச்சியில் ஏறவும் இறங்கவும் சிசிபஸ்களாகப் பாறைகளை மேலே உருட்டியவர்கள் கீழே அடிமைத் தீவுகளையும் உருட்டியவாறு இருந்தனர்.

நிலவுசார் நீலவீட்டுக்கு உலகவறவி உடுகணப்பேழை ஏந்திப் போகிறாள். அவளிடம் கேட்க எண்ணியதையெல்லாம் கெமிலியா ரஸமட்டத்தினைத் தொட்டவுடன் அறியத் தொடங்கினார் துறவி ரோஸா. தன் மாபெரும் ஒரே நூலுக்குள்ளிருந்து பாபிலோனியரிட மிருந்து பெற்று வரைந்த சந்திரனைத் தூக்கி அண்ட வெளியில் எறிந்த வேகத்தில் தீவுகளை உருட்டும் தன் அடிமைப் பிள்ளை களையும் திரும்பிப் பார்த்தாள். உலக வறவியின் அசரீரி சொன்னது: ‘பரிதியின் தீர்க்கரேகையும் நிலவின் தீர்க்கரேகையும் புள்ளியிதனை இருபத்தேழு பங்கு செய்தால் வாளம் ஏழிலும் பூமியைச் சுற்றிவர அதே வளைவுகள் வேறுவேறாய் மாறும். விண்மீன்களின் பின்புலத்தில் ஒரு குறிப்பிட்ட நேரத்தில் நிலவு மறுபடியும் எட்டிவர அதே நாட்கள் இருபத்தேழாகுமே துறவி ரோஸா… இரவு வானை அத்தனை பகுதிகளாக வகுக்கலாம் தானே. இந்த இருபத்தேழு பகுதியிலுமுள்ள முக்கிய வீண்மீன்களே நட்சத்திரம் என அத்தனையுமாகத் தொகுத்த அறிவன்தேயத்தார் ஞாயிறு விதி 27 சம பகுதிகளாக வகுத்தனரானதினால் இப்பகுதியை ஒரு நட்சத்திரம் எனச் சொன்னதில் பிறழ்ச்சியுண்டோ சொல்வீர் துறவியே எனக்கு’ என்ற விண்குரல் சொன்னது.

இன்று கிருத்திகை என்றால் இரவு வானில் நிலவு போய் கார்த்திகை விண்மீன் அருகில் இருக்கும். இதற்கெல்லாம் சக்கரவாள மலை மீது வடதுருவ விண்மீனின் உருவத்தில் இந்திரவிழவு சந்திரமாதத்தை அடிப்படை யாகக் கொண்டு வந்தது. நீர்சொல்லும்

பாபிலோனிய ஓரைக்கும் பொருந்துமே... என்றான் கம்மந்தான் துறவி ரோஸாவிடம்.

தான் ஆட்சிபுரியும் மருதநந்துறையைச் சுற்றியுள்ள ஈறேழ் குன்றுகளுக்கும் துறவி ரோஸாவை கூட்டிச்சென்றான் கம்மந்தான். எட்டிப்பார்க்கும் கல் கஞ்சனத்தில் இயற்பியல் துறவிகளாக சமணரே அவன் உடனிருந்தோர். அவர்களில் பலர் அநேகாந்தவாத அருகர்கள். 'இந்திரர் பலர்' என்றனர் துறவியிடம். 'இந்திரர் தொழப்படும்' 'இறைவன் எம் இறைவன்' என்றான் கம்மந்தான் சமயப் பொறை டன் அடிக்கடி அங்கு சென்றுவந்தான்.

இந்தக் கருவளையமே இந்திர தேசத்தின் இனியான புனை வோட்டங்களாய் உடுகண வாளம் விட்டுப் பிரியாது தனித்ததொரு மருதநாட்டின் கலை மரபு உள்ளுமையின் சாயல்களாய் தோன்றிவிடும் என்றான் துறவி ரோஸாவிடம். மண்கால்யாக்கையர் மூச்சுவிடும் தன் ராம்நாடு கமுதிக் கலப்பைகளோடு அபிராமத்திலும் பனையூரிலும் தொத்தன், அய்யம் புலி, பட்டணத்தான், மொட்டக் கடா, டூப்பு, உச்சிமியான், உப்புகாசிம், நரித்தலையன், பூட்டு ராவுத்தன், குச்சிக்கமால், மூக்கரையான், தல்லாங்குட்டி, கருக்காச்சி, வாச்சா அம்பலம், இராட்டுச்சுத்தி, எல்லோரும் கரங்கோர்த்த பூழி யுத்தத்தில் கம்மந்தானோடு சேர்ந்து புதைந்திருந்தனர். மரங்களும் கொடிகளும் புதர்களும் சென்ற பாதையில் பருவக் காற்றுகளாய் தனித்திருந்தார்கள் கருத்த தம்பி, காக்கையன், உப்புக்குண்டி, சுளியன்கச்சி, பாவடி அம்பலம், ஊசக்கெண்டை, ஏமாளி நரியன், போயிலைக்கட்டை, மந்திக்கிழவன் உழுத பூமிகள் இவர்கள் உடல்களாய் மாறியதில் எல்லா வகை கல்தானியங்களையும் பனைக்குளத்தான் கருந்தினையையும், வெற்றிலைக்காரன் பனி வரகையும், தோணிக்காரன் குள்ளங் கம்பையும், அரக்காசு சொங்குச் சோளத்தையும், மொட்டப்புழு கேப்பையையும், சிந்தான்குட்டி செந்தினையையும், முளப்பீர் குதிரைவாலியையும், கிளிக்குட்டி சாமையையும், வாஞ்சூரான் பால்சோளத்தையும், காண்டாக்கட்டை குருவக்களையானையும், கர்யம்பேரன் ஒட்டுக்கம்பையும், உமைத்தா அட்டை காடைக் கண்ணியையும், சுண்டக்காயன், செந்நெல், கிடார் பட்டியான் நரிப்பயிரையும், நெல்லுக் குறிச்சான் சம்பாவையும், தைலான் பாசிப் பித்தனையும், கூலு சடைவரகையும் தம்மீதே செதுக்கி வைத்திருந்தனர். சதுப்பு நிலத்தில் உப்பு யாக்கையாக இவர்கள் இருப்பதால் உவர்வெளியில் தவசங்கள் பலவற்றையும் கந்தலில் முடிச்சிட்டு பனைவிட்டத்தில் தொங்கவிட்டனர். ஒவ்வொரு

பொழுதாக ஊரைவிட்டு வெளியேறாமல் வாழ்ந்துகொண்டிருக்கும் தானியங்கள்தான் சிதறிக்கிடக்கும் குக்கிராமங்கள் கலந்த பனை களினூடே தோன்றும். இந்தச் சவயாக்கைக்குள் மண்நூரையீரல் கருநத்தைகளாக நெடுங்கோடுகள் வரைந்த பாதி நூலை விதைத் தானியங்களாக வரைந்து முடித்திருந்தனர்.

சதுப்புநில உமரி இலைகளை மென்றவாறு வெளி உதட்டில் எச்சில் ஓவியங்கள் வெளிர் மஞ்சளாய் குளிர்ந்தன. வேர்விட்டுக் காய்ந்து பழுத்த யாக்கைகள் நத்தைகளின் நூறு காம்புக் கண்களில் சூர் ஒளிர்ந்தது ஒட்டுப் பொறக்கி, ஒப்படையார், ஐயா ராவுத்தர், நெனாகாவன்னா, கும்பன், கெழுத்தி, சக்கந்தியான், தோவூரான், முத்துக்கண்ணு, கட்டச்சி, பூச்சிக்கண்ணு, ஒல்லாடி இறந்தோரின் யாக்கைவிடும் மண் இலைகள் யாம் என்றனர். பூமிக்குள் நகரும் கண்கள் தலைகீழான தம் யாக்கைநூலை இன்னும் அவர்கள் கூட்டமாய் உதிரும் தானியங்களோடு எழுதி முடித்திருக்கவில்லை. உவர்வெளியின் பக்கங்களைத் திறந்து காட்டினான் துறவி ரோஸாவுக்கு. மண்நிலவறையின் ஒவ்வொரு தானியத்தையும் தொட்டு குருத்துவிடும் தோகையில் கில்கிலாப் பட்சிகளும், குழிப் பறிச்சான்களும், நாணவந்தானும், மலூகமும், வாயசரதிக் கூகைகளும், துரிஞ்சில்களும் ஒவ்வொரு நிலமாகக்கீறி புழுதியில் விதைவிதைத்து கம்புக் கலப்பை சிறுமேட்டில் ஏறியது.

சோடையில் பல ஏர்கள் முன்செல்ல மேழியில் பொருந்திய கைகள் சேற்றிலும் புழுதியிலும் மண்ணைத் தள்ளும் போசு கலப்பை. ஏரின் வாரனக் கயிறு தெள்ளுப்புழுதி மண்டிக் கிடக்கிறது. ஈரம் காயாத உலர்ந்த நிலம் விதைக் கரும்பு நடுவதற்கும் விதைகள் நடுவதற்கும் மாட்டைப் பூட்டுவதற்கு வருகிறார்கள். வண்டி நுகத்தடியில் அமர்ந்தான் கான் சாஹிபு. ஊசிக்கல் ஏற்றக்கோலைத் தொட்டு மானாவாரிகளோடு சேர்ந்திருந்தான். கையேற்றத்தில் நந்தவனத்துச் சிந்தான் குட்டிப் பண்டாரத்தைத் தொட்டுப் பேசினான்.

கழனி மேட்டுக்கு வந்து ஓரிடத்தில் எல்லோரையும் கூட்டிப் பேசினான். மாடுகளை மந்தையாகும் இடத்தில் கீதாரிகளோடு கீதாரியாய்த் தூங்கினான். ஏன் அந்த யாக்கையின் மண்ணூல் அவசியமாயிற்று இந்தப்புத்தகம் கனவுகளின் வாழ்வில் இருந்து பிரித்தெடுக்க முடியாது மரங்களின் முதிர்ந்த வாழ்வு கனவுப் பதிவுகளாக இதை வரைந்தது யார் எந்தக் கால வெளியில் அழிவெய்திய அவர்களால் எழுதப்பட்டிருக்கிறது. அனைத்து

விதைகளும் ஏரி ஊரணி சார்ந்த செவக்காட்டில் திறந்திருக் கின்றன. இறந்த யாக்கைகளின் சொல் அபிதானத்தின் தான்யங்களாக உதிர்ந்தபடி இருந்தனர்.

மருதைப்பட்டினமே எல்லா நகரங்களின் கனவாகும். சாவின் கூர்ந்த நித்திரையில் இருந்து விதைக் கண்களாய் விடுபட்டிருந்தார்கள் தார் தெறிக்கும் ராட்டினம் சுற்றி தோய்ச்சடிக்காரர் களின் லுங்கித் துணியில் நெய்யப்படும் கஸ்தூரிப் பாவு எட்டுமுழ வேஷ்டிகள் நூல் நெசவில் காக்காய்ச் சரிகை வைத்த குச்சி ராட்டினக்காரிகள் நீட்டுப்பாவில் நெசவாளரே பாவினை நீட்டி, கஞ்சி போட்டு நூலைச் செப்பனிட்டு ஊரணியில் நிற்கும்போது விழுகோலில் எட்டுக் கயிறுகளை விசைமுள் குத்தும்போது வெள்ளைக் குதிரையில் வந்து நிற்கிறான் கான்சாஹிபு. கிணற்றுள் நீர் வற்றிவிடுங்கால் அதனுள் உறைகளை இறக்கிச் சிறு உள்கிணறுகளை வெட்டிக் கொடுத்தான். அவைகளை கான்சா பிள்ளைக்கிணறு, கான்சா குள்ளக்கிணறு என சனம் சொல்லும். யாக்கையில் முளைத்து எழுதிப் படர்ந்து வரும் சாமைத்தாள்கள் தம்மீதே முளைத்து எழ தன் உடல்மேல் மாட்டைப் பூட்டி உழச் சொன்னான். எல்லாச் சொல்லும் கலையைத் தவிர வேறில்லை என்றான் கான் சாஹிபு. இருதலை யென்கால்புள் அகவலில் பொழியும் முலைகளை அடக்கி வையாமை, அவிழ்த்து எறியப்படாத முலைக் கச்சைகள் என்றொரு கவியும் வெளி நோக்கி ஆழ்ந்திருக்கும் மகரமீன மிருகாயி கடமுலையெனப் பொழிவன வாளம். கண்கெட்டு வித்தை வாளம் என்றான் கம்மந்தான் துறவி ரோஸாவிடம். அவரும் அவன் பேச்சை உற்ற போது சொன்னான் 'அதே விடை ஓரையே' மகரமீன மிருகாயி இந்த விடை ஓரையில் அடங்கிய ஆரல் நாள், மீன், மயனாசுரகணத்தைச் சார்ந்தது. இந்த ஓரையே நல்லேறு அரக்கனாக கற்பித்த கோடு வேழமெனும் நாள் மீனையும் உருவகங்களாக்கும் பனுவலைத் திறந்து வாசித்தான் கான் சாஹிபு. மூதிரை உள்ள உடுக்கூட்டத்தை மகரமீன மிருகாயி என நோக்க அவள் சடாமுடி அசைந்து துறவி ரோஸாவைத் தொட்டதும் அவன் திரும்பிச் சொன்னான். செங்கன் அரவு பிறையுடன் சேர்த்துவாய் என்றதும் தான் கண்டுபிடித்த இயற்பாட்டுக் கூறுகளை எழுதியிருந்த சித்திரக்கல்புடவு இருக்கும் சக்கரவாள மலை யடுக்கத்துக்கு ரோஸாவைக் கூட்டிச் செல்கிறான் கான் சாஹிபு. அந்த சக்கரதாவனம் அட்சரங்கள் தாபித்த கோடுகள் வழி சென்றது. இருவரையும் வளைந்து செல்லும் அரவுப் பாதையில் நிலா முகிப்புள் இடைமறித்துப் பேசியது. அந்த ராக்கிப்புடவில்தான் மகரமீன

மிருகாயி வதிகிறாள். இந்திர நீலத்தைக் கக்கியதும் அதன் ஒளி வழியே இருவரும் போகிறார்கள் அந்தப்புள்ளின் பிரபஞ்ச கானத்தைக் கேட்கிறார்கள் 'அது நான்கார்ச் சக்கரவாளமும், எட்டார் சக்கர வாளமும், மாறார் சக்கரவாளமும் ஒவ்வொரு அடுக்கமாய் பறந்து நீலத்தில் மிதந்து மெலிவினும் மெலிவான சுனாதத்தின் அரூபத்தில் கரைகிறது. அந்த ராக்கிப்புடவில் இந்திரனின் முதுகெலும்பின் தூரங்களில் வளைந்த வாளம் நீலம் சரிந்து இருவரையும் ஊடுருவிக் கொண்டிருக்கிறது.

நீர்மனிதன்

முத்தின் கற்பகோசத்தில் தோன்றிய இனம் வெப்பமண்டலத்தில் திரும்பி சுண்ணாம்பு வளையத்தில் மறைந்திருப்பவர்கள். நீரின் மூதாதையர்கள் களங்கமில்லாத தன்மை. தெளிவான வெண்மை நிறம். மனதின் தான்தோன்றி நிலைக்கு ஏற்ற குணரூபமாய் நிறம் மாறக்கூடியவர்கள் அழகான உருவம் உள்ளவர்களாவே இருக்கிறார்கள். எதிர்பாராமல் நீர்மட்டத்தில் தோன்றி மறைகிறார்கள். தாம்பர பர்ணிகம், பாண்டிய கவாடகம் வாசிகளாக இருக்கக்கூடும். அவர்களை உலகில் வேறெங்குமே பார்க்க முடியாது. சிப்பி கருக்கொண்டிருக்கும் காலத்தில் அவற்றோடு கூட்டமாய் நடமாடு கிறார்கள். தொங்கவிடப்பட்ட மூங்கில் மரங்களிடையே தோன்றுவார்கள். கடலோரங்களில் மிதக்கும் சிறுமணியெனத் தோன்றி மறைந்துவிடுவார்கள். தன் சிறகை அசைக்காமலே நீர் முழுவதும் அலைகிறார்கள். ஆழ்கடலில் ஒலிவிடும் பண்புடையவர்கள். அவர்கள் எழுதிய முதல் கணிதப் புஸ்தகம் கடலுயிர்களின் புவி விண் கோளங்களின் இசைக் குறிப்புகள். நீர்மனிதர்கள் விரிசிறகுடன் தனிமையான காலத்தில் இறங்குகிறார்கள்.

அண்மையில் பிரெஞ்ச் சேரியில் நடந்த போரில் ஆர்காடு தோஸ்தே அலிகான் துருப்புகள் கைது செய்யப்பட்டிருந்தனர். ஆனால் சிறைச்சாலையைக் கண்ணால் கண்டறியாதவர்கள். அவர்கள் மூர்களின் குதிரைகளில் சவாரி செய்து கடற்கரை நெடுக மாறி மாறி இங்கு வந்துசேர்ந்திருந்தனர். ஆனால் எவரும் குதிரையைப் பார்த்ததில்லை. பார்க்காத குதிரைகளை செம்மண் சூளைகளில் சுட்டுப் படைக்கும் மண் குசவர்களாகவும் இருந்தனர். அவர்கள் போரிட்ட போதும் நிராயுதபாணிகளாய் வாட்களுக்குப் பதிலாய் வளையும் கருநாணல்களான தங்களின் கருங்கூந்தலையும் சுருக்கிட்டுப் பிழிந்த குருதியை இசையாக்கினர்.

எனினும் அல்-ஹம்பாராவில் மீண்டும் மரத்தள வாழ்விகளாகப் பெட்டிகளுக்குள் வாழ்ந்துகொண்டு இருக்கிறார்கள் என்று துறவி ரோஸாவிற்கு ஜார்ஜி எனும் செல்லப் பெயர் கொண்டவர் எழுதிய 'அவரோஸின் வேட்கை' என்ற நூலிலிருந்து சொன்ன கதையை இங்கே நீர்மனிதன் மிஸ்யலாஃபா எனும் யாழில் கதா நிகழ்த்திப் பாடினான். அந்தப் பெட்டிகளைப் பேசும் பலகைகளாக உயரமாய் அடுக்கிவைத்து அமர்ந்து உரையாடினர். அதிலேயே அவர்கள் நீர்ப்பளிங்குகளை உண்டனர். மணலில் ஓடாத நீரைக் குடித்தனர். பலகை அடைப்புத் தரைகளில் உறங்கியவாறு தம் கனவுகளை யாரோ எழுதிக்கொண்டிருந்த நூலிலிருந்து வேறொரு காலத்திற்குத் திரும்பினர்.

கடந்த இரவுகளுக்கே சென்று பழைய யுகத்தின் கானுன் இசைக் கருவியை வாசித்தவாறும் இந்த அரண்மனையே தோன்றியிராத முன்னை எயிற்பட்டினத்திற்கு முன்பே வந்தார் போன்ற கம்பி வாத்தியங்களையும் மிஸ்யலாஃபா எனும் யாழையும் தனித்த குரலில் இந்த அடுக்கடுக்கான காலவெளிகளை மணல்வெளிகளாக மாற்றி இசைத்தனர். அவர்களுடன் 'ஷாயில்' வருவதை ஊழில் பாடியுரைக்கும் கவி நாகூர் துறவி ரோஸாவிற்கு குறி கூறிப் பாடினான். ஒரே கார்வையில் இசைத்த அந்தப் பாடல் முன்னுரைக்காத நீர்மனிதன் சலனங்களில் மூச்சை அடிவயிற்றிலிருந்து சுவாசங் கொள்ளுதலில் நேரும் தடையூறுகளையும் உடலுணர்த்தும் எதிர்வு களையும் கலைந்திருந்தது.

முத்துக்குளிப் பரதவர்களைத் தூரத்தில் கண்டவுடன் மனிதர்களிடம் இருந்து உடனே தப்பிவிடும் நீர்மனிதர்கள் இடுப்பில் வெண் பளிங்காக ஒட்டியிருக்கும் நீர்வளரிகள் கடல்நீலத்தில் கரைந்து மறைவதுவே முடிவாகவும் இருந்ததுவரை பிறைவடிங்களாகத் திரவநிலவுகளாக நீரினுள் செல்லும் சுருதி கிடைக்கப் பெற்றதில் எங்கணும் சென்றேன். எல்லைக்கோடுகள் இல்லாக் கடல் வெளியில் வளரிகள் திரும்பிவரும் என்பதில் சந்தேகமில்லை. காண்கிறோம் உருகும் வளரி நொடிதோறும் நீரருந்தி உப்பு இயல்வளரி ஆகிவிடும். நீரின் கருச்சுழியும் முன்பே பலருக்கு ஏற்பட்ட திணையின் அகமிருந்து புறப்போரில் மீட்பதாக நீர்வளரியின் தேகவுரு உப்புச் செடியின் பூக்காம்பில் இணைந்திருக்கும். ஈருடல் அடைந்ததாக நீர்மனிதர்களும் கடல்நத்தை இனத்தைச் சேர்ந்தவர்கள். நத்தை வயிற்றில் பிறந்த நீர்மனிதர்கள் நத்தைச் சிப்பியிலிருந்துதான் இந்த நீர்மனிதர்களும் முத்தும் அரும்மணிகளாகப் பிறக்கிறார்கள்.

நத்தையைப் பற்றி எளிதாக மண்மனிதர்கள் நினைத்தாலும் அதனினின்று பிறந்த நீர்மனிதர்கள் கையில் மூடியிருக்கும் எட்டாவது விரலிடுக்கில் முத்தொளிரும். கள்ளி வயிற்றில் அகில் பிறக்கும்.

நறுமண அகில்கட்டைகளைப் பிடித்தவாறு நீர்மனிதர்கள் அலைமேல் தோன்றுவார்கள். நீர்மனிதப் புழுக்குலம் கிளிஞ்சல் ஓடுகளின் கூட்டில் உறைந்த கூச்ச சுபாவத்தில் இருக்கிறார்கள். நீரின் குருத்து போன்ற உடலுடன் வாழுகிற உயிர் இவர்கள்தான். முத்தைக் கைக்கூட்டில் வளர்க்கிறார்கள். அந்தக் கிளிஞ்சல் சிப்பி களைக் கைக்கூட்டில் மூடிக்கொள்கிறார்கள். மனிதர்களைக் கண்டால் உடனே கடலுக்குள் மூழ்கிவிடுகிறார்கள். சிப்பிகளில் எத்தனையோ வகை நீர்மனிதர்கள். ஒவ்வொருவரும் சிப்பிகளைப்போல் வேறானவர்கள். சிப்பியினமாகும் நீர்மனிதர்கள் கிளிஞ்சல் ஓடுகளையே ரகசிய நூலகமாக அதன் வர்ண ஒளி ஓவியங்களையும் சதையை ஒட்டின மென்மையான உடல் பாகங்களையும் பளிங்கு மென்மை பொருந்தப் பார்க்கிறார்கள்.

மூன்று அடுக்குகள் கொண்ட கிளிஞ்சல் வீடுகளில் வாழ்கிறார்கள். கிளிஞ்சல் ஓடுகள் வளர்கின்றன. நீர்மனித உடம்பில் கீழ்வாய் நெல்லி அரிசிபோன்ற வெள்ளி நிற முத்துகளைக் கோர்த்துக் கொண்டிருக்கிறார்கள். வெள்ளி விடியுமுன் உள்ளே வந்துவிடுகிறது. இவர்களும் கடலில் வாழும் ஒட்டுண்ணிப் பிறவிகள்தான். ஒளிரும் குருத்து மணற்படுகைகளைத் தேடி சிப்பிகளோடு கூடவே பயணிக் கிறார்கள். அவர்கள் உடம்பிலும் சுத்திபுடமான நீரின் ஒளிச் சேர்க்கையில் நீரின் மயக்கரவுகளாய் கலந்துவிடுகிறார்கள். நத்தை ஓட்டுக்குள்ளிருந்து வெளிவருகிறார்கள். நல்ல நீருக்காக ஏங்கிக் கடல்மேல் வந்து அண்ணாந்திருக்கிறார்கள். அவர்களின் தாபமே பிரகாசம் பொருந்திய முத்துகளின் ஆதார ஊற்றிலிருந்து நெகிழ்வான படிக உலகத்துக்குள் செல்கிறார்கள். மீன் கண்கள் அவர்களைப் பார்த்துவிடும். ஒரு முத்தை வெட்டிப் பார்த்து உட்புறம் உறைந்துள்ள ஒவ்வொரு வெளிகளில் ஒரே கணத்தின் அடுக்குகளாக நீர்க்காலெடுத்து முத்தின் ஆயுள் முழுவதும் நடக்கிறார்கள். அவர்களால் அங்கிருந்து வேறொரு கருவிற்குச் செல்ல முடியும். ஒன்றிலிருந்து இன்னொன்றிற்கு மாறி கடல்படு முத்தின் திரட்சிமணியை அடைகிறார்கள்.

நத்தைகளின் சுபாவத்தின்படி எப்போதும் ஓரிடத்திலேயே நிலைத்து நிற்பவை யாகும். ஆனால் நீர்மனிதர்கள் வாழும் சிப்பி நத்தைகள் வெவ்வேறு கடல் பூசந்திகளுக்குச் செல்லும் தன்மை

உடையவர்கள். ஓரிடத்தைவிட்டு மற்றோர் இடம் சேர்ந்ததும் அடிக்கடலின் சமவெளிகளில் மணல் எக்கர்களில் மணல் குள்ளர்களாக உருமாறி குழிவீடுகளை அமைக்கிறார்கள். சிப்பி களுக்குள் கைவிடப்பட்ட மணல் ஒன்று தானே சென்று சேர்ந்துவிடும். ஒரு மணலில் எல்லா யுகங்களின் அடுக்கடுக்கான தனிமைகள் இருக்குமென்பதில் சந்தேகமில்லை. கையறு நிலையான துகள் ஒன்று உள்ளே சென்று விரக்தியாக வாழ்கிறது. அதன் அரிச்சல்முனை கல்துவாரங்களில் பஞ்சின் நூலை ஒத்த இழை தம் விந்தையின் கடல்தேகக் கசிவிலிருந்து நீரினால் நூற்று ஒளிரும் இந்தக் கலை ஒன்றே மனிதர்கள் காணாத நுண்ணிழை. அவைகளை மணல் எக்கர்களில் பிணைத்து அவ்விடத்திலேயே தங்கி நீர்மனிதர்களின் மணல் நகரத்துக்குள் கூட்டமாய் அங்குமிங்கும் அலைந்துகொண்டிருக் கிறார்கள் பசித் தவத்தில்.

ஒரு கல் மணலின் விரக்தியை விட உயிரினத்தின் பசி ஆழமானது. அப்போது அனைத்து வலைகளையும் அறுத்துக்கொண்டு நீர்மனிதர்களை விட்டுப் பிரிந்து செல்கிறது. அவர்கள் சோக வினோதப் பாசுரங்கள் நாமிழந்த லெமூராமக்களின் கவிதைகளாக அடிக்கடலில் உதிர்ந்தபடி இருக்கின்றன. வளையமாகக் கோடு போட்டுச் செல்லும் சுதேசியரசர் களாய் நீருக்கடியில் மணல்கோடு வரைந்து எழுதிவந்த இயற்கைக் குழுவாக நீருடன் சேர்ந்திருந்தனர். மிகப் பழைய பண்புகளை அதிகம் கொண்டவர்கள் ஆதலால் மரவளரியில் சுழலும் ஆரங்களின் சமச்சீரான கணிதவியல் இயற்கை நியதியில் இருந்துவரும். அவர்கள் உருவம் நீராலானது. நமது புராதனக் கணக்குழு வட்டத்தின் நடுவில் வெளிநோக்கி விசை கொள்ளும் எட்டுவளரிகளில் உருவம் வடிவம் வளைவுகளும் படைப்பின் தோற்றமாகிவிடும். பரிணாமத்தின் முதல்நீராய் இருந்தனர். நீரடித் தாவரங்களாக அடிக்கடலின் சமவெளிகளில் நடுகையிட்ட வளரிகள் குருத்துவிட்டு வேறோர் அங்கமாகித் தோன்றும் இலைகளில் லிபிகள் எழுதிவந்தனர். பால்வேற்றுமை இணைந்திருக்க வில்லை. மூன்று சொற்கள்கொண்ட கூட்டுச்சொற்கள் வளரிநெற்றாக இருந்தது. தம் நீர் உலகின் தோற்றத் திலிருந்து எத்தனை நீர்வளரிகள் இருந்திருக்கும்.

நீர்மனிதன் திரும்பிச் சொன்னான். முடிவில்லா வழிகளில் சடங்குமுறையில் அவற்றைக் கையாளச் சொன்னான். அதன் பிரத்தியேக அம்சங்கள் பாசுர ஓலைகளில் மூன்று சர்க்கப் பாடல்களும் உள்ளன. அந்த ஏடுகளை விற்கவோ பிரசுரிக்கவோ முடியாது. அந்த

ஏடுகள் அழியமுடியாத நிலையில் கணவாய் மீனின் கருங்குருதி தொட்டு கையால் எழுதப் பட்டிருந்தன. அதை வாசிக்கும் முறையில் உலர்ந்த இலைகளைத் தொடும்போது விரல்கள் மெதுவாகத் திருப்புகின்றன. வாசிப்பை நீர்வளரிகளே வழிநடத்திச் சென்ற முதல்நீரைக் கண்களுக்குக் கொடுத்துவிடும். கலையும் நீரும் ஒன்றுதான். இப்போதையும் கடந்த எதிர்காலத்தில் கைக்கு வரும் சிறுநம்பிக்கையில் அனைத்தையும் இழந்தவர்களுக்குத் திரும்ப வரும். மரணத்தினின்றும் விடுபட்ட நிலையில் வாசிப்பின் போக்கில் வர்ணனைகள் மறைந்துவிடும். ஏனெனில், வரிவடிவமில்லாத கல்லாக மாறிய தொல்மரத்தில் ஒட்டிய கல்லாகவும் இருந்தது கிளையாகப் பார்ப்பவர்களுக்கு.

அந்த ஏடு சாய்ந்த எழுத்தில் ஏழு தலைமுறைக்குக் கைமாறியது எவ்வித மாற்றமுமின்றி அது மணலில் ஓடாத நீர்வளரியாக இருந்தது. இரவிலும் வந்துவிடும் பிறைவடிவம், சொல்லைத் தாவரங்களுக்கிடையே மறைத்திருந்தது. அதனுள் கூட்டுச் சேர்ந்தவர்களுக்கு எதிராகவும் இருந்தது. முதுமையும் இறப்பும் இல்லா நீர்மனிதர்கள் இருமைகளைக் கடந்து ஒருதுளியில் சேர்ந்த ஓர்மையில் இருக்கிறார்கள். மனதின் இயக்கங்களில் வளரி தடுமாறுவதில்லை. நீர்மனிதர்கள் உள்ளார்ந்த இயற்கையினைப் பின்தொடரும் அரிய மீன்கூட்டம் ஒரு ஆழமான இருளிலும் உருவைக் களைத்து அதனினும் ஆழமான இருட்டு நீரில் பிறவாச் சிசுவெனக் கருவில் சுழிந்திருப்பதாக இருக்கும். அதற்கு பெயர் எதுவும் இன்றுவரையில்லை. பெயரிட்டபின் அற்புதம் மறைந்து விடுகிறது. பெயரிடப்படாத தொன்மையான காலத்து நீர்மனிதர் களிடம் இருந்து இயற்கையைப் பெறுவதற்காக வெளிவந்த நாம் கடலுக்குத் திரும்புகிறோம். நம் அருகில் நீர் இருந்தால் போதும். அவர்கள் இந்த அனைவற்றின் புறத்தேயும் தேகத்தோடு நீர்கலந்த தோற்றவுருவிலிருந்து மறைவதும் வருவதுமாகினர். பிறகு நீர்ச்சுழலிலிருந்து கரையேறமாட்டார்கள் எக்காலும். இவ்வினத்தோர் பல சிற்றினங்களைப் படைத்த மிகச் சிறியகல் நீரிலிருந்து வந்திருக்க வேண்டும். பார்த்த மாத்திரத்தில் கூசி மறைகிறார்கள். ஆயினும் அறியப்படாதவர்கள் என்ற சொல்லைச் சேர்க்கவேண்டும். தன் ஒரே பிறப்பிலிருந்து எல்லா உயிரினத்திலும் கலந்துவிடும் நீர்வளரி வெளிப்பட்டு வருதல் உள்ளார்ந்த இயற்கையாய் இருக்கும். உடலில்லா நீர்மகளிரோடு ஊடுருவிச் செல்கிறார்கள். இவர்களை மனிதர்களுக்கு ஏற்கனவே தெரியும்.

ஆனால் நீர்மனிதர்களுக்குக் கொடுக்கப்படவேண்டிய பெயர் திரவ நிலையில் இருக்கலாம். பாடல்களில் சிதைந்துபோன வர்ணனையிலும் அவர்கள் பெயரில்லை. நீர்மனிதர்களுக்கு நிலவுலகினரால் பெயரிட முடியாது. எல்லா மீன்களும் மனிதர்கள் வைத்த பெயர்க் களஞ்சியத்தைவிட்டு வெளியேறிவிட்டன. பெயர்களைத் துண்டித்துக் கொள்கிறது விடுதலை. மிருதுவான தன்மையுள்ள கடல் இலைகளில் பாசிகளோடு தூங்குகிறது. பெயர்கள் நகர்த்த முடியாத சரித்திரத்தையே காட்டுகின்றன. பிம்ப மோகம் பெயர்களுக்கு உண்டு. பெயரில்லாத பறவைகளும் மீன்களும் மனிதர்களும் ஒன்றுதான். தானே இங்குவந்த நீராக எல்லோரும் இருக்கிறார்கள் இல்லையா. அலைகளாக எழுந்து நீரின் கண்களால் பார்க்கிறோம்.

யுகங்களுக்குப் பின்னும் இழந்த உணர்வுகளைத் திணைகளில் எழுதிவந்தனர் மலையிடைப் புல்வெளியில். நூதன குணங்கள் புல்மேல் வளர்ந்துவர சில்லிருட்டில் உள்வருகிறான் நீர்மனிதன். வரும் ரேகையில் தூரத்தே உருகும் நீர்மனிதரின் தனிமைப் பாடல் யார்மீதும் விரோதமில்லாத துயர் வீசும். எல்லாயுத்தங்களுக்குப் பின்னும் படுகளத்தில் வீழ்ந்து கிடப்பவர்களை உயிர்ப்பிக்க உருக்கமுறும் நீர்மனிதர்கள் வருவார்கள் என மேற்கில் குத்துப் பாறையில் வெட்டிய கல் எழுத்து சொன்னது.

அல்-ஹம்பாரா பெருங்கமட நூலகம்

ஒழுகொளி விரிந்த கதிர் நாணச் சிவப்புநிற அல்-ஹம்பாரா சரிதம் துலாம்பரமாகச் சொல்லப்படாதபோது முழுமதிக் கலையுணிறைந்த பேரழகை இடைகழிநாட்டு வரகை உதிர்க்கும் கதிர்கள் சாய்ந்த கடல் அரண்மனையின் செந்நிறத் தோற்றமே பூவாத மாவொடு தொடுத்து முடியாத இருள்வ மௌத்திகம் ஒன்றை ஆற்காட்டு நவாப் தோஸ்தே அலிகான் கமடத் தொல் ஓட்டிலிருந்து எடுத்துக் கொடுக்கவும் அதில் மண்டிய இருட்டில் இமைதிறவாமல் மூழ்கிய கதையுளதாயினும் சொன்னவற்றை நம்புவதற்கு இடங்காணோம். இடைகழிநாட்டு நல்லூருக்குத் தெற்கில் உப்பங்கழியைக் கடந்தே நேரே செல்லும் மரக்காணமே பழைய எயிற்பட்டிணம் இதை மணற்கானம் மணற்காடு என்ற பெயரின் திரிபே மனக்கானம் என்பது ஓய்மாநாட்டுக் கடற்கரைப் பகுதி பட்டினநாடு ஆனது. கடற்கரை நகரம் பட்டினம் எனப்படுவதால் மாமல்லைக்குத் தெற்கே சதிரவாசகன் பட்டினம்

சதுரங்கப் பட்டினமாக ஆனது. புதுப்பட்டினம் பாலாற்றுக்குத் தெற்கில் உள்ளது. கொடபட்டினம், வடபட்டினம், தென்பட்டினம் இங்கே குடிகளாய் வாழ்ந்த பரதவர் பட்டினவர் ஆகினர்.

கடற்கரை ஓரத்தில் பட்டினவர் குப்பம் என்னும் சிற்றூர்களும் தோன்றும். இவை செம்பூர் கோட்டத்துப் பட்டின நாட்டைச் சேர்ந்தவை. இப்பட்டினங்களென ஓய்மா நாட்டுப் பட்டின நாட்டுப்பட்டினம் இருந்தது. இதனினும் வேறுபட்டது எயிற் பட்டினம். பூமீசுவரர் கோயிலுக்கு வட கிழக்கில் கடற்கரை நோக்கிச் செல்லும் பனங்காடுகளுக்குள் பெரிய மணற்குன்றுகள் காணப் படுகின்றன. அவற்றுள் ஒன்று உச்சிமேடு என்றும் மற்றொன்று கச்சிமேடு என்றும் தோன்றியது இங்கே மண்பாண்ட சிதைவுகளும் பழங்காலக் காசுகளும் காலத்தை உருட்டிக்கொண்டிருக்க இந்த மணற் குன்றுகள் உள்ள இடத்தில் பண்டைய எயிற்ப்பட்டினத்தில் பங்குனி ஆமை ஓடுகளின் நூலகத்தின் கல்மாட விளக்குகளில் கசியும் மிகப் பிந்தியதோர் சருகுகள் புலம்பும் கால நிரூபணப்படி அல்-ஹம்பாரா அரண்மனை காற்றில் தவழ்கிறது.

கல்மாட விளக்கடியில் அல்-ஹமிரா சிவந்த பெண் அரண்மனையாய் தொன்மை அல் ஆந்தலூசியாவின் ‘அஜட்ரஸ் கோர்டொபோ’ எனும் சூதாட்டப் பலகையோடு விளையாடிக் கொண்டிருந்தான் நவாப் தோஸ்தே அலிகான். அல்-ஹம்பாரா தோட்டத்திற்குள் முடிவற்று மனங்கலங்கும் சுருளிவற்றிலிருந்து பகடைக் காய்களாக வெளிவந்தவர்களில் சுமேர் என்பவனோடு வந்த அறிவன் தேய வானியற்பியல் ஞானியும் ஓவியரும் கலமமைக்கும் கம்மியரும் அரேபிய வணிகரும் மயனாசுரனும் புவியியற்பியலாளரும் ஒண்ட் ஜினர் இருவரும் தசிலி சுதை மட்கலக் குயவரும் பாதி மனித மீவிலங்கு வடிவங்களிலிருந்தும் முற்றுப் பெறாத சித்திரங் களிலிருந்தும் ஜியோமித குறியீடுகளிலிருந்தும் அறிந்துகொண்ட வற்றை வரை படங்களில் தீட்டும் உலன் உடே நகர கலை யோகியும் மகாயான நேபாளப் பிக்குவும் பெருங்கடல் தரை ஆய்வுக் குழுவிலிருந்து விலகிய தந்திர நூலோரும் கிறிஸ்டோபர் கொலம்பஸ் தனது பயணத்திற்கு அரச ஒப்புதலை இந்தச் சூதாட்டத்தில் அமர்ந்து ஆடித் தோற்ற பின்னும் முத்திரையிட்ட பாப்ரஸ்த் தாளில் கையொப்ப மிட்ட வேளை அழியாத அற்புத ரோஜா மலரை இந்துஸ்தானத்தின் பூந்தோட்டங்களில்தான் காணலாம் நீங்கள் என்று ஃபாரா ஜார்ஜியின் கதைப்படி கொலம்பஸுக்குச் சொல்கிறார். இந்த அல்-ஹம்பாரா அரண்மனைக்குக் கீழே பூந்தோட்டங்கள், பழத்தோட்டங்கள்

அதற்குங் கீழே குவாடல் குவிர் சதுக்கம்.

அன்பிற்குரிய போர்டோவா ஒரு நுட்பமான இசைக்கருவி அமைந்த அந்த நகரம் இந்த எயிற்பட்டினத்தின் செம்மேட்டில் அல்-ஹம்பாரா யாழின் வடிவத்தில் கடலைத் துளைத்துக் கொண்டிருக்கிறது. இங்கே வர அங்கே கப்பலேறிய கொலம்பஸ் இந்துஸ்தானத்தில் நவாப் தோஸ்தே அலிகான் எழுப்பிய அல்-ஹம்பாரா அசல்வரை படத்திலிருந்து தோன்றியதால் அல் ஆந்தலூசியாவின் நகல் அல்ல சிவப்பு நிற ரெட்டை அரண்மனை என்றே நவாப் தோஸ்தே அலிகானின் மருமான் சந்தா சாகிபு அறிவித்தும்விட்டுருந்தான் மொகசராபியர்களுக்கு. அஜட்ரஸ் சூதாட்டத்தில் திசை மாறும் விதிப்படி தோல்வியுற்ற கொலம்பஸ் பங்குனி ஆமையின் வரைபடத்தை தவறவிட்டிருந்தான் கடலில். இந்த அரண்மனைக்குக் கீழே இருக்கும் எயிற்பட்டினத்தின் கமடப் புதிர் பற்றிய ஒளியைச் சென்றடைந்த அமெரிந்திய நீர்க்கடவுள் வழங்கலாம். மூச்சுவிடும் பகடைக்காய்களோடு இந்த முதிய ஆமைகளும் விளையாடியவாறு உலகின் மணல் விளிம்புகளில் முட்டையிட்டு ஈனில் காத்த கடல் நகரங்களின் சரிதத்தை விவரமாக சொல்லிவந்தன. கற்றுச் சொல்லிகளுக்கு இல்லாத சூதின் விதிகள் பரந்து திரியும் காய்களின் புதிர்ப் பாதைகளுக்கே உண்டு.

பங்குனி பெருங்கமடங்களிடம் சூதாடித் தோற்ற மெக்கலனும், கிறிஸ்டோபர் கொலம்பஸும் அவை வரைந்த கடல் வரைபடங்களில் தொற்றிச் செல்லுமாறு சபிக்கப்பட்டனர். நீரில் மூழ்கியவை பாசி படர்ந்த பழஞ்சுருள்களில் அமைந்த ரேகைகளில் இடைகழி நாட்டு அல்-ஹம்பாரா தோன்றும். பங்குனிக் கமடங்களின் சுழல்வழிப் பாதைகள் வேறு எந்த மணற்தாள் கட்டுகளிலிருந்தும் நீர் ஏணிகளில் இறங்கிவரக் கூடியவைதான். இந்தப் பங்குனி பெருங்கமடத்தில் மூழ்கிய அல்-ஹம்பாரா நூலகமும் நகரங்களும் கனாவின் தோற்றம் கொண்டு ஒருவேளை புனைவார்வப் பேர்வழிகளின் அலைச்சலில் இங்கு வந்து சேர்ந்துவிடும். முத்து கடுக்கனிட்டு அவயத்தில் செவிகளாட பானு அல் அஹ்மா அரபு சிவப்பு ஆண் அரண்மனை கோரைத்தாள் கிழிந்த நூலில் இந்தப் அஜட்ரஸ் சூதுப்பலகையில் முத்தாயமிட்டு ஆரம்பகால நஸ்கித் மூதாதையரான யூசுப் அல்-அஹ்மர் புலவோன் பலரும் மேகலா ரேகையில் அல்-ஆந்தலூசிய கப்பலும் பிரெஞ்சியரும் ஒல்லாந்தரும் பரங்கியரும் கடைக்கோடில் தொலைவிலா வானூர் மதி கலை நிரம்பிய தூர தூரங்களில் போர்ட்டோ நோவா ஆயிரம் பின்னல் வழிகளில் கமடமும் துளியும்

குட்டிகளோடு வந்துசேரும். பங்குனிக் கமடம் தன்னையே பாலினப் பெருக்கமாய்ப் பிரவாகம் எடுத்ததில் செங்கழுநீர்த் துறவிகள் ஆமை வரைபடங்களைத் துய்ந்த துகிலாக உடுத்தி ஆழி நீல நெறிகளையே அடிக்கடல் சமவெளி நகரங்களாக நகரும்படி கிளைகளை உடைய கிழிஞ்சில் தேகங்களில் பாய்ந்த சூஃபி பாசி ஒளியே புராதன இசையாகச் சேர்க்கைகொண்டு உயிர்த்திருந்தனர்.

ஒளி நிறமிகளைப் பற்றி இலைகள் விடும் நாணல் மனிதர்களாகவும் ஒத்த உருவ அமைப்புள்ள குருதியினத்தின் இருப்பை அங்கொன்றும் இங்கொன்றுமாய் மானுடத் தொல்லோர் ஆராய முடிவுகளைக் கிளறி உசாவ முனைந்தாலும் இவ்வாராய்ச்சிகள் பிரளயத்திற்குப் பிறகு நூஹ் அவர்களின் குமாரர் ஜாவதின் புத்திரர் ஆந்தலூஸ் ஐபீரியத் தீபக் குறைக்கு வந்ததும் இப்பெயர் ஆனது. உமய்யா மரபும் அமீர் மரபும் அப்பாத் மரபும், நஸ்ர் மரபும் கால்வழியாய் இஸ்பானியா தேசத்தினது நடுக்காலத்தில் அறிவுலகச் சாளரங்களில் அல்-ஹம்பாரா பெருங்கமட நூலகம் ஒளி மிகுந்த காலக் கூட்டங்கள் அங்கிருந்த ஒலிவமரங்கள் சூழ்ந்ததென்றால் இங்கே சுரபுன்னை மரங்களும் அகிற் கட்டைகளும் ஆதாளிப் பனங்கூட்டமும் நெல் அறுக்கும் அரிவாள் கூர் மழுங்குமாயின் சேற்றில் படிந்திருக்கும் வயல் ஆமையின் முதுகு ஓட்டில் அரிவாள்களைத் தீட்டிக் கூராக்குவது இடைகழிநாட்டு உழவர் வழக்கம். இந்த அல்-ஹம்பாரா அரண்மனையைச் சுற்றியிருந்த நீண்ட மதிலும் ஆழமான அகழிகளும் மண்மேடாயின.

ஏழுகல் தொலைவில் தெள்ளாறு செல்லும் பெருவழியில் மேல்மாவிலங்கையே ஒரே தெருவாய் வளைந்துவந்து கீழ்மா விலங்கையின் ஆறு தெருக்களோடு கூடி ஏழாவது தெருவாகிவிடும். ஒரு தீவாய் காட்சி யளித்திருத்தல் பாழடைந்த கப்பலெனத் தோன்றும் அல்-ஹம்பாரா சிவப்பு அரண்மனை கடலில் மிதந்துகொண்டிருந்தது. ஒன்றுடன் ஒன்று இணைவுறாமல் கடலும் அரண்மனையும் நகர்ந்தபடி இருக்கிறது. இடைகழிநாட்டு மீன்படவர், வேடர் 'எறிவளர்' வீசி கலங்கை கவரும் குழுவினராகவே உறைந்தனர் என ஒரு கிளைக் கதை சொல்லும். மேலும் சென்ற கிளையில் பங்குனிக் கமடங்களை நன்னெறி ஓரையாக பின்சென்று திரும்ப முடியா தீவில் மறைந்தனர். ஆனால் பழம்பாதை இருந்த முசிறி, கொற்கை, நகியபொடனா, கமாரா, இந்த புதைந்துபோன எயிற் பட்டினத்தின் ஆழிச் சித்திரம் ஒவ்வொரு செம்படவரின் இடுப்பில் இருந்தது சூரிக் கத்தியாக. பங்குனிக் கமடத்தை மோந்து எரிசுறவு

அதன் போக்கில் பின்சென்றுவிடும். எரிசுறவுகள் துளியோடு மயங்கிச் சென்றபின் வலம்புரிச் சங்கு குளிக்கப் பாய்ந்தனர் பரதவர். மேகலூர்களின் பெருங்களி நுழைவுகளில் கரைஞ்சான் கூப்பிடக் கூப்பிட சேற்றுக்குள் உடலை நுழைத்துக்கொண்டு தலையை மட்டும் நீட்டுவதால் பங்குனியோவென்று ஏமாந்துவிடுவர்.

நெடிய கண்ணின் கடைக் கோடியில் செங்கயல்போல் ஒரு சிவப்புநிற அல்-ஹம்பாரா எயிற்பட்டின இருட்டு நீரில் அசைகிறது பங்குனியால் மேலும் சிவக்கிறது. ஆந்தலூசியா வானத்திற்கும் தென்கடல் நாவலந் தீவுகளுக்கும் ஏற்ப மாற்றி அமைத்துக் கொண்டனர். அல்-ஹம்பாரா மேல் விண்மீன்களின் எழுச்சி உயரக் கோணத்தை அளக்கும் கருவிகள் பற்றிய குறிப்புகள் தந்ததோடு வான் பொருட்களின் இடத்தைக் கணிக்கும் குறிப்புகளை இயற்பியல் துறவி ரோஸா காண்டிஸாஸ் அல்-சும்த் அசிமத் அடிவானம் போன்ற அரபுமொழிச் சொற்களஞ்சியத்தையும் தான் எழுதிவரும் உலகின் ஒரே பெருநூலில் கோர்க்கிறார். கிருஸ்துவ நாடுகளில் அரபுநாட்டுக் கைதிகளாலும் அல்-ஆந்தலூஸ் வழியாகக் கீழைய தேசம் போக பரங்கிக் கப்பலான அல் ஆந்தலூஸின் பெரு வரலாற்று மேதை இப்னு ஹய்யாக்கினால் ஏற்பட்ட தூண்டுதல் இடைகழிநாட்டு அல்-ஹம்பாரா சிவப்பு அரண்மனை தோன்றியதிலிருந்து பிரெஞ்சியர்கள் முதலில் பேராசையோடு பிடித்துக்கொண்ட கடல் பேய்களாயிருந்தனர்.

கடற்கரை வழியே சர்மேசியன் சமவெளியிலிருந்து விரைந்த ஒருங்கொத்த மூர்களின் குதிரைக் கூட்டத்தின் மேல் மருமான் சந்தாசாகிபு, கும்மந்தான் கான் சாகிபு இருவர் ஆவிகள் விளையாடும் சூதுப்பலகையில் யவன சாத்தும் கலீசிய இசை மேதை மார்டின் கோடாக்ஸ் வீகோ நகரத்துப் பாடு கவிதைகளோடு வந்த கவிதாயினி இசபெல்லா லிஸபோவாவும் ஸ்ட்ரபதோர்களும் மூர்களோடு வருகிறார்கள் அல்-ஹம்பாரா கடற்துறைக்கு. அகுஸ்தோ மாஷா லிசபோவா எனும் நீர் மூழ்கிய வருங்கால யூசுப் கானின் அரசாணி என்று கலீஸிய பொம்மையுடன் அவளையும் கமடங்கள்வரை படத்தில் இழுத்துவருகின்றன.

ஒரே ஒருமுறை கலீஸியா வழியாக புடையெழுந்து வந்த சீசர் படைப்புழுதியோடு மேகலூர்களுக்கு வருகிறான். தோற்றவர் மங்கிய மண்படலத்தில் மூர்களின் குதிரைக் காலெலும்புகளும் கூட்டமாய் எரிந்து ஒவ்வொரு தூரத்திலும் நண்பகல் பேய்த்தேரில்

அல்-ஹம்பாரா அரண்மனை சிவப்பாய் அசைந்து தோன்றுவதும் மறைவதுமாயிற்று. குதிரை மேலேறி ஊர்ந்த பிரெஞ்சு எதிரிப்படை அல்-ஹம்பாராவை முற்றுகையிட்டது. கும்மந்தான் கான்சாகிபு ஆற்காடு நவாப்புக்குத் தளகர்த்தகனாய் இருந்து பிரெஞ்சுக் கப்பல்களைப் புயலாகச் சுழிந்து விரட்டினான் அல்-ஹம்பாரா ஆவிகளோடு. அன்றிரவில் கும்மத்தானுடன் பேசியது அகுஸ்தோ மாஷாவின் பொம்மை. 'கீழ்த்திசைக்குரிய கரட்டு மலைக்கழுதை நீதான் கும்மத்தான்' என்று கேலி பேசியது அகுஸ்தோ மாஷாவின் பொம்மை. 'நீயொரு பாப்ரஸ் தாள் பொம்மைதானே அகுஸ்தோ மாஷா பொம்மையே' என்றான் கான்சா.

மேற்கு கிழக்கு மலைத் தொடர்களும் எதிரொலிக்க செங்கல்லகக் கஞ்சனங்களுக்கு மாங் கொட்டை ஏந்திய மண்கால்த் துறவிகளோடு தாவள எருதுகளில் மூர்களின் வாசனைத் திரவியங்களோடு ஜைன வர்த்தகக் கழுதையோடும் புடையெழுந்து சென்ற புடைப் பெயர்வுகளுடன் இணைந்த பரம்புகளில் உருவிய இரும்பும் புதிய சக்தியாய் கான்சாகிபு மருதையை வளைத்துப் பிடித்த பகைவர்களுக்கு ஆர்வமூட்டி ஊக்கும் ஒரு கூறாக மட்டுமின்றி வெட்டிய விருட்ச கன்னிகளின் அலறல் காடுகளின் சாபமாயிற்று. ஒரு முல்லை நில நாகரீகத்தை தம்மிடமே பிறப்பித்து வளர்க்கும் பூழிக்கீதாரிகள் புலிக்குளத்து கால்நடைகளின் எருவால் துருத்தி ஊதிப் படைத்த மாட்டுச் சங்கலிகள் உழுபடைகள் வார்த்ததில் மேலூர்களின் இருப்பைச் சுற்றி புலிக்குளத்து எருதுகளின் கிடை.

சொல்துறை நினைவாற்றல் பயிற்சியின் கரந்த பால் நுரை சிதற நத்தம் மேட்டுக் கீதாரிப் பெண்டிரின் காட்டுத் தொழுவங்களில் தான்தோன்றிக் கலையின் நாடோடிக் கால்தடத்தில் லாடங்கள் சுழன்றொலிக்கும் சப்தங்களோடு கமகச் சுருள்களை நீண்ட மூங்கில் வீசி இசைத்தார்கள் கீதாரிகள். பாடிப்பாடி ஆய்ச்சியர் குரவையில் கலைத்திற வாழ்வில் பழகி மோகனமும் முகாரியும் அழகர்மலை எயினர், ஈசனூர் நாட்டு எயினர் கூட்டத்தைப் பிடித்து கும்பினிக்கு எதிராய் இறுதிப் போர் தொடுத்தான் மருதையைச் சுற்றித் தன்னரசாண்ட பிரான்மலைக் கூட்டத்தையும் தன்னோடு சேரச் சொன்னான். அல்-ஹம்பாரா கோட்டையில் கல்மாட விளக்கைச் சுற்றும் ஆவிகளாயினர். அங்கே கப்பலில் வந்த மூர்களைத் தொலைவில் கண்டனர்.

14

பிறைமுளரி நாளம்

மீள்நிகழ்த்த முடியாத அபிநய நொடிகள்

அல்-ஹம்பாரா நிகழ்த்து கலைப்பள்ளியின் முதல் ஆசிரியன் மார்ட்டின் கோடாக்ஸையும் கிட்டானே மகிஷாசுரானையும் எபிரேயக் கவிஞன் பெல்ஸாஸர் லப்ராத்தையும் அல்-ஆந்தலூசிய நூல்களின் பாப்பிரஸ் சுருள்களைச் சொல்லிக் கொடுப்பதில் வெகு பாஷைகளைப் பயிற்றுவிப்பவர்களாக நவாப் தோஸ்தோ அலிகானின் நியமனத் தாள் முத்திரையால் திறந்து கொண்டது சதிரும் நாடகமும். இந்த பொம்மலாட்டக் கப்பலுக்குள் நாடுகளின் நாடகம் தொடங்கி விட்டதால் நிறத்தைக்கொண்டு கற்களையும் நடிகனையும் தேர்ந்தெடுப்பது சரியல்ல. லித்தியம் நிலையற்ற கருஞ்சிவப்புத் தாமிரம் பச்சைநிறமாகிறது. நடிப்பின் வேட்கையில் நிறத்தை மாற்றலாம். உள்ளோட்டத்தில் சரிந்துவரும் ஒளிக்கற்றை பட்டதும் சாயைகள் விந்தையில் நிறம் மாறுகின்றன. உடல்மொழியின் நிறப்பிரிகைத் திறனாலும் நடிப்பின் முகவொளியாலும் உரையாடல் துவங்குகிறது. மங்கிய பச்சையினின்று வெளிர் நிறமாகவும் மஞ்சள் ஒளியினின்று கருஞ்சிவப்பாகவும் பொம்மைகள் நடமாடிவந்து நிறமற்ற பளிங்குக் கண்களால் வணங்குகிறார்கள் உங்களை. கண்களில் கசியும் பனித்திவலைகளால் அழுகிறார்கள். முகத்தில் வியப்பூட்டும் முத்துவெள்ளை பூசிய தோற்றம்.

என் தலையை இழந்துவிட்டால்
நான் சல்மாகிஸ்.
பல வண்ணங்களுடன் பறந்துவிடுவேன்.
வண்ணக் கிண்ணங்களைவிட்டு வரட்டும்.
உன் ஒப்பனையாளன் - லப்ராத் நாடக ஓலை.

பெல்ஸாஸர் லப்ராத் எழுதி இயக்கிய 'நீரணங்கு சல்மாகிஸ்' கிரேக்கத்

தொன்மையான நாடகத்தில் மாநிறத் திருநங்கையர் நாடகப் பெட்டிகள் திறந்து வெளிப்படுகிறார்கள். அவர்களில் ஒருத்தி வயலின் இயற்றும் பெராரி நௌடி பேரழகன் ஹெர்மப்ரோடிஸ் வேடமிட்டு வர புகுல் சாமீரா என்பவள் சல்மாகிஸ் நீரர மகளிராக ஒப்பனையிட்டு வந்து முதல் காட்சியில் பாடுகிறாள் லப்ராத் கவிதைகளை. லப்ராத்தின் நிழலெரிவுப் படிமங்களுக்கு மையூட்டிய நடிகர்கள் மோகப் புயலில் சுழன்றுவந்து, மோகத்தை பெராரி நௌடி ஏற்காமல் தூர விலகினாள் ஹெர்மப்ரோடிஸின் தாய் தந்தையர் அடுத்த காட்சியில் யவனப் பாவை விளக்கேந்தி வர திரைமறைவில் கோரஸ் ஹெர்ம்ஸ், புரோடிடஸ் இருவரும் ஒளிப் பிழம்புருவாய் அசரீரியில் அனல் வாக்கிடல் நீல ஒளியுருவாய் உருமாறுகிறான் மைந்தன்.

சரிந்துவரும் வெண்ணிற மஞ்சள் நீரொளிக்குள் நீரணங்கினைச் சுற்றி நீரர மகளிர் முணு முணுக்கிறார்கள் நீர்க்குரலிட்ட பாடலை. மையல் எல்லா நீரின் ஓர்மையாகி இருவரையும் ஒன்றிக் கலந்திடும் தெறிப்பில் அந்தரத்தில் தொங்கும் பனித்துளிகளாக உருகி அரூப ஒளியில் ஒன்றுகலந்துவிடுகிறார்கள். மீண்டும் ஹெர்மப்ரோடிஸ்ஸாக உருக்கொள்ள டால்பின் பொம்மைகள் திரைச்சுருளில் வெளிப்பட மேலிருந்த பட்சிகளின் சலம்பல் ஒலிக்கிடையே கயிறுகளின் வழி கீழே சரிந்து வர இருவரும் நூலேணி வழி சொப்பனம் எழுதிவரும் முடிக்கப்படாத உப்பு அரண்மனைக்குப் போகிறார்கள். பெல்ஸாஸர் லப்ராத்தின் பாடு கவிதைகளை ஸ்ட்ரபதோர் பாட நீரணங்கு சிறு பெண்ணாய் முன் வந்து பாடுகிறாள். நீரணங்கி ஸல்மாகிஸ் வேடமிட்ட திருநங்கை புகில் சாமீராவை ஒப்பனை கலைந்த பராரி நௌடி உப்பு அரண்மனையின் முதலாவது லவண மாடத்திற்குக் கூட்டிப் போகிறாள். அங்கே லவண மாடங்களில் சித்திரம் தீட்டும் வேலைகளை சம்பர் உப்புத் தூங்கேணியிலிருந்து வெளிவந்த மால்வா கலைஞர்கள் தீட்டுகிறார்கள். அவர்கள் லவணபுராவின் அந்தரங்க ஊற்றுகளின் பால்விதியில் பிலாடலவணம் நத்தைகளின் பாலுணர்வுகளின் வேட்கையெல்லாம் இசையின் சாகரமே.

சம்பர் உப்புத் தூங்கேணியின் கனவில் மிதக்கும் உப்பு அரண்மனை தானே எழுதிக் கொள்ளும் கையின் கீர்த்தியின் உன்னத சிவப்புநிற அடுக்குகளாக அவை மாய உருவடைந்திருந்தன, ஒன்று பலவாகவும் பலவாகியவை ஒன்றாகவும் ஆண் அல்-ஹம்பாரா பெண் அல்-ஹம்பாரா கனாவின் ஊடாட்டத்தில் மூன்றாவது உப்பு

அரண்மனையாகவும் ஒட்டுமொத்த புறத்தோற்றத்தை அளிக்க விராடனின் லவண அரண்மனையில் ஆயுளில் ஒரே ஒரு ஆண்டு அர்ச்சுனன் அடைந்த ருது உருவமைப்பில் கலையின் பிரவாகமே கீர்த்தி நிலை அடைய பிறைகளின் மாதிரி வடிவங்களே தேவைக்கு ஏற்ப சிறிதும் பெரிதாகவும் உயரும் லவண அடுக்குமாடங்களின் உத்தி வடிவமைப்பானது, வில்விசயன் கீறும் உப்பு அம்புகளின் வடிவம் கலையின் திசைகளாயிற்று. ஊர்வசியின் உருவம் வடிவம் கொடுத்து வளர்த்த இருபால் விதியூடே வளர்ந்து கட்டுமான அங்கங்களும் சம்பர் உப்புத் தூங்கேணியில் மூழ்கிய விராட பருவ ஏடு திறந்து சதிர் நங்கையர் வருகிறார்கள் நரனின் நிழல்களாய்.

முன்னை விலங்குரு எண்புச் சட்டகங்களின் பாணியாக நெறிமுறை களைக் கூறும் நரன் கனாவில் நிலையூன்றி வளரும் லவணபுரா எனும் புராதன உப்பு அரண்மனையின் அமைப்பைத் தொகுத்துக் காண இதற்கு வேறு நூல்களை மனிதர் எழுதா நிலையில் ஊர்வசி சாபமேற்ற அந்த ஒரே ஓராண்டு மட்டுமே அம்புகளின் தழும்புத் தடம் பட்ட கரத்தை கன்னிச் சங்கு ஆரங்களால் சுற்றி மறைத்திருந்தான். சுதைப் பூச்சிகளும் ஒட்டு இணைப்புகளில் வில் விசயன் கரம் சுற்றிய சங்குகளின் உள்நாக்கு நத்தைகளின் ஓடுடலிகளின் சுருள் வடிவங் களே அவன் நரன் மெய்யுடலில் நாணம் கவிகிறது. வேறு மனித நாகரீக உள்ளூவங்கள் கலையில் மட்டுமே சேரும் நியதியாயிற்று.

நத்தை வடிவங்களின் மாறுபட்ட பதம் நரனின் அம்புகள் வரைய திசை உடுகண ஓரைகளின் தொடர்பில் சம்பர் உப்பு தூங்கேணியின் வடிவங்கள் தேர்வானதில் முக்கியத்துவம் கனாத் தோற்றங்களின் நீர்க்கோரைத் தாள்களில் மறைந்துள்ள சித்திரங்களில் அதற்குரிய வடிவம் பெற்று விடுகிறது. சம்பர் உப்புத் தூங்கேணிகளின் கோடுகளின் வடிவங்களே தனித்துவக் கலைப் பாணியாக லவணபுரா உப்பு அரண்மனையின் ரகசிய நூற்களில் ஒட்டுமொத்த வடிவத்தையும் வேசரம், நாகரம், திராவிடம் எனும் மூன்று வகையினின்றும் மாறுபடும். உப்பு அம்பின் அரூபத்தில் மறைந்து கூடவே வரும் ஊர்வசியின் தோற்றம் கலையின் தனித்தன்மையால் சதிர்களில் காலெடுத்த அண்டங்கள் இடம்மாற எந்த மானிட ஆகமங்களையும் கோருவதில்லை ஊர்வசி சாபம்.

முள்ளிச் சங்குகளும் பலகறைச் சங்குகளும் உள் நடைவெளி அகப்பரப்புகளைக் கொள்வதில் உப்பு அரண்மனையின் சுருள் வடிவக் கட்டுமானங்களில் நடைவெளி நெடுக மணல்படுகைகளே

தரைத்தளமாக அமைந்துள்ளதில் இங்கே கனாவில் உலாவும் உயிர்க்குல நனவிலித் தோற்றங்கள் உப்பு அரண்மனையாக உயர்வகை உயிரின மரபிற்கு மனிதனைச் சாராத கலை வடிவம் பெற்றதாகி விடுகிறது. இங்கே லப்ராத் வசனங்கள் உட்பட ஒவ்வொரு நிகழ்த்து கலைகளுக்குமான ஒளிக்கற்றைகள் மணலிலும் உப்பிலும் தோன்றி பெரும் மாற்றத்திற்குரிய கலைப் பாணியை உருவாக்கியுள்ளது. பால்பேதங்களை ஆதாரமாக அன்றி நடிப்பின் அபிநய நொடிகளின் தோற்றங்களையே உள்ளுறை இறைச்சியாகவும் கொள்கிறது.

ஊர்வசியின் ஒவ்வொரு முத்திரைக்குள் இருந்தும் நீர்ச்சிலையாக உருவெடுக்கும் நரனின் கடற்பளிங்கு உருவங்கள் ஒவ்வொரு நொடியும் உருகி கலையின் அரூபத்தில் கரைந்துவிடுகிறான். அவனோடு கலையில் மட்டுமே வாசம் செய்கிறாள் ஊர்வசி. காலமறைப்பில் இருந்த தற்கணங்களின் பனி உருக்களாக சதா உருகிக்கொண்டிருக்கும் ஊர்வசியின் கலையானது நரனின் உப்பு அரண்மனையின் தோற்றமாக மிதந்துவர நீரின் தொனிகளால் இசை ஒழுங்கு பெற்ற வயலின்கள் சலத்தில் மூழ்கி ஒலிபெறுகின்றன. மிகக் குளிர்ந்ததாகவும் அபிநய நொடிகள் சதிராளி நரனின் ஒரே ஓராண்டு எலும்பில் ஊற்றெடுக்கும் கடப்பதற்கு இயலாத கலை தொடங்கிய காலம் முதலாகச் சற்று அதிஷ்டவசமாகச் சிலவேளை பசுமையான மஞ்சள் வெளிறிய கோதுமைநரிகளின் ஊளைகளாக எங்கோ கரைய லய ஒலிகளைக் கேட்டுக் கேட்டு விலங்குகள் மறு ஒலியிடும் தொனி இழைகளைத் தேடிய நாம் இழந்த பாலுணர்வுகளின் சகாப்தங்களையே வேண்டி நிற்கின்றன உப்பு அரண்மனையின் வேட்கை. அபிநய நொடிகள் காற்றில் உதிர்ந்து ஒவ்வொரு நடிகையின் குருதியூட்டிய கலையாகக் கலாச்சாரத்துடன் ஒன்றி, கரைந்தனர்.

இந்த மாநிறத் திருநங்கையரின் அபிநயங்கள் நம்மிடையே எவ்வாறு நிகழ்த்துக் கலையாகக் கலந்துவிட்ட இரகசிய ரேகைகளை நிறம் பிரித்து ஆய்வது எளிதல்ல. அபிநயங்களாக மாறும் பிறைகளின் சந்ததி. ஹிஜ்ராக்களின் இசை பாலினத் தொன்மையில் நடிப்புடலைத் தேடிப் புராணங்களில் தஞ்சமடைந்த புனைவாற்றல் இயல்கடந்த இருபால் இலைகளில் விளிம்பிடும் பிறையொலி வளர்விலும் தேய்விலும் உச்சநிலைக் கலையின் அரூபத்தில் கரைவர்.

ஈருடல் ரஸவாதிகளாக சிசுப்பிறப்பைவிட கலையின் சிருஷ்டிதர் களாக இந்த அல்-ஹம்பாராவின் நிகழ்த்துகலை ஆசான்களாகவும் மாறியதில் கடல்மல்லை அதீத அவதாரச் சிற்பச் செந்நூலில்

அர்த்தநாரியின் கல்லைத் தசையாக்கிய சிற்ப ஸ்தபதிகளின் உளியின் தொகுதிகளில் சூரியனிலிருந்து பிரித்தெடுத்த சொர்ண உடலைப் பெற்றவர்கள். தம் யாக்கை வயலின் வியர்க்கிறது உப்பு அரண்மனையாக. மோகினி அவதாரமெடுத்து அவுணரின் பக்கம் செல்ல தம்யாக்கையின் நரம்புகளைக் கின்னரியில் பூட்டி நெய்தற் பெரும்பண் தோடியாகக் கரைந்துகொண்டு இருக்கிறார்கள். அரவான் கடபலிச் சடங்கில் மாநிறத் திருநங்கையர் நீலக்கண்ணாடி வளையல்கள் அணிந்து குருசேத்திரத்திரத் தேர்காலில் உடைத்து பீங்கான் வளையல்கள் துகள்துகளாய் ஒடியப் புனைவும் குருதியும் வழியும் ரகசியத்தின் கருவுருவாய் நின்றுவிட்ட தம் பிறப்பிற்கு முந்தைய பிறவா முன்மைக்குள் லார்வா வடிவத்திலிருக்கும் கலையின் பல்லுயிர் நிலையாக ஊழினை உப்பக்கம் நீந்தியவாறு சுருண்டிருக்கிறார்கள் மனித உற்பத்தியின் கடைநாளை எதிர் நோக்கி.

நீரணங்கு தேனிறமான கண்கள் திருகுமறுகுப் புதிர்பேசும். மெதுவாகப் பச்சை மூங்கில் இடையே பொம்மைகளைக் கூட்டிச் சென்ற போது பசுங்கொடிகள் பொம்மைகளின் தாடையைச் சுற்றிக் கொண்டன. பனிச்சாளரத்தின் வழி கூட்டமாய் எட்டிப் பார்க்கின்றன. அவர்களின் கையில் மரோனியன் திராட்சைத்தேறல் குடுக்கை பொங்கும் ஒடிசி காப்பியத்தில் வரும் சைக்ளோப்ஸ், பாலிமெபஸ் என்கிற ஒற்றைக்கண் பூதத்திற்கு குடிக்கக் கொடுத்து தப்புகிறான் ஒடிசியஸ். நுரைகள் சிதறி அரங்கெங்கும் பரவுகிறது. வழியும் தேறலை பலியானவர் உடம்பில் சுட்டுத்துளைத்த பாதைகளில் குனிந்து ஊட்டுகிறார்கள். இறந்தவர்கள் தாகமாகயிருக்கிறார்கள். அவர்கள் சுதேசித் தேறலைப் பருகுகிறார்கள். இன்னொரு கோப்பையில் இந்த நகரமே தூசடைந்துள்ளது. அதில் பலியானவர்களின் ஆவிகள் மீது படிந்துள்ளது குரோமிய உப்புக் கரைசல். அணிலின் சாயங்கள் படிந்த முகங்கள் ஒளிமங்குகின்றன. வேதியல் சோதனைத்தாள் எரிந்து உலோகமாக நிறமாலையில் வெளிப்படும் காகிதக் கத்திகளைத் தம்மீதே குத்தியவாறு உரையாடுகிறார்கள்.

இத்தாலிய ஸ்போலெட்டோ குழுவினர் கடல் நகரில் வேறொரு அரங்கங்களில் நிகழ்த்துவார்கள். இந்த கிரேக்கக் கப்பல் முன்னாளில் ட்ரோஜன் யுத்தத்தில் அடையா நெடும்பயணம் போன யுலீஸஸைத் தலைவனாக ஏற்றுக் கிளம்பியது. யுத்தத்தில் அழிந்து தோன்றிய கார்த்தேஜ் நாடகக்குழு தப்பி வந்தது. துனீசியர்களே நடிகர்கள். காரக்காஸ் கலைஞர்கள் வெனிசுலாவைவிட்டு வெளியே

திரிகிறார்கள். டுப்ரோவ்னிக் கோடைவிழா முடிவுற்றதால் மற்ற பருவங்களில் கப்பல் ஃபெனிஸ்தோரில்தான் நடத்தியிருந்தனர்.

கிரேக்க மாலுமி சொல்

ஹென்ரிங் பறவையை கோல்ட்நேவி துப்பாக்கியால் சுட்டுவிடாதே (முன்திட்டத்தோடு பயணம் போகவில்லை).

வயாங்கோலாங் பொம்மலாட்டப் பாவைகள் ஜாவாவிலிருந்து பட்டுஆடைகள் உடுத்தி இந்தோனேசிய அரக்கர்களுக்கு நீலப் பட்டாடைகள், கரும்பட்டு அசுரர்களுக்கு. சியாங்மாய், லம்பூன், லம்பாங்க் பட்டினப் பெண்கள் தாய் ராமசரித சித்திரங்கள் தீட்டி சந்தைக்கு வருவார்கள். பிரம்பானன் கலைமரபை நெய்து கொடுத்தவர்கள் இப்பெண்கள்தான். தம் கலைகளையெல்லாம் ராப்பகலாய் கோர்த்து லம்பூன் பருத்திப் பெண்டிர் 'கப்பல் போகும் பாதைக்கு கொடுத்தோம்' என்று கடற்கரைச் சந்தையில் நெடுக நின்று விட்டுப் பிரிய மனம் வராமல் திரும்பிப்போகிறார்கள் லம்பாங்க் பட்டிணம் வழியாக. புறத்தோற்றம் தாய், ஜாவா கலையினதாக இருப்பினும் அகத்திலுள்ளது பௌத்த முகபாவங்கள் விரிகதிர்கள் நாண எரிதழல் கொள் மேனியுடன் லம்பூனில் பொம்மை செய்வோர் சிலரும் கப்பலில் வருகிறார்கள். சூத்திரதாரி கருப்புத் திரட்டு நூல் முறுக்கி பொம்மைகளை இணைத்திருந்தாள். மெல்லிய நூலைத் தந்திரமாக லாவகமாகக் கையாண்டவன். ஏற்று நடிக்கும் லம்பூன் தாய் பொம்மைகளோடு வசனம் பேசுவான்.

ஜாவானியப்பட்டால் பாவை சேர்த்து நடந்து ஆடிஓடி நிலைமை களையும் நிகழ்ச்சிகளையும் பொம்மைகள் சூதானமாய்ச் சித்திக்குமாறு திரைக்குப்பின் ஒளிந்திருக்கும் அத்தனை சாடை களையும் சொல்லிக்கொடுப்பதில் வயாங்கோலாங் மரபின் பூர்வீக ஜீவிதர்களின் ஆவி பொம்மைகளைப் பீடித்துவிடும். உள்ளுக்குள் மாறிமாறிக் கால் சிக்கும் கைதூக்கும் கயிறுகள் பக்கத்திரைகளின் பின்பக்கம் ஊடிழையாக பொம்மைக்கு உயிர்வந்து உரையாடும். கருவிளக்கின் திரி படபடத்து எண்ணெயில் அசைந்து இருளில் கலக்கும் நிழல்கள் மெல்ல மேலெழுகின்றன. நூறு இரவுகளுக்கு முந்தி காணாமல்போன இரவுகளும் மையிருட்டாய் வந்து தன்னைக் கதாபாத்திரங்களாகத் தீட்டிக்கொண்டு திரிக் கருப்பில் சுடர்பட்டு திரையில் நடந்துவரும். 'ராவண ராசன் வந்தேனய்யா... பத்து தலைகள் ஒவ்வொன்றாய் சுடரில் படிந்தெழுந்து

சீறிமேல் வந்து புராணக் கதைகள் எல்லாம்... மனிதர்கள் யாருமில்லை. அரக்க மங்கைதான் தாடகைப் பெருநிலம் கிடக்கிறாள். தாடகை உருகண்டு அரங்கத்தில் வளர்ந்தது ஜாவா நிழல்பாவைகள். கயிறுகள் இன்றியே இருகைவிரல்களில் வர்ணத்தலைகளைச் சொருகி முழுப் புராணத்தையே சிற்றரங்கில் நிகழ்த்தினான் கசபா நூல் வித்தைக்காரன். உஜ்ஜையினிலிருந்து அணங்கு பொம்மையின் கயிறுவழி சென்ற பாதை இருகோடுகளாக நீள்கிறது கீழ்த்திசை யெங்கும். பத்து விரல்களையும் ஒட்டிவைத்த வேகத்தில் ராவணன் குதித்து வந்தான் சபைக்கு. சிவபக்தன் ராவணன் நான், சம்போ சிவ சிவ... வந்தவர்கள் அவனுக்கு பத்து வகைப்பட்டு நூல் எடுத்துப் பணிகிறார்கள் லாவகமாய்.

ஆளோடு	ஆளு	உரசாமல்	உங்கள்
ஆளிலே	ஒருமுழம்	தள்ளி	நின்று
காலோடே	காலு	உரசாமல்	உங்கள்
கைபிடி	துணி	தவறாமல்	
மேலோடே	மேலு	உரசாமல்	உங்கள்
வேருவைத்	தண்ணீர்	சிதறாமல்...	

சூத்ரதாரி மற்ற பாவைகளை உருமாற்றுமுன் அங்கதன் வந்து விட்டான். தூங்குவோர் மேல் சொம்புத் தண்ணீர் தெளிப்பதற்கு. சோர்வில்லாமல் சனமும் ரசிப்பார்கள் பாட்டில் வேகம் அதிகரிக்க, பாவைகளின் அங்க இயக்கமும் விரைவுபெற்று பொம்மைகள் புராணத்தை வேறு வெளிக்குக் கொண்டுசெல்லும். மயிர்க் கூச்செறியும் ஆழிகள் விதியைச் செய்து காட்டும் வித்தை. குட்டையும் நெட்டையுமான கோமாளி சின்னமூளி பெரியமூளி உடங்கம்போடு வாத்துமேய்க்கும் இருவர். முட்டாள் வாத்துகள் தலையசைத்து உயர்த்திக் கூட்டமாய்த் திரைக்குள் கடந்து போகும். கால்களைப் பின்னிப் பின்னி ஆடி கீழேவிழுகிறார்கள். 'மாப்ளே... நான் என்னத்தே சோளப்பொறி...' உணர்ச்சியோட்டத்தோடு பெரியமூளி ஆரம்பப் பாடல்களிலிருந்தே நல்லதங்காள் கூந்தலை வருணித்து வருகிறான். சின்னமூளி காட்டுப்பூக்களையும் முள்ளில் குத்தி அவள் கூந்தலில் சொருகி அண்ணாந்து மோப்பம் பிடித்து கிரக்கத்தில் பேசுகிறான். 'எப்பேர்ப்பட்ட தங்கச்சிக்கு இப்படித் தும்பம் வந்திருச்சே! நான் என்னண்டு இருக்கப்போறனோ பூமியில் உசுரு வச்சு.' கேவிக்கேவி அழுகிறான். மூக்கைச் சிந்தி அவள் அறுபதடிக் கூந்தலில் விரல் வைத்து ஒவ்வொன்றாய்ப் பின்னுகிறான் காட்டுப்பூ வைத்து. முகவீணை, ஒரு ஒத்து, தவுள், தாளம், பம்பை,

தமுக்கம் பின்னணியில் இளையும் பஞ்சதந்திரக்கதைக்குள்ளிருந்து சின்ன மூளியும், பெரிய மூளியும் நரி, ஓணான், கரடியுடன் வருகிறார்கள். ஆனால், எல்லாருமே நல்லதங்காள் மூலி அலங்காரி வீட்டுமுன் நின்று கூப்பிடக் கூப்பிட மருமகள் சன்னலைப் பூட்டும் பாடல் கல்நெஞ்சையும் நக்கி அழும்.

இகாத் துணிவகைகளைக் கருப்புப் பெட்டியில் கொண்டு வந்திருக்கிறான் கசபா நூல் வித்தைக்காரன், ஜாவா பெண்கள் பட்டில் வரைந்த ஓவியங்களைச் சூட்டுகிறான் பொம்மைகளுக்கு. கூண்டு விளக்கின் கரு ஒளியில் விழிப்பூட்டென நீர்ப்பாவைகள். கற்குளத்துக்குள் மூழ்கிய நீர்ப்பாவைகள் ஏட்டுச்சுவடிகளில் இருக்கும் சித்திரங்களோடு இயங்கும் இந்தப் பாவைகள் நடு ஜாவா நெசவிலிருந்து பட்டுநூல் பாதை தொட்டு உலகின் அந்தம் வரை பயணமாகிறார்கள் நாடகக் கப்பலில். இந்தோ-ஜாவாக்கலைகள் இணைந்திருக்கும் பாரா எனும் ஊரில் பாவடித் தெருக்களில் மரக்கலச் செட்டிகளும் மரைக்காயர்களும் பட்டு வாணிபக் கிட்டங்கிகளை வைத்திருந்தனர். வங்கத்தில் விலைக்கு வாங்கிய அடிமைகளுக்குப் பதிலாக குத்தகைக்கு எடுத்த சுதேசிகள் வருஷ சம்பளத்தில் கப்பல் சக்கரத்தைச் சுற்றுகிறார்கள். கிரேக்கக் கப்பலின் அரசி பெனிலோப் தீராமல் நெய்துகொண்டே அவள் தறியின் கட்டுப் பாட்டில் எப்போதும் 'பாரா' ஊரின் பட்டு நூற்கப்படவில்லை. கம்பளச் செட்டிகளும் மரைக்காயர்களும் நூலில் மறைந்திருக்கும் பெனிலோப் அரசிக்கு விண்ணப்பித்த கடிதம் ஒன்றைக் கொடுத்தான் ஒரு மாலுமி கதை தொடர்வதற்கு...

கடலடி நாடக நிலம்

மேகலா மொழிகளில் எம்மொழி பிழைப்பது எம்மொழி மீண்டு நிப்பது என கடலடி நாடக நிலத்தில் தசைத்திறமிக்க கலையாக வேட நடிகர்கள். அஸ்வகரின் ஏளனப் பேச்சில், 'திருந்தாப் பேச்சினர்' என்றாலும் மிகவும் கடுமை வாய்ந்த மொழியினைக் கற்பதென்பது முடியாதாயிற்று வந்தவர்க்கு. இந்தக் கொடுங் கனவுக்குள் வளைகுடா நீருக்குள் மூழ்கியோர் தூக்கத்தில், இடம்புரி ஆயிரம் சூழ ஒரு வலம்புரி வந்தது நீத்தார் கலம் நோக்கி. வெண்சங்கும், முள்ளுச்சங்குகளும் கோடிழுத்த பக்கம் நீர்க்காகிதங் களில் எயிற்பட்டணத்தில் ஈமப் பேழைகளின் பிண மூடாக்கில் எழுதப்படுகிறது. கலம்படு அருகமாந்துறை, நரிப்பையூர், பாசு பதாழம் வரிச்சங்கு ஒலி கேட்டு ஐவிரல் சங்கில் இந்தப் பிரதியை

ஒளிக்கின்றனர். உள்ளிருந்து ஆயிரம் நடிகர்கள் நீந்திவர ஆவியரும் நாடகப் பிரதியில் நுழைந்திருந்தனர். பெரும்புகையார்ப் பள்ளி பாலொளியில் அபிநய நூல் பிறக்கிறது. வலம்புரி உழுத வார்மணல் அடைகரையில் கலியும், பரியும் நுண்ணியதாக பண்ணைகளில் எழுதப்பட்டிருந்தன. திமிலர் பாசுபதாப் பரவூரார் கூடவே வருகிறார்கள் தோணிகளில் பழுது நீக்கி. ஏனாதிப் பாடிகள் ஓந்தாலூரணியில் இருந்தனர். அவர்களில் வெட்டுப்பட்டும் சாகாத ஏனாதிப் பட்டம் கட்டி ஒருவன்.' துணங்கை ஆடிய தாரிணி, தீர்க்கிகா இரு கப்பலில். கோரஸிற்கான கூட்டுப் பாடலை நரம்புகளை இசைத்தவாறு, பங்குனி ஆமை உலர்ந்த ஓடுடலில் பூட்டிய ஆமானின் குடலை உருவி உப்பிட்டுக் காயவைத்த யவன லயர் யாழை தயோனிசச் சடங்கு நடிகன் அபிநய நூலிலிருந்து ஒருவன் வாசிக்க மற்றவர் பாடுகிறார்கள்.

புள்ளும், திரையும், பொரச்சங்கம் நோக்கி, நிலவு இறங்கி கடலைத் தொட அரங்கத் தாயகமானது செஞ்சங்கின் கூடு சுமந்த நடிகர்களின் கடலடி நாடக நிலம் இந்நாளவர் வரி ஒலித்த நாதம் தோயும் உருக்கத்தில் காணமற்போன கந்தல் பொம்மைகள் மூழ்கி சங்கு சேகரிக்கும் முக்குவப்பெண் சீம்பால் முலை பொங்கி சங்கில் இட்டதும் பொம்மைகள் விழிப்புற்றன. ஒவ்வொரு இரவிலும் விரல்சுட சேய்மடு சுரந்த பாலும், பாவையாட்டியோடு வரும் பிள்ளை களுக்கு ஊட்டவும் நிற்க, எதிர்வரும் படகில் மேகலூர்களின் நிழல்.

மிதவைக் கூட்டத்தில் கதைகளைப் பிரிக்கிறார்கள். யுவர்கள் அணங்குகளாய் வேடமிட்ட நடிப்பின் நிகரற்ற நொடிகள் காணாமல் போய் வேறொரு காலத்திலிருந்து திரும்புகின்றன. அணங்குகள் வைத்த மணற்பாதங்களை சித்திரைக்குழிக் காற்று ஒவ்வொரு வருடைய வாழ்க்கைப் பாதையிலும் தூக்கிப் பறந்து இடம்மாற்றி வைக்கிறது. காணாமல்போன நடிகன் அணங்கு வாசனையுடன் கடலடி நாடகநிலத்தில் இருக்கிறான். வேடமுகங்களுக்குப் பின்னால் எதிர்கால அபிநயம் மறைந்திருக்கிறது. நடிகைகளின் கருவிலிருக்கும் பழம்நடிகைகளின் அலங்கார அடவுகளை நிகழ்காலம் அச்சத்துடன் எடுத்துவைக்கிறது. மறைந்த வேடமுகங் களைக் களைந்தால் நடிப்பென்பதும் இடாகினிதான். ஒரு நொடியில் நிகழ்கால அரங்கிற்கு ஊடுருவி வருகிறாள். கடலடி நாடக நிலம் ஒத்திகையில் வருங்கணம்தான். நாவை அறுத்தெறிந்த கலையோகியின் பின்னால் மாறாத சாதனைகள் நடிப்பின் கணமே எனினும்

காலமில்லை. நிஜத்தை அழிக்கும் நடிப்பின் பிடியில் ஒவ்வொரு கழைக்கூத்தாடியும் தகர வில்லேந்தி கந்தல்துணி உடுத்தி புராணங்களைத் தரித்திரமாக்கி தெறிக்கவிடுகிறார்கள். கழையின் எச்சங்கள் எல்லாத் தெருவிலும் மறைந்து திரியும். உறைபனி மூடிய சவப்பெட்டிகளில் அரக்கு முத்திரைவைத்த ரத்துசெய்யப்பட்ட அரிதாரிகளின் எலும்பு துருத்திய கைகளால் முத்திரையை உடைத்து ஆடுகிறான் பார்வையாளன். அதில் வாசகப் புனைவு ஓட்டத்தில் உருகும் வலம்புரிகளின் மெய்யொலிகள். படுதா வரைந்தவன் இங்கே இடம்புரியாய் மாறிவிடுகிறான். வட்ட அரங்கில் நோக்கியோர் சங்குகளில் மொசித்தனர் சா படகுகளில்.

வலை சுமந்தவன் புன்னைத் தைலமிட்ட கிளியஞ்சிட்டி விளக்குடன் கூப்பிடுகிறான். கப்பலில் அவிழ்ந்து கமழும் சுடர். அருவுருவங்கள் கப்பலில் விழித்தெழும் வேளையில் வெருண்டு அழைக்கும் கடலின் இருள் வழியில் போதாப்பறவை குரல் கொடுக்கும் மிக மெலிவான வெளிச்சத்தில் அரிதாரிகளின் முகங்களை நோக்கினேன். பனி மூடிய உருகப்பல் மேல் பலகைகளில் துயில்கிறார்கள். உருவில் படியும் பட்சி ஜாலங்களில் கணிதமும் முன் நிகழ்வின் ஓட்டமும் அருவங்களைத் தொற்றிவிடும். வங்காள விரிகுடாவின் பாக்குடாப் பகுதி பாக் சலசந்தியின் தென்பக்கத் தொடர்ச்சியில் ஒதுங்கிய இரு லாஞ்சிகளில் இருப்பவர்கள் உறைந்த ஆன்மாவில் ஊழ் நாட்களை வலிந்து கனிவிக்கப்படாத நாடகப் பாடல்களை 'பூதத் தம்பி'யில் நடித்துவந்தார்கள். இறந்த முகங்களுக்குத் தைலம் மெழுகி ஒப்பனை செய்கிறான் புலியூரான். எழுதிய தாள்களைப் புரட்டி கதாபாத்திர மேற்பவர்கள் இரு லாஞ்சியின் நிழலிலேயே ஒத்திகைகொண்டனர். நடிப்பில் பாய்கிறது.

சுருட்டுக் கொட்டகை நாடகங்கள். காயம்பட்ட தொலைவு வரை சென்றனர் திரைச்சீலையில். இறந்த கோடைக் காற்றினூடே வருகிற கப்பலில். அமரர்களின் உடல் கடல் மெழுகாக உருகும் அமைதியில் நடிக்கிறார்கள். நிகழ்ந்து கொண்டிருக்கும் நாடகம். நாடகப் படுதாவில் இறங்கிவரும் கருப்புப் பூனையை நடிகர்கள் பிடித்து உரையாடுகிறார்கள். கால்களை உரசி அடுத்த காட்சிக்கு வருகிறது நகங்களை நக்கும் உரு கப்பல் பூனை.

பெயரில்லாத பூச்சியாக ரெமேடியோ இடாயெருமை மேல் கிட்டானே மகிஷாசுரா உரு கொடிமரத்தை நோக்கி வருகிறான். தச்சு வினைமாக்கள் கண்ணும் களம்பாடும் வினைஞர் கட்டுங்

கழங்குமிட்டு உரைப்பார் கண்ணும் தம்மில் உறழ்ந்துரைப்பார். ஆனால் பேய்கள் அங்கு விலகவில்லை பூசையில். குறி சொல்லும் கட்டுவிச்சி கப்பலின் சாளரங்களைத் திறந்து மட்டிப்பால் புகையூட்டுகிறாள். ஒவ்வொரு கப்பல் கீழறைகளுக்கு இறங்கிப்போய் ஒவ்வொரு பிணத்திடமும் மந்திரம் கூறவும் புகுந்த நீர் சீறுகிறது. படகுகளில் பரவும் சாவு வேகத்தைத் தொடர்ந்து நெடுங்கரை மேல்வருவோர் நிழல் கடல் சுழிந்து ஓடுகிறது. பிச்சல் பாய்களில் தற்கொலையானவர் எழுதப்படாத பிரதிகளை கொடிமரத்தில் அசைகிறார்கள். யாழ் நூலும் பெருவங்கியமும் கர்ணாமிருத சாகர இசையில் மூழ்கிப் பிடித்த கயல்கள் தொங்கிவர மெல்ல நழுவும் கதைகளோடு சுடலையமர்ந்த துடி தெய்வங்கள் வெஞ்சினம் கொண்டு பாடு கிடக்கிறார்கள்.

கரைப்பரப்பில் படர்ந்து ஊர்ந்த உடல்களில் கடற்பசு சுரந்த பாலில் ஒளி வருடங்களில் போன வங்கம் மெல்ல நழுவி வருகிறது. ‘கடுகைக் கொண்டு வா குழந்தையை உயிர்ப்பிக்கிறேன்’ என்று சம்பாபதி சொல்கிறாள் கருஞ்சிறகு விரித்து. கோடி உயிரினங்களோடு கூடு கலைகிறார்கள். ‘வாழும் தனிக் குகைகளில் நீ சூரியக் கறை படர்ந்தும் நூலோடு திரிகிறாய்...’ இறுதியில் சிறையொடுக்கி உடலில் பேராது இருந்த நாடகத்தில் மீன் முகமூடி அணிகிறார்கள். வாராவதியில் நீரோட்டத்தில் வரும் மீனவர் வத்தைகள் எதிர் கொண்டன உற்ற ராவணாதியரை. பெருங்கல உருவில் கருகாத இயல்கள் காற்றில் பரபரக்கும் தழல் நழுவி எழ அழியாப் பெருவெளி மாந்தர் கைகளில் எல்லா நூலும் ஒரு வினாடி கூட்டமாய்ப் பறந்து நழுவி மீண்டும் கடலை அடைகின்றன. அட்சரங்கள் அலைமேல் ஏறி நடிகர்களின் கைகளுக்கு வருகின்றன.

மகரம் விண்மேல் தாவி ஒவ்வொரு நூலும் தீக்கால்களுடன் சிதறி ஓடுகின்றன திசா திசைகளில். பெருவாய் முதலை உமிழ்ந்த பெண் தீக்குள் சுழன்று ருத்ர கணிகை சுழிகிறாள் புயலில். திருக்கணிகை இருள் திரியும் வேட்கையில் ஒளிந்து வரும் கபாடபுரக் கிளி. மரண நடனமிடும் ஆயிரம் கபாலம் திறக்க வெளிச்சத்தில் விழுந்து கடல் மேல் உறுமியெழும் தூக்கிய பாதச் சொல் முற்பிறப்பு எலும்புகளில் சுற்றிச் சுழல அசைவற்று நிற்கும் முகத்தில் புன்னகை. சப்த உலகங்களும் மேகலா... மேகலாவென தவில் முழங்க காரைத் தீவின் நாத விந்தாய் ரூபமடையும் தொன்மம். வர்ண பேதங்கள், கடல் அழித்த சிற்ப சௌந்தர்யம், சதிரில் சுழன்ற சப்த நுணுக்கங்கள். ககனங்கள்

துகளாகும் வெறியுடன் ஆடிக் கண்களை மூட அருகே கீழிறங்கும் பேரலை. எதிர்பாராத சாயைகள் நாடக விளக்குகளில் நீளும் நிழல்களுடன் மெல்ல நகரும் கரும்படகுகள். கலைந்திருக்கும் நூலகத்திற்குள் போய் மொழிக்குத் தப்பி மொழியாகி விட்டவர்கள் கருத்த மிதவைகளில்.

மேகலா மகளைத் தோளில் தூக்கிக்கொண்டு மணிக்கணக்கில் தவில்ச்சொல் வீதிகளில் படர்கிறது. அந்தக் கரும்புலி தவிலை மோந்து நாயனத்தில் மறைந்தது. காலப் பிரமாணம் சிதையாமல் நாயனத்துடன் இணையும் அசுரரின் சபையில் ஈசனும் புலவனாய் அமர்ந்திருக்க கருப்பு மின்னல் கீறியது. அகவன் மகளின் கோர்வை நடை நூலோடும் நூலினுள் விரியும் அசுர சாதகம் போர் மூண்ட தீ நிழல்கள் காட்டும் மரணத்தின் பின்னும், அரூபத்தில் நடமாடத் தொடங்கினர். ருத்ர கணிகையர் நெஞ்சறுக்கம் பெண் சோகம் எல்லாக் காலத்துக்குமான அனந்தத்தின் கார்வையில் இசைத்த தவில்சொல் எழுந்து சுழல்கிறது. மகளே... மகளேவென அபிநயத்தின் கழல் கங்கு இருளில் ஒளிக் கோடு போட்டு அலைகிறது. 'ஏன் அவள் இறந்தாள். அவள் இறக்க விரும்பவில்லையே' தவில் பட்ட விரல்கள் நெருப்பின் சிறு ஒளிவீச்சு. இடாகினி கூடவே அலைகிறாள் கலங்களோடு. கடல் அலைகளை மீறி ஒரு நிலத்தில் தங்கப் பொறுக்காமல் வேறு வேறு ஊர்களில் இடாகினி... இடாகினி... தேரடிகளில் யாசகரும் பித்தரும் வா வாவெனக் கூப்பிடுகிறார்கள். எங்கே வாசிக்க நேரிடுகிறதோ அங்கே மகளே... என பைத்தியம் பிடித்த அசுர வாத்தியத்தை தொன்மத்தில் தொடரும் பித்தம் கூவுகிறது...

நிழல்களும் முகமூடிகளும் நாடகம்

ஆமூன்: அபிடாஸ் உணர்ச்சி நாடகத்தில் மதகுருமாரோடு நடித்தேன் கடவுள் ஓஸிரஸைக் கொண்டாடும் பருவங்களில். சிறைப்பிடித்து வைத்த கடவுளை விடுவிக்க முடியாமல் திணறும்போது ஈமப் பேழையிலிருந்து இறங்கி சிக்கலை தீர்க்க வைத்துவிட்டு மீண்டும் சொர்க்கத்துக்கு இழுத்தோம் நடிகைகளோடு. அவள் அபிநய நொடி உதிரும் கட்டதில் ஓஸிரஸ் விண்கல் வளரி நிழலின் கீழே சொர்க்கம் இருக்கிறது என வசனித்தார்.

மார்கன்: சாக்ரடீஸுக்கும் அடீமாண்டீஸுக்கும் உரையாடல் தொடர்ந்து ஓய்ந்தவிட்டது திரைமறைப்பிலிருந்து முதலில் வெளியே வா. சாக்ரடீஸுன் குகையிலிருந்தும் வெளியே வா கிளாக்கோன்.

ஆமூன்: உலகின் முதல் நடிகை தோன்றியது எகிப்தில்தான் மார்கா.

மார்கன்: முதல் கதையில் மனிதன் தோன்றவில்லை.

ஆமூன்: எகிப்திய ஸ்பிங்க்ஸ்தான் முதல் கதையின் நிழல்.

மார்கன்: இதோ சுமேர தீபிகாவில் விலங்குகளின் அற்புதத் திரட்டு விலங்குகளின் சந்ததி கதையின் முதல் மெய்யுடல்.

ஆமூன்: நைல்பூதம் மூடிய வினைமாநன்கலத்தை திருகித் திறந்த கதைகளின் உள்ளிருந்து எகிப்திய நடிகைகள் எழுகிறார்கள்

அரங்க மையத்தில் கிளாக்கோன் தோன்ற அங்கு நடிகைகள் வருகிறார்கள்.

கிளாக்கோன்: இங்கே நீதியைப் பற்றிய உரையாடல், அரசியலாகவும் குடியரசில் பிரஜைகளைப்பற்றிய பேச்சும் முடிந்தது. அநீதியைப் பற்றிப் பேசுங்கள் சாக்ரடீஸ். வழக்கமான பாதையில் நாடகம் போட வேண்டாம். நகரசபைக் குப்பைக்கூடையில் துண்டு நிகழ்ச்சிகளின் தாள் குவியல்களிலிருந்து கிடைத்த பழைய கந்தலாடைகளில் அழுக்கான கைதிகளுக்கு இனி ஒப்பனையிடலாம் மார்கா...

மார்கன்: உனக்கு தெரியுமா... ஏழ்மையானது மெலிவுக்கும் மெலிவான ஆத்மாவை ஏந்திய அழியாச்சுடரென்று. குடியரசு நூலுக்குள் மறைந்து கிடக்கும் நகராட்சி குப்பைத்தொட்டி களிலிருந்த கந்தை உடுத்திய நடிகைகள் எழுந்து வரட்டும் இனி. எரியப்பட்டவர்கள் கசங்கிய காகிதங்களிலிருந்து அட்டுக்கசடி லிருந்து எழுகிறார்கள் தெருச்சுற்றிகள். இன்றைய தீப்ஸ் களிமுகச் சகதியில்தான் நைல் ஆற்று நாகரீகம் மூழ்கியுள்ளது.

ஆமூன்: அதிருக்கட்டும்... மோலியேரின் டார்டஃப் நாடகத்தைப் போடலாமே.

கிளாக்கோன்: எத்தனையோ முறை பார்த்ததுதான்... இவ்வேளை அனைத்துலக நகராட்சிகளும் குப்பைக் கூடைகள் ஏந்திய நகர்ச்சுற்று தொழிலாளர்களும் விடிகாலைகளில் தொடரும் நாடகத்தை பார்த்ததில்லை நீ.

ஆமூன்: மோலியர்களாக எல்லா நாட்டவர்களும் நடிக்கலாம். பழைய பிரதிகளின் நகலெடுப்பு சுவை குன்றியதென தொழிலாளர்கள் அலுப்படைகிறார்களோ...

மார்கன்: சமகால நடிகர்களை ஒரே மாதிரி கருத முடியுமா? ஒவ்வொரு நாட்டினரும் பூகோள அமைப்புகளால் வேறுபட்டவர்கள்தானே.

கிளாக்கோன்: ஒற்றுமையும் வேற்றுமையும் பிளாட்டோவின் குகை உருவக நாடகத்தில் விடுவிக்கப்பட்ட முதல் கைதிக்கும் குகைக் கைதிகளுக்கும் உள்ள வேறுபாடு. தோத் நூலென இந்த நாடகம் பிரபஞ்சவியலைத் தொட்டதும் சூரியன் எல்லா நிழல்களோடும் சுழல்கிறானோ... அநீதியிழைக்கப்பட்டோராக கைதிகளைக் கருதினால் பிளேட்டோவில் நாடக உத்தி மறைந்திருக்கும். சிறு வயது முதல் குகையில் வைத்த கதாபாத்திரங்களின் திருஷ்டி முன்காட்டும் நிழலுருவங்கள் நிஜப் பொருளைப் பார்ப்பதற்கு முன்பே சலனம் கொள்ளும். நேரடிப்பொருளை மறைப்பதில் நடிகர்கள், நாடகப் பொருட்கள், ஒப்பனை ஆடைகள், பழகா விலங்குகள் சேரும் மானிட விலங்குமொழிதான் நாடகம். பிளாட்டோவின் குகையை நனவிலியில் எப்போதுமே பார்த்துக் கொண்டிருக்கிறேன். அதில் மேலெழுகிற உருவகமோ கலையோ நேரடிப்பொருளை எந்த நடிகனும் காட்டுவதில்லை. நடிகனுக்குப் பகை நேரடி எதார்த்தப் பொருள், நிழல் முன்கூட்டிவந்துவிடும். பொருட்களுக்குள் நடமாடும் நிழல்கள் அலைகின்றன ஜீவயிருளாக. பொருட்களுக்குள் ஒளியும் சூக்குமப் பாத்திரங்கள். அவற்றில் நடமாடும் நிழல்களை என் பாரோ மூகமூடியில் வைத்திருக்கிறேன் கேள்...

ஆமூன்: நான் சொல்லட்டுமா... பூமிக்குள்ளே ஒரு குகை. பூமிக்கு மேலே வெளிச்சத்துக்குச் செல்லும் ஒரு துவாரம். கொஞ்ச தூரத்தில் எரிநெருப்பு. கைதிகளுக்கும் நெருப்புக்கும் மத்தியில் உயர்ந்து செல்லும் வழியில் அநேக வகைப் பொருட்களை சிலர் சுமந்துசெல்கிறார்கள். பேசுவது சிலரும் கேட்பவர் மௌனமும் சேர்ந்த நிழல்உருவகங்கள். தழலொளி பட்டு சுவரில் படபடத்து அசையும் தோற்றங்களை முதலில் கட்டுண்டவன் காணுகிறான்தானே.

மார்கன்: ஆம், நிழலைப் பார்த்தவர்களிவர். அசையவோ திரும்பவோ முடியாது கட்டுண்டவர் தங்களைப் பார்த்துக்கொள்வதில்லை. ஆயுள் முழுவதும் அப்படியும் இப்படியும் திரும்ப முடியாமல் கட்டிப்போடப்படுகிறார்கள்தானே.

மாட்டுத்தோல் பொம்மைகள் சுற்றிவந்து அங்கதம் பேசி நிழல்களின் துவாரங்களில் விளக்கொளி நுழைந்து முகமூடிக்காரர்கள் உரையாடலை நிறுத்துமாறு கெஞ்சுகிற தொனியில் 'போதும்பா நடிப்பு, எத்தனை வாட்டி சாக்ரடீஸைக் கூப்பிடுவ.'

மாட்டுத்தோல் பொம்மைகளின் சரீரங்களில் துளையிட்டு நிலவை

ஒளியூட்ட நினைக்கிறான் பாவையாட்டி.

ஆமூன்: மரப்பாவையே சற்று அமைதியாக இரு. நிழல்உருவங்களை மெய்யெனவே நம்பிவிட்டாயா...

தன்னிடமிருந்த சவப்பேழைப் பிரதியுடன் சாக்ரடீஸ் முகமூடி மரப்பொம்மையை எடுத்து கூந்தலை வருடியவாறு மார்கனை நோக்கினான்.

'அபிடாஸ் உணர்ச்சி நாடகம்' நாடகத்தில் கிலிகிலிப் பொம்மைகளுக்கும் கையுறைப் பாவைகளுக்கும் குணரூபமேற்றி வசனிக்கிறார் நாடகாசிரியர் அனதிமா.

ஆமூன்: அனதிமா உன் 'காம்பஸுடன் திரியும் பென்சில் கால்கள்' நாடகம் நேற்றிரவு படுதோல்வி அடைந்தது. அதை யாரும் புரிந்து கொள்ளவில்லை.'

அனதிமா: என் நடிகர்கள் மனச்சோர்வுடன் அடுத்த 'சிசிபஸ்' நாடகத்துக்குப் பறக்கும் இறகுகளை சேகரித்துவருகிறார்கள். பொதுமுறையிலிருந்து விலகியவனாக இல்லாமல் நம் எல்லோருக்கும் உரியவனாக இருந்திருக்க வேண்டும் சிசிபஸ் எனக் குற்றஞ்சாட்டி இதயத்தைப் பிளக்கும் கடும் வேலையாக உருளும் பாறை மலை உச்சிக்கும் அடிவாரத்திற்கும் இடைவிடாமல் திரும்பத் திரும்ப உருட்டிச் செல்லும் மீளாத் தண்டனை அவனுக்கு இறந்தவர்களிருக்கும் கீழுலகின் தீய அரசன் ஹேடீசால் விதிக்கப் பட்டதும் சிசிபஸ் இன்னும் மலைமேல் உருட்டிக்கொண்டு செல்கிறான். பழங்காலக் காட்டு உணவுவிடுதிகள் அவனோடு மொழிகளைப் பகிர்ந்துகொள்கின்றன. கற்காலக் குகைகள் ஓவியங்களின் மூலம் அவன் வாதையை விதியின் கோடுகளாக வரைந்து எதிர்காலத்தைப் பகிர்ந்துகொள்கின்றன. அவனுக்காக மலைப்பாதையில் குழுமிப் பேசுகிறார்கள். அவனும் பாறையோடு மூச்சுவிட்டுக் கேட்கிறான்.

சிசிபஸ்: தீய அரசனுக்குப் பின் புதிய அரசன் புதிய கொடுமைகளை விதைக்கிறான். தீக்கோட்டையின் நாயகர்கள் விலங்குகளும் பறவைகளும் தாவரங்களும் இல்லாமல் போகுமாறு மூக்குத்தி அணிந்த எகிப்திய பூனையின் கண் போன்ற கல்லாகிய பளிங்கு கண்களால் பல உரு காட்டும் பளிங்கு கோட்டையில் உருண்டையான பளிங்குக் காசுகளை சணல்பையில் போட்டுக் குலுக்கியவாறு கற்களோடு ஊளையிடுகிறார்கள். அவர்கள் மனிதர்களை பொம்மைகளாக மாற்றுகிறார்கள்.

தீப்ஸ் பட்டணமெங்கும் 1001 பாய்க்கிங் சித்திரக் காவலர்கள் உலோக வளரிகளை வீசுகிறார்கள் தோல்வியும் அடைகிறார்கள். இறந்தவர்கள் எழுந்துவரும் இரவுகளில் அவர் எழுதிய கோடுகளை சுவடழியுமாறு துடைக்கிறார்கள். இறந்த போராளிகளின் குருதியில் பல ஊர்கள் அழிவற்ற கதைக்குள் கதையாகப் போய் திரும்பு கிறார்கள். கதையில் தீய அரசர்களின் ஆதிக்கத்துக்கு வாய்ப்பில்லை. பாறைக்கடியிலிருந்து திரும்பிக்கொண்டிருக்கிறான் உருளும் பாறையுடன்.

எகிப்திய நடிகை சார ஸீயெல்லா பேரீந்து பழங்கள் சிவந்தும் கசப்பதாக விசனப்பட்டாள் சாக்கோட்டையைப் பார்த்து.

சார ஸீயெல்லா: புதிய அரசர்கள் அங்கு மண் ஜார்களைஅறுத்து அதன் வாய்மூடிகளைத் தெறிக்கவிட்டு விரல்களை நுழைத்து அதன்மேல் பல தலைகளை ஒட்டவைத்து ஆட்டிப் படைக்கிறார் இரு கைகளால்.

முகமூடியைக் கழற்றி கையில் ஏந்தி அதையே உற்றுப்பார்த்த அனதிமா கையுறை பொம்மைகளின் உரையாடல்களைக் கேட்கிறான்.

ஆமூனின் காலாரா புராணக் கதாபாத்திரங்கள் அசைவுகளுக் கிடையே விந்தை.

சார ஸீயெல்லா: என் அசனா வணங்கியே அக்காள்... வண்ணக் களிமண் முகமுடையவளே... உன் முடியலங்காரம் வாசனையடி...

நடிகை அட்ஹாலியா: எகிப்திய ஊழிப்பெண்ணே... உனக்கு ஆட்டுக்கால் எலும்பைக் கொண்டு முதுகெலும்பாக்கியவர் அனதிமா.

சார ஸீயெல்லா: பருத்திப் பாவாடைக்காரி... நூற்றது போதுமடி

அட்ஹாலியா: கருவருணம் பூசிய சுருட்டை முடிக்காரி... நீ எங்கிருந்து வருகிறாய் உன் தேசம் என்ன ஊர் என்ன பெயர் என்ன... வந்த விசயத்தைச் சொல்.

சார ஸீயெல்லா: குடைந்த குடுக்கை ரெண்டு தலையாட்டிப் பேசுது... குகைக்குள்ளே பொருட்களைச் சுமந்து சென்றவர் நிழல்களும் தெரிகிறதெனக்கு தானியக் கதிரினால் செய்த பொம்மைச் சொல்லைச் சிதறியது எங்கும்

அட்ஹாலியா: எதிரொலி கேட்டால் கைதிகள் என்ன நினைப்பார்களோ...

கையில்லா சிறுமரப்பாச்சி: (வெடுக்கென்று) எகிப்திய ஊழிப் பெண்ணே நானும் நடிகைதான். நடப்பது நிழல்களின் உரையாடல்.

பருத்திப் பாவை: அலட்சியமாய் வெடுவெடுக்காதே கையில்லா

சிறுமரப்பாச்சியே! நிழல்களாகவே குகைச்சுவரில் கடக்கிறார்கள். சுமைகளும் நிழல்களாக வெளிப்படும். திரும்ப முடியாத கைதிகள் பாவித்த மெய்மையில் நிழல்களே நிகழ்கின்றன உள்ளே.

அசனா வணங்கி: (குறுக்கிட்டாள் ஒயிலாய் சுற்றிவந்து) பிளாட்டோவின் குறுக்குச்சுவர் சிறியதாக இருப்பதால் பொருட்களின் நிழல் தனியே பிரிந்துவிடும் அரங்கில் வயதான இந்த சாம்பல் நிறக்குதிரை ட்ராய் யுத்தத்தில் மாபெரும் குகையாக வாழ்ந்தது தெரியுமா. அனைவரின் குதிரையாகவும் இந்த நிழல் பெருக்கமடைகிறது. இவ்வளவு காலமாய் ட்ராய் நாடகத்திலிருந்து வெளியேறி வருகிறது பார்.

பருத்திப் பாவை: அடுத்தடுத்த நிழல் கூட்ட யுத்த வீரர்கள் குதிரைக்கு உதிரம் பூசும் இந்த யுத்த வேளையில், தன் அவலத்தால் வருந்துகிறதா ட்ராய் புரவி!

அசனா வணங்கி: இந்த வேளை பயனற்றதாகிவிட்டதா... எந்த நடிகையும் சீந்துவதில்லை. வயதாகி ஒதுக்கப்பட்ட நடிகையாகி விட்டதா ட்ராய் புரவி.

பருத்திப் பாவை: சீக்கிரமே அரங்கத்தின் பொம்மைகள் தங்குவதற்கு ரகசிய விடுதியாக ட்ராய் புரவிக்குள் தூங்கப்போகிறார்கள்.

குதிரைத்தொலிக்குள் சுருட்டித் துயிலும் யவனப்பாவைகள் நெடுங்கால நாடகப் படுதாவை விரித்து தூங்கும் மூச்சொலி. கடல் வீசும் சுழிக்காற்றில் ட்ராய் நகரக் குதிரை பறந்து திரிந்து அதன் கால்களில் தீப்பற்றி ஓடுகிறது. நிழலாய் இருந்தவர்கள் பொம்ம லாட்டத்தில் படபடக்கிறார்கள். குதிரை தலையசைத்துக் கீழே உள்ள மாட்டுத்தோல் பொம்மைகளிடம் நிஜத்தைப் போட்டு உடைத்தது.

ஆமூன்: ஆம்... கைதிகளுக்கு பொருள் எங்கிருக்கிறது என்று தெரியவில்லை

மார்கன்: சற்றே சுவருக்கு மறுபக்கமாக தழலில் ஓடும் குதிரையின் குளம்படிகள்.

சார ஸீயெல்லா: வேறொரு குதிரையிது. இந்த நெப்டியூன் குதிரை இரண்டு கால்கள் மட்டுமே கொண்டது மறைவாக உள்ள மற்ற இருகால் பகுதி ட்ராகன் அல்லது மகர மீனாகவும்கூட இருக்கலாம்.

கையில்லா சிறுமரப்பாச்சி: லாயத்தில் தரிப்பதில்லை இந்த நெப்டியூன் குதிரை நிழல். இப்போது பூமியில் விழுவதில்லை.

அட்ஹாலியா: அதன் விழியில் ஓடும் பார்வையில் பிளாட்டோவின் குகை உருவகம் என்னவாக இருக்கிறது. குதிரைக்கு மண் முகமூடியை அணிவித்தது நெப்டியூன்தான்.

சார ஸீயெல்லா: அது நாடகத்தில் நுழைந்து பேசியது தவறுதான்.

கையில்லா சிறுமரப்பாச்சி: இவ்வளவு நாட்களும் கைதிகள் பார்த்த நிழல்குதிரை நான்தான்.

ஆமூன்: (கையில்லா சிறுமரப்பாச்சி நோக்கி) அணுக முடியாத குதிரை அபாஸ்டஸ் அலட்சியமாக சிரிக்கிறது பார் என் செல்ல மரப்பாச்சியே.

கையில்லா சிறுமரப்பாச்சி: எந்தப் பொருளைக் கண்டாலும் முதலில் வந்த கைதிக்கு பிளாட்டோவின் உருவக நிழல் தோன்றிப் பிறகே பொருள் வருகிறது. இல்லாதவற்றின் நிழல்கள் குகைக்குள் கடந்துகொண்டு இருக்கிறது...

வட்டப்பாதையில் சுற்றிவந்தாள் கையில்லா சிறுமரப்பாச்சி சற்றும் சோம்பாத குதிரை அமீதியா மேல்.

சார ஸீயெல்லா: ஓடும் குதிரைக்குள் நிழல்களும் சுற்றுகின்றன. எல்லாம் பூச்சிநாய் ஆட்டம். வருவதும் போவதும் தெரியவில்லை. சாயும் வேளையில் நீளும் குதிரை நிழல். குன்றின் நிழல் வெளிவந்த முதல் கைதியின் காலடியில் நகரும். படபடக்கும் மரநிழல். கூட்டமாய் இலை நிழல்கள் துடிக்கும் மந்திர ஒலி. கூச்சலிட்டு கைகளையும் வாயில் கூப்பி அலறினான் பார் மரப்பாச்சி.

கையில்லா சிறுமரப்பாச்சி: எதிரொலித்தன மலைகள். காடு கத்தியது. வானம் ஒலித்தது. நதி சலனித்தது. ஹே... மானிடா எத்தனை காலம் கைதியாக அகப்பட்டு இதே நிழல் நாடகத்தை எவ்வளவு காலமாய் பார்த்துக்கொண்டிருப்பாய் ஆமூன்.

ஆமூன்: இப்படி குதிரையின் பார்வையில் பிளாட்டோவின் நாடக ஆக்கம் ஒவ்வொரு முறையும் புதிர்தானே சிணுங்கும் என் செல்ல மரப்பாச்சியே.

கையில்லா சிறுமரப்பாச்சி: (கண்ணை மூடிக்கொண்டு சொன்னது மரப்பாச்சி) அந்தக் கைதி அண்ணாந்து நோக்கினான். மைவரையில் கருத்த நிழல்மேல் நிழல் படியும் இரவெனும் பேரிலைமேல் சுருண்டு தூங்குகிறான் விடுபட்டவன். இருட்பேரிலை சுருட்டிக்கொள்ள மணல்வெளியில் தனித்து நடந்தான் இடமற்று. நிழல்களும் இடமற்றவை. எங்கும் நிழலைத் தொலைக்க முடியவில்லை.

மணல்படுகையைத் தோண்டத்தோண்ட 'நீரிடை நின்ற குமிழி நிழல்களாய் குகையில் ஓடி ஒடுங்குகின்றோமே'

பேசும் குதிரை பிளாட்டோ: மறுபடியும் அவனைப் பிடித்து குகையில் போடு இப்போதே உத்தரவிடுகிறேன்.

சூத்திரக் கயிறுகளால் இணைக்கப்பட்டிருந்த பொம்மைகள் அவனை இழுத்துச் செல்கிறார்கள் குகைக்கு.

சவப்பெட்டி செதுக்குபவன்: கையில்லா சிறுமரப்பாச்சியே குகைக்குத் திரும்பியவன் நிலை என்ன சொல் பார்ப்போம்.

கையில்லா சிறுமரப்பாச்சி: கிருஸ்டோபர் மார்மலாவின் மெபிஸ்டோ பிளிஸ் நாடகத்தில் வரும் கொஞ்சம் சாத்தான் முகமூடி அணிந்தவன். 'கொஞ்சநேரம் பேசாமல் இரு மார்கன், இப்போது உள்ளிருக்கும் கைதிகள் பற்றி பாவமாக நினைக்கிறானா சொல்.

மார்கன்: எனக்கு அது புரியவில்லை. முதல் உருவகத்தில்தான் கனவு மறைகிறது.

நறுமண குரங்குச் சிமிழ்: திரும்பியவனால் பழைய கயிறுக்குள் கைகளை நுழைக்க முடியுமா?

பெர்ட்டோல்டு ஃபிரெக்ட்: என் நாடகத்திலிருந்து ஜார்ஜியக் கிராம விதூசகன் தப்பி ஓடிவிட்டான் தேடிவந்திருக்கிறேன்.

மார்கன்: நீயும் வந்துவிட்டாயா ஃபிரக்ட்... சரி சரி... பாரம்பரிய அரங்குகளைக் கைவிட்டு வீதிகளையும் மாட்டுக் கொட்டிலையும் பாழடைந்த தெருவையும் பயன்படுத்தப்படாத சாவடிகளிலும் உன் நாடகத்தில் நடித்தோம். இன்று கிரேக்க கப்பலில்... பிளாட்டோ வைப் போல் நீண்ட வசனங்களை நாம் முடித்தபாடில்லை. அதையும் போட்டு உடை. சொற்களுக்குப் பதிலாக உடல்மொழிக்கு முக்கியத்துவம் கொடுத்துவிட்டால் திரும்பவும் குகைக்கே போய் விடலாம் இல்லையா... நான் சொல்ல வந்ததை சரியாகச் சொல்லிவிட்டேனா ஃபிரக்ட்.

சவப்பெட்டித் தச்சன்: கிளென்மார்கனுக்கு வெண் முகத்தைப் பிரித்து கதை வடிவம் கொடுத்தேன் பொம்மைகளுக்காக ஊசிமரப் பலகைகளால் துயிலறை ஒன்றை வடிவமைத்தேன். வன விலங்குகளின் இருட்டைப் பூசியவாறு ஃபிரக்டைப் பற்றி மேலும் என்னுடன் சிலாகித்தது கையில்லா சிறுமரப்பாச்சி.

கையில்லா சிறுமரப்பாச்சி: ஃபிரக்டைப் பேசுவதை விடு சவப் பெட்டித் தச்சனே, திரும்பிவந்த கைதிகளைப் பற்றிப் பிணைந்தோர்

சொல்லும் சங்கதிதான் இனியான புதிர் தெரியுமா உனக்கு மார்கா... அவனுக்குப் பார்வை கோளாறு என்பாயா?

ஃபிரக்டை விட்டுத் தப்பிய ஜார்ஜிய விதூசகன்: இப்போது சொல் மார்கா... நீ எதிர்பார்த்தபடி கைதிகள் திரும்பி வந்தவனைக் கொன்று இப்போது ஊசியிலைப் பலகைகளால் நீ செய்துவரும் சவப் பெட்டிக்கே அனுப்பிவிடத்தான் உன் சவப்பெட்டி வேலைகள் தீர்கிறதுபோலும் மார்கா.

அதீத மனிதர்களின் பொம்மலாட்டம்

யுரேனஸ் கோளில் உள்ள பதினைந்து சந்திரன்களுக்கும் ஷேக்ஸ்பியரின் நாடகக் கதாப்பாத்திரங்களின் பெயர்கள்தான் சூட்டப்பட்டுள்ளன.

ஒரு நடிகையாக புள்ளிமான் தாமிரா, புனுகுராணி வீட்டு வேலைக்காரி இங்கு நடிகர்களுக்கு தேநீர் தயாரித்து நடுங்க வருகிறாள் பீங்கான் கோப்பைகள் துடித்து உடையுமாறு. தான் எழுதிய நாடகங்களோடு புள்ளிமான் தாமிரா வேலைக்காரியைத் தேடி பொம்மலாட்டக் கப்பலுக்கு வந்துவிட்டாள் ரொம்ப நாள் கழித்து. பேராசைக்காரன் மைடாஸ் 'கதையின் நாயகி வேசத்துக்கு பொருத்தமானவள் நீதான்' என்றான். 'இல்லை இல்லை, மைடாஸின் நாயகி பூனைவால் கொண்ட புனுகுராணிதான்' என்றாள். தங்க நீர்தேடும் புராதனக் காய்ச்சலடிக்கும் கிரேக்கக் கப்பலுக்கு வைத்தியர் எட்டிச்சாத்தன் வந்தது நல்லதாயிற்று. கூத்து மாடத்தின் உட்பகுதி யிலிருந்தே பாவைகளின் முகங்கள் தோன்றுகின்றன. இப்பாவைகள் மான், எருமைத் தோல்களினால் உலர்ந்த வெளிர் மஞ்சளான ஒளி ஊடுருவிச் செல்ல இடங்கொடுத்தால் அவைகளின் ஒளித்தன்மை பெருமளவு இயக்கம் பெற்றுவிடும்.

தோற்பாவைகளுக்கு மெருகு போடுபவர்கள் நீலக்கற்களைக் காட்டிலும் சிவப்புக் கற்களை கால்பாகத்தில் பாதங்களுக்கு மேல் பொன்னிற ஜருகுப்பட்டை போடுவதால் சிறந்த ஒளிப் பொலிவைக் காலத்தின் அழுக்கோடு பழகிய அனுபவக் கயிற்றின் புதிர் வாயிலாகக் கண்டுணர்ந்தவர்கள் பார்வையாளர்கள். தோற் பாவைகளின் ஒளிசெல்லும் பாதையில் ஒரு பீடத்திலுள்ள நீரின் தாழ்ந்த அசைவு நிலையில் நடமாடும்போது தோலில் வெளிவரும் அசைவுகளில் கலை சலனமடைகிறது. அவர்கள் அணிந்த அணிகலன் களும் கற்களும் துயரத்தின் அழுக்கேறி உடைந்திருக்கின்றன.

பாவைகளின் உருவிலுள்ள தொலைதூரப் புழுதியோடு வந்துசேரும்

இரவுப் பாடகர்களின் இருட்டு மிகப்பெரிய உருவத்தைச் செதுக்கி அவற்றை எதிர் திசையில் அலையும் நிழல்கள் கதைகளாக மாறிவிடும். வண்ணப் பொம்மைகளைப் பார்க்கவந்த கூட்டம் மங்கிய பொழுதுகளில் ஆவலாய்ப் பார்த்த வேறுவேறு மந்தைப் பொட்டல்களில் தூங்கியே விழித்திருப்பவர்களும் தோற்படங்களாகக் கரைந்து மங்கலாகயிருக்கிறார்களோ. காணிருள் மௌனத்தின் கதையாடல் மரபுப் பாணியர்களின் ராஜஸ்தானிலிருந்து மேலே சிந்துவில் சிதறிக் கிடக்கும் அடித்தள வேளாண்குடிகளின் வனப்பச்சை பூசிய பாவை உடல்கள் வண்டியோடு புராணத்தைச் சுருட்டித் தூங்குகின்றன சக்கர ஓட்டத்தில். தமது சிந்து மரபின் நினைவுகளின் கருஞ்சக்கரம் மசகு உலர்ந்து உரசும் ஒலி நீளும் இரவுகள் எல்லாம் ஓரிரவாய்க் கேட்டுவிடும்.

இரவுச் சகடங்கள் பாதையில் வைத்திருக்கும் தோற்பாவைகள் உரையாடும். சிந்து ஆற்றங்கரையில் இருந்தவொரு பழங்கால நாகரீகத்தைத் துடைத்தழிக்கப் பனிமேய்ப்பர்களுக்கு உதவியவர்கள் வண்டிக்கு பின்னால் வழிதவறிக் கிழக்கிலிருந்து காற்றை ஊடுருவி தஸ்யூக்களின் உழைப்பை மேய்ச்சல் நிலமாக்க ஒல்கினார்கள். பழங்குடித் தலைமையகங்களைச் சுற்றி மிகையாக வளர்ச்சிபெற்ற கிராமங்களில் நடந்த சாயம் பூசி உலர்ந்து தனிமையில் உரையாடும் தோற்பாவைகளின் அறுவடைக் கால மஞ்சள் வெளிரிய நெல்லின் கண்கள் மெல்லத் திறக்கின்றன. குஜராத், ராஜஸ்தான் பகுதிகளிலிருந்து பட்டுப்பாதையில் புலம்பெயர்ந்த கம்பளங்களில் சிதறிய முத்துகளைத் தேடித்திரும்புவார்கள். நாடோடிப் பொம்ம லாட்டக்காரர்கள் முன்பே பாணியர்களோடு ஓவியங்களின் ஊடாகப் பைத்தான் ஓவிய மரபையும் இரண்டரக் கலந்து பாவைகளுக்கு உயிரூட்டினார்கள். இங்கே பொம்மலாட்டக் கப்பலில் பிட்டகோஸ் என்ற பேய்கள் மனித உருவெடுத்து கப்பலைத் துன்புறுத்தினர் இராத்திரிகளில். நடிப்பென்பதும் பேய்தான். அது நடிகையின் ஓர் உடலையும் ஆன்ம பலத்தையும் தின்றுவிடும்.

அதீத மனிதர்களின் பொம்மலாட்டத்தில் தீயஅரசனின் பொம்மையைச் சுற்றிவரும் வழிபாடு தீயவிளைவுகளைத் தோற்றுவிக்கும். அதீத மனிதர்களின் வழிபாடு சாமானியர்களைத் தோற்கடிக்கும் விதி இந்த நகரையே மாபெரும் தூசுக் கிண்ணமாக ஏந்தியுள்ள அதீத மனிதர்களே எல்லோரையும் மீளாத்தண்டனைக்கு உள்ளாக்குகிறார்கள். 'அதீத மனிதர்களின் பொம்மலாட்டம்' நாடகத்தில் வணிகன் மரக்கலச் செட்டியின் வேலைக்காரி கருமிளகியும்

நந்தினியும் வருகிறார்கள்.

இன்று பொம்மலாட்டாக் கப்பலில் அதீத மனிதர்களின் பொம்மலாட்டம். கனிமத்தோப்பில் நிழல்களும் முகமூடிகளும் பிட்டகோஸ் பேய்கள் என்பதில் சந்தேகமில்லை. பேய்களுக்கு அஞ்சி ஒருவரும் கப்பலுக்குள் அமர்ந்து அதீத மனிதர்களின் பொம்மலாட்டம் பார்க்க வராமல் கடற்கரையில் தூரத்திலிருந்து பார்க்கிறார்கள். வீட்டில் அடைந்து கிடந்தாலும் இரவெனும் பேய்க்காற்று சாக்கோட்டையின் கதவுகளைத் தட்டியது. வானொலிப் பெட்டிக்குள் அதீத மனிதர்களின் பொம்மலாட்டம் ஒலிபரப்பைக் காதுகளை ஒட்டிக் கேட்கிறார்கள். பிட்டகோஸ் பேய்கள் கதா பாத்திரமாகப் புகுந்து கொண்டதில் நாடகம் உருமாறிவிட்டது. நாடகத்தை ஒலிபரப்பினதில் பக்கத்து ஊர்களிலும் அதீத மனிதர்களின் பொம்மலாட்டம் நிழல்களும் முகமூடிகளும் வந்து மறைந்து திரும்பும்.

பொம்மலாட்டக் கப்பலுக்குள் கனிமத் தோட்டம். விபரீதக் கப்பல் தம் கடற்றுறையில் பேயாக நங்கூரமிட்டிருந்ததில் கனவுகளும் திசை மாறிவிடும். பொருளாதார பலமோ கப்பலில் உணவுச் சேகரமோ இல்லாத கலைஞர்களை மெல்லப் புரிந்துகொண்டன மீன்கள். கிரேக்கக் கப்பல் எல்லா நாடுகளிலும் சுற்றிக் கடல்நகரின் போக்கையே திருப்பிவிடும். நிகழ்த்து கலைஞர்களில் சிலரும் கப்பலுக்கு வந்தால் திரும்பிப்போய் விந்தியமலையிலிருந்து கிழங்குகளோ தானிய மூட்டையோ ஏற்றிவந்தனர். இங்கே நாடுகள் பலவற்றின் குழுக்களை அறிந்தவர்கள் நலிவுற்ற பொம்மலாட்டக் கப்பலைத் திருப்பி அனுப்பவும் விரும்பவில்லை. முத்துப்பட்டணம் கடற்கரையில் எப்போதுமே சனங்கூடி இன்றைய ஆட்டம் பார்க்க காத்திருந்தனர் மாலையில். வறுமையும் கருக்கிருட்டும் ஒப்பனையிட்ட பொம்மலாட்டக் கப்பல் தினசரி குழுக்களை மாற்றிவிடும். எல்லோரும் பிட்டகோஸ் ஆற்றலுக்குள் கிரேக்க எப்பிடாரஸ் கலைஞர்கள் திரும்பிவருவார்கள் என முன்னுணரக் கூடும். பிளாட்டோவின் குகை உருவகம் சாக்ரடீஸின் உரையாடல் களாக அல்லாமல் உருவகமாக வெளிப்படுதல் முதலில் தோன்றிய உத்தியாக நீங்கள் கருதலாம். கண்ணுக்குத் தெரியாத வெளி உலகமே இல்லாமல் பிறந்தது முதலே கைது செய்து குகை வாசமிருந்த சிலரைக் கட்டுண்ட கிரேக்க நடிகர்களாகப் பார்க்கவும், இங்கே சுவரில் இவர்கள் கண்முன்னேதோன்றி நகரும் நிழல்கள்தாம் யாராம்.

கிரேக்க நாடகம் சீராக வடிவம் அடைவதற்கு பிளாட்டோவின் அரசியல் குடியாட்சி நூலைத் துளையிட்ட ஒரு குகை உருவகம் நம்மைப் பின்தொடர்ந்து வருகிறது பொம்மலாட்டக் கப்பலுடன். முதல் உருவக நாடகத்தில் நீங்களும் கட்டுண்டு பிணைக்கப் பட்டிருந்தவர்தார் எனில், இரு முகமூடிகளும் நிழல்களுமான உரையாடலில் சாக்கரட்டீஸ் முகமூடி அணிந்த சாக்கரடீஸாக நடித்தவளைக் கேள்விகளால் அயர வைத்திருந்தான்.

நாடகத்திற்குள் இடைவெட்டாக நுழைகிறேன். இந்தியருக்கும் கபாடபுரவாசி களுக்கும் யவனருக்கும் கலப்பு குருதியின் ரகசிய உரையாடல் தொடர்வதை முறிக்கமுடியுமா? ஆரியக் கலப்புக்கு முன்பே பித்தகோரஸ் கமாராப்பட்டினம் வந்து இடமுறைத் திரிபு எனும் திருப்பு நடுவணம் கமாரா இயலை இளங்கோவடிகளிடம் கற்றுக் கொண்டு யாழ்நூல் விபுலா என்பார் உறுதி செய்வதை ஏற்பதில் தயக்கமில்லை.

நிழல்களும் முகமூடியும் நாடகத்தை கபாடபுர இருட்டில் மீண்டும் தோண்டியதில் கொடுமணம் பட்ட வினைமா நன்கலன்கள் ஏந்தியவர்கள் முசிறியைச் சேர்ந்தவர். கப்பலில் கழற்கண்ணி நார்முடிச்சேரலின் காலத்து சித்திரச் சாடிகளோடு எப்பிடாரஸ் விழாவிற்காக கப்பலிலேயே ஒத்திகை நடந்தது கோடையில். கிரேக்கத் துயர நாடகக் குழுவில் கமாராப்பட்டினத்து நாண்டிகக் கூத்தரும் சாக்கை கூத்தரும் இடம்பெற்றிருப்பதில் கிரேக்க திராவிடக் கலப்பான துயரக் காற்று கதையை இணைப்பதற்கு நுண்ணிழைகளை நன்விலித் தச்சனிடமிருந்து பெறலாம்.

உப்பு முகமூடிகள்

கடலடி நாடகத்தில் வருந்தும் பொம்மைகளை இந்திரனேவலால் உதவி வந்தவளுக்கு நீர்வளரிகள் வைத்துப் பதினெட்டு வகை மரக்கிளைகளில் வடித்த வாளம் பல்வேறு சடங்காற்றுப் பாடலில் வியோனிகாவின் சதிர் பொம்மைகள் ஆடும் இவ்விளையாட்டு பரிதி வளைவுகளாய்ச் சுற்றிவரும். இந்திரன் விலா எலும்புகளை உருவி ஒவ்வொரு வாளமாக அவனே கொடுத்த சில தீவாந்திரங்களைப் பாதுகாத்துக் கொண்டிருந்தவளை அனவி இப்போது இன்னும் பிரகாசிக்கத் துவங்கியிருந்தான். கிரண மாலியின் விடியல் பூழியரின் பலம். கோள்களின் பெயர்களைக் கூறும்பொழுது அரவு, சற்பம், அசுரன், அரா, ராகுவென அவள் கைகளைச் சுற்றி ஆடி மின்னுகிறது.

நான் சவிதா சுற்றிச் சுழல்கிறேன். என்னருகில் சிறுவயல் கணிகா வரும்போதெல்லாம் இசையின் ஊழ்நோக்கிச் செல்லுமாறு ரனமங்கலக்கோட்டைக்கு அவளைத் தள்ளுகிறேன். சிறுவயல் வியோனி ஒவ்வொரு அசைவிலும் ஒரு விண்மீன் மடிகிறது. இறந்த விண்மீனுக்கடியில் ஒளி வருடங்கள் தேய்ந்துகொண்டிருக்க மானேந்தியும் விதுவும் சகோதரியாகிய அரிச்சிகாவை அலரி விழுங்கிக் கொண்டிருக்கிறான். யாழின் வரிமீட்டலிலிருந்து மண் நுரையீரலைப் பிரிப்பதற்காக உள் நாக்கு கரு நத்தைகள் ஈசணிக் காடுகளில் கூட்டமாய் எச்சில் கோடுபோட்டு உடுகண நூலை வரைகின்றன. விண்மீன்களற்ற இரவில் மேகலா ரேகை வெளியெங்கும் படர்கிறது. குருத்துவிடும் உயிர்க் குலங்களின் ஒலி.

பொம்மைக் கூட்டம் கிழக்குத் திசை நோக்கி வருகின்றன. அங்கேதான் கையணல் வைத்த எயிற்றி வேலம்மை மீண்டும் பிறக்கிறாள்.

உப்பு முகமூடி அணிந்த முதுவாய்ப் பாணன் கடலேறிக் கடந்த தீவாந்திர தண்டனை ஏற்று துன்பகரமான பொம்மலாட்டக் கப்பலில் நாடுகடந்து மாறியவர்கள், திரும்பி வராமல் போயிருந்தோர். கடல் கயிறுபட்ட வடுக்களோடு களிம்பு பூசி வாழ்ந்திருந்தனர். வேறு சில படைப்புகளின் புனைவுவெளியில் அழுக்கான துணியில் வரைந்த பொம்மைகளாக ஊடுருவிக் கலந்திருந்தனர். மேகலா ரேகைபட்ட பழம்பொம்மைகள் தீயில் வசிக்கும் முதற்காலப் பல்லிகள். தீயில் முலை திருகியவளை வேந்தன் கடல்வழி கூட்டிப் போகிறான். கடலடி நகரம் மீண்டும் எழுந்தது. பறவை நாகம், முதலைமீன் தோற்றங்களைப் படகுகளின் முகப்பில் தீட்டியிருந்தனர். மகரமீன் வடிவில் தம் இருப்பைக் கற்பனை செய்து தங்கள் மொழியுருவை சதா நேசித்த கடற்புலவர்கள் பார்த்திருந்தனர் கடகோனிகழ்வை.

முத்துப்பட்டணத்திலிருந்து கிளம்பிய அட்மிரல் நெல்சன் சாக்கப்பல்வாசிகள் முணுமுணுத்தார்கள். ‘உலகம் அமைதியாக இருக்கவில்லை இங்கு எல்லா உயிர் வதையும் நடக்கிறது. துப்பாக்கி நிழல் மால்பரோத் துறவியாக இருக்கிறது’ புத்தகங்கள் கசிந்த குருதியைப் படகுகளில் பூசியிருந்தனர். கறைபடிந்த அட்மிரல் நெல்சன் கப்பலில் எழுதிய ஏடுகளில் தீயாத மிச்சங்களை வைத்து காப்பியர்கள், அழிந்தவற்றைப் பொருத்திவிடத் தேடினர்.

இருளின் படிம மேகலா ரேகைகளாய் அசைந்து கலோனியல்

உருவில் நுரை கக்கியது. சூறையாடும் பழக்கமுள்ள வில்லின் நிழல்கள் கொன்று தின்னும் ஏடுகளை கரிய இரைப்பையிலிருந்து கீறி எடுத்தனர். பொம்மைகள் ஆடும் கயிற்றில் 'மழையில் கரைகிறது என் நிழல்' என்ற புத்தககங்களை உலர வைத்தனர் தீவாந்திரக் கைதிகள்.

காற்றின் நீர்த் திரியில் சுடர்விடும் பூழிக்கைதிகள் வரும் காற்றில் மிதந்த இறகுகள் இச்சிறிய படகுகளில் மௌனமாக வருகிறார்கள். கீழ் முனையில் வாராவதிக்கு வடகிழக்கில் பேய்முனைப் பாறைகள் கூடவே நகர்ந்து வரும் கல்லாகவும் நீராகவும் இருக்கும் கவிதைகளில் இரவோடு இரவாகத் துரத்தியதில் உயிருக்குத் தப்பியவர்களும் பொம்மலாட்டக் கப்பலில் வினாசமாகி உயிர்தப்பி அழிந்த உடல்கள் இன்று அட்மிரல் நெல்சன் கப்பலில் வரும். இறந்தவர்களைக் கொண்டு செல்லும் மால்பரோ ஜாக்சன் எல்லோரையும் வெறுத்து 'சூருடைக் கானகத்திலிருந்து வெளியேறிவிட்டிருந்தான். 'நீங்கள் மரணத்தை விரும்புபவர்களாக இருந்தால் அதற்கு நீங்கள் சம்பளம் தர வேண்டும்' என்கிறான் நாடகத்தில் வந்த நடிகன் ஜாக்சன். மாறி வரும் மன உணர்வுகள் மெய்ப்பாட்டு அசைவுகள் முகத்திலும் உடம்பிலும் மனவெழுச்சி கொள்கிறான்.

உலகில் பூழியருக்கே உரிய தனித்த தன்னிச்சையான நிலைபேறு மேகலா ரேகையில் வாழிடமாகக் கொண்டிருந்தது. அழகுணர்வுக் கலை மாயை வித்தையால் ஒருவரைப் பேச வைப்பது, பாவனைகள் உணர்ச்சிகளை வெளியிட்டு மறையும் பார்வையாளனும் ஓரிழையில் சேர்ந்து அந்த உணர்வுகளுக்குள் இயங்கும் நடிகனாகிறான். அந்த நடிகை வியோனி நாணல் மயிர்ச்சிலிர்ப்பு உடலின் நிறமாற்றம், மிகு உணர்ச்சியின் மெய்ப்பாடுகள் விருப்பு நிலை கடந்த மெய்மை என்பது தொன்மை.

அட்மிரல் நெல்சன் மேல்தளத்திற்கு அவன் வரும்போது பறவைகள் சுழன்று சுற்றி ஒலியிடுகின்றன தலைமேல். சக்கரவாளப் பறவைகள் கூட்டங் கூட்டமாய் நிற்காமல் ஓலமிட்டு வெளியேறி விட்டவை. 'தன் குழந்தையையே கொலை செய்த குற்றவாளியான மிடியாவுக்குக் கூட பரிவுகாட்டுமாறு செய்த நீங்கள் விஷ அங்கியின் வருணனை அல்லது மிடியா அவள் குழந்தைகளுக்கு பிரியா விடை கூறும் வரிகள் மூலமாக யூரிப்டஸின் நாடகத்தைவிட கப்பல் அட்மிரல் நெல்சனில் வரும் விலங்கிடப்பட்ட பாலகன் துரைசாமியை வழிநடத்தி சுங்கான் பிடித்த மாலுமியாக நீங்கள் இருப்பது

மோசமானதுதான் மால்பரோ ஜெயிலரே' என்றன பூழிப் பொம்மைகள். கனவுக்கும் கலைக்கும் ஒரு வகைத் தொடர்பு பழமையான ஆடைகளில் கனவாகப் படிந்திருக்கும்.

ஆவிகள் மனதில் ஊடுருவி நடித்துப் பேசும் செறிந்த தாக்கத்தை ஏற்படுத்திவிடும் பார்வையாளனிடம், உணரும் நடிக்கும் இனம் மறந்து முத்தமிடும். ஆனால் ஆவிகளின் நாவாயில் சிறுவெண் காக்கையும் பூநாரைகளும் போதாவும் எருவைக் கூட்டமும் கூடுகட்டி மாசற்ற முட்டைகளிட்டு உள்ளே கருவிருக்கும் ஓடுகள் உடைபடாமல் மிதந்து அலையும் மேகலா ரேகையில் நடித்த நாடக ஆவிகளின் அழகுணர்வுக் கலை ஒத்திகை அற்ற நிலவெளிகளில் அடிவானில் சரிந்து கொண்டிருக்கும் மறைந்துபோன நடிகர்களின் அத்தனை முகபாவ அபிநயங்களும் பூசிய நிறங்களோடு வேட்கை கொண்டு தனி வெளியில் காத்திருக்கின்றன சிறுவயலில் கூத்துப் பார்த்துவிட்டுத் திரும்பும் குடிகாரனோடு பேசுவதற்கு. நாடக ஆவிகள் காத்திருக்கும் தூண்கள் பருவந்தோறும் இடம்விட்டு இடம் செல்வதாயின. நீலக் கோழிகளும் நீருமிழ் போதாவும் உரசி அலையும்.

புலம்பெயர் புள்ளாகி வதியும். பறவை மனிதர்களாய் ஓசனித்து வெக்கையால் தலையெடுத்துப் பருவத்தின் கடைநாள் போதலும் உயிருள்ள மெய்வடிவாகவே தோற்றமளிக்கும் பொம்மலாட்டத் துணிப் பாவைகள் சித்திர துரங்க நியாயம் என்றாலும் தன்னை வெளிப்படுத்திக் கொள்ளும் பொம்மைகள் ஜடத்திலிருந்து நடிப்பின் சக்தி பெற்று நம்பும் முகத்தோற்றம் வியர்க்க அந்த அபிநயங்களை இத்தனை விதமாய் யார்தான் தரமுடியும். பொம்மை களின் இயல்பாய் மாறியிருந்த சிறுவர்கள் மொம்மைகளோடு ஓடிவிட துரைச்சாமி ஏங்குவான் பறப்பதற்கு. பனைமீனும் பெருமீனும் முத்தமிட்டன மேகலா ரேகையில் பிளந்துவந்த பாலகன் துரைச்சாமியை.

அந்தமான், பினாங்கு, மால்பரோக் கைதிகள்

வெளியேறும் அந்தமான், பினாங்கு, மால்பரோக் கைதிகள் சூரிய பிம்பத்தை வெள்ளிக்கோள் கடந்து செல்வதை நோக்கியே கரும்படகு களைத் திருப்பினர். நிரை திமில் மருங்கில் படர்தரும் மேகலாத் தீவத் துறைவன் வலைகளை வீசும் ஒலி. புலவுக் கடல் நெடுக ஆயிரம் தீவுகளாகப் படகுகளையே மேகலா தேசமாக மாற்றி மிதவையில் வாழத் தொடங்கினர். கலோனியல் துப்பாக்கிகள் செருகிய

புண்ணுமிழ் குருதிதான் நிற்காமல் வழிகிறது.

எல்லாத் திவலை களிலும் உப்பின் குருதியும் கடலில் கலந்துவிடும். கடற்பரப்பில் எல்லா வலியனைத்தும் கழுவிக் கழுவி நீரில் கரைக்கிறார்கள் சிலர். பவ்வம் உடுத்த இப்பயங்கெழு மேகலா ரேகை அதிரும் மாநிலம் திங்களுக்கும் கடல் ஓதங்களுக்கும் கலம் கவிழ்ந்த வங்க மாக்களை சமுத்திர தேவதை மறையுருவாக்கினாள்.

மேகலா ரேகையில் கரித்துணி ஆடையுடுத்திய பிச்சைக்காரர்கள் தெருவில் உள்ள குப்பைகளில் அழுக்குக் கந்தலையுடுத்தியவர் அங்கம் பிணநெடி நாறும் சீநாறும், சொல்நாறும் வாய்ப்பந்தல் கூட்டத்தை அழிந்த பூழியர் மண்ணெடுத்துத் தூற்றுவார்கள். நூல்களை மாத்திரம் சுமந்தலையும் பாணர்களை வாஞ்சித்துப் பித்தருமே கூடிவந்து ஒரு பிடி அமுதை மேகலா உடுகணப் பேழையிலிருந்து உருட்டி நீட்டவும் அது பாடலாயிற்று. பேய் போல் திரிந்து, பிணம்போல் மேகலா ரேகையில் நெடுகக் கிடந்து, மேயன் போலுழன்று தன் தாய் பெத்த கூட்டம் திணையழிந்து வெளியேறி கரைநெடுக நிற்பதைக் கண்டனர். சுவையற்ற உணவும் வெளித்திருணை வாசமும் தரையில் கிடந்து ஊதியெடுத்த ஓட்டைத் துட்டுக்குப் பரங்கிப் புகையிலை வாங்கிப் புகைக்கிற மண்ணோடு கிடந்தவர்.

‘இங்கு வந்து எவரிடத்திலும் வாழ்ந்திருக்க வேண்டிய தில்லை. வெற்றிடமாய் இருப்போரிடம் எதுவும் கேட்கவில்லை. சொற்பொழியும் பந்தல் நனையவுமில்லை கொஞ்சம் பேசாமல் இரு’ என்றான் எலும்பு துருத்திய விதி சாகா இடாயெருமையில் வந்த கிட்டானே மகிஷாசுரா என்ற ஆமை இளவரசன். அவரெவரும் மரணிக்கவுமில்லை. எரிந்த ஒரு நூலகத்தை மேகலா ரேகையில் நனைத்து நடிகர்கள் உலர்த்துகிறார்கள் பார். அதை உயிர்ப்பிக்க வந்தவர்களாய்த் தெரிந்தது. எல்லையில்லாப் புத்தகமாய் விரிந்தவர்கள் அங்கே வருகிறார்கள். கைவிலங்கு உடையும் ஒலி சவக்கப்பல் நாடகத்தில் கேட்டது.

கடல் ஆற்றலை ஈர்க்கிறாள் வியோனி. காத்திருக்கிறாள் நீண்ட காலம் பிறந்ததிலிருந்து பிறவாமுன்மையில் கருவிலும் நீந்தி வருகிறாள். கொலைப்படுத்திய பிரதிகளுக்காக கடல் விளிம்புகளில் தேடி வருகிறாள் மேகலா ரேகைக்கு.

நீராக மாறியவர் தீயிலும் அவியாத வாக்கு அத்தனை வகைக் காற்றிலும் தனித்தனியாய்ப் பிரிந்தவர்கள் புத்தகங்களின் ஜ்வாலையாகக் கைகளில் எரியும் நூல்களைப் படித்தவாறு கரைந்து

அழிந்த ஏடுகளை மூழ்கி எடுத்தவர் நீரோட்டத்தில் நழுவிச் செல்லும் சொற்றொடர்களை எடுக்க இப்பியும் கிளிஞ்சலும் பால்சங்கும் நகுலன் விழிகளும் கீறல்விடும் இயற்கைக்குத் திரும்பிவருகிறார்கள் பாசிபிடித்த நாவாய் ஓட்டி. மீனோன் மொழியும் நாடகமும் தொன்மத்தில் மறையாமல் வியோனி பெருவாய் முதலை உமிழ்ந்த பெண்ணாக காற்றின் சுருள்களில் சதிராடுகிறாள் மேகலா ரேகையில் கால்மாற்றி. 'நுழைதரு நூலினர் ஞாலம்/கோயிலும் சுனையும் கடலும்/சூழ்ந்த மேகலா ரேகை' இந்திரன் பெயர்த்த வெட்டில் அலைமோதிச் சுழல்கிறது கடல். நூலகச் சுனையில் எரிந்த நீறும் உலகவறவி கொடுத்த கடல் சிலம்பைத் திறந்த வியோனி கூழாங்கற்கள் உருளுமிடத்தில் வரிப்பாடலை நரம்பில் ஏற்றுகிறாள்.

நிர்ப்பந்தமான வெற்றிடத்தில் நினைவுகள் மரணமான போதில் தோன்றி மறையும் சிறுசிறு சிதைந்து உடைந்த பொம்மைகள் கூடவே படைப்பிலிருந்து நாவாய்க்கு வரும். மேகலா ரேகைப் பின்னலின் கோட்டுருவங்கள் உயிர்பெறும் துடிப்பு. வாடைக்காற்றில் மரணத்தின் படல்களைத் தாண்டி சூரியனற்று சாம்பல் களிமண் பூசிய பேய்க் கப்பலில் வாடியிருந்தனர். காற்றின் கிளைகளில் ஓடும் நாவாயிதில் சாகரா, புட்பா, கிரவுஞ்சா, சான்மலி, ரூபகா, செம்பியா, குளிரி என பல்லிருங் கூந்தல் விம்மிப் பொங்கிய இரவிருட்டில். இவ்வேழு சுர தேவதைகள் வியோனியின் கின்னரியில் மறைந் திருக்கும் பாடல்களை நரம்பு சுருதிகளில் மறைந்தும் தோன்றியும் உயிர்கொடுத்த வேளையில் மயங்கி இருப்போர் காயத்தில் மருந்திடவும் யாளிமுக அம்பியில் வருகிறார்கள் வளைகுடாவில்.

கடல் நெடுக யுத்தத்தின் மௌனம். சாம்பல் வெளியெங்கும் மிதுனா விம்முகிற இசை. கடல் சூழ்ந்தவர்கள் இசை நூல்களில் வெளிப்படுகிறார்கள். அநாதி கொண்ட கரு இழைக்குள் சாய்ந்து இழைத்த வரிகளில் மேகலா ரேகை நாகரீகத்தின் கோடு உருள்கிறது. தம்மீது தைத்த அம்புகளை வெள்ளி மீன்களாக உருமாற்றி எழுதிய நூலினுள் துடித்து களத்தில் நின்ற நிழல் கரையாமல் தோன்றும். பால்பருவக் காற்று கருநாவாய் தடம்பட்ட வழியினின்று உள் இழப்புகள் கலையாக எழும். ஏனோ அங்கும் இங்கும் எல்லோரது கோடுகளும் மேகலா ரேகைக்குள் வந்தடைந்தவை. வாடைக்காற்றின் இருளில் மேற்குப் பனி மூடிய பனிக்கப்பலில் உருகும் தற்கண மொன்றில் நூலுக்குள் புகுந்து அகம் கரைகிறது மேகலா ரேகையில். மருப்பில் தீட்டிய பெற்றோர் இல்லா வடதுருவத்தில் வெகு பாஷைகள் கலந்த ஒரே கடலுக்கு வருகை.

துயருறும் வியோனி நெடிய காற்றுவழி வருகிறாள். யுத்த வினைக்குப் பின் மேகலா ரேகையில் சோளகக் காற்று ரத்த வாடை வீசும். 'இருளால் வீழ்த்தப்பட்டு மீண்டும் இறந்து கொண்டிருக்கிறோம்' என முணுமுணுத்தாள் வியோனி. அழிந்ததை அறிந்தவர் பாழ் போகாது முடிவில்லாதொரு பாதையில் கிளம்பினர். பினாங்கில் நிழல் தங்கத் தகரத் தாழ்வாரங்கள், சிறையிலிடப்பட்ட காற்று, அதிதாகம் கொண்ட நாடு கடத்தப்பட்டோரின் பாடல் மணல் போலும் அழிகிறது காலம். 'போர் கடாசிவிட்ட உலர் வலயத்து பாலகன் நான்' என்றான் பினாங்கில் மை எழுதி. இல்லாமல் முற்றிப் பழுத்து விழும் இலைகள் கால்வாய்ச் சுரங்கத்தில் நீந்திய இரவு. சாவகத்தின் பல துடுப்புகளைத் தள்ளும் மாலுமிகள். வெற்றிகொள்ள முடியாத படகோட்டிகள். பாண்டிக்கால நங்கூரம் ஒடிகிறது. ஆதாம்பாலம் கரையணைப் புனைவுகளில் கல்சுமந்த வானரங்கள் வரும். மீன் படையுடன் வந்த கடற்கன்னி சுபர்ணஜா அணையைச் சிதைக்கிறாள்.

மொழி அகராதியில் நங்கூரமிட்ட நாடகர்கள் கரையிறங்காமல் கப்பலிலேயே இருக்க நேரிட்டது. ஆனால் நெடுந்தொலைவில் இருந்தது அட்மிரல் நெல்சனின் பாதை. துருப்பிடித்த லாஞ்சி மூழ்கியது. அவர்கள் கடல்மேல் இருக்கிறோம் என்று தெரிந்தும் தெரியாதவர்களாக மேலேறி வந்தவர்கள் கடலில் அகப்படவில்லை. அருகில் சென்றால் படகுகள் மறையும். எவரையும் பிடிக்க முடியவில்லை. அவர்கள் அமைதியில் ஆழ்ந்திருக்கட்டுமென்று சேதுக் காக்கை சொன்னது. படகுகள் முன்னே செல்கிறதென்று யூகிக்க முடியவில்லை. அந்தக் காரிருளில் நழுவும் படகுகளின் மெல்லிய ஒலி. வியோனி சதிராடும் நிழல், பாட்டின் சரீரம், அதனுள் அசையும் வாடைக் காற்று, மரபும் தொன்மமும் உரசும் வியோனியின் சதிர்க் கோடு புறம் சிதைந்த இருப்பில் பாட்டின் இயற்கை உயிர் நின்று, இருப்பு பெயர்தல், மாறுபடும் திணைகளைக் கடக்கும் மேகலா ரேகையில் நடமாட்டமில்லாத பின்னிரவில் மணல்மிக்க தெருக்கள் திசைதப்பிப் பெருங்கடல் ஓடும். மரக் கலங்களை அழைக்கும் சமுத்திர தேவதை. ஏணி சாற்றிய எண்ணெயில் எரியும் கடல்விளக்கு. அமரரைத் தடவும் நீர்த்திவலைகள். தாழை மரங்களுக்கிடையே பனங்காய்த் தலைகளுடன் சிறுவர்கள் எட்டிப் பார்க்கின்றனர். உருகப்பலில் உலவிய நிழல்கள் மேகலா ரேகையின் சுற்றத்தைத் கண்டன. நாடகத்தில் மூங்கில் காற்று வீசியது. பெருவலைப் பரதவர் தொலைவே நின்று தங்கள் கடற்கன்னி சுபர்ணஜாவைக் கூவி அழைக்கிறார்கள்.

15

ஏழ்பனை ஓலைக்குடா வாளம்

அக்னியு வெட்டுப் பாதை

கலனல் அக்னியு வெட்டுப்பாதை வனங்களை வெட்டிவெட்டி அலறின வெள்வேல், மருது, புரசு, வன்னி, பெருங்களா மரம் பிளந்த பச்சை ரத்தம். கரடிமயிர் அடர்ந்த காட்டில் பூவரசு, தூங்காத இலைகளோடு இரவிலும் கண்மூடா முனிகளோடு சுருட்டைப்புளி காத்திருக்கும் பூழிநாட்டில் ஒவ்வொரு மரமும் பழங்குடிதான். கேப்டன் ரம்லே ஈராயிரம் விருட்சிகளைச் கைவிலங்கிட்டு கண்ணாடி பார்த்துச் சுட்டுக் குருதியூறச் செய்தான். மரங்களைப் பூட்டி இரும்புச் சங்கிலிகள் நரிகளாய் ஊளையிடக் காடுகாடாய் சர்வேக்கல் குறிபோட்டுப் புதிர்ப் பாதையில் குறுக்குவெட்டாய் கொண்டு போனான் சோல்சர்களை. பீரங்கிப் புகைவழியே லெப்ட் ரைட் லெப் லெப்... இலந்தையும் வேம்பும் புங்கமரக் காட்டில் எதிரிகளின் கால்களைச் சுற்றிப் போகவிடாமல் இடறிவிடும் கொம்மட்டிக் கொடி கால் பட்டால் கடித்துவிடும் காட்டிலவு மலரிலொரு ஐந்து தலை நாகம். அதன் பிளவுண்ட நாக்கிலிருந்து குருதிவோடைகளாய்ப் பாதைகள் கிளை பிரியச் செம்மண் கரைநெடுக பெரிய பரப்புகளில் புதர்கள் மண்டியிருக்க பல்வேறு பெரணி வகைகளும் குதிரைவாலி களும் பேரூரணியின் அருகே விழுந்துகிடக்கும் பாசி மூடிய மரத்தில் முதலைவாய் கொண்ட பூதப்பிராணி ஒன்றுபடுத்திருக்கிறது. தூரத்திலிருந்து சுட்டான் அக்னியு. அது மடியவில்லை அதன் தலை கவசக் காப்பிடப்பட்டிருந்தது. அதன் பக்கத்தில் பிரம்மாண்ட தவளையை ஒத்த மண்டை நாய்கள் மூன்று கலனல் குதிரைமேல் தாவுகின்றன.

அந்த விலங்கைப் பார்த்த துபாஷி அக்ஸ் சொன்னான் ‘அந்த

விலங்கு கருமருதுதான்' என அவன் காட்டுவதற்குள் புதரில் தாவி மறைந்தது. சோல்சர்கள் பூட்ஸ் கால்களைப் பச்சைவெட்டுப் பாதையில் தாவரங்கள் மோதி இடறிவீழ்த்த காளையார்கோயில் கோட்டைப் பெருங்கதவை முட்டினார்கள். ஆயிரம் குதிரை லாடம் பூட்டிய திண்டுக்கல்ப்பூட்டை எம்.எச். சுயிட்டர் கலனல் துப்பாக்கிகள் சுட்டுச் சிதறும் கருப்புக் குதிரை லாடங்கள் தெறித்துக் கதறி ஓடுகின்றன. காலம் கருத்த பெருங்கதவம் தொண்ணூறு கத நாய் களோடு திறக்கிறது. நுரைபொங்கும் குரைப்புகள். தாழ் உடைந்து நூறு நூறு மண்டை நாய்கள், கோம்பை நாய்களுக்குள் பதுங்கி வளைந்து தாவும் பெரிய பூழிவெள்ளை வளைந்து வளைந்து வருகிறான். மேஜர் சோல்சர் குதிரைகள் சிதறி ஓடுகின்றன. வளரிப்படை சுற்றி வளைக்கிறது.

- காட்டில் காணாமல் போன கலனல் வெல்ஸ்
குறிப்புகளிலிருந்து நழுவிய இறுதி முற்றுகைத் தாள்.

ஜம்புத்வீபப் பிரகடனம்

இதை யார் பார்த்தாலும் கவனமுடன் படிக்கவும்.

நாவலந் தீவிலும் ஜம்புத் தீபகற்பத்திலும் வாழுகிற சகல சாதியினருக்கும் பிராமணர்களுக்கும் சத்திரியர்களுக்கும் வைசியர்களுக்கும் சூத்திரர்களுக்கும் முசல்மான்களுக்கும் இந்த அறிவிப்புத் தரப்படுகிறது.

மேன்மைதங்கிய நவாப் முகமதலி முட்டாள்தனமாக ஐரோப்பியர் களுக்கு நம்மிடையே இடம் கொடுத்து விதவை போலாகி விட்டார். ஐரோப்பியர்கள் அவர்களது நம்பிக்கைகளுக்கு மாறாக அவற்றைப் புறக்கணித்து, இந்த நாட்டை ஏமாற்றி தமதாக்கிக் கொண்டதுடன் மக்களை நாய்களாகக் கருதி அதிகாரம் செலுத்து கின்றனர். உங்களிடையே ஒற்றுமை இல்லை, நட்பு இல்லை ஐரோப்பியரின் போலி வேடத்தை அறியாமல் முன்யோசனை யின்றி உங்கள் அரசை அவர்களின் காலடியில் வைத்தீர்கள் இந்த இழிபிறவியால் ஆளப்படும் இந்த நாடுகளின் மக்கள் ஏழை களானார்கள். அவர்களின் உணவு வெள்ளம் 'நீர் ஆகாரம்'தான் என்றாயிற்று. அவர்கள் இவ்வாறு இன்னலுறுவது வெளிப்படை யாகத் தெரிந்தாலும் அதன் காரணங்களிவை என்னும் அறிவு இல்லாதவர்களாயுள்ளனர். இப்படி ஆயிரம் ஆண்டுகள் வாழ்வதிலும் இதைப் போக்க சாவது எவ்வளவோ மேலானது

என்பது உறுதி, அப்படி சாவைத் தழுவுகிறவனின் புகழ் சூரிய சந்திரர் உள்ளளவும் வாழும். மேன்மைதங்கிய நவாப்பிற்கு ஆர்க்காட்டு சுபாவும் மற்றும் விசயரமணத்திருமலை நாயக்கருக்குக் கர்நாடகமும் தஞ்சாவூரும் முதல் கட்டமாகவும் மற்றவர்களுக்கு மற்ற சீமைகள் அடுத்த கட்டமாகவும் அந்தந்த நாட்டுவளமை களையும் நெறிகளையும் மீறாமல் திரும்ப அளிக்கப்படும், இனி வருங்காலத்தில் ஒவ்வொருவரும் அவரவர் பரம்பரை பாத்தியத்தை அடையலாம் எனத் திட்டமிடப் பட்டுள்ளது. ஐரோப்பியர்கள் தம் பிழைப்புக்கு மட்டும் நவாபின் கீழ்ப் பணிபுரிந்து, இடையீடற்ற உண்மையான மகிழ்ச்சி கொள்ளலாம். ஐரோப்பியர் ஆதிக்கம் ஒழிந்துவிடுமாதலால் இனி 'ஐரோப்பியர்' தலையீடற்ற நவாபின் ஆட்சியில் கண்ணீர் சிந்தாத இன்ப வாழ்வு வாழலாம்.

அந்த 'ஐரோப்பிய' இழிபிறவிகளின் பெயர்கூட இல்லாதவாறு ஒழிக்க வேண்டி, அங்கங்கு பாளையங்களிலும் ஊர்களிலும் உள்ள ஒவ்வொருவரும் உங்களுக்குள் ஒன்றுபட்டு, ஆயுதமேந்திப் புறப்படுமாறு வேண்டப்படுகிறது. அப்போதுதான் ஏழைகளும் இல்லாதோரும் விமோசனம் பெறுவார்கள். எச்சில் வாழ்க்கையை விரும்பும் நாய்களென ஈனப்பிறவிகளின் வார்த்தைகளுக்கு அடிபணிகிற எவரேனும் இருப்பின் அவர்கள் கருவறுக்கப்பட வேண்டும். இந்த இழிபிறவிகள் 'ஐரோப்பியர்' எவ்வளவு ஒன்றுபட்டும் தந்திரத்தன்மை கொண்டும் இந்த நாட்டை அடிமைப்படுத்திவிட்டார்கள் என்பதை நாமனைவரும் அறிவோம். எனவே வயல்களிலோ அல்லது வேறுதுறைகளிலோ அரசின் பொது 'சிவில்' அலுவலகங்களிலோ, இராணுவத்திலோ எங்கு வேலை பார்ப்பவராயினும்: பிராமணர்கள், சத்திரியர்கள், வைசியர்கள், சூத்திரர்கள் மற்றும் முசல்மான்கள் ஆகியோரில் மீசையுள்ள எவரும், இந்த இழிபிறவிகளின் இராணுவச் சேவையில் உள்ள சுமேதார்கள், ஜமேதார்கள், நாயக்குகள், சிப்பாய்கள் எவராயிருப்பனும் ஆயுதம் ஏந்தத் தெரிந்த எவரும் தங்கள் துணிச்சலைக் காட்ட, இதோ உங்களுக்கு முதல் வாய்ப்பு வந்துவிட்டது. அந்த வாய்ப்பு எவ்வாறு நடைமுறைப்படுத்தப்பட வேண்டுமென்று கீழே விவரிக்கப்படுகிறது.

... ...

- கருமருதின் ஜம்புத்வீபப் பிரகடனத்திலிருந்து.

புகை

'கொல்பவர்களைக் கொண்டு நடத்தப்படும் நாட்டில் கொல்லப் பட்டவர்களின் எச்சங்களைத் துடைத்தழிக்க முடியவில்லை. புகையும் ஆவிகளின் நாடி பாத்திரங்களுக்குள் நுழைந்து கொல்பவர்களோடு எதிரெதிர் கதாப்பாத்திரங்களை உருவாக்கிவிடும். கொல்பவர்கள் குற்றவுணர்வற்ற கொலையாளிகளாவதில் சர்வாதிகாரியும் நாவலாசிரியனும் ஒன்றாகிவிடுகிறார்கள்.'

கடைசிப்புகை நாடகப் பனுவலிலிருந்து...

கதைக்கு மேல் புகை ஏறிக்கொண்டே இருக்கிறது. கிங்டட் காமிக்ஸ் பிரதியைச் சுருட்டிப் புகையிலை தூவி 'பாரோக்களின் சாபம்' என்ற நகர்சார் புராணக் கதையை ராக் இசைக் கலைஞன் நஸெரின் உபேத் பரிசளித்த நாட்டுபுற வகைகளில் இசைவழியாகக் கொடுத்த சரித்திர விசேஷ அலாதி அரசன் தூத்து-அன்கு-ஆமூனின் அதிசயப்பூர்வ வளரிகளின் விளையாட்டு நூலை இளவரசன் துரைசாமிக்கு அத்தியாயத்தைப் புரட்டிப் படமொழியில் சொல்லத் தொடங்கினான் கலனல் வெல்ஸ். இந்த 'பாரோக்களின் சாபம்' அத்தியாயத்தைச் சுருட்டிப் புகையுங்கள். மேற்காசியப் போரில் தினத்திற்கு 20மைல் கடினமான பிரதேசங்களைப் பரம்பரை வளரிப் படையின் வலுப்பிடியால் முன்னேறிச் சென்ற கப்பற் படையும் விரிவாகி செங்கடல், மத்திய தரைக்கடல் மார்க்கங்கள் மூன்றாம் துட்மோஸ் வசமாயிற்று. பாரோ மன்னனைத் தவிர யாருக்கும் பணிய வேண்டியதில்லை. படிப்படியாய் மந்திரிகள் கதைக்குள் தந்திர நரிகளாய் சூழ்ந்தனர். மூன்றாம் துட்மோஸ் சுற்றி வளைக்கப்பட்டான் என நாலுக்கோட்டை பாலகன் துரைசாமிக்கு சொல்லி வந்தான் கிங்டட் காமிக்ஸ் கதையை கலனல் வெல்ஸ்.

இறுதி முற்றுகையில் காளையார் கோவில் கோட்டைக் கதவில் மண்டை நாய்கள் தொண்ணூறும் தாவி வந்த கோம்பை நாய்களின் 266 மோப்ப வளையங்கள் கலையின் விதியாக இயங்கக் கூடியவை. 48 வளையங்கள் கொண்ட 7 இஞ்ச் சுருட்டினைத் தான் உலகின் மிகக் குள்ளமான சீனனிடம் காண்டனில் வாங்கிய டுபாக்கோப் பெட்டியைத் திறந்து பருகும் போது ரெட்டிப்பாகும் கலையைத் தெவிட்டாமல் தொட்டு நாக்கில் உணரலாம். புகை, கலைப் படிமத்தைக் கரைக்கும் பித்தமாக இருக்கிறது. பாரோக்களின் புனைவுகளை மீண்டும் இயற்றுவது கதைகளின் கணிதத்தை வளரியோடு அறிவியல் முறையில் கட்டுக்கதைகள் அவிழ்க்கப்

பட்டன. தூத்து-அன்கு-ஆமூனின் காமிக்ஸ் தொகுப்பான 200 புதிர்க்கதைகள். காளையார் கோவில் கோட்டைக் கதவின் சுவரொட்டியில் அரசாணி வேலுநாச்சியார் தலைமுடியில் மறைத்து வைத்த குயிலரச்சியின் தூதுச் சீட்டுகள் வளரி மீதான குற்றப் புனைவுகளைக் கடந்துச் செல்ல முடியாது. குயிலரச்சி பயங்கரமான விதியைச் சந்திக்கும் சங்கிலிக் கதைகள் அரசாணியின் அகப்படை பின்பற்றும் ரகசியச் செய்திகள் மறைக்கப்பட்ட வேலுநாச்சியின் விருப்பாச்சிக் கடிதங்கள் வளரியின் அமானுஷ்யத்தைப் பாரோக்களின் சாபமென அழிவில் நிலைத்திருக்கும் வளரியின் பின்னால் ஒரு ரகசிய அர்த்தத்தை மறைத்திருக்கும் எகிப்திய எழுத்துக்களின் புதிர்கள். 'நாட்டுப்புறக் கதைகள் புகையும் அரசனாக தூத்து-அன்கு-ஆமூன் அரியணையில் ஏறி பாரோன் வேசமிட்ட போது ஒன்பது வயது அவனுக்கு' என கலனல் ஜேம்ஸ் வெல்ஸ் பதிமூன்று வயதில் கைக்கு திரும்பும் வளரி வீசிய இளவரசன் துரைசாமியைத் தோளில் தூக்கிச் சொன்னதும் ஒவ்வொரு வளரியின் நெளிவான சாயைகளை அந்த பாரோன் ஆமூனாகப் பார்த்தான். அவன் சூக்குமசரீரம் பாரோன் வளரிதான். ஸ்திரமான அவன் ஒரு காலாய் நீண்ட எகிப்திய வளரி எவ்வளவு மணமான கற்பனைத் தாவரம்.

நனவிலித் தச்சனும், கலனல் ஜேம்ஸ் வெல்ஸும் இதர கதா பாத்திரங்களின் மனதுடனே கலக்கும் கோம்பை நாய்களின் 266 வளையங்களைப் புகையின் மெய்ஞானமாகப் பெற்றவர்கள் கும்பினி மேஜர்களும், கலனல்களும். சுய நசித்தல் கலைஞனுக்கும் சுருட்டுக்கும் உண்டாகி இருந்தால் தானே கதை. புகை நீங்கினால் சுயநினைவுதான், நனவிலியை நழுவவிடும். புகையைப் பாம்பாக வளைக்கும் காண்டன் நகர மஞ்சளாற்றுத் தேநீர் விடுதியில் மிகக்குள்ளர்கள் விரல் ஜாலத்தில் இச்சையின் கிரியா சக்தியை அனுமானத்தில் அடைவது. கலையின் முதிர்ந்த சிறைக்கைதி துரைசாமி எழுதிய 'கடைசிப் புகை' நாடகம் பிதிரார்ஜித ஞாபகங் களுக்கு இட்டுச் செல்லும். மரணத்தின் முட்டி, பயமுறுத்தும் முனையில் கனல்கிற கங்கு. அப்சரஸ்கள் மேலே நெகிழ்கிறார்கள் நீலப் புகையில். நான் இப்பொழுது இவைகளில் இருந்து விடுபட்டதாகச் சொன்னால் நம்புவீர்களா. புகைப்பதில் நனவிலியும் மிகக் குள்ளமான இரு சீனர்களும் பல பிரதேசங்களில் கடல் நகரங்களில் நாடகத்தில் இருந்து சர்க்கஸிற்குத் திரும்புவார்கள்.

கலனல் வெல்ஸ் பல தேசங்கள் சுற்றிவரும் இருப்பிடமற்ற புகைமனிதன். பூத சம்மந்தத்தினால் கீழைநாடெல்லாம் விற்ற பரங்கிப்

புகையிலை விதைகளுக்குள் சுருண்டு இருந்தான் தேவதையாக. புகையில் மனதை லயப்படுத்தினான். அதற்கு 24இஞ்ச் உயரமான சைக்கிள் சுற்றிச் சுற்றித் தேயும் ஒலி. சீன சர்க்கஸில் வரும் டான்ஸ்காரிகள் ஏன் தற்கொலை செய்கிறார்கள் என்று அவனுக்கு புரியவில்லை. இருந்த ஊரைவிட்டு எங்கேயோ வெகுதூர நகரங்களில் வெளிர் சிவப்பான தோற்றத்தில் புகையென வளைந்து படிகிறது தற்கொலை.

இந்த மிகக் குள்ளர் இருவரும் தனிப்பிரபஞ்சமான தம் காலத்தை ஹாஸ்யத்தில் கழித்து துயரத்தின் ஸ்திதியில் அடுத்த சிருஷ்டிக்குக் காரணமாயிருக்கும் பூழிஅரசர் இருவர் தூக்கில் படிந்தநிழல் என்னைத் தொடரும் விதியாக. கடைசிப்புகை நாடகத்தில் கருமருது கூண்டுச் சிறையிலேயே வடிவமைத்தான். மரணாவஸ்தை தான் அடுத்த நாடகத்துக்கும், அவரை விட்டுப்பிரிந்த இந்த வேளையில் துரைசாமி ஒத்திகையிடும் சிறைக்குள் கடைசிப் புகை நாடகப் பிரதிக்கும் தொடர்பு இருக்கிறதென்றது பரங்கிச் சுருட்டு.

விருப்பாச்சியிலும், நாலுகோட்டைச் சீமையிலும் தாக்குதலில் நீடித்த ஒவ்வொரு கதையும் கடைசிப் புகைதான்.

பஞ்சபூதியங்களைக் கலந்து நிறங்களாக ஒளிக்கற்றையில் உருகிக் கலையாகிறார்கள் இருவரும். இளவரசன் துரைசாமியை அட்மிரல் நெல்சனில் அனுப்பும் வினாடியில் காற்றில் சுழன்று ஓடும் தனிமைவிட்டு நிற்க இயலாது. புகைமேல் நோக்கி வளைந்து, மேநோக்கி எரிந்து தீர்ந்துவிடும் கருத்தகடல் சுருட்டுக்கட்டை எச்சில் நாறிக் கிடக்கிறது நடந்து முடிந்த சம்பவங்களின் எச்சில் துணுக்குகளாக.

காளையார் கோவில் முதல் போரில் முத்துவடுகரை கலனல் ஸ்மித், பான்சோர் இருவரும் சேர்ந்து வீழ்த்திய நிலையில் இரண்டாவது முற்றுகை. ரணமங்கலக் கோட்டையில் கும்பினிச் சேனை நுழைய முடியவில்லை. கானப் பேரெயில் போர். அதில் உருண்ட பூழியர்கள் காத்திருக்கிறார்கள். கும்பினிச் சேனையர்கள் புரூஸ்விக் ரைஃபில் களால் சரமாரியாகச் சுட்டார்கள். பூழியர்கள் அனைத்துத் திக்குச் சேனைகளையும் அருகில் கொண்டுவந்து நிறுத்தினர். அடுத்த ஒருநாழிகை நேரம் ஒரேஅமைதியாய் இருந்தது. ஒவ்வொரு வினாடியும் பல வினாடிகளாய்ப் பெருக்கம் அடைந்தன. எதிரிகள் எங்களைச் சுற்றி வளரி வீசும் ஒலி கேட்டது. எந்த ஒரு வளரியும் சோல்சர்களிடம் அகப்படாமல் எறிந்தவர் பக்கம் திரும்பிச் சென்றன.

நாங்கள் அவர்களிடமிருந்து சிலகஜ தூரத்தில் வளரிக்குப் பனிரண்டு கஜதூரம் இடைவெளிவிட்டு நகர்ந்தோம். எதிராளிகளில் ஒருவரைக்கூட நேரில் காணமுடியவில்லை. இருந்தாலும் அவர்களில் சிலர் திறந்த மேனியில் வளரிகளை இடவலமாய் உடம்பில் வரைந்து வீசினார்கள். வெளிப்புறம் நோக்கி இறங்கிய படியும் நான்கு பக்கவாட்டு வெளிகளில் சுற்றியபடியும், வளரிகள் திரும்பிக் கொண்டிருந்தன தோன்றிய மரங்களுக்கே. வளரிகளால் ஏராளமான தொப்பிகள் வீழ்ந்தன ஒவ்வொன்றாய். வீரிடல், முனகல் ஒலிகள் தொப்பிகளில் இருந்து கேட்டது. தூரத்திலிருந்தே சுடுவதற்குத் தயாரானோம். சந்தடிகள் அடங்கியதும் நாங்கள் முன்னேறி, சுற்றிக் காடடர்ந்துள்ள ஒரு அகன்ற மேட்டுத்தளத்தைக் கைப்பற்றினோம். எதிராளிகள் ஒருவரையும் காணவில்லை. இதுமாதிரியான பாறைக் கரடுகளின் மேல் சோல்சர்களால் முன்னேற முடியவில்லை. எதிராளிகளை எதிர்கொண்டு வந்துள்ளமுறையில் இனிமேலும் நாம் முன்னேறுவதின் விதியை வந்துதிரும்பும் வளரிகளிடம் விட்டிருந்தார்கள். முன்னேறுவதில் தடங்கல். தொட்ட பாதை பல கிளைகளாய்ப் பிரிந்து அதில் ஒரு பாம்புப் பாதையில் மறைந்து கொண்டிருக்கிறார்கள். கண்ணுக்குத் தெரியாமலிருக்கிற வளரிகளைத் துப்பாக்கிகளால் விரட்ட முடியவில்லை. ஏமாற்றத்துடன் திரும்ப வேண்டியதாயிற்று. நாங்கள் முகாமுக்குத் திரும்பும் போது, வளரிகள் போன திசையில் மழை பெய்யத் தொடங்கியிருந்தது.

தனிப்போக்குடைய கதாபாத்திரங்களின் ஆடைகள் காற்றில் புலம்பும். கதை கேட்க முடியும் கானப்பேரெயில் திணைப்படை ஆடைகளின் பழமையில். அதன் அழுக்கில் வாழமுடியும். திணை இசையாகமாற முடியும். திணை அழிப்பு முடிந்த இரவில் சேகரிக்கப் பட்ட ஆடைகள் தனிமைகொண்டு உப்பு ரத்தப் பிறவியாக வெப்பத்தில் ஒன்றுடன் ஒன்று கலந்து புதிய பூழிச் சேனையைப் பிரசவிக்கின்றன. கிழிசல் அதன் விதி.

மால்பரோச் சிறையில் அடைக்கப்பட்டிருந்த சுதேசிக் குற்றவாளி களின் விரல்கள் முடைந்த துண்ணல் ஊசி தறி டப்பாவில் காதறுந்து கிடக்கும். தறிகளின் உடைசல்களைத் தச்சர்களின்றி சுதேசித் தச்சன் பழுது நீக்குவான். மால்பரோக் கோட்டைச்சிறையில் ஒரு நாடகத்தைப் பயிற்றுவித்த இரு பூழிக்கைதிகள். ‘கடைசிப் புகையை’ நாடகப் பனுவலாக்கினர். அதில் முன்நிகழ்ந்த புழுதிப்போரில் மறைந்த லட்சம் சந்திப்புகள் திரும்ப நிகழ்கின்றன. லெப்ட் ரைட், லெப் லெப் லெப். அணிவகுத்த அந்நியரின் படைவரிசையின்

செத்த நடையைப் பார்த்துச் சலித்த காலம் அதற்குப் பிரியாவிடை.

மலேயா நடிகையின் தற்கொலை விவகாரத்தில் 'கடைசிப் புகை' யாருக்கானது என்பதில் நிகழ்கணம் பிளக்கிறது. உரிமை கோரப்படும் நடிகையின் மகள் ஒருத்திக்கு கார்டியன் இக்குள்ளர் இருவரும் சமையல்காரர்கள். பெங்கோலன் நகரப் பள்ளியில் படிக்கிறாள். சுங்கைத் தெருவில் உலகின் மிகச் சிறிய வீடு நத்தை வடிவம்.

தீவாந்திரத் தண்டனை விதிக்கப் பட்டவர்களை முதலில் விழுங்கின அந்தமான் தீவுகள். அதற்கு முன் சிங்கப்பூரில் தங்களைச் சுற்றித் தாங்களே சிறை எழுப்பினர் சுதேசிகள். மலாக்காவும் சுண்ணாம்பு உதிரும் சிறைச்சாலைதான். ஏனோ பிரின்ஸ் ஆஃப் வேல்ஸ் தீவுக்கு முத்துப்பட்டணத்தில் கப்பலேற்றிய கலனல் வெல்ஸிடம் பிரியா விடைபெற்றான் துரைசாமி கிங் டட் புத்தகத்துடன். மை பாய் கிங்... எனக்கேவிய கும்பினிக் கருப்புக் கோட்டும் கலங்கியதென்றால் நம்புவீர்களா. முத்துப்பட்டணம் தடுப்பு முகாமில் காலைத் தேனீர்க் குவளைகள் பாய் கிங் நூலிலிருந்து ஆமூன் கதைக்கு வெளியே வந்து துரைசாமியுடன் சிந்தியது. முத்துப்பட்டணம் கடலைத்தழுவி வெப்ப மூச்சுவிடும் பாலகன் துரைசாமி தூங்கும் கட்லை எழுப்பாமல் பினாங்குக்குப் பயணமானான். ஏனோ கலனல் வெல்ஸ் துரைசாமி உடலைத் தழுவி பெருமூச்சுவிட்டான்.

கடல் காற்றின் படபடப்பில் பேய்க்கப்பலின் பாயும், கயிறுகளும், மரப் பிணைப்புகளும் கிடுகிடுக்கும் கிழட்டு ஒலி. வெல்ஸ் பரிசளித்த ஆணிதூ ஓடிணஞ் சித்திர நூல் படபடத்து, தொலைவுறும் வளி. இம்மரக்கலம் செலுத்தும் வெளுத்த மலேயரும், அடிமைக் காப்பிரிகளும், பழுதுபட்டால் திருத்தி அமைக்கும் போர்ட்டோனோவா பரங்கிப்பேட்டைக் கம்மியர்களும், எதிரிகளின் துப்பாக்கித் துளைகள் பட்டால் ஒட்டும் மரப்பிசின் டப்பிகளும் இருந்தன— உப்பில் நனைந்த பாய் கிங் புத்தகத்துடன். காலப் பழுதான ஆப்பிரிக்க அடிமைகளைக் கடத்திவந்த இந்த அட்மிரல் நெல்சனில் ஒருசில மலாக்காச் செட்டிகளும் இருந்தார்கள். பெரிய சீஸாக்களில் பதனமிட்ட மீனின் நயனங்கள் துரைசாமியைப் பார்த்தவாறு அந்தரத்தில் உருள்கிற வேளை நிசப்தத்தில் கேப்டன் புகைத்துக் கொண்டிருந்தான்.

தம் தந்தையரின் வளரிகள் ஊர்ந்து தொலைவில் இருக்கும் ஒளி வருடங்களை அவர்களையன்றி அந்த வளரிகள்சலனமடைந்து கொண்டிருப்பதைத் தன் கையறுநிலையில் பாய் கிங் சித்திர நூலை

நோக்கினான். மௌனமான ஜலசந்தியை நாடுகடத்தப்பட்ட நிழல்கள் கடல்துறைகளில் அங்கங்கே தப்பிச் செல்ல முயன்றார்கள். செம்பழுப்பான தம் தொண்டித் துறையை நினைத்தான். பன்னெடுங் காலச் செம்மேடுகளின் மேலே மேவிய வானவெளியில் யுத்தத்தில் விநாசமான ஊர்களின் ஆவிகள் தூங்குகின்றன ஒன்றின்மேல் ஒன்று படிந்து. என்றும் ஒரே காலங்களுக்குள் சுண்டினால் பறந்து போகிற தன்னூர் வளரியைமட்டும் அவனால் பிரிய முடியவில்லை. அது மணல் சுழிகளில் வட்டமாய்ச் சிவந்து பூமியின் பிறையாக எந்தக் காலங்களிலும் சுருண்டுவரும் செம்மணல் ஆழங்களில் சாவே இல்லாத மூதாதைகளின் குறியீடுகளாக அதன் தோற்றத்தில் சுழிகளிலிருந்து மேவரும் தொண்டிக் கடலை ஒட்டிய நீண்ட கடற்கரை களர் அடுத்த நிலங்களிலும் பாம்பாய் வளைந்துவரும் புற்றெழுந்த செம்மேடுகளில் இருந்துகொண்டுதான் இருக்கும் வளரியின் சீற்றம். அது பெண்கள் நடக்கும் காற்றாய் இருக்கிறது. முன்னைப் பரதவரின் கடல் சொற்றொடொர்களாய் மணல் மேடுகளில் வீசிவீசி மீன் துள்ளி வளரியானது. அதைப் பரதவர்கள் தங்களுக்கே சொந்தமென்று சொல்லி எல்லையற்ற கடல் படுத்தினார்கள். செம்மண்குளவிகள் கூடுகட்டிப் பிடித்துவந்த காட்டுப் புழுக்களென எழுபத்தி மூன்று கைதிகளும் பினாங்கு ஏகினர்.

கடைசிப்புகை

மால்பரோக் கைதிகளில் சிவில் கடனாளிகளின் படுக்கையை மூட்டைப் பூச்சிகளோடு விற்பனை செய்ய முடியாது. கைதிகளின் ரத்தம் குடித்துப் பெருத்தவை. அடுத்திருக்கும் நோயாளிகளின் செல் வார்டுக்குள் மாறி ஊர்ந்து போய் கைதிகளின் உதிரம் பருகும் வேட்கை. நோயாளிகளின் கடன்படுக்கைகளின் கீறல்களில் நுழைந்த சுருட்டில் மூட்டைப் பூச்சிகளின் கூட்டம். கடைசிப் புகையில் நடிக்கக் காத்திருக்கின்றனர். பூச்சிகளின் புகையிலைச் சுருள் நெடியும் முடை நாறும்.

பழிவாங்கப்பட்ட வெங்கணரைத் தேடி பெங்கோலன் நகருக்கு ரஸமட்டத்துடன் கொத்தனாய்ப் போகிறான் துரைசாமி. அங்கு அடைக்கப்பட்ட ஒரே போராளி வெங்கணன். அங்கு பகலில் சாலை போடுதல், காடுகளை வெட்டித் திருத்துவதுமான பணியை வெங்கணர் செய்ய இவனோ கட்டிடக் கலைஞனாக உருமாறியிருந்தான். வெள்ளையர் கண்வரைந்த வரைபடத்தைப் புதிய செல் வார்டுகளாகக் கட்டுவது துரைசாமியின் விதியாக இருந்தது. இரவில் கொட்டடியில்

விலங்குகளாய் உறங்கி மெலியத் தூங்கிய ஒத்திகையில் சிலர் நடித்து எழும்பவும் இல்லை. பெங்கோலன் நகரைக் கைப்பற்றுவதற்கு முன் சுமத்திராப் பழங்குடிகளை அடைப்பதற்கு ஒல்லாந்தர்களுக்கும் மால்பரோக் கோட்டைதான் தேவைப்பட்டது. ஆட்டுமந்தையாக மீண்டும் பினாங்குச் சிறைக்கு மாறினார்கள். சக்கந்தி வெங்கணருக்கும், துரைசாமிக்கும் இடையில் கடைசிப்புகை நடிகர்களாக உறவு மீண்டது.

ஆனால், நடிகர்களாகிவிட்டனர் கைதிகள். சுதேசிக் கைதிகள் இருவரும் இரவில்மிதந்து அலையும் மந்திரக் கம்பளமாக ஜெயில் சமுக்காளத்தை ஊதியூதி நடிக்க வைத்தனர். தினப்படி ஒத்திகையில் இருள்பட்ட கொலையாளிகள் அமர்ந்திருக்க அவர் விரல்களில் நழுவும் 'ரெட்டை மான்மார்க் சுருட்டு'க்குச் சண்டை வரும். இருவரின் தனிச் சுற்றுக்கு வரும் வளையங்களில் புகை ஒத்திகை. படுத்திருக்கும் கைதிகளின் கரங்களில் குறுக்குத் தளையிடப்பட்ட இரும்புச் சங்கிலிகள் முனகச் சிற்பச் சாயல் பூமியில் படிகிறது.

'கடைசிப் புகை' நாடகத்தைத் தற்கொலையில் ஜீவிப்பவர்கள் எழுதிக் கொண்டிருக்கிறார்கள். கடைசிப்புகை ஆசிரியர் துரைசாமி காலியான டப்பாக்களில் யுவர்களுடைய கலைச்சேகரங்களை தற்கொலைக்கு முந்திய கடைசிக் கடிதங்களில் சுருண்டு இருக்கும் புகைப்படங்கள், அன்று மறைந்த நண்பகலின் வேர்வைக் குறிப்புகள், உப்புக்கவிதை, நீரில் மூழ்கியவர்களின் நனைந்த புத்தகங்களும் அவர்கள் விரல் ரேகையுடன் இருந்தன ஜெயிலராக நடிக்கும் வெங்கணன் இருண்ட மேஜை மேல் தோன்றும் உரையாடல்.

தொட்டால் வசியம் செய்துவிடும் கடைசிப் புகையில் நடித்து வசனிக்கும் சிறைக்கூடப் பின்புலம் வாசனை கொண்டது. மால்பரோ, பினாங்கு சிறைவாசத்துக்குப் பிறகு விடுதலையாகி வெகுநாட்கள் பயணத்துக்குப் பிறகு ஒரு அழகிய பட்டணத்தில் அழுக்கான லாட்ஜில் சீலிங்ஃபேனில் தற்கொலை செய்த இளைஞன் இரவில் எல்லா வீடுகளின் கதவைத் தொடுகிறான். ஜன்னலில் தோன்றி மறைகிறான்.

சிறை நடிகன்: உள்ளே யார் இருக்கா

துரைசாமி: யாருமில்லை... போய்விடு

அந்த மெல்லிய இளைஞன் துரைசாமி ஒவ்வொரு தெருவிலும் நடந்து திரிகிறான். இச்சைகளை எல்லாம் பத்திரப்படுத்திய

கிளாதரிக்கு எழுதிய கடிதங்கள் கடைசிப்புகையில் புலப்படும்.

துரைசாமி: பிரபஞ்சத்தில் நடைபெறுவதெல்லாம் நான் எழுதிய இரவுகளுக்குத் தோற்றமாகும்

காக்கையிடம் சொல்லி அதற்கும் ஒருசிகரெட் கொடுக்கிறான்.

முதல் கைதி: இல்லாமல் நான் காணமல் போவேன்.

பெண் கைதி: உன் வெளியில் காணப்படுவேன் காக்கையே...

அடுத்த கைதி: நான் இருப்பது வாஸ்தவமென்று கரைந்து யாரிடமும் சொல்லாதே.

நடிகை கிளாதரி: காக்கையின் மனக்கலக்கம்.

துரைசாமி: கிளாதரி உன் குழப்பமான பதில் கடிதங்கள்.

மால்ப்ரோ காக்கை: மற்றவர்களைப் பற்றிய அபிப்ராயங்களை நீங்கள் கொண்டிருப்பது ஒன்றுக்கொன்று பொருந்தவில்லை

கிளாதரி: சிவப்பு ஓடுகளில் கால்வைக்கிறதே. மேலும் அது கல் கண்களை உருட்டுகிறதே.

மால்ப்ரோ காக்கை: தற்கொலை ஒரு சம்பவம் அல்ல. என்னிடமிருந்து பிரிந்து இருப்பவர்கள் நண்பகலின் தோற்றத்தில் தந்திக் கம்பங்களின் அருகில் சாயைகளால் என்னை நெருங்கிவருகிறார்கள்

துரைசாமி: நான் தற்கொலை செய்து கண்டகனா, தீவாந்தரத்திலிருந்து திரும்பிப்போன மருதை டவுன்ஹால்ரோடு அழுக்கு லாட்ஜில் நடந்தது பிரத்யட்ஷமா?

சிறை நடிகன்: 127ஆம் அறையின் அழுக்குச் சுவர்களில் யார் யாரோ படிந்து இருக்கிறார்கள்.

துரைசாமி: எனக்கும் சாயைகளுக்கும் சம்பந்தம் என்ன என்று சொல்லி மனக்கலக்கத்தை காக்கையின் இருட்டில் பூசி காட்சியற்ற இருப்பை அடைந்தேன். ஆயினும் காக்கையின் கரைவு ஒலி எங்கிருந்தாலும் என்னைத் தொட்டது. சலூனில் மொட்டை அடித்துக் கொண்டு தாடியை மழித்தாலும், காக்கையின் ஓட்டம் என் பிம்பத்தோடு சேர்ந்து பறக்கிறது. மால்பரோவில் மெலிந்து உருமாறிய பிறகு எனக்கு சக மனிதனை எதிர்கொள்வதுதான் பிரச்சினை. காக்கை வெளியில் நடைபெறுபவைகளோடு சாம்பல் பூசிய தெருவில் நடந்து போகிறேன். தந்திக் கம்பிகளில் வெகுநேரம் கேட்டு நிற்கிறேன். சதாவும் காற்று சுருள்கிறது. சுழலும் சக்கரங்களிலிருந்து வெளியேறி வியாபியான வெளியை அணைக்கிறேன். தீவாந்தர

தண்டனைக்குப் பிறகு கால வித்தியாசத்துடன் சமகாலக் காக்கைகள் கூட்டமாய்ப் பறக்கின்றன. அதன் மோகத்தில் இருந்து என்னால் தப்ப முடியவில்லை.

ஒளிக் கலைஞன்: அந்த இருட்டு விளக்குகளின் கரிப்புகையின் மேல் கடைசிப் புகை நாடக நிரல்களை பிடித்து வாசித்தவாறு மால்பரோ சிறையில் தற்கொலையானவர்கள் நடந்துவருவது தெரிகிறது. நாடுகடத்தப்பட்ட மற்றும் மலேயாக் குற்றவாளிக்கான உரிமை கோரலும் சேர்ந்த கந்தல் விரிந்த சிறகுகளோடு வருகிறார்கள். சுதேசிக் கைதியாக இறந்தவர்கள்கூட ராத்திரியில் வருகிறார்கள்.

ஆயுள்கைதி: குற்றவாளிகளின் கைகளில் அமரர்களின் கண்ணாடி. இதில் மால்பரோ கொடுஞ்சிறை சித்திரவதை நிழல்களின் சலனம். உரிமை கோரப்படாச் சிவில் கடனாளிகளின் படுக்கை, ஆடைகளை வாங்குவதற்கு அனாதைகளும் வருவதில்லை. அனாதைகளுக்குள் ஒருவகை இயற்கை நிர்வாணமிருந்தது.

சமையல்காரன் கிட்டு பாய்: குற்றவாளியின் கையில் உடைந்த சமயலறைக் கண்ணாடி உள்ளது. இருட்டுக் கண்ணாடிக்குள் தீவாந்தரப் பூழியர்கள் வாழ்கிறார்கள். ஒவ்வொரு இரவையும் கரைத்து உள்ளே சேகரித்து வைத்து இருக்கிறார்கள்.

ஆயுள்கைதி: அவர்களில் சமையல்காரர்களின் இரவுகளைத் தனித் தனியாக எடுத்து கடந்த நாட்களிலுள்ள இரவிற்குப் போகிறார்கள்.

நாடுகடத்தப்பட்டவன்: நாளை மறுநாளும் கடந்தநாள் இரவில் தெரிந்துவிடும்.

ஆயுள்கைதி: சமையல்காரக் கிட்டுபாய் இருட்டுப் புத்தகத்தைத் திறந்து அதில் தன்னுடன் கைதிகளுக்கு ரொட்டி சுடும் காணாமல் போன சமையலறைப்பண்டாரிகளைத் தேடுகிறார்.

மால்ப்ரோ கைதி: ஒருவருக்குத் தெரியாமல் ஒருவர் ஸ்டீல் கத்தியை அந்தக் கண்ணாடியில் புதைக்கிறார்கள்.

கிட்டுபாய்: இருட்டுப்புத்தகத்தின் கருப்புநீரில் குமிழ்விட்டுக் குழிழ்களாக இருட்பளிங்குகளாக தோற்றம் கொள்கிறார்கள் சித்திரவதையில் மறைந்தவர்கள். குமிழ்களில் மூழ்குகிறது நானிருக்கும் மால்பரோ சமையலறை.

சிகை ஒப்பனையாளன்: கருப்புநீரின் அடியில் சமையல்காரனின் கண்ணாடியை எடுத்து பண்டாரி நங்கைகளும், மலேயாத் தையல்காரிகளும் போனக்ஸ் தையல் மிஷின்களைச் சுற்றுகிறார்கள்.

கூந்தல் விரித்து கண்ணாடி நீரில் குளித்தவர்கள் ஏகாந்தத்தில் சிக்குணர்த்தியவாறு கைகளை உயரே தூக்கி கத்திரிக்கோல்களுடன் அசைகிறார்கள்.

நாடகத் தையல்காரி: கைதியின் கந்தலான படுக்கையை வெட்டிக் கத்திரித்து வேறொரு கைதியின் ஆடையைத் தைப்பது வழக்கம்.

பினாங்குக் கைதி: இங்கு ஒன்று மாற்றி ஒரு கந்தலாடை உடல் உரிக்கப்பட்டு வேறொன்றில் இணைந்துவிடும். அழுக்கான ஆடைகளில் தீவாந்தரக் கைதியாய் இருந்தோம். விடுதலையாகிச் சென்றுவிட்டாலும், அவர்கள் திரிந்த ஆடை விடுவிக்கப் படுவதில்லை. ஒரு ஆடை பல எண்களிலும், பெயர்களிலும் போர்க் கைதிகளாய் வாழ்கிறது இந்த ஆடைகள்.

மறைந்தோரின் ஆடை: பல திணைகளுக்கு மனிதர்களாய்ப் பிரிந்து செல்கிறோம். சிறைப்பட்ட நாங்கள் சிறையைவிட்டுப் போக முடியவில்லை. நூல் பிதிர்ந்தவைகூட புதிராடைகளாக மனிதனை விடத் தீவிரமாக நடமாடுகிறோம்.

ஆயுள் கைதி: இருட்டுப் புத்தகங்கள் வதை உதிரத்தில் மூழ்கி இந்த நாடகத்தில் நடிக்கிறேன்.

கிட்டு பாய்: கைதிகளின் ரகசிய மொழியில் எழுதுகிறோம். உரு அழிந்த ஆடைகளும் தண்டனையடைந்த மனிதர்களும் கந்தலான பாத்திரங்களாக இருட்டுப் புத்தகத்தில் புகுந்து நடிகர்களாக வெளிப்படுகிறார்கள்.

மறைந்தோரின் ஆடை: கரும்பச்சையான அரங்கில் நீந்தும் புதிராடைகளை கிழிக்கும் ஒலி தொடர்ந்து கேட்கிறதே.

கடுங்காவல் கைதி: இன்னும் விடுவிக்கப்படாத மனிதகுலச் சலிப்பும் குற்றங்களும் சுதந்திரமற்ற இருளில் கசிகிறதே.

முதல் கைதி: தீராமல் வழிகிறது மனிதவாதை அதில். கடைசிப் புகையில் சுருட்டப்பட்ட ஆடை எப்போதுமே கைதிதான்.

துரைசாமி: சிறையென்பதன் அந்தரங்க இருட்டில் நிரந்தர மனிதர்களாகப் பலருக்குத் தைத்த ஆடைகள் மை கருத்த நூலாக இரவிரவாய் கைதிகளால் எழுதப்படும் உடைந்த சிம்னி விளக்கின் மங்கிய இயல்பில் நான் எழுதும் கடைசிப்புகை கரைவதாக இருக்கும்.

சமையல் பண்டாரகன்: இருட்குற்றங்களில் இருந்து அட்டுத் துணிகளும் உதிர வரிகளும் எங்களுக்காக எழுதப்படுகிறது உன்னால்.

நச்சுத்தடை மருத்துவர்: இரவில் அலறும் உருவங்கள் எல்லா மனிதரின் மனஉலகிலும் வந்துசேரும். இருட்டுப் பூச்சிகளின் ஒலி குறிப்பிட்ட நேரத்தில் வந்துவிடும். பூச்சிகள் ஒவ்வொன்றையும் அடைபட்டவன் பின்தொடர்ந்தால் அவ்வுயிரின் தனித்துவமான இருப்புக்குப் போய்விடலாம்.

துரைசாமி: அது சப்தமிட்டுச் சுட்டிக் காட்டும் அந்தநேர உணர்வு எனக்குத் தொலையுணர்வைத் தந்துவிடும். சிறையின் சிக்கலான நிலைமை இரவுடன் தொடர்வது காத்திருப்பது என்பதிலிருந்து இயற்கையின் அகன்ற கண்களுக்குள் பூச்சிகள் தூக்கிச் செல்கின்றன ஒவ்வொரு கைதிகயையும்.

நச்சுத்தடை மருத்துவர்: கட்டுக்குள் உள்ள பூரணமானதை மால்பரோச் சிறையில் அடைத்துவைக்க முடியாது. இயற்கையின் முழுமையையும் சிறைஇருப்பினில் கூடவாழ்ந்துவிட முடியாது. எப்போதும் அறிவானதாக இருக்கும் இயற்கையை வெல்ல முடியுமா உன்னால்?

அவன் பூச்சி: எல்லா மனிதரின் மனஉலகிலும் வந்துசேரும் இயற்கையாக ஒருவரது வழியில் என்ன கிடைக்கிறதோ அதை அப்படியே இலை வடிவங்களில் பார்த்துவிடலாம். முழுமை என்பது பகுதிகளைவிடச் சிறந்தது என்ற எளிய உண்மையை தன்னிருப்பில் இருந்து ஒரு பூச்சியான என்னிடம் புரிந்துகொள்.

நச்சுத்தடை மருத்துவர்: இவன் ஒரு தம்பளப் பூச்சியின் நிறங் களைத் தொடுவதற்குமுன் அதனை அடைந்துவிடுகிறான். தன் றெக்கையைப் பிய்த்து எடுத்து, எந்நேரமும் துரைசாமி பரிசோதித்துக் கொண்டிருக்கிறான். அவன் அறையில் பறந்து செல்ல அவனால் முடியாது. அறையில் அதை உயிர்ப்பிக்கவும் கையில் வைத்து ஊதியவாறு அவன் இருப்பதை உடல் பரிசோதனைக்கு வரும் போது பார்த்திருக்கிறேன்.

நடிகை கிளாதரி: ஏனோ தம்பலப்பூச்சியின் இதயத்தைப்பற்றி அவனால் தெரிந்து கொள்ள முடியாது. மிகச்சிறந்த உடலியல் வாழ்வை தம்பலப்பூச்சியிடம் படிந்துஇருந்த நிறங்களைத் தொட்டுத் துக்கமாகிக் கொள்கிறான். இயற்கையிடம் இருந்து விலகாத முழுமையில் தானொரு பாரிவேட்டைக்குச்சியாக உருமாறிவிட்ட ஒரு கனாகூட அவனறையின் இருட்பரப்பில் இருக்கிறது.

கந்தல் அணிந்து நாடக ஒத்திகை செய்வதை இறந்த கைதிகள் மிகப் பழைய மால்பரோ சமையலறையில் இரு வளரிகளுடன் சக்கந்தி வெங்கணரும், துரைசாமியும் ஓடிஓடிச் சண்டையிட்டுக்

கொண்டிருக்கிறார்கள். கைதிகளுக்கான வறட்டு ரொட்டிக் கூடைகள் வந்துவிட்ட பிறகு ஒவ்வொரு சமையலறைக் கத்தியை மட்டும் சார்ந்து உருவாக்கப்பட்ட நுட்பமான புதுச்சுவை நாடக அபிநயத்தில் இருக்கிறது.

இயற்கையான முட்டைக்கோஸ் இலைகள், ஒரு துண்டு வெள்ளரி இடுக்கியால் எடுத்து வைக்கிறான் நடிகன். வறட்டு ரொட்டியை இரண்டாக வெட்டிக் கரும்பும் ஒலி.

நாடகத்தில் இயற்கையின் சாரத்தை கரண்டிகள் நாடக அபிநயத்தில் தொட்டுவிடும்.

நடிகை கிளாதரி: கத்திகள் இயற்கையை வெட்டி விடுகின்றன.

கிட்டுபாய்: நடிப்பில் பழங்களின் நறுமணத்தை நடிகர்கள் உணருகிறார்கள். கடைசிப் புகை நாடகத்தில் மால்பரோ கைதியிடம் காட்டையே உண்ணும் பசி இருக்கிறது. ஆயினும் உண்ணுவதை விட நறுமணத்தின் இயற்கைக்குள் ஊடுருவி நடிப்பின் சுதந்திரத்தை அடைய விரும்புகிறான் நடிகன். சமையலறைக் கத்தி நல்லதோ கெட்டதோ செய்யலாம்.

மிகப்பழைய சமையலறையில் கருத்த மனக்குறிப்புகளைக் கீறுகிறான் துரைசாமி. கருப்புநீரில் ரத்தம்கலந்த மால்பரோ இரவில் தற்கொலை ஊர்ந்து செல்கிறது அவனை நோக்கி. வயதான நடிகையின் குரலில் யாரோ பாடலை இருட்டில் கரைப்பது கேட்டது. அது தம்பலப் பூச்சியின் முனகல். சித்ரவதை ஆடைகள் மெல்லத் தேம்புகின்றன. சுவர்ப்பல்லியொன்று வளரியாய் வால்சுருட்டி இருட்டின் சாட்சியமான ஒரு சொட்டு ஒளியை மறையும் சுடராக நடிகனுக்குள் எழுப்பியது.

மௌனமாக உறைகிறார்கள் எல்லோரும் கடைசிப்புகையில்.

கோட்டு மடக்கி ரிவ்வால் அய்யனார்

பழந் துப்பாக்கிகளை எண்ணிக்கையற்றுச் சேகரிக்கும் 'கலனல் ரம்லே அகராதி நூல்' (எண்ணிக்கையற்ற துப்பாக்கிகளை வைத்திருப்பவன் அதில் ஒன்றை போராளியின் பல் வரைக்கும் நீட்டி முட்டுவது).

பழந்துப்பாக்கி சேகரிக்கும் பொம்மலாட்டக்காரன் கலனல் ரம்லே துப்பாக்கி நிழல்கள் நீண்டுவரத் தூங்குகிறான். அழகர்கோவில் வெள்ளாளபட்டி ஈசனூர் நாட்டு எயினர்கள் ரம்லே நத்தம் கோட்டைக் கதவில் கட்டிவைத்த குதிரையைத் திருடுகிறார்கள். கள்ளந்திரி,

சூரக்குண்டு, ஆ.வெள்ளாளபட்டி காடெங்கும் ஈசனூர் நாட்டு எயினர்களை வேட்டையாடுகிறான். திரும்பவும் ஒத்தக்கடை, உத்தங்குடி, தெற்குத்தெரு அம்பலகாரர்களை வேட்டையாடிய இரவிலேயே ரம்லே படைக்குழுவிலே களவு போயின ஏழு புரவிகள். மணலிலிருந்த குதிரைகளின் தடங்களைப் பின்தொடர்ந்து போனான் ரம்லே. திருடிய குதிரைகள் திரும்பிவரவே இல்லை ரம்லே லாயத்துக்கு. ஆனால் திருடாதவர்கள் பிடிபட்டனர் முதலில். பிடிபட்ட நிரபராதிகளுக்கு கைவிலங்கிட்டுக் கூட்டமாய் ஊரிக்கால் மாடுகளையும் பதிலியாக ஓட்டிச் செல்கிறான் ரம்லே. ஷேக்ஸ்பியரின் கோட்டுடன் திரியும் ஸ்டாக் பாத்திரமான திருடன் கிள்டனை மாட்டுச் சங்கிலியால் கட்டி வைத்தான் மாட்டு மந்தையில். தூணோடு உறங்கும் ரம்லே குதிரையிடம் கேட்கிறான்...

திருடன்: கிங் லியரில் மை மோகத்தில் மையலுறும் போட்டியைத் தவிர்க்க இளவரசி கானரில் ஏன் தங்கையை விஷமிட்டுக் கொல்கிறாள் சொல்... கிங் லியர் ஏன் மூன்று குமாரத்திகளில் தன் மீது யார் அதிக நேயம் கொள்கிறார்களோ அவளுக்கு மட்டும் பிரித்த ராஜ்யத்தில் அதிகப் பரப்பை உயிலெழுத விரும்புகிறானே ஏன்? கானரிலை அவன் கணவன் ஏன் சிறையிலிடுகிறான் குதிரையே...

ரம்லே குதிரை: அரசுரிமையை ஏற்பதற்கே...

கிங் லியர்: திருடனாய் இருந்தும் நீ ஷேக்ஸ்பியர் கோட் அணிந்த முட்டாள்

திருடன்: என் பெயர் கிள்ட்டன்

கிங் லியர்: என் குமாரத்திகள் யார் மீது பிரியம் கொள்வார்கள் என்பது ஆலிஸ் தோட்டத்தில் இருக்கும் டிடோ வாத்துக்குத்தான் தெரியும்

திருடன்: அன்டனிக்கும் கிளியோபாட்ராவுக்கும் வர்ணிக்க முடியாத மோகப் புயலா குதிரையே

ரம்லே குதிரை: மையல் ஆன்மாவில் இல்லையென்றால் தோற்றிருக்க மாட்டான் அன்டனி

திருடன்: மயக்கரவு ஊர்ந்து மோனத்தில் முத்தமிட்ட அபிநய நொடி ஒப்பனைக்காரத் தெருவில் வீழ்ந்து கிடக்கிறது. ஒவ்வொரு நடிகையும் கிளியோபாட்ராவின் அபிநயத்தை அடைந்து நடிப்பில் இறந்து கொண்டிருக்கிறார்கள். அவர்கள் உடலுக்குள் சர்பம் தீண்டிய நடிப்பின் விஷ நீலம் மெல்ல மெல்ல கருநீலம் அடைகிறது மரணத்தில் தலை மிதக்க.

ரிவ்வால்: என்னிடம் ஷேக்ஸ்பியர் கோட்டும் ஒப்பனைக் கண்ணாடியும் வர்ண பிரஷ்கள் சாயத்தைத் தெளிக்கும் துப்பாக்கி, கனத்த வெளுக்காத மஸ்ரின் திரை, மெல்லிய சில்க் வலை, உணர்ச்சி வர்ணங்கள், ஆரஞ்ச் ஷேடுகள், சோர்வுக்கு நீலம், கவனத்தை ஈர்க்கும் வண்ணங்கள், வெள்ள விளக்கு, ஓர விளக்கு, தலைக்கு மேல் நகரும் ஒளியின் புரோசினியம், மேகங்கள், வானவில்லின் ஒரு அத்தத்திலிருந்து வசனிக்கிறார்கள்.

நடிகை: சாயங்களை கடவுளிடம் பெறுவோம், அழுவதற்கான கற்றைப் பஞ்சுகளைப் பெறுவோம், சில துணிகள் நடிக்கின்றன, அலைகள் துணிகளை உயர்த்த நடிகைகள் வீழ்கிறார்கள், ஷேக்ஸ்பியரின் துயர நிலவில் டெஸ்டமெனோ வீழ்கிறாள்...

திருடன்: தவறுதலாக டெஸ்டமெனோ கீழே விட்ட கைக்குட்டை மேடைக்கு மேல் அதோ அந்தரத்தில் சுழல்கிறதே...

ரிவ்வால்: காசியோவின் கையில் கிடைக்கச் செய்து ஒத்தலோவின் நடிப்பில் படும்படி ஒளிக்கற்றைகள் பின் தொடர்ந்து ஒத்தலோவைத் தொட ஃஸஃபில்டு கத்தி பிடியைவிட்டு நழுவுகிறது விதியில்

குதிரை: கழுவக் கழுவ ரத்தமென்று யார் சொன்னது.

நடிகை: என் நடிப்பின் உச்சத்தில் வசனித்தேன் அப்படி. அபிநயத்திற்கும் ஒத்திகையில் தியானித்து ஷேக்ஸ்பியர் நாடகத்தில் அலைந்து கொண்டிருகிறேன் நான்.

நாடகம்- 1 : கடைசிப்புகை.

நடிகன்: ரம்லே... என்னை நீயுமா நம்பவில்லை.

ரிவ்வால்: நாடகத்தில் கள்ளத்துப்பாக்கி செய்பவர்களை எனக்குப் பிடிக்கும்.

திருடன்: உன் ரம்லேயின் பழந்துப்பாக்கி அகராதி நூற்படி நூற்றிப்பதினேழுவகை கோட்டு மடக்கி ரிவ்வால் அய்யானார் கோயிலில் இருக்கிறது. ஒருவரும் அண்டமுடியாது.

நடிகன்: 'கடைசிப் புகை' நாடகத்தில் பலியான ஈசல்நாட்டார் நூறு பேர் அனைத்துத் துப்பாக்கிகளுக்கும் ரங்கூன் மெழுகினால் பூசி துரு எடுத்தால் இக்கதைபோடும் துப்பாக்கிகள் இவை.

நடிகை: வெளியில் சத்தம். உடனே வா.

ரம்லேயால் சுடப்பட்ட உடலைக் காகங்கள் அண்டவிடாமல் ஒரு பைத்தியம் குச்சியால் சுற்றிக்கொண்டே விரட்டுகிறான். ஓரிரு காகங்களைப் பறக்கும் நிலையில் சுட்டான் கொக்குத் துப்பாக்கியால்.

காகங்கள் அலறியடித்து ரம்லே கோட்டைக்குள் மறைந்த நிலையில் இச்சிமரத்தில் வெளவால் கூட்டங்களும் கீர்ர்ர்ர்கீர்ர்ர்கீர் ரென்று கலைந்து பறப்பதை கிள்டன் பார்த்தான்.

கிள்ட்டன்: சுடாதே சுடாதே ரம்லே.

ரம்லே: ஓடிப்போ கிள்ட்டன், ரம்லே என்றால் கிள்ட்டன் விதிவந்து சாவான்.

மேஜர் பிரஸ்டான் நெல்லைப் பாளையக்கார்களை அடக்கினான். அதே சமயம் கேப்டன் ரம்லே மேலூர் பகுதிகளில் மூவாயிரம் ஈசல் நாட்டாரைப் படுகொலை புரிந்தான். எதிர்பாராத இரவுகளில் மீண்டும் படையெடுத்து வந்தான் ரம்லே. 'குடிக்கிறது நத்தம் பனங்கள்ளு' என ராத்திரியில் சவுக்குடன் குதிரையில் தாவிவந்து ஈசல் நாட்டர்களை அடிக்கிறான் கறண்டக்கால் பார்த்து. ஒவ்வொரு குடிகாரனின் கொடுமுடியைப் பிடித்து ஆட்டுகிறான் ரம்லே. வெற்றிலைக் கொழுந்து கிள்ளும் கூலிகளையும் சுட்டான் துப்பாக்கி நீட்டி. முத்துவடுகர் வாசல்வரை சுட்டான், நாட்டுக்கட்டை துப்பாக்கி தச்சர்கள் ஐம்பதுபேரைக் கொன்றான்.

துப்பாக்கியைக் கையில் பிடித்து காலாற்படை, பீரங்கிப்படை புகுந்து சிகர்ஸ் பவிண்டர் பீரங்கி சுட்டது. அண்மையில் இருந்த வெற்றிலைத் தோப்பின் உள்ளிருந்து கேட்ட வெடிப்பு ஊர் ஊராய் எதிரொலித்தது. இரவு முழுவதும் காட்டில் பதுங்கியிருந்தனர் சனம். தாடை எலும்புகள் உடைந்து ஈசநாட்டார் வீழ்ந்து கிடந்தனர். ஈராயிரம்பேர் மறுபடியும் பிணமாய்க் குவிந்தனர். ஊர்களுக்கு அருகில் கிராமங்களின் மூலையில் இடிந்த கோயிலுக்குள் எல்லாம் புகுந்து சுட்டான். முகாமைச் சுற்றி இருந்தவை காடுகளே. ரம்லே ராணுவ நிலைக்குப் பக்கவாட்டில் பெரிய காட்டூரணி ஒன்று இருந்தது அங்கு. மறைந்திருப்பவர்கள் நீர் எடுக்க வரும் போது சுட்டான்.

ஊரணிக்கு அந்தப் பக்கம் அதிகம் பேர் இருந்ததால் தாகத்துடன் வாழமுடியாது ஒவ்வொரு ஈசல் நாட்டானும். காட்டூரணிக்குள் சுடப்பட்ட பிணங்கள் மிதந்தன. கொக்குத் திரளில் குதித்த ராஜாளியாய் ரம்லேயைக் கோட்டுமடக்கி ரிவ்வால் அய்யனாராய்க் கண்டனர். பேரூரணியைச் சுற்றிப் பூசகர் மணியடித்தவாறு மருலேறி ஓட, காட்டேரி கருப்பணசாமி தீய தேவதைகளுடன் ரம்லேயையும், கோட்டு மடக்கி ரிவ்வால் அய்யனாரையும் கொடிய தேவதை யாக்கினர். சூர் ஏறிய செம்பராங் காட்டில் கோட்டு மடக்கி ரிவ்வால்

அய்யனாருக்கு பெரிய அங்கி நீளக்கால் சட்டை, தொப்பி, மூடுசெருப்பு மாட்டி புது மண்டபத்து டெய்லர் தைத்த ஆடை அணிகளையும் போட்டு ரம்லேவுக்குச் சிலையும் வடித்தனர்.

ஒரு மரத்தை வெட்டி நாற்காலியை உடனே செய்து சாத்தி வைத்தனர் சிலையை. சாராயம், பிராந்தி, விஸ்கி, சுருட்டு, கருங்கிடாய் ஒவ்வொரு ஊராய்க் குலவையிட்டு வந்து சேவலைக் காவு முள்ளில் குத்திப் பாடுவீழ்ந்து கிடந்தனர், குடித்து ஆடினர் ஆவேசமுற்று. ஆடுபவன் மது மாமிசத்தைக் கடித்தவாறு ஆங்கில மொழியில் தானே பேச்சுவந்து அண்ணாந்து ஒலியிட்டு உளறி ஆடுகிறார்கள். துருப்பிடித்த கலனல் ரம்லேயின் துப்பாக்கியைக் கையில் பிடித்துப் பறக்கும் ஒவ்வொரு பறவையாகச் சுடுவதெனப் போக்குக் காட்டி ஆடினர். சில நேரங்களில் வெள்ளாட்டில் ஏறி துருப்பிடித்த ரம்லே துப்பாக்கியுடன் கோயிலைச் சுற்றிச் சுற்றி வந்தனர்.

காக்கையைச் சுட்ட கோட்டுமடக்கி ரிவ்வால் அய்யனார் அம்போவென்று போவான் என மூப்படைந்த காக்கையார் வாக்கு விட்டு கர்ர்ர்...ரென்றார். ரம்லே வௌவாலாய் பெருஞ்சிறகு விரித்து செம்பார் மலைகளை மூடியது ஆர்ப்பரித்து. கிள்ட்டனுக்கு இந்தக் கொடிய ரம்லே வௌவால்களைத் தெரியும். அந்த மரத்தில் கால்பாவி தலைகீழாகத் தொங்கி தங்களுக்குள் உரையாடுவதை கொலையுண்ட ஈசல்நாட்டார் கத்திக்கட்டுச் சேவல்களை சண்டைக்கு விடுகிறார்கள் கோட்டு மடக்கி ரிவ்வால் அய்யனார் கோயில்முன் பந்தயப் பணம் கட்டி. கிள்ட்டனும் கும்ஷா சேவலோடு பந்தயத்துக்கு வந்தான். சேவல்கட்டுக் கயிறுகள் இச்சி மரத்தின் மேலிருந்து இறங்கும் ராக்கூத், தடியடி நூழா, வெட்டுவாக் கருப்புச் சேவலோடு.

கும்ஷா சேவல்: விவசாயி மகனெனத் தெரியுதே. யாரும் கிட்ட வராதே கத்திக் கட்டுக் களத்துக்கு.

யாக்கூத் சேவல்: சேவல் சண்டையில் குத்துப்பட்டவுடன் பிணம் வீங்கிப் பட்டன்கள் தெறித்து கிடக்கிறானே ரம்லே முன் ஈசநாட்டு ஜாக்கி. ரம்லேயை விட்டுத் தப்பி ஓடுகிறார்கள் பார் துப்பாக்கி வீரர்கள்.

இச்சி மரத்து வௌவால்களில் சிலர் பலியானவர்களின் ஆவிகளும் புகையிலை வியாபாரி பெர்னார் கடைத்தெருக்காரர்களின் ஆவிகளும் ரம்லேயால் சுடப்பட்ட தானிய மண்டிக்காரர்கள்,

வழிச்செல்வோர் காணாமல் போன தூரங்களும் தெரிந்தன. சாவு படர்ந்த சாம்பலாய் கிடந்த ஈசநாட்டு ஆவிகளும் மானாவாரி மனிதர்களும் ரம்லே துப்பாக்கியேந்தி மருளாடி சூலாடுகளை இழுத்து வரப் பெண்கள் மூலிகைக் கற்றையை வீசி வீசி வேப்பெண்ணெய்த் தைலக்காரி ஐநூறு மண் மாடங்களில் விளக்கு வைக்க மதிரை அந்திக் கூனன் அகல்களைத் திரி போட்டு அணையா விளக்கை ஏற்றுகிறார்கள். அசையும் சுடரில் கோயிலுக்குக் கொண்டு வந்தனர் கோட்டு மடக்கி ரிவ்வால் அய்யனார் துணிப்பாவைகளை.

சிங்கம்புணரிக் காட்டுக்குள் செல்லும் சாலைகள் கிளைகளாகப் பிரிந்து கோட்டு மடக்கி ரிவ்வால் அய்யனாரின் துப்பாக்கியிடம் அகப்படும் பாதைகள். நீல ஆபரணக்கல் சுரங்கத்திற்கும் வலது புறமாக மறுபடியும் சென்றால் கம்பு ஓநாய்களின் தொன்முது கல்வாளம் கீழையூர், நாவினிப்பட்டி, மேலூர் ஈசல்நாட்டாரை விரட்டியடித்து மலைகளின் நிழலுலக மார்வாரிகளின் கல்வெட்டாங் குழிகள் பலிகொடுத்த விவசாய நிலங்களோடு மறைந்திருக்கும். தெற்கு ஈரேழ் குன்று மலைகளைக் குடைந்து மலை முழைஞ்சில் தொங்கும் பழங்குகையில் கற்பகாலக் கல்கஞ்சணத்துச் சமணர் களைப் பார்ப்பதற்குக் கருநெல்லி, முலாம்பழம், வல்லிக்கிழங்கு கொண்டு வருவார்கள் அந்த நாளில். இப்போது கோட்டு மடக்கி ரிவ்வால் அய்யனாரை முகம்முகமாய்ப் பார்த்து மௌனத்திலேயே சேவலைக் காவு கொடுத்து தானே வரும் இங்கிலிஷில் பேசிவிட்டு திரும்பி வரும் போது சம்புச்சயன மரக்கிளையால் வடிவாய் அமைத்த தட்டிக்கதவில் பழந் துப்பாக்கிகள் செருகியிருக்கும் பூசகர் சுடலையாண்டி வீடு. கோட்டுமடக்கி ரிவ்வால் அய்யனார் ஒவ்வோர் இலையாகப் பறித்துக் காலக் கூட்டங்களாய்ப் பிரித்துக் கும்பினி யுத்த நூலை எழுதியெழுதிக் கீழே போட வழிச் செல்லும் சுரங்க வர்த்தகர் மேல் ஒரு காலயிலை விழுந்ததோடு வேறொரு புராதனயிலை அரிட்டாபட்டி, மாங்குடி மலைக்கு வந்து கொண்டிருக்கும் குதிரைத் திருடன் துப்பாக்கி மூக்கன் மேலும் விழுந்தது.

துப்பாக்கி மூக்கன்: ‘யாரடா நீ... என் மேல் இங்கிலிஷ் பாஷை பேசும் இலையைக் கொட்டுகிறாய், துப்பாக்கி மூக்கன் யாம்... தெரியாதோ உனக்கு...’

ரிவ்வால்: ‘என் சதுரயுகங்களில் எத்தனையோ கும்பினித் துப்பாக்கிகளைப் பார்த்துவிட்டேன். இருந்திட்டேன் துப்பாக்கியின்

துருப்பிடித்த கோட்டு மடக்கி ரிவ்வால் அய்யனாரின் சொரூபமாகப் பலயுகங்கள். உம் தலைமேல் விழுந்தது மந்திர இலைகள் விடும் தொன்முது கலனல் கோட்டு மடக்கி ரிவ்வால் அய்யனாரின் துருப்பிடித்த துப்பாக்கி வாளத்தின் ஷேக்ஸ்பியர் நாடகத் திரட்டுகளை குனிந்தெடுத்து வாசிப்பீரே.

ஷேக்ஸ்பியர் கோட்டு வைத்து திராட்ஸரசக் குப்பிகளை படையல் வைக்க கோட்டு மடக்கி அய்யனாரைச் சுற்றி பக்கங்களைப் புரட்டி கதாப்பாத்திரங்களும் நாடகரும் பாடகரும் அடுத்தடுத்து வசனிக்கவும் கிலாஸ்டரைத் தூக்கிலிட சனம் திரண்டெழ ஹென்றி சபோக்கை நாடு கடத்தி யார்க்கோமகன் ரிச்சர்ட் கலகக்கொடி உயர்த்த வேக்ஃபீல்டில் மார்க்கரட் சாகசத்தால் வெல்கிறாள். இதே நாடகம் நாலுகோட்டைச் சீமையில் தொடர தூக்கிலடப்பட்டோர் ஐநூறு கயிறுகளில் தொங்க பாலக வயதில் துரைசாமி நாடு கடத்தப்பட, திரும்பி வருகிறான் கோட்டு மடக்கி ரிவ்வாலைத் தேடியும், திணை மீட்பு யுத்தத்தில் பூழியரைச் சுட்ட பழந்துப்பாக்கி களைத் தேடியும், பினாங்கிலிருந்து வருகிறான். மால்பரோ சிறையில் அவன் இயற்றிய 'கடைசிப் புகை' நாடகத்தை ஒத்திகை நடந்துகிறான், இரவு இரவாய் ரிவ்வால் முன்.

துரைசாமி: கோட்டுகளை எங்கே வைத்திருக்கிறாய் ரிவ்வால் ரம்லே... துப்பாக்கி அகராதிப்படி எங்கே வைத்திருக்கிறாய்... சுடப்பட்டவர் களின் மரணப்புழு துருப்பிடித்த உன் ரிவ்வாலுக்குள் தான் நாட்டியமாடிக்கொண்டிருக்கிறது. என்னோடு பேசு ரிவ்வால்... ஏன் மௌனமாயிருக்கிறாய்...

ரிவ்வால்: என்னை ஒன்றும் செய்துவிடாதே துரைசாமி... நான் நாடகப் ஒப்பனைப் பெட்டியையும் கண்ணாடியையும் கொடுத்து விடுகிறேன்.

துரைசாமி: உன் துப்பாக்கி அகராதியை முதலில் எடு... அவற்றில் தான் என் கதாபாத்திரங்கள் கூட்டமாய் மறைந்திருக்கிறார்கள். என்னிடம் உள்ள திணை அகராதி சித்ரவதையால் புழுதி யடைந்துள்ளது. பெயர்கள் அழிக்கப்பட்டுள்ளதால் உன் துப்பாக்கி அகராதியே என் மூலப்பனுவலின் குருதியின் ரகசிய உரையாடல் களைக் கொண்டுள்ளது.

ரிவ்வால்: எம் ஷேக்ஸ்பியர் கோட்டு எல்லாவற்றையும் நாடகமாக்கி விடும் இதோ...

துரைசாமி: உன் கோயில் முற்றத்தில்தான் 'கடைசிப் புகை' நாடக

ஒத்திகை ஒவ்வொரு இரவிலும் வருவேன். நீயும் என் கதா பாத்திரம்தான். திருடப்பட்ட உன் குதிரைகளும் அழகர்கோயில் திருடன் கிள்ட்டனும் நடிக்கிறார்கள் உன்னோடு...

ரிவ்வால்: ஷேக்ஸ்பியர் நாடக நூல் உம் திணைக்குருதிகளால் நனைந்துள்ளது. ஒவ்வொரு பக்கமாக கொடியில் உலர்த்தித் தருகிறேன் உனக்கு...

கிள்ட்டன்: ரிவால் சாமிக்கு முதலில் ஒரு கடிதம் வை துரைசாமி... இங்கிலிஷ் தானே வந்து விடும் உனக்கு.

துரைசாமி: நான் முத்துப்பட்டணத்தில் பரிவ் ராஜிகனாக வெளியேற்றத்தில் கப்பலுக்குக் காத்திருந்த ஆறுமாதத்தில் ஆங்கிலம் கற்று பாசாகிவிட்டேன் கலனல் ஜேம்ஸ் வெல்ஸிடம். என் முதல் ஆசிரியன் வெல்ஸ்தான். அவன்தான் இந்த கிங்டட் படமும் எழுத்தும் உள்ள நூலைக் கொடுத்தது.

கோட்டு மடக்கி ரிவ்வால் அய்யனார் துப்பாக்கிகள் பல உள்ளன கோயில் படையல் ஆயுதங்களாக. கள்ளத் துப்பாக்கிகள் பலவும் கொலைகாரர்கள் ஒளித்து வைக்கும் சுரங்க தஸ்க்கராக்குகளால் பலியான குடியானவர்களைத் துளையிட்ட துப்பாக்கிகள் சிலவும் கோட்டு மடக்கி ரிவ்வால் கேட்காமலேயே அவனிடம் வந்துவிடும். கோட்டு மடக்கி ரிவ்வால் கோயில் துரு உதிரும் துப்பாக்கி மியூசியமாக இருந்தது. சாமியாடிகளுக்கு தானே வந்துவிடும் இங்கிலிஷ் பாஷையுடன் துப்பாக்கியும் சேர்ந்து கொள்கிறது. குப்பைக் குழியில் மண்மொடாவில் புதைத்து வைத்து வடித்த தீநீர் திராட்சைக் காடியைத் திறந்து துப்பாக்கிகளில் தெளிக்கிறார்கள். குலவையிட்டு பெண்கள் ஊற்றினர் பக்தர்கள் கைக்கூட்டுக்குள். சோவிகளைக் காணிக்கையாக வந்தவர்கள் வைப்பார்கள். அந்தச் சோவிகளைப் பூசகர் எடுத்து மணியடித்து முத்துக்குறி சோசியம் சொல்வது புரியாத ஆங்கிலத்தில் இருக்கும். வையை ஆற்றில் கிடக்கும் சோவிகளை வைத்து கோட்டு மடக்கி ரிவ்வால் கோயில் முன்பு சூதாடுவார்கள் உள்ளூர்க் கேடிகள். கருஞ்சேவல் ரத்தப்பலி கொடுத்தவுடன் அவர்கள் மேல் ரிவ்வால் மருளேறி ஆட்கொள்கிறான்.

தபால்கார்டு பழமொழி ஐந்து

குடுவைக்குள்ளிருக்கும் நாய் (சூனியக்காரி விருந்துக்குத் தாமதமாக வருவது).

முத்துநகரத்தின் புட்களில் வீசும் அமிலக் காற்றென உடைந்து

நொறுங்கிய கண்ணாடி மீதான வேடமிட்ட குடிகார எலிகளின் பாதங்களென நாம் வறண்ட சாக்கோட்டையின் நிலவரையில் பழங் காசுகளின் உருப்போலிகளை அச்சடிக்கும் அக்கசாலையில் செப்புக் காசுகளாக உருண்டுகொண்டிருக்கிறோம். நெளிந்த உலோகங்கள் கோடுகளாய்ச் சிதறுவது நாய்க் குடைக்குத் தெரிவதில்லை. கடலினையே மதுவாக அருந்துபவர்கள் குடிகார பொம்மைகளும், முட்டாள்களும் பிராணிகளும் மட்டுமே. கிழக்குக் கடற்கரையில் நூறுநூறு படகுகள் நிறுத்திவைத்த தோணித் துறையில் பரவியது பாணியரின் கொலைக் காய்ச்சல். சார்ஜண்ட் ரோஸன் தாமஸ் மோப்பத் துப்பாக்கியுடன் புகைத்துச் செல்லும் பரங்கிச் சுருட்டு எல்லா இடத்திலும் புகையூட்டிச் சோதனையிட்டது. வலை எலிகளை எல்லாம் புகைதள்ளி வெளியேற்றியதில் வீடற்று அலைகின்றன செல்ல எலிகள். அலையடிக்கும் தோணித் தோப்பில் படகுகள் முட்டிமோதின புகைச்சலில். அலைமேல் வரும் ரோந்துப் படகில் போன காவலர் குழுத் தலைவன் ரிவ்வால் கையில் கடலில் விடப்பட்ட பாட்டிலுக்குள் பச்சைநிற நாய் நீந்துகிறது தைலநீரில் மிதந்து. விசித்திரமான இந்த நாய் குடுவை திரும்பிய திசையில் பின்தொடர்கிறது போட். இவர்களை ஈர்த்துச் சென்ற இடத்தில் நின்றிருந்தது ஃபெனிக்ஸ்தோர். சூனியக்காரி விட்ட தூதாகயிருக்கலாம். சூதாட்டத்துக்கும் விருந்துக்கும் காவலர் குழுவோடு தலைவன் ரிவ்வால் கிள்டனுக்கு அழைப்பு விட்டிருந்தான். இந்த நாய்வாழும் சீசாவைக் கொலையுண்ட குதிரைத்திருடன் கைதவறவிட்டிருந்தான்.

தன் சித்திரக் கார்டுகளையும் சீசாவையும் தேடி இறந்த பின்னும் அவன் குற்றவுணர்வற்ற ரிவ்வாலைத் தேடி சீசாவுக்குள் புகுந்து வரக்கூடும். ரிவ்வால் புகைத்தவாறு சூனியத்தை சூழல் எங்கும் பரப்பிக் கொண்டிருந்தான். இன்னொருவர் அகத்துக்குள் இறந்த குதிரைத் திருடன் புகையாக மெலிந்து உட்சென்று வாழ்கிறான். இறந்தவன் பெயர் தோட்டாபாண்டி. நாய்க்குடுவை அவனது குறியீடு.

அனாதைகளின் குளிர்காலக் கண்கள்

> அவர் கைகளில் இருந்து வீழ்ந்த ஆயுதங்களை எடுக்க ஒரே ஒரு கரம் மட்டும் நீளவில்லை கோடிக்கணக்கான கரங்கள் நீண்டன.
>
> - சே, எழுத்தும் உரையாடலும்.

அனாதைகளைத் துல்லியமாகச் சித்தரிக்கும் வரைவுகளை எவ்வொருவரும் இதுவரை மேற்கொள்ளவில்லை. அவர்களிடம்

இருப்பது யாருமற்ற நிர்வாணம். காலத்தால் தேய்ந்து கந்தலாகக் கிழிசலுற்ற யாரும் படிக்காத ஏடுகளாக இருக்கிறார்கள். இந்த சுமத்ரா கடற்பரப்பில் மிதந்துவருகின்றன பங்குனி ஆமைகள். யாரும் படிக்காத அபிதான ஏட்டில் பல பகுதிகள் இல்லாக் குறையாக மறைந்துவிட பெரும்பாலும் தீவுக்கூட்டச் சுண்ணாம்பு மலைக்காடு களில் உரசி நீரின் நனைந்த பக்கங்களைக் காட்டு மஞ்சள்நீர் முள்ளில் குத்திவிட்டுச் சென்றார்கள் யாரும் படிக்காதவாறு. அபிதானம் தானே படிக்கும் ஒலி கேட்கிறது யாருக்காகவுமின்றி. அனாதைகளின் குளிர்காலக் கண்களிலுள்ள புதையல் அதிர்ஷ்டமான விதத்தில் சுண்ணாம்பு மலைப்படிவுகளில் நெருப்பாற்று ஓடையாக இருக்கிறது. ஆமை ஓடுகளின் கணுக்காலி வெள்ளெலும்புகள் கல்லோடையில் உதிர்கின்றன சொற்களாக.

சிறையில் இன்றைய நாட்களில் கைதிகள் கடுங்குளிரில் மறைக்கப்பட்ட அந்தரங்க எண்ணங்களை உட்கொண்டு வாழ்வது மால்பரோச்சிறையில் ஒரு எலி, வரட்டு ரொட்டியை கரும்பும் ஒலியாகக் கேட்டது. ஆரம்பத்தில் கைதியோடு உரையாடலுக்கு வருவது தீவுச் சிறைச் சுவற்றை உரசும் ஆமை மூக்குகளாகத்தான் இருக்கும். வரும் குளிர்காலப் பங்குனி ஆமைகளைக் கண்டதும் கைதிகள் நவீன மனிதனாக அவற்றோடு உணவுக் கீரைகளைப் பகிர்ந்து கொள்கிறார்கள். வாசிக்கும் திறனுற்ற கைதிகளின் கந்தல் அணிந்த எலிகளுக்குச் சிறைச்சுவர்கள் பொருட்டல்ல. எந்த இடத்தையும் சொந்தச் சூழமைவுக்கு மாற்றக்கூடிய மந்திரத்தைக் கைதிகளுக்கு எலிகள் சொல்லியிருக்க வேண்டும். மனதில் கொண்டிருந்த துரைசாமியின் பதட்டங்கள் காணமல்போயின. ஒரு கைதியால் வளர்தெடுக்கப்படாத அபூர்வப் பிறவிகளான எலிகள் ஒரு நாடகத்தைத் தினப்படி பூர்த்தி செய்துவிடும்.

பெங்கோலன் நகரவாசிகள் இருந்து சென்ற ஆடைகளை அழிக்க முடியாது. ஆனால் எலிகள் செல்லமாகக் கரும்பிக் கதா பாத்திரங் களுக்கு ஒப்பனை ஆடைகளாக மாற்றுகின்றன. நாடகத்தில்வரும் கொக்கோ பூனைகளுக்கு என்னென்னமோ ரவிக்கை போட்டுப் பார்ப்பதை ஒத்துக் கொள்கின்றன சீற்றத்துடன். சிறை யடுப்பெல்லாம் கரிபூசி அலையும் மால்பரோ சமையல் கைதிகளை முத்தமிடுகின்றன இந்த கொக்கோ பூனைகள். ஜெயிலின் பழம்பானைகளுக்கு இடையில் பூனைகளாகப் படுத்திருக்கின்றன கைதிகளின் ஆடைகள். ஆடைகளின் உருவம் மனிதர்களாக மட்டும் இருப்பதில்லை ஆமை களாகவும் பிரதிமை கொண்டது. கைதிகளுக்குக் கொடுக்கப்பட்டவை

போன்று அதே மாதிரியாகையால் சிறையில் சுற்றுப் பக்கங்களில் அவற்றை விற்பது ஆட்சேபகரமானது. கொக்கோ பூனைகளின் ஆடைகளானபின் அவற்றை அழிப்பது வீண். பூனைகளின் ஆடைகள் பழுதுள்ளவை. நல்லநிலையில் இல்லை.

சுகப்படாத கைதிகளுக்கு மாத்திரைகளும், காயம்பட்டவர்களுக்கு களிம்பு டப்பிகளும், டிஞ்சரும் கொண்டு தருகிறார் நச்சுத்தடை மருத்துவர். ஆதலால் கைதிகளின் உடல்கூட ஜெயில் உடைமைதான். ஆனால் கைதிகளின் ஆடைகள் பூனைகளோ, எலிகளோ அல்ல, அவை கறுத்து இறுகியவை. கைதிகளைக் குற்றத்தின் உடைமைகள் என்கிறார் ஜெய்லர் காமிரான். சிறை என்பதின் ஜீவாத்மாக்களாக அந்த ஜமுக்காளம் காலத்தைத் தாண்டிவரும் கைதிகளைப் போர்த்திக் கொள்ளும். சக்கந்தி வெங்கணரின் பழைய இரவாய் வரும் ஒரு துப்பட்டியின் இருட்டு இழைகளில் அனாதைகளில் ஒருவனாய் வந்து சேர்ந்த துரைசாமியின் குளிர் காலக்கண்கள் தோன்றி மறைவதை இவனே அவர்கள் எனப்படும்.

நாடுகடத்தப்பட்ட சுதேசிக் கடனாளிகளின் படுக்கைக் கணக்கில் ஒளிந்துள்ளன எத்தனையோ சம்பவங்கள். படுக்கையை விரித்தால் இவ்விரவு அனாதைகளின் அரங்கமாக விரிகிறது நிலுவையில் உள்ள மறதிகள். படுக்கைப் பணம் பெறாமல் சிவில் கடனாளிகளுக்குக் அவற்றைக் கொடுத்திருக்கிறேன். ஏனெனில் மறதிகளின் படுக்கையை விற்பது மனித மறதிகளை அழிப்பதாகிறது. விலைமதிப்பை விடவும் விலை மதிப்பற்றது மறதி. எலிகளுக்கு அது தெரியும்.

விடுதலையின் பெயரில் மறதி ஒளிந்திருக்கிறது. அந்த ஆடைகளில் அனாதைகளோடு துரைசாமியும் இருக்கிறான். இல்லாதவர்களும் இருப்பதாக இருக்கிறார்கள். கந்தல் தோற்றத்தில் அசைந்து வருகிறார்கள் அங்கு. குளிர்காலக் கண்கள் இயற்கையின் ஆதாரத்தில் உலகிற்கு எட்டாத தூரங்களில் பங்குனிஆமைகளோடு உலவுபவை. அனாதைகளின் குளிர்காலக் கண்களில் இருந்தே ஊடுருவி எதோ ஒருவகையில் கடல் உள்நீரோட்ட வரைபடங்களின் ஊற்றாக இருக்கிறது. வெளியேறிக்கொண்டிருக்கும் பாதைகளில் ஊர்ந்து செல்கிறது கைதி துரைசாமியின் பார்வை. எதாவது ஒரு மரம் அழிந்தால் ஒட்டு மொத்த அழிவையும் அனாதைகளின் குளிர்காலக் கண்கள் உடனடியாகப் பார்த்துவிடும். மூடிய இருட்டில் ஆழ்ந்து கிடக்கும் நிலையான விடுதலையின் புத்துயிர் அனாதைத்தனம் தான். ரொட்டிக் கூடைகளைச் சுற்றி அனாதைகள் இமைத்துக்

கரும்புகின்றனர். கண்கள் வினாடிக்கு வினாடி எவ்வளவு உரையாடல் களைப் பகிர்ந்துகொள்கின்றன அவர்களுக்குள். விலைமதிப்பற்ற குளிர்காலக்கண்கள் வேறுபாடுகளை உடனுக்குடன் தெரிந்து கொள்ளும், பாதுகாப்பற்ற வெளி அவர்களுக்கானவை.

ஒரு சத்தமும் இல்லாத இடத்தில் காய்ந்துவரும் படுக்கைகளில் நோய்த்தடுப்பு மருந்துதெளிக்கிறான் கடுங்காவல்கைதி. சந்தேகமின்றி அதில் படிந்த உடல்களைப் பார்க்கிறான் அவன். உதறிவிரித்த கைதிகளின் கம்பளியைப் பொதுமக்களுக்கு விற்பது மறதிகளையும் சந்தேகமின்றி அழிப்பதாகிவிடும். விடுதலையின் பெயரில் சிறையில் வழங்கப்பட்ட உடைகளைத் தங்களுடன் எடுத்துச்செல்ல சிவில் கடனாளிகளும், நாடுகடத்தப்பட்ட கைதிகளும் விரும்புவது இல்லை. அவர்களுக்குக் கொடுத்த பாய்களில், கம்பளிகளில் கிரிமினல் சிறைப்பட்டவர்களின் புலம்பும் எச்சங்கள் குளிர்காலத் தாவரங்களாக இரவுக்குள் வளர்ந்து கிளை கிளையாய் ஒளிர்கின்றன, பனி உதிர்கின்றன. பனி வெண்ணிறமான படலத்தில் பங்குனி ஆமைகள் வருகின்றன கனவில். மன ஓட்டத்தில் நடப்பதெல்லாம் தெரிந்துவிடும் குளிர்காலக் கண்களுக்கு. நரம்புகள் பின்னியவையாக உயிர்ப்படைந்து இருட்டுகிறது குளிர்கால ஆமைகளின் வரைபடங்கள்.

கைதிகளுக்கு ரகசியமாய் புகை பத்திரிகையை சுதந்திர வெளி உலகிற்குச் சவாலாக விநியோகித்தார் டாக்டர். பத்திரிகைகளுக்கு கணக்கும் இல்லை. புகை இதழ் இரு ஆமைகளுக்கு இடைப்பட்ட பாலமாக எதிர்பார்ப்புகளை வளர்த்தது அடைபட்டவரிடம். சுருட்டின் மறுமலர்ச்சிக் காலம் பெங்கோலன் பழைய நகரில் தோன்றிய 'புகை' பத்திரிகை மலேயாத் தீபகற்பத்தில் புகைப்பவர்களுக்குத் தீனி போடும் பத்திரிகையல்ல. புகை பத்திரிகைகளுக்குத் தென் கிழக்காசிய நாடுகளில் புகைபோல் ஏறிக்கொண்டிருந்தனர் வாசகர்கள். ஓய்வு பெற்றவர்களுக்கு இடமில்லை. புகை வாசகர்கள் அநேகம்பேர் புகை பிடிப்பதில்லை. புகை என்பதை மனனியின் குறியீடாக மாற்றியது மருத்துவரின் மருந்துக் கை.

புளூட்டோ மரக்கலத்தில் புகைபத்திரிகை ஆபீஸ் இயங்கியது. கண்ணாடிக் கூண்டுகளில் மெல்லுடலிகளின் தொல்படிவங்கள் ஜீவதசை அடைந்துவரும் காலத்தை ரசமானிகளில் எடுத்துக் குமிழ்களாக மாற்றுகிறார் எஸ். தாமஸ். தங்கள் உலகம் விண்மீன்கள் விடைபெறும்கணத்தில் தங்கியுள்ளதை நனவிலித் தச்சனும்

மருத்துவரும் ஆய்வுரை எழுதி புகைஇதழில் அச்சுக்கோர்த்தனர். ‘எங்கிருந்து தொடங்கி எங்கே போய்க்கொண்டிருக்கிறது பங்குனி ஆமை என யூகிமீன் கேட்டது எஸ். தாமஸிடம். ‘இங்கே தான் பிரகஸ்பதியும் ‘புகை’ பத்திராதிபரில் ஒருவர். அவரிடம் கேள் நான் மெய்ப்புத் திருத்த வேண்டும்’ என்றார். ‘குருவே... மனிதத் தொடர்புக்கு வெளியே இருக்கிறோம் இல்லையா.’

சிறையில் கடல்குச்சி மந்திரவாதி வேடமிட்ட துரைசாமி புகை இதழுக்குப் பங்குனிச் சலனம் என்ற வாச்சியம் கொண்டு வந்து கப்பல் ஏணியில் நிற்கிறான் என்றது யூகி மீன். ‘அவனை வரச்சொல் யூகிமீனே’ அந்தப் பித்துப்பிடித்த கடல்குச்சி பழைய சிப்பிகளைச் சேகரித்துத் தன் சிறுவயல் ஊரிலிருந்து கொண்டுவந்த நாறும் கதுவாலிப் பையில் தன் ஆமை ஓட்டுக் குறிப்புகளை வைத்திருந்தான் துரைசாமி. ‘கடலடிப் புதைவுகளில் என்ன கண்டாய் உன் அபிதானத்தில்... நீ தான் கூட்டுக் கதுவாலியை வைத்துக் காட்டுக் கதுவாலியைப் பிடித்துவிடுவாயே’ என்றார் பிரகஸ்பதி வேடமிட்ட வெங்கணர்.

‘பெங்கோலன் மலைஉச்சியில்கூட ஆலிவ்ரிட்லி ஆமைகளும், கடல் நத்தைகளும், கிளிஞ்சல்களும் உறைந்துள்ளன. ஆற்றங்கரை நாகரீகத்துக்கு முன்பே இந்த மலையும் கடலுள் இருந்தது.’

சரியாகச் சொன்னாய் கடல்குச்சி. இந்தப் புகை பத்திரிகை படைப்புகளில் நீ ஆலிவ் ரிட்லி ஆமைகளின் கலை அகராதியை உருவாக்கலாம் இல்லையா.’

‘இப்போது புகை பத்திரிகை ‘ட்ரெடில்’ அச்சு இயந்திரங்கள் மிகவும் பழுதான நிலையில் உள்ளன. கை முறை அச்சுக் கோர்ப்பு. நீங்கள் பதிப்பு வேலை செய்யலாம் இங்கிருந்து.’

‘நான் அடிக்கடி கடலுக்குள் பங்குனி ஆமைகளின் கோடுகளைத் தேடி எடுத்து வருகிறேன். புதைபடிவக் கடல் அகராதியை எழுதி வருகிறேன்’ என்றான் துரைசாமி பிரகஸ்பதியிடம்.

‘நீ உன் ஆய்வுக்கூடத்தை புளூட்டோவில் கீழறையில் வைத்துக் கொள்’ ‘ சரி சரி பிரகஸ்பதியே பாழடைந்த சகதி வீட்டில் கண்ணாடிப் பெட்டகங்கள் வைத்திருக்கிறேன்.’ தைலமிட்ட உறை நிலைப் படிவங்கள் அசேதன நிலையிலும் சமிக்ஞை செய்யும். ‘அற்புதக் கமடங்களின் சித்திரம் வரைகிறேன் கடல் குச்சியால். அவற்றை புகை இதழில் முன்அட்டையில் பதிப்பிக்கலாம் இல்லையா.’ ‘அவசியம் உன் அதிசய உலகைப் பிரசுரிக்கிறோம்’

‘பண்டைக் கடல்விலங்கு எலும்புகள் மெல்ல நகரும் தைலத்தில் கண்ணாடியுள் முளைத்த அருவங்கள் பருண்மை பெறாமல் என்புத் துளைகளில் காற்றொலிகள் அனாதைகளின் குளிர்காலக் கண்களாய் உருகுவது ஏன்?’

பிறைக்குப் பிறை கடல் ஏற்ற வற்றங்கள் இருக்கும். கடல் உனக்குச் சுவாரஸியமாக இருக்கிறதா எனக் கப்பலுக்கு நொடி வந்த பிறகு ‘புகை’ அச்சு வேலைகள் கால ஒழுங்கு தவறிவிடும். ‘நீ என்ன கேட்டாய் கடல்குச்சி’

‘என்னைச் சணல்குச்சி என்கின்றன அனாதைகளின் குளிர் காலக் கண்கள்’ ‘சணல்குச்சி கடலைப் பார்பதற்கும் உன்னைக் காண்பதற்கும் எப்போதும் காத்திருக்கிறோம்’ என்றன அந்தக் கண்கள். ‘உன் சணல் பாவை எங்களுக்கானது குளிர்காலக் கண்களில் உருவடை கிறோம்’ என்றன பொம்மைகள். ஒருகணத்தின் ஒரு பகுதியில் அந்தக் கண்கள் கடந்து செல்கின்றன. ‘சணலின் நுனியைத் தொட்டதும் குளிர்கால உருவம் ஏற்பட்டுவிடுகிறதே’ எனப் புலம்பினான் சணல்குச்சி. அவன் சணல்நுனியைத் தொட்டதும் குளிர்காலக் கண்களில் கூப்பிடுகின்றன காட்டுக் கதுவாலிகள். மனிதர்களுக்கு வேண்டுமானால் என் கதுவாலிப்பை வீச்சம் அறுவறுப்பு. ஆனால், கதுவாலிக்கு அடைக்கலமான உயிர்க்கூடு என் பைதான் என்று அனாதைகளுக்குத் தெரியும். கதுவாலிகத்தியதும் படைப்பின் உருவம் ஒட்டிக் கொள்கிறது. எனக்குப் பிடிபடவில்லை இந்தக் கதுவாலிக் கந்தல்...

‘செந்நிறமான மண்புற்றுகளில் ஓராயிரம் அறைகளில் கண்ணாடி ஆமைகள் முயங்கி ஒலிகொடுப்பதைக் கேட்டேன்... செம்பட்டை நிறக் கண்ணாடி விழிகளுக்குள் என் கலை வடிவம் மறைந்து இருக்கிறது. குளிர்காலக் கண்களில் என் சிருஷ்டியின் போக்கு தான்தோன்றியாய் இருக்கிறது’ என்றான் துரைசாமி தேடிவந்த அனாதைகளிடம்.

செம்பொட்டல் அவிதாளிப்பனங் கூட்டம்

இவ்வளவான காற்றில் பரம் பரமெனப் பனைமரங்கள் சுழலும் ஓலை மடல்களிலெல்லாம் நத்தைச் சுரியல்கள் ஒட்டித் துயிலும் கொம்புக்கார நேந்தல் பாம்படம் போட்ட அப்பத்தாள் வழிப்பேத்தி ராக்காத்தாள் வயிற்றில் குடைக்காதன், முத்துச்சாமி, உடையணன், முள்ளிக்குட்டி தன்கைவிரல்களால் தந்தப்பிடி வைத்த நீளக்

கத்தியை மடக்கினால் எழுத்தாணியாகிவிடும்.

ஆனால், மூவர் நிழலும் தூக்குமரத்தில் தொங்குவதை அவிதாளிப்பனை ஒன்று சொன்னது தன் பிள்ளைகளான வடலிகளிடம். அந்தப் பனங்காட்டைக் கடந்து தான் வெளியேறியது கும்பினிப்படை. வீராயாத்தாள் பிள்ளைகள் சமாலி உடையான், சிவஞானம், முத்துவடுகு என்ற துரைசாமி. இருவரின் உடலும் இரவிலும் கண்துஞ்சா பெரும் புளியமரத்தை துரைசாமி கடந்தபோது மேலே நான்கு கால்களும் தொங்கி அசைந்து தலையில் தட்டவும் பதட்டத்தில் அண்ணாந்து அரற்றிக் கூவலிட்டான். செம்பொட்டலில் கழுத்தை வளைத்துச் சாவினை அகவியது மயில். தூக்குமரத்தில் இருந்த நிழல்களைச் சகாக்களோடு கட்டிய கிளையில் இருந்து இறக்கினான். அண்ணமாரின் கயிறுபட்ட கழுத்தைத் தடவித் தடவி மருகினான். தூக்குக்கயிற்றில் இருந்தவாறு தம்பியைப் பார்த்து, 'நீ ஓடிப்போ, முத்துவடுகு வாரான் வாரான் வெள்ளக்காரன். நவதானியக் கூட்டுக்குள்ள போகும் எங்க உசுரு.'

வீராயி ஆத்தாள் பிள்ளைகளை தூக்குலையும் போட்டாங்க. உழுது பரம்படிச்சு வந்த மயிலக் காளைகள் பனங்கூட்டத்தில் நிக்குது. காடையின் நரம்பெடுத்து நீ கதவாலி பிடித்துத் திரிய வேண்டாம். கூகையின் நரம்பெடுத்து கூடுகட்டி நாம் இருக்கையில் புளியமர உச்சத்து கிளையில் தூக்கிலிட்டான் அக்னியூ மேஸ்தர். இங்கிருந்து ஓடிப்போ' என்று கத்தினான் பெரியண்ணன். அவன் சொல்லைக் கேட்காமல் உயிர் அடங்கிய நெஞ்சில் பனங்காயைச் சீவினால் உள்ளே சுரக்கும் மிருதுவான நொங்குத் தண்ணீராய் இருந்த மனசுக்காரர்களைவிட்டுப் பிரியாமல் உறைந்துவிட்டிருந்தான் துரைசாமி. மூன்றுகண் நொங்காய் சேர்ந்திருந்தோம் செவக்காட்டுக் கற்றாலைகளுக்குள். சூரம்பத்தையில் ஒளிந்து விளையாடினோம். தந்தை கருமருது இளசான நொங்குதான். உறுதிக் கோட்டைப் பிள்ளைகளில் ஒருவன் மட்டுமாகி நொங்கு வாசனையோடு புதர்க் காட்டில் மறைந்தான் துரைசாமி.

பரிவ் ராஜிகனாக 'பிரின்ஸ் ஆஃப் வேல்ஸ்' தீவாந்திரக் கைதியாக இளவரசன் துரைசாமி பினாங்கில் பதினேழு வருசங்கள் தீவுதீவாய் அலைந்து கிளம்பியவன் உறுதிக்கோட்டை வரவில்லை. மருதைக் கடலில் மறைந்ததாகச் சாகுருவி சா...சா...வெனச் சொல்லிப் பறந்தது.

சருகணி ஆற்று நெடுக அவிதாளிப் பனைகளின் நிழல் கனாவின் ஓலைக்கு மேலாகவும் கீழாகவும் அவனைக் கண்ட சாகுருவி

பறந்து விரிந்து வரியிட்ட விசும்பின் சுடராய் சித்தாகி நின்ற அவிதாளிப் பனை ஒளி முத்தியுமாகி அந்தரத்தில் மிதந்து கொண்டிருக்கும் கிரகங்களாக உள. செவக்காட்டுப் பனையேறிகள் உலர்ந்து ஒளிரும் கள்ளின் எச்சில் வடுக்கள் சுண்ணாம்பு வடிந்த கோடுகள் சிறிய முட்டிகளை எடுத்து அதன் கழுத்தில் நாரை இறுகக் கட்டி அந்த முட்டியினுள் பாளை போகும்படி வைத்து குடுக்கைகளைக் கட்டிய நாரின் மேல்பாகத்தை பாளையுடன் சேர்த்துக் கட்டிவிடுவார்கள். குடுவையைச் சாய்த்துவிடாமலும் காற்றில் மொடுமொடுக்கும் முற்றிய ஓலைகளுக்குள் மறைந்திருக்கும் உரசும் குடுக்கைகளின் ஒலிகள் கேட்கும். உறுதிக் கோட்டையின் வளரிப்பாட்டு தெம்மாங்கை இழந்த காற்றுவீசும் பனங்காட்டுப் பாதை. சீதளப் பனைமரத்தின் பல பாளைகளுடன் அத்தனை பாளைகளையும் பதப்படுத்தி முட்டிகளைக் கட்டி இறக்குவார்கள் பின்னிரவில்.

காளையார்கோவில் வாள்மேல் நடந்த அம்மன் சலங்கையோடு காட்டில் திரிகிறாள் வீராயி ஆத்தா பிள்ளைகளைத் தேடி. மரமேறி இடுப்பில் கட்டிய நார்ப்பெட்டி மரத்தின் மேல் ஏறி வௌவாலாய் வாய்திறக்கும். கட்டியிருக்கும் குடுக்கையில் வடிந்திருக்கும் கள்ளை அரைமூக்கு வெளவ்வால்கள் கலையத்தில் கால் வைத்துத் தலைகீழாக நக்கிக் குடித்தாலும் தீராதகள் பொங்கும் செம்பொட்டல் பனங்கூட்டம். இந்தச் சீமையில் கானப்பேர் கூற்றம், முத்தூர் கூற்றம், பாகனூர் கூற்றம், துகவூர் கூற்றம் இந்தப் பழைமையான செம்மேடுகளில் அவிதாளிப் பனங்கூட்டம் எழுவன்கோட்டை அழாகபுரி, நாலுகோட்டை, பனையூர்வரை செம்பொட்டலாய்த் தெரியும். இந்தச் செவல்நிலப் பனையேறிகள் நார்ப்பெட்டியில் ஒரு துளி ஓட்டை இராது. கள்ளூ மண்டி சேர்ந்தே நார்பெட்டியின் கண்களை அடைத்துவிடும். இடுப்பில் தொங்கும் பெரிய பதினிப் பானையில் சாய்த்துவிட்டுக்கொண்டு முட்டிகளில் சுண்ணாம்பு மட்டையால் பூசும்ஒலி கேட்கும். அந்தப் பாளையைப் பிடித்துக் கொண்டு பாளையருவாவினால் முனையை மட்டமாகச் சீவிச் சீவிப் பனம்பூலை இடுக்கிக் கம்பால் நெரித்து இடுப்பு இடவாரில் சொருகுவார். பாளையில் முட்டிகளை வைத்துக் கட்டிவிட்டுத் திரும்புவார்கள். நாலுகோட்டைச் சீமையில் பாளை தீரும்வரை கள் இறக்குவார்கள். நத்தம் பனங் கூட்டத்தில் பதனி காச்சும் வாசனை கீகாற்று ஒலிச்சுழற்சியில் பனைமடல்கள் முணுமுணுக்கப் பச்சை ஓலைகளில் பனைங்காடை எச்சமிட்ட கோடுகள் சுண்ணாம்புநிற

உருக்களோடு ஓலையடி நிழல் தரையில் அசையும்.

புலரியின் ஒழுகொளி குருத்தோலையாய் விரிந்த கதிர்தொட்டு நாண அரண்மனைச் சிறுவயல் சரிதமிதைத் துலாம்பரமாகச் சொல்லப்படாத போது மதிமுறை சார்ந்தும் சமயஞ்சாரா பனிப்பகை விரிச்சிகளாய் முழுநிறை முறையிலே அலரி வழியாய் அமைவது பனங்காடு. குளித்துவந்த காக்கச்சிகள் வடலிமேல் அமர்ந்து ரெக்கை உலர்த்தியவாறு மானேந்திய முறைப்படி முதலில் கணித்தோம் ஒவ்வொரு இயற்கையின் நியதிப்படி ஆண் பனையும் பெண் பனையென இருவகை எந்த ஒரு தாவர வர்க்கத்திலும் ஒரே மரம் செடி கொடி இவைகளில் ஆண்பூவும் பெண்பூவும் புஷ்பிக்கும்.

ஆண்பூவின் மகரந்தப்பொடி பெண்பூவில் விழுந்தபின் அது சூல்கொள்ளும், இதுதான் இயற்கை. ஆனால் தால வனத்தில் மட்டும் ஆண்பனை பெண்பனை என்று தனித்தனியே வளர்ந்து ஆண்மரம் வேறு விதமாகவும் பெண்மரம் வேறு விதமாக புஷ்பித்து ஆண் பூவின் மகரந்தம் வண்டும் கதண்டும் பகலில் கண் தெரியாத வெளவால்களின் மேல்பூசிய மகரந்தம் பெண்பூவினை முத்தி செய்யவும் சூல்கொள்ளும் பெண்பனை. ஆண்மரம் காய்க்காது. பூப்பதே நானென்று உயரமாய் இருந்துவிடும்.

கருஞ் சிறகு விரித்தயாம் காக்காச்சிக் கூட்டமாய்த் தொண்டியூர் களிலெல்லாம் கருமைபூசிய வெளியில் தளபதி அப்ரஹாம் பான்ஜோர் களையார்கோவில் கொலைகாரன் என்று வாக்குவாத மிட்டுக் காக்காசியைக் கூப்பிட்டோம் வாரும் வாருமென. பனை மரத்தில் போந்தைக்கள் குடித்தவாறு கேளும் எம்சாயல்களே... சூரன் வகுத்தவாறு தாராபதி தொகுத்த முறையல்ல. ரெக்கையைக் கோதிக்கோதி ஓர் இரவு பறித்து நீர் வியந்த வகையில் முளைத்த நெடுவாளப் பனங்கூட்டமாய்ச் சுழல வைத்தேன் பாரப்பா...

காளையார்கோவில் கோட்டையில் பரங்கிகள் நடத்திய காட்டு மிராண்டிப் படுகொலையின் பரிமாணங்களில் மருதைத் தளபதி பான்சோர் அணி காளையார் கோவிலை நெருங்கித் தாக்கியது. வடக்கிலும் மேற்கிலும் பரந்துள்ள அடர்ந்த காடுகள் சூழ்ந்த அவிதாளிப் பனங்கூட்டத்தில் அன்னியர்கள் அவ்வளவு எளிதில் புகுந்துவந்து நேரடியாகப் பொருத முடியாது என்ற புதிர்க் கணக்கில் தொண்டைமானது காடுவெட்டிகள் அணி நீண்ட அரிவாள்களுடன் வந்து மரங்களை வெட்டிச் சாய்த்து கும்பினிப்படை காளையார் கோவிலை முட்டவிட்டது. ஜோசப் ஸ்மித் முத்து வடுகரைப்

படுகளத்தில் கொன்றான்.

மயிலரச்சியும் மகளும் தவிர சுடப்பட்டனர். காடுவெட்டிகள் கும்புகும்பாய் புதர்களோடு கூடியிருந்த முள்ளுக் காட்டோடு அவிதாளிப் பனங் கும்பலையும் வெட்டியவாறு கும்பினிப் படைக்கு வழி ஏற்படுத்திச் சென்றனர். பனைமரத்தின் நடுமையத்தில் வெளிவரும் வெண்ணிறமான நீண்ட குருத்தோலை என்றாலும் சற்று மஞ்சள்நிறமாக இருக்கும். இந்தக் குருத்தின் நடுவே இருக்கும் நரம்பு பச்சைநிறமாக இருக்கும்.

குருத்தோலையைப் பனையில் இருந்து அறுத்தபின் அப்படியே இருநாள் வைத்திருந்து, பிறகு லேசாக விரித்து நிழல் வாட்டத்தில் பாண்டிமுனி அனல்வாக்காய்ச் சொல்லிவரும் நாடியேடுகளை மொழியோடு புடம்போட்டு காம்புப் பக்கம் இருந்து என் ஓலையிடத்தை ஈரம்படாமல், பூஞ்சாணம் பிடிக்காமல் ஓலைக் குருத்தால் நாலுகோட்டை, காளையார்கோயில் எழுத்துச் சருக்கம் செதில்வாய்த் துளைகளிட்டுப் பாழாய்ப் போனது போக, எஞ்சிய ஓலை நறுக்குகளில் பூழியர் இருவரின் ரெட்டை மடிப்புக் குருத்தோலையை ஒரு தலைப்பில் துளையிட்டு, அதில் தொடையில் திரித்த நார்கட்டிப் பல ஓலைகளை சேர்த்துக் கட்டி, ஓரையான் கடல்மீது பாலகன் துரைசாமியைத் தீவாந்திர தண்டனைக்கு அட்மிரல் நெல்சனில் ஓலைவழி எழுதி, தீவாந்திரத் தண்டனை கொடுத்து நகரவிட்டார் பார். ஓர்திங்களை இத்தனை முழுதினங்களே கூட வகுத்துரைத்தேன் நான் பாண்டிமுனி. என் ஞாலத்தைச் சுற்றிக் கா...கா... வெனக் கரைந்து சுற்றி சவிதா பெயரும் பாதையே ஞாயிறு மண்டிலம்.

இந்தக் கனலி மண்டிலத்தில் வாளம் ஒவ்வொரு வளைவிலும் முத்தூர்க் கூற்றம் ஒன்று அமைய வட்டமாகும் வாளக்கூற்றங்களில் பனைகளுக்கு இடையே தோன்றும் சிற்றூர்கள் வழியாகப்போன கலனல் அக்னியூ, சோல்சர்கள் பூழியர் உதிரப் புழுதியில் அணிவகுத்துச் செல்ல அலரியெடுத்த காலமே ஒரு சவிதா மாதத்தில் நடந்தவற்றை இன்னுங்கேளும் காக்காச்சிகளே... அதன் வடக்கு தெற்கு இறக்கங் களில் கனலி பெயர்கிற விழுக்காடுகளில் செம்மண்பட்டினங்கள் தோன்றும் தொலைவே மிகப்பழைய அவிதாளிப் பனையோலையில் முறி எழுதினேன். எதிரிகளில்லாத வெற்றுக் கோட்டையைப் பிடித்துவிட்டு அக்னியூ, வெற்றி என்று சொல்லிக் கேட்க ஒரு குஞ்சுகூட காளையார்கோவிலில் இல்லாமல் ஊரைவிட்டுச்

சென்றுவிட்டனர். துரைசாமியைத் தவிர குடும்பத்தின் ஆடவர்கள் தூக்கிலிடப்பட்டனர். வேங்கன் பெரிய உடையார் மட்டும் பெங்கோலனுக்கு நாடு கடத்தப்பட்டார் பாலகன் துரைசாமியுடன்.

கருந்திணை செந்திணைக் காடு

கையில் வளரி எடுக்கக் கூடாது என்று தடையும் விதித்தான் கலனல் அக்னியூ. அறந்தாங்கிக் காட்டில் தலைமறைவு வாழ்க்கையில் இருந்த நாலுகோட்டைப் பங்காளி படமாத்தூர் கௌரி வல்லபனைத் தொண்டைமான் காட்டில் இருந்து இழுத்து வந்து சோழபுரத்தில் சீமையாளும் குடுமியாக்கினான்.

கும்பினிப் படையைச் சந்திக்கத் திணை மீட்புப் போரில் காளையார்கோவில் கோட்டையிலும் பக்கத்துக் காடுகளிலும் வளரிப் படை மறைந்திருந்தது. ஒக்கூர், சோழபுரம், அரண்மனைச் சிறுவயல் வழியாகக் காளையார் கோவில் நோக்கி வந்த சோல்ஜர்கள் சிதறினர். குற்றவாளிகள் அல்லாமல் குற்றமற்றவர்களுக்கும் தண்டனை கொடுப்பது கும்பினி அக்ரமம். வல்லான் வகுத்ததே வாய்க்கால்.

அக்னியூ செப்புத்தாளில் வரைந்த பூழியரின் திணைநில வரைபடத்தை மென்றவாறு திணையழித்து வந்தான் காடுவெட்டி களோடு. பூழியரின் யுத்தத்தில் குருதி சிந்திய செந்நிறத் தோற்றமே ஞால நடுவரையை வானத்தில் சிவப்பாக்கி காக்காச்சி இறகு வரைந்து தூக்கிலிட்ட ஐந்நூறு பேரின் உதிரம் தொட்டு எழுதிய செங்கோடுகளில் தொண்டியூர்களின் தனிமை வாசம் ஒன்றையொன்று வெட்டும் இரு புள்ளிகளில் குவியும் விசுக்கள் என்றோ விழுவங்கள் என்றோ மருதந்துறைப் பாண்டிமுனி நான் கூறுவதோ திணை மீட்பு என்பது மரபின் இழை. பிறப்பிலும் மறைவிலும் பூழியர்களைக் கூட்டி வந்து வளரியெறிந்து வாதிட்டு உரையாடுவதில் இருபத்தேழு நாள் மீன்களில் ஒன்றாகிய மேழன் முதல் புள்ளியாக ஜனித்த கலை செம்பொட்டல் மேலமைந்த நாலுகோட்டை, பனைநாடு என்னும் கூற்றங்களாகும்.

மேட .விடுவத்தின் உடுகணப் படிம ஏடு தானே புரண்டு பேசும் மூழ்கிய வார்த்தைகளின் அடியில் உள்ள திணை மீட்பு வளரிப் படையின் குறுக்கு மறுக்கான பாதைகள் கலையின் கருவடையும். இப்பி இமை திறவாத இருளில் பெரிய வெள்ளையும் கிளிப் பாண்டியரும் ஓரையான் கடலூழியின் சாகரத்தில் பதுங்கு குழியில் கொரில்லா முறையில் பாண்டிமுனி வளரிநூல் எழுதி மூழ்கிய

வாழ்வெங்கும் ஊழிக்கோடு போட்டேன். கூடுகொம்புக் காளை களைக் கட்டி குதிரைவாலித் தவசத்தை விதைப்பெட்டி கொண்டு தூவினார்கள் திணையெழுச்சியில்.

காட்டில் ஒளிந்திருப்பவர்களுக்கு அறுபது மரக்கால் குள்ளங்கம்பு காட்டில் சிதறிவரக் கடகப்பெட்டிகள் தூக்கிவரும் மருதந்துறைப் பெண்களோடு பாண்டிமுனியை வைகையாற்றில் கண்டெடுத்த வள்ளியம்மையும் போகிறாள். பழையனூர்ப் பெண்கள் முனிப் பாதையில் கஞ்சிக் கலையம் கொண்டு போகிறார்கள். கருந்திணையும் செந்திணையும் கலந்து கட்டி விதைத் தவசம் வீசி வீசி நடந்த புழுதியில் பங்குனி விதைப்பு. காடுவெட்டி முள் பெரக்கிச் செம்மேடு, பள்ளம் செப்பனிட்டுக் காடு உழுதவர்கள் விதைப்பவர் களாய்ப் பெட்டி தூக்கி அலைகிறார்கள், யுத்தத்திலும் உழுதவாறு இருந்தார்கள்.

காளையார் கோவில் கானப்பேரையில் தெருவெங்கும் கள்மாட அகல்களில் மண்மம் தூண்டிய செஞ்சுடர் தொண்டிக் கடல் வரைப்பின் மூழ்கிய பாண்டிமுனி அடிக்கடலின் சமவெளிகளில் கல்மீனின் கரிய உடல் கூடுகளில் வாழப்புகுந்த வேளையில் இருபூழி மருத ராசாக்களுக்கு நீர்வளரி கொடுத்தான் பாண்டிமுனி. மேகலா ரேகையில் நடந்து வருகிறான் பாண்டி முனி. ஒவ்வொரு கூற்றங்களடி நிலவறைகளில் சடமூடாக்கில் துகில் கிழித்துப் பொற்சருகுகள் உடைந்து புலம்பப் புதைபடிவ நிரூபணப்படி காற்றில் உள்ளடங்கிய திணைகளின் அக ஆற்றலாகவே மாண்டதோர் பெரிய பூழி வெள்ளையின் தூக்குக் கயிறுபட்ட சடலம் பாதிக்கல்லாக மாறிய உள்நாக்கு நத்தையாக ஊர்ந்து உரையாடி தன் தோலை உரித்து எழுதி வரும் செம்பொட்டல் கோடுகளில் வரும் துக்கம், பின் தங்கல், சூதுப் பலகையின் ரகசியம், கடல் குச்சியின் கண்நுனி திறந்ததும் அவன் சடமூடாக்கில் மண்டிக்கிடக்கும் வளுதாடிகள் சராசரமெல்லாம் சுற்றித் திரிகிறது.

ஏனோ, கடல்குச்சியைத் தொண்டிக் கடலில் எடுத்து ஊரூராய்க் கிறுக்கி அனல்வாக்கிட்டுச் சொல்லி வருகிறான் பாண்டிமுனி. மாண்டதோர் நெடுமீனர் இருவரின் கால்களில் முளைத்த கடல்குச்சிக் கூட்டம் நடமாடும் அலையலையான நெளிவுகளின் ஓட்டத்தில் சாய்ந்த நிலையில் தோன்றும் தூக்கிலிடப்பட்ட ஐநூறு உருவங்களும் இயங்கு உருநிலைகளும் சொல்லிவந்தான் பாண்டிமுனி. கல்லாக மாறிய மருதிருவர் கண்கள் திறந்திருந்தாலும் காட்சிகள் உணரப் படுவதில்லை. பிறந்தவெளியில் மனவோட்டங்கள் செம்பொட்டலில்

தான்தோன்றியாய் லயிப்பதில் தானே சுற்றும் வளைகோடுகளில் 'பாண்டில்' எனும் சூதுப் பலகையின் ரகசியங்களால் ஒவ்வொரு கும்பினி மேஸ்தர்களையும் சோல்ஜர்களையும் காய்களாக வைத்து இறந்தபடி சூதாடிக்கொண்டிருந்தார்கள். சடத்தின் மாறா நிலைபேறு பாதிச் சடலத்தில் முளைத்த வேர்களும் தூரும் ஊழின் புற ஆற்றலாக தனக்குள்ளையே இயங்கும் ஊழியில் தோன்றும் இயற்பாடு வளர்வதும் தேய்வதுமான சந்திரகுலத்தானின் விதியானது மதிமறை கலையாகவும் மதி தெரி கலையாகவும் இருப்பதில் தேய்ந்தும் உயிர்பெற்று எழுதிய செம்போர் நிலத்தின் இருட் புத்தகத்தின் பாதியில் மீதியுடல் நிணம் ஒழுகக் குடைந்த அக்னியூ துப்பாக்கியில் இருந்து வெளிவந்த மரணப் புழு மாயாமல் சுருள் பல கீறி நுழைந்த பிறைக்கொழுந்தின் வெளிச்சத்தில் திணை மீட்புப் பனுவலிதனை விருப்பாச்சியில் இருந்து நத்தம் கணவாய் வழியாக பதினெட்டு விரதைகளின் வளரிப்படை சூழ கொல்லங்குடி வெட்டுக்காளி கலனல் ஜோசப் ஸ்மித்தை எதிர்த்து வாதிட்டு தப்பவிடுகிறாள் அரசாணி வேலுநாச்சியை.

மிருகதஞ்சகன்

தீவிர ஈடுபாட்டோடு இயக்கப்படுகிற கொரில்லாக் குழுக்களின் பெயரில் மரபு ரீதியான படைகளால் நிரந்தரமான வீழ்ச்சியை ஏற்படுத்துவது என்பது கனவேயாகும்.

சே, நாட்குறிப்புகள்.

போராளிகள் விருப்பாச்சிக் குன்றுகளின் காடுகளில் தலைமறைவாயினர் விருத்தாப்பியரான கோபாலருடன் கன்னிவாடி, கொழுமம், மேத்திராண்டி, மணப்பாறை, நத்தம், ரத்தினகிரியாரும் போராளி இயக்கத்தில் சேர்ந்துகொள்ள விருப்பாச்சி தூதுவர்களோடு ஆகாசமென ஒன்றிலுமொட்டாத பிரான்மலைக்கோட்டைக்குள் இன்னும் உரையாடிக்கொண்டிருந்தனர். தீபகற்பப் பேரமைப்பாய் ஒன்று சேரும்போது நெல்லைப் போராளிகளுக்கும் கன்னடப் போராளி களுக்கும் காளையார்கோயில் ஆரண்யங்கள் அபய நிலையங்களாயின.

பத்து பதினொரு மைல்களுக்கிடையே கிராமங்களோ வயல்களோ இடைமறிக்காத கடுங்காடாக விளங்கியதால் இந்தக் கானகம் போராளிகளின் நடவடிக்கைக்குப் பொருந்திய மையமாயிற்று.

திப்புவின் வீழ்ச்சிக்குப் பிறகு தெற்கே கருமருது தீபகற்பப் பேரமைப்பின் வளரியென்றால் வடக்கே தூண்டாஜிவாக்

இன்னொரு வளைதடி. வடபுலம் ஒரு தாந்தியாதோபேயிடம் கருநிறக் கோண்டு ஓநாய்வளரிகளை இரு கைகளால் நெஞ்சில் அணைத்திருந்தது. தெற்கே விடுதலைக் களத்துள் தூந்தையா சிமோகாவிலிருந்து வளர்ஏறி வீசினான். ஐதர் அலியின் ஒரு குதிரை வீரராய்த் திப்புவின் ஆவியைச் சுமந்து கொண்டு பிரான்மலைக் கோட்டைக்கே இரவில் வந்துவிடும் தூந்தையாவைப் பிடிக்க ஒருவராலும் முடியவில்லை. விவசாயிகள் தூந்தையா பேர் கேட்டு தானியக்கதிர் ஏந்திவந்தனர். தூந்தையாவைச் சந்திக்காத காட்டு தானியங்கள் இல்லை. திப்புவின் குதிரைப்படையில் இருந்த வீரன் மூடூர் கனிஜாகான் இரவிரவாய்த் தொலைவான ஊரிகளில் எல்லாம் போய் பேசிவருகிறான் இடுப்பில் சொருகிய கருமருது கொடுத்த பனங்காட்டு நரிவளரிதான் ஒவ்வொரு போராளிக்கும் அடையாளம்.

ஒவ்வொரு மானாவாரி விவசாயிகளின் மண்வீட்டு வாசல் கதவருகில் போய் நின்றான் தூந்தையா. குடமுருட்டி ஆற்றுநீரைப் பருகியவுடன் கரையோரமாகத் தென்பட்ட புஞ்சைகளில் இருந்து மானாவாரி மனிதர்கள் கம்பங்கதிர் ஏந்தி வருகிறார்கள் வழியில் தென்பட்ட காட்டாறுகள், கல்லோடைகள், உப்போடையில் தலைசாய்த்துத் தூங்குகிறான். அவன் சிறுவயல் ஓநாய்வளரியைக் கையில் பிடித்தவாறு உறங்கினான். சகதிக்காட்டில் குதிரை தானாக நடந்தது. காட்டில் முகம் கழுவினான், பனங்காய்களாய் சோளக் காட்டில் பதுங்கி உறங்கினான் மூடூர் கனிஜாகானும். தூரத் தோற்றத்தில் குதிரைமேல் வரும் திப்புவின் ஆவியைக் கண்டு அலட்சியமாய் இருந்துவிடாதே என்றான் கலனல் வெல்ஸ். திப்புவின் ஆவி இந்த மதில்மேல் மூடூர் கனிஜாகான் உருவத்தில் குதிரை மேல் அசைவது தெரியாது. சிங்கப் பிடாரியில் இருந்து பார்த்தால் ஏதோ சின்னஞ் சிறிய சத்திரம் அடிவாரத்தில் இருப்பதாகத் தோன்றும். நாங்கள் நெருங்கி வரவரத் தானே வளர்ந்து உயர்ந்து கொண்டிருந்தது. மேலே ஏறி உள் நுழைந்து கண்டதை ஒப்பிட்டால் கீழே இருந்து பார்த்தது ஒன்றுமே இல்லை. கோட்டையின் உட்புறம் பெருகி கணிசமான பெரும்பரப்பாய் உள் விரிவு கொள்கிறது. பிரான்மலை கட்கோட்டை வெல்ஸ்சிக்கு தூரத்தில் இருக்கும் போது அற்பமாகத் தோன்றி நெருங்கி நேரில் பார்த்ததும் அதிர்ந்துதான் விட்டான்.

உள்ளே தீபகற்ப பேரமைப்பில் இருந்த திப்பு, கருத்தய்யா, ஊமையன், தூந்தையா, பெருந்துறை சின்னாங்கவுர், பெயர் தெரியாத

கொங்கு ஆவிகளும் தீராமல் உரையாடிக்கொண்டிருக்கிறார்கள். இரு மருத மரங்களுக்கிடையில் தூந்தையாவும் மூடூர் கனிஜாகானும் கைகோர்த்துப் பற்றியிருக்கும் ஒரே வளுதாடி ஐம்பைமரத்தின் கிளையாகயிருந்தது. மேல்கோட்டையிலும் கீழ்க்கோட்டையிலும் பிரிந்திருந்தனர் தீபகற்பப் போராளிகள். பைஞ்சுனையும் பனிச் சுனையும் சுரந்துகொண்டிருக்கும் நீரில் திப்புவின் ஆவி உரையாடும் ஒலிகளைக் கேட்கிறார்கள். அந்தக் கரட்டு மலையின் உயர்ந்த சரிவில் துருத்திக்கொண்டுள்ள கீழ்நோக்கிய பாறைச் சரிவைத் தழுவியவாறு மயக்கத்தில் தள்ளாடிக்கொண்டிருந்தது ஐம்புத் தீபப் பிரகடனம். எல்லாவற்றிற்கும் வெளியே சமயப்பிரிவின் இரு முழுச் சுவர்களையும் துளைத்துக் கன்னமிட்டு ஒன்றுசேர்ந்தனர். அரண் செய்த பேட்டைகளிலும் கைகோர்த்து ஒளிந்திருந்தனர் போராளிகள். உள்ளே காற்றின் இழைவு உறுதியான பாறைக்குள் செதுக்கிய உட்சுவர்ப் படிக்கட்டுகளின் மேலேறும் கோம்பை நாய்களும் மண்டை நாய்களும் தூரத்தை வேவு பார்த்துக் கைப்பிடிச் சுவர்களில் அலைகின்றன. அவற்றின் வால்கள் உரசின சுவர்களில்.

மேலக்கோட்டையின் பாறையினூடே ஒவ்வொரு சந்திப்பும் விவசாயிகளின் அருஞ்சுனையாக யிருந்தது. அவர்கள் கோர்த்த கரங்களுக்குள் பயிருக்கான நீர் வந்துகொண்டிருந்தது. கோட்டையைக் காக்கும் மண்டை நாய்கள் நீரை நக்கி எதிரிகளின் ஓடும் பிம்பங்களைத் துடைக்கின்றன பொல்லாத நாக்குகளால். இரு கோட்டைக்குள்ளும் சத்திரத்தின் வடிவங்கள் நவதானிய உருவ அமைப்பில் வட்டமான குதிர்களின் தோற்றமாகும். தானியக் கதிர்கள் ஏந்தி ஒருவொருக்கொருவர் யுத்த நிலவரங்களை உத்தேசித்து உரையாடும் காற்றில் மிதந்துகொண்டிருந்தனர். மேலூர் குன்று களையும் ஆனைமலை, அழகர்மலை, சிக்கந்தர் மலைகளையும் அடுத்ததடுத்துள்ள பறம்புக் காடுகளையும் கோட்டைக்குள் சந்திக்க வந்திருக்கும் திசாதிசைச் சுதேசிகள் பாரிமகளிர் ஜன்னல்களை எட்டிப் பார்த்தபோது நூறுநூறு கிளிகள் தினைக்கதிர்கள் ஏந்திப் பறந்து வருகின்றன. அவை கொண்டுவந்த ஒவ்வொரு மஞ்சள் தினைக் கதிரிலும் காடுகளின் ரகசியம் அகப்பரப்பாய் நீள்கிறது.

கிளிபிள்ளாய்... சொல்லமுதக் கிள்ளாய்... எனக் காவலை மறந்து பாடுவார்கள் போராளிகள். வெல்வதற்கு அரியதாய் விளங்கிய கோட்டை. இந்தப் புறாமலை மிகுதியும் உயரமும் கரடுமுரடானது. அதன் உச்சிக்கு யாராவது ஏறிப்போக முடியுமென எண்ணிப்பார்க்க முடியாத செங்குத்துப் பாறைகள் மேல்கோட்டை துருத்திக்

கொண்டிருக்கும். ஒரு செங்குத்துப் பாறைச் சரிவில் அதை அமைந்திருப்பதை அண்ணாந்துதான் பார்த்தான் வெல்ஸ். இதன் உச்சிக்கு எந்த உருவமும் போகத் துணிந்தாலும் உடும்புவளரி வீசும் போராளிகளால் தாக்கப்படுவது உறுதி. கோட்டையின் சிக்கலான அமைப்பு பல புதிர்ச் சந்துகளால் ஆனது. செங்குத்தாக உள்ள மூன்று பெரும் பாறைகள் மேலே போகிற வழியில் இருந்ததால் பிரவுனிங் துப்பாக்கிகளை வைத்துக் குறிபார்க்கும் கணத்தில் எந்த மரத்திலிருந்தோ கிளைகளே வளரிகளாய்ச் சுழன்று வருகின்றன. கோட்டைக் காவல் படையினரைக் குறி தவறாமல் சுடுவோரைப் பீதிகொள்ளச் செய்யும் மண்டை நாய்களின் பிலாக்கணப் புத்தகம் தானே திறந்துகொள்ளும். சில கோம்பை நாய்கள் எதிரிவருவதைத் துணிந்து தாக்க முற்படும். அவர்கள் மேலே ஏறிவருவதைத் தடுத்துவிடும். வாசலின் பெருங்கதவுகள் மூடப்பட்டாலும் பாறைகளுடன் இணைந்து இடஞ்சலாக உட்புறம் கட்டப்பட்ட கனம் குறைந்த இருபது அடிச் சுவரின் பாதுகாப்பிலும் பின்புறக் கதவுகளைத் தட்டுவது யார்... தூந்தையா, திப்புவின் ஆவி, மூடூர் கனிஜாகான் ஒவ்வொரு இரவும் மூவரும் வந்துவிடுகிறார்கள். சுவரைத் தகர்க்க முடியாது. இம்மூவரிடமும் மாட்டிக்கொள்வோம். அங்கு போனால் உயிர்க்கு ஆபத்து.

முதல் மிருகதஞ்சகன் பிரளயத்தில் லயிக்கையில் விழித்திருக்கக் கல்லுக்குள் மறைந்திருக்கும் வளைவுகளில் பிடிப்பதற்கு லகுவான தோற்றத்தில் விரல்கள் தொட்டு நழுவாமலிருக்க இன்னொரு கையால் வீசிய முதல் கல்வளரி சுற்றிய தொலைவில் வட்டமாய் சிறுவெட்டு மேலும் கீழும் மிதந்து சுழலும் ஒரு கல்வாளமாக ஆழத்தில் வீழ்கிறது. நீரைக் கிழித்த கூர்முனையில் விருப்பாச்சிக் கம்பளத்தார் வேட்டை நாய்களின் குரல்வளையில் நீளும் ஊளைகள் கலை நிமிஷங்கள் தனித்தனி வெளிச்சத்தைக் கொண்டு வர வால் வளைவு பிரான்மலைக் கோட்டை வடிவம்.

வட்டவட்டமான வாளங்களாய்த் தோன்ற உச்சியின் மேல் அசையீட்டிக் காவலர்களின் இடுப்பிலிருந்து உருவிய வேகத்தில் வளரிகள் பிறைக்கூட்டமாய் திசாதிசை சுழன்று தூரத்தில் விலகிப் போய் திருப்ப வந்துவிடும் காவல்படைக்கு.

விருப்பாச்சிக் கம்பளத்தார் வேட்டை நாய்களின் பிரசூதிசப் புத்தகத்தைத் தேடித் தேயும் கலையில் விருத்தி அடைந்த பக்கங்களில் வேலுநாச்சி மறைந்திருந்த ஏழுவருட காலமென்றும் அகாலமென்றும்

ரூபத்தில் முதல் பெண்வளரி பிறைகளுடன் கூடியிருப்பதே பரிதி வாளம் உதயாஸ்தமனத்தைக் கொண்டு வளைந்த கல் உடைபடும் வேறுவேறான கல் வாளங்களைச் சுற்றி முன்கால்களின் விடுதலையில் நிமிஷக் கலையைக் கணக்கிட்டார். அந்தகரான விருப்பாச்சியாரைப் பார்க்க வருஷத்தில் ஒரு பாதி தெஷிணாயனத்தில் கையணல் வைத்த எயிற்றி வருகிறாள் அவள் வேலுநாச்சிதான். குளிர்காலமானதில் வெப்பத்திற்காக ஏழ்பனைப் பாலை நிலத்தோர் பரிதியில் புதைந்த கற்களைத் தீட்டத்தீட்ட கல்லில் பாதிவாளம் உத்ராயணம். உஷ்ண காலமாதலால் குளுமையுண்டாகச் சந்திரோபாசனை வசியம்.

மகாநட்சத்திர முதல் அவிட்டத்தில் முன்னரை வரையிற் பதிமூன்றரை விண்மீன்கள் அடங்கிய சிம்மம் முதல் மகரம் வரையில் உள்ள ஆறு ராசிகளில் முதல் தலைகீழாக விண்மீன்களை எண்ணி வருகிறாள் கிளிச்சாளரங்களில் அமர்ந்திருக்கும் வேல்நாச்சி. பதிமூன்றரை விண்மீனானது அவிட்ட விண்மீனின் பிந்திய அரையில் முடியும் அந்த பதிமூன்றரை விண்மீன்கள் அடங்கிய கும்பம் முதல் கடகம் வரையில் உள்ள ஆறு ராசிகளில் பரிதி சஞ்சரிக்கும் காலம் உத்ராயணம். காலமிருப்பதற்கு இதுதான் சாட்சியான முதல் அரசாணி விருப்பாச்சி அந்தகராசன் கோபாலரிடம் கேட்ட பாடம். அவ்வூர் மண்கொட்டாரக் கம்பளத்து அரண்மனை வாசலின் இருபுறமும் கிளிக்கூட்டு ஓட்டுவாட்டம் எனப்படும் நாழி ஓட்டுத் தாழ்வாரங்கள் மிகப் பழமையானவை. அந்த ஓட்டுத் தாழ்வாரத்தின் திண்ணையில் வடபக்கத்துத் திண்ணைகளிலும் தேளிப்பாளையத்து யாதுல் நாயக்கரும் மலபார் திண்டுக்கல் பிரநிதிகளும் செஞ்சோலை, சோமன்துறை ஆட்களும் வந்திருந்தனர்.

தும்மச்சி முதலியும் மணலியிலிருந்து வந்தவர்களும் நாலு கோட்டைச் சீமைக் கானகத்திலிருந்து இருவரும் வந்து உள்ளிருந்தனர். பிரான்மலைக் கோட்டையின் கற்சாளரங்களில் தானியக்கதிர்கள் ஏந்தி வந்திருந்தன குருடான விருப்பாச்சி நாயக்கரின் மண் களஞ்சியத் திலிருந்து வந்த கிளிகள்.

கோட்டையின் உள்ளறைகளில் கம்பும் கேப்பையும் குதிரை வாலியும் சப்தமிட்டுச் சிதறின உரையாடி. எல்லாநிலைமையையும் விருப்பாச்சியாரின் கோபாலரின் கிளி பேசியது. தூதுக்கிளிகளின் ரஸ நாளங்களில் அறியக்கூடிய முதுகெலும்புகளிலிருந்து ஜம்புத்வீப விடுதலையின் தொன்மமாக வளரும் வாளத்தைப் பார்த்தவாறு யோசனையில் ஆழ்ந்தாள் வேலுநாச்சி.

தொல்லியலாளனின் பாடல் புத்தகம்

வளரி சேகரிப்பாளன் ஆர். ப்ரூஸ்ஃபுட் ஒரு வளரியை எடுத்து தன் வஸ்தாவியிடம் காட்டி தொட்டுப் பயிலாத வித்தை சுட்டுப் போட்டாலும் வராது. அவன் புஸ்தகத்தில் தொங்குகிறது ஆயிரம் வளரிகள். கனாவில் எழுதினான். 'வளரி ஈனா மரமுமில்லை' என்று.

சேவல்கட்டுக் கருப்பனை கும்பினிப் படையைத்தாண்டி வந்த ஒரு நிகழ்கால நாடோடி தொல்லுடல் வாச்சியக்காரன் ஆர். ப்ரூஸ்ஃபுட் தேடிவந்தான்.

வந்தவன் கையேட்டில் பத்தாயிரம் வளரிகள் இடம் பெற்றிருந்தன. அவற்றுக்கு விஞ்ஞானப் புனைவுக் கதைகளும் எழுதிவந்தான். அந்தக் கதைகளில் வளரிகளே அந்நியர்களால் கைப்பற்றப்பட்டிருந்தன. வளரி மற்ற சீமைகளில் மிகுதியும் புழக்கத்தில் பாரோக்களிடம் இருக்கிறது என்றான் ப்ரூஸ்ஃபுட். 'என்னுடைய சேகரிப்பில் உன்னுடைய வளரி வேண்டுமெனக்கு' ஷிகாரி வேட்டைக்காரர்களின் மஞ்சள் ஓநாய் வளதாடியை வைத்திருப்பதற்கான மலைக்கிராமங்ளை விவரித்தான்.

ஆட்டுச்சண்டை, சேவல்சண்டை, வளுதாடிப் போட்டிக் கிறுக்கர்கள், கூடுகளைவிட்டு வெளியேறியவர்கள் விட்டுச்சென்ற வளுதாடி காணாமல் போன காட்டில் தேடிவருகிறான் மோப்பத் தடத்தில் வந்த ப்ரூஸ்ஃபுட். ஆயாவூரணிப் பக்கம் வேட்டைக்குப் போன கிளிப் பாண்டியரின் காலோடு ஓடிய கால்களுக்கு மயிலரச்சி நாச்சியார் எதிர் வளரி கேட்டு ஆயாவூரணியில் இருந்து ஆதிகால வளுதாடிகளை முங்கிமுங்கி எடுத்துக் காணாமல் போனவற்றை கை சேர்த்தாள் மகன் ஆயிரங்கால் செம்பல்லியிடம்.

நடுச்சாமத்தில் அம்மணப்பன் மலை மலையாய் ஓடிப்போய் கண்டெடுத்த குருதி படாத வளுதாடிகளை இன்னொரு மலைக்கு வீசினான். யார் மீதும் பகையற்ற கோடுகளாய் வளைந்து வளைந்து வீழ்ந்தன மலைமேல். 'ஏனாதிக் கோயிலிருந்த பனைமரத்தை/ இரும்பு வளரியை எறிந்தீர் கழுத்தரவே/ விரும்பி எறிய வீழ்களையோ காய்பழம்' என மயிலரச்சி நாச்சியார் பசுங்கொடிகள் வரைந்த வளரியைக் காட்டினாள். வைகை மணல் எக்கர்மீது குடிவெறிப் பாடல்கள் நள்ளிரவு தாண்டி வளரிகளோடு பறந்து செல்கின்றன. வெள்ளை நாரைகளும் மறைந்திருக்கின்றன காட்டில்.

கிளைக்கும் வெட்டுக் குறுக்குப்பாதை

இருட்டிய வழிகளில் நரிக்குட்டிகளின் கூட்டத்தைக் கண்டோம்.

அவை கள்ளி அடந்தலில் எக்குப் போட்டுப் பழந்தின்னு முள் பாஞ்சி அழுதன. அதில் ஒரு நரி சொன்னது 'கள்ளிப் பழமானாலும் இனிப்பு தெவட்டுது' தொண்டைக்குள் கள்ளிப்பழம் முள் சிக்கி தொக்கமெடுத்தது ஒரு நரி. வானமிருட்டுது. கூட்டமாய் ஓடுகின்றன நரிக்குட்டிகள். மழை பாட்டம் பாட்டமாய் பெய்யிது. சோளக் கதிர்ல குருவி பாட்டம் பாட்டமாய் வந்து விழுது. சிப்பாய்கள் தடம் தப்பி மரத்துக்கு மரம் அண்டுகிறார்கள்.

காளையார்கோயிலை மூன்று வெவ்வேறு வழிகளில் முற்றுகை. தொண்டைமானின் திருமயக்கோட்டை வெள்ளையர் வசம். பிரான்மலையைத் தாக்கினர். தொண்டைமான், சேது, நவாப், எட்டப்பனோடு கும்பினிப்படையும் ஒன்று சேர்ந்து வளைத்துக் கொள்ள பிரான்மலை மேலிருந்து எதிரிகளைச் சாய்த்தனர். காளையார்கோயில் காட்டுக்குச் சென்றது ஒக்கூர்வழி. காட்டுப் பகுதியில் பூழியர் இருவரும் புகுந்துக் கொண்டதால் ஒளிந்த இடத்தைக் காண்பது கடினமாயிற்று கும்பினிக்கு. கலனல் டோரிஸ் பினாட்டா ஒக்கூரிலிருந்து சிறுவயலுக்குச் சென்று வெள்ளையர் போட்ட காட்டுப் பாதை வெட்டுக் குறுக்கு வழிகளும் பிடிபடாத கிளைகள்.

பூழி அரசர்களின் ரகசிய வழியை முகமது கலில் என்பவன் கலனல் டோரிஸ் பினாட்டாவிடம் சுட்டிக்காட்டினான். கலனல் டோரிஸ் பினாட்டா அந்த ரகசிய வழியின் போக்கிலே படையைச் செலுத்தினான். கலனல் டோரிஸ் பினாட்டா நாலான்குடி கீரனூர் வழியாகக் காளையார்கோயிலை வந்தடைந்தான். இவ்வாறு மூவழித் தாக்குதல் மங்கலத்தைச் சுற்றியிருந்த காடுகளுக்குத் தப்பினர் போராளிகள். காடுகளை வெட்டியழிக்க ஏலம் விட்டான் கும்பினி. குறைந்த தொகைக்கு ஏலம் கேட்க கும்பினிக்குச் செவிசாய்த்து வந்த கிராமத்தலைவர்கள் ஐம்பதுக்கும் மேல் திணையழிப்பு, சொந்த மானாவாரி மனிதர்கள் கையால் தொடங்கினான் கலனல்.

பூழியர் தலையைக் கொய்து வருவோர்க்கு பெருந்தொகை வழங்க சூழ்ச்சம் செய்தனர் தளபதிகள். அடர்ந்த காட்டுக்குள் புகுந்து தேடத்தேடத் தள்ளிப் போயினர் பூழியர். அங்கு ஒரு புளியமரத்துக்கும் வேங்கைமரத்துக்கும் இடையில் மறைந்திருந்து பகைவர்களோடு நண்பர்களும் சேர்ந்துக் கைகோர்த்துவர அவர்களை ஐயுற்று அதிகமான உட்கொதிப்பே அடைந்தான்.

கரடியை எழுப்பும் நீர்நாய் அழிவதென இந்தக் கைகளின் கூட்டை உடைக்க எழுந்தான் பூழி. 'நீர் வரையவாம் நீர் மலர்' 'நீரளவே

யாகுமாம் நீராம்பல்.' தொலைவுவரை பரந்துகிடந்த வனாந்திரமான காட்டாரண்யமாக இருப்பதனாலே அழிக்கும் கோடாரிகளில் முனிமரங்களை வீழ்த்த வயனங்கள் காட்டின் எழுத்தாக வரைந்தன. நஞ்சை, மாவிடை, மரவிடைத் தோப்புகள் ஒற்றைப் பனை நிழலில் பெரியநாயகி அம்மன் சுரை இலையைக் கொண்டுவந்து கொடி போட்டுக் கும்பினிப் படையை ஒட்டவிடாது காத தூரம் விரட்ட சுரைக் கொடியைக் கையிலெடுத்த பூழியர்கள் கையைவீசி நடந்தார் மாடுகளை ஓட்டிக்கொண்டு. குஞ்சுகுழந்தைகளை அனைத்துக் கூட்டிக்கொண்டு மற்றொரு காட்டாரண்யத்தில் மறைந்தார். நாலுகோட்டையைச் சேர்ந்த பூமிகளிலே அந்நாளையில் கிடையில் இருந்து பால் கொண்டுவரும் இடைச்சியர் பிள்ளைகளுக்கு ஊட்ட மணல்வாடிக்குப் போனார்கள். சேர்ந்த சனங்களையும் மாடுகளையும் காப்பாற்ற அம்புராத் துணியில் இருபுறமும் இருந்த அம்புகளை எடுத்து வில்லிலே பூட்டி அதிர காடெல்லாம் குருவிகள் இறங்கின. திணையழிப்பில் வஞ்சகர்களை நம்பி அனுப்பினால் அதன் பயன்களை எல்லாம் அவர்களே கவர்ந்துகொள்வர். அனுப்பிய வெள்ளையனுக்கு இழப்பே ஏற்படும் என்றாலும் வஞ்சகர் அவன் கருவிகளாயினர்.

நரிக்குட்டிக்கு ஊளை பழக்கவேண்டுமோ

மக்கள் இயல்புகளையும் உலக இயல்புகளையும் பற்றிக் குணதோஷ ஆராய்ச்சி செய்வதில் பிரமிக்கத் தக்கவாறு வசைபாடும் அடைக்கலாங் குருவிகள், முக்கியமான கதாசிரியர்களும் பொம்மலாட்டக்காரர்களும் அதிசயிக்கும்படி மந்திரக் குருவிகளாய் எல்லோரையும் கொக்கரிப் புடன் வசைபாடும். வலுச்சண்டைக்கு இழுக்கும். தொப்பியைத் தட்டிவிடும். தலப்பாகையில் நூலெடுத்துக் கூடு கட்டும். வீட்டுக்குள் அடைந்தவர்களை வைது விரட்டி சாமர்த்தியமாய் தான் அடைக்கல மாகிவிடும். வீட்டுக்குள்ளிருந்து வெளியேறிப்போன ருதுக்களின் கூந்தல் இழைகளைக் கொண்டுவந்து பாடுகிறது வாசனைச் சுருளை. அடைக்கலாங்குருவிகள் நிகழ்த்தும் பரிகாசக் கூத்தால் எவரும் சினங்கொள்வதில்லை. அவைகள் பாடும்போது மரியாதையால் உரத்துச் சிரிப்பதுமில்லை பொம்மைகள். இது தொன்று தொட்டுவரும் குருவிகளின் மரியாதை. அதில் குருவிகளுக்கு நம்மால் ஏதேனும் சிறிது குறைவு நேரிடுமாயின் அவை வசவுப்பாடலை நிறுத்திவிடுமல்லவா நம்மைவிட்டே காணாமல் போய்விடுமல்லவா...

இடைக்காட்டூர்ப் பாலத்தில் இருந்து வைகையாற்றை ஒட்டிச்

சென்றது சேவல்கட்டுக் கருப்பன் நிழல். அவன் இல்லாமலே வடகரையில் காட்டான்கோட்டை, தெற்கே காட்டூரணிக் காடுகளில் எதிரெதிர் ஊர்களில் வீசியவை வைகையில் மறைந்திருக்கும். நடுநிசியில் நீரில்மூழ்கி மறைந்திருந்து, பிறகு மேலெழுந்து பிறையாக ஊர்ந்து வரும் சிங்கம்புணரிக் காட்டினுள் மரங்களை ஊடுருவி ஈசனிக்காடு மேல் நிலவின் பாலொளியில் கூவிடும் பூச்சிகள் மண் கோட்டையின் நுழைவாயில் எல்லையில் எட்டாம் மாதத்து குளிர் நீர்ச்செடியில் வழியும்ஒளி. மேற்கில் கணவாய்மலைத் தொடரில் அடுக்கடுக்காய் உருண்டவை மடிப்பு மலைக் காற்றுகளாயிற்று.

ஒவ்வொரு காற்றாய் உருண்டு கொடுப்பது செல்லாயி தான். அந்த ஊரில் பிறந்த சின்னப் பிள்ளைகள் வளுதாடி தழுவியதில் குணங்களும் வேறுதிசைக்கு மாறிவிடும். சிறுமிகளுக்கெல்லாம் வளுதாடியோடு பந்தம் இருப்பது தெரியாமலே குருதியின் ரகசிய உரையாடலில் தனிமைவாசமாய் பெரிய கடம்பை மானுருவின் அரிச்சல் சத்தம் வரும். உலகத்திலேயே தொட்டாச்சிணுங்கிக் கொடியாகப் படர்ந்து வரும் பிள்ளைகள். புத்தி சொன்னால் கேட்காது. கடிமிளை ஈசனிக்காடெல்லாம் சுற்றித் தான்தோன்றியான சுபாவத்தில் இருந்து வருகிறாள். காட்டுக் கல்தூணாக வெட்ட வெளிமேல் சாய்ந்து பார்த்துக்கொண்டிருப்பதால் பல ஊர்ப்பாதைகள் கிளைத்துச் செல்வதை மான்கடைவிழியின் ரத்த ரேகையால் தொடுகிறாள்.

ஐந்துக்களின் யுகாந்திர வாசனையை ஆழ்ந்து நுகர்ந்தவாறு மால்பரோச் சிறைக்குள் புரண்டு படுத்தான் துரைசாமி. கடிமிளை இருட்டில் தோன்றினாள் பெரியகடம்பு மானாக. ஏதேதோ முணுமுணுத்தாள் கடிமிளை. அவள் குரல் காளையார்கோயில் ஆனைமடுப் பூச்சியின் குரலாய் அவனுக்குள் தூக்கத்தில் நுழைந்தது. தன்னூர் பெண் சாயைகளைக் கடிமிளையிடம் கண்டான். அருகே அழைத்தது எல்லாப் பெண்களையும். கடிமிளையிடம் வளுதாடி பிடித்த சிறுமிகள் வந்து ஒட்டிக்கொள்கிறார்கள். அவளின் தலைகுனிந்தும் உதிராத கவரி வாசனையை முகர்ந்து புதைந்து கண்ணீர்வடித்தான். கடிமிளையின் உடம்புக்குள் பதுங்கியிருந்த மஞ்சள் ஓநாய்வளதாடி அசைந்தது. வெப்பமடைந்த மான் கால்களில் கசியும் தைலவாசனை ஜீவனின் இச்சையாகப் பரவியது அவனுக்குள். ஜீவ ஐந்துக்களின் சாயைகள் தெரிந்தன மெல்லிய இருட்டில்.

அந்த மயக்கப் பிரதேசத்தில் திணைப் பெண்ணுருக்கள்

அலைந்தவாறு இருந்தனர். கருமைதீட்டிய விழிகளைத் திறந்தாள் கடிமிளை. தாவரங்களின் அடியில் பதுங்கிய திணைகளின் இருட்டு துயரங்களாய் பேசியது. கடிமிளை தேகத்தில் ஜுரவேகம் கூடக்கூட அவனால் தாவரங்களோடு பேசமுடியவில்லை. நெருப்பாய்க் கொதித்தது கனா. ஜுரத்தில் தான் திணைகளின் வாசத்தை நிஷ் கலங்கமாக உணரலாம் போலும்.

கொம்புதிரும் மான்களோடுபழகுகிறாள். கடிமிளையின் உணர்வு கடந்த பார்வை ஒன்றில் மிருக அடையாளங்களை வசீகரத்துடன் நேசிக்கத் தொடங்கினான். சஞ்சலமடைந்த திணைகளின் தாவரங் களுக்குள் மறைந்திருக்கிறது சிறுவயல் அரண்மனை. எறும்பேறா மண்டபத்தில் எங்கிருந்து எங்கே வந்தாய் கடிமிளையே... அடித்துப் பறித்த என் சுதந்திரியத்தை அந்நியர்கள் கொண்டு சென்றார்கள்.

கழுத்தில் ரேகையுடன் இரு தந்தையரின் கால் நகயிடுக்குகளில் காயங்கள் ஆச்சு. இந்த ரத்தக்குறிகள் எல்லாம் இரவிரவாய் விரட்டி வரத் தன்னூர்த் திசைநோக்கி மண்ணில் புரண்டு தடவி அழுதான் துரைசாமி. பூவிரண்டு பூத்தாலும் நாவிரண்டு பூக்காது.

மால்பரோவிலிருந்து வெளியேறினாலும் பினாங்குக் காட்டுக்குத் தான் கொண்டுபோவார்கள். சாப்பிடச் சொன்னாள் கடிமிளை. ‘பழையதாகிவிட்டது இவற்றை என்னால் உண்ண முடியாது’ என்றான். சிறையில் இருப்பவர் சினமடையவோ நடுங்கவோ கூடாது. நான் விரும்புவது காற்றை. இந்த ஜன்னலில் நல்ல காற்று வரும். இந்த மால்பரோ ஜன்னலில் எல்லா ஒலிகளுக்குள்ளும் பட்சிகளின் சிறு இதயம் இருக்கிறது. எல்லா உயிர்நிலைகளுக்குள்ளும் காத்திருக்கும் மரணம். இதுவே என்னை விடுதலைக்கு அழைத்து செல்லும். நான் கற்பாறையாக இருக்கிறேன். பற்பல வடிவங்களாக இந்தக் கல் வடிவடைந்து இருக்கிறது. சொற்களும் மனமும் திணைகளில் பொதிந்திருக்கிறது. ஆனால், அங்கு என்னால் போக முடியாது. விதைகளும் கூழாங்கல்லும் சிறு வயலை மூடியிருக்கும். உயிர்ச் செடிகள் அங்கு மானாவாரி மனிதர்கள்.

என் தந்தை மண்ணுறவைப் பற்றியும் ஊருணிகளின் உயிர் மூச்சைப் பற்றியும் மூச்சில் வைத்துக்கொண்டிருப்பவர்கள். கொடிய திணைப் பாவைகளுக்கே அனைவரும் திரும்புகின்றோம். பாதையினின்றும் பருவங்கள் சுழன்றுவர வாழும் உயிராக மரங்களின் தோற்றம். பறக்கும் இலைகளால் உடல்கொண்ட கடிமிளை இயற்கை எங்கும் வியாபித்து இருக்கும் திணைவழியில் இருக்கிறாள்.

என்னுடலுக்குள் பதுங்கி நிலமாக விரிகிறாள். நாலுகோட்டை சிவந்த வெவ்வேறு ஊர்களின் வெளியுருவங்களின் சமவெளித் தோற்றங்களில் வெய்யக் காளை தோன்றி எருதைப் பிடியுமென எருதுகட்டுத் திடலில் அடிவயிற்றில் காயம்பட்டு, கீழே வீழ்ந்து மேலேறும் எருது குத்தி, மிகப் பாய்கையில் மண்ணில் புரண்ட இளந்தாரிகளோடு இருந்தேன். காட்டு விளையாட்டுகள் சில கல்கூட்டத்தில் தெரியும். அங்குப் போனால் கூடவே விளையாட வருவாள் மான்கூட்டத்துடன். ஓடைகளாக இருந்தாள் கடிமிளை. கிளிப்பாண்டியர் ஞாபகங்கள் நீண்டுவர பைதா உரசியகோடு அழியாமல் தெரியும் அவர் ஊமையனுடன் பிரான் மலைக்குப் போன வண்டிப்பாதை. சாம்பல் நிறம் ஒடியும் சோழபுரக்காடு. மேலக்காடு எல்லாம் சூரம்பத்தை. அதில் மான்களின் முகம் ஊமையனைப் பார்த்து மறையும். கோட்டையைச் சுற்றி நுழைய முடியாத முள்ளுமுடல் காடு. வளுதாடி சாமானியமான பெண்களிடமிருந்து பிரிந்துபோய் முணுமுணுத்தது வெஞ்சமரில் வீழ்ந்த வெங்கலக் கோட்டையில். சின்னப் பிள்ளைகளுக்கும் நரிவளதாடிக்கும் மதகுப் பட்டிக்காடும் பேச்சில்லா கிராமங்களும் அடைக்கலம்.

சாக்கோட்டைக் காடுகளில் மறைமான்களோடு பிள்ளைகளும் காணாமல் போகிறார்கள். சின்னப் பிள்ளைகளுக்கும் வளுதாடிக்கும் காட்டுப்புதர் மண்டிய சூரம்பத்தை அடைக்கலம் கொடுத்தது. ஒரு மினுக்கட்டான் கொடி ஊமையரையும் கிளிப்பாண்டியரையும் கூப்பிடும் ஒலி. மணல்மிக்க ஓடைகளில் குருத்து நிறம் பார்க்க வருவார்கள் இருட்டு வளதாடியுடன். மஞ்சள் ஓநாய் வளதாடியை யாரும் பார்க்காத குருத்து மணலில் தூங்க வைக்கிறார்கள். யுத்த விநாசத்திலிருந்து வெளியேறி, சற்று கண்ணசரட்டும் ஓநாய் வளதாடி.

ராக்கி

ஸ்படிக அல்லது தங்க வளையங்களிடப்பட்ட முதலையின் காதுகள், ஹாக்கிங் கருப்புப்பூனை வீட்டின் வரவேற்பறையாக இருக்கிறது. அலங்கு நாய் ஏரியாகயிருக்கிறது எனில் இவற்றிடையே ஒவ்வாமை என என்னயிருக்க முடியும்?

செப்பு அரிச்சித்திரத்தை ஒரு நொடியில் மீன் கண்களில் தொட்டது ராக்கி. நொடிக்குள் கலையாற்றல் மறைந்துவிடும். முன்கூட்டியே மீன்கள் காத்திருக்கவில்லை. நீர்க்கோடுகள் வரிகளாகிவிடும். வளர்பிறையில் ராக்கி நாயின் குரல் வரிகளுக்கு மாறும். தேய்பிறை

தான் வளரி வடிவம். அதன் கோடுகளின் திரவப் பரப்பை ராக்கி நீந்திவரும். பிறையின் சணல்நாரினை உரித்தெடுக்கிறேன். சரிதானா நான் சொல்வது. சணல்பாவைகள் மீன் கண்களில் ஈர்க்கும். சணல் குச்சியைக் காவலர்கள் பிடித்து மால்பரோச் சிறையில் அடைத்தார்கள். துரைசாமியைப் பிள்ளை பிடிப்பவன் என்று உள்ளே தள்ளுவதற்கு காரணம் இல்லை. ஏற்கனவே அவன் கைதிதான். ஜெய்லர் டொரிடோ கோர்டெஸ் புகை பத்திரிகைகளில் பகுத்தறிவிற்கு ஒவ்வாத பூமராங் பற்றிய வாச்சியம் எழுதுவது நீ தானா? நிரந்தரக் கைதிகளின் அரசனான அந்தக் குரங்குயுக மனிதர் பிரகஸ்பதிக்கு 'புகை' என்ன வேண்டிக்கிடக்கு. புகையைத்தடை செய்து விடுவோம்... என்றார் கோபத்தில் ஜெய்லர்.

மால்பரோ ஜெய்லர் கோர்டெஸ் வீட்டுநாய் காரணமில்லாமல் ஊளையிட்டது. அது சணல்குச்சியைக் கண்டு அவன் கதுவாலிப்பை நாற்றத்தை நுகர்ந்தது. அது பொம்மைக்காரனைக் கண்டால் கேட்டை விட்டுத் தாவிக் கூப்பிடும். கதுவாலிப்பையை நக்கியது ராக்கி. உள்ளே இருக்கும் கதுவாலிகள் சிணுங்கின நாயைப் பார்த்து. எக்குப் போட்டு சணல்குச்சியை மோந்து உரசியது. கோர்டெஸுக்குப் பிடிக்கவில்லை நாயின் ஆர்வம். யாருடனும் பழகுவதில்லை நாயின்எஜமான். ஜெயிலரின் நாயைச் சாப்பிடச் சொல்லி கைதிகளின் ரொட்டியைக் கொடுப்பான் ஆயுதக் காவலன்.

பெர்கூஸன் துப்பாக்கியுடன் ரொட்டி கொடுக்கும் மால்பரோ இரும்புத் தொப்பியைப் பிடிக்கவில்லை அதற்கு. நாய் ராக்கியின் தட்டுகூட கைதியின் 6217ஆம் நம்பரில் இருந்தது. ராக்கியின் கழுத்தைப் பின்னிய சங்கிலிகூட ஆயுள்கைதி வாடையடித்தது. கைதிகளின் புதிய போர்வைகளை மோந்துபார்க்கும் ராக்கிக்கும் எஜமான் டொரிடோ கோர்டெஸ் சட்டப்படி திருடன் என்று முறைத்தது. பெரேட் இசைகுழுவுடன் அணிவகுப்பில் தற்கொலையைத் தூண்டும் வெள்ளிப் பிரம்பை கோர்டஸ் வீசிவீசி வருகிறான் முன்பாராக்காரர் களுக்கு முன்.

ராக்கிக்கும் கைதி துரைசாமிக்கும் அந்தரங்க நட்பு நீடிக்கும். பிடிபட்ட சுதேசிப்போராளிகள் மால்பரோ என்றாலே பயந்து அழுவார்கள். மால்பரோ என்றால் அழுதபிள்ளை வாய்மூடும். ராக்கியுடன் அந்தரங்க நட்பாவான் கைதிதுரைசாமி. இதை உணர்ந்து விடும் டொரிடோ கோர்டஸ் பொறாமைப்படுகிறான்.

கைதியைக் கண்டால் ஓடிப்போய் கைவிரல்களை நக்கி அழும்.

அவனும் மால்பரோக் கோட்டையை நினைத்து அழுவான். பெங்கோலன் தெருக்களில் கடப்போரிடம் வாலை ஆட்டி விடை சொல்லும் ராக்கி மேல் ஒரு கண்வைத்திருந்தார் கோர்டஸ். அது எப்படியும் தன்னைக் கடிக்கப்போகிறதென்று உள்ளுணர்வு இருக்கும். ஒரு நாள் அது நிறைவேறத்தான் போகிறது என்பதில் சந்தேகம் இல்லை. முன்கூட்டியே மருத்துவர் எஸ். தாமஸை அழைத்து நாய்க்கடி பற்றியும், அதனால் பாதிக்கப்பட்டவர்கள் பற்றியும் நீண்டநேரம் ஆலோசனை செய்தது ராக்கிக்குத் தெரியும்.

'பயப்பட வேண்டாம் கோர்டஸ் ராக்கி உங்களின் அடிமைதானே...'

'அதனால்தான் கடிபலமாக இருக்கப்போகிறதென்று விதியை முன்கூட்டியே அறிகிறேன்.'

'அது செல்லப் பிறவி ஆயிற்றே கோர்டஸ்... ராக்கி... ராக்கி... ராக்கி' என மருத்துவர் எஸ். தாமஸ் தொப்பியை நீட்டி கொஞ்சிய வாறு வா...வா... எனக் கிட்டப்போனார். கொக்கோ பூனைத் தொப்பியைச் சுற்றி ராக்கி 100 முத்தமிட்டு வாலை ஆட்டியது.

'ஒன்றும் செய்யாதே ராக்கி... உன் எஜமான் கெட்டிக்கார ஜெயிலர் கேப்டனாக இருந்து புளூட்டோ போர்க்கப்பலில் பிரெஞ்சு ஆர்மியை எதிர்த்தவர்... சரியா... போய்வருகிறேன் ராக்கி...' மருத்துவர் விடைபெற்று ரோல்கால் மைதானத்தைக் கடந்து மால்பரோ ஆஸ்பத்திரிக்குப் போகிறார்.

'நாயின் அந்தரங்கம் தெரிந்தவர்தான் டொரிடோ. அவரைத் தேடிவரும் அதிகாரிகளையும் கடிக்கும். செத்த முகத்தைக் கண்டுவிடும் ராக்கி. அது திணைமீட்புப் போராளிகளைச் சுட்ட கன்னர்களை உறுமலோடு வெறுத்தது. தன்னை அலட்சியம் செய்யும் சட்டித்தலைக் காவலர்களைப் பிடிக்காது. தெருநாயோடு கலக்கும் இச்சை வெளியில் தாவி பெங்கோலனை அடுத்திருந்த கடற்கரை நெடுக ஒன்றையொன்று எக்கி மோந்து கடலுக்கு முத்தி செய்து, உப்பு நக்கி பொய்க்கடியால் மையலில் கோர்க்கும் பிரபஞ்ச கானம். ஊளைகளில் படிந்த இந்த ஆர்பர் நெடுக தோணித்துறையில் கருவாட்டு மோப்பத்தில் சொறிப் பிடித்துக் கிடக்கும் செத்த மீன்கள் நீந்திவரும் மந்திர இயக்கத்தில் நாய்மடுக்கள் நிலஒளியில் கலந்த பால் பாதையில் சணல்குச்சி நடந்துபோகிறான் தனிமைக்குள் ராக்கியுடன்.

ஊரே சிவந்தெரியும் நத்தைகளின் உணர்கொம்பில் இருட்டு நகரில் கடற்கரை நோக்கி காலனிய குடோன்களும், சுமத்திரா மரக்கிட்டங்கிகளும் உப்பேறிய சூனியம் அப்பிக்கிடக்கும்.

இரவெல்லாம் மால்பரோ அதிகாரிகள் மற்றும் கைதிகளின் கல்லறைகளில் நிலை பெயர்ந்த மேஜர்கள் கறுத்த திராட்சக் காடியைப் பருகும் உரையாடல் நீளும் ஊளைகளைத் துடைக்க முடிய வில்லை. நாய்களின்றி கும்பினியார் கிட்டங்கிகள் வெறுமை யாகிவிடும். அங்கேதான் கும்பினி சாக்லெட் ரேப்பர்கள் கலைந்து தட்டான்களாகத் தேனிறத்தில் வெளியை உருமாற்றுவதை கொக்கோ பூனைகளுக்கு இடையே பார்த்தது ராக்கி. அவற்றோடு ராக்கி ஒத்துப் போகவில்லை. ஜெயில் நகரில் புதைந்த யுத்தக் கைதிகளைக் கொண்டுவந்த பழங்கப்பல்கள் பேய்க்கப்பல் அட்மிரல் நெல்சன் தலைமையில் மெல்ல மேலேழும் ராத்திரிகள் இந்தப் பகுத்தறிவின் கிரகத்தில் எயின் கிரகம் மாயமிழந்துவிடும். நாய்களின் மாயத்தைச் சாதாரண பிரஜைகளுக்குத் தெரியும். மால்பரோக் கோட்டையின் இருள் ஊழாய்ப் பீடித்தது தெருக்களை. சுதேசிகளால் தேடப்பட்ட பானர்மேன் மேற்குக் குன்றில் புதைந்து இருக்கிறான். கோட்டை வாயிலில் படிந்திருக்கும் கைதிகளின் நிழல்கூட்டம் கடல் படியும்.

அதைக்கண்டு மீனும் நழுவி இருட்டுநீரில் பதுங்கும். ஆனால் சகதிபூசிய தெருவில் புராதனத்தனிமையில் கும்பினியின் எச்சங்கள் சதா புழுதிப் படலமாக எழுந்து அடங்குகிறது. கடலுக்கும் மீனவர் களுக்கும் மீனைப்போல் எல்லைக் கோடுகள் இல்லை. நாய்களின் வீடாகிவிட்டது இறந்த கைதிகள் விட்டுச்சென்ற ஆடைகளின் கிட்டங்கி. அங்கே ராத்திரி எல்லாம் ஊளைகளின் பனிக் கோடுகளில் கரைந்து நெகிழ்ந்து உறங்கி நடக்கிறார்கள். வார்டர்களும் உறக்க நடையாளர்கள்தான்.

ரோஸி

கத்திரிகள் வெளியே தொங்குகின்றன (உங்களை ஏமாற்ற அவர்கள் காத்துக் கொண்டிருக்கிறார்கள்).

பொம்மைக்காரனிடம் சொக்கி அலையும் தெருநாய்களுக்குக் கடந்த நூற்றாண்டு ரொட்டிகள் கிடைத்துவிடும் புளூட்டோவில். செஜாராத் தெருவிற்கு ராக்கி தப்பிவிட்டது. ராக்கியைத் தூக்கி சணல்குச்சி கொஞ்சுவதைப் பார்த்துவிட்டான் கன்னர். வந்தது கோபம். பாராக்காரர்களை ஏவினான் அதிகாரி. அடித்து விரட்டினார்கள் கடல்குச்சியை. 'இந்தப் பக்கம் தலை காட்டினால் உன்னை திரும்பவும் மால்பரோவில் போட்டுவிடுவேன்' என மிரட்டி அனுப்பினார் கமாண்டிங் ஆபீஸர்.

அவருக்கு இறந்தவர்கள் விட்டுச்சென்ற ஆடைகளின் கிட்டங்கி நாய்களைக் கண்டு பயம். கலனல் வெல்ஸ் பங்களாவில் அவன் விட்டுச் சென்ற ரோஸி நாயின் வாரிசுகள் எல்லாமே வெல்ஸ் ரோஸிதான். பெராட்டாஸ்டாம்டே கைத்துப்பாக்கி இருந்தும் அச்சப் படுவார் வெல்ஸ் ரோஸியிடம். இருண்ட கால வெல்ஸ் பங்களாவில் தன் ஆய்வுக் கூடத்தில் கண்ணாடிப் பெட்டிகளில் கடலுருவங்களை வைத்து எழுதி வந்தான் ஜேம்ஸ்வெல்ஸ்.

அடுத்த நாளே ராக்கி நாய் இருண்ட கால பங்களாவிற்கு வந்து விட்டது. சணல்பையின் மோப்பத் தடத்தில் வரும் போகும். கூப்பிடாமல் வரும். கூப்பிட்டால் வராது. வெல்ஸ் அறையில் தூங்கினான் ரோஸி நாயுடன். கண் விழித்திருக்கும் பொழுது எதிரில் இருக்கும் வெல்ஸின் உருவம் மனதில் படாதிருக்கும். வெல்ஸ் பங்களாவில் சாஸ்வதமாக இருக்கிறான். அவன் இருக்கும் இடங் களுக்கு நாய் வழியைக் காட்டும். ஜனங்களுக்கும் அது தெரியும். ரோஸி நாய் இதிகாச ரூபமாக அவனைவிட்டுப் பிரியாத அனுபூதியில் மிதந்து சப்தமில்லாத காலடிகளோடு சலனமில்லாமலும், வெல்ஸ் உருவத்தைச் சுற்றும். நாயின் சாஸ்திர நூலான பிரசூதியில் மேலான பூச்சி நாயின் ஆட்டம்தான் மனிதச் சாயைகளின் குறியீடு.

ரோஸி நாயின் மோப்பத்தின் வித வித உருவங்கள் அங்கிருக்கும். வெல்ஸின் நிழல் துரைசாமியைத் தேடி அங்கே வரும். அவனுடன் ரோஸியின் நிழல்காட்சி நாயாக ஆகாசத்தில் அண்ணாந்து ஊளைகள் கோடு கோடுடாய்ச் சுருள்கின்றன இருட்டு பங்களாவில். சூனியம் அப்பிய அறைகளிலிருந்து மேல் மாடிக்குச் செல்லும் மரப்படிகளின் சப்தம். அந்தக் கண்ணாடி மரமாளிகையில் நாய்கள் குரைக்கின்றன. ஊளைகளில் படிந்திருக்கும் ஜீவரசத்தை சகதி நகரம் ஈர்த்துக் கொள்கிறது.

தெருவில் வேறுநாய்களும் வெல்ஸ் உருவத்தைத் தெரிந்து தொடரும். கருப்புக்கோட்டில் இருந்த மங்கிய புகைப்படத்தில் வெல்ஸின் உருவம் அதில் ரோஸியைக் கையில் ஏந்தியிருந்தான். அது அங்கும் இங்கும் இருந்தது. அவன் கழுகு விழிகளை மால்பரோக் கோட்டைக் காக்கைகள் பறந்து பறந்து கொத்திக் கிழிக்கின்றன. நிலைகுத்திய பார்வையில் மால்பரோ கோட்டையைத் துளைக்கிறான்.

ரோஸி என் ரோஸி உன்னை அடிக்கிறார்களா... செல்லமே அழாதே... அழாதே ரோஸி... வெல்ஸ் உருவம் புகைப்படச்

சட்டகத்தை கிறீச்சிட்டுத் திறந்து வெளிவருகிறது. ரோஸியைக் கட்டி அழுகிறான். சீனாவின் காண்டன் நகரத்திலிருந்து உயர் பதவி அடைந்து திரும்பிய நாளில் பதினேழு ஆண்டுகளுக்குப் பிறகு மால்பரோ சிறையிலும், பினாங்குக் காடுகளிலும் கைதியாய் நடுவயதில் மூப்படைந்த பாலகன் துரைசாமியைக் கண்ட அதிர்ச்சி யிலிருந்து மீளவில்லை கலனல் வெல்ஸ்.

கள்ள நாணயக்காரர்கள்

ஒரு ரொட்டியிலிருந்து இன்னொரு ரொட்டியைத் தொடக் கஷ்டப்படுவது (கள்ள நாணயங்களை வைத்துக் கொண்டு பிழைக்கத் தெரியாமல் இருப்பது).

எவ்வொரு ஆன்மாவிலும் உலோகத் தாது சிறுவிதையாய் உறக்கம் கொண்டுள்ளது. மரணத்தின் குறியீடாக சுமத்திராவின் எரிமலைக் கூம்புகள் பயமுறுத்தும் கற்படிவமாக உறைந்த மனிதர்களின் உருவகமாக எலும்புக்கூட்டில் பதிந்திருக்கும் மால்பரோ சிறைக் கம்பிகள். இவ்விதம் இளஞ்சிவப்பான உயிருடன் உலவும் கைதிகள், இனியும் அங்கு நடமாடிக்கொண்டிருக்கிறார்கள். அவர்களில் பதவியிழந்த நாலுகோட்டை அரசன் வெங்கணரும் இளவரசன் துரைசாமியும் அங்கு நிரந்தரமாய் நீரின் மேலேற்றுதல் பெங்கோலன் பயணமாயிற்று. இன்றைய நாடகத்தின் பிரதான கதாபாத்திரங்கள் மால்பரோச் சிறையில் கைதிகளுக்குள் ரகசியமாய் நடக்கும் நாடகத்தை சுமத்திராக் கைதியான நனவிலித் தச்சன் எழுதியிருந்தான்.

அது ஓவியனைப் பற்றிய நாடகம். செயின்ட் பால்டிமசோல் மனநலக் காப்பகத்திலிருக்கும் கைதிகளை அங்குலம் அங்குலமாகப் படர்ந்துகொண்டிருக்கும் வாஸ்மே சூரியனுக்குள்ளிருந்து கருப்பு எகிப்து எனும் பிரமிடு ஓவியத்தை நாடகப் படுதாவில் தீட்டிக் கொண்டிருக்கிறான் நனவிலித் தச்சன். இந்த நடிகனும் ஆயுள் தண்டனைக் கைதிதான். நிலக்கரிச் சுரங்கத் தொழிலாளர்களாக நடிப்பவர்களும் கைதிகள்தான். பென்கூலன் மால்பரோச் சிறை யிலிருந்து இந்த நாடக ஒத்திகைக்கு சாதாரண சிவில் கடனாளிகளும் பெனிஸ்தோர் கிரேக்கக் கப்பலுக்குக் கொண்டுவரப்படுகிறார்கள் சிறைக்கூண்டு வண்டிகளில். நாடோடிகளாக வந்திருக்கும் ரொட்டி விற்கும் சிறுவர்களோடு உரையாடுபவன் பேக்கரி சொந்தக்காரன் தெனி. சின்ன வாஸ்மேயில் வான்கா தங்குவதற்கு இடம் ஏற்பாடு செய்தவன்.

பேனர்ஷா தாமிரத் தீக்கோட்டையின் சிற்பக் கருமானாக இருந்து கள்ளநாணயங்கள் அச்சடித்து உலோகங்களைத் திருடியதில் பிடிபட்டு மால்பரோவுக்குக் கொடிக் கப்பலில் பீரங்கியோடு கப்பல் கயிறுகளால் கட்டிவைத்து அனுப்பப்பட்டவன். அவனது கள்ள நாணயக் கூட்டாளிகள் தீய அரசர்களுக்கு எதிராய் சதிசெய்தவர்கள்.

சாதாரணமாக இயற்கைக்கு மாறான குற்றம் இழைத்ததாகச் சந்தேகப்பட்டதின் பேரில் நாடு கடத்தப்பட்டார்கள். மருத்துவப் பரிசோதனைச் சீட்டில் ஆரோக்கியமானவர்கள், முதலில் அந்தமானுக்கு மாற்றப்படும் கைதிகளாக இருந்தார்கள். கடைசி நேரத்தில் அந்தமானுக்குச் செல்ல கள்ள நாணயக்காரர்கள் மறுக்கவும் நம்பக்கூடிய காரணம் எதுவுமில்லை என்பதால் மதராஸ் சிறையிலிருந்து அவரவர்கள் சிறைக்குச் செல்ல அவர்களுடைய ஈட்டுதல்களிலிருந்து தொகையைக் கொடுக்குமாறு உத்தரவிட்டான் ஜெயிலர். ஆயுள் தண்டனைக் கைதிகளோடு வைக்கப்பட்டனர். அவர்களுக்கு நேர்முக கவனம் செலுத்துவதற்குத் தனிக் கண்காணிப்பதிகாரி வந்துசேர்ந்தான்.

அவன் அந்தமானுக்கு செல்ல விரும்பும் கைதிகளுக்கு நிபந்தனை களைத் தெளிவாக விளக்கிச் சொன்னான். நாடுகடத்தும் சிறைக்கு அவர்களை மாற்றும் காலத்தில் காலியிடங்கள் இருந்தன மால்பரோச் சிறையில். அப்போது மால்பரோவுக்குச் செல்ல சிறைப்பட்டவர் எவர் ஒருவர் விரும்பினாலும் மதராஸ் பெனிடென்சியருக்கு அனுப்பப்பட்டுவிடுவர். அங்கிருந்து நாடுகடத்தும் பெயர்ப்பட்டியல் ஒரு ரப்பர் முத்திரையால் வாரண்டுகளின் மீது தெளிவாகத் தெரியுமிடத்தில் முத்திரை பதிந்தது.

மால்பரோவுக்கு நாடு கடத்தும் கைதிகளுடன் அனுப்பப்படும் கோப்புகளை சுமத்திரா துறைமுகத்திலிருந்து பத்திரங்களைப் பெற்றுக்கொள்வதற்கான சீட்டுகள் கோர்த்து முப்பதாண்டுகள் வைத்திருக்கவேண்டும். நாடு கடத்தப்பட்டவரின் குற்றம், முன்வரலாறு பெனிடென்ஷியர் சிறையிலேயே கண்காணிப்பாளர் முன்னிலையில் சிறைப்பட்டவர் யாரொருவர் கை மூலமும் வரலாறு எழுதப்பட்டுவிடும். மால்பரோவின் உறுதிமொழிப் பத்திரத்தைக் கைதியின் கையெழுத்திலேயே எழுதி வாங்கவேண்டும்.

பென்கோலன் குடிகாரன், சைக்கிளின் முக்கோண பாரில் ஒரு மரப்பெட்டி. அதில் ஒரு அப்சிந்த் பாட்டிலும் மகூபாக் குப்பியும் இருந்தது. ஒன்று சுதேசி மற்றொன்று யவனப் போத்தல். இரண்டுக்குமான உரையாடல் தயோனிஸ ஒளிகளாக விரிகிறது

‘தெளிவற்ற ஆரஞ்சு’ நாடகமாக. பால்காகின் ஓவியங்களை நகலெடுக்கும் பேனர்ஷா மறுபிறவிக் கலைஞனாயினும் கைதிதான். வான்காவின் காதுகளை வரம் கேட்பவளையும் கைதியாகக் கூட்டி வருகிறான். அறுந்த காதுக்கு சிகிச்சையளிக்கும் மருத்துவர்கூட நேரடியாக வேடமேற்பவர் மால்பரோச் சிறை டாக்டர் தாமஸ். வான்காவின் நகல்களையே நாடகத்தின் பின்புலக் காட்சியாக்கி மெழுகு அழுத்தப் பிரதியாக உருமாற்றம் நடக்கிறது பேனர்ஷாவால். கைதிகளைக்கொண்டு உடனுக்குடன் திரைமாற்றுவார் பினாங்குக்கும் சுமத்திராவுக்கும் யுத்தக் காட்சியை மறுமலர்ச்சிகால ஓவிய நகல் களாக்கிவிடுகிறான் மறுபிறவிக் கலைஞன் பேனர்ஷா.

தைலாங்கொடி

நாட்டரசன்கோட்டைக்குத் தெற்கே கலந்த பனைக்கூட்டத்துப் பிரண்டைக்குளம் கிடைமாட்டுக் கீதாரிகள் பால்மோர் கொண்டு செல்லும் தைலாங்கொடிப்பாதைகளில் இடைச்சியரை ஒரு கல் தட்டி தாம் கொண்டுவந்த செம்மண் பால்பானைகள் கொட்டிநனைந்த குத்துக்கல் விழிமுளைக்க எட்டா வடிவுடையாள் கண்ணானந்தி தாலப்பதியாய் அமர்ந்திருக்கும் பனசைநாடு. தினமும் கல்தட்டி பால் வீணாவது கண்டு வருந்திய இடைச்சியர் பானைசுற்றி முந்திச் சேலையால் முடிச்சிட்டனர். மறுநாள் காலை பால்பானை தூக்கும் போது மேல்முடிச்சு ஞாபகப்படுத்தியது. ஒரு களைக்கொத்தி வந்த இடைச்சி பால்கொட்டும் முன்பே மண்ணை வெட்டிக் கெல்லியிழுக்க இரத்தம் சுவரியது. மூர்ச்சையடைந்தாள். தூரக்காட்டில் குனிந்து வரகறுக்கும் காட்டுப்பெண்கள் கலையப் புளிச்சாணி ஊட்டி எழுப்ப மருளாடினாள் ஆயிரம் கண்ணுடையாளாக இடைச்சி. பனசை நந்தர்கள் தைலாங்கொடி சுற்றிய நயனாள் தேர்வடத்தை இழுத்த பூர்வ பட்சத்தில் முதுவாய்ப் பாணனை கொண்டிக்காவல் வைத்துவிட்டு தாலவனப் பாணர்கள் தைலாங்கொடியேந்திக் கூட்டமாகப் பலநூறு கப்பல்களில் செல்கிறார்கள். அங்கே இடிபாடுகளில் மறைந்திருக்கும் சனங்களின் ஆவிகளும் கப்பலுக்கு வருகிறார்கள். கப்பல் மேல் தளத்தில் பூசப்பெட்டியிலிருக்கும் சுண்டுவில், வரகுவளரிகள், ஒப்பனை ஆடைகள், முகமூடிகள், முகம்பூசும் நிறக்குடுவைகள் உள்ளன. அந்த இறுதி நாளில் நடந்தவற்றைச் சிலம்பு நூலில் வரும் ஒரு நாடக ஆசிரியன் சடங்காற்றல் மிக்க ‘படிமாத்தங்கா அல்லது திணைகளின் ஆவிகள்’ என்ற நாடகத்தை நிகழ்த்திக் காட்டுகிறான். அதில் ஒவ்வொரு அணியாக படைவரிசையால் கொல்லப்பட்டவர்கள்

வருகிறார்கள். அக்கப்பல்களில் பாணர், அகவுனர், வைரியர், விரலியர் ஆகிய ஒவ்வொரு குழுவினரும் உருவேறி ஆடும் சிறுவயல் சடங்கு நாடகத்தில் வெறியாட்டுப் பறையொலியில் தமது கைகளை உயர்த்திப் பூசப்பெட்டியை அழைக்கிறார்கள். காளையார்கோயில் வழித்தடப் பிரண்டைக் குளத்திற்குள்ளிருந்து முதுவாய்ப் பாணர்களை வணங்குகிறார்கள். முதுவாய்ப் பெண்டிருடன் குலவையொலிக் கூட்டத்துடன் முதற்காட்சி ஒத்திகை. பூசப்பெட்டியைத் திறந்து தாம்பூலமும், புலி புகுந்த நாயனமும் கைமாறிச் சுற்றுகிறது. அதை பெரிச்சிகோயில் ஆறுமுகம் பிள்ளை வகையறா வாசித்து, கட்டியம் கூறுகிறார்கள்.

ஈசானியத்தில் வற்றாக்கிணற்றின் ஈச்சமரங்களைச் சுற்றி இருக்கும் ஒவ்வொரு ஊரும் பேரும் கண்ணுடையாளின் கருவிழியோடு இணைந்தவை. அவர்கள் கிடைத்ததை உண்ணும் சோள ரொட்டியைக் கைமாற்றிக் கைமாற்றித் திணை ஆவிகளிடம் கொடுக்கிறார்கள். இசை கலந்த சொற்களின் வெளிப்பாட்டில் பார்வையாளர்கள் கொண்டுவந்த கட்டமுதைப் பாடல்களுடன் பகிர்ந்துகொள்கிறார்கள் காளைவனத்தில். கோடு எனும் இசைக் கருவியோடு கோடியர் ஆகிறார்கள். நீர்வீசும் கொம்புடன் பிரண்டைக் குளத்தில் பனைமரமும் பலிபீடமும் காட்சியானது. தூம்பில் உயிர்க்கும் தொகுசொற்கோடியர் தெருவோரம் வருகிறார்கள். இடுப்பிலே கட்டியிருக்கும் சிறு முழவுகள் அதிர்கின்றன. ஒவ்வொரு நடிகனும் பலவூர் பெயர்ந்து மரக்கலம் வந்து சேர்கிறார்கள். முதுவாய்க் கோடியன் பட்டினப்பாலை நூல் திறந்து கப்பலுக்கு வருகிறான். வேதாளக்கொடியுடைய விமலைக்குக் கொம்புகளும், சுருதிகளும் கடல் மேல் கேட்கக் கேட்க மெல்லொலியாய் மறைகிறது இசை. கப்பல் மேல் மூங்கில் தடிகளை ஊன்றி அதன் உச்சிக்கு ஏறுகிறார்கள் நாடோடிகள். ஒவ்வொரு ஊரிலும் ஓடிக் கிடக்கும் தெருவிலும் அங்குமிங்கும் ஓடிமறைந்து மறுகு சிறை பாடும் வைரிய மாக்கள் வங்க மாக்களாகிறார்கள்.

ஒருவருக்கொருவர் உரையாடும் கண்ணாடியை நாடகத்துக்குக் கொடுத்த கண்ணுடையாள் ஆயிரங்கண்ணிமை அசைவுகளில் அண்டங்கள் சுழலக் கண்ணானந்தி ஆனாள். மகரத்திருப்பத்தில் அவள் சிம்மாசனம் காலியாகவும் நாயனத்துக்குள் புலியை ஒளித்துவைத்தாள். அசுரகானத்தைக் கொடையளித்த பெருச்சியூர் இசைக்குள் மறைந்திருக்கிறார்கள். செம்பொற் கலையுடுத்தி சிலம்பணிந்து, பாடகக்கால் மேல்தூக்கி உள்ளியர் தெள்ளியராயினும்

நாயனம் ஊழின் கணிதத்தில் வருவது கூறிவிடும்.

மயன் எழுதி அமைத்த அரங்கத்தில் தூக்கம் சித்திரவிநோதக் கட்டில்மேல் தத்தைகளும் கின்னரி பயிலும் அப்சரஸ்களும் கதை போடும் பதுமைகளும் செதுக்கி பெருந்தீபங்கள் கொழுவி அசையும் கதாமாந்தர்கள் வந்து பரிமளம் பூசுவார்கள் அரசாணி வேலம்மைக்கு. வாசனை சீசாக்களில் வெளிப்பட்டாள் ருது. வனஸ்பதி வாசனை புகட்டி சன்னல்களைத் திறந்து தாளமிடுகிறாள் சிறுவயல் சேல்விழி மையெழுதிய சதிர்க்காரி செங்கமலம். வந்தவள் அவனை எழுப்பாமலே எதார்த்தம் தூக்கமென்றால் கனவுதான் கலையென்றும் தசக்ரீவன் மயனை நினைத்தாலும் கலைதான் என்றும் கிளிப்பாண்டியர் தாக சாந்திக்கு பதினாயிரம் ஜாடிகளில் கம்மந்தான் பிரிந்துவிட்ட பனையூர் கள்ளும் பரதவரின் அரிசிமதுவும் வாலிநோக்கம் வடிமதுவும் ஈஞ்சர்களின் ஈச்சங்கள்ளும் சிறுமலை அத்திக்கள்ளும் கரிசல் வேப்பங்கள்ளும் உலக சிருஷ்டியில் ஒருவருக்கொருவர் வாஞ்சித்து அழுவதற்கும் சண்டையிடுவதற்கும் சேர்வதற்கும் பிரம்மனின் மிகை உற்பத்தியைத் தடுக்கவே அரிஷ்டங்கள் தோன்றின. தொண்டி யிலும் பாண்டிய கவாடகத்திலுமிருந்து மூங்கில் வத்தைகளில் பரதவர் சேகரித்துக் கமலத்தின் நாவிலிருந்து வரகுவளரி வரம் கேட்டவனுக்கு எடுத்துப்போயினர். உறங்குகையில் எழுப்பும் தூதர் ஆயுதங்களால் அடித்து எழுப்புவராயினும் மேம்பல் காட்டுறக்கத்தில் எழுந்தான் கிளிப்பாண்டி.

சருகணி ஓணான் சொன்னது

அவள் சிறுவாடு சேமிச்சுக் காரைவீடு கட்டிட்டாள். சிருப்பாணி வந்து ஐக்கோடு கண்ணாத்தா கதவாணியைப் பிச்சிக்கிட்டு போறான் அமீனா. பயங்கரப் பணக்காரியாக இருப்பது (கூரை முழுவதும் தங்கத்தாலானது).

மஞ்சணத்திப் பூவின் மணம் பாம்புகளைக் கிறங்கச் செய்த ஏடன் தோட்டத்தின் வரைபடத்தில் சருகணி மாதாகோயில். அக்னி நட்சத்திரப் பழுப்பு நிறத்தைப் பார்த்தவாரே விவசாயிகள் திரேதா யுகத்துக் கலப்பையுடன் கும்பினி யுத்தத்தின் கொடுமைகளால் நிலங்களை வரகு விதைத்து உழுதுகொண்டிருக்கிறார்கள். மழைக் காலத்துக்கு தானியங்களைச் சேமிக்கும் பறவைகளென முடிக்கரையில் கஞ்சித்தொட்டியை அவர்கள் ஜனம் போகிற வருகிற இடைத்தங்கல் சத்திரத்தில் வைத்திருந்தனர். பஞ்சத்தின் கோரப்பிடியிலிருந்து வெளியேறியவர்கள், தோட்டக்காட்டானாய் மாறியவர்கள் செவக்காடு

திரும்பவில்லை. சீமைநாட்டின் ஒருபகுதியில் பொய்யாக் கொடி வையை புலம்பி ஊர்ந்தாள். மழைதரும் காடுகள் பேணப்பட்டாலும், குருவி குடிக்கக்கூட செவ்வலூர்களில் தண்ணீரில்லை. ஏந்தல் என்பது சிறு கண்மாயையும் அதை நம்பியுள்ள சிற்றூரையும் தொடுத்துக் கிடக்கும் நீர். கவுனி என்பது நிலத்தின் கூறு. சில கிராமங்களின் தொகுப்புச்சேர்க்கைக் குளக்கோர்வையில் பெரியகண்மாய் உள்வாய் படுகை நிலமாகும். கண்மாயில் நீர் வெளியேறும் மடுவாயில் நின்றவர்கள் வேளாண்மடைக் குடும்பர்கள். வம்ச பரம்பரையாக நீர்க்கோர்வையைக் கண்டவர்கள். மிகுதிநீர் வெளியேற்றும் பகுதியைக் கலிங்கு என்று சொன்ன மடைக்காவற்பட்டையம் கொண்டவர்கள்.

செவக்காட்டில் அறியாப்பெண்ணும் ஐக்கோடு அறிந்திருந்தாள். ஐக்கோடு கண்ணாத்தாள் கோட்டைகட்டி வாழ்ந்த சொத்தும், சருகணியில் உலர்ந்து கறுப்புக்கோட்டுக் கழுகுகள் கொத்தி உண்டன. சருகணி ஊர்ப்பகுதி சுண்ணாம்பு கருத்த காரைவீடு நிலை இழந்திருந்தது. தலையில் வெள்ளைக்குல்லா அணிந்த சர்ச்சி அவளுக்குச் சாதகமாய்த் தீர்ப்புக்கூறிய அன்று கோடழிந்தாள். ஊருணிக்குக் கிழக்குக் கரையிலிருந்த சத்திரத்தில் படுத்திருந்தாள் ஐக்கோடு கண்ணாத்தாள். அதற்கப்பால் கிழக்கே கடைவீதியில் வெற்றிலை கேட்டு வருவாள். 'நான் பிச்சைக்காரியில்லை. நீலிதா புரத்து தாம்பூலவல்லி தகப்பனே வெத்திலைச் செட்டி நான் ஐக்கோடு கண்ணாத்தா' என வெற்றிலை நரம்பு கிள்ளி டப்பிச் சுண்ணாம்பைக் கடவாயில் இழுவினாள் தன் பொய் போதாதென்று.

நெடுங்கதையில் நிலா போடும் நாட்களில் நிறம் மங்கித்தெரியும் அந்தத் திக்கில் கோடு கண்ணாத்தாவுக்கு, எல்லா ஊருகளிலும் வெளியிலும் காடுகள் இப்படித்தான் இருந்தன களிமண் வீடுகளோடு இருந்தன செம்மண் ஊர்களும். மணல்வெளி சிவப்பேறிப் பேசிய வேகத்தில் மனதைப் பற்றிவிடும் கோடு சொல்லும்கதைகள், கட்புலனுக்கும் புலப்படாத அரிதுயில் நிலையில் இருக்கும் இவள் பரங்கிப்புகையிலை மெல்லும் கதைகளின் உட்பொருள் செங்காற்றின் துயரம் வீசியது. வறண்ட செம்மேடு மேல்வரும் கொல்லங்குடிப் பெண்களுக்குத் தாய்வழிப் பொண்ணாத்தாள். கள்வரும் கழட்ட அஞ்சிய தன் பாம்படப்பெட்டியைச் சருகணிக்காட்டில் கதைகளாகப் புதைத்து வைத்தாள். அந்த செவக்காட்டுக் கத்தாழை நாறும் நரைவிழுந்த கதையில் ஆளைத்தள்ளி உருட்டும் காற்றின் இருப்பு. பிறகு தரிசாய்க் கிடக்கும் செம்மேடு, சின்னச்சின்னத் தோட்டங்கள்

பெரிசாய் வாழவும் நினைப்பில்லை. கடுகுச்சந்தை சித்துக் காளைகள் தான் செம்மேடுகளை முட்டும். கிளிக்கொம்புகளில் அலகு குத்திய மாதிரி நுனியில் ஒட்டும் மண்ணில் சிவப்பு நிலத்தில். உயரமான செங்களிமண் சுவர்கொண்ட ஊர்களுக்கு வாழ்க்கைப்பட்டுப் போன ஐந்து குமாரத்திகள் கிளைவழியில் ஜீவனுள்ள நெருப்பு உறங்குகிறது. செவ்வல், கரிசல் இடையிடையே வெப்பக்காடுகளும் சுக்காங்காடு களும், வெள்ளைத்தரைக்காட்டு நீலப்பிழம்புகளும், செந்தீயும் உறைந்திருக்கின்றன கிராமங்களாக. அந்தச் சூல்கதையில் ஓணான் பாறைவிட்டு இன்னும் நகரவில்லை. அடைமழைக்குக் கட்டியமாக உடைமுள் ஒடித்து கண்ணீர் தொட்டு சருகணிக்கிழவியை எழுதினால் அத்தைமார் பெற்ற பெண்களின் சொற்கள் உயிருள்ள செம்பாலையில் ஓநாய் வளதாடிக் கதைகளாக ஆகிவிடுகிறது.

குறும்பூழாடிகள்

'சித்திராங்கி பொம்மக்கா... சீட்டுப்போடு' என்றான். அசைந்து கையாட்டிச் சீட்டை எறிந்தது பொம்மை. அதன் பட்டுக் கன்னத்தைக் கிள்ளிக் கைவீசி நடந்தான். கையில் எடுக்கும் முன்னம் கார்டு மோசமென்று நொந்து எடுத்ததில் அதிர்ஷ்டம். முட்டாள்களுக்குத் தான் சிறந்த அதிர்ஷ்டக் கார்டுகள் கிடைக்கும் (அதிர்ஷ்டம் புத்திசாலித்தனத்தை வென்றுவிடும்).

அவர்களை மூங்கில் புதரில் முகம் பார்த்தான் பூழிராசா. தோன்றும் இருட்டில் வளுதாடி வாசம் கசியும் தீக்கோடுகளில் செல்லாயி காணாமல்போனாள், என்று ஊரிக்கால் மாடுகளின் பின்சென்ற சாணிபெறக்கும் பிள்ளைகள் கல்லுக்குக் கல் தொட்டு மந்திரித்து விரலால் வரைந்தனர். ஒவ்வொரு கல்லுக்குள் மந்திரித்த கோடு சென்று செல்லாயியைக் கூப்பிடும் உள்ளிருந்து. ஓசை மெல்லவரும். செங்களிப்பான சின்ன உண்டாங்கல்லு மலைகளுக்கிடையே நன்னீர்க் குட்டைகள் பச்சென்று ஒட்டிக்கொண்டு குளிக்கக் கூப்பிட்டது 'நரிக்குட்டியைக் கடைசி முறையாகக் குளிப்பாட்டுங்க' என்றதும் இளவட்டங்கள் அம்மணக் கும்மாளமிட்டு அவனையும் மூலிகை தேய்த்துக் குளிப்பாட்டினர். ப்ச்சைக்குளத்துக்குள் மூழ்கியவனை ரொம்பநேரம் தேடியும் காணவில்லை. தாமல்செறுவில் ப்ச்சைநிற மெய்யாக மாறியிருந்தான் நரிக்குட்டி. குளத்திலிருந்து வெளியே தூக்கி அவனைத் துவட்டினாலும் பச்சை நிறம் அழியவில்லை.

கிளியாற்றுப்படுகையில் நரிக்குட்டியைப் படுக்கவைத்தார்கள்.

'என் கதுவாலிப்பை காணாமல் போனதே மரணம்' என்றான் நரிக்குட்டி. 'சண்டைக் கதுவாலியை வைத்துக் காட்டுக் கதுவாலி களைப் பிடிப்பியே.. நீ' சாவுநெருங்கும் போதும் தன் கதுவாலிப்பை நாற்றத்துக்காய் பெருமூச்சுவிட்டான். சண்டைக் கதுவாலியைக் கண்ணிபோட்டு நிறுத்தி விடுவான். தன் மாட்டுக்குள் மாடாய் ஒளிந்து இருக்கும் நரிக்குட்டி அசைவது யாருக்கும் தெரியாது. மாடும் சேர்ந்து கதுவாலி பிடிக்கப்போகும். ஒரு விசிலடித்ததும் கொத்துக் கொத்தாய் விழும் அப்பாவிக் கதுவாலிகள்.

மனோலிக்கோட்டைப் போரில் சிறு குன்றுகளுக்கு இடையில் காத்திருந்த கும்பினிப்படை, போராளிகளையும் தூந்தையாவையும் பிடித்தது இப்படிதான் என்றார் கிளிப்பாண்டியர் தன் மகன் கருத்தையாவிடம். தூந்தையாவின் நானூறுகுதிரைகளில் வந்த போராளிகளோடு பெல்லம்கணவாய்ப் பகுதிக்குள் தப்பமுடியாமல் அகப்பட்டது இப்படி என்றார். தூந்தையாவின் கதுவாலிப்பை சண்டைக் களத்தில் கிடக்கும். அதில் சண்டைக் கதுவாலியாய் ஒளிந்து கொண்டார் தூந்தையா. கதுவாலி வைத்துக் கதுவாலிக் கூட்டத்தைப் பிடிப்பது இரு பூழி அரசர்களின் காட்டுவுத்தியாக இருந்தது. சிறுவயல் அரண்மனை மாட்டுத்தொழுவத்தில் கதுவாலி முட்டைகளைக் கூண்டில் தொங்க விட்டிருந்தான் நரிக்குட்டி. முட்டை உடைந்த உடன் ஓட ஆரம்பித்து விடும். முட்டையே கூட ஓடக் கூடிய தயார் நிலையில் அது முட்டைக்குள் வட்டமாகச் சுற்றும் பூழிநாட்டு இசையில் இருக்கிறது. கதுவாலியைப் பார்த்துத்தான் தந்தையுடன் காட்டுக்கு ஓடினான் நரிக்குட்டி. சேக்காலிகளும் ஈசனிக்காட்டில் பனைக்குப் பனை தாவுகிறார்கள். குறும்பூழாடிகள் கதுவாலிப்போர்களப் புழுதியில் மிதக்கிறார்கள். 'கதுவாய் குரம்பையே... என் கதுவாலிச் சணல்பை எங்கே அதில் ஒவ்வொரு அறையாக ஒன்பது நவதானியங் களைப் போட்டு வைத்தாள் தங்கம்மாள்' எனக் கேவிக்கேவி அழுதான் நரிக்குட்டி.

செம்மாங்கல்மேட்டுக்குக் கொண்டுபோகச் சொன்னான். அங்கு ஒற்றையான இச்சிமரம் கூப்பிட்டது. தங்கம்மாவும் தாயாரும் அதைக்கடந்து நரிகுடி போனார்கள். அவன் தலைப்பாவுக்குள் இருந்து திருடிய ரெண்டு பாட்டாக்குஞ்சுகளை அவன் நெஞ்சின் மேல் மேய விட்டார்கள். தன் இடுப்பில் இருந்த திப்பிப்பையில் சுட்ட ஈசல்களை எடுத்துத் தூவச் சொன்னான் அவன். கருப்பு நாணல்களாய் சுருண்டிருந்த அவன் நெஞ்சு ரோமத்தில் சாவதனமாய் ஒன்றை ஒன்று மோதுவதற்குக் கழுத்தைக் கோர்த்து அசைந்தன மூர்க்கத்தில்.

பாட்டாக்குஞ்சுகளுக்கு இந்த நேரத்திலும் வெள்ளிக்கண் கடுகளவில் இருக்கும். கருவிழி அவனைப் பார்த்துச் சிமிட்டியது. குருவிப்பூ, ஓலப்பூ என்று ரெண்டிற்கும் பேர் விட்டிருந்தான். சீனிக்காரநேந்தல் படப்புக்காட்டில் திருடும் போதே அவற்றின் ஆசனப்பகுதியைப் பிடித்துப்பார்த்துச் சண்டைக்குத் தோதானவை என தூக்கிப் பார்த்தவுடன் மற்ற சேவல்களை அவன் கண்டுகொள்ளவில்லை. அவன் திருடியது நியாயம்தான் என்று மூக்கைக் கீழே வைக்காத கத்திக்கட்டு நூழா சொன்னான். ஊராரும் விரட்டிவராமல் விட்டு விட்டனர் அவனை.

பதினெட்டாம் புலியாட்டம்

நெலையா நிக்காத உக்காரு. ஓட்ட முனி. பொழுது மசங்கீருச்சு. மலைமேலயே இருப்போம். காட்டில் வெளிச்சமில்லை. தும்பட்டான் இலையைப் பொருத்தி விளக்கு வைத்தான் ஓட்டமுனி. பிணமாய் இருப்பவனுக்கும் ஓட்டமுனிக்கும் சூதாட்டம் முடியவில்லை. பிணத்தைத் திண்ணும் பூச்சிகளின் இரைச்சல் இருட்டைப் பெருக்கியது.

செம்மாங்கல் மலைப்புடவில் வளர்த்தான் பாட்டாக் குஞ்சுகளை. அங்கு பழையவளுதாடிகள் மீது நடக்கவிட்டான் கத்திகட்டி. செங்கல்லகநாட்டுப் பூழியரின் இயற்கையைத் தொட்டு அழுதான். பிரான்மலை ஊடாகக் கொண்டுபோனார்கள் சவமாய்க் கனத்தவனை. இருபுறத்திலும் நிலப்பரப்பைக் கொண்டதான செடிகளைத் தழுவி விரல் இடுக்கில் பறித்த இலைகளை மோந்து உடம்பில் மெழுகச் சொல்கிறான். ‘செத்தாலும் பாட்டாக் குஞ்சுகளை என்னால் பிரியமுடியாது’ என்று அவன் சொன்னதை எதிரொலித்தன காய்ந்த மலைகள். வடகிழக்குப் பகுதிகளில் தேய்ந்த செம்மாங்கல் கூடவே வரும். நின்றால் அசைவது தெரியும். சிவந்த ஆவியர் போரில் இறந்தவர் களை கல் உருவங்களில் வைத்து மூச்சுவாங்கினார்கள் நெடுநேரம்.

கமுதிநாடு, நாட்டரசன் கோட்டை, சருகணிக்கு வர பலகல் தூரமிருக்கும். அரிட்டாபட்டி மலைகளையும் தொட்டுத் தூரமாய் நீட்டிக் கிடந்த அவன் பிணவுடலைத் தூரத்தில் மோப்பமிட்ட சினைநரி ஊளையிட்டு அழுதது. மலைகள் முணுமுணுத்தன வாதைகளை. நரிக்குப் பயந்து இரவில் பாட்டாக்குஞ்சுகளை உறங்க வைத்திருந்தான் தலப்பாக்கூட்டில். தாயானாலும் பிள்ளையானாலும் நரி தூக்கித்தோளில் போட்டுக் கொண்டு ஓடிவிடும். ஆனைமடுவின்

தெற்குமலைகளை ஒட்டிக் கிழக்கு நோக்கிய பழைய ஓட்டைக்கோயில் துலங்கியது இருட்டில். அங்கொரு கட்டுக்களம் உடனே தோன்றி ஒரு சேவலுக்கு ஒரு சேவல் நடுநிசியிலும் சண்டை. சற்றுநேரம் காற்றடித்தால் கழுத்தைக் கோர்த்துக் கொண்டு தூங்கும். ஓடிப் போனாலோ மூக்கைக் கீழே வைத்தாலோ தூங்கி விழுந்தாலோ பந்தயம் முடிந்துவிடும். இரவு நெடுகத் தொடரும், சரிசமமாக நின்று சண்டை. இரவைச் சரிபங்காக எடுத்துக்கொள்ள வருகிறான் இறந்து கொண்டிருக்கும் நரிக்குட்டி.

செம்மாங்கல்லு மலைகளிலும் அதன் உச்சியில் உள்ள குகை களிலும் காற்றாய் வரும் ஓட்டமுனி நரிக்குட்டியின் பாட்டாக் குஞ்சுகளின் மேல் பிரியப்பட்டு உட்புகுந்து கேட்டான். 'என் உசுரை நீ திருப்பிக் கொடுத்தாலும் பாட்டாக் குஞ்சுகளைத் தரமாட்டேன்'

'இந்தக் குருவிப்பூவையும் ஓலப்பூவையும் நீ மனசாரக் குடு எனக்கு' என அரைஉசிராய்த் தூங்கியவனை நேராய் நிமிர்த்தியது முனி. 'என்னை விடு ஓட்டமுனி' என்று நிமிர்ந்தவன் எழுந்து நடக்கத் துவங்கினான். ஓட்டைக்கோயில் திரி பிளந்து எரியும் ஒரு சுடர் விளக்கின் அருகில் மான்கூட்டமும் உறங்க அவற்றை எழுப்பாமல் கலைந்து ஓடாதவாறு சேவல் கிறுக்கர்கள் முனியின் அருவத்தைக் கண்டனர். வழிபாடற்றுப் பாழடைந்து மங்கிவரும் சிலைகள் விழிப்புற்றன சுடரில். நரிக்குட்டி கழுத்தைக் கோர்த்து விசும்பினான். 'என்னப்பெத்த கடமானே உன்னத் தொட்டுவிட்டேன் என்னைக் காப்பாத்து' என்று சூலிமான் தோலின் வெள்ளைப் புள்ளிகளுக்குள் சொருகி மயங்கினான். ஓட்டைக்கோயில் சாவடியில் வழிப் போக்கர்கள் எருத்துக்காரர்களுக்குத் துணையாக ஓட்டைக்கல் முனி கூடவரும் தோற்றம் செம்மாங்கல் கூட்டத்தில் தெரியும். முகத்தில் ஊற்றுநீர் தெளித்து நரிக்குட்டியைக் கூப்பிடக் கூப்பிட கண்தாளமாய் சிவந்தான். ஓட்டைக்கல் முனியிடம் முனங்கலாய் பேசினான். பூமியின் மேற்பரப்பில் உள்ள செம்பாறைகளில் முனியோடுபோய் கோடுகீய்ச்சி பதினெட்டாம் புலி ரொம்ப நேரம் ஆடியதில் முனியோடு சண்டை யிட்டு வெட்டும்புலி ஆடுகள் பானைஓடுகளாய்ச் சிதறி ஓடும். கருவறை விதானத்தில் சதுரவடிவ ஓட்டையில் இருந்து முனியும் வேட்டைக்கு ஏகும் சாமத்தில் பட்டவன்சாமி சாமைவளரி சுற்றி முன்னோட அலங்குநாய் சிலையில் இருந்து நிலைபெயர்ந்து கழுத்துமணி கிணுகிணுக்க ஓடிவரும் பின்னே. பாறையில் தாவி சாமைவளரியை நக்கி நக்கிச் சிணுங்கியது. விட்டுப்பிரியாத நரிக்குட்டி கூடவே தொடரும்.

வளரித் தடை

வளரிகளுக்கும் கும்பினி பொம்மைகளுக்கும் சண்டை. 'சண்டை யில்லாத நாட்டுக்கு சரித்திரம் கிடையாது' என்றான் கலனல் அக்னியு. சண்டை செய்யும் இரண்டு முட்டுக் கிடாய்களுக்கு நடுவில் நரிக்குட்டி சிக்கப் பார்த்தான். நல்லவேளை வளரி விதி அவனை சண்டைக்கு இழுத்தது.

வளுதாடிக்குள் மோகமுற்ற கிறுக்கர்கள் பதுங்கி அதன் கொம்பு சொருகிய செங்கல்லகநாட்டில் கைவிடுமாறு வளுதாடித் தடையை உத்தரவில் குத்தியது கும்பினி முத்திரை. கொக்குத்துரை அக்னியு துப்பாக்கி வைத்து சுட்டுப்போட்டான் பிடிபட்ட சிலரை. துப்பாகிப் புகை நெளிந்தது வாசிமலை அடிவாரத்தில்... தாழையூத்துமலை எதிரொலிக்க ஓட்டைசெனையின் இருண்ட நீருக்குள் எல்லா வளுதாடிகளும் பதுங்கிக் கொண்டன. நீர் பருகவந்த மான்கள் அவற்றைக் கண்டு பேசாதிருந்தன. அவற்றுடன் கடம்பை மானுருவில் கடிமிளை வாய் வைத்து நீர்பருகினாள். ஒவ்வொரு வளுதாடியிலும் வேறு வேறு மரத்தின் சிருஷ்டியைக் கண்டன. ஓட்டைச்சுனை இருட்டுப் படுகைக்குள் சீமைத்துரை புரூன்ஸ் விக் துப்பாக்கிகள் எதுவும் நுழையவில்லை. பெண்களின் கேசத்தோடு சுற்றிய இருட்டில் மூச்சுவிட்டன வளுதாடிகள். அதன் வடிவான சிருஷ்டியில் மான்களின் சாபம் இல்லை. அத்தனை வளுதாடிகளிலும் தங்கள் ஜீவனை வினாசித்த வடுக்களைக் கண்டன நீர்பருக வந்த மான்கள். இவ்விதத்தால் வளுதாடிகள் வேறுபட்ட தன்மையும் எதிர்முகத் தன்மையும் நீரில் அதன் பிம்பம் மெல்லக் கரைந்திருக்கும் இன்னேரம் பிறையாக நகர்ந்து வருவதை அதே ஒளியில் சிறைபட்ட துரைசாமியும் கனாவில் நெருங்கினான்.

அன்னியன் துப்பாக்கிநிழல் காட்டில் பதுங்கித் துருப்பிடித்த வளுதாடியிடம் சண்டையிட்டது. அந்தக் கனாவில் சுற்றிச் சுற்றி துருவின் ஒலி கரகரத்ததில் நூற்றாண்டு ஓசையும் துருவாய் உதிர்ந்தது. நரிக்குட்டியின் தந்தை வஸ்தாவி சுழியனைத் தேடிவந்தான் சீமைத்துரை கலனல் டோரிஸ் பினாட்டா. அவன் தூரம் பார்க்கும் கண்ணாடி வைத்துத் தேடி அலைந்த காடுகள் ஒவ்வொரு வினாடி களிலும் எதிரி வருவதை உணர்ந்து பாறைக்குப் பாறை உடும்பும் ஓணானும் அருவமிட்டு உச்சரித்த ஒலிச்சொட்டைக் கேட்டுக் கேட்டு சாம்பல்பல்லியாய் நகர்ந்து இடம்விட்டு இடம் மாறினார் சுழியன் கிளிப்பாண்டியர்.

குதிரைப்படை நிழல்கள் ஒவ்வொரு மலையாய் இறங்கிவரக் கூழாங்கற்களில் குளம்படிகள் இடறின. ஐயங்கோயில்மலையில் ஓடி ஒளிந்திருந்தார். ஊரைச்சுற்றி குதிரைமேல் வந்தன எதிரி நிழல்கள். 'சுழி இருக்கானா சொல்லு... பிடித்துக் கொடுத்தால் ஊருக்கு நல்லது... எங்கே ஒழிந்திருக்கானு சொல்லு' எனப் பேசும் குதிரையுடன் வாசிமலையடிவாரப் புல்லும் சண்டையிட்டது. வீடுவீடாய் வளுதாடி பறிமுதல் ஆனது. காணாமல்போனவர்களின் ஞாபக ஆரம்பங்களில் இருந்த களங்கிய நிறங்களே செங்கல்லக நாடாக நண்பகலெல்லாம் வெயிலில் பாறைவடுக்களோடு கானல்நீர் அசையும். ஆனைமலைப் பாறையின் கருஞ்சிவப்புவடுக்களில் வளுதாடிக் கோடுகள் எல்லோரின் மீதும் தொடுதல் இருப்பதாலே செங்கல்லகம் வெளிர் சிவப்பான மயக்கரவின் ஜோடி ஒன்று கட்டுப்புணசலாடி அலையலையாய்ப் பரவி முணுமுணுக்கும் முடிவற்ற வாக்கியங்களில் ஊர்களின் மோனமும் அப்பியிருக்கும். சதாவும் தூரமலைக் குன்றுகளில் துளைந்து ஊடுருவிய மயக்கரவு பாறைக்குள் கிளைகிளையாய்ப் பிரிந்து கவர்க்கும் இயற்கையின் சிவந்த தோற்றமானது. வளுதாடி அமுக்கின் உயிர்நீட்சியில் நடமாடுகிறார்கள் ஊருக்கு ஊர் எதிரெதிராய் வளுதாடி வீசி. இரவில் மோப்பமிட்டுப் புரூன்ஸ் விக் துப்பாக்கியுடன் தேடித் தேடிச் சுடப்பட்டு மடிந்தவர்கள் கலனல் டோரிஸ் பினாட்டா கட்டளைப்படி புதைக்கப்பட்ட மண் சமாதிகள். உலர்ந்த எலும்புகளின் முல்லைச்சமவெளி மேல் கீழிருக்கும் எலும்பு மூதாதையர்கள்.

வழிப்பறி செய்து கைப்பற்றிய இதாகா இங்கிலாந்து மேட் பிஸ்டல் ஆயுதங்களைப் பயன்படுத்துவதைப் பற்றி, பூழிச்சிறுவர்களுக்கும் பெண்களுக்கும் சாக்கோட்டைக்காடு, கடுங்காடு, கந்தவனக்காடு வரை திப்புவின் திண்டுக்கல் கோட்டைத் தளபதி சையத் சாகிப்பின் குதிரைப்படை ஹவில்தார்களை வைத்து சுடுகருவிப் பயற்சி. ஹைதர் அலி ஆற்காட்டின் மீது போர்தொடுத்த சமயத்தில் திப்புவும் தந்தை அனுமதியைப் பெற்று நாலுகோட்டைச் சீமைக்கு உதவிடவே குதிரையில் வந்தான். சாகிப்பின் பொறுப்பில் இருந்த நானூறு குதிரை சைனியத்தையும், எண்ணூறு காலாட்படைகளையும் வேலுநாச்சி நிழலாய் இருந்த இரு பூழி ராசரிடம் ஒப்படைத்தான். சின்ன ராசன் கூட்டிச்செல்லும் வேளையில் சூலித்தாய் வேலு வருகிறாள், திப்புவின் படை நடத்தி. பிறக்கப்போவது ஆணோ பெண்ணோ, படைகளுக்கு எதிர்பார்ப்பு. மடி துருத்தியவளுக்கு வாழைமலர்ப் புட்டாவில் தங்கச்சருகைப் பட்டும் மோகினிச்சேலையும் சொர்ண முடிப்புடன்

கொடுத்துப் பிரிந்தான் திப்பு. விளாம்பட்டி பரம்புக்காட்டிலிருந்து, குயிலரச்சியின் வளரி சிறிதாயினும் விட்டுப் பிரியாத சுழன்று சுத்தும் மெய்க்காவல் மரத்துக்கு மரம் ஒளிந்து தாவிவருகிறது கன்னிப்படை.

பிரான்மலை எயினர்நூலை கம்மந்தான் சுட்டதால் பனைக்குப் பனை வீழ்ந்து கிடந்த காதக ஆவிகளோடு யுத்தத்தில் மாண்ட குதிரை நிழல்களும் மைவரையில் ஓர்மை கொண்டுவிடும். கான்சாகிப் கடந்துவந்த நத்தம் கணவாயில் மறைந்திருந்த குதிரை நிழல்கள்மேல் வந்த காதக வழிப்பறி ஆவிகள் வீசிய நீலநரிவளதாடிகளைக் காணவில்லை. ஆனால், அவை தொட்டுச்சென்று விபத்தில் சிக்கிய சோல்சர்கள் ரத்தம் ஊர்ந்து மருதையை அடைந்தது கம்மந்தானைத் தொடுவதற்கு. நாலுகோட்டைக் காட்டுவழி தெக்கூர் ஒக்கூர் பூழியர் மறைந்து திரிந்தனர். தென் பிராந்தியங்களில் நடந்துவரும் குத்தகைத் திணை மீட்புக் கலகம் சுழிக்காற்றாய்ச் சுற்றிய காட்டுக்குள் தீர்த்தாரப்பமுதலி மருதைக்கு மூன்றுகல் தெற்கே சிக்கந்தர்மலையில் பாளையம் போட்டிருந்தான்.

திணை மீட்புக் கலகப்படைகளின் போக்கை கண்காணித்து வந்தான். நாலுகோட்டைச் சீமைப் பகுதிகளில் திணை நிலக்குத்தகை வரிவசூலிப்பது முயற்கொம்பாக இருந்தது. எனவே சிப்பாய்க் கலகங்கள் தோன்றலாயின பல்வேறு முகாம்களில். சம்பளப் பாக்கிக்காக பசித்திருந்தன கிளர்ச்சிகளும். மருதைச் சீமைக் கிளர்ச்சியை ஒடுக்க ஏராளம் படையுடன் வந்த மாபூஸ்கானிடம் இருந்த பீரங்கிகளைக் கொண்டே பூழிப்படை தாக்க ஆரம்பித்தது. கும்பினிப்படை யாவற்றுக்கும் கொடுக்கவேண்டிய கூலித் தொகையைத் தீர்த்தாரப்ப முதலியாரே கொடுக்க வேண்டும் என்று பிடிவாதம் செய்தான் யூசுப்கான். அவன் நாலு கோட்டைச் சீமையில் பனையூரில் பிறந்த பூழித்தாயின் ஏகபுத்திரனாகவும் கொடிய காட்டுவாச்சியிட மிருந்து முகமதியனாக மாறியவன். ஐந்தாறு வெகு பாஷை பேசுவான். அவனுக்கு ஐந்து திணை வழிகளும் தெரியும். கும்பினியார் சார்செண்டுகளை அனுப்பிக் கைது செய்தனர் முதலியாரை. யூசுப்கான் முதலியாரைக் கைது செய்தது சுயநலத்திற் காகத்தானென்று காப்டன் காலியட் கும்பினிக்குத் தாக்கீது செய்தான். காலியட் செய்த புகாரைக் கானுக்குச் சொல்லாமல் பிரான்ஸ் தேசத்தில் வெள்ளையருக்கும் பிரெஞ்சுக்காரருக்கும் போர் மூண்டு விட்டபடியால் கான்சாகிப்பை உடனே சென்னைக்கு வரும்படி உத்தரவு பறந்துவர அவன் வசமிருந்த கும்பினிப்படைகளை காப்டன்

ரம்போல்டு பற்றிக்கொண்டான்.

முடேமியா, மியானா, நபிகான் கட்டாக் மூன்று பட்டாணியத் தளபதிகள் கும்பினிப்படையைத் தடுக்க அரும்பாடுபட்டனர். கிளர்ச்சித் திணைப்படைகள் நபிகான் கட்டாக்கின் வரைபடத்தில் திருவாங்கூராரையும் ஹைதர்அலியையும் இணைத்து வரைந்தது. கட்டாஞ்செவல் பூழிப்படை கும்பினிக் குதிரைகளைத் திருடிச் சென்றன என்று குற்றம் சாட்டப்பட்டதால், அப்படித் திருடியதாகக் கருதப்பட்டவர்களில் சிலரைப் பீரங்கி வாயின் முன்னிருத்திக் கொன்று பயமுறுத்தினான் யூசுப்கான். திணை மீட்புப் பூழிப்போரில் திருடப்பட்ட குதிரைக்கூட்டம் மலைமலையாய் நிழல்கள் பிரிந்து சென்று ஒளிந்திருந்தன. மலைகளின் சாயலில் நடமாட்டம் கொண்டிருந்த கட்டாஞ்செவல் பூழியர்கள் பீரங்கிமுன் நிறுத்தப் பட்டுச் சுடப்பட்டவர்களின் தோற்றங்கள் திருடப்பட்ட குதிரைகளின் மீது ஆவிகளாகவே போர் தொடுத்தன பறிகொடுத்த சோல்சர்கள் மீது. இவர்களும் திணைகளின் காதகஆவியரால் பலியானவர்களாய் இருக்கக் காவல்காடுகளும் மகசூலும் யுத்தப்புண்ணாய் காலவடுக்கள் நெடுநாள் ஆறாது இருக்கிறதாம். வலிதாங்காத குதிரை நிழல்கள் கூட்டமாய் பிரிந்து சென்றன விருப்பாச்சி மலைகளின் இருளுக்குள்.

விருப்பாச்சி மலையின் சாயல்கள்

வெளித் தொடர்பு குயிலரச்சிக்கும் வேலுநாச்சியாருக்கும் அற்றுப் போனது ஜூலை கடைசியிலிருந்து செப்டம்பர் ஆறாம் நாள் வரையிலான காலத்திற்குள் பறவை இறகின் கூடான பகுதிக்குள் மறைத்து வைக்கப்பட்ட சிறுதுண்டுக் காகிதங்களில் அவள் பாடு கவிதைகளை எழுதினாள். விருப்பாச்சிமலையை விட்டு இரவில் நடந்தாள் குதிரைகளின் நிழல்களோடு. மலையின் சாயல்களில் உச்சிக்குத்தில் அருவி வெள்ளியாய் நெளிந்து கொண்டிருந்தது. நீர்ப்பூச்சிகள் மயங்கிக் குணங்கும் இசையுடன் இடைவந்த நீர் மனிதர்கள் சோகக் காற்று வீச அதில் துண்டுக் காகிதங்களில் எழுதிய பாடுகவிதைகளை மிதக்கவிட்டாள் குயிலரச்சி. குதிரைகள் மறைந்தாலும் அவற்றின் நிழல்கள் மறைவதில்லை.

துயரத்தின் வாசனையாகத் திணையின் அகப்பாடல்கள் நெருங்கி வாட்டும் கொடுங்கடவுளர்கள் குதிரைகளோடு உலவுகிறார்கள் நத்தம் கணவாயில். பூழியர்கள் ஆற்றங்கரை மனிதர்களோடு சார்தல் இல்லாது விலகியே விருப்பாச்சிமலைக் குன்றுகளின் சாயைகளாயினர்.

புழுதி நிலத்தின் நவதானியச் சேர்க்கையில் இயற்கையின் நியதியால் தனிமை வாசமாகும் ஸ்திதியில் புறம் விரிவதுமாக ஏதோ கடுஞ்சுரம் சூழவாடும் பல்லுயிர்களால் அவர்களின் சூழ் உலகம் பாலை வயப்பட்டுவிடும். ஆனாலும், தூக்கிலிடப்பட்ட பூழியரின் கால்கள் கூடவே நடந்துவர விருப்பாச்சி மலைச்சரிவில் எண்பத்தாறு வயதான ஒரு அந்தக அரசர் கோபாலர் குருடாக்கப்பட்ட தானியவெளியில் அலைந்துகொண்டிருந்தார். நாலுகோட்டைச்சீமையில் தூக்கிலிடப் பட்டோர் நெடுங்கயிற்றைத் தான் பிடித்து வீணிலே என் ஜீவன் மறையப் போகுதென்று புலி வாயிலகப்பட்ட மான்கொம்புகள் உதிர்ந்துகிடந்த காட்டில் அந்தகஅரசர் கட்டுச்சேவலை ஏந்தி விருப்பாச்சி மலைகளுக்கு ஊரைவிட்டு காதவழியில் உள்ள மலைக்குன்றுகளில் பூழியரைத்தடவி வளரிகளைக் கொடுத்து திரும்பிவரச் சொன்னார். சோமந்துறை கவுர், பெரியாபட்டி நாக நாயக்கர், தும்பிச்சியும் பிடிபட்டனர். கோபலர் மகன் முத்துவெள்ளை தளவாய் முத்துவீரு எல்லோரும் நாலு கோட்டைக் கானகம் நோக்கிக் கிளம்பி வந்தனர்.

திணைமேலிருந்த கற்களை வட்டம் போட்டு மந்திரித்தனர் கைவிரல்களால். கம்பு ஓநாய் வளரிகளின் உணர்வுநிலை அதன் சிருஷ்டியில் உள்ளது. உயிரினப் பரிணாமத்தில் சுழல்வது. அதில் மண்ணும் நீரும் வானும் காற்றுடன் தீயுமிழப் பறக்கிறது. அந்தக அரசர் விருப்பாச்சியார் எண்ணில்லா வடிவங்களோடு பூழியரின் மஞ்சள்ஓநாய் வளதாடிகளோடு அடிமைப் பிணைப்பினை யறுக்கத் திணை மீண்டுகொண்டிருந்தது. மண்ணுடனோ விண்ணுடனோ மெலிவாகவுள்ள திணையின் வருங்கால உடலை உயிர்வேட்கையின் இப்போதைய நிலங்களில் வாடியிருக்கின்றன கூலங்கள். மழையின்றி அனல்பதுமைகள் பரவிக் கொண்டிருக்கும் கிராமங்கள் முழுவதும் எலும்பு துருத்திய மாடுகள் உழுதநிலத்தின் ஒலிகள். நூலெனக் கட்டுகிறது திணை உடம்பையும் அகத்தையும். திணையழித்து வரும் சோல்சர்கள் குத்தகை உரிமையை கலனல் ஹெரோன் மாயூஸ்கானுக்கு வழங்கி மூன்று மாதங்கள்தான் ஆகியிருந்ததுடன் மழையும் பொய்த்தது. இந்தச் சூழ்நிலையில் மூர்தாஸா அலி சந்தா, சாகிப்பெனப் பிரெஞ்சுப் படையுதவியை நாடினான். அந்த உதவி தனக்குக் கிடைப்பதற்கு முன்பாக கும்பினியுடன் சமாதானமும் பேசினான். தனக்குக் கூட்டாளியாக யூசுப்கானை நாடினான். உடன்பட்டுப் பேச்சு வார்த்தைகளில் ஈடுபட்டான் இவனும். லட்சம் வரி கொடுக்கக் கைநீட்டினான் மூர்தாஸா அலி. பிறகு கும்பினியுடன்

பேச்சுநடத்த நேரிட்டதில் தான் சமாதானமாகப் போக விரும்பவில்லை என்றும் யூசுப்கான் செய்தது எல்லாம் சூது விளையாட்டென்று இவனும் பகடைக்காயால் எறிந்தான் யூசுப்கான் மீது. அந்தப் பாய்ச்சி யூசுப்கான் உடைவாள் மீது வீழ்ந்து ஓலமிட்டது. ரூலட் சூதாட்டப் பலகை சுற்றிச் சூதாடிக் கதாபாத்திரங்களாயினர் இப்படி.

உவர்நிலம் உட்கொதிக்குமாறு பனையூர் யூசுப்கான் பகைவரை அவருக்கு அருள் செய்வதன் மூலம் நமக்கு வேண்டியவராக்கி விட முடியாது. திணையழித்த வெள்ளையர் உதிரவேட்கை பூழியரைக் கொல்லவந்தது. யூசுப்கான் தனது உடைவாளை உருவி மூர்தாஸாவைக் குத்த நீட்டிய கரத்தைத் தடுத்தான் அங்கிருந்த கொடியவன் ஓர்ம். சூதுக்கட்டத்தை வெறித்தவாறு என்றைக்கிருந்தாலும் வேலூர் படையெடுப்பில் முதன்முதலாக மூர்தாஸா அலி தான் கொல்லப் படுவான் என்றும் அதற்குள் அவசரப்பட்டு அவனைக் கொலை செய்ய வேண்டாம் என்றும் சூதுப் பாய்ச்சிகளால் யூசுப்கானைத் தடுத்து நிறுத்துகிறான்.

வலையில் அகப்பட்ட யூசுப்கான் கும்பினி உளவாளி ஓர்மினின் அடிமையானான். சூதாட்ட அடிமையை முகம் காட்டிக்கொடுத்து விடும். தோல்வியில் இருந்துதான் புதிய கட்டங்கள் வருகின்றன. கும்பினிப்படைக் குதிரைகளை சூதாட்டக் கட்டங்களில் வைத்து சுடப்பட்ட ஆவிகள் நிகழ்த்தும் 'சாத்திரஞ்ச்' சூதுப்பலகையில் குதிரைவாணிபத்தின் பேராசைக்காரர்கள் போன ஊர்களில் அரேபியக் கதைகளை வைத்து ஒவ்வொரு இரவாக யுத்தத்தில் மறைந்த குதிரை நிழல்களை விற்றுத் திரிகிறார்கள். முடை நாறும் குதிரை லாயத்தின் சாணிவாடையில் குளம்படிகளில் தீப்பொறி அடங்கி குதிரைலாடங்கள் சிதறி உருண்ட விருப்பாச்சி மலைகளில் பாரசீக வணிகர்கள் அந்தக ராஜாவுக்காக நூறு கருப்புக்குதிரைகளை விற்பனை செய்து திண்டுக்கல்லைப் பூட்டு நகரமாகக் குதிரைலாடங்களால் வடிவமைத்தனர். அந்தகராசாவுக்கு பரிசாகக் கொடுத்த கால்களில் வெள்ளைநிறமுடைய குதிரைக்கழுத்தின் மேற்புறம் நடுக்கோட்டிலே நீண்ட நெளிவான பிடரிமயிர் படிந்தசெம்பட்டை. நெற்றிமீது முனைமயிர் அழகாக அசையும். வருஷா வருஷம் ரோமம் உதிரும். உணர்ச்சி மிக்க திணைவேந்தர்கள் கபாலம் எரியும் புறத்திணைக்கு வருகிறார்கள் குதிரைவணிகர்கள். வம்சாவழியில் அசீரியரின் கைபட்ட கபாலஸ் குதிரை ஒன்று ஹிமாயூன் அரசனுக்குச் சொந்தமான லாயத்திலிருந்து ஒவ்வொரு நகரமாகக் கடந்து வருகிறது. காரிருள் கவிந்த இரவிலும் அந்தகராசா விருப்பாச்சி மலைகளுக்கிடையே

பூழிப்படையுடன் கடிவாளவாரைத் தளர்த்தி குதிரையை அனைத்தவாறு குதிரை நிழல் சொல்லும் யுத்த விதிகளைப் பற்றி, வென்றுவந்த நகரங்களின் வினாசங்களைப்பற்றி வரப்போகும் கலனல் டோரிஸ் பினாட்டாவின் கொடிய வியூகத்தில் மடியப்போகும் பூழிப்போர் என்னவாக நிகழும். எல்லா யுத்தங்களின் அடியிலும் கபாலஸ் இனம், கங்காளம் வெள்ளென உருக்கமுறும் வெண் குன்றமாய் பாரிமகளிர் வருத்தும் பாடலைக் கிளிகள் வந்து தானியம் உதிர்க்கக் கும்பினிக்குதிரைகள் திருடப்பட்டவைகள் ஆயினும் அவற்றின் மீது காதக ஆவியர் சமீபம்வரை வந்து மாற்றமும் மறைவும் அடையாத போக்குடைய கம்புஓநாய்வளரிகளோடு அரூபத்தோற்றம் கொண்டிருந்தனர். கட்டாஞ்செவல் பூழிராயன் பட்டாணியத் துணைத் தலைவர்களான முடேமியா, மியானா, நபிகான் கட்டாக் மூவரும் அந்தகராசனை ரகசியமாய்க் காண வந்துசென்றனர் விருப்பாச்சி மலைகளுக்கு.

இறந்த கடவுள் கிடிலி

'கிடிலியின் எலும்புகளைத் தொடர்ந்து கடிக்கும் நாய்' (அதே விஷயத்தை திரும்பத் திரும்பப் பேசுவதும் பிறைகள் தேய்வதும் வளர்வதும் வளரிதான்).

முன்பாதி மயக்கம் தேயும் கலை. பின்பாதி ராத்திரிகளில் வளரும் பிறைக்கூட்டம் வளுதாடிகளாய்ச் சுற்றி வரும். 'வளுதாடிக் கடவுளே நீயும் கிடிலி என்று பெயரெடுத்தாய். கிளிப்பாண்டியர் ரெட்டைக் குமருகள் வீசிய வளுதாடி பட்டு சொர்க்கவாசல் நாராங்கி துளைபட்டு ஒழுகுதென்றாய்' வளுதாடியில் சாவு நடுங்கியதை எல்லோரும் பார்க்கிறார்கள். 'அடே நம்ம நரிக்குட்டி செத்துக்கிட்டு இருக்கான்டா. வெங்கண், குழைக்காதன், கரியமால், கூலு... அவன் சாகும் தட்டியும் தூங்காலூரணி ஆலமரத்தடியில் காத்திருப்போம்டா' என்றான் கவண்டன்.

அவன் தங்கச்சிமார் ரெட்டையரும் காணாமல்போன நள்ளிரவில் சிறுவயல் இடாயெருமைகள் கயிற்றை அறுத்துக் கொண்டு வேலியை நீக்கிச்சென்று பசுங்கன்றுகளையும் கூட்டிப்போய் எருக்குழியில் படுத்துறங்கும் இடாயெருமைக்கன்று ஒன்றையும் சேர்த்து செந் நெல்லின் கதிரைத் தின்று நெற்கூடுகளின் நிழலில் ஒளிந்து கிடிலி அந்த ரெட்டைக் குமருகளை எட்டாம் பிறைவடிவ வளுதாடிக்குள் பிடித்துச் செல்வதைப் பார்த்தனர். முடங்கிய கொம்புகளாய்

வளையும் இடாயெருமைக்கிடாறி சிறுவயல் மருதாவூரணி ஆம்பல் பூக்களைச் சிதைக்கும் ஒலி அர்த்தசாமத்தில் கேட்டது. 'கெடிலியாகப் பெயரெடுத்தாலும் நீயும் எதிரியானாய். உன்னைப்போல் சாவில் உறைந்த பால் ஒளி பொழிகிறது. என் வாயதரத்துக்கும் உனக்கும் உள்ள தூரம்வரை என் சாவின் ஒளியருந்தும் இந்த ராத்திரியில் ஆவியேறிய கரும்பல்லி வாலாட்டி வருகிறது... அக்காவயல் பக்கம். ரெட்டை யூரணியாய் இருந்த என் மும்பாவையும் குறுக்காடியையும் கொண்டுபோய்விட்டாய். இறந்து வெளுத்த கடவுளே... அவள்களிடம் வளுதாடியும் வேறானது. தேய்வதும் வளர்வதும் ஒவ்வொரு வளுதாடி விளையாட்டு விதியாய் வந்து சேர்ந்தது உன்னால். நான்பட்ட கஷ்டத்தை யாரும் அடையக் கூடாதப்பா கெடிலி' என நீட்டி கமலைக்கல் மேல் பிணமாய் விறைத்தவன் அபாணத்தில் இருந்து வாயுக்கள் வெளியேறி ஒலித்தன.

கற்துவாரத்து வழியே இரு தங்கச்சிமாரும் பார்க்கிறார்கள் பிணமாகி வரும் அண்ணங்காரனை. அவர்களும் கலங்கினார்கள் நிலவுடன் சேர்ந்து. 'அங்கு தான் இருக்கிறீர்களா ஓடிப்போன ஊதாறிக் கழுதைகளா' என வைதான் தங்கச்சிகளை. 'எப்போதும் அங்கு தான் இருக்கிறோம்' என்றார்கள் மும்பாவும் குறுக்காடியும். 'உன்னைத் தொட்ட கெடிலி என்னைப் பார்க்க வருவான். ஆனால் அவன் வளுதாடிகள் ஒவ்வொரு ராத்திரியும் உலகைச்சுற்றி வரும்போது என்னை அவன் கடந்து போனால் ஒவ்வொரு பிறைக்கும் ஒரு கதைப் போடவேண்டும்' என்று சிறகிற்குள் கை கொடுத்து ஒரு கை பறந்தபடி 'கோழி சத்தியம்' என்றான். 'நாலு கோட்டைக் குறும்பூழ் செவ்வல் சத்தியம்' என்று தன் தலைப்பாகையில் உள்ள குறும்பூழ்கள் போரைத் தொடங்கிவிட்டதால் சின்னப்பாண்டியர் பாரியாள் மீனாட்சி ஆத்தாள் முத்தூர் அரண்மனையில் இருக்கிறாள். அவள் ஏகபுத்திரன் கருத்தையா மனம் மகிழ்ந்து சிரித்தான் இறந்தபடி. 'தகர்வென்றி, யானை வென்றி, சிவல் வென்றி' என முனங்கினான். சாவின் கசந்த வாய்நுரை தள்ளியது அவனுக்கு. கவண்டன் அவன் உறைந்த வதனத்து நுரையைத் துண்டால் துடைத்துவிட்டான். ஐந்தாறு நாட்களுக்கு முன்பு பெரிய பாண்டியர் கோழிச்சண்டையில் ஈடுபட்டிருந்த சமயத்தில் காலன் வேடமிட்டு வந்த எதிரி ஒருவன் கும்பினிக்குப் புகார் செய்தான். பாஞ்சாலங்குறிச்சி கலகத்திற்கும் மயிலப்பன் கிளர்ச்சிக்கும் காரணியென முறி ஓலையை கும்பினிமேல் பறக்க விட்டதை பிடித்துக் கொண்டான். பலரும் பெரியபூழியை ஒரே சமயத்தில் மறைந்திருந்து சுட்டனர். புரூன்ஸ் விக் துப்பாக்கிக்குண்டுகளில் ஒன்று மரத்தைத்

துளைத்துக்கொண்டு சென்றது. மற்றொரு ரவையினால் மருது வெள்ளை தாக்கப்பட்டுப் பூழிப் புழுதியில் புரண்டார்.

நிலவுடன் இறந்த தோற்றத்தில் தானும் பூழிவெள்ளையென சடத்துவமாய் முகச்சவரம் செய்து நாடித்துணி கட்டி 'ஒரு தொடையான் வெல்வது கோழி. பாய்ந்தும் எறிந்தும் மண்ணில் படிந்து எழுந்த குரும்பூழாடிகள் வேண்டிற்று சொல்லுக... நான் சொல்லக்கூடிய பூழிப்போர் மந்திரம்' எனப் பிதற்றியவாறு பொற்சரிகை வேட்டி கட்டி கிடிலியோடு போட்டியிட்டு செயிக்கப் பேராசைப்பட்டான். இறந்து கொண்டிருக்கும் வகுரன் தலை கனவில் தடுமாறி அசைந்தது. இறந்த உதடுகளால் கிடிலி சாபமிட்டான் வகுரனை நோக்கி. 'சொல்லுக்குச் சொல் ஆமைக்கு ஆமை வெல்லும்... தெங்குக்கு தெங்கு வெல்லும்' என கோழிகளின் நிறமறிந்து தந்தை பூழி வெள்ளை தொடையில் புரூன்ஸ் விக் துப்பாக்கிக் குண்டு பாய்ந்து சாகும் தருவாயிலும் சொன்னார் கிடிலியிடம். 'என்ன இருந்தாலும் உன் இரு பூழிஅரசர்கள் போருக்குமுன் வைத்த சேவல்கட்டில் எதிரிகளுக்கும் இடமிருந்தது. இரு ராசாக்கள் என் கூடத்தான் வளுதாடி காட்டி, கிட்ட ஒட்டாமல் சேர்ந்துகொள்கிறார்கள்.' தீற்றும் செந்நெல் ஓதும்மந்திரமும் பச்சிலை பிசைந்து சேவல்களைப் பூழிராசர் தடவும் போது சொல்லும் மந்திரமும் செவியுள் உருத்தும் மந்திரமும் வளுதாடிக் கோடுகளாய் இருந்தன.

'அவர்கள் வளுதாடி காட்டி எதிரிகளையும் போட்டியில் சேர்த்துக் கொள்கிறார்கள். அவர்களைப் பந்தயத்தில் செயிக்க முடியவில்லை என்னால்' என மேகங்களுக்கு இடையில் மறைந்து கொண்டு அசரீரியிட்டான் இறந்த கடவுள் கிடிலி.

வளுதாடி இரவுகளில் மீனாட்சி ஆத்தாளிடம் எவ்வளவு காலம் பேசிக்கொண்டிருக்கும் பெண்பிள்ளைகள் செம்மண் சிலை முகத்தில் ஓணான்முகம் கொண்ட பெண் ஒருத்திதான் தங்கச்சி மும்பா முத்தூர் அரண்மனையின் அந்தப்புர இருளின் முன்பொரு காலத் திலிருந்து பேசுவது இவர்கள் விட்டுச்சென்ற தெருவுக்குள் தெருக்களாக பெண்டிருக்குள் ஒருநாள் தோன்றி வீடுவீடாய் நேர்ச்சித்த தானியங்களாய் எழும் முளைப்பாலிகைப் பிள்ளைகள் ஒவ்வொரு நொடியும் துமியும் கருவின் இருப்பில் முளைவிடும் இருமண் கலந்த மண்பானைகள். முகம், குணம் மாறிவரும். லாடஞ்செம்பில் மோர்கொண்டு வந்தவள் கையால் வாங்கி மருளாடி அண்ணாந்து பருகப் பருக 'நீர்மையாய் இருதாயி... நீதான் அரசாணி. வளுதாடி பிடிச்ச பிள்ளை மழைவாசியைக் கூட்டி வா.' முளைப்பாரி

வளர்ந்து அவளை மூடும். நூறுவயதான வளுதாடி எல்லாரோடும் சாதாரணமாகப் பழகும். பார்க்காமல் போனால் கூப்பிடும் சின்னவரை. தானியமாய் உருண்டு திரிவார்கள் குரண்டியிலும் ஆவியூரிலும். பெண்பிள்ளைகளுக்கு முளைப்பாரிக் கிணற்றோடு பந்தம் கருக்கல் குளியலில் தெரியும். வாசனைப்பொடி மெழுகினாலும் நூறுவயது தெரியும் வளுதாடிக்கு. கண்ணில் ஒற்றிக்கொள்வார்கள்.

மஞ்சள்முள் சொருகிய கடிதங்கள்

ஒரு இடத்தில் மரத்தாலான ஜோடுகளோடு நிற்பது (ஒருத்தருக்காக வெகுநேரம் காத்திருப்பது).

குணத்தை மாற்றும் வாடைக்காற்று. நேரத்திற்கு நேரம் தூரத்தில் யார் வரப்போகிறாரெனச் சொல்லிவிடும். சின்னப் பிள்ளைகளுக்குக்கூட வயதான வளுதாடி தெரியும். ஆயுளோடு உரசிவரும். எங்கு வைத்தாலும் தட்டுப்படும். சின்னப்பிள்ளை வளுதாடி தழுவியதில் களங்கமில்லை. மறைந்த பிள்ளைகள் அரூபத்தில் யாரோ தன்மீது சின்ன அவச்சொல் சொல்லியதாகக் கேட்டதும் யாரையுமே பிடிக்காமல் ஓடிப்போய் திரும்பி வராத பிள்ளைகளுக்குக் கூடப்படித்த பிள்ளைகள் கடிதம் எழுதியும் மடித்துக்கொண்டு ஓடிப்போய் சின்ன உண்டாங்கல்லில் உரசிப் பிரித்தால் அவர்களைத் தேடிப் பறந்து காணாமல் போய்விடும்.

நீர்முள்ளிக்குட்டைமேல் மஞ்சள்முட்கள் சூரியனில் ஒளிரும்போது பறக்கவிட்ட கடிதங்களெல்லாம் முள்குத்திச் சொருகிக்கொண்டு பென்சில் கண்களால் நீர்விட்ட வாக்கியங்கள் நீர்முள்ளிக் குளமாய்ப் பெருகிவரும். நீர்பட்டு அழிந்த கோடுபோட்ட தாள்கள் உரசும் சப்தம் காணாமலிருப்பவர்களுக்குக் கேட்டது. தூரத்தில் மூழ்கிய பிள்ளைகள் தனித்தனியாய்க் காட்டுத்தினைக் கருதுகளாய் சூரியனோடு வளைந்து அசைவார்கள் அங்கே. முற்றிய தினைக்கருதுகளில் வெளிர்மஞ்சள் அந்திக்கதிராய் உருகவும் மலைமேல் அவற்றின் தோகைகள் காய்ந்து சோகஅருவிகளாய் காற்றில் சருகொலிகளின் கூட்டம் ஆழ்துக்கத்தில் பிள்ளைகளோடு வீழ்கிறது. ‘நாங்களும் உங்கூடவே வந்துருதோம்.’ அதைக்கேட்டு நரிக்குட்டி ஊளையிட்ட கோடுகளில் காற்றுகள் பல பிள்ளைகளோடு விளையாட வரும். மறைந்த பிள்ளைகளின் முனகலை நரிக்குட்டி வெளிப்படுத்தவும் இறந்துகொண்டிருக்கும் அவனைப் பிடித்துக்கொண்டு எங்களை விட்டுப் போகாதே நரிக்குட்டி. தண்ணீரில் நனைத்துக் காயவைத்த

தாள்களை வரைந்து அவன் உடம்பெல்லாம் ஒட்டிப் பூசினார்கள். அதில் காட்டுத் தொனிகளும், பூச்சிகளின் ஒலிகளும் இறந்து கொண்டிருப்பவனுடன் அந்தரங்கமாகப் பழகின. 'வளுதாடி தழுவிய உனக்குச் சாவே இல்லடா நரிக்குட்டி' அவனைவிட்டுத் திரும்பிப் போக மனம் வராது. நரிக்குட்டி இறந்தபடி சூரியனோடு மறைந்து கொண்டிருந்தான் காட்டிலிருந்து திரும்பும் பெரிய பெரிய யுத்த நிழல்களோடு.

சாலிநெல் படையலிட்டு குருந்தமலர் நிறமுள்ள கிடிலியின் இருபத்தேழு குதிரைகள் அத்தனையும் தேரைவகுரன் கேதப்பட்டுச் சாவின் இறுதிஎல்லையாக மீனாட்சி ஆத்தாள் பதினெட்டடிச் சேலையும் தெருவில் மாத்து விரித்திருக்க மண்மச்சு அரண்மனைக்குள் மினிக்கிக் கருக்கும் உடைந்த மூக்குத்தி அழுக்கில் சாவும் சுடர்ந்து வளைந்து தாயாரைத் தொட்டு அழுதது. காரணப்புரவிகள் எடுக்க ஊரூராய் சனம் அவன் வரவை எதிர்பார்த்து செம்மேடுகளில் நின்று எட்டிப்பார்க்கிறார்கள்.

நரிக்குட்டி கேட்டுக்கொண்ட கடைசி ஆசைப்படி ஆவிரை இலைப் பொடியால் அவன் முகத்தில் மணல் பச்சைக்கோலமிட்டு விளாம்பழம் பிழிந்த கருநீலப்புள்ளிகளால் எதிரியின் வளுதாடியில் கோடுகீறி ஆயிரங்கால் செம்பல்லியின் உடல் மருக்களை அவன் சொல்லச் சொல்ல மந்திரவாக்குகள் இருவருக்கும் பகையற்றிருக்கும் வளுதாடிகள் நிலத்தின்மேல் பறந்துவருவதால் மழைவந்து இறங்குமாறு அந்தத் தங்கைமார் விலாஎலும்பை வீசிய வளுதாடிகளில் மின்னல் வெட்டி முனகியது அடிவானம்.

ஆயிரங்கால் செம்பல்லி

வெளவால் வீட்டுக்கு வெளவால் வந்தால் நீயும் தொங்கு நானும் தொங்கு (வளரி தொட்டவனைச் சுற்றிவந்தது தலையைச் சுற்றும் வளரி).

மண்ணுடல் உந்திக்கொடி பிரித்தகற்றும் அரசாணி கெளரி வல்லபர் குமாரத்தி மயிலரச்சி சிறு வயதில் மொட்டையப் பரதேசியிடம் மருத்துவம் கற்றிருந்தாள். வளர்ப்பு மகன் ஆயிரங்கால் செம்பல்லிக்கு குடல் ஏறினதால் நீவிவிட்டுத் தலைகீழாகப் பிடித்து குடல் தட்டினாள். குழந்தைப் பருவத்தில் கிடாய் எலும்பு தொண்டையில், நெஞ்சில் சிக்கினால் மூங்கில் குழல் ஊதியூதித் தொக்கம் எடுத்தாள். சூச்சூ... வென முந்திச் சேலையை வீசி வீசி மந்திரித்தாள் நாலுகோட்டைச் சீமைக்காரி. அவளிடம் எல்லா

மலைவேர்களும் இருக்கும். உச்சிமோந்து சேனை வைத்தாள். காரணப்புரவி தூக்கப் பேயும் நெருங்கிவரத் தன் புத்திரன் ஆயிரங்கால் செம்பல்லிக்கு கண், மார்பு, உதடு நீங்கலாக மரம், செடி, கொடி, மூலிகை வர்க்கம் பூசி வளர்த்துவரும் நாளிலெல்லாம் காதக ஆவியோர் வந்து வளுதாடி கொடுத்து வீசச் சொன்னதில் அவன் சேக்காளி வெள்ளிக்கெண்டை புரவி கேட்டான். கண்ணாடி கட்டிப் பரியும் வேகத்தில் பார்வைவைத்து வளுதாடி ஏந்தித் திரித்தான் தாயார்சொல் கேளாமல். வெள்ளிக் கெண்டையும் சுள்ளானும் அவனோடு திருணைப் பள்ளிக்கூடத்திற்குத் தப்பி மங்கலக்காட்டுக்குத் தெற்கே காட்டூரணிக் காட்டில் மரமடர்ந்த அடவியில் ஒளிந்து காய்ந்த இலைச் சருகுகளால் மூடிக்கொண்டனர். அவர்களைச் சகபாடி மாணாக்கர்களுடன் செகுட்டுவாத்தியார் பிரம்புடன் வந்து குழிகளைத் தொட்டுக் கூப்பிடுவார். பிடிபட்டார்கள் மூவரும்.

சுடரும் மணிமுடி ஒளிவிடும் ஆயிரங்கால் செம்பல்லி மழைக்கும் கூரைப்பள்ளிக்கூடம் போகாத பரட்டைச் சிகலிகை. வளுதாடி வீச்சில் நிகர் இல்லாதவனாய் சேவல் கொண்டைகள் சிவந்த போட்டிக்களத்தில் கொடுத்தவை பிறக்கவிருப்பது போன்றே இறப்பதும் விளையாட்டில் விதிதான் என்பதை அவனைவிட நூழாச்சேவல் உணர்ந்திருந்தது. மற்றவர்களைவிட வேதனை இருக்கிறதென்று தாயாரும் கட்டுச் சேவலுக்கு பூரான்ஊட்டி முன்விதியை உணர்ந்தாள். ஒன்றான ஒருவேளை எதிரியும் பிறந்த சிறுவயல் அரண்மனைக்கார நொச்சிக் கிழவி வாக்கும் உறுதிக்கோட்டை கம்பு ஓநாய்வளுதாடிகளும் சின்னப் பாண்டியரின் பாரியை மீனாட்சிஆத்தாள் கர்ப்ப சிசுவுக்கு இருப்பதில் பெத்தபுத்திரன் நரிக்குட்டி மேல் மரணத்தின் நிழல்படிந்து தாய்மாமன் எலும்பில் முனகும் கர்ப்பிணியின் அடிவயிற்றில் இலுப்பைஎண்ணை பூசி வளுதாடி மெழுகி மந்திரித்த பாலகன் 'பிறவா முன்மையில் வளர்ந்துகொண்டிருக்கிறான் சிசுவாய்.' பூழிநாட்டு அரண்மனைக்காரர் வகையறா வழிவழியாய் கொண்டுவரும் சித்தர்ஏடுகள் மயிலரச்சி நாச்சியார் உடும்புத்தோல் பைக்குள் மடித்துவைத்த மருந்து மாயங்கள் துருப்பிடிக்காத அவள் ரெங்கூன் பெட்டியைத் திறந்தால் ஆயிரம் மூலிகை மணக்கும். பகைவரையும் கைகோர்த்து சீக்காலிகளை நாடி பார்த்தாள் பாட்டி வைத்தியப்படி.

கெளரிவல்லபர் குமாரத்தி மயிலரச்சி நாச்சியார் அரசிருந்த பூழிநாட்டில் கோட்டைவாசல் தாண்டி ஒவ்வொரு ஊராய் பரிபாலனம் செய்தாள். அவளுக்கான மருந்துப்பெட்டியைச் சுமந்து பள்ளிக்குத்

தப்பி கூடவே போனான் அரசாணிக்குத் துணையாக. காட்டில் ஆத்தாளைக் கொஞ்சினான். கண்திறவாத மரநாய்க்குட்டிகளைத் தூக்கித் தாயாருடன் விளையாடினான். காட்டுக்கல்லில் பெத்தவளை இளைப்பாற வைத்தான், அவள் பூழிஅரசாணியாயினும். மந்திரித்த காட்டுக்கல் சிம்மாசனம் ஆயிற்று. காற்றோ வாளென வீசுகிறது. மறையும் சூரியனோடு பூழிநிலம் புழுதி கண்டது. ஒவ்வொரு திணையையும் மடக்கிப்பிடித்துக் கும்பினிக்கொடி பறக்கவிட்டு சூழ்ச்சிகரமாய் அடக்குமுறையும் புறப்பட்டது. 'ஆங்காரம் கொண்டு நீர் பேசுகிறீர். வளரியால் வீசுகிறேன் ஓடிச்செல். பரங்கித்தலை அவிழும்' என்றான் சேனைக்காரன். சிறுபிள்ளை பயமறியாது செம்மாங்குன்றுகளில் ஆடுமேய்க்கும் பிள்ளைகளைத் தொட்டால் அபராதம் கும்பினிகளுக்கு என்றாள் மயிலரச்சி தாயார். தாயான வேலுத்தாய் பச்சைப்பவள மாலை சூடியிருந்தாள் காட்டு ராணியாக.

காட்டுமாடுகளை எல்லாம் வடகோடி முனையிலே மடக்கி ஓட்டிக் கொண்டு போகவும் சோல்சர் அணிவரிசை நத்தம் கணவாயில் இறங்குவதை அரசாணி வேலாத்தாளிடம் வந்து தெரிவித்தாள் குயிலரச்சி. அச்சமில்லாமல் சேதி கொண்டுவந்த பணிப்பெண்களோடு குயிலரச்சி வில்லை வளைத்துக் கானகத்தில் அதிர்ந்தார்கள். சேடிகளோடு குயிலரச்சி மனைப்புலியாய் காட்டிலிருந்து வந்து 'அஞ்சவேண்டாம் அம்மா ஆதரித்து நாங்கள் இருப்போம் உம்மை' உழைத்துழைத்து உருகிய குயிலரச்சிக்கு தாயார், ஆயிரங்கால் செம்பல்லியைக் கூட்டிவருமாறு உத்தரவிட்டாள். தேர்முட்டில் நின்று ஆதி நெட்டிமாலையார் ஆயிரங்கால் செம்பல்லிக்கு நீலநரிவளதாடி சொல்லித்தரும் குரு. 'போர்முகம் செல்லவேண்டும் நீ. வஞ்சகம் கொண்டவர் சுற்றிலும் வலுத்த காலமிது. வெள்ளையர் கொடுங்கோல் சூழ்ச்சியைப் புரிந்துகொள்.' 'கலனல் அக்னியுவை எதிர்த்து சமரில் ஜெய்க்கிறேன்.' கருமேகமென எழுந்துவருகிறான் 'வெள்ளையன் இறுமாப்பை அடக்கப் பூழிப்படை முகத்தில் இருப்பேன். வளரி வித்தை போதாது சத்குருவே... நெட்டிமாலையாரே...' 'பொல்லாத் துரோகிகள் உன் புழுதிஅரண்மனையைச் சுற்றிவருகிறார்கள். துரோகிகளே ஆயுதங்கள். அவர்களைக் கையாளத் தெரிந்துகொள். வளரி ஒன்றே போதும் உனக்கு. கும்பினி அறியாத விநோத மென்னுருவில் நாய்களின் மோப்பத்தடத்தில் வளரி செல்லும். மாடாடு மேய்ப்பவர்களைக் கண்ணோடு கருத்தாகக் காக்கும் வளரி நீ' என நெட்டிமாலையாரும் சீடனும் சாம்பல்நிறக் குறுமணலில் நடந்தார்கள்.

பசுங்கொடிகள் தாயைச் சுற்றிக்கொண்டன. அவனுக்கு ஒவ்வொரு காட்டு மூலிகையாகக்காட்டி வெள்ளிவடியும் நாழிகைகளைச் சொல்லிக் கொடுத்தாள். மறுநாளும் வந்து அந்த நாய்க்குட்டிகளை மரப்பொந்தில் பார்த்துத்தூக்கிக் கொஞ்சித் திரும்ப வைத்துவிட்டு பிரிய முடியாமல் தாயாரோடு கலங்கினான். தெருப்பிள்ளைகளோடு கைகோர்த்து வரும் நாளையிலே வளுதாடியின் நுண்ணிய கோடுகளை செம்மண்ணால் தீட்டுகிறாள் மயிலரச்சி நாச்சியார்.

மஞ்சள் மாம்பழத்தான் பட்சிகள் அவள் வாழ்ந்திருந்த கொக்குமாட அரண்மனையில் பாடிக் கொண்டிருந்தன. வெளிர் மஞ்சளான புராதனச் சுவர்களை ஒளிரச் செய்தன வேனில் மாதங்கள்.

அரளிக்கோட்டையில் தெலாக்கிணற்றில் கல்தொட்டிகளை நிரப்பி நீராடித் துவட்டி வளுதாடிக்கு வெள்ளைச் சேவல் இறகுதொட்டு மை எழுதினாள் குயிலரச்சி, மயிலரச்சி சொன்ன வாக்கியத்தை. தாம்பூல கரங்கவாகினிமார் அவளுக்குச் சிக்கொணர்த்தி முடிசிலுப்பி மோந்து பார்த்து ஈர்வுளியால் பேன்பிடித்து உள்ளங்கையில் வைத்து பேன்பிறவியை நசுக்காமல் வைத்தியநாடி ஏடுகளைப் புரட்டி பூவுக்குப் பூ மருந்து தேடினாள் ராசமகள் மயிலரச்சி. வேலுநாச்சியார் கூட்டிப்போன தாழையூத்து மலைஅடிவாரத்தில் ஒவ்வொரு நாழிகையிலும் வெள்ளிவடிந்தது. மூலிகைதொட்டு வளுதாடிச் சருக்கத்தைக் கீறுமாறு அந்த இளந்தாரி ஆயிரங்கால் செம்பல்லி தாயாருக்கு ஆகாத அரசர்கள் ஆயினும் பின்னர் உயிர்கொடுத்துக் காத்துவருவர். முதலில் சுழியன் கிளிப்பாண்டியரைக் கேட்க 'கேளும் தவிட்டுக்கு வாங்கிய... அரசாணி மயிலரச்சி புத்திரரே... உன் சேக்காளிகள் வெள்ளிக்கெண்டை, சுள்ளான் இருவரோடும் சேராதே. இந்தச் சிரசிழைகளில் வளையும் கோடுகள் போலும் வளுதாடிக் கூட்டத்தை எண்ணிச் சரீரத்தில் ஓடும் காட்டுவாசி களைச் சொல்லி முடிப்பதற்குப் பலராத்திரிகள் ஆகும்' என்றார்.

சிறுகுடிக்காவலில் வளுதாடிகள் எல்லோரும் மாண்டுகிடந்த ராத்திரி பிறந்த சிவப்பு மாறாத குழந்தை எட்டி உதைக்கிறான் படுகளத்தை. ராணி மயிலரச்சி காம்புகளில் உதிரம் பூசிய கனாவைச் சொன்னாள் சுழியன்,கிளிப்பாண்டியிடம். வளுதாடிபட்ட உதிரம் கொங்கை மேல் பூசுவது வரப்போகும் நற்சகுணமாய் அமையும் என்றார். மண்சுவர்களில் படிந்த ரத்தத்தை என்ன ஏதென்று தெரியாமலே கனாத்திறம் கூறமுடியாதெனக்கு என்றார் சுழியன். நிலவடிவில் உடல்களில் தோய்ந்த தீயெரிவு கனாவின் உவர்ப்பு

விதைகளாம். அதில் வரைந்திருக்கும் குருதிக்கோடுகள் என்றோ வரப்போகிற விதியுணர்த்தியது எனக்கு, என்றார் சுழியன் இங்கிதமாய் துர்விதியை மறைத்து. விடுகதை முற்றி உதிர்கிற ஒவ்வொரு காட்டுவாகை நெற்றும் வளைந்திருக்கிறது. உள்ளே உதிரா தவிதைகள் வளைகின்றன காற்றின் ஒலிக்கோடுகளாய். கலை தேய நிறைவெய்தா சிருஷ்டியில் வளர்பிறைக்கு வளுதாடி என்று பெயர் விட்டனர் ஆவியூரில்.

ஆயிரங்கால் செம்பல்லி வளுதாடிச்சடங்கில் சிறுகுடி எய்திய ஆவேசத்தில் தீக்கால்களுடன் கவண்டன் ஓடிவரும் கனாவில் அவன் உடலெங்கும் வேட்டைத் தழும்புகள் நிலம்பட ஒவ்வொரு காட்டு விலங்கும் கூடவே ஓடிவரும் கனா ஒன்றில் தேக காந்தியெல்லாம் செங்கோடு போட்டு பத்து ஊர்சனம் களத்து மேட்டில் மருளாடு வோரிடம் வாக்குமண்பூசி ஒருபிடித் தவசத்தை விதைப்பெட்டியில் வாங்கிப் போகிறார்கள். சிறுகுடி மண்மம் வளுதாடிக்கோடு களில் மந்திரக்கீறல் வழிநடந்த சடங்குகளில் ஊழி நர்த்தனம் தூரந் தொலைவான பல ஊர்களில் விட்டுவிட்டுக்கேட்கும். குலவை வளைந்திருக்கும் பாறைகளில் எதிரொலித்தது. அடிவானத்தைச் சுற்றி அலையும் காட்டுக்குழந்தை இடுப்பில் நழுவிஓடும் வளுதாடி ஒலி இருட்டில் ஒளிப்பாதை காட்டிவர யார்பெற்ற பிள்ளையோ என்று கூளியும், சூரர மகளிரும் கண்கலங்கிக் கூடவே வருகிறார்கள். செம்புழுதிக்காட்டு அரண்மனையில் இருந்து மயிலரச்சி அரைத்த மருந்தின் புலம்புகொள் வாதையில் அழுதவாறு அரட்டுகிறான் கிளிப்பாண்டி மகன் நரிக்குட்டி.

அஷ்ட திக்கு சதுரங்கோணாமல் அளவிட்ட நூலணுபிசகாமலும் தாய்மாமன் இரும்பிடர்த் தலையார் கஷ்டப்பட்டுக் கட்டிய மனையடிச்சேவல்கள் மருமானைக் கொண்டுவரும் கூட்டத்தை எதிரேகிக்கேறியது. மாமன் அளவிட்ட தனதானியத்தில் செல்லச் சிறுக்கியாய் வளர்ந்த மீனாட்சி ஆத்தா சீயானின் காதகஆவியும் பேரனைத் தொட்டுத் தழுதழுத்தது. அந்த வீட்டில் இஷ்டமுடன் ஆடுமாடுகள் தொழுவத்தில் இருந்து கட்டறுத்து ஓடுகின்றன ம்மே...யென்று அண்ணாந்த விசாரத்தில். எல்லோரும் வியந்து திகைக்கும்படி வளுதாடிவீசுவதில் பழங்கதைப்படி தீய அரசனான சுழியன் கிளிப்பாண்டியர் பெரிய வஸ்தாவி என்று பூழிநாடே ஆர்வப்படும். பள்ளிக்கூடமென்றால் பயந்து நடுங்கும் நரிக் குட்டியைத் தோளில் தூக்கிக்கொண்டு சோழபுரக் காடு, ஈசானிக் காடு, ஆவாரங்காடு சுற்றி வேட்டைக்குப் போனார். அவரைப் போல

பனிரெண்டடி தூரத்தில் நின்றுகொண்டு வளுதாடி வீசுவதற்கு திறமை மட்டும் போதாது. உள்ளுணர்வும் சேவல் கட்டுக்களம் இறங்கும் ஒவ்வொரு அடிக்கும் நாளும் கோளும் ராசியும் சொன்ன இடத்தில் பட்சி சாயும். இரைப்பை கிழிந்தாலும் நின்று போரில் தாக்குப் பிடித்துத் தவறிக்கொல்வதற்கான சாத்தியக்கூறுகள் அதிகமிருந்தாலும், உயிர் தப்புவதற்கான வரும்கணங்களை எந்த ஒரு தருணத்திலும் எவரொருவர் கைநரம்பில் இருந்தும் பிறழ்ந்து மரணமாகிவிடும் சுழியனாய் சுற்றிக்கொண்டிருந்தது வளுதாடி. அடுத்த சில வருடங்களில் சுழியன் பாண்டியருக்கு ஒவ்வொரு ஊராய் பெயர் பரவிவர, நரிக்குட்டி பெயர்சொல்லி சிறுவயல், முத்தூர் அரண்மனைக்கும் உறுதிக்கோட்டைக்கும் கேட்டுவந்தான் வளுதாடி வேட்டைக்காரர்களோடு கலனல் ஜேம்ஸ் வெல்ஸ்.

சுழிப்பாண்டியருக்கு குடியோ, சூதாட்டமோ சேவலோடுதான். ஆனால் கூரைப்பள்ளிக்கூடத்துக்கு அஞ்சி மரத்துக்கு மரம் தப்பியோடி கதிர் நுழையமுடியாத கல்லாலமரம் பார்த்து சேவல்களோடு பதுங்கினான் நரிக்குட்டி. இருளை ஊடுருவி சேவல்கள் சண்டை யிட்டன மங்கலங்கொம்பு சூரக்காட்டுச் சேவல்கட்டில். அவனிடம் தோற்ற சேவல் கால்களைச் சுருட்டைப்புளியமரத்தில் தொங்க விட்டிருந்தான் மெடல்களாக. அதை கலனல் வெல்ஸ் ஆச்சரிய மாகப் பார்த்து சிநேகம் கொண்டான் நரிக்குட்டியின் இளவல் துரைசாமியோடு. அவனிடம் கிளிமூக்கு கவுள் சண்டைக்குத் தேர்ந்து வளர்ந்தது. அதை கலனல் வெல்ஸ் பிரியப்பட்டுக் கேட்டும் தர மறுத்துவிட்டான் நரிக்குட்டி. தந்தையின் சேவல் ஈரால்சீத்தா, மகனின் கிளிமூக்கை எதிர்த்தது.

சுழியரை எதிர்த்தது மகன்தான். ‘வளர்த்த கிடா மார்பில் பாயும்’ என்பது நிஜம்தான் என்று கிளிப்பாண்டியரிடம் சொன்னது கள்ளுக்கடை முத்து. சுழியனுடைய பயங்கரச் சேக்காலி. வளுதாடிக்கு ஊற்றிய பிறகே விற்பான் பனைவாடியில் புகுந்து கள்கலயங்களைத் தேடுவதும் புளித்த தேறலைப் பல்லிகள் நாக்கில் ஒட்டிக்கொண்ட சொட்டொலிகள் பெண்களுக்கு நற்சகுணமாய் கேட்டது. திருமயம் கோட்டையிலிருந்து சேக்பாய், ரோஜாபாய் இருவரும் சேவலுக்குச் சேவல் ஒருமணி நேரம் சண்டை. அப்போது மூகாவும் முடிமண் சேவலுடன் வந்தது ஜாக்கிகளுக்கு ஈரக்குலை பதைபதைத்தது. பதினைந்து நிமிடங்களுக்கு ஒருமுறை ஓய்வு. சரிசமமாக நரிக் குட்டியின் கிளிமூக்கு சண்டையிட்டதால் ட்றான் என்று கத்தி சரிபங்காக எடுத்துக்கொண்டனர்.

சேவல் விதிகளை நரிக்குட்டியிடம் கேட்டு எழுதி வந்தான் ஜேம்ஸ் வெல்ஸ் டைரியில்.

ஜேம்ஸ் வெல்ஸ் டைரிக்குறிப்பு

தன் கையின் கட்டைவிரலில் உலகம் சுற்றிக் கொண்டிருப்பது. (எல்லா வாய்ப்புகளும் தனக்கு தான் என நினைப்பது).

'பூழிச்சேவலின் இயற்பண்புகள் பேராவல், பிடிவாதம், பொறுப்பு மற்றும் நீண்டநேரப் போர்' திணைமீட்புப் போராளிகள் காத்திருக்கிறார்கள். நிலச்சேவலின் தன்னூற்றில் சிவந்திருந்த புழுதிக்காட்டில் கால்கடுக்கவந்த பாதையில் நூறுகுருவிகளோடு வேனல்காலத்தில் உடைமரங்கள் வீசும்காற்று. நிழலில் கண்அயர்ந்து இளைப்பாறலாம். அங்கங்கே காட்டு ஊரணிகள். கண்ணுக்குத் தெரியாத விருவில் ஈரம் கசியும். நீலம் பரந்துகிடந்த வானத்தில் மேகம்கூட இல்லை. ரெண்டுவருஷங்கள் வெயிலின் ஆயிரம் நாக்குகள். அனல் கக்கி உறிஞ்சுகிறது ஈரத்தை. சாம்பல் மூடியிருந்த மண். யார் காப்பாற்றப்போகிறார்கள். கருப்புதெய்வங்களும் மறைந்து கொண்டிருக்கின்றன திணையில். நிலத்தின் சிவப்பு கொண்டைப் பூவாய்ச் சிவந்துள்ளதால் கண்கள் கக்கிக்கொண்டிருந்த நெருப்பு ஊருக்கே இருக்கும். இதற்கு எதிர்பொருள் புரூன்ஸ் விக் தாமிரம். தூரத்திலிருந்தே சுடும்போது வளதாரி நெருங்கிவந்து சுழல்கிறது. மோப்பநாய் புரூன்ஸ்விக் துப்பாக்கி பற்றிய புஸ்தகம் பாஞ்சால தேசத்தில் பின்னே திறந்தது. முத்துநகரத்தை எலும்புக்கூடுகளின் நகரமாக்கும் உலோக வேட்கையாளன். பத்தொன்பதுபேர் சோல்ஸர் களைக் கொண்டுதான் கருத்தையாவை அடிமையாக்கினார்கள்.

திணைகளுக்கு எதிராகத் துப்பாக்கி வந்தது. வளதாரிவீசி காட்டின் கடைக்கோடிவரை நீண்டது. ஆபத்தில் இப்போது பறந்து செல்லாமல் இருக்காது காட்டூரணிச் சேவல். சுற்றிலும் குறி தவறிய ரவைகளைக் கொத்திக் கொத்தி விழுங்குவதை அதிர்ச்சியில் ஆடாது அசையாது சமைந்திருந்தனர் சோல்ஸர்கள். தன்னைச் சுற்றியுள்ள இலையெனக் கிளையென மாறிவிடும் சண்டைச்சேவல் நீர்நிறத்திற்கு உடலை நீட்டிவைத்து உறங்குவதெனத் தோன்றும். ஆனால் உறங்காது. அலகை மேல் நோக்கி நீட்டி நீர் நிறத்துக்கு இறகு வர்ணத்தை மாற்றிவிடும். உடலின் எந்தப்பக்கத்தைக் காட்டினாலும் செடியென இருந்து மேப்பல், கீப்பல் இரு ஊர்களுக்கிடையில் பூழி இடையர்கள் வளர்க்கும் கிடை ஆடுகளோடு மறைந்துகொள்ளும். காற்றில்

கிளை ஆடுவதெனச் சேவல் சண்டைக்காரன் 'மறிக்கெடா மகன்' அசைவான். சிறையொடுங்கி உடல்பெயராது இருந்த மேப்பல் சேவல், கீப்பல் சேவலுக்கு அஞ்சாது. போட்டியாகவே கத்திக்கட்டுச் சேவல் போரில் வளர்ந்த ஊர்கள். தாழைமடலெனச் சிவந்து இருக்கும் மேப்பல். பாதிக் கரிசலும், செவலுமான கீப்பல். கருப்புச்சேவல் ஆணும் பெண்ணுமாகக் கோர்த்து எப்போதும் ஊருணியில் மிதந்து சிறகைச் சாய்த்து வட்டம் சுற்றிவரும் பெடையை. இரண்டு ஊர்களுக்கும் நடுவில் சேவல்போர் புழுதி. சம பலத்தில் போட்டியைக் கடைசிவரை உறுதிசெய்து சற்று உயரத்தில் தோல்வியைத் தவிர்க்காமல் ஏற்பவன் மறிக்கெடாமகன்.

இரு வளுதாடிகளுக்குக்கிடையே சுழலும் மோகப் புயல்

ஒருவன் நெருப்பை விழுங்கினால் அங்கிருந்து தீப்பொறிகள் வரத்தான் செய்யும் (ஆபத்தான காரியம் செய்தால் ஏதாவதொன்று நடக்கத்தான் செய்யும்).

இந்த உலகம் உருவான போதே உருவற்ற வனமாய்ச் சுருண்டிருந்த இருமயக்கரவு தானே தோன்றும் பருவங்களாய், அதற்குரிய மாற்றங்கள் தானே சேர்ந்துவர, கட்டுப்புணசலில் எல்லா உயிரிகளின், சப்தங்களாகவும் ஒலிக்கோடுகளாகவும் உருமாறிக்கொண்டே தோன்றும் மொழியாக உருமாறினர் பிறந்த காட்டை இருட்டித் திரியும் கருப்பு எயினரும் புழுதிப் பூழியரும்.

அர்த்த ராத்திரி நேரத்திலே புழுதிவழி நடந்த சேனையும் நரிகளாலே சித்திரவதைகள் உற்று தேம்பிப் புலம்பும்போது வித்யாப்பியப் பருவமெய்திய அந்தகராசா எல்லோரையும் 'வாரும்வாருமென்று விருப்பாச்சி மலைகளுக்குக் கூட்டிவந்து நரி, நாய், பேய்க்கூட்டங்களுக்கும் பாழடைந்த விற்களுக்கும் தொடர்பிருக்கிறது' என்றார். 'இவ்விதமாய் நரிவிருத்தம் உரையைக் கொண்ட நரிக் கூட்டங்களும் பேய்க்கூட்டங்களும் ஊளையிட்டழுத யுத்தவினாசத்தில் பிலாக்கணப் புத்தகம் வேதனையுடன் புலம்பும்' என்றார்.

காராளர்கேணிக்குள் ஓடிமறைந்தவர்கள் சிரசைக் கொத்தும் ஆண்டலைப்பட்சிகள் மான்கொண்டான் பொய்கையில் கபாலம் திறந்து ஊணருந்தும். தலையைக் கடிக்குமாம் சில நரிகள். சண்டையிட வேண்டாமென்று முதுநரிகள் சொன்னாலும் தாக்கி உருட்டுமாம் புழுதியில். மார்க்கவசத்தைச் சிலபேய்கள் அணிந்துகொண்டு பிணங்களுடன் போரிடும். ஆனைமடுவில் காளையார்கோயில்

களநரிகள் தாண்டிப்பாய்ந்து தன் இனங்களையும் பூதபேதப் பைசாசங்களையும் கூட்டிக் கொண்டு பிரான்மலைச் சரிவுகளில் மேலேறிவரும். சோல்சர்கள் பூட்ஸ்களை காப்பர் நாடாவைக் கவ்விவுருட்டும். நத்தம் கணவாயில் மயக்கரவு உள்ளார்ந்து பருகிக் கொண்டிருக்கும் ஒளி, நிழலற்றதாகிவிடுகிறதா? சாயைகளாய் விட்டுவிடுபட்ட, பாழ்வெறுமையில், சுழல்கிற மயக்கரவு தானே இமைக்கும், ரெப்பைகள் அவை. பிரபஞ்சத்தில் மூடித் திறக்கின்றன மயக்கமான விழிகளை. அதன் உறக்கம் ஆழ்ந்த மோனமாகிவிடும்.

மயக்கரவின் தைல ரெப்பைகள் ஒன்றையொன்று பிணையலிடும் விளையாட்டுதான் படைப்பாகத் தொடரும். பிரான்மலையில் பாரிமகளிர் அரசவனம் சுற்றிலும் சிறுகுடிக்காடுகள். மங்கலம்பாதை காடடர்ந்தது. சிலபகுதி அடர்த்தியாய் இருக்கும். குறுக்கே முட்புதர்கள் வழிப்போகும் தட்டுவண்டிகளை ஆவாரங்காட்டு முனிகள் கூப்பிடும். கள்ளிப்புதரருகே வண்டிச் சோடை. அதில் பைதாத் தடத்தை நுரை முத்தமிட்டு ஊரும் பச்சைக்கால் நத்தை, மிச்சமில்லாத தம் வாசமுள்ள கூடுகள் காற்றாய் சுழிந்து சுற்றும் விசில்.

நம்முடைய உலகம் வெவ்வேறு மயக்கரவுகளின் மோனத் தொகுப்பு களாகத்தான் திறந்துகொள்ள, லட்சம் உயிரினங்களின் ஒலிக் கோர்வைகள், சிவந்தமேட்டு வழிகளில் வெவ்வேறு மொழிகளாகச் சுழன்று வரும். மயக்கரவு ஊர் முழுவதும் துயிலும் யாமத்தில் வற்றிய ஓமை மரத்தின் கொம்பில் இருந்து, தொட்டுத் தொங்குகின்றன வாலில் விசும்பி. கட்டுப்புணசலிட்டு, மயக்கத்தைப்பரப்பி, ஊர்ந்து திரியும் பருத்த முதியமரத்தின் கிளைகளில் தலைகீழாகத் தொங்கிச் சொல்லாத கதைகளை யார் எழுதிவிட முடியும். மயக்கரவு ஒன்று களைத்த நிலத்தில் நகர்ந்துபோய் இயற்கையழிந்த, பாறைகளாய் சிவந்திருக்கும் ஆனைமலை அடிவாரத்தில் மண்கலத்தெல்லுப் பூச்சிகளின் சிவப்பு நிறமண்கூடுகளோடு மயங்கி தெருவுக்குள் ஊர்ந்து வெப்பக்காட்டுக் கிராமங்களாகிவிடும்.

வெயிலில் கண்களைமூடி உறங்கும் சண்டைச் சேவலின் கனவில் நீரடியே சிதறிக் கிடக்கும் தானியங்களைக் கொறித்துக் கொண்டிருக்கிறது. ‘கிளிகளின் இரவில் என்னால் பேச முடியாமல் போகலாம்’ என்றார் கிளிக்கூட்டு ராசா, கலனல் ஜேம்ஸ் வெல்ஸிடம். கிளி போன்று இருக்கக்கூடிய கூண்டுக்குள் சின்னப்பாண்டியரை உருமாற்றித் தூக்கு மரத்துக்குக் கொண்டு செல்லும் பாதையில் கும்பினிப்படையின் ஆறாவது பெட்டாலியன் பூட்ஸ் ஒலிகளுக்கு

இடையில் பதினாலுவயதுப் பாலகன் துரைசாமி கைவிலங்குடன் கூடவே கொண்டுவரப்படுகிறான். சின்னஞ்சிறு பாலகனென்ற எண்ணமுமின்றி கலனல் அக்னியு நீர்மேலிடுதல். பரிவ்ராஜிகனாக்கி விடுதல். அவன் தாயார் அரசாணியைக் கேளாமல் பேய்க்கப்பல் ஏற்றிப் பினாங்குத் தீவாந்திரத் தண்டனையா... ஆசை மகனாச்சே... சமர்க்களத்திற்குள் நின்றானென்று பாசமற்ற கலனல் அக்னியு படைமுகத்தில் அவனைப் பிடித்தான். 'தாயே வளரி எடுத்துக் கொடுத்தா' என்றான்.

பினாங்கு, சுமத்திரா, மலேய இயற்கையாய்ப் பேரழகுடன் வளையும் நிலமேடுகளில் துறைமுகங்களில் வந்தவர்கள் கூலிகளாகப் பொருட்களை ஏற்றவும் இறக்கவும் கொண்டு செல்கிறார்கள் இரும்புத் தாழ்வாரங்களுக்கு. அவர்களுடன் துரைசாமியும் யுத்தத்திற்குப் பின் துறைமுகக்கூலிகளோடு சுமைக்கூலியாக இருந்தவர்களைக் கண்டான். வந்த மறுநாளே பாக்குநதியில் அலையத்தொடங்கிய கண்களில் நாடு கடத்தப்பட்டவர்களின் சோகநிழல் கூடவே வருகிறது. ஜாவா, சுமத்ரா, மலேயா, பினாங்கு எனும் அடர்காடுகளுக்குள் கைதிகளாக மறைந்தவர்கள் நாளாக இங்கேயும் இறங்கி வயல்நிலத்தில் குனிந்து கதிர் அறுக்கும் நெறு நெறுத்த கருக்கு அரிவாள் ஓசை வீசிச்செல்லும். கலப்பையும் கரடு முரடாய்ப் பயன்படா நிலையில் இருந்தது. மிகப்பழைய திரேதாயுகத்து மேழி திணறும் பாதையில் எலும்பு துருத்திய காளைகள் மூச்சுவிடும் தாது வருஷம். மண்ணைக் குழைத்து எழுப்பிய தாழ்வான சுவர்கள் மீது இங்குவந்தும் புல்வேய்ந்து மூங்கிலால் பின்னிச்சேர்த்த எளிய வெப்ப மனிதனின் உறைவிடங்கள். சுமத்திரா மலேயாத் தேக்கில் பழமையான வீட்டு வாசனை. யுத்தத்திற்குப்பின் பூழிப்புழுதியில் குடிபெயர்தல். வேகமாகிவிட்ட நாட்கள். நீர்மேல் இடுதல். தீவாந்திர தண்டனை. குடிபெயர் அடிமைகளை ஒப்பந்தக் கூலிகளாய்த் திரட்டும் முகவர்கள் வருகிறார்கள். கலங்களை ஓட்டச்சொல்லி, காற்றை அனுப்புகிறது விக்டோரியாவின் விதி. வந்தால் பெருந்தொகை தருவேன். துரைமாரென வாழவும் வழிபிறக்கும். ஒப்பந்தம் பெற்றுவிட வணிக வழித்தடங்கள். களரும் உவரும் ஓடையும் கடல்வரை கிடந்தது. கடல்வழி செல்ல மண்டபம், தொண்டி, முத்துப்பட்டணம்வரை. பிரிட்டிஷ் காலனிகளில் குடியேறிக்கொள்ளும் கவர்ந்திழுக்கும் விசையாகப் பூழிநாட்டில் தாழ்ந்தோர் வாழ முடியாத வங்கொடுமை வாழ்நிலையும் அங்கிருக்க, பல கடல் அலையெழுப்பக் கடந்துபோன தூரங்களில் அமானுஷ்யத்தீவில் இறங்கினார்கள். ஏமாற்றமும்

குடும்பத்தில் நிற்காத மனவேகம், நச்சரிப்பு, விடுபட, வெளியேற, ஓடிப்போக திணைமீட்பில் தூக்கிலிடப்பட்டவர்களைச் சூழ்ந்திருந்த செம்மண்மானாவாரிகள் தப்பிச்செல்ல கும்பினிக்குள் அடங்காதவர் களைக் குற்றங்களில் சிக்க வைக்க அவர்கள் பிடியிலிருந்து நழுவிய மீனாகக் கடலில் குதித்தார்கள். அகமண உறவறுத்து கலப்புரத்த பிறவியானவர்களை ஊரைவிட்டே விரட்டி விரட்டிக் கொல்ல வரும் நெஞ்சில் மயிர் முளைத்த கழுகுகள். அகமணம் மறுத்து கிளையழிந்த கன்னிகளின் தற்கொலைப் படலம். தற்கொலையின் கயிறுகள் கம்மங்குழிஅம்மனாக வரகு, சேரையில் நாண்டுகொண்ட மகளிர் சாவான்கல் தூண்களாக மாறினர். போன இடம் தேடிப் பிடிவாரண்டும் வந்தது கப்பல் உளவாளிகளுடன். சென்ற பிரதேசத்தில் சிறைப்பட்டு இறந்தவர்களின் ஒவ்வொரு எலும்பிலும் மால்பரோச் சித்ரவதை நடுக்கங்கள். பயணத்தைத் தொடரும் அடிபட்ட சுதேசி எலும்புகள் தாகத்தில் திரிகின்றன கும்பினிக்காணியாட்சிக்கு உள்ளேயும் வெளியேயும்.

செல்லுமிடமோ தூரமோ அறியாதவர்களின் கைரேகையிட்ட பக்கங்களில் திரட்டிய கூட்டம் இங்கு எங்கே மறைந்திருக்கிறது எனப் பினாங்கு மேஸ்திரியிடம் கேட்டான் துரைசாமி. அடையாளத் தகடுகள் நூலில் கோர்க்கப்பட்டு நெடுந்தூரக் கூலிகளாகப் பால் மரக்காட்டில் இருக்கக்கூடும் அவர்கள். அன்று முத்துப்பட்டணம் கொட்டடிச் சிறையில் கலனல் ஜேம்ஸ் வெல்ஸ் பாதுகாப்பு அதிகாரியாக இருந்தான். முத்துத்துறைமுகம் வந்தடைந்த அட்மிரல் நெல்சன் கப்பல் அசையும்போது நம்பரிட்ட அனாமதேய ஆள் இருப்பிழந்த அனாதையாகிவிடுகிறான். துரைசாமி கழுத்தில் கலனல் அக்னியு கோர்த்துத் தொங்கவிட்ட அடையாளத்தகட்டில் கும்பினி அடிமை என்ற முத்திரை, இனி என்றென்றைக்கும் திரும்பப் போவதில்லை என்ற உறுதி அதில் துப்பாக்கித் துவாரமாய் இருந்தது. போருக்கு முன்னும் பின்னும் விளையாத வறண்ட தனிப்பாடலாக இருந்தது புழுதி நிலம். முத்துப்பட்டணம் தடுப்புமுகாமில் நான்குமாத காலம் காத்திருந்தான் துரைசாமி. இவன் சென்ற கப்பலில் வந்த எழுபத்தி மூன்று பேரும் நாடுகடத்தப்பட்டவர்கள். பினாங்கு சென்றதும் கூலிகளின் தகட்டுவில்லை அணியவேண்டும். விலங்குடன் அணிந்துகொள்ளும் புளு சலாம்போர் ஆடையும் கொடுஞ் சிறையில் நெய்யப்பட்டதுதான். கூடவே வந்த இருபதுசிப்பாய்களின் துப்பாக்கிகளில் மாட்டுக்கொழுப்பு தடவுவதும் கைதிகளின் பணி. புறப்படுவதற்கு முன் கப்பல் துவாரங்களை தேன்மெழுகு தார் வைத்து

அடைக்கும் வேலை. கீழறையில் மலேயா மாலுமிகள் இருந்தனர். கப்பல் வந்ததும் முத்துப்பட்டணம் துறைமுகத்துக்குக் கூட்டம் கூட்டமாய் அழைத்துப்போக உப்புவண்டியில் ஏற்றினார்கள் பயணப்பொருட்களோடு கைதிகளையும். நாடுகடத்தப்படும் கைதிகளுக்கு முத்துப்பட்டணம் தனிமைப் படுத்தப்படும் சிறையில் தடுப்புமுகாம் இருந்தது. பின்னே அவை பினாங்கு மலேயாத் தோட்டக்கூலிகளின் உடல் வலிமையைப் பரிசோதிக்கவும், நோய்கள் உள்ளே மறைந்திருக்கிறதா, பிடித்து வரப்பட்ட சுதேசிப் போராளிகள் ஆரோக்யமாக இருந்தார்கள். போகப்போகப் பீடிக்கப்பட்டார்கள் கடல் காய்ச்சலில். பல வாரப் பயணத்தில் நோயுற்றவர்கள் மெல்ல மெல்ல வெளுத்த விழிகளை அண்ணாந்து கடல் காற்றில் அலறுகிறார்கள். கண்களைக் கட்டி கடலில் எறிந்தாலும் இந்த உயிர் கடைத்தேற்றப்படும். பனிமய மாதாகோவில் பாதிரியார் எல்லோரையும் வந்து ஆசீர்வதித்துத் திரும்பிய துறைமுகத்தெரு அது.

காய்ந்துலர்ந்த துப்பாக்கிப் புகைநெடி வீசும் காட்டு இலைகள். காகங்கள் விலங்கிடப்பட்ட பாலகனைக் கடந்து செல்லும் காக்காச்சி நிழல் கூட்டம். காய்ந்தமரம் கீழே விழக் காத்திருக்கும்போது ஒரு பச்சைமரம் சாய்ந்ததெனப் பச்சைஇளவரசன் முகத்தில் அத்தனை குழப்பங்கள்.

மேலே சாம்பல்நிற வானம். சாம்பல்பூத்த கானல் வழியில் தந்தையின்நிழல் நெருஞ்சிக் காட்டில் படிகிறது. தண்டகாரண்யமென இருண்டவனம் காளையார்கோயில் பாதையையொட்டிய சோதிவனம் சிறுவயல்வரை மொத்தக்கானகமும் கிளிக்கூட்டுராசாவைப் பார்த்து உதிர்கிற இலைகளின் ஏக்கம் மஞ்சள்நிறமாய் ஒடிந்து வீழும் துக்கத்தின் சருகுகள் துரைசாமியின் கால்களைத் தொட்டுக் கூடவே மிதந்துவரும். சலனமற்று இருந்த அவன்முகம் எவ்வளவு கலவர மடைந்து இருக்கிறது. நிதானமாய் தந்தை அவனைப் பார்க்கிறார். பூவரசம் மொட்டுகள் திறந்து எறும்புகள் சுற்றுவதை வெகுநேரம் சிறுவனும் நோக்கினான். சிறுவயல் இதன் நடுவே அமைந்திருப்ப தன்றி காட்டின் தொடர்ச்சி கெடும்படி இடையில் வயல்களோ கிராமங்களோ இல்லை. ஊடுருவி நுழையமுடியாத காடு என்று கலனல்வெல்ஸும் சொல்லியிருந்தான். வளதாடிப்பயிற்சிக்கு வந்துபோய்க் கொண்டிருந்த நாட்களில் அடிமரத்தை வெட்டிய பின்னும் வீழாமல் நிமிர்ந்துநின்ற மரங்கள் நிறைந்த கானகம் எனக் கலனல் போரிஸ் பினாட்டா சொன்னபோது சிறுவனும் அருகிலிருந்தான்.

கதிர் நுழையமுடியாத மையிருட்டு பகலிலும் இருந்தது. அழுத்தமாகவும் அடர்த்தியாகவும் படர்ந்திருக்கிறது. பூழியரும் மறைந்திருக்கும் கல்லாமரங்கள் சூழ்ந்த கடிமிளை. அருங்குறும்பு உடுத்த கானப்பேர் காவல்காட்டின் கண்ணுள்ள சிற்றரண் குறும்பு உள்ளே நெருங்கிவரப் பயந்து தொலைவில் இருந்தே இருட்டைத் துளையிட்டுச் சுட்டார்கள். பறவைகள் அனைத்தும் அலறியும் மறைந்தன சாபமிட்டு.

அடர் வனத்திலும் நோக்கமில்லாமல் அலைகிற மேகங்களென உச்சிக்கிளைகளில் எதிரியை எதிர்பார்த்துக் காத்திருந்தனர் பூழியர். வெல்ஸுக்கு சின்னப்பாண்டியர் வளதாடி கற்றுக்கொடுத்த நாளில் மஸ்ஸில்லோடிங் துப்பாக்கி, சாம்பல்கோட்டு ஒன்றையும் படையலாக வைத்தான். கும்பினிக் கோட்டு மட்டும் தனியே திரும்பிச்சென்றது முள்ளில் கீறல்பட்டு. வெல்ஸ்வந்த அந்தக் கானகம் வெட்ட வெட்ட வளரும் பூழியரின் மந்திர வனமாக அவனுக்குத் தோன்றியது. ஒரே ஒரு படைக்குழு மட்டுமே நுழைந்து வரமுடியும் என உணர்ந்தான் வெல்ஸ். வளரி கற்க வந்த ஒவ்வொரு நாளிலும் வேறுவேறு பாதையாக மாற்றிக் கூட்டி வந்தனர்.

ஊடுருவ முடியாத காடுஎன பாதைகளும் திசை மிரட்டின வெல்ஸை. கோட்டைக் கல்லாலும் சிலசமயம் மண்ணாலும் வைக்கோல் மெழுகிய பசுஞ்சாணத்தின் கோடுகளாலும் வளதாடியின் மாயம் இருப்பதை உணர்ந்தான். இஞ்சி எனும் கல்லால் கட்டிய மதில்மேல் பூழிவெள்ளை அமர்ந்திருந்தார். வளரியைத் தட்டியபடி கானப் பேரெயில் அரண் ஆழமாகிய அகழியையும் வானுயரயேறி வந்த மதிலையும் மரங்கள் மிகுந்த அடர்ந்த காவல்கட்டையும் சிற்றரண்களுக்குள் பொந்தும் புடவுகளும் புதிர்மிக்க இரும்பா எலிவளைகளில் நடமாடிக்கொண்டிருக்கிறார்கள் என திசை தெரியாமல் காடுகாடாய் அலைந்த மேஜர் எச்.எம். வைபார்ட் சொன்னான் சோல்சர்களிடம். அவன்கூடவே வந்த கலனல் ஸ்டுவர்ட் கொண்டுவந்த படையும் வில்லில் முட்டியது. வில்லென வளைந்து வாளமெனப் பல துணைவிற்களாகவுள்ள வானவில் மாயமென உடனே மறைந்துவிடும் பூழியருடன் போரிட வேண்டிய நிர்பந்தம். சுட்டால் வைக்கோல் மற்றும் நவதானியக் கூலம்பூசிய நத்தக்கூறுமண் மாட்சலாக் துப்பாக்கி ரவைகளை எதிர்த்துத் துப்பியது.

விநோதமாகத்தான் இருக்கும் ஆறாம்பிறை, எட்டாம் பிறை வடிவ மண்கோட்டைகள். இவையும் சாதாரண சிற்றரண்கள்தான்.

கையும் மெய்யும் சேர்ந்து கருப்பட்டியும் கடுக்காயும் அரைத்துக் கலவைசெய்த இருமண் வகைகளை நளிர்மண்ணோடு பிசைந்து பிழிந்த காட்டுவிரல்கள் பூழிப்படைக்கு. கற்கோட்டை தன்னை கைவசமே செய்திருக்கலாம் வளரியென அரைவட்ட வில் கோட்டை. பீரங்கி இடித்த மண்கோட்டைத் துளைகளில் குதிரைகள் நுழைந்தால் கும்பினிப்படைக்குத் திரும்பாது. குதிரை மீது மோகம் பூழியருக்கு. கிரேக்கரும் அசீரியரும் யுத்தத்தில் தழுவி முகர்ந்த குதிரை வாடைக்கு ஏங்கினர் பூழியர்.

கும்பினிக் குதிரையின் காலடிரேகையில் சோல்சர்கள் மறைந்திருக்கும் முகாம்கள் இருக்கும் ரகசிய இடத்தைக் கண்டு கொண்டனர். குதிரைகள் தூரத்தே கனைக்கும் ஒலியில் அவை துயருவதால் திணைகளின் தனிமையில் பூழியர்களும் அழுதனர் பகைவரின் குதிரைகளுக்காய். குதிரைநிழல்கள் பிரிந்து அலைவது தூரத்தில் தோன்றும். சொர்க்கத்திலிருந்தோ எயின் கிரகத்திலிருந்தோ வந்தவை மெல்ல நடப்பதில் காட்டுப் பெண்டிரின் கெச்சை போடும் இயல்பாய்ப்பட்டது. பூழிப்போரில் காப்டன் ரம்லே கொன்றழித்த இரண்டாயிரம் பேரின் சமாதியின் சாம்பல்மரம். அந்தப் பலியானவரின் ஈசல்நாட்டுச் சீமையின் எலும்புகளும் பேசும்ஒலி எழுப்பிய இலைகளெனச் சாம்பல் நீலமாய் எழுந்துவருகிறார்கள். கும்பினிப் படை லாயங்களில் திருடப்பட்ட இறகுகளென மிதக்கும் புரவிகளின் நிழல்களாகச் சுடப்பட்ட துளைகளில் இருந்து குருதிவழிய மரண முகமூடி அணிந்து அவர்கள் வருகிறார்கள் எதிரிகளின் குதிரைகள் மீது. மயிலப்பன் கழுத்தின் குழிவில் உதிரம் கசிகிறது துடைக்கத் துடைக்க. மயிலப்பன் வாள் தன்னை நீண்டதாகக் காணும் நீரில் கத்தியை விழுங்கிச் செறித்துவிட முடியுமென்று ஒவ்வொரு அலையாகி வருகிறது காட்டூரணியில். மயிலப்பன் கழுத்தில் கயிற்றின் தடம் புராதனப் பாத்திரங்களாய்த் திரும்பிவரும் திணை மறதியும் தானியங்களின் ஆவியும் நீருமாக ஒலி.

தொண்டைமான் அடிமை சாசன விசுவாசம். தான் வளர்க்கும் வெட்டுவாக் கருப்புச் சண்டைச் சேவல்களுக்குத் தானே அணிவித்த வைரக்கடுக்கன் பணியாது. ஏனெனில் ஆப்பிரிக்கரின் கிம்பர்லி வைரம் கும்பினியிடம் சேவல் பணிவதை மதிக்காது. ஆப்பிரிக்கக் கண்டத்தின் மையத்தில் தோன்றி காங்கோ, நைஜர் இரண்டுமே மேற்கு முகமாக ஓடி அட்லாண்டிக் பெருங்கடலில் கலக்கும் நீர்ப்பெயற்றில் பெருவெள்ளமாகக் கடலோடு மோதி நூறு

மைல்களுக்கு சமுத்திரத்தின் நிறத்தையே மாற்றிவிடும். தென்னாப்பிரிக்காவின் ஆரஞ்சு நதி அடிநிலத்தில் பாழியடித்துக் கிடக்கும், பல சிறு கற்களை உருட்டி அம்மணச் சிறுவர்கள் மூழ்கிஎடுத்த அவையெல்லாம் வைரக்கற்கள் ஆகின. கருவல் இனத்தினர் எல்லோருமே வைரக்கனிகள்தான். அவர்களை அடிமைகளாக பாக்ஸில் அடைத்துப் புராதன ஏதிலிகளாக ஐரோப்பியர் கருங்கலத்தில் கொண்டுபோன சரித்திரத்துயரம் வீசிய சூட்டுக்கோல் தழும்புகள் இன்றுவரை ஆறவுமில்லை. நாம் இழந்த நதியின் குழந்தைகள் முதலில் ஆப்பிரிக்கர்கள். அவர்களின் விரல்களுக்கிடையில் நழுவும் கூழாங்கற்கள் வைரங்களாக உருண்டு வெட்டுவாக் கருப்புக்குக் காதுத் தோடாக வந்து சேர்ந்தது.

பெல்ஜியம் கண்ணாடியில் முகம் பார்த்து ஒப்பனை செய்து கொண்டு பேசியது சேவலும், கிம்பர்லி வைரத்தோடு அசைய.

'அங்கு புதுக்கோட்டை ராசனைக் காணவந்த புல்லட் துரை ஐரோப்பாக் கண்டத்தில் உள்ள கிம்பர்லி வைரச்சுரங்கத்தில் கருவடிவாக இருந்த என்னை பெல்ஜியத்திற்குக் கொண்டுவந்தான். அங்கு வரைவேலை செய்வதில் தேர்ந்தவராகிய பிரைட் துரை எனது கரு உருவை சாணையில் பிடித்துத் தேய்த்து முப்பத்திரண்டு பட்டைகள் உள்ள வைரக் கல்லாக்கினான். என்னுடைய பெயர் கருப்புத்தாய். ஆயிரம் கோடி கிரணங்களை வீசுவேன். பிறகு என்னை அவன் ஒரு அழகிய தாசில் பஞ்சணையில் படுக்கவைத்து பாக்ஸில் அடக்கி பம்பாய்க்கு பார்சல் செய்தான். நான் பெல்ஜியத்திலிருந்து கப்பலில் புறப்பட்டு மதராஸ் வழியாக இறுதியாக தொண்டை மானிடம் வந்துசேர்ந்தேன். இந்த ஊரில் வைர வியாபாரம் செய்து கொண்டிருந்த தானஞ்செட்டி வீட்டிலிருந்து இங்கிலீஷ் தரகர்களோடு என்னை அடிமையாக ஏலமிட்டனர் ராசாவிடம். அவரின் கண்களைப் பறித்த படிகத்தில் மடிக்கப்பட்டிருந்தன பல கடல்கள். என்னை ராசா விலைக்கு வாங்கியதில் பல சமுத்திரங் களையும் சேர்த்தே வாங்கினான். யாருக்கும் பணியாத கத்திக்கட்டு நூழா வெட்டுவா கருப்பே... உன் காதணியாய் நான் இருப்பேன். புறங்கையை ராசா திருப்பித் திருப்பிப் பார்த்தார். கணையாழி கையை விட்டு நழுவியதால்'

மண்மதில்களுடன் கோட்டை இடிபாடுகளைத் தாளில் வரைந்துகொள்கிறான் லெப்ட்டினெண்டு அக்னியு. விக்டோரி யாளுக்கு மடலனுப்பினான் பரங்கிமுத்திரை வைத்து.

கீரனூர் கோட்டைக்குக் கிளிப்பாண்டியைக் கூண்டிலடைத்துக் கொண்டு வருகிறது ஆறாவது பெட்டாலியன். வைகைக்கரைப் போரில் நீரில் நின்று போரிடும் யுத்தியைக் கையாண்டிருந்தனர் நேற்று. தொடையளவு தண்ணீரில் நின்று போரிட்டுக் கொண்டிருந்தனர். 'சாகத் துணிந்தவனுக்கு சமுத்திரமும் முழங்கால் அளவு' என்றான் தீ வெட்டிக்காரன். ஆறாவது பெட்டாலியன் நெருங்கி இருந்தது அவர்களை. திருப்புவனம் கோயில்கோட்டைச்சுவர்மேல் ஆயிரம் பூழியர்கள் நள்ளிரவில் ஏறியிருந்தனர். வைகையைக் கடக்க முடியாமல் அக்கரையில் கும்பினிப் படை. ஆற்று வெள்ளத்தைக் கடக்க முடியாமல் திணறியது. நீரில் இருள் கண்டது. பூழியர் இருகைகளிலும் தீப்பந்தம் வைத்துக்கொண்டு அவற்றைப் பாடிப்பாடி சுழற்றி பல்லாயிரம் வீரர் கோட்டை மேல் நடப்பதெனக் கோரஸ் எதிரொலிகள் சுவரில்பட்டுப் பெருகும் பாவனைவிளையாட்டு. வெள்ளையர் கொண்டுவந்த கருமருந்து வண்டிகளை நக்கி நனைக்கிறது வைகை. கொடி அதிகாரி கூப்பிள், மேஜர் க்ரே, லெப்டினெண்டு டோரிஸ் பினாட்டா ஆகியோரை வா வா என்று சுழி வெள்ளம் பூட்ஸோடு கால்களை இழுக்கிறது.

கும்பினியார் ஊமையனை 'டம்பி'யென்றும் முசல்மான்கள் 'மூகா'யென்றும் கூப்பிடக் கூப்பிட கிளர்ச்சியை நின்று நடத்திவிட்டு நிலவரம் கண்டறிய சின்னப்பாண்டியரிடம் சேர்ந்தார். புரிந்து கொள்ளமுடியாததாகத் தென்படும் மோதல்களில் டம்பியும் சின்னவரும் உயிர்பிழைத்து வனம் ஏகினர் கணிசமான ஆயுதங் களுடன். விவசாயிகளும் கலப்பையில் செதுக்கிய சுடுகருவிகளை மாட்ச்லாக் துப்பாக்கியென வடிவமைத்தனர் சந்தன ஆசாரியும் சாக்கோட்டைத் தச்சர்களும். வடக்கே சிங்கம்புணரி சங்கரபதிக் காட்டில் சுடுகருவித் தச்சுப்பட்டறை மங்கலக்காட்டில் மறைந்திருக்கும் பழையனூர் எனும் நீலிதாபுரத்துக் கொடும்வனத்தில் சுடுகருவிகள் நடமாட்டம். பேய்க்காற்று வீசும் உடைமரங்கள் நீர் காணாது தவித்திருந்த நீலி ஓடையில் கத்திவுரைத் தோல்பதனிட்டது ஆவாரங்காடு. ஒவ்வொரு காடாய் டம்பியைக் கூட்டிப் போகிறான்.

உங்கள் அஸ்திரத்தில் இருக்கும் படியான வில்லுடைய வழுவை விட சுடுகருவி மேலானது எனச் சோல்சர்கள் நினைப்பது தவறுதான். வளரியை வலக்கரத்தில் பற்றினேன் மந்திரம் சொல்லி. கருவெடியும் மின்னலாய் எங்கும் பூமியாடியது. விலங்குகளின் கர்ஜனைகள். மாட்ச்லாக், மஸ்ஸில்லோடிங் துப்பாக்கிகளுக்கு எதிராய் காட்டு எல்லையில் பூழிச்சேனை பிரியும் நாற்திசையிலும் காடு நுழைந்தது.

நீலி ஆங்காரித்த அரளிப்பான பச்சை மூடிய திணை. கும்பினி வெகுபடைகளோடு வந்து வனமழிக்கப் புல்லுருவிகளை ஏவினர். காடுகள் கோபத்தோடு எதிரியைச்சுற்றிக் கொண்டது. துப்பாக்கியில் பூட்டிய ரவைகள் பாய்ந்து பொடிப்பொடியாய் வீழ்ந்தன மண் கோட்டையில். காட்டுமாடுகள் கல்லந்திரி ஊரையும் சுற்றி வளைந்து பசுக்களையும் திருப்பிக் கொண்டு வெடிப்படை செல்கிறது. ஊரணிக் காடுகளிலும், காட்டரண்களிலும் இடம் பெயர்ந்து கொண்டேயிருந்தன விலங்குகள். அவற்றுக்கு காவல் உத்தரவு கொடுத்தான் பூழி சங்கிலியனுக்கு. மங்கலங்கோட்டை முடுக்குச் சீமையில் கல்லாத்தில் பதுங்கியிருந்தனர். கிராமங்கள் எல்லாம் வளுதாடி வீசின. கும்பினிக் கைக்கூலிகள் வெட்டுகிற மரத்துக்குள்ளே முளைத்து வந்தனர் கூளிகளும் வனச்சியரும்.

வனத்தில் நாலுகோட்டை இடையர் பசுமாட்டுத்தொழு போட்டிருந்தார்கள். அப்படி இருக்கையில் வேறொரு தொழு வாசலில் ஒரு இலந்தை மரம் பெரிய மரமாகயிருந்தது. அந்தப் பூழி இடையர்கள் தொழுவிலிருந்து பசுக்களில் பால்கரந்து தம் புழுதிக் காட்டுச் சேனையாட்கள் வசம் தோண்டி சருவங்களில் கொடுக்கக் கொடுக்க வழிவிட்டது வனம்.

குகைக்குள் மழைநீர் உட்புகாமல் விளிம்புவழியாகப் பாறையின் வெளிப்பகுதியைச் சென்றடையும் நீர்வழியாக வழவழப்பான கற்படுக்கைகளைத் தொட்டதும் மறையும் மயக்கரவுகள். லாட வடிவாய்க் கிடந்த விருப்பாச்சி மலைக்குன்றுகளுக்கிடையே போராளிகள் காடுகளில் இருந்து தலைமறைவாயினர். லெப்டினெண்டு கலனல் போரிஸ் பினாட்டா, ஹட்ஸன், காப்டன் லிட் மூன்று தளபதி களின் கீழ் கும்பினிப்படை மலைக்கு மலை போராளிகளைத் தேடி வந்தது. அவர்கள் மறைந்துள்ள ஆனைமலையை மூன்று பக்கங்களில் ஒரே சமயத்தில் தாக்கத் திட்டமிட்டிருந்தனர் மூவரும். அடிவாரத்தில் ஆத்தூர் புடவுக்குள்சென்றால் அவர்களைப் பிடிக்க முடியாது.

புடவுகளுக்குள்ளே செங்கல்லக ஆவி மயக்கரவு என்ற பாக்கு நிறமுடைய சர்ப்பம் வளைந்து வந்து ராத்திரி நேரங்களில் வௌவால்களைச் சாப்பிடுவதற்காக வளுதாடிகளைக் கொடுத்தது போராளி களுக்கும் பூழியருக்கும்.

பாக்கின் அரக்குநிறமான மயக்கரவு வளைவும் நெளிவும் அதன் விலாஎலும்புகளின் ஒடக்கூறு வளுதாடி ரூபமாகும். இருந்தாலும் விழிகளால் ஈர்த்து கண்சொருகுமாறு சிறுவயல் சருகணிப்

பூழியரை மயக்கக்கூடியது. மாடுமேய்க்கும் மாறுவேடத்தில் உள்ள விருப்பாச்சிகளையும் ஆடுமாடுகளையும் தொந்தரவு செய்யாது. ஊர்விட்டு ஊர்வருந்தி அலையும் காட்டுப்பாதைகளிடம் துயர் கேட்டுப் பெண்களின் காலடிப்புழுதியோடு ஒவ்வொரு எட்டிலும் அவர்களின் வாதைகளைக் கேட்டவாறு செடிகளுக்குள் முகம்வைத்து எட்டிப்பார்க்கும். அந்தரத்தில் கால்பாவி இரவில் கண்தெரிந்து விருப்பாச்சி மலைத்தோட்டங்களுக்குப் பறக்கும் பழம் திண்ணி வெளவால்களை வேட்டையாடும் மயக்கரவு. இதனால் வெளவால்கள் அதன் கண்களின் வேகத்திற்கு அஞ்சி உயரமாகப் பறப்பதால் பிடிக்க முடியாமல் நழுவுகின்றன வாசிமலைமேல் கிறீச்சிட்டு? ஓட்டைச் சுனைமலைக்கு நீர்குடிக்கவரும் போராளிகளை ஒன்றும் செய்யாது மயக்கரவு. மலை உச்சிமேல் வெளவால்கள் கனிகளை முத்தமிட்டு மையல்கோடுபோட்டு இருட்டைக் கிறுக்கிக் கிறுக்கி மயக்கரவை ஏமாற்றிவிடும். இதனால் மயக்கரவின் குடல்வயிறு காய்ந்து வரலானது. காட்டுப்பொந்தில் பட்டினி கிடக்கும் விருப்பாச்சிப் போராளிகள் சீற்றத்தைக்கேட்டு வாய்ப்பொடி, மூக்குத்தூள் புகையிலை வைத்து வழிபட்டு மலைவேர்களைத் தேடிப்போனாள் அரசாணி மயிலரச்சி நாச்சியார்.

மயக்கரவு கண்கள் சொருகத் தன் விலாயெலும்பைப் பசியால் உருவி வீசி வீசிப் பிடித்த வெளவால்களை மாந்தியுண்ட ஒவ்வொரு ராத்திரியும் வேட்டைப் புலமாயிற்று .

செங்கல்லகப் போராளிகளும் சிறுகுடிப் பூழியரும் தம் சிரசில் நெருப்பெரியும் ஒற்றைமுடி நெளிவைக் கண்டு பயந்த மயக்கரவம் போராளிகளிடத்தில் தன் விலாயெலும்புகளில் ஒவ்வொன்றாய் உருவிக் கொடுத்ததில் மாங்கொட்டை ஏந்திய அம்மணவாயனுக்கு மறுபடியும் வாய்ப்பொடி புகையிலையை வைத்துக் கொண்டுவந்த மந்திரவேர்களைக்கொண்டு ஊதியூதி மயக்கரவை எழுப்புகிறார் கிளிக்கூட்டுராசா. அம்மணவாயன் கல்கஞ்சணத்தின் சுற்றுச் சுவருக்குள் புதைந்துள்ள மயக்கரவு எலும்பு வளுதாடிக் கோடுகளாய் பூழியர் புராணத்தைக் கீறிக்கொண்டு இருக்கிறான் பச்சை இளவல் துரைசாமி, கையில் ஏந்திய மாங்கொட்டையில் மயக்கரவு சொல்லச் சொல்ல.

இலந்தைமுள் கோட்டை

ஒரு இடத்தில் தானியப்பயிர்கள் அதிகமாக ஆக வேட்டைநாய்கள்

வட்டம் போடும் (முயல்கள் வேட்டை நாய்களை விரட்டும் பாஞ்சாலங்குறிச்சி கரிசல் வளையம்).

அந்நேரத்தில் ‘டம்பி’யை அவன் திரும்பிப் பார்த்ததாகவும் தெரியவில்லை. மூகாமூகா என்று ஊமையன் சேவலைக் கொஞ்சினான் ரோஜாபாய். கிளிப்பாண்டி சேக்காளி ஊமையன் சாவல் சொல்லிச் சொல்லியடிக்கும் பீலா, சிவப்பு, கொஞ்சம் கருப்பு. நாட்டுரங்காவை கள்ளுக்கடை முத்து நாட்பட்ட கள்ளூட்டி வளர்த்தான் எனத்தெரிந்தே பெண்களிடம் தன் பழைய வளுதாடி களைக் கொடுத்து, மாசிக்களரி வளுதாடிச்சடங்கில், அந்திக்கள் கொடுப்பான் பெண்களுக்கு. வளுதாடிக்கு விட்டு, மண்ணுக்குவிட்டு, காதக ஆவிகளுக்கும் ஊட்டினார்கள். சித்தானகுளிகைசெய்து சேர்ந்தாடு பாவைகளோடு ஒரு நொடிக்குள் சுற்றிப் பறந்து போகும் நூரி வைத்திருந்தால் பேய்பிசாசு அண்டாது. கண்படாது என்ற நம்பிக்கையை ஊர்ப் பெண்கள் நூரிமேல் வைத்திருந்தனர். பூட்டி ஆவாத்தாள் பாம்படக் கிணற்றுக்குப் போனால், நூரி பின்தொடரும். கிணற்றடிக் கல்தொட்டியில் நீஞ்சவிட்டான் ஊமையன் தன் பாஞ்சால நூரியை. நல்லிக்கால் கனமாக இருப்பதைத்தூக்கிப் பார்த்து கத்திக் கட்டுக்கு என்னிடம் விடு என்றான் ஊமைச் சைகையில். அவன் வளுதாடி இலந்தைமுள் சுற்றிய கிடாரம் தேவிசக்கம்மாள் கைக்கு வந்துவிடும். ‘அந்தக்கால அழுக்கு வளுதாடியை இலந்தைமுள் கோட்டைக்காரி சக்கம்மாள் சிலைமீது எடுத்தோருக்குச் சாவே இல்லை’ என்றார் பூசகர் ஆதிநெட்டிமாலை. தேவி சக்கம்மாள் கனாவில் முடிவில்லாமல் சுற்றி இலந்தைமுள் கோட்டைப் பொட்டலுக்கு வந்துகொண்டிருந்த மான்கூட்டத்தோடு ஓடிச்சுழலும் புழுதிப்படையில் கால்படாமல் முதுகு வளைந்த சிலரோடுதாவி மிதந்துவரும் அழுக்கு வளுதாடிகளில் எந்தெந்தக் களரிக்காரர்கள் வந்தார்கள் முழங்கால்பட்ட குருதியைத் தொட்டு வைத்த பொட்டு நாளாக நாளாக வளுதாடிப் புள்ளியாகும். நாள்பட்ட வாடையடிக்கும் கருப்பு வளுதாடியைக் கழுவக்கழுவ அது பிடியைவிட்டு மிதந்து வெள்ளைத்தரைக் காட்டுவெளியில் அந்தரித்துப் பூட்டி ஆவாத்தாள் நெற்றிக்குமேல் வட்டமிட்டது.

மனுச சென்மம் உதிப்பதற்கு முன்பே விருட்சத்தின் கனாஉருவங் களில் வளுதாடியைப் பார்த்தாள் ஐயை உய்ய வந்தாள். பெரு விருட்சியாக ரெட்டைப்பெண் சிசுக்கள் ஆண் வாடை அறிந்திராத இருளாயிக்கும் உய்யவந்தாளுக்கும் வந்த ஒரே கனாவில் முதன்முதலில் பட்டுத்துணி என மெலிவிலும் மெல்லிய ஆன்மா முசுக்கொட்டை

இலையை மென்று கசியும் பசை இழையிழையாய்க் கோர்த்து நெய்யப்படாமல் தையலும் இணைப்புமில்லாத காதக ஆவியரின் வெள்ளைத் தோற்றங்களுக்கு முந்திய புகைமூட்டம் கரைவதாக இடமற்று அலைந்து வந்தது. வெளியில் வராமல் கனாத்துகிலில் பூழிப்புழுதி போர்த்திய இருட்டாகவும் ஆன்மாவுக்கு உடம்பெல்லாம் ஆயிரம் கண்முளைத்துக் குளிர்ந்த கன்னத்தில் முத்தம்படாமல் இருந்தது சிங்கம்புணரி சங்கரபதிக் காட்டு ஆன்மா. ஊமையன் நூரிச் சேவலுக்கு சமிக்ஞை செய்தான். ஊரூராய்த் திருடிய குஞ்சுகளைத் தூக்கிப் பார்த்து அபாணத்தைச் சுரண்டி றெக்கையை உருவி மோந்து 'மச்சிப் பூ' என பெயரிட்டுக் கொஞ்சினான். வெள்ளை சிவப்பு ஜாவா, 'நரிக்குட்டி நீ வளர்க்கும் கருஞ்சிவலைப் புள்ளி வைத்த கீரி, சுத்தக் கருப்புக் கதர் மற்றும் கிளிமூக்கு கவுள் இந்த நான்கைத் தாட்டுக்குவிட்டு இட்டமுட்டையை ஊதிவூதி மந்திரித்து வைத்து குஞ்சு எடுத்தாலும் அம்முதல் சேவலின் கூறு மூன்று தலை முறைக்குக் கிளிமூக்குச்சாயல் வந்துவிடும். பன்னிரெண்டு வயதுத் தலைமுறைப் பரிணாமம் பாஞ்சைப்பதி கொண்டுவந்த சாவலுக்குள் மறைந்திருந்தது. 'எதிர்பார்க்காத விதம் முதல் இனம் வெளிப்படும்' என்று கள்ளுக் கடை முத்து சொன்னதை பனைமரத்து நிழலை நம்பிக் கேட்டார் கிளிப்பாண்டியர்.

இருளாயி ஆத்தா வயிற்றில் ஐந்தாம் மாதப் பூ ஒன்றை விரல்களில் பொத்தி உய்ய வந்தாளிடம் காட்டினாள். அரைச்சிசு மச்சமென நீந்தும் சூல்வாடையில் கனாவில் சீவித்திருந்த பிறவா வெளிக்குள் நகர்ந்து போய் கண்திறவாத ஜனனமாக உடலுயிரில் கலந்தது புழுதிக்காட்டு ஆன்மா. முதலில் இருளாயிஆத்தா கருக் குழியில் பூழியர் ஆன்மாவையும் தன் மெய்யுடல் ஆக்கினாள் ஐயை.

கனாவை வர வைப்பதற்காக வேரல் எனும் சதுரகிரி மலையில் வளரும் சிறு மூங்கில் சுட்டுத் துளையாத துவாரங்களில் காற்று லயம் இழைவதாயிற்று. துவர்நிறமாயும் வெண்ணிறமாயும் கல்பறிச்சான் குருவிக்குஞ்சாய் வாயை வாயைத் திறந்து அண்ணாந்து தவிக்கும் பூழிராசர் ஆன்மாவுக்கு இண்டங்கொடி முள் ஒன்று சாபமாய்த் தொட்டதும் விலகினாலும் இந்தமுள் தூண்டில்முள் வடிவில் வளைந்து கவ்விக்கொள்ளும் வேலு நாச்சியாரைச் சென்று சேர்ந்ததில் இண்டமுள்காடாக வன்னிலத்தில் வளரும் வளுதாடி களோடு சேர்ந்து கொண்ட அரசாணி வேனிற் காலத்தில் உலர்ந்த கொம்புகளுடன் ஒவ்வொரு இண்டமுள்ளாய் உதிர்ந்தது பெரிய பாண்டியர் ஆன்மாவில். துவர்த்த இண்டம்பூவைக் கண்டதால்

கன்னிகழியாத பெண்கள் எழுவர் இருந்தனர் செம்புழுதி அரண்மனையில்.

எந்தக் காற்றில் யார் வருகிறார்கள் என்று மருந்து மாயம் பூசிப் பார்த்துவிடுவாள் அரசாணி மயிலரச்சி. கனாவில் ஒருவர் தொடர்ந்து இருக்க முடியுமானால் மயிலரச்சி மெல்லக் கண் விழித்துக் காட்டின் கடைக்கோடி வாசனையில் உருவங்கள் தோன்றி வரும் மரவளுதாடி கனாவில் மிதந்து தாவர உடலாயின. தாழையுடை தரித்த வளுதாடிகள் கதிரறுக்க வருகிறார்கள்.

கிளிப்பாண்டியரோடு கலனல் வெல்ஸ் திரிவதைப் பார்த்து காட்டூரணிமேல் கழுதையில் பொதியேற்றிச் செல்லும் ஒருவன் பாடுகிறான், 'வாராண்டா வாராண்டா... வெள்ளைக்காரன் வாராண்டா...' அதை கண்டு கழுதையும் பாடியது 'வரட்டும் காவாளி தொப்பிக்காரன்.' பண்டைய நாளில் பயிர்களுடன் வளுதாடி சூடிய அரசாணி மயிலரச்சி தனித்து வருகிறாள். அரசாணி மயிலரச்சி அரண்மனையில் இருந்து சடங்காற்றுதலுக்கு எல்லா நிலைகளிலும் வழிபாட்டு நெற்களத்தில் அம்பாரத்தில் சாணக்கோடு இட்டு வளுதாடி வைத்து சுருதி நரம்பாடிகளிடம் நற்சொல் கேட்பதற்கு நெல்லும் கண்ணிப்பிள்ளைச் செடியும் நட்டுவைத்தாள் தாயார். படியளந்த நெல்பெட்டி பெண்களிடம் இருக்கும். வளுதாடி வளர்த்தல் பெண்கள் இயல்பாகும்.

அரசாணி மயிலரச்சி அரண்மனைத்தோட்டத்தில் உள்ள நொச்சிமரத்தின் மீது படரவிட மெல்ல வளரும் மரவளுதாடி தாழிகளில் வாழ்ந்திருக்கும் வளுதாடியோடு மண்தாழியில் வைத்த குவளைப்பூ மோகம் கொள்ளும் இளந்தாரி ஆயிரங்கால் செம்பல்லி மேல். நீர்தரு மகளிடம் வளுதாடி கேட்டு மடலேறி நின்றாலும் தர மாட்டார்கள் உயிர்போனாலும். இயற்கையில் படிந்திருக்கும் ஆவியரோடு மரக்கிளைகளுக்குள் மறைந்திருக்கும் சிற்றூர்களின் அலாதித் தெருவாசனையில் மண்கூரை இற்று உதிரும் ஒரு துகள் கனாவில் புலப்படும்.

உழவுமகளிர் குருக்கத்திப்பூ எடுத்து யாருக்கும் கொடுக்க வில்லை. பித்திகை எனும் செண்பகப்பூ குமரு ஒருத்தியின் ஓலைக் குடலையில் இருக்கும். மரிக்கொழுந்தோடு பித்திகை சொருகினாள் ஒட்டுத்தாலி கட்டியவள். வளுதாடி சூடிய பழையோள் வளஞ்சான்ற வயலில் மாசெழித்து சுரும்புகள் குணங்கிச் சுழலும் நண்பகலில் மாறானநாட்டுக் கழனிவரப்பில் நடந்து

வருகிறான் நரிக்குட்டி. குளக்கரையில் மாமரத்தோடு ஆயிரங்கால் செம்பல்லி வளுதாடிப் பெண்களுக்கு பயிற்சி கொடுக்கும் சுபாவத்தைத் தூரத்தில் இருந்து பார்த்தான் எதிரியை. குளத்துமேல் வீசி வீசி நீரின்தேசல் ஒளியாக வளுதாடி நீர்படாமல் கடந்து செல்லும் சூட்சுமத்தை நோக்கி வியந்தான் நரிக்குட்டி.

காட்டுச்சூரைக் குளத்தருகில் நீண்ட அடிமரத்தையுடைய மாமரம் எந்நேரமும் செம்பல்லியோடு பெண்களும் பேசிப் பேசிப் பழுப்பதில் செஞ்செவேல் நிறம் படரும். செம்பல்லி கையில் ஒருமாங்கனி நீர்நிலை அருகில் கிளிகளோடு கொஞ்சுகிறான். மான்கொண்டான் பொய்கையில் நீர்வளம் ஒருமாவின் ஆற்றலுடன் கனியின் பாதையில் வளுதாடி வீசினாள் அவனிடம் வளுதாடி கற்ற நங்கை. இந்த வளுதாடிப் பெண்ணோடு எத்தனைக் காலம் மாவடியில் விழுந்து கிடக்கும் அணில் கரும்பிக் கொடுத்த கனி. அதைக் குனிந்து எடுத்து மண்ணை ஊதியூதி எச்சில் பட்டதில் எத்தனை அதிசயநார். மரத்துக்கு மரம் செவக்காட்டு மண்பட்டினத்தின் சசிவர்ணேஸ்வரர் கோயில் தோப்பிலும் காத்தாட்டி ஏந்தல் தோட்டக்கதவுகளும் அத்தனை வகைக்கனிகள் திறந்த பாதையில் வாணியங்குடி, மானாகுடி, முடிக்கரைக் கிராமங்களைக் கோயிலுக்கு விட்டதால் தாமிரப் பட்டயங்களும் கனிகளாயிற்று. ருசிவேறு மணம்வேறு ஒவ்வொரு வளுதாடி வாடை மற்றொன்றோடு ஒட்டாது முத்துவடுகரென. பூதக்கா நாச்சியாரின் பட்டயங்களும் நெல்சன் கூற்றுப்படி அரசாணியாக இருந்திருக்கிறார். அவள் ஆண்டது சுயேட்சையான ராணி என்ற முறையிலா அல்லது மகன் முத்துவடுகர் சார்பிலா... மாங்கொட்டை ஏந்திய அம்மணவாயன் நெற்களத்தைத் தாண்டிக் கடந்து போகிறான் ஒட்டைசொனைக் கல்கஞ்சணத்திற்கு.

தாயார் பூதநாச்சியார் காப்டன் காலியாத்தை வரவேற்கும்போது முத்துவடுகர் வயதுக்கு வராத இளையர். கண்ணுடைய அம்மன் கோயில் இருட்டுவளதாடிகள் பள்ளுப்பாட்டில் வரும் வேலு நாச்சியாரும் அவளுக்கு இளைய ராணியான கௌரியும் இரு வளரிகொண்டு வருகிறார்கள். மான் விடுதூதில் வளரி எடுத்த முத்து வடுகர் கையிலிருந்து இளைய ராணிக்கும் வேலு நாச்சியாருக்கும் கைமறைவில் சேர்கிறது. அந்த மாங்கொட்டையை அரசாணி மயிலரச்சியிடம் மாயமருந்தாகக் கொடுத்துப் போகிறான். சிலவேளை மருந்து இடிக்கும் கல்வத்தின் ஒலி விட்டுவிட்டுக் கேட்கும். தாயாரின் கண்டாங்கியில் முகம் குப்புறத் தூங்குகிறான் செம்பல்லி. அடிப்பகுதி மரப்பட்டையில் பொறிந்ததென

இருக்கும் தாயார் மெய்யுடல்.

வளுதாடிக்குள் ஒரு மாமரம் பரம்பரமென ஒலியிடுகிறது காற்றோடு. தளிர்க்கும் இளவேனிற் காலத்தில் மாவிலைகளில் தீக்கொழுந்தாகப் பளபளக்கும் பகல் இறங்கும் வேளையில் நரிக்குட்டி எதிரியைக்காணநேரும் சந்தர்ப்பத்தில் செங்கோடு தழுவிய எதிரெதிர் வளுதாடிகள் மெய்தொட்டு உணர்ந்த வேகத்தில் மெல்லச் சுழன்ற வளுதாடியை யாரோ தொட்டு நிறுத்திவிட இருவருக்குள் மகா சுழற்சியாய் பகையற்ற நிலைசுழல யுத்தமுனையில் வளரியும் வில்லெடுத்தும் சமர் செய்து நாலுகோட்டைச் சீமையைக் காப்போம். சேனையோடு அகமொன்றாகக்கூடி நேரில் போர்க்களமே செல்வோம். சொன்னசொல் மாறாதே சாயந்திரமானபடியால். முள்ளிக்குட்டியும் உடையணன் குடைக்காதுடையவரும் ஈட்டி, ஜமுதாடி, வல்லயமெடுத்துப் போனவர்கள் திரும்பும் நேரமிது.

தூதைக்கு அருகில் கூன்பாண்டியர் தடம்விட்ட மத்தளம் அடிபட மரகதச்சிலை உடைபடும் எழுத்தாயிரம் உடையார் பிடிமண்ணெடுக்க வந்தேன். சஞ்சலமடையாமல் நேரில் போர்க்களமே செல்வோம். பாசறையைச் சேர்ந்த சோல்சர்கள் சேனைப்பூழியரைக் கொல்லும் மார்க்கம்பற்றி எல்லோரும் பேசிக்கொள்கிறார்கள். பந்தமுள்ள நமக்கு விரோதிகளே விரல் கோர்க்கிறார். நம் பெற்றோருக்கு நாம் ஒன்று சேர்ந்தால் ஆகாது. இது கத்தியத்தில் எழுதப்பட்ட விதியோ... பசிக்கும் பாம்புக்கு தேரைவகுரன் நான் இரையாக மாட்டேன் என்றான் நரிக்குட்டி. போரோடு நாம் அழிந்தால் போதும். கொல்லும் மாட்ச்லாக் துப்பாக்கிகள் நம்மைச் சுற்றி வளைத்திருக்கின்றன இவ்வேளை. கொஞ்சம் வெளி வாரும் செம்பல்லியாரே. தந்தையர் இருவரும் சாக்கோட்டைக்காடு, காளையார்கோயில் கானகம், சிறுகுடிக்காடுகள் தப்பமுடியாத கந்தவனக் காட்டிலும் நத்தம் கணவாய்வரை நம் சேனையோடு விருப்பாச்சிகளும் சேர்ந்தவர்தான். வினாசம் ஆரம்பித்துவிட்டதே எல்லாமும் என்னவாகும்.

கும்பினி நெற்றிக்குக் குறிபிடித்தாலும் சூறைக்காற்றில் சிக்கிய விருட்சம் கரகரவென்று சுற்றி நிலைகலங்கியும் பூழியர் சாயாமல் இருக்க ஒரு நாழிகை சேர்ந்திருப்போம். சத்திய மொழியாய் ஒருவருக்கொருவர் யாக்கையின் உப்பினால் சீமையின் உயிர்நிலையை அறிந்துகொண்டு சபதத்தின்படி நம் நீலநரி வளதாடிக் கைகளால் புழுதியைக் காப்போம் என்றான் ஆயிரங்கால் செம்பல்லி.

வளுதாடி விதிகளும் நடுங்கி ஒருவரை ஒருவர் திரும்பிப் பார்க்க வைத்தது.

இருவர் கைகளுக்குள் கோர்த்திருந்த தளிர்விரல்களில் வளுதாடி இரண்டும் ஒன்றையொன்று தீயஅரசர்களாய்த் தொட்ட இப்போதில் விதி தலைகீழானது. கனாவுக்கு உண்டான வேளை பகல்நேரத்துக்கு உண்டான கனவில் அகப்பட்டனர்.

பூமியோடு மற்ற எல்லாவற்றையும் படைத்துவிட்டு மறைந்து விடும் முதல் கனாவின் ஆதியந்தத்தில் சொருகிய விழிகளைப் படபடத்தவாறு நனவிலிக்குள் கரைந்து மறைந்தவர்கள் வளுதாடியால் இறந்தவர்களைக் கனவுகாணுதல் இருவர் கண்ட கொடுங்கனவில் நெடுந் தூரத்தில் காலம் தோன்றுவதற்கு முற்பட்ட காலத்துக்கு வெளியே அப்பாற்பட்டு, தாம் இருவரும் பகையற்றவர்களாக ஆவிச் சேர்ந்தவர்களோடு தான்தோன்றியான காலத்தின் தனிமை வாசத்தில் காணமல்போன வளுதாடிகளின் கோடுகள் மெல்லத் தோற்றத்திலும் கரைவிலும் உருப்பெற்று அவற்றின் ஒலிகளில் மாய்ந்தவர்களாக அப்பாலில் இருக்கும் நாளைய மரணத்தின் வளுதாடியோடு இருவரும் விரல் கோர்க்கும் நெருக்கத்திலிருந்து க்ஷணிக நேரத்தில் விலகிப் பிளக்கும் இடைவெளியில் இந்தத் தீய அரசர்கள் இவ்வேளை கண்ட கொடுங் கனவையே வளுதாடியாக எறிந்த காலத்தின் தூரப்புள்ளிகள் எப்போதுமே இணைந்தவைதான்... என உணர்ந்த அரை நொடியில் திரும்பிப் பாராமல் எதிரெதிர் திசையில் போய் மறைவதை செம்புழுதி நாடே பார்த்துக்கொண்டு இருக்கிறது.

மனிதனின் உள்ளுணர்வு நிலையில் அனுபவத்தின் எல்லாப் பொருட்களும் மனனியாக வெளிவிளக்கம் கொண்டிருப்பினும் மரங்களின் பெரும் கிளைகளில் படரும் உருவங்கள் இன்னமும் படிந்து இருப்பதிலிருந்து மஞ்சணத்திப் பூவின் மனம் மயக்கரவு களாகக் கிறங்க வைக்கும் 'சாம்பல் நிற ஆந்தைகளின் அலறல் ஒலி நமது வீண்பெருமைகளை எல்லாம் சாம்பலாக்கிவிடும்' என்றான் துரைசாமி. 'உனக்கு யார் சொன்னார் இதை வடுகு... உன் தந்தையின் கண்பார்வைகளில் வளதாடிநிறம் கலந்துள்ளதா சொல்லெனக்கு' என ஆவலாகக் கேட்டான் கலனல் வெல்ஸ். 'வளதாடி ஒவ்வொருவரின் சருமங்களில் துளிர்க்கும் மரமாக இருக்கிறது. வன மரங்களிடையே என் ஐயாவின் வளதாடி கிளைகளின் இலைகளோடு தளிர்விடுவதைப் பார் வெல்ஸ் துரையே.'

'வளதாடிக்கென தனியே நிறங்களின் அலைவரிசை ஒலிகளைக் கேட்டாயா சருகணிக் காட்டில்.' 'அப்படி நீர் கேட்டால் இருள் கவிந்த பயம் கவ்விய அவர்கள் நிச்சயமான கற்களாக இருந்தார்கள். மந்திரம் வரையப்பட்ட கற்கள்மீது வளதாடிப் பெண்கள் விரல்களால் கற்களை எழுதினார்கள்' எனத் துரைசாமியும் கலனல் ஜேம்ஸ் வெல்ஸும் சுங்கைபினாங்கு பாக்கு நதியின் கரை நெடுக நடந்தவாறு தொடரும் உரையாடல். பிரின்ஸ் ஆஃப் வேல்ஸ் தீவாகப் பெயர் மாற்றிக் கொட்டடிச் சிறைக்கு வந்தவர்களில் துரைசாமியும் நாடு கடத்தப்பட்ட அரசியல் கைதி. அட்மிரல் நெல்சன் சுதேசிகளை நாடுகடத்தும் பேய்க்கப்பல். ஆறுவார காலக் கடல் பயணத்தில் பலரும் இறந்திருந்தனர் கைவிலங்குகளோடு. எழுபத்தி ஒன்று பேரில் அறுபத்தி நான்கு பேர் புதர்மண்டிய தனிமையில். பினாங்கு ஆர்பர் கரையோர ஆலமரத்தில் பார்வல் கொக்குகள் வெள்ளை எச்சமிட்ட கோடுகள் நெடிக்க அடைந்து தூங்கும். அவற்றின் ஊமையொலிகளும் எச்சமிடும் ஓசையும் கேட்காமல் தூங்கமாட்டான் துரைசாமி.

உதிரும் இலைகளெல்லாம் கைதிகளின் காலடி ஓசைகளாகத் தோன்றி முணுமுணுக்கும். நடமாடும் துயரத்தின் சருகுகள் சுழன்று ஓடுகின்றன அட்மிரல் நெல்சன் கப்பலுக்கு. பனிப்பொழிவில் மூச்சுவிடும் பழைய மலாய்மாலுமி அந்தப் பேய்க்கப்பலுக்குள் பதுங்கியிருந்தான். வேறொரு கப்பலில் மலபார், கர்நாடகத்திலிருந்து தூந்தையா திரட்டிய போராளிகள் பலரும் இறங்கியிருந்தனர். வாராபூர் சின்ன லக்கையா, மணக்காடு சாமி, நாங்குநேரி பேயன், ஆனைக் கொல்லம் முத்துராக்கு ஒரே கொட்டடியில். இத்தீவுக்கு நெடுந் தொலைவு பயணம் செய்துவந்தவன் கையில் தந்தையின் வளதாடியை மறுபடியும் படைத்துக் காட்டினான். தூங்குமூஞ்சி மரத்தின் வலியகொப்பிலிருந்து மங்கலாகத் தெரியும் வாகாப் படகுகளின் உரசலொலி. பின்னால் கலனல் குடையிலிருந்து வெளிப்பட்டு யாருமில்லாத கடற்கரைச் சாலையில் தேடிவருகிறான். பனிப் படலத்தில் சுங்கைபினாங்கு ஆறு தோணித்துறைப் படகுக் கூட்டம் ஒன்றையொன்று இடிக்கும் தாள லயத்தில் சந்தித்துக் கொள்கிறார்கள். கலனல் வெல்ஸை எப்படி மறக்கமுடியும். கடலலைகள் ஒரு கோணத்தில் எழும்போது... அப்படி வேகமாய் எழுகிற வேளையில் என் தந்தை நிழல் வளதாடியோடு என்னைத் தொடர்கிறது... என் சருமத்திலும் என் ஐயாவின் வியர்த்த வளதாடி நெடிக்கும். அதிலிருந்து நான் பிரிய விரும்பவில்லை. நரிகுடிச்

சத்திரத்திலிருந்து அந்த உருவம் ஒவ்வொரு கனாவிலும் தேடி வருகிறது. ஐயாவின் துணைக்கு நரிக்குடி அலங்குநாய் விட்டுப் பிரியாமல் இருக்கிறது என் கனாவில். உப்பு நிறமான ஈரக்கல் மங்கலாகத் தெரிகிறது எனக்கு. உவட்டுக் காடுகள் உள்ள தொண்டிக்கும் மணல்மேல் குடிக்கும் இடையில் வறுமையான நிலங்களையும் ஊர்களைத் தொட்டு உறங்கிக்கொண்டிருப்பார் ஐயா. புள்ளிப் பூனைகளுக்குத் தெரியும். பொறுமையான கண் பாவைகளில் வீராயி ஆத்தாள் மக்களில் கமாலியார் சிவத்தம்பி அண்ணனும் வயிராயி சின்னம்மாளும் தங்கைகளும் பொட்டு ஆத்தாளைப் பாம்படம் போட்டுக் கூட்டிவருகிறார்கள். இன்னும் நான்குபேரைக் காணவில்லை. மண்ணில் அரும்புவது முளைப் பாரியும் வளதாடியும்தான்.

முத்துவடுகுக்கு முற்பட்ட காலங்களில் காட்டெருதுகளோடு வளதாடியும் தழுவித்தான் குத்துப்பட்டிருந்தனர் கொம்பில். பனிச் சாமையும் பனிவரகும் மண்கூரைகளில் உதிரும். பஞ்சம் தாங்கிப் பனிக்கேப்பையில் மறைந்திருக்கும் ஊர்களும் ஐயாவுடன் தூங்குகின்றன வளதாடியுடன். வெல்ஸின் கண்கள் பனித்திருந்தன தானியங்களின்றி. வளதாடியைப் பாழடைந்த களிமண் புஸ்தகமாகக் கீறி வருவதைத் திறந்து காட்டினான் கலனல் வெல்ஸுக்கு.

கலனல் வெல்ஸ் கருப்புடைரிக் குறிப்புகள்

ஒரு கையில் நெருப்பும் இன்னொரு கையில் நீர்க்கோப்பையும் ஏந்துபவரை நம்பாதே (இரட்டை வேடம் போடுபவர்களோடு இருக்காதே).

பிணத்திடம் கலனல் வெல்ஸ்ஸின் இங்கிலாந்து கைத்துப்பாக்கி இருந்ததுவேறு மரியாதையைக் கூட்டியது. நான் கிளிப்பாண்டியரை போரின் முடிவினால் கொடும் விலங்கை துரத்திப் பிடிக்கும் விசுவாசத்திற்கு ஆளானேன். படுகாயப்படுத்தப்பட்டு பூழியப் படைவீரர்களால் அக்னியு வெட்டுப்பாதையில் ஒரு உலோக முதலையாகக் கயிறுகளால் முதலில் வாயும் வாலும் கட்டப்பட்டு இழுத்துவரும் வேளையில் ரங்கூன் மெழுகு தடவிய துப்பாக்கி மட்டையால் தெறித்த துப்பாக்கியோடு எலும்பு முறிவடைந்து நடக்கத் திணறிக்கொண்டிருந்த முறையில் சிறையில் அடைக்கப் பட்டிருக்கக் கண்டேன். முத்துப்பட்டணத்துக்கு அனுப்பிய எதிராளி களை விலங்கிட்டுக் கொண்டுசெல்ல வேண்டிய மேலிட உத்தரவுக்கு

நான் பணிய வேண்டிய நிலை. படையிலிருந்து என்னை விடுவித்து முத்துப்பட்டணத்தில் பல மாதங்கள் சிறைத் தடுப்புமுகாமில் எந்நேரமும் கண்காணிக்க இரவெல்லாம் நடந்துகொண்டிருந்தேன் கடலோசையில். எனது பழைய பரிதாபத்திற்குரிய வளரிஆசான் கிளிப்பாண்டியர் தலைதூக்கும் மரத்தில் காலச்சக்கரம்சுழன்று கொண்டிருப்பதைப் பார்த்தேன். பதினாலு வயதேயான துரைசாமியின் கட்டுகளைத் தளர்த்தும் சோக நிறைவு கிடைக்கப் பெற்றேன். இந்த இளைஞன் மென்மையான குழந்தைமுகத்தைப் பொறுமை யின்றிப் பார்த்துக்கொண்டிருந்தேன். கொடூர விதிவசத்தை நொந்துகொள்ளாமல் சகித்துக் கொண்டிருக்கும் வெகுளி அவனுக்கிருந்தது. சோகபாவம் கண்டு அவனைப் பார்க்காமல் இருக்கவும் முடியவில்லை. அவன் தப்பிப்பதற்கு நானே உடந்தையாய் இருக்கமுடியாது. அவன் பேரில் இரக்கம் காட்டாமல் இருக்கவும் முடியவில்லை. நானும் அவனும் ஒரே கட்டிடத்தில் இருந்ததால் அவனை இந்த அவமான கரமான கட்டுகளிலிருந்து விடுவித்துக் கொள்ள உதவுமுன் அவனுக்குக் கீழிருந்த சாதாரணமானவர்களின் கூட்டத்திலிருந்து பிரித்துத் தனியாக அவன் இளவரசன் என்பதால் விலங்குகளை நீக்கிக் கடற்கரை வழியாக முத்துப்பட்டணத் தெருக்களில் நடந்தோம். தப்பிச்செல்ல முயன்ற கைதி ஒருவனை சார்ஜண்ட் ரோஸன் தாமஸ் மற்றும் ஆறு காவலர்கள் போட்டில் வந்தனர். சார்ஜண்ட்டிடம் புரூன்ஸ்விக் துப்பாக்கியிருந்தது.

அதில் பொருந்திய லென்ஸை நோக்கினால் தொலைதூரப் படகில் தப்பும் உருவத்தைச் சுடமுடியும். அந்த ஊரின் அடியில் புரூன்ஸ்விக் துப்பாக்கி பல புதைந்துள்ளது. முத்துப்பட்டணம் ஆஸ்பத்திரி செல் வார்டில் அதிகமாகப் பிரேதப் பரிசோதனை நடக்கும் பலியானவர்கள் இருளைக் கக்கியது. துடைக்கத் துடைக்க முத்துப் பட்டணமே இருட்டியது. எதிர்காலத்தில் சுடப்பட்டு இறப்பவர்களின் இருதயங்களாலான ஒரு கோயில் கட்டப்பட்டுவிடும். ஆப்பரேஷன் தியேட்டரில் நுழைந்த குண்டுகளை ஸ்டீல் வெளவால்கள் கவ்வி, வெளியிழுக்கின்றன. துருப்பிடித்த நூற்றாண்டு ஊசிகளின் உதிர்வு. மீன் முள்ளென ஊசிகள் குமிந்து கிடக்கின்றன அவசரப் பிரிவில். ஜன்னலில் வீசிய ஆரஞ்சுத் தொலிகள். சென்ற நூற்றாண்டு ரொட்டிகள், இஞ்செக்ஷன் பாட்டில்கள், மாட ஜன்னல்களில் காலி பாட்டில்களில் சமுத்திர மீன்குஞ்சுகள், ஆக்டோபஸ் உயிருடன் அசைவதைப் பார்த்தவாறு கடல் சாமந்தி விதைகளைக் கையில் வைத்து அழும் வைத்தியர் எட்டிச்சாத்தன் பித்தமேறிச் சிவந்த

விழிகள் வாத்துமுட்டைகளாகத் துருத்திப் பளபளக்கும் சூன்யத்தை மூடி முழிக்கிறார். அவர் அறைச்சாளரங்களில் காலிக்குப்பிகளுக்குள் கடற்கோரை, காளான்கள், ஓடுடலிகள், குழியுடலிகளின் சுவாசமும் இயக்கமும் அவரை கடலடி பூதமெனத் தோன்றச் செய்யும். ஆனால் ஆள் சாதுவானவர். குடிகாரக் கம்பவுண்டர் பெண்கள் பகுதியில் ரோஸ் திரவத்தை புனல் வைத்து வெளிநோயாளிகள் கொண்டுவரும் சீசாக்களில் ஊற்றினார் ரேஷன்கடை சீமையெண்ணை விநியோகமென.

தீக்கல் விளக்கில் ஒளிர்ந்த குயிலரச்சியின் வளரிப்படை

ஜன்னலுக்கு வெளியே அது வளர்ந்துவருகிறது (ஒரு விஷயத்தை மூடிமறைக்க முடியாது).

'சிறைச்சாலைக் கதவுகள் திறந்திருக்கின்றன. குயிலரச்சியின் இடுப்பிலுள்ள சாவிகளைக் கைப்பற்றுவதற்காக' என்ற பிரசித்திப் பெற்ற வாக்கியத்தை கலனல் வெல்ஸ்தான் அக்னியுவுக்கு சொல்கிறான். சின்னஞ்சிறு வளரிப்பெண்கள் கையிலிருந்து சுண்டிய மரக்கட்டைகளில் வீசிய நறுமணம் மயக்கம் தருவதாகயிருந்தது. குழப்பத்தில் திக்குகளைப் பற்றிய கவனம்கூட வெள்ளை சோல்சர்களுக்கு இல்லாமல் போய்விட்டது.

இவ்வாறான இக்கட்டான நிலையிலிருந்து மீள்வதற்கு முடியாத விநோதமான செம்மண்ணோடு அவள் குதிரைகளைக் கொண்டுவர பணியாட்களையும் வைத்திருந்தாள். மறுபடியும் அந்தக் காட்டுக்கு செல்ல முடியவில்லை. மரத்தையும் காற்றையும் வழிபடக்கூடியவர்கள் அரச கட்டளைக்குப் பணியாதவர்கள். மாட்டுவண்டிகளில் ஏறி மறைந்திருப்பார்கள். கிழக்கிலிருந்து அடிக்கும் பேய்க்காற்று, வடகாற்று, தென்னல், நாலா பக்கங் களிலிருந்து வீசும் வளரியும் காற்றுதான். காயம் ஏற்பட்டால் தடவிக்கொள்ள மருந்து தடவிய துணித்துண்டுகளும் மரப்பொந்தில் மறைந்திருக்கும். விருப்பாச்சி மலைகளின் சாயல்களாய் மனச்சார்பின்மையிலிருந்து விலகி நீலஓடைகளில் இரவில் வரும் நீர்மனிதர்களின் தோற்றங்களோடு மெல்லப் பழகும் வளரிப் பெண்கள் இவர்களிடம் பார்த்த புராதன கால நீரை அணுக மெல்ல நீர்வளரிகளின் அரசன் வெளிவந்து குயிலரச்சியோடு உயிரினங்களின் பாஷையில் முணுமுணுத்தான். பெண்முகத்தில் நீர்மனிதரின் ஒளிரேகை பட மரவெளிச்சத்தைக் கண்டாள் குயிலரச்சி.

நவ உலகிற்குக் குயிலரச்சியை நீர் மனிதர்கள் கையசைத்து தொலை விலேயே நின்றிருந்தனர். ஒரு நீலமரத்தில் குயிலரச்சி தன்னூர் வளரியோடு நின்றிருந்தாள். கருநீல இருளொளிக் கலவையில் புலம்பும் போராளி ஒருத்தியாகப் புதரில் நிற்கிறாள் அரசாணி வேலா. விருப்பாச்சி மலைகளுக்குள் காணாமல்போய் நள்ளிருளில் வேலாவின் புலம்பல் மட்டும் காற்றுவாக்கில் விட்டுவிட்டுக் கேட்டது. அவளைச் சுற்றி வளரிப்படைப் பிரிவிலுள்ள பதினேழு கன்யாக் கூட்டம். நீர் மனிதர்களின் ரேகைகளில் வெளிவரும் விடுதலைக்காகப் பட்சிகளாய் வட்டமிட்டு திணை நிலங்களில் படிந்த நீலத்துன்ப உருக்களில் மெலிவான தோற்றத்தைக் கண்டனர் முதலில். நிலவெளியில் பிச்சைக்காரர்களின் கூட்டம் உணவு கிடைக்காத சமயத்தில் விருப்பாச்சி மலைகளை மோப்பமிட்டுக் கிழங்கு, வேர், காட்டுக்கனிகளைப் பறவைகளாய் புசித்துவந்தனர். நத்தம் கணவாய் தாண்டிவரும் காட்டு விலங்கு களோடு மண்கால் துறவிகள் சிலசமயம் கனவில் திரியும் விலங்குகளின் தடத்தில் மறைந்து விடுவர்.

ஒருவரை விட்டு ஒருவர் பிரிந்து போவதும் உண்டு. திசைகளை ஆடைகளாய் உடுத்திய துறவிகள் அம்மணத்தேகியராய் வருவதைப் பார்த்து பிச்சைக்காரர்கள் கிழங்குகளையோ கனிகளையோ கொடுத்தால் நியமம் ஏற்பதில்லை. காற்றைப் புசித்தனர். இந்தப் பிச்சைக்காரர்கள் அம்மணர்களிடம் ஒரு நீண்ட கயிற்றைக் கொண்டுவந்து பாதையின் குறுக்கே போட்டதும் கயிறு பாம்பாய் விசும்பி எழுந்து பேசியது 'நீங்கள் கிழங்கு, வேர், விருப்பாச்சிமலை கொடுத்த கனிகளை உண்ணாவிட்டால் உங்கள் கழுத்தில் மீண்டும் கயிராகி மரத்தில் தூக்கு மாட்டுவோம். பிறகே சாப்பிடுவோம்' என்றனர். அவர்கள் சிரித்தவாறு கயிறைத் தாண்டிச் செல்கிறார்கள்.

வழியில் உள்ள கூரை வேயப்பட்ட வீடுகளிலோ விச்ராந்தியான திண்ணைகளிலோ கூரையில்லாத வீடுகளிலோ, திறந்த வெளியிலோ அங்கே நிற்கும் மரநிழலிலோ இளைப்பாறிச் செல்கிறார்கள். இரவிலும் கண்மூடா இலைகள் விடும் ஒரு புளியமரத்தில் வரிப் புலியின் ரேகையுள்ள புளியம்பூவில் சிவந்த ரேகைகளை சதா உற்றுநோக்கியவாறு காத்திருந்தாள். புளியம் பொந்தில் மறைந் திருக்கும் தாய்வேலாவைக் காத்தவாறு பனிவடிவ வளரியொன்று குயிலரச்சியிடம் உருகிக்கொண்டிருக்கிறது. அவள் செவக்காட்டுக் கன்னிகைகளோடு நிசியிலும் கண்துஞ்சாதிருந்தாள். குயிலரச்சியின் தலைமறைவாகத் திரியும் வளரிப்படை சேவல்களைக் கையிலேந்தி

யுத்தம் தொடங்குவதற்குமுன் பொந்தாயிரம் கொண்ட மூத்த புளியமரத்தடியில் சேவல் சண்டையை நடத்த நிமித்தம் பார்த்தாள். முல்லை நிலத்தில் அழியா வரம்பெற்ற சூரபதுமன் சேயோன் வேலால் இருகூறுபட்டு மயிலும் சேவலுமாகி எதிரெதிரில் ஓடியதில் நீல நூழாவைப் பிடித்துக்கொண்டார் குயிலரச்சி தந்தை பெரிய முத்தன். இந்தப் பதினேழு வளரிப் பிள்ளைகளுக்கு பயிற்சியும் கொடுத்தார். சேவல்சூதாடி என்பதால் கடவுளும் தன் மேல் ஏறி அமரவிடாமல் தப்பி யுத்தம் தோய்ந்த பதாகையில் குயிலரச்சியை வளர்த்துவர தன்னை எதிரிகள் அண்டாதிருக்க அந்த அரசாணிவேலா இவளை மெய்ப்படைக்குத் தளபதி ஆக்கினாள். பெரிய முத்தனும் ஒரு ‘மரிக்கடாமகன்’ என்பவனைக் காட்டூரணியில் ஐந்நூறாண்டு பழமை வாய்ந்த இரவிலும் கண்துஞ்சா இலைகள் விடும் ஒரு புளியமரப் பொந்தில் கண்டெடுத்தார்.

பொதிகல் மாயம்மா அநாதைக் காட்டு சீவன். கைகொடுத்தால், எதிரியின் கையைப் பிடித்தே நொறுக்கிவிடுவாள். மரிக்கடாமகனை அவன் சூல்வாடையில் தேடி வஸ்தாவி பெரிய முத்தன் வீட்டுக்கே வந்துவிட்டாள். அவள் கல்லை மந்திரித்து எதிரிமேல் எறிந்தால் புண்படாது. அவளையும் குயிலரச்சியோடு கவண்கல் படைக்கு அனுப்பிவைத்தார் குயிலரச்சியோடு. ‘கவண் எறி’ என்ற பட்டப்பேர் உண்டு மாயம்மாளுக்கு. விருப்பாச்சி மலையில் தோன்றினாள் மாயம்மா. வானம்வரை வளைந்த வளரி மரமொன்றைச் சுற்றிச் சுழலும் இலைகளில் துயில்கிறார்கள் நீர் மனிதர்கள் கூட்டமாய். இந்த மரம் மூன்றும் இணைத்து முக்காலங் களின் இணைப்பேதும் இல்லாமல் திகழ்ந்துகொண்டிருக்கும். நீரின் வேர்கள் கிளைகளைப் பற்றியிருக்கும்.

இலைக்கூட்டம் பட்சிகளோடு உயிர்மூச்சுவிடும் சிறகொலி. அப்படித் தோன்றிய உயிரினங்களுக்கு தன் வேரால் கிடைத்த நீரும் ஒவ்வொரு நீர்மனிதர்களோடு வளையும் வளரியின் ஆற்றல் அவர்களோடு இருக்கும். ஒளிவீசி மறைந்து திரியும் இயற்கைக்குள் மிகச் சிறிய துளியிலும் மெல்லிய விளர் இசையில் வளரிமரம் நிற்கிறாள் குயிலரச்சி. மரவகையில் வையமுற்றும் வளரியைத் தேடி நீர்மனிதர்களிடம் அனைத்து யுத்தங்களுக்குப் பிறகும் வெறுமையான படுகளத்திலிருந்து கைவிடப்பட்டவர்கள் வருவார்கள். ஒரு நீர்விலங்குக்கும் நீரரமகளிருக்கும் பிறந்த முதல் மனிதத் தம்பதிகளின் வழிவந்தனர். வேறெங்கிருந்தோ அவ்விடத்திற்கு வந்திருக்க வேண்டும். வளரிமரம் முதிர்ச்சியுற்ற இடம் விருப்பாச்சி

மலை. மேல்குத்துச்சுனையை மூடியுள்ள வரையில் யுத்தத்தில் கிடைத்த சோல்சர்களின் குதிரைக்கால் எலும்பைக் கோம்பைநாய்கள் கவ்வியபடி தேடி அலைகின்றன குயிலரச்சியை. புல்லூற்று அங்கே நீல ஓடையாக வெள்ளிப் பாம்பாய் நெளியும் பளபளப்பு. கலனல் அக்னியுவின் புரவியைப்பற்ற விரையும் கோம்பை நாய்கள் வளரியாய் வளைந்துதாவி வட்டமிட்டு விரட்டிவரும். ஜாந்தாகுருஸ் குதிரைச் செட்டிகளை கோர மண்டலக் கடற்கரையிலிருந்து முத்துப் பட்டணம்வரை கருப்பு குதிரைகள் நானூறிலிருந்து ஆயிரத்தி நூறு டூகாட்ஸ் வரை விற்கப்பட்டன. அந்தக் குதிரை வாணிபத்தில் பாதி உரிமையை மூர்களிடமிருந்து பறித்ததில் சாக்கோட்டையில் வந்திறங்கும் ஒவ்வொரு குதிரைக்கும் நாற்பத்தியெட்டு குருசாதுகள் குதிரைவரி போர்ச்சுகல் ராசா போட்ட சட்டமானது.

படைக்குத் தேவையான குதிரைகள் மருதைக்கு மேற்கே விருப்பாச்சிமலை மடிப்புகளில் எடுத்த வெடியுப்பு மூலகங்கள் சணல் பையில் மூட்டிய சுமைகள் கோவேறு கழுதைகளிலும் நத்தம் கணவாய்வழி பாசிப்பட்டினம், தொண்டித்துறைக்கு தரைவழி மார்க்கம். ஒல்லாந்தர் கூட்டம் வேதாளைக் கடலில் வழிமறித்தனர். வெடியுப்பு மோதல். செராபின் வெள்ளி நாணயங்களைச் சாக்கோட்டை அச்சடித்து வெடியுப்பு நாயக்கருக்கு கழுதையில் பொதியேற்றிச் சென்றார்கள் வெள்ளிக் காசுகளை. இதில் ஒரு தங்காஸ் அறுபது ரியால்களுக்குச் சமமானது. எத்தனை வகைப் புரவிகள் மீது செராபின்கள், தங்காஸ்கள், ரியால்கள் உருண்டன குதிரைச் சந்தையில். தங்கத்தூள் பாக்கெட் ஒன்றுக்கு ஒரு குதிரை என்றும் எட்டு வெடியுப்புப் பெட்டிக்கு ஒரு குதிரையென்றும் பரங்கிவர்த்தகர் மலிவாக்கிக் குதிரைகளைக் கைமாற்றித் தங்கத் தூளால் குதிரையின் பற்களைப் பூசினர். அப்போதே சந்தையில் தோல்வியுற்ற குதிரைச் செட்டிகள் வெளியேறினர் மந்தைகளோடு. சேனத்திலிருந்து விடுபட்ட புரவிகளில் தொற்றிக் குயிலரச்சியின் சகபாடிகள் மலைகளுக்கு இடையில் திரிகிறார்கள். எத்தனை வகைப் புரவிகளை மூர்களிடம் தங்கத்தூள் பை கொடுத்து விருப்பாச்சியார் வாங்கி எங்கும் வியாபித்து வளரிப்படை ஒன்றை நடத்தி உளம் கொண்டிருத்தல் பெயர்களன்றி வேறென்ன. இயற்கை விரிவில் நீலமடையும் குயிலரச்சியின் வளரிப்படை யார் கண்ணிலும் படாமல் எதிரிகளின் அசைவையும் பார்த்துவிடும் திருஷ்டியால் காட்டின் சீரத்தை அடைந்தனர்.

மோப்பத்தில் தொடரும் மண்டை நாய்களுக்கு கோம்பை நாய்கள் இளைத்ததல்ல. கலனல், மேஜர்கள், சிப்பாய்களின் குதிரைப்

படையைச் சுற்றி வளைத்து விரட்டும் வேகம். விருப்பாச்சி கேப்பைக் காட்டை உழுதவன் மண் ஏனத்தில் வெள்ளையர் நிழல்கள் அசைந்தன துப்பாக்கி நீட்டி. தந்தை பெரியமுத்தன் கையோடு வேய்ந்த பனைவிட்டத்தில் சொருகிய பாலக்கம்புகளை திருக்கை முள்ளை எடுத்து திருகிய போதே சீலைத்துணியால் துடைத்து ஆனைமடுவில் மறைந்திருந்தாள் பெண்களின் கணையுமிழ் சரங்கள் தப்பா தீய ஆவிகளோடு. வைகைக் கரையில் பெரிய மருதமரம் முத்து வெள்ளை நாயக்கர் ஆனைமலைக் காட்டில் பிடிபட்டார், கிளிப்பாண்டி குமாரன் சிவஞானத்துக்கு கமுதிக்கோட்டை மேட்டில் தூக்கு. அவரின் அடுத்தமகன் உதயணனைத் திருச்சுழி முச்சந்தியில் தூக்கினார்கள்.

சின்னய்யா கண்முன் பெரிய வெள்ளை மகன்கள், மருமக்கள் பேரர்கள் போராளிகள்கூடச் சேர்ந்தவர்கள் ஐந்நூறு பேர்கள் தலைதூக்கு மரத்தில் சுற்றும் கருத்த மரச்சக்கரங்கள். வெள்ளக் காலங்களில் கருப்புச்சக்கரங்களோடு தலைதூக்கும் மரங்கள் நீர்மேல் சுற்றுகின்றன கிழக்குக் கடற்கரைச் சமவெளி ஈரக்காடுகளில் புதைந்தவர்கள் தொண்டியின் அகண்ட சதுப்புநிலத்தில் நீர்ப்பறவைகள் இல்லாத வெறுமையான அமைதி. மழைமறைவுக் காடுகள் பாடுபட்டாலும் பலனைக் கொடுக்காத நிலம் வறண்ட பகுதிகளாய் இருக்கும் பொருளாதார ஏழ்மையின் பகுதிகள் கால்நடைகள் நிலங்களை உழுவதற்காகவே வளர்க்கப்பட்டன பாலுக்காகவல்ல. பால்பண்ணைக்காகவோ இறைச்சிக்காகவோ அல்ல. இனப் பெருக்கத்துக்காகவோ அல்ல. செம்மண் புழுதி நிறைந்த ஊரணிகளில் நீர்வற்றிக் கொண்டிருக்கிறது. பனங்கூந்தல் அறுந்துவிழும் பஞ்சம் கரும்பனைமீது வளரி சுற்றி கிளிக் கூட்டத்தோடு திரிகிறாள்.

வரி நெல்லும் கேப்பையும் கேட்டுவந்த கலனல் டோரிஸ் பினாட்டாவின் சோல்சர்கள் குதிரை நிழல்களில் காலடி மண்ணெடுத்து சீலையைத் திரித்து பொம்மைசெய்து கும்பினி மேஜரின் துணிப் பாச்சியை பனையில்கட்டி ஆணிதைத்தாள் குயிலரச்சி. அவளுக்கு முன்பே மெய்யுணர்வு கொண்ட சிப்பிப்பாறை நாய்களுக்குப் பெரிய முத்தன் பெரிய வஸ்தாவியாக இருந்து நூறு வேட்டைக்குட்டிகளை காடோ மரமாக செங்காற்றில் சுற்றிவந்து தாவும் பயிற்சி கொடுத்தார். சிப்பிப்பாறை நாய்க்கூட்டம் நரிகளைப்போல் செவக்காட்டில் குழிபறித்து சோல்சர்களின் குதிரைகளைத் தாக்கி வீழ்த்தி தீச் சகுனங்களைக் கும்பினிக்கு உணர்த்திய வேகத்தில் பூச்சி நாய்களாய் மறைந்துவிடும். பனைக்குப் பனை தாவும் ஆந்தைகளிடம் உரையாடி சிலம்பம்வீசி கொம்புசுற்றி எதிர்த்தவன் முதுகில் விளையாட்டின்

விதிப்படி சுண்ணாம்பு தொட்ட கம்பால் கோடுபோட்டான் மரிக்கடாமகன். வஸ்தாவி பிரம்பு வீச்சில் தொப்பிகளில் பட்டு எதிரிக் கவசத்தைப் பிரித்தனர். காட்டுப் பிரம்புகள் மரிக்கடாமகன் சொன்னபடி கேட்டுத் தனியே நிலத்தைத் தட்டி 'யாரிருக்கா சொல்லு' என்று ஆந்தைகளின் சகுனக் குறியறிந்து வளரிப்படை, யுத்தவாடை கண்ட சுரைக்கொடிகள் படர்ந்துவர நடுநிசி இருட்டில் வெள்ளைப் பூ ஒன்று விடுதலையின் ரகசியமாய் தோன்றியது. பூவைப் பறித்து சிகலிகையில் வைத்தாள். கருமருந்துத் துப்பாக்கிக் கிடங்கு மேல் தாவினாள் கருப்பு மின்னல் வெட்டி. நீரின் நுனிமேல் தந்தையரைத் தவிக்கவிட்டாள். நீந்தும் சிசு நிலமானாள். அவள் துக்கத்தில் பனைகளில் பொந்து வைத்த ஆந்தைகள் அலறின. ஊராரும் பார்க்காத நடுநிசியைப் பிளந்து அனல் பதுமையாய் தகதகத்தாள்.

கலனல் வெல்ஷுக்கு கொல்லங்குடி வளதாடி வாக்குமூலம்

வௌவாலோ சிறியது அதன் சிறகடியோ வலியது (வளரி அடித்த பழமும் அணில் கடித்த பழமும் தள்ளுபடி ஆகுமோ).

நடமாடும் தூக்குமரங்களைக் கனவு கண்டான் துரைசாமி. கொந்தகன் காளியூரணி நீரில் நானூறுபேர்களின் தலைகள் சுற்றின நீரின் தைல வெளிச்சத்தில். பதினான்கு வயது பாலகன் ஒவ்வொரு தூக்குமரத்தில் தொங்கிய உடலையும் கயிற்றுத் தடத்தையும் தொட்டு செம்மண் தாளில் எழுதிவந்த இரவுகளை ஊடுருவி நாக்கு ஒரு முழம் தள்ளிடவே தொங்கியோர் முகத்தில் பிதுங்கிய முண்டக்க ண்களும் இமைமூடாமல் வெறித்து நிலைகுத்திய சுட்டமண் சிலைகளில் கசியும் சொல்லின் அடியில் உள்ள மௌனங்களை இறந்தவர் விழிகளைத் திறந்து தொ...ர...சா...மி யென அரிச்சலான தொனிகள் கூட்டமாய்க் கூப்பிடும் காற்றின் போக்குமுனகலைக் கேட்டான் பாலகன். சாவான்கறகள் காளையார்கறகள் கோட்டைப் போரில் மடிந்தவர்பலர் குயிலரச்சியின் பதினேழு மகளிர் என்றும் தோன்றியிருக்கவில்லை.

குழந்தையில்லா மூக்குப்பூரணி பாம்படத்தாள், ராக்காத்தா பாம்படம் எங்கே புதைந்தது. கருப்பாயி, சாரு ஆத்தாள், கோட்டை ஆத்தாள் பாம்படப் பெட்டிக்கு ஆசைப்பட்ட பூட்டி ஆவாத்தாள் ஒவ்வொரு பிள்ளைக்கும் காதுவளர்த்த சின்னக்காரைவீடு மங்கலாய் தெரிந்தது. வயிராயி, பொட்டாத்தாள், குஞ்சரத்தாள், கண்ணாயி காதறுந்து பாம்படங்கள் புதைந்தன. எதிர்த்த படையிலாயிரம்

இறந்து மடிந்த மருக்கொழுந்தைக் கிள்ளினாற் போல் குயிலரச்சி வளரி தொட்டயிடம் மங்கம்மாள் செய்த வடகரை அணையோரம் கிடைத்தது உயிர்த்தடம். குயிலரச்சியோடு சேர்ந்திருந்த முத்துநகா என்ற பெண்ணொருத்தி வளதாரியாய் எழுந்து முன்னேவாரதொரு சோல்சர் தொப்பிச்சிரத்தைத்தான் அறுத்தாள் சீமை மீட்புச் சேனைக்கு எந்த வித சேதமுமின்றி. மேற்கு முகமாய் பீரங்கியைத் திருப்பிக் கருமருந்து சேர்த்துச் சோல்சர்கள் படைதிரண்டு வருகிறார்கள். திணை மீட்பிற்காக விருப்பாச்சியில் இருந்தவாறு ரகசியமாக முல்லைத் திணைக்குள் புகுந்து அங்கங்கே கிளர்ச்சிகள் சருகணிப்பக்கம் பரவியது. மாதா கோயிலில் மறைந்திருந்தனர் கும்பினி சோல்சர்கள். திணைமீட்புப் போரில் காலாப்பூர் தொடங்கிப் பிரான்மலை சுற்றி பொன்னெலிக் கோட்டை வரையும் மானவாரிகள் கலப்பையுடன் வந்தனர்.

தொட்டால் ஒட்டிக்கொள்ளும் பாம்பட நாகரீகம் புதையுண்ட காட்டில் காணாமல்போன தூக்குக்கயிறுகள், சலனமுற்றுப் பேசும் மயக்கரவுகள். அத்தனை பேர் நெடுங்கழுத்தில் சுற்றிய மயக்கரவு யார் யாருடைய சாவான்கல் துக்கத்தில் கருத்திருக்கும். ஒவ்வொருவரும் காணாமல்போன கயிற்றில் கசியும் மௌனங் களடியில் சோகம் படிந்த கண்களுடன் உடும்பொன்று வளதாடி வளைவாய் சுருண்டிருக்கும். பாறையில் அமர்ந்திருந்தாள் பொட்டாத்தாள் பாம்படம் அசைய. அவள் குமாரத்தி முத்துநகா யாக்கைநிறம் உடும்பின் செம்மஞ்சள். உடும்பின் உடல் வளதாடி. ஓணான் கேட்டது, ‘அருமந்த குமாரத்தி குயிலரச்சி... சாம்பலில் மூழ்கிப்போன என் வாழ்வும் நாட்களும் நிறம்மாறாதவை’

அவள் வளதாடியால் ஓணான்மேல் மந்திரித்தாள். மாறும் நிறங்களைத் தொடுவதற்காய் தன்னுடைய விசைக்காற்றில் பறந்து கொண்டிருக்கிறது. ஓணானின் வால் ஒரு அற்றத்திற்கு வளதாடியைக் கூட்டிச் சென்றது. அது ஓணான் முகங்கொண்ட தீயஅரசனின் மகளாக மாறி முத்துநகா வளதாடியைத் தழுவியதில் எல்லா நிறங் களாகவும் ஒரு மண்துகளில் உலகைப் பார்க்கத் தலைப்பட்டதில் அந்த வளதாடிக்குள் மறைந்திருப்பவர்கள், ஒழுங்கற்ற காட்டுக் கற்களின் இருப்பைவிட்டு மறையவில்லை. திணைமீட்பில் பலியான பாம்படப் பெண்டிரும் மறைந்தவர்களோடு சிறுகற்களாக மிதந்து பாரி மகளிருடன் சிலர் அதே கற்களாக இருந்துகொண்டிருக்கிறார்கள்.

பிரான்மலை மேல் பாரிமகளிரின் பாம்படப்பெண்டிர் கூட்டம்

கனாவில் வந்து சிறைச்சன்னலைக் கடந்து தன்னுள் அலைவுறுவதை நோக்கினான் துரைசாமி. பிரான்மலை நகர்ந்துவந்து நீலமாய் எட்டிவளைந்து உயிரைத் தொடும்போது கனாவில் மோகினிப்பட்டு வாசனை.

தீயுமிழ் வளதாடி வானம்பார்த்த பூமி. காக்கையும் காற்றும் வளதாடிப் போக்கில் வரும். தாகமண்ணில் படிந்து தூங்குகிறது. உலர்ந்து நிற்போன்கூட வரும். மதலைப் பிராயத்தில் விலங்கிடப் பட்ட சிறுவனைத் தூக்கி கலனல் வெல்ஸ் அவனைப் புதல்வனாகப் பாவித்த போதும் மழலை முகத்தில் படிந்த விரக்தியினாழத்தில் கையறுநிலை. எங்கும் பாதங்களை வைக்கக் கால்களைச் சுற்றி கம்பிகளை நட்டுவைத்தான் கலனல் அக்னியு. தூக்கிலசையும் கூட்டமான நிழல் கால்கள். தந்தையின் கால்நகங்கள் ஆண்டலைப் பட்சியின் நகங்களாய் கொடிய தூக்குமரத்தைச் சுற்றிப் பறந்து பறந்து பறக்கும் நகங்கள் பாலகனின் தலையில் தட்டியதில் மடிந்துகொண்டிருக்கும் தகப்பனைத் தூக்கி கயிற்றிலிருந்து விடுவித்தான். நெஞ்சுக்கூட்டில் சலனப்படும் நாடியோட்டம் பிஞ்சு விரல்களில் துடித்தது. உடும்பென வளைந்த வளதாடி உயிர் பிரியும் கடைசி நொடிகள்...

உடும்புமலை வளையும் சாயல்கள் தந்தை வளதாடியாகத் தோன்றிமறைவாய் நடமாடிக் கொண்டிருக்கிறார். பலியானவர் கூட்டம் கழுத்துப்புண் நெடுநாள் கானகத்தின் வடு. பழங்கால அரசாணி களிம்பு டப்பிகள் எடுத்து மெழுகினாள். அதில் மஞ்சள் மலர்கள் சருகுகளாகமாறுவதென காய்ந்து உதிர்ந்தும் வடு அழிய வில்லை. துயரத்தின் வாசனை வளதாடியில் இருந்து பரவியது. வளர்பிறையென வழிவழி பெருகிய உரு வளதாடி. குறமகளிர் காதுவளர்க்க மருந்துப்பெட்டியோடு குலவையொலிக்க காடுகாடாய்ச் சுற்றும் பாதையில் வருகிறார்கள். ஐயனைத் தூக்கிலிட்ட எலும்புகளும் வளதாடிகளாய்ப் புதைந்து கொண்டதில் அதிரும் தூக்குமரங்கள்.

சாக்கோட்டையில் நிறுத்தி ஐநூறு கசையடி விழுந்த தழும்பு களைப் பார்த்து சிங்கம்புணரிக்காட்டு நரிகளின் வால்களால் அடிபட்டார்கள் சோல்சர்கள். ஆங்கில நாட்காட்டியில் ஆயிரத்தி எண்ணூத்தி ஒன்றாவதாண்டு இருபத்தி நான்காம் தியதி புலர்ந்து மறைந்த வளதாடியின் தொன்மைகள் புதையுண்டு போகுமாறு கலனல் அக்னியுவின் நிழலும் திணையழியுமாறு படிந்திருந்தது. இரும்புச் சங்கிலிகள் துருப்பிடித்தும் கையெலும்புகள் இரு

வளதாடிகளாய் பிணைந்திருந்தான் துரைசாமி. தூக்குமரத்தில் தன்னந் தனியாக தொங்கிக்கொண்டிருந்தார் கிளிப்பாண்டியர். அந்த இருவரைத் தொடரும் கொடூரத் தெய்வங்களும் வளதாடி நிழல்கள் தாம். சாவின் தடம் பதிந்த பெயர்களைப் படையணியினர் முன்வாசித்தான் அவில்தார்.

'நீர்மேல் ஏற்றுதல்' தீபாந்திரத் தண்டனை பாலகனின் நிழலும் பேய்க்கப்பலில் படிகிறது. தூக்குக் கயிற்றின் தடம் பதியாதவாறு பாலகன் துரைசாமியைத் தூக்கிக் கலங்கிய ஓநாயின் நீலவிழிகளோடு கலனல் வெல்ஸ் உதவக்கூடியது என்ன. வெல்ஸின் கருணையும் பச்சாதாபமும் வளதாடிக்குப் பிடிக்காதவை. செவக்காட்டு கற்றாழை களுக்கு இடையே சனம் நந்தன வருசப் பஞ்சத்தில் பினாங்குக்கு கப்பல் ஏறுவதற்கு முன்பே பைசாசக் கப்பல் அட்மிரல் நெல்சன் துரைசாமியை அடையாளம் காட்டி நீர்மேல் தூக்கியது. யுத்தத்துக்குப் பிறகு பரங்கிப் பஞ்சத்தில் புதிய நோவுற்றுத் தூக்கத்தில் விழ நேர்வதற்கு அஞ்சுகிறார்கள். சோற்றுக் கற்றாழையின் நீண்ட தோகையை ஒடித்து மென்றன விக்டோரியா அரசாண்ட பஞ்ச நாட்கள்.

அவர்களைத் தூக்கத்திலிருந்து எழ முடியாதபடி இறந்த கடவுளான கிடிலி தடுக்கிறான். போரை நிறுத்திய வளதாடி பஞ்சத்தைத் தொட்டது. ஈசனிக்காட்டுப் பனைமீது வீசிய வளதாடி நொங்குக் குழைகள் உதிர்ந்தன சிதறி. நிலத்தின் தாகத்தில் நொங்குக் குழியைக் குடைந்த தித்திப்பான நீர் தூக்கிலிட்ட இருபூழியர் நெஞ்சு அள்ளித் தரும் காட்டு சுபாவம். பனங்காய்த் தலையர்கள் ஏராளம் பேரைக் கைதுசெய்து பினாங்குக் கப்பல் ஏற்றும் உத்தரவுத் தாளில் துளையிட்டது துப்பாக்கி. நொங்கு சீவும் விடலி அருவாளுக்கும் பனை யேறிக்கும் பஞ்சமாப் பாதகத்தில் செத்தக் கண்ணசர நேரமில்லை.

துரைசாமி கையில் மலேயா மலை அளுங்கு ஒன்று பிடிபட்டது. அதைப் பினாங்குக் காட்டில் விட்டிருந்தான். மலை அளுங்கிடம் தந்தையின் வளதாடியின் தோற்றத்தைச் சொல்கிறான். அவன் சொன்னவற்றை எல்லாம் காட்டுப் பூச்சிகளாக்கிப் பிடித்து மென்று அசைபோட்டது அளுங்கு. அவனால் சொல்லப்படாதவற்றை காட்டுப் பூச்சிகளை மாந்தியுண்ணும் அளுங்கு இயற்கையின் விடுபுதிர்களைத் தொட்டு வளதாடியைப் பேயத்தியின் வளைந்த காயாகக்காட்டிக் கறும்பித் தின்றது. நிலவுக் கடவுளான கிடிலியைப்

பிறைகளாகப் பிடித்து ஒளியை உறிஞ்சி கதையை இருட்டாக்கியது. அளுங்கு அடையும் சுமத்திரா மேகலாரேகையில் தொங்கிக் கொண்டிருந்தது.

சிறியதாக இருந்தாலும் சரித்திரகாலத் தொடக்கத்திலிருந்தே சுமத்திரா மனிதனை ஈர்க்கும் பகுதியாக எரிமலைக் கூம்புகள் வானத்தை நோக்கி எட்டிப்பார்ப்பதுடன் மால்பரோக் கைதி களையும் எட்டிப்பார்க்கிறது. சுமத்திராவில் தொடங்கும் தானே உள்ளிழுக்கும் பகுதிகளில் சிறைக்கோட்டை இப்பூகோளத்தில் தனிப் பிரதேசம். தீவாந்திரக் கைதிகளை முத்துப்பட்டணத்தின் வேரைப் பறித்துவந்து இங்கே மரமாக நட்டினார்கள் தீவாந்திரக் கைதிகளை. பல ஆண்டுகளாகத் தனித்து அப்படியே இருந்தான் துரைசாமி. மனிதர்களைவிட நில உறவில் ஆர்வம் அவனுக்கு. பழங்குடி மேய்ப்பர்கள் வருவதும் போவதுமாக இருந்தார்கள். மீண்டும் சுமத்திராவில் ஒரு கோடியிலிருந்து மறுகோடிவரை நீண்டு அமைந்துள்ள எரிமலைக்கண்கள் மேகலாரேகை மனிதர்களை உமிழ்கிறது. மத்திய மடிப்பு மலைகளைப் பார்த்தான் கல்குவாரிக் கூலிகளுடன். எரிமலைகள் வடக்குத் தொடரில் பிளவுப் பள்ளத் தாக்கில் அமைதி யான ஏரிநீரில் அவனுடல் வெகுநேரம் பதிந்திருந்தது. ஆயுள்கைதிகள் கடுங்காவலர்களாய் இருந்தனர். அவர்கள் சிறையிலிருக்கும் உலர்நிலத் தாவரங்கள்தான். அவனைத் திரும்பவும் கூட்டிவரும் வழியில் நிலத்தோற்றங்கள் சின்னா பின்னமான விநோதமான ஜெய்யாப் பகுதியில் கிடைத்த உடைந்த சிலைகள் அவை இரண்டும் கரிய வெண்கலத்திற்குள் உயிருடனிருந்தன. சிலையின் கால்பகுதி கிடைக்கவில்லை. தலையும் உடலும் உலோகத்தில் எரிந்துகொண்டிருந்தது.

ஆனால், அமைதி பொழியும் அழகிய முகம் தோள்களின் பெருமிதத் தோற்றம் தன் தந்தையின் ஞாபகத்தில் சிலையைத் தொட்டு விரல்களில் கண்ணீர் நழுவியது. இரண்டாவது சிலையும் உடைந்த நிலையில் கைகளற்ற நிலையில் தியான புத்தரின் வெட்டுண்ட இரு கைகளையும் தேடினான். மலாய்மொழிச் சொற்கள் சுமத்திராவின் சிலையில்உதிர்ந்து கொண்டிருந்தன. சுமத்திராவின் மலைப்பகுதிக் கொடுஞ்சிறைக்குக் கொஞ்ச காலம் மாற்றப்பட்டிருந்தான் துரைசாமி. மால்பரோக் கோட்டைச் சிறைக் கொத்தள வாயில்களோடு அதன் நிழல் கடல்மேல் படிகிறது. அலையடிக்கும் காற்று வீச்சில் சிறைவிளக்குகள் தோன்றும். கொடுவதையான இருட்டில் துரைசாமி தனியே அலறும் கடலைப்

பார்த்தான். சிறைவாழ்வின் வறண்ட காலம் மாரிக்காலத்தைவிட நீளமானது. இடம்பெயர்ந்து பயிர்செய்யும் உள்நாட்டு அகதிகளான பழங்குடிகளோடு விவசாயமுறை சென்றுசேர்ந்திருக்கிறது. ஆழமற்ற சாகூல் திட்டு ஆண்டு முழுவதும் மழை பெய்யும் மேகலா ரேகை மண்டலத்தில் காடுகளை வெட்டிப் புதிய சாலையமைக்கும் வேலைக்கு கைதிகளைக்கொண்டுபோகிறார்கள். கைதிகள் உருட்டும் பாறைகள் சிசிபஸின் தொன்மையாகத் தொடர்கிறது. கடற்கரைச் சாலையிலிருந்து மலையடிவாரம்வரை கல் உருளையை இழுக்கிறான் கைதிகளோடு. தாரிடாடு நதியின் உறுமல் கிழக்கு மேற்காக ஓடி பிறகு வடக்கில் திரும்பி தாகிகு ஆற்றுடன் ஒன்று கூடுமிடத்தில் நீண்ட கல்பாலத்தின் முதல்பலி மால்பரோக் கைதிதான். கூடிய நதிகள் கடலை அடைவதற்குமுன் இறந்த கைதிகளையும் உருட்டிச் செல்கிறது. இம்மலைத் தொடரின் தீவிர மடிப்பிற்கு உட்படுத்தப்பட்ட மையத்தில் மால்பரோச் சிறையும் இயற்கையின் கைதியாக அகப்பட்டிருந்தது.

பிரிட்டிஷ் சுமத்திராவின் பெங்கோலன் நகருக்குக் கொண்டு போகப் புதிதாக வந்த மேயர் அன்று வேட்டைநாயை முயல் விரட்டிய மண்மத்தை அழித்த காதகன் பானர்மேன் கலனல்களுக்கு உத்தரவிட மால்பரோக் கோட்டை புதிய சிறை செல் வார்டுகள் கட்டுவதற்கு பினாங்குக் கொட்டடிச் சிறையிலிருந்து கட்டுமானக் கைதி சித்தாள்களில் துரைசாமியும் இருந்தான்.

இரவில் கைதிகள் தனக்குத்தானே கட்டிவரும் கல்லறை நியதியாக நிலவியது. மால்பரோ சிறை சுதேசிகளை விழுங்கிக் கொண்டிருந்தது. அந்தச் சிறையைப் பற்றிக் கேட்டால் பெங்கோலன் நகரவாசிகள் அச்சப்படுவார்கள். மலேயாப் பழங்குடிப் பிள்ளைகள் வாய்மூடுவார்கள். இங்குள்ள அனைவருக்கும் கொடுங் கனாவாக இருந்தது மால்பரோக் கோட்டைச் சிறை. எல்லா செல் வார்டுகளிலும் தோன்றி நடக்கும் மலேரியா மருத்துவர் பான்பெர்ரி தன்பூனை ரோசியுடன் வருவார். போராளிக் கைதிகளின் ரொட்டிகளைத் தின்று தொட்ட வால் நீண்டு செல்லும். அதற்குக் கைதி துரை சாமியைப் பிடிக்கும்.

ரோசி ரோசி... என்று அதனிடம் பேசினான். ஜெயிலர்நாய் கூண்டுக்குள் இருந்தாலும் முன்னூத்திஅறுபது டிகிரி வளைவிலும் கோட்டையை வலம் வரும். நாய்களின்றிச் சிறைச்சாலை, கொடும் தண்டனையால் மட்டும் வாழ்ந்துவிடாது. ஜெயிலர்நாய் துரைசாமியின்

உடல்வாசனையை ஞானத்தில் அறிந்து சங்கிலியை உருவிக்கொண்டு ஓடிவந்தது. மால்பரோவில் வேறு நாய்களும் சமையல்காரக் கைதி களுக்கும் கடுங்காவல்காரக் கைதிகளுக்கும் போர்னியா வேட்டை நாயிடம் இருந்து தாட்டுக்குப் பிறந்தவை. காயங்களில் அடிபட்ட கைதிகளின் வலிநெடியில் எச்சில்பட சிணுக்கமிட்டன. ‘ரோசி உன்னையும் அடிகிறார்களா... அழாத அழாத. உனக்கு மீன்குட்டி தாரேன். அதற்கு ஒரு கப்பல் இருக்கிறது. எல்லோரும் தப்பி அங்கே போகலாம். என்னோடு வந்துவிடு ரோசி.’ சீனப் பீங்கானி லிருந்து யூகி மீன்குட்டியை எடுத்து மால்பரோவின் அந்தரத்தில் நீந்த விட்டான். தீப்பெட்டியில் உறங்கும் கடல்குச்சிகளை எடுத்து சிறைச் சுவரில் கோடு கீச்சி அரூபமாய் தன் ஐயாவின் வாச்சியங்களை எழுதி ஒரு எழுதாமைப் புஸ்தகத்தை சூனியத்தில் திறந்து வாசிக் கிறார்கள்.

நாய்களின் அலைவுபடும் சித்தத்தின் கோடுகளை அவற்றின் தற்கணப் புஸ்தகத்தில் இருந்து இடமாற்றுகிறான் துரைசாமி. யூகிமீன் ஒன்றை விடுதலையின் குறியீடாக நெடுங்கடல் நீலங்களில் செதுக்கி எடுத்து அதற்குப் பொன்செதில்களைத் தைத்து கம்பிகளுக்கு இடையில் காட்டினான். அவர்களின் காலடிகள் செடிகளாக வளர்கின்றன படிகளில். நீர்மேல் ஏற்றுதல் கண்ணாடி போன்ற பட்டகத்தில் அடைக்கப்பட்டிருப்பதால் போஞ்சாய் மரங்களாகவும் மாறலாம். மனித வதைமிகுந்த செல் வார்டுகளில் திணை மீட்புப் போராளிகளின் நிழல்கள் தோற்பாவைகளாகக் கதாபாத்திரம் ஏற்றிருக்கும் நிகழ்கால நாடகத்தில் நம்முடைய சட்டையும் சட்டைகளின் சிறையில் கதாபாத்திரங்களாக இருப்பதால் என்ன நடக்குமோ என்ற அச்சம். சட்டைகள் அணிந்த நிர்வாணக் கைதிகள் எரியும் விளக்கைத் தூண்டிப் பெருகிய வெளிச்சத்தில் சட்டையும் நிர்வாணமும் சருமத்தோடு பிளக்கும் இடைவெளியில் எண்களிடப்பட்ட சட்டைகளுடன் நிர்வாணமாய் குரல்கள் நரம்புகள் பல இழுக்கப்பட்டதில் விலங்குகளுக்கும் விடுதலைக்கு மான இடைவெளியை வேறொரு நாடகமாக்கும் துரை சாமியின் உரையாடல். உள்ளேயிருக்கும் போராளிகளின் சட்டை களில் பூழி நிலம் உதிர்கிறது.

சித்தரவதைக் கீறல்களில் கசியும் சரிவரத் தெரியாத மங்கிய பித்தமும் மயக்கமான பிறழ்வும் கூடிய மால்பரோ நரகத்தின் கொடுங்கனாவின் நீட்சியை எல்லோரும் மாறுவேடத்தில் சிறை உடுப்புகளின் ஒப்பனை அறையில் உடைந்த பீங்கானால்

அடிவயிற்றைக் கீறும் அலறல். பேரேட் விசில் தற்கொலையைத் தூண்டும் வெள்ளிப் பிரம்புடன் ஜெயில் இசையமைப்பாளன். அனுமதிக்கப்பட்ட வெளிக்குள் வியர்க்கும் யாக்கையுடன் மெலிந்த வயலின் துக்கத்தில் உண்மையான நீலம் படிகிறது.

பேரேட் இசையில் இவர்களுக்கான ஒவ்வாமை உலர்ந்த புற்களில் வீசும் காற்றென எல்லாக் காற்றுகளையும் முணுமுணுக்கும் மால்பரோ கருஞ்சன்னல்களில் வாடியமுகம் வைத்திருந்தார்கள். தன்நிழல் உரு ஒரே இடத்தில் பதிந்து படர்ந்து மரணத்தின் உள் அரங்கமாக அவற்றை நாடுகடத்திய நீர்மேலிடும் போராளிகளின் கால்கள் மூழ்கிக்கொண்டிருக்கின்றன. அவர்கள் யாவரும் நிராகரிக்கப்பட்ட கதாபாத்திரங்கள். வாழும் இருட்டு செல்களாக உள்ளன. இங்கே ஜெயில்வார்டர்கள் குடிகாரர்கள். பொம்ம லாட்டத்தில் பொம்மைகளாக இயங்குவதற்கு எண்களிடப்பட்ட அனைத்து சட்டைகளையும் சவர்க்காரமிட்டுக்கொண்டிருக்கிறார்கள். தூக்குக்கயிறுகளை முதலில் சவர்க்காரமிட்ட பின் பூழியர் தொங்கிய கயிறுகளில் கழுவக்கழுவ இரத்தம். உள்ளிருக்கும் தேனீர் கோப்பை களையும் அவர்கள் கழுவுவதற்காக எடுத்துச்செல்ல வேண்டும். இரு தந்தையரின் குருதிக்கறை கயிற்றிலிருந்து சுருங்கி இரு சொட்டாய் துரைசாமி நெற்றியில்பட்டது. அவனைத் தேடி மூன்றாவது கடல்கடந்து காலத்தின் தூரப்புள்ளிகளாக குருதியின் ரகசியத்தில் இணைகிறது. மால்பரோ நடைமுறை நூலைத்தேடி வாசித்தான் துரைசாமி. பெண் கைதிகளில் பலரும் அலைந்து திரியும் குலத்தினர். ஈச்சம் பாய், நாடா நெசவு, ஊசிப் பின்னல், தலையணை உறைகள், சோல்சர் காலுறைகள், பாலக்கலாவாத் தொப்பிகள், படைப் பிரிவுகளுக்கான மாறுபட்ட மார்புச்சட்டைகள், போர்வைகள், சமுக்காளப் பின்னல் மணிகள், நாணல்கதவு, துரைசாமிக்கு சணல்குச்சி செய்யுமாறு கட்டளை.

அதில் தந்தையின் எலும்புக்கூடை அமைத்து உரையாடினான். பிணைக்கைதிகள் கூட்டமாக நகைத்தனர். இறந்த பின்னும் மால்பரோவில் இருக்கும் கைதிகள் இந்தப் பைத்தியஆவிகள் நாடகத்தில் கைதிகளின் சட்டைகளும் வார்டர்களின் பழைய உடைகளும் ஜெயிலை விட்டு வெளியேறுவதில்லை.

அட்மிரல் நெல்சனில் நீர்மேல்தூக்கி வரப்பட்ட எழுபத்தி மூன்று பேரில் நாற்பத்திமூன்று பேராய்க் குறைந்து நிராகதி அடைந்தோர் என சீல் வைத்து கருவறுக்க கும்பினித் துரைகள்

மால்பரோவில் தனிப் போக்குடையவர்களாக கைதி உரிமைகளை பூட்ஸால் தொடுவது வழக்கம். குறுமிளகு, கிராம்பு, சாதிக்காய், குங்கிலியம், தொண்ணூற்றி ஒன்பது வகைப் பூக்களில் வாசனையை சீஸாவில் மூடுவதற்கும் திறப்பதற்கும் மூடுசெருப்பு, புஸ்கோட்டு, துப்பாக்கி, பிராந்தியுடன் சுருட்டுபுகை சுற்றிச்சுற்றி வளையும். சுமத்திரா மரங்களிடையே மால்பரோவில் ஒவ்வொருவராய் இறந்துகொண்டிருந்தார்கள் பூழியர். கூட்டமாய் வேலை செய்வதற் கிடையே நகைத்தல். அங்சானா மரம் உதிர்த்த பொன்னிறப் பூக்களிடையே இருக்கிறார்கள். கைதிகள் சிந்திய குருதியாக 'ஒப சுழுக்' மரம் பீட்ரூட் நிறத்திற்கு மாறியிருந்தது. கேழையாடுகள் இரவின் குரைப்போசையாக விட்டு விட்டுக் கேட்டது. வெட்டும் போது காற்றில் துகள்களைப் பரப்பி நாடுகடத்தப்பட்டவரின் தோலில் அரிப்பை ஏற்படுத்தும் கத்தால்மரமென அல்லாமல் வெட்டுபவர் களுக்கு நறுமணத்தைக் கொடுக்கும்.

கப்பூர்மரத்தில் கூடுவார்கள். கைதிகளின் உடைகளுக்குள் பின்னிய பருத்திநூல் உலர்ந்திருக்கிறது. சித்ரவதையான ஆடைகள் குற்றவுணர்வற்ற வெளியில் காய்ந்து உரையாடுகின்றன பெண் கைதிகளோடு. இவர்கள் சிறைச்சூழலில் மூழ்கிப்போய் வெளியில் காத்திருக்கும் உலர்ந்த கிராமங்களுக்காக வருந்துவார்கள்.

அவனைத் தேடி கலனல் வெல்ஸ் மால்பரோ சிறைக்கு வந்து சந்தித்தான். 'நீ என்னை இந்த முகாமில் இருந்து வதையடையும் போதே கொன்றுவிடு கலனல். வலையில் அகப்பட்ட பறவை நான். விடுவிக்க உன்னால் முடியுமா?' எனக் கண்களின் மௌனத்தில் கேட்பதாகப்பட்டது வெல்ஸுக்கு. உப்பேறிய ஆடைகளைத் தொட்டுத் தருவதற்கு வெல்ஸிடம் ஒன்றுமில்லை. துரைசாமி அதிகத் துயரோடு நடமாடுகிறான் கலனலிடம் பேசியவாறு. 'சின்னப் பாண்டியர் இன்னும் என் ஆடைகளில் படிந்திருக்கிறார். முத்தூர் வளதாடிக் களத்தில் உமது கோட்டு என் கைவசமிருந்து நினைவிருக்கிறதா?' இரத்தம் தெறித்து உறைந்த நள்ளிரவு வேளையில் தனிமை குடிக்கிறான் எந்த ஆயுதமும் இல்லாதவன். இராத்திரிக்குள் மறைந்து காலத் தொலைவில் சென்றுவிடுகிறான்.

கலனல் வெல்ஸ் கைதியின் அகஉருக்கச் சலனத்தில் செல்ல முடியாமல் தவித்தான். ஆனால், அவமானப்பட்ட துரைசாமி அருகில் உள்ள சுவர்ப்பொந்து வழியாக அடுத்த அறைக்கைதியைப் புரிந்துகொண்டு விடுகிறான். மலேயத் தையல்காரிகள் கூட்டமாக

கத்திரிக்கோலுடன் வருகிறார்கள். மால்பரோ கைதிகள் விடுதலை யானாலும் அவர்களின் கந்தலாடைகள் விடுவிக்கப்படுவதில்லை. இருட்டுப் புத்தகத்தில் ஒட்டப்பட்ட பிரதிகளாக அவை கதாப் பாத்திரம் ஏற்று மால்பரோ சிறைக்குள் இரவிரவாய் உடைந்த சிம்னிவிளக்குடன் கதை பேசித் திரிகிறார்கள். கலனல் வெல்ஸ் துரைசாமியின் நிழலாய் தொடர முயன்றான். அந்த இளம் கைதியின் உடைந்த சமையலறைக் கண்ணாடி இருட்டு நீரில் நகர்ந்து கொண்டிருக்கிறது. அதில் சிறைப்பட்ட எல்லா மனவுலகையும் உதிரம் ஒழுகப் பார்க்க முடியும். இரத்தம் பூசிய சித்ரவதை ஆடைகள் கலனல் வெல்ஸிடம் தேம்பும் ஒலிகளை சுவர்ப்பல்லி வளதாடியாய் வால் வளைத்துப் பார்த்தது. புத்தகங்களுக்குத் தப்பிய கைதிகள்தான் இந்தப் பனிக்கால உல்லன் ஆடைகள். பிரதிக்கு வெளியிலும் பனிக்காலம் கவியக்கோர்க்கும் கம்பளியால் ஆடைகளை ஒட்டி உள்தையல் இடுகிறார்கள் மலேயத் தையல்காரிகள். பிரதிக்கு வெளியில் திரிவோர் பனிக்காலத்தில் மால்பரோவுக்கு உள்ளே சென்று கதாபாத்திரங்கள் ஆகிவிடுகிறார்கள். மால்பரோ சிறையில் மஞ்சள் அலகு கொண்ட கருஞ்சிட்டுகள் கைதிகளைப் பார்ப்பதை, கேட்பதை துரைசாமியிடம் ரகசியமாய் வந்து சொல்லிவிடும்.

ரெட்டையானைப்பாறை வளதாடிப் போட்டி

செடிக்குள் விழுந்த பனங்காயா கெடக்கான். பனங்காட்டில் இரண்டு முட்டாள்களின் சண்டை. சண்டை செய்தபின் அமைதியாக இருத்தல் (முட்டாள்தனம் போட்டியை விரும்பும்).

ஆயிரங்கால் செம்பல்லிக்கும் நரிக்குட்டிக்கும் நடக்கவிருந்த வளுதாடிப் போட்டியை மஞ்சள் அலகிருந்த கருஞ்சிட்டிடம் சொன்னான் துரைசாமி.

பலகாலமாய் எதிர்பார்த்து ஆவலுடன் ஊரே காத்திருந்த அத்தருணம் முடிவில் வந்துவிட்டது இருவருக்கும். போட்டிகளின் அறிவிப்பாளர் அப்போதுதான் கூறிமுடித்தார்.

கூட்டமாய் காத்திருந்த வளுதாடிகள் ஒவ்வொருவர் விலா எலும்பிலும் உருவிக்கொண்டு ஓடுவதாய் மெய்யுடம்பின் ஒடக்கூறு எல்லைக்குள் இன்னும் துளைக்க வேண்டி ஒவ்வொருவருக் குள்ளும் நனவிலி ஞானமாய்த் திறந்துகொண்டது. தன்னுள்ளே மறைந்து காற்றோடு காற்றாய் கலந்ததென்பதை யாவரும் மங்கலாகிக் குழம்பிய வாசிமலைச் சூறாவளியில் சுற்றிலும் இருந்த எல்லா

மரங்களும் சுழன்றாட வளுதாடி வீசியவண்ணம் ஒலிவரும். அந்தரத்தில் வளுதாடி சாய்ந்து தாழையூத்து மலைமேல் மிதந்து சுற்றுவது தெரிந்தது.

அந்த ரெட்டையானைப் பாறை முழுவதுமே ரத்தச் சிவப்பு மேனி பெற்றுவிட்டது. அஸ்தமனச் சூரியன் செவ்வொளியில் இரைச்சலும் உறுமலும் மேலும் வீரிட்ட கோடுகளும் குளிராட்டிப் பாறையில் இருந்து கேட்டன. மேலும் பல ஊர்களுக்கு வெளியில் சுற்றும் நடுவளியில் ஆவியர்நெடி நாற்றிசையிலும் பரவியது. சுவாசத்தில் கலந்திருந்த வளுதாடிப்பார்வையாளர் முகத்திலே அதிசய உணர்வு கொள்வதாயிற்று. முதன்முதலாய் நேரில் கண்ட எச்சத் துகள்களில் வளுதாடிப் போட்டியின் ஓசை நொறுங்கிச் சன்னத் துகள்கள் பல நாட்களுக்குத்தொடர்ந்து படிந்து வந்தன. வாசிமலைக் காற்று இந்தச் சாம்பலை செங்கல்லகமெங்கும் வளுதாடிக் கோடுகளாய் தீட்டினதில் வடுப்பட்ட காலங்களை மிச்சம் வைத்திருந்தனர். சுற்றுப்புறங்களில் கவிந்திருந்த இருளுக்குள் மூதோர் சடங்காற்றுப் பாடல் ஓட்டைச்சொனையாக வழிகிறது. 'இருளாயி முடி' ஒன்று வலிய தீக்கொளுந்தாய் படர்கிறது பாறைத் திரட்சிகளில். எங்கும் நிறைந்திருந்த வளுதாடி எனும் விந்தை வளைவைத் தம் உடலோடு வைத்திருந்தனர். செங்கல்லகத்தில் பல மலையடிவாரங்களில் இருந்தும் வளுதாடி வைத்துப் புயலடங்க வணங்குகிறார்கள்.

மீயாழத்தில் யாரோ கூப்பிடும் அரிச்சல். நெருங்கிச் செல்லச் செல்ல வளுதாடியின் இயல்பு திசைமாறிச் செல்கிறது.

தீய அரசன் ஒவ்வொருவரிடமும் மறைந்திருக்கிறான். இந்த ஆதிவளுதாடியில் குளிர்ந்திருந்தது கடல். மான்களின் புள்ளியிட்ட பாடல்களும் தீயஅரசனிடம் இருந்தது மறதியில். இப்போது மான்களைத் தொட்டு அறியும் ஆவலாக எல்லோரும் காத்திருந்தனர். அணில்குஞ்சாய் வால்சுற்றி ஓடிவந்தவளுதாடி மெய் உருவம் கொண்ட இருளாயி வீடெல்லாம் தட்டாநெத்து மெலிந்த மஞ்சள் நிறமாகி வெளிர்அரக்காய் மாறிவர ஒவ்வொரு நெத்தும் உடைபடும் ஒலியில் நடமாடினாள். வளுதாடி நிழல்களாய் சுற்றிவந்தார் ஆதிநெட்டி மாலை. எறும்புகளைச் சிமிழுக்குள் இட்டு வட்டமிடும் கோடுகளில் வளுதாடி சுற்றிவரும். பூழிச் செம்புழுதியில் வளுதாடிகள் வாசனையாய் முளைத்தெழ மரத்துக்கு மரம் சொருகியவை எத்தனையோ மகிமையும் வீசிவீசி ஆவியாய்

கலந்துவருவார் நெட்டிமாலை மரிக்கொழுந்து பறிப்பதற்கு. வளுதாடிக்குப் புகையூதி சாம்பிராணியில் மந்திரிக்கும் பேருணர்ச்சியில் எழுந்து அவள் வெளியிலே புறப்பட்டு பயிர்முளை கண்டதும் நீர்ப்பாய்ச்சிவிட்டு ஒத்தத் தென்னைத் தோட்டத்து கமலைக் கிணற்றில் நெட்டிமாலை படுத்திருப்பதும் தெரியும்.

இரண்டாம் வளுதாடி

'சேன போட்டவளோட குணம் அப்படியே புள்ளைக்கு இருக்கு. நான் சொன்னதை செஞ்சி காட்டலேனா என்னை சொடக்குப் போட்டுக் கூப்பிடு' எவ்வளவு அவசரமாகச் சுழன்றாலும் அதன் வடிவம் மெதுவாகத்தான் திரும்பி கைக்கு வரும்.

இப்பொழுதும் என்ன... செம்பல்லி வாழ்ந்துகொண்டிருக்கும் கசப்பான இந்தச்சாவின் சுவையை ஊராரின் வெறுக்கத்தக்க ஒருவளு தாடிப் போட்டியில், இருளயினரில் ஒருவருக்குச் சாவு நிகழ்ந்தே தீரும். தூங்கும் தெருக்களோடு சோம்பியிருக்கும் பால் நிறமுடைய வெளுத்த சுண்ணாம்புச் சுவர்களுக்கிடையே சின்னக் காரைவீட்டார் பெரிய காரைவீட்டாருக்குள் தங்கியிருந்த ஊழின் உப்பக்கம் இரு வளதாடிகளும் தூக்கத்தில் சண்டையிட்டன. நூறு வருஷம் ஊராரின் நெடுங்காலத்துக்கு முந்தைய எயினரின் வளுதாடிகள் ஆளின்றி சண்டையிட்டுச் சத்தமிட்டே வசைபாடிப் பலகாலம் ஓடிவிட்டது. இந்த எயினர்வளுதாடிகள் தங்களுக்குள் பின்னிப் பிணைந்து மாசிக்களரி யோடு ஊரைமீட்கும் வருசத்தில் ஒருநாள், அதுவும் மூன்று ஆண்டுகளுக்கு ஒருமுறை எட்டாக் கனியாக வளுதாடி சுவர்களில் தொங்கிக்கொண்டிருக்கிறது. எயினர் வளுதாடியை நெஞ்சில் ஏந்திய அறுவடைக்காரர்கள் மறைந்து விட்டார்கள். இருப்பினும் எயினர்வளுதாடிகளை வெளியில் எடுத்து மஞ்சள்பூசி, மூலிகைப் பொடி, சாம்பிராணிப் புகையூட்டி லேசாகத் துடைத்து வெளியில் காயவைத்திருந்தார்கள். ஒரே ஒருநாள் எயினர்வளுதாடி வெளியில் சென்றாலும் எல்லா விதத்திலும் ஊரை உயிர்ப்பிக்க ஒருநாள் வருகிறது.

நரிகுட்டிக்கு கோடிக்கால் செம்பல்லியை எப்போதும் பிடிக்காது, அதில் பகையோ வெறுப்போ இல்லை. ஒருநாள் வரும் என்பதை அரசாணிகளே அறிந்திருந்தனர். அதை அரண்மனைப் பெண்கள் ஓடிவந்து தடுத்தாலும் உட்பகை தூங்காது. அது அதிசய வைரமாகவும் மாறிவிடும். துர்விதிதான் அரண்மனைக்கார

வைரத்தையும் பீடிக்கிறது. மரபு வளதாடியை பற்றினாலும் சிலசமயம் தப்பிவிடுவதற்கான எதேச்சைதான் சாதகமானது. எந்த ஒருவரின் வளுதாடி நரம்புகளும் சோர்ந்துபோவதில்லை. காட்டு இடாயெருமையில்வந்த நாடோடி வளுதாடிகள் கதைகளாகத்தான் வளுதாடியை வைத்திருந்தனர் முதலில். நாடோடிகளுக்கும் வீரசாகச ஊர் வஸ்தாவிகளுக்கும் பாரதூர வித்தியாசம் இருந்ததால் தான் வளுதாடியால் வீழ்ந்த ஒருவனுக்கு ஒப்பாரிப்பாடலை எல்லாப் பெண்களும், வளுதாடி வீசும் நிகழ்ச்சியை வேறு வேறு திணைகளின் வளுதாடிகளோடு ஒன்றிணைத்துக் குலவையிட்டு ஒப்புவைத்தது எயிற்றியர் கண்ணீர். சேவல்கட்டில் எந்தவொரு கத்திக்கும் எயினர் வளுதாடியெனச் சந்தேகம் எதுவும் இருப்பதில்லை. வளுதாடிப் போட்டி அறுவடைக் காலத்தோடு தொடர்பு உடையது. வளுதாடியில் வளைந்து அதன் கூர்மையைப் பட்டுத் துணியால் துடைத்து திசாதிசையெங்கும் விட்டெறிந்து பயிற்சி நடத்துவது, இறந்தவனின் தந்தை சுழியன் கிளிப் பாண்டியரை தூக்கிலிடாமல் இருந்திருந்தால் மையலும் விருட்சங்களின் சாயலும், நிலவிலுள்ள இருபக்கமாகத் தேயும், வளரும் பிறைகளும் எயினர் வளுதாடிகள்தான் என்பதை ஊரார் சாதாரண மாகத் தெரிந்திருந்தனர்.

பெட் கட்டிய பந்தயப் பொருளகராதி

உப்பும் காலமும் ஒன்று கலந்த நீர்வளரி. திரும்பி வரும்போது அதனடியில் இன்னொரு நீர்வளரி.

நேற்று நடந்தது எல்லோருக்கும் புழுதிப்படலத்தில் தோன்றுகிறது. இருவர் மீதும் சூதாடியவர்கள் நாலுகோட்டை சீமையில்தான் இருக்கிறார்கள், யார் தலை உருண்டாலும் சூதாடிக்குக் கொண்டாட்டம். பலகையில் வைத்த விக்டோரியா ஓட்டைத்துட்டு சல்...லெனச் சிதறி சூதாட்டத்தில் கைமாறிவிடும். ஆடு, மாடு, சேவல், ரிஸ்ட்டு வாச், நாலுகட்டை பேட்ரி, கைரேடியோ, போர்ட்டோ நோவோ பக்கோடா நாணயங்களைக் குலுக்கிக் குலுக்கி ஆர்க்காட்டு வெள்ளி நாணயங்களாக மாற்றும் திண்டுக்கல் சேவல்கட்டு சகாக்களான தாஸச்செட்டி, பந்தனஞ்செட்டி இருவரும் எதிரெதிர் பக்கமாய் போட்டியைத் தூண்டினர். பந்தயம் காட்டுத் தீயாகப் பரவியது. பெட் கட்டிய பந்தயப் பொருட்கள் குவிந்து வருவதால் வளதாடிப் போட்டியின் பாதிக் கவர்ச்சியை இழக்கக்கூடிய தருணம் தோன்றியது. உடனே அங்கு நமது வெற்றிகளில் ஆர்ந்துள்ள

தனிப்பட்ட மதிப்பைப் புனைவுறுவதன் மூலம் தீய அரசர்கள் தோன்றிவிட்டனர். இவர்கள் நம்மை ஏமாற்றக்கூடாதபடிக்கு ஒவ்வொரு நிமிடத்திலும் தீய அரசனின் உயிர் கோடி மதிப்பைப் பெற்றது. ஒருவரை ஒருவர் எதிர்ப்பதாக இருந்தாலும் உயிரின் மீதான சுயப்பற்றைவிட பரங்கிப்படையை எதிர்த்து உயிர்விடுவது வளதாரிமந்திரம். அது தீய அரசர்களையும் ஏமாற்றி பறவை களையும், மரங்களையும், காடுகளையும், இருட்டையும் கலப்பை களையும், வரகுக் கோட்டையையும், கம்மங் குழிக்கன்னி களையும், நீரையும் வாளாக ஏந்தி களபலிக் காவுகள் அவர்களை ஒன்றாக்கியது. வளதாடி பெட் கட்டிய பார்வையாளர்களையும் வீழ்த்தி அலட்சியப்படுத்தியது. வளதாடிக்குப் பந்தயப் போட்டியில் திகிலூட்டும் தீய அரசர்கள் திணையழியாதவர்களாக இருந்தனர்.

திணையழிப்பு நிகழ்கால உலகமயச் சக்கரத்துக்கு அன்றே வெள்ளையர்கள் கருமசகிட்டு முத்திரையிட்டனர் எதிர் காலத்துக்கும். வளதாடிக்குப் புனிதமான மரபு எயினரிடமும் பூழி நிலத்திலும் இருந்தது. நற்பயன் விளைவிக்கிற மனமுடையவன் தீய அரசனாக முடியாது. வாழ்வின் தேவைகளுக்கு உதவாதவன் வளதாடிக்காரன். வளதாடியிடம் ஐயமுறாதவன் தான் பார்த்தவற்றை ஒருபோதும் நம்புவதில்லை. கலனல் வெல்ஸ் குறிப்புகளில் வளதாடி நிழல்களிலான ஆய்வு விரிவாக முத்துவடுகுவிடம் மால்பரோ ஜெயிலில் கேட்டு எழுதியவை. வளதாடியில் மாபெரும் பிரபஞ்சம் சற்றே சுழற்சியை நிறுத்திய நொடியில் வளதாடி அதை சுண்டியதும் ஒலி வீசிச் சுழன்றுவரும். திணையழியாத எயினர் இயல்பில் உள்ளது வளதாடி. இளம் வளதாடியாக கிளிப்பாண்டி மைந்தனும் அரசாணி மயிலரச்சி நாச்சியார் தத்தெடுத்தவனும் தீயஅரசர்களாகவும் ஆறாவது கும்பினி பெட்டாலியன் முன் முதிய பிச்சைக்காரர்களான எவர் ஒருவரும் மாறும் விதி. வளதாடி தன் கடவுளரையும் பெட் கட்டியவரையும் பழி கூறும். வளதாடி பிடித்தவன் முதல் பயிற்சியிலேயே சாகசக் காரனாகத் தொடங்கி இறுதியில் வெள்ளையர்கள் பின்தொடர்ந்துவர முடியாத கொடும் கொடிய சுரவழி எயினராகி எச். எம். சுயிட்டர் துப்பாக்கியால் சுடப்பட்டு வீழ்கிறான்.

செல்லாத பழங்காசுகள், ரேஸ்வண்டி, டைனமோ சைக்கிள், ராசிக்கல் பதித்த கடுக்கண், கும்பினிப்பட்டயங்கள், தாம்பூலச் செல்லம், திருக்கைமீன்வால், ஊரிலிருக்கும் வெண்கலக் கும்பா, மைனர் செயின்... என செம்பல்லி, தேரைவகுரன் மீது பெட் கட்டினார்கள் அன்று.

இதற்குப் பாழடைந்த உருப்படியான சாட்சி வஞ்ச மனத்தின் ஒளிவீச, சகுனிராசன் வந்தான். தன் பகையாளியை வஞ்சகத்தால் பகடையாடிப் பதிமூன்று வருஷங்கள் வனவாசம் போகவைத்தான். காயாத கானகம் ஓட்டிவைத்தான். துரியனுக்கு மாமன் காந்தார தேசத்தை அரசு செய்தான். மாயச்சூதாட்டத்தால் மயக்கிப் பிடித்தான் பாண்டவரை. இதனால் துரியனுக்கு ஐந்து நாடும் சொந்தமாச்சு. விராட பருவம் முடிந்து திரும்பி வந்தால் வில்லாளி ஐவரைக் கொல்ல உபாயமுண்டு என்றான், கண்கட்டுத் துணியை அவிழ்க்காத காந்தாரியின் அண்ணன், சகுனி அம்மானிடம் கேட்டால், அவரே இதற்கு நீதிக்கதை சொல்ல முடியும்.

ஆட்டு மண்ணீரலை சுவரில் எறிந்ததென ஒட்டிக்கொள்ளும் புத்ர சோகம்.

கண்ணீரில் அமிழ்ந்த தாயாரின் முகம்கலங்கி செம்பல்லியின் வீழ்ச்சி அவள் ஆயுள் முழுவதும் கொடுக்கப்பட்ட தண்டனையாக உணர்ந்தாள். யாக்கையில் நசியம்பூசி எதிரியின் காயங்களை உடம்பால் மெழுகுகிறாள்.

இருப்பினும் நடந்தது ஒரு விபத்தல்ல, கோடிக்கால் செம்பல்லியைக் கொல்வதற்கு சனத்தின் மனதில் ஓடும், கூட்டமான பயம் கலந்த வெறுப்பு அக்ஸ் துபாஷி கௌரி வல்லபர் மகள் மயிலரச்சி நாச்சியார் முதல் போதகுரு ராசா வரை இவர்கள் பேரில் தொடுத்த வழக்கு அந்த துபாஷி அக்ஸின் பெயர்ப்பில் அளித்த சாட்சியங்களில் காப்டன் ரம்லே ஒரே நாளில் இரண்டாயிரம் பூழியர்களைச் சுட்டு வீழ்த்தியதும் ரம்லே சாமியாக வணங்கப்பட்டு வந்ததும் அவன் கொன்ற ஆவியர் ஒவ்வொருவரும் இப்போட்டி நடத்த விரும்பினர். அக்ஸ் துபாஷி தோலுரித்துக் காட்டிய வழக்குமன்ற வாச்சியங்கள் யார் கண்ணிலும் படாத டைரிகளே இந்த வளதாடிப் போட்டிக்கு அழைப்புவிட்டன. ஒவ்வொருவர் கண்களிலும் போட்டி நடக்கும் போது, பகைமை உதிர்ந்துவிடுகின்றன. எயினர்வளுதாடிப் போட்டியில் ஒழுங்கு கட்டுப்பாடு அதன் விளையாட்டு வடிவங்கள் எப்பொழுதும் பகைவரையும் நண்பராக ஈர்க்கக்கூடியது. முந்தினநாள் இரவே ஆவியூரிலிருந்து முத்தூர், சிறுவயல், சருகணி நோக்கி பத்துக்கல்தூரம் நடந்து தேரைவகுரன் தாயார் மீனாட்சி ஆத்தாளிடம் சொல்லி, தூக்கத்திலேயே மந்திரம் ஓதி 'எயினர் வளுதாடியில் ரத்தம் கசியும் நாள் வரப்போகிறது' என்று, 'கெவுளி ஒன்று சொட்டிய சொல்படி நீ அங்கு போகவேண்டும்'

என்றாள் அம்மா. ஊரார் அனைவரும் வருகிறார்கள் போட்டியைப் பார்ப்பதற்கு, 'நீ போட்டியில் மாண்ட எயினர் சமாதிகளை நோக்கி விரதமிருந்து இதுவரை குருதிபடாத வளுதாடியாய் பார்த்து எடுத்துப் போ' என்றாள். 'அந்த வடக்குமூலையில் காலி மண்குழுமை மேல் தொங்கும் தந்தையின் இரத்தம்பட்ட வளுதாடியை நீ எடுத்துப்போக வேண்டாம். அந்தக்கதை வேண்டாம் உனக்கு. கொஞ்சம் கொஞ்சமாக சுழியன் கிளிப்பாண்டி சாவில் என்ன நடந்தது என்று எனக்குத் தெரிந்திருக்க வாய்ப்பில்லை.'

விருவீடு கணவாயில் நடந்த எயினரின் வளுதாடிப் போட்டிக்கு மலைதாண்டிக் காட்டு இடாயெருமை மேல் ஏறிவந்த நாடோடிகளும் இருக்கிறார்கள். அந்தநாள் இரவு வளுதாடி வீச்சில், பாலவ ராயனுக்கும் பெரியதேளிக்கும் நடந்த போட்டியில் இருவரும் பிழைத்திருக்கவில்லை. ஆனால் கீழ்காவட்டியிலிருந்து வந்த பிறங்கை நாறும் நாடோடி ஒருவனின், மலையில் தூங்கிக்கொண்டிருந்த வளுதாடி ஒன்று உன் தந்தையின் சிரசை அவிழ்க்க முனைந்த வேளை கலனல் அக்னியு குதிரைப்படை நிழல் காளையார்கோயில் காட்டை நெருங்குகிறது. போட்டியிலிருந்து வெளியேறிய கிளிப்பாண்டியர் ஏனோ திரும்பவில்லை. கீழ்காவட்டன் இடாயெருமை மேல் திரும்பிச்செல்லும் போது, சுழியன் எதிரியின் வளுதாடியையும் கைப்பற்றியிருந்தார். தன் வளுதாடி மறைந்த திசையைத் தொட்டுக் கண்களை மூடக் கடினமாக முயற்சித்தான், இருப்பினும் போட்டியில் நடந்தது முன்கூறப்பட்ட பகைமையின் நஞ்சு எதுவும் தடவியிருக்க வில்லை வளுதாடியில். ஆனால் ஒவ்வொரு இரவிலும் தன் வளுதாடியைத்தேடி நாடோடி கீழ்காவட்டன் கண்ணீருடன் தேடிவந்து தன் வளுதாடியைக் கேட்டுக் கெஞ்சுவதை கனாவழி பார்த்தாள் தாயார். திரும்பிப்போகச் சொன்னால் போகமாட்டான். மேலக்கரந்தை பனைகளுக்கிடையே போவதும் வருவதுமாய் இருந்தான். அவனுக்கு ஆறுதல் சொல்லியும் கேளாமல் ஊருக்கு வெளியே காற்றோடு புலம்பி அழுவதைத் தெருக்காற்று கேட்டு அவனைத் தெருநெடுகத் தள்ளிக் கொண்டு ஒவ்வொரு வீடாய் அவன் துயரம் ஜன்னல்களைத் தொட்டு ஒவ்வொருவர் கனவுக்குள் கரைவதை இவளும் கண்டாள் கனவில். மறுநாள் இடாயெருமையில் நேரில் வந்த அதே நாடோடியைத் தாக்கப்போனவர்களை எயினர்கள் தடுத்து. 'கனாவில் வரும் எதிரி மேல் பகையே ஆகாது. தூக்குமரத்தில் படிந்த கிளிப்பாண்டி வளுதாடி சமாதானம் அடையவில்லை' என்றனர். 'தேடி வந்தவனுக்கு ஒரு கம்பளியோ பழைய துப்பட்டியோ கூதலுக்குக் கொடுங்கள்.

அவன் குளிராட்டிப் பாறையில் இருந்துதான் வருகிறான். அவன் வீடு மஞ்சம்புல் வேய்ந்த திணையழியாத மேகராகக்குறிஞ்சி அவன்' என்றனர். அந்தக் கணத்தில் அம்மாதிரியான காட்டு யுத்தத்தில் மிதக்கும் எயினரின் வளுதாடிகளுக்கிடையே மந்திர வீச்சுகள் உணர்ச்சியின் வெளிப்பாட்டைப் பெற்றிருப்பதில்லை. திணைகளில் உள்ள கணிதம் வளதாடியிலும் இருக்கிறது.

எயினர்கோடுகளை வளுதாடிகளில் யார் வரைந்தார்கள். எயினர் வளுதாடிகள் பயந்து நடுங்குவதும் இல்லை. இன்னும் சில வருடங்களுக்கு இவ்விருவரின் வளுதாடிகளும் ஒன்றைத் தேடியொன்று விர்விர்... எனப் பறந்துகொண்டிருக்கும். எனக்குத் தெரிந்தது எல்லாம், உன் தந்தையின் வளுதாடிகள் பளிச்சிட அசைந்து மயக்கமுற்று நான் தூங்குகிறேன். அந்த மங்கிய அரக்குநிற மயக்கரவுகள் எயினரோடு மயங்கித் தூங்குகின்றன, அவை ஒன்றை யொன்று கட்டுப்புணசலாடி உரசிக்கொள்கின்றன. வளுதாடிகளுக்குள் ஒளிவுமறைவு இருந்திருந்தால் வெட்ட வெளியாக உள்ளே சுற்றும் மயக்கரவு கூடவே தொடர்ந்து வந்திருக்காது.

ஏன் தூக்கம் வராமல் மயக்கரவுகள் கனாவில் வந்து இருமுனைக்கும் போய் பேசிக்கொள்கின்றன?, அவை இழைத்த குற்றம் எதுவும் இல்லை. சில வௌவால்களைப் பசி வேட்கையில் கொன்றிருக்கலாம்.

நீரை, நீர்வளுதாடிகளால் பிரிக்க முடியாது. ஒவ்வொரு நாளும் இருளத்துவங்கி வீடுகளின் கூரைகளுக்கு அடியில் வெட்டப்படாத மரங்களில் இருந்து வெளியேறிய வளுதாடிகள் பழையனவற்றை ஏன் பெண்கள் பத்திரமாக வைத்திருக்கிறார்கள்...? உன் தந்தை இரவெல்லாம் சிற்பத்தைச் செதுக்குவதாக வளுதாடியைத் தேய்த்துக் கொண்டிருக்கும் விரல்கள் சுடர்வதாகத் தேயும் ஒலிவிட்டு விட்டுக் கேட்கும். எயினனைத் தேடி விசாரம் மிகுதியால் வெளிப்பட்டு மிதக்கிறது வளுதாடி. மடலேறிக் காத்திருக்கும் எயினனை வயமாக்கி விட்டுத் திரும்பவந்துவிடும் கிளைபொருந்தியவளிடம். கிளையாட்டி யென்றால் வளுதாடியைச் சிறுமி கொண்டு வருகிறாள். சகோதரிமுறை என்று அடுத்த கொட்டகையைக் காட்டி மறைவாள் வளுதாடியைக் கொடுக்காமல்.

வளுதாடி எயினரின் ஆழத்தில் புகுதல் மரணமும் பிறப்பாயிற்று. புத்தூர்மலை விலங்கைப் போகவிட்டு எயினர் தடத்தை மோர்ந்து பார்த்து, இருட்டில் கால்சுவடைக் காணும் விலங்கின் நகமாய் வளைந்திருக்கும் வளுதாடி. எல்லா விரல்களின் நகங்களாகவும்

வளைந்து வளைந்து சுழன்று பறந்துகொண்டிருக்கிறது வளுதாடி. வளைந்த பிறையும் வீடாயிற்று நரிக்குட்டிக்கு.

விலங்கு எலும்பெல்லாம் எயினர் மொழி பேசும். சிதறிய எலும்பெல்லாம் ஒன்றுகூடி நிலவொளியாய்த் தகதகக்கிறான் எயினன்... எலும்பெல்லாம் கரைந்து எதிரி ஆயிரங்கால் செம்பல்லி தூக்கமாகத் தெரிந்தது இவனுக்கு, எதிரியின் தூக்கமும் ஒன்றுகலந்த சாமத்தில் ஒரு படைப்புக்காலப் புள்ளுருதான் வளுதாடிப் பறவை, அது கொடிய பறவைதான்.

வளுதாடி விரிஞ்ச சிறகுகள் இவர்கள் இருவராகப்பட்டது. சீமைப்படையினர் அதன் ரெக்கைகளை அரிஞ்சி போட்டார்கள். அதனால் வளுதாடி சுற்றிச்சுற்றிக் கொத்துக்கொத்தாய் நூறு நூறு வெள்ளையர் சிரசுகளை, பிண்டத்திலிருந்து அவிழ்த்தன யுத்தத்தில். அந்த ஆயிரம் மூலிகை தேடும் எயினர் மனுசருக்குத் தப்பி, வளுதாடிப் பறவை நகத்தில் ஒளிந்திருக்கும் கட்டெறும்பிடம், காட்டின் ரகசியங்களைக் கேட்டு வந்தனர். 'பரங்கியே வேண்டாம் எமக்கு...' கீரி ஒன்று துள்ளி ஓடும்பாதையில் தேரைவகுரன் பாறைகளில் தன் வகுத்தை ஒட்டி உறங்குவதைப் பார்த்தான், நெடுமூச்சு விட்டுத் தூங்குகிறான் தலைக்கு வளுதாடி வைத்து. அவன் தந்தை சுழியன் பழமையான எயினரின் வளுதாடிகளுக்குள் பதுங்கிய சிறுவயலும் முத்தூரும் அந்தரத்தில் மிதக்கிறது.

இரண்டு எயினர்களும் கையில் வறுமையோடு இருக்கிறார்கள், கிழிந்த வாழ்வைத் தைத்து மூட்டுகிறார்கள், தாயாரின் பழைய துணிவாடைதான் இருவருக்கும் முகம்புதைத்து உயிர்வாழக் கிடைத்தது. மரங்களில் இருந்து உதிரும் பொன்னிறம் தழுவிய பழுப்பு இலைகள் அவை, கீழே மிதந்து சரியச் சரிய இரு வளுதாடிகளாய் இருவரும் பிரிந்து ஓடுகிறார்கள் எதிரெதிர் திசையில்.

பிரான்மலை அடிவாரத்தில் ரெட்டையானைப் பாறைகளின் முற்றத்தில் காப்புக் கட்டியிருந்ததை, எயினர் கூடுவதாக மலைவாசிகளுக்குப் பட்சிகள் போய்ச்சொல்ல குளிராட்டிப் பாறையில் இருந்து மயக்கரவின் குளிர்ந்த பாதையாய் வடிந்து கீழிறங்கக்கூடும். சாம்பலும் மஞ்சளும் கலந்தமண். குருவிகளின் தவிட்டு நிறம் கணவாய் பாறைகளின் பச்சையில் எயினர்வளுதாடியில் நீலப் பிழம்புகள் வருவதைக் கடக்கும் கிராமங்கள் பார்த்தன. பண்டை எயினர்வளுதாடியில் முன்மொழிந்த சம்பவங்கள் ஊரின் ஞாபகங்களாக மூடியிருந்தன. பிரான்மலை செங்குத்துப் பாறைகளில்

இருந்து எப்படியும் வந்துவிடக்கூடும். காட்டுநிறங்கள் வெளிப்படாத கருக்கலில் மென்மேலும் வளருகிற யௌவனத்தோடு செம்பாறை களைச் சுற்றிக் களத்தில் வளுதாடியை வீசிப் பார்க்கிறான்.

முன்னொரு கல்பத்தில் துயிலும் தொலைவில் உள்ள அடுக்கம், நீலத்தில் மூழ்கி இருப்பது இன்று முன்கூட்டியே சாவு மெல்ல அசைவதாய்த் தெரிந்தது. எயினர்வளுதாடி மரபும் மிதந்து தவழ்கிற செவ்வியல் கலைஆக்கம் தான். நரம்பின் கைவழியில் வளுதாடியை விதைப்பெட்டியில் தூக்கிப்போன நொச்சிகிழவியின் பேரர்களும் அரசாணி மயிலரச்சி வகையறாவும் குளிராட்டிப் பாறைகளில் அடுக்கடுக்காய் இறங்கிவரும் ஊராழியரும் காணியரும் தோள்மேல் தோளாய் மாற்றி மாற்றித் தூக்கிவந்த புள்ளிப் பெரும் பூனையோடு சண்டையிட்ட புலியாத்த மன்னானை அரசாணி மயிலரச்சியிடம் சிகிச்சைக்காக சேர்த்திருந்தனர். தாம் இருபக்கமும் மனவெழுச்சி கொள்ளும் வளுதாடிப் போட்டியை காணப் போகிறார்கள். கண்பத்தாத மருத்துவச்சி அரசாணி மயிலரச்சி பல கிழிவுகளை உடைய புலியாத்த மன்னான் உடலை மூலிகை மருந்தால் பூசி மந்திரிக்கிறாள். இருளிடை விரியும் கிழக்கு வெள்ளி வடிந்து கீழேவிழும் இருசொட்டில் செம்பல்லியும், தேரைவகுரனும் அசுரகணத்தில் ஜனனமாகினர். வேட்கையடங்கா வளுதாடி மரபினர், இருபக்கமும் உறவாடிப் பேசும் நீலிதாபுரத்துத் தாம்பூலவல்லி கொடுத்த வைகைப்பாக்கு வெற்றிலைக்கு அடிமைகள், சுண்ணாம்பு இருவருக்கும் பொதுவான பாறை. அதைத் தொட்டு வெற்றிலையைப் புரட்டி லேசாகத்தடவும் பெண்கள், மடித்துமெல்லும் கடவாயில் அதக்கி வனமாய் இருட்டி வருகிறார்கள்.

நரிக்குட்டி வளுதாடி வீசுவதில் தவறு நிகழ்ந்திருக்காது எப்போதும். குறுக்குப்பாறைக் கணவாய்க்குள் பறக்கும் பேரணில், முள்ளம்பன்றி, மரநாய், காட்டுவெறுவு என்று குறுங்காட்டு விலங்குகளே பாரி வேட்டைக்குச்சி வீச்சில் சாய்ந்தன. சிறுவயதில் தகப்பனோடு சரி மல்லுக்கு நின்றான் பாரி வேட்டைக்குச்சி வீசுவதில். விண்ணிலிருந்து கருடனும், செம்மாங்கல் ஆந்தைகளும் தப்பிப் பறந்தன. பாரி வேட்டைக்குச்சி வித்தைக்காரர்கள் தூக்கிலிட்ட கிளிப்பாண்டியரிடம் பாரி வேட்டைக்குச்சி வித்தையைக் கற்றதால், கருஞ்சேவல் படையல் இட்டனர்.

எல்லோர் முன்னிலையிலும் பிரான்மலைப் பரம்பில் நடந்த

வளுதாடி வீச்சு விளையாட்டில் 'இனி ஒருபட்சியையும் கொல்ல மாட்டேன்' என்று ஐம்பது கல்கஞ்சணத்தில் வளுதாடி வைத்ததிலிருந்து புரியாத புதிராக இருந்தது சுழியன்போக்கு. அவர் மனைவி அரண்மனை வாசல் உயரத்துக்குச் சற்று குள்ளமாக இருந்தாள். ஆனால் வஸ்தாவி என்பதால் மீனாட்சி ஆத்தாள் காதுவடித்துத் தங்கப்பாம்படம் போட்டிருந்தாள். அசையும் பாம்படத்துக்கு அருகாக வளுதாடி வீசித் திரும்பக் கைப்பற்றுவார் கிளிப்பாண்டியர். அவள் நெடுங் கழுத்தை மூன்றுமுறை சுற்றியும் தீண்டாமல் திரும்பவும் கைக்குவந்துவிடும். இவ்வாறு ஒருநாளைக்கு நான்குதரம் வளுதாடியை விட்டெறியப் பாம்படம் வீழாது, சாகசத்தை உச்சரிக்கும் விதமாக அவரிடமிருந்து ஒரு சீழ்க்கை ஒலி கிளம்பும். அது ஒரு கடினமான எந்த வளுதாடிக்காரனும் கையாள முடியாத மந்திர வளுதாடியாகப் படைப்பதற்கு, சிறுவயல் காட்டிலும் ஆனை மடுவிலும் இருந்த உன்னமரமும் ஒதியமரமும் விளா அத்தி சேர்ந்தால் எயினர்வளுதாடிக்கு உயிர்வந்துவிடும். கருநொச்சிலை தேய்த்தால் வளுதாடியைக் கரப்பான் பிடிக்காது. மலையிலுப்பைக் கவட்டையில் வடித்த வளுதாடியில் எண்ணெ பிசுபிசுக்கும். அது ஒரு கடினமான வளுதாடி யாகும்.

சருகணியில் தேர்ச்சிபெற்ற வளுதாடிக்காரர்கள் மரத்துக்கு மரம் கிளைகளில் அமர்ந்திருப்பார்கள். வளுதாடியை லெட்சண சுத்தியோடு செய்வதற்கு சந்தன ஆசாரி பட்டறை ஆவியூரில் இருந்தது. வளுதாடிக்குக் கூர்மையான கவனமும், உறுதியான நரம்புகளும் விசும்பின் மீது சுழன்று சுற்றித் திரும்பவும் கைவரும் நரம்பாக வேண்டும். பத்துக்கச தூரத்தில் ஒவ்வொரு எட்டாகச் சென்று தன் வளுதாடியில் உள்ளுணர்வு தன் நிதானத்தில் இருப்பதாகும். தாயார் மீனாட்சிஆத்தாளைச் சுற்றிப் பறவையென வளுதாடி சுற்றிச்சுற்றி வந்தது. யாரும் அறுதியிட்டுச் சொல்ல முடியாத ஒரு நிலை, யார் மீதும் விரோதமில்லாத வித்வம். மகன் நரிகுட்டிக்கு எயினரின் மரபில் ஒரு வன்மமற்ற விளையாட்டின் சாகசமே, ஒவ்வொரு ஊராரும் போட்டிக்கு அழைத்தார்கள். வளுதாடி வீச்சில் எந்த மனிதரையும் குருதியையும் தீண்டியதில்லை, ஊரார் சிரசைச் சுற்றி விட்டுப் பறவை ரெக்கையாக சீழ்கையிட்டுத் திரும்பிவந்துவிடும்.

வளுதாடி வீச்சில் சிறுவயலைப் போட்டிக்கு வருமாறு வளுதாடியையே தூதுப்பறவையாக அனுப்பி நரிக்குட்டியைப் போட்டிக்கு அழைத்தான் நாலுகோட்டை அரண்மனையிலிருந்து. எந்தப் பறவையையும் ஆயிரங்கால் செம்பல்லி வளுதாடி தொட்டதில்லை,

ஏனோ புஞ்சைக்காட்டு மகசூல் காலங்களில் மட்டும் கதிர் அறுக்கும் போது சிந்திய நெல்லையும் விடுகதிர்களையும் தாயாரோடு பொறுக்கி சேகரிக்கும் பெண்களுக்கு வளதாடிப் பயிற்சிதந்தான்.

ஆயிரங்கால் செம்பல்லியை இத்தனை வருஷத்தில் ஒருமுறை ஆத்தாவூரணியில் கண்டது. அன்று நோணான் தாத்தாவிடம் 'என் ஒன்றுவிட்ட சகோதரனை நான் இதுவரை பார்த்ததில்லை ஆளை மட்டும் காமிங்க அப்பச்சி' என்றான் நரிக்குட்டி தூரத்தில் இருந்து கொண்டு. காடெல்லாம் சுற்றி மூலிகைப் பத்தைகளைச் சேகரித்து ஆயிரங்கால்செம்பல்லி தெற்கே மங்கலங் காட்டிலிருந்து சித்தனாய் வந்து கொண்டிருந்தான். இருவரும் ஒருவரையொருவர் ஆவிச்சேர்ந்து மோதலுக்கான நாளைக் குறித்துக்கொண்ட அன்று விரல்களை எண்ணி நகத்தால் குறிபோட்டுப் பிரியாவிடை பெற்றனர் உடம்பைத் தொட்டு.

… … … … …

அம்மணப்பா அம்மணப்பா... ஊமைச் சாட்சியாய் இருந்திட்டியே அம்மணப்பா என்று அரசாணி மயிலரச்சி குரல் மலைமலையாய்ச் சுற்றியதை வாசிமலை உச்சிமேல் கல்கஞ்சணத்தில் இருந்தவர்களும் காணாமல் போய் எதிரொலித்தனர் அதே குரலில்.

அரசாணி மயிலரச்சி மகன் வீழ்ந்தவுடன் அந்தகக் கண்களை அடைந்தவளாய் அரண்மனையை விட்டு வெளியேறி தெருவைத் தடவி, மகனைச் செயிச்ச கிளிப்பாண்டியர் மகன் யார் எனக்கேட்டு வருகிறாள். எதிரியைத் திறந்த ரணமாக்கிய மகன் விட்ட வளுதாடி வடுக்களோடு நரிக்குட்டியைக் கட்டிப்பிடித்து தடவிப் பார்க்கிறாள் 'நரிக்குட்டி.... நரிக்குட்டி.... நீ தான் சின்னராசு மகனா' என்றவாறு தான் உடம்பெல்லாம் பூசியிருந்த நசியச்சாற்றை அவன் மெய்யில் மெழுகி அணைக்கிறாள். உடனே காயம்பட்ட எதிரி யாக்கையும் சொஸ்தமானது. பிள்ளையில்லா மயிலரச்சியின் புத்ரசோகம் பாசமாய் படர்ந்து நெஞ்சை அள்ளிக் குளிராய்க் கவ்வியது நரிக்குட்டியை. வெப்ப ரத்தப் பிறவியாய் நரிக்குட்டி தவித்தான். மயிலரச்சி உடம்பு ஆட்டு மண்ணீரலை சுவரில் எறிந்த மாதிரி ஒட்டிக்கொண்டு ஆவி சேர்ந்ததில் அவளிடம் இருந்து விடுபட முடியவில்லை அவனால். முட்டிப் பயமுறுத்தும் சாவின் எரிகொம்புகள் நெருங்கி வருவதைக் கண்டான். அரசாணி மயிலரச்சி தழுதழுத்த மருந்து மாயத்தில் மூழ்கிய அவளைவிட்டுப் பிரியும் சந்தர்ப்பத்தில் உடம்புக்குள் தகதகத்த சித்தர்களின் ஏடுகள் தொலைவே கூப்பிட்ட பாதையில் ஒவ்வொரு காடாய் தன் தந்தை

மறைந்து திரிந்த அடவிக்குள் கிளம்பிப் போகிறான். தன் ஊர் இளந்தாரிகளிடம் கேட்டுக் கொள்கிறான் 'வெகுநாள் இருக்க மாட்டேன். எல்லா மலை வழியாகவும் என்னைத் தூக்கிப்போங்கள். நான் இருக்கும் போதே முத்தூர் கொண்டுபோய் என் தாயரிடம் சேர்த்துவிடுங்கள் என்னை'

... ...

முத்தூர் அரண்மனை இருந்த காட்டாறைத் தொட்டதும் நரிக்குட்டி 'ஒரு வடியாய் வருது' என்றான். இரு வளுதாடியையும் இறுகப் பிடித்திருந்த கை வெளுத்து உறைவதைக் கண்டனர் 'நரிக்குட்டி... நரிக்குட்டி' என கூலும் கவண்டனும் கத்தினார்கள். அதைக் கேட்டு மேக மறைப்பில் இருந்து ஆறாம்பிறை வெளிவந்தது. தெரு வெறிச்சிட்டு சினைநரியின் ஊளை தவிட்டுப் பனியில் படர்ந்து படிந்தது.

16

துருவுதிர்க்கும் துப்பாக்கி வாளம்

க. வான்காவின் துருப்பிடித்த லெஃபோ-ஸோ தூங்காது

'இரும்புங் கரு மருந்தும் யாரென்றும் பாராதே' (சிவகங்கைச் சரித்திரக் கும்மி).

ஆயிரம் விதமான சாயைகள், உள்ளே ஓடிக்கொண்டிருக்கும் கிறுக்கல்கள் கலையாகிவிடக் கூடிய விதி கரைந்திருக்கிறது. வான்காவின் துருப்பிடித்த லெஃபோ-ஸோ கைத்துப்பாக்கியின் உள்ளடக்கம் மாறிக்கொண்டே இருக்கிறது.

வான்காவின் வெர்ஜீனியா சுருட்டு ஒரு பெரிய வளம். அது உங்களின் ஆஸ்ட்ரேயில் படிந்த சாம்பல் நிறத்தை உடைய புகைச் சாவிகளாய் சப்தமற்று ரகசியங்களைத் திறந்து பழுப்புக்கோடுகளை வெளிக்கொணர்ந்துவிடும். புகைக்காத மீதிச்சுருட்டை வைத்து விட்டுத் தன் அரக்குநிறக் குடுக்கியில் பூட்டிய நீலஜுவாலையில் வெர்ஜீனியா புகையிலையில் தோன்றும் ஏதோ மெல்லிய வாசத்தில் இருந்து புது ஊக்கத்தைச் சேகரித்துக் கொண்டதென அதிகரித்த உற்சாகத்தோடு வயிற்றில் லெஃபோ-ஸோ கக்கிய துப்பாக்கி ரவை ஒன்று மீண்டும் பனிரெண்டு சூரியகாந்தியை வரையச் சென்று சூரியனோடு கீழே நகரும் பூமிக்குள் மறைந்துகொண்டிருக்கிறான்.

தன் இறுதி ஓவியத்தின் கேன்வாஸைக் கிழித்துக்கொண்டு கூட்டமாய்ப் பறந்த காகங்களோடு வெளிவந்த 1890 ஜூலை 29இல் துருப்பிடித்த லெஃபோ-ஸோ கைத்துப்பாக்கியுடன் முட்டாள்களின் கப்பலுக்குக் காகங்களுடன் வந்து சேர்ந்தான் வான்கா. தன் 'மனப்புயல்' படைப்பில் சுழலக்கூடிய சூரியனின் நிறக்கோலங்கள் தீராமல் விரிந்தபடி இருப்பதை அவனது விதியின் ஆழத்தைப் பிரக்ஞையோடு உணர்ந்திருந்தார்.

உ. விவசாயப் பெண்களின் பழுதடைந்த ஜோடுகள்

அந்த சகாப்தம் நெடுகப் பிணங்களும் அரைப் பிணங்களும் சிதறிக்கிடந்தன. எதிர்ப்புத் தெரிவித்த பின்னர் சிதைவுக்குள்ளான பிணங்கள் சில அவற்றில் அடங்கும். மற்றவையோ சமரசம் செய்துகொண்டு உயிர்வாழ்ந்த பிணங்கள். ஆன்மீக முடவர்களாக உயிர்வாழ்ந்து கொண்டிருந்தவை அவை. ஆனால் எதிர்ப்பாளர்கள் கலைஞர்களாகியும் கலகக்காரர்களாய் இருப்பதால் முட்டாள்களின் கப்பலை வழிநடத்திச் செல்ல அவர்களின் சார்பாக தூரிகை வீச்சில் எழுந்த விவசாயப் பெண்களின் பழுதடைந்த ஜோடுகளுக்கு வான்காவின் வயல்வெளியில் மஞ்சள் வெளிறிய கோதுமைக் கதிர்கள்தான் பெரும் சக்தியாக இருந்தது.

ங. வெண்ணிறமான நெவ்ஸ்கி துறவி மடம்

உறைபனிக்குக் கீழுள்ள விடுதிகளைக் கடந்துபோனால் கரிய இருளில் மூழ்கியுள்ள அந்தகாரத்தில் வாழும் வெண்ணிறமான அலெக்ஸாந்தர் நெவ்ஸ்கி துறவிமடத்தில்தான் ஃபியோதரின் அசடனில் கதாபாத்திரங்கள் சுயசித்திரவதைப் பனிப்பொம்மைகளின் பாடல்கள் தொடரும். புனித மூடத்துறவிகள் பனித்துளை வழியாக அந்த நகரத்தின் ஏழைகள் வாழும் பகுதிகளுக்கு காய்ந்த வறட்டு ரொட்டிக் கூடைகளை ஏந்திச் செல்கிறார்கள். செல்வச்சீமான்கள் வாழ்ந்த இடங்களைப் பிரித்திருந்தது நெவா ஆறு. செயிண்ட் பீட்டர்ஸ் பர்க்கிற்கு வந்த நாடு கடத்தப்பட்ட ஓவியர் எழுத்தாளர்கள் எவராயினும் நெவ்ஸ்கி துறவிமடம் வந்து சேர்ந்துவிடுவார்கள். அவர்களுக்கான எளியோரின் காய்ந்த ரொட்டியை உறைபனியில் வீறிட்டு அழும் சமையல்காரிகள் தந்துவிடுவார்கள் முட்டாள்களின் கதைகளையும் சொல்லி. நெவா ஆற்றின் உறைபனிக்குக் கீழ் உள்ள நெவ்ஸ்கி பிரஸ்பார்ட் என்ற இத்தெருவில் நடந்து செல்வதை முதல் வேலையாகக் கொள்கிறார்கள் நாடோடிகளும் கலைஞர்களும். இத்தெருவில் கீழ்க்கோடியில்தான் ஃபியோதர் கரமசோவ்களின் கதாபாத்திரங்களைத் தங்க வைத்திருந்தான். நெவ்ஸ்கி துறவி மடத்தைச் சுற்றிலும் பழைய ரஷ்யபாணியில் ஃபியோதர் எழுதப்படாத முட்டாள்களின் கப்பல் படைப்பிற்கான சிவப்பு, மஞ்சள் வண்ணம் தீட்டப்பட்ட மரவீடுகள் இருந்தன. அந்த முட்டாள்கள் நாட்டுப்புறச் சூழலைத் தோற்றுவித்தனர். சிறிய குளிர்கால அங்காடிகளையும் நடத்தினர். இந்த அங்காடிகளில் பனிச்சறுக்கு வண்டிகளையும் குடியானவர்களுக்கான விதை வித்துக்களையும் விநியோகித்துவந்தனர்.

ச. 'சாயினயாஸ்' சாமானியர்களின் தேநீர்க் கடை

ஃபியோதர் உனக்குப் பிறந்தநாள் இன்று. என் கோடு ஒன்றால் முர்கலாவை இசைப்பேன். நாம் தூங்கிய ராத்திரிகளை. நகரின் மேல் மிதக்கும் டிமிட்ரியின் விசாரம் உதிரும் அழுக்குக் கோட்டு இவ்விரவிலும் நம்மைக் கடந்து சாயினயாஸ் சாமானியர்களின் தேநீர்க் கடையில் நுழையும்போது நடுநிசி விளக்குகளின் பீட்டர்ஸ்பர்க் வதந்திகளை அந்தக் கோட்டு தெருவெல்லாம் நீண்டு போய் கரமசோவ்களின் துயரத்தைக் குற்ற உணர்வோடு பரப்பும் அதிசயங் களுக்காகக் காத்திருக்கும் மகத்தான எம் மெய்யுயிர் தொட்ட விடிகாலையின் சாயினயாஸ் சாமனியரின் தேநீர்க் கடையே. எல்லோரும் உன் சாயினயாஸ் விடுதியில் தான் பேரார்வத்தோடு அருந்தி வாசித்து உரையாடினர். இதற்கு சாயினயாஸ் என்று பெயரிட்டதும் பிளவுண்ட ரஸ்கோல்நிக்காவ்தான்.

அனிச்கோவ் பாலத்திலிருந்து எழுதிக்கொண்டிருந்தான் ஃபியோதர். அட்மிரால்டி பாலத்திற்கு பனிவிடுதியில் இருக்கும் நாடோடிக் கலைஞர்கள் நடந்துசெல்வதற்குள் எத்தனையோ படைப்பின் கணங்கள் தெறிப்படைவதை பிடித்துக் கொள்வார்கள் தானே. நெவ்ஸ்கி சாலை நெடுகிலும் பல்வேறு பிரிவுகளைச் சேர்ந்த கிறிஸ்து பாடல் நகரும். ஈஸ்தர் பண்டிகைக்கு வரும் பனிமயமாதா நெடுவாசல்களில் ரோகிகளின் கரங்களை முத்தமிட்டு டால்ஸ்டாயின் மாஸ்லவா உரு தோன்றி மறைந்தது. கேம்பு கித்தான்கள் விற்கும் பழைய கடைகளில் காணாமல் போன நாடோடிகள் இருந்தனர். இங்கு எல்லா வகையான தொலைந்து போன ஆடைகளின் நிறங்கள் மற்றும் தான்தோன்றியாய் வந்து மறையும் பொழுதுகள் படைப்பாளர்கள் கண்களில் படாத எழுதாமைப் புத்தகங்களாகத் தோன்றும். பழைய சாயம்போன நுண்ணிழைகளைக் காட்டும் எழுதாத கணங்களில் அங்கே ஏதோ திறந்துவிடுகிறது. 'ஆ கூர்மே' பிரெஞ்சு பேக்கரியில் வேலை செய்யும் அனாதைப் பிள்ளைகள் இம்பீரியல் நூலகத்தின் அருகே வந்து ஃபியோதரின் நூல்களுக்குள் ரொட்டியுடன் மறைந்து விடுகிறார்கள். அவன் படைப்பில்தான் புகழ்பெற்ற சென்ற நூற்றாண்டு ஃபிலிப்போ ரொட்டிக்கடை இருந்தது எத்தனையோ அதிசய உரையாடல்களுடன். முட்டாள்களின் கப்பலிலிருந்து நெவ்ஸ்கி சாலையில் இருந்த காப்பிக் கடைகளில் எழுதப்படாத நாவலை விமர்சிப்போரும் படித்து முடித்த வாசகர்களும் முடி திருத்தும் கடையில் தீராது உரையாடிக்கொண்டிருந்தனர். ஒவ்வொரு கடைக்கு மேலேயும் எழுதப்படாத படைப்புகளின் பெயர்கள்

தொங்கின. மாயக் கயிறுகளில் இறங்கி வருவார்கள் கூடவே. செயிண்ட் பீட்டர்ஸ் பர்க்கிலும் தனி விஷேசமான தேநீர்க் கடைகள் இருந்தன. இங்கு எல்லா வகையான சீனத் தேநீரும் விற்கப்படும் என்று இக்கடைகளின் பலகைமீது எழுதப்பட்டிருந்தது. முட்டாள்களின் கப்பல் சீனத்திலிருந்து கிளம்பி பல நூற்றாண்டுகளில் உயர்ந்த தேயிலை வகைகளை ரஷ்யாவிற்கு சீனக் களிமண்ணில் பிசைந்து இயற்றிய தேநீர்ச் சடங்குகளோடும் கொண்டுவந்தனர். ஃபியோதரின் எழுதப்படாத படைப்பான முட்டாள்களின் கப்பல் மாபெரும் தேநீர்க் கடையாக மாறியது. எல்லோரும் தேநீரைப் பேரார்வத்தோடு அருந்தி வாசித்து உரையாடினர். இதற்கு 'சாய்' என பெயரிட்டது ஃபியோதர் தான். முட்டாள்களின் கப்பலுக்குள் நாம் நுழைந்து அனைத்துப் படைப்புகளில் உள்ள தேநீரையும் வாசித்துப் பருகிவிடலாம். படைப்பில் உள்ள இருக்கைகள், ஓவியர்கள் வரைந்த திரைச்சீலைகள், அரேபியர்கள் நெய்த கம்பளங்கள் எதையும் வாசித்தும் பார்த்தும் உணர முடியும். இந்தப் படைப்புக்கு 'சாயினயாஸ்' என்ற சாமானியர் களின் தேநீர்க் கடைகள் என்று பெயரிடலாம்.

ரு. ரஷ்க்கோல் நிக்கோவின் காமென்னித் தீவு

நெவா ஆறு நவம்பர் மாதக் குளிரில் ஆறுமாத காலம் உறைந்துபோய் விடும். இவற்றின் குறுக்கே ஒன்பது தோணிப் பாலங்கள் மட்டும் அப்போது இருந்தன. அப்பாலங்கள் பகுதி பகுதியாக இருந்தமையால் சில மணி நேரத்திற்குள் கழட்டவும் பூட்டவும் செய்து விட முடியும். நெவா உறைந்ததும் இத்தோணிப் பாலங்களைக் கழற்றி உறைபனி மீது மீண்டும் பூட்டிவிடுவர். பனி உருகுகிறது என்பதை அறிவிக்க பீட்ரோஸ்க்கித் தீவிலுள்ள கோட்டையிலிருந்து பீரங்கிக் குண்டுகள் முழங்கியதும் தோணிப் பாலத்தைக் கழற்றி விடுவர். சிறிதுகாலம் மட்டும் மக்கள் தீவிற்குப் படகுகளில் செல்ல நேரிடும். ஆற்றில் தண்ணீர் உறைபனி இல்லாது தெளிந்ததும் மீண்டும் பாலங்கள் தோன்றிவிடும். ஃபியோதரின் நாவல்களில் உள்ள பாத்திரங்களைவிட நெவா ஆற்றுப்பாலங்கள் எண்ணிக்கை அற்றவை. குற்றமும் தண்டனையில் வரும் காமென்னிப் பாலம் காமென்னித் தீவிற்குத்தான் போகிறது. ஃபியோதர் காமென்னித் தீவில்தான் பிளவுண்டவனான ரஷ்க்கோல் நிக்கோவைக் கண்டுபிடித்தான்.

சு. சிறுமியின் இதயமான சின்னஞ்சிறு ரயில்நிலையம்

ஓடும் ரயில் பிச்சைக்காரிகளைக் காவலர்கள் விரட்டுகிறார்கள் பிள்ளை

பிடிப்பவர்களென்று. சொல்கதையாளன் கிளென்மார்கன் தன் குரல்வளையில் இருந்த சொக்குப்பொடிக்காரியின் கோட்டோவியத்தை அரைகுறையாக வரைந்து ரயில் கிளம்பியதால் விட்டுவிட்டான். எதேச்சையில் உருவமற்ற சொக்குப்பொடிக்காரியைச் சுற்றும் பாதையில் சந்தித்து விலகி 'எல்லாமே உன் கதைகள் தானா சொக்கி' எனக் கேட்பதற்குள் தூரங்களில் ஓடும் பிரிந்த நிலக்கரி எஞ்சினுக்குள் இருந்து வெளியில் இருள் மண்டும் புகையோடு குப் குப்பென்று அவாந்திரத்தில் எல்லோரையும் எதிர்காலத்திற்குக் கூட்டிப்போகிறாள் சொக்கி. முசோர்ஸ்கி முட்டைக்குள் இருக்கும் கண்திறவாத குஞ்சின் நடனத்தைப் பற்றிய சிம்பொனியின் இசைக் கோலத்தை பாசஞ்சரின் ஓட்டத்தைக் கருங்கோடுகளோடு தானே வரைந்து செல்லும் பெட்டிகளில் அதிரும் பாலங்களுக்கு உயிரூட்டுவது ரயில் தான். உடனே வினோத நிறங்களில் தோற்றமானது வான்காவின் பாலம். அந்த ஆலீவ் ஆர்ச்சியாடின் ஏகாந்த வெளி அசைவின் மஞ்சள் பழுத்து உதிர பூத்ததும் இப்போது விழுந்து சிதைந்து கீழே படிகிற முற்றிய ஆலீவ் இலைகளை மரப்பாலக் கம்பங்களில் மீண்டும் பறவைகள் வந்து அமரும் அமைதியில் நான்காவது பறவை ஒன்று வர மூன்றாவது பறவை வெளியேறிப் பறக்கிறது. வந்த பறவை காற்றில் நின்று மற்றொரு பறவையைப் பார்த்துக்கொண்டிருக்கிறது. ஒருவர் மாற்றி ஒருவர் மூன்று புதிர்க்கம்பங்களில் மறைந்திருக்கும் வான்கா மீது கால் வைத்துப் பறந்தவாறு 'பறவை முட்டைகளை உருட்டாதே வான்கா' என முனகியது பறவை. பூமியெங்கும் பச்சைக்கோடு வரைந்து உபகிளைகளில் அத்தனை ஆலீவ் மரங்களில் கசியும் தைலமிட்டு முடிச்சிட்ட வான்காவின் தூரிகை. ஹென்றிங் பறவை அவன் தொப்பித் தலைமேல் கால்வைத்துச் சிறகுகளில் உள்ள வெளி உயர்ந்து அகன்று விரிந்துள்ளன அவன் கைகளாக.

எ. ரயில்பெட்டி ஆர்ட் கேலரி

உலர்ந்த இலைகள் சிறிய ரயிலடிகளில் வாடிய வேளையில் நீரேற்றும் தூண்களில் தன் சிவப்பு மூக்கினால் ரயில்பெட்டி மேல் துதிக்கையாக வளைந்து சுனையொன்றை ஊட்டும் தோற்றத்தை ரயிலின் வனாந்திரத் தாகத்தோடு அதே பெட்டி மேல் கிறுக்கினான் கிளென்மார்கன். பாயும் கோடுகள் ஊர்களின் வழியாக ஓடிய கால்களும் டிக்கெட் எடுக்காத இவர்களும் பெற்றோர்கள் தேடியலையும் ரயில் பெட்டிக் கேடிகளில் ஒருவன்தான் கிளென்மார்கன். எதற்காக நிலக்கரியோடு

அழுக்காகிக் கரித்துணியாகிக் கந்தலான சிறுவர்களாய் பித்துப்பிடித்த விழிகளில் தோன்றி மறையும் அனாதைகளோடு திசை திரிந்ததில் தான்தோன்றிக் கலையும் அவன் விரல்களில் பிடித்திருந்த எரிந்த நிலக்கரித் துண்டில் அடைக்கலமாகி இருந்தது. தொட்டால் ஒட்டிக் கொள்ளும் ரயில்பெட்டி அழுக்கில் கிளென்மார்கன் சித்திரப் பள்ளியில் இருந்து தப்பிவந்தபோது ராய்சௌத்ரியிடம் ரயில் பெட்டியில் சிக்கிக்கொண்டான். ‘என்னசெய்கிறாய் இங்கு’ என்றார் ராய்சௌத்ரி. அவன் பயந்து நடுங்கியபடி ‘இறங்காமல் ஒளிந்து ஓடுகிறேன். இதே ரயிலின் ஒவ்வொரு பெட்டியாக. என்னைக் காவலர்கள் பிடிக்க வரும்போது அடுத்த பெட்டியில் தோன்றி கோடுகளில் வந்தவற்றைக் கிறுக்கிவிட்டு எதிர் ப்ளாட்பாரத்தில் யாரோவாக மறைந்துவிடுவேன்.’ மூன்று பணிப்பெண்கள் ஓவியச் சுருளினை ராய்சௌத்ரியிடம் விரித்துக் காட்டினான். ஆச்சரியத்தில் இமைவிரித்த ராய்சௌத்ரி பணிக்கரைக் கூட்டிக்கொண்டு அதே ரயில்பெட்டியில் மறுநாள் அவனைப் பேட்டி கண்டனர்.

மூன்று நிலக்கரிபொறுக்கும் பணிப்பெண்கள் மறையும் தோற்றத்தில் ரயில் பெட்டிகளில் பெருக்கிச் சுத்தம் செய்யும் இவர்களுக்காக தாள்தாளாய்க் கிறுக்கி வரைந்தேன் என்றான். தண்டவாளங்களுக்கு இடையில் கரிஎஞ்சின்கள் ஊதலுடன் ஓடியோடி எரிந்து சிதறிக் கிடக்கும் ஆறிய நிலக்கரித் துண்டுகளைப் பொறுக்கு பவர்களா உன் தேவதைகள்? என பணிக்கர் கேட்டார், ‘ரூஸோவின் இலைகள்’ என்று அவனது ஒரு ஓவியத்திற்குப் பெயர் வைத்தார் பணிக்கர். ‘இல்லை நான் கிளென்மார்கன். செயின்ட் தாமஸ் மௌண்ட் ரயிலடியில் நிலக்கரிப் புகை வாசனை குடித்தே சாம்பல் மூடியிருக்கும் மாபெரும் தூங்குமூஞ்சி மரத்தை வரைந்தேன். ‘அந்த இலைகளை எப்படி மயங்க வைத்தாய்’ எனக் கேட்டார் பணிக்கர் அவன் பரட்டைத் தலையைக் கோதியவாறு. ‘தெளிவுபடாத ரயில் நிலையம் ஒன்றில் தூங்கும் பணிப்பெண்களைத் தூங்கு மூஞ்சி இலைகளாக வரைந்தேன்.

இப்போது கோட்டை ஸ்டேஷன் கூவம் நதியின் ஆழ நீரிருட்டில் அசையும் பதுமைகளாகக் கீறினேன் இவர்களை’ என்றான் கிளென்மார்கன். அவன் வரைந்த அழுக்குத் தாள்களில் ரயிலடி விளக்குகள் மிதப்பதும் ஆழ நீரிருட்டில் சுடர்களாய் மூழ்கிக் கொண்டு இருக்கும் ரயில்பெட்டிகளைச் சுத்தம் செய்யும் மூன்று பணிப்பெண்களை அருவமாய் பணிக்கர் நோக்க ராய்சௌத்ரி அரு உருவமென வந்துவிட்டார் கல்நீரில் மறைந்திருக்கும் பணிப் பெண்கள் ஓவியத்தைக் கண்களால் பறித்துக்கொண்டு. ‘அவர்களின் ஆன்மாவாய்த்

தவித்த சுடரை வாட்டர் கலரில் பணிப்பெண் விழிக்கடவில் கண்ணீர் வழியாமல் தேங்கி இருப்பதை அதிசயமாய் வரைந்துவிட்டானே' என உற்றுப் பார்த்தார் ராய்சௌத்ரி. பாரிஸ் நிலையத்திலிருந்து கிளம்பிஓடும் ரயிலில் வரைந்தபடி நடந்து கொண்டிருந்தான் கிளென்மார்கன். ஒவ்வொரு ரயிலாக மாறிமாறித் தன் ஓவியங்களை வெவ்வேறு ரயில்பெட்டிகளில் வரைந்து வரும் கோட்டோவியங்கள் புரியாத புதிரென்பார் பணிக்கர் வகுப்புக்கு வராத கிளென்மார்கனை நினைத்து. அப்படி ஓவியங்களை வரைந்தபடி செல்கையில் எதிர் பிளாட்பாரத்தில் நகரும் ரயில் பெட்டியில் தன் ஓவியம் வேறு தோற்றம் கொள்வதை வியந்து நோக்கினான். பார்க் ஸ்டேஷனில் நிற்கும் நூற்றியிருபது விநாடிகளுக்குள் மனவோட்டத்தில் இருக்கும் கோடுகளை வரைந்துகொண்டு இருக்கும்போதே ரயில் கிளம்பிவிடும்.

அதற்குள் கலையின் நொடிகள் வேகமாக ஒரு புதிர் ஓவியத்தைத் தீட்டிவிடும். அடுத்த ரயில்வரும் ப்ளாட்பாரத்திற்குப் போய்விடுவான். சூழுச்சுவிடும் ரயில் பெட்டி மேல் வேறொரு கோட்டோவியம் அசுரகணத்தில் தோன்றிக் கிளம்பிப் போகும் கோடுகளில் எத்தனையோ படைப்புகள் கலை நிறைவு பெறாமலேயே பாதியில் விட்டுவிட்டு வேறு ரயிலுக்கு அவன் ஏன் போகிறான்' என்று தாமே புலம்பியவாறு மீண்டும் வீட்டுக்குப் போகிறார்கள் கந்தலான சிறுவர்கள். ரயில் நிலையத்தில் எஞ்சிய பார்வையாளர்களின் தற்காலிக வருகையில் ஐந்து நிமிடங்களுக்கு மேல் அங்கு அவர்கள் தங்கியிருக்க மாட்டார்கள். அவ்வப்போது பயணிப்பவர்களின் விழிகளுக்குள் உடனடிப் பார்வையில் அவன் ஓவியங்கள் பட்டுவிடும். கூட்டமும் இல்லாத சமயத்தில் ஊர்ந்துவரும் ரயில்பெட்டிக்காக அவன் மட்டும் காத்திருப்பதை ரயில் பெட்டிகளில் ஒளிந்திருக்கும் அனாதைகளின் கண்கள் பார்த்துவிடும். காலி இருக்கைகளை இரவுப் படுக்கையாகவும் பயன்படுத்திக்கொள்கிற ரயிலடிகளுக்கான நாடோடிக் கதைகளை கிளென்மார்கன் தான் விரும்பிய கிண்டி ரயில் நிலையத்தில் அமர்ந்து எழுதும் சுதந்திரத்தில் கிளம்பிச் செல்லும் ரயிலுக்காகக் காத்திருப்பவர்களைச் சற்பாத்திரர்களாக மாற்றிவிடுவான். இருட்டைக் குடைந்து உண்ணும் பூச்சியாக ஒரு ரொட்டிகூடக் கிடைக்காமல் இரவு பகலாக வரைந்து கொண்டிருக்கிறான்.

அவன் அழுக்கு ஜேப்பியில் இருமுனை தீட்டிய பென்சில் கண்கள் தூங்குவதில்லை. பின்னிரவு மயங்கிய கருக்கலில் கரிஎஞ்சின்களைத் தொட்டு நாளைக்கான சித்திரத்தை ரயில் புறப்படும் நூற்றியிருபது

வினாடிகளுக்குள்ளேயே வரைகிறான். தூங்கும் ரயில்களை அனாதை விடுதியாக்கிக் கொண்டவர்கள் அவன் ரயில்பெட்டிக் கேலரியின் கேன்வாசிலும் வரையப்பட்டிருந்தார்கள். தூங்கும் ரயில்பெட்டியில் ஏறிச் சாமத்தில் குளிக்கிறான். அவன் குளிப்பது கேன்வாசில் உள்ளோருக்குக் கேட்டுவிடும். அங்கிருந்து வேறொரு ரயிலுக்குக் கடந்து சென்றுவிடுவான். ரயில் உலகின் ஒவ்வொரு நகரமாக அவன் கோடுகள் சென்று மறைந்திருக்கின்றன. அவன் கற்பனை வீச்சை விடவும் கரி எஞ்சினின் சுவாசத்தில் ஊர் சுற்றியாய் உருமாறினான். ஒவ்வொரு ரயிலும் இவர்களோடு பிரிந்து சென்றுவிடும், வயல்களின் ஊடாகவும் பாறைகளின் ஊடாகவும் ஓடும் ரயிலின் கோடுகளைத் தீட்டியவாரே வேறொரு ரயிலுக்குத் தப்பிவிடுவான் டிக்கட் பரிசோதகர் கண்களில் இருந்து. ஓடும் ரயில்பெட்டியில் அவன் கிறுக்காத சித்திரம் இல்லை. ரயில் தோன்றி மறையும் சோகமான ஊதலில் அவன் அம்மாவை நினைத்து அழுதான். தன் பென்சில் கண்களில் பாயும் உயிரோவியங்கள் வேறெங்கிருந்தோ வரும் கோடுகளின் சிருஷ்டிகணம் அமைந்துவிடுவதும் தன்னெழுச்சி வேகத்தில் நடந்து கொண்டிருக்கிறது.

கிளென்மார்கன் ரயில்பெட்டி ஓவியங்கள் தன் வகுப்புத் தோழர் களையும் ஓடுகாலிகளையும் வீட்டை விட்டு ரயிலில் தஞ்சமடைந்த அனாதைகளையும் ஈர்த்ததில் ரயில் பிச்சைக்காரனின் வேடத்தில் அழுக்கு ஜேப்பியில் வைத்திருக்கும் கடல் குச்சிகள், எரிந்த நிலக்கரித் துண்டுகள், பென்சில்கள் உடனுக்குடன் அவனைத் தாண்டி ஓடும் ரயில் வேகத்தில் பித்த விழிகளோடு கீறிவிடும். அவன் ரயில்பெட்டி ஓவியங்களுக்குப் பார்வையாளர்கள் பெருகிக் கொண்டிருப்பதில் வந்து சேரும் சகாக்கள், வான்காவின் துருப்பிடித்த லெஃபோ-ஸோவுடன் சேர்ந்து மறைமுக இயக்கமாகிக் கைகோர்த்து வருவதை வரைந்துவிட்டிருந்தான் கிளென்மார்கன். நாடுகடத்தப் பட்டவர்களும் ரயில் பயணத்தில் வர அவன் கோட்டோவியத்தில் ஈர்க்கப்பட்டனர். ஜுர வேகத்தில் கிளென்மார்கன் ஓவியங்கள் பெரிதும் கவர்ந்தன இளைஞர் கூட்டத்தை. வான்காவின் துருப்பிடித்த லெஃபோ-ஸோ மறைமுக இயக்கத்தை வழிநடத்தி வருகிறது.

லெஃபோ-ஸோவின் உரையாடல் பெரிதும் கவர்ந்தன நவீன நாடகக் கலைஞர்களை. 'வான்காவின் துருப்பிடித்த லெஃபோ-ஸோ தூங்காது' என்ற நவீன நாடகத்தை கிளென்மார்கன் தான் ரயில் நிலையங்களில் எழுதினான். புகை கக்கும் கரி எஞ்சின் பின்னணி இசையில் இந்தியா முழுவதும் வான்காவின் 'நைட் கஃபே'

ஓவியங்களே சுரங்க நிலக்கரிக் கங்குகள் சிதறியவாறு ரயில் நிலையங்களாக உருமாறியது. தன் அம்மாவின் மெலிந்த முகமும் முட்டாள்களின் கண்களும் அவனுக்கு. பூனையின் கரைவு ஒலியில் தங்கை ஜெயமேரியென மெல்லிய குரலில் பேசினான்.

அ. புனித முட்டாளான அர்மீனியன் சுருட்டுக்கடை

வெர்ஜீனியா சுருட்டுகள் வாங்குவான் பாரிஸ் பஜாரில் உள்ள லிங்கிச்செட்டித் தெருவில். அவற்றிற்கு விலை கொடுத்ததில்லை. அவன் ரயில்பெட்டி ஓவியங்களால் கவரப்பட்ட சுருட்டுக் கடைக்காரர் ஒரு அர்மீனியர். அந்த அர்மீனியரைப் பார்க்கப் பலவகை சுருட்டுக்கார ஓவியர்கள் வந்து போவதுண்டு. சுருட்டுக்கடை சிறிய மியூசியமாக இருந்தது. சுருட்டுக் கடைக்காரர் மகன் யுவான் பீனிக்ஸ் சொன்னான் 'என் தந்தை சோர்பியா பினூஸ் எப்பொழுதுமே உன்னிடம் பணத்தை வசூலிக்க முயன்றதில்லை. நான் நினைவுப்பொருளாய் வைத்திருந்த ஃபிபில் ஒன்றின் மீது நாட் பெய்டு... என்ற வார்த்தைகளும் கிளென்மார்கன் என்ற பெயரும் பொறிக்கப்பட்டிருந்தது' அதற்குச் சில காலத்திற்குப் பிறகுதான் அர்மீனிய சர்ச்சில் இருக்கும் புனித மூடர் சோர்பியா பினூஸ் என்ற அந்தச் சுருட்டுக் கடைக்காரர் சுருட்டுப் புகையின் திரைமறைவில் இளைஞர்களின் கூட்டத்தில் கிளென்மார்கனும் இருந்தான். என் தந்தை சோர்பியா பினூசின் சுருட்டுக்கடை சிறியது. மொத்தக் குடும்பமும் 'முட்டாள்களின் கப்பலில்' தான் மெட்ராசுக்கு வந்துவிட்டது.

வெர்ஜீனியாவில் இருந்து இறக்குமதி செய்த வெளிர்மஞ்சள் நிற புகையிலையை வான்காவுக்காக வரவழைத்தது. இந்த மூன்று லினன் பைகள் அவனுடையது. வெர்ஜீனியா அதில் நெடிக்கிறது பார். வான்கா வந்து வாங்கிச் சென்றுவிடுவான். அங்கு கடைக்கு வரும் பித்தேறிய தோற்றம் கொண்ட பரிச்சயம் இல்லாத அசாதாரணமான தாடிக்காரர் களும் தூக்கமற்ற இரவுகளைச் சுருட்டிப் புகைப்பவர்கள் இங்கே இருக்கிறார்கள் வான்காவைச் சந்திப்பதற்கு. இந்தப் புனித முட்டாளான அர்மீனியனின் சுருட்டுக்கடை வான்காவின் 'புகைக்கும் தலைக் கவிகை' ஓவியத்திற்குள் வரும் கனவுகளாகக்கூட இருக்கலாம்.

ரயில்கெடிச் சித்திரமரபினை தோற்றுவித்தவன் கிளென்மார்கன். வெவ்வேறு நிலப்பரப்புகளை குறுக்கும் மறுக்குமாகக் கடந்து செல்லும் இருகோடுகளில் கிளென்மார்கன் பாசஞ்சரின் ஓட்டத்தில் சிதறும் நிறங்களில் ஒவ்வொரு ஸ்டேஷனிலும் இன்மையான

கணத்தில் தோற்றமான கோடுகளை அமானுஷ்யமாகப் பற்றிக் கொண்டான். இனி அவன் ரயில்பெட்டி ஓவியங்களில் எவையெவற்றின் ஊடிழைகளாகவோ துணிபொம்மைகள் மஞ்சள் பிடிகம்பியில் தொங்கியவாறு பொம்மைக்காரனோடு உள்ளே வரும் எதிர்பார்ப் பில்லாத சந்திப்புகளில் கூடிவிடும் கலையை அவன் விரல்கள் தொட்டுவிடும். இரவு பகலாக ரயில்நிலையங்களில் விரும்பியவர் களெல்லாம் விட்டேத்தியாய் சாய்ந்து சாய்ந்து நடமாடுகிறார்கள். பொம்மைக்காரன் விடும் ரிப்பன்களில் நிற நெளிவுகளின் ஓட்டம் எதேச்சையின் அதிசயமாய் அறியாத உறவுகள் பரிச்சய மற்றோரின் நெருங்கிய உரையாடலில் ஒவ்வொரு உலகமும் தனித்திருக்கும் சுபாவத்தில் நீள ரயில் வண்டித் தொடரில் இருக்கை களைவிட்டு மறைந்துபோய்விடும் பொம்மை விளையாட்டில் ஒருவர் மாற்றி ஒருவர் யாருக்கும் யாரோடும் தொடர்பின்றிச் சேர்ந்திருக்கும் முடிவற்ற நீண்ட அனாதை விடுதியில் இக்கோடுகள் உயிர்பெற்று நடமாடுகின்றன.

சில்வர் விலங்குகள் கூட்டமாய் அதில் கோர்த்திருக்கும் கைகளும் ஒவ்வொரு ஸ்டேஷனாக மறைந்துவிடும், ஆளற்ற பெட்டிகளின் நகர்வு. சாம்பல் நிற பீர்ச் மரக்கூட்டத்தில் காலநிலையில் தோன்றும் வெளிர்நிறச் சூழலைப் புகைக்கோடுகளில் வரைகிறான். பாறையில் இருந்து நீர் சொட்டும் ஒலி கீழே செல்கிறது. மடிந்துகொண்டு இருப்பவனின் அண்ணாந்த வாயதரத்தில் சொட்டும் உயிர்நீரைப் பார்த்துக்கொண்டிருக்கிறான். நிழலும் ஒளியும் உள்ள மரணத்தின் புதரில் படுத்திருக்கிறான். யாரும் நுழைய முடியாத அடர்ந்த புதர்க்காடு. பனிப்பாலையின் அகவெளியின் ஜலத்தோற்றம். ஆகாசத்தின் நீல நிறத்தோடு உருகும் பனியை எப்படிக் கற்பனையில் சொரூபமேற்றி மெய்யெனத் தோன்றிய இப்பியிலே வெள்ளியை வரைந்து தெளிந்துணரமுடியாத மயக்கத்தில் விசாரமுற்று சிறு இப்பிக்குள் கன்னியை வரைந்து நீந்தும் தேவதையென மிதக்க விடுகிறான். அதிசூட்சுமமாகிய குளிர்பிரதேச இலைகளில் சாம்பல் பச்சையைத் தொடுகிறான்.

பிரபஞ்ச இலை அவன் பெயர் கேட்டு இச்சகலமான ஆலம் விதையில் இருந்து அனேக கொம்புகள் கிளைகள் பூக்கள் பிஞ்சுகள் காய்கள் கனிகள் இலைகளோடும் கூடிப் பெருகி விரிந்த விருட்ச கன்னியின் திறவுபடா யோனியில் மறைந்துகொண்டு இருக்கிறான். கைக்குள் அதன் வித்தின் சோம்பல் நிறமாகக் கோடுகளை மஞ்சள் மயக்கமாக வரைந்து விரல்களால் மெழுகினான். சர்வ சராசரமாக

ஆலம்பழச் சிவப்புத் தோல் கீறிப்பிளக்கும் மஞ்சள் விதைகள் உதிர்ந்தபடி வியாபித்து அனேகச் சுடரொளி தோன்றுவதென அவன் அண்ணாந்து வெர்ஜீனியா புகையிலைக் குடுக்கியைக் கிட்டித்த தியோ விரல்களுக்கிடையில் கண்ணீர் உருண்டு ஓடுகிறது. இவன் பற்றவைத்து அவன் விரல்களுக்கிடையில் செருகிய கடைசிப் புகை சுற்றிப்படரும் கோடுகளில் திரிந்துகொண்டு இருந்தான் சாவுடன் உரையாடியவாறு. வேரிலிருந்து தாவரச்சாறு வான்காவுக்குள் பாய்கிறது. அவனுக்குள் பாய்ந்து அவனது விழிகளுக்குள் பாய்கிறது.

இவ்விதம் அவன் விதைப்பவனாக மரங்களுக்கிடையில் நடந்தபடி இருக்கிறான். உயிர்ச்சாறு பாய்வுறுகிற வலிமை செறிவதன் மூலம் தனது படைப்புக்கான மனத் தோற்றங்களின் புனைவை அவன் உருவமைத்துக் கொண்டே சுற்றி வளைந்திருக்கும் குடியானவர்கள், நிலக்கரிச் சுரங்கத் தொழிலாளர்கள், சாமானியர் அறுவடைக்குள் ஊடாடும் மொழிகளில் அகவிய ஈஜின் உயிராக்கம் வயல்வெளிகளில் மஞ்சள் ஓநாய்களின் அறுவடைப் பாடல். குரல்வளைகளால் வெகுபாஷைகள் சுழிக்காற்றில் சுழன்று சுற்றி விதைப்பவர்கள் முப்பது படைப்புகளில் வேறுவேறான வயல்களில் மாறும் நிறக் கலாந்தம்; தனியொரு ஓவியனின் சுய உருவத்திற்குள் மஞ்சள்வெயில் கதிர்க் கற்றைகளாய் வினாடிக்கு வினாடி மாறிக்கொண்டிருக்கும். நிலவெளிக் கூட்டுக் கலவையான குருதியின் ரகசிய இழைகளால் ஊடுருவப்பட்ட சூரியனின் கலையைப் பிரித்தெடுக்கிறான். அழி... அழி யெனச் சூரியனை வட்டமிட்டு நெருங்கிக்கொண்டிருக்கிறான். நிலக்கரிச் சுரங்கத்தின் கருமை பூசி மசகிட்ட துறவியாய் சுரங்கத்திற்குள் ஆழ்ந்து செல்கிறான். அவன் போதனைகளை ஏற்காத பிஷப்புகளின் தண்டனைக்குள்ளாகி வெளியேற்றப்படுகிறான். அவனை ரத்துசெய்து கருப்பு முத்திரையிட்டுத் துரத்திய தூரங்களில் நிலக்காட்சி ஓவியங்களை மண்ணிலிருந்து மரத்திலிருந்து நீரிலிருந்து திரளும் பனி உறைவில் இருந்து உரித்தெடுக்கிறான். வெளியில் எழுதித் திரிகிறான்.

கூ. கணநேரக் கலை

சூரியனில் விரல் நுழைத்து கருங் காக்சாச்சிகளின் வெள்ளத்தின் அலைகள் அடித்து வரும்போது கதிர்களைப் பற்றி திசைமாறும் காக்கைகளின் கருமை பூசிய சிறகுகளை விரித்த இறுதி ஓவியத்தின் பிறப்பு. மோகப்புயலில் சுழலக்கூடிய சூரியனில் இருந்து பிரிந்துவந்த விடிகாலைப் பனியில் பிடித்தமான சுருட்டுக் கடைக்குச் செல்வதற்காக

இடையில் நின்றான். வாழ்நாள் முழுவதும் டைரியில் கிறுக்கிக் கொண்டிருந்தான்... நீரடியில் ஜீவராசிகள் எத்தனையோ நிறங்களைப் பகிர்ந்து வரையும் பின்னணியில் நெசவுப்பெண் ஒருத்தி வட்டமாய்க் குனிந்து சர்க்கா சுற்றும் சிறிய கண்ணொளியில் மறைந்திருக்கும் நூலிழையில் மாறும் கணநேரக் கலையை அவள் நயன அசைவில் தொட முயன்றான். அவள் வியர்வையிலும் அயர்வின்றி நூற்பதில் இன்னும் ஏதோ தறிக்கூடத்தில் இரவின் ஓசைகள் அடைமரப் பறவைகள் மறைந்துகொண்டிருக்கின்றன.

தறியோடும் ஒலிகளில் விரல் நடுங்க எளிமையாக அங்கே படிந்திருக்கும் கிழவிகள், முதியவர்கள் இழையோட்ட வேகத்தில் பட்டுப்பூச்சிகளாக உருமாறி இருந்தனர். இருள்நடுங்கும் பட்டு நூலோட்டத்தில் தறிமங்கையர் ரகசிய இழைகளைக் கொண்டு ஒரு மென்வலையால் உலகை மூடிப் பின்னிக்கொண்டிருப்பதை அவன் அகப்பட்டுக் கொண்ட பட்டுத் தேவதையின் நரகத்தில் இருந்து பார்த்தான். அவள் அவனை ஏறும் நூலேணியை விட்டு பாம்புச் சட்டைக்குள் இழுத்து சொர்க்கத்தில் இருந்து வதையுறும் நரகத்திற்கு இறக்கிச் செல்கிறாள் அவனை. வரையாமல் வீட்டுப் பழமையான தூணில் சாய்ந்து தாழ்வாரங்களில் நெடுக ஒளிவிடும் அவள் சரீரத்தில் இருந்து வரும் துகில் வாசனையைத் தறிவீட்டிலிருந்து சுவாசித்திருந்தான். எளிய அந்த நெசவுப்பெண்ணின் உழைப்பேறிய திரடுபிளந்து கரடுமுரடான விரல்களில் வெதுவெதுத்த பிரவாகமென கிழக்கில் வந்து ஃப்யோதரின் ‘முட்டாள்களின் கப்பல்’ ஒரு ருஷ்ய வகை மாதிரியின் உயிர்ச்சாரம் இவ்வளவான சூரியன் பனியில் உருகி அளித்த மரபில் இருந்த புஷ்கினின் பனிப்புயலில் ஃபியோதர் வந்துகொண்டு இருக்கிறார். விரிந்த பனிவெளி அகமெனவும் உறைந்த வெண்சிலைகள் உரு பல மாறியதில் அசடன் படைப்பில் அனாமதேயமான பல உயிர்ப்புகள் வரிவடிவம் பெற்றிராத வெகுவாய் அர்த்தத்தின் அவசங்களைக் கலைத்தவாறு உள்ளார்த்தமான நிழலெரிவுப் படிமங்களுடன் கூழாங்கற்களுடன் உரையாடும் ரஷ்ய இதயத்திற்குள் கைநீட்டிக் கலங்கமற்ற பேதைகளை மிகத் தீவிரமான தீர்க்கதரிசிகளாகவும் மனிதப் புழுக் குலத்தின் குற்றங் களையும் பாவங்களையும் அழுக்கறுந்த பனியாடியில் தோன்றச் செய்தான் ஃபியோதர்.

கணி. முட்டாள்களின் கப்பல்

ஹாக்கிங் கருப்புப் பூனை சொன்னது ஃபியோதரின் எழுதப்படாத

கடைசிப் படைப்பான 'முட்டாள்களின் கப்பலை' எழுதுவது கிளென்மார்கன்தான். 'சாம்பல்நிறம் சுருங்குகிற குறுவிட்டத்தில் பார்வைக்கு வெளிர் நீலமாகப் புலனாகாமலேயே நிழல்களில் உருவாகிறது. சாம்பல் நிறத்திலிருந்து கருப்புக்கு 'மூடர்களின் கப்பல்' பயணிக்கலாம். வெண்மையையும் எட்டிவிடலாம். வர்ணங்கள் சாம்பல் நிறப் பின்னணியில் பாடுகிற புனிதமூடர்களின் கருப்பு நிழல்கள் கரும் புழுத்துளைக்குள் ஓடி எதிர்காலத்தில் பாடுகிற ஆற்றலைப் பெற்றுவிடுகின்றன' என்றது கிளென்மார்கனிடம்.

வான்காவின் வெர்ஜீனியா சுருட்டு முத்துப்பட்டணத்தில் இருந்து கடலோரமாகவே முட்டாள்களின் கப்பல் வழியாக புனிதமூடர்கள் ஒவ்வொரு தீக்கங்கையும் கடலில் நனைத்தும் அவை அணையாமல் இருப்பதை மீன் கண்கள் பார்த்துவிட்டன. தனக்கு எல்லைக் கோடுகளை வகித்துக்கொள்ளாத தன்னைத் தானே நாடு கடத்திக் கொள்ளும் கதையாளர், சைத்ரீகர்கள் ஆளில்லா மெரினா பீச்சில் மணல் மனிதர்கள் லட்சம் பேர் தரையிலிருந்து இருலட்சம் கைகளோடு காளைகளின் முகமூடியணிந்து இரவிரவாய் முளைத்து ஏறுதழுவுதலை மஞ்சுவிரட்டு ரகசியமாய் நடத்தி வருவதைப் பார்த்து சுடுவதற்காக ஜார்ஜ் கோட்டை மியூசியம் புருன்ஸ் விக் ரைபில்களோடு ஆயிரம் ஸ்பிரிங் காவலர்கள் 27ஆவது பிரிட்டிஷ் பட்டாலியன் குதிரைகளில் தாவி ரோந்துவருகிறார்கள். தூங்கும் கிளென்மார்கன் அழுக்கு பூட்ஸைத் தொட்டதும், அவன் ஃபெர்னாண்டோ டுபான்கோவை விட வேகமாக வான்காவின் சுருட்டு வெர்ஜீனியாவைப் பற்றிக் கொண்டான். ஸ்பிரிங் காவலர்கள் ஒருவருக்கொருவர் பரிமாறிக் கொள்ளும் கங்கிலிருந்து கிளென்மார்கன்எனும் குறியீடு குதிரைப் படைக்கு இடமாறி புரவிகள் புகைக்க வான்காவிடமிருந்த வெர்ஜீனியா சுருட்டுகள் கிளென்மார்கனிடம் புகைக்கோடுகளாய் பரவுகின்றன.

உலகப் புகழ்பெற்ற காண்ஸோலிடே சுருட்டுகளை விரும்பிய முட்டாள்களின் கப்பல் மாலுமிகள் அதை ஆமோதித்தனர். ஃபெர்னாண்டோ டுபான்கோவை காமிக்ஸ் விளம்பரக் கோமாளி என்றே சாமரக் கன்னிமார் விரும்பினார்கள் அவனையும். பரக்கத் லைலா சுருட்டுக் கம்பெனி மாலுமியார் தெருவில் இருந்தாலும் பரங்கிப்பேட்டை சுருட்டுக் கொட்டகையில் சாமரக் கன்னிமார்கள் லேபிள் ஒட்டுவார்கள். மேற்கு மலைத்தொடரில் குதிரைமீது அமர்ந்தவாறு அமைதியாய் புகைக்கும் வான்கா, ஜான் டி ப்ரிட்டோ கல்லறையிலிருந்தே புகைக்கிறான். கார்மென் சுருட்டுகளை வைத்து

முட்டாள்களின் கப்பல் கைதிகள் வான்காவை வரவேற்கிறார்கள். நள்ளிரவுக்கு மேல் சைக்கிள் சுற்றும் ஃபெர்னாண்டோ டுபான்கோவைப் பார்க்கக் குதிரைமேல் வருகிறான் மார்கன்.

கக. தினமராக்கா துபாஷி

சுருட்டுக் கொட்டகைப் பெண்கள் புகையிலைச் செடிகளை ஏந்தி வருகிறார்கள். டுபான்கோ... டுபான்கோ எனக் கூப்பிட்டார் தினமராக்கா துபாஷி. 'என் பிரிய காதரின் இந்த டுபான்கோ செடிக்கு மருத்துவ குணங்கள் உண்டு என உனக்குச் சொல்ல விரும்புகிறேன். பாலியாற்று நீருக்கும் மருந்தாகும் குணமுண்டு...'

கடல்மல்லைக்குத் தெற்கில் ஓடும் பாலியாற்றுப் புகையிலை விதைகளை விற்று வந்த பரங்கிவணிகர்கள் தினமராக்கா துபாஷியைக் கூட்டி வந்தார்கள் டேன்ஸ்போர்க் கோட்டையிலிருந்து. அல்ஹம்பாரா நவாப் தோஸ்து அலிகானின் தினமராக்கா துபாஷி போர்த்துகீசியர் களிடமும், ஒல்லாந்தர்களிடமும், பிரெஞ்சியர்களிடமும் அவரவர் பாஷையை வெகுவாகப் பேசினான். நவாபுக்கு மேஜைமீது வைத்துச் சொல்லிக் கொடுத்த பாஷா வித்தகருமானான் தினமராக்கா துபாஷி. பரங்கி மாலுமியார் தெருவில் தேவனாங்குப்பம், சின்னப்பநாயக்கன் பாளையம் ஓல்டு டவுண்காரர்களைக் கூட்டிவந்து வாடகைக்கு புகையிலைக் காலனி வீடுகளைக் கட்டினான் பரங்கி வணிகன். பிண்டியார் என்ற பெரியவர் புகையிலையை வெறுத்தார் 'துர்நாற்றம் அடிக்கும் புல்' என்று 'விவசாயிகளை தீய வழிக்குத் திருப்பி தீமை செய்யும் புல்லை அறுவடை செய்யச் சொன்னாய்... உனக்குச் சொர்க்கத்தில் இடமில்லை' என்றார் பிண்டியார்.

கஉ. பரங்கி விதை

முட்டாள்களின் கப்பலைவிட்டு இறங்காமல் சுற்றும் 10ஆவது நாளில் திரும்பும் போக்கில் தனியாகப் பேசிக் கொண்டான் ஃபெர்னாண்டோ டுபான்கோ. 'சொர்க்கத்தில் வெர்ஜீனியா புகைக்க முடியாது என்றால் யாரும் போக மாட்டார்கள் அங்கே' என மெகபோனிலும் உரை வீசினான் ஃபெர்னாண்டோ டுபான்கோ. பீடிக்கும், சுருட்டுக்கும் பிடிக்காவிட்டாலும் இருவருக்குமே அடிமை குணம் கொண்டவர்களைப் பிடிக்கும். ஒவ்வொரு ஊரிலும் இருக்கிறார்கள். தனித் தனியாக மனதுடன் சுதந்திரமாய் இயங்கக் கூடிய மனிதர்களின் நடமாட்டங்களுக்கு பரங்கிவிதை கொடுத்தாள்

பரக்கத் லைலா. டூரிங் கொட்டகையைச் சுற்றி வட்டமாய் 11ஆவது நாளாக இறங்காமல் சர்க்கஸ் குதிரையில் பறக்கும் பரக்கத் லைலா ஒரு சுருட்டு லேபிளில் கசங்கிக் கிடந்தாலும் ஒவ்வொன்றாய் எடுத்து மோந்து பார்த்து வசனித்தான். பறக்கும் குதிரையில் கால் பெருவிரலில் நின்றவாறு இரு கைகளை விரித்து கம்பெனி விளம்பரத்துக்காகச் சுற்றுகிறான். 'என் லைலா என்னைப் போல் ஒரு ஃபெர்னாண்டோ டுபான்கோ தான்.'

'உனக்காகவே பறக்கும் சணல் தொப்பியை அணிந்துள்ளேன் லைலா...' கம்பெனி விளம்பரத்துக்காக ரிக்கார்டு டான்ஸ்காரி சோபயந்தி என்பவளைத் துணை நடிகையாக வைத்து பழம்பாடல் களில் அரக்கு இசைத்தட்டுகளில் சுற்றிவந்தான் 12ஆம் நாள் கப்பல் சுற்றில். அன்று குறத்தியிடம் பரக்கத் லைலாவை நாவில் பச்சைகுத்தி இருந்தான். சுருட்டு விளம்பரத்துக்காக ஆடவந்த பெண்கள் ஊருக்குப் போய் பரங்கிப் புகையிலை விதைகளை சூறை போட்டு மெகபோனில் ரிக்கார்ட் டான்ஸ் காரிகளைப் பற்றி 'விவசாயிகளே உங்களை நம்பிவந்த ரிக்கார்ட் டான்ஸ்காரிகளை இழந்துவிடாதீர்கள்' அவர்களிடமும் உங்களுக்குத் தருவதற்கு ஏதோ ஒன்று விதையென ஒளிந்திருக்கிறது. அந்தப் பெண்களின் துயரமும் உங்களால் தரிசாய் விடப்பட்ட நிலங்களும் வேறொரு நாளில் இலைகள் தளிர்க்கும் என்று நான் சொல்லுவதை நம்புவீர்களா. பரங்கிச் செடியில் இருந்தே போர்ச்சிகீசியர் வந்தனர். பூவரசு இலை, அரசயிலை, தேக்கிலை உதிர்ந்தாலும் பறித்தாலும் உலர்ந்தாலும் காயாத வீராணம் ஏரிக்கரைப் பெண்களின் கைப்பட்டு பரங்கிச் சுருட்டாக மாறிவிடும். சாமரக் கன்னியர்களின் கைவிரல்கள் சதா புகையிலையைக் கேட்காமல் கொடுத்துவிடும்' என விவசாயிகளிடம் கனிந்து கேட்டுக்கொண்டான்.

'புகையிலையைப் பயிரிடுவதற்கும் உற்பத்தியான இலைகளைப் பறித்து விற்பதற்கும் எங்களுக்கு உரிமை வேண்டும் ஃபெர்னாண்டோ டுபான்கோ... உன்னால் அந்த உரிமையை முத்துப்பட்டணம் சேர்மனிடம் நிஜமாக வாங்கித் தரமுடியும்...' என்றார்கள் கொள்ளிடப் பாசன விவசாயிகள்.

கங. சாமானியர்களின் மஞ்சள் வீடு

வான்காவின் இரவுக்குள் எழும் ஒல்லாந்த விளக்கின் மென் மஞ்சள் ரேகைகளில் உருவடைந்த கோடுகளில் மறைந்துள்ள

அருவங்கள் தோன்றப் பலவகை நிறங்களாய் இடத்துக்கு இடம் காட்டுநிறங் கொள்ளும் வடதுருவ றெக்கைகளில் உருப்பெற்ற மாண்ட்மாத்ரே மலையடுக்குகளின் பாறைகளில் சைபீரியாவிலிருந்து வலசை வந்த செங்காலிகளின் உரையாடல் அஸ்தமனத்தின் நித்தியத்துவமென அவன் சித்திரங்களில் சாமானியர்களுக்குள் தேவதைகள் தோன்றினார்கள். சைபீரியாவின் மரணவீட்டிலிருந்து கைதிகளின் பெயரைச் சொல்லி அழைத்ததுமே மற்ற கைதிகளின் முகம் வெளுத்துவிட்டது. அவன் கசையடியை மௌனமாக ஏற்று நடந்து, காவலர்களின் அறைக்கு நடுவில் காணப்பட்டான். அவன் சைபீரியாவிலிருந்து தப்பிச்செல்லும் வரைபடத்தை தொப்பியைக் கிழித்து விரித்தான். 'நரகத்தில் நாம் இருக்கிறோம். ஏற்கனவே இறந்த[illegible]கள் [illegible] என் அம்மாவைப் பார்க்க ஒடெஸ்ஸா நகருக்குப் போகிறேன். அவள் பிறந்த நாளுக்காக கைதிகளின் கிழிந்த துணிகளிலிருந்து பொம்மைகள் செய்து வருகிறேன்' என்றான்.

கச. பேய்பிடித்தவர்கள்

'நானும் ஒடெஸ்ஸாவில் பிடிபட்டவன்தான். அங்கிருந்து தப்பி மாஸ்கோவிற்கு வந்தேன். அங்கு மீண்டும் கைதுசெய்யப்பட்டு மறுபடியும் தப்பிவிட்டேன். என் நண்பன் அர்காதியிடமிருந்து வேறொரு கடவுச்சீட்டை வாங்கிக்கொண்டு ஐரோப்பாவிற்குப் போய்விட்டேன். நான் நெசாயேவ் இயக்கத்தைச் சேர்ந்தவன். நெசாயேவை முன்மாதிரியாகக் கொண்ட 'பேய்பிடித்தவர்கள்' படைப்பின் நாயகன் ஃபியோதர் வெர்கோ நான்தான். என்னை நெசாயே என்றும் வெர்கோவென்றும் காவலர்கள் குழப்பத்தில் கைது செய்து இங்குகொண்டு வந்திருக்கிறார்கள். முட்டாள்களின் கப்பல் ஒடெஸ்ஸாவில்தான் நங்கூரமிட்டிருக்கிறது. இங்கிருந்து தப்பி அங்கே போய் விடுவோம் இருவரும்' என்றான் ஃபியோதர் வெர்கோ. ஒரு நல்ல குறிக்கோளை எய்துவதற்கு எந்த வழிமுறையையும் பயன்படுத்தலாம் என்று தலைவர் நெசாயேவ் சொன்ன வழியில் பொய் சொல்லுதல், புரட்சியாளர்களை ஏமாற்றுதல், சகாக்களைக் கொலை செய்தல், மோசடி செய்தல், கருத்து வேறுபாடு கொள்பவர்கள் பற்றிய அவதூறுகளைப் பரப்புதல் ஆகியவை புரட்சியைக் கொண்டுவர உதவுமானால் தவறான வழிகளிலும் கிளை பிரிந்த தலைமைக் குழுவில் நெசாயேவ் மட்டுமே இருந்தார்.

தன்னை ஒரு பெரும் புரட்சியாளர் என்று மற்றவர்கள், குறிப்பாக தன் அமைப்பைச் சேர்ந்தவர்கள் நம்பவேண்டும் என்பதற்காகப்

'பொய்சொல்லக் கூசாதே' என்றார் நெசாயேவ். நம்முடன் ஒத்துப் போகாத அனைவரும் நமது எதிரிகள்' என்ற நெசாயேவின் வாக்கை நம்பினேன். தனது நடவடிக்கைகளை யாரும் விமர்சிக்கக் கூடாது. 'பேய் பிடித்தவர்கள்' படைப்பைத் திறந்துவந்த நெசாயேவை விமர்சித்த ஐவானோவ் அங்கு கொலை செய்யப்பட்டான். இத்தகைய மனிதரின் மறுபக்கம் எவ்வித உலகியல் ஆசைகளும் தன்னலமும் இல்லை. லட்சியத்திற்காகத் தியாகங்களைச் செய்தவர்கள் கைது செய்யப்பட்டு கைகால் விலங்குகள் பூட்டப்பட்டு சிறையில் அடைக்கப்பட்டிருந்த காலத்தில், ஜார் அதிகாரிகளைத் திகைக்க வைக்கும் சொல் வன்மையினால் இங்கிருந்து தப்பிக்க நெசாயேவின் ஒரு சொல் பூட்டைத் திறந்து தப்பி விட்டிருந்தனர். 'நெசாயேவின் முகமூடி' என்ற நாடகத்தை நான் தான் பீட்டர்-பால் கோட்டைச் சிறையில் வைத்து எழுதினேன். அதில் நெசாயே முகமூடி அணிந்த இரட்டையை உருவாக்கி ஒத்திகை செய்தேன். முதல் முகமூடியிலிருந்து வந்த நடிகன் வழிப்போக்கன் ஒருவனிடம் ஒரு துண்டுத் தாளைக் கொடுத்து அதைக் கட்சியின் தலைமையிடம் ஒப்படைக்குமாறு கேட்டுக் கொண்டான்.

வழிப்போக்கனும் கைதிதான். அந்த ரகசிய உறைக்குள்ளிருந்து காகிதம் வெளிவந்தது. அதில் 'என்னை போலீசார் பீட்டர்-பால் கோட்டைச் சிறைக்குக் கைவிலங்கிட்டுக் கொண்டு செல்கிறார்கள்' என்று எழுதியிருந்தது. தோழர்களாய் வேடமணிந்த கைதிகள் நெசாயேவை போலீஸ் நிலையத்திற்கும் கோட்டைச் சிறைச் சாலைக்கும் போய் கைது செய்யப்பட்ட நெசாயேவை விசாரிக்கிறார்கள். நெசாயே சிறைக்கு வந்ததாக எந்தத் தடயமும் இல்லை. முட்டாள்களின் கப்பலில் தப்பிச் செல்வதற்கு ஒடெஸ்ஸாவை நோக்கிச் சென்றுவிட்டார். முட்டாள்களின் கப்பலில் ஏறியவுடன் ஒரு பொய் சொன்னார். பீட்டர்-பால் கோட்டைச் சிறையின் சித்ரவதையில் ஏற்பட்ட நிஜக் காயங்களைக் காட்டி, 'சிறையைவிட்டுத் தப்பி வந்துவிட்டேன்' என்றவரை முட்டாள்கள் கப்பலில் ஏற்றிக் கொண்டனர். கடந்த காலங்களில் ஓய்வு ஒழிச்சலின்றிக் கேள்விகளால் என்னை விசாரணை செய்யும் தீயஆவியாக பீட்டர்-பால் கோட்டைச் சிறையின் என் தனிமை வாசம் தூக்கமற்று இருந்தது. கடும் பிரயத்தனத்துடன் அந்தச் சிறைப் பரப்பில் கணநேரமும் என்னை ஓய்வுகொள்ளவிடவில்லை ஃபியோதரின் 'பேய் பிடித்தவர்கள்' படைப்பு. இவ்விதப் பிளவுண்ட ஆன்மா கொண்டவன் ஃபியோதர். அறிவொளிக் காலத்துக்கு எதிரானவனும்தான். தொழிற் புரட்சியையும்

மறுப்பவன். ஞானம், துன்பம், வெகுளி வாழ்வியக்கத்தின் பெரும் சூறையில் தன்னைச் சவுக்கால் அடித்தவாறு புனித அங்கிகளைக் கிழித்துக்கொண்டு அபத்த நாடகத்தை நடத்துகிறார்கள். பாவப்பட்ட மக்களால் போற்றப்பட்டவர்களாகவும் இருந்த இந்தக் களங்கமற்ற பேதைகளான புனிதமூடர்கள் உணர்வுப்பூர்வமாக கிருஸ்துவென ஐந்து காயங்களை அடைந்தவர்கள். தங்களை நிராகரித்தால் வலியவந்து ஏற்றுக்கொள்கிறார்கள். இகழ்ந்தால் சிரிக்கிறார்கள். புகழ்ந்தால் வெட்கப்பட்டுக் கூசி ஒடுங்கி ஓடிவிடுகிறார்கள்.

எவ்வித அதிகாரமும் இல்லாதிருந்ததால் ஸ்டாரெட்ஸ்களும் பித்துப்பிடித்த தலையாட்டித் துறவி ஒருவரும் சாட்டையால் அடிக்கச் சொல்லியும் அழைக்கிறார்கள் உங்களை. எல்லோருக்கும் குற்றேவல் புரிவதும் மேஜைகளுக்கு அடியில் குனிந்து ஒளிந்துகொண்டு கருப்பு டைரியில் குற்ற ஒப்புதல்களை எழுதிக் கொள்கிறார்கள். பொதுநலம் பாதிக்கப் பட்டால் சஞ்சலப்படுகிறார்கள். மரபான கலாச்சாரத் தன்மைகளை அதிகம் நாம் நம்புவது வான்காவின் விதைப்பவன் ஓவியங்களைப் பின்பற்றித்தான். விதைகளின் பாதையில் கரமசோவ் களோடு நடக்கத் தொடங்கினார் ஃபியோதர்.

கரு. புகைக்கும் தலைக் கவிகை ஓவியம்

'புகைக்கும் தலைக் கவிகையை' ஆழ்ந்த மோனத்தில் வரைந்தான். தூரத்தில் காற்றாலை சுழன்றபடி இருப்பதைத் தைல வண்ண மாக்கினான். இரவின் மனிதனாக மாண்ட்மாத்ரே இன்னமும் அவனை அந்நியப் படுத்துவதிலிருந்து மறைக்கப்பட்ட முகத்துடன் இருளின் விளிம்புகளிலிருந்து வருபவனென வந்தான். மரக்கூடத்துக்கு வந்து இருட்டு ஓவியத்தை வரைந்து நின்று பார்த்தவனாக அங்கிருந்து நகர்ந்து போனான். சிகரெட்டிலிருந்து நீலப்புகை திறந்த 'மயங்கிய இதயம்' சிறுகதையில் ஃபியோதராகவே வாஸியா இருப்பதால் அர்காதியை தன் தம்பி தியோவாக நினைத்தான் வான்கா. தொப்பிக் கடைக்காரியை முத்தமிடுவதற்குக் கூச்சப்பட்டு, அவள் எடுத்துக் கொடுத்த ரிப்பன் கட்டிய தொப்பியைச் சுற்றிச் சுற்றி முத்தமிட்டான் வாஸியா. செம்பழுப்பு நிறக்கோட்டு அணிந்திருந்த வான்காவின் கைகள் கோட்டுப் பாக்கெட்டுக்குள் மறைந்திருந்தன. கண்ணாடி உருண்டைகளாக அவனது கண்கள் மாண்ட்மாத்ரே மலைகளில் அடிக்கடி மாறும் நிறங்களாக மயக்கத்தில் கசிந்த படியிருந்தன. பக்கத்து அறையில் தங்கியிருந்த ஃபியோதர் படிக்கட்டில் திரும்பும்போது, 'நீ வான்காதானே?' என்றான்.

கசு. ஆலிவ்மரங்களின் மயக்கவெளி

'எனது பெயர் உனக்கு எப்படி தெரியும்?' என்ற வான்கா கைப்பிடியில் சாய்ந்தபடி சிரித்தான். உடனே ஃபியோதர் வான்காவின் கையைத் தொட்டு 'உன்னைப் பற்றி நிறையத் தெரியும். சென்ற வருடத்திலிருந்து மாண்ட்மாத்ரேயின் மலை மடிப்புகளில் நீ வரைந்து கொண்டிருப்பதை மறைந்து திரியும் சூதறியா விலங்குகளுக்கும் தெரியும். மாண்ட்மாத்ரே குன்றுகளின் செம்மஞ்சள் நிறம் உன் கேன்வாஸ்களில் ஒரு பகுதியாகிவிட்டது. அது விவாதத்திற்கு அப்பாற்பட்டது. இனிவரும் வருடங்களிலும் அதன் வளைவுகள் மாண்ட்மாத்ரே அடிவாரங்களுக்கும் மூன்றுவிதக் காற்றாலை ஓவியங்களுக்கும் சரி நுட்பத்தைப் புரிந்துகொள்வதற்கு இன்னும் காலம் அதிகமாகும். அதன் மஞ்சள் ஒளிரும் மோனநிலை கலையொளி மிக்க பிரக்ஞையில் ஆழ்ந்திருக்கும். ஆலிவ்மரங்களின் மயக்கவெளியோடு தானே தோன்றும் மரங்களிடையே எல்லோரும் உன்னைக் கண்டதாகச் சொல்வதை நான் வழித் தடங்களில் கேட்டேன். இந்தப் பிரதேசத்தின் வினோத நிறங்களை உள்ளே ஈர்க்கிறாய். சுருட்டிய பாப்பிரஸ் தாள்களுடன் அங்கே நீ போய்க்கொண்டிருப்பது வரையப்படாத காடுகளுக்குள்ளிருந்து வரும் விலங்குயுக ஆவிகள் இனி வரும் இரவுகளில் வந்து உன்னை வழிநடத்தலாம். வரையறுக்கப் பெற்ற மாண்ட்மாத்ரே மலைவெளியாலும் ஈர்க்கப்பட்டு, அளக்கப்படாத காலத்திலிருந்து வந்தேன் இங்கு. என் வேட்கையில் ஊடு கலந்திருக்கும் அடுத்த படைப்பிற்கான புனிதமூடர்கள் மாண்ட்மாத்ரே புனிதர்களின் மடத்தில் தங்களையே மயங்கி விழும்வரை சவுக்கால் அடித்துக்கொள்ளும் வாதையில் இவர்களுக்குக் கிடைக்கும் சித்திகளை மெய்ஞானத்தில் அடைகிறார்கள். புனித மூடர்களின் நேசம் நல்லவர்களிடம் மட்டுமே நின்றுவிடுவதில்லை.

தீயவற்றின் அந்தகாரத்தையும் மூடர்களின் நேயம் சுற்றி வளைத்துக் கொள்கிறது. கிழிசல் அணிந்த உப்புப் பாவைகள் பல உயிருள்ள உடலென வியர்க்கும் முகத்துடன் ஒப்பனையிட்டு, மாண்ட்மாத்ரே தேவாலயவாசல் பிச்சைக்காரிகளிடமும் பறவைகளிடமும் புனித மூடர்களுக்கு வழி காட்டுமாறு கேட்கின்றன. ஆனால் கடுமையான பனிக்கட்டியில் புதைமிதியடியின்றி நடக்கிறார்கள் புனித மூடர்கள். அசாதாரண ஆன்மீக சித்திகளைப் பைத்தியமான வெளித் தோற்றத்தினுள் மறைத்துக்கொண்டு பனியுருகும் மலையுச்சிக்குள் போய் உருகுகிறார்கள் உலகோரின் இழப்புகளுக்காய். இழப்பதற்கு எதுவுமே இல்லாதவர்களாகவும் களங்கமற்ற பேதைகளாகவும்

பனிப்புஸ்தகத்தில் உருகும் பாவைகளை சிருஷ்டித்தபடியிருந்தேன் மாண்ட்மாத்ரே மலையில் நான். அந்த நிலக்கரிச் சுரங்கத்தில் உனது குணரூபத்தில் கிருஸ்துவாக ஏற்கனவே உருமாறிவிட்டிருக்கிறாய்.

இங்கே உன் சித்திரங்களில் நிலக்கரி இருட்டும் அப்பாவி முகங்களிலிருந்து நீ பெற்ற சுத்த முட்டாள்த்தனம் இதோ இந்த ஓவியத்திலும் பதிந்திருக்கவில்லையா? ஒவ்வொரு விடியலிலும் கண்விழிக்கும்முன் காகம் கனவில் வந்தது. வானத்திற்கும் மாண்ட்மாத்ரே மலைகளுக்கும் காகம் ஒரு நாடோடிதான். நீ வரையப்போகும் கடைசி ஓவியமான காகங்களின் வெளி மறைத்து கொண்டிருக்கும் யெகோவாவின் காயங்களின் வலியில் வந்தவை. மன உணர்வுகளுக்கேற்ப நிறம் மாறுகிறாய். புதுப்புது இழைகள் தோன்றும் போது நெசவு விரல்களுக்கு நிறங்களைக் கண்டறிதல், வகையீடு செய்தல், சிக்கலாக இயங்கிக்கொண்டிருப்பது. அறுந்த செவியினால் சுவர்க்கீறல்களில் கசியும் தறிவீடுகளின் ஓசைக்காக இரவெல்லாம் காத்திருந்தாய். நெய்து கொண்டிருக்கும் இழைகளுக்குத் தனிப்பெயர் சொல்வதைக் கேட்க விரும்பினால் நீ வரைவது சிக்கலாகிவிடும். இழைகளின் தன்மையோ தனித்துவமோ தெரியாத நிலையில் நீ வரையும்போதுதான் முன்னறியப்படாத நிறங்களை உள்ளீடு செய்கிறாய். இழைகளின் வெளிப் பரப்பில் அந்தியின் இருட்டு வந்துசேரும் அடர்த்தியில் நூலோட்டம் மறைந்துவிடுகிறது. இருட்டு விரல்கள் பற்றியிருக்கும் தூரிகை உன் விசித்திரமான இயல்பு இயற்கையையே ஓவியமாக்கி விடுகிறது' வான்கா.

கள. இருட்டை நெய்யும் நெசவாளன்

அறுவடைச் சிறுவனோடு நீண்டு வளைந்திருக்கும் கருக்கரிவாள் சித்திரமும் இருட்டை நெய்யும் நெசவாளர், நெய்துகொண்டிருப்பவனின் வலது பக்கத் தோற்றமும், நூல் சுற்றும் சர்க்காவின் ஆரங்களின் கால்கள் நகரும்போது, ஊசிக்கும் நூலுக்குமிடையில் துகில் தைக்கும் பெண்மீதும் நீண்டு வந்து மறைகின்றன நிழல்கள். அடுத்த அறையில்தான் நீ வரைந்த மரணப் படுக்கையிலுள்ள பெண் நோய்மையின் அந்திமத்தில் மனங்களில் தோன்றும் ஏதோதோ அரிச்சலாய் வரும் நிறங்கள், வெளிப்படையற்று மௌன நிலையில் மட்டும் அவளின் மெல்லிய சாவின் குளிர்ந்த நிறத்தில் உருக்கொள்ளப் பார்த்துக்கொண்டிருக்கிறாய். மௌனமாக அவளும் உற்றுப்பார்க்கிறாள் படைப்பிலிருந்து. மரணப்படுக்கை யிலுள்ளவளின் ஓவியம் அந்த மௌன நிலையில் வெளிப்படுத்திய

கடைசி நாட்கள் மாண்ட்மாத்ரே பிரதேச மக்களின் மொத்த இயல்பையும் நெருங்கிவிடுகிறது மலையின் சாயலுடன். அந்த நெசவாளிப்பெண் தறிக்கூடத்திற்கு அருகிலுள்ள நீல வீட்டிற்குள் நீ வரைந்த கட்டிலில் இன்னும் அவள் ஜன்னலோரம் தூரமலையின் விளிம்பைப் பார்த்துக்கொண்டிருக்கிறாள். அந்தப் புராதனப் பாதையில் நீ வரைந்த செடிகளையும் விலங்குகளின் குளம்படிப் புதர்களையும் கடந்து உன் காலடிகளை மறுபடியும் அடையாளம் கண்டு இந்நேரம் புன்னகைத்தபடி இறந்துகொண்டிருக்கிறாள். ஒருவேளை அந்த இடத்தில் நோயுற்றவள் பார்த்த ஜன்னலில் யதேச்சையாக மிகப் பலவருடங்களாக ஒருவேளை அவள் இங்கே பிறப்பதற்கு முன்பிருந்த அந்த மலையின் வளைந்த சாவின் மஞ்சள் நிற இருப்பு உனக்காகக் காத்திருக்கிறது என்று நான் நிச்சயப்படுத்திக் கொள்கிறேன் வான்கா' என்ற ஃபியோதர் அவனைக் கூட்டிக் கொண்டு அவ்வோவியத்திலிருப்பவளிடம் செல்கிறான்.

கஅ. நிலக்கரிச் சுரங்கத்தின் கிருஸ்து

ஒரு கைதி என்னுடைய வேதப்புஸ்தகத்தைத் திருடிய அன்று எல்லாக் கடலையும் சுழற்றிப் பிரளயத்தின் கதையை வாசித்திருந்தான். நிலவறை ஜீவிதர்களான கைதிகள் வரவிருக்கும் பெருந்துன்பத்தை முன்னுணர்ந்தார்கள் என்பது அவனுக்குத் தெளிவுபடலாயிற்று. காவலர்களின் பாதுகாப்பில் வைத்துள்ள உடல்களெல்லாம் சிறையின் உடமைகள்தான். கை விலங்கிலிருந்து விடுபட்டு வெளியேறும் முயற்சியை மட்டுமே சித்ரவதையிலிருந்து விடுபடும் தீர்வாக அவர்கள் ஒவ்வொரு விநாடியும் விடுதலைக்காகக் காத்திருந்தனர். பல்வேறு தனிமைகள் அதிசய மனம் கொண்டவை. இங்கு நடப்பது பார்வை யாளர்களற்ற இறுதி நாடகம். ஒவ்வொரு கைதியின் சரித்திரத் தாள்களும் முத்திரைக்கடியில் எழுதப்பட்டிருக்கும் அர்த்தத்தில் பெருகுகின்றன அபத்த நாடகமாய். கைதியின் பிரமாண எழுத்து வாக்குமூலங்கள் சீல் வைத்த கோப்புகளுக்குள் அவர்களும் முடமாக்கப்பட்டுள்ளனர். மனதின் சுதந்திரத்தைக் காப்பவர்களாக இங்கு ஒருவரும் இல்லை. தொலைவான சைபீரிய நிலவறையில் தண்டனைக்குப்பின் காலவோட்டத்தில் இல்லாதொழிந்தவர்களின் ஆன்மா கம்பளிக்குள் மென்மையான குரலில் அவர்களோடு உரையாடுகிறது. ஃபியோதர் எழுதி முடித்திராத கடைசிப்படைப்பான 'முட்டாள்களின் கப்பல்' 'நேத்தக்கா நீஸ்வானவா' வின் கேப்டனாக அசடன் படைப்பின் இரகசிய வழியில் டான் க்விஜோட்டை முதல்

கேப்டனாக ஏற்றுக்கொள்கிறார் ஃபியோதர். 1881ல் தன் மரணத்தை மஞ்சள் வயல்வெளியில் விதைப்பவன் ஓவியத்தில் முன்னுணர்ந்த வேளை வான்காவை இரண்டாவது கேப்டனாக நியமித்திருப்பது ஆயுதமில்லாத நிராயுத பாணியாகத்தான். தன் மரணத்திற்குப்பின் வான்காவை நிலக்கரிச் சுரங்கத்தின் கிருஸ்துவாக நியமித்து உயில் எழுதியும் விட்டிருந்தார் ஃபியோதர்.

ககூ. தேராஹி ஸ்தபதிகளின் பாப்பிரஸ் சுருள்

நூஹின் வம்சத்தில் தோன்றிய சிற்பி முதல் புனிதமூடன் தேராஹிக்கு ஊர் நகரத்தில் இருந்தவர்கள் எல்லோரும் விக்கிரக வழிபாடு செய்து கொண்டிருக்கும் போது இதை எப்படித் தடுக்கமுடியும் அப்ராமின் வார்த்தைகளால்... என மனம் குழம்பிய மூடன் தேராஹி, பராத் ஆற்றுக்குத் தற்செயலாய் வழிதவறி வந்த மூடர்களின் கப்பல் ஏறிக் கிளம்பிவிட்டான் தன் அரிய சிற்பங்களோடு.பராத் ஆற்றை ஒட்டி அல் முகையர் மலையின் எல்லாக் கல்லும் விளைந்து சிற்பங்களுக்கு ஏற்ப வளைத்து கொடுத்தது. பாறைகளைக் குடைந்து கல் பட்டினமாக்கினர் முட்டாள்களின் கப்பலில் வந்த ஆயிரம் ஸ்தபதிகள். மண்ணிலும் விண்ணிலும் முதல் முட்டாள் தேராஹி ஸ்தபதிகளின் பாப்பிரஸ் சுருள் கிறுக்கித் திறந்த பக்கங்களைக் கிழித்து வாசித்தான். உண்டாம் இல்லையாம் எனச் சிலைகள் நெருங்கச் சுடரின் நாணம் தாங்காது காற்றில் வளைந்து இருட்டில் நில்லாது படரும் உருவையும் தொல் எச்சங்களையும் தொட்டதில் காலத்தினடியில் விழுதலும் நிமிர்தலும் ஊர்நகரத் தெருவை அசைக்க முட்டாள்களின் கப்பலில் உள்ள சாயல்கள் இவர்கள் எனப்பட்டது. கப்பல் லாந்தர் சுடர் தொடும் சொல்லில் மறைந்தன கல்லைத் தசையாக்கிய சிற்பியுடன் சிலைகள் சமைந்திருக்க அதனால் மோனித்த ஊர் நகரத்தைக் கடக்கும் முட்டாள்களின் கப்பல் செல்லும் நீர்வழிச் சிலைகளின் மோனத்தில் இருந்தும் இல்லை என்பதை முட்டாள்களின் தொன்மமாய் சொல்லொணாததுமாம் இல்லையுமாம் உண்டுமில்லையுமாம் எனவே. உண்டுமில்லை எனக் காதுகாதாய், மறைந்த எலும்புகளின் சொற்களைக் கேட்டதில் இருந்து விக்கிரகங்கள் மெல்ல மணலில் மறைந்தும் முட்டாள்களின் கப்பலில் தோன்றுவதாயின.

உணி. தெளிவற்ற ஆரஞ்சு

தெளிவற்ற ஆரஞ்சு ஓவியத்தை அப்சிந்தே மூலப் பொருட்களின்

நிறமெடுத்து வரைந்துவருகிறான் மனநலக் காப்பகத்தில். அவனிருந்த வார்டில் சிறைக் கட்டுப்பாடுகளால் ஆன பறவைக் கூண்டு வடிவ ஒருபக்கக் கதவு திறப்பதில்லை. முந்திய நாள் இரவிலும் ஆரஞ்சு மரங்களை இயற்றிய கேன்வாஸில் எத்தனை முழு ராத்திரிகள் மறைந்துள்ளன. எந்த நூற்றாண்டில் சுழல்கிறார்கள் பித்தடைந்த சைத்ரீகர்கள். இந்த ஆரஞ்சு மரங்களைத் தீட்டுகிறான் சிவப்புப் பைத்தியம். ஆரஞ்சை வரைவதென்பது மிகத் தொன்மைக்குக் கூட்டிச் செல்கிறது. பென்சில் இலைகளில் முணுமுணுத்தாள் கர்ப்பிணி ஸியென்.

வான்காவும் ஃபியோதரும் ஒரே சமகாலத்தைச் சேர்ந்த முட்டாள் களின் கப்பலென அவநம்பிக்கைவாதிகள். தன் தம்பி தியோவுக்கு எழுதிய கடிதத்தில் 'குற்றமும் தண்டனையும்' 'ஓடிஓன்' நாடக அரங்கில் பார்க்கச் சொல்லி விளக்கியிருந்தான் வான்கா. ஓடிஓன் அரங்கத்திற்கு வரைந்து கொடுத்த குற்றமும் தண்டனையும் நாடகத்துக்கான ஓவியத்தில் இந்த நாடகத்தில் தன் சொந்த வாழ்க்கை எச்சங்கள் கவித்துவமாக நிகழ்த்தப்பட்டிருப்பதையும் தன் ஓவிய நொடிகளில் அமைந்திருப்பதையும் கண்டான். நடிகைகளின் காலடியைப் பின்தொடர்தல், ரஸ்கோல்னிகோவின் விதியுடன் சேர்ந்திருப்பதாகப் பட்டது. அவன் தங்கியிருந்த 'ஸ்டோல்யார்னி' சந்தின் இருண்டகாலக் கட்டிடத்தின் மேல்மாடியில் இருந்து நூல் ஏணியில் தொங்கியவாறு மெதுவாக இறங்கிக்கொண்டிருக்கிறான் ரஸ்கோல்னிகோவ். குற்றம்பற்றிய காமென்னிப் பாலத்திற்கு அடியில் ஓடும் இருட்டு நீரின் ஓலத்தில் குற்றமும் தண்டனையும் நாடகமே சுழன்றுகொண்டிருக்கிறது. இருட்டுநீரில் தோன்றும் ஒளிக்கற்றைகளிலிருந்து மனிதனின் நிச்சயமற்ற இருப்பும் விரட்டும் உளவியலின் இருண்ட ஓவியங்களிலிருந்து ஒவ்வொரு நொடியாக நடிப்பவர்கள் தோன்றி உடல்மொழியில் வெளிப் படுத்திய குற்றம்புரிந்தோர் அகப்பட்ட சிறை நிலவறைக் காட்சி களோடு உறைந்து போனேன். ஃபியோதருக்கு மிகவும் பிடித்த பாத்திரமான காதரீனா இவானோவ்னா மேடை வெளிச்சத்தில் தோன்றினாள்.

அவளின் முதல் கணவன் மூலம் பிறந்த மூன்று பிள்ளைகள் சிறுமி போலினா, சிறுமி லிடா, சிறுவன் கோல்கா மூவரும் இருளில் கைகோர்த்துவருகிறார்கள். திரை விலகி உரையாடும் குழந்தை களின் முகங்களில் மலர்ந்திருக்கும் வெகுளியை உணர்ந்தேன். அரசுப் பணியிலிருந்து நீக்கப்பட்ட பெருங்குடிகாரன் மர்மெலாதோவ்

அச்சத்துடன் இருளிலிருந்து அரங்கிற்குள் வருகிறான் ரஸ்கோல்னிகோவுடன். அவனை ரோட்யா, ரோட்யான், ரோடியன் எனக் குடிகாரன் மர்மெலாதோவ் பல பெயர்களில் அழைக்கிறான். ரஸ்கோல்னிகோவ் குற்றவுணர்விலிருந்து தப்பிக்க முடியாமல் நடுநிசியில் வந்து 'காமென்னி' பாலத்தை எட்டிப் பார்க்கிறான். தான் குடியிருக்கும் உதிர்ந்து கொண்டிருக்கும் ஐந்துமாடிக் கட்டிடத்தைப் பாலத்திலிருந்து பார்க்கிறான். தன் சுயத் தோற்றத்தோடு இருவரும் வந்து விரல்களைக் கோர்ப்பதில் மையல் விதியில் மௌனமாயினர். சோபியா மர்மெலாதோவா அவன்மீது கருணைக்கண் வைத்ததும் இமைகள் படபடத்தன. அப்பாலத்தில் ஒரு இரா படுத்துறங்க வந்த அனாதைகள் அவர்களைப் பார்த்திருக்கலாம். சோபியா ஒருநாள் அவர்களுக்கு உருகும் மையலோடு ரொட்டி கொண்டு வருகிறாள்.

ரொட்டி ஏந்திய அனாதைகளின் குளிர்காலக் கண்கள் நான்கு சாமங்களிலும் வந்து அவளைத் தேடின. அனாதைச் சிறுவர்கள் நால்வரும் இணை பிரியாதிருந்தார்கள். பாலத்தின் மீதிருந்த இருள்விளக்கு கண்ணாடிக் கூட்டுக்குள் சுடர்சாய்ந்து உருக, அதில் அகப்பட்ட பல்லியொன்று சொட்டுச்சொல் தட்டியது. அந்த ஒலி பாலத்திலிருந்த ஒவ்வொருவருக்கும் கேட்டது. கண்பார்த்துக் கைக்குட்டையில் சுருட்டிவந்த மிட்டாயுறையைக் கிழித்து அவர்களுக்குக் கொடுத்தாள். மையல் வடிவில் சிறுவர்களின் கண்கள் மோனத்துடன் அவளை நோக்கின. ஒரு அலமாரியைப் போன்ற தன் சிறிய அறையில் 'தெளிவற்ற ஆரஞ்சு' தன் இருப்பின் குறியீடாக மங்கியதோர் வெளிச்சத்தில் சுழன்று இருளில் மூழ்கிக் கொண்டிருக்கிறது அந்த அனாதைச் சிறுவர்களுடன். குடியினால் குடும்பத்தை நிர்கதியாக்கிய மர்மெலாதோவின் முதல் மனைவியின் குமாரத்தி சோபியா மர்மெலாதோவாவைப் பற்றி வான்காவின் வரிகளில் ரஸ்கோல்னிகோவின் காதலி என்றிருக்கிறது.

காமென்னிப் பாலத்துக்குக் கம்பளியால் தன்னை மறைத்துக் கொண்டு வந்த சோபியா மர்மலாதோவுக்கு தன் கடைசி ஆரஞ்சைக் கொடுக்க விரும்பினான். தெளிவற்ற ஆரஞ்சாக வான்கா இருக்கிறான் என்று மர்மெலாதோவா ரஸ்கோல்னிகோவிடம் இரகசியமாகச் சொல்வதாகத் தோன்றியது ஒரு நொடி அபிநயத்தில். சோபியா வேடமேற்ற நடிகையின் மறுநொடி நடிப்பில் அந்த ஆரஞ்சின் தனிமைவெளி பகிர்ந்து அளிக்கப்படாத சுளைகளால் வடிவமைந்திருந்தது. அந்த நடிகையின் நடிப்பில் லயமடைந்த உரிக்கப்படாத

முழு ஆரஞ்சையும் ஆதி நிலவாகப் பார்த்த வான்கா ஓடிஓன் அரங்கைவிட்டு வெளியேறிச் செல்கிறான்.

அவனது காலடிகள் ஒலியின்றி நடப்பது கேட்கிறது. கால்வாய்நீர் இன்னும் விழிக்கவில்லை. நீரின் தூக்கத்தில் தெளிவற்ற ஆரஞ்சு நிறம் படர்ந்து சலனமற்று இருக்கிறது அரிதுயிலில். இரவிலும் நிசப்தத்தின் மனவெளிச்சம் காண அடிப்படையற்ற சன்னலைத் திறக்கிறார்கள் போஸ்ட்மேன் ரூலின் குமாரத்திகள். ஃபியோதர் ஞாபகம் வருகிறது வான்காவுக்கு. ஆலிவ்மரங்களுக்குப் பின்னால் மோனத்தில் மயங்கிக் கலந்திருக்கும் மஞ்சள் ஓநாய்களின் ஊளைகள் எதிரொலித்துக் கொண்டிருக்கும் ஆல்ப்பைன் குன்றுகளை நோக்கி அவன் போகிறான். மலை உச்சியில் ஸ்டாரி நைட் கேன்வாஸின் நீலச் சுழல்களுக்குள் அடர்மஞ்சள் உள்ளிருக்கும் கொந்தளிப்பான வார்த்தைகளை அள்ளிக்கொட்டுகிறார்கள் வான்காவும் ஃபியோதரும். இருவருக்கும் அடிக்கடி வரும் காக்காய் வலிப்பின் அத்தனை உணர்ச்சிகளும் நோயின் மறதியில் இருந்து தூரிகைச் சிதறல்களாகப் பிளவுண்ட நிறங்கள் சூன்ய விளிம்புகளைத் தொடுகின்றன.

உக. சுடுமண் விலங்கு தேவதை

முட்டாள்களின் கப்பல் பயணத்தில் எரிதுப்பட்டினத்தின் சுடுமண் விலங்கு தேவதைகளைக் கண்டனர். புவாத்தியர் பட்டினத்துக்கு அருகில் மறைந்த சித்திரக்காரர்கள் ஜீவியம் கோடுகளின் கீர்த்தியில் இருப்பதைக் கண்டான் வான்கா.

இங்கு வந்து ஏகாந்தமாய் இருப்பது வெகு பிரியமாய் அவனுக்கு இருப்பினும் காலியாவின் விக்கிரகங்கள் மண்ணில் புதைந்தும் பழுதடைந்த முகத்தில் அற்புதங்கள் காலமற்ற நேர்த்தியாயிற்று. தூர்ஸ் நகருக்கருகாமையில் வேறொரு மூடர்களின் கப்பல் தோன்றியது. அங்கிருந்த வனத்தில் சித்திரக்காரி ஒருத்தி குகையொன்றில் வனவாசியென மறைந்து ஜீவிக்கிறாள். பலத்த சோதனைகள் வந்து குறுக்கிட்டன அவளை. அவற்றை எல்லாம் தூரிகைச் சிதறலில் இலைகளாக்கினாள். தனது உடம்பெல்லாம் தாவரச்சாறு பிழிந்து எழுதினாள். வரையும் முட்களிலிருந்து வெளியே வந்தபோது மிருகாநரைப்பனியர் சித்திரங்களாய்ச் சுருண்டிருந்தனர். திரும்பவும் மூன்று வருடம் யாருக்கும் தெரியாமல் கெலினிக் குகையில் மறைந்தாள். வான்காவைப் பெண்கள் சீந்தமாட்டார்கள். கோகினுக்கும் இவனுக்கும் நட்புமுரண் அதிகரிக்க பால்கோகின் பெண்களின்

அழைப்பில் விடுதிக்குப் போய்விடுவான். அதுவும் அப்சிந்தேயும் ஒரு காதை அறுப்பதற்குக் காரணி இல்லையென்றாலும் வேசியாங் கணைகளிடம் போய் நம்பிக்கைகொண்டவனாக அவர்களின் மெய்யுருகும் வாழ்வை நோக்கினான். அங்கு இவனை வேறெவரும் கண்டுகொள்ளாத காயங்களைத் தன் வலி மையலாக உணர்ந்தான். அவர்கள் வாதையில் தானும் உழன்றுவரைய தேவதைகளின் நீலம் ஆட்கொண்டது அவனை. மதிப்புயர்ந்த இசை நயத்தையும் தங்கள் நரம்பிசை எறுவியில் அவர்களை அகப்படுத்தியுள்ள துயரத்தின் பிணைப்புகளை உணர்ந்திருந்த ராத்திரியது. தன் சுயவரைவில் முன்தீர்மானமில்லாத கணங்களுக்குள் வேசைகள் வெண்ணிறப் பனிவெளியில் ஒயிலாய் நடமாடுவதைக் கனவில் கண்டான். அவன் தோற்றத்தை ஐய்யுருபவர்கள் காவலர்களிடம் புகார் செய்து மறைந்தனர்.

உஉ. உள்நாட்டு அகதிக்குத் தன் உடலை அறையாகத் திறந்தவன்

வீழ்ச்சியின் சிக்கவைக்கும் சந்தர்ப்பங்கள் அகரூபத்துக்குள் பற்றிவிடும் தீமையின் ஒரு அதிகாரத்தின் புகை கவிழ்ந்த காலவெளியில் நள்ளிரவில் கைது செய்யப்படுகிறான். கலைஞனின் நிழல் காவலர்களின் கால்களின் கீழே மிதிபடுகிறது. அதிகாரத்தின் நுகத்தடியில் கலைஞனால் ஒருபோதும் நிற்க முடியாது.

துன்பத்தை முன்னோக்கி இழுத்துவரும் பொல்லாச் சூழ்ச்சி, பெருநகர் மீது களிக்கூத்திடும் சாத்தானின் நிழல் ஊர்ந்து அவனைப் பின்தொடர்கிறது. இத்தனையிலும் பேய்த்தனமான அந்தப் பின்னிரவில் நடந்தவற்றிலிருந்து உயிர்த் தண்ணீர் கேட்டுக் கையால் சைகை செய்து அவனுக்கு எங்கிருந்தோ ஒரு நெகிழிப்பை நீரை வாங்கி வந்து சாவுக்கு ஆயத்தமான நொடியில் மரணத்தைத் தள்ளிப்போடுகிறான் அந்தச் சமகாலக் கலைஞன். தொலைந்துபோன வடக்கிழக்கு அகதிக்குத் தன் ஒரு உடலை அறையாகத் திறந்து, சாய்ந்த தலைக்குத் தன் கைகளை அடக்கமாய் மடித்து அமரனாகிவரும் அந்நியனுக்குத் தன் வாழ்வின் கணங்களிலிருந்து உயிர்மீட்சி கொள்ள இவ்விரவுச் சாலை கருப்புத்துண்டாய் விரித்த படுக்கையாக உள்ளது. ஓடியகால்கள் வழி வந்தவனின் இருப்பைத் தன்போக்கில் உயிர்ப்பித்து விடும் நிதானத்தில் இருந்தான். கரைந்து போகிற கனவுகளைக் கோர்த்துக்கொள்ள வீழ்ந்தவனின் கரங்கள் கலைஞனிடம் நம்பகம் தேடிய வேளையது. சாத்தானின் வாய்க்குள் சக்திபெற்ற மாமிசத் துண்டாகிய நாக்கு, ஒடுக்குமுறை நெடுக்கடியெனக் கலைஞனின்

சொல்லைப் பூட்டி சாவிகளைக் கோர்த்து நரகத்துக்குள் வைத்து இருப்பதை இறந்துகொண்டிருப்பவனோடு பார்த்துக்கொண்டிருந்தான். வீழ்ந்தவனைத் தேடி அனாதைச் சிறுமி ஓடிவருகிறாள். குடும்பத்தில் உள்ளவர்களின் பெயர்களை எரிந்த நிலக்கரியால் கீறுகிறாள். அடிமைகளோடு வளையும் பாலத்தின் சுவரில் மாட்டியிருந்த மண் சிம்னியில் இறந்தவனின் ஆன்மா எரிந்துகொண்டிருந்தது. அதைச் சுற்றிவளைந்திருந்தார்கள் இரு பிள்ளைகளும் மனைவியும். அப்பாலக் கட்டுமானக் கொத்தடிமையின் மரணத்துடன் துக்கம் காத்திருந்து கன்னியில் வரைந்த மெழுகு உப்புவிளக்கை அவர்களின் முகங்களில் காட்டியதில் தெரிந்தும் தெரியாத மங்கலான அகம் கலைந்து விழி பிதுங்கிய பதட்டம் சூழலைப் பிடித்துக்கொண்டது. நத்தையாய்க் கூடு சுமந்து அலையும் பாலம் கட்டுவோன் நிகழ்கால அபாயத்தில் தன் பிரபஞ்சத்தை முதுகில் சுமந்து யுகங்களுக்கிடையில் அலையும் ஒரு கலைஞனை இவன் சந்திக்கிறான். அனைத்து அதிகாரங்களையும் உதிர்த்துவிடக் காலம் கடந்துவிடவில்லை. நீண்டுகொண்டே போகிறது இறந்தவனோடு மௌனத்தில் இருக்கும் இரவு இன்னும்.

உங. கடற்கோரையில் வரைந்த கன்னி

தடையின்றிப் பாதையோரங்களில் உழைப்போரின் எல்லாக் கனவுகளையும் ஏற்றிருந்தான். அவன் அலைவுக்குத் தடையின்றி சிகரெட் கேட்டு நின்ற வேளை வேனில் ஏற்றப்பட்டுக்கொண்டு செல்லப்படுகிறான். எழும்போது எதுவும் தெரியவில்லை.

அவன் சாத்தியமான எல்லா மனிதரையும் யதேச்சையில் தோற்றமான பெண்களையும் பிரபஞ்சத்தின் ஒரு பகுதியாக அகவெழுச்சியைக் கொண்டுவந்து, லட்சியார்த்த அவலத்தைவிட்டு வெளியேறியிருந்தான். வாழ்விடமிருந்து ஒன்றையும் கோராத வான்கா சாதாரணமானவர்களோடு இறந்துகொண்டிருக்கும் ஒரு அனாதையைக் கைவிட முடியவில்லை அவனுக்கு. இங்கு எனக்கு என்ன தேவை யென்றே தெரியவில்லை. தெரிந்தவர்களும் தெரியாதவர்களாய் இருக்கிறார்கள். கனவுகளின் மயக்கத்தில் தன்னை ஆட்படுத்திக் கொண்டான். மனதின் வடிவம் உப்புநிலங்களில் நீர்க்கன்னியைக் கடற்கோரையில் வரைந்த உலகத்தைத்தான் தேடியலைந்தான். காதை அறுப்பதற்குமுன் பேசாமல் கோகினோடு போட்டியாகப் படம் வரைந்துகொண்டே பல நாள் மௌனம். தியோவுக்கு கோகினும் வான்கா காதை அறுத்துக்கொண்ட பதற்றத்தை லிகிதமாக்கினான்—

பதிலீடாக அவளை மூடர்களின் கப்பலுக்குக் கூட்டி வந்ததையும். அவளது போசனத்திற்கு ஏகாந்தக் கப்பலின் நூலேணியில் இறங்கி வந்த மூடர்கள் கொஞ்சம் ரொட்டி கொடுத்துவந்தனர்.

அவளைப் பிறர் கண்டுபிடிக்கவும் தூரிகைச் சீடர்கள் வன முள்ளெடுத்து வந்து சேரவும் வான்காவின் முட்டாள்களின் கப்பல் சித்திரமடமாய்த் தோன்றிற்று. எல்லோரும் சித்திரக் கைவேலை யிலுமாகத் தங்கள் நேரத்தைச் செலவிட வேண்டும். ஏகாந்தத்துக்குரிய கோரைப்பாய், கூடைகள் முடைவதும் தச்சுவேலை, கொல்வேலைகள் செய்வதும் நிலத்தை உழுது விதைப்போர் ஓவியத்தை இவன் வரைய அவள் பார்த்துக்கொண்டிருந்தாள். பூர்வீகப் புஸ்தகங் களிலிருந்து லத்தீன் மொழியில் பெயர்த்து அந்தக் கன்னிகையிடமிருந்து துணிக்கோலங்களில் உள்ள முன்மாதிரிகளைப் பார்த்து கலைக்குல உபகாரிகை என்ற மகிமைப்பட்டம் அவளுக்கே சரியாய்ப்படும் என்றான் வான்கா தியோவுக்கு எழுதிய கடிதத்தில். அவளுக்காகக் கீறிய கடிதமொன்றில் உன் சித்திர மரபு நித்யங்களை அடைய நான் என்ன செய்ய வேண்டும் என்று கேட்ட வான்காவை நோக்கி, ‘கற்பனைகளை அனுசரி! எதேச்சையின் எதேச்சையை அனுசரி!. ஓவியனாய் இருக்க உனக்கு மனமிருந்தால் நீ வரைந்த வற்றைக் கொடையாக உன் முட்டாள்களின் கப்பலிலேயே விட்டுவிடு’ என்றவள் சொல்ல வான்கா ‘நீ முதலில் பூமியின் நிறங்களை எனக்காக உன் ஓவியத்தில் பகிர்ந்துகொள்... கெலினிக் குகைக்குப் பின்னும் வந்து என்னைப் பின்தொடர்...’ என்றான்.

உச. எழுதப்படாத படைப்பின் கதாபாத்திரங்கள்

ஃபியோதர் மரணத்திற்குப் பின் எழுதப்படாத பக்கங்களின் சொல் இடம் பெயர்வதில் அதிர் இறகுகளின் அரூப மையம். அதுவும் மையமற்றுத் திரும்பிவிடும் விசைக்குள் உருவங்கள் மயங்கிய சாயைகள் பலவும் ஓர்மைகொள்ளப் பகுதியாகிவிடுகிற கணிதத்தைக் கொண்டுவரும் கலையின் நியதி.

செயிண்ட் பீட்டர்ஸ்பெர்கில் கடைசியாக வசித்த வீட்டின் படிப்பறை முட்டாள்களின் கப்பலுக்கு மாறிய பிறகு எழுதும் மேஜைக்குப்பின் இருக்கும் கண்ணாடியில் போவதும் வருவதுமாக எழுதப்படாத படைப்பின் கதாபாத்திரங்கள் அழுக்காடைகளுடன் படுகிறார்கள். அழுக்கான கண்ணாடியை வைத்துப் பல வார்த்தைகள் வெளியேறிய வெளியில் நிறங்களை பேலட்டிலிருந்து பீட்டர்ஸ்பெர்க்

அறையில் வரைந்துகொண்டிருந்தான். நான் இதுவல்ல நான் அதுவல்ல என்றால் எதுவுமே இல்லாத தருணத்தில் பன்னிரண்டு மெழுகுவர்த்தி களைத் தன் தொப்பி விளிம்புகளில் சுடரவிட்டு அவற்றின் சுடர்த் தழல்கள் இதயத்துடன் சிவந்த பரிதியில் பட்டவர்கள் நெகிழ்கிறார்கள். தூர வயல்களின் குறுக்கே தூரிகை இழைகளில் மரப்பாலத்தைக் கடந்து கொண்டிருக்கிறான். கதிர் சுமக்கும் சகடங்களுக்குப் பின்னே ஆழமாகப் பார்த்தால் சகடத்தின் சக்கரங்களுக்கு நடுவில் தூங்கும் ஒல்லாந்த அரிகேன் விளக்கு ஒளிரும் சிம்னியோடு ஓடும் நிழல்கள். பெரும்பாலான வயல்களில் பல பருவம் வாழும் புற்கள் இவற்றின் மேல்பகுதி மாத்திரம் நெருப்பில் எரிந்து அடிப்பகுதி மஞ்சள் தழல்விடும் கோதுமைக் கதிர்கள். சிறு செடிகளும் புற்களும் எண்ணற்ற செந்நிற வேர்கள் ஒன்றோடொன்று பின்னிய அரக்கு நிற நீரில் சிற்றிலைகள் மீது பேரிலைகள் நிழல் கொடுக்க நெருப்பின் நிறக் கோடுகளை தாங்கிக்கொள்ள இலைவடிவங்கள் நிறம் மாறிக்கொண்டு இருக்கின்றன நூறு பச்சை அடுக்குகளாக . மனிதர்களின் உயரத்திற்கு வளர்ந்திருக்கும் புற்கள் அடர்ந்த பாதையாக வளைகிறது. வான்காவின் மஞ்சள் இலைகள் வறட்சியான இலைகளை உதிர்த்துச் சுருண்டு கிடக்கும் கேன்வாஸின் அரக்கு இலைகள் சருகுறுகின்றன. கிருஸ்து விதை தூவுபவரை விதைத்தலைப் பற்றி வேதாகாமத்திலிருந்து இன்னும் விழிப்படையாத கல்விதைகளை ஏந்தியவாறு ஒரு பழமையான தூங்காத விதையின் ஓரம் ஒரு மறைந்த நதிக்கரையில் மற்ற மூவரையும் அல்யோஷா அழைத்துக்கொண்டு போகிறான். விதைப்பவனைப் பற்றி முப்பது ஓவியங்களை வரைந்திருக்கிறான் வான்கா. மரபணு நீக்கப்படாத வான்கா வரைந்த விதைப்பவர்களின் விரல்களுக்கிடையில் நழுவுகின்றன கூழாங் கற்களின் ஆழத்தில் வீழ்ந்துகொண்டிருக்கும் விதைகள். 'அப்பாவியின் கனவு' கதையை ஸ்டாரி நைட் ஓவியமாக வரைகிறான் வான்கா. புழுதியும் அழுக்கும் வியர்வையும் குருதியின் இரகசிய இழைகளை உரையாடலாக மௌனமும் இருளும் சூழ இறந்துகொண்டிருந்தவனை வீதியில் தொடுகிறான்.

அவனுக்கு வலிப்பு ஏற்பட்டதில் இறந்துகொண்டிருக்கிறான். அந்த வலி உணரும் மனிதனின் முனகலில் அவனது மனைவி வனப் பூக்களில் மறைகிறாள். மரவெட்டையின் கண்களுக்குப் பகலில் தெரியாத நட்சத்திரங்கள் இரவில் தெரியக்கூடும் எனத் தெருச்சுவர்களில் விரல்களால் கீறுகிறான், பைத்தியமாக இருக்க விரும்பிய கலைஞன். இருளில் விரியும் சிலந்தி மனிதனாய் ஒவ்வொருவருக்கிடையிலும்

சமகால விநாடியில் பிளக்கும் இடைவெளிகளை மனக்கலக்கத்திற்கு உள்ளாகும் அரவணைப்பில் இருக்கும் இருவரின் மையலின் அருகாமை தொலைதூரங்களானதில் ஏற்பட்ட மனப்பிறழ்வுகளைச் சரியீடு செய்துவிட முடியுமா என்றான் யெகோவாவின் காயங்களைத் தொட்டு.

உரு. ஸ்டாரெட்ஸ்

கொதித்தெழுந்தவர்கள் நிலக்கரிச் சுரங்கத் தொழிலாளர்கள் அடக்குமுறையைச் சந்தித்து 'நைட் கபே' ஓவியமே அந்தகார இருளில் நடக்கும் விருந்தாகவும் நிச்சயமற்ற வாழ்வில் தோல்வியுணர்வுக்கு ஆளாகி அவலமடைந்து அதிகார சக்திகளை கருவிளிம்பிட்ட உழைப்பின் வாதைகளாய் விழிகளில் அவர்கள் சமரசமற்ற பார்வையில் தேக்கிவைத்திருந்தனர் எதிர்ப்பின் கண்ணீரை. 'நேத்தக்கா நீஸ்வானவா' கப்பலுக்கு ஃபியோதரின் சொந்தக்குரலை வெளிப்படுத்தும் கதாபாத்திரங்கள்: சோபியா, ஜோஷிமா, அல்யோஷாவும் வந்துவிட்டார்கள். சோபியாவின் வெகுளி ஒரு கதாபாத்திரம்தான். புனித மூடர்களில் ஜோஷிமாதான் கதை கதையாய்ச் சொல்வார் தானியக் கதிரேந்தி.

ருஷ்யாவில் ஸ்டாரெட்ஸ் ஞானியாக இருந்தாலும், தங்களைக் கிழிசல் பொம்மை களாக்கி எதிர் கலையில் ஈடுபடுகிறார்கள். உலகத்தினுடைய பிரான்ஸிஸ்கன் பழந்துறவிகளின் மூடர்கூட்டம் அதிர்ச்சி விளைவிக்கக் கூடிய மாற்றுக் கலைச் செயல்களில் ஈடுபடும் பிரின்ஸ் மிஸ்கினும் புனித மூடன். ஃபியோதர் 'பிசாசுகள்' படைப்பில் வரும் மரியா லெவியாத்தினா கப்பலைப் பீடிக்கிறான். ஸோபியா மர்மலாடோவா குற்றமும் தண்டனையிலிருந்து மூடர்களின் கப்பலுக்கு வருகிறாள். பிறகு செயிண்ட் பீட்டர்ஸ்பெர்க்கில் கடைசியாக வசித்த வீட்டின் படிப்பறையை முட்டாள்களின் கப்பலுக்கு இடம் மாற்றியதால் 1881இல் மனநல மருத்துவர் செனிட்டர் வந்துபோனார். ஏனெனில் முடிக்கப்படாத கடைசிப் படைப்பின் கச்சாவான காகிதக் கிறுக்கல்களில் பிடில் கலைஞனின் உடல் வாசனைகளால் அறை நடுங்கிக் கொண்டிருக்கிறது. பிடிலின் நரம்புகளை வருடி கூழாங்கற்களைக் கைக்குள் முட்டைகளாய் ஊதியூதிப் பிடிலை வீடற்றவர்களின் விசும்பில் உயர்த்தி மெல்ல நிலவு தூங்கிக்கொண்டிருப்பதைப் பார்க்க வெளியேறிச் செல்கிறது பிடிலின் எறுவிசை. அதைத் தழுவி உறங்கும் அசடன் படைப்பிலிருந்து வந்த நாஸ்த்தாஸ்யா கப்பலிலேயே மீண்டும் தன் பிறந்தநாள்

விருந்தில் வருகை தந்துள்ள பகட்டுக்காரர்களை எதேச்சயாக மட்டம் தட்டவே லட்சம் ரூபிள் கற்றையை ஒடித்து நெருப்பின் தழலில் தூக்கி எறிந்தாள். மனித இருப்பே கொடுக்கல் வாங்கலாக மாறிவிட்ட சரக்கு மூட்டையின் சுமைகளை மைதாஸின் கழுதையிலிருந்து கீழே தள்ளிவிட்டு வேத இறையியலிருந்தும் சடங்காகிவிட்ட பிரபுக் குலத்தின் போலிப் பகட்டுக்கு எதிராகத் தார்மீகச் சுதந்திரத்தை உயர்த்தினாள் நாஸ்த்தாஸ்யா.

இந்தக் களங்கமற்ற ஒளிவீசும் நாஸ்த்தாஸ்யா அபூர்வமான பேதையாக இருக்கிறாள். இக்கதாபாத்திரம் அந்தகாரத்தின் குழப்படி களையும் ஏற்றுக்கொள்கிறது. அவளின் பிறந்த வெளியில் தோன்றும் ஒயிலான வசீகரம் ஒரு பலவீனமான நிமிடமாக நிலைகொண்டு இருப்பினும் நித்யமான வசீகரம்தான். ஃபியோதரின் கலை தோன்றும் தற்கணத்தில் சூல்கொண்டுள்ளது.

உசு. பனிக்கட்டி பொம்மைகள்

கப்பலுக்கு வந்துவிட்ட பீட்டர்ஸ்பெர்க் படிப்பறையின் கருப்பு பீரோவிலிருந்து ஸ்டாரெட்ஸ் ஜோஷிமா கரமஸோவிற்குள் நடந்து வருகிறார் உரையாடியபடி 'ஒவ்வொரு இலைகளிலும் ஒளிரும் திவ்விய தொனி ஒவ்வொரு கதிரிலும் விரக்தியான ஈரமற்ற ஒரு மணலில்கூட உயிர்க்கிறது. இவை சூதறியா விலங்குகள், வெட்ட வெட்ட வளரும் தாவரங்களின் பச்சை வீட்டுக்கு நான் போகிறேன். உங்களாலும் முடியாதா' என இயற்கையின் அனந்த இருப்பை ஏன் சாகடிக்கிறீர்கள். கரமசோவில் அத்யயிக்கும் ஸ்டாரெஸ்ட்களும் புனித மூடர்கள்தான். கரமஸோவின் குற்றங்களின் வாசனைகளை ஏற்றுக்கொள்ளும் அல்யோஷா எல்லா மனித இனங்களுக்கும் சேர்த்து இறப்பதற்கு நான் ஆவலுடன் காத்திருக்கிறேன். அவமானத்தைக்கூட நான் ஒரு பொருட்டாக எடுத்துக்கொள்வதில்லை என சிறுவன் கோளியா உள்ளே நுழைகிறான். அசாதாரணமான கற்பனைத் தோற்றமாகக் களங்கமற்ற முட்டாள்களின் கப்பலுக்கு வந்து சேர்ந்த புனித மூடர்கள் வினோதமான முறையில் தங்கள் ஆடைகளையே கிழித்துக்கொள்ளும் வேடமேற்றுப் பனிகட்டிப் பொம்மைகள் செய்து கிழிந்த ஆடைகளைச் சுற்றுகிறார்கள் அதில் ஒப்பனையிட்டு. துணிப் பொம்மைகள் நடக்கும் போது பாதணிகள் அணியாமல் முழுப் பைத்தியங்களாக முகங்களை மையிட்டு வரைந்து அலைந்து திரிந்த இவர்களும் அதிகார வர்க்கங்களைக் கடுமையாக நையாண்டி செய்து நடிக்கிறார்கள் உருகும் பொம்மைகளோடு. துயரப்படும்

எளியோரின் இதயத் துடிப்புகளை நெருங்கி அறிந்து பொம்மைகளுக்கு ஆன்மா அளிக்கிறார்கள்.

நீதியில் ஒழிந்திருக்கும் அநீதிக்கான இருட்டைக் கண்டு களங்கமில்லாப் பைத்தியங்களே தங்களைப் பொம்மையாக ஆட்டுவிக்கும் ஜார் சக்கரவர்த்தியின் சூதுக் கயிறுகளைச் சொப்பனத்தில் இடறி வீழ்த்துகிறார்கள் தீய அரசர்களை. அசாதாரணமான ஆன்மீக சித்தமடைந்த முட்டாள்களின் கப்பலுக்கு வந்துவிட்ட கூர்மைமிகு ஞானிகளான இந்தப் புனித முட்டாள்களைத் தீய அரசர்களால் கட்டிப்போட முடியவில்லை.

உஎ. விதைப்பவர்களின் திசையறிந்தவன்

அனேக பட்டணங்களையும் கிராமங்களையும் விட்டு விலகி ஹாலந்திலும் ரஷ்யாவிலும் வனாந்தரங்களில் ஒதுங்கிச் சீவித்திருக்கும் புனித மூடர்களின் ஏகாந்தி மடமே ஃபியோதரின் முட்டாள்களின் கப்பலாக மாறி, வான்காவின் துருப்பிடித்த லெஃபோ-ஸோவுடன் தூங்காது பயணிக்கிறது. உயரமான நெடுங்கழுத்து கேப்டன் ஒரு காதை அறுத்துக் கொடுத்த விதைப்பவர்களின் திசையறிந்தவன். மாலுமிகள் கப்பலுக்குள் சண்டையிட்டுக் கொள்ளும்போது உருளைக்கிழங்கு திண்பவர்களாக உருமாற்றினான்.

அவர்கள் ஓவியத்தை நோக்கி நெருங்கி வந்தபோது மஞ்சள் வீட்டுக்குள் அழைத்துச் சென்றது அவன் கலை. வியந்து போயினர் மாலுமிகள். ரூலின் குமாரத்தியை மாடலாக வரைந்துகொண்டிருந்தான். விண்மீன்கள் நிறைந்த ஓவியத்தில் ஒவ்வொருவர் சொன்னபடியும் சுங்கானைத் திருப்புகிறான் ஒருதலைக் காதன். தண்ணீருக்குப் பதிலாகத் தரையில் மிதக்கிறது புனித முட்டாள்களின் கப்பல். இனிமேல் உலகத்தில் இழப்பதற்கு எதுவுமே இல்லாதவர்களாகவும் எளியோர் கொடுத்த கனிகளையும் வறட்டு ரொட்டியையும் உண்பவர்களாகவும் இருந்த இந்தக் களங்கமற்ற பேதைகளின் கப்பல்தான் ஃபியோதரின் முடிக்கப்படாத படைப்பில்வரும் கதாபாத்திரமான பிடில் கலைஞனால் எழுதப்பட்டுவருகிறது. உணர்வுபூர்வமாகவும் நிலக்கரிச் சுரங்கத்தின் கிருஸ்துவாகிவிட்ட வான்காதான் உலகின் முன்னே கேலிக்குரியவனாக இருந்தான் ஃபியோதரென. அவர்மீது நிக்ரஸோவும் துர்கேனவும் சேர்ந்து எழுதிய ஒரு நையாண்டிக் கவிதை 'அவிந்துபோன குப்பைச் சாம்பலைக் கிண்டிப்பார்க்கும் உன் பார்வையைக் கொஞ்சம் குறைத்துக்

கொள்' என்ற ஒரு வரி ஓடிவந்து ஃபியோதரின் பலவீனமான இதயத்தை வியர்த்து நடுங்கச் செய்தது. ஆனால் ஃபியோதரின் 'ஸ்டாரெட்ஸ்கள்' தாங்களாகவே நிபந்தனைகளையும் இகழ்ச்சி களையும் ஏற்றுக்கொண்டதினால் நையாண்டியிலும் அநீதியிலும் வேரோடிய சமூகச் சட்டகத்தை விளையாட்டுப் போக்கில் இடறி வீழ்த்தினர். பிரின்ஸ் மிஷ்கினும் கள்ளமற்ற பைத்தியங்கள் படைத்த பாரம்பரியத்தின் எதிரொலிகளே மற்றொரு கதாபாத்திரமான அசடனில் வரும் கேஸ்டின், பிரின்ஸ் மிஷ்கினைப் பார்த்து 'நீங்கள் உண்மையிலேயே சுத்த முட்டாள்தான், இப்படிப்பட்டவர் களையா கடவுள் நேசிக்கிறார்' எனக் கேட்டான். மெய்யான முட்டாளாக பிரின்ஸ் மிஷ்கின் நடிக்கவில்லை. அவன் குண விஷேசம் அறவியலுக்கு அடைபடாத கோணல்.

அவனின் களங்கமற்ற குழந்தைமை சமூகத்தின் கேலிக்குரிய தாகியது. மிஷ்கினின் கருணையும் நேயமும் யார் எவரெனப் பிடிபடாப் புதிராகத் தீர்க்க தரிசன வீரியத்தைக் கொண்டவனாகிறான்.

உஅ. யூஜின் ஒனிஜின்

சாத்தானுக்கும் தேவதைக்கும் இடையிலான உக்கிரமான ஊடாட்டத்தில் ருஷ்ய ஆன்மாவை வெளிப்படுத்தும் புஷ்கினின் யூஜின் ஒனிஜினென ஸ்டெப்பிவெளியின் சங்கீதமாகத் தோன்றினான் பிரின்ஸ் மிஷ்கின். ஃபியோதரின் முட்டாள்களின் கப்பல் கிட்ட வரும் போதே கடல்கடந்து தூரப் போய்விடும். 'அலை வெளவால்கள்' அங்கும் இங்கும் முட்டாள்களின் கப்பலுக்கு மேல் கருங்கோடுகள் வரைந்தபடி கிறீச்சிட்டு உரையாடும் உலோகத்தைக் கக்கும் ஓணானும், வெள்ளி இழைகளை உமிழும் சில்லானும், சொர்ண உடல் கொண்ட அரவமும் கதையாகவும் சொன்ன முல்லா பொம்மைகளின் பள்ளத்தாக்கில் குழந்தைகளின் உலகை அதிசயமாக்கி வரும் தருணம் இது. ஒவ்வொரு புனிதரும் மூடரும் கலைஞனின் சற்பாத்திரர்கள். வித்தியாசம், பன்மைகள் முடிவற்ற கம்பளத்தை நெய்து வரும் சிலந்திப்பெண் படைப்பின் முடிவின்மை. துகில் சுருள்களைக் கிழித்து ஆடை உடுத்திய பதுமைகளின் சிறு சொல்லும் ஜன்னல்களின் மேலடுக்கில் அசைந்து 'கீழே வரமுடியாது என்னால்' வெளியேற முடியாத கிரகத்தில் வாழும் பதுமைகளின் ஆடைகளைத் திருடிச் செல்லும் ஓவியனை வெளிச்சத்தின் வெளிறிய வட்ட அரங்கிற்குள் இழுத்துச் செல்கிறார்கள். சாவு முன்னோக்கி வேகமாய்த் தள்ளிச் செல்கிறது.

உகூ. ஸியெனின் மையல்

கலைஞனைச் சுற்றிலும் துப்பாக்கிக் காவலர்களும் முகமூடி அணிந்தவர்கள் ‘என்னை வெளியேற விடு. பயமாக இருக்கிறது. சித்திரவதை நிழல்கள். ஜன்னலில் விழி பிதுங்கி அலறும் உருவங்கள் கடந்து செல்கின்றன. நேரமாகிவிட்டதே எனக்கு.’ கலைஞனின் பிறழ்வு நிலைக்குள் கலையின் இயக்கம் எவ்வாறு செயல்படுகிறது. யுவதிகளின் ஆடைகளை ஏன் மலர்ச் செண்டுகளாக ஏந்தி வருகிறார்கள். முட்டாள்களின் கப்பலுக்குள் காமத்தின் மிகப் பழைய கதவுகளைத் திறந்தால் தேவதைகள் கூட்டமாய் கப்பலின் மேல் தளத்தில் முடி உலர்த்திக்கொண்டிருக்கிறார்கள்.

நிலவெளி மாயத்தில் வேசை ஸியெனின் மையலைத் தன்னுடைய பைத்திய நிலையில் சிருஷ்டியாக்கிவிடும் அவன் ஓவியம். வான்காவின் மையல் கேன்வாசில் உடனே இடைவெளியற்ற நிலையில் படைப்பை மனப்பிறழ்வுவழி நிகழ்த்துகிறான். இயற்கை நிலையிலுள்ள எல்லாப் பறவையினங்களாக வான்கா இருக்கிறான். அந்தத் தெரு வளைந்து மினுங்கிய நிறங்களில் உறங்கும்போது உலர்ந்துவிடுகிறது. மூங்கில் பாலத்தின் மேல் குனிந்து இழந்துபோன மையலை எட்டிப்பார்க்கும் நீர்ச்சுழிகளாகக் கடக்கும் ஓவியத்தில் கர்ப்பிணி ஸியெனின் பிரிவில் பல உருமாற்றங்களை அடைந்தான். சுற்றிலும் மனஉருவங்களில் அவள் வரமாட்டாள் என்று தெரிந்தது அவனுக்கு. பாதையில் விடைபெறும் ரயில்நிலையம் வருகிறது. ஒருவர்மேல் ஒருவர் சாய்ந்து சாய்ந்து நடக்கிறார்கள். ஸியெனைப் பிரியும் நேரம் வருவதில்லை. ரயில் வந்துவிட்டது. அவர்களைக் கடந்துகொண்டு இருக்கிறார்கள் பயணிகள். நெருங்கும் போது விலகுவதும் அருகில் தொலைவதுமாக மெல்ல மறைகிற சந்திப்புகள் நிலக்கரி இருட்டும் ரயில்நிலையத்தைவிட்டு மறையவில்லை. எங்கிருக்கிறோம் என்று அவனுக்கும் தெரியவில்லை. பிரிவின் மூலமே நிலக்கரி ஓவியத்தைச் சுரங்க நிலங்களை நோக்கி எல்லா இருப்புகளும் பயந்துகொண்டிருக்கின்றன.

நிலக்கரி எஞ்சின் மெல்ல வெந்நீர் மூச்சு விடுகிறது. மெல்லப் பிளாட்பாரம் நகர மஞ்சள் பிடிகம்பியில் ஸியென் சாய்ந்திருக்கிறாள். அவளின்றி அழிந்து போய்விடுகின்ற இக்கசந்த வாழ்வைக் கேன்வாசில் பூசியதில் குற்றமும் தண்டனையில் வரும் ஸோபியா மர்மலாடோவா அவனுக்கு ஞாபகம் வருகிறாள். கர்ப்பிணியின் மையல் அதிர்வு கொள்ளும் ஆலிவ் மரங்களின் பிசுபிசுப்பிற்கும் மையலின் தேன்நிற

மஞ்சளைச் சுற்றிச்சுற்றி எழுதும் எறும்புகளின் கோடுகள் மறைந்து கொண்டிருக்கிறது மரணத்தில். காக்கைகள் அவன் குடல் கிழித்த உடல் ஏட்டிலிருந்து திறந்த வெளியில் பறந்துகொண்டிருக்க கேன்வாசில் இருட்டுப் பூச்சிகள் இருளைக் கக்கியபடி சித்திரங்களாக உருகி இருக்கின்றன. மூடப் பெறாத அவனது சூரியகாந்தி உடலைத் தழுவும் தற்கொலை வற்றிய வேகத்தில் நிரம்புகிறது. வயல்வெளியில் பல சாமானியர்களின் முகங்கள் ஆலிவ் ஆர்ச்சியாடிலிருந்து வருகிறார்கள். பழ விருட்சியின் விதைகளுக்குள் பல விதைகள் கிளைகள் குமுறி உறுமுகின்றன. விதை உதிர்க்கும் ஸ்ட்டாரிநைட் ஓவியத்தில் இருந்து அந்தப் பச்சை மலைத்தொடரை ஓரைகளுடன் வரைய முயற்சித்தான். விவசாயப் பெண்களின் பழமையான ஜோடுகள் மண்கொப்புள் வழி இறங்கி ஓவியத்தில் உள்ள நிலவெளிக்கு விசையூட்டும் ரகசியத்தில் மெல்லமெல்ல ஒளி துளிக்கும் முதிய தேனின் வெளிப்படாத மஞ்சளைச் சூரியனிலிருந்து பிரித்தெடுக்கிறான். விதைப்பவர்கள் நிலவெளி ஓவியத்தில் அரக்கு நறுமணமூட்டுகிறார்கள். வான்காவின் விரல்படியும் போது அங்கே விடியல் மெல்ல பனியால் கோர்க்கப்பட்ட வேளை அவன் அந்திம இருநாட்களில் முடிவற்றுப் பரவிக்கொண்டிருந்த இறுதி ஓவியத்தின் சாயலை நோக்கிக் காலம் சமைந்திருந்து, காக்கைகளின் கரைவு ஒலிகளுக்கிடையில் அந்திம காலமும் தொடங்கி இருந்தது. ஒடுங்கிய விளக்கின் சுடர்நடுங்க சாமானியர் முகங்கள் ஆட, சித்திரம் கொள்ளக் காத்திருந்தார்கள். வாழ்வைப் பருகும் லெஃபோ-ஸோ ஊர்ந்துவரும் மரணத்தின் நாடிகளைத் தொலைவில் இருந்து வாழ்வைக் காணும் இறுதிக் கேன்வாசில் இருந்து மயக்கமுற்றவன் சரீரத்தில் துப்பாக்கி ரவை மட்டும் சொருகி இருந்ததைத் தவிர அவனிடம் தற்கொலைக்கான தடயங்கள், கைப்பற்றிய தூரிகைகள், மௌனமாக உறைந்துவிட்ட அவன் இருப்பில் கேட்காத கேள்விகள் இல்லை.

சுயவரைவில் முன்தீர்மானம் இல்லாத கணங்களுக்குள் தெரு வீதியில் நடமாடும் சாமானிய முகங்களே அவனைச் சூழ்ந்திருந்தன. பல யுகங்களுக்குத் தைல ஓவியமாய்க் காலமற்ற கேன்வாசில் இன்னும் அவர்கள் வாழ்ந்துகொண்டிருக்கிறார்கள். அவன் வாழ்ந்த நில வெளியில் நம்பிக்கை இழந்தவர்களாக இன்று இருக்கிறார்கள்.

நுணி. நவீனன் டைரி

காலம் குறிப்பிடப்படாத இந்தக் கப்பலில் முல்லா நஸ்ருதீனும் வருகிறான். நவீனன் டைரி எனும் எண்ணற்ற மனச் சிதறல்களின்

படைப்பில் நவீனன் பேசிக்கொள்வது,

நவீனன்: நாய்கள் என்ற படைப்பைப் படித்திருக்கிறீர்களா?

நகுலன்: யார் அந்தப் பைத்தியம் எழுதியதுதானே...

நவீனன்: பைத்தியம் இல்லை முட்டாள்.

௩௧. பெக்கட்டியன் மூடர்கள்

பயணத்தில் இதே கப்பலில் வரும் பெக்கட்டியன் மூடர்கள் கோடோவுக்காகக் காத்திருத்தல். யாருக்கும் பிடிக்காமல் பேசிக் கொண்டே 'கிளம்பலாமா...' என்று சொல்லிக்கொண்டே செல்லாமல் இருப்பது.

௩௨. தியோ அனுப்பிய டச்சு இலைகள்

ஆரஞ்சு இலைகளின் சலசலப்பென மாண்ட்மாத்ரே தறிகளின் அழைப்பு. மாண்ட்மாத்ரேயின் உயரமான அக்கு ராட்டுகள் சுழல வான்கா ஓடிய வேகத்தில் இயற்கையில் எடுத்த நிறங்களை வர்ண மேற்றி நெய்வதற்கான மரபுச் சாயமிடலைப் பார்த்து அதிசயிக்கிறான். நூல்கற்றைக் கதிர்களில் சுற்றுவது மாண்ட்மாத்ரே பருத்திப் பெண்டிரின் தெளிவற்ற ஆரஞ்சு கச்சாவான பல கோடுகள் அறையெங்கும் உரிக்கப்பட்டிருந்தன. நூல்வழி செல்லும் தியோ அனுப்பிய இலைகளின் மணம் மத்தியானம் கடந்துவிட்டிருந்தது. மறுமுனையில் அப்சிந்தே மூடித் திறந்து, தீய தேவதைகள் ஆரஞ்சு மரங்களிடையே நுழைகிறார்கள். இதற்கு ஃப்ரு உணர்ச்சி வசப்படாதிருக்க வேண்டும்.

அப்சிந்தேவின் கிரேக்கத் தொன்மத்தில் டயோனிஸஸ் ஏந்திப் புரட்டிக்கொண்டிருந்த சிம்போசியம் ஒருங்கிணைந்து குடித்தல் சடங்கென இரு ஓவியர்கள் நிகழ்த்துவதால் பயனில்லை என்கிறான். மஞ்சள் பூக்கள் கொண்ட றெக்கை வடிவ இலைகளை ஏந்தி யிருந்தான். அபெஸ்பேட்ரூஸ் பாப்பிரஸ் மருத்துவச் சஞ்சிகைகளின் எட்டுத்தொகை நூல்களின் கிரேக்கச் சித்தர்கள் மறைந்து நூற்றாண்டு களைக் குழப்பிக் கொடிமுந்திரி, பனைப்பொது, முந்திரிகைச் சாடிகளை அகஸ்டஸ் ஸீஸரின் வாணிபக் குழுவிடம் பெற்றதும் மிகு களிப்புடையோர் மிகுவெறியில் நடத்தும் அகஸ்ட்டஸ் காலத்து மருத்துவச் சஞ்சிகையினை அதன் மலிவுப் படைப்பைப் புரட்டி நிறவேட்கையுற்றான் ஃப்ரூ.

௩௩. நரைமூடன் கிரிஸா

டால்ஸ்டாயின் குழந்தைப் பருவத்தில் நடுக்கத்துடன் தோன்றிவந்த கிரிஸா நரைமுடி அசையும் பிச்சைக்காரன் தெருவில் நடமாடி ஏகாந்திக் கப்பலின் நூலேணியில் ஏறி வருகிறான். அவனுக்கு வலிப்பு வரும்போது தீர்க்கதரிசியெனப் பேசுகிறான். இந்த நரைமூடன் கிரிஸாவுக்குள் புனித ஆவி இறங்குகிறது. ஞானியாகப் பார்க்கிறார் கிரிஸாவுக்குள் புகுந்த சிறுவயது டால்ஸ்டாய்.

௩௪. ஷேக்ஸ்பியரின் லியரில் வரும் அரசனும் முட்டாளும்

மூன்று யாக்கைகளின் வியர்வையும் பிளக்கும் வெளியில் இந்த ஏகாந்திக் கப்பலின் கதாபாத்திரங்கள் பின்னே வரப்போகும் பெக்கட்டியன் மூடர்களுக்கு இடம் வைத்திருந்தது. ஜிப்பா கிட்டானே லியர் மன்னனைப்போல் பெண்களால் சபிக்கப்பட்ட மூடன். ஷேக்ஸ்பியர் நாடகங்களில் ஆயிரத்திரெண்டு முட்டாள்களும் ஷேக்ஸ்பியர்தான் என்றான்.

௩௫. புனுகுராணி லூசியா ஜாய்ஸ்

கண்டுகொள்ளப்படாத ஜாய்ஸின் புத்தி பேதளித்த மகள் சுவாதீனம் இல்லாத பெண் லூசியா ஜாய்ஸ் புனுகுராணியாக ஏகாந்தி மடத்தில் வாசம் செய்தாள். ஃபியோதரின் பிசாசுகளில் வரும் மரியா லெவியாத்கினாவும் முட்டாள்களின் கப்பலில் லூசியா ஜாய்ஸைச் சந்திக்கிறார்கள். அங்கு குற்றமும் தண்டனையில் வரும் சோபியா மர்மலாடோவாவும் மறைந்திருந்தாள்.

௩௬. ரஃபேலின் மூன்று வடிவங்கள்

புனிதமூடர்களின் ஏகாந்தக் கப்பலில் வாசம் செய்த மூன்று வருடங்களில் மடோனாஸுடன் உரையாடியபடி திரிந்தான் ரஃபேல். அவளாகவே உருமாற்றமடைந்த ரஃபேலின் வெகுளி ஒரு மடோனாஸ் கதாப்பாத்திரம்தான். ஆனால் ஏகாந்தி மடத்தின் மூடர்கள்தான் கதைகதையாய்ச் சொல்வார்கள்.

மனிதர்களை நோக்கிய மையிருட்டில் ரஃபேல் மூன்று வடிவங்களில் சரிந்து அவனை ஊடுருவும் ஒளியாக மேரியின் கடல் பளிங்கையும் கிருஸ்துவாகச் செதுக்கினான். அதில் இளம் யோவான் உருகியபடி வடிவத்திற்கு உயிர்க்கொடுத்தான். ரஃபேல் மூன்று வடிவங்களை மேரி, கிருஸ்து, இளம் ஒரு வடிவியல் வடிவமைப்பிற்குள்

பொருத்தினான். மூன்று உடல்களின் நிலைகள் இயற்கையாக இருந்தாலும், அவை வழக்கமான முக்கோணத்தை உருவாக்குகின்றன. மடோனா வனப்பு அழகாகக் காட்டப்பட்டுள்ளது, மறதியிலுள்ள ரபேலின் பல்வேறு மடோனாவென. அவர் சிவப்பு மற்றும் நீலநிற ஆடை அணிந்துள்ளார், சிவப்பு, வெளிறிய சிவப்பு நிறத்தில், சிவப்பு மற்றும் நீல நிறத்தில் தேவாலயத்தைக் குறிக்கப் பயன்படுத்தப் படுகிறது. கிருஸ்துவும் யோவானும் இன்னும் இளமையாக இருக்கிறார்கள், இவர்கள் குழந்தைகள் மட்டுமே. ஜான் தனது கையில் ஒரு கோல்டுபிஞ்ச் பறவையைக் கூண்டோடு வைத்திருக்கிறார், அதைத் தொடர கிருஸ்து வெளியே வருகிறார். கோல்டுபிஞ்ச் பறவை வெயில் அடித்தால் சிறகுகள் பொன்னிறமாகிவிடும். கோல்டுபிஞ்ச் சிறு பறவையின் பின்னணியும் மஞ்சள் ஒளியில் மயங்குகிற இயற்கை அமைப்பு வேறுபட்டது.

ஙஎ. ரினாசிட்டா

இங்கே இவ்வாறு ஹாலந்தில் உள்ள அவ்வர்ஸ் வனாந்தரங்களில் பூர்வீக ஏகாந்திகளுக்கு இந்தக் கப்பலிலேயே வான்கா வரைந்து கொண்டிருந்த வனாந்திரப் பிதாக்களின் திராட்சைத் தோட்டமிருந்தது. அங்கே கூலிகளாக எஜிப்சியரும் ரொமானிகளும் எழுப்பிவிட்ட திராட்சைக் கொடிகள் தாராள மனதுள்ள பலர் அங்கே வந்துபோய் வாசம் செய்தார்கள்.

கப்பலில் தொங்கும் நூலேணியில் ஏறியவாறு பல தடவை இரவு முழுவதும் திராட்சை ரஸத்தில் திறந்த மறுமலர்ச்சி யுகத்தின் இதயத்தில் வந்து நின்ற சைத்ரீகர்கள் கேன்வாஸ்களும் ரோமன் சிற்ப ஸ்தபதிகளும் புத்துயிர் பெற்றது இந்த முன்னைப் புனித மூடர்களின் கப்பலில்தான். ரோமைப் புனித ராயப்பர் தேவாலயம் ஏகாந்தி மடத் திராட்சைக் குலைகளின் தேவசங்கீதம் லௌகீக சங்கீதமாகா வண்ணம் சிற்பச்சுரூபங்களை தேவதைகளின் றெக்கைகளாக்கின. பீட்டர்ஸ் பெர்க் ஓக் மரத்தில் செய்த மூடர்களின் கப்பலில் பலஸ்திரினா என்ற சங்கீத வித்வான் ஸ்தாபாத் என்ற பாடல்களும் மூன்று பூஜைகளும் ரினாசிட்டா காலத்து கலைப்பிரகாரம் சங்கீதம் வருட தேவ சங்கீதத்தை மகிமைப்படுத்தினார்.

ஙஅ. யூத சமயத் தீர்க்கதரிசி

சைத்ரீகர் போட்டிஸெலி கல்லைத் தசையாக்கிய 'லைஃப் ஆஃப்

மூஸா' சிற்பத்திலிருந்து நிலைபெயர்ந்து யூத சமயத் தீர்க்கதரிசி மோஸே இறங்கி நடமாடியபடி புனிதமூடர்களோடு எல்லாக் காலத்துக்குள்ளும் சென்று வரும் மூடர்களின் கப்பலில் உரையாடு கிறார். மோஸே கொடுத்த தவச் சட்டகங்களில் ஆசீவக உள்ளுமைகள் ரகசிய ரேகைகளாய் நகர்கின்றன. ஒரே மலைப்பகுதியில் மோசஸ் ஆடுமேய்க்கும் ஓவியத்தில் முட்புதர் ஒன்று பற்றி எரிவதும் தீக்கொழுந்துகள் அணையாது அவருடன் உரையாடும் தைலச் சுருளில் மூதாதையரின் கடவுளின் அசரீரி கேட்கிறது. சிந்துவின் 'க' என்ற உயிர்மை எழுத்து குருக்கமென்ற சிலுவைக்குறியின் சாயலில் உலகின் எல்லாக் கல்லிலும் விழுந்தது என்றான் ரெமேடியோ இடாயெருமை மேல்வந்த கிட்டானே. கலையின் பூர்வீக தபோதனர்கள் 'ரினாசிட்டா' காலத்து சிற்பிகளே முன்மாதிரிகை. ரபேல் நாடோடி யாகத் திரிந்து புனிதமூடர்களின் திராட்சைத் தோட்டத்துக்கு நூற்றாண்டுகள் பல கடந்து வான்காவைச் சந்திக்க வருகிறான் .

ருகூ. கில்காமேஸ்தான் மீ மனிதன் கிளென்மார்கன்.

பூமியில் கண்டுபிடித்த மலைகள், ஆறுகள், யுகங்களில் மறைந் திருக்கும் சாலைகள் கிளென்மார்கன் நடக்கநடக்க வேறொரு யுகத்திற்குப் கொண்டுபோகிறது அவனை. பட்டு வெள்ளி தங்க ஜரிகை களால் அழுக்கடைந்த நகரங்களின் பெயர்கள் நெய்யப்படுவதைப் பார்த்தான்.

அவனால் திருடப்பட்ட மெரினோ ஆட்டைத் தோளில் சுமந்தபடி குவேரி ஜாருடன் தோட்டக் கதவைத் தட்டுகிறான் மீ மனிதன் கிளென்மார்கன்.

'எனக்கு உன் குவேரி ஜாரிலுள்ள பழைய திராட்சை ரஸமிருந்தால் கொடு' எனக் கேட்டது மெரினோ ஆடு.

புது உணர்வு கொடுக்கிறது அவன் இங்கு விளையும் திராட்சையை எல்லாம் ஒயினாக்கி ஆட்டுத்தோல் பைகளில் மேய்ப்பர்களுக்காகக் கடத்திச் செல்ல வந்திருக்கிறான்.

மெரினோ ரோமத்தைக் கம்பளியாக நெய்து இரவு முழுவதும் துயில்கிறான். அவன் கடத்திவந்த மெரினோ ஆடுகள் தூங்குவதில்லை. அவன் பாப்பிரஸ் கோரையாட்டின் கண் படித்துக்கொண்டிருந்த சுமேர தீபிகாவில் ஏமாற்றுகளும், வறண்ட மிருக நிலைகளும் உள்ள பக்கங்களில் செம்பழுப்பு நிற அடிக்கோடிழுத்து வைத்தவை உதிராமல் வருகின்றன தெளிவுபடாத கிடையாட்டு இரவுகளில்.

ஒவ்வொரு மெரினோ ஆடும் பனியில் துயிலும் போது இருட்டைக் கக்கும் இராப் பூச்சிகளின் கோடு காலை கண்ட பின் மறைந்துவிடும். மெரினோ ஆடுகளை வேட்டையாடும் நரிகள் சொர்ணப் பூக்களாய் மாறிவிடும்.

ஆட்டு ஊனொடுண்டல் நன்றென ஊனொடு திரியும் நரிகள் ஆடுகளைப் பற்றி மந்தையோடு கூடி வெதுவெதுக்கும் வெப்ப இரத்தத்தைப் பருக அது தீக்கண்களோடு அலைகிறது.

மென்மையான ஆடைகளுக்குப் பெயர்போன நகரமான கெய்ரோவின் கலைத்தன்மை பூமியின் உச்சத்தை எட்டியது என மிகைபட நீண்ட காலத்துக்கு எகிப்து மெக்காவுக்கும், காபாவுக்கும் பர்தா முகத்திரைகளை வழங்கியதை சுமேர தீபிகாவில் எழுதினான்.

சணி. அரக்கபிரகசிகை

டேமியெட், டேபிக், டோனமரிஷ், டியூநெவில் உச்சமடைந்த பழையோர் ஓயினை மருந்தாகப் பயன்படுத்தியதை இந்திய வர்த்தக நூலோன் 'சரகசம்ஹிதையில்' எழுதியதற்கு முன்பே 'அரக்கபிரகசிகை' எனும் 'பூ மது' அரிட்ட நூலை இராவணன் மயக்க மருந்தாகவும், பல நோய்களுக்கு ஔஷதமாகவும் பயன்படுத்தியதை எழுதியும் விட்டிருந்தான். இராவணனின் குமாரத்தி சுபர்ணஜா வித்யாதர மலைப் பூக்களையெல்லாம் தந்தையின் அரிஷ்ட நூலைப் பார்த்துப் பூக்குடலையில் பறித்துத் திரிந்தாள். பெரும்பாலும் சுபர்ணஜா அணிந்திருந்த மிகப் பழைய வண்ண ஆடைகளில் உள்ள அலங்கார வேலைப்பாடுகள் தொன்ம உருவங்களைக் கொண்டிருந்தன.

சக. சிவப்பு நிறத்தை விதைப்பவர்கள்

மைக்கேலாஞ்சலோவின் வர்ண ரஸநாளாங்கள் ரபேலுக்குப் பாகாயப் பிரவேசமாகி கலையில் ஒன்றிவிடுவதாக இந்த முட்டாள்களின் கப்பலில் வரும் வியாக்யானிகள் விரல் நீட்டி அசைத்தனர் திராட்சா ரஸத்தைக் கொடுத்து.'ரபேல் ஏகாந்தியாய் இங்கு வந்து திராட்சை ரஸத்தில் வான்காவுடன் உரையாடி மூழ்கிய இரவுகள் கப்பலிலேயே சீக்கிரத்தில் விடிந்துபோயிற்று' என்று நீலநைல் பறவையிடம் சொன்னான். 'நேத்தக்கா நீஸ்வானவா' முடிக்கப்படாத நாவலில் வயலின் வாசிக்கும் கலைஞன், வயலின் விற்களைப் பெட்டியில் வைத்தான் மஞ்சள் வெயிலில்.

முட்டாள்களின் கப்பலைச் சுற்றி பறவையொலிகளையும்

மீன்கள் நீந்தும் விடியல் ஒளிகளையும் தேடி ஏகாந்திக் கப்பலில் தனிமை வாசஞ்செய்தான் வான்கா. ஏகாந்தத் திலிருந்து எல்லா இலைகளும் பேசின வான்காவிடம். இலைகளில் துயிலும் வேறு அனேக ஏகாந்திகள் கேட்க புனித மூடர்களின் கப்பலுக்கு வரைந்து கொடுத்த கேன்வாஸ் சித்திரங்களில் அற்புதங்களையும் கலையே முழு ஜீவியத்திற்கு அஸ்திவாரம் என்றான் வான்கா. நீங்கள் வரைவதில் கூடியிருக்கும் நிறங்கள் ஏகாந்திகள் எல்லோரையும் நைலாற்றங் கரையிலுள்ள எட்டு மடங்களில் பிரித்துவைத்து அவற்றுக்கும் முந்தைய மெசப்பத்தோமியா மடங்களின் கலைப்பண்பு வெகு புராதனமானது. இங்குதான் கீழ்நாட்டு ஸ்டாரெட்ஸ் என அழைக்கப்படும் கிழக்கத்திய பாரம்பரியத்தின் முக்கிய கசிவுகளையும் உறிஞ்சி எடுத்து கரமஸோவில் ஜோஷிமா எனும் பாத்திரத்தில் வரைந்து காட்டினான் ஃபியோதர். ஜோஷிமாவின் சவ சரீரத்தின் அருகில் நின்று புனித மூடர்களின் ஆழ்ந்த மோனத்தில் மெழுகு சுடரேந்தி அல்யோஷா அவரது வாயதரத்தில் புதிய பானத்தை வைத்து ஊட்டினான். ஜோஷிமாவின் பனி இரவில் மீண்டும் நிலவு கீழிறங்கிவரப் பைன் மரங்களுக்கிடையே சீல்க்கை ஒலியிட்டு அங்கே சிவப்புநிறத்தை விதைப்பவர்களின் பின்னே தூரிகையை நீள்த்துகிறான் வான்கா. கிழக்கிலிருந்து ஃபியோதரின் விடியற்காலம் தூரிகை நீல வண்ணத்தில் அமிழ்ந்த விண்மீன்கள் விசும்பின் ஆழத்திலிருந்து மீண்டுவந்து ஒவ்வொரு இரவையும் மீட்கும் என நம்பினான் அல்யோஷா. இப்போது பனிக்காலத்தில் திராட்சைத் தோலால் தைக்கப்பட்ட வேதாகம ஏட்டுடன் புனித மூடர்கள் நடந்துவருகிறார்கள். வக்கிரத்துக்கும் யுக்திவாதத்துக்கும் எதிரான நிலைகொண்டிருந்த ஃபியோதர் வெண்ணிற இரவுகளில் மிகைகிற கற்றற்ற விதியற்ற புனைவுக்கும் கற்பனைக்கும் உரிய நாஸ்தென்காவை அந்தகப் பாட்டியோடு தைத்த இரவு முடிச்சுகளை அவிழ்த்துத் தன்னை விடுவித்தவாறு தலைகீழ் மாற்றான வெகுளி உருவாகச் சூசகப் படுத்திய ஃபியோதர் உபநிடத காலத்திலிருந்து மனித விடுதலையைத் தேடிய பாதையில் எவ்வித அதிகாரமும் இல்லாத ஸ்டாரெட்ஸ்கள் எனும் புனித மூடர்களைக் கிருஸ்துவின் பிரதி பிம்பமாகவும் கண்டார்.

இலூஷா எனும் கதாப்பாத்திரத்தின் மூலம் குழந்தைகளைக் கண்டார். மரணத்தின் நிழலிலும் உயிர்த் தெழுதலின் உச்ச விருந்திலும் பங்குபெறும் அல்யோஷாவின் மூலம் ஃபியோதர் பொம்மைகளுக்கு ரஷ்ய ஆன்மாவை ஊட்டி அத்தனை கதாபாத்திரங்களையும் ஒப்பனை இடுகிறான்.

சஉ. ஆறு பீடிகைகள்

1. அவன் பூச்சி மரபணு நிழல்கள்

அவன் பூச்சி, மரபணு நிழல்களின் சுமேர பாணி நெசவு சீராக வளர்ந்தது, அதன் தனித்தன்மையான உழவென ஈர்ப்போடு அதே நிலத்தில் தோன்றியிருந்தாலும் எகிப்திய பாணியோடு மரபணு நிழல்கள் ஒத்ததாக இல்லாமலிருந்தது. தோத் நூலின் பிரபஞ்ச மறைபொருள் இலை உதிர்ந்த சருகு வடிவங்கள் சூழ்ந்தபடி மஞ்சள் நீர்க் கண்களில் ஒளியிடும் மூழ்கிய நூலகம் அமைந்திருக்கும். முந்தைய எதார்த்தத் தோற்றங்களிலிருந்தும் பிறகு கண்டிப்பான நவீனத்துவத்திலிருந்தும் தொடர்ந்து லெமுர மரபணு நிழல்கள் சுமேர நிழலுடன் உரையாடுபவை. செசனியா, பாரசீகக் கலைக்கும் ஆதி உள்ளுவம் அவன் பூச்சி மரபணு நிழல்களே.

2. கற்கடகம் (ஸ்கரோப்)

நிலையுருதியற்ற பொருட்களை ரஸவாதத்தில் ஓயாது மாறுமியல் புடைய விரைந்து ஆவியாகிற பொருட்களை விழுங்குவதன் மூலம் ஒழுக்கப் பண்பிற்கும் பௌதீக மறு உயிர்ப்பிற்கும் பங்களிக்கிறது. பரிதிமுதலோன் ரீயின் ஆட்சி மண்டலத்திலிருந்து தங்கியிருக்கும் படி நிலவிற்கு எச்சரிக்கைவிடுகின்றன காவல் நாய்கள். ஆதிமனித நிலையிலிருந்து விளையும் இடர்களின் இயற்கையான துன்ப நெருக்கடிகளுக்கு ஆட்படுத்தும் நிலவின் ஆட்சிப்பரவல் அணுகி வருவதற்கு எதிராக பச்சை, நீலக் குடில்கள் இரண்டும் எச்சரிக்கை விடுகின்றன. இந்தக் குடில்களுக்குப் பின்னால் வன்பாலையின் பேய்கள் நிறைந்த காடும் இருக்கின்றன. இவற்றுக்கு அப்பால் தூய்மைப்படுத்தும் நீர் செங்குத்தான கொடும் பாறையால் எல்லை கட்டுற்றிருக்கும் இடத்தே இரட்டை முகடுடைய மலை ஒன்று இருக்கிறது. இது களிவெறியுற்ற மாந்திரீகச் சூனியக்காரிகளின் இடம்மாறிக்கொண்டிருக்கும் புனை வுலகைச் சூசகப்படுத்து வதான மணல் கடிகைகள் தோன்றுகின்றன காலப் புகைமூட்டமாய்.

3. காப்டிக் மரபணு நிழல்கள்

கிறித்தவம் காப்டிக் கலையைப் புதிய வடிவத்துக்கு மாற்றி எகிப்தியப் பணிமனைகளில் இஸ்லாம் ஆதிக்கம் செலுத்திய பிறகும் அதே புதிய வடிவம் நிலைத்திருந்தது. காப்டிக் ஆடைகள்

விலங்கு உருவங்களான சிங்கங்கள் சுமேர தீபிகாவில் கழுகுக் குச்சிகள் பறந்து சுற்றி முயல் குச்சிகளோடு போரிட, முட்டாள் வாத்துக் குச்சிகள் வென்றன. குச்சிகள் மீது சித்திரக்காரிகள் சிலர் கூடிப் பல உயிர்ப்பான தாவரங்களை வரைந்து மறைந்தனர்.

4. **பிரமிடுகளின் டேரட் கார்டு**

ஜன்னலருகில் நின்று தன் அவிழ்த்த கூந்தலை நிலவொளியில் மாமுத் தந்தயாழிசைத்துப் பாடிக்கொண்டிருக்கும் ஒரு அடிமையாய் கார்ப்பேத்திய சுண்ணாம்புக் குகையிலிருந்து இழுத்துவரப்பட்ட யுவதி, நிலவின் அநித்தியத் தோற்றப்பாடுறும் மறைந்த மாமுத் யானையின் படிமமாக விளங்குகிறாள். இந்த யுவதி முற்றிலும் மாமுத் தந்தவளரியின் குறியீடு. யாழிசை மரணத்தின் பரந்தகன்ற விருப்பத்தின் குறியீடு. இது உள்ளுணர்வின் புனை நிழல்களின் மாய மாந்திரீகத்தின் புதிர்விளக்கங்கள்தான் தசாவாளச் சக்கராகாரம்.

5. **'அதத்' தெய்வத்தின் ஒளி**

'அஷுர்' தெய்வத்தை அதிதேவதையாகக் கொண்டவர்களும் 'மர்துக்' தெய்வத்தின் புராதனத் தொன்ம வாசலில் சுமேர தீபிகாவிலிருந்து 'ஷமாஷ்' தெய்வத்தின் கோட்டை தெரிந்தது, அடுத்த பக்கத்தில் கர்ஷமாஷ் மேட்டுநிலம் உயர உயர வந்தது 'அதத்' தெய்வத்தின் ஒளி.

6. **களிமண் லிபி**

சுமேர தீபிகா தொதுவரின் பதினோறு பெண் தெய்வங்களின் பெயர்கள் தனித்தனியே சிறிய பிரதேசங்களோடே சுமேர் நிலமிருந்து கிளம்பியவை, அவை ஒருபோதும் ஒரே சுமேர் வம்சத்தினர் ஆட்சியின் கீழ் இருந்ததில்லை.

சுமேர தீபிகாதான் மேற்காசியாவின் மிகப் புராதன நாகரீகத்தில் மூழ்கிய, முதன் முதலாக ஓர் எழுத்து முறையை லிபிகளாக உதிர்த்தனர். அந்தக் களிமண் எழுத்து வடிவங்கள் முதலில் வரிசையான சித்திரங்களின் ரூபத்தில் அமைந்திருந்தது. கடினமான ஒரு பொருளின் மீது பகர்த்து எழுதக் கூடியபடி அது நீள வடிவம் பெற்றது. பிற்பாடு எழுத்து வேலைக்குக் களிமண் பாளங்கள் அடங்கிய களிமண் அகராதி சரித்திரத்துக்கும் இலக்கியத்திற்கும் பிரதான ஆதாரங்களாகவும் அவற்றில் முந்திய களிமண் அகராதிகளுக்கு 'ராயசம்' பகர்த்தெழுதிய பிரதிகளும் அடங்கியுள்ளன.

இன்னும் சற்று அப்பால் சென்றால் சுமேர்கள் கோர்த்த புராணங்கள் உதிர்த்த மரபுகள் நீண்ட தூரப் பாடல்களாய் உள்ளன. இன்னும் அப்பால் வட-கிழக்கில் டைகிரீஷ் பாயும் பிரதேசத்தில் அசீரியர்கள் சுமேர்கள் அல்லாத செமிடிக் ஆதிகுடி. மகிஷா நீலமலை மேல் ஒரு மலைத்தெய்வத்தின் புதையலாகக் கற்குத்துகளுக்குள் சுமேர தீபிகாவைச் சிறு சிறு கூழாங்கற்களை வைத்து மூடிப்புதைத்தனர்.

சங. பீலி வளைவுகளின் வெளி

எழுதியவனுக்கு எதிராகக் கலகம் செய்யக்கூடிய சுதந்திரத்தை 'முட்டாள்களின் கப்பல்' கதாபாத்திரங்களின் அகவெளியில் உருவேறும் எளியோரின் அத்தனை விழிகளிலிருந்தும் இமைந்த பீலி வளைவுகளில் புதிய வெளிகள் ஒவ்வொரு நொடியாக ஒன்றுமேலொன்று நிழல்படாமல் வெவ்வேறு வெளிகளிலிருந்து கதாபாத்திரங்கள் போய்க்கொண்டிருக்கும் அரூப உருவெளியில் திரும்பிக்கொண்டிருப்பதை வான்காவின் துருப்பிடித்த லெஃபோ-ஸோ தூங்காது பார்த்துக்கொண்டிருக்கிறது. தனக்கே உரிய பாணியில் வித்தியாசமான குணரூபமானவர்கள் முட்டாள்களின் கப்பலுக்கு வந்துசேர்கிறார்கள். முட்டாள்களின் கப்பலின் புனைவு வெளியென்பது சுதந்திரமான பல வெளிகளைக்கொண்டிருக்கும். ஒன்றிலிருந்து மற்றொரு வெளியில் நகரும் கப்பலின் தோற்றம் வேறேதோ நிறமாக மாறுபடுவதின் வடிவமே முடிக்கப்படாத படைப்பில் அத்யயிக்கின்றன.

அல்யோஷா கரமஸோவின் பாத்திரமானாலும் ஃபியோதருக்குப் பிடித்தவன். கருணையின் தீராத விழிகளின் பீலி மடிப்பில் நீர்கோர்க்க அதில் பளிங்கென மிதக்கும் கப்பலில் ஒவ்வொருவரின் உப்பு உருவங்களும் அல்யோஷாவிற்கு நெருக்கமானவைதான். மீனின் சுவாபாதிசயத்தில் 1889 வசந்த உதயத்தில் தெரியும் வீனஸ் ஆனவன்.

ஒன்றோடொன்று கலந்துவிடாத பூக்கும் பீச் மரங்கள், ஆலிவ் ஆர்ச்யார்ட்க்கு உள்ளிருக்கும் மரக் கூடத்தில் மலர்ந்திருக்கும் சூரியகாந்திச் செடியை அணைத்துத் தூங்கும் அல்யோஷா இராக் காலச் சூரியனின் திசையோடு நகர்ந்துகொண்டிருந்தான். சாதாரண தாவரங்களின் இலைவடிவங்கள் முற்றிலும் மாறுபட்ட உலகில் விரிவுகொள்வதே முட்டாள்களின் கப்பல் நியதி. முட்டாள்களின் கப்பல் சொல்லப்போகிற கவித்வப் படிமங்களின் தரிசனத்திலிருந்து தப்பித்துக்கொள்கிறது சமூகம்.

சச. புகைக்கும் ரயில்

கொலம்பஸ் மேற்கிந்தியத் தீவுகளின் பூர்வகுடிகள் புகைப்பதைப் பார்த்தான். மாண்டிஜீமாவின் அரசவைக்குள் நுழைந்த கோர்ட்டெஸ் அங்கு பூசகர்கள் கடவுளோடு தொடர்புகொள்ளப் புகைக்கும் சடங்குகளை மேற்கொண்டிருப்பதை முட்டாள்களின் கப்பல் பயணிகள் நாடு திரும்பாமலே சொர்க்கத்தில் புகைக்க முடியா தென்றால் அங்கு நான் போகமாட்டேன் என்று அசடனில் வரும் மூடத்துறவிகள் புகைத்தவாறு உரையாடினர்.

அது ஒரு முட்டாள் தனமான கதை. இரண்டு வார்த்தைகளில் சொல்லிவிடலாம் எனத் திருப்தியோடு ஆரம்பித்தார் ஜெனரல். இரண்டு ஆண்டுகளுக்கு முன்னால், ஆம் இரண்டு ஆண்டுகளுக்குக் கொஞ்சம்தான் குறைவு. ரயில்வே ஆரம்பிக்கப்பட்ட கொஞ்ச காலத்தில் ஏற்கனவே பணிஓய்வு பெற்று, அப்போது சூரியன் உடையிலிருந்த நான் ராணுவ சேவை யிலிருந்து என் விலகல் குறித்த மிக முக்கியமான காரியமொன்றைக் கவனித்துக்கொண்டிருந்தேன். முதல் வகுப்பு டிக்கெட் ஒன்றை வாங்கினேன். ரயில் ஏறினேன், அமர்ந்தேன், புகைக்க ஆரம்பித்தேன். நான் ஏற்கனவே பற்ற வைத்திருந்த சுருட்டைத் தொடர்ந்து புகைத்துக் கொண்டிருந்தேன். நான் பெட்டியில் தனியாக இருந்தேன். புகைப்பது தடை செய்யப்பட வில்லை. ஆனால் அதே சமயத்தில் அது அனுமதிக்கப் படவுமில்லை. அதாவது அது அதைப் போன்ற மற்ற செயல்களுக்குப் பொதுவாக இருப்பதெனப் பாதி அனுமதிகொண்டிருந்தது. மேலுமது தனிப்பட்ட ஆட்களைச் சார்ந்ததாகவும் இருந்தது. திறந்திருந்த ஜன்னலில் புகை கரைகிறது. திடீரென விசில் ஊதப்படுவதற்குச் சற்றுமுன், இரண்டு பெண்கள் ஒரு குட்டிநாயுடன் வந்து அமர்ந்தார்கள். அவர்களுக்கு வயதாகிக்கொண்டிருந்தும் இளநீல வண்ணத்தில் உடையணிந்திருந்தனர். ஆணவமும் கர்வமும் மிக்கவர்களாயிருந்தனர். ஆங்கிலம் பேசினார்கள். ஆம் நான் தொடர்ந்து புகைத்துக் கொண்டிருந்தேன். அதைப் பற்றி யோசித்தேன். எப்படியிருந்தாலும் தொடர்ந்து புகைத்துக் கொண்டிருந்தேன், புகையை ஜன்னல் வழியாக வெளியே விட்டுக்கொண்டு. அந்த நாய் கழுத்து பெல்ட்டில் பொறிக்கப்பட்ட ஒரு சின்ன வாக்கியம் இருந்தது.

அந்தப் பெண்கள் வெளித்தெரியும் அளவிற்கு எரிச்சல் அடைந் திருந்தனர். எரிச்சல் சுருட்டால்தான். அவர்களில் ஒருத்தி ஆமை ஓட்டுக் கண்ணாடி வழியாக என்னை வெறிக்கிறாள். நான் கவனிக்காமல்

தொடர்ந்து புகைத்துக்கொண்டிருந்தேன் இயல்பாக. அவர்கள் ஒன்றும் சொல்லவில்லை. ஏதாவது சொல்லியிருந்தால், எச்சரித்திருந்தால், கேட்டிருந்தால்-ஏனெனில் கேவலம் எல்லோராலும் பேசமுடியும். பெட்டிக்குள் எந்தச் சப்தமும் இல்லை. சிறு எச்சரிக்கைக்கூடச் செய்யாமல் மனநிலை பிறழ்ந்ததென, வெளிர்நீல கவுன் அணிந்தவள் சுருட்டை என் கையிலிருந்து பிடுங்கி ஜன்னல் வழியாக எறிந்தாள். ரயில் வேகமாய் போய்க்கொண்டிருந்தது. நான் அறைக் கிறுக்காக அவளையே வெறித்துக்கொண்டிருந்தேன். அந்தப் பெண் வெறி பிடித்தவள். நாகரீக வளர்ச்சியற்ற ஆதிகுடி. வெளிர்மஞ்சள் முடியும் பிங்க் கன்னங்களும் கொண்டவள். அவள் கண்கள் என்மீது விழுந்துகொண்டிருந்தன. ஒரு வார்த்தைக்கூடச் சொல்லாமல் நான் முன்னால் சாய்கிறேன். அதிகப்படியான பணிவன்புடன், குற்றமற்ற கண்ணியத்துடன் என் இரு விரல்களால் குட்டி நாயைக் கழுத்தைப் பிடித்துத் தூக்கி ஜன்னலுக்கு வெளியே சுருட்டுக்குப் பின்னால் வீசியெறிந்தேன்.

அது வலியில் ஒரு சின்ன சப்தத்தை மட்டும் வெளிப்படுத்தியது. ரயில் வேகமாக ஓடிக்கொண்டிருந்தது. கருஞ் சக்கரங்களின் ஊளை. 'நீ ஒரு ராட்சசன்' என்று சிறு பெண்ணாய்க் கைத்தட்டி அலறிச் சிரித்துக் கொண்டு கத்தினாள் நடாசியா ஃபிலிப்போவ்னா. 'அபாரம் அபாரம்' என்று கத்தினான் ஃப்ரடி செக்னோவ். 'ஏனென்றால் ரயில் பெட்டிகளில் சுருட்டுகளுக்குத் தடையென்றால், நாய்களுக்கு அதைவிட அதிகம்' என்றான் ஜெனரல்.

'சூதாடி'யில் வரும் புகைக்கும் ரயிலில் மெபிஸ்ட்டோபிளிஸ் வந்து 'நீ ஆன்மாவை விற்றவன் ஃப்ரடி செக்னோவ். கீழுலகில் ஓடும் ஏக்ரான் நதிப் படகோட்டி நீதான் ஜென்ரல். இறந்தோரின் ஆன்மாக் களை எடுத்து உனக்கு ஒவ்வொன்றாகப் பொருத்திப் பார்க்க சாத்தானின் மாபெரும் ஆன்மா உன்னிடம் வளர்ந்து வருவதாக உணர்கிறேன். சுருட்டை வீசிய ஜன்னலில் நாய்குட்டியை எறிந்ததில் ஆன்மாவை விற்றுவிட்டாய்' என்றான்.

சரு. புகைக்கோடு

எதிர்ப்பாளர்களிடம் நயந்து பேசியது வெர்ஜீனியா சுருட்டு. 'இந்த வெர்ஜீனியா ஹாலந்தின் ஒவ்வொரு இலைகளிலிருந்து சுருண்டுவந்த கடலோடி நான். மெரினாவில் அனாதையாகத் தூங்கியபோது இந்த வான்கா இடுப்பிலிருந்த லினன் பைகளில் தனித்தனியாக

இருக்கும் ப்ளாக்வெல்ஸ் டுபாக்கோ, வெர்ஜீனியா சுருட்டு, பர்லி பேக்கி புகையிலையில்தான் என் அதிர்ஷ்டம் துவங்குகிறது… நீ கூடப் பயிரிட்டு வளர்க்கலாம். காட்டு விலைபொருள்தான், தீங்கொன்றும் வந்து விடாது வெர்ஜீனியா பைப்புகையிலையில். நீ வேண்டுமானால் என் பைப்பில் புகைக்காமல் இரு… என்று வாச்சியம் பேசினான் வான்கா. அதைக் கேட்டுத் தலைகளையசைத்தனர் சிலர். காடு மலையாய்ச் சுற்றி அறியப்படாத கிராமங்களை வரையும் வெர்ஜீன்யாவின் புகைக்கோடு வரையும் கலையில் இதன் கசப்பும் காரலும் காட்டில் அலையும் டாஸோ பூனைக்குக்கூடப் பிடிக்கும்.

சசு. உழைப்பாளர் சிலையின் வாதைகள்

சுருட்டுக் கசப்பு இல்லாமல் என்னால் 18 நாட்கள் இறங்காமல் ஊர்ஊராய் வரைந்துகொண்டே சைக்கிளில் சுற்றவும் முடியாது என்றான் கிளென்மார்கனிடம். மெரினாவில் இறங்காமல் கடற்கரை நெடுக சாந்தோம் செனயிட்தாமஸ் சர்ச், பட்டினப்பாக்கம் லாஸரஸ் சர்ச் மைதானத்தில் மாணவர்களுக்காக வான்கா வரையும் சட்டகத்தைச் சைக்கிளில் பொருத்தி வரைகிறான். சைக்கிள் சுற்றுகிறான். அங்கிருந்து மெட்ராஸ் பல்கலைவரை சென்று தலைவர்களின் மெரினாக் கல்லறைகளையடுத்த உழைப்பாளர் சிலையின் வாதையில் மறைந்திருக்கும் ராய் சௌத்ரியின் விரல்களைத் தொடுகிறான் வான்கா. அவனுக்குக் கலையின் வாதையிலிருந்து கங்குதொட்டு வெர்ஜீனியா சுருட்டுக்குச் சிநேகமாகிறார் மறைந்திருக்கும் ராய் சௌத்ரி. கலைஞனுக்கு எந்த எதிர்பார்ப்புமில்லை என்றார் புகைத்தவாறு.

இருவருக்குமே உரையாடலைத் தொடரவைத்தது புகைதான். 'ராய் சௌத்ரி… உலக இன்பங்களில் எனக்கு வெர்ஜீனியா கசப்புதான் உயிர். நான் வாழ்க்கையை வெறுத்து இந்த முட்டாள்களின் கப்பல் கேப்டன் ஆனேன்.' இந்த பைப்பைத் தொட்டேன். வெர்ஜீனியாவிற்கு அடிமையாகிவிட்டேன். உழைப்பாளர் சிலைகள் ஆழ்ந்த வாதையில் அண்ணாந்த நிலையில் வியர்வை வழிவதிலேயே கலை உச்சமடைந்து இருக்கிறதில்லையா. உங்கள் மேல் எனக்குப் பிரியம்தான். உங்களுக்கு நான் புகைப்பது பிடிக்கவில்லையா ராய்… என்றான் வான்கா.

சஎ. ஃபெர்னாண்டோ டுபான்கோ

கிளென்மார்கன் முத்துப்பட்டணத்தில் இருந்து முட்டாள்களின்

கப்பலில் கிளம்பி வாலிநோக்கம் கண்டு சேது சமுத்திர கால்வாயில் அனுமார்வால்பட்டு பக்கிம்கான் கால்வாய்வழி மதராஸ் அடைந்தான். அதே வழியில் கத்தும் கடல்மல்லையில் ஓவியம் தீட்டும் ஃபெர்னாண்டோ டுபான்கோ வருவதைக் கண்டான்.

அவனோடு புகைப்பதற்காகவே அடையாறு சேர்வது வழக்கமாக இருந்தது. இங்கே போட்ஜெட்டியில் நங்கூரமிட்டிருந்த முட்டாள்களின் கப்பலில் இருவரும் கங்கு கேட்டுச் சந்தித்துக்கொண்டார்கள். அவர்களோடு ஓவியன் ஃபெர்னாண்டோ டுபான்கோவுடன் அல்ஹம்பாரா அரண்மனைச் சிதைவுகளை மறுவரைவு செய்யப் பேப்பர், தூரிகை வட்டுடன்கூட வருவான். அவனுக்கும் வான்காவின் சுருட்டுப் புகை ஒட்டிக்கொண்டது. ஓவியனின் புகைப்பழக்கம் யாரையும் விடாது. ஃபெர்னாண்டோ டுபான்கோவின் பரங்கித் தந்தையும் பழைய சித்திரன். அவன் ஸ்டூடியோ கீரின்வேஸ் ரோட்டில் இருந்தது. மிகவும் பழைய கூடம்.

அங்கிருந்துதான் கிளென்மார்கன் விடிகாலையில் அல்ஹம்பரா வுக்குக் கிளம்பும் ஆறாவது படகில் பக்கிங்ஹாம் கால்வாயில் சென்றுவிட, அவனுடன் பேனர்ஷா என்ற வேறொரு புகைமனிதன் முட்டாள்களின் கப்பலுக்கு வந்துவிடுவான். அல்ஹம்பாரா சித்திரச் சுவர்க் கணித வடிவங்களைப் பிரதி செய்யுமாறு எர்னஸ்ட் பி ஹேவல் பணித்திருந்தார். பேனர்ஷாவின் தாமிரப் படுக்கை, வெள்ளி நாற்காலி, தங்க பிரேம் போட்ட மூக்கு கண்ணாடி, முத்து தைத்த கர்சிப், சில்வர் கெமி கைக்கடிகாரம், விரல் நகங்களிலும் தங்கநீர் மெழுகி நக இடுக்குகளிலும் சுருட்டு வாடை புகுந்திருக்கும்.

கிளென்மார்கனிடம் இருந்த சுருட்டு டப்பாக்கள் கண்ணாடி அலமாரிகளில் இருக்கின்றன. அங்கு ஹாக்கிங் கருப்புக் கார்ட்டூன் பூனையும் ஐன்ஸ்டீன் கார்ட்டூன் பூனையும் புகைபிடிக்க வான்காவுடன் அமர்வார்கள். பூனை எடுத்த அவற்றின் லேபில்கள் பழமையானவை. ‘முத்திரையிட்டு உனக்கு வந்த தியோவின் தபால்களில் உன் வெர்ஜீனியா சுருட்டு மணக்கிறதே வான்கா, எனவே புகை படிந்த நம் மூவரின் கதையை அடையாறு போட்ஜெட்டியில் இருந்து 1001 ஜோக் காமிக்ஸ் படக்கதையாக வரையலாம்தானே வான்கா’ என்றது ஹாக்கிங் புகைத்தவாறு.

சஅ. ஐன்ஸ்டின் கார்ட்டூன் பூனை

ஹாக்கிங் கருப்புப் பூனையே நீயும் கிளென்மார்கன்தானா?

உள்நாட்டு அகதிகளாக நிராகதி அடைந்த நாடோடிகளாக இருட்டிவந்த முட்டாள்களின் கப்பல் கருங்கோடுகளுக்கும் உனக்கும் சம்பந்தம் இருக்கிறதில்லையா எனத் தீப்பெட்டியைச் சைகையில் கேட்டான் வான்கா. 'உன்னைப்போல் கிளென்மார்கன் பலரைத் தானியங்கி சிலிக்கான்கள் உருவாக்கிவிடும்' என்று சுருட்டை நீட்டிக் குற்றஞ் சாட்டியது ஐன்ஸ்டின் கார்ட்டூன் பூனை.

உடனே இடைமறித்து 'பேனர்ஷாக்கள் ஒளிவருடங்களைத் தொட்டுக்கொண்டிருக்கிறார்கள் இல்லையா. உன்னை உருவாக்கியது யார்' எனப் பூனைகளின் கரைவு உரையாடல் புகையுடன் நீள்கிறது. என்னைப்போல் நூறு கௌரவர்கள் இருக்கிறார்களா என வியந்தான் பேனர்ஷா. கார்ட்டூன் பூனைகளின் பிரபஞ்ச உறுப்பாகும் மன வெளியை ஊனப்படுத்துவது ஏன்? அவை திறந்த வெளியில் பாடித் திரிகின்றன. 'புகைமரம்' காமிக்ஸ் பொம்மலாட்டத்தில் காதபாத்திரங்கள் நாம் மூவரும்தான். சாயம் போன கந்தல் ஆடைகள் ஃபியோதரின் 'பேய் பீடித்தவர்கள்' படைப்பு நாடகமாகி இயங்கக் கூடியவை. உப்பேறிய பெரிய பொம்மைகளின் ஆடைகளை மோந்து பார்த்தால் தெரிந்து விடும். பக்கிங்காம் கால்வாய் பயணத்தில் எத்தனையோ அல்ஹம்பாரா ராத்திரிகளின் உள்ளே மூடர்களின் கப்பலைக் கிளப்புவான் கிளென்மார்கன். பொம்மை களின் ஆடைகள் காற்றில் புலம்பும் பேச்சுக்கால் அல்-ஹம்பாரா சிகப்பு தொன்ம மானது. அதைப் பிடிக்கவே ஃபெர்னாண்டோ டுபான்கோ சைக்கிள் சுற்றிச்சுற்றி எழுதாமையின் அழுக்குப் பிரதியாக அல்-ஹம்பாராவின் உள்ளுமைக்குள் செறிந்து இருக்கும் நிலப்பரப்பு வாழ்க்கையாகவும் சுற்றுவதில் நிர்மானங்கள் இற்றுக் கிழிவதாக உணர்ந்தான். ஒரு கட்டத்தில் சொப்பனம் தானே எழுதிக்கொள்ளும். 'உப்பு அரண்மனை' படைப்பிலிருந்து வெளியில் திரியும் குற்றவாளிகள் அதிகத் துயரோடு அந்தப்புரத் தனிமையில் நடமாடுகிறார்கள் பேசியவாறு ஒத்திகையில். மூடர்களின் கப்பல் பயணத்தில் பொம்மைகளும் நடிகர்களும் அங்கங்கே வரும் படகுத் துறையில் சாயம்போன பழைய பொம்மைகளும் சிவப்பு நீர் அரண்மனையை நோக்கிக் காத்திருந்து சேர்ந்துகொள்ளும்.

கதைக்கு வெளியில் அலையும் கிளென்மார்கனின் பொம்மைகளும் ஆடைகளும் நடந்துவந்து பின்னிரவில் அல்-ஹம்பாரா சிவப்புப் புஸ்தகத்தைத் திறந்து கதாபாத்திரங்களை அணைத்து உரையாடும். உடலைத் தழுவி வெப்பமூட்டிக் கனவில் கந்துகந்தாய் இற்று உடைபடும் ஒலியை கிளென்மார்கன் காதுவைத்துக் கேட்டான்.

நினைத்தால் பைத்தியமாகிவிடும் நீர் அரண்மனை மரங்களும், மரமாகிவிடும் பைத்தியங்களும், இடைகழி நாட்டுப் பனை மரங்களும் தனிமையில் சைக்கிள் சுற்றும் ஃபெர்னாண்டோ டுபான்கோவுடன் சேருகிறார்கள். சுருட்டுப் பிடிக்கும் மூடமாலுமிகள் சிவப்புநீர் அரண்மனையில் நடமாடுகிறார்கள். உதிரும் இலைகள் எல்லாம் பைத்தியங்களின் காலடி ஓசையாகத் தோன்றி முணுமுணுப்பதை நள்ளிரவில் கேட்டான் கிளென்மார்கன். நடமாடும் சருகுகள் சுழன்று அவன் எழுதிவரும் 'ஸால்ட் ஹவுஸின் தனிமை' என்ற படைப்புக்கு புகைமரம் என்ற நூலின் மூன்றாம் பகுதியில் தற்கொலையானவர்களின் மேன்சன்கள் பைக்கிராப்ட்ஸ் ரோட்டில் இருப்பதை ஒவ்வொன்றாகக் கூறுவார்கள். ஜானி ஜான்கான் ரோட்டு முடிவில் இருக்கும் இருண்ட ஸால்ட் ஹௌஸ் மேன்சனில் காமென்னிப் பாலத்தில் குற்றமும் தண்டனையில் வரும் குளிர்கால அனாதைகள் தோன்றுவார்கள். வேறு சில பத்திரிகையாளர்களும் ஸால்ட் ஹௌஸாக கிளென்மார்கனுடன் இருந்தனர்.

சகூ. ஸால்ட் ஹௌஸ்ஸில் மறைந்த நாடோடி டோயான்

பனிப் பொழிவில் மூச்சுவிடும் ஸால்ட் ஹௌஸ் கிளென்மார்கனின் இயக்கமாக மாறியது. தலைமைக் குழு ஒன்றால் வழிநடத்தப்படும் ஐந்து பேர் கொண்ட சிறுசிறு கதைசொல்லிக் குழுக்களை உருவாக்கி உப்பு அரண்மனையின் மந்திரக் கதைகள் பலவற்றை உரையாடிக் கொண்டிருந்தனர் ஸால்ட் ஹௌஸில்.

கிளென்மார்கன் தன் அமைப்பைச் சேர்ந்தவர்கள் நம்ப வேண்டும் என்பதற்காகப் பல பொய்களைக் கூசாது சொன்னவன். ஒருமுறை அவன் தனக்குப் போலீஸ் தலைமையகத்துக்கு வருமாறு உத்தரவு வந்திருப்பதாகக் கூறிவிட்டுச் செல்கிறான். ஸால்ட் ஹௌஸில் ஒரு துண்டுத்தாளை யாரோ கொடுக்கிறார்கள். ஸால்ட் ஹௌஸ் ஒரு வெண்ணிறச் சிறைச்சாலை. அதில் கதையாளர்களும் ஓவியர்களும் பத்திரிகையாளர்களும் ரகசிய உளவாளிகளும் சீருடை அணிந்து கடமையாற்றிக்கொண்டிருக்கிறார்கள். தான் கைது செய்யப்பட்ட தாகவும் அங்கிருந்து தப்பி மீண்டும் ஸால்ட் ஹௌஸுக்கே வந்துவிட்டதாகவும் கூறினான். ஃபியோதரால் எழுதப்பட்ட படைப்பில் வரும் ஸால்ட் ஹௌஸ் நாடோடிகள் ஆயுள் தண்டனைக் கைதியாக ஸால்ட் ஹௌஸின் பனி அறைகளில் கதாபாத்திரங்களாக எழுதியபடி வந்து சேர்பவர்களையும் எழுதாமல் வெளியேறியவர் களையும் வரைந்தபடி இருக்கிறார்கள். இது எல்லோராலும்

கைவிடப்பட்டவர்களுக்கும் பொருந்தும். நாடோடியாக ஊர்சுற்றித் திரிபவன் வழிப்பறிக்காரனோ திருடனோ அல்ல. ஒரு ரொட்டியை மற்றவர்களுக்காகக் கொண்டுவருகிறான் ஸால்ட் ஹௌஸிற்கு. கோடைக் காலம் என்னை விரட்டுகிறது என்று நடுநிசியில் திரிகிறான். சந்துபொந்துகளின் வழியாக வார்த்தைகள் சுழன்று சுற்றிவருவதைக் கொண்டு கச்சாவான குறிப்புகளைத் தெருவிலேயே எழுதிக் கிறுக்கி நீண்டு போகிறார்கள். ஸால்ட் ஹௌஸுக்குத் திரும்ப வந்ததுமே நண்பர்களை ஏற்படுத்திக் கொள்கிறார்கள்.

ருணி. இரவில் பெருகி வளரும் டோயான் கட்டில்

டோயான் கட்டிலில் தூங்குவார்கள். அலைந்து திரிபவர்களின் டோயான் கட்டில்கள் ஸால்ட்ஹௌஸின் ஆண்களின் அந்தப்புரமாக சீலிங் ஃபேனின் ஓசையுடன் பாலங்களில் தொங்கிக்கொண்டிருக்கும் இரவுகளில் வெப்பரத்தப் பிறவிகளாகி, யார் எவரென அடைபடா மௌனப் புதிரில் பல கைகால்களை உடைய விநோத உருமாற்றம் அடைந்து ஸால்ட் ஹௌஸைத் துளையிட்டு மறைகிறார்கள். ஒரு கதாபாத்திரமாக ஸால்ட் ஹௌஸ் அனாதைகளைத் தேடி அலைகிறது. அவர்கள் பைகிராப்ட்ஸ் ரோடு முனையில் இருக்கும் கபேக்கு காபி குடிக்க வருவார்கள். ஸால்ட் ஹௌஸுக்கு எல்லாப் புதிய நாவல்களும் செகண்ட் சேல்ஸ்க்கு வந்துவிடும். பல்வேறு நகரங்களில் 'கிளென்மார்கன்கள்' வாழ்ந்து வந்தனர். ஸால்ட் ஹௌஸ் தனக்கான பிரநிதிகளை வேறுவேறு கிராமங்களிலும் தீவுகளிலும் 'கிளென்மார்கன்கள்' என்றே பலரைக் கண்டனர்.

எல்லாக் காலங்களிலும் கதை சொல்லிகள் வந்து மெய்ப்பு நோக்கியவாறு ஊர் திரும்பாமல் ஸால்ட் ஹௌஸ் வாசிகளாகி விடுகிறார்கள். அவர்கள் இருமனிதர்கள். ஒரே சமயத்தில் வேறு வேறொரு நகரத்திலும் மெட்ராஸிலும் இருந்தனர். நீ எங்கிருக்கிறாய் என்று கேட்டால் மௌனமாக ரயிலேறிவிடுவார்கள் மறு தினத்தில். சில பக்கங்கள் கடல் காற்றில் புரண்டு ஸால்ட் ஹௌஸ் ஆவிகள் காலடி ஓசைக்குப் பின்னால் காணாமல்போன இயக்குநர்களும், கதையாளர்களும் ரோலிப்ளக்ஸ் கேமராவுடன் வருகிறார்கள். துணை ஆசிரியர்களும் கூடவே வருவார்கள் ஸால்ட் ஹௌஸிற்கு.

குடையில் இருந்து வெளிப்பட்ட ஓவியர் டோயான் யாருமில்லாத சாலையில் நடந்து செல்கிறார். எல்டாம்ஸ் ரோட்டில் தூர மறைந்தது டோயான் உருவம். இது ஸால்ட் ஹௌஸ் ஆவிகளுக்கு மங்கலாகத்

தெரிந்தது. இரவெல்லாம் பெருநகரைச் சுற்றித் திரியும் டோயான் ஊர் திரும்பாமலே ஸால்ட் ஹௌஸ்க்குள் மறைந்துவிடுகிறார். ஒவ்வொரு அறையிலும் டோயான் கட்டில்களை வரைகிறார். அதில் தூங்கியவர்கள் ஊர்திரும்ப முடியாது. தூக்கத்தில் நடக்கும் டோயான் வரைவதற்காக மெரினாவை நோக்கிச் செல்லும் கருப்பு மிதியடிகளின் தனிமை நிலவொளி மயக்கத்தில் மெலிதாகக் கேட்டது ஒலி.

ருக. இருவருக்கான கடைசி இசை

மாலுமியார் வீட்டுப்பெண் விடிவதற்கு முன்னே மதராஸாப் பட்டணத்தில் சைக்கிளில் வான்காவைக் காணவருவாள். இரவில் உதிர்ந்த அடையாறு ஆலமர இலைகளைப் பொருக்கிச் சென்று விடுகிறாள். சைக்கிள் தடங்களில் நொறுங்கும் இலைகள். கடற்கற்கள் உரசும் வேளையில் இரத்தமும் உப்புக் காற்றும் பேனர்ஷாவையும் கிளென்மார்கனையும் நோகச் செய்து விடும். அடையாறு ஆலமரத்தைச் சுற்றிக் கோட்டை கட்டியிருந்தார்கள். அதற்கு வெளியே பொங்கிய கிளைகளில் தூங்கும் பறவைகள் இருட்டில் மூச்சுவிடும். அவனுக்கு எதிரே அடையாறு கழிமுகத்தில் நின்று இருக்கும் மூடர்களின் கப்பல் நாவலை ஸால்ட் ஹௌசிலிருந்து எழுதிக்கொண்டிருந்தான் கிளென்மார்கன். உள்ளிருந்து வெளிபட்டனர் புனித மூடர்கள். சில பக்கங்கள் கடற்காற்றில் புரண்டு பைத்தியங்களின் காலடி ஓசை முன்னாள் கருப்பு இசைத் தட்டுகளில் சுழலும் கோடுகளில் ஜோ-யோங்-ஹூக்கின் ‘இருவருக்கான கடைசி இசை’யில் சில பக்கங்களை எழுதிக்கொண்டிருக்கிறான் ஸால்ட் ஹௌஸில்.

ருஉ. நாய்களின் சிகிச்சாலயம்

சைபீரிய நாரைக்கு ‘லிபியாட்கா’ எனப் பேரிட்டவள் துருஷ் பாடகி தான். குட்டி வாத்துக்கு ‘சட்டாவ்’ என விளித்தான் கிளென்மார்கன். இருவருமே ‘டெவில்ஸ்’ நாவலில் வரும் கதாபாத்திரங்கள். டெவில்ஸ் கோட்டு அணிந்த ஹாக்கிங் கருப்புக் கார்ட்டூன் பூனையைச் சங்குத் தெரு நாய்கள் எக்குப்போட்டு விசாரிக்கும். பதினோரு தடவைகள் அடிபட்ட தழும்புகள் மறையவுமில்லை. கடிவாயில் கிழிசலும் தையல் தடங்களும் இருக்கும். நாய்களின் சிகிச்சாலயத்தின் வார்டில்கூட பைத்தியங்கள் காயப்படுத்தியதில்லை. நாய் ரோஸிக்குச் சட்டை போட்டு கூட்டிவருகிறாள், காசாதுக் கருப்பி ‘வெறும் நாய்’ கதையில் வரும் நாயல்ல அது. கோட் அணிந்த ஹாக்கிங் கருப்புப் பூனையை

ஏந்திப் படகில் வருகிறார்கள் கிளென்மார்கன், பேனர்ஷா இருவரும். பிறகு நூல் ஏணியில் ஹாக்கிங் கருப்புப் பூனை தானே ஏறி பொம்மைகளுக்குள் மறைந்தது. அங்கு ஏற்கனவே வயாங்கோலாங் பொம்மைகளுடன் ஐன்ஸ்டீன் கார்ட்டூன் பூனை காத்திருந்தது. வந்த இருபூனைகளுக்கும் இந்தோனேசியா அரக்கர்கள் ஜாவாப் பட்டாடைகள் அணிவித்தனர். பூனைகளாக இருக்கும் நீங்கள் நாடகத்தில் லம்பூன் பொம்மைகள்தான் என்றான் அரக்கன். மரணத்தின் ரகசியப் பாதை வழியாக ஹாக்கிங் கருப்புப் பூனை சொன்னது 'கருப்புத் துணியைப் போட்டுப்பார் ஒளியடிக்கும்' என்றவாறு கதையில் கடைசி நேர திராட்ஷைக்காடி கொண்டுவரும் சீன பொம்மைகூட அந்த நாளும் நீலம் நிரம்பியது. தன் இறுதி ஊர்வலத்தை மாறுவேடத்தில் பார்க்கிறார்கள்.

ருங. நிலத்தின் குருதி

ஃபியோதர் குற்றத்தை உள்ளுணர்வாகும் அதனுடைய சாயைகள் என்பதாகத் நமது பேருலகிற்கு நாடகீயமாக உருமாற்றித் தருகிறான். ஒரு ஸ்படிகக்கல் அளவிலான காலத்தில் ஏதோ ஒரு பறவை விட்டுச்சென்ற முட்டை யாராலும் காலாதீதமாய்த் தொடரப்படாமல் ஒரு ஸ்படிகக் கல்லாக வனத்தில் கிடக்கிறது. அதைத் தன் உள்ளங்கையில் ஈரம்கசிய எடுத்து இடம் மாற்றி வைக்கிறேன் நான். ஒரு ஸ்படிகக்கல் வைரமாக உருமாறும் காலத்திற்கு நடுவே முட்டையை விட்டுச்சென்ற பறவை அமானுஷ்யமாய்த் திரும்ப ஸ்படிகக்கல்லில் உறைந்து மிதக்கும் வானமும் காலமும் புதிதாகிறது. நிலத்தின் குருதியாலும் வானத்தின் மின்னல் துண்டுகளாலும் கீழ்ப்பாயும் சிருஷ்டிகணம் இன்னும் கடந்துவிடாமல் இருக்கும் கிளென்மார்கனின் சாம்பல்நிற ரயில்பெட்டி ஓவியத்தில் பழங்காலச் சிவப்பு வெளிர் சிவப்பு நடிகைகள் படிந்திருக்கும் ஓடுகள் மீது புகையடைந்த வேலைக் காரிகளின் துடைப்புக் கரித்துணிகள் வளைந்து கிடக்கிறது டாஸோ பூனை உருவில். அதன் கால் தடத்தில் துடைப்புத் துணியோடு மெல்ல நடந்து வருகிறான் பலவீனமான இதயம் படைத்த வாஸியா. ஃபியோதரின் கண்களில் எடுத்த குற்றத்தை ரஸக்கோல் நிக்கோவின் கண்களாக வரைந்து அதே கண்களோடு டிமிட்ரியின் கனவையும் அல்யோஷாவின் குழந்தமையின் பேரழகையும் பிரின்ஸ் மிஸ்கினோடு இருட்டுக் கண்ணாடியைத் திறந்து குற்றத்தை நிகழ்த்துபவனை ஒரு பெரிய ஆடியிலிருந்து கைவிடப் பட்டவர்களைக் கோடுகளில் ரூபப்படுத்தி இணைக்கிறார் ஃபியோதர்.

ருச. கருத்த வயல்கள்

சமூகம் நிகழ்த்தும் கொலையுறும் கலைக்களஞ்சியத்தில் கொலைபடாமல் பல்லாயிர வருஷங்களாய் உயிர்த்திருக்கிறான் படைப்பாளன். காலமும் மரணமும் வாதையும் பசியும் உள்ள சாமானியர்களின் முகங்களை வரைந்து கொட்டடியில் பதுக்கி வைத்த வறண்ட ரொட்டியை எடுத்துப் பகிர்ந்தவாறு இருள் உலகின் தண்டனைக்குள்ளானவர்களோடு புனிதமூடர்களின் கண்ணாடியில் முத்தமிட்டுத் திரியும் யாக்கைகளில் முளைத்த பன்னிரண்டு சூரியகாந்தி மலர்களை ஏந்திவரும் தனிமைகளால் சுற்றப்பட்ட வான்கா ஃபியோதரின் மரணவீட்டின் நிலவறைப் படைப்பில் பதுங்கியிருக்கும் புராதன ஜார்களில் வழியும் அப்ஸிந்தே பச்சையாக நுரைத்த வாசனை மிக்க மறதியிலிருந்து பால்கோகின் வருகிறான். அன்று மாலை நேரத்தில் இருவரும் கஃபே தேடிப் போனார்கள். திடீர் என்று என்ன நினைத்தானோ வான்கா தன் கையில் இருந்த அப்சிந்தேயை எடுத்து அடிக்கடி தேடிப் பார்க்க வரும் பால்கோகின் தலையில் ஊற்றினான். பால்கோகின் குனிந்து நிமிர்ந்து வான்காவைத் தோல்மீது தூக்கியவாறு வேகமாக நடக்க ஆரம்பித்தான் சிந்தி ரொமானிகளின் தாண்டா குடியிருப்புக்கு. அவர்கள் இருவரையும் ரொமானிப் பெண்கள் பார்த்துப் பாடி ஆடினார்கள் விசிறி வீசி. சூரிய வெளிச்சம், நிறங்கள், புகையிலை, அப்சிந்தே சுழன்று கொண்டிருக்கும் மிஸ்ட்ரால் கொடுங்காற்றுதான் விசிறி நடனம். தீ ஊதிக்கொண்டிருக்கும் தகீத்திப் பெண்களை வரைந்தான் பால்கோகின். மார்க்காயின் உயர்ந்த புகைக் குழாய்கள், கருத்த வயல்கள், பைன் மரங்கள், நிலத்தை உழுதுகொண்டிருக்கும் விவசாயி, உள்ளுக்குள் இயற்கையும் கலைஞனும் ஒரே நேர்கோட்டில் தான் இருக்கிறார்கள். 'நம்முடைய மஞ்சள் நிற வீட்டைவிட்டு நீங்காதிருக்கக் கூடாதா நீ' என்றான் வான்கா.

ருரு. அப்சிந்தே

விஸ்ட்ரால் பேய்க்காற்றில் விதிசாகா இடாயெருமையின் உரையாடல் காற்றின் சுருள்களுக்குள் மெல்லிய ஊளை இசையாகக் கசிகிறது. விஸ்ட்ரால் காற்றுக்குள் விதிசாகா இடாயெருமையில் பேனர்ஷா வருவது நாய்களுக்கு முன்கூட்டியே தெரிந்ததில் அவை பின் தொடர்ந்து ஓடுகின்றன. சுழிக்காற்றில் சிக்கிய இடாயெருமை அந்தரத்தில் சுழன்றுகொண்டிருக்கிறது. இடாயெருமை ரொமானிப் பெண்கள் கூட்டம் இரவில் பாடி வெளிப்படும் ஒளிக்கற்றையை

நோக்கிப் போகிறது. சுற்றிலும் நிலக்கரிப் புகைக்குழாய்கள் வெளி உமிழும் கரும்புகை.

விஸ்ட்ரால் பேய்க்காற்றில் மகூபா சைக்கிளின் உரையாடல் காற்றின் சுருள்களுக்குள் இங்கிலாந்தின் பழைய ஹெர்குலிஸ் சைக்கிள் சக்கரங்களின் மெல்லிய ஊளை இசையாக அரங்கில் கசிகிறது. முதலில் டேபிள் தோன்றுகிறது. குடி நாற்காலிகளில் உலோகச் சுரங்கத் தொளிலாளர்களோடு 'நைட்கபே' ஓவியத்தில் வரும் நிலக்கரி பூசிய தொழிலாளர்களும் கைநீட்டி அமர்ந்திருக்கிறார்கள். பேனர்ஷா சைக்கிளோடு கீழிறங்குகிறான். பாக்ஸைத் திறந்து இரு போத்தல் களையும் டேபில் மீது வைக்கின்றான். அவையிரண்டும் தங்கள் வாடிக்கையாளர்களான தாமிரச் சுரங்கத் தொளிலாளர்கள் வான்காவின் நைட்கபே கேன்வாஸிலிருந்து உரித்துக்கொண்டு நிலக்கரி இருட்டோடு வெளிவருகிறார்கள். ஏங்கும் காலிக் கிண்ணங்களில் அப்சிந்தும் மகூபாவும் நிரம்பி வழிகிறது. டேபிளை நோக்கி எல்லாத் தலைகளும் முன்வருகின்றனர். போத்தல்கள் இரண்டும் தீரவே இல்லை. அப்சிந்தே அடர்பச்சை ஒளியாகச் சுழல்கிறது மகூபா போத்தல் வெளிர்சிவப்பான யுவதியாக மகூபாப் பூக்களை ஏந்திவருகிறாள்.

ருசு. தாயாகப் பிறந்த புலி மகனைத் தின்ற கதை

கிளென்மார்கனை ரயில்பெட்டியிலிருந்து கீழிறக்கிப் பின்கட்டாகக் கைகளைக்கட்டி அடித்தும் உதைத்தும் இழுத்தபோது மார்புக் கவசத்திற்குள்ளிருக்கும் அவ்வீரர்களின் ஆன்மாவைத் திறந்து பேசினான். உங்களது மனம் இரக்கமற்று மூடப்பட்டுவிட்டது என்றான். அவன் கண்ணிற்குள் உற்றுப்பார்த்த காவலர்கள் அவன் போடும் கதைக்குள் கிளைக்கும் முற்பிறப்பு நனவிலிக்குள் சிக்கிக்கொண்டதென அனைவரும் கவனிக்கிறார்கள். தங்கள் பிறவி அடுக்கின் நிலவெளிகளில் கண்களை மூடிப் பயணிக்கிறார்கள். அங்கே திருடன் எழுதும் கோடுகளில் அலைவுறுகிறார்கள். அகுபரா ஆமையோடு இருளினூடகவும் புத்தகங்களிலுள்ள புதிர்ப் பாதை களினூடாகவும் நடந்து சென்றபோது கைது செய்யப்பட்ட கதையாளன் கிளென்மார்கன் நள்ளிரவில் திடுக்கிட்டு எழுந்தான். சிறையின் நிலவறைச் சுவர்களில் தீய அரசன், புலி வாழும் காட்டில் கடமான் மேய்வதற்குரிய புல் நடுங்கிச் சொன்ன கதை, தாயாகப் பிறந்த புலி மகனைத் தின்ற கதை, கூரான அம்புகள் உடலைத்தான் தைத்துள்ளன

என்னையன்று என்ற கடுந்தவத் துறவியை நீர் ஓவியமாக வரைந்தான் கிளென்மார்கன். சமூகத்தால் சூலக்கழுமுனைக்குத் தள்ளப்பட்ட கிளென்மார்கன் இந்தப் பெருநகர் இரவுவாசிகளால் தனக்கு விதிக்கப் பட்ட தண்டனையிலிருந்து தப்புவதற்கு முயலவில்லை.

ருஎ. உன்னைவிட யார் சுதந்திரமாகப் பறக்கிறார்கள் பெண்ணே

சிறையில் ஒரே மாதிரியான சலிப்பூட்டும் நாட்குறிப்பிலிருந்து இந்த அகுடரா ஓடு அறியப்படாத பல புத்தகங்களின் உள்ளாக அமைந்து இன்னமும் அவன் வெளிப்படாமல் இருக்கும் அம்புப் படுக்கையில் திறந்த ஏடுகள், கணிதவியலாளன் போஜாவின் நெடுங்கீற்றுகள் மீது என்றென்றைக்குமாக அடிமை சாசனம் எழுதிக்கொடுத்த பிரஜைகளால் மறக்கப்பட்டுவிட்டதாக அவன் மீண்டும் வரைந்த முப்பத்தியிரண்டு பதுமைகள் சொன்ன கதைகளைச் சொல்லித் திரிந்ததால் கைது செய்யப்பட்டு ஞாபகங்கள் நீட்டிக் கிடக்கும் தெருமுனையில் கீழே விழுந்த கழைக்கூத்தாடியின் கயிற்றிலாடும் வாழ்வு மரணத்துடன் காயம்பட்டவனுக்கு உயிர்நீர் ஊட்டும்போது அவன் உடல்குளிர்ந்து விறைக்கும் தருவாயில் நான் சாகப்போகிறேன் என்று சொன்னான். தெருவில் குறுக்கிட்டு நெடுகிய இருள் பூசிய அந்தரக் கயிற்றில் காத்திருக்கும் சாவிடம் ஒவ்வொரு அடியாகக் கடந்துகொண்டிருந்தான். நான் அவனைத் தொட முடியாதபடி இயல்பான சிரிப்புடன் றெக்கை விரித்து மிதந்து கொண்டிருந்தான். கயிற்றிலிருந்து வரமறுக்கும் மகளோடு உரையாடிக் கொண்டிருந்தான். அவளைப் புண்படுத்தும் பொருட்டு கீழே இறங்கும்படி கூச்சலிடுகிறார்கள். கயிற்றின் மேல் ஊர்ந்தவாறு சொன்னாள், 'தந்தையே, எவ்வாறு நான் வாழ வேண்டும் அல்லது வாழக்கூடாதென்று யார் சொல்ல இயலும். பசியோடு முடிந்தவரை என் ஸ்தூலத்தை மெலிய வைத்திருக்கிறேன் பறப்பதற்காக. அம்மா இப்போது நோயுடன் உருமியில் குச்சிகொண்டு தேய்க்கிற தேய்ப்பில் உள்ளடங்கி வரும் துக்கத்தை நான் உணர்கிறேன், 'உன்னைவிட யார் சுதந்திரமாகப் பறக்கிறார்கள் பெண்ணே' என கிளென்மார்கன் அண்ணாந்து கையசைத்தான். அவன் கைதியான பிறகு வதந்தியில் என்னவெல்லாம் சம்பவிக்கின்றன. கடல் மடிப்புகளைத் திறந்த கன்னி கடலைப் பூட்டுகிறாள். கவியின் சுயபரிமாணத்தில் நீல நிழல்களாய் முன்னோக்கி வெளி பகர்க்கும் விசைதான் என்று கன்னியின் மாயப் பரப்பிற்குள் நுழைகிறோம். சிதறிப் புதிர் சேரும் தகைமையில் இருக்கவியலும். கலைஞன் ஒரு வேளை அறியப்படாத பெருநகரின்

நெருக்கடி பலத்த தாக்கத்தின் விளைவாக உறைந்த அமைதிகளில் இருந்து கட்டவிழ்ந்து இயல் நீடிய தொகுதி பல அடுக்கிய தன் வரலாற்றுச் சட்டகத்தில் சித்திரங்களோ அதை வைத்துச் சொல்லும் கதைகளோ சாத்தானுக்கும் கடவுளுக்கும் பாசுரங்களாகி தேவதையின் தீய கனவுக்குள் தூய மலரைக் கசங்கிய நிலையில் பறித்தெடுத்த உறக்கமின்மையில் இரவு முழுவதும் அலைவுற்று உழல்பவனாக வேதனை, விலகல், தேர்ந்தெடுத்த தனிமை, கைவிடுதல் மௌனமாக உள்வாங்கப்பட்டு பிறழ்வின் உச்சநிலைப் பித்ததிலிருந்து வெளியேறிய ரயில்பெட்டியில் இருந்து திரும்பியிருந்தான்.

ருஅ. உலூகம் சொன்ன கதை

விதிசாகா இடாயெருமையும் களைத்திருந்தது. ஆட்டுத்தோலால் செய்த அழுக்கான நீர்ப்பைகளை இடாயெருமையின் தோளில் எடுத்துச் செல்கிறான். இப்பெருநகரைச் சுற்றி ரொமானிகளும் சிந்தி ரொமாக்களும் பழங்குடிகள் அதிகப்படியாக இடம்பெயர்ந்தவர்கள் சொந்தக் கலாச்சாரத்தின் மேல் கட்டுக்கதைகள், சந்தேகங்கள் பல ஜிப்சிகளை விரட்டிய அந்நியர்களின் கொலைகளுக்குப் பயந்து ஆடு மாடு குழந்தைகளைத் தூக்கிச் சென்று வெவ்வேறு வீடுகளில் ஒப்படைக்கின்றனர். மனச்சிதைவைத் தேர்ந்தெடுத்த ரயில்பெட்டி ஓவியன் பைத்தியமாக இருக்க விரும்பிய கலைஞன். மணலில் படம் வரைந்து அதிர்ச்சிகரமான அமானுஷ்ய வாலை வாக்கிலிருந்து தன்னைத் தற்காத்துக்கொள்வதற்காக ஓவியனைப் பைத்தியமாக்கினர்.

எரிமலைத்திட்டின் மேல் அமைந்த மால்வாவின் நிலக்காட்சியை வரைந்தான். டாருக்கு வடக்கிலிருந்து வரும் சிப்ரா ஆறு பாகில் காளிசிந்து நதி நாணல்களில் தூரிகை செய்தான். யமுனைக்கு மேற்கே வளைந்த கென் நதியோரம் படகு வீடுகளை விரித்தான். அவனைத் துரத்தும் சமூகத்தின் வக்கிரமான மனசாட்சி ஆத்மகஹத்திக்கு விரட்டியது. டாருக்கு அருகில் மிண்டா கிராமத்தில் தனிமையில் இருந்தான். அவ்வூர் விவசாயிகளுக்கு விண்மனிதனாய் இருந்து திரும்பிவந்து கதைசொல்லியின் கதவைத் திறந்தான்.

மால்வா எரிமலைத் திட்டுகளைக் குடைந்து தடாகங்களில் கல்லும் நீரும் கைகோர்த்து உருகிய காலத்துக்குள் இருவரும் உரையாடுகின்றனர் ‘சித்ரா... என்னைவிட உலூகமே வயதானது. நான் செய்த நல்ல காரியம் ஞாபகம் இருக்கிறதா உலூகமே’ என்றான். ‘எனக்கு நேற்றிரவில் நடந்த எதுவும் ஞாபகம் இல்லை.’

ருகூ. கதையின் விதிப்படி பியானோக்காரன் சாக முடியாது

தானே ஊர்வலத்தில் கலந்துகொண்டு இசைக்குழுவுக்கு முன்னால் பாவாடை ப்ரில் சுற்றி ஆடும் அமெச்சூர் நடிகையிடம் கிசுகிசுத்தார் காதில். அவள் கையில் தங்க நாணயம் ஒன்றைத் திணித்துவிட்டு வெளியேறிவிடுகிறார் தீயஅரசன். குடிகார நடிகர்கள் அந்தரத்தில் தொங்கும் கொற்கைகள் விடுதிக்கு வருவார்கள். ஒவ்வொருவரும் பொம்மை அரசர்கள். இப்பெருநகரில் சனங்களுக்கு நடுவில் அவன் நுழைந்து தன் இறுதி ஊர்வலத்தைப் பார்த்து ஒதுங்குவதைக் கண்டுவிட்டார் சீக்குப்பிடித்த தீயஅரசன். நாடகத்தில் ஏற்றிருப்பது பியனோ ஹென்றிவிச்சின் பாத்திரம். 'என்ன மாயவித்தை... ஆ... ஹென்றிவிச் எப்படி வந்தே. நீ இறந்துவிட்டாயென்று ஊர்வலம் நகர்கிறது துக்கமாக. உன்னை நினைத்தேன் வந்துவிட்டாய்!' என்றான். ஆனால், உடன் வரும் கதையின் விதிப்படி பியானோக்காரன் சாக முடியாது. இறுதியில் கொன்றுவிடலாம் என்றான் தீயஅரசன். டெவில்ஸ் நாவலில் சாம்பல்கோட்டில் அவன் இருப்பதால் பியானோக் காரனைக் கண்டதைப் பெரிதாக வெளியில் சொல்ல மாட்டார்கள். அவனைச் சுற்றிச் சுழலும் தேனீக்களோடு முணுமுணுத்துப் பாடினான். விசிறியால் ஓட்டிச் சுற்றுகிறாள் கழைக்கூத்தாடிச் சிறுமி. பிணமாக இருந்த பிணம் பியானோக் காரனைத் தேனீக்கள் கொட்டி ரீங்கரித்துச் சுற்றி வளைப்பதில் உயிர் வந்துவிடுகிறது அவனுக்கு. உயிர்பெற்று ஓடும் அபத்த நிழற்கூட்டமாய் மகாபிரளயமாய் ஓடும் இந்தப் பெருநகரம் மனிதனாவதில்லை.

சுணி. போட்ரியாட் ஆஃப் டாக்டர் பெலிக்ஸ்ரே

ஒவ்வொரு சுருட்டின் வடிவத்தில் அதில் தன் பெயர் எழுதிய பில்லுடன் லேபிலையும் அப்படியப்படியே தன் மேஜை டிராயரில் பத்திரப்படுத்தி அமைதியாகப் புரட்டிப் பார்ப்பது பல சுருட்டு வாடையோடு நாட்களையும் எண்ணுவான். மஞ்சள் வெளிரிய புகையிலை மணத்தை எல்லாம் கவனமாக மோப்பமிட்டு அவற்றின் உருவெளித் தோற்றத்தில் எத்தனை மண்ணின் காரநெடி.

வரையும் ஓட்டத்தில் இடைநிறுத்திய பித்தத்தில் அரக்குக் குடுக்கியை நிரப்புவதற்கு முன்னொரு வெர்ஜீனியாவை நறுக்கி ஒட்டும் 'புகைக்கும் கபாலம்' வரைந்த தைல வண்ணக் காட்சியைத் தெருத்தெருவாய் வந்து பார்க்கிறார்கள் குடியானவர்கள். 'போட்ரியாட் ஆஃப் டாக்டர் பெலிக்ஸ்ரே' படைப்பின் கேன்வாசைக் கிழித்துக்

கொண்டு வெளியே வருகிறார் மனநல மருத்துவர். புகைக்கும் கபாலம் ஓவியத்திலிருந்து கருப்பு டைரியில் மருத்துவக் குறிப்புகளை எழுதிக்கொண்டிருக்கிறார் பெலிக்ஸ்ரே. துன்பகரமான நினைவுகளில் தொல்லைப்படுகிறார் மருத்துவர். ஒரு சுருட்டைப் புகைப்பதால் இவை அனைத்தையும் தூக்கியெறியும் மனநிலையில் ஒருவரை வைக்கிறது. 'பெலிக்ஸ்ரே நீங்கள் எப்போதாவது பசியில் சிறிது மயக்கமடைவது போல் உணருகிறீர்களா?' என புகைக்கும் கபால ஓவியம் கேட்டது. அவர் சொன்னார் ஒரு சுருட்டு அந்த ஏக்கத்தைத் தணித்துவிடும். நீங்கள் சோகமான ஞாபக மறதிகளால் பீடிக்கப் பட்டிருந்தால் ஒரு சுருட்டு உங்கள் மறதியில் இருந்தவற்றைப் புகையடுக்காகச் சென்று திறந்துகாட்டிவிடும். நீங்கள் என்னை வரைந்த வான்காவைப் போல் உள்ளார்ந்த மனநிலையையும் குணத்தையும் எத்தனையோ தொல்லைகளுக்கு ஆளான போதும் வெர்ஜீனியா அவன் பட்ட துன்பங்களைக் கரைத்துவிட்டிருக்கிறது. நீங்கள் அவன் வழிகளுக்கே சென்று நீண்ட நேரம் மனோ சிகிச்சைக்கு அழைத்துச் சென்றவர். அவன் கெட்ட மனநிலைக்கு ஆளானதில்லை. அவன் வரையும் கணத்தைச் சுருட்டு மேலும் உறுதியாக்குகிறது. சில நேரங் களில் அவன் வெர்ஜீனியாக் குடுக்கி அணைந்து போவதுண்டு.

மிக விரைவில் மீண்டும் குடுக்கியைப் பற்றவைக்க வேண்டும் என்ற பதற்றமே வரைவதில் இருந்து திகைப்புற வைக்கிறது. மருத்துவரான நீங்கள் மகிழ்ச்சியானவர். வெர்ஜீனியாவைப் பற்றி மேலும் நான் ஒன்றும் சொல்லத் தேவையில்லை' என்றதும் புகழ்பெற்ற கேன்வாசை நோக்கித் திரும்பிச் செல்கிறார் மனநல மருத்துவர் பெலிக்ஸ்ரே. இந்தப் படைப்பு மெல்லிய பனி உருகி இழைந்து ஈஜின் ஒனிஜின் புஷ்கினிடம் இருந்து இடமாறி ஓசிப் மெண்டல்ஸ்டாம் எங்கிருந்தோ குரல் கொடுக்கிறான். விலங்கிற்கான எதிரொலி அல்லது விலங்குருவாக்க இணைவெழுச்சியான மஞ்சள் ஓநாயின் பனி ஊளைகள். ஒரு சிறிய ஊளை பனிமயத்தின் சொல்லதிசயம் மனிதப் பெருந்திரளின் மானசீகம் வான்காவில் பொதிந்துள்ளது.

யூஜின் ஒன்றிலிருந்து படிய மற்றொன்றின் உறைநிலையில் தற்செயலாய் சிற்பத்தைப் பனிக்கூளத்திலிருந்து வெளிப்படுகிற உருகும் சிலைகளை ஒரு சகாப்த்தத்தின் நெடுகிலும் ஃபியோதரும் வான்காவும் பிரதிமைகளில் ஒரு சிறிய இருளடைந்த 'முட்டாள்களில் கப்பல்' எவ்வளவு காலமாய் மூழ்கியபடி இருக்கிறது.

அசடன் படைப்பில் பிரதிமைகள் புனித மூடர்களின் மனோகதி ஒலிக்கும் உள்ளுணர்வாக டான்ஹெகாட்டே, ஈஜின் என்னும் வாசகம் கடந்துவருகிறான். ஈஜின் கற்பிதம் புஷ்கினின் மரணத்திற்குப் பிறகு இறுதி அஞ்சலியில் ஃபியோதர் உரை நிகழ்த்தியதில் 'தாதியானா ரஷ்ய ஆன்மாவைக் காப்பாற்றுவாள்' என்ற வாசகம் செறிவியற்கையின் தனி வகை. நிலத்தின் வெகுளியான கரமசோவ் களின் புலன்கடந்த பேருணர்வில் அல்யோஷாவும் ஃபியோதர்தான் பிரின்ஸ் மிஸ்கினும் தான்.

17

உப்புவாளம்

கதா பீடிகை -1

குற்றச் சிறுவன் டோரிகோ : மடோனா டெல் கார்டெலினோவில் அந்த கோல்டும்ஃபிஞ்ச் கிருஸ்துவின் சிலுவையைப் பிரதிபலிக்கிறது.

மரியா கோஸ்டா: என் குற்றங்களின் ரேகைகளில் சிலுவை நிழல் நீள்கிறது. அதன் சிவப்புப் புள்ளி பிறந்தது என்று புராணத்தில் இருந்து வருகிறது.

மரியா: அது கிருஸ்துவின் தலையின் மீது பறந்து சென்று அவருடைய கிரீடத்திலிருந்து ஒரு முள்ளை எடுத்துக்கொண்டது, அது அவருடைய இரத்தத்தின் துளிகளால் துடைக்கப்பட்டது டோரிகோ சகோதரா!

கு.சி. டோரிகோ: கிருஸ்துவின் கிரீடத்தில் இருந்த அந்த ஒரு முள்ளுடன் கோல்டும்ஃபிஞ்ச் பறவையின் உரையாடலை நான் கேட்டேன்.

மரியா: அதற்கு கவாக்கிங்கோ எருவிசை நரம்புக் கருவியால் இசைத்து அபிநயத்தின் ஒவ்வொரு நொடியும் சப்தா சாகரத்தில் பதினைந்தாயிரம் இலை வடிவங்களை மெலிதினும் மெலிதாக இசைப்பேன்.

கு.சி டோரிகோ: ஒவ்வொரு க்ஷணமும் நரம்பிழையில் சுருதி மாறப் பண்ணுள் பால்வரை நியதியில் என்னை நரிகள் தின்னக்கண்டும் வருந்தாத கார்வையில் இசை கொடுப்பேன்.

மரியா: புல உண்ணும் நரிகளின் ஊளையின் நீட்சியில் வெண் கோடுகள் இசையில் படரும் சாகரம்.

கு.சி டோரிகோ : பட்டுப்பூச்சிக்காரி பாடிக்கொண்டிருக்கிறாள்.

அக்கார்டியான் வாசிக்கும் சிறுவன்: பூப்பறிக்கும் பெண்கள் கம்பளத்தில் சரிகிறார்கள்.

மரியா: துணியில் மறையும் மெய்யுடம்பைப் பார்க்கவும் முடியவில்லை.

அக்காடியன் சிறுவன்: ‘பனிமய மாதா தரிசனத்தன்று எது கேட்டாலும் தருவாய்தானே.

கோல்ட் ஃபிஞ்ச்: நீ கேட்டால் தருவானோ நான் கேட்டால் தர மாட்டானோ போ... போ... பேய்களும் அடிமைகளும் உன் அளவுக்கு உடுக்கவில்லை, என்ன அலங்காரம் கோஸ்டா உனக்கு...

மரியா: கோல்டுஃபிஞ்ச் பட்சியே நீரின் மேல் வசையிட்டு இமையாத மீன் கண்களுக்குள் பறக்கிறாய்.

கோல்ட் ஃபிஞ்ச்: கோஸ்டா, உன் கப்பல் போய் சாவகம் அடையும் நாளில் புத்தருக்கு மரகதத் திருமேனி இருப்பதைக் கண்டுவந்தேன்.

மரியா: நீ என்னை மறந்துவிடாதே புத்தரின் உயரம் ஓரிரு அடிதான் கோஸ்டா. நூறுநூறு விளக்குகள் சுடர்நெளிந்து ஒன்றான லயத்தில் எவ்வுயிரும் ஒன்று கலக்கும் அங்குமிங்கும் பறந்துபறந்து அதன்மீதும் இதன் மீதும் ஒளி எழச்செய்யும் கோல்டுஃபிஞ்சே...

கோல்ட் ஃபிஞ்ச்: புத்தருக்கும் என்னைப் பிடித்துவிட்டது மரியா.

புத்தர்: திரும்பி நீ போக வேண்டாமே கோல்ட் ஃபிஞ்சே.

கு.சி டோரிகோ: மரியோ கோஸ்டாவுக்கு மரகதப் பெட்டகமாய்; திறந்த கோல்டுஃபிஞ்சே உனது அலகில் உதிர்ந்த சொட்டுச்சொல்.

புத்தர்: உன் அலகில் மறைவேன் செல்லமே.

கோல்ட் ஃபிஞ்ச்: கிருஸ்துவின் கிரீடத்தில் இருந்த அந்த ஒரு முள்ளில் தைத்த என் வலியும் குருதியும் நீதான் கோஸ்டா.

கோல்ட்ஃபிஞ்சின் ஆறு பீடிகைகள்

அ. வெற்றிடக் குப்பிகள் நீலமடைகின்றன

கோல்ட் ஃபிஞ்ச்: நான் அங்குதான் இருக்கிறேன்.

நிலவில் அலகை உலகம் நோக்கித் திருப்பும் துன்பியல் நடிகனாய் நிலக்கோளத்தைச் சுற்றிவந்தேன்

பார்லி மதுவிருந்தில் கலந்துகொண்ட ஒவ்வொருவருக்கும் கொற்கை முத்தைப் பானத்தில் கரைத்துப் பருகச் சொன்னேன்

கொற்கை குடா நாட்டு முத்துகளில் மூழ்கிய ரோமாபுரிமேல் பறந்தேன்

ஒபீர் வணிகன் புணைகளில் ஏகிவந்து வெகுவாகப் பரவின மஞ்சள் நீர் காயல் சிப்பிகளின் முணுமுணுத்தேன்.

என் காதில் மூரெக்ஸ் என்ற ரகசிய வார்த்தையைச் சொன்னது

காயல் சிப்பிகள்

அந்த மூரெக்ஸ் கிளிஞ்சலில் பெயர்க்கும் முத்துகள் துயரத்தில் என் ரெக்கையென வாடி வர்ணத்தைத் தேய்பிறையில் இழந்துவிடும்

ரெண்டாம் வளர்பிறையில் மிதந்த என் இறகுகள் பச்சை நிறமடைந்தன

ஊதா நிறக் கிளிஞ்சல்களின் புதிரான ரகசியம் என்னவென்று கேட்டேன் ஒபீரிடம்

அது ஏழெட்டு ஆண்டுகள்வரை வளர்ந்த பிறை நாட்களில் என் கழுத்தின் அடிப்பகுதியென ஒரு சிறிய இரண்டாம் பிறைக்கீறல் இருப்பதை அதனிடமும் கண்டேன்

வெண்ணிறத் தைலப் பிசின் கசியும் நான்காம் ஜாமம்

வெற்றிடக் குப்பிகள் நீலமடைகின்றன

என் கழுத்தைத் தவிர எந்தப் பகுதியிலும் நீல ஊற்றுகள் இருப்பதில்லை.

இதுவே தோத் நூலினை எழுதுவதற்கான கருநீலமடைந்த மசிப் புட்டிகளில் ஊறிய என் இறகு மறுப்புகள் பாரோக்களின் சாபத்தால் எழுதி வீழ்கின்றன

தீருநகரை என் சாபமடைந்த இறகுகள் மென்நீலமடைந்து இரவெல்லாம் வரைகின்றன நீலநிலவில்

இந்த நிறத்தில் தோய்த்த ஆடைகளை தோத் கடவுளுக்குப் பூசை செய்யும் பூசகருக்குக் கொடுத்தேன்

சாபத்தின் நீலத்தை அணிந்துகொண்டனர் புரோகிதர்கள்

நனவிலி ஞானச் சாளரத்தைத் திறக்கும் என் பிரபஞ்சம்

இக்கிளிஞ்சல்களின் மென் நீல நாக்குகள் என் நகங்களாகப் அந்தரத்தில் பறந்து எச்சில் ஓவியங்களை வரையக்கூடும் நீரிலும் அழியாத என் நீல இறகு.

ஆ. களிமண் மூடிய கோல்ட்ஃபிஞ்ச் முட்டைகள் எரிகிறது

பாரோவின் இளங்குமாரன் நபர்காற்றா அந்த மென்நீல ஆடைதறித்த புரோகிதரிடம் கோல்ட்ஃபிஞ்ச் மறைந்திருக்கும் ரகசியத்தைக் கனவில் கேட்கிறான். பறவை நூலின் பிரபஞ்ச ரகசியங்களெல்லாம் விளக்கிக் கூறுவதாக புரோகிதரின் நீல ஆடை சொன்னது. அந்த நூல் ஒளிந்திருக்கும் இடத்தைக்

காண்பிக்குமாறு நீலச் சித்திரங்களிடம் கேட்கிறான். அது ஆற்றின் நடுவில் வெகு ஆழத்தில் புதைந்திருக்கும் இடத்திற்குக் கூட்டிச் செல்கிறது கோல்ட்ஃபிஞ்ச். இளவரசன் சல்லாரி வடிவப் படகில் மூழ்கிச் செல்கிறான். புனித எருதின் கொம்பு பிறையாய் நகர பொம்மை உருவங்கள் அவனை எதிர்கொண்டன. எப்படியேனும் கோல்ட்ஃபிஞ்ச் பறவை நூலை அறிய விரும்புகிறான். கோல்ட் ஃபிஞ்ச் பேசியாக வேண்டிய அவசியத்தை உணர்ந்தான். பொம்மைகளின் தலைகள் அசைந்து படிக்கும் களிமண் மூடிய கோல்ட் ஃபிஞ்ச் முட்டைகள் எரிந்துகொண்டிருக்கிறது. எரிமலை பாறையில் உலர்ந்துவரும் நனைந்த நூலின் ஒற்றைச்சொல்லைக் கண்டுபிடிக்க கனாவில் நுழைகிறான்.

இ. புராதன இடந்துருவாஸ் கோல்ட்ஃபிஞ்ச் மனதில் ஒரு மின்னல் தெறிப்பொளி

எகிப்தியப் புராதன பாப்பிரஸ் கோரைகள் அசைந்தன ஆறு நெடுக

கண்கள் கனாவில் மூழ்கியுள்ளவாறே பறவை நூலின் பக்கங்கள் புரண்டன.

வரப்போகும் பேரிடர் பற்றிய மறைந்தோரின் பிரமாண வாக்குமூலங்களின் பக்கங்கள் கரைந்து இருட்டு நீரின் அரூப மையங்களைத் திறந்தன

புராதானத் தூண்கள் இருக்குமிடத்தில் வாழ்ந்த சக்திமிக்க எகிப்தியர் சித்திரங்களின் உரையாடல்

புராதன இடந்துருவாஸ்களின் பச்சை வளரிகளின் இரண்டாம் பிறை

முதல் போர் தொடுக்கப்பட்டதுமே அந்தத் தூண்கள் உள்ள கடைக்கோடியெல்லைக்கப்பால் கடலால் விழுங்கப்பட்ட நிலப்பரப்பாக ஆனது.

இடந்துருவாஸ்களின் தந்த வல்லாரிகளின் வீரவாழ்வு பிறைப் பச்சை

மாமத் ஆனைகளின் வீரார்ந்த தோற்றங்களை அர்த்த ராத்திரிகளை அவனுக்குச் சன்மானித்தார்

எழுத்தில் கொணர்ந்த எதிர்ப் பாடல்கள் எங்கே

பிளாட்டோதிமோதியஸிற்கும் க்ரிட்டியாஸிற்கும் இடையே நிகழ்வதாக எழுதிய உரையாடல் கரையவில்லை

கவிஞரும் சட்டமியற்றுபவருமான சாலோன் ஊட்டிய தொன்ம நரம்பை கோல்ட்ஃபிஞ்ச் தூண்டுதலால் மாமத் ஆனைகளின் தந்தச் சல்லாரியில் பூட்டினான்.

கோயில்களின் புனிதச்சுவர்களில் பொறிக்கப்பட்ட வரலாற்றுப் பதிவுகள் கல்லாக மாறிவிட்டிருக்கும் மாமத் ஆனை

ஏற்கனவே நாலாயிரம் வருடப் பழமையான தீப்ஸ் நகரில் தந்தச் சல்லாரியைச் சில முதியவர்கள் வரும் இரவில் கவிஞர் ஹிராக்ளீஸ், ஆமூன் இறந்தபின் வந்து பாடிக்கொண்டிருந்தான்.

ஈ. தாவர நரம்பு முளரி நாளம்

அவர்களில் ஒரு முதியவர் பல்லாயிரம் வருடப் பழமையான மாமுத் ஆனையின் தந்தச் சல்லரியை அவனுக்குச் சன்மானித்தார்

ஓப்பிலஸ் ஓவா சுண்ணாம்புக் குகையின் நூறு பச்சைகளாகக் குணரூபமெடுத்த யானையின் அருவுரு கார்ப்பேதியன் மலைகளின் தாவர நரம்புகளிடம் கேட்டுச் சுண்ணாம்புக் குகைகளைத் தொடர்பு படுத்திக் கதைப்பாடலை இரவிரவாய் வந்து இசைத்தார்

முப்பதாயிர வருடப் பழமையான மாமத் ஆனையைத் தேடி பச்சைத் தந்தச் சல்லாரி தூங்காது அழுதது

இன்னொரு நகர் ஏதென்ஸ் நகரவாசிகள் நாடகத்திற்கான கடவுள் டயோனிசஸிற்கு துன்ப இசைமேல் பேராசை

இடந்துருவாஸ்கள் எகிப்திற்கு எதிராகப் படைத்ததாக முதல் நாடகத்தில் சொல்லப்பட்டதாம்

எகிப்தில் சிலபகுதிகள் இடந்துருவாஸ்களால் ஆக்கிரமிக்கப்பட்டு ஒரு பகுதி அழித்தொழிக்கப்பட்டது

இந்த இடந்துருவாஸ்கள் வடதொலைவு வீச்செல்லை வலேட்டாடி களை வைத்திருந்தனர்

அது செல்லும் தூரம்வரை ஆட்சிப்பரப்பைச் சுருக்கிவிட்டனர் எகிப்தியர்

வலேட்டாடிப் பந்தயத்தில் தூத்-அன்கு-ஆமூன் போட்டி நடந்த மலைகளுக்கு இடையேயான பரப்பை உள்ளடக்கியதான ஒரு புதிய அரங்கு ஒன்றை அனைவருக்கும் சொந்தமாக அறிவித்தான்

பந்தயத்தில் எல்லா நாடுகளும் கலந்துகொள்ள தன் தோள்மேல் தூங்கும் சோம்பேரி ராஜாளியை அனுப்பினான்

இடந்துருவாஸ் பழங்குடி யுவனொருவனோடு ஆமூன் மோதினான்

பழங்குடிகளின் தோல்வியால் மாமுத் கம்பளி யானைகள் மலையின் சாயலாய்ப் பிறைகவ்வி நின்றன

ஒருகாலில் கிந்திவந்த ஆமூனுக்கு மறுகால் ஒன்றை மாமத் ஆனை தந்தத்தைக் கொடுக்க எகிப்திற்கு இவ்வாறு வந்ததென தோத்நூல் தானே திறந்து வாசித்தது

உ. ஆசியத் தந்தங்களின் பிருண்டுங்கி

அதை ஒரு ஆப்பரிக்க தந்த வளைதடியும், ஆசியத் தந்தங்களின் பிருண்டுங்கிகளும் ஒன்றித்த அளவைக்காட்டிலும் அதிகமாக மிகப் பரந்தகன்ற தூரங்களைக் கடந்துசென்றனர். போட்டியாளர்கள் தந்தத்தை ஆக்கிரமித்தார்கள் என்றான் கட்டாரியா வீசும் கருவல். எறிவதுதைக் குச்சிகள் என்றனர் வேட்டையிலிருந்து திரும்பாதவர்கள். அவர்கள் இன்னும் வெகு தொலைவுக்கு எகிப்துவரை அவர்களின் தந்தச் சல்லேரியின் ஆட்சி எல்லை நீடித்திருந்தது. அவர்கள் அதை கிரேக்கம்வரை நெடிது வீசி திரும்பக் கைப்பற்ற விரும்பினார்கள்.

ஆனால் அவர்கள் தந்தச் சல்லேரியினை விடாப்பிடியாய் எதிர்க்கிறவர்கள் அடைவதில்லை. அது விளையாட்டுக்காக மட்டுமே மாமத் யானையிடம் தோன்றியது. யானைகளுக்கோ, மலைகளுக்கோ, ஆறுகளுக்கோ எதிரிகள் யாருமில்லை என்றனர் இடந்துருவாஸ் ஆனைப் பழங்குடிகள். அந்த இடந்துருவாஸ் இனத்தினரை வெல்ல முடியாமல் வேறு எறிவதுதைக்குச்சிகள், பிருண்டுங்கி, பித்தளைக் கட்டூரியா இந்தியப் பிருதுங்கி இனங்கள் போட்டியில் வெல்ல முடியாமல் களத்திலிருந்து பின் வாங்கினார்கள். நூற்றாண்டுகள் கடந்துவிட்டன. மூழ்கடிக்கும் வெள்ளப்பெருக்குகளாலும், நிலநடுக்கங்களாலும் மாபெரும் பேரழிவு சம்பவித்துவிட்டது அந்த மாமத் யானைகளுக்கு. இப்போதும் கூடத் திடீரென மாமத் யானைகள் மறைவிலிருந்து மேலெழுந்து தோன்றும்படிக்கு இந்த இடந்துருவாஸ்களின் மலையின் சாயல்கள் தோன்றி யானைகள் நடந்து மறைந்து போவதற்கு ஒவ்வொரு இரவும் வரும் கனவுகள் தோத் நூலில் பதிந்திருக்கும் குறிப்புகள் போதுமானதாக இருந்தன.

ஊ. பிறைவடிவப் பச்சைத் தந்தம்

அந்த யானைகளின் நினைவுச் சின்னங்கள் நாணயங்களில்

உருள்வதாக எங்கும் நிலவிய துன்பியல் நடிகன் கவாக்கிங்கோ எருவிசை நரம்புக் கலைஞன் மரியா கோஸ்டா கூறினான். இசை நூலில் பொறித்து வைத்த பண்டை படமொழி எழுத்துக்கள் என் மனதில் விழிப்புன்றன, இவ்விதம், பிறகு, விசித்திரமான விதியால் இந்த யானைகள் இருந்த மலைகள் ஒன்றின்மீது நான் அடியிட்டு மரியா கோஸ்டா நடந்திருந்தான் கவாக்கிங்கோ எருவிசை நரம்புவழி. அவன் நடந்த நிலஅமைப்பின் சகாப்தங்களின் உடனாகப் பேரூழிக் காலத்திற்கும் சமகாலத்திற்கும் தொடர்புடையதாக எஞ்சியிருக்கும் இந்த அழிமானங்களை எறுவிசை நரம்பில் என் கைகளால் தொட்டுப்பார்த்தேன். சமகாலத்தின் எருவிசை நரம்புவழி முதல் மனிதன் எங்கு நடந்திருந்தான், மாமத் யானைப் பாதையில் அவன் நடந்தான். பழம்புகழுடைய காலங்களது பச்சை வளதாடி வடிவப் பிறை கவ்விய மாமத் யானைகளின் லெமுர மரமாக்களின் எச்சமிச்ச எலும்புக் கூடுகளில் அவன் பூட்டிய எறுவிசை நரம்புகள் கனத்த யாழிசையின் கீழே தொன்முது எலும்பு யாழோர் இசை நெருநெருத்து நொறுங்க அவன் நடந்து சென்றான். அவை முற்காலங்களில் நிழல் கவித்திருந்த மாமத் யானை சுண்ணாம்பு குகையில் நூறு, மறைந்த கானகத்தைக் கசிகிறது இரண்டாம் பிறை வடிவ பச்சைத் தந்தம்.

கதா பீடிகை -2

அக்காடியன் வாசிக்கும் அந்தகச் சிறுவன் ரிவ்வால் டோரியோ அவன் பூமிக்கடியில் தங்கமிருப்பதைக் கால்போன ரேகையில் அறிந்து சொல்லக்கூடியவனாய் அண்ணாந்து புராதனக் காக்கையிடம் சொன்னான். ஒரு சிறிய வரைப்படத்தைக் கொண்டு அக்காடியன் வாசித்து எதையும் கண்டுபிடிக்கும் என் தேடலை நான் கைவிடுவதாக யில்லை. அமேஸான் காட்டில் விவசாயம் நடைபெறாத காமேடரஸ் மலைகளின் கன்னிநிலங்களில் உடும்புப்பாறை உள்ளது.

அதில்தான் என் தந்தை மாயன் டோரியோ மறைந்திருந்தார். அங்கிருந்து பார்த்தால் வறண்ட காடுகளில் எவ்வளவோ தூரம் புல்வரகு, சோளம் அசைவதைக் காணலாம். அங்கும் தங்கத் திமிங்கிலம் பூமிக்கடியில் ஊர்ந்து செல்லும் துடுப்புகளால் கீறும் பெரிய வரைபடம் அதற்கும் உண்டு. உள்ளே போனால் முள்கற்றாளை கீறிவிடும். வறண்டு உவர்த்த தங்கவயலை உழுகிறார்கள் ஆவிகள். உழவுசாலின் வடக்கே பெருவாமைமரத்தின் மேல் எண்காற்புள்ளான

சரபங்கள் அமர்ந்திருந்தன. அங்கு போனால் தங்கத்தின் விதிப்படி பூமிப் பெட்டகத்தைக் காத்துவரும் சொர்ண உடலைத் தேடியலையும் பெரும்பாந்தள் என்னைச் சுற்றிக்கொண்டு படம் விரிகோலத்தில் பிளந்த நாவசைத்து முதன்முதலாக கொலம்பசுக்கு வெளியிடப்படாத பூதசஞ்சாரங்களைக் கூறுவதில் ஒன்று சொல்லிப் பின்னொன்று சொன்னேனென்று கதையை மாற்றிவிடுவாள் மாயன் அரசாணி காலோ சிலுவா.

கதோபகதனத்துக்குள் தடைசெய்யபட்ட மாயன். 'தங்க நிலரேகையின் குற்ற நெடி வீசும் தொல்லோர் யாம். அடி நிலத்தின் ஸ்வர்ண ரேகைகள் எப்போதும் என்னைச் சுற்றிப் அக்காடியன் இசையின் புனையரவாய்ச் சீறுகிறது. என் புவிதவிருக்க இசை காடடர்ந்தது. அங்கே சோளப் பெண்கள் கணிதப்புதிர்களைப் போடும் கதோபகதனத்திலிருந்து வெளிவந்து ஏடுகளை எடுக்கும் போது சொர்ணரேகை சொரிகிறது.' கனவின் கட்டுகளைச் சொர்ண ரேகைகள் அவிழ்க்கும் போது கொலம்பஸ் பொன்னோலை ஒப்பந்தம் முறிகிறது. ஒரு கனவின் ஓலையைப் புரட்டும்போது துண்டுதுண்டாய்ப் பிரிகிறது கொடியன் கொலம்பஸ் உடல். இனி கதோபகதன சொர்ண வரைபட ஆதி எழுத்துக்களை ஒருங்கிணைக்க முடியாமல் வாலும் தலையும் இன்றிக் குழம்பிய கொலம்பஸ் கப்பல் திசா திசையில் திரிந்து முட்டாள் ஆனது. சொர்ண வரைபட ஓலைகள் பல வெளிப்பட்ட இரவில் ஆதி எழுத்துக்களை ஒருங்கிணைத்து இசைத்தது என் அக்காடியன். கல்கல்லின் மேல் விழுந்து என் நாய் கூரன் எழுந்து ஓடுகிறது. கதவைத் திறந்து பார்த்ததும் இருபத்தேழு பிறைகளாய்க் கருவில் வளைந்துவளைந்து அமரபட்சத்திலிருந்து அமரபட்சம் வரை இருள்கிறது என் அக்காடியன் கண்கள். பெரும்புறக் கடலளவும் என் அந்தக இசை குற்றம் பற்றியோரின் இருட்பூமி.

அக்காடியன் கண்களுக்குக் காலக்கூட்டங்களாய்க் கரடுகளில் கட்டிப்புரளும் முதல் கல்லோடு உருண்டுவரும் முதல் கூரனைத் தவிர வேறே சாட்சியமில்லை. முதல்கூரன் தோன்றாதிருந்ததினாலே அந்தகமாயிருந்த கல்லாய் இருந்த கல் என் இசையில் சொர்ணமானது. பரிதியில் உதிர்ந்த வடுக்களோடு தேன்கல்லாய் ஒளிர்ந்த அக்காடியன் இசை வெளிச்சத்தில் காலநிறங்களாயிற்றுகல். கூரனின் ஊமை வாத்தியம் அக்காடியன்தான் சொற்களின் திரள் ஒலி மனித சாரீரம் போன்று கூதிர்கால யாமத்தில் நல்ல விழிப்புநிலையில் இறந்த பின்னும் வெண்ணாவியராய்ப் பரவிநீளும் ஊளையின் செறிவு மனிதக்குரலோடு பின்னி ஒலிக்கும் கூரனின் இசை வடிவம் முதல்

கானகம். ஏனெனில் கலை தேய்வதும் வளைந்து சுற்றி வளர்வதும் வட்டமாகப் பதினாலு பிறைகளும் கூரனின் நிழல்முகம் நீண்டு அக்காடியனின் மெலிதான திருகு சுருளாய்க் கருவில் சுருண்ட இழைகளில் உருவெடுத்த தொண்ணூற்று ஆறு மோப்பத்தில் ஜனனநாடிகளில் கால்கள் பின்னிக்கொண்ட கண்திறவாத சிசுக் குணங்கும் பிறந்த வெளியில் மிருகாநரைப்பனியர் கெலினிக்குகைச் சித்திரத்தில் சுற்றித் தடம்போய் வட்டம் சுருங்கிய பச்சைநிறம் வளைந்து சுற்ற ஆரம்பித்த கருவளையங்களின் கணிதமாய் உருமாறிய கோலங்களில் பசுமை கசியும் தேய்வளர்சாயைகளை வகையில் வகையறிந்த அந்தகச் சிறுவன் ரிவ்வால் டோரியோவின் அக்காடியன் புத்தகம் இதைக் குருதியின் ரகஸிய இசையாடல்களாய் முனகக் கேட்கிறீர்கள். கண்திறவாத குகைச்சித்திரத்தின் ஊளையில் தேய்ந்த கோடுகளில் மிதக்கும் கால்நகங்களில் சுருண்ட கருவறை இருட்டும் பூசிய சித்தம் சொருகிய பனியில் அரும்புகள் பூக்க நம் கனாவில் துலங்காத சிசுக்கூரனின் வெள்ளிக் குரல்வளைக் குருத்தில் அக்காடியன் வாசிக்க அண்டகோள அடுக்கமும் கேட்டுக்கேட்டு மயங்கிப் பழங்காலக் குகையில் வரும் முதல்கூரனின் புலன்விழிப்புற்றதில் கண்திறவாப் பீலிமயிர் முனைகளில் கடற்பளிங்குப் பாவைகளும் பொம்மைகளாய் உருச்செய்த மனிதர்களும் தோன்றியிராத பிரளய விருட்சியின் கிளைகளின் மேலிருந்து தளிர்த்த சொர்ண இலைக் கூட்டம் அசையப் கோல்டுஂபிஞ்ச் பட்சிகளாய் அமரும்.

சொர்ண இலைகளை உதிர்த்துக்கொண்டிருக்கிற மரக்கூரனின் பச்சையை அதே இலைக் கசக்கில் கீறிய அக்காடியன் ஓவியத்தில் கிளைகளெனப் பொங்கிய விலங்குகளின் சாயல்களாய் சொர்ண இலைச்சருகுகள் என் உடலில் பரவுகிறது. என் கூரனின் வளைந்த வால் சுருள் பக்கத்தில் மந்திரவட்டமாக வரைந்திருந்தது. கூரனின் பிரசூதிசப் புத்தகம் என் இசையின் மறையியலாக உள்ள மோப்பவரிகளிளோடும் எருவிசை நரம்புக் கலைஞர்கள் ஒரே குழுவாகி இரவு படிந்த குற்றத்தின் வடுக்களாக சொர்ண வரைபடக் கோடுகளில் அலையும் இருட்டுக் கப்பலின் உள்ளுணர்வான சாகர இசையில் வேறு உலகங்களோடு இணைக்கப்படுவதில் என் அந்தக விழிகளைக் கீறிப் பச்சைக்கல் இருகண்களாய் ஒளிவீசித்திரியும் சொர்ண வரைபடப் புத்தகங்களின் ஆவிதான் கோல்டுஂபிஞ்ச்.

கதா பீடிகை -3

கவாக்கிங்கோ எருவிசை நரம்புக் கலைஞன் வண்டரம் மரியோ

கோஸ்டாவுடன் இருட்டுக் கப்பலில் வருகிறான். முதல் எருவிசையின் வாசனைத்தொகுதி எவர்க்கும் தோன்றுமாறு வயந்திருந்தோம். அதன் பூர்வ இசையில் வசமாகிப் பால்யத்திலேயே யாவற்றையும் உணர்ந்த சுட்டமண் அகல் இதமாகச் சுடர் ஏவிய மாயையில் தங்கவேட்டைக்கு ஏகிய ஆவியர் நேயமாய் நிலைநிற்காமல் மதியும் நகர்ந்துவரும் நடுநிசியில் நம்மைத் தொடர்ந்துவரும் கவாக்கிங்கோ எருவிசை நரம்பில் சிணுங்கித் தொலைவே கூப்பிட்டான்.

வாழுங்கால பரியந்தமும் கூடவரும் இசையின் தொன்மம். துயிலையடையாதவன் இரவில் திரிகையில் கல்லது வண்டரமாய்த் தோன்றும். ஓட்டில் யாசித்து வீடுவீடாய்த் திரிந்து உழலும் மண்கால் எருவிசைக் கலைஞன் மேல் பனிநீர் தெளித்த சயனத்தில் ஓட்டை மடத்தில் சரீரத்தைக் களைந்து குறட்டையொலிக்கிடையில் தூங்கும் உருவங்கள். கோடைக்காலத்தின் பின்னிரவில் கோல்டுஃபிஞ்ச் ஒற்றைப்பேடை சப்தாதியில் 'வா...வா' வெனக் கூப்பிடும்.

இரவின் கலங்கல் நீங்கி வெம்பரப்பாகத் தெளிவடையும் பல சிட்டுக்குரல் பொதிந்த மம்மலில் களங்கமற்ற முதல் எருவிசையின் வாசனை சந்திரசீதளத்தில் நகர்ந்துவரக் குளிர்ச்சியில் அடைமரப் பட்சிகள் ரெக்கை உதரிக் கீச்சிடத் துயிலெழல். சுருதியும் கொடுத்த தொல்லோர் குடியிருந்த மண்கூரை வீடுகளில் அனாதைக் கல்தூண்களில் சாவின் நடுக்கம் தெரியும். அதை ஊரில் எல்லோரும் அறிந்திருந்தனர். ஒவ்வொருவரும் இருப்பிலும் தனிமையாய் வந்துதொடும் தூண்களை யாரும் மறக்கவில்லை. ஊரைவிட்டு வெளியேறியவர்கள் கூடவே வரும் காட்டுத் தூண்கள். அங்கு ஒரு வறண்ட மலை சூழ்ந்துகொண்டிருக்கிறது. அந்தத் தூண்கள் கிரெள்ஞ்ச மலையின் ஒரு பகுதில் இருந்து வண்டியில் ஏற்றிக் கொண்டு வந்ததால் அதன் செந்நிறம் மயங்கிய தியானத்தில் உருகியபடி இருந்தது. கீழே படுத்துக் கிடந்த இருதூண்கள் அருகில் வண்டிப்பாதை சென்றது. பயத்தில் தூண்களைத் தொட்டுவிடாமல் வேகமாகக் கடந்து சென்று விடுகிறார்கள் பிள்ளைகள்.

வண்டரம் எல்லா நடுநிசி இருட்டிலும் அதிரும் தூண்களுக்கு இடையில் எருவிசைக் கலைஞன் வெண்ணிறமாய்த் தோன்றி கூடவே துயந்து வருகிறான். பெளர்ணமியில் கருப்பு எருவிசைக் கருவியை நீட்டிப் பிள்ளைகளைத் தொட வருவான். திரும்பிப் பார்த்தால் தொலைவில் அவன் வருவது தெரியும். அந்தத் தூண்களிடையே நடத்தல், கீறுதல், கண்களை மூடுதல், திறத்தல், இமைமடிப்பில்

எழுதிய மோப்ப ஞானத்தின் சுவப்னலட்சணமுடைய தூண்களில் கீறிய பதங்கள் ஊரின் முன்விதி ஆயிற்று.

கோல்டுஃபிஞ்ச்

தங்கப்பைகளை எல்லை தாண்டிக் கடத்தும் மரியோகோஸ்டா ஒரு கோல்டுஃபிஞ்ச். மடோனாஸ் பாத்திரத்தில் இருந்ததென, மரியோ கோஸ்டா மூன்று வடிவங்களை மேரி, கிருஸ்து, இளம் ஒரு வடிவவியல் வடிவமைப்பிற்குள் பொருத்தினான். மூன்று உடல்களின் நிலைகள் இயற்கையாக இருந்தாலும், அவை கிட்டத்தட்ட வழக்கமான முக்கோணத்தை உருவாக்குகின்றன. மடோனா இளம் மற்றும் அழகாகக் காட்டப்பட்டுள்ளது. ரபேலின் பல்வேறு மடோனாவைப் புத்தகத்திலிருந்து கத்தரித்து கப்பலின் இருட்டறைக்குள் மிதக்க விட்டான் மரியோ கோஸ்டா. அவர் சிவப்பு மற்றும் நீல நிற ஆடை அணிந்துள்ளார், சிவப்புவெளிறிய சிவப்பு நிறத்தில், சிவப்பு மற்றும் நீல நிறத்தில் தேவாலயத்தைக் குறிக்கப் பயன்படுத்தப்படுகிறது. கிருஸ்துவும் யோவானும் இன்னும் இளமையாக இருக்கிறார்கள். முடிவற்ற காலத்தின் குழந்தைகள். சிலி நாட்டுக் கப்பலின் அடியறையில் இசைப்பாலகர்கள் சூழ தங்கப்பைகளோடு இருந்தான் மரியோ கோஸ்டா. அவன் வைத்திருக்கும் தங்கத்தூள் பையில் கசங்கிய தாள்களில் ஜான் தனது கையில் ஒரு கோல்டுஃபிஞ்ச் பறவையைக் கூண்டோடு வைத்திருக்கிறார், அதைத் தொடரக் கிருஸ்து வெளியே வருகிறார் தங்கம் கடத்தும் இசைப்பாலகர்களோடு. குற்றச் சிறுவர்கள் அண்ணாந்து பார்க்க வெயிலடித்ததில் கோல்டு ஃபிஞ்ச் பறவையின் சிறகுகள் பொன்னிறமாக மாறியதில் சிறுவர்களும் மைதாசின் தங்கமாக உருமாறினர். கோல்டுஃபிஞ்ச் சிறு பறவையின் பின்னணியும் மஞ்சள் ஒளியில் மயங்குகிற இயற்கை அமைப்பும் வேறுபட்டது, தங்கத்தூள் பைகளில் குற்றச்சிறுவர்கள் கசங்கிய தாள்களை எடுத்து வாசிக்கிறார்கள் கோல்டுஃபிஞ்ச் பறவையை நோக்கி...

கல்லாக மாறிய விலங்குகள் நீருலகில் மூழ்கியிருப்பதையும் அதில் ஒரு பகுதியாக நெப்ட்யூன் வாதிகளான உருமாற்றவாதிகளோடு தங்கத் திமிங்கலத்துக்குள் அமர்ந்து பல காலம் உரையாடியதில் தாவர எச்சங்களைக் கொண்ட பாறைகள் மாற்றமடையாத மூலப் பொருள்களின் பகுதிகளே என்று சொன்னார்கள் மரியோ கோஸ்டாவிடம். கல்லாக மாறிய ஒரு மரம் திசை திரும்பித் தீக்கல் நாக்குகளால் தன்னுடன் உரையாடுவதாகச் சொன்னான் சொர்ணம்

கடத்தும் சிறுவன். செம்புமலைகளின் தொலைதூரத்துக்கு உருமாற்ற வாதிகளைக் கூட்டிச்செல்கிறான் மரியோ கோஸ்டா. கூடவே வாணிபச் செட்டிகளோடு பாணியரின் பேராசை நிழல் விழுந்தது. காபொடேஜ் துறைமுக விதி கப்பல் கட்டுப்பாட்டு மீறல் பாணியர் களுக்காய்த் திறந்துவிடப்பட்டு வெளிதேசக் கப்பல்களை இந்தியாவின் உள்துறை முகத்தில் இருந்து மற்ற எல்லாத் துறைமுகங்களுக்கும் கூட்டமாய் ஏற்றிச் செல்லக் கூடாது என்பதல்லதாகிவிடும். தீய அரசன் பாணிய வழித்தோன்றல்களுக்குத்தானே இருந்த விதிகளை அழித்தும் முதிரா துறைமுகத்துக்கு வந்த சிலிநாட்டுக் கப்பலின் அடியறையில் தங்கப்பைகளோடு மறைந்திருக்கும் குற்றச் சிறுவர்களோடு இருந்தான் மரியோ கோஸ்டா.

அந்தக் கருங்கப்பலில் பேராசைக்காரர்களும் இருந்தனர். இந்தியாவின் எந்தத் துறை முகத்துக்கும், ஆர்பர் தாண்டியும் அந்தக் கப்பல் செல்ல கம்பமின்றியே பச்சைக் கொடி அசைந்தது.

யுத்ததில் கைப்பற்றப்பட்ட பீரங்கிகளில் ஒவ்வொன்றாய் உருக்கப் பட்டு அதில் குமிழ்விட்ட திரவத்தில் பஞ்சலோக நாணயங்களை அக்கசாலையில் இருண்ட கப்பலில் படைப்பது மரியோ கோஸ்டா இசைப்பாலகர்களின் அன்றாடப் பணி. தங்கம், வெள்ளி மூலகங்களும் இழைச் சுருள்களாய்ப் பொங்கும் சிலிக் கப்பலில் அவனிருந்தான். ரத்தினக் கம்பளத்தில் ஊடிழையாக எந்நேரமும் நெய்கிறார்கள் இசைப் பாலகர்கள். படகுகளுக்குப் பின்னே மோஸஸுக்குக் கடல் வழி விட்டதென மரியோ கோஸ்டா குழுவில் சகோதரன் ஆரோன் இந்தியா செல்ல, ரோமானிய வர்த்தகப் பெருவழியைக் காட்டினான். சிந்துவெளிப்பாணியரின் வரைபடம் பல நகரங்களைக் காட்டியது. பொன்னாணியும் நொய்யலாறு சேரும் கழிமுகம் வரத் தொலை யுணர்தலில் சரியான வரைபடத்தை மரியோ கோஸ்டா வைத்திருந்தான். வந்தவர்களில் புனித தாமஸின் எச்சங்களைத் தேடிவந்த குழுவினரும் இருந்தனர்.

மரியோ கோஸ்டாவின் தங்கத்தூள் பைகளில் மாய ஓநாய்களைப் பற்றிய நாடோடிக் கதைகளும் ஒருவரை வேறொரு விலங்காகவோ உயிருள்ள உலோகத் தானியங்கியாகவோ மாற்றிவிடும் அபார மாயசக்தியை மந்தி இலைகள் விடும் கவாக்கிங்கோ எருவிசை நரம்புக் கருவியால் குற்றச்சிறுவர்கள் தொட்டதும் உருமாற்றம் நடந்துவிடும். வடிவத்தில் மஞ்சள் ஓநாய்க் கற்கள் குவாட்ஸ் அல்லது பாறைப் பளிங்காகவும் இருந்தன குற்றச்சிறுவர்கள் பார்த்த

பவளத்தீவில். கத்தியால் கீறிப்பாத்தான் மரியோ கோஸ்டா. குவாட்ஸைக் கீற முடியவில்லை. அவன் சொன்னான் குற்றச் சிறுவர்களிடம் 'கதையைவிட மெய்யாகயிருக்கிறது மஞ்சள் ஓநாய் கல்.' ஒரு தீவையே விலைக்கு வாங்கும் பேராசையில் தன் விரல்மோதிரங்களைத் திருகினார்கள் குற்றச்சிறுவர்கள். அதில் நீலவெள்ளிக் கப்பல் எங்கும் படர்ந்து வெளிர்நீலமானது. மோதிரத்தில் விண்மீனையொத்த ஜாலத்துகள் இனி செம்புப் படிவங்களைத் தேடும் தாதுக்கள் அவன் உடம்பில் இருந்தே பொங்குவதை உணர்ந்தான் மரியோ கோஸ்டா. அய்லா, எகிப்து, டமாஸ்கஸ் வழி இந்திய வண்ண நரைப்புலங்களைத் தேடி முத்துப்பட்டணம் ஏகினர் மரியோ கோஸ்டா குழுவினர். தாமிரத்தீக்கோட்டையின் விளக்கு களைக் காண ஏங்கினான் மரியோ கோஸ்டா. பெட்ரா நகரத்துக் கற்சமாதியில் தேடினர் புராதனத்தை. இந்த தாமிரச் சூளையில் கொதிக்கும் தங்க உற்பத்திக்கும் கப்பலில் வரும் மஞ்சள் ஓநாய் கற்களுக்கும் தொடர்பிருந்தது. மரியோ கோஸ்டாவின் கடல் வரை படத்தில் தாமிரச்சுரங்கத்தைத் தோண்டுவதற்குமுன் மரக்கலச் செட்டிகள் இந்திர சைலேந்திரனின் தாயகமான கலிங்கம் 'இந்தியாவின் கொடி வழியில் ஆதிமரபு' தென்னெந்தியரின் கடல்வழி வரைபடங் களையும் தேடினர் இசையில். 'ஸ்ரீவிஜயம்' என்ற சுமத்திராவில் தங்கமும் தாமிரமும் தீய அரசர்களின் அன்றாட உற்பத்தியை இறுகிய பொன்கட்டிகளாக விளையச்செய்து நீருக்கடியில் போட்டு வைக்கிறார்கள் என்பதையும் 'மரியோ கோஸ்டா' வரைபடத்தில் கண்டான்.

கடற்கரைப்பட்டினங்கள் வழி வர்த்தகப் பெருக்கமடைந்த மூலவளங்களைச் சுரங்கத்திலிருந்தே கப்பல்களில் கொண்டுசெல்லும் தூரதேச உளைக்கூடங்களும், அதை வெவ்வேறு உலோகங்களாகப் பிரிக்கும் திரவவாதி, அணில் வாலுடைய கேடியாத் என்பவன் விரலால் வரைந்து எந்த உலோகத்தையும் இணைப்பதும் பிரிப்பதும், அவன் மந்திரக்கோடுகளால் நடந்துவிடும் என்பதை மரியோ கோஸ்டா கப்பலில் வைத்தே எழுதிவந்தான். அவன் விரலிலுள்ள தூரங்கள் வைரக்கற்களுடைய இருப்பிடப் பாறைப் படிவுவரை அதியுணர்வு கொண்ட பாடல்களையும் வைத்திருந்தான். அவன் கொடுத்த தீக்கல்லைக் கையாண்ட இசைப்பாலகர்கள் வைரத்தைப் பச்சையாக மாற்றினர்.

அவன் தங்கத்தூள் பைகளுடன், அழுக்கடைந்த இசைத் தாள்களிலும், இற்று ஒடியுமாறு நான்கு நரம்பு எருவிசையில் சென்று அனைத்து

உலகுடனும் உருகிச் சேர்ந்தான். அவனில் ஒரு பகுதி முதல் பாறையாக இருந்தது. கருங்கற்களிலும் தூங்கினார்கள் குற்றச்சிறுவர்கள். பூமி எங்கும் அனாதைகளாக அலைந்து திரிந்தனர். கனவுக்கடியில் தீக்கல் அடுக்குகள் முணுமுணுப்பதை எருவிசையால் கேட்டனர்.

சுவர்ணதீபம் பாதுகாக்கப்பட்ட துறைமுகங்களின், மரியோ கோஸ்டா குழு எருவிசையால் புகழ்பெற்றிருந்தனர். ஆயிரம் தீவுகளை நக்கி மோந்துபார்த்த சிலிநாட்டுக் கடத்தல்குழு தென்கிழக்கு மேடுகளை எல்லாம் தொற்றிக்குடையும், மோப்ப நாய்களோடு ஓடிக்கொண்டிருக்கிறார்கள். அந்தச் சுரங்கத்தீவுகளை நோக்கி மரியோ கோஸ்டா குழு முத்துப்பட்டணத் துறைமுகத்திலிருந்து வாணிப மார்க்கத்தில் தங்கத் திமிங்கலத்தில் ஊர்ந்துவருகிறார்கள். நெப்டியூன் வாதிகளான உருமாற்றவாதிகளோடு சிலி நாட்டைச் சேர்ந்த தங்கப்பைகளை எல்லை தாண்டிக் கடத்தும், மரியோ கோஸ்டா இசைக்குழுச் சிறுவர்களும் தங்கப்பைகளோடு இருந்தனர். அவன் இனப்பின்னணியும் பழக்கவழக்கங்களும் சுரங்க தஸ்கராக்குகளை விட வேறுபட்டதல்ல. இந்தத் தங்ககடத்தல் குழு ‘கவாக்கிங்கோ’ என்ற சிறிய தந்திகளையுடைய கருவிகளுடன் ஏழு தாளக் கலையில் தேர்ந்த ஏழு பாலகர்களுடன் நடந்து வருவான். புறநகர்ப் பகுதிகளில் கூடுவார்கள். தங்கத்தை இருட்டில் கைமாற்றுகிறார்கள். கண்களுக்குப் படாமல் வரிகளுக்கிடையே ரகசியமாகத் தலைமறைவு ஊமையாகி விடுகிறார்கள். மரியோ கோஸ்டாவுடன் வெளிநாடுகளில் அடைக்கலம் புகுந்தோ மறைமுகமாகவோ ஒன்று சேர்கிறார்கள், பெரியபுள்ளிகளும் சொர்ணவணிகர்களும்.

தலைமறைவுச் சூழ்நிலையில் தங்கப்பைகளைக் கடத்தினர், மரியோ கோஸ்டா தலைமையிலான புகழ்பெற்ற கடத்தல் குழுவில் திரவவாதி அணில்வாலுடைய கேடியத்தும் இருந்தான். அவர்களின் உரையாடல் பேராசைக்காரர்களுக்குப் புரியவில்லையாயினும் தமக்கு நிகழ் காலத்தில் கடத்தல் பைகளைக் கொடுத்த மரியோ கோஸ்டா பாலகர்களின் ஆதரவின்றி செம்புமலைகளை அடைய முடியாது என உணர்ந்தனர் பாணியர்.

ஜிப்சிகள் வளர்த்த லிலித்குருவிகள்

நரம்பிசை எருவியைவிட, மேம்பட்டது ரொமானி ஜிப்ஸிகளின் வாழ்க்கை முறை. வறுமையிலும் அடக்குமுறையிலும், தலைமறையும் கால்களின் ஓட்டத்திலும் பாதுகாப்பற்ற விசிறி உரையாடல்கள்

ஒரு எதிர்பாடும்முறை. தனியார் வீட்டு கிட்டாராக் கருவிகள் உரியவருக்குப் பயந்து தானே தேடிவந்துவிடும் ரொமானி கைக்கு. நாடோடிக் கலையாக இஸ்பானியாவில் தோப்காப்பி அரண்மலையில் ஏறி அவர்கள் முத்தம் பட்டது மார்மாரக்கடல். இசை வேட்கையில், தனது மூர்க்கத்தைக் குறைப்பதில்லை. அல்-கிண்டியை சந்தித்ததில், அரபு குவனன் நரம்பிசை எருவியைக் கற்றுக்கொடுத்தான். அதைத் தன் இடாயெருமை மேல்சென்று வாசிப்பதில் கை தேர்ந்தவன் கிட்டானே மகிஷாசுரா. ராஜஸ்தானிய ஸ்தாயி பாவங்களைச் சொந்த விதாதிரி கிராமத்தின் எழிலுணர் ரஸங்களை, தன் பாலிய வாசனை அலைகளை, எழுப்பும் ஞாபகப் புதிர்களில் சஞ்சரித்தான். மரியுலா மரங்களிடையே திரிந்த பனிமேய்ப்பரின் குமாரத்தியை நேசித்த மேய்ச்சல் நிலப் பாசுரங்களில் அவள் அரூபத்தைக் கண்டான். கோள்களின் சஞ்சாரத்தையும் அவள் கூந்தலில் அசையும் துதிப் பாடல்களையும் கைமாற்றிக் கொடுத்தான், அக்-கிண்டிக்கு. சப்த சிந்து இசைமரபு கிரேக்க ராசிவட்டத்தில் இடைமுறைத் திரிபு வருவதைக் கண்டான். 'பாணியரின் உலோக வேட்கை' என்ற படைப்பை இந்திய இசை ஞானத்திலிருந்து ரொமானியர் இயற்றியது, 'கண்ஸ்ட்ரக்ஷன் இன் மெட்டல்' எனக் கால்மடப் பாதிரியார் லத்தீனில் பெயர்க்கவும் செய்தார்.

கிழக்கிலிருந்துபோய் தோப்காப்பி கொடிய அந்தபுரத் தனிமையில் உருவேறித் தப்பி வெளிவந்தது. இதமான காடியை விரும்பாதவர்கள் முதிர்ந்த தினை வடிமதுவில் நாட்படு நுரைகளாய்ச் சிதறி வாழ்வார்கள். எந்த விலங்குகளின் அரைகூவல்களையும், கிட்டாரா எழுப்பும். தாங்கள் வந்தவழி சர்க்கஸிலும் நாட்டுப்பாடல்களிலும் இஸ்பானியக் கஃபேக்களிலும் உடைபடும், கோப்பைகளைக் கழுவித் தட்டியவாறு சுற்றுவார்கள். சுழலும் பீங்கான்கள் ஒலியிட்ட தேநீரின் முனகல்களை ரகசிய உரையாடல்களின் ஆழத்தில் அருந்துவோரின் கைதட்டல்களும் இவர் இசையின் ஒரு பகுதிதான்.

அங்குதான் வசிய மந்திரங்களின் ஜூடியன் மைவரையிலுள்ள ஷெபெல்லாக்காடுகள் தவிட்டுப்பனியில் பூத்துக்குலுங்குவதில் நூறு தாதிகளாய் லிலித் வருகிறாள். லிலித் குருவிகள் அதிரும் விசேஷ சுருதிகளின் மகிமையும் இலட்சணங்களும் சொல்லில் அடங்காத சுரூபங்களை ஓவியன் கிட்டானே மகிஷாசுரா வரைந்ததில் சில்வாலுஸ் மரத்தையே மறுபடியும் கடவுள் உருவாக்க வந்துள்ளார் என நிறங்களைச் சிதறித் தூரிகையை எடுத்தான் பூர்ஜமர இலை யிலிருந்து. இசை நரம்புகளைச் சேர்ப்பவர்கள்கூட அறியாதிருந்த

சிருஷ்டியின் சகலவிதப் பிரயாசைகளுக்குள், அடங்காத பூவுலகின் அனந்தமாகும் லிலித்குருவி. அதன் மிகச் சிறு இதயத்தின் வயிர வியாகுலத்தை உனக்குச் சொல்வேன் ரெமேடியோ இடாயெருமையே... லிலித் புதிதான சுறுசுறுப்பான பற்றுதலோடு ஒவ்வொரு பூ மொக்கவிழும் கணத்தில் வந்துதொடும். அதனைச் சினேகித்ததினாலுஞ் சொல்லில் தோன்றி அனேக முகாந்திரங்களையும் பூவுதிரா வேளைகளில் வந்து சொல்வேன் உனக்கு. பூர்ஜமர இலைகள் பறிக்கவரும் இடாயெருமையோட்டியே, உன் லட்சணமே அதற்கும் இருக்கும். எக்காலத்திலும் பழுதற்றகன்னிகையாய் வனமேகிய மாசில்லாத ஜிப்ஸிகளின் புழுதியை எழுதி வருபவனே.

உன் சிருஷ்டிகளென மேலான மகிமை கொண்டுள்ள குருவி தன்னால் இயன்ற மட்டும் இசையை நிலைநிறுத்துவது சில நிமிடங்களே யாயினும், இயற்கையில் ஓரிடத்தில் வைத்திருக்கும் அலகிலிருந்து வால்வரை இசைதான். வாதுமைக் கொட்டையளவு கூடுகள். வெள்ளென ஒளிரும் பட்டாணி முட்டைகள். பட்டாணியை விடப் பெரியதல்ல. பூமியானது ஒரு கிரகமாகிய காலத்திலிருந்து தானே தோன்றிய லிலித் குருவியின் சுடரொளி வீசும் பொன்னிற இறகுகள் மெல்லிய படலமாய் உருவமற்ற நீந்தும் கலையாக இருப்பதேன்? எல்லா நிறங்களும் ஒரு மண் துகளிலும் லிலித்திடமும் இருப்பதில் உலகைப் பார்க்கத் தலைப்பட்டதால், பூர்ஜ இலைகளில் படிய வைக்கிறேன் என்றான். அதன் ஒவ்வொரு நரம்புகளும் ஆதார சுருதிகளும் கடையிருளில் சொருகிக் கொள்வதேன்? பாசியால் கூடுகட்டி, அதில் சிலந்திக் கப்பலில் தீராது நூற்று நெய்துவரும் சிலந்தி இளவரசியின் கூந்தலிழை ஒன்றைப் பெற்று, இருட்டு நூலையும் நுனிமூக்கில் கோர்த்துப் பறந்துபறந்து சுற்றி இலைகளின் நுனியிலிருந்து தொங்கும் பாசி வீடுகள் அவை. இவற்றின் நிற அழகிற்கு ஈடு இணையாக இவ்வுலகில் வேறெந்தப் பட்சிகளுக்கும் ஓவியன் கிட்டானே விந்தையைக் கொடுத்திருக்கவில்லை. பட்டான ஆண்குருவிகள் பாடும் ஏக்கம் வானோர்க்கெல்லாம், உயர்ந்த நிரஞ்சன லயமலர்.

லிலித் குருவியின் உற்பவத்தின் ஷணமுதற்கொண்டு மெலிந்த சரீரத்தில் அணிந்து கொண்ட இறகுகள் ராகத்திற்கு ஏற்ப உருமாறுவதை, நீ கீறும் பூர்ஜ இலைகள் தொட்டுவிடும். அவற்றின் சைகைகளுக் கெல்லாம் மேன்மேலும் அனுபவிக்கும் ஒயில்கள் ஏராளம். ரீங்காரத்தில் அத்யந்த ஒலிகளும் கூடவரும். அதன் கண்களின் தோற்றத்தில் பூந்தோட்டமும் பூவைச்சேகரிப்போரும் இருக்கக்கூடும்.

லிலித்பேடைகள் நிறத்தில் குறையென்று ஆண் குருவிகள் எளிதாக எண்ணிவிடாது. நீண்ட அழகினைப் பூவுக்குள் செலுத்திப் பூந்தேனை உறிஞ்சும் தொடுதலில், சர்ப்பத்தின் பிளவுண்ட நாக்கு ஆவலாய் இருண்டிருக்கும். தேனிறமான வெளிமேல் பறந்து சுற்றி நீட்டிய அலகால் உறிஞ்சும் கணநிலையில், சிறகுகள் வானிலிருந்து வினாடியை அறுபது மடங்கு பெருக்கி அளப்பதாக ரெக்கை அதிரும் வேலையில், அதன் உருவம் மறைந்து அரைக்கணம் காணாமலே அருவாகி மெல்லமெல்ல ரீங்காரம் மட்டுமே தோற்றமாகித் தான் இல்லாமலேயே மறைந்து இருந்துகொண்டிருப்பதில் இல்லாத இருப்பில் இசையாய் மட்டுமே இருக்கிறது. லிலித்குருவி வேகமாய் மறைந்துவிட்டது. பின் அதே கணத்தின் இறுதிமுனையில் உருவம் தோன்றி, அருஉருவத்தோடு அதிரும் சுரங்களில் மனிதர்களும்தான் வந்துவிடுகிறார்கள். கேட்டும் சிரவத்தைப் பிரக்ஞை வெளியில் விடுகிறார்கள். லிலித்குருவிகள் போனபின் கடந்த இசை காற்றில்வந்து தேன்வெளிர் மஞ்சள் பித்தாகி இருக்கிறோம்தானே. தேகாதிகளின் தோற்றமின்மை இசையில் இருக்கிறது. பிரசன்ன சித்தமுடைய லிலித் குருவிகள் மலரின் பிரதேசத்தில் சித்தரித்த பித்தப்பூ வர்ணனையாக இருக்கிறது. மலைகள் திறந்து பள்ளத்தாக்கில் இடாயெருமைமேல் சென்ற 'கிட்டானே' எல்லையற்று உதிரும் லயமலரைக் கண்டான். அதன் சொரூபத்தில் அவனை நிராகரித்த தேனிறப் பெண் தேவதை லிலித் இருக்கிறாள். ஒருமையை இசையுஞ் செய்யும் விருத்திகள் ஒரு கணம் முடியவுமில்லை.

கேட்கக்கேட்க அனந்த இசையும் நிலையில்லாமல் கரைகிறது. பூக்கும் பூவில் பிரவேசித்து அவை களிடமிருந்து இரவின் கடை யாமத்தில் பாசி இருளில் பேரலைகளின் இருட்டு நுனியில் லிலித் மறைந்திருக்கும் குருவியின் வீடு. இறகுகளில் பளிச்சிடும் நிற பாவனைகளின் பலத்தால் தியானித் திருப்பதில்லை லிலித் குருவிகள். தேனின் திரவநிலையில் உன்னதக் கலையின் பிரபை, சோகம்படிந்த அவள் கண்களில் உள்ளது. கூடுகள் சுருண்டுள்ளன அவள் நெடுங் கூந்தலில். அவள் சிகலிகையிலிருந்து தொங்கும் கூடுகளுக்குப் போய்விடுகிறது லிலித். இலையில் வரைந்த லிலித்தின் பச்சை வீட்டுக்கு அவன் போகிறான். முதல் சந்திபில் அவள் ஏந்திவந்த லயமலரில் பரவும் திரவஒளியின் சுருதி வாக்கியம் முடிவற்று இருந்தும் கரையும்.

சப்தாதி நிமித்த வடிவிலிருந்த ஆதி அதிர்வில் பிரக்ஞை கொடுத்த கிட்டானே இடாயெருமைமேல் வந்து இசைத்து வியர்க்கும் சிரட்டைக்

கின்னரியின் யாக்கையில் செறிவாயிற்று. லிலித் குருவிகளின் அவ்வளவு காலப்பரியந்தமும் இயற்கையின் ஒரு துகளில் விடப்பட்ட இசை.

கிட்டானே மகிஷாசுரா

தன் இரு இடாயெருமைகள் ரெமெடியோ, விதிஸாகா மேல் 'விராரூகம்' என்ற வரகுப்பூனைகளின் ஏடும், அதில் தோன்றியெழுந்த இரண்டாவது இடாயெருமையோட்டி சுவேதகண்டி. கூதிர்காலச் சூறாவளிப் பாடல்களில் பசிப்பிணியால் உயிரிழந்த விவசாயிகளின் கோதுமை வயல்கள் அழிக்கப்பட்டோ சாவியாகிப்போன பகுதிகளில் போய்விதைக்க வேண்டியதாயிற்று. வசந்த காலத்தைத் தொடர்ந்து வெப்பம் வறண்ட கோடைக்காலப் புழுதி விதைப்புக்குக் குறிசொல்லி வரும் கிட்டானே மகிஷாசுரா பொம்மலாட்டத்தில் விவசாயி களிடமிருந்த களஞ்சியத்தில் மிகக் குறைந்த அளவு கோதுமையும் பார்லியும், இருப்பிலிருந்தும்படி கொடுத்தார்கள் ரொட்டிக்கு. மற்ற வறண்ட வருஷங்களைச் சுற்றிவந்த கால்நடைகளும் சேதமானதில் முகம் வாடியவர்களைத் தேற்றுவார்கள் மந்திரித்து.

யட்சனின் வினாவிற்குப் பதிலளிக்கும் பொம்மலாட்டத்தில் யுதிர்ஷ்டிரன் வருகிறான். போஜனின் ஏடொன்றும் பூர்ஜமர இலைச் சுவடியாக இருந்தது. ஒவ்வொரு இலையாகக் கங்கையில்விடத் தோன்றின காசிப்படகோட்டிகளின் உருவங்கள். படகில் இரண்டு பரங்கிப் புகையிலை வியாபாரிகள் வந்ததாகவும் அவர்களோடு சண்டைக் காட்சியில் புகையிலை மூட்டைகளைக் கைப்பற்றவும் நீரில் வந்த பரங்கிக்குதிரை ஒன்று திருடர்களை உதைக்கும் காட்சி லோதா, மோடியாஸ், ஜமால்டி இன வழிப்பறியர் ஒவ்வொரு பூர்ஜமர இலையின் சித்திரங்களாக கங்கையில் மிதந்தனர். கங்கை நதிக்கு வடக்குதெற்காகவும் நர்மதை நீரிலும் விட்ட பூர்ஜ இலைச் சித்திரங்களில் பூசாரிப் பண்டாக்கள் நீரில் படகுகளாய் மிதக்க, மற்றொரு லிபி இலையின் காம்பை ஒடித்துப் பொம்மலாட்டக் காட்சி திறந்து நீரில் விழ அடுத்த இலையில் கீறிய அலுகராமிகள் பொதி யேற்றிய குதிரைகளில் வர, சிவப்புவண்ண ஆடைகள் உடுத்தி; ஓநாய்ப்படை, நரிப்படை என மாறுவேடங்களில் கூட்டமாய் பல்லிகள், குள்ளநரி, ஓநாய் எல்லா உருவிலும் கானகம் நடுவே தோன்றிய ஆடும் பொம்மைகள் இறங்கி வருகின்றன குற்றத்தின் விதிக்கயிற்றில். சர்வதீபாந்திரசஞ்சாரிகள் ஆன ரொமானிகளை அமிர் திம்முர் மன்னன் விரட்டியதால், மாயையின் வேஷம் கொண்டு பழுதுபிடித்த காற்றில் திரும்பினர்.

ஆபத்து வேளைகளில் ஒன்று கூடிவிடும் பலவேஷக்காரர்கள் மலையையும் ஊரையும் தொடாதே என்று விலக்கிவைத்தான் அமிர்திம்மூர். மெலிந்த பசுக்கள் கதறக் குடிபெயர்ந்தனர். கந்தலாகிக்கிழிந்த புராதனத் துணிகளுடன் அவர்களின் உறைவிடம் இருட்டாயிற்று. இசையில் மட்டுமே அவர்கள் கருக்கொள்வதை உணரலாம். கட்டுக்கதைகளையும் வாய்வழி மரபையும் பூர்ஜமர இலைகளில் கீறித் துண்ணூசி கொண்டு கோர்க்க, அவற்றில் உருவங்கள் தோன்றிக் கதைகளும் நயமாகிப் பேய்பிசாசுகள் மந்திர இலைகளில் வளர்ந்து விசாரமாக வந்து சுருதிகளை மீட்டுவார்கள். பூர்ஜமர இலைகளில் முளைகொள்கிறது சமயச்சாயலற்ற துயரப் பாவைகள். இடுக்கமான வேளையில் மறந்துபோகிறார்கள் கஷ்டங்களை. மிதக்கிறார்கள் காற்றடித்த சருகுகளாய். காய்ந்த துரும்போடு கரங்களில் விசிறிகளைத் தூக்கி அந்தரத்தில் அசைக்கிறாள் லிலித். ஜெருஸலேம் பட்டணத்திலும், இஸ்பானியா தேசத்திலும், இத்தாலியா தேசத்திலும் அனேகம் பாடுகவிதைகளை விதைக்கிறாள் ஃபிளமேங்கோ அரங்கேறி. இந்தப் பிரபஞ்சத்தில் விசிறியைக் கைபிடித்து உலக வாழ்க்கையில் யாதோர் நம்பிக்கையும் வைக்காமல் வீசுகிறாள் துணி விசிறி. இசையைப் பின்பற்றி நடக்கவும் துணியால் முகத்தை மூடிப் பாடிக்கொண்டிருந்த வேளை அரங்கில் நுழையவும் இருக்கையில் சாவதானமாய்ச் சாய்ந்து தமது முகத்தைத் திறந்து அழகுணர்வின் அத்தாச்சிகளான ஃபிளமேங்கோ தேவதைகளின் விசிறிகளின் கூட்டத்தில் வெளிப்படும் கலையை சர்க்கஸில் ஆழ்ந்துசெல்லும் நூல் ஏணிகள் கீழிறங்க அந்தகார இசை நவகணங்கள் வீழ்ந்த நாட்களில் அமிர்திம்மூர் ராசாவின் படை நுழைந்து தலைவாசல்கள் தகர்க்கப் படவே கும்புக்கும்பாய்க் குடிகளும் வெளியேறிய மணற்குன்றுகளின் உச்சியில் கால்நடைகளின் கரைவு ஒலி தோன்றியது. க்ளாப்ஸ்டிக் கட்டைகளில் தட்டினால் துயரம் வரும். வீசிய கர்ச்சிப்பில் கந்தல்துணிப் பொம்மைகள் தோன்றி, வாழ்க்கை பாவங்களை ரகசிய உரையாடலில் சிறுகத்திகளால் வீசிச் சண்டையிட்டு குத்திக் கொல்லவரும் சிப்பாய்ப் பொம்மைகளை விரட்டுவார்கள். நாமிழந்த அனாதை இந்திய அலைகுடிக் குழந்தைகள்.

பைரமோஸ் ஆற்றில் முகம் கழுவியவர், ஆற்றைக் கடந்ததில் அல்-அந்தலூஸியா பிரதேசம் மேலே வந்தது.

தோப்காப்பி கொடிய அந்தபுரத்தனிமை

வரம்பற்ற அதிகாரங்களையும் அளவற்ற கேளிக்கைகளையும்

அல்-அந்தலூசில் எதிர்காலத்தைக் காட்டும் அல்-ஹம்சாத் தோட்டத்தின் புதிர்ப் பாதைகளில் விசிறி நடனப் பரங்கியரோடு அராபியச் சதுரங்க ஆட்டத்தில் ஈடுபட்டு ராத்திரிகளைக் கதையாக்கிக் கேட்டுவந்த ஒரு வியத்தகு தோப்காப்பி சுல்தான். அரண்மனை மகளிரைப் பாது காப்பதற்காக விசிறி நடனக்காரிகளை நியமிப்பதென்பது மிகத் தொன்மையான வழக்கம். அனுமதியின்றி உள்ளே நுழையும் முகவுரை அணிந்தவர்களின் வீரிட்டு அழும் யூதத்தையல்காரிகளும் பின்னல் வேலையில் துணியால் பின்னிய அந்தப்புரத்தின் வரை படத்தை விரித்தனர். அதில் சிந்து அலைகுடிக் ரொமானியர் தோன்ற, அபு-அல் பாரட்ஜ் அலி இஸ்பகாணியின் இசைவழி அமைந்த பாடல்களைக் கொண்ட புத்தகப் பிரதியைப் படியெடுத்தான் கிட்டானே. கீழைநாட்டவரான ரொமானியரின் கிருஸ்தவ நாடுகளில் கைதிகளாயிருந்தவரின் மனப்பிரதியைச் சிறையில் பாடிப்பாடி வாசனை பரவியது. கைதுசெய்தவர்கள் ரொமானியரின் இசை யாற்றலைப் பயன்படுத்திக்கொண்டு மூலநூலை ரகசியமாய் எழுதித்தரத் தூண்டியதில் அதற்கு ஊதியம் பெறுவது எப்படி என்பதும் சிறைப்பட்டவர்களுக்குத் தெரிந்திருந்தது. ராணி மேரி உத்தரவிட்ட முதல் எஜிப்தியர் தடைச்சட்டத்தில் ஜிப்ஸியாகவே இருக்கக்கூடாது. தேசமெங்கும் போய் பாளையம் இறக்கி இரவிரவாய்ப் பாடித் திரியக்கூடாது. வெள்ளை ராணியைவிட VIII-ஹென்றி ரொமானியரை வெளியேற்றும் சட்டத்தின் ஷரத்தானது ஜிப்ஸியாகவே இருப்பது குற்றம் என்றானது. குறுந்திருட்டுத் தெரு நாடோடிகள் குறிசொல்லிப் பெற்ற சிறுதொகை விசிறிகளுக்குள் தங்க நாணயங் களாக ஆடல் பாடல்களில் ஒலிகொடுத்தால் பிடித்து கொடுஞ் சிறைக்குள் தள்ளினான் ஹென்றி.

கண்டக்காற்றுத் தொகை மிகவும் குளிர் அடைந்த மேற்கு நோக்கி அசைகிறார்கள் கூடாரங்களோடு. தோப்காப்பி சக்கரவர்த்தி ரொமானிகளை இரு கைகளையும் விரித்து இசைக்க அழைத்தான். சிந்து தேசத்திலேயும் மேதியாவிலும் பெர்சியாவிலும் வெகு உபத்திரவப்பட்ட அலைகுடி ரொமானிகள் அனேகம் பேரை இசையின் ஈடேற்றித்தின் வழியில் திரும்பிவரக் கேட்டான் தோப்காப்பி. அங்கே போய் உயிரை ஒப்புக்கொடுத்து இசைத்தார்கள். மகாப்பெரிய விருந்தில் வாசிக்க ரத்தத்தில் ஊறிய இசைமரபு அஞ்ஞான தேசங்களிலே வரப்போகிற நிர்ப்பந்தகளையும் விக்கினங் களையும் குறிசொல்லிப் பாடுவது தன்னியல்பாயிற்று இசைகுடிக்கு. வேரோடு சாய்ந்தவர்கள் கடலிலே சுற்றி வந்த பிரம்மாண்ட அகில்

மரமாய் மிதக்கிறார்கள் மார்மாரக் கடலில். இசையின் நறுமணம் மிகுந்து கொண்டிருந்தது. போஸ்போரஸ், தங்கக்கொம்பு, மார்மாரக் கடல் ஆகிய மூன்றையும் நோக்கியவாறிருந்த ஒரு உச்சியில் அற்புதமாக அமைந்திருந்த இந்தத் தோப்காப்பி அரண்மலையைச் சுற்றி மூடர்களின் திராட்சைத் தோட்டமிருந்தது.

தோப்காப்பி சுல்தான் உல்லாசமாக வாழ்வதாகக் கற்பனை செய்த அலைகுடிக் குடும்பியான மூடன் கிட்டானே மகிஷாசுரா இடாயெருமைக் கன்றைத் திராட்சைச் செடியிலும் தன் இரு கேளிக்கை இடாயெருமைகளை நற்குல திராட்சைச் செடிகளிலும் கட்டினான். தோப்காப்பி விருந்துக்கு அழைத்தான் ‘உன் கூட்டத்தோடு வா’ என்று வந்தவர்களைக் கோதுமையாலும் திராட்சை ரஸத்தாலும் ஆதரித்து ‘என் மக்களாகத் தோட்டத்தையும் புறாக் கூட்டங்களையும் காத்து வருவீர்’ என்றான். அவர்கள் பாடல்களில் மனப்பிரதியாய் இருந்த அபு-அல் பாரட்ஜ் அலி இஸ்பகாணியின் இசைமரபில் இயற்கையுடன் ஒன்றியிருந்த சாயல்களில் விலங்குகளை வைத்து மனிதர்களை விடுவித்திருந்தனர். மேல் காம்போஜத்திலிருந்து அலெக்ஸாண்டிரியா, ரோமநாடுவரையில் அகண்டு நீண்டிருந்த கடற்கரைப் பிரதேசங்களை ஊடிழையாய்க் கோர்த்திருக்கும் அலைகுடிப் பாடல்களில் இஸ்பகாணியின் இசை ஒழுங்கைச் சேர்த்தனர். துணிபொம்மைகளில் கந்தல் அழுக்கில் உப்பேறிய வாசத்தில் வடித்திருந்தனர் புராண பாத்திரங்களையும்.

ஆழ்ந்த அரிதுயிலில் மையலுற்ற புறாக் கூட்டம் ஒன்றையொன்று ரகசியக் குரலில் கும்காரமிட்டு அழைத்துக்கொள்கின்றன. கண்ணுக்கு புலனாகாத லிலித் குருவிகள் அவர்களைத் தொடுவதற்காகத் தோப்காப்பி தோட்டக்கதவுக்கு வந்தன. சுல்தானின் உடல் பருமனைக் குறைக்க காடோ செடியாக அலைந்து பிழிந்த தைலங்களும் கொடுத்தான் கிட்டானே மகிஷாசுரா. ஆனால், அவன் தாயான முதிய ராணி அதிகாரத்திற்கு உட்பட்ட அந்தப்புரத்தின் கொடிய தனிமையில் ரொமானி நடனக்காரிகளும் அகப்பட்டனர். கடுமையான கட்டுப் பாடுகளுக்கும், கண்டிப்பான விதிமுறைகளுக்கும் உட்பட்ட ஒரு கொத்தடிமைக் கூடமாகயிருந்தது தோப்காப்பி. அங்கு காதலுக்குக் கொடிய சட்டத்திட்டமுண்டு. இதன் பரந்த தோட்டங்களில் முனகும் நீரோடைகள் மேல்மாடங்களும் மார்மாரக் கடலை நோக்கியிருந்தன. சிறைவாழ்வின் கட்டுப்பாடுகளாலான தோப்காப்பி ஒரு பறவைக் கூண்டு வடிவத் தனிமைகளைக் கொண்டது.

ஆட்டோமான் அந்தபுரப் புறாவகைகள் வழிவழியாய் இங்கே வந்திறங்கும். தங்கள் இஸ்மானியத் தனித்தன்மையையும் முகசராபியர்களின் இசைமரபு ஐபிரிய வடக்கு சிறிய கிருஸ்தவ நகரங்களில் எல்லாம் பரவியது. காஸ்டிலின் ஆரகான் பகுதிகளில் கிருஸ்தவ மேல்மட்ட மக்கள் முஸ்லீம் பழக்கவழக்கத்தை முறையாகப் பின்பற்றினர். காஸ்டிலின் முதல் பெட்ரோவரை ரொமானியரின் மனப்பிரதிகளில் பட்டுக் கரையிட்டுத் தொப்பிகளை சன்மானித் தெடுத்த தங்க வேலைப்பாடுகள், ரொமானியருக்குக் கைப்பின்னல் நூல்வித்தைகள் சப்த சிந்துவிலிருந்து கொண்டுவந்ததில் தையல் காரிகளும் ஆகினர். கோர்டொபா நெசவு நகரம் பலகை மடக்குக் கதவுகள் கிறீச்சிட்டுத் திறப்பதற்கு முதிய ராணியின் உத்தரவு வர வேண்டும். தோப்காப்பி வாயில்கள் திறப்பதில்லை. அங்கிருப்பதில் யாரும் ஊடுருவல் செய்துவிடக்கூடாது என்பதுதான். விலங்குகள் சென்றால் தானே திறக்கும் கதவு மடிப்புகள்.

அறைக்குள் அறையாகக் கூடங்களுக்குள் செல்வீர்கள். தக்களியுடன் வரும் ரொமானித் தோழிகள். முல்கசின் மலை உச்சிச் சிகரத்தில் அசையும் தனிமையில் நடமாடும் நீலம். ரொமானியர் கழுகுராணி பார்வையில் கனிகள் பழுக்க திருட்டுத்தன்மையில் பறித்த கனிகளின் ருசி சட்டத்தில் இல்லை. சில்லறைக் களவுகள் பாடுகவிதைகள். தோப்காப்பியில் நிலைநின்று வாழ முடியாது. வெகுகாலப் பழக்கத்தில் பஞ்சினை ஏந்தி விரல்களின் இடுக்கில் கசியும் நூலெனப் பனிக்கட்டி உருகும் ரகசியம்தான் மனித வித்து எனும் மறை பொருளைத் தெரிந்துகொள்வது தினசரி நகர்வுக்குத் தேவையுமில்லை.

தோப்காப்பியில் முந்திய நாள் இரவிலும் இயற்றிய பால்நிற நூல் கதிர்களில் சுற்றுவது பிறைதொழு மகளிரின் பனுவல் மொழி முகசராபிக் இசை மரபானது. அந்த உயரமான அக்குராட்டுகள் சிறைக்கூடத்தில் சுழல மசகிடப்பட்ட மர அச்சின் உரசலொலி. எத்தனை வித இஸ்பகாணியின் இசைவழி அமைந்த பாடல்களை முனகும் இதைக் கேட்டுக்கேட்டு நெய்வதற்கான தறிகளின் ஓடம் நுழைவதின் நூல்வழி ரிப்போல் மடத்து முகசராபிக் கிருஸ்தவப் பிரிவுத் துறவிகளின் அங்கிகளாய் மாறும்.

குவடால்குவியர் ஆற்றுப்பள்ளத்தாக்கில் உள்ள புனித கால் மடத்துத் துறவிகளுக்கும் பகிர்ந்தளிக்கபடும் துணிவகைகள் ஏராளம். தோப்காப்பி சுல்தானுடன் ஒரு கால்மடத்துத் துறவி, உமையாத்து அரசவையின் சோதிடன், முதிய தாய், ஆரகானின் அரசி, சாகஸ வீரன்

கிட்டானே, பரங்கியருடன் துறவிகளும் யூதரும் அஜட்ரஸ் கோர்டொபா சதுரங்கப் பலகையில் முடிவற்று சூதாடிக் கொண்டிருக்கிறார்கள். அல்-ஹம்பா தோட்டத்திற்கு தோப்காப்பி சூதாடிகளுடனும் இரண்டு இடாயெருமைகளுடனும் வருகிறான் கிட்டானே.

பிடாலவணா மறைபுதிர் விசிறி நடனம்

மேலாடைகள், தலையுடை, போர்வை, காலணிகள் எல்லாவற்றின் வியர்வையுடனும் பண்டைய ஸிதியர்களின் ராணி யூரல்மலையிலிருந்து தங்கத்தையெல்லாம் எகிப்திய பொற்கொல்லர்களைக் கொண்டு செய்த பல்வேறு ஆபரணங்களைப் பாணியர்கள் திருடவோ ஏமாற்றவோ முடியாத எகிப்தியப் பொற்கொல்லரின் சாபமுள்ளது.

- ரோஸாவின் உலகின் ஒரே பெருநூல்.

லிலித்தை மூடிய பூர்ஜமர இலைக்கூட்டம்

இந்த மரம் பழுப்பு அல்லது பச்சை மற்றும் காற்றின் நிலைகளுடன் கூடிவிடும். பூர்ஜமரத்தில் சர்ப்ப உருச் செதுக்கிய புத்தகப் பலகை லிலித்தின் உயிர்ச்சார ஆவி. நுழைநுட்ப உடலின் மூலாதாரத்தின் மயக்கரவாய் சுருண்டுகிடக்கும் உள்ளார்ந்த ஆற்றல்தான் லிலித். இந்த ஆற்றல்களை அலைகுடி ஜிப்சிகளுக்குள் புகுந்து விழித்தெழச் செய்கிறாள் லிலித். புத்தகம் வான்நீல லிலித் ஆகும். நீலநூலைத் திறந்து கற்கண்ணால் காணாது அவளுருவை நெஞ்சென்னும் உட்கண்ணேல் காணும் நாடோடிகள்.

முதலாம் தோட்டத்தின் அதிசயங்களூடே சிந்திய தானியங்களைப் பொறுக்குகிறார்கள். ஓரிலையின் உள்ளங்கை ஏவாளாகவும் புற இலை லிலித்தாகவும் வாசனையின் நுண்ணுணர் கொண்டவள் சர்ப்பம் தீண்டிய அறிவின் கனியின் விஷத்தைப் பிரித்து கோப்பைகளை இடம் மாற்றிமாற்றிக் கிளைகளில் விளையாடிப் பறித்த வெற்றிடத்தில் காம்பை ஒட்டவைத்து மரத்தோடு கனியை இயற்கையில் விடுபவள். லிலித்தின் கனவுகளில் வீழ்பவன் கிட்டானே. லிலித்தின் இயற்பண்பு வல்லமை மற்றும் மனித நாகரீகத்திற்கு வளைந்து கொடாத் தன்மை. வனமிருகா மாய லிலித். அவள்மேல் ஆற்றல் பொங்கும் இலைகள் உதிர்ந்துகொண்டே கதையின் தொடக்கத்திற்கும் பருவங்களுக்கும் மொட்டாகப் பூக்கள் விரியப் பாலுணர்விற்கும் இனப்பெருக்க வளத்திற்கும்

அவள் கூறும் கட்டியம் பழைய ஏற்பாடு புதிய ஏற்பாடு இரண்டும் பிளக்கும் காலவெளி நானூறு வருடங்களாக இருக்கிறது. லிலித் வேதாகாமத்திலிருந்து நீக்கப்படுகிறாள். குழந்தைகளைத் திருடுபவளான இவள் ஏவாள் இல்லை.

பூர்ஜமரத்தில் தொங்கும் சர்ப்பத்தோடு கட்டுப்புணசலாடியவாறு பாம்பின் குறுக்குவெட்டுத் தோற்றத்தில் அது கவ்வியிருந்த பூர்ஜக் கிளையில் இருட்டு உலகின் ஜிப்ஸிகள், கணிகைகள், அரதெரிப்பாளக் குடிகளின் தாய் தெய்வம் எரிஷிகிக்ஹால் இர்கலாவின் கீழே உதிர்ந்த மண் இலைகளில் சர்ப்பம் தன் பூர்வத்தின்படி லிலித்தை இரு யுகங்களுக்கு முன்பிருந்த மிருகா நரைப்பனியரின் எச்சத்தில் முளைத்த பூர்ஜமரம் பிளந்து வந்த வளாகப் பிளவுண்ட நாக்கால் சொன்னது. அழிக்கடலில் மிதக்கும் பூர்ஜ இலையில் சுருண்டிருக்கும் லிலித். ஒரே கிளையின் லிலித் நூல் பல சுருள்கள் இருக்கலாம். சிலுவையில் அரையப்பட்ட ஒருத்தி மூலநூலில் வரிநீக்கம் செய்யப்பட்டு ஏடுகளில் ஏற்றப்படாமல் சிலுவையில் தொங்குகிறாள். சர்ப்பத்தின் கேள்விக்குத் தேவதூதர்கள் பதில்: ‘உனது பிரசவத்தில் மூல இலையில் வரையப்பட்ட மனிதருக்கு எதிரான மிருகா நரைப்பனியர் முதல் யுத்தத்திலே அழிக்கப்படுவர்.’ கடவுள் மூன்று தேவதூதர்களை அனுப்பி’ அவளைக் கூட்டிவாருங்கள் இல்லை அங்கேயே விட்டுவாருங்கள்’ எனவே மூடர்கள் எழுதிய மக்கிய செகுவோயா இலை மூட்டைகளில் தேடினார்கள் அவளை. மரத்தின் நூலகத்துக்குள் உலர்ந்த இலைகளில் வந்த விம்மல்கள் உவர்க்கழி நிலமாகக் காய்ந்த கிளைகளில் லிலித்தின் இருண்ட நிழலே தொடரும்.

புயல்கள் வீசிய பாதை. இழப்பைத் தாங்கிய ஜிப்ஸிகளின் தீத்தழல். அவர்கள் நெடுங்கடல் வழிகளில் திரியும் பித்தேறிய ஞாபகச் சிதறல்களாய் வாழ்ந்தனர். நரைப்பனியர்களின் எஞ்சியிருந்த குகை ஓவியங்கள் அழிந்தவற்றில் எஞ்சிய பகுதிகளில் சிறுதுண்டுகளை ஒட்டவைத்த முதல் வரிக்கு, அடுத்த வரி எதிராய் இருந்தது. நொறுங்கிய இலைகளின் மிகச் சிறுபகுதியில் தீர்க்கதரிசிகள் மூவரும் லிலித்தின் கையில் மயக்கரவின் விலாவையே எலும்புவாளமாக ஏந்தியிருப்பதைக் கண்டனர். வெற்றிடத்திலோ நீல ஜுவாலையிலோ பழுப்பதை நிறுத்தாத பூர்ஜமரமாக இருக்கிறாள். உயிரினங்களின் வாழ்வுச் சுழற்சியில் மெதுவாக வந்து நுழையும் நீலத்தில் கதை மூலமே புதுப்புது துகள்களுக்கு மாறுகிறாள். அவள் பிறழ்வு நிலையின் கலை இயக்கம். ஆர்கன் வாசிக்கும் போது லிலித்மலரின் லயத்தின்

நீலஒளியாக மாறும் எதிர்திசைக்கும் ஆர்கனை இசைக்க வீகோ நகரின் தேவாலயத்தைவிட்டு வெளியேற்றப்பட்ட ஆர்கனிஸ்டு கிட்டானேவை மரணத்தின் அடியொட்டிய நித்தியத்துவத்தின் நீல ஒளியாக வனத்தைநோக்கி அழைத்துச்செல்கிறாள் சுரவாத்தியத்தோடு.

'நடுநிசியில் சராசரங்களெல்லாம் நெடுக்காகவும் குறுக்காகவும் கோர்த்த இருட்கயிறுகளால் கட்டி இழுத்துவரும் விதம் சொல்லு கிறேன், நீ கேட்ட விடயங்களுக்கு' தச்சனுடைய சம்பிரதாய நுண் வினைய மைய நெய்த துணி ஜிப்சிகளின் விசிறிகளை உருவகப் படுத்தும். விரித்த இருளைத் தோல்போல் நெய்து உரித்த வரைபடத்தில் லிலித்தின் மகத்தான விசிறிகளாய்ப் பூமியிலிருந்தும் நிலவிலிருந்தும் வேறு எந்தக் குளிர்ந்த விண்மீனிலிருந்தும் மென்ன சைவில் ஜிப்சிகளோடு இறங்குகிறாள். கடவுளரை விளித்துப் பாடாத அலைகுடி ரொமானியர் பெயர்ச்சியில் இயற்கை நிகழ்ச்சி களெல்லாம் சேர்த்து வைத்த தன்னியல்பான சுழிகளைத் தற்சுழற்சியின் பரிணாம இடைவெளியில் யுகவளைவின் பதத்தில் விவரிக்க முடியாத நிலவையொத்த இரண்டு விசிறிகளுக்கு இடையில் அவர்களின் இருப்பும் பெயர்வும் நீர்த்துளியின் உள்ளார்ந்த பண்பு லிலித்தாகி விடும். அலைகுடிகள் நூறுநூறு வகையினர் எத்திசையில் நகர்ந்து கொண்டு இருக்கக்கூடும். விரட்டியடித்த லிலித்தின் விதியினால் விண்மீன்களை நோக்கியிருக்கும் அடிவானத்துக்கு அப்பால் நெளிந்து அசைகிறது ரொமானி வெருவின் வால்.

விசிறிகளின் மிக நுண்ணிய அலை அசைவுகள் சேர்ந்திருக்கிறது நெடுங்காலச் சரித்திர ஞாபகங்களில். குளிர்ந்த விண்மீன்கள் மிருகாநரைப்பனியர் பூமியில் மறைந்துவிட வெவ்வேறு உயரங்களில் உள்ள விசிறிகள் வேகமாய் மிதக்கும் விசையைச் கொடுக்கிறார்கள் சமாதி மரத்தின் சாம்பல் மேட்டிலிருந்து. கரடித்தோலை உடுத்தாமலிருந்த லிலித் ஜிப்ஸிப் பாடல்கள் தேடும் கோரைத் தாள்களிலும் அரவுடன் பிணைந்த நடனத்தில் இலைகளை உதிர்த்தாள். பூர்ஜமர இலைகளில் எழுதித் தூதுவிட்டாள் மிருகாநரைப்பனியருக்கு. பசிப்பிணியால் மிருகா நரைப்பனியர் வாடியிருந்ததில் முன்கால் களுக்கு விடுதலை அளித்து முதல் கல்வாளத்தின் வடிவத்தில் உள்ளிருந்த மிகப் பழமையான சர்ப்பத்தில் பிணைந்தவாறு காட்டில் அவள் சுழன்று கூறும் வளையங்களில் முதல்கனியின் விஷத்தைக் கோப்பையில் ஏந்தி நிஷ்கலங்கமான கனியின் பாதையில் செல்லுமாறு சொல்ல அவள் எலும்பு வாளத்தின் தொலைவில் ஜிப்ஸிகள் சென்றவழி கனிமரங்களாயிற்று.

உடைபடும் கிளிஞ்சல் மேட்டில் சின்னஞ்சிறு நீர்க்கோரைகளால் பாப்ரஸ்தாள் புனைந்த மடிப்புமடிப்பான பூமி வரைபடத்தை விரித்தாள், லிலித் தன் நீண்ட கூந்தல் நுனித்தூரிகையால். நத்தைகளின் நீர்மத்தைத் தொட்டுத் தன் லவண மண்ணுடலின் உதிரம் பூசிய கணவாய் மீனின் கறுப்பு நீர்மத்தைத் தொட்டெழுதியதில், 'இப்போதும் ஆல்ட்டை மலைத்தொடர்களில்தான் இருக்கிறீர்களா... கீகோபா பொம்மலாட்டக் கப்பல் மார்மாரக் கடலில்தான் மிதக்கிறதா...' என ஜிப்ஸிகளான ரொமானிப் பெண்களைக் கேட்டாள். 'பூமியில் கீகோபாபொம்மலாட்டக் கப்பலின் ஒலி விசிறிகள் வழியாகப் பரவுகிறோம் காற்றில். பாப்ரஸ் காகிதப்பரப்பில் உள்ள கோடுகளின் வழி ஃபிக்ரியா ப்ராவாவுக்கும் மௌலாவுக்கும் இடையில் விசிறிகளில் மிதந்தவாறு கீழிறங்குகிறோம். எப்போதும் இடர்களால் சூழப்பட்ட மிருகாநரைப்பனியர்களின் நிலையில் இருக்கிறோம்.

நிலவின் பிறைகளில் மெலிதான துணி விசிறிகள் எம் பிறப்பைத் தருவதாகக் காட்சி தரும். பிறைஒளி மறைப்பில் மிருகாநரைப்பனியர் ரெகினி நிலவெளியில் பூமியில் இருந்த எல்லா உயிர்களிலும் அவர்கள் தான் சிறந்த வேட்டையாடிகள். அவர்களிருந்தது கெலினிக் குகையில் உவர்நீர் கேணியில் தொல்முதல் கல்வாளம் தோய்ந்து தோன்றினும் உவருள் தோய்வுயிலாக் கல்மீனாக வளைந்திருந்தது. உவர்க்கும் தாழ்கடலில் உவர்ச்சங்குகளை வரைந்திருந்தனர். உள்ளே நன்நீர் மணற்கிணற்றின் உவர் தரை தெரிந்தது. எவர் விழிநீரும் உவர்ப்பே என்றது குகை உருவம். அல்-அந்தலூசில் காட்டுக் கல்மொழியில் வரைந்த பூமியின் நிறங்களில் கல்லும் நீராக இருக்கிறது. பால்வீதியில் ஒளிவடியும் ஒவ்வொரு சொட்டிலும் உதித்த லிலித்தின் வெண்ணிறக் கரங்களைத்தொட ஜோடியாய் உருளும் விசிறிகளோடு வருவார்கள் ரொமானியர். முன்னைக் கடலைச் சுருக்கி ஒரு துளி உப்பானவர்கள் வெப்ப மனிதர்களுக்கெதிரான மிருகாநரைப்பனியர். நிலவிலிருந்து நூலேணியில் மிதந்தவாறு கீழிறங்குகிறார்கள். நாடோடிகள் யாம். முன்னிருந்த பிடாலவணா சுரக்கும் கறுத்த உப்பு வனமானோம். நிலவிற்கு அருகில் போய் காற்றில் மிதக்கும் நியாகாயா நாயின் முனகல்கள். மறைபுதிர் விசிறிகளில் சற்றே சிவப்பு கலந்த மஞ்சள் காதுகளை அசைக்கும்.

மிருகாநரைப்பனியர் பழக்கிய முதல் நியாகாயா நாயின் நீல விழிகள் நாண எரிதழல்கொள் மேனி உயர்த்தி நிலவுக்குள் எட்டிப்பார்க்கிறது. நாயிடம் ஆகர்ஷனமாகும் தலைகீழ் நீர்த்துளிகளில் கருவுருவாய்க் காற்றில் மிதக்கும் உலகத் தோற்றங்களில் முன்பிருந்த

மிருகாநரைப்பனியர்களைத் தேடி மோப்பத் தடத்தில் மறையும் கற்பனையும் கொண்டதான திரௌபதியின் முடிவற்ற துகில்களில் பதுமைகள் வரைந்து அவள் ரூபவரைபடத்தில் பொம்மலாட்டக் கப்பல்களின் பாய்களாகவும் சித்தரித்தோம்.

நியாகாயா நாய்கள் நிலவை நோக்கி ஊளையிட்ட கோடுகளில் செல்லும் வெப்பமனிதர்க்கு எதிரான மிருகாநரைப்பனியரின் குகையோவியங்கள் அனைத்து மதங்களும் தோன்றுவதற்கு முன்பிருந்த தாவரப்பெரணிகளின் குருதியின் ரகசியங்களை கீகோபா குகையோவியங்களில் கண்டு இரண்டாவதாக மனித நாகரீகத்தின் கலைவேட்கை விலங்கிலிருந்து பிரிந்ததில் கலையின் உள்ளுமையின் எத்தனங்களும் தூள் தூளாகிவிடும் மானுடத்தைப் போல். வெப்ப மனிதர்களோடு நடந்த முதல்யுத்தத்தில் மிருகாநரைப்பனியர்களின் முதல் கல்வளரிகளைக் கண்டனர் விலங்குடலைக் களைந்தவர்கள். வெப்ப மனிதர்களின் பகைமையின் வில்திறம் அதிரஅதிர அம்புகளால் ஆல்ட்டை மலைத்தொடர் குருதியாய்ச் சிவந்தெரிந்தது. பகையற்ற கல்வளரிகள் விண்டிஜா கருங்கடலில் மூழ்க கலீஸியாவில் கண்டெடுத்தனர் நாடோடி ரொமானியர்.

ஆல்ட்டைக் குன்றுகள் சாபமேறிச் சிவந்திருக்க ஆதிமனிதர்களிடமிருந்து வீழ்ந்த விலங்கு மனிதவுரு பிரியாதமரபில், தெய்வத் தன்மை தோன்றாத தொலைவில் சூரியனின் முகம்படாமல் விலகி இருந்தனர். நிலவிற்கு நியாகாயா நாய் எச்சரிக்கை விடுகிறது. கெலினிக்குகை ஓவியங்கள் கரைந்து மறைய பேய்கள் நிறைந்த காடுகளும் செங்குத்தான கொடும்பாறையால் எல்லையிட்டிருந்தனர். கன்றிச்சிவந்த ரெட்டை முகட்டு மலைகள் மிருகாநரைப்பனியரை அழைத்தவாறு களிவெறி யுற்ற மாந்திரீக நிலவெளி மார்க்கமாகச் செல்கிறார்கள் மௌனமான விசிறிப் பழங்குடிகள். ஜன்னலருகில் நின்று தன் அவிழ்த்த கூந்தலை நிலவொளியில் யாழிசைத்துப் பாடிக் கொண்டிருக்கும் லிலித் சகோதரி பீனலோப்புடன் முடிவற்ற பனிச் சால்வையை நெய்துகொண்டிருந்தாள். லிலித் முற்றிலும் ரொமானி ஆன்மாவின் குறியீடு. யாழிசை கன்றிச்சிவந்த ரெட்டை முகடுகளின் குறியீடு. மிருகாநரைப்பனியரை மடுவறுத்த உள்ளுணர்வின் பரந்தகன்ற வெறுமை இருந்துகொண்டிருக்கும் அந்த இடத்தில் மனிதர்களுக்கு எதிரான புதிர் விளக்கங்கள்தாம் புறவெளியிலும் கட்டற்ற நீர்மரத்தின் உச்சியில் இருந்தவர்கள் அருகாமையிலும் தோற்றமின்றிக் கடைசி எல்லையிலும் இருக்கிறார்கள். மனிதர்கள் வழிகாட்டி வேட்டையாடவில்லை. அம்புகளின் முனையில் பகையற்ற

திமிங்கிலம் உமிழ்ந்த கருங்கல் இன்னும் வேகமாகச் செருகியிருந்தது. நிலத்தை எதிர்ப்பவர்கள் பொருட்களைத் தேடுவதில்லை. கடலின் காட்டுப் பகுதியில் முன்பு மீன்பிடிக்க வந்தவர்களை எதிர்த்தனர் மிருகாநரைப்பனியர். நீர்த்தாவரங்களோடு அசைந்த மீன்கள் கரும்பும்போது கூசினர். புவிக்கோள் தோன்றியதைப் பற்றி நிலவும் கட்டுக்கதைகளுக்கு எதிரானவர்கள்.

பெருங்கடலின் நடுவே ஊற்றெடுத்தவர்கள். கடலின் அடித்தள மெல்லாம் பரவி கண்திறவாத அடிக்கடலின் சமவெளிகளில் இன்னும் குருடாக இருக்கும் உயிர்க்குலத்தோடு பிளவற்றிருந்தாள் லிலித். எரிமலைப் பிளம்புகளில் மலைத்தொடர்களோடு கூடவே நகர்ந்த தொன்முது கோடி கால்களுடன் வருகிறார்கள் மிருகாநரைப்பனியர். மலைகளாக உயர்ந்து உயிருக்கு ஆதரவாக இருக்கும் நீருடன் மிக உயர்ந்த இடத்திலிருந்து அருவியோடு வீழ்கிறார்கள். அவர்களின் அகவெளி ஆழத்தில் புழுக்களும் வெள்ளைநிற நண்டுகளும், ராட்சதசிப்பி ஓடுகளுமாக நமக்குத் தெரியாத புவியிலுள்ள உயிரினங்களின் வடிவங்களோடு கெலினிக் குகைச் சித்திரம் கீறி அதனுள் மறைகிறார்கள். நுண்ணுயிர்களை நோக்கியே இணைந்து வாழும் மிருகாநரைப்பனியரின் சித்திரவடிவங்கள் முதலாவது உயிரின வடிவங்களோடு மனிதர்களுக்கு அப்பால் மற்ற கோள்களிலுள்ள உயிர்களுக்கும்கூட இவர்களின் பண்பே நிலை பெற்றிருக்கலாம்.

கண்ணாடி தோன்றாத யுகத்தில் இருப்பதால் எதையும் கலையில் பிரதிபலிக்காமல் இருந்தனர். பெருங்கடல் ரகசியமாக மறைந்தனர். அந்தச் சித்திர வரைபடத்தில் லிலித்தின் எல்லைகள் சுருங்கி இருப்பதில்லை. கடல்களின் புதிரை லிலித் காத்துவந்தாள். முன்னெப்போதும் இருந்துவந்துள்ள ஆழங்களில் அடிக்கடலின் குருட்டு உயிரினங்களின் அழகையும் லிலித்தின் சருமத்தில் வரைந்திருந்தனர். உயர்ந்த மலைகள், அவற்றின் வெண்பனிக் கூட்டங்கள், உறைந்துபோன அலைகளில் ஏவாளின் தூய்மையையே காண நாம் ஏங்குவதென அல்லாமல் அழுக்கான உயிர்க்குலத்தோடு லிலித்துடன் இவர்களும் நம்மிடமிருந்து தப்பியிருந்தனர். சமேள் பூதத்துக்குள் நம் கலையும் இசையும் அலைகுடி ரொமானியரை விட்டு இடைவெளி கொண்டுள்ளது. கடலைச் சூழ்ந்து அமைந்ததான தீவக்குறைகளுக்கும் தாவி இருந்தனர். நாகரீகங்களைவிட அசாதாரணமான வகையில் உயருயர் தொன்மைக் கோயில்களும் இல்லாதவர்கள். பழங்காலத்தில் நிலவிய அழகின் உருவமரபுக்கு எதிராக நிற்கும் லிலித்தின் நிகழ்காலத்திய மென்மை ஒளியிலும்

சுடர்விட்டு அசைகிறது நியாகாயா நாயின் காதுகள்.

மிதந்து இயங்கும் லவணா விசிறிகள் ஒருமுறை விலகிவிட்டால் வெகுவாய் வெகுபாஷை கொண்டு எழுதப்படாத தொலைவிலுள்ள மேற்குப் பிரதேசமாய் நியாகாயாப் பள்ளத்தாக்கில் ரெகினி நில வெளியில் விரிந்துகொள்ளும். ரொமானியர் நடையுடை பாவனை களைத் தெரிந்துகொண்டது நியாகாயா நாய். கிட்டானே, வியாபாரி வேடத்தில் மத்திய ஆசியாவிலிருந்த சகர்களின் மொழி பேசுவான். ரிஷிகர்களுக்கும் இம்மொழித் தொடர்பிருந்ததை வேதகாலப் பாசுரங்களையும் பூர்ஜமர இலைகளில் படியெடுத்தான். ஆர்ஷி பாஷை பேசியவர்களுக்கு கிட்டானேவைத் தெரியும். பூகோள சாஸ்திரியான கிட்டானே பிரசாயி என்ற சாதியாரைத் தெரிந்திருந்தான்.

பிராகிருதமான இஷிக் சமஸ்கிருதச் சொல்லான பரமார்ஷி, கிரேக்க அஸியாயி என்ற சொல்லும் ஒரே பொருளைக் குறிக்கும். கிரேக்க ஆர்ஷி வேதர் சொன்ன ஆர்ஷிக் என்பதின் மற்றொரு வடிவம். அர்கேஷியாவரை பரவியிருந்த ஸ்வாத் பள்ளத்தாக்கில் சகர்களிடம் ஹேராத் மார்க்கத்தினை சகர்பாஷையில் தெரிந்து அப்பிரதேசத்தில் கிட்டானே எழுதி மக்கிய பூர்ஜ இலைகளை மிதக்கவிட்டான். ஜீவனோபாயத்திற்காகக் கட்டிடக்கலையில் ஈடுபட்டதில் மட்டம் பார்க்கும் தூக்குக்குண்டுகளைக் கிரேக்கர்களிடமிருந்தும் பாரோக்களின் பிரமிடுகளிலிருந்தும் பித்தளைக்குண்டுகளுடன் ஸ்டேடிகிரேடஸ் நூலில் இறங்கி வரக் கண்டனர். ஆடியும் பாடியும் கேளிக்கைகள் காட்டியும் விசிறிகளை நீட்டி யாத்திரை செய்வது ரொமானியர். சிலந்திப்பெண் பீனலோப் லிலித் குருவியை மாறி மாறிக் கதையென நெய்கிறாள்.

லிலித்தின் யாழிசையில் மயங்கிய கிட்டானேவுக்குத் தன்னை மணந்துகொள்வதற்கே ஒரு நிபந்தனை விடுத்தாள். வரைபடங்களை விட்டு வெளியேறி ஒரு கூத்தாடியாக இருந்துகொண்டு ஊர்ஊராய்ப் பூர்ஜமரங்களைச் சுற்றி உதிர்ந்து கிடக்கும் பொன்னிற இலைகளைச் சேகரித்தும் அலைகுடிப் பூர்வமும் கோரைத்தாள் சுவடிகளில் எழுதி, அலைகுடி மொழிகளின் அடிப்படை அமைப்பை மட்டும் பாதுகாத்துக்கொண்டவர்களின் அம்பு எழுத்துக்களைச் சுட்ட செங்கற்களில் பெயர்த்து எழுதியும் அந்த மிகவும் நீண்ட யுகத்தில் சுருண்டிருந்த மிகப் பழைமையான விதி பீடித்த பிரிஸ்லிச் சுவடியின் பூர்வோத்திர ரகசியச் சுருள்களில் மறைந்துள்ள நகரங்களையும் கூர்நுனிப் பிரமிடுகளில் தைலமிட்டுப் பத்திரப் படுத்திய ராசபாலகன்

தூத்து-அன்கு-ஆமூனின் மரபினரின் சவங்களிடம் வளரும் நகங்களில் வரைந்த ஊர் நகரக் கலைகளையும் வரைய வேண்டும் நீ என்றாள். கிட்டானே அதற்கிணங்கி அவளுடன் செகுவோயா மரங்களுக்குச் சென்றான்.

மரங்களின் கீழ் ராகமும் சந்தமும் புராதன மையலும் சுயேட்சை யாகக் கிடந்தன உதிர்ந்த இலைகளில். 'இரு கிணறுகளின் நீரை ஒரு உள்ளங்கையில் ஊற்றி நக்கிப் பருகமாட்டேன்' என்று வீழ்ந்தவோர் இலையில் வாசித்தான். 'ஒரு கட்டிலில் இரண்டு முறை தூங்க மாட்டேன்' என இன்னொரு செகுவோயா இலை கீழே சுருண்டு தூங்கியது. சில வருடங்களுக்குப் பிறகு பிளமேங்கோ விசிறியாகி விட்டான். அவன் வேறொரு ஜிப்சி வேடத்தில் சுற்றினான். நீள்கழியால் செகுவோயா மரக்கிளையை ஒடித்துத் தரையில் வரைபடம் போட்டுக் கரடுமுரடான பாதைகளைத் தொட்டு அலைகுடிகளோடு தன் ரெமேடி யோ இடாயெருமைமேல் சென்றான். விதிஸாகா இடாயெருமை சுமந்த இரண்டு மூட்டைகளில் பூர்ஜ இலை ஒரு பொதியும் செகுவோயா இலைகள் இன்னொன்றிலும் இருந்தது. சில வேளைகளில் கூத்தாடிகளுக்கிடையில் தென்பட்டான். தொலைதூரத்தில் கள்ளங்கபடமற்று விலங்குகளுடன் மறைந்திருக்கும் மஞ்சள் ஓநாய் உரையாடியதை செகுவோயா இலைகளில் எழுதினான். அடிக்கடி அவன் சூதாடிகளோடு சூதாடினான். ஆல்ட்டை மலைத் தொடர்களில் சிவந்திருந்த மனிதரை விரும்பாத ஆவிகள் மாறி இருந்தன செகுவோயா மரங்களாக.

இலைகளின் ஓயாத முனகலில் உரையாடின கிட்டானேவுடன். பறவைகளைப் பிடிக்க இடாயெருமை மேலிருந்து வலைவீசியதையும் கண்டோம். காட்டுச் சந்தைகளில் பழங்குடிகளோடு வட்டமான கூட்டத்தில் கிட்டானே முதுகில் எதிரியின் சுண்ணாம்புக் கோடுபட்டு சிலம்பம் விளையாடித் தோற்றதையும் கண்டோம். துகாரி மொழியை செகுவோயா மரஇலைகளில் தீட்டி வீசினால் திரும்பவரும் கைப்பிடிக்குள் வளரியென. ஆல்ட்டை மலைப்பிரதேசங்களில் ரெமேடியோவும் விதிஸாகாவும் நரைப்பனியர் ஆவிகளை இலை களில் எழுதி ஏற்றிச் செல்வதற்கான தூரங்களும் விரிந்து கொண்டிருக்கும். சிந்து நாட்டு அலைகுடிகளாய் இருந்தும் வெள்ளாடு களின் கொம்பினால் மந்திரித்து ஊதி முத்துக்குறி ஜோசியம் போட குல்லிநில ஊர்களுக்குப் போனான் ரெமேடி யோ இடாயெருமை மேல்.

சீமைச் சுண்ணாம்புக்கட்டி, மிருதுவான சலவைக் கற்களையும்

இரு இடாயெருமைப் பொதிகளில் போட்டு விற்றுவந்தான் விசிறி ஏந்தி. வெள்ளி, கண்ணாடி, ஈயமும் ஈரானிலிருந்து வந்திருக்கும். நீலக் கற்களும், கரும்பச்சைக் கற்களும் பாரசீக வணிகர்களிடமும் சில்லறை வியாபாரத்திற்கு வாங்கியவை. சங்கு, சிவப்புக்கல் கராச்சியிலிருந்து கொண்டு வந்தவற்றைச் சலிப்புடன் ரெமேடியோ இடாயெருமை சுமக்க, பூர்வீகப் பூமியான ராஜஸ்தானத்தில் இருந்து செம்பு, ஜோதிரஸ், சிவப்புக்கல், பச்சைக் கற்களும் குடிபெயர்ந்த காலத் திலிருந்து பிதிரார்ஜிதமாய்ப் பின்தொடர்ந்துகூட வருவது இரு இடாயெருமைகளுக்கும் பெருஞ் சுமையாய்த் தெரியும். ரொமானியப் பெண்களுக்குச் சிறிய மணிகளைக் கோர்க்கும் பழக்கம் தாயத்து மந்திரத்திலிருந்து தொடரும். ஆர்ட்டிக் காற்றுத் தொகையின் தீவிரத்தை மெலியவைப்பார்கள் கற்களையுருட்டி. குளிர்கால நடனங்களைப் பார்க்கவரும் முகத்துவார சனங்களோடு பொம்மலாட்டக் கப்பலையும் சீடர், செகுவோயா பலகைகளால் கம்மியர்களைக் கொண்டு படைக்கவும் செய்தான் கிட்டானே மகிஷாசுரா. அதில் மரப் பாவைகளும் பொருத்தினர். ஜெருசலேம் நகர வீதிகளுக்கு ரெமேடியோ இடாயெருமை மேல் போய் பின்தங்கிய குளிர் காலத்திற்கு முன் அரபு இசையிலும் பாடிவந்து மென்மையான பூம்பனிக்கும் கட்டியம் கூறினான் இரு இடாயெருமைகளோடு.

கிரிமியாவையும் காகஸஸையும் ஊடுருவித் துருக்கியையும் அடைந்திருந்தன கூடாரப் பாளையங்கள். கொடுமையாகக் குளிரடைந்த தனிமையில் வாசம் செய்தன ரெமேடியோ இடாயெருமையும் விதிஸாகாவும். மிதவெப்பம் வரும்வரை பழத் தோட்டங்களில் தளிர்விட்டு, பூத்து, காய் சொரிந்து பழுக்கும்வரை வேலைசெய்யக் காத்திருந்தனர். புல்உயரப் பறவைகளோடு கூடித் திரிந்து கூடுகட்டுவதில் மனிதர்களின் குறுக்கீடுமில்லை. ஓரிரு தலைமுறைகள் அங்கே தங்கிவிடப் பிரிந்தவர்கள், புல்வெளி அசைவில் இங்கிருக்கும் தட்பவெப்பக் கோடுகளில் உலவுவதும் ஒரு நூற்றாண்டுக்குள் விரிந்த மிருகாநரைப்பனியரின் முதல் புரவியின் கடைக்காலச் சந்ததிகளின் குளம்படிகள் வரைபடத்தில் துளையிடக் குழிவுகளில் கோதுமை விதைத்தனர், குளிர் விவசாயப் பெண்கள்.

கோதுமை ஓநாய் வந்து சேரவும் செழித்தது மகசூல். ரொமானியரும் ரெமேடியோவும் விதிஸாகா இடாயெருமைகளும் ஒருவழி நில்லாத வானநிலையாக இருப்பதும் கூதிர்கால வறட்சிப் பாடலில் வீசியது புயல். கைவசம் தானியம் சேகரிக்கும் குதிர்கள் ஏதுமில்லை. வெப்பம் விரும்பும் தாவரங்களாயிருந்த சிந்துவின் ஆன்மா செகுவோயா

இலைகளைச் சூழ்ந்திருக்கும். காடுகளில் போய் சீடர், வளைமலர்க் கொம்புகளைத் தொட்டு வாகை புனைந்தான் கிட்டானே. இன்னல் தீர்த்து இவர்களைக் காப்போர் யாரோ? ரொமானியக் குடிகளின் இடுக்கண் களைபவர் யாருமின்றித் தம் சிறு இருபொதிகளில் சித்திரம் கீறிய மக்கிய இலைக்கூட்டம் திரௌபதை மண்சீலைப் பதுமையை மூடியிருந்தது. புராணத்தைக் கிழித்து துணியால் சுற்றிச்சுற்றி அவிழ்க்கவும் பூர்ஜமரங்களின் வனம் தோன்ற விலங்குயிர்களையும் கூட்டிச் செல்லும் பல திசை வழிகளாக செகுவோயா இலைகள் கூட்டமாய்ப் பிரிந்து சென்றன சுழிக்காற்றாய் சுழன்று சுற்றி நாடு நகரங்களுக்கிடையே மக்கிய சித்திர இலைகள் புகுந்தமையின் விவசாயம் வாழ்ந்த மண் கிராமங்களிலும் லிபிகளை உதிர்த்து உடைந்தன இலைகள். தத்தமக்குத் தோன்றிய கலைகளை இலைகளே யார்த்தன. செகுவோயா மரபொம்மைகளைச் செதுக்கினான் கிட்டானே மகிஷாசுரா.

மரபொம்மைகள் செதுக்கிச்செதுக்கி சிருஷ்டிதர்களாய் பூர்ஜமர விரியிலைக் காடுகளுக்குள் இசைக்கருவிகள் எழுப்பும் ஓசைமீது படைத்த ஒரு விஷயத்தோடு அலைகுடி ஒப்பீடு செய்யும் ஒரு முயற்சியாக எழுதி வருகிறான். கலைநுட்பத்தில் இருந்து கிட்டானே மூடன் கற்றக்கொண்டது கைமண் சிலைகளாயிற்று. ஓசை ஒழுங்கில் இருள்மரங்கள் செவிமடுப்பதும் லிலித்குருவிகள் ஓசைகளோடு ஏனைய பறவைகளின் ஒலிகளும் கிட்டானே பிடில் இசையில்கூட வரும்.

பனிப்பூர்வக் குரல்வளையிலிருந்து மூலாதார ஓசைகள் மேற்கு வெளிகளின் நியாயங்கள். அவர்தம் பனிமய இருப்பு மறுமை வாழ்விலும் மரணிக்காத நாளைய வேளையில் தொல்முதல் கல்வாளமெனத் தோன்றும். அதில் இழையோடு இருக்கிறது நெய்த கம்பளிக் கந்தல்கள். ரொமானிகள் தோலினால் செய்த மத்தளங் களையும் விசிறிக்குள் வைத்து நடனமாடி விளையாடியதை ஆவலுடன் பார்த்த ஆல்ட்டை மலை ஆவிகள் மேலும் சிவந்தன. 'நீங்கள் பயப்பட வேண்டாம் அலைகுடியே. சாகச விளையாட்டுகள் தொடரட்டும்' என்றன ஆவிகள். அவற்றைப் பார்த்து யாரும் சலிப்பதில்லை. பாடலுடன் கூடிய விசிறி நடிப்பையும் நடனத்தையும் இப்பெண் பாடகி லிலித்... நீர் விரும்பினால் அவள் பாடிக் காட்டுவாள்: அந்நிய தேசத்திலும் இசைப்பதைத் தொழிலாகக் கொண்டிருந்த பலரும் வந்து சேர்ந்தனர். பார்லி மதுவைப் பெற்றுக்கொள்ள ஏதும் வழியிருக்கிறதா? இல்லையென்றால்

கோர்டபாவின் மொகசராபி வார்த்தைகளால் இயற்றப்பட்டிருந்தால் நானும் உங்களோடு சேர்ந்துகொள்வேன்.

அந்தப்பாடலைப் பாடிக்காட்டினாள். அந்நியரும் எதிர்பார்க்க வில்லை. இசையும் தன் ஆயுளெங்கும் இளமையாக இருக்கிறது. இசை நிறைவு செய்வதில்லை. இசைக்கருவிகள் மட்டும் தனியாக விலங்கு களோடு சேர்ந்து செல்லும். யார் லிலித்திடம் இசை கேட்கிறார்களோ விசிறியைக் கொடுத்துவிடுவாள். அங்கே பாபுலார், செகுவோயா, ஊசிமரங்களென அரளிப்பாய் இருக்க குடிபோட்டதில் பீச்மரங்களும் ஒத்துக்கொண்டன இவர்களை. இலையுதிரா ஓக் மரங்களுக்குள் இவர்கள் விசிறிக் கைப்பிடியை ஒடித்தனர். இலையுதிரும் விசிறிகளாய் மிதந்துவர இலையுதிர் மரங்களும் அடங்கியிருந்தன அவர்களோடு.

இலையுதிராப் பசுமரத்தில் ஊஞ்சலாடினர் விசிறி உயர்த்தி. ஆங்கு சென்றுறைந்தோர் வனத்திலிருந்து திரும்பவில்லை. அண்மையிற் கண்ணுற்ற நிலங்களில் சென்று பயிரிடவும். அவற்றுட் பல கருங்கல் ஓநாய்போன வயல்களில் மேய்ச்சல் நிலத்தில் ஊளைகளின் வெண்கோடு கரையவில்லை. கருங்கல் அடுக்குகளாய் இருண்டிருக்கும் நிலவுலகின் ஆதிநாட்களில் வாழ்ந்திருந்தோம் பனியுக மூதோரின் எச்சவிடங்களில் உருகிய கற்குழம்பின் உறைந்த வரைகோடுகளை ஈர்த்துக்கொள்ள சோளப்பட்சிகள் வரும். கோரை உள்ளான் கூப்பிட்ட திசையில் கோரைப்பூசந்தியில் கடலில் வாழும் சிறிய உள்ளான்களும் ஆற்றுக்குள்ளும் முட்டையிடும். பாலூட்டிகளின் இயல்பைப் பெற்றதில் கடலில் அகன்ற குடாக்களுக்கும் நகர்ந்தனர் ரொமானிகள். துருவங்களை நோக்கிச் செல்லும் அரிய பறவையாகிவிடுவர்.

படுகைப்பிரதேசத்தைத் தொட்டு நடப்பதில் ஆழமில்லாத கடல் வர உப்புத்தரவை ஓரங்களில் உப்புக்கொத்திகள் செங்கால் ஃப்ளெமேங்கோ நாரைகளுடன் சேர்ந்து நடந்தனர். வீசினால் விசிறிகள் ரெக்கைகளாகி விடும். கலீஸியாவின் தென்மேற்கில் ஐபீரியத் தீவக்குறையிலுள்ள கரையோரங்களில் வடக்கிலும் கிழக்கிலுமுள்ள இஸ்பானியா தேசத்திலே அந்தலூஸ் மணலைத் தொட்டவர்கள் சம்பர் உப்புத் தூங்கேணியில் மறைந்திருக்கும் பிடாலவணப் பட்டணத்து ரொமானிகள் மேற்கிலும் வடக்கிலும் அத்திலாந்திக் பெருங்கடலில் பொம்மலாட்டக்கப்பலில் ஏகினர். அத்திலாந்திக் தீவுக்கூட்டங்களில் அஸோரெஸில் தங்கினார்கள் கப்பலை நங்கூரமிட்டு.

ஐபீரியத் தீவக்குறையின் பிற பகுதிகளுக்கும் படகில் செல்ல

வரலாற்றுச் சலனங்களில் இவர்களும் பிடாலவண விசிறி நடனத்தைத் தோற்று வித்ததில் இசுப்பானியாவின் பகுதிகளான லூசித்தானியா விலும் கலீஸியர்விலும் குடிபோட்டதில் அதனொரு பிரதேசமாகினர். ராஜஸ்தானிலிருந்து வெளியே போன ரொமானியர் உமயாட் கலீபகம் ஐபீரியத் தீவக்குறையைக் கைப்பற்றியதில் இவர்களும் அலைகுடிப் பிரஜைகள். விசிகோத்துகளைச் சில மாதங்களில் முறியடித்த உமயாட் கலீபகம்.

தீவக்குறையினுள் விரைவாக வந்த ரொமானியரை ஆடல் பாடலுடன் விசிறி நடனத்தோடு கண்டுகளித்து ஜெயத்தைக் கொண்டாடினான். சிந்து லவணாவிலிருந்து பிரான்ஸுக்குள் ஊடுருவிய விசிறிக்கூட்டம் ஓட்டோமன் டமாஸ்கசைத் தளமாகக் கொண்டிருந்ததுமான உமையாட் கலீபகத்தின் பேரரசில் பகுதியாயினர் ஜிப்ஸிகள். மேற்குப்பகுதி தன்னைக் கலீபகத்தில் இருந்து விடுவித்துக் கொண்டதில் அப்துர் ரகுமான் தலைமையின் கோர்டபோ அமீரகமாக மாறிவிட இசைமரபினர் ஆயிரம்பேரைக் கூட்டிவருமாறு உத்தரவும் தேடிவர இசுப்பானியத் தொன்னகரத்துக்கு வெளியே குடிபோட்டு உயர்த்தினார்கள் உப்பரிகை மாடத்திற்கு விசிறிகளை. பின்னே அமீருக்கு ரொமானிய விசிறிக்காரிகளின் ஒய்யார நடனங்களுக்கு அத்திலாந்தியக் கடலே பொங்கி இசைப்பாணர்களைக் கூப்பிட்டது அமீரகத்தின் தூதுவனாய்.

மூத்த எழில் நரையான் தோள்மேல் அழகாகிய சிச்சிலிக்குருவி அமர்ந்திருக்க கோர்டபா ரத்தின கசிதமாகிய மாளிகையின்மீது அந்திவெளி காலாலில்லியரும்பு வீசி சித்திர மண்பாண்டங்களை இடுப்பிலேந்திவர அன்னங்கள் பின்தொடர்வதற்குமுன் சங்குகள் தவழ்கிற குவளை மலர்த்தேனை லிலித் குருவிகள் பறந்தபடி சிறகு அதிர இந்தப் பாடுகவிதைகள் குளிர்கால வெப்பம்போலானது அமீருக்கு. மிருகாநரைப்பனியர் இருளை விரித்திருக்கும் எச்சத்தில் நுழைகிறார்கள். விண்ணுக்கே வீணில் திருப்பிப் பறக்கவிட்ட துணைவிசிறிகள் அங்கே வாழ்ந்து மறைந்த மிருகாநரைப்பனியர் தொல்முதல் கல்வாளங்களாகி கைக்குத் திரும்பி வந்தன விசிறிகளும். ஃபிளமேங்கோ நடன உருமாற்றத்தில் ரொமானியரின் பிடாலவணா விசிறிகளே அமீரகத்தை கோர்டோபோ கலீபகமாக உருமாற்றியது. எல்லைகள் இல்லாதிருந்த வடக்கு ஐபீரியத் தீவக்குறைப் பகுதிகளில் அலைந்து திரிந்து மிருகாநரைப்பனியர் எச்சநிலங்களில் கண்டெடுத்த தொல்முதல் கல்வாளம் சிந்துவில் காணக்கிடைத்த நீர்வாளத்தை ஒத்ததென்று மந்திரக் கணக்குழுவின் குளிர்காலங்களைப்

பாடினார்கள். கல்வாளமெங்கும் வியாபித்துள்ள அமரநிலைப் பேருயிருள் நுழைவதாக ரொமானிய இசை பனியாய் உருகியது. விசிறியை மிகத்தொலைவில் அலையவிட்டவர் யார்? ரொமானியரின் பயணத்தை முதன்முதலில் முடுக்கிவிட்டவர் யார்? யாருடைய திருவுளத்தால் நம் கண்களையும் காதுகளையும் இயக்குகிற திரெளபதையின் முடிவிலாத் துகில் அதில் செவியுற்று மனதின் மனம், வார்த்தைகளின் வார்த்தை, அவளுருவில் உரையாடும். திரெளபதையின் மோகப்புயல் வீசியது பிடாலவண விசிறிகள் உதிர்க்கும் உப்புவிதியில் ஓதும் உவரும் அவள் தானென்றது. ஒளிநல உப்பும் பிடாலவணம் பரிதியில் வியர்வை சொட்டிக் குமிழ்ந்த உப்புக்கேணியாயினும் சுருங்கச் சொன்னான். யுகங்களின் தொடக்கத்தி லிருந்தே இரவு நடனங்களுக்கு உரியவர் ரொமானியர். பிடாலவண விசிறிகள் ரொமானிகளின் சக்திவாய்ந்த திரெளபதையின் உப்புச்சிலை விதைநீரின் உப்பினால் விளைச்சலை இயற்றும் அவள் மெய்வாழ் உப்பில் முளைத்து எழுந்தவை. மகிஷாசுர மர்த்தினி பிடாலவணமாய் இருந்தாள். அங்கிருந்துபோய் உப்புக்கடலாகிய சித்தீம் பள்ளத்தாக்கில் கூடினார்கள். வாழ்விற்கு மேலிருப்பது ஃபிளமேங்கோ விசிறிகள் கூறும் பாடல்.

ஒரு கையில் விசிறியுடன் மறுகையில் டாம்போரின் தவளை ஒலியிட மூன்றாவது வெண்கலத் தட்டொலிகள் ஒன்றுபடும் நிலையில் மீண்டும் நிலையற்ற இருப்புக்குச் செல்வார்கள். இசையின் புறம் அகம் இன்னும் இடைநிலைகளில் ஜால்ராத் தவளையொலி மந்திரங்களாய் மரணமும் அச்சமும் கோர்த்த கயிறுகளில் இறங்குகிறார்கள். ஒரு மரமென வேரோடு மண்ணுடல் கலந்துவிடும்.

டாம்போரின் ஜால்ராத் தவளையொலி

இரவின் முதல் யாமத்தையும் கடையாமத்தையும் விடுத்து இடைநின்ற இரு யாமங்களிலும் துயில்கொள்ளும் ரொமானியரின் குதிரைகள். நடுமருங்கு கடைவாய்ப் பற்களில் துலங்குமொளியின் தேன்நிறத்தில் மயங்குகிறாள் லிலித். ஜால்ராத் தவளையொலி மூன்று யாமங்களில் தோன்றிய கனவில் பட்டுப்பாதையொன்றில் மண்ணுயிர் அனைத்தும் அழிவெய்தாதவாறு வர்ணமிட்ட திரெளபதையின் முடிவிலாத் துயிலொன்று கைத்தையல் உருவங்களோடு நீள்கிறது. அவருள் பழையராய் இசைக்கருவிகள் ககூன் இசைக்க, கிட்டாரா நரம்புகள் உரசி யாமம் காப்போராய் வருகிறார்கள் துணியில்பட்ட சித்திரங்களில். செம்மறியாடு, மான், எருதுகளும் பெருக்கமடைந்து கோடுகளில்

வெளிப்படும். நீள்துகில் மறையாமல் செல்ல அதில் காற்றலைகள் மேவ கடலலைவர திமி எனப் பெயரிய மீனை விழுங்கும் பனைமீனையும் வரைந்து அதை விழுங்கும் இராவகம் என்ற கடல்விலங்கு எதிர்வரும் மச்சமிதுனங்கள் கூட்டமாய் உள்புகும் இராவகத்தின் குகைக்குள் யோனா, கன்னி லிலித் விசிறியைத் தேடிக்கொண்டிருக்கிறான்.

மாளாத இராவகத்தின் குகையில் ரொமானிய சந்ததியரோடு அந்தலூஸியரான கித்தானோரும் இரு உருவினராய் இருந்தனர். இராவக விலங்கின் உள்ளே எலும்புகளின் படிகச்சிற்பங்களாக பால்மாஸ் கைதட்டல்களில் இருக்கிறோம். யோனாவின் கைகளில் நின்று கடல் நீரோட்டம் வெப்பத்தையும் குளிரையும் எடுத்துச் செல்லும். யோனா ஒரு காலில் நின்ற தவத்தில் மெலிவுக்கும் மெலிவாகி ஒருதுளி நீரான யோனா எனும் நீர்த்துளி உலக மாகடலில் இயங்கி பூமியைச் சுற்றிவரும். இவ்வாறு ‘சுற்றும் ஒரு திவலைக்குள் நான் உப்புத் துளியாக இருக்கிறேன்’ என்றாள் பிடாலவணா விசிறி உயர்த்தி. சுற்றும் துளிபோகும் புவியில் மிகவிரிந்த ஒரு நிலப்பரப்பைத் தேர்ந்தெடு. இந்தப் பரந்த உலகின் ஜிப்ஸிகள் நாம். உள்ளார்ந்து தோன்றும் இயற்கை நம் உடல் வடிவில் வெளிப்படும் படைப்புக்கு முந்தைய குணங்களை விரல்களுக் கிடையில் சொருகிய தவளைகள் இசைக்கும். மறுகை விசிறியுரு உள்ளார்ந்து தோன்றும் இயற்கை.

ஆழமான இருளில் வீழ்கிறோம். நம் படைப்பு எல்லா வற்றினுள்ளும் உள்ளார்ந்த நிலையில் நம் வாழ்வையே இயற்கை யாகப் படைக்கிறோம். சுற்றும் துளிபோகும் கடல்களுக்குப் பொருந்திய வகையில் தன் உருவத்தை மாற்றிக் கொள்ளும் ஒரு துளியாக இருக்கிறோம். கடலும் காற்றும் அலை களாகிச் சேர்ந்து போகிறோம் லிலித்துடன். மிகப் பழைய முதல் ஜீவ சிற்றில்களை நீள்துகிலில் வரைந்து தூங்குகிறோம். முதல் மீனோடு லிலித் சருமத்தில் தங்கியதில் வெதுவெதுப்பும் அமைதியும் நிறைந்தவர்கள் ரொமானியர்கள். யோனாவின் நெகினோத் லிலித்தை இசைத்தது அவள் கிட்டாரோ ஒரு ஆழமான உள்ளுணர்வில் கான்டோ ஜான்டோவை இசைத்து இருளில் வீழ்ந்தது. அனைத்துக்கும் அப்பாற்பட்ட ஜிப்ஸி உருவை இசையில் பின்பற்றுவோர் அதனினும் ஆழமான இருளினுள் வீழ்வர். நூறு நுண்ணிய வழிகளில் காஸ்டானெட் தவளைகளின் மண்நுரையீரலிசை கருங்கடல் இதயத்தில் பிறந்து வரும். கிட்டாராவில் தட்டி தாளப்பிரமாணம் அழைத்துச் செல்லும் பாதை ககூனில் அவிழ்ந்த தாளம் பிற பாதைகள்

திடீர் முடிவுகளுக்கு இட்டுச் செல்லும். காணாமல் போன ஜிப்ஸியின் வடிவம் கண்ணுக்குத் தோன்றும். ரெமேடியோ இடாயெருமை விதிஸாகா இடாயெருமையுடன் பேசுவதில்லை.

நான் சாக விரும்புவது
லிலித்தின் தலைமுடிப்பின்னலில்
அவள் கருமையான சடைப்பின்னலில்
என் கைகளைக்கட்டிச் சாகிறேன்
பலேமோர் மலையுச்சியிலிருந்து பார்த்தால்
தனியாக இருக்கிறேன்
நிசப்தமாக இருக்கும் பைரமோஸ் ஆற்று நீரில்
சடைபின்னுகிறாள் லிலித்
சுட்டுவிரலின் அளவைவிட நடுவிரல் நீண்டு வளைந்து நரம்பினை வருடும்
முழங்கை மடங்கி நெகிநோத்தை ஏந்தி
தலைகுனிந்திருக்கிறாள் இசையின் சாகரத்தில்
கைகளின் விரல் நுனிகளில்
மூச்சரவமிடும் குவடால் குவியர் ஆற்று சில்வாலுஸ் மரம்
மூக்கிற்கும் செவிக்குமிடையில்
ரொமானிய ஆன்மா ஒலியிடும்
அவள் புருவங்களின் இரேகை நடுவில்
யோனா வருடுகிறான்
பனித்த விழிகளில் ஒரு துளியில் லிலித்
கருமணிகள் அக்கண்ணளவில்...
கடல்நிறங்கள் மாறும்

இந்தச் சுட்டுத்துளையாத லிலித் கொடுத்த மூங்கில் துளை தூர்ந்தனவாகி இசையில் நீர்ப்பசவு வறண்டுபோனால் மறைந்த நாகரீகங்களில் ஒன்றுக்காவது இந்தப் பூமியில் ஒரு மூலைகூட அகப்படாது. வளைகுடா நீர்வட்டத்தில் லிலித்தின் யாமங்கள் மேலே வரும். குடாவில் யோனா உமிழப்பட்டான் மீன்களின் அழியா இருட்டில். 'இரு அதரங்களுக்கிடையில் ஜீக் மது/இருந்தும் பருக முடியாத நிலையில்/இருக்கிறேன் நான்' என்கிறான். குடா நீரோட்டத்தில் கலந்தபிறகு எங்குமே நிற்பதில்லை ரொமானிய அலைகுடி. அப்படியே மாயமாகிவிடுவார்கள். பிறகு உருகும் பாடலுருவும் தோன்றும். வடகரையோரம் பரவினார்கள். செல்கிறார்கள் வெகுதொலைவில். நடப்பதில் ஒரு எல்லையுமில்லை. நீராக தன்வழியே சென்றுகொண்டிருக்கிறாள் லிலித். தெற்கு நோக்கி

நூற்றாண்டுகள் சென்ற தூக்கநிலையில் விழித்திருக்கும் காலையில் ஜிப்ஸிகளின் பெயர்ப்பட்டியலில் இன்றைக்கான ரொமானியைத் தேடுகிறாள். தோற்தவுலாவின் தோப்புக்கல்லைத் தேய்த்துக் கொண்டு இருக்கிறார்கள் பெண்டிர் பலரும். வளவளப்பானபின் கொண்டுபோய் சித்திரக்காரியிடம் நீட்டினால் இன்னும் கல்லால் தேய்க்குமாறு கட்டளை. இங்கே ஓயாத விசிறிவேலை துவங்கிவிடும். சம்பர் உப்பு நரகத்தில் பிலாடவணம் என்ற பட்டணத்தில் கறுப்புநிற உப்பு நிலக்குறவர்கூட்டம் உப்பு நாழியில் நவதானிய ஓலை எழுதிக் குறுந்திருட்டுத் திரவியங்களில் வளையல் செய்வதற்கு உழமண்ணைக் காய்ச்சுவர். குடவாத சுரங்களைப் போக்கும் மூலிகைகளை வனத்திலிருந்து ராவிருட்டில் வேரோடு கெல்லுவர். சிலைசெய்யும் கன்னார் ஐம்பொன் தேவதையின் தேகவொளி கொடுக்கவும் துகில்படங்களை வரைவோராகவும் தங்கள் பாடல் விசிறிகளில் கடந்துவந்த தெருவில் நீளமாய் ஓடிக்கிடந்தது நினைவு. உலர்ந்த காற்று வீசி மறைகின்றன செடிகள். அதில் நறுமண வாசனையும் குளிர்ந்த காற்றும் மயக்கமடைந்த கண்களில் வழியும் கல்லை மயங்க வைக்கவும் லிலித்தின் கண்களால் முடியும். கடந்த காற்றில் விசிறிகளின் ஞாபகங்களை எடுத்துச் சென்று புதைக்கிறார்கள் லிலித்தின் மர்மங்களில்.

ரொமானி வெருவு

ஃபிளமேங்கோ உப்புக்குறத்தி சிலுவாச்சியோ... மேலைச்சிந்துப் பள்ளத்தாக்கில் நிறம்வெளுத்த மணல்வரியோடிய சாம்பல் வெருகு சிறுத்தையைவிட மிகச் சிறியது. நீளும் கால்களை வனத்தைலமிட்டு நீள்த்தும் கித்தானே ரொமானிப்பாடல். கூண்டு வண்டிமேல் ரொமானிவெருவு வழிகாட்டிவர கீர்தர்மலைத்தொடரின் அடிவாரக் கொள்ளையர்கள் கலப்பைக் கிழங்குகளைச் சுட்டுக் கல்வாளத்தில் தேய்க்கும் வாசனை. தலைப்பாகையில் சொருகிய செங்காந்தள் ஐந்து வட்டமாக இருபால் ஒழுங்கு வடிவச்சூலகத்தில் உள்நோக்கி விரிகிறார்கள். மலைமுழைஞ்சில் தொங்கும் கிராமத்திலிருந்து ஏறுகொடியிலிருந்து இறங்கிவரும் மான்மந்தையோடு பதுங்கித்திரிவர் நீர் உண்ணும் குட்டைவரை. அசையீட்டிக் காவலர்கள் இருந்தும்கூட பலவகைக் குற்றவடு பாறைகளில் படிந்திருக்கும். பாணினி சூத்திரத்திலும் வடுவினர் வழியில் பதித்த திசைச்சொல்லில் 'ஸார்தவாஹ்' என்ற பெயர் 'க்ரதின்' என்ற செல்வந்தச்சொல் ஒரு வர்த்தகக் கூட்டத்தோடு உருட்டியது நூற்றாண்டுகளையும். திருடர்

வழியில் இருந்தார்கள் மலையின் சாயல்களாய். வால்குட்டையான ரொமானிவெருவு நீர்குடித்தால் தாடியைப் பூசும் கிட்டானே மகிஷாசுரா கையில். வடமேற்கு மூதாக்களும் சட்லெஜ் ஆற்றின் கரையிலும் லாகூரிலிருந்து தென்கிழக்கே கோதுமைநரிகளையும் சோளநாய்களையும் ஊட்டி வளர்ப்பதிலும் செம்மறி ரோமங்களை நீளமான விரல்களால் க்ளிங்... க்ளிக் என்று கத்தரிகளின் ஒலிகளோடு பாடுவார்கள். தலைப்பாகையின் விசிறி அசைவதை ரொமானிவெருவு தன் காதுமயிர்க் கூச்சம் ஆடுவதை இவன் பார்க்க அது வேட்டை நியதியில் தான்பிடித்த எந்தப் பாலூட்டியையும் இரையாகக் கொண்டதில் இன்று அகப்பட்டது வீசணக் கோழி. நேற்று பார்லி முயல், தினைக்கதுவாலி, சருகுமான், சோளநரி, சிந்துநூழா பாறைக்குப் பாறை தாவி எதிரியை நோட்டமிடும், மரத்தின் கிளையேறி. வேற்றுயினம் ஒதுக்காமல் கிளைக்குக் கிளைகூடிக் கரைந்து கொஞ்சி ஒலியிட்டுக் காட்டுப்பிள்ளைகளோடு உலாவித் திரியும் ரொமானிவெருவு.

சிலுவாச்சியோ கைவிசிறி உயரும்போது அண்ணாந்திருக்கும் கூர்பார்வை. அதனால் ரொமானிவெருவு கடக்கும் மலையூர்களின் வீட்டு மண்மதில்களையும் இருட்டுச் சுவர்களையும் ஊடுருவி மனித உள்ளறைகளில் மறைந்திருக்கும் வேட்கைப் பரிணாமத்தின் நியதிகளை நேர்நோக்கிக் கனவுகளின் சுபாவங்களில் கரைந்து ஒலியிடும். குறுகிய கீற்றுக் கண்கள் கூகையடையும் இருட்டில் அலையும் மயங்கிய இரு சுடர்களென ரொமானிக்குறத்தி வெருவின் நயனவெளிச்சத்தில் உருகிவரும் வனகாளியை வரிப்பாடலொன்றில் தினைக்கதுவாலிக்குரலில் முணுமுணுத்தாள். கல்லளை வாழ்வும் வேறுபிராணி அருகில் வருமாயின் சேர்ந்துவிளையாடும் ரொமானிப் பிள்ளைகள் வெருவுடன் ஓடிவிடும். பொதிமாடுகளின் லாடங்களில் தோன்றும் சத்தங்களுக்கேற்ப நாங்கள் பாடுவோம். தெரிந்துகொள் ஊர்சுற்றக் கிளம்பிய சாகரா... ரொமானி வெருவின் வாசனை வரைபடத்தில் வணிகர்களைத் தவிர துறவிகள், ஊர்சுற்றிகள், பொட்டி வியாபாரிகள், குதிரை வர்த்தகர், வேடிக்கை காட்டும் மாய விசிறிகளை உயர்த்தும் ரொமானிகள் வழிமாறி ஹார்ஹரா தெற்கு ஆப்கன்வரை பொதி எருதுகளில் செல்லக் கற்கள் உருளும் சத்தங்களுக்கேற்ப அலையலையாகப் பாடுவர். தார்ப்பாலையின் நீலக்கல்லொன்றை வைத்திருந்தான் கிட்டானே மகிஷாசுரா.

ஹரிரூத் நதியை சரயு என்பாள் சிலுவாச்சியோ. பரிசிந்துவின் பழைய ஒலியில் பாறைச்சிந்து ஒளிந்திருக்கும் எதிர்க்கரையில் கிடைத்த

பெண்புரவிக் காலெலும்புகளின் லாடங்களின் துருவொலிகளில் பொன்யுகத்தில் வந்த ரோமானியர் எப்படி இங்கே தங்க நாணயங் களாய் உருள்கிறார்கள். அங்கே கனிஷ்கனின் பிரதிமையுடன் சஷ்டனுடைய உருபதித்த சந்தனேஸ் நாணயங்கள் பலவும் நீரினுள் மூழ்கும் காலத்துடன் பருகச்சத்தின் மணல்படுகைகளில் பாசியடையும். சோபாராத் துணிகளின் மெல்லிய அலைமேல் அழுக்கான தோற்பாவைகளாய் மஞ்சள் வெளிறிய உருக்களும் உரையாடும் பாவையாட்டி அமிர்லாலானின் துகில் கோடுகளில். கோட்டிம்ப, தப்பக, சங்காட், கோல்ல சிறுகப்பல்களின் வரைவோவியங்கள் அவனிடம். பிடாலவணம் சிறுபடகுகள் பரிசித்து நதியில் தவழ்ந்திருக்க ஆவிமீன்கள் மேலேறிவரும். உப்புக்குறவர்களின் கைவசத்தில் பனிமானின் மெல்லிய தோலால் செய்முறைக் காகிதங்களை உலர்த்தி அதில் ஒவ்வொரு புரானிகக் கடவுளரை வரைந்தபின் மகிஷாசுர மர்த்தினியைக் கைமண்ணால் மெழுகியதில் கூடவே நகர்கிறாள். மகிஷாசுரன் வதையுதிரம் காடு காடாய் மோதி அழுத கண்ணீர் சம்பர் உப்புக்கேணி ஆனது.

18

பனிமுளரி நாளம்

மகிஷாசுரக் கல்லைத் தசையாக்கிய வதையுதிரச் செந்நூல்

சிங்கஞ்சுமந்த உளிகளின் தொகுதியொன்று செழுநீர்ப் பவளமாய் திரளும் மகிஷாசுரக் கல்லில் பதுங்கியபூதம் கால்பெயர்ந்து உலக விளிம்புகளில் தீப்பற்றி எரியும் இன்றைய யுத்தவினாச வேளைகளை முன்னுணர்ந்து நுரைபொங்கி நெடுங்காலமாய்க் கத்தும் கடல் மல்லை. புதைந்திருந்து தற்காலம் வெளிவந்த மயன் விதித்த மரபில் கால்தூக்கிய சிங்க ஆசனத்தில் மணல் மேவிய கொற்றவை மகிஷாசுரனைப் பொருதி அழித்த நிலைகள் பல உயிர்த் துடிபில் இருவுருவின் யுத்தசந்நதம் ஒரே கல்லில் ஈட்டியின் இருமுனையிலும் அவுணரின் வதையுதிரம் ஊர்ந்து வந்து கலையின் இந்தக் கணத்தை தொட்டது. மகிஷாசுரக் கல்நகங்கள் சுற்றிப்பறந்துவர எதிரில் வெப்பட்ட சிம்மவாகினி மனத்துள் நின்ற வெஞ்சினம் கண்தாளமாகி நோக்க மலைத்தல் கண்டதிர்ந்த அவுணரும் பணியாது ஆழி பேரலையாய் மோதிஎழுந்த சிற்பவாளம் சீக்கிரத்தில் சமுத்திரத்தின் அலைகளாகிவிடப்போகிற அஸ்தமன அலரியென நமது கடந்த காலத்தின் வெகுவான ஆழங்களில் இப்போது மேற்கிலிருந்து கீழிறங்குகிறான் மகிஷாசுரன். இருகொம்புகள் திமிள்வரை நீண்டுரச அங்கேதான் நரிக்குறவர்களின் கதுவாலிக் கூண்டுகளின் சப்தம் நம்மைத் தோற்கடித்துவிடும் கூட்டமாய்.

கதுவாலிப்பைக்குள் எத்தனை அறைகள் குஞ்சுத்தாக் கோழியென ரெக்கைக்குள் பாட்டாக்குஞ்சுகளைப் பொத்தி நடப்பதில் அழுக்குப் பைகள் போட்டு விசிறிவீசி அசைந்துவருகிறார்கள் குறத்திமார்கள். அந்தக் குறவர் மீன்வடிவ ஓலைத்தொப்பியை நீட்டி படகு மண்டையராகக் கூட்டமாய் வர ரெமேடியோ இடாயெருமைமேல் கிட்டானே மகிஷாசுரா வருகிறான். இடாயெருமைக்குள் தன்னுருவத்தை ஒளித்துவைப்பது தான் சிந்துரொமா அலைகுடியின்

சாகசம். இங்கே நரிக்குறவர் எனப் பெயர்மறுவியதில் கதுவாலிகளுக்குக் கோபம். பறவையின் கண்ணுக்கும் இந்த மகிஷாசுரனைத் தெரியாது. போர்க்கதுவாலியை முதலில் பையிலிருந்து எடுத்துக் கண்ணிபோட்டு வலைக்கு நடுவில் நிறுத்திவிடுகிறாள் தொராக்கா. கதுவாலியைப் பிடிப்பது அவற்றின் குணரூபத்துக்குத் தன் போக்கையே மாற்றிப் பறவையாகிவிடுகிறார்கள். வளர்த்துப்பழகிய சண்டைக் கதுவாலியை வைத்துக் காட்டுக் கதுவாலிக் கூட்டத்தைப் பிடித்துவிடுவாள் தொராக்கா. அவளின் நாறும்பைக்குள் பிடித்த கதுவாலிகளும் பதுங்கிவிடுகின்றன சப்தமில்லாமல். கதுவாலிகள் படைபடையாய் வந்துவிழத் தருணம் வரும்போது ஒரு சீழ்க்கை... அடித்ததும் கண்ணியிலிட்ட கதுவாலி கத்தஆரம்பிக்கும். வலுச் சண்டைக்குக் கூப்பிடும் கதுவாலியை நோக்கிப் புதரிலிருந்தும், எல்லாப் பக்கமிருந்தும் ஓடிவந்தவை கொத்துக்கொத்தாய் வலையில் அகப்பட்டுவிடும். சிந்துரொமாக் குறத்திமார் பாசிகோர்க்கும் நத்தைக்கூடுகள் கூட்டமாய் ஒட்டிக் கிடக்கும் கருவேலா, துத்திக் காடுகளில் இருந்து ஊதியூதிச் சேகரிப்பார்கள் உடைபடாமல். காட்டிலிருந்து அதிசயத்திரவியங் களைத் தேடித்திரியும் நரிக்கொம்பில் மந்திரமிருக்கும். அந்த மகிஷாசுர மண்டபத்தில் சற்று ஓய்வாக எருமைத்தலை மீது அயர்ந்திருக்கிறாள் சிம்மவாகினி. மகிஷத் தலைமீது நின்றநிலையில் வடித்த ஸ்தபதிகள் இன்னும் அங்கே நிற்கிறார்கள். சிற்பச்செந்நூல் திறந்து கதுவாலிகள் சப்தமிட்டு வருகின்றன கூட்டமாய். குறத்தியின் தினைப்பானையில் குஞ்சுபிறந்த விநாடியே ஓடிவிடும் கதுவாலி இனம்தான் சிந்துரொமாக் குறவர் கூட்டம். முட்டையேகூட ஓடக்கூடிய தயார்நிலையில் உருண்டு கொண்டிருக்கும் உப்புப்பானையில். தொராக்கா கையில் ஏந்திய முட்டைக்குள் கண்திறவாக் குஞ்சு ஒன்று ஆடிப்பாடுவதைக் குறத்திமார் சுற்றிச்சுற்றி வந்து விசிறிவீசிப் பாடுகிறார்கள். ரொமாக் குறத்திகள் நாடோடிகளாக ஓடிவருவர்.

கடப்பைப் புத்த முடியம் மகிஷாசுர மர்த்தினி மகிஷனென்னும் அவுணருடன் முற்றுகை. அரம்பனெனும் அவுணபுத்ரன் அக்னியிடம் வரம்பெற்று ஒருநாள் உன்னமர நிழல் கீழேவிழ அதில் மூச்சு வாங்கினான். இது தன் நாட்டகத்து அவுணர்கோனுக்குக் கேடுவரும் காலம்உணர்ந்து உலர்ந்தும், குழைந்தும், உதிர்ந்தும் துயரிலாழ்ந்தது உன்னமரம். காட்டெருமையின் மாயத்தில் புணர்பாகம் காணக் கருவுண்ட எருமை அரம்பனைத் தேடி வேறொரு கானகத்தில் அலைந்துவரக் காட்டெருதுடன் உரையாடி மலைமுழஞ்சில்

ஒளிந்திருக்கையில் வந்த அரம்பனை முட்டி உருட்டியதில் கொம்புசொருகி இறந்திருந்தான். அரம்பனின் தேகத்தைச் சிதை யிடுகையில் எருமையும் சிதையில் விழத்தொடங்குகையில் பலர் தடுக்கவும் தலைப்படாது தீயில் விழுந்தது.

கருவிலிருந்து எரிதழல்மேல் தாவிவந்த மகிஷாசுரன் குளம்படியில் தீக்கோடுகள் வளைந்துவரும் ஒளி இருட்டு மலையிலும் தெரியும் இரவிரவாய் அவன் தாயெருமையைத் தேடிக் கதறியவாறு குளம்படிகளின் ஒளிரேகைகளில் தேம்பியலைகிறான். தாயெருமையின் கொம்பை ஊதி இசைத் தழலாகச் சுழன்றது கமகமாய். மகிஷாபுரா பட்டணமடைந்தான். வாள்வெச்ச கோஷ்ட்டத்தில் சிரவணமாத பூர்வபட்சம் அவுணர்களை விரட்ட தேவியின்படையில் சிந்துரொமாக் குறவர் ஒன்றுகூட சிவகங்கைப் பையூர் செம்பொட்டலுக்குத் திசா திசையிலிருந்து இடாயெருமைகளோடு வருகிறார்கள். தேவியின் முதுகுப் பகுதியில் அம்பராக் கூட்டுக்குள் எடுத்த சரங்கள் துடிக்க எதிர்நிற்கும் மகிஷனின் கொம்புகளை நோக்கி உரையாடுகிறார்கள். ஒவ்வொருவர் கையிலும் மூங்கில் அம்புகளுக்குக் குணத்தொனி செய்து அவுணர்கள் அனைவரும் பயந்தொடுங்கும் வேகத்தில் தீவளையம் சுற்றி ஆடுகிறார்கள் விசிறிவீசி. நிசும்பன் சும்பனை வேறுத்த நிசும்பசூதனி அவர்களுக்குத் துணைநிற்கிற சண்டமுண்டர் களையும் அழிஅழியென சிந்துரொமா அவுணரின் உதிரம்கேட்டு வருகிறார்கள். அவளுக்கு மகிஷாசுர மர்த்தினியின் நிலாச்சரீரத்தில் ஈசன் முகமாய்வர, விரிஞ்சியின் உடம்பில் அவள் கூடுபாய, பாஞ்சசன்யங்கள் பதினெட்டாய்ப் பெருக, தருமனின் சிகைமணக்க, அக்னியின் சிவந்த நயனம் ஒளிர, காமரூபன் புருவம் வரைய, குபேரநாசி ஞானமுணற, நிமல அதரங்கள் துடிக்க, சசியின் ஒளிர்முலைகள் நகர, அகாரி இடையாய்ச் சுருங்க, காற்றினூடே வீசும் மழையின் கால்களால் நடந்தவளை நனைந்தவாறு நோக்கிய மகிஷனே கையில் ஆயுதந் தாங்கியும் நிராயுதபாணியாய் உணர்ந்தான். அச்சம் கலந்த முகத்துடன் அவள்முகம் ஒருகண் நோக்க, அடுத்தகண் ஊழ்விதியையும் உணர்ந்து தப்பிச்செல்ல வழியையும் அலைந்து தேடியது.

மரியுலா

நீர் நகரில் அலைவுற்ற பாசுரங்கள் கீறி சின்னஞ்சிறு காலே பறித்த பாஷ்ய இலையைத் தாவரக்கிளியாய் உருமாற்றிக் காலத்துக்கு வெளியே பறக்கவிட்டார் சம்புச்சயன மரத்திலிருந்த காகரிஷி.

‘காகூஸ் ஸ்தெப்பியில் ஓநாய்த் தடங்களெல்லாம் மரியுலா பனியுவதியாய் மாறும் பனிமேய்பர்கள் இருந்த பரப்பெல்லை கிழக்கு காஸ்பியன் கடல்வரை இருதலைக் கழுகு பறக்கிறது/ பெசராப்பியா விலிருந்து கிளம்புவோம். மரியுலா பனிவளரியோடு போகிறாள். ஒருபோதும் நிலவியிறாத மந்திரதந்திரப் பாசுரங்களின் ஒலியில் பனிவாளத்தின் மூச்சு புகைகிறது’ பனிவாளத்தின் உடலிலிருந்து கண்ணாடிப் புழுக்களைக் களவெடுத்து பனிச் செடிகளைச் சூலாடுகளைக் கொண்டு மெல்லவிடுகிறான் நெடுங் கழுத்தோடு ஒரு பனிமேய்ப்பன்.

சொல்லாத கதைகளுக்கான ஆடைகள், இந்த இல்லாத ஆடை களுக்கு நிறம் பூசும் பழங்குடிப் பத்தாரா சாயநீர்ப் பெண்கள் குருடான மூவரும் வாசனையைத் தூரிகையால் இந்துகுஷ் கணவாயில் மரியுலா வருவதை வரைந்து கேட்கிறார்கள். எழுத்துப்பூச்சிகளின் கோடுகளை நெய்துகொண்டிருக்கிறார்கள் தங்க வேட்கையுள்ள பாணியப் பெண்கள். தொலைந்துபோன இருசகோதரிகளை நிலவின் கடவுள் கிடிலி கடத்திச் செல்கிறான். கிடியரின் தொலைவான முள்ளூர் களையும் பிறந்த இடத்தையும் வறண்டு காய்ந்த கரட்டுமலைகளின் அடிவாரத்தில் தானே உதித்த தடாகத்தில் நீரைச் செதுக்கி நீர்வளரியை எடுக்கிறாள் கிடியப் பெண். ஒலிசொட்டும் வாடக்கரடுகளை மெல்லும் வரையாடுகளின் மேனியுடன் தோளில் சூலாடுகளின் இப்போது ஈன்ற குட்டிகளையும் சுமந்தவாறு அலைவுற்ற வழிப்பறிக் கிடியரின் பாசுரங்களை யாரும் கேட்காத முள் மரங்களுக்காக இசைப்பார்கள் சிரட்டைக் கின்னரியில். கிடியரின் காலடியில் ஊடுருவிய சுரைக்கொடியை மேய்வதற்கு மரியுலாவின் பனி மேய்ப்பரின் செம்மறிகள் வாய்வைக்கவும் அகப்பட்டு விடும். பனிமேய்ப்பரின் கரவைகள் பின்சென்ற மரியுலாவின் சுவடுகளில் துதாதள், லோதா-லோதி, காஸீஸ், முண்டா போடஸ், நுத், முஸார், பாஸியா, தக்நக்கர், ஈகிப்டி, பத்தாராக்கள் நுழைகிறார்கள். சிதறிப் புதிர்சேரும் தகைமையில் பனிவாளமொன்று இருக்கவியலும் மேய்சல் நிலப் பாடல்களிலும் மரியுலாவின் பாடல்களிலும் அவை உருகி அலைவுறும். பஞ்சாங்க நாட்களோடு தொடர்புடைய திதார்கஞ்சில் சாமரம் வீசும் ஒருகை ஒடிந்த பெண் கின்னரியை மரியுலாவிடம் தான் கொடுத்தாள். செனார் மரத்தின் மீது அணில்கள் விளையாடும் ஓவியத்தில் அச்ச உணர்வால் பல்வேறு ஓட்டநிலையிலுள்ள அணில் களாக நீளும் பனிவாளம் கண்டு துதாதள், லோதா-லோதி, காஸீஸ், முண்டா போடஸ், நுத், முஸார், ரெகன்வாலா, மெவத்தி, மீனா,

பாஸியா, தக்நக்கர், ஈகிப்டி, பத்தாராக்களும் பயந்துதான் இருந்தனர். ஆனால் நீளும் பனிவாளத்தின் மந்திரவமைப்பு வார்த்தைகளால் சண்டை போடுகிற பனிமேய்ப்பரின் பொம்மைகள் ஒதுங்கி நின்றவர்களை மரியுலாப் பாவையாக்கிவிடும். தட்சசீலம் நகரத்தைச் சுற்றியிருக்கும் மண்ணைவடிகட்டித் தோலில் வரைந்த நிறங்கள் அழுக்கான உருவங்களோடு பனிமேய்ப்பர்கள் கூட்டிவந்த புகைவினைக் கலைஞர்களையும் காட்டிவிடும். பயத்தில் கலங்கி யிருக்கும் பல்லிருங்கூந்தல் நெளியும் தோளில் கின்னரி சூடிய மரியுலா. திடீரென்று குதிரைகளைத் திருடிப் பறந்துவிடும் கிடியரையும் ஆயுதமற்றவர்களையும் கவசமில்லாதவனையும் வாகனங்களை இழுக்கும் மிருகங்களையும் பேரீ, சங்கம் ஆகிய வாத்தியங்களை வாசித்து நாமமிட்ட கலைஞர்கள் மயக்குவார்கள், பசுக்கிடையின் மந்தையில் நடந்த புராண நாடகத்தில். அங்கே நடிகர்களை நோக்கி முத்திசெய்து வீசிய பழைய நாணயங்களில் வரும் புதிர்களையும் நாடக வியாக்கியானங்களையும் எடுத்துச்சொல்கிறாள் மரியுலா தோல் கின்னரி இசைத்து.

இந்திரதேசத்தின் உயரமான இடத்தில் வசித்துவந்த ஈகிப்டி வழிப்பறியர் பாணியர்களோடு சேர்ந்து ஆதியில் பனிமேய்பர்களின் கால்நடைகளைக் கவர்ந்த வடுக்கள் பாறைகளில் தெரிந்தன. இங்கே நதிப்படுகைச் சமவெளியில் குடிபோட்டத்தில் மரங்களை நம்பும்படி ஆயிற்று. எனவே தச்சர்களும் கைவினைஞர்களும் மரியுலாவின் பாடல்களில் மிகஉயர்வாகப் போற்றுவதுமாயிற்று. மரநுணுக்க வேலைப்பாடுகள் தச்சர்களின் கலையாக மிளிர்ந்தது. மரத்தாலான வீடுகளின் எச்சங்கள் சமவெளி மேடுகளில் மறைந்திருக்கும். அவை மண்ணிலிருந்தே புறப்பட்டுப் புத்தரின் காலத்துக்கும் வந்தேறிய நாடோடிகளின் காலத்துக்கும் இடையில் மரம், மண், பச்சைச் செங்கற்களும் உதிர்ந்தபடி இருக்க கட்டுமானங்களை மூங்கில் வேலிகள் சுற்றிக்கொள்ள புற்களையும் இலைகளையும் கொண்டே முழுகுடிசைகளையும் வடிவமைக்கவும் கீல் மையால் அரைத்துப் பூசிய இருட்டும் வந்து மூடிக்கொண்டது. வேகவைக்கப்படாத செங்கற்கள் சுவர்களாக முளைத்துவர இரட்டைக் கதவுகளில் கொண்டுவந்த இரும்பைச் சாண எருக்கங்குகளால் உருக்கிக் கொண்டியைப் பூட்டினார்கள் கொல்லர். இரும்பைக் காணதவர்கள் தொலைவிலிருந்தே கதவுகளின் கைப்பிடியில் மரியுலாவின் கை அசைவதைக் கண்டனர்.

கதவுகளில்லாப் பெட்டகமாகப் பாறைகளில் இருந்தவர்கள்

மரவளரிகளையே சொருகியிருந்தனர் கதவுகளாக. மந்தைகளோடு வந்திறங்கிய பனிமேய்பர்களின் காலத்தையொட்டி சிவப்பு ஓடுகளைக் கூரை மரச்சட்டகங்களில் அடுக்கினர். மண்சுவரில் சுண்ணாம்பு பூசி எரிசெவல் மண்ணால் கோடுகளையும் வரைந்தாள் மரியுலா. மரியுலா நடந்ததெல்லாம் மெதுவாகதான். அவள் பனிருதுவாய் இங்கே வந்தது திடீர் நிகழ்ச்சியல்ல. முதலில் குதிரை வாடைதான் காற்றில் வேகமாகச் சுழன்று வந்தது மரியுலாவின் பாசுரங்களுடன். சிறியசிறிய கூடாரங்களில் பலநாட்களோ வாரங்களோ தங்குதல் மாதக்கணக்கிலும் ஆகிக் கால்நடைகளைக் கிடைபோட்டிருந்தனர். அவர்களிடம் கிராதர்ப்பாட்டி பார்த்துப் பயந்தது மரியுலாவின் கூந்தல் மறைவில் பனிவளரியைக் கண்டுதான். அழுதே விட்டிருந்தாள் முடியவிழ்த்து.

மரியுலா நாடோடி மேய்ப்பரோடு கிளம்பி வந்த பனிவாளம் என்னேரமும் சுலோகங்களால் உருகியபடி இருந்தது. இரவுகளில் தாண்டிவந்த பனிமலைகளின் பாடுகவிதைகளை முனகியபடியிருந்த வளைந்த பனிவாளம் மரியுலாவைத் தொடும். பனிவளரி ஒன்றை வைத்து கிடைமாடுகளின் மந்தைவெளியில் ஆடுகளைக் கவரவரும் வழிப்பறி எதிரிகளை விரட்டி நடித்துக்காட்டுகிற மாயாஜாலத்தை நெய்ப்பந்த வெளிச்சத்தில் புல்லின் சங்கீதத்தில் அசைந்தாள் மரியுலா. சில கற்களைத் தரையில் உருட்டி இடிமுழக்க ஒலி எழுப்பினர் மேய்ப்பர். நீரைத் தெளித்து மழையையும் கொண்டுவந்தாள் மரியுலா. மண்வர்ணங்களைப் பூசிய முகமூடிகளில் இந்திரனும் வர்ணனும் வந்தனர். ஆண்நாணல் பெண்நாணல்களை ஆற்றுவழியே அறுத்து நேர்குருத்தாய் தேர்ந்து சுட்டுத் துளைத்த துளைவொழுகும் காற்று வித்தை தெரிந்த மரியுலா இசையாக மாற்றினாள். ஆவினங்கள் மயங்க உருக்கினார்கள் பொழுதை நான்காய்க் கீறி. பனிமேய்ப்பர் பலக்கிலிருந்து இந்துகுஷ் வழியாக இந்த உயரமான புல்வெளிக்கு வந்திருந்தனர். காற்றையே கனக்கச் செய்த பனிவாளங்களின் மென்மை மரியுலாவின் பாடுகவிதை களாம். பெசராப்பியாவின் தென்பகுதியை நோக்கியும் கிழக்கு காஸ்பியன் கடலை நோக்கியும் தங்கள் கால்நடைகளுடன் பனிமரிகளைத் தோளில் சுமந்தபடி வேட்டையாடிக் கொண்டும் பாடிக் கொண்டும் பலக்கில் கோதுமை பார்லி வயல்களை அறுவடை செய்ய அங்கேயே தங்கிவிட்டவர்கள் போக எஞ்சியவர்களைப் பனிக்கரடி மரியுலா மரங்களுக்குக் கூட்டிச் சென்றது.

இந்துகுஷைக் கடப்பதற்கு முன் மோல்தாவியப் பாடல்களை மூடியுள்ளன மரியுலா மரங்கள். சின்னாசியாவில் பனிமேய்பர்களின்

கடவுளர் மித்ரன், வர்ணன், இந்திரன், நாசத்தியன், புக்ஹாஜ்குயி தோல்புஸ்தக்கத்தில் வெளிவந்தன குதிரை ஓட்டும் பாதைகள். குதிரைத்தோலில் சுருட்டித்தூங்கும் மரியுலாவுடன் பட்டுப்பூச்சிகளின் ஜாமங்கள் வரும். ஏகவர்த்தன், திரிவர்த்த இருவரும் கோட்டோவியத்தி லிருந்து எழுந்து வெளியேறி நடமாடினர் மரியுலா போன மரங் களிடையே. பாரோபிய முரட்டுக் குதிரைகளில் கூட்டம் கூட்டமாய்ப் புதிய இடங்களைத் தேடி முன்னேறினர்.

வரசிகரை வேரறுத்த இந்திரன் ஹரியூபியாவில் கூடியிருந்த விரிச்சவரைக் கொல்லவும் மேற்குப் பகுதியிலுள்ள கணங்கள் கலைந்து சென்றன அச்சத்தில். குதிரைப் படையுடன் மண்ணிற்கும் விண்ணிற்கும் பறந்து திரிந்த உண்டுகொழுத்த பளபளப்பான கவசமணிந்த அரக்குக் குதிரைகள் கால்தூக்கி மிதித்ததில் விரிச்சவர் அடிமையாகினர். மரியுலா வரைந்த செய்யுளொன்றில் சுடுசொல் உடையவர் தஸ்யுக்களாகினர். கருப்புநிறமும் சப்பை மூக்கும் கொண்ட இவர்தம் மண்கின்னரிப் பாடல்களின் வெகுபாஷைகளும் பனி மேய்ப்பருக்கு விளங்காததொன்றாய் ஆயினும் மரியுலா அந்தக் கருப்புயாக்கையின் வியர்கும் மண்குரல்வளையின் பாடுகவிதைக்கு மயங்கித்தான் விட்டிருந்தாள். தஸ்யுக்கள் சுட்ட செங்கலால் கோட்டை கட்டி ரஸமட்டம் வைத்துப் பார்க்க மயனாசுரனை அழைத்து வந்ததை தூரத்திலிருந்தே பார்த்தாள் மரியுலா. அதிகமிருந்தன ஆடுமாடுகள் தஸ்யுக்களிடமும். எத்தனையோ வகை மொய்யாடுகளின் கிடை இரவுகளில் மண்வாளம்தான் காவலிருந்தது. இவர்களிடமிருந்த ஆநிரைகளை கவர்வதற்குத் தக்க தருணத்தை பனிமேய்ப்பர் எதிர் நோக்கியிருந்தனர். தெய்வங்களுக்கு ஆடுமாடுகளைப் பலியிட்டு வணங்குவதை தஸ்யுக்கள் வெறுத்தனர். பாராதியோ மண்கின்னரியை இவர்களுக்கு கனவில் வழங்கினான். தஸ்யுக்களின் இசைப்பாடல்கள் இரவிலும் கண்ணுறங்காமல் காத்துவந்தன ஆடுகளை.

நரிவளரிகளும் கம்பு ஓநாய்களும் ஆநிரை கவரவருவோரை ஊளையிட்டு இசைத்து விடும். கம்புஓநாயின் ஊளைகள் பிரபஞ்ச கானமாயிற்று. மண் பாணடங்களின்மீது வரைந்த சித்திரங்கள் குதிரைகளோடு புது ஆவேசத்துடன் வந்த பனிமேய்பரின் முன்பாரா வீரர்கள் இரும்பாலான ஈட்டிகளையும் வீசிவர மரியுலா மரங் களிடையே பனிவளரியோடு நகரங்களை அழிக்கும் ஆற்றலுள்ளவர் களாய் இருந்தனர் கால்நடைகளுக்குப் பின்னே வந்தவர்கள்.

கோட்டை நகரங்களை அழித்து வீழ்த்தியதில் இந்திரனைப்

புரந்தகன் என்றாள் கிடைமாட்டுக்காரர்களின் வீராங்கணை. தஸ்யுக்கள் ஆடு மேய்க்க உபயோகிக்கும் இலைகளற்ற குச்சிகளெனத் தங்கள் நகரங்களை இழந்து நின்றனர். பனிமேய்ப்பரிடம் காந்தார ஆடுகளும் கம்பளிகளும் இருப்பதைப் பாடல்களில் இசைத்தாள் மரியுலா. கம்பு ஓநாயுடன் சம்பரன் குனிந்தவாறு சுற்றி வளைத்துப் பாடிவந்த பாடலுக்கு எதிர்ப்பாட்டு கேட்கும் மரியுலா மரங்களிடையே... எமை வீழ்த்திய விஸ்வாமித்திரர் எங்கே... யமுனை நதிக்கரையில் வீழ்ந்த கிக்கதர்கள் எங்கே... புருக்களின் சதி மெய்யெனில் உன் நதிகளின் வர்ணனைகளிலிருந்து எம் நிலப் பகுதிகளை ஊகித்தறிவது உன் இசையில் இருக்கிறது. ஒவ்வொரு நதியிலும் வீழ்ந்தோம். குபா, சுவஸ்து பள்ளத்தாக்கில் பலியானோர் ஆவிகள் வரும் துயரம் பீடிக்கிறது உன் பாடலில்.

ராவி, யமுனை, கங்கை, சரயு வரை பின் வாங்கிய கணசங்கத்தினர் நீரிலும் அழியவில்லை. அடர்ந்த காடுகளும் ஆரண்ய யாளிக் கிணறுகளும் பாழ்நிலங்களுமே எம் பாடலில் வீசுகிறது. கோரைப்புல் வீட்டிலிருந்து உன்னுடன் வந்த கவிதாயினிகள் தலைமுடி நீளமாகச் சீவிவிட்டு மான்தோல், கம்பளிபோர்த்தி ஆடுமேய்க்கும் குறடு வீசி கோஸா, அபாலா, விஸ்வாரா பாடலில் மூவரோடு நானும் உன்னோடு ஐவரானோம். சுறாபானம் போதை தரவல்லது. பாரசீகத்தில் பிழிந்த ஹேயிமா இருந்தால் கொஞ்சம் கொடு. குதிரை, நாய், வெள்ளாடு, செம்மறியாடு மாடு மேய்க்கும் கோபா எங்கே? பழையகாலத்தை மரியுலாவின் பசுக்களும் குதிரைகளும் இழுத்துவரச் சின்னாசியாவில் முதல் குதிரை வண்டி தோன்றியது. பாரோபியர்கள் மரவண்டியின் காலச்சக்கரத்தைச் சுற்றினார்கள். ஒரு சக்கரத்தில் நான்கு ஆரங்கள் சுற்றிவர இடதுபக்கத்தில் படைவீரரும் வலதுபக்கத்தில் வண்டி யோட்டியும் மோல்தாவியாவின் மையலைப் பாடினர் மரியுலா பற்றிய கசப்பான பிரிவுகளில்.

பனிமேய்ப்பரின் அருமந்தப் புத்திரியின் பெயரும் கிழவியின் பெயரும் இந்தப் போதைமரத்தின் பெயரும் மரியுலா. சற்றே சாய்ந்த பார்வையுள்ள கீதாரி கையில் பனிவளரி. நகரநாகரீகத்தின் சட்ட திட்டங்கள் பனிமேய்ப்பரிடம் செல்லுபடியாவதில்லை. தொடர்ச்சியும் முடிவுமற்ற நிகழ்காலத்துடன் தொடர்புள்ளவர்களானதில் வெள்ளைப் பூனை கருப்பு பூனைகளாக மாறிவிடும். பனிமேய்ப்பர்கள் தூக்கத்தில் நடக்கிறார்கள். மரியுலாமரங்களின் அடியில் மறைந்திருக்கும் தஸ்யூக்களைத் தோற்கடித்ததுபற்றிப் பனிமேய்ப்பர்களை இறுமாப்புடன் பாடுகிறாள் மரியுலா வேதவரிகளையும் சொல்லி. மரியுலா

மரங்களைச் சுற்றிச்சுற்றி பூசேகரிக்கும் பத்தாரா ஈகிப்டிப்பெண்களின் கரு முடிவற்ற பிரதியாக வனம்திரியும். மரியுலாவின் தேய்ந்து நைந்தஜோடுகள் பாசுரப் புஸ்தகமாகயிருகிறது. ஜோடுகளைப் புஸ்தகமாக வைப்பவர்கள் கிடியர்கள்தான். ஜோடுகளின் நாடோடிப் பாதைகளில் புஸ்தகத்தை வைப்பவர்கள் பனிமேய்ப்பர்கள். பன்னிரெண்டு பனிமேய்ப்பரின் மொய்யாடுகளின் குளம்படிகளில் மிதிபட்ட 'மரியுலாப் பழமதுவைக் கொஞ்சம் குடி, எம் ஆடுகளைக் கவர்ந்து செல்லும் பத்தாரா... ராப்போத்தல் நுரைசிதறும் கிடைமாட்டுக்காரர்களின் பாடுகவிதைகள் எம் பசுக்கூட்டத்தைக் கவர்ந்து செல்லும் ஈகிப்டிகளே... எம் மரியுலா பூமதுவில் வீழ்வீர்கள். தடம்மாறித் தடம்மாறித் திரும்பி வருவீர்கள் பனிவாளம் நோக்கி. ஒவ்வொரு பனிவாள வழிகளும் மரியுலாவாய்ப் பிரிந்து திரிந்து அலையட்டும் காற்றில்.' கிடிலியின் பாடுகவிதைகளுக்குள் கிடியர் அழுகிறார்கள். ஸோக்கலோவ் வரைந்த சாயச் சித்திரத்தில் பனிவாளங்கள் உருக மையலுற்ற நிறங்களைப் பறிமாறியவள் உங்கள் குமாரத்தி மரியுலாதான். அவள் சிநேகிதி எம் ஏகபுத்திரி மரியுலா மரமேறும் வேதாந்தா. கீழே மிகாய்லஸ்கோயே தோட்டத்தை நோட்டமிடும் வழிப்பறித் துதாதர்கள். மரங்களுக்கிடையில் ஒளிந்துகொண்ட புல்வேய்ந்த குடில்கள். தோட்டக்கதவைப் பனிக்கரடிகள் தட்டும். குர்சிப் ஓவியத்தில் இரண்டாவது பாதைகள் கபிஷாவிலிருந்து காந்தாரத்திற்குச் சிந்துவைப் போய் அடைவதற்கு முன் குர்ரம், கோமல் நதிகளின் வலதுபுறத்தில் சரியும் பள்ளத்தாக்கில் அத்திப்பழங்களும் கபிஷாத்திராட்சைக் குலைகளையும் காராம் பசுக்கள் மேலேற்றி வருகிறீர் மரியுலாவைக் குதிரையில் வைத்து.

இந்த வழி வேதகாலக் குதிரை மூக்கில் கிழிந்திருந்தது. சூத்திரங் களும் மரங்கள்மேல் மிதந்தன. ஆறுகளை நெடுங்காலம் ஞாபகத்தில் வைத்திருந்த பழைய பெயர்களைச் சூட்டினார்கள். ஹரஹ்வதி சரஸ்வதியானது. கோமல் கோமதியானாள். பூர்வீகப் பழங்குடிகள் ஒவ்வொரு ஆறையும் பழங்குடிதான் என்றனர்.

பாணியரின் உலோக வேட்கை

'உளியிட்ட கல்லையும் உப்பிட்ட சாந்தையும் ஊத்தை அரப்புளியிட்ட செம்பையும் பொன் எனப் போற்றுகிலேன்.' - பட்டிணத்தார்

தாமிர உடலைத் தேடிவந்த அரணை மறதியிலுள்ள சொர்ணத்தைத் தீண்டுவதற்கு விரைந்துவரும் வேளையில் தான் நினைத்ததைச்

செயல்படுத்த மறந்து திரும்பிப்போய்விடும். பித்தளைப் பல்லிகள் நுழைந்த கோரிந்தியன் வெண்கல விக்கிரகங்களுக்கிடையே கோயில்களின் அழிபாடுகளைச் செப்பு வல்லூறுகளை, பருந்துகளை, கழுகுகளை, தங்கநீர் ஒழுகும் தேனீத் திண்ணிகளை கிரேக்க கோரிந்தியன் நகரில் செய்யப்பட்ட உலோகக் கலவையைப் பாணியரின் இரு கை கோப்பைகளில் ஏந்தி வருகின்றன.

ஜார்மேன்பாணி தனது கருப்பு ஓவியங்களுக்குத் தங்கவர்ணம் பூசிப்பார்க்கிறான். இதன் விளைவு பூக்களாய் உதிரும் வயல் ஒன்று தீப்பிடித்து எரிவதுபோல் தெரிந்தது. ஒளி மறையும் போது இருள் தொடருமென அரிஸ்டாட்டில் அவனிடம் சொன்னதை இருள் மறையும் போது ஒளி தோன்றுமெனப் புரிந்துகொண்டான். நிறங்களின் வடிவிலும் சப்த சிந்துபச்சை நிறமான வயல்களில் பாணியப் பெண்டிர் சித்திரக் கம்பளத்தை ஆற்றில் நனைத்து மிதக்கவிட்டதில் சாரங்கி வாத்தியத்தில் மத்திம ஒலிக்குறியீடாக ஒவ்வொருசொட்டு ஒலிக்குமிழ்களாகி நுரைகள் பறந்துகொண்டிருக் கின்றன. மாலையும் இரவும் சந்திக்கும் மயக்கம் பாணியப் பெண்களால் கம்பளமாக நெய்யப்பட்டு வருகிறது. அதில் கெம்புக் கற்களும் சிந்து நகரத்தில் கண்டெடுத்த மரகதப்பச்சையும் தென்கடல் முத்தின் மஞ்சள்நிறம் பாம்புகளை வரைந்திருந்த மந்திர இலைகள் விடும் நீர்வளரியை வாணிபவங்கத்தில் ஏந்திச்செல்கிறான் முத்து பட்டணத் துறைமுகத்துக்கு.

காவட்டப் புல்லுக்குள் அசையும் வளரி ஒரு நீர்க்குளிரி. அதில் மறைந்திருக்கும் இயற்கையின் நியதிவரை கொள்ளை போனது இருவகையில். மனிதனைவிட்டு வளரி காணமல்போய் இயற்கை யினுடைய மற்ற உயிரினங்களின் வளங்களை யாரும் அடிமை கொள்ளாமல் காத்துவந்தது. துருவக்குரங்கின் விரல்கள் விரிந்து வேடனாகி முதல்வளரி செம்மையற்றவையாக இருந்தமையால் தனக்கே திரும்பிவர தன் தலை அவிழ்த்தான் கல்வளரியில். தலைப்பலி நடுகல் ஆனான். தீத்தாண்டிய இயற்கை நீர்க்குளிரியாய் இருந்தது. அவனுடைய அழிவுச் செயல்களின் விளைவும் விரைவு படாமல் இருந்தது. மரத்தின் கைகள் அரவணைத்து இருந்தன. ஆனால் கால்நடைகளோடு வந்த வெளுத்த பனிமேய்ப்பர்கள் காடுகளின் மேல் படையெடுக்கவும் திறந்த வெளிகளில் புல்லின் சங்கீதம் நரிப் பயிர்களும் பெயர்வைக்கப்படாத புல்லினங்களும் பசுமைகக்கிக் கசிந்த பச்சைவெளியில் பதுங்கியிருந்த மந்தைகளின் மேல் பாய்ந்து ஆநிரை கவர்ந்தனர் நீர்க்குளிரிகள். பாறைப் புடவுகளும்

குறுங்காடுகளும் கல்லூரணியாய் சுனைகளில் மந்தைகள் வாய்வைக்கத் தீராமல் சுரந்தன. பனிமேய்ப்பர்கள் காட்டு எரிப்பைக் கைவிடாதவாறு அக்னியிடம் கொடுத்திருந்தனர். வெயில் காய்ந்த போது அக்னி நெருப்பு வைத்தான். அவன் கைவிட்டுச் சென்ற சாம்பல் வனத்திலிருந்து மரங்கள் மீண்டும் துளிர்த்தன என்பதும் மெய்தான். ஆனால், அவை எப்போதும் முந்திய நிலையை அடைய முடியாது. இவ்வாறு பனிமேய்ப்பர்களால் இரண்டாம் தரக் காடுகள் தோன்றின. மனிதனும் கொள்ளையிடப்பட்டிருந்தான் இயற்கையின் ஒரு பகுதி என்ற முறையில். மனிதன் வாழும் சூழ்நிலை அரிமானப்பட்டது எப்போது முதல் எனத் தெரியவில்லை. மனிதன் இயற்கையின் எளிய மெய்யுணர்தலை இசையைக் கேட்பதன் மூலம் கமுகம் பூவின் நறுமணம் இசையாகயிருக்கிறது. இலையில் எழுதி கல்மீன் மறைகிறது. கற்கிளிஞ்சல்கள் மூழ்கித் தூங்குகின்றன. காட்டகத்துப் பொருள்கள் சேகரிக்க அழுக்கான சுரைக் குடுக்கைகளுடன் பாணியர்கள் தேன், மயிற்பீலி கொண்டுவருகின்றனர். காடையின் கண்போன்ற தினை, காடைக்கண்ணி காற்றில் உருள்வதும் பாலையின் அகபரப்பில் இசையின் திணைமாறாய் மாறிவிடும். இயற்கை கொள்ளையனையே வீழ்ச்சியுறச் செய்யலாம்.

மனிதகுலம் மெய்மையில் எளிமையைக் காண்பதற்குப் பல்லாயிரம் ஆண்டுகள் எடுத்துக் கொள்கிறது. ஆனால், வியர்க்கும் கற்கால மனிதனின் துயரம் உடம்பிலிருக்கும் தாமிர இழைகளை நீளமாய் உருவி முடிக்கபடாத கம்பளத்தை நெய்துகொண்டிருக்கிறது. அவன் தன் யாக்கையின் உலோகங்கள் ஒவ்வொன்றாய்ப் பிரித்துத் தன் இருப்பை உலோக வேட்கையாக மாற்றுகிறான். உற்பத்தியின் அனங்கக நிலையில் விவசாயம் பல்லாயிரம் ஆண்டுகளைக் களைப்புடன் கண்ணயர்ந்திருக்கும். இலைகளற்றும் வாடும் இருப்பில் உதிர்ந்த இலைகள் எல்லாம் தாமிர இலைகளாக கீழே படிந்திருக் கின்றன. ஓடிச்செல்கின்றன இலைகளின் நிழல்கள். தனி நபர்களால் அசைக்க முடியாத மரம்தானே அசைந்து கிளிக்கூட்டத்தைச் சேர்த்துவிடும்.

ஆனால் இந்தப் பாணியரின் இயல்போ இயற்கையின் ரகசியங் களை ஆழ்ந்துணர்வதற்குச் சமணத்தின் உயிர்த்தத்துவம் காரணியாய் இருக்கும். கடல் வாணிபர்களை பல இடங்களைக் கடந்து நாடு நாடாய்க் கொண்டுசென்றனர் மண்கால் துறவிகள்.

காடுவாழ் பழையோரிடையே வர்ணபேதங்கள் இல்லை.

காட்டுவிருட்சிகள் தான் இவர்களை விடவும் பழங்குடிகளாக உயர்ந்து கிளைகிளையாய் உதிர்த்தன கனிகளை. பூக்களைத் தொடாமலே உதிர்ந்ததும் பூத்தனர் காடுவாழ் பழங்குடிகள். சிந்துவைப் பருகிக் கொண்டேயிருந்தனர் காடுகளும் இவர்களும். பாணியர் பன்முக நிலம் திரியும் வைசியர். பஞ்சாங்க நாட்களோடு தொடர்புடைய பறவைகள் விலங்குகள் கனாவோடு பாம்புகளும் கிளைவிட்ட பாதையில் அலையும் கனாநில விலங்குகள். சிறுசிறு பாறைப் புடவுகளில் கசியும் சுனைகளில் வாழும் நீரரமகளிர். அதில் குளிக்க வரும் அப்சரஸ்கள் பருத்திப் பெண்டிரோடு வேலைப்பாடமைந்த வண்ண நூல் விந்தை ஆடைகளை நெய்து பாடியவாறு தறிப் பெண்களோடு பழங்குடி நெடுவீட்டுக்கு வருகிறார்கள் ஆண் பார்வைபடாமல். பெண்டுபிள்ளைகளோடு அவர்களும் பலகையில் உருட்டும் சூதாட்டத்தில் விடுவித்த மந்தைகளோடு திரும்பிப் போகும் நாய் தேவதை ஸரமாவின் கண்ணிலிருந்து மறுகண்ணுக்குத் தப்பி மறைந்துவிடுகிறார்கள் அப்சரஸ்கள்.

வேதகால இந்திரனின் தூதகி பாணியரைத் திரும்பிப் பார்த்துச் சொன்னாள் ஆநிரை மீட்ட கர்வத்துடன் 'வேற்றுமைகள் நிரந்தரமானவை அல்ல ஓர் உலோகத்திலிருந்து பிரிக்கமுடியாத இரும்பை உமக்கு கொடுத்தோம் யாம்' என்ற அவள் குரல் இரும்புக் காலத்துக்குத் தாவியது. பாணியர் அவள் வாக்கைக் காதில் வாங்கிக் கொண்டதாகத் தெரியவில்லை. பெண்களுக்கான இருபத்தி யெட்டு மடிப்புகள் கொண்ட தென்கடல்முத்தும் சொர்ண இழைகளும் ஊடுருவிய துகில் சுருள்களை லோத்தல் துறைமுகத்திலிருந்து கடல் ஏறி புளூட்டோ மரக்கலங்களில் கீழ்கடல் மார்க்கம் திறந்தது. அப்சரஸ்களுக்கும் பருத்திப்பெண்டிர்களுக்கும் ரகசிய இழை ஊடுருவியிருக்கும் நெசவின் மெல்லிய கலை. அவர்களால் தறிப் பெண்டிரை விட்டுப் பிரிய முடியவில்லை. தேவதைக்கதையும் நுண்ணிழைகளில் கண்ணுக்கு தெரியாமல் இழையும். ஆனால், அப்சரஸ்கள் இந்திரனுக்குக் கட்டுப்படாமல் இருக்குமாறு சொன்னாள் பருத்திப் பெண். தயிர், தேன், பழரசங்கள் கலந்த பானகத்தை செப்பு லோட்டாவில் பாணியரின் மரபுப்படி செப்புமோதிரம் அணிந்தவள் கொடுத்தாள் இந்திரனுக்கு விரோதமாய்.

மழையின்மையை எடுத்துக்காட்டும் அரக்க உருவமாக சம்பாரன், பிப்ரூ, அர்ஸ்ஸாணன், ஸீஷ்டினன் இவர்களை இந்திரன் சம்காரம் செய்தான். வேதங்களை முகக் கோலமிட்டுப் புனைகதைகளாய் வெகுவாய் சுலோகங்களில் எழுந்துவரும் சரித்திர உள்ளுமைகளை

வேள்வித்தீயால் பிரித்தெடுக்கும் போது புனைவின் சாத்தியங்களும் அழிந்துவிடும். ஏனோ, பாணியர்களின் 'தகதகத்த தாமிரத் தீக்கோட்டை' முதலில் ராவண சாயாவில் வரும் தோல்பாவை அரசர்களில் ஒரே பெயரில் பலரின் உருவங்களை கருப்பு கொஞ்சம் வெளுப்பு சில வெள்ளுலுவை நிறம். கரிய ராமன், மஞ்சள் ராமன், இரு அனுமார், ரெட்டைச் சீதை, ஒரு தலை ராவணன் இருவர், சுக்ரீவனில் இன்னொரு சுக்ரீவனும் உறங்கும் கும்பகர்ணனும் இரவிலும் கண்மூடா இலைகள் விடும் ஒரு கசகச்ச பலவிருட்சத்தில் கண் துஞ்சா மற்றொரு கும்பகர்ணனும் உள்ளே வருகிறார்கள் திசா திசைகளிலிருக்கும் நான்குபக்கத் தீக்கோட்டையின் மரணவாசலுக்கு. செப்புக் காசுகளைக் கொடுத்தால் பொம்மை ராஜாக்கள், உலோகப்போர்வீரர்களை வாங்கலாம். ஒவ்வொருவரும் இருவர். முத்துப்பட்டணமும் ரத்னாபுரியும் பாணியரின் ரெட்டை நகரம்.

பாணியரின் தகதகத்த தாமிரத் தீக்கோட்டை இலையுதிர் காலத்திற்கான பிரியும் உதிரி உலோக இலைகள் உதிரும் ஒலி. பகைவர் கருப்பாக உள்ள சப்பை மூக்கு அநாஸஸ் நாசியற்றோர் வலிமையைத் தகர்த்தான் இந்திரன். கரிய கருவுடல் சூல்கொண்ட நயத்துடன் பாசுர வர்ணனைகள் கேட்டன அங்கு. நதிகளை விடுவித்த இந்திரன் போற்றப் படுகிறான். ஹோமரின் ட்ரோஜன் யுத்தம் பற்றிய வர்ணனையில் இறைநிலை தெய்வீகக் கதையே காரணி எல்லா வற்றுக்கும்.

இந்திரன் அருள்மழைக்கடவுளானான். வானில் சுற்றும் கருமேகங் களாய் வேத மந்திர ஒலி கேட்டு மழையைவிடுக்கிறான். கீழே நதிகளை விடுவிக்கிறான். வேதத்தில் மழைக் கடவுள் பார்ஜன்யன் என்றே அடைமழைக்குக் கட்டியம் கூறினாள் நாய் தேவதை ஸரமா. இந்திரனால் விடுவிக்கப்பட்ட நதிகளில் செயற்கையான தடுப்புகளைப் போட்டு ஓட்டத்தைத் தடை செய்தனர். அரக்கனாகிய விருத்திரன் ஒரு பெரிய கார் கோடக சர்ப்பமாய் மலைச் சரிவின் குறுக்கே நீட்டி வளைந்து எட்டாம் பிறை வடிவ ஏரியாகப் படுத்துக் கிடந்தான். இந்த அசுரனை இந்திரன் கொன்றதும் வண்டிச் சக்கரங்களாகக் கடகடத்து உருண்டன கற்கள். இந்த அசுரனின் இருட்டான சரீரத்தின் மீது வயல் வெளிகள் திணை மருதம், மடையின் ஓதம். மெல்ல நகரும் வாய்கால்கள். பதினாலு இரட்டை ஏரிகள் இதற்குத் தெய்வம் இந்திரனாய் இருந்தும் விநாசம் செய்தான். அன்றில், நாரை, அன்னம், போதா, கம்புல், குருகு, மொடையான், நீர்நாயும் மறைந்தது. கிணை முழவை உழத்தியர், ஊரடுத்த நிலத்தில்

முழக்கினர் அழிந்த திணை எழுமாறு. கடைசி நெல்லின் மூக்குத் துவாரங்களையும் கால்நடை மேய்ப்பர்கள் சகதியால் அடைத்தனர். திணை வளம் இழந்தது. அணை ஒன்று உடைக்கப்பட்டதைக் குறிக்கும் விரித்திரா-அடைப்பு- தடை-அசுரன் என்று சொல்லவும் விரித்திரா சுரனைக் கொன்றான் இந்திரன். ஈரானிய மொழியில் வைரத்ராகனா என்று திரிந்து ஜரதுஷ்ட்ரா மதத்தின் பேரொளிக் கடவுளான அகுரமாஸ்த்தாவைக் குறிக்கும் தெய்வீகக் கதைகளையும் ஸரமாவுக்குச் சொல்லி வந்தான் ஜரதுஷ்ட்ரா.

அகுரமாஸ்தாவின் சடங்கில் உருவகச் சொற்களும் முடிவில் எவ்வழியில் சிந்துவையும் அழித்தது என்பதையும் தெளிவாகக் கூறினான் இந்திரனின் தூதகி ஸரமாவுக்கு. அதேநேரம் இந்திரன் விபாலி நதியில் வெள்ளம் கரைபுரண்டு ஓடியபோது தன் கால் களாலேயே அதன் கால்வாய்க்குள் நதியைத் திருப்பி ஒரு நூலால் கட்டி அடக்கி காட்டினான் மருதத்தின் கடவுளாய் இருந்தும்.

வெள்ளநீர்ப் பாசனமுறை சிந்துவில் நடைமுறையில் இருந்தது. பனிமேய்ப்பர்கள் கொண்டுவந்த கால்நடைகளுக்கு ஒத்து வராதபடி சகதிக் காடுகள். நதியின் நீண்ட பரப்பில் ஆடுமாடுகளைச் சுற்றி வளைத்து மேய்ப்பதும் நடந்தவாறு நீண்ட புல்லாங்குழல் வீசிவீசிக் காற்றை மூங்கில் வித்தையால் இழைப்பதும் இயலாததாயிற்று. பெசராப்பியாவின் புல்வெளிகள் இங்கே இல்லை. புலிக்கட்டத்தில் அடைபட்ட மந்தைகளை பாணியர்கள் இருட்டில் பதுங்கி வந்து சகதி பூசிய முகங்களைக் காட்டி ஆடுகள் வழி நெடுகக் கத்தாதவாறு குரல்வளையின் ஒற்றை எலும்பை இடம்திருகிப் பெயர்த்து தோளில் சுமந்து போகிறார்கள் பனிமேய்ப்பர்கள் பின்தொடராதவாறு. நடுநிசியில் விரட்டிவரும் மந்தை மேய்ப்பர்கள் கடினப் புதை சேற்றில் பதிந்துவிடக்கூடும். ஆனால், ஆடுகள் தரையில் கால்பட்டதும் மண்ணில் புதைந்திருக்கும் குருவிகளின் முட்டைகள் உடையாதவாறு இரவிலும் மிதந்து நடந்தன.

இந்திரனின் தூதாய் வந்த நாய் தேவதை ஸரமாவுக்கும் ஏரிகளைக் காக்கும் திணைத் தேவதைக்கும் இடையே நடந்த உரையாடலில் பேச்சற்ற ஊளைகளின் கோடுகளாகவுள்ளன மந்திர இலைகள். சடங்குமுறைகளுக்கும் வேதவிளக்கவுரைகளுக்கும் பொருள் சொன்னாள் ஸரமா. 'பாணிய வைஷியா... முத்து, மணி, பவளம், உலோகம், ஆடை, கற்பூரமாதி நறுமணப்பொருள், உப்பு முதலிய சுவைப் பொருள் இவற்றுக்கு நாடுகள் தோறும் உள்ள விலை ஏற்ற

இறக்கங்களையும் சரக்குகளின் தரங்களையும் அறிந்திருக்கிறீர்கள் தானே. ஆவினம் காக்கத் தனக்குக் கடனில்லை என்று நீர் சொல்லலாமோ... பிறகேன் ஆநிரை கவர்தல் உமக்கு...' என்றாள் ஸரமா.

வெண்களிற்றோனுடைய கால்நடைகளைக் கவர்ந்து வைத்திருக்கும் சகதி நிலப்பாடல்களை பாணியர்கள் தம் த்வாஷ்திரியின் பழங்கதையில் சிந்துவின் கழனிகள் வெகுதூரம் பரவியிருக்கும் குளிர்கால மௌனம் இந்திரனால் நிலங்கள் பல காலியாகக் கிடந்தன. கழனி உழவர்களின் எருமைகளும் பசுக்கூட்டமும் இருக்கின்றன. ஏறுபிடித்து உழுபவர்கள் சிந்து யுகக் கலப்பையின் சாட்சியாக தேவேந்திரனுக்கு வேண்டிய திரையாகக் கவர்ந்தவற்றைத் திரும்பச் செலுத்த வேண்டும். 'நான் தூதாக வந்திருக்கிறேன். இந்திரனுடைய அடியார்களிடம் திருடிய மந்தைகளைச் சேர்த்துவிடு' என உசாவினாள் தேவதை. திருடுபோன கால்நடைகள் கூட்டமாய்த் திரிந்தன பாசுரங்களில். ஸரமாவின் கட்டளைகளை நிராகரித்து மறுத்தனர் பாணியர்கள். எச்சரித்தனர் ஸரமாவை. பனிமேய்ப்பர்களின் சேனை குதிரைப் பாலில் காய்ச்சின கள்ளைப் பல சாம்பல் மட்கலங்களில் எடுத்துக்கொண்டு பாணியர்களின் வயல்வெளிகளை எரித்தவாறு யுத்த விளிம்புக்கு வந்தனர்.

முதல் நாடகம் -ஆத்-சுகலாத்தா சதுப்புநில ஆவிகள்

சிந்தும் தன்மைகொண்ட நீரைச் சிந்து எனப் பாடிக் கழுத்துப் பாசிகள் முணுமுணுக்க கைகால் விரல் மோதிரப் பாம்புகள் ரத்தினத்தைக் கக்கிக் காட்டிய லபாணி, லப்காணி எனும் பிராகிருதச் சொல் உமிழ்ந்த நீல ஒளியில் இரவிரவாய்த் தூரங்களைக் கடக்கிறார்கள். லப்காணி மொழி மேற்கு ரஜபுதனத்துக்குரியதும் மார்வரி வட குஜராத்தி இருமொழிப் பாடுகவிதையும் திராவிட மொழிக்கலப்பில் தோலிசை கொட்டுகிற திறனிலும் மனதைப் பரிகொடுத்த மன்னர்களும் கண்டக்காற்றுகளாய் இருந்தனர். தூய்மையில் கருத்தற்ற ரொமானி அலைகுடிகளின் வாடை புனையரவுகளை விசும்பச் செய்யும். ஜிங்காரிகளின் புழுதி வாடைக்கும் ரொமானிய வாடைக்கும் ஒட்டிக் கொள்ளும் உறவு உப்பாக உதிரும் துயரங்களில் இருந்து வருவதாயிற்று. சிந்து ஓடும் பஞ்சநதிகள் சீலம், சீனாப், ராவி, பியாஸ், சட்லஜ் நதிநீர்ப் பாடல்களில் கூந்தல் நனைத்து ரஜபுதனச் சிணுகோலியால் கருகருத்த முடிஉதறி உலர்த்தும் வாசனைகளில் ஆரவல்லிமலைப் பூக்கள் உதிரும். தலைமுடியால் சுற்றிச்சுற்றி சிலம்பு புனைந்து ருதுக்கள் அதை அணிந்து காலெடுத்த உப்புத்தரவையில்

ரத்தநதியைக் கடந்து நான்கு வதைமுகாம்களில் டாச்சாவிலிருந்து தப்பியவர்கள் சதுப்புநிலத்தில் அகப்படுகிறார்கள். ரைன்நதி மேலமைத்த அகஸ்டஸ் பாலத்திலிருந்து சுடப்பட்டு வீழ்கிறார்கள். ரைன்பிரதேசத்தில் கப்பலோடு துணி வியாபாரம் செய்த யூதர்களுக்கு எதிரான இருளைக் கக்கிய நாஜிப் போர்மேகங்கள். தொல்பசிமிக்க ஓநாய் உருவெடுத்த அட்மிரல் அடால்ஃப் டிஸ்ன்றாஸ் வதை முகாமுக்கு வருகிறான். ரொமானிய விலாஎலும்பால் வில்செய்து பிடிலை வாசிக்கிறான். நெபுலுங்கன் புராணத்தை இசையில் தியானிக்கவும் குறிப்பிட்ட நேரங்களில் ஒன்றுகூடும் விலாஎலும்புப் பிடில்விற்கள் மேலேறுகின்றன. அந்த எலும்புகளுக்குச் சொந்தமான ரொமானியர் எல்லோரும் இறந்துவிட்டதில் மரணத்தின் அழுக்கு படர்ந்த கண்ணாடிகளின் உப்பக்கம் மனித எலும்புகளிலிருந்து உருவாகும் மார்சான் கேம்பில் யூதர்களோடு பூட்டிய கைகளுடன் வதைபட்டவர் ரொமானிகள். வதையுற்ற ரொமானிப் பெண்கள் பெர்சியாவுக்குப் போனதில் முதன்முதலில் கிட்டாரா அழுகை யொலியை அமைதிப்படுத்த முடியாமல் இந்தியாவை விட்டுப் போனதில் எபிரேய மொழியில் ஆற்றுக்கு அப்பாலிருந்து பெரிதும் கன்றின் தோல்மீது எழுதிய பாடல்களில் உறங்கும் லயர் யாழுக்குத் தெரியும். யூதர்களோடு லட்சத்துக்குமேல் பலியான ரொமானிகளின் தோல்மீது யூதர்களோடு அடைபட்டுச் சித்ரவதை முகாம்களில் சேர்ந்திருந்த வேளைகளில் விரலால் எழுதிக் காட்டியதில் தங்களை ஆபிரகாமின் வழிதோன்றல்கள் யாம் என்று கூறிக்கொண்டனர். நீரும்... எம்மைப் போல் கடல் நகரங்களில் சிதறிப் போனவர்களா... இந்த லயர் யாழ் யாருடையது ரொமானிப் பெண்ணே. உப்புத் தண்ணீர் அழுகிறதோ... எப்படிக் காற்று அழுகிறதோ... உன் கிட்டாரா அதன் அழுகையை நிறுத்துவது இயலாத காரியம். பண்டைய லயர் யாழுக்குள் ரொமானியரின் அழுகையொலி எட்டாம் நூற்றாண்டை ஊடுருவுகிறது.

சாக்கப்பல் பிஸ்மார்க்கின் மீ நாடகம்

சதுப்புநிலத்தின் ரத்தத்தைத் தாண்டி நீந்தி நடந்தவர்கள் ரொமானியர். எஸ்.எஸ். பட்டாலியன் பூட்ஸ்கால்கள் டார்பிடோவிலிருந்து இறங்கி உதிரச்சகதியில் நடக்க அதனடியில் கிடந்தவர்கள் ஜிப்ஸிகள். தரிசுநிறைந்த மலைக்காடுகளில் சூழ்நிலைக்கேற்ப தம்மை உருமாற்றி விடும் நாடோடி மரங்களிடையே அடர்ந்த காட்டினுள் ஒளி மிகக்குறைவாகவே இருந்த ஆப்ரேஷன் ரின்ஹார்டு கொல்முனையில்

கட்டிடமேதை ரிச்சர்ட் தோம்ப்லா எஸ்.எஸ். கமாண்டர் உள்ளே வருகிறான். மரங்கள் மிகவும் லேசாக மூச்சுவிடுகின்றன வதை முகாமுக்குள். காற்றின் நறுமணங்களோடு மரண இருள் பூசிய கூட்டமான கடிஎறும்புகள் இறந்த எலும்புக் கைகளில் உதிராத விரல்களுக்கிடையில் ஒழுகி ஓடுகின்றன. கூடவே ஆவிகளும் நுண்ணிய உயிர்க்குல இருளிலும் கலந்திருக்கிறார்கள். அதிக வெப்பத்திலும் ஈரப்பதத்திலும் நுண்ணுயிர்களை ஒருங்கிணைத்தால் உருமாற்றங்களில் இங்கு அனைவரும் உயிர்துறந்து ஆவியாவது மிக அதிகம். மற்ற உயிரினங்களோடு கடலிலிருந்துதான் நாமும் தோன்றினோம். விண்வெளியுடன் தொடர்புபடுத்திக்கொள்ளும் பிரிவும் தனிமையும் எப்போதும் கடலிலும் காணப்பட அங்கே கெஸ்டாபோ சாம்பல் கோட்டிலிருந்து மரணமுகமூடியணிந்த வண்ணத்துப்பூச்சிகள் கூட்டம்கூட்டமாய் சதுப்புநிலச் சடலங்கள்மீது பறந்து பறந்து ஒட்டிக்கொள்ளும் அதியதிர்வாய்த் துடித்து. பிஸ்மார்க் கப்பலிலிருந்து ஸ்ட்ரம்கெவெர் துப்பாக்கிக் கூட்டங்கள் சுட்டபடி இறங்கிவர, கரைமோதும் அலைகள் காவுக்குக் காத்திருந்தன சாவுமுனையில்.

கைவிடப்பட்ட சித்திரம் உதிரும் லப்காணி போட்டுகளின் சிதைவும் அழிவும்பட்ட ரொமானி முகங்களில் கோரக் காட்சி களையும் பயங்கரச் சூழல்களையும் அந்தக் கறுப்பு ஓநாய்ப் படகுகள் இழுத்துவருகின்றன. ரெமேடியோ இடாயெருமையோடு எஸ்மெரோல்தாவையும் வேகமாக ஈர்த்தது கடல். இறந்தவர்கள், எஸ்மரோல்தாவின் தாயாதிகள், அலைகுடி அகதிகள் யுகங்களுக் கிடையில் மெதுவாக வரும் சித்திரம் உதிரும் லப்காணி போட்டுகளில் இருந்தார்கள். கடற்கரையிலும் தீவுக்கூட்டங்களிலும் இருந்தவர்களும் வருகிறார்கள். ‘பயப்படாதே பேசாமல் இரு’ என்றான் இறந்த சிப்பாய். ‘மறுபடியும் நித்திரைகொள்’ என்றான் மற்றவன். மரணப் படகுகளில் சேர்ந்தவர் ரொமானிகள் எல்லா நாடோடி வாகனங்களையும் உருக்கி இறுதியில் லப்காணிப் படகுகளாக மாற்றினர். கடிவாளங்களைவிட்டு ஓடிய' குதிரைகளின் குளம்படிகள் உதிரக் கற்களில் இடறி உருள் கின்றன. சிலவற்றைக் காணவில்லை. சுடப்பட்டவர்கள் இன்னும் புதைக்கப்படாமல் இருப்பதால் அந்த முகங்கள் ஏக்கத்துடன் பார்க்கின்றன நம் முகங்களை. அவர்களுக்கு எதிராக பல நூல்களை எழுதி வைத்தவர்களும் இறந்திருந்தனர். அந்த இறந்தவர்களைக் காணத் தீவிரமாக நடமாடிக்கொண்டிருக்கும் கடலோர அலைகுடித் தாண்டாக்கள், சனங்கள் அதில் நாடோடிகள், அகதிகள், புலம்பெயர்

கவிகள் எனப் பலரும் நாடகத்தில் இணைக்கப்பட்டதால் இறந்த விண்மீன்களுடன் உரையாடியவாறு வருகிறார்கள். முகாரி போர்த்தி அலையும் மிருகா நரைப்பனியரின் கிழட்டு நியாகாயா நாயொன்றின் ஊளை...' திணை ஆவிகள் முகிழ்ந்தெழும் குருத்துவாடை சோளக் கதிரின் தாள் உரசல் கேட்ட மாத்திரத்தில் வீழ்ந்துகிடந்த சிலுவாச்சியோ ரொமானி நடிகையும் ஆந்தலூசிய நடிகர்களும் தோமாதித்தோ நடிகர்களும் கோரஸாய் 'ஒரு கட்டிலில் இரண்டுமுறை தூங்க மாட்டேன்' எனும் பாடலைப் பாடுகிறார்கள்.

இந்த அகஸ்டஸ் பாலம் நாடகத்திலான நெம்புகோலில் எடையற்ற தொங்கும் இருப்பாக அது எந்த வெளியில் இருக்கிறது என ஆராய்கிறார்கள். 'ரொமானி வெளி' நாடகத்தில் உள்ள வெளி எந்த வெளியில் நிற்கிறதோ அங்குதான் அந்தரத்தில் நின்றுகொண்டிருக்கிறது அகஸ்டஸ் பாலம். எனக்குத் தெரியவில்லை. அதனால் உரைநடையில் நடந்து வரும் ரெமேடியோ இடாயெருமைக்கு அகஸ்டஸ் பாலம் முடிவற்று இயங்கும் ஃபிளமேங்கோ நாடகமாகப்படும். கடல்மேல் தொங்கிக்கொண்டு சம்பல், பனாஸ், லூனி ஆற்றுப் படுகைகளில் மஸ்லின் அச்சு சித்திரம், சிற்பவேலை குறுமணிகளைப் பட்டை வெட்டும் வேலை, அரக்கு வேலை எல்லாமே சிறுவர்களின் நாடோடி அகத் தூண்டலில் பயணத்தை ஊடுருவிச்செல்கிறது. நாடகங்களை நெய்கிறது அகஸ்டஸ் கடற்பாலம் என்றது ரெமேடியோ இடாயெருமை .

அங்கே செறுவில் தூங்கும் ரெமேடியோ இடாயெருமை. நாடகத்தில் ஒரு பெண் ஓநாயால் வளர்க்கப்பட்டால் ரியா. அவளுக்குப் பாம்பு நாக்கென பிளந்திருந்ததில் ஒவ்வொரு பூவுக்குள்ளும் சென்று மறைகிறாள். அவள் சருகு மடிப்பான கவுனில் நுண்ணிய அலை யசைவுகள் ஒவ்வொருவரின் இருப்பிடத்தின் இடைவெளிகளில் விண் மீதிருந்து குதிக்கிறாள், ரொமானியரின் ஒருதுளிக் கண்ணீரில். 'ஏன் அவள் பிறப்பின் ஒரு துளிக் கண்ணீராய் இருக்கிறாள்' என்று கேட்டது ரெமேடியோ இடாயெருமை. மூரின் புனித கீதங்களை அபூர்வமாகக் கேட்ட சிலர் அகஸ்டஸ் பாலத்தைக் கடப்பதில் பாலமும் பிரக்ஞை கொள்வதைக் கண்டனர். வீடுவாசலற்ற இவர்கள் களஞ்சியங்களை விட்டுத் தப்பிய தானியங்களே. வால்டர் பிஸ்டல்களைக் கொண்டு ரொமானிகளைச் சுடமுடியாது உன்னால். ஆஸ்ட்ரா ரிவ்வாலாக ஒரு ரொமானித் துப்பாக்கித் திருடன் கதைக்குள் அலைகிறான். அவனையும் உன்னால் சுடமுடியாது கெஸ்டாபோ. லம்பாடிகளின் கூட்டத்தின் மிகப் பழைய பீம்தாவின் வழி அலைந்து திரிந்து

கொல்பவர்களாக தொழில் செய்பவர். 'பயிலுகம்மாந்தா' லம்பாணியரின் உட்பிரிவில் ஒதுக்கப்பட்டு தாலியா என்ற உட்பிரிவில் தானே படைத்த நாட்டுத் துப்பாக்கிக் கட்டைகளை வாலி, சுக்ரீவன் சமாதிக்கடியில் புதைத்திருந்தனர். கால எந்திரத்தை வடிவத்தில் கொண்டுள்ள அகஸ்டஸ் பாலம் குரங்குப் பாலத்தின் வாலாய் வடிவம் கொண்ட தொன்மம். ஏதோ ஒரு கற்பனை விலங்கின் முதுகுத் தண்டில் ரயில்கள் பூச்சியாகிப் பயந்து ஊர்ந்தபடி இருக்கின்றன ஓயாமல். வரைபடங்களின் விளிம்புகளில் நாடகம் தீப்பற்றி எரிந்து கொண்டிருக்கும் இவ்வேளைகளிலும் கருவாக நின்றுவிட்ட வேட்களையும் சிந்து ரொமானி அலைகுடி வரைபடம் வெகு நுட்பமாகவும் அவர்கள் கொடையளித்த பாடுகவிதைகளுக்குள் மெய்ப்பொருளாக உள்ளது. இவ்வரைபடம் நனவிலி மெய்ஞ்ஞானத் திலிருந்து திடம்படு மெய்ஞ்ஞானமாக நடிகனின் எலும்புகளால் கீறப்பட்டிருந்தது. நிகரற்ற கடல்மேல் மிதந்து தெப்பமாக நம்கூட வரும் கனவில் வந்த கரும்புலி சமகாலத்தை நுகர்ந்து ஃபிளமேங்கோ கவிதைக்குள் விலங்காக மாறிவிடும்.

அட்மிரல் டிஸ்ன்றாஸ் படைத்த ஓநாய்ப் படகுகள் எங்கும் சாவில் உறங்கும் ரொமானி ஜிப்ஸி உடல்களைத் தொங்கவிட்டுப் போகும் பைத்தியம் 'சிந்து ரொமா விசிறிகள் உறங்கும் நூலகத்தை'த் திறந்து மரணம் பூசிய யூ-ஓநாய்ப் படகுகளோடு வருகிறான். அணியணியாய் கடல் ஓநாய்கள் கிளம்பிவர இறந்த காண்டானோபாடுகவிகளின் உடல் வாழ்ந்திருக்கிறது படகின் இயக்கத்தில். லங்காபுரிப் பைலா நடனம் பரதவரின் ஏலோ ரிதம் அதன் வடிவம் சிக்கோ கிட்டார் பிளேடோக். உதிரத் துணிப்பூ ஏந்துகிறாள் தோமாத்தித்தோ ரொமானி. ரொமானி ஓரிடத்தில் நாற்பத்தைந்து நாள் ஃபிளமேங்கோ நடனத்தில் கன்னித்தன்மையைப் பரிசோதித்துத் தான் மணவொப்புதல் சடங்குகள் நடக்கும். யுவபுருஷனுக்குத் தருகிற பரிசு அவள் யோனியில் சோழிகள் தைத்த கைத்துணியை வைத்து வணங்கி எடுத்ததில் சோழிக் குழியில் உதிரம் வீழ்ந்தால் அவள் கன்னித் தன்மையாவாள் எனக் கடலே குமுறி உரைக்கும் ஒரு சிறு சோழியிலிருந்து. கடலே மிகச் சிறு சோழிதான். கடலின் கன்னித் தன்மையானவள் ரொமானி. காது வளையங்கள், கழுத்துச் சங்கிலிகள், மூக்குத்தி அழுக்குப் புழுக்களின் நெளிவு நடனம் ரொமானிகளின் சங்கீதங்களாகிவிடும். தூய்மையில் கருத்தற்ற புழுதி நடனம் படிந்த அடுக்கடுக்கான அழுக்கு. கூந்தலை ஒருமுறை எந்த உலக நதியில் நனைத்தாலும் சப்த சிந்துவின் மழலையொலியிட்டு நீந்துவார்கள்

நிர்வாணத்தில். பாடலின் ஆடு தூசிகளை எப்போதவது தான் துடைப்பார்கள். அறுபதாயிரம் விலங்குகளுக்குள் பொதி எருதுகளும் கழுதைகளும் செருக்கான சில கிரேக்கக் குதிரைகளும் குருட்டு ஹோமர் தடவிய லயர் யாழும் கருப்புப் பாசிகளைச் சிந்துவெளிப் புரியா வார்த்தா எழுத்தைக் கக்குக்கின்றன. நெடுங்காலத்துக்கு முன் பெர்ஷியாவுக்குப் போன நரம்பிசைக் குழந்தைகளான ரொமாவுக்கு பருத்தி நூலினாலான வளையல்கள் பொதிந்த மகிஷாசுர மர்த்தினி எனும் பொம்மைப்பிராட்டியின் விரலிடுக்கில் சோழிகளைக் கோர்க்கிறார்கள். அவள் லவண மணிக்கட்டில் ஒலிக்கும் உப்பு மணிகளோடு பித்தளை வளையல்கள் கூந்தலின் கொத்துக் குஞ்சரங்கள் மெல்ல அசையும் பிராகிருதச் சத்தசயீப் பாடல்கள் பூந்தையல் வேலை செய்த சுருக்குப் பைகளைத் திறந்து தானியங்களை சிதறின காட்டுச் சந்தைகள்.

எருக்க நாறு பின்னிய துணிப்பையைக் கேட்டு ஸ்காண்டிநேவிய மூதாதையர் மரமான கதர்ஸில் இலைகளை ஒடித்து இந்நாடகத்தை எழுதிவந்தான் கிட்டானே மகிஷாசுரா. அடால்ஃப் டிஸ்ன்றாஸின் வதைமுகாமிலிருந்து யூதர்களின் பழைய கந்தல்களில் இருந்தும் ஜிப்ஸிகளின் காணமல்போன காட்டுத் துணிகளில் இருந்தும் டார்டாராய்க் கிழித்த துணிகளால் மகிஷாசுர மர்த்தினியைப் புனைகிறார். கற்களில் மந்திரக் கோடுபோட்டு அவள் எரிந்தவாறு அந்தச் சுடப்பட்ட டிஸ்ன்றாஸின் அகஸ்டஸ் பாலத்தில் பாடு விழுந்து கிடக்கிறார்கள் பொம்மைகளாய். உப்புக்கற்களைச் சட்டதி தெய்வத் திடம் பெறலாம் நீங்கள். கொல்லப்பட்டவர்கள், கெஸ்டாபோவிடம் விடைபெற்று நடிக்கிறார்கள் சாக்கப்பலிலிருந்து. யூதத் தையல்காரிகளென வீரிட்டு அலறியபடி ஒரு வெள்ளியாலான ரொமானிக் கடவுள் சில்வாலுஸை பைரமோஸ் ஆறு எனச் சொன்னான் லம்பாணி. சித்திரங்கள் உதிரும் ரொமானிப் படகில் நூலகத்தின் மிகப்பெரிய கதவுகளைத் திறந்தால் ஃபிளமேங்கோ நடிகைகள் இதைஎழுதிக் கொண்டிருப்பவன் மலைகளுக்கு எல்லாம் ரெமேடியோ இடாயெருமை மேல் போய் பழுப்பு நிலவெளிகளில் அலையும் யூதர்கள் கூட்டம்கூட்டமான ஆவிகளைத் தொடுவதற்காக அவர்களின் தொலைதூரத் துணிகளின் நூல் வித்தைகளில் பலியான ஆவிகளே இயற்றுகிறார்கள். அந்தர வெளியில் யூதத்தையல்காரிகள் முடி உலர்த்துகிறார்கள். யூதக்கவியின் பித்த மொழியில் தன்னுடைய சாவிலிருந்து சிருஷ்டிக்கிறாள் பலியான ரொமானிப் பெண் ரியா. ஆவிகள் வெகுதூரம் போய்விட எத்தனிப்பதாகப்படும்.

ஓநாய்ப்படகுகளைச் சுற்றித் துருவப்பட்சிகளின் ஒப்பனையில் கரைந்து ஈர உடலையும் நனைந்த ஆடைகளையும் பார்த்துக் கழுத்தை ஒருச் சாய்த்துக் கல்கண்களை உருட்டும். இறந்தவர்கள் துருவப்பட்சி களாகிறார் என்று யூத ஆவிகள் தமது அனுபவங்களை ரொமானி ஆவிகளிடம் கூறுகின்றனர். காற்றின் சுழி கவிதைக்குள் கரைகிறது.

மூல வித்துக்களில் வரைந்திருக்கும் கடல் கிராமங்களும் அயல்வாகை யோடு கூடவரும். அனைவரின் ரத்தமெல்லாம் புயலாகிறது, ஒரு சொட்டாய் சுருங்கி. ஒரு குழந்தை விழிமூடிய வேளை அதன் முகம் வாடாமல் படகில் துயில்கிறது. 'குற்றுயிர் துடிக்கும்/ குழந்தையின் நாளத்தில்' இயங்கும் இன்றைய நிகழ்காலம். சிந்துவெளித் துறைமுகநகரான உளைத்தளம் என்ற லோத்தல் முசிறியுடன் ஏடன் துறைமுகத்துடனும் பாபிலோனிலிருந்து பார்த்தியா வெட்டிலிருந்து மாபெரும் சவக்கப்பலில் அவர்கள் லயர் யாழுக்குள்ளிருந்து புறப்பட்டு வருகிறார்கள். கருத்தபாய் மரங்களில் திஸாகாகா என்ற பறவைசொன்னபடி எடிஸா நகரத்து வணிகனொருவன் தோமையாரின் எலும்புகளை லயர் யாழுடன் இணைத்துப் பாடலொன்றின் வழியாக நாடகப் பேழையைத் திறக்கிறான். அங்கே கலம்புணர் கம்மியராய் இருந்தனர் ரொமானியர். ஆசீவகரின் ஐந்திரப் பள்ளியில் பிராகிருதக் கிளிக்கூண்டு தொங்க விடப்பட்டிருக்கும்.

மூதோர் எரிந்த கல்லும் நீறும் கடல் புகுந்த சவக் கப்பல்களில் கானல் நீராகியும் அழியாத அலைகுடிப் பாடுகவிதைகளில் உடைந்த எலும்புக் கூலத்தில் நீரில் நெருப்புயிர்க்கும் புகைப்படலம் மூடுகிறது. பாரோ-ஐஸ்லாந்துக்கிடையே உள்ள கடல் பாதையில் விலகித் தொலைவில் ஒருபெரிய புனித மூடர்களின் கப்பல் தென்பட்டது. முந்தையவர் வருங்காலமாயினர். புணை நோக்கும் நாடகத்தில் நெடுஞ்சுடர் ஆட படகுகளில் நிழல்கள் ஆடின.

நிகழ்கால வெளியில் உருச் சிதைந்தவர்களின் பின்னே வானோக்கி உயரப்பிடித்த ஒரு வளைந்த சூரியுடன் கிட்டானேவின் நிழல் கத்தியைக் கழுவக் கழுவ ரத்தம். உப்பு நீரில் கருக்கிறது சவக்கப்பல்.

வௌவால் தலைகொண்ட இறந்த சிப்பாய்களும் ஆஸ்ட்ரா, வால்டர் ரிவ்வால்களுடன் காவல். எங்கே புதைக்கலாம் என உளவிவருகிறார்கள். கடல் வேடன் படகிலிருந்து ஒரு அம்பை பாய்ச்சினான் சுறா மீது. அதை இழுத்தெடுத்து சவக்கப்பலில் வரும் நீத்தாருக்குப் படைக்கிறான். ஊனுயிர் காக்கும் நீரின் இயல்பில்

உலவும் லவணபுர ரொமானியர் சிலர் கைதாகி மாலுமிகளாயிருந்தனர். ஜிப்சி நூலுக்குள் பறக்கும் ஆலாப் பட்சிகள் சவக்கப்பலைச் சுற்றி வட்டமிட்டு அமர்கின்றன. அவற்றின் கால்களிடையே உப்புத் தரவையில் துழாவி அலையும் திணை ஆவிகளை கரும்பும் கெளிறு.

அந்தரக் கயிற்றில் நடந்து போகும் மரணத்திற்கு விடுத்த கால் ஃபிளமேங்கோ விசிறி வீசிக் காத்திருத்தல். எடுத்த கால் சரிகிறது சவக்கப்பல் நாடகத்தில். வெறுமையில் இன்னமும் உயிர்த்திருக்கும் முன்னைப் பிராகிருதமொழியுடல்கள் சவக்கப்பல்களில் சிதைந்த கலை வடிவங்களை சிதறுண்டவர்களின் நடிகர்களின் சரீரத்தோடு தைக்கிறார்கள். அடிமை சாசனம் எழுதிக்கொடுத்தவர்கள் நீள ரயில் வண்டித் தொடரில் கடந்துகொண்டிருக்கிறார்கள் அகஸ்டஸ் பாலத்தை. ஒவ்வொருவர் கையிலும் தார் பாலைவனம் எரிகிறது. ரயில் வேகத்தில் கரும் யூ படகுகளை எட்டிப்பார்க்கிறார்கள். எல்லா ஜன்னல் களிலிருந்தும் முத்தமிட்ட கைக்குட்டைகளை நழுவவிட அவை துயில்வோரைத் தொடுவதற்காக துயில் சிறகணிந்த பூச்சிகளாய் அகஸ்டஸ் பாலமெங்கும் கூட்டமாய் கீழே மிதந்து பறக்கின்றன. வீழ்கிற முகமூடிகள் அந்தரத்தில் துயர் பூசி சிறு பிராயத்தவர் கண்ணீர் தடங்களும் அவர்களைத் தொட்டு முகம் மெழுகி உப்பாகிறார்கள். மாலை மயங்கி இருள் சூழும் அந்திநேரத்தில் தீப்பற்றி எரியும் நாசிக் கப்பலில் பெரிதாகி ஆடும் நிழல்களைப் பார்க்க முடிந்தது. கோயபல்ஸ், அடால்ஃப்பின் முகமூடிகள், ரிப்பன் ட்ராக் முகமூடி பறந்து வருகிறது. சிற்பங்களாய் உறைந்திருக்கும் சாயைகளின் மோனம். காதற்கிழத்தி, ஈவாப்ரான் பாதாளக்குகைக்குள்ளே வருகிறாள். அவளுக்குள் வெளியேறும் சாயைகளில் சுரங்கத்தின் உள்ளே நாஜிகளின் நிழல்களும் அந்தரத்தில் தோற்றமாயின.

‘நீங்கள் யார் ரொமானியரே’

‘நாங்கள் சிந்துவெளிச் சுவர்களில் கசிந்து வந்த இலக்கற்று எறியப்பட்ட அம்புகள் யாம்’ என்றனர். கழுத்தில் எட்டு பவுன் எடை உலோகத்தாலும் அதிலுள்ள தாவரக்கன்னிகளாலும் வட்டமான தந்திரஎழுத்தாலும் கீறிய பிராமி லிபிகள் உதிர கால்களிலும் கைமணிக்கட்டிலும் துணிக்குள் மறைந்துள்ள தாயத்துகளாலும் மீன்வடிவ ஜோசியக் கற்களாலும் முதுவாய்ப் பெண்டிருடன் குலவையொலிக் கூட்டத்துடன் விசிறிகளின் ஒத்திகை. லவணப் பெட்டியைத் திறந்து அழுக்கான நூறுவிசிறிகளை எடுக்கிறார்கள்.

சிலவோனியாவின் கரடுமுரடான சதுப்புநிலத்தில் உடல்விட்டு

உறத்தக்க கதி ஈனமென நன்கு உணர்ந்தோர் ரொமானியர். ஈனத்துணி, சோர்வு, பிரலாபம், வியர்வையில் நனைந்த கிட்டாராவின் உளைவு. வாயில் சாவின் கசப்புற்று மயங்கி ஒருவகைக் காய்ச்சலில் தூற்றிப் பாடுகிறார்கள். துன்பவலை வீசினான் அட்மிரல். 'எனக்கு நீ தரும் ஒன்று யாது... மரணமே அன்றி வேறிலை' என்றனர். உக்கரமுடன் ஓடிவந்து எம் முன்னே கெஸ்டாபோ கனல்கக்கி உரையாடினான். உக்கிரான காவலரை அழைத்துச் சுடச் சொன்னான். துன்பங்கள் ஏதுமின்றி இறந்துபட விரும்பினோம். கானகம் உகந்த மகிஷாசுர மர்த்தினி ரொமானி இசைக்குள் வருகிறாள். ஆழி நெஞ்சே சுழன்று போன இடமெல்லாம்கூட வருகிறாள். இறந்தோரை உகக்கும் பருந்தின் நிழல் ஊர்ந்து சுற்ற மாவிசும்பைப் பாடினார்கள்.

எஸ்.எஸ்.படை சுடுவதற்கு முன் இவ்வுவட்டுப் புல்லிடையே கிளி கோதிப் பாடிய பழம்பாடல் ஓங்கி எழ உச்சவிண்ணும் நீலமடைந்தது. இங்கே மாண்டோர் ஆவிகள் உவந்தளித்த பாடல் உவச்சு மத்தளம் இசைக்கிறார்கள் எதிர்த்து. லவணபுரத்துக் கிளிகளின் உச்சிதக் கதையைப் பாடினர். நேற்று மடிந்த ஏழு ஆவிகளைக் கூட்டிக் கொண்டு வந்ததில் விசிறிகளசைய அரை கூவலிட்டனர் அடால்ஃப் டிஸ்ன்றாஸுக்கு எதிராய். கைகளால் கரபினெர், கெவெர் ரைபில் களை மூடச் சுற்றும் விசிறிகளைத்துளையிட்டதில் பிளமேங்கோ சுருள்களாகப் பறந்து பறந்து வீழ்கிறார்கள். சுடப்பட்ட ஒரு லட்சத்து எழுபதாயிரத்தி நாற்பத்தாறு ரொமானிகளின் கூட்டுமரணத்தின் சில்லிருட்டின் அடியில் துப்பாக்கிப் புழுவாய் நெளிந்து தப்பிய கிட்டானே உதிரக்கல்மலர் ஒன்றையும் சுட்டுத்துளையிட்ட எலும்பு களையும் சேகரித்திருந்தான். எஸ்.எஸ். படை ஓநாய்ப் படகுகள் சுற்றி வந்து தாக்கியதில் ஊனா நதியே சிவந்து ஓடியது. ஐரோப்பிய ரொமா இனவகைகள் பிரிக்கப்பட்டு இவர்களையும் யூத ஒழிப்புச் சட்டத்தின் கீழ் கொண்டுவருகிறான் கெஸ்டாபோ. ரொமானியர் இந்தியாவின் தந்தத் துண்டுகளை மேலே வீசியெறிந்து அவை பிணங்களின் மீது விழுந்தபின் அவற்றில் மேற்பகுதியில் காணப்படும் வட்டங்களை வைத்துஅடால்ப் மீது அனல் வாக்கை அடித்தவாறு வீழ்ந்தனர்.

கிட்டாரே இசை அழுது உரையாடும் இடம் போனதில் முதன்முதலில் ரெட்டை ரொமானிகள் சுடப்பட்டு பாய்ந்தனர் நடனத்தில். ட்ராய் நகருக்குப் பயணமாகும் முன் அகமெம்னன், கிளிம்டம்னெஸ்ராவை ஒரு பாணனிடம் ஒப்படைத்துச் செல்வதாக ஹோமர் ஒடிசியில் மறைந்திருந்ததையே இங்கு முதுவாய்ப் பாணனைக் கொண்டிக் காவல் வைத்துவிட்டு முத்துப்பட்டணத்தின்

பாணர்கள் கூட்டமாகப் பல நூறு கப்பல்களில் செல்கிறார்கள். அங்கே இடிபாடுகளில் மறைந்திருக்கும் சனங்களின் ஆவிகளும் கப்பலுக்கு வருகிறார்கள். கப்பல் மேல்தளத்தில் பூசப் பெட்டியிலிருக்கும் ஒப்பனை ஆடைகள், முகமூடிகள், முகம்பூசும் நிறக்குடுவைகள் உள்ளன. அந்த இறுதி நாளில் நடந்தவற்றை சிலம்பு நூலில் வரும் ஒரு நாடக ஆசிரியன் சடங்காற்றல் மிக்க 'படிமாத்தங்கா அல்லது திணைகளின் ஆவிகள்' என்ற நாடகத்தை நிகழ்த்திக் காட்டுகிறான்.

அதில் ஒவ்வொரு அணியாக படைவரிசையால் கொல்லப் பட்டவர்கள் வருகிறார்கள். அக்கப்பல்களில் பாணர், அகவுனர், வைரியர், விரலியர் ஆகிய ஒவ்வொரு குழுவினரும் உருவேறி ஆடும் சடங்கு நாடகத்தில் வெறியாட்டுப் பறையொலியில் தமது கைகளை உயர்த்தி பூசப் பெட்டியை அழைக்கிறார்கள். முதுவாய்ப் பாணர்களை வணங்குகிறார்கள். முதுவாய்ப் பெண்டிருடன் குலவையொலிக் கூட்டத்துடன் முதற்காட்சி ஒத்திகை. பூசப் பெட்டியைத் திறந்து தாம்பூலமும், கொற்கை கொடா நாட்டுச் சீயாளுக்கு வைத்துக் கட்டியம் கூறுகிறார்கள். துன்பியல் நாடகத்தின் முன்னைய நடிகன் தெஸ்பிஸ் என்பவன் அகாரியா கிராமத்தைச் சேர்ந்தவன். தயோனிசிய விழா துவங்குகிறது. சிலம்பிலுள்ள இந்திர விழாவுக்கு இராவணாதியர் கொண்டுபோன கப்பல் நிறைய அரிஷ்டங்கள் நிரா, மித்திக் கள், அதிபோதை தரும் காதிக் கள், கசப்புக் கள் நடிகன் விரும்பிக் கேட்பது. எலுமிச்சைச் சாற்றில் கழுவிய மண்பாண்டங்களில் மஞ்சள் நீர்க்காயல் கள்ளின் வெளிச்சத்தில் பொங்கும் நுரையுடன் மிச்சமிருந்தாலும் விற்க முடியாத வாசனை நாடகச் சூழலாகிவிடும்.

கடலுக்குள் ஒழிந்திருந்த யூபடகுகளுக்கு தப்பி எச்சரிக்கையாய் இருந்தனர். ரொமானியரின் பொம்மலாட்டக் கப்பல் அவை களுக்குரிய பாதையில் மறைந்து நார்விக் துறைமுகத்தை அடைந்தது. ஓநாய்ப் படகுகளின் துப்பாக்கி ஓசைகளும் இருட்டில் பாயும் பெட்ரோல் ஊளையும் கேட்கிறது முதலில். கண்ணில் போடும் மருந்து டப்பிகளுடன் சாக்கு முகமூடி அணிந்த மருத்துவத் தலைவன் ராபர்ட் ரிப்டன் ரத்தப் பரிசோதனையை நாடகமாக்கினர். அந்த இரவில் யார் ஜிப்ஸி யார் ஜிப்ஸியில்லை. பாதி ஜிப்ஸி நாடோடிகளாய் வேட மணிந்து வருகிறார்கள். நாடோடி ஜிப்ஸி மாதிரி இருப்பவர்களை இனம் பிரித்துக் கொல்லுதல் காட்சி. மருத்துவன் ஜோசப் மென்ஸ்கி வேடமணிந்து கிட்டானே வருகிறான். குழந்தைகள் பெண்களுக்குக் கண்ணூசியால் மருந்திடுதல். மிகக் கொடிய ஆஸ்பத்திரி தோன்றுகிறது.

கொடியவன் ஜோசப் மென்ஸ்கி எராக் கப்பல் பைத்தியங்களைப் புறங்கை விலங்கிட்டுக் காதுகளில் நசியம் பிழிகிறார்கள் முகமூடி யணிந்தவர்கள். கெஸ்டாபோ யுத்தசாலை நகல் கடிதங்களை வேடமனிந்த ரொமானிப் பைத்தியங்கள் வாசிக்கிறார்கள். நடிகர்களின் உணர்வெழுச்சிப் பாடல்களில் மெல்லிய நகரங்களும், ஊர்ந்து செல்லும் ஊரான கூடார வண்டிகள் உடைபடும் ஓசை. ரொமானியர் படகுகளைத் தவறவிட்டுக் கிழிந்த வலைக்குள் பிடிபடுகிறார்கள்.

பாரிய சேதத்திற்குள்ளான ரெட்டைக் குதிரைகள் தப்பி ஓடும் கால்கள் சதுப்பு நிலத்தில் விழுந்து, முள்ளில் எழுந்து, முது ஓநாய்கள் ஊளையிட ஒருவரும் குடியிருக்காத குரோசியாக் கடல் உப்புத் தரவைக்கு வருகிறார்கள் முகமூடி அணிந்து. லோலேண்டு காடுகளில் ஜிப்ஸிகளின் சோடுகள் அலைமேல் எழுந்து கீழிறங்கி மறைகிறது ஓட்டமாய். ஆட்களின்றிப் பாதுகைகள் நீர்மேல் நடந்து செல்கின்றன. வா வா என்றழைக்கும் குரோசியாக்கடல் கட்டிகளுக்கு மேல் நிர்வாண யூதர்களோடு இந்தியப்பகுதியில் பதிமூன்று வகை ரொமானிகளும் மரபணு ரீதியாகப் புராதனமான சிந்துவெளிச் சுற்றில் லூதியானா பூர்வீக சூராக்கள், ரங்ரிதா குருவின் மகன் என்ற பாடலைச் சித்திரவதையில் முணுமுணுத்தனர். சீவாலிக் மலைகளில் லாக்கிக் காடுகளில் ரஜபுதனப் பாலையில் அலைந்து திரிந்தனர். அவர்களால் கெஸ்டாபோவின் எத்தனை துயரங்களைத் தாங்க முடியும். ரொமானியின் தைரியம் என்பதுதான் எவ்வளவு இருக்க வேண்டும்.

விடாத தொடர் மழையாய்ப் பாடினார்கள். நாஸிக் கரும்புயல் அவர்களை அலைக்கழித்தது. இவை எல்லாவற்றையும் உருகும் பாடலில் சுதந்திர விசிறியை அசைத்தனர். ரொமானி ஒருவரைக் கண்டதும் கைது செய்யலாம். கெஸ்டாபோ தண்டனை தாமதமின்றி உடனே நிறைவேறும். ரொமானியரின் பொம்மலாட்டக் கப்பல் பதுங்கி அலைய வேண்டிவந்தது. யுத்த முனையில் பாடினார்கள். முயல்களென அவர்களை வேட்டையாடியது ஓநாய்ப் படகுகள். தப்புவதற்கு ஓரிடத்திலிருந்து இன்னோர் கடல் துறையில் விசிறிப் பாடலில் நடித்தனர். ரொமானியர் எலிகளாய் உருமாறிய சோதனைக் காலம். கால் ஊன்றுவதற்கு ஒரு சிறு இடமோ நிலமோயின்றி அலைந்து திரியவேண்டிய நிலை.

காடுகளிலும் சதுப்புக் காடுகளிலும் மலைகளிலும் மரங்களிடையே ஒழிந்திருந்தனர். அடால்ஃ டிஸ்ன்றாஸின் கண்காணிப்பிலிருந்து தப்பி அலையவேண்டியிருந்தது. ஓநாய்களின் கண்களுக்குத்

தென்பட்டனர். தரையில் புரண்டு உறங்கினர். வேல்ஸ் ரொமானிய இனக்கலப்பு மரபுப் பழக்க வழக்கங்கள் கலப்பு ரத்த மனிதர்கள் சாவுடன் நீந்துகிறார்கள். திறந்திருக்கின்றன சதுப்புவெளி மரக்குடில் முற்றங்கள். தெருக்கீறலில் கசிந்து வரும் குருதி துருப்பிடித்ததில் கதவுகள் மூடவில்லை. எந்தக் கதவிலும் சத்தமில்லை. ஏனங்கள் தவறி விழும் ஒலி கேட்கவில்லை. இடாயெருமை மீது பொதி போட்டு இறந்தவர் ஆடைகளை உவர்மண் பூசி வெள்ளாவியில் புகைய வைக்கிறான் கிட்டானே மகிஷாசுரா.

கட்டியன் வந்து வேடமுகங்களை அறிமுகம் செய்கிறான். மூத்த நடிகன் தன் முகத்திற்கு முத்து வெள்ளை பூசவும் ஒவ்வொரு திணையிலிருந்தும் பறித்த முந்நூறு வகை இலைச் சாறுகளைக் கொண்டு முகத்தில் கோடுவரைகிறாள் அஸீலியா. அவள் தெஸ்பிஸைப் போல் கூட்டுப்பாடல் வடிவத்திற்கு திணைக் குழுக்களைத் தேர்வு செய்கிறாள். இந்தத் துன்பியல் நாடகத்துக்குள் பால்டிக் கடற் புலவர்களும் மறைந்திருக்கிறார்கள். மைமோக நள்ளிரவொன்றில் கடலில் உருவாகும் அமரபட்ச நிலவுகரும் புள்ளியாக கடலைத் துளைக்கிறது. ஜிப்ஸிகளின் நாடக விளக்குகள் மேலெழுகின்றன அலைகளோடு.

2

தொல்பசி மிக்க கிட்டாரா அழுகிறது யூ படகுகள் மறைந்திருக்கும் வரைபடத்தை எடுத்து வாசிக்க சைமன் பொலிவார் கடலில் மூழ்குவதை பார்க்கிறார்கள். எதனியா பயணிகள் கப்பலைத் தாக்கியதில் எதனிகா கடலில் மூழ்கப் பயணிகளைக் கரைகொண்டு வருகிறார்கள் கடல் நாடோடிகள். அவர்களுக்குக் கடல் இன்னும் புராதனமானது. இந்த எரா வங்கத்தில் வரும் பலியான அமரர்கள் தூக்கத்துக்குள் பலர் காணும் ஒரே கொடுங்கனவிற்குள் திணைகளின் ஆவிகள் நாடகம் சிதறிய கடல் வரைபடத்துக்குள் நிகழ்கிறது.

இந்த நாடகத்தில் இறந்தவர்களின் துணிகளுக்கு இஸ்திரி போட்டுக் கொண்டிருந்த அஸீலியாவும், கிட்டானேவும் ஈரமான ஆடைகளோடு ஒளிந்திருக்கும் நடிகர்களுக்குத் தூய இஸ்திரிபோட்ட ஆடைகளை வழங்கினர். ஊரூராய்க் கைவிசிறிகளை வீசித்திரிந்த நாடகத்தின் தையல் விசிறிக்கலைஞர்கள் பழைய துணிகளைக் கத்தரித்து நாடக ஒப்பனையிடுகிறார்கள். ரொமானியரின் சொற்ப வருவாயில்

நாடகர்களுக்குக் கடிதங்களும், சிகரெட், சோப், தேநீரும் வாங்கித் தருகிறான். கிட்டானேவின் மெலிந்த இரு இடாயெருமைகளைப் பத்திக் கொண்டு, காசில்லாமல் விளையக் கூடிய உவட்டுக் காட்டில் மண்பூத்து சுளை விடும்போது அர்த்த ராத்திரியில் இருவரும் துப்பட்டியில் அள்ளியள்ளி உவர்மண் பொதிபோட்டு ஊரூராய்க் கடந்து வரும்போது நாடகம் விக்கிரமாதித்தன் கதையாகிவிடும்.

ஊருக்குஊர் செக்போஸ்ட். மெலிந்த இடாயெருமைகளுக்கு லைசன்ஸ் கேட்ட எஸ்.எஸ் சிப்பாய் ஏற்கனவே இறந்தவன்தான். உவர்மண் பொதிக்குள் காயம்பட்டவர்களுக்கு களிம்பு டப்பிகளும், சீமைத் தைலங்களும், முகமூடி செய்ய பழைய பேப்பர்களும், டெய்லர் கடை ஒட்டுத்துணிகளும் சுருட்டுக்கட்டோடு ஒளிந்து வரும் நடிகர்களுக்கு. நாடகக்கலைக்கு சில நாள் சாப்பிடவே உணவிருக்காது. கோரைக் கிழங்குகளை சுடும் மணம். இருட்டிய கித்தான் ஜன்னலை எல்லோரும் எட்டிப் பார்க்கிறார்கள். கோரைகளைத் தின்றவாறு பதுங்கிய நடிகர்கள் காத்திருந்த நாடக இரவுகளும் மறைந்தது.

கூடாரவண்டிகள் உரசும் சிலவோனியாவின் சதுப்பு நிலத்தில் எலும்புகளின் முனகல். அந்த மரணவாசலுக்கு எஞ்சிய நடிகர்கள் வருகிறார்கள். துப்பாக்கி வெடிக்கக்காத்திருக்கும் நொடிகளில் ஒவ்வொரு துணிச் சிலம்புசுருள ஒளிக்கோடு கீறுகிறது. ஆனால் யாருமில்லாத வதைமுகாம் தூக்கத்தில் ஆழ்ந்து புலம்புகிறது. சான்ஸலர் வேடத்தில் யூதர்களை ஒடுக்கும் காட்டு நிலவறைகளின் ஓலம். யூ படகின் தலைமைக் கமாண்டர் அட்மிரல் டோனிட்ச் வேடத்தில் அடிமைமாலுமி வருகிறான். கிட்டானே பிஸ்மார்க் உருவெடுக்கிறான். பிஸ்மார்க் கப்பலில் கடல்ராஜியத்தின் பொம்மலாட்டம். பிஸ்மார்க்கை எதிர்நோக்கி வசனிக்கிறது அட்லாண்டிக் மாகடல் கப்பல்போரில் அட்மிரலின் கொலைத் தாண்டவம். அலையலையாக ஓநாய்களின் அடுத்த கட்டம். யூ படகுகளின் ஓநாய்ப் பசி. சப்தசிந்துவை விட்டுப் போகாத ரொமாக் கிழங்கள் திணைகளின் ஆவிகளாக இருக்கும். எட்டாம் நாள் நாடகத்தில் பிஸ்மார்க் கப்பலில் ஒப்பனையிட்டார்கள். சுடக் காத்திருக்கும் கடிகாரஒலிக்கால்களில் நடக்கும் ரெமேடியோ, விதிஸாகா இரு இடாயெருமைகளில் இறந்தவர்களின் ஒப்பனைத் துணிகளைக் கொண்டுவருகிறான் கிழரொமானி. ரொமானிப் பெண்களின் சித்திரத்துகில்களில் நாடகத் திரைக்காக கடன் வாங்கியிருந்தான். கடல்வலைஞர், கரையில் இறந்தவர்கள் பனித் தீயிலும் வன்நீரலைத் தனிமையில் காகங்களாய் உருமாறி நரக

உளைவில் நடிக்கிறார்கள். நடிகர்கள் நீண்ட பல இரவுகளுக்குள் கடல் சிலம்பைத் திறந்து நிகழ்கால ஊர்களுக்கு வருகிறார்கள் சகதியும் சாக்கும் கட்டி. உணர்ச்சிகளின் உடல் நிலைகள் சிற்பங்களாக நிற்கும் வெளிப்பாடு. அம்ரித்சர் ஊரார் சிலைகளாக நடுங்க நிகழ்த்தும் ஃபிளமேங்கோ பாடலில் எதிர்வாதம் செய்யும் சிறுபான்மையினரை நசிக்கி ஒடுக்கித் தங்கள் வழிக்குக் கொண்டுவருவதில் தோல்வி யடைந்த நாஸிகள் வெட்டிச்சாய்க்கவும் தயங்கவில்லை. புஸ்தக வெளியை தனிமையாகத் தணிக்கைசெய்த ஒவ்வொரு வரியும் விலங்கிடப்பட்டது. எங்கும் எதிலும் நாஸியம். சிலைகளின் ஊமைக் காட்சிகளில் வாதைகளாகின்றன. ஓடி வந்தவரெல்லாம் பதுங்கி அங்கு ஒருவரும் இல்லாமல் ஜன்னல் கதவுகள் பிளந்தோடிய தெருக்களை அரங்கமாக்கினர். ஐன்ஸ்டின் கார்ட்டூன் பூனை உயிர்தப்பி ஓடியவர்களோடு மறைகிறது. ரொமானிப் பாடகர்களும் கார்ட்டூன் பூனையும் விஞ்ஞானியுமான ஐன்ஸ்டினும் ரொமானி பாடகர்களும் ஓட்டம் பிடித்தனர். கதைப் பாடல் மரபிலிருந்து அரங்க வீறுடன் ஓரூர் அலைகுடித் தாண்டாவின் கொலைச்சிந்தில் திணை ஆவிகள் விலங்கு, மரம், பறவையின் தனிமை குடித்தது.

19

சுண்ணாம்பு வாளம்: முத்துப்பட்டணம்

லங்காபுரி யாழ்வளரி

சிதைவுகளிலிருந்து விடுபட்டு திரும்பிவரும் வகையைச்சேர்ந்த லங்காபுரி யானைத்தந்தச் சல்லாரி, எழுப்பும் பொம்மைகள் மயனளந்த நூல் அறுபடாமல் இருக்கிறது. அதிர்ஷ்டவசமாக லங்காபுரி யானையின் ப்ரசன்னத்தில் கானகத்தில் பசுமைச்சாறுபொங்க லெமுர் குருவிகளாய் பச்சை வனத்தில் ஒட்டிக்கொண்டு ஒரு கிளையிலிருந்து மற்றொன்றுக்கு தொற்றியபடி நகர்ந்து செல்கின்றன பார். மாவுத்தா... லெமுரர்களை பாலியர் எளிதாக விரட்டிவிட நினைக்கிறார்கள்.

அவர்கள் சுண்ணாம்புவளையத்தின் பாடகர்கள். காற்றுவெளிக் கிராமத்தில் எச்சத்தடங்களில் லங்காபுரி யானையில் மறைந்து ஒருமுழமிரண்டாய் அடிவைத்து வருகிறான் மயனாசுரன். அவன் கூறுகள் யாழ்குடா தொல்லியர்களின் மயநூல் பதினாயிரத்தினின்று தொகுக்கப்பெற்ற புத்தகமாக இருக்கிறது. டைனோசரஸ்களால் அலைக்கழிக்கப்பட்டுக் கொண்டிருக்கும் காலத்திற்கே லங்காபுரி யானைத் தந்தவல்லாரி திரும்பிக் கொண்டிருக்கிறது. எங்கெங்கோ பூமியடியில் புதைந்துள்ள உலோகாதி வளரி, மிமோசா வளரி, கல்லாரி, கோலரி கொண்டுவருகிறார்கள். மயனாசுரன் கால்பதிவுள்ள எச்சத்தடங்கள் மன்னார் வளைகுடாவில் தோன்றும் மணல் தீடைகளில் கால்வைத்து மணற் புகையில் பதிமூன்று லெமுரர் ஆவிகள் தந்தவளரியோடு உலவிக் கொண்டிருக்கிறார்கள். அப்போது மரணத்தின் கரங்கள் வா வா... என்று அழைக்கும். தந்தவளரிகள் சுண்ணாம்பு வாளத்திலிருந்து வரும் பதிமூன்றுவகை சாம்பல், கருப்பு, வெளுப்பு, வெளிர்நீலம், கருஞ்சிவப்பு, அரக்கு வளரிகள். அவற்றின் சாவாமையிட்ட விழிகளைப்பார்த்தாயா என்றான் அழுதுகொண்டிருந்த செபாஸ்ட்டியான் சான்ஸியோ மச்சாடோ. யானையின் கண்கள் ஏன் வாடிச்சிவந்திருக்கின்றன அதன் தந்த வளரிகள் ஏன் பனித்து

இருக்கின்றன, பசித்திருக்கின்றன என சான்ஸியோ மச்சாடோவிடம் கேட்டார் முத்துவணிகத்தில் தோற்ற மரக்கலச் செட்டி. ஸீகல் கூட்டத்தோடு அவை உறவுவைத்திருக்கின்றன. அதனால் பசியை வென்று பலியான பின்னும் தனித்திருக்கின்றன. தந்தவளரிகளோடு ஸீகலும் தரைக்கு வருவதில்லை. நிழல்களை விரட்டும் செந்நாய் வளரிகள் பால்வெளியில் சிறகு விரித்து மணல்மேல் பறந்து செல்கின்றன. வெப்பம் விரும்பும் புழுவினத்தின் வசிப்பிடங்கள் பிரதிகளோ பகுதி எச்சங்களோ மம்மிகளுடன் சேர்ந்து வாழும் மூப்படைந்த பாறைகளில் விட்டுச்சென்ற தந்தவளரிகள் மூழ்கும் ஓர் நூலாகப் புதிர்களை அடுக்கியுள்ளதை வாசிக்கிறாள் சுறா வசியக்காரி சுபர்ணஜா. சிலம்பு, மேகலை, குண்டலகேசியில் அபரிமிதமான உலோக உருக்களாய் திரவத்தில் மேலெழும் சிற்பங்களின் ஞாபகச் சிதறல்களை வழங்கிவிடும்.

மன்னார் வளைகுடாவின் கடலடிச் சுண்ணாம்புவளையத்தின் கீழ் உயிரினங்களின் சித்திரம் வரைந்த தந்தவளரியின் சிருஷ்டிமுனை. இந்த இடத்தில் பாறைகள் மோசமாய் உருக்குலைந்ததில் பங்குனி ஆமையாய் படிந்து கிரகிக்கிறாள் புராதன இருப்பை. அரிமானப்பட்ட தந்நங்களின் தொல் எச்சத்தில் படிந்த மண்சல்லாரியின் குறிப்புகளில் பாணர்கள் கடந்துசென்ற விசை நீலப் பாறையாகிவிடும். குறுகிய பாதைகளில் மூழ்கிய ஊர்கள் கடற்கண்களாக நீந்திவருகின்றன சுறாவசியக் காரியோடு. உருவாகத் தோன்றிய கணம்கடந்த காலமாகிறது. நீரில் மடித்த பங்குனி ஆமையின் சுழல்பாதையாக காலம் கடலுக்குள் அகாலம் கொண்டுவிடும்.

இலைச் சாயங்கள் பூசிய பச்சை வளர்எறிகளோடு சான்ஸியோ மச்சாடோ முத்துக்குளித்துறைகளில் பாணர்களை நிருமித்திருக்கிறான். இவ்வளரிகளுக்குள் தொல் பழங்கால முத்துக்குளிப்பவரின் சங்குகளின் பலவித ஆவிகள் தோன்றும். தந்தத்தின் ஞாபகசக்தி அதில் தாவரங்கள் வரைந்திருப்பதும் காரணியாகிறது. பச்சை நிறத் தந்தவளரிகள் தம் பிறைகளைப் புதைக்கும் கடல். அங்கு பங்குனி ஆமைகளை இசையில்அழைக்கும் பாணர்கள் தூங்குகிறார்கள். பாணர் எனப்படுவோர் பவழத்தால் கிளிக்கூண்டுகட்டி வீட்டுத் தாழ்வாரங்களில் தொங்கவிடுகிறார்கள் யாழ்சல்லாரிகளை. விபுலா என்ற நீலச் சங்குப்பூச்சி மென்மையான பலவித நிறக்கோடுகளைச் சித்திரமாகக் கீறுகிறது தந்தவளரியில். பங்குனி ஆமை மணலில் புரண்டு எழுதும் வரிகளை வாசிக்கிறாள் விபுலா. ஒரு நரம்பு இழைகொண்ட கடற்கோரை நெய்தல் பெரும்பண்ணாக யாழ் சல்லாரி

ஒலிக்கிறது. மனிதப்புழுக் குலத்தின் நீர்ராசிகளின் கனவுகளை இசைக்கிறது. மிகப் பெரிய சங்குகள் கடல்கானலின் மீது வந்து கண்ணிற்குப்பட்டதும் மிதந்திருப்பதாகத் தோன்றி கண்ணிலிருந்து மாயமாகின்றன. தொலைதூரத்துக்குப் பின்னாலிருக்கும் முத்து நகரத்தின் சிறிய பேழையொன்றில் பங்குனி ஆமை இருக்கிறது.

லெமுரர்பாணி சுண்ணாம்புக்கற்களையே பயன்படுத்திய காரை வீடுகள். கடல் நிலப்பரப்பில் தாமிரநாணயங்களில் அசுரனின் முகவெட்டு. ஒல்லாந்தர் யாழ் ராஜ்ஜியத்தைக் கைப்பற்றியபோது சிதிலமாக்கித் தன் கோட்டைகளையும், தேவாலயங்களையும் இடாயெருமையில் கொண்டுவந்தபோது சுண்ணாம்புக் கற்களால் ஒட்டினர். டச்சு துட்டுகள் இடாயெருமைச் சேணப்பையில் சிதறியது. தொல்லிய எச்சத்தில் ஒட்டிக்கொள்கிறாள் சுறாவசியக்காரி. மதிப்பு வாய்ந்த கையெழுத்துப் பிரதிகள் யாழ் அரசன் பாதுகாப்பிலிருந்த ஓலைச்சுவடித் தொகுப்புளைச் சிதைத்து பாலியர் அழிப்பதற்கு முன் தழலில் அலறிகுரல் அடங்குவதற்குமுன் பங்குனி ஆமை இளவரசி பகலினூடே உந்தெறியும் பூச்சிநூல் ஒன்றை வெப்பரத்தப் பிறவிகளைக் கண்டடையும் ஆவேசத்தில் எழுதியும் விட்டிருந்தாள். பாலியர் வெப்பரத்தப்பிறவிகளை ஒப்புக்கொள்ளாத மனதின் சுரங்கத்தில் எதிரிகளின் நிலைத்த தொன்மங்களைத் துடைத்தழிக்கவும் விநாசமிட்டு வந்த எச்சங்கள் ஊர்ந்து கொண்டிருப்பதை இந்திரபாலா ஒப்புக் கொண்டுமிருக்கிறார். பனைக்குப்பனை கள்முட்டிகளில் வாய் வளையத்தில் கால்பதித்து தலைகீழாகத் திரும்பித் தொட்டுத் தொட்டு அருந்தும். வெறிபறக்கும் நுரையில் அதன் உருமயக்கம்.

லெமுரர் நீரின்இசையைக் கேட்டு உரையாடும். தேன்பூச்சியின் புழுக்கள் தூங்கும் நீண்டநண்பகல்கனவில் தன் கடல்வெளி வரை படங்களைத் தீட்டிக்கொண்டிருக்கிறாள் ஆமைஇளவரசி. ஆமை இளவரசி உடல்பிரிந்து வெளியேறும் பின்னிரவு கடல் பயணத்துக்கான காற்றைப்பிடித்து வைத்துக்கொள்கிறாள்.

பரந்து நீண்ட வெப்பமண்டலக்கடற்கரையில் மூத்த கரையர்கள் சிதைந்த வலையைச் சரிசெய்து கொண்டிருக்கிறார்கள். கந்தல் வலை மேல் வந்தமரும் காசுக்கரட்டிச் சிட்டு.

காசுக்கரட்டி: உன் வலையை இன்னும் பின்னி முடிக்கலையா கரையா...

கரையன்: கிழிசலை சரி செய்துகொண்டிருக்கின்றேன் இன்று. மீன் சண்டையில் கிழிந்த வலை. மீன்பாடு இல்லை. துக்கமும்

தீரவில்லை சிட்டே... எனக்கு யாரையும் பிடிக்கல... உன்னிடத்திற்கு நானும் வாரேன்.

காசுக்கரட்டி கிழவன் மேல் பறந்து பறந்து சிரித்தது.

காசுக்கரட்டி: எத்தனை காலமாய்க் கிழிசலை மூட்டுகிறாய்.

கரையன் கடலைப் பார்த்து பொறுமையா வலையைச் சரிசெய்கிறான். சிட்டு கிழிசலினூடே பறக்கிறது.

காசுக்கரட்டி: எங்கூட வா... எங்கூட வா... கரையா துட்டத்தா கரையா துட்டத்தா

கரையன்: என் தலைக்கு மேல் பறந்து கேலி பேசிறியா.. காசுக்கரட்டி என் காசுக்கரட்டி.

காசுக்கரட்டி: வசிப்பதற்கு நானாவிதக் கிளை கொம்புகளில் எங்கெங்கோ கடல்தாண்டி அசைகிறேன். அசையாத சுவர்ப் பொந்துகளில் அடைக்கலமாவதில்லை நான். நீருக்குமேல் மரக் குச்சிகளினால் ஆன என்கூடு. குச்சுகளுக்கு இடையில் நூறு பாதைகள் அவற்றில் தப்பிவிடுவேன்.

கரையன்: அடைகாத்த முட்டையிலிருந்து கீறல்கள்விடும் ஒலி கேட்குதே. வெளிவந்த காசுக்கரட்டியே உன் குஞ்சு ரோமங்க விட்டிருக்கா...

காசுக்கரட்டி: இடம்விட்டு இடம் நகர்ந்து காணாமல் போய்விடும் வேடன்வில்லில் நாணேற்றும் குணத்தொனி கேட்குதே. அம்பெஞ்சு கொம்பு சுற்றி வளைக்கிறான். வேட்டையாடிக் கொன்ன சிட்டுகள நாணல் வேர்களில் கோர்த்திருந்தான்.

அலைகள் கரைக்குத் திரும்புகின்றன. வல்லங்கள் கொண்டுவந்த அறுந்த வலையில் ஒட்டிய நண்டுகளை உதறிக் கிழிந்தவலையை இன்னும் சரிசெய்து கொண்டிருக்கிறான் வானத்தை அண்ணாந்து வெற்றிலையை விரலில் மடித்துக் கரும்பிய பாக்குடன் டப்பியைத் திறந்து சுண்ணாம்பை பூசிப் பூசி ஏங்குகிறான்.

கரையன்: காசுக்கரட்டிக்கூடு அசைஞ்சா கூம்பிலிருந்து வெளியேறி அந்தரத்தில் மிதந்து மரக்கிளைகளில் ஊடும் உள்ளும் வெளியும் உஷார் அடைஞ்சிரு..

காசுக்கரட்டி: கிழவா... வெத்திலை எச்சிலை என் மேல துப்பாதே.

அவர்கள் வெப்பமண்டல கடற்கரையின் தொலைவில் வேட்டை யாடும் பாரிவேட்டைக்குச்சிகள் வளரியாக நடந்து கரும்படகேறி கொற்கைக்குடா நாட்டு இசைக்குச்சிகள் நெருப்பை எழுப்பும் விடுதிக்குப் போகக் கூடும்.

கடல்கன்னி சுபர்ணஜா

லட்சம் பல வருஷங்களைக்கடந்து காகரிஷி மிதக்கவிட்ட லிபி இலைகள் கூட்டமாய் நீரைத்தழுவி அலையலையாய் வந்து சுபர்ண ஜாவின் தோற்றமானது. எல்லோருடைய உப்பையும் நுகர்ந்து மனிதர்களால் ஏதும்இயலாத கையறுநிலைக்கணத்தில் கலை நிகழ்வதாயினும் வானரங்கள் வெட்டுப்பாதை எந்தவிலங்கினங் களோடும் பொருந்தாத சுயமுகத்தைப் பார்க்கமுடியாத புராண அரிதாரம் நாறுவதை வெறுப்புடன் பார்த்தன வாலோடு முன்பிருந்த குரங்குகள்.

அவை உலோகஆயுதங்களைக் கைப்பற்றாத குழந்தமையின் மென்மையைப்பெற்ற கரங்களின் தொடுதலை யார்தான் மறக்க முடியும். சிஞ்சுபாவிருட்சத்தின் கிளைகளை விடவா கிளைபிரியும் புராணகாண்டங்கள் என்றாலும் பாவைகூத்தில் தோல்வாசனை ஒளிரும் நிறக்கலவைகள் ஆன்மாவைத் தந்துவிடும் பொம்மலாட்டக் கப்பலுக்கு. கண்டேன் சீதையை என்றாலும் வளதாடிப்பெண் சுபர்ணஜாவுக்கு ஏங்கினான் தசமுகன், பொம்மலாட்டக் கப்பலைக் கீழ்திசை வரை கொண்டு போக.

லங்கேஸ்வரனின் மீனவமகளான சுபர்ணஜாவும் மலையத்துவசன் குமாரத்தி மீனாவும் நூற்றாண்டுகளுக்கு மேல் கடல்கன்னியாக பருவம் மாறாத வாலைக்கன்னிகள். அப்போதுவரை யாரும் அறிந்திராத நுரையீரல்மீன்களின் தொன்முதுகோடிக் கால்களுடன் நீந்திவந்தனர் சமுத்திரத்திலிருந்து ஓரினத்தின் பரிணாமப்பாதையில் கருணாமிருத சாகரத்தில் உதித்த இனமாகவே அசாதாரணத் தோற்றத்தில் நிகழ முடியாத அற்புதமாக மீனாளும் சுபர்ணஜாவும் தோன்றினர். மீனாள் மும்முலைப்பிராட்டி. கடலைக் குரங்குவெட்டுபாதையாக நகர்த்துவதில் உருச்சிதைந்த லட்சம் பவளப்பிறவிகளுக்கு யார் பொறுப்பாக உள்ளனர் இங்கு.

தென்துருவ முத்திலிருந்து அரைவிலங்கு புனுகுராணியும், அரைமீன் சுபர்ணஜாவும் அரைமனிதன் கடல்தேவதை ஒன்னஸும் வருகிறார்கள். தானேஅலையும் மரக்கலத்திலிருந்த தொல்பழம் லெமுரர் சொற்களஞ்சியத்தில் பனை, ஈச்சம், ஏர், சவாளி, கல்லுடைப்போன், வளைஞன், கருமான், தட்டான், உழவன், தச்சன், இடையன், வங்கமாக்களும் இருந்துவருகிறார்கள்.

சர்வலோகத்தாயாகிய சமுத்திரத்தின் நுரைகளில் இருந்து இயற்கை எவ்வாறு வீனஸ் அனடையோமினியின் வடிவில் எழுதுகிறது

என்பதைச் சுறாவசியக்காரி சுபர்ணஜா கிருஸ்தவர்களான பரதவர் களிடம் கேட்டிருந்தாள்.

நட்சத்திரங்களின் இணக்கமான ஓட்டத்தில் சுறாவசியக்காரி சுபர்ணஜா சமுத்திரத்தின் மேல்வந்து விழித்த சிப்பிஉயிர்கள் முணுமுணுத்த ஒலிகளைத் தன் தந்தையின் கைநரம்பால் கட்டி முறுக்கிய கின்னரியால் இசைத்தாள் முத்துநகரத்தின் இரங்கற் பண்ணை.

கடலில் மூழ்கிச் சிதைந்த 'மன்னார் அரிப்பு' என்ற சலாபம் நடந்த துறையிலும் கோடிநாட்டு அரிச்சல்முனையிலும் 'நாவி'யெனும் முத்துக்குள் எதிரெதிரே பிரிந்தவர்கள் ஒன்றாகப்படிந்திருப்பதை சிலாபத்தின்போது பார்த்தாள் சுறாவசியக்காரி சுபர்ணஜா. அவள் சொன்னாள் 'அரிச்சல் முனை என்பது முத்தொல்லாயிரம் பார்களில் சிப்பிகள் படிந்து கிடக்கும் களங்கம் ஏதுமில்லாமல் அரிக்கும் ஒரு துகளின் உள்ளே சிக்கிச் சுற்றிச்சுற்றி இப்படைப்பின் வட்டமான கோடுகளால் அரித்து எழுதும் அரிச்சல்முனைத் துகள்கள். மன்னார் அரிச்சல் கோடுகளையும் ஈர்த்துக்கொண்டிருப்பதை இரிடியம் நிப் முனையால் தொடுவது முடியாததுதான். ஒரு மணலிற் பல்முனை கொண்ட அரிச்சலில் தான் உருவம் பெறுகிறது கலை. அழியும் மணல் நிப்பிலிருந்து உருப்பெற்றால் நமக்குக்கிடைக்கும் புராதன முத்தின் அதிசயத்துகள் அரிச்சல்முனை படைக்கும் ஒரு உயிரிதான். அது சிறுமணல் ஒன்றின் முனையில் முத்து, தரமான வடிவம் கலையாக மாறும்நிலை. சிப்பி வாய்த்திறந்து குறுமுத்தையும் கரடையும் சப்பத்தியையும் குளிர்ந்தநீர் சிவந்தநீர் ஒவ்வொன்றும் இரண்டாகக் கிளைவிடும். கரடு என்பது சொரசொரப்பான அரிச்சல்முனை மௌத்திகம். சிப்பிகளின் வயிற்றுக்குள் அரிச்சல் முனைகக்கிய மணல்தூள் நோயெனப் படிந்து சதா அரைமயக்கத்தில் சூலகத்தில் உழன்றுசுற்றி உள்ளுடலில் கருவுருவாய் திரள்கிறது. சுண்ணாம்பு வளையத்தின் ஒவ்வொரு அடுக்கிலும் ஊர்ந்து செல்கின்றன. அரிச்சல்முனை தோன்றித் தோன்றி மறைகிறது படைப்பின் நிச்சயமற்ற கணமென.

மீனின் தலையில்கூட மூன்றாவது கண் முத்தாகத் திறக்கிறது. மூன்றாவது கண் மிகச்சிறு படிகக்கடலாக இருக்கிறது. அரிச்சல் நிலத்தின் வளைவுப்பாதையில் மீன்மகளிரின் கருத்ததோலிலும் கடலை இருட்டித் திரியும் மீனவக்கருப்பி சுபர்ணஜா முத்து உதிர்க்கிறாள். கொக்கை ஏந்தி அதன் கண்டத்தில் முத்துள்ள

இடத்தைத் தடவிக் கொஞ்சியவாறு சூரியால் தென்னிப் பெயர்க்கிறாள் சுபர்ணஜா. கொக்கு முத்தைக்கக்கிக் கொடுக்காதென்று அவளிடம் சொன்னது கடல். சங்கைத் தொட்டதும் விரல்களுக்கு இடையில் நழுவிவிடும் கருமுத்து. ராவணன் கருவூலத்திலே யானைத் தந்ததில் விளைந்த முத்துமாலை ஒன்று தங்கை சூர்ப்பணகைக்காக வைத்திருந்தான். அந்த அடிக்கடலின் சுண்ணாம்பு வளையங்களில் அமைந்துள்ள மணல் நகரத்தில் நீர்வாளம் அரிதுயில் நிலையில் நீர்மனிதர்கள் உடலுக்குள் எல்லாக்கயலினங்களை லயத்தில் பரவசப்படுத்திய ஆம்பிரவன மரத்தோப்புகள் சூழ்ந்திருந்ததையும் முன்னைக் கடல்கட்டிகள் சொல்லுகிறார்கள்.

சுண்ணாம்பு வாளத்தில் கடல்நீர்ஏரிக்குள் ராவணனுக்கும் மீனவத்தாய்க்கும் பிறந்த சுறாவசியக்காரி சுபர்ணஜா நீந்தி வருவதைப் பார்த்தாள் கொற்கைகுடா நாட்டுச் சீயாள், அவளும் கள் குடிக்கத்தான் கொற்கை வருகிறாள்.

ஏற்கனவே அறிந்த புராணத்தில்இல்லாத இலங்கைத் தீவுக்குச் செல்வதாகக் கடல் மீது ஒரு பாலம் கட்டியதில் 'போங்கல்' கற்களையும் மரங்களையும் இழுத்துவாருங்கள். படைகள் செல்லும் வானர வெட்டுப்பாதை. சுக்ரீவன் வானரப்படை அனைத்தையும் திரட்டினான். அனுமனும் நீல்பட்டும் பாறைகளை உருட்டிவந்து கடலில் தள்ளினார்கள். அனுமன் தனது ரோமங்களில் பாறைகளைக் கட்டி இழுத்துவர, கீழ்பாகத்தில் வேலைசெய்யும் நீல்பட்டிடம் 'உடனே இவைகளை வாங்கிக்கொள்' என்றான். 'ஒவ்வொரு மலையாக கீழே அனுப்பு' என்றான் நீல்பட்டு. அதைக் கேட்கவே இல்லை அனுமன். தன்னால் இழுத்துவந்த மலைமடிப்புகளை நீல்பட்டின் மீது எறிந்தான்.

நீல்பட்டுக்கு கோபம் வந்தது. இருவருக்கும் வானரச் சண்டை. வானர வெட்டுப்பாதையில் ஒளிவருட நத்தைகளின் சாம்பல்நிற ஓடுகள் உடைந்து முனகும் ஒலியைக் கேட்டு அழுதாள் சுபர்ணஜா. பழம்பெரும் நத்தைகளின் உடைவு அழிந்தொழிந்த கருவல் நத்தைகளின் உயிர்கூலக்கதறல் பெரும்பல்லிப்பாறை இடுக்கில் நிழல்களோடு ஒளிந்து நடமாடினாள் சுபர்ணஜா. பேய்முனைப் பாறை நீருக்குள் ஆழ்ந்துசெல்கிறது. ஆழ்கடல் உயிரினங்கள் அழுந்திய எலும்புகளின் சிதிலங்களை இழுத்துச்செல்லும் பேரலையில் பெருமீனின் கருவயிற்றில் முட்டைகளின் பிரவாகம். பளீரென்று வருவதும் மறைவதுமாயின இருட்டு. சாயைகள் உள்படிந்த

பேராமைகளின் முட்டைகள் சலத்தில்உருள்கிறதை வானரங்கள் தொட்டு நிறுத்திவிட உள்ளே சுழல்கின்றன. கடலில் மூழ்கியிருக்கும் ஜலராசிகளின் இருட்டு கீறலடைந்தாலும் வானரங்களால் எந்த மீனையும் அதன் கடலிலிருந்து பிரிக்கமுடியவில்லை. விசும்பில் தாவி அலையும் திருக்கை மீன்கள் வீழ்கின்றன சாபமிட்டு. அது ராவணன் காதுகளுக்கு எட்டியது, இரவெல்லாம் புலம்பி அச்சத்துடன் கடல்நீர் உச்சரித்த வாதைகளைக் கேட்டான். இந்த வானர வெட்டுப் பாலத்தை எப்படியும் நிறுத்தியாக வேண்டும்.

வெப்ப அயனமண்டலத் தாவரங்களோடு மயனாசுரனின் மாந்திரீகம் கிளைக்கும் நூறு நூறு பச்சை ராவணாதியரின் தொன்மம் சுறாவசியக்காரி சுபர்ணஜாவுக்குள் மறைந்திருக்கும் எச்சங்களாக.

தனது குமாரத்தியை மன்னார் அரிப்பிலிருந்து கூவி அழைத்தான். மீன்களெல்லாம் அவள் விரல் மந்திரத்துக்கு வசியமாகிவிடும். அதை லங்கேஸ்வரன் இசை நரம்பினால் அறிந்தான். எனவே அவளிடம் 'மகளே கொற்கை தேறல் கொண்டு வா... நமது கடலின் பவளப் போதிகையும் பளிங்கு மென்னுயிரிகளும் உயர்தரு உன் ஆற்றல் வளத்தின் இயக்கமாகும் மச்சவினங்கள் வினாசமாகி அலறுவதைக் கேட்டேன். அவற்றின் பேரழிவின் மினுக்கங்களை உள்ளக்குமுறல் களை கண்களைமூடும்போது கேட்கிறேன். கனவில் கேட்டேன் கடல்குதிரையின் குரைப்பொலியை. நீருக்குமேல் பாசிபோல் வேர்கொண்ட என்மகளே மீன்தேவதையாய் நீரில் வாழ்ந்து கொண்டிருகிறாய். மலையைப்பிளந்து வானரவெட்டுப்பாதை வருகிறது. ஊமச்சிகளும் உழுவரி நத்தைகளும் மணலில்கோடு போட்டு அழுகின்றன. நீரில்ஊர்ந்து நிற்போரைக் கொம்பூதி அழைத்துப் போ.. அரிச்சல்முனைக்கு. வளையமென்ற மரகத மாலையைச் சூடிக் கொண்டுபோ... என்றான். இதைக் கேட்டவுடன் தன்னுடைய கடலின் ஒரு அற்றத்திற்குப் போகிறாள்.

'அணை கட்டிய பகுதியில் கற்களில்கோடுவரைந்து மந்திரமிட்டு கடலுக்குள் தள்ளிவிட வேண்டும் நீ' என்றான். சுபர்ணஜா சம்மதித்தாள். தனது வசியமுறையில் எல்லா மீன்களையும் வரவழைத்தாள். ஆனைக் கற்றலை, சிப்பிலிமீன், எருமைச்சுறா, பூமைகிளாத்தி, தனக்குத் துணையாக ஓரவைக் கூப்பிட்டாள். ஓங்கில் சுறா உடனே வந்தது. கடலுள் பதுங்கி இருக்க முடியாதென்று கவலை எனும் செந்திணைச் சிறுகடல் மீன்கூட்டம் நெருங்கிக்காதுகாதாய் தம் போர் வியூக ரகசியம் பேசி வந்தன. கட்கிளிச்சிகள் ஓசையிட்டன

கடற் குதிரைகளுக்கு. அவற்றின் வருகை இருகண்களையும் ஒரு பக்கமுடைய சன்ன ஓராக்கள் கற்களைநகர்த்திக் கடலுக்குள் தள்ளின. அனுமன் அணைகட்டும் கட்டளையை வெகுவிரைவாக நிறைவேற்றிக்கொண்டிருந்தான் வானர சேனையோடு. தன் வாலாய் வளர்வதும் தேய்வதுமாய் இருந்தது மறுகரைவரை. இது என்ன அதிசயமென திகைத்தன வானரங்கள். மீன்படைகள் தகர்க்கும் நிலவரத்தை வரிப்பாறை மீன்கள் வந்து சொல்லிப்போயின சுபர்ணஜாவிடம்.

நூரைமீன்கள் அவளோடு இருந்தன. கடல்விலங்குகள் அவள் கட்டுப்பாட்டுக்குள் வராமல் மறைந்துதிரிந்தன. வானரங்களின் அகம்பாவத்தை நினைத்து ஒருவேளை அவை வியப்படையலாம். பாலத்தால் பெரிதாக ஆபத்து வராதென்றே விலகியிருந்தன. மீன்களிடமிருந்து தூதுவோலை கொண்டுவந்தது வெளவால் மீன். விரைவில் நாம் குரங்குப் பாலத்தை முற்றுகையிட வேண்டும். இறுதி நடவடிக்கையில் கடல்விலங்குகளும் வந்தால் போதும். மச்சவினங் களின் இருப்பையே ஆபத்துக்குள்ளாக்கும் அச்சமொன்று நீரில் பரவிவருகிறது என ஓலைவாசகம் இருந்தது. எவ்வளவோ உருளும் பாறைகளைத் தள்ளியும் பாலம் இன்னும் நீளமாகாமலே இருந்தது.

வானரங்கள் அயர்ந்து பாறையிலேயே முகம்வைத்து உறங்கின. பாலம் நீளவில்லையே என்று அனுமனுக்கு கவலை. அனுமனும் அயர்ந்து உறங்குகிறான் இலங்கைவரை வால்நீட்டி. கடல் விலங்குகள் தூங்கும் வானரங்கள்மீது திடீர்த்தாக்குதல் நடத்தின. சில வீரர்களைக் காணவில்லை. பனைமீனொன்று அனுமன்வாலைச் சிறிது நறுக்கியதால் விழித்தெழுந்தான். உடனே வானரங்களும் கூடவே எழுந்தன. யானை நெற்றியென மஞ்சள்நிறப் பெருஞ் சிப்பியை முட்டினார்கள். கடலுக்குள்மூழ்கிய வானரங்களைக் கூட்டமான மீன்கள் கரும்பத்தொடங்கின. சில வானரங்கள் தப்பியோட அவற்றின் காதுகளை நண்டுகள் கவ்வியிருந்தன.

மீன்களுக்குத் தலைமை வகித்த சுபர்ணஜா வெளிவந்தாள். அவளுக்கு மீன்களின் செதில் போல் வாலிருந்தது. ஓசையடங்கிய பொற்செதில்களும் ஒளிர்ந்து கொண்டிருந்தன. அவள் கண்ணிற்குள் சிக்கிக்கொண்டவனென அவளைக் கவனிக்கிறான் அனுமன். அவளிடம் நிலவின் ஒளிர்வுடைய வனப்பைக் கண்டான். அனுமன் அவளைப்பார்த்ததும் மையல் கொண்டான். மெல்ல அவளிடம் சென்று பேச ஆரம்பித்தான். இந்த இடர்களால்ஆன சூழ்நிலையிலும் மோகம் கொண்டனர்.

பாலத்திலிருந்து உருண்ட பெரும்பாறையிலே அமர்ந்திருந்தனர் இருவரும். சீதைக்கு கொடுக்கபட்டதாகச் சொல்லிவந்த பட்டுக் கம்பளி ஆடையில் கலந்த முத்தின்விதியை சொல்லிவந்தாள் அனுமனிடம். ராமனின் வருகைக்கு முற்பட்ட லங்காபுரியில் வண்ணம்பூசிய விரல்களைக் காட்டினாள். அனுமனிடம் நுட்பமான பொன் இழை ஒன்று இருட்டைக்கடந்து செல்கிறது. வெள்ளிவோடையில் சன்னஓராமீன்கள் நீரருந்துவதை வானரங்கள் பார்க்கின்றன.

வெள்ளிநீர்க்கொடியாக சுற்றிப்படர்கிறது. அனுமனை அழகு படுத்தும் சுபர்ணஜாவின் சிநேகிதி ஓரா தூரிகை கொண்டு அனுமன் முகத்தில் வர்ணம் தீட்டுகிறாள். பட்டுப்போன மை ஈரத்தில் எழுதுகிறது. கடலிலுள்ள வாசனைகளை அவளிடம் உணர்கிறான். பாலம் கட்டுவது நிறைவேறாமல் இருண்டு கொண்டிருந்தது வீரர்களின் அச்சம். இருட்டு நீருக்குள் அமிழ்ந்தகாலம் சுபர்ணஜாவின் கருவில் பாதிஉடல் மீனாக ஜனித்தான் ஒரு நீர்மனிதன். அவன் உடல் பாதி மீனாகயிருந்தது. பொறுமை இழந்த ராமன் பாதிப்பாலத்தைக் கடந்திருந்தான். வானரவெட்டுப்பாதை அழிந்து போயிருந்தது. ஆனால், ஊர்ந்து அசைந்து வரும் குரங்குப்பாலம். மனக்கலக்கத்துடன் சுபர்ணஜாவை பிரியவேண்டுமே என அவன் வருந்துவதற்குள் மீன்களுக்கு அரசியான சுபர்ணஜா கடலுக்குள் நீந்தி மறையும் போது சொன்னாள் ‘குரங்கின் வாலால் சிருஷ்டிக்கப்பட்ட கலைப்படைப்பு களைத் தான் கடல் குகையில் பார்த்தேன். அனுமா நீயே புராணத்தால் விலங்கிடப்பட்டிருக்கிறாய். அதன்மீது என் கண்ணீர் ஒடிகிறது.’ அனுமன் கண்ணீரோடு வானரங்கள்அழித்த புதைபடிவப்பளவப் பாறை மேல் நிற்கிறான். கடல் மேலும் மேலும் அனுமனால் கரித்தது.

தொலைவிலிருந்து அவள் குரல் கேட்டது ‘நீங்கள் வருந்த வேண்டாம் நானும் குழந்தையும் எப்போதாவது வருவோம். எப்போது நீ கடற்கரைக்கு வந்தாலும் உன்னைச் சந்திபேன். வெண்நீலக் கடல்களும் பசும்வெளிகளும் அற்புதமானமரங்களும் உங்கள் வீடுகளாக இருந்தும் யுத்தத்தால் வினாசமாவீர். ஆனால், புராணத்தில் கிஷ்கிந்தா மறைந்துகொண்டிருக்கிறது.

அமைதியான தண்ணீரின் கலங்கமற்ற சாந்தம், மழைக்குப்பின் சூரியன் தோன்றும்போது வரும் மண்வாடை, அச்சமடைந்த பறவையின் சிறகடிப்பு ஒலி, நீந்துதல், நடத்தல் எல்லாம் மறைந்து கடினமானபாறைகளால் இந்தப் பாலத்தை ஏன் சிருஷ்டிக்கத் தொடங்குகிறீர். இதனால் பிரம்மாண்ட மலைகள், அருவிகள்,

ஆதிகாலப் பள்ளத்தாக்குகள் இவற்றை அழித்துப் பொய்யான பாலம் எதற்கு. நெருப்புக்கோளம் போன்ற சூரிய அஸ்தமனத்தின் நித்யத்துவத்தை உனக்குத் தருகிறேன். மன்னார் வளைகுடாவில் பதினாறு காற்றுகள் கடந்துசெல்லும் பாதையைப் பாலத்தால் தடுக்க வேண்டாம். நமது காலத்தில் நம்மால் பேணப்பட்டு கலங்கபடாமல் இருக்கட்டும் வளைகுடா நீர்வழிகள்' என்றாள். ஒரு தாகம் அனுமனிடத்தில் உள்ளார்ந்து இருப்பதெனக் குரங்குவாலில் சிருஷ்டிக்கப்பட்ட கலைப்படைப்பு வளர்ச்சிக்கான உந்துவிசையை இயற்கையிடமிருந்து தன்னைப் பிரித்துக்கொள்ள முடியாதவாறு அனுமன் பறக்கிறான். தன் வாலால் நீலநத்தையின் நீர்மத்தைத் தொட்டு சுபர்ணஜாவின் உருவை வரைகிறான் கடற் பளிங்கில். புல்லின் நறுமணமோ, இலையுதிர்காலத்தங்கநிற வெளிகளோ, அலைகளின் முணுமுணுப்போ, இசையோ, கிளர்ச்சியூட்டும் மையலோ கொண்டிருந்தான் அவள்மீது. அழகின் விதிகளுக்கு சுபர்ணஜா ஊற்றாகிறாள். அனுமன் புராணத்திலிருந்து ஒரு கையை மட்டுமீறி ஆதிக்குகையில் வைக்கிறான். அவன் தனது ரசனைத் திறமையும் தொடர்ந்து வளர்த்துக்கொள்ளாமல் இருக்கமுடியாது.

இங்கு கலைக்குமாற்று எதுவும் கிடையாது என்பது தெளிவு. புராணத்தை வைத்துமட்டும் அனுமனால் உயிர்வாழ முடியவில்லை. தன் ஆதிகாலப் பாறைச் சித்திரங்களுக்கு வருகிறான். இந்த வாலினால் ராவணன் நகரத்தைச் சுடுவதற்குமுன் இந்தவால் ஆதிஆதியாய் பின்செல்கிறது. இயற்கைக்கும் தனக்கும் இடையான உறவைச் சித்திரத்தில் வரைந்து நகர்கிறது. அவை எந்த ஒரு கருப்பொருளையும் மனிதனுக்காய் கொண்டிருக்கவில்லை. தாவரவடிவம் தோன்றியது குரங்கு வாலிலிருந்து தான். அதன் குகை ஓவியம் இயற்கையிலிருந்து உந்தித் தள்ளப்பட்டு வாலாகவடிவமெடுக்கும் தொன்மம் கலையின் உந்துவிசையாகிறது.

மனிதனை விட்டுப்பிரியும் புராணங்களும் விடுபடுகின்றன. புராணத்தின் வக்கிரத்தால் பாலம் நீள்கிறது, அதை வானரங்கள் மீது சுமத்துகிறது. கடலின் எதேச்சையான இருப்பை மறுத்தழித்துவிட்ட மனிதக்கடவுளர் தமது கரங்களையும் மூளையையும் ஷீனமடையச் செய்துவிட்டனர். எண்ணற்ற ரகசியக்குவியல்களை மன்னார்குடா புதிரான அரிச்சல்முனை நீர்வாளமாக வளைந்து இருக்கிறது. அவள் அனுமனை ஒரு ஆர்வமிக்க குழந்தையாக மாற்றுகிறாள். அனுமன் வானரஓவியனாகயிருப்பான் என்றவாறு அவன் வாலைவிட்டுக் கடந்து செல்கிறாள் சுபர்ணஜா. ஆனால், அவனுக்கு புராணத்தின்

விதிபடி என் மைந்தனுக்கு நீதான் தந்தை என்று தெரியப் போவதில்லை. நம் புராணத்தைத் தொடாமல் கடந்து வெகுதூரத்தி லிருக்கிறார்கள் நீர்மனிதர்கள் கதையின் விதிபடி.

ஓப்பிலஸ் ஓவா சுண்ணாம்புக் குகைவளரி

சோம்புவா ஆற்றின் அடிநிலக் குகையில் மறைந்துபோன பேருருயானை மாமத் தந்தச்சல்லாரி வீச்சைச் சோதிக்க அவை கார்ப்பேத்தியன் மலைப்பரம்புகளில் நேராகப் பறக்கவில்லை எனக் கண்டோர்திகைக்க அது அவனிடம் திரும்பி வரக்கண்டு அதிர்ந்தே விட்டனர். அதன் சுழற்சியின் மையத்தைச் சுற்றிச் சுழன்று வரும் புனைவில் மிதந்து பாருங்கள். கார்ப்பேத்தியப் பழையோன் எறிந்துகொண்டிருக்கும் மாமத் தந்தவளரி தானே குறிவைப்பதால் ஓர் ஈட்டிக்குமேல் நன்மைகள் பல கொண்டுள்ளது. ஓர் ஈட்டியுடன் தூரத்தில் எதையாவது அடிக்க விரும்பினால் அதன் கூர்முனையைத் தூக்கி மேலேஎறிய, வளைந்த ஒரு விமானத்தை அளிக்கிறது மறைந்த மாமத்யானை. ஓர் ஈட்டி காற்றுவழியாகப் பயணிக்க மாமத் தந்தவலேட்டாடி நேர்கோட்டை உருவாக்காது. சுண்ணாம்புக் குகையிலிருந்து பச்சை எரிவெள்ளியாய் காலத்திரள்களைச் சுற்றி மிதக்க முடியும். கண்டுபிடிக்கப்பட்டவற்றின் அடிப்படையில் மாமத் தந்தப் பிருதுங்கி திரும்பி வருமென்பது கடவுள்களின் நம்பிக்கை.

முதற் கானகத்தில் நூறுபச்சை நிறங்களை மாறிமாறிக்கக்கியவாறு சித்திரக்கல் புடவிலிருந்து வருகிறது. அது முதன்மையாக நம்மை ஆட்கொள்ள வரும் திரும்புதல் என்பதன்றி வேறில்லை. சில மறைபொருள் எழுத்துக்கள் மற்றபிராந்தியங்களில் உதிர்ந்தவை இதில் உதிராமல் இருப்பவை. மரச் சாதன முயல் குச்சிகளென விளையாட்டுக்காகப் பறக்கும் கருவிகளல்ல மாமத் தந்தப் பிருதுங்கி.

கம்பிளிக்கைகளிலிருந்து பறக்கும் மாமத்வாளம்

கை அரிவாளிலிருந்து அதன் வடிவம் பெறவில்லை.

இதில் உதிரும் எழுத்துகள் புராதன எழும்புச் சட்டகங்களிலிருந்து பழங்குடித் தோற்றஅடையாளங்களில் ஒரு நீள்வட்டப் பாதையில் பயணித்துச் சரியும் துடி

சரியாக எறியப்படும்சுண்டில் அதன் தோற்றப்புள்ளிக்கு திரும்பும்
கரடுமுரடான கம்பளிக்கைகளிலிருந்து பறக்கும் மாமத் வாளம்

பாதையை வளைத்துச்சுழலும் இடத்தில் முதல்யானை மறைந் திருக்கிறது

யுகங்களை நோக்கி எறியப்படவில்லை

யாரையும் கைகோர்த்துக்கொள்ளவிடவில்லை, அது வேட்டைக்கெனப் படைக்கப்படவில்லை

போருக்குக் கிளம்பவில்லை

தீயை அணைக்கவில்லை

இசைக் கருவிகள் நீரின்றி ஒலியகராதியாக சப்தமிடும்

உலகின் கற்கால யுகத்தைச் சேர்ந்த பாறைஓவியங்கள் உறங்குவதை யாரும் எழுப்பவில்லை

தந்தப்பிடிகளை யாரும் தொடவுமில்லை

நாகரீக வளர்ச்சியின் உயர்கட்டத்தில் தன்னை யுத்தத்திலிருந்து விடுவிக்கவில்லை

ஓடும்போது எதிராளி மீதுகூட யாரும் வீசவில்லை

முடிந்தவரை தேய்பிறையெனத் தடிமனை இழந்தவை

தலைமுறை தலைமுறையாய் வேட்டைக் கணங்களுக்குக் கொடுக்கப் படாதவை

அதன் வயது எவ்வளவு; மறைந்த மாமத் யானைகள் வயதற்றவை

மாமத்தந்தத்திலிருந்து வருடிய சூருடைக் கானகங்கள் எங்கு மறைந்தன

முயல்குச்சிகள் அழுகின்றன

செவ்வெலிமயிர்ப் போர்வைக்காக எகிப்திய பாரோக்கள் ஏங்குவதை இசைத்தன

வேட்டையிலிருந்து தப்பவில்லை

வீசியெறிந்த மரவளரிகள் ஆயிரமும் மிகத்துல்லியமாய் நீண்டு தாவும் மான்களோடு வேட்டையில் வளர்ந்தவை

ஓடும்போதே முயல்குச்சிகள் இசையமைத்தன

மான்தொலியில் தாளங்கள் பிறந்தன

கைக்குப் பதில் குச்சிகளைத்தட்டும் சிறு விலங்கு தப்புவதற்க்குள் இசையிலிரிந்து தப்பிவிடுவீர்கள்

நீண்ட தூரம் தப்பி வேகமாகப் பிடித்துவிடும் வேட்டையில் இரட்டிப்புத் துல்லியம்

வெவ்வேறு வடிவங்களில் மூன்று நான்கு ரெக்கைகள் பறக்கின்றன

செறிவூட்டிய பாப்பிரஸ் கோரைகளைச் கோந்துப் பிசினோடு சுற்றி சுற்றி ஒட்டிய கோல்கள்

குறிப்பிட்ட இடத்தில் நிற்பதில்லை

மரத்திலிருந்துமட்டுமே பறக்கின்றன

என் கை மண்ணில் புழுதிமீன்களின் சங்கீதங்கள்

கண்ணீரில் எழுதுகிறாள் சிலுவாவைக் கண்களால் முதலில் வரைந்து. 'சிறுபிள்ளையாய் வந்து ஐந்து திருக்காயங்களைக்காட்டி மறைந்து போனார். அவரோடு வந்த கன்னிசிலுவா தன் வாயதரத்தில் நெடுகிப்பாய்ந்த தீக்கல்லைத் திரும்ப உமிழ்ந்தாள். உலக விளிம்பு களில் தீப்பற்றி எரிகிறது. ஆறாவது திருக்காயம்'

எழுதும் மேஜை ஏன் அண்டங்காக்கையைப் போலுள்ளது. ஆலீசின் அற்புதஉலகில் வரும் மேட் ஹேட்டரிடம், இவள் சொன்னாள் போர்ச்சுகீசியத்தாளில் புகைத்தவாறு, 'பொருட்களில் படிந்துள்ள தோற்றத்தைச் செறிவூட்டும் பழையபுத்தகம் ஒன்றை எச்சில் தொட்டுப் புரட்டிப்புகைபூசிய ரகசியங்களை வெளிக் கொணரும் ஆலீசின் அற்புதஉலகிலுள்ள சாவி என் இடுப்பில் கிணுகிணுக்கிறது என்றாள் மேட் ஹேட்டர் புகைத்தவாறு. மகளிர் குழு பாடத் தொடங்குவதற்குமுன் உரையாடல் முறையில் பொம்மைகளின் துணிகளில் விழுந்த ஒளிகள் வழி பார்க்கிறார்கள்.

தலைகள் மீது கொகியாப்புகை சுற்றிக்கொண்டிருக்கிறது. கண்ணுக்குப் புலப்படாத மனிதன் ஒரு சுருட்டுக் கேட்டான். அவன் புகைப்பதைப் பார்ப்பதற்கு விந்தையாக இருந்தது. அந்த விரல் களுக்கிடையில் சுழலும் புகைவரிப் பாடலாகத் தோற்றம் கொண்டான் மார்ட்டின் கோடாக்ஸ். அவனுடன் ஃபெர்னாண்டோ டுபான்கோ புராதனக் காக்கையிடமிருந்து தன் புகைக்குடுக்கியை வாங்கினான். 'எரியும் புற்களின் மீது நீலப்புகை சுற்றும் நம் சந்தேகத்தின் காலம்' என்ற பாடலை விரலாட்டும் இசையமைப்பாளன் அழைக்கப் பாடுகவிதைகளை சிறுகவிதைக்கிறாள் இசபெல்லா லிஸபோவா.

'அலைமேல் சிப்பியிலே விழுந்தன எல்லாம்' என்ற பேராசை வணிகனின் பாடல் கிறங்குகிறது. ஆகிவருதலாகத் திரும்பிச் செல்லும் ஆர்மடில்லோ என்ற போர்ச்சுகீசியக் கப்பலில் நுரையீரல் மீன்களாக இருந்தனர் இசபெல்லா லிஸபோவாவும் அவள் பாடுகவிதைகளை இசைக்கும் ஒன்டாஸ் பாடகர்களும். மெக்கலனோடு பயணமான

பழங்கால நாடோடிப் பாடல்களின் மறதியைச் செறிவூட்டிவருகிறான் ஃபெர்னாண்டோ டுபான்கோ. பழம்புத்தகத்தில் படிந்துள்ள அந்த பொம்மை சிக் சிகான்... எனக் கத்தியது. ஒவ்வொரு புகையும் நெளிந்து தாழ்ந்து மாயன் கடவுளரைப் பணிந்து தான் மாயன் பொம்மைகளின் பேச்சுவழக்கில் மிதந்து பின் ஆட்டம் போடத் தொடங்கிவிடும். புராதன மாயன் மொழிப்பாடல்களோடு பிரேஸிலையும் பிடித்துக்கொண்ட பரங்கியர் ஒவ்வொரு பொம்மலாட்டப் பாவைகளின் அசைவிலும் நாடோடிக் கதைகளின் ரகசிய இழைகளாலும் நாட்டுப்புறக்கதை ஒன்றின் நீர்க்கூறுகளில் மாயன் தந்தையின் படகு எங்கெல்லாம் திரும்பிவராமல் போகிறது. வருவதாகக் கருத்தநிழலாக அப்படகுக்காக மகனும் தாயாரும் காத்திருத்தல் அமேஸான் நதியின் மாயப்புலத்தைக் கொடுத்துவிடும்.

ஜூவான் கிமரிஸ் ரோஸாவென்னும் எளிமையின் பெரும்பள்ளத் தாக்கில் பாய்ந்துவிழும் அமேஸான் வெள்ளம் அனைத்துக் கண்டங் களிலும் தெறிக்கிறது. வேகத்தில் கடலைநோக்கிப் பாய்வதற்கு முன் பிரளயமாய்ச் சுழல்கிறது. எரிந்த தண்ணீரில் எழுந்த சக்-மூல் கடவுளாக இருக்கும் அமெரிந்திய மரபில் வரையப்பட்ட கற்றாழைகளுக்கு இடையில் கசியும் பால்மதுவைப் பருகியவாறு மாயன் பொம்மைகள் ஒரு சிக் சிகான் சுருட்டை வைத்து இரவெல்லாம் நடத்தும் உரையாடல்கள் ஏனோ ஸ்பெயின், போர்ச்சுகல் இரண்டும் ஒன்று கலந்திருந்த புராதனவிதியாகத் தொலைவில் நிகழ்ந்துகொண்டிருக்கும் கலீஸியப்பாக்களில் எப்போதுமே மெல்லியவாசத்திலிருந்து பாடுகவிதைகளுக்குள் மையலூட்டுவது மாயன் தீநடன வளையங்கள் ஒரு இரவை வெவ்வேறு இரவுகளாக வளைந்து வளைந்துக் கடந்து செல்லும் தீ வளையங்களாகிவிடும். அவை ஒருபோதும் ரகசியங் களைச் சுரந்த புகையினூடாய்ச் சீர்தூக்கிப் பார்க்கும்போது ஒரு பயனுமற்ற தோல்வியான நாள்கூட மிகநன்றாகக் களிக்கப்பட்ட பகலைத் தாண்டிவரும் அதீதபொம்மைகளின் இரவாக அமையப் போகிறது உங்களுக்கு.

போர்ச்சுகீசிய வல்லுநர்களோடு ஃபெர்னாண்டோ டுபான்கோ கொண்டுவந்த இலைகளால் சுருட்டிப் படைத்த குடுக்கிகளுக்குள் புகையிலை விதைகளைப் பரங்கியர்களுக்கு ஒவ்வொன்றாய் எடுத்துக் கொடுத்தவாறு நாடுகடத்தினார்கள் மலபாருக்கும், மன்னார் வளைகுடாவுக்கும். கொகியா என்ற டபகோ இலைகளாலான நாடோடி நான்.

என்னை டுபாஸ்கோ மாகாணத் திலிருந்து அறுவடை செய்யப்பட்ட புகையிலையாக நிலமெங்கும் பரவி இருந்தேன். என்னை லிஸ்பன் நகரத்துக்குக் கூட்டிவந்தவர்கள் ஸ்பெயின் தேசத்தின் ஃப்ளமேங்கோ நடனக்காரிகள்தான். ஃப்ளோரிடாவிலிருந்து விதைகளாகஇருந்த என்னை போர்ச்சுகல் மன்னர் செபாஸ்டியானுக்கு கடல்மாடத்தின் பாடுகவிதைகளாகவும் புகைந்தேன் நான். ‘சிகார்’ என்ற வார்த்தையின் தோற்றம் நான்தான். சுருட்டுக் கம்பெனி மேனேஜருக்கும், தொழிலாளர் களுக்குமான சண்டையை ஃப்ளமேங்கோ பாடுநாடகங்களாக இயக்கியதும் நான்தான். பொம்மைகளின் மெய்ப்பூசிய அமேஸான் நீர்ப் பதுமைகள் ஆசைகளை வெளிபடுத்தும் புனைவு மையலின் கதாபாத்திரங்களில் கொகியா என்பதைவிட சிக் சிகான் கடந்து உள்ளுருவாக முன்னுணர்ந்து கூறும் வெகுபழங்கால விடுபுதிர் கண்ணாடிகளில் மாயன் கடவுளர்களின் மையலை இருபதாயிரம் ஆண்டுகளை ஒரே இரவாகக் கடந்துபோகிறாள் இசபெல்லா லிஸபோவா. அவளை ஆசீர்வதித்த மாயன் கடவுளர் மையல் பொம்மைகளுக்கு வருங்காலத்தின் அரும்பெறற் பேறாகக் கூறுகின்றனர். ‘என்னைப் பார்த்தால் உன்னை காட்டுவேன்’ என்றது பொம்மலாட்டக் கப்பலின் விடுபுதிர்க் கண்ணாடி.

ஆர்மடில்லோ பரங்கிக் கப்பலில் நீர்க்குமிழ் கடிகார ஊசலியின் ஒலிகால்கள் மெல்ல உள்ளடங்கி மெல்லியபெண்குரல் பாடுகிறது, ‘வீகோ.. வீகோ.. இசபெல்லா லிஸபோவா இசபெல்லா லிஸபோவா’ எனப் பரங்கி மாலுமிகள் கூட்டமாய் கோரஸ்பாடுகிறார்கள். வீகோ ஊரிலிருந்து கடலில் அசையும் தலைகீழ் தேவாலயத்தின் கோபுர ஊசி நுனியில் நின்று அம்மாவும் குமாரத்தியோடு கடலலைமேல் காத்திருக்கிறாள்.

போர்ச்சுக்கலுக்கும் ஸ்பெயினுக்கும் நடுவே கோடு கிழிக்கப்படாத பதிமூன்றாம் நூற்றாண்டு பாணனின் பாடுகவிதைகளும் கலீஸியாவின் வீதிகளில் கிளம்பி முத்துப்பட்டண வீதிகளுக்கு வருகிறார்கள் மன்னார் வளைகுடாவின் முத்துப்பார்கள் வரை, வேதாளையில் சேதுராசனால் கொலைப்பலியான புனிதர் அந்தோணி கிருமினாலி, ரத்தசாட்சியத்தை தொட்டுப் பாடினாள் இசபெல்லா லிஸபோவா. வந்தபிள்ளை இன்னாரென்று அறிந்தனர் வேதாளை ஊரார். வேத ஊழியத்துக்கு பிறர் ஆத்துமவிரட்சண்யத்துக்கும் பட்டபிரயாசங்களும் செய்தபல பயணங்களும், பண்ணில் பாடியவையும் இத்தனை என்று கணக்கில் இல்லை. அநேக சன்னியாசமடங்களையும் மணல்மேல் சென்று தொட்டார்கள். ஆலந்தலை புனித சின்னப்பர்

ஆலயம் சென்று மணல்மேல் நடந்து புன்னைக்காயல் சேசுசபையினர் முதல் பணித்தளத்தில் ஆர்மடில்லோ கப்பலிலிருந்து பாடியபடி இறங்கிவந்தார்கள். ஜாக்லர்களும் சுருதிநரம்பாடிகளான ட்ரபதோர் களும் குருஸடியின் உச்சியிலிருந்த சிலுவை நிழல் மணலில் நீண்டுவர அதன் உள்ளிருந்து முத்துப்பட்டணம் சிலுவா தோன்றினாள். குருஸடிக்கு நடுவில் ஒருபெருமணியும் இருமருங்கிலும் ஒத்த அளவுடைய இரண்டிரண்டு சிறு மணிகளுமாக மாறிமாறிக் கோர்த்த கணுநிலை வடமொன்றை வீகோவின்தேவதை இசபெல்லா லிஸபோவாவுக்குப் பரிசளித்தாள் சிலுவா. இருவரும் பாடியவாறு விளக்குவைக்கும் சிறிய மாடத்திலும் கைவைத்திருந்தனர்.

வினோதம் ஈதே வினோதம் ஈதே
போர்ச்சுக் கீசுக்காரய்யா ரசபல்லா வர்ணசூரய்யா
அகிலலோகம் பாரையா பூலோகம் வந்து சேரய்யா
நாங்கள் எல்லாம் பரவமக்கள் இறைச்சி திங்கமாட்டோம்
ஆனா அடுத்த வீட்டுக்கோழியைக் கண்டா சும்மாவிடமாட்டோம்

ஏழைகளும் அநாதைகளும் போர்ச்சுகீசியரோடு சேர்ந்து உணவருந்தும் உரிமைபெற்ற மேசைக்காரர்களோடு கூடயிருந்து பாடிய நாகரிகத்தையும் கொண்டுவந்தாள் வீகோவில் இருந்துவந்த இசபெல்லா லிஸபோவா. இவ்வூர் மேசைக்காரர்கள் பாடச் சிறுகச் சிறுக இடைவந்து பாடினாள் இசபெல்லா லிஸபோவா. சிறு ரூபத்தையுடைய பாடுகவிதைகள், இசபெல்லா லிஸபோவா இதுவரை நிலவியிராத சொல்கரைய ஒருபோதும் கண்டிராத உயிரசையைப் பாடுகிறார்கள். கோர்ட்டோபோ ஸ்பானிய, இஸ்லாமிய மத்தியகால முக்கிய இந்நகரத்தின் இசைமரபு பாழடைந்து கருத்தமதில்களைத் தொட்டாள். இசையிலாடும் உடைபடும் பொம்மைகளின் நகரமாக மாறிவிடும். கேண்டிகேஸ் பொம்மைகள் கலீஸிய, போர்ச்சுகீசியப் பாடுகவிதைகளை சாண்டா மரியாவுக்காகப் பாடியவாறு வருகிறார்கள்.

கேண்டிகேஸின் கன்னி மரியாளுக்கான நானூற்றி இருபது பாடுகவிதைகளின் பாப்பிரஸ் தாள்கள் மடித்து மடித்து விரியும் அடங்கல்ஏடு தானே பாடிப்பாடி பாழடைந்துள்ளது. இஸ்பானோ ஹீப்ருகவிதைகள் அராபியமாதிரி ஸ்பானிய மொகசராபிக் புராதன இயங்கு குழுக்கள் வெகுவிசித்திரமாய் பன்மைத்துவ வெகு பாஷைகள் கலந்தவை.

அஜைலி சூஃபியா கோர்ட்டோபோ நகரத்தின் பழங்கதவின்

தலைவாசலில் இறங்கியவாறு பாடுகிறாள். சாண்டா மரியா மெல்லிய துணிச்சுருளில் வைத்திருக்கும் மத்தியகால இசை அபிதானம். இந்த அபிதானத்தின் இரகசியச் சுரங்க வழிகள் கோர்ட்டோபோவின் அந்தப் புனித ஆலயங்களின் மாறாத நித்தியத்துவமான பாடுகவிதைகளின் ஒவ்வொரு அடியிலும் மறைந்துள்ள சூஃபித்துவ அரூப த்வனிகள் ஒளிரும் முத்தொள்ளாயிரம் பார்களில் பின்னே மூர்கள் தென்கடல் முத்தையும்தேடி குதிரை மந்தைகளோடு வாணிபர்கள் வந்த கப்பலிலும், மண்டியிட்டு நமாஸ் ஓதும் தொனிகள் அலைகளாய் உறைகின்றன. இந்த முத்தின் பல்வகை ஒளிக்கலப்பின் அரூப அடுக்கில் மகாஈர்ப்புடன் இசைமேதைகள் மெய்மறந்து கொண்டு கோர்ட்டோபோ இசைத்தொன்மங்களில் சொருகிக்கொண்ட பித்தர்களாகி விடுகிறார்கள். இசைமரபுகள் ஒன்றுக்குள் ஒன்று கொடுத்துவாங்கி உலகைச் சுற்றிப் படர்ந்திருக்கும் பாடுகவிதைகள்.

ஆய்வாளர்களும் கோர்ட்டோபோவின் இருண்ட மதில்களிலிருந்து இருகைகளையும் பதித்துச் சாகரத்தில்மறைந்து எழுதுகிறார்கள் ரேடியம் நிப்பினால். அவர்களில் சிலர் கிளைபிரிந்து லூகாசின் உருவம்வரைந்து அப்புனிதரைச் சந்திக்கிறார்கள் புதியஏற்பாட்டைத் திறந்து. இந்த இசையில் உலவும் சாண்டா மரியாவின் சலனங்களை, கேட்பவர்கள் கண்டடைகிறார்கள் இஸ்பானிய மொசுசராபிக் புராதனமடைந்த இசைமரபுகளை. அரசன் அல்ஃபோன்ஸா எக்ஸ் இந்த இசையோடு நெருங்கிய தொடர்பிலிருக்கிறான். அது மொழிப் பன்மையில் உருவான பாடுஇசைக் கவிஞர்கள் அந்நாட்டின் நெய்தல்திணையின் வெடிப்பெழுச்சியாக தொடக்க காலத்தில் இருந்தார்கள். நிகழ்காலங்களாகவும் அவளுடைய தூய கன்னிமை அற்புதங்களையும், நித்தியகன்னித்துவத்தையும் பற்றியது. ஸ்பானிய, போர்ச்சுகீசிய பாடுகவிதைகள் அனைத்துலகையும் ஈர்ப்பதாக நித்திய கன்னிமையின் எண்ணிக்கையற்ற காலத்தின் ஊடாக அக்காலத்துக்குள்ளேயே இருந்து கொண்டிருக்கும். இன்றுவரை பயணித்துக்கொண்டிருக்கும் அந்த இசை கடல்களைச் சேருகிறது. அந்த நானூற்றி இருபது கன்னி மரியாவைப்பற்றிய பாடுகவிதைகள்தான் ஒருகதாபாத்திரத்துக்குள் பத்து கதாபாத்திரங்களாக பாடும் கதீட்ரலின் பேரிசையில் விடுபட்ட மௌனங்களாக பரதவர்கள் வலை இழுப்பதே கன்னி மரியாளின் சொரூபத்தைக் கொண்டிருக்கிறது.

மார்ட்டின் கோடாக்ஸின் இந்த நூல் மூன்றைப்பற்றித்தான் இசை உலகிலும், எளியோர் உலகிலும் எல்லோரும் தேடுகிறார்கள். அலெக்ஸாண்டரியா நூலகத்தில் தேடியும் கிடைக்காதவை பின்னே

லிஸ்பன் நூலகத்தில் அதிசயமாய்க் கிடைத்திருப்பவைகளில் கிடைக்காதவை எல்லாம் கோர்ட்டோபோ நூலகத்தின் ஆவணக் காப்பகத்தில் திறந்துகொண்டதில் இஸ்லாமியத் தொன்மம் கலந்த இவர்களின் பாடுகவிதைகள் வந்துசேரும் கடலோடிகளின் கையில் குதிரைப் பற்களின் எண்ணிக்கையெனக் கருப்புவெள்ளைக் கட்டைகள் தானே விடுபட்ட இசையாகப் பரவிக்கொண்டிருக்கிறது. அதன் சில பக்கங்கள் பலர் கொண்டுவந்து சேர்த்த பாப்பிரஸ் சுவடிகள் நலம் மற்றும் மதசேவைக்குக் குழுக்களாய் நாடுநாடாய்ப் பிரிந்து செல்பவர்கள் கைநழுவ விட்டவையும் கோர்ட்டோபோவுக்கு திரும்ப வந்து விடுகின்றன. கடலில் காணாமல்போனவை நீர்மனிதர்களின் பாடுகவிதைகளாகவே மச்ச இனங்களின் கோடுகளாகிவிடுகின்றன. கடலில்நனைந்த பிரதிகளில் ஒவ்வொரு மீனுரசும் கோடுகளைச் சேகரித்துத் தொகுதிகளாக்கி மூழ்கிய நகரங்களின் நூலகத்திற்கு நீர்மனிதர்கள் அளித்துவிடுகிறார்கள். மார்க்கனஸ் ஆர்கனிஸ்டா இசைஇயக்கம் உயர்ந்த வடிவம். பன்மைத்துவ மரபுகள் கமகங்களால் செறிவூட்டிய சரித்திர உள்ளுமைக்குள் சமயங்கள் ஒன்றுகலக்கும் இசைக்கோல அடுக்கின் வகைமைக்குள் மூன்று கிளைகளாய்ப் பிரியும் டொலிடோ வகை, ரிப்போல், டெரஸோ என்பதாகவும் உள்ளன.

மத்தேயு, மார்க், லூகாஸ், ஆகிய தூதர்களின் பின்னே ஒவ்வொரு வசனமாக சங்கீதம் தொடர்கிறது. கடல் மீது மழையெனப் பெய்கிறாள் இசபெல்லா லிஸபோவா. காண்டிகாப் பாடலது. டி அமிகோ சிநேகிதன் கடலில் மறையத்தேடும் துயர்வீசிய காற்று ஓன்டாஸ் கடலென்று செபாஸ்டியான் சான்ஸியோ மச்சாடோ தன் தொங்கும் விடுதியில் மார்ட்டின் கோடாக்ஸை வரவேற்கிறான். எம்மூதந்தை யரின் இசைமேதையே வருக... என்று துன்ப துயரத்தின் கடற்பயணப் பாடுகவிதைகளைக் கொண்டு வந்திருக்கிறாயா பரங்கியாளே இசபெல்லா லிஸபோவா... நீயும் உள்ளே வா தொங்கும் கொற்கைக்கள் விடுதி அசைகிறது உனக்காக. ஆர்மெடில்லோ கப்பல் களைத்திருக் கிறது. நீர்ப்பறவைகள் அங்குவந்து அமரட்டும். அவசரப்படாமல் நிதானமாக இருந்து நலமாகச்சேர்ந்திசைப்பதற்கு மார்ட்டின் கோடாக்ஸ் பண்களில் மறைந்துள்ள மாயனின் கற்றாழைப் பால்மதுக் குடுக்கைகளை பத்திரமாகக் கொண்டுவாருங்கள்.

மாயன் தீ வளையத்தில் என் தாயார் சுற்றிவந்து பாடுவதைக் கேட்டிருந்தோம். காலம் கடத்தவேண்டாம். எல்லோருக்கும் அறிமுகமான கோவாவில் இருந்து மொஸாம்பிக், அங்கோரா கருப்பு அடிமைகள் இங்கும் இருக்கிறார்கள். தேவாலயக் கண்ணாடிகளாய்

துலங்குகிறார்கள். பரதவனுடைய காதை முத்துப்பதித்த கடுக்கனோடு அறுத்துச் சென்ற மூர்களின் பாடல் மறதியில் கேட்கிறது. ஆனால் மூர்களால் அறுக்கப்பட்ட காதில் ஏழு கடல்களின் விலை தீராத முத்தின் தொன்மைகளில் மறைந்துள்ள நாகரீகங்கள், மூழ்கிய நகரங்கள், நீரின் இசையாக காதில் கசியும் பரதவ குமாரர்களின் குருதியின் ரகசியப் பாடு கவிதைகள். ஜான்தா குருஸ் பரங்கிக்குதிரை வணிகனோடு ஆலோசனை செய்து பனிமய மாதாவை அடைந்தோம்.

பட்டங்கட்டி மாரெல்லம் ஒன்றாய்கூடி மண்ணியல் அண்ட மெல்லாம் சூழ்ந்தோம். சேவோ காப்ரில் கப்பலில் பந்தளயாணி வழியே பொன்னாணி, வெள்ளியங்கோடு தொட்டு கள்ளி கோட்டையை அடைந்தோம். சேவோகாப்ரில் கப்பல் நிறைய மக்களும் ஆடுகளும் பரணியாற்று வெற்றிலைகளில் இலங்கை கொட்டைப்பாக்கும் வைத்துக் கொடுத்தோம். மணல் எக்கர்களும் தீவுகளுமாய் ஆன பூகோள அதிசயமாம் முத்துப்பட்டணத்தைப் போர்ச்சுகல் அரச முத்திரை படுமாறு வைத்தோம். நாம் ஒன்றுகலந்த காசாது பாஷையில் பாடு கவிதைகளை சிலுவா சிலிர்த்தவாறு பாடிக் கொண்டிருக்கிறாள்.

இங்கே உங்களின் புதிய வரிகளுக்கு அகத்தூண்டல் அளிப்பதற்காக கொற்கைத்தேறல் இதோ பருகுவீர். பாடுகவிதைகளில் முடிவற்ற முடிவு ஒன்டாஸ் காண்டிகா பாடல்களாக சுருள்கின்றன. பாடல்களின் பிரபஞ்ச ஜீவிகளான உங்கள் பாடுகவிதைகளில் அலையும் கடல்கள் நிச்சயம் கொள்ள பெண்குரலில் ட்ரபதோர்கள் பாடும்இழை மெலிவிலும் மெல்லியதாகக் கேட்கிறது எனக்கு. எங்கள் சிலுவா தயங்கிப்பாடுகிற கோடு இசையின் சஞ்சலமாய் அலைக்கழிக்கிறது எங்களை. மார்ட்டின் கோடாக்ஸ் உமது இசைக்கோலம் மறுமை யிலிருந்து மறைந்தும் முகம்வாடாத சிலுவாவின் வேதனையின் தனிமையை இந்த முத்துப்பட்டணம் இரவெல்லம் கடலோசையில் கேட்டுக் கொண்டிருக்கிறது என்றான் செபாஸ்டியான் சான்ஸியோ மச்சாடோ. பனிப்பிரளயத்தில் பல்லாயிரம் புல்வெளிகள் காடுகள் பூக்கும் பருவங்களைச் சங்கீதவெளியாக அசைக்கிறாள் சிலுவா. கடல் பாலூட்டிகள் ஒலிகொடுக்கும் ராத்திரிகளின் இருளடுக்கை முதல் பறவைகள், மாமல்கள், டைனோஸார்களின் கரைவுஒலிகள் மீது மார்ட்டின் கோடாக்ஸின் கடல் நிலவு விரிகிறது இசைக்கோலத்தில்.

கீழே அதற்குக் கீழேயும் கடல் பாய்கள் நீலமடைந்துள்ளன. அங்கே நீலமனிதர்களான ட்ரபதோர்கள் மையலேறிய பாடுகவிதைகளை

விரிக்கிறார்கள். வீகோ நகரைச் சுமந்தவண்டும் முத்துப்பட்டணம் கடலைச் சுமந்த செங்கடந்தலும் சுற்றிச் சுற்றி நெய்தல் பெரும்பண்ணில் இழைகின்றன.

கலீஸியர் இனம் மறைந்துதிரியும் பொம்மைகளுடன் வரும் ஃப்ளமேங்கோ நாடோடிகளுடன் தொல்பழங்கால இச்சையின் புத்தகங்களைப் பழுதாகவே வைத்திருந்தனர். வாஸ்கோடா காமா வருவதற்குமுன் புகையிலைவிதைகளோடு புகைந்த பரங்கிச் சுருட்டுகள் உடைந்து உப்பேறியுள்ளன. இரவெல்லாம் ஸ்பானிய ஃப்ளமேங்கோ கழைக்கூத்தாடிகள் புகையால் வரைந்த பொம்மலாட்டக் கப்பல் ட்ரபதோர்களோடு அசைகிறது உருவற்று மறைந்திருக்கும் மைமோக ஆவிகளோடு.

மனக்கலக்கத்தோடு லிஸ்போவா பொம்மைகளைப் பரிசளித்தான் மார்ட்டின் கோடாக்ஸ் சிலுவாவுக்கு. பவளக்கொடி நிறம்கொள்ளும் மெய்விடா மேனி யோடு இளநங்கை சிலுவா சருகு மடிந்து மறைந்திருக்கும் வசந்தமாக முத்துப்பட்டணம் கடல்மடுவில் மரணத்தின் கர்வத்தோடு நீ உனது நிழலிலேயே அலைந்து கொண்டிருக்கிறாய். தனிமை அமைதியிலிருந்து சிலுவாவின் நடனத்தைத் தாங்கும் கருநீலமடைந்த பரங்கிக் கப்பலில் அவளுக்காக வீகோ நகரின் மணிக்கூண்டிலிருந்து கொண்டு வந்த ஜாக்லர்களின் பாடல் புஸ்தகத்தை பரிசளிக்கிறாள் இசபெல்லா லிஸபோவா. பாடுகவிதைகளைக் கீறவும் நெய்தல் பண்களைத் திணைப் பாக்களில் எழுதிக்கொண்டுமிருந்தாள் சிலுவா. காடுகள் அலைக்கழிப்பது எதனால் உன்னை. கரிசல் வளையத்தில் மிளகாய் சிவக்கப் பழம் பறிக்கச் சென்ற பெண்களும் எங்கே என சிலுவாவின் விரலிடுக்கில் நழுவுகிறது பாடுகவிதை. நாற்றுநடுகையில் வயல் அறுக்கையில் அவளைச் சுற்றிச் சேரிப்பெண்களின் குலவையும் பாடுகவிதைகள்.

முத்துப்பட்டணத்தில் யாழ்பாணர் விட்டுசென்ற ஒரு நரம்பை எடுத்துவந்த அடைக்கலாங்குருவி வசவுப்பாடலும் பாடு கவிதை. செங்குத்தான நீர்கோடுகளைப் பிரித்து தீராத்துயர் வீசி வெளிவந்தாள் இசபெல்லா லிஸபோவா. ஒரு துளி நீர்தான் சிலுவாவின் இசை. அது கடலாகமாறி யாழ்இயற்றிப் பாடிக் கொண்டிருந்தாள். நீல உடல் கொண்ட நிலவு அவள் காயங்களில் ஒளி பூசுகிறது. மீனாகமாறிய நெருப்புக்கல் ஒன்றை உமிழ்கிறாள். பிணங்களின் இருட்டில் புதைந்துள்ள ரேடியம் நிப்பினால் கடல் நுரையின் கிறுக்கல்களாகத் தன் கையெழுத்தை வரைந்து அலைகளாக மாற்றுகிறாள்.

வலையிழுப்பதே என் பாடுகவிதைகள் தான். அம்பாப் பாடலின் குரல்வளைக் குருத்தில் படகுகள் அழகாகச் சரிந்து இறங்கியேறும் அலைகளின் அருகில் ஒருத்தி இழைகிறாள். ஒரு சோகத்தைக் கடற்கரை நெடுக ஒவ்வொரு மணல் முற்றமாக வலைகள் காய்வதெனக் காய்கிறாள். ஆறு மெழுகுவர்த்திகளால் ஒளியூட்டப்பட்டு இறந்த கண்களில் இருந்து அவள் பார்த்தாள். இறந்தவர்களின் உருவமற்ற வடிவத்தை அடைந்தும் அழியாமலே அவள் மாபெரும் மனித வடிவில் தோற்றமானாள். கீழே கிடந்தபடி இருந்த அவளுக்கு மேலே ஸ்பிரிங் காவலர்கள் நடந்தபடி இருந்தனர். கடைசியில் அவள் வாய் வார்த்தை கரைந்து உருகும் தொனியாக நீண்டு கடலின் முனிகளோடு சுழலும் பாடுகவிதைகள். மார்ட்டின் கோடாக்ஸின் கருப்புக் கோட்டு அவளைப் போர்த்தியும் தழுவியும் மேலெழுகிறது சிலுவாவோடு.

எல்லா மெட்டுகளும் பலியானவரின் ஆவிகளுக்காக. ஆகாயம் மையலாய் ஒளிர்கிறது. மீன்பாடுகளில் குனிந்த பரதவப் பெண்கள் வலையிடுக்கில் சிக்கிய கடற்குதிரையை நீர்மேல் இடுகிறார்கள். உப்பேரிய சிலுவாவின் பிரதியைத் திறந்து வாசிக்கிறது மீண்டு வரும் கடற்குதிரை. மூன்று யுகங்களுக்கு முன்பிருந்த கண்களில் புதைந்துள்ள பூச்சிகளின் மிக நுண்ணியமான சிறகமைப்புக்கூட மாறாத மிகச் சிறிய பாடுகவிதைகள். அவற்றின் சுவடுகள் கடல் காலங்களாய் காய்ந்து நிலைத்திருக்கும் கபாடபுரக் கப்பலில்தான் மூழ்கியவாறு இருக்கிறார்கள். பறவைகளாகச் சிறகு விரிக்கத் தொடங்கிய சம்பனோட்டிகளோடு திரும்பி வருகிறார்கள். சவேரியாரை சம்பனோட்டிகள் அணையாச் சுடரென கைகளால் மூடி மணப்பாட்டின் கடற்குகையிலிடுகிறார்கள்.

பரிசுத்த பனிமய அன்னை சுரூபம் முத்துப்பட்டணம் இயற்கைத் துறைமுகத்துக்கு வர புயல், சுழல்காற்று, கடல் சீற்றம் பாதிக்காத வகையில் மணற்திட்டுகளாகவும், தீவு களாகவும் சூழ்ந்திருக்கும் எதேச்சைத் தோற்றம். காலத்தையும் இடத்தையும் வெவ்வேறு நகரங்களாய் கடந்து கீழ்திசைநோக்கி வருகிறார்கள். ஓடிந்து கொண்டிருக்கும் பாடுகவிதைத் திரட்டுகள் பாழடைந்த பிரதிகள் இந்தக் கப்பலில் நீண்டகாலம் அழிந்த மாலுமியாகச் சிதைந்தும் எல்லாரது விரல்களில் நூற்றாண்டுக் கணக்காய் பத்திரப்படுத்தி வைத்த கையெழுத்துப் பிரதிகள் இரண்டு.

ஒன்று அரசன் டெனிஸ், மற்றொன்று மார்ட்டின் கோடாக்ஸ். கணவாய் மீன் குருதி நீர்மத்தைத்தொட்டு ரகசியப் பண்ணியற்றிப்

பாடவும் தெரிந்த நூற்றுகணக்கான பாணர்களில் வீகோ நகரத்துப் பாணன் கோடாக்ஸின் பாடுகவிதைகள் மொழியாய் வலிமையலாய் பொம்மலாட்டக் கப்பலின் இசைக்கோர்வைகள் ஆயின.

பாணர் பாட ஆடும் பொம்மைகளின் விரல்களில் நழுவி அடுத்தடுத்த கைகளுக்கு மாறிமாறி மையல்காகிதங்கள் தனக்குத் தானே கசிந்து ஒட்டிக் கொள்கின்றன. கால்களை இடறும் மையல் பொம்மைகளாய் கசிந்துருகுவதால் கிளிகள் தானே வந்து ஒட்டிக் கொள்ளும். இசையின் பரிணாம சரித்திரத்தின் கானல் வரி ஏடுகளை வைத்து பித்தகோரஸ் கருணாமிருத சாகரத்தில் கிரேக்கப் பொம்ம லாட்டக் கப்பல் பெனிஸ்த்தோரில் பயணமாகி பெட்ரா நகரத்தில் தமிழ் பிராமி ஓடுகளைக் கண்டெடுத்து மாறிமாறிக் கடலில் வீசி கீழை இசைமரபுக்கு வருகிறான். முத்துப்பட்டணமும் கமாராவும் இடமுறைத் திரிபில் இசை சுழல்வதை கிரேக்க ராசி வட்டத்துடன் இணைக்கிறான் பித்தகோரஸ். அரங்கேற்றுக் காதையிலும் திருப்புநடுவணத்திலும் ராசிவட்டத்தைக் கண்டெடுத்து மேற்கில் போய் சுழற்றினான்.

பாடிப்பாடி முழுசரித்திரத்தையும் ட்ரபதோர்கள் திரும்பத் திரும்ப கூட்டிசையின் ஒலிக்கோர்வைகளில் எழுதுவது செல்லறித்த பாப்ரஸ் தாள் சுவடிகளில் இருந்து முழுப்பாடலையும் எடுத்தெழுதுவது அவ்வளவு எளிதல்ல. புராதனப் பெண்களின் குரல்வளையிலிருந்து மறையாத கோடுகள் மறதியிலிருந்து வெளிவந்தன முத்துப்பட்டணம் கிருஸ்தவர்களிடம். வெகுசில மையல் கவிதைகளை முத்துப்பட்டணம் பாய்மரக் கயிறுகளும் துணிகளும் சதா முணுமுணுத்தன.

இப்பாடல் வரிகள் திரும்பத் திரும்ப மையல் காகிதங்களில் இருந்து ஒருபக்கத்தில் இரண்டு பாய்மரமுள்ள ஒரு கப்பலும் அதற்கு கீழே ஒரு மீனும் ஒரு சங்கும் வரைந்திருப்பதிலிருந்து அது இரு மையல்தேவைதைகள் இசபெல்லா லிஸபோவா முத்துப்பட்டணப் பரதவ குமாரத்தியும் என்பது புலனாகும். கோஸ்மோஸ் இண்டிகோப்ளாயிஸ்டஸ் கூறியுள்ளபடி ஆறு பெரிய கடைத் தெருக்களில் பழையபட்டண வெண்கலம், கருப்புமரம், துணி, மரப்பிசின்களால் வடித்த மீனநாட்டு பொம்மைகள் இவை. இந்த நகரவாசிகளின் ஆறுபேர் மீனநாட்டுப் புராணங்களைப் பாவை களாகப் படைத்திருந்தனர். வேப்பமலர்க் கொத்தை ஏந்திவரும் கூனன், முருக்கவிழ்ந்த வேப்பமலர் தரித்த உக்கிரன், இந்திரன் வேப்பமலர் தரித்தவன் மீது பொறாமை கொண்டு மீனநாடெங்கும் சமுத்திரராஜனை அழைத்து யுகாந்தகால வெள்ளமெனக் கோபித்து

அரியகாவலையுடைய மருதையை அழித்துவிடு என்றான். பேய்களும் கண்ணுறங்கும் ராத்திரியில் அழிக்க நினைத்து பொங்கிய அலை களாகிய கண்கள் ஆரவாரித்து அலைந்து சென்று மரக்கலங்களுடன் மருதைமீது அழி அழியெனக் கதறுகிறது கடல். ராத்திரிக் காலத்தில் சந்திரன்மீது விஷம் பொருந்திய நாவும் கரிய உடலையுடைய ராகுவென்னும் பாம்பானது விழுங்கும்படி வந்தது. வருகிறகடல் வட்டமாகிய ஆமைகள் கேடயங்களாகவும், வாலைமீன்கள் வீசுகிற வாள்களாகவும், பாய்கிற அலைப் பரப்புக்குள்ளே தாவுகிற குதிரைகளாகவும், ஓடுகிற தோணிமரங்கள் சப்தமிடும் கடலானது. மதிலால் சூழப்பட்ட நகரத்துக்கு கிழக்கே வந்து வெள்ளியம் பலத்தில் நடனமாடும் சோமசுந்தரனை அர்த்த ராத்திரியில் சித்தராக்கி விட்டு உக்கிரபாண்டியன் கனாவில் தோன்ற நின்றாள். 'உன் பட்டினத்தை அழிக்க கடல் வருகிறது. வெற்றி வேலைப் பிரயோகித்து ஜெயம் அடைவாய்' பேய்களுடன் உறங்கா நின்ற இரவில் தன் கனவை உணர்ந்தான். அம்மதிகுலக் காவலன் சந்திர வம்சம். பனிமலையில் வரைந்தமீனை தெக்காணம் நோக்கித் திருப்பினான்.

மீனின் சங்கீதங்கள்

சில வருஷங்களுக்கு முந்தி முத்துக்குளித்தவர்கள் தங்கள் கையிலகப் பட்ட ஆணிமுத்துகளுக்குள்ளே புறாமுட்டைப் பிரமாணமாக ஒருமுத்து இருக்கிறதைக்கண்டு வெகுசந்தோஷப்பட்டார்கள். ஞானமுத்துக்களாக மிகவும் விலையேறப்பெறாத முத்துகளைக் கண்டவர்கள் தென்கடல் சீர்மையுள்ள முத்துப்பட்டணத்தில் வசித்தார்கள். அவர்களிருக்கிற சீமையூர்களிலே வேதகலாபம் வந்த சமயத்திலே பழைய சுவிசேஷத்திலெழுதிலிருந்த ஒரு பட்டணத்தை விட்டு வேறேயூருக்குக் கப்பலேறிப்போன யோனாவை சமுத்திரத்தில் மாலுமிகள் விட்டெறிந்ததில் அற்புத மீனொன்றின் வயிற்றிலே மூன்று நாட்கள் தங்கி ஞானப்பிரகாசத்தில் தவசிருந்தான்.

ஆத்துமத்தைப் பிரகாசிக்க மெலிவிலும் ஸ்தூல சரீரத்தை வாடும்படி மீனுக்குள் அத்தனைக் கடலலைகளையும் நெகிநோத் வாத்தியத்தில் இசைத்தான் யோனா. பொல்லாதவர்களுடைய ஆத்துமங்களையும், நல்லவர்களுடைய ஆத்துமங்களையும் ஓர்மையில் இசைத்ததில் முதல் இராத்திரியிலே முழங்காலிலேயிருந்து தியானத்திலிருக்கிறதையும், மீனின் அகவெளிப் பிரகாசமும் அவனை வந்தடைந்தது. மீனுக்குள் வருவதற்குமுன் மகாநகரமாகிய நினிவேக்குப் போகாததினால் ஏற்பட்ட ஆழிப்புயல்.

தர்ஷீஸ் பட்டணத்திற்கு ஓடிப்போகும்படி எழுந்து யோபா கப்பல்துறைமுகத்திற்குப் போனவனைக் கைதட்டிக் கூப்பிட்டார்கள். தர்ஷீஸுக்கு வாவாவென படபடத்து முனகிய பாய்மரத்திலேறி கப்பல்காரனிடம் கூலிகுடுத்து சர்வேஸ்வரன் கட்டளையைவிட்டு விலகி தான்தோன்றிப்பயணம் புறப்பட்ட மகாந்தோவாசியென இந்தப்புதின வியாக்யாதாக்களில் ஒருவனான போர்ச்சுக்கீசிய புகையிலை வர்த்தகன் சாமுவேல்சாயர் கடல்கொண்ட நகரமான மதிரை அந்திகளில் அசையும் தூங்காவிளக்குகளைக் கனவுகண்டு அதில் மிதந்துவரும் தொன்முதுவணிகன் மாசானன் சேயன்காளந்தி மேலக்கரை சேரவணிகன் அன்னமன் தென்பாண்டி மற்றும் சேரநாட்டுச் சொல்வழக்கில் தொனித்த பாடுகவிதைகளைத் தமிழ்க் குன்றில் வாழுஞ்சடாதாரி பேரியாழ்வாசிக்க மன்னும் அகத்தியன் யாழ்தானோ அல்லியம்பூ மலர் வாசனையாய் முற்பிறப்பின் சம்பாபதி வனத்தில் கிடந்த யவனவங்கமாக்களின் முற்பிறப்பு எலும்புகளை அடிபணிந்து விண்ணப்பித்தான். சொல்லுகேன் கேட்டருளாய் சம்பாபதி எனக்கு முன்னை எம் வங்கமாக்களின் தொல்நினைவுகளின்படி மாமறை முதல்வன் மாடலன் என்போன் சொல்லச்சொல்ல குமரியம் பெருந்துறை தோன்றியதெனக்கு.

கந்தர்வகானத்தை அகத்தியர் யாழ்கொண்டு வாசிக்க அவர் வாய்முணுமுணுத்த பாடுகவிதைகளுக்கு பொதிய முருகி அங்குவந்த தசமுகனை இசையின் சாகரம் ஆழ்த்த மரங்களும் நெருங்கி வந்து அவனைப் பிடித்துக்கொண்டன. கிளைகளில் பாடும் பட்சிகள் அவனைத் தன்னுள் அகப்படுத்திக்கொண்டன. அவனுக்கு அந்த ஆபத்திலிருந்து அகத்தியன் அவனை விடுவித்த கதையும் கேட்கிறது. நிர்மலசித்தமும், பரமஞானவானுமான அகத்தியர் ஆணை பெற்றுக்கொண்டு தாமிரபரணியைத் தொட்டு மணல் எக்கர் ஞாழலில் முட்டிநிற்பதாகக் கனாத்திறம் கூறுவேனுனக்கு யோனா... என்றான் சாமுவேல்சாயர். இக்கனவின் நிமித்தப்படி அகத்தியர் திசைநோக்கி இனி கலம்செலுத்துவீர் மறைமுகமாலுமிகளே. அகத்தியர் உலகிற்கு ஒற்றுமை செய்யும்பொருட்டு இங்கு வந்ததும் குடை சாய்ந்த தென்திசை நிமிர்ந்தது. தென்திசையினை சுகமாக வசிக்கத்தக்க சீமையூர்கள்தோறும் சென்றுதிரும்புவதையும் பார்த்தேன் கனாவில். மலைகளின் முதற்கவி அகத்தியனென்றால் கடல்களின் முதல் இசைக் கவிஞன் யோனா. தன் பாடுகவிதைகளால் மீன் வயிற்றுக்குள் நெகிநோத் வாத்தியத்தை இசைக்கிறான். புலப்படாத நகரங்களைக் காணும் அதிவிநோத யாத்திரையைத் தடுத்ததும் சமுத்திரத்தின் மேல்

பெருங்காற்றை வரவிட்டார்யேயா. அதனால் கடலிலோ அவன் நிழலோடு அசைந்தது. நிலையற்ற ஸ்திதியில் பயணம் தொடரவே விரும்பினான் யோனா. கப்பற்பாரத்தை லேசாக்கும்படி சரக்குகளை யெல்லாம் சமுத்திரத்தில் விட்டெறிந்துவிட்டார்கள். யோனாவோ வென்றால் கப்பலின் கீழ்த்தட்டில் இறங்கிப்போய்ப் படுத்துக் கொண்டு அயர்ந்த துயில் நீள்கிறது. உடனிருப்போரெல்லாம் அச்சமாகி சாவுவந்து அலையாக முட்டி யிருட்ட சிறுகாண்டா விளக்கடியில் யார் நிமித்தம் இந்த ஆபத்து நமக்கு நேரிட்டதென்று நாம் அறியும்படிக்குச் சீட்டுப்போடுவோம் வாருங்கள் என்று ஒருவரோடொருவர் சொல்லிக்கொண்டு சீட்டுப் போட்டார்கள். யோனாவின் பேருக்குச் சீட்டு விழுந்தது.

சீட்டில்விழுந்த யோனாவின் விதியும் மீனின் சங்கீதங்களும்

நெகிநோத் வாத்தியத்தால் உயிரற்ற உலோகங்களையும் உருக வைத்தான்.

அ. நான் பாதாளத்தின் வயிற்றிலிருந்து கூக்குரலிட்டேன். நீர் என் சத்தத்தைக் கேட்டீர். சமுத்திரத்தின் நடுமையமாகிய ஆழத்திலே நீர் என்னைத் தள்ளிவிட்டீர். நீரோட்டம் என்னைச் சூழ்ந்து கொண்டது.

ஆ. உம்முடைய வெள்ளங்களும், அலைகளும் எல்லாம் என்மேல் புரண்டது. நான் உமது கண்களுக்கு எதிரே இராதபடிக்குத் தள்ளப்பட்டேன்.

இ. தண்ணீர்கள் பிராணப்பரியந்தம் என்னை நெருங்கின. ஆழி என்னைச் சூழ்ந்திருந்தது. கடற்பாசி என்தலையைச் சுற்றிக் கொண்டது.

ஈ பர்வதங்களின் அடிவாரங்கள் பரியந்தமும் இறங்கினேன். பூமியின் தாழ்ப்பாள்கள் என்றென்றைக்கும் என்னை அடைக் கிறதாய் இருந்தது; ஆனாலும் சர்வேஸ்வரா நீர் என் பிராணனை அழிவுக்குத் தப்புவித்தீர்.

- பழைய ஏற்பாடு: யோனா.

மறுமுறை புதினவடிவத்தைக்கொண்டு யோனாவின் உருமீண்டது இன்று. பரங்கிவணிகன் சாமுவேல்சாயர் தன் மூதோர் நிலந்தரு திருமீனனிடம் செங்கோன்தலைச்செலவு பாப்பிரஸ் ஏட்டுத் தாளைக் கிழித்து மடித்தகப்பலில் மடிப்புமடிப்பாய் அலையேறி வந்தார்கள்,

மீனுருவான யோனா வழிகாட்டிவர, வீகோவின் இளவரசன் ஹென்றி கன்னி லிசபோவாவையும் மார்டின் கோடாக்ஸையும் காலக் கணிப்பிற்கு அப்பால்செல்லும் ஒரு தொல்கலத்திலேற்றி தென்கடல் முத்துச்சிலாபத்தின் அருமையான முத்துக்களால் பின்னிய 'சகரம் என்ற சேல்மீனின் வடிவம்' என்ற ஆடையினை மதிரை அந்தி தொன்முதுவணிகன் மாசானன்சேயன் காளந்தி சாந்தாமரியாவுக்காக படைத்துத் தருமாறு முன்பே வந்த மூழ்கிய நகரத்தின் பழங்கனவு மீண்டுவந்தது முத்துப்பட்டணத்துப் பரதவர்களிடம். சூசகமாக யோனாவின் கோடுகளில் வரைந்து தாக்கல் செய்தது கனவு. கனாத் திறம் உரைத்தன முன்னுணர்வுகளாய் வந்த விதியின் சங்கீதங்கள்.

யாழிசையால் உயிரற்றவைகளையும் அசையவைக்கும் சக்தி யோனாவுக்கு இருந்தது. மீன்வயிற்றில் அவனது மூன்றுநாள் தவம் என்பது மூன்று யுகங்களாயிற்று நமக்கு. இங்கே வந்த இச்சமயத்தில் அவனது சகியாகப்பாவித்த முத்துப் பட்டணத்தின் பரதவ குமாரத்தி சிலுவா பலியாகி இறந்துபோனதும் அவளை மறுபடியும் உயிர்ப்பிக்க வேண்டி எங்கெங்கும் நாடோடி மீனாய் யாழின்துயரத்தை இசைத்தபடி சுற்றிவந்தான் யோனா. காடுகளில் சென்றபோது அவன் இசைகேட்டு காட்டின் எல்லா விலங்குகளும் அவனைச் சுற்றிவந்து மௌனமாக அமர்ந்துகொண்டன. வந்து தொடரும் குரலற்ற மிருகங்கள் அவன் தங்கிய இந்தப் பழங்கடலின் இரவுகளின்போது அவனைச் சுற்றி அமர்ந்து அளவற்ற துயரமான மனக்குமுறலான இசையைக் கேட்கத் தொடங்கியதைப் பார்த்த மச்சவினங்கள் அவன் மீனுக்குள் தவசிருக்கும் மூன்றுநாட்களின் விடுபுதிருக்குள் காலம் என்பது இருமீன்கள் கண்ணாடியிலிருந்து ஒருமீன் பார்க்காத உரையாடலாயிருந்தது.

யோனாமீனுக்குள் இருக்கும் ஆன்மஇசை உள்ளாற்றாலால் ஒவ்வொரு விலங்கினங்களின் தன்மையை உணர்ந்து இங்கே மதிரை அந்தி விளக்குகள் ஒளிரும் எண்ணாயிரம் சமணரின் கல்கஞ்சணத்தில் வரைந்த சமவசரணத்தில் ஒவ்வொரு உயிர்க்கும் திவ்யதொனியை வழங்கிய கணதரர் நாவசைய ஒவ்வொரு உயிரினங்களும் வெகு பாஷையைப் பெற்றதென முகம்முகமாய் விலங்குகளுக்கு யோனா உரிய குரலைக்கொடுத்தான். குரலற்ற மிருகங்களுக்கும், சாதாரண பூச்சிகளுக்கும், பறவைகளுக்கும் சப்தாசரத்தைக் கொடுத்தான் யோனா. அவன் சகியாக சிலுவா மறைவில் தகித்திருந்த சங்கீதத்தின் விதியின் கோடுகளால் முத்துப்பட்டணத்தையும் அவளோடு உயிர்மீட்க லாசரை உயிர்ப்பித்த நியதியால் உயிர்ப்பித்தான். அவர்களின் சுற்றுச்

சூழலே நரகத்தின் கற்பனையான புனைவுவேகத்தில் சுழலும் கீழுலக அரசனான புளூட்டோ இவன் இசையால் கவரப்பட்டு சிலுவாவின் உயிரை ஒருநிபந்தனையோடு மீட்டுக்கொடுத்தான். அவளுக்கு சமவசரணத்தின் திவ்யதொனியைக் கொடுத்து மீண்டும் பேச வைக்கக் கூடாது என்பதுடன் பாதாளஉலகிலுள்ள உலோகங்களைப் பற்றி பூமியின் மேலோடு போய்ச்சேரும்வரை மனிதருக்குச் சொல்லக் கூடாது, எக்காரணம்கொண்டும் நடந்தவற்றைச் சொல்லக்கூடாது, என்பதற்காகவும் கூடத்தான்.

இங்கே வந்ததும் நிலத்தைவிட்டுக் கடலில்தாவி முதல்மீனுக்குள் அடைக்கலமாயினர். தசமுகன் குமாரத்தி சுபர்ணஜாவை முகம் முகமாய்க் கண்டது யோனாமீன். சுபர்ணஜாவின் தந்தை தசமுகன் தன் கைநரம்பை அரிந்து கின்னரியில் பூட்டி தோடிராகத்தால் கடல்களுக்கு மெல்லலையூட்டித் தன்குமாரத்திக்கு நீரின் இசையை சமர்ப்பித் திருந்தான் இப்போதுவரை. தோடியின் அரசன் தன் இடமுறைத் திரிபு என்ற ராசிவட்ட இலக்கண இயல்பை யோனாவின்யாழுக்குக் கொடுக்கும் விதியானது முத்துச்சிலாபங்களாய் உருமாறுகிறது. யோனா மீன்வயிற்றிலிருந்தவாறு பாடுகவிதைகளாக இசைக்கத் தொடங்கினான். அவனோடு அடைக்கலமாகிய உயிர்த்தெழுந்த சிலுவா ஒவ்வொரு பொம்மலாட்டக் கப்பலுக்கும் வந்து நரகத்தின் நிபந்தனையை மீறி கதைசொல்லி வந்தாள். அவனது மீனின் வயிற்றில் வாழ் நாட்களின் மூன்றாவதுநாளில் மூன்றாவது பொம்மலாட்டக் கப்பலை போர்ச்சுக்கீசியவணிகன் சாமுவேல்சாயர் தன் கனவின் வரை படத்தில் வலையிழுப்பதில் தோன்றும் மூன்றுகோடுகள் மீனின் சமிக்ஞைகளாயிற்று.

சவேரியாருடன் எஸாக்கியேல் வளர்த்த கிளியின் உரையாடல்

அங்கு அறுபத்திரெண்டு துறவிகள் புகழ்வாய்ந்த காஸ்டன் மலையிலிருந்து கொண்டுவந்த மஞ்சள்நிற சலவைக்கல் மற்றும் பழுப்புக் களிமண்ணை பயன்படுத்திய படுக்கையறைகள் சுண்ணாம்பையும் மணலையும் சேர்த்து மூடர்களின் திராட்சைத் தோட்ட வேலைக்காரர்களை, தங்கவைத்த சுண்ணாம்பால் எடுத்த சிற்றில்களுக்கு முத்துப்பட்டணத்தின் லெமுராக்களின் மொழிபேசும் கிளிகளைத்தேடி இன்னாசியார் அனுப்பிய பிரான்சிஸ் சவேரியார் ரிப்போல்மடத்துறவி எஸாக்கியேலைத்தேடி வருவதுண்டு. கரும் எரிமலைப் பாறைகளை அடிமைகள் உருட்டிவந்து சுவர்களுக்குச்

செம்மஞ்சள் பூசி வைக்கோல்கூரை வேய்ந்து தட்டையான கூரைகளில் சிவப்புஓடுகள் செருகினர் எளியோர். அங்கு பன்மையில் ஒருங்கிணைந்த கிருஸ்தவ, இஸ்லாமிய, யூத விளிம்புகளுக்கு அப்பாலுமிருந்த வடக்கத்திய மத்தியதரைக்கடல் பண்பாடுகளும் மக்கிய விவிலியச்சுவடிகளில் உதிர்ந்த வசனங்களை லெமுராக்கிளிகள் இலக்கண சுத்தமான கட்டுக்கோப்புடன் உரையாடுகிறன்றன வந்த சவேரியாரிடம். பாலைவனங்களில் அழிந்த சனங்களையும் ஊர் களையும் கடற்காற்றுகளோடு இணைந்த கொந்தளிப்பான தன் பயணத்தையும் ரிப்போல்மடத்துறவிகளின் நூல்இயற்றும் வேட்கை களையும் காதுகொடுத்துக் கேட்டார் சவேரியார். லெமுராக்கிளிகளிடம் இவ்வீடுகளில் அடிமைகளைக் கண்டார்.

அவர்களைத் தற்காக்கும் மடத்திலுள்ள கன்னிமார்களிடம் வெகுவாய் வெகுபாஷையுள்ள கலாந்தமாய் இருந்தது லெமுராக் கிளிகளின் மொழிப்பிரவாகம். புனித மூடர்களின் திராட்சைத் தோட்டத்திலிருந்த போர்ச்சுக்கீசியரால் பிடிபட்ட கருப்புஅடிமைகளும் கப்பல்கப்பலாகக் கொண்டு செல்லுமுன் கோரித்தீவில் அடிமைகளைத் தரம்பிரித்தனர். துறவிமடங் களின் கட்டுமானத்துக்கான பாறைகளை உடைக்க,தண்ணீர் பீப்பாய் களைக் கொண்டுவர,சிறுபடகுகளில் பொருட்களை எடுத்துவர வியர்க்கும் கறுப்பர்களின் உப்புவழிகள் கீழ்த்திசையைத் திறந்தது. குழந்தைகளும் பெண்களும் வேலை யாட்களாக வீட்டில் முடங்கிய அடிமைகளாய் இருப்பதை அங்கு நோக்க சவேரியார் கண்கள் வெட்கிப்பனித்தன. லெமுராலக்கிளிகளோடு பேசிப்பழகி அடிமை மொழியில் பேசியதில் பயணத்துக்கு ஆயத்தமானார். தாமஸின் எச்சங்களைத் தேடும் கொந்தளிப்பான செங்கடல் ஏகிய இருண்ட கப்பலில் ஏறினார். இன்னாசியார் சம்மதத்தில் வந்துகொண்டிருந்தார். மலபாருக்கு முன்தோன்றிய மர்மகோவாவில் இறங்கியும் விட்டிருந்தார்.

டாகஸ் ஆற்றுப்பள்ளத்தாக்கிலுள்ள கால்மடம்

உல்லாசத்திற்குரிய மகளிர் தோப்காப்பி எனப்படும் மாளிகைக்குள் சென்றனர். இது கல்அகமுடையதாய் அமைத்திருந்தது அந்தப்புரம். இவர்கள் பேசினார்களா ஆம் அவர்கள் பேசினார்கள். பாடினார்கள். உரையாடினார்கள். அப்படியானால் இதற்கு இருபதுபேர் தேவை யில்லை. ஒரு பனுவல் எவ்வளவு சிக்கலானதாக இருந்தாலும் ஒரு ஆள் கூறிவிடலாம். ஒரு பொருள் குறித்து ஒரு கோட்பாடு இருந்தால்தான் அதனை அவர் நேரில் காணும்போது அடையாளம்

கண்டுகொள்ளவும் உணர்ந்து வாசிக்கவும் முடியும். இல்லையெனில் அவருக்கு அது கண்ணனுக்குப் புலனாகாமலே இருந்துவிடும் ஒரு பண்பாட்டு வகையென்ற முறையில் அங்கு நாடகக்கலை இல்லாமலிருந்தால் நன்கு அறிமுகமாகியிருந்த வேறொருவகை நாடோடிக் கதை கூறுபவர் ரொமானி என்ற வகையினர் அதன் இடத்தைப் பிடித்துக்கொண்டுவிட்டனர். நாடகக்கலை பற்றி சிறிதும் அறிந்திடாத அவரோஸ் நிகழ்த்து கலை என்றார். தனக்குப் பிடிக்காத செல்லப்பெயரான ஜார்ஜி என்ற கதையோகியின் ‘அவரோஸின் வேட்கை’ என்ற நூலில் என்னவென்று செய்துபார்க்க அவரோஸ் விரும்பியது ஒரு அற்புதமான செயலென்று கருதலாம். ரொமானியர் சிறைவாசம் அனுபவித்தனர் ஆனால் சிறைச்சாலையை கண்ணால் கண்டறியாதவர்கள்.

இவர்கள் ஒரு கதையை விசிறிவீசி நடித்துக் காட்டுகிறார்கள். மூடர்களின் திராட்சைத் தோட்டத்தில் குலை பறிக்கும் உருவங்கள் கம்பளத்தின் கீழே சரிகிறார்கள். மூடர்களின் திராட்சைத் தோட்டத்தில் வர்ணம்பூசிய விரல்களில் சரித்திரம் உருகும் வாசனைகளாய்ப் பரவிவர என்னுடைய கையில்லையென்றாலும் விசிறி நடன மாதின் மோதிரக்கல் நீலஒளி காட்டிக் கூப்பிட்டது. நான் இந்த ரொமானிகளின் கூட்டத்துக்குவந்து ரத்தத்தில்தாவி இடாயெருமை களோடு அலைகிறேன் என்றான் கிட்டானே. இப்படி அருவத்தில் இருக்கும் இந்த இழைகளின் வழியாக நெய்கிறார்கள் ரொமானிப் பெண்கள். அடிமைகள் மயக்கம் வரும்வரையில் நாள் முழுவதும் வேலைசெய்த பிறகு தோட்டக்கதவில் மறைகிறார்கள். மூடர்களின் திராட்சைத்தோட்டத்தில் பயிரிடும்முன் மணலைப்பாம்புகளென நக்கிச்சோதனை செய்கிறார்கள். டாகஸ் ஆற்றுப் பள்ளத் தாக்கிலுள்ள கால்மடத்துறவிகள் வண்டல் மணற்துகள்களை வாயால் சுவைத்துப் பார்த்தபின் தான் புனிதமூடர்களின் திராட்சைத் தோட்டத்திற்கு கொடியூன்றுவார்களாம்.

அரபி யூதர்களிடையே புழங்கிவந்த அராமிக்மொழியைக் கால்மடத்துறவிகள் கற்றதில் யூதவேத நூல்கள் அடங்கிய தல்மூதைப் பயிலவும் கலையிலும் இயற்பியலிலும் விவிலியம் மிஸ்னா போன்றவற்றின் மொழிபெயர்ப்புகளிலும் துறவி எஸாக்கியேல் தலைமையில் ஈடுபட்டனர். துறவிரோஸா கோர்த்த எபிரேய-லத்தீன் அகராதியிலும் அவருக்குவரும் கடிதங்களிலும் எபிரேய, லத்தீன், அராபி மும்மொழிக் கலப்பு ரத்தக் கிளைகளை ஒரு ஒலிவமரமாகவே மாற்றினார். கலையின் அத்துகளைத் தேடினார் ரோஸா. தொலை

கிழக்கிலிருந்து வந்த ரொமானிய ஜிப்ஸிகளின் விரல்களில் நழுவும் துணிபொம்மைகளின் இந்தியப் பாணியால் ஈர்க்கப்பட்டார். ஜிப்ஸிக் கண்ணாடிப் படிகங்களையும் பவளக் கூண்டுகளையும் தெருவில் ராஜஸ்தானி மொழி பேசும் ரஜபுதனக் கிளிகளோடு விற்றுவர டாகஸ் ஆற்றுப் பள்ளத்தாக்கிலுள்ள கால்மடம் சேர அங்கு தியான மண்டபம் அமைக்கும் கூலிகளாய்மாறிப் பளிங்குகளை உருவாக்குவதில் தன் தினசரி ரொட்டிகளைப் பெற்றனர்.

'அழியாத அற்புத ரோசா மலரை இந்துஸ்தானத்தின் பூந்தோட்டங் களில் தான் காணலாம்' என இறையியலார் ஃபாரா மறுத்துரைக்க 'அந்த மலர்கள் ரத்தச் சிவப்பானவை. அவற்றில் இறையில்லை. நபிதான் இறைத்தூதர்' என்கிறார். இறையியலாளர் ஃபாராவும் கவி அப்தலும் அவரோஸும் நீண்ட உரையாடல் வீண்வாக்குவாதத்துக்கு இடமளிக்கவே அற்புதங்கள் செய்வது தான் இறையின் அடையாளம் என்றாலும் 'கோழைத்தனங்களைக் காட்டும் கண்ணாடியிலிருந்து வங்காளத்தில் தெரியும் சந்திரன் ஏமனில் தெரியும் சந்திரன் அன்று' என்று முரண்பட்ட ஒரு கதாப்பாத்திரமாகப் பயணி அபுல் காஸிம் நுழைகிறார். 'அவரோஸின் வேட்கை' என்ற நூலைக் கிட்டானே ரெமேடியோ இடாயெருமைமேல் கால்மடத்துக்குக் கொண்டு வருகிறான். அவரோஸின் ஆராய்ச்சி என்றே துறவி ரோஸா காண்டிசாஸ் தலைப்பை இன்னொன்றாகவும் வாசிக்கிறார். துறவி எஸாக்கியேல் அறிவுத் தேட்டம் எல்லையற்று விசாலமாய் இருந்தது.

எபிரேயத்திலும் 'அவரோஸின் வேட்கை' நூலை சில்வாலுஸ் இலைகளில் பெயர்த்து எழுதினார். ரொமானி சொன்னதை மறுத்து அங்கு இயற்பியல் அறிஞர்கள் சில்வாலுஸ் இலைகளிலும் பட்டைகளிலும் எழுதிமுடிந்தவுடன் கிட்டானே தன் ரெமேடியோ இடாயெருமை மேலேற்றி கால்மடத்துக்குக் கொண்டுவருகிறான். முகசராபிக் கிருஸ்தவப்பிரிவுத் துறவிகள் அவற்றை லத்தீன் மொழிப்படுத்தியவற்றை சில்வாலுஸ்மர உலர்ந்த இலைகளில் சுருக்கங்களாக வெளிப்படுத்தினர். துறவிமட ஜாரில் விழுந்திருக்கும் இந்த இலைகளில் 'அல்-ஹம்பாரா சித்திரங்களை' ஒரு சில்வாலுஸ் மரத்தின் அத்தனை கிளைகளில் தளிர்த்து முற்றிய இலைக்கூட்டங் களிலும் வரைந்தபடி இருந்தனர் கால்மடத்துறவிகள். அல்-முஃதமித் இசைநூலையும் ஃபாரபியின் இசைநூலையும் கிருஸ்தவ ஆர்கனிஸ்டுகள் பழகிவந்தனர். அவர்களுக்கு ரொமானியக் குடிகாரர்களின் பாடல் நற்குல திராட்சை ரஸமாயிருக்கும். ஐபீரியத் தீவக்குறைக் கிருஸ்தவர்களே ஆழமாக ஒன்றிவிட்ட முகசராபியர்.

கிருஸ்தவ மரபைக்காக்கும் கோர்டோபாவில் துறவிமடங்களில் லத்தீன் உயிருடன் வாழ்ந்தும் தனித்தனி உடைகளை ரொமானியத் தையல்காரிகளும் படைக்க வேண்டியிருந்தது. கலப்பு ரத்தப் புனைவுகள் கவிதையும் இசையு மாயிற்று 'காண்டிஸாஸ் டி சாந்தா மரியரா' என்ற நுண்ணோவிய நூலை மயில் வடிவில் வார்த்துச் செதுக்கிய சில்வாலுஸ் மர இலைகள் வெண்கலமாய் நிறம்மாறிவிடும்.

ரொமானியக் குடிகாரர்களைத் தேடும். மறுமையிலிருந்து கொண்டிருக்கிறார்கள் கால்மடத் துறவிகள். ஜாரின் செங்கோடுகள் அல்-ஹம்பாரா சித்திர மரபுகளானதில் ஒவ்வொரு துறவிக்கும் வேறுவேறாகத் தெரிவதால் எந்த ஜாரில் யாருடைய கோடு அசைந்து புனிதமூடர்களின் திராட்சைத் தோட்டமாய் உயிர்பெற்று வருகிறது? தீராத பழங்காடி இந்த ஜாரில் எடுத்துச் செல்லப் பரிசாரக ரொமானிப்பெண்கள் ஒலிவமரக்கிணற்றில் வீழும் இலைகளைச் சேகரித்துக் குறி சொல்வார்கள். தாலிதோ பலவண்ண விசிறிகள் நடனத்தில் வந்து சேரும். ஜாரின் கழுத்தை இடுப்பில் ஏந்தி நிற்கும் ஓவியத்தில் சில விளிம்பு உருவங்கள் அழியத்தொடங்குகின்றன. அல்-ஹம்பாரா பாணி செங்களிமண் ஜாடிகளுக்கும் அரேபிய ஜாருக்கும் இடையில் அவள் நூற்றுக்கொண்டிருக்கிறாள். நூல் என்பதே போதைப் பொருள் தானோ ஏன் அதில் மட்டும் இவ்வளவு வெறுமையாகக் கிடக்கிறது துறவிகளின் கால்மடம்.

திராட்சை ரேகைகளில் பழுக்கிற கனிகள்கூட அழுகிவிடுவதால் அல்-ஹம்பாரா ஜார்வடிவத்தை விதை உருவில் படைக்கிறார்கள். தங்கள் இஸ்பானியத் தனிதன்மைகளையும் முகசராபியர்களின் கலைத்தன்மையையும் பின்பற்றி ஒழுகினர் கால்மடத்துறவிகள். அந்த மடத்தின் சில்வாலுஸ் மரத்தின் தாழ்வாரவிட்டங்களில் விண்மீன் களின் எழுச்சி உயரக் கோணத்தை அளக்கும் கருவி அசைந்து கொண்டிருந்தது. எஸாக்கியேல் துறவி சொன்னார் 'ரொமானியருக்கு நம்முடைய மார்க்கம் தெரியாது, நமக்கு அவர்கள் விசிறி நடனம் வசியமாய்சேர்ந்தும் அவர்கள் விரல்களில் நழுவும் கலை நமக்குப் புரியாது' என்று.

கால் மடத்து சர்வே நாடோடிகள்

போடலா அரண்மனைக்கணிகா ஷோனம் டெசோமோவுக்கு ஞானஸ்தானம் செய்துவைத்த ரோஸா காண்டிஸாஸ் விதிஸாகா இடாயெருமைமேல் ஏறிக் கிளம்ப, சேசுசபை சர்வே நாடோடிகள்

அறுவரும் கூடவே சூழ்ந்து ஹன்டிங் பூட்ஸ் சத்தங்களுடன் நடந்துவர, ரெமேடியோவில் பூர்ஜ இலைப்பொதிகளோடு வால்டேரின் கேண்டிடா என்ற நூலுமிருந்தது. கால்மடத்தில் சர்வே பயிற்சிபெற்ற இருசீன பௌத்தர்கள் வழிகாட்டிகளாய் உடன்வர கிட்டானே மகிஷாசுரா சேர்ந்துகொண்டான். லாகூரிலிருந்து கிளம்பிய எருமைப் பாதை இமயம் தாண்டி கரடுமுரடான பனிச்சரிவில் சிக்கி நின்றது. லாசாவுக்குப் போவதில் தாமதம். இங்கே தோன்றும் வெற்று வெளிகளில் யார்யாரோ நடமாடுகிறார்கள்.

லாமாவின் குதிரைப் பாதைதோன்றி போடலா அரண்மனைக்குக் கூட்டிச்சென்றது. கால்மடதுறவிகள் தொகுக்கப்போகும் இனியான சீன நிலப்படம் சேசு சபைத் துறவிகளில் இருந்த மூன்று வானியலாளர் களும் இந்தக் குழுவில் இருப்பதால் கிட்டானேவும் இடாயெருமை களில் செல்கிறான். ரோஸா காண்டிஸாஸின் அறிவியல் தொழில்நுட்ப நிபுணவேட்கை இலக்கியம் தத்துவத்திலும் விரிந்து பௌத்தத்திலும் நாட்டம்கொண்டது. கால்மடத்திலிருந்து கொண்டுவந்த பாதரச வெப்பமானி அவர் அங்கியில் மறைந்திருந்தது. உறைபனிப் பயணத்தின் உருகுநிலை ஜீரோ டிகிரியாக இருந்ததை அனைவரும் பார்த்தனர் அதில். சர்வேநாடோடிகள் கிட்டானேவுடனும் இரு இடாயெருமைகளுடனும் கிளம்பிய பயணத்தூண்டுதலுக்குப் புராதன வரைபடமே ஈர்ப்பானதில், கால்மடத்திலிருந்து சீனாவை அடைய மூன்று ஆண்டுகளின் சாகச நூலாயிற்று. அவர்கள் அளவைக் கயிறுகளையும் கோணளவுக்கருவிகளையும் எடுத்து வந்திருந்தனர்.

ரிப்போல்மடத்து சர்வே நாடோடிகள் சீனப்பெருஞ்சுவர் நீளத்தையோ எத்திக்கில் இருக்கிறது என்பதையோ உடன்வந்த சர்வேபௌத்தர் இருவரும் சரியாகக் காட்டக்கூடிய வழிகாட்டிகளாக இல்லாதிருந்தனர். கால்மட சர்வேநாடோடிகளிடம் தலைவரான துறவி ரோஸா காண்டிஸாஸ் சொல்லமறந்ததை இரவில் கிளென்மார்கன் உருவில் கனவில் வந்து, 'நிலவிலிருந்தும் பார்க்கக்கூடிய சீனப் பெருஞ்சுவரை நேற்றைய கனவாக நான் கண்டதில் இன்றைய கலைக்கு நிலாச்சரீரம் கொண்ட இச்சுவரையே அடிக்கோடாக வைத்துக்கொள்வோம்' என்றான். மேலும் 'நில அளவைப் பணிக்கும் பெருஞ்சுவரையே அடிப்படைக் கோடாகக் கொள்வோம்' என்றான்.

கிளென்மார்கன் இடாயெருமையுடன் எப்போதும் தனியே பேசியபடி சீனப் பெருஞ்சுவரை நிலவிலிருந்து பார்க்கும் ஒரு விழியைத் திறந்துகொண்டு தனிமையில் சென்றான். கிட்டானேவுடன்

வர சர்வே நாடோடிகள் சென்று பல திங்கள் அளந்த விளக்க வரைபடங்களைப் பூர்ஜ இலைகளிலும் சிலவற்றை செகுவோயா இலைகளிலும் வரைந்தான். அவனும் நிலஅளவைப் பணிக்காக சீனப் பெருஞ்சுவருக்குக் கிட்டானே, இலைகளால் கோர்த்த அந்தப் படச்சுருணையின் நீளம் பதினைந்தடியாக இருந்தது. ஓராண்டு காலம் களத்தில் செயல்பட நேர்ந்தது. சர்வேநாடோடிகளோடு கால்மடத் துறவி ரோஸா காண்டிஸாஸும் இளைத்திருந்தார்.

சர்வேநாடோடிகள் இடைவிடாது ஈடுபட்டபோதும் சீனத்தின் நிலத்திசைகளை அளந்தும் பரிதி நோக்கித் தீர்க்கரேகையில் சென்றது ரொமேடியோ. விதிஸாகா கணித்த அச்சரேகையின் முக்கோணவழி அளவீடுகளுடன் நூறுஇரவுகள் செகுவோயா இலைகளின் மோனத்தில் மிதந்தது நிலவு. மேலும் வருஷங்கள் செல்ல ரோஸா காண்டிஸாஸின் நிலப்பட வரைவு இலைகளின் தொகுப்பில் கிட்டானேவும் இருந்ததில் ஒரு மில்லியன் சதுர மைலுக்கும் மேலாக விரியும் முடிவற்ற நிலப்பரப்பின் மீது மிகத் துல்லியமாகக் கணித்த தோல் வரைபடத்தை மூட்டித்தைக்கிறார்கள் சர்வேநாடோடிகள். அந்த நிலப்பரப்பின் நூற்றியிருபது தாவரத்தாள் களில் வரையப்பட்டவை பார்மோஸா, துருக்கிஸ்தானம் வரை நீண்டு சுற்றிய சுழிக்காற்றில் நொறுங்கியஇலைகள் வரைபடக்கூலங் களாயிற்று. ரோஸா காண்டிசாஸ் கடமைக்காக கிளென்மார்கன் உருவெடுத்து உயிருக்குத் துணிந்து மேற்கொண்ட சீனப் பெருஞ்சுவர்ப் பயணத்தில் தொள்ளாயிரத்து இருபத்தாறு இரவுகளில் நிலவிலிருந்து பூமியின் விளிம்பில் பார்த்த சீனப்பெருஞ்சுவர் ஒரு ட்ராகன் முதுகெலும்புக் கோர்வையாக நெளிந்து ஊர்ந்தது. இப்பெரும் பணியில் காலம் நீள்கிறது. கீழைநாடுகளில் மேற்கொண்ட நிலவியல் வரைவுகள் கால்மடத்துறவிகளின் கோடுகள் சீன எல்லைக்கு அப்பாலும் பல நூறுமைல் தொலைவிற்கு ஊடுருவிச் சென்று ரோஸா காண்டிஸாஸின் வினோதயாத்திரையை சர்வேக்குறியிட்ட கற்களையும் பதித்தனர். துணையாகவந்த சீன பௌத்தச்சீடர் இருவரும் கால் மடத்தில் சீனப்பெருஞ்சுவரை செகுவோயா இலைகளாகப் பிரிப்பதில் ஈடுப்பட்டனர் கிட்டானேவுடன்.

உலகின் ஒரே பெருநூல்

ஐன்ஸ்டீன் கார்ட்டூன் பூனை மணற்குள்ளனை இரண்டாகப் பிளந்தது. 'உன் பெயரென்ன?' 'என் பெயர் வீவிடை மணற் குள்ளன்' என்றான்.

வீவிடை பொம்மையைத் திறந்தால் அதனுள் இன்னொரு மணற்குள்ளனைக் காணலாம். முன்னதைவிட அளவில் சற்றுச் சிறியதாக இருந்தான். அவன் காதில் கவராயத்தால் வரைந்தது ஐன்ஸ்டீன் பூனை. மணற் பொம்மையை வெளியே எடுத்துத் திறந்து பார்த்தான் கிளென்மார்கன். அதனுள் மூன்றாவது பொம்மை இருந்தது. மூன்றாவது பொம்மைக்குள் நான்காவது பொம்மை இருந்தது. ஐந்து ஆறு ஏழு கடைசியில் நடுபொம்மையின் மையத்தில் மிகச் சிறிய ஒரே ஒரு மணல் துகளிருந்தது. 'எனவே எல்லாம் துகள்' என்றவாறு பொம்மைகளைக் கடந்துக் கொண்டிருந்தது ஐன்ஸ்டீன் கார்ட்டூன் பூனை.

இயற்பியல் துறவி ரோஸாவிடமிருந்து வெளியேறி மரபணு நிழல்களாய் உருவெடுத்த கிளென்மார்கனே... உனக்கு எல்லா வண்ணங்களுமே கருப்பாகவும் வெள்ளையாகவும் தான் தெரியும். ஆனால் உன் கண்ணில் படுவனஎல்லாம் உலோகங்களாகவே தெரியுமாதலால் கண்களை உனக்குள்ளே திருகி உள் சோதிக்கிறாய். நூறு தாதுக்களாய்ப் பிரிக்கிறாய். உனது சஞ்சீவனியான எலிக்ஸிர், உனது கன்னிமையின் தாது, உனது கல், தங்கத்தின் விதையான க்ரிஸோஸ்பெர்ம், உனது உப்பு, சல்பர், மெர்குரி, உனது உயரந்தரு எண்ணை, இரத்தம், உனது மார்ஷசைட், டியூபி, மாக்னீசியா, உனது தேறை, காகம், டிராகன், சிறுத்தை, உனது சூரியன், நிலாவின் வளையம், உன் அட்ராப், லேத்தோ, மஞ்சள் உள்ளியம், அதன் பிறகு உனது தோல்நிற ஆணும் பெண்களும், நீ உண்ணும் சைவ அசைவ உணவுப் பொருட்களுடன், மாதவிடாய், சிறுநீரின் மூலப்பொருட்கள், முட்டைஓடுகள், பெண்களின் முரணும் இணக்கமும் கட்டுப்பாடுகளும், தலைமேலுள்ள சிகலிகை, எரிந்த துணிகள், சீமைச் சுண்ணாம்பு, மெர்ட்ஸ், களிமண், எலும்புகளின் பவுடர், இரும்பின் செதில்கள், கண்ணாடி மற்றும் உலகின் புத்தியல்பான ஆக்ககூறுக்கள் இவையெல்லாம் பொங்கி உற்பவித்து 'மனிதன் எனும் பெயர்' உருவமையும் அவ்வளவு தானே என்றான் 'ரஸவாதி' நாடகத்திலிருந்து வந்த பென்ஜான்சனுடன் ரிப்போல்மடத்துறவி எசாக்கியேலும் இருந்தார். கால்மடத்துறவி ரோஸா காண்டிசாஸ் எழுதிவரும் உலகின் ஒரே நூலில் பென்ஜான்சனின் 'ரஸவாதி'யும் வருகிறான்.

இவை எல்லாமும் உள்ளார்ந்து தாமிரத்தீக்கோட்டையின் தானியங்கி ரஸவாதிகள் ஐன்ஸ்டின் கார்ட்டூன் பூனை, ஹாக்கிங் கருப்பு கார்ட்டூன் பூனை, தீய அரசர்கள், உருமாற்றவாதிகள், பேராசை அரசன் மைடாஸ், தங்கத் தூள் அடிமைகள், தலைவரின்

மரணத்துக்கு அடியில் தோன்றும் பிட்டகோஸ் பேய்கள், எல்லா மெஞ்ஞானத்தோடும் எகிப்திய பாரோ வம்சத்தில் வந்த பத்தொன்பதாவது அரசன் தூத்து-அன்கு-ஆமூன் மீது ரசாயனத் திரவங்களைப்பூசியும் அவன் நகங்கள் காலாப் பூக்களாய் மலர்ந்து கொண்டும் இருக்க மரணத்துடன் புதைத்த ஆயிரம் தந்த வளரிகள், கட்டில், கிரீடம், சங்கிலிகள், வாட்கள். தங்கஜோடுகள் மட்டும் பறந்து ஒருகால் தந்த வளரியாகவும் மறுகால் மனிதப் பாதத்துடன் மிதந்துகொண்டிருக்கின்றன. இந்தத் தீக்கோட்டையில் உலோக தேவதை டியோனிஸஸ் இருக்கிறாள். அவள் தண்ணீரை வாய்க்குள் ஊற்றினாலும் மைடாஸால் அருந்தமுடியாதபடி அவன் பேராசை யானது தங்கநீராக மாறுகிறதே என்ன சொல்ல... என கால்மடத் துறவி ரோஸா காண்டிசாஸின் நீண்டகால நூலில் வரும் நாடகத்தி லிருந்து பென்ஜான்சன் உரையாடுகிறான்.

ஐன்ஸ்டீன் கார்ட்டூன் பூனைகளுடன் உரையாடும் கால்மடம்

டாகஸ் ஆற்றுமணலில் ஓடும் உலகின் ஒரே புஸ்தகத்தில் கதைகள் பல வட்டங்களாக உங்களைத்தடுத்து நிறுத்தும் நிலவெளிகளைக் கொண்டிருப்பதால் ஒடுக்கப்பட்ட ரொமானிய விசிறி தேவதைகள் வீழ்ந்து கிடக்கிறார்கள். நடனத்தில் நாகரீகங்களுக்கு எதிரிகளாகவும் கதைப் பித்தமாகக் குப்புறப் புதைந்த முகங்கள் எண்ணிக்கையிலடங்கா வடிவங்களை கால்மடத்துறவி ரோஸா காண்டிசாஸின் டாகஸ் மணல் காகிதங்கள் உனக்குத் தரக்கூடும். கால்மடத்தின் ரீடிங்சலூனில் நடக்கும் இயற்பியல் சிந்தனைப் பரிசோதனைகள் என்பதால் ஸ்ரோடிங்கர் பூனையை மனதில் கட்டமைத்தார். இயற்பியல் விதி மீறப்படவில்லை என்பது கண்கூடு. வண்ணத்துப்பூச்சியையும் வைரஸையும் வைத்து கால் மடத்துக்கு ரெமேடியோ இடாயெருமை வந்துபோனதையும் பார்க்காததையும் அளவிடும் கெய்கர் கருவி கிளென்மார்கனாய் இரவில் மாறிவிடும் துறவி ரோஸாவின் அங்கியின் சிவந்த இடுப்புப்பட்டையில் அசைந்து கொண்டிருக்கிறது.

அறிவியல் புனைவு எழுத்தாளர் நடைமுறை சாத்தியமற்ற எந்த ஒன்றையும் கற்பனையாக இரவில் எழுதமுடியும். கிளென்மார்கன் புனைவின் எதிர்ப்புள்ளியில் பக்கம்பக்கமாய் நகர்ந்துகொண்டிருக் கிறான் உலகின் ஒரேஒரு பெருநூலில். வெளியே கிளம்பிஓடாத ரெமேடியோ இடாயெருமை வந்துபோனதை மெய்ப்பிக்க வைரஸிடம் கேட்பது கற்பனை செய்து படைப்பை உருவாக்க இயல்கிறது கிளென்மார்கனால். வெறும் சிந்தனைப் பரிசோதனையாளருக்கு அதில்

உரிமையில்லை. கோட்பாட்டு அளவிலான பரிசோதனையே அது. பெட்டியை திறக்கும்முன் பூனை ஒரேநேரத்தில் இருந்து கொண்டும் இறந்தும் இருக்கும் என்பது உயிருடன் இருத்தல் இறந்துவிடுதல் என்னும் இருநிலைகளின் ஒன்றிணைப்பாகப் பூனையிருக்கும் என்ற குவைய இயற்பியலின் விடை பகுத்தறிவுடன் முரண்படுகிறது.

ஆனால், உலகின் ஒரே ஒரு பெருநூலில் கலையின் சாத்தியத்தில் ஒன்றுக்கு மேற்பட்ட நிலைகளில் ஒன்றில் வைரஸிடமும் கேட்டுப்பார் என்கிற வரி இந்திய இயற்பியல் கவிஞர் மர்ம நபரிடமிருந்து கடித உரையாடல் தொடர்கிறது. சிபி பார்த்துக் காத்திருந்த மாடங் களிலிருந்து புறாக்களின் கால்களில் கட்டிப்பறக்க விட்ட தன் நீண்ட லிகிதவிவாதங்களால் கால் மடத் துறவி ரோஸா வளர்க்கும் உலகின் எல்லாப் புறாக்களுக்கும் ஓய்வேயில்லை.

மர்ம நபரின் முத்திரையிட்ட பக்கங்களில் ஸ்ரோடிங்கரின் பூனை பெட்டிக்குள் செல்கிறது. அந்தப் பெட்டியை மூடிவிடுகிறார் துறவி ரோஸா. உள்ளே கதிரியக்க உருளையோடு அந்தப் பெட்டிக்குள் ஸ்ரோடிங்கரின் பூனை உயிரோடு இருக்கிறதா இல்லையா? என்று எப்போதும் தெரிவதே இல்லை. துறவி ரோஸா இடுப்பில் இவ்வேளை கைகர் எண்ணி துடிக்க ஆரம்பித்தது. அது ஐம்பது சதவீதம் இறந்துமிருக்கும் ஐம்பது சதவீதம் உயிரோடுமிருக்கும். நாடக ஒப்பனைக் கண்ணாடியில்பேசும் ரிப்போல் மடத்துப் பூனைகள் பாலைவிட, வேடமிட்டு உடையணிந்த எலிகளையே விரும்புகின்றன. உடலின் மென்மைக்கும் மிருதுவான அன்ன நடைக்கும் மென்மயிர் வளர்ச்சிக்கும் கந்தகச்சத்து நிறைந்த அல்-ஆந்தலூஸ் எலிகளைத் திரைகளுக்குப் பின்னால் வேட்டையாடுகின்றன வேசம் களைத்த வேகத்தில். ரவிக்கையணிந்த ரிப்போல் மடத்துப் பூனைகளின் உடலில் எதிர் மின்னோட்டமிருப்பதாக சொன்னது ஐன்ஸ்டீன் கார்ட்டூன் பூனைதான். 'பிரபஞ்சத்திலிருந்து பூமியின் மீது விழும்படி நேர்ந்தால் அனிச்சை செயல் காரணமாக நான் என் உடலைச் சுழற்றிக் கால்கள் முதலில் பூமியைத் தொடும்படி பார்த்துக்கொண்டே தப்பிவிடுவேன் அடிபடாமல்' என்றது பொம்மைகளோடு இருந்த ரோஸா துறவியிடம்.

அதற்கு சாந்தா மரியாவின் பளிங்கு முலைத்துளைகளிலுள்ள பால்பாதைகள் இப்பெருநூலின் ஊழாகவும் பாலைவெளிகளில் ரொமானியர் அலைந்து திரிந்து வெளியேறிய வெற்றிடங்களையும் நிழல்கோடுகளாக வரைந்துகொண்டிருந்தார் டாகஸ் ஆற்றுநீரில்

தோன்றும் கால்மடத்தில். உலகின் இயற்பியல் நூல்களை லத்தீனில் பெய்ர்த்துவந்தார். 'மத நம்பிக்கை இல்லாதார்க்கு ஏழு வரலாற்றுப் புஸ்தகங்கள்' துறவி எஸாக்கியேலால் லத்தீனில் பெயர்க்கப்பட்டவற்றை மெய்ப்புநோக்கிய வேளை, ஹாக்கிங் கருப்புப் பூனைகளுக்கும் ரோஸா துறவிக்கும் உரையாடல்: கணிதத்தில் கனவு காணும் கற்பனைப் பூனை வருகிறது. 'நீர்மரத்தின் உச்சியை அடைவதெப்படி?' என்றது இயற்பியல்வாதி ரோஸா துறவியிடம். ஹாக்கிங் கருப்புப் பூனையைக் கையிலேந்திச் சொன்னார் 'நீரின் பரப்புஇழுவிசையின் மூலம் இதற்கான அடிப்படை சக்தியானது ஒவ்வொரு அணுக்கூறும் இலைக்கூட்டத்தின் அடியிலிருக்கும் துவாரங்களின் வழியாக வெளியேறும்பொழுது அதனுடன் கீழே இணைந்திருக்கும் இன்னொரு அணுக்கூறினை மேலிழுத்து தன் காலியிடத்தை நிரப்புகிறது. நீரில் அணுக்கூறுகளுக்கு மேலே எந்த அணுக்களும் கிடையாது. ஒன்றை ஒன்று இழுக்கும் இழுபறி சமமானக் கயிறிழுத்தல் போட்டியில் கீழ்நோக்கிப் பயணிக்கின்றன.

மேல்நோக்கிப் பயணிக்க வேண்டுமானால் கீழ் நோக்கு விசைக்கு எதிராகச் செல்லவேண்டும். ஒன்றுக்கு ஒன்று அண்மித்தனவாக பின்னிப்பிணைந்துள்ளனவாக மேலே இழுப்பதே மரத்திலும் நடைபெறும். நீரின் நிலை வேரிலிருந்து அரளிப்பான இலைக்கண்கள் வரை பரவியுள்ளது எங்கும்' என்றார். அதற்கு திரவவாதி அணில் வாலுடைய கேடியத் பொம்மையைப் பதில் கூறச்சொன்னார் ரோஸா காண்டிசாஸ் துறவி. நாற்காலியில் எழுந்து நின்ற பொம்மை சொன்னது 'முதன்முதலில் எப்படி மரம் முழுவதும் நீர் பரவியது? மரம் வளரவளர இந்த நீர் எல்லையும்கூட வளர்ந்துகொண்டு மரம் எவ்வளவு உயரம் இருக்கிறதோ அந்த அளவு உயரம் மட்டுமே அந்த நீரின் அணுக்கூறுகளும் வியாபித்துள்ளன' என்று கையசைத்தது.

புனுகுராணி பொம்மை கேட்டது 'இதோ நீரை மேலேற்றும் பரிதி வந்து மரத்தின் மேலமர்கிறது பார்...' என்றதும் மரம் தகதகக்கிறது. கூட்டமாய் இலைகள் நகைத்தன. தண்டுகளின் நுண்ணிய நுண்ணறைக் கோடுகள் நீரின் ரகசியரேகைகளாக மேல்நோக்கிப் பயணிக்கின்றன என்றவாறு ரொமானிப் பொம்மைகள் வெளியேறிச் சென்றன, வரைந்த மரத்தை மூடிக்கொண்டு ரோஸா காண்டிசாஸ் துறவியும் செல்கிறார்.

ஐன்ஸ்டின் கார்ட்டூன் பூனை சில்வாலுஸ் மரத்திலிருந்து சிரித்தது. பொம்மைகள் அதன் கூற்றைக் கேட்டன: 'புழூத்துளையில்

எதிர்காலத்துக்குப் போகலாம். ஏற்கனவே அங்கிருக்கும் நட்சத்திரவாசி இங்கிருக்கிறான் தானே.' நட்சத்திரவாசிகள் வசித்துக்கொண்டிருக்கும் இம்மாயப்பிரபஞ்சத்தின் மர்மமான காலடிகளைச் சப்தமில்லாமல் எடுத்து வைக்கிறது ஐன்ஸ்டின் கார்ட்டூன் பூனை. அதற்குத் தெரிந்த பிரபஞ்சத்தில் ஆகர்சண சக்தி, மின்காந்த சக்தி இவை யிரண்டையும் பற்றிய பௌதீகவிதிகளைக்கூறும் தொடர்பான சாமியங்களின், இயற்பியல்வாதி ரோஸா காண்டிசாஸ் துறவி டாகஸ் ஆற்று நத்தைகளின் நீர்மத்தைத் தொட்டு எழுதிவரும் உலகின் ஒரே புஸ்தகத்தில் எல்லாப் புஸ்தகங்களும் அடங்கி இருப்பதால் அதற்குள்ளிருந்து நட்சத்திரவாசி கால்மடத்துக்கு அவர் வரிகளில் இறங்கிவருகிறான் கார்ட்டூன் பூனையுடன் உரையாடுவதற்கு. அந்த மாபெரும் ஒரே புத்தகத்தின் அடுத்த பக்கத்தில் நட்சத்திரங்கள் உதிர்ந்து கொண்டிருக்க நட்சத்திரவாசியின் ஒரு கையில் 'அல்-அந்தலூஸின் தனிச் சிறப்புமிக்க 'அவரோஸின் வேட்கை' நூல், மறுகையில் நூல்களுக்கு நூல் 1001 இரவுகளின் காகிதமண்ணில் நட்சத்திரக்குவியல்.

அந்தப்பூனைகள் நட்சத்திரத்தூசியை நாக்கால் நக்கித் துடைக் கின்றன. எண்ணிலடங்கா நட்சத்திர மண்டலங்களில் பவனிவரும் எல்லையற்ற ஆகாசவெளியில் கார்ட்டூன் பூனைகளோடும் ஹாக்கிங் கருப்பு கார்ட்டூன் பூனையோடும் நட்சத்திரங்களை வைத்துச் சூதாடிக் கொண்டிருக்கிறார் துறவி ரோஸா காண்டிசாஸ். ஐன்ஸ்டின் கார்ட்டூன் பூனை சொன்னது, நட்சத்திரத்தங்களுக்கு இடையில் நடந்தவாறு 'என் அண்டத்தைப் பொறுத்தவரையில் விளிம்பேதும் இல்லை ரோஸா காண்டிசாஸ் துறவியே. கால வகையில் டாகஸ் ஆற்றின் காலாதீதத்தை எழுதியவன் தானே நீ. என் கால வகையில் தொடக்கமோ முடிவோ இல்லை.' ஹாக்கிங் பூனை சூதாட்டத்தில் ஒரு நட்சத்திரத்தை நகர்த்தியவாறு திரும்பிச்சொன்னது துறவியிடம், 'யூத, இஸ்லாமிய, கிருஸ்தவ படைப்புக்கடவுள்கள் என்ன செய்யப்போகிறார்கள் இனி.' அதற்கு ஐன்ஸ்டின் கார்டூன் பூனை சொன்னது, 'நீ நிரீச்சுரவாதியாய் இருக்கிறாயா? ஒளி என்ற இயற்கை சக்தியில் இந்த துவைத நிலை பிரபஞ்சம் அனைத்திலும் காணக் கிடக்கும் துவைத நிலைதான். ஒளி ஒரு சக்தி. இச்சக்தியில் ஒளித்திரள் என்ற இம்மிகள் அடங்கியுள்ளன.

இந்த இம்மிகள் பொருளின் சின்னஞ்சிறு துகள்கள் தானே, கால் மடத் தலைமைத் துறவி ஏந்தி இருக்கும் மாபெரும் கோப்பையில் டாகஸ் ஆற்றுப்படுகையின் கற்பனைத் தூசிகளோடு, பொருட்களின் நிழல்களும் துகள்களாகக் கலந்திருக்கின்றன.

அணுவிற்குள் ஒரு சின்னஞ்சிறு சூரிய மண்டலத்தைப்

பார்த்துவிடலாம் தானே. ஒளிக்கதிர்கள் அலைகளாகத்தான் சஞ்சரிக்கிறது என்ற நியூட்டன் பூனையின் வாதத்தை தவிடு பொடியாக்கிவிட்டாயே ஐன்ஸ்டின் பூனையே. நீ பிரபஞ்ச வெளி எங்கும் நடந்து ஒளிவருடங்களில் சஞ்சாரம் செய்துகொண்டிருக் கிறாய்.' உடனே ரோஸா காண்டிசாஸ் துறவி தான் எழுதிவரும் உலகின் ஒரே நூலைத் திறந்து 'எவ்வித குறிப்பிட்ட இயக்கமும் ஒரு விதமான கடிகாரம் தான். ஒரு குறிப்பிட்ட காலப் பிரமாணத்துடன் இயங்கும் மனித இதயம்கூட ஒரு கடிகாரம் என்கிறாயா...' ஐன்ஸ்டின் பூனையைத் தடவித் துறவி ரோஸா காண்டிசாஸ் முகம்முகமாய் குனிந்து விரல் நீட்டித் தலை அசைத்து 'உறுதியற்ற, கனமற்ற, நிலையற்ற, எடையற்ற காலத்தின் கரும்புழுத் துளையில் நுழைந்து கொண்டு எதிர்காலத்தில் இருந்து பேசுகிறாயோ' என்றார்.

கால் மடத்துறவி ரோஸா காண்டிசாஸ் எழுதிவரும் உலகின் ஒரே புஸ்தகத்திலுள்ள கடல் வரைபடம்: கால்மடத்தின் வினைமா அற்புத விளக்குகளில் கடல்வரைபடம் திறந்துவந்த அல்-ஆந்தலூஸியத் துறவிகளின் கால்மடத்தோப்காப்பியில் வரைந்த ஒரு தங்கத் திமிங்கலத்தை புளூட்டோவாதிகள் படைத்து வருகிறார்கள்.

அதற்குள் பூனைகளின் உரையாடல் மங்கலான ராத்திரிகளில் தீயஅரசர்கள் கால்மடத்துறவியின் பெருநூலிலிருந்து வரைபடத்தைக் கிழித்தவாறு உள்ளே வருகிறார்கள். திரிசுடர்கள்சாயும் தீய அரசர்களின் நிழல்களைப் பென்சில் கோடுகளால் புனைவு உடலை வரைந்து அதன் குறுக்கு வெட்டுப் பாதைகளில் புனைவின் மூலகங்களைக் கனவுகளாகத் திறக்கிறது. துறவி ரோஸாகாண்டிசாஸ் காகிதங்களும் அடித்து திருத்திய கச்சாவானகுறிப்புகளில் தீயஅரசன் மைடாஸ் கசங்கிய காகிதத்திலிருந்து உள்ளே வருகிறான். டாகஸ்ஆற்றில் மிதக்கும் துறவியின் பெருநூலில் உலோகதேவதை டியோனியஸ் வருவதால் பொன்னாசையால் பிரார்த்திக்கிறார்கள். அப்போது தோப்காப்பியின் தீயஅரசர்களைப் பார்த்துக்கேட்டாள் டியோனியஸ் 'உங்களுக்கு என்ன வரம் வேண்டும் கேளுங்கள்' மற்ற தீயவர்கள் கண்மூடிப் பிரார்த்தனையில் இருக்க தோப்காப்பி உல்லாச சுல்தான் முந்திக்கொண்டு கேட்டான். 'என் கைமேல் வந்தமரும் கிளி சொர்ணமாக வேண்டும். பூமியிலே விளைகிற மாணிக்கங்கள் வேண்டும். என் அரண்மலை யிலுள்ள மூடர்களின் திராட்சைத் தோட்டத்தில் ரொமானி சிற்ப ஆசாரிகள் கூட்டமாய் இருக்கிறார்கள். அவர்கள் படைத்த செப்பு விக்கிரகங்களை நான் கண்ணால் பறிக்கும்பொழுது அவை பொற்சிலைகளாக வேண்டும். டாகஸ்

நதியில் பரவியோடிய வேகத்தினால் புறத்திலே ஒதுக்கப்பட்ட வஜ்ர வைடூரியங்கள், ஜெரூஸலேம் குன்றின் மீதுள்ள மேல்வளைவுக்கூரை புஸ்பராகம் முதலிய கெம்பு ரத்தினங்கள் அங்கே பிரகாசிக்கும் பச்சை நீல மாணிக்கங்கள் எனக்கு வேண்டும். கோமேதகமும் பார்பாரக் கடல் பவளமும் தென்கடல் முத்தும் இப்பட்டினத்தில் ஸ்வாலித்திருக்கிறது. ரொமானியரின் நடனவிசிறிகளின் அலைகளில் ஒன்றோடொன்று பின்னினாற்போல் கரைகளில் மோத அசையும் விசிறிகள் அஞ்ச மிதுனங்களாய் மாறி நீந்த நானாவித மச்சவினங் களாகவும் ரொமானிகள் உருமாற அவர்களை நான் தொடும்போது தொட்ட தெல்லாம் தங்கமாகக் கேட்டேன்' என்றான் சுல்தான்.

பிரிஜியாவின் தீய அரசர்களும் தோப்காப்பி சுல்தானும் கேட்டதற்கு, 'அந்த வரத்தைக் கேட்ட உனக்கும் கேட்காத தீய அரசர்களுக்கும் அளித்தோம்...' என்றது தேவதை. தோப்காப்பியின் நான்கு மரணவாசல்கள் வழியாக வெளியேறிவரக் குனிந்து ஒரு செடியைத் தொட்டதும் அதன் மலர் மட்டும் தங்கமானது. அதன் காம்பு மாறவில்லை. வரம் பாதி பலித்ததில் ஒவ்வொரு அரசனும் வேறுவேறு மரத்தைத் தொட ஒரேஒரு தங்கக்கனி உச்சியில் இருந்தவாறே வரம் பலித்த தீயஅரசர்களைப் பார்த்து எள்ளி நகையாடியது. அந்த சொர்ணக் கனி சிறுபெண்ணாக மாறியது.

தீயஅரசர்கள் தோப்காப்பிக் கோட்டையின் உலோக மேஜைக்கு வந்து ஒரு ரொட்டித் துண்டை கையால் எடுக்க அது தங்க பிஸ்கட்டாக மாறியது. பேராசையில் தோற்றவர்களுக்கு பசி தாங்கவில்லை. தண்ணீரைக் குடிக்கக் கை நீட்ட நீரும் தங்கமாகிவிட்டது. நாளாக நாளாக தீயஅரசர்கள் மெலிந்துவர உணவு கொண்டுவந்த தோப்காப்பியின் குமாரத்திகள் தங்கப் பதுமைகளாக மாறினர். அந்தத் தீயவர்கள் எல்லோரும் மண்டியிட்டு உலோக தேவதையிடம் 'கொடுத்த வரத்தைத் திரும்பப் பெற்றுக் கொள்...' என்று ஒரே குரலில் பிரார்த்தித்தனர். 'தோப்காப்பியின் தீயசகாக்களே அவரவர் தேசத்தின் ஆற்றில் மூழ்கி எழுந்தாலும் பேராசை தீராத பேய்களே. கீழுலகின் கொடியோன் புளூட்டோவைப் போய்க்கேளுங்கள். கீழுலகின் உலோகங்களைத் தொடமாட்டேன் என்று சில்வாலுஸ் மரத்தில் கையால்அடித்து சத்தியம் செய்தால் கனிகள் தங்கமாய்ப் பழுக்காது இனி. டாகஸ் ஆற்றில் மூழ்கினால் அதில் தோன்றும் கால் மடத்துக்கு வருவீர்' என உலோக வாக்கிட்டாள் தேவதை. அந்த வரம் பலனில்லாமல் போய்விடும்' என்று எழுதினார் துறவி ரோஸா காண்டிசாஸ்.

மயனாசுரன் அமைத்த முத்துப்பட்டணம்

மயனுரையைத் தட்டி மனையெடுப்பாரே
கயநோய் பிணியிற் கலப்பார் - செயமாகுங்
கண்ணிருந்த பேருக்காட்டி மனைகோலாய்
விண்ணு மண்ணுளார்விளக்கு
இன்னிதம் செய்ய மயானாசுரர் இசைந்தனரே

ஆனாயநாயனார் புல்லாங்குழல் செய்யும் முறையும் மூங்கில் வாசிக்கும் முறையையும் நறுக்கியகுழலில் ஐந்தெழுத்தில் வாசித்த முறையை ஏழுசெய்யுட்களில் படிந்துள்ள சுரங்களை அவிர்துளை ஒழுக விசும்பில் நின்றாடும் புல் ஒன்று பசுக்கூட்டத்துக்குத் தன்னையே அருந்தக்கொடுத்த புல்லின் பால்வெளியில் நாம் இருக்கிறோ மில்லையா... ஆக்களெல்லாம் ஆனாயரை அடைந்து தம்மை மறந்து அண்ணாந்து கேட்கவும் எருதுகளும் மான்களும் ஈர்க்கப்பட்டு ஆனாயரை அணைந்துசூழ ஆடிக்கொண்டிருந்த மயில் அசைவின்றி மெல்லஒயிலாய் நடந்து மயில்விருத்தத்தை அருணகிளியிடம் ஒவ்வொரு சுரமாய் கேட்டுக்கேட்டு பிறபறவைகளும் அடைக்கலாங் குருவிகளும் இசைவயப்பட்டு மெய்மறந்தன (மூங்கில் மயக்கம்).

'அல்லி என்ற பேர் சொன்னால் வரிக்குருவி தண்ணீர் குடியாது/ கட்டழகிப் பேர் சொன்னால் கனதெய்வம் கூத்தாடும்/ அல்லி என்ற பேர் சொன்னால் அருந்த தலை கொக்கரிக்கும்.'

சுண்ணாம்பு வளையத்தின் திணைவெளி இலங்கையின் வட மேற்குப்பகுதியில் குதிரைமலையில் வசித்துவந்ததாகச் சொல்லி வந்த அல்லியரசாணி கூத்து நாடகத்தில் பரவர்கள் முக்கியக் கதாப் பாத்திரங்கள். கூத்தில் போர்வை பிடிப்பவர் நகர்ந்ததும் இளவரசி அல்லிராணியால் அவர்கள் முத்துசேகரித்து வருமாறு கட்டளை யிட்டபடி கடலில் மூழ்கியவாறு இருந்தனர்.

'முத்துப்படுந்துறையும்/முனைவீரர் பட்டுடையும்/பவளம் படுந்துறையும் / முத்துப்பட்டணமும்' வந்து அல்லிஅரசாணி முத்துச் சிலாபத்தில் அவள் கடலாண்டபார்வையில் ஒருபங்கை மருதை மீனாட்சிக்கும் இன்னொருபங்கை வடிவாம்பிகைக்கும் போக மிகுதிப்பங்கை தனக்குமாகப் பகிர்ந்துகொண்டாள். அவளோடு கொற்கைத்துறையில் பூழியர்கோன் தென்னாட்டு முத்தைக் குளிக்கும் சிலாபத்தில் பாண்டிய கபாடகம், பட்டணம் தாம்பிர வருணிகத்துக்குள் ஒளிந்திருந்தது. மகாஸ்வேதா மண்கால் துறவி களோடு வந்தாள். அவளுக்கு கபாடபுரராசன் நெல்லிக்காய் அளவுள்ள

சரஞ்சரமாய் சரப்புளி முத்துமாலையைக் கழுத்தில் ஜபமாலையாக அணியக் கொடுத்தான். கருப்பியான அரசாணி தலையில் முத்து சந்திரப்பிறை ஒளிர்ந்துகொண்டிருந்தது. ராவணனின் மீனவக் குமாரத்தி கழுத்திலிருந்து முத்துப்பதித்த சந்திரஹாரம் தென்கடலில் கழன்று விழுந்ததென்றான் பரதவன். அவளிடம் முத்துச்சரங் களிலான நெத்திச்சுட்டியைப் பார்த்திருந்தனர் முத்துக்குளிப்போர். செம்படவர், முக்குவர் வீட்டிலிருந்து தானெடுக்கும் முத்துச் சிப்பிகளை அந்தரத்தில் தொங்கும் தேன்கள் விடுதியில் கொடுத்து கும்புகும்பாய் கிளிஞ்சல் மேட்டில் குழுமியிருந்தனர். ஒவ்வொரு பரதவரும் பூழியரும் அணிந்ததில் வறுமை நீங்கியிருந்தனர். ஆயுள் முழுவதும் கடலாய் இருந்தனர். கையில் எடுக்கும்போது கறுப்புமுத்தாய் இருந்தனர். பரதவர் ஆன்மா பளிங்குபோல் தெளிவாய் இருந்தது. கடலும் நிலவும் ஒன்றுகலந்த அதிர்ஷ்டம் முத்தாய் விளைந்தது. காற்று, மண், நீர் புகுந்ததில் இவர்களும் இருந்தார்கள். கண்ணேறு நீங்குவதற்கு பூழியான் ஒருவித ரட்சையாக முத்துமாலையை மகளுக்கு அணிவித்தான். அவளை 'மகளே முத்துமாலை செல்லமே வாவா... முத்துச்சிப்பியைச் சுட்டெரித்த சுண்ணாம்பை தாம்பூலத்துடன் கொண்டுவா' என்றான்.

முத்தைத்தேடிய கடலில் காளிக்கோட்டை எழுப்பி வந்த ஒல்லாந்தருக்கும் ஓர்மூஸிலிருந்துவந்த குதிரை வியாபாரத்தில் செழிப்பான மூர்களுக்கும் பரிமாறிக்கொண்ட சூலிச்சங்கில் பிறந்தவர்கள், இந்தப் பர்கர்களான பெவிஸ்பாவா, ஷேஃப்ரிபாவா சகோதரர்கள். அந்தத் கொற்கைக்கள் விடுதி மேஜைதான் தினமராக்கா துபாஷி பாப்பிரஸ் காகிதத்தில் எழுதுவதற்கான அனிச்சையிலிருப்பது. பனைகளின்உரையாடல் பல்லாயிரம் ஆண்டுகளுக்கு முந்தைய கருப்புமின்னலுக்குள் பனியுக உறைவிடங்களின் சாளரங்களைத் திறக்கிறது. வெப்பமண்டலத்தில் திரும்பிய உறைவிடங்கள் வேறானதாக இருப்பதை விடுதி இரவுகளில் உரையாடினார்கள்.

பருவநிலைக்கேற்ற தாவரங்களின் இலைஉணர்வுகளிலிருந்து உருகும் பரிதியின் நரம்புகளில் பயணிக்கிறார்கள். ஒவ்வொரு பறவைக்கும் பூமியின்ரேகைகள் வேறுபடும். கொற்கையில் அழிந்தும் அழியாத பூழியரின் அரண்மனைகளில் மயில் ரேகையைக் கண்டார்கள். கோஸ்ட்களின் நகரமான ஓர்ச்சாவில் இந்து ராஜாக்களின் கல்லறைக் கோபுரங்களின் நிழல்களாக கழுகுகளின் ரேகைகள் சிறகு விரித்திருந்தன கடகத்திருப்பத்தில். அது உத்ராயணம். பிப்பால்யா எனும் மத்திய இந்தியாவிலுள்ள குப்தவிகாரைகளைக் காத்துவரும்

ஓநாய்கள் பரிதியை நோக்கித் தாவுகின்றன. இடிபாடுகளில் தோன்றும் மகரத்திருப்பம் பரிதி நிழல்படாத மேகலாரேகையின் உச்சியில் நீரும் பூச்சியினத் தாவரங்களும் பிரவாகமெடுக்கும் இருண்ட ஊற்றில் சப்தாஸரத்தைக் கேட்கிறான் பெவிஸ். கோணமலை ராவணன் வெட்டில் மகரத் திருப்பம் இந்தத் தீவின் சீதோஷணத்தில் கிளைகளில் குமிழ்தலும் இலைப்பச்சைகள் அகராதியிடப்படாத தனித்தனி சுருதிகளில் லயமடையும். ஷேஃப்ரிபாவாவின் பச்சை உறைவிடங்களில் ஒல்லாந்த ஆமை இளவரசி உடைகளைந்து வெளிப்பட்டாள்.

மண்வகை ஒன்றுகலந்திருக்கும் இந்தச் சுவர்கள் பாசியொளி வீசிய இரவுகளில் புளூட்டோவின் ஐந்தாவது நிலவிலிருந்து வந்த நீர்மனிதர்கள் பச்சைவளரியின் உருவிலிருந்தனர். காசாது கொற்கைக் கள் விடுதி பசுமைக்குள் ஒளிவருடவேகத்தில் நம்மைக் கடந்து கொண்டிருக்கிறது. ஒளி குறைந்த இடங்களில் வாழ்ந்துகொண்டிருக்கும் ஜெபாஸ்டியான் சான்ஸியோ மச்சாடோ கட்டிச்கொடுத்த கருப்புக் காசாது வீடுகளும் வெள்ளைக் காசாது வீடுகளும் எதிரெதிர் வரிசையில் இருந்தாலும் கடற்காற்றால், முத்தால், மீனால், சங்குகளால், பிறப்பால், மரணத்தால் ஒன்றுபட்டிருந்தனர்.

மரங்களின் ரசநாளங்களில் ஓடும் ஒளிப்பாட்டங்களைக் கிரகித்து தன் பால்விதியை தாவர உடலாக்கி மணவாழ்வுக்கு விலக்கு அளித்ததில் செடியினங்களாகத் தன்னை உருமாற்றி காற்றில் நீந்திக் கொண்டிருக்கிறான் ஜெபாஸ்டியான் சான்ஸியோ மச்சாடோ. முத்தைத் தரம்பிரிக்கும் தசமகணிதப் பலகையைத் தலைக்கு வைத்துத் தூங்கிக் கொண்டிருந்தான். ஒருபிடி சுடலைக்குள் தன் அத்தனை மோனமும் தாவரநண்பர்களின் ஒளிச்சேர்க்கையாக இல்லாமல் இருந்து கொண்டு பச்சைவீடுகளுக்குள் ஒவ்வொரு வாசலிலும் களிம்பேறிய தாமிரத் தீக்கோட்டையில் பிரித்தெடுத்த உலோகமணிகளின் தீநாக்குகள் இப்போது அதிராமல் மௌனித்து இருக்கும். அதில் தானும் ராட்சஸப்பெரணிகளாய் உருமாறிக் கொண்டிருப்பதிலிருந்து மரங்களின் விதியில் பயணிக்கிறது. விடுதி மேஜையில் தினமராக்கா துபாஷி எழுதிக் கொண்டிருந்த தொல்லுயிர்களின் பால்விதிப் புத்தகம் அந்தரத்தில் தொங்கும் கொற்கைக்கள் விடுதி பச்சை இலைச்சுடரில் இரவெல்லாம் கணவாய் மீன் உதிர மையிட்டு இரு பாஷையில் பெயர்த்தும் எழுதப்படுபவைதான். அவற்றில் சில சுரங்கத்தைத் தேடும் ஒல்லாந்தரின் உலோக வேட்கைக்கு முன்பே புராதன உலோக வேட்கையால் மொழி ரோகம் அடைந்த லெமுராக்களின்

உலோகப்பிரதிகளில் படிந்த மிகத் தொன்மையான தாமிரசபை, பொன்னம்பலம், வெள்ளியம்பலத்தில் ஈசன் கால்மாற்றி ஆட அத்தனை உலோகச்சுரங்கங்களும் வலிய தீக்கொழுந்துகளாக ஊழி நர்த்தனம் தொடர இசை மரபும், தும்புருவும் மகரயாழும் உலோகநரம்புகளாய் அதிர்ந்துசுருதி சேர முத்துப் பட்டணமே கடற்சிலம்பு நகரமாக பாதி கடலிலும், மீதி கரையிலும் அசைந்து கொண்டிருந்தது.

உலோக வெப்பத்தில் நடமாடும் செப்புச் சிலைகள் காப்பியங் களைத் திறந்து கதாபாத்திரங்கள் ஆகின்றன. அவற்றின் மூலத்தில் படிந்துள்ள நவஉலோக ஏடு திறந்து சிலம்புக்குள் போய், மணிமேகலையை சாத்தனிடம் வாங்க கூலவாணிகத் தெருவுக்குப் போய் அங்கே சிந்தாமணியும் மொழிப் படிகமாக, நீலகேசிக்கு நீலக்கல் ஒளிகாட்டி, வளையாபதியை உலோக வயலில் கண்டெடுத்தார்கள். குண்டலகேசியிலும் உலோகமொழி பரிதி யிலிருந்தே உருக்கியெடுத்த உலோகங்களாகப் பூமியடியிலுள்ள கீழுலகத் தாமிரமலையின் வேறு உலோகஅடுக்குகளில் செல்லும் கல்லிசை மனிதர்கள் இவர்கள். வெப்பரத்த உலோகப்புழுக்குலத்தின் உறைவிடம் பற்றிய குறிப்புகள் செபாஸ்ட்டியான் சான்ஸியோ மச்சாடோவுக்காக தினமராக்கா துபாஷி உலோகங்கள் பூசிய பக்கங்களைத் திருப்புகிறார்.

ஒவ்வொரு தீவிலிருந்தும் கலைமரபில் வேறுபட்ட வார்ப்புச் சிலைகளும் அணிகலன்களும் உலோகக்கழுகு விளக்குகளும், உலோக அன்னம், தாமிரச்சங்கிலி கக்கும் இருதலைப் பறவைகள், வரைபடத்தில் உலோகமான் மறைந்துள்ளது. இவை தினமராக்காவின் கருப்பான உலோக நூலிலிருந்து வந்தவை. செபாஸ்ட்டியான் சான்ஸியோ மச்சாடோவின் கடல்மார்க்கம் பற்றிப் போர்ச்சுக்கீசிய முன்னோர் சீயாளுக்கு சீதனமாய் கொடுத்த வரைபடத்தில் இருந்து வந்தவை.

பெவிஸ் அமேசான் காடுகளிலும் மடகாஸ்கரிலும், ஆப்ரிக்கா இருளிலும், தக்காண பீடபூமியிலும், இலங்கைத் தீவிலும் இந்த வெப்பம் விரும்பும் உலோகம் சேர்ந்த மண்புழுக்கள் குடைந்து கொண்டிருக்கிறது தன் மண்ணடி உலோத்தாதுக்களை. இருளில் தாவரவேர்கள் அதன் மண்வீடுகளை ஒட்டிக்கிளைத்துச் செல்கின்றன. உடல் சூட்டில் ஈரமண் அதன் உலர்ந்த கூடுகளாகிவிடும். மிகச்சிறிய சிற்றில்களில் தாமிரமண் அபிதானங்களைப் புரட்டி குருட்டுமண் புழுக்கள் துளைத்து இறங்குகின்றன. சுண்ணாம்பாலான தன் அரண்மனையைக் கட்டிக் கொண்டிருக்கின்றன.

கொட்டுமண்முறியலாகா கொடுஞ்சிறாலறுதலாகா
நட்டகால் சாயலாக நடுபடை இடியலாகா
வெட்டிய மரங்களோசை வீறிட்டு விழவுமாகா
கட்டிய மனைக்குக் குற்றம் மயன்குறி அறிந்து கொள்ளே

மயனாசுரனைச் சுற்றி துயரத்தின் கருமையான கடல் ஆமைகள் புலன்களை உள்ளிழுத்துப் பாறைப்படிவுகளில் முதியகோடுகளை நீட்டித் தொடுகின்றன. கடல்பசுவின் பாதத்தில் ஆமைஇளவரசி தூங்குகிறாள். அவ்வேளைக் கனாத்தோன்றி அசையும் மயிலிராவணன் கோட்டை நீருக்குள் நீலமாகி மெல்லச்சலனமடைகிறது. நீர்க்கோட்டை ஏழு சுற்றாய் இருப்பதில் மயனாசுரன் சுலோகங்கள் அடங்கிய ஒரு பெருநூல் கொற்கையில் மூழ்கியுள்ளது. அதனுள் ஒரு பகுதியாக முத்துப்பட்டணம் உருவாயிற்று. மணல் நகரமாக கரைந்து கொண்டே இருக்கிறது.

யாருமல்லாத பூனை வால்கொண்ட கொற்கை செழியநங்கை வீடு

தங்கத்தின் மேல் மிதந்துவரும் கொற்கை செழியநங்கை யாதொன்றைப் பார்க்கிலும் அவள் கண்கள் பனித்த முத்துகளாய் உள்ளே திரும்பின. கிளிஞ்சில் முத்துகளென அவள் விழிகள் விளிம்பிலும் பின்புறத்திலும் தேநிறமான மயக்கத்திலிருந்தன. ஒவ்வொரு கிளிஞ்சலையும் வர்ணம் கூட்டும் பட்டைக்கத்தியினால் மிகமென்மையாகத் திறக்கிறாள். அதனுள் மூங்கில் குச்சியினால் எலும்பு, மரத்துண்டு, மண்துளி ஒன்றை உள்ளே வைக்கிறாள். திரும்பவும் சிப்பியைத் தலைகீழாகத் திருப்பி நீர்முள்ளிக் குட்டையில் தானும் மூழ்கி கிளிஞ்சல்களோடு வாழ்கிறாள் கொற்கை செழியநங்கை.

அந்தத் தீதில்லாக் கருப்புஅரசன் தனது பெட்டகத்தில் உள் வெடிப்பில்லாத நல்ல நிறமுடைய கீற்றுப்புள்ளிகள் இல்லாத அழகிய கோணங்களை உடைய உயர் ஒளியுடையதுமாகிய சிறந்ததென்று மயங்கரவு கக்கிக் கொடுத்த மணிக்கல் ஒளியில் காரிருளில் நடமாடினான். அவன் கையில் இந்திர நீலப்பூனையை ஏந்தியிருந்தான். அவன் கொற்கை செழியநங்கையை புனுகு ராணி என்று பட்டப் பெயரில் கூப்பிட்டான். முன்னை, பின்னை பூழியர் காலம் அவள் அணிந்த முத்துமாலையின் ஒளிஉருவம் காலம் செல்லச் செல்ல மெல்லக் குறைந்து நகரமும் மயங்கிய வெளிர் சிவப்பு நிறந்தில் உதிர்ந்துகொண்டிருக்க பாண்டியவம்சமும் மறைந்து கொண்டிருக்கிறது. அவளிடம் பரதவகுமாரத்தி கொண்டுவந்த ஒரு முத்து, ஒரு இரத்தி

எடையுள்ளதாயின் ஒரு பொன்விலை கொடுத்தாள் சுருக்குப் பையில் இருந்து. எளியோர் கொடுத்த முத்துகள் மிக அழகு வாய்ந்தனவாகும், சிறந்த குணங்களால் தங்களைக் காப்பதாகவும் கிடைத்தற்கு அரியனவாகவும் அவளோடு உள்ள உறவு இருந்தது பரதவருக்கு. தனி முத்தின் எடை அதிகமானதாக இருப்பின் விலையும் அதிகம் கொடுத்து வாங்கினாள். முத்துக்கு தலை, இடை, கடைத் தரங்களை அனிச்சையில் உணர்ந்தவளாக இருந்தாள் புனுகு ராணி.

தனது நெடுங்கழுத்தில் பட்டுநூலில் கோத்த நூற்றிநான்கு முத்துக்களும் பவளங்கள் நூறும் ஆரமாக்கிய விலைமதிப்பற்ற மாலையை அணிந்திருந்தான். அந்த அழுக்கான மஞ்சலேறிய முத்தாரம் வழிவழியாய் கடல் மூழ்கியோரின் ஆவிகளின் களங்கமற்ற வெண்மை சுடரும். இந்தக் கருப்பு அரசன் கைகளாக முத்து வர்த்தகரும் 'ஒவ்வொரு முத்துக்கும் கதையொன்றைக் கூறினால் தரத்தைச் சொல்வேன்' என்றான். கரடி மயிரடர்ந்த கரங்களில் மூன்று பொற்காப்புகளையும் காலிலும் பாதங்களிலும் உரசிச் சிணுங்கும் வளையங்களையும் அணிந்திருக்க அவற்றிலும் அரிய மௌத்திகங்கள் உள்ளே முணுமுணுத்தன. தடாதகைப் பிராட்டிக்குப் பல்லக்கில் முத்துவடித்துத் தொங்கவிட்டிருந்தான். பச்சைக்குடை, முத்துக்குடை மேல் பொழிந்தவர்கள் கொற்கை முத்துப்பட்டணவர்களாக இருந்தார்கள். வெண்டயம், வீரகட்டாமணி, வீர வெண்டயம் அவள் கழுத்தில் கொத்து முத்து வடிச்சரங்கள் கோத்தவர்களும் தொண்டிக் கடலிலும் முத்துப்பட்டணத்திலும் இருந்தார்கள். ஆனைமேல் வேப்ப மாலை சூடிய பிராட்டிக்கு இருவரும் உபசாமரம் வீசி வருகிறார்கள் பாண்டியபதிகள்.

அரசாணியோ காட்டை இருட்டும் கருப்பியாக இருந்தாள். எல்லா உலோக அணிகலன்களிலும் பதிந்து தூங்கும் தரமான முத்துக்கள் இருந்தன. அந்தக் கடல் கருப்பியின் துகிலாடை இன்று நெய்ய மறந்த மோகினிப்பட்டு மிகப்புராதன கீழடிப்பட்டணப் பாவுகளால் புனைந்த நெடியாய் இருந்தும் பின்னைப் பாண்டியர் காலம் இற்றுக் கிழிவதற்கு முன் பவித்திரமாய் அவற்றில் இருபத்தி ஒன்பது மடிப்புகள் களையாமல் இடுப்பில் ஒட்டியானமின்றி மரவளரி மட்டுமே சடங்கின் மஞ்சள் மெழுகி அவள் விலா எலும்பாக வளைந்திருக்கும். அவன் அணிந்த ஒரேயொரு நீண்ட முத்துமாலையை ராசா சாலமனுக்குக் கொடுக்காமலும் அகஸ்டஸ் ஸீசரின் யவன வர்த்தகரிடம் விலைதீராமலும், ஆனால் இந்நகரத்தின் சொத்து மதிப்பை துபாஷி தினமராக்கா குறித்திருந்த ஐந்தொகைக்

கணக்குப்படி பார்த்தால் சரிசமமாயிருக்கிறதென்று இருக்கிறது. மேலும் அந்தப்புரப் பெட்டி களில் மணற்கல், பழுப்புநிறக் கல், மங்கிய சிவப்பு கல், நீலநிற வெண்மணிக்கல், சலவைக்கல் ஆபரணங்களாக அன்றி சாயார்புர மரபுக் கருவிகளுடன் கடைக்காலக் கருவிகளை வழிபட்டிருந்தாள் அரசனுடன். குளிர்வளைய வளரி ஒன்று புராதனக் காலத்திலிருந்து அவனுடன் உரையாடியவாறு உருகிக்கொண்டிருக்கிறது. அதை யாரும் பார்த்ததில்லை. இருண்டகால அரண்மனையில் ஒளித்து வைத்திருந்தான்.

சிறுபெண்ணாய் ஓரிலை சாய்ந்து மாய்கிறது, கடலிலிருந்து வந்த பாணர்களின் இசை ஜாதகநூல் நொறுங்கி ராகங்களைப் பிச்சைக் காரர்கள் பாடிவந்த முத்துப்பட்டணம் வில்வவனத்துக்கு யுகந் தோறும் வேறுவேறு பெயர்கள் உண்டு.

எங்கும் நிலவலாம் கொற்கை அரசாணி, பூனை வால் கொண்ட ராணியைத் தேடி வாழ்க்கையிலிருந்து தள்ளி விடப்பட்டவர்கள் அங்கு வருகிறார்கள். பிறந்ததிலிருந்து குறைந்தபட்சம் புயலுக்குபின் அதன் கரும்புள்ளியிலிருந்து இடைப்பட்டயெல்லாக் காலமும் நீண்டநேரம் யாருமில்லாத செழியநங்கை வீட்டில் தான் எழுதிக்கொண்டிருக்கிறேன்.

கலையைப் பரிமாறிக்கொள்வதற்கு மல்பெரிப் பேப்பர்கள் இருக்கின்றன. உப்பு மிதிக்கப்போகும் உள்நாட்டு அகதிகள் ரயிலில் வந்து இறங்காத நாளில்லை. பட்டுப்புழுக்கள் சந்திரிகையில் கூடுகட்டும் தோற்றம்.

செபாஸ்டியான் சான்ஸியோ மச்சாடோவின் கொற்கைக்கள் விடுதியில் தொங்கும் கோட்டுப்பித்தானுக்குள் மீனுடல் கொண்ட கடற்கன்னி.

வார்த்தை எப்போதும் மீனில்தான் இருந்துகொண்டிருக்கும். கரிஎஞ்சின் ஓடத்துவங்கியதும் யாசகர்களும், வீட்டை விட்டு ஓடி வந்தவர்களும், சில்லறைத்திருடர்களும் உப்புரயில்ஏறி முத்துப் பட்டணத்திற்கு வருகிறார்கள், உப்புமிதிக்கும் கூலிகளாக மாறி விடுகிறார்கள். யாருமல்லாத கொற்கை செழியநங்கை வீட்டில் அடைக்கலமாகிறார்கள். பிறகு தினமும் அவளுக்காக பரணியாற்று வண்டலில் இருந்து தங்கத்தைச் சேகரிக்க முயன்று வருகிறார்கள். திருடர்களின் உள்ளங்கையில் பளிச்சென்ற மணல் போன்ற பொடிகள் இருக்கின்றன, அவை தகதகவென மின்னுகின்றன. இவர்களில் ஒருவனை விதிதேர்ந்தெடுத்து மணற் திருடனாக மாற்றுகிறது. மணற்திருடர்களைவிட அந்தத் தங்கப்பொடியைக் கண்ட

செழியநங்கை பேராசைப்படுகிறாள். அரித்துக்கொண்டு வந்த மணற்திருடர்களின் பொடிகளைப் பத்திரமாக வைத்து அதைக் கொடுத்தவர்களே எடுத்துக்கொண்டு போய்விடாமல் பாதுகாக்கிறாள். நள்ளிரவில் மணற் தாதுக்கள் ஊர்ந்துவருகின்றன மணற்திருடனைப் படைப்பதற்கு. நீருக்குள் மறுபடியும் ஒளித்து வைக்கிறாள் தாதுப் பைகளை. தினமும் கருக்கலில் ஆற்றுக்குப் போய் மணலைத் தன் இரண்டு கைகளிலும் அள்ளிக்கொள்கிறாள்.

யாருமல்லாத தன் வீட்டுக்கு அதை யாருக்கும் தெரியாமல் கொண்டு போகிறாள். அதை விடிவதற்கு முன் மங்கலான இருட்டில் ஆற்றில் இருந்து எடுத்துவந்த மணற் பொடியாக இருந்தாலும், அது தூளாக இருந்தாலும் அவற்றைப் புனல்கொண்டு ஊதித் தனியாகத் தான் சந்திரகுலப் பாண்டியர்களின் பழமையான நாணயங்களின் அசல் மாறாமல் கள்ள நாணயங்களைச் செய்கிறாள். சந்திரகுல வம்சத்தில் அவள் முப்பத்தொன்பதாவது வாரிசாக வேப்பமாலை சூடிக் கொண்டவள். 'முப்பத்தெட்டு குடுமிகள் தங்கத் தட்டில் முத்துப்பதித்த கிரீடங்களை விட்டுவிட்டு ஏன் மறைந்தார்கள்' என்று மணற் திருடன் கேட்டான். அதற்கு பூனைவால் கொண்ட செழியநங்கை 'தலையில் கிரீடம் தரிப்பது பாண்டிய ராஜ்ஜியத்தை ஆண்டுவர வேண்டுமென்ற பொறுப்பை ஏற்படுத்துகிறது. அதனாலேயே அரசனுக்குக் கவலை, தலைவலியெல்லாம். தலையில் கிரீடம் வைத்துக்கொள்ள எல்லா நேரத்திலும் முடியாது. கிரீடத்தை தங்கம் படைத்திருந்தாலும் அது திருடனின் மரக்கால்தான். மரக்காலைத் தலைகீழாகப் பொறுத்தி வைத்துக் கொள்ளும்போது அடிப்பாகம் நெற்றிவரை வரும். ஆடாமல் அசையாமல் பொம்மையாக இருக்க வேண்டும். நெற்றியைக் கவ்விக் கொண்டுவிடும் இருட்டுவவ்வால் தான் கிரீடம். தங்க வவ்வால் கவ்வினால் நெற்றி நரம்புகளும், கன்னங்களின் நரம்புகளும் கபாலத்தில் வலிகளாக உருண்டுவிடும். இங்கே தீயஅரசர்கள் தான் தோன்றுவார்கள். கிரீடத்தைவிட்டு, வாட்களைவிட்டு ஓடுவார்கள். அவைகளை அருங்காட்சியகம் கைப்பற்றிவிடும்' என்றாள். பூனை வால் கொண்ட செழியநங்கை. தங்க வாட்களை இடுப்பில் சொருகித் தங்கஜோடுகள் நடந்தன அருங்காட்சியகத்தை நோக்கி. அங்கு எல்லோரும் நடிகர்கள்தான்.

அவர்கள் தங்கத்தை மெல்லிய கம்பிகளாக இழுக்கத் தெரிந்து பொற்காசுகளில் இருகயல் பதிக்கும் அக்கசாலையை வைத்திருந்தனர். பிறகுதான் சுரங்கங்கள் வெட்டி பூமிக்கடியில் பலமைல் தூரம் குறுக்குவாட்டில் சென்றார்கள் பூழியர்கள். அநேகமாக வெண்கலம்,

இரும்பினால் செய்யப்பட்ட கொத்துவாச்சுகளை நடுவில் கடினமான பாறை குறுக்கிட்டால் அந்த நெம்புகோலினால் உருட்டுகிறார்கள். நாட்டுக்கொல்லர்கள் தாமிரத்தைக்கொண்டு புனுகுராணிக்கு விதவிதமாய் சிறு செப்புப் பதுமைகளைப் படைத்து ஆடைகளில் தங்க முலாம் பூசுகிறார்கள். திரைக்குப்பின் போய்வந்து விடியா விளக்கில் உரையாடி நடிக்கின்றன செப்புப் பதுமைகள். அருங்காட்சியகத் திரையில் படும் பண்டைய நிழல்களோடு பூனைவால்கொண்ட செழியராணி உரையாடிக் கையசைக்க திருடர்களும் அரங்குக்குள் வருகிறார்கள் தங்கப் பைகளுடன். அடைக்கலமான யாசகன் சொன்னான், 'உனக்குப் பொன் தாகம் அதிகமாக இருக்கிறது கொற்கை நங்கை, அதைத் தீர்ப்பதற்காகத் தானே பரணியாறு நெடுக தங்கத்தூள் அடிமைகளாக எங்களை அலையவிடுகிறாய்' என்று கூறி அக்க சாலையில் உருகிக்கொண்டிருந்த உஷ்ணமான தங்கத் திரவத்தை ஒரு துணிபொம்மையில் தங்க இழையிடுகிறான். அடுத்த துணி பொம்மையாகப் பட்டுச் சேலையைக் கிழித்து செழியநங்கை பதுமையைப் படைத்து அதற்கு தங்கமுலாம் பூசுகிறான் தங்கத்தூள் அடிமைக்கொல்லன். திருடர்களின் கண்ணில் பட்டது அவளிடமிருந்த தங்கம் தான். பூட்டி வைத்ததால் எல்லோருக்கும் தெரிந்துவிட்டது. அதை கொற்கைப் பொற்கொல்லர்களால் ஆபரணங்களாக மாற்றி உடல்மேலேயே தறித்துக் கொண்டதால் சுற்றிச் சுற்றி மோப்பநாய்கள் வருகின்றன. மெய்காவலர்களுக்கு நடமாடும் வங்கியானாள்.

எத்தனையோ சிரமப்பட்டுச்செய்த வேலைப்பாடுகளிலும் மயங்குகிறார்கள். செழியநங்கையின் தங்கப்பைத்தியம் கப்பலேறி வந்தவர்களுக்கு யாருமல்லாத அவள் வீடு முத்துப்பட்டணத்தில் ஒரு ரகசிய அடைக்கலமாக இருந்தது. மணல்தூளில் இருந்து அரித்த தங்கத்தைத் திரட்டி ஒரு கப்பலை விலைக்கு வாங்கினாள், அதில் அவள் மற்றும் சில கூலி வீரர்களுடன் கடல் ஏறிச் செல்கிறாள். பூழி நாட்டுக் கப்பலைத் தாக்கி அதிலிருந்த தங்கத்தைப் பறிக்க வீவிடை ராசனால் முடியவில்லை. தன்னிடமிருந்த புராதன வாசனையால் தடுத்தாள், எச்சிலைத் துப்ப தாம்பூலக் கோப்பையும் வைத்திருந்தாள். பளிச்சென்ற மஞ்சள்நிறமான பொடிகள் சம்மந்தப்பட்ட உலோகத்திற்கு சொர்ணம் என்று பெயர் வைக்கிறாள் கொற்கை செழியநங்கை.

திருடர்களும் பிடிகம்பிகளைத் தொட்டுக்கொண்டு ஓடுகிறார்கள். ஓடித்தான் ஏறிவிடுகிறார்கள். பிளாட்பாரத்தில் காவலர்கள் விசில் சப்தம். பின்வாங்கி ஓடி வளைந்து பிடிகம்பியில் ஊஞ்சலாடும்

உப்பு ரயிலேறிய திருடர்கள், வீட்டுக்குச் சொந்தமில்லாமல் போனவர்கள் பலகாற்றில் கரைந்திருக்கும் மணல்பாடுகிறது. சொற்களில் வெளிபடாமல் துயருறுத்தும் எந்தஒரு யாசகனும் செந்தூர் தேர்முட்டியில் காகா...வென்று கூப்பிட்டான் கைதட்டி .

யாருமல்லாத செழியநங்கை சுண்ணாம்புக் காரைவீட்டில் காக்கைதான் கலை. அவளுக்காக கல்பெறக்கி குளிமரிச்சான் தீவுக்கும் மணலித் தீவுக்கும் போகும். பூவரசன் அல்லித்தீவில் பவளக்கல் எடுத்துவரும் கச்சத்தீவில் கடல்வண்ணக்கல்லெடுக்கும். வாலித் தீவில் அவன் எலும்பு இருக்கும். கீழக்கரைக்குத் தென்கிழக்கில் அப்பாத் தீவுக்கு போய் பித்ருக்களாகிவிடும்.

நவம்பரிலிருந்து பிப்ரவரிவரை வடக்கு வடகிழக்குத் திக்கு களிலிருந்து காற்றுஅடிக்கிறது . கொற்கைக்கும், காயலுக்கும் ஊடே இரண்டுமைல் தொலைவில் புலியடிச்சாலையை அடையலாம். அந்தச் சாலையில் கண்ட காக்கைதான். 'வீவிடை ராசன் கப்பல் கப்பலாய் கொண்டுவந்த தாது மணல் குவிந்திருக்கிறது' எனப் பறந்தது.

அங்கு காக்கை கூட்டமாய் சுற்றித்திரியும் புலியடிச்சாலையில் முத்துப்பட்டணத்தில் குண்டடிபட்ட படகுகள் தூங்குகின்றன. புலியடிச்சாலையில் ஒவ்வொரு ராத்திரியும் கதைபோட ஆறு அழிந்த அகதிகள் வருகிறார்கள். ஆற்றோரம் ஊரிருந்து வெள்ளாமை அழிந்து கூலிகளாகிவிட்ட வீடற்றவர்கள் யாருமல்லாத பூனைவால் கொண்ட செழியநங்கை வீட்டில் இரவில் தஞ்சமடைவார்கள்.

சர்க்கஸ்புலி வாக்கு

நுரையடிக்காமல் கப்பல்பார்பர் சவரம் செய்கிறார் (மந்திரத்தால் உருமாறும் ரிங் மாஸ்டர்).

கூண்டிலிருக்கும் பூமாவைப் பார்ப்பதற்கு, முத்துப்பட்டண ஆர்பர் தெருவிலிருந்து, ஆட்டுக்குட்டி ஒன்றை பரிசாக கொடுக்க வந்தார், வைத்தியர் எட்டிச்சாத்தன். கூண்டருகில் சென்று புலியிடம் உரையாடியது வெள்ளாட்டுமறி. அதைக் கண்டதும் புலிக்குக் கொண்டாட்டம். ரிங் மாஸ்டர் ஜான், எட்டிச் சாத்தனை விமரிசையாக வரவேற்கிறார். புலிவாய்க்குள் தலையைக் கொடுப்பது எளிதான விளையாட்டாகிவிடும் இன்று.

கப்பலில் அபரிமிதமான செல்லச்சிறுக்கி கொற்கை செழியநங்கை தான். ஒல்லாந்தர்களுடன் முத்துவாணிப ஒப்பந்தத்தில் உள்ள ஷரத்தின்படி அவளுக்கு பொம்மலாட்டக்கப்பலில் பாதி

உடமையானதில் உரிமைகிட்டியது. பொம்மலாட்டக்கப்பலின் பொம்மை ராணியானாள். புனுகுராணி உடம்பில் ஆலிவ் ஆயில் தேய்த்தவாறு, நூலகத்தில் பறவை நூல் ஒன்றை வாசிக்கிறாள். 'தேவ விருடி நாரதன், பஞ்ச பாரதீயம்' எனும் தொன்னூல் சிதைந்த நிலையில் இருந்தது. 'களரியாவிரை' எனும் கடல்நாரைக்கு சங்குத் தெருவைச் சேர்ந்த வலையர் கொழுமீனை நறுக்கி ஊட்டுகிறார்கள். அதைப் 'பெருங்குருகு' எனச் சொன்னது வைத்தியர் எட்டிச்சாத்தன் தான். 'முதுகுருகு, முதுநாரை' என்ற இருநூல்கள் பறவைநூல்களல்ல. அவை கடகோறிகழ்வில் மூழ்கிய இசைநூல்களே' என்றார்.

இங்கே கப்பலுக்கு வரும் போதா என்ற பெருநாரையைப்பற்றி மருத்துவர், அறிந்திருந்தார். அவை ஆதிச்சநல்லூர் நாகரீகத்துள் பல நூற்றாண்டு எச்சங்களைத்தேடி, கடற்கழிமுகத்துக்குள் மோப்ப வரைபடத்தில் சுற்றித்திரிகிறது. ஆழிப்புள் எலாம் தாமிரபரணிக் கரை நெடுக, வந்திறங்குவதாக தான் எழுதிவரும் பாண்டிநாட்டு ரகசிய நூல் பற்றி உரையாடினார், விருந்தினரிடம். ஒலித்த பறவைகள் ஏராளம் கழிமுகத்தில். ஆளற்ற கடலோர சதுப்பளங்களில் உப்பு நீரில் நெடுக நடந்து கூட்டமாகத் திரியும் இந்தப் பொம்மலாட்டக் கப்பலில் ஆண்நாரையும் பெண்நாரையும் இணைசேருவதற்குமுன் ஒரு ஆட்டம் ஆடும். இரு நாரையும் எதிரெதிரே நின்றவாறு மரக்கால்களால் தட்டி நடப்பதென எழுப்பும் ஒலி. இரண்டடிகள் இடை வெளியில் எதிர்நின்று ரெக்கை விரித்து அடித்துக்கொள்ளவும், பொம்மைக் கூட்டம் சலனமடைகின்றன வேறொரு உலகத்தில். ஒன்றின் ரெக்கையை பெண்தொட்டு மோந்து பார்க்கிறாள். அதே வேளையில் தலைகளை நீட்டி உச்சிதங்கள் தரும் ஒலி. எதிரெதிர் நாசியை ஒன்றின்மேல்ஒன்று பூசி வெப்ப மூச்சுவிடும். நீளும் அலகுகளுக்குள் சுற்றிக்கொள்ளும் இசையின் சுருள்மூச்சு ஓசையிட விண் பறக்கும் நாரைக்கூட்டம் பாய்மரச்சட்டகங்களில் வந்திறங்கி ஒலிகொடுக்கும்.

அந்த கிரேக்க நாடகக்கப்பலின் கேப்டன் எஸ்தபான் யுலிசெஸ் சொன்னான். 'டினிக்லில்' என கைதட்டி அழைக்கவும் அவனைத் தொடுவதற்காக அவை பறந்துவருகின்றன மிதந்து. புதாவை அணைத்தவாறு படுக்கையில் மோகித்திருந்தாள் புனுகுராணி. கீழறைகளில் மெலிந்த இருளுலகில் முட்டையிட்டு குஞ்சுபொரிக்கும் காலம்வரையில் பெருநாரைகளும், அநின்காஸ்களும் இருக்கும். வெண்மைகலந்த அரக்குநிறமுட்டைகள் பதிந்த கடற்கோரைப் பஞ்சுக்குள் அடைகிடக்கும். இரையெடுக்க வேகமாகப் பறந்துவிடும்.

குஞ்சுகள் 'வாயைவாயைத்' திறந்து இரவெல்லாம் ஒலிப்பதில் பொம்மைகளும் பாவையாட்டிகளும் உறங்குவார்கள்.

டெர்ன் கடற்பறவைகளைத்தேடி பொம்மலாட்டப் பாடல் கேட்கும். இழந்தவற்றின் பாடலது. கூடுகளைக் கிளிஞ்சல் மேடுகளில், அமைக்கும் 'துருஷ்' பறவைகூட வந்துசேரும். இங்கே கடற்சகதியால் ஆன முத்துப்பட்டணத்தில், ஒரு களிமண்வீட்டைக் கட்டிவிடும் துருஷ். பலவிதத் தொடர் ஒலியில் விசிலடித்துக்கொண்டே, கடல்நெடுக அலையும். ஒவ்வொரு அலைமேலும் தெறித்த நுரையின் உள்புகுந்து உடைத்துவிடும். கவிஞனின் எழுதப்படாத கவிதை வரிகளை விட்டுவிட்டு ஒலிக்கும். திறந்தவெளியில் துருஷ்பறவை போட்ட கோடுகளில் ஒவ்வொரு கவியும் நிராதரவற்று அலைகிறான். 'துருஷ்பறவையின் துயரம்தான் என்ன?' அதன் எச்சம்பட்ட கவிதை நூல்கூட கப்பலில் இருந்தது. எதிரியைக் கண்டால் பூனைக்குரல் இட்டு அலறித் தப்பிவிடும். புனுகுராணிதான் 'துருஷ்' பறவையோ என சந்தேகப்படலாம். பதுங்கிவிடும் நிலத்தின் புதருக்குள் நீரும் தீவும் ஒன்றிணையும் வளைவான கவிதைகளை விட்டுச்சென்றுவிடும். துருஷ்பாடகி பறவையாகத் தனித்து அலைகிறாள். பெனிஷ்த்தோர் கப்பலுக்கு வந்தவர்களிலேயே, அதிர்ஷ்டமானது துருஷ் பாடகிதான். ஆபத்தான பயணத்தில் தனிச்சையாகத் திரும்புகிறாள். எதிர்பார்த்தாள் வரமாட்டாள். மாறிமாறிக் கால்சிக்கும் விதியின் கப்பலது. கால் வைத்த கிளையும் தனிப்பட்டு, மரங்களின் கிளைகளுக்குள் மொடுமொடுக்கும் துயர் தீரவில்லை.

ஓடும் செம்பொன்னும் ஒக்கவே காண்பர்

திணைக் குடும்பர்களின் விவசாயமரபு நசிவதற்கு சற்றுதாமதமாக துணைத்தளபதி நியாக்கஸ் இரும்புத்தாது கண்டுபிடிக்கப்பட்ட வேகத்தில் ஸியாமாஸ் கருப்பு இரும்பு நதிகளின் பள்ளத்தாக்கில் காட்டுப் பிரதேசங்களை வாழத்தக்கவையாக்கும் ஸியாமாப் பேய்களே எரியும் கொழுக்கலப்பையில் இரும்பைக் கொண்டு சொருகி உழுத வேகத்தில் இரவுகளும் மடியவில்லை. முதல் இரும்பு பட்டயங்களில் பழங்குடி இரத்தத்தை மூன்றுவால் பூனையாக ருசிகண்ட ஸியாமாப் பேய்களோடு தங்கத் திமிங்கலத்துக்குள் வைத்து கருப்பு ஒப்பந்தமாகக் கை கோர்த்தனர். இரும்புக் கொழுக் கலப்பை வயது திரேதாயுகமாக கூழாங்கல்பட்டு இரும்புக் காலத்துக்குத் தாவி வந்தவர்கள் பாணியர்கள். 'நெல் ஒன்றையும் அறியாதவர்கள் நெல்லுக்கு மூக்கணங்கயிறு பூட்டமுடியாது' என்றான்

காட்டில் வாழும் நனவிலித்தச்சன். அவனோடு திரவவாதி அணில் வாலுடைய கேடியத்தும் உரையாடியதைக்கூட இருந்த உருமாற்ற வாதிகள் 'இங்கே விரிந்த நிலவெளியில் பளபளக்கும் வெங்கல வளரிவார்க்கும் கருமான்களின் ஊர் எங்கேமறைந்திருக்கிறது' எனக் கேட்டான் உருவவாதி. அதற்கு அணில்வாலுடைய கேடியத் சொன்னான் 'எல்லா நீரிலும் நீர்வளரி வாழ்வதில்லை குருதியில் உறங்கும் வளரிகளை ஆவணத்திற்கு அனுப்பிவிடுவார்கள். மந்திர இலைகள் அதில் தோன்றுவதில்லை. அவை உதிர வளரிகளாகத் தீயஅரசர்களிடம் போய் சேர்ந்துவிடும்' என்றான்.

மூலகத்தில் பிரித்தெடுத்த தங்கநீரால் கோட்டுப்பித்தான், தங்கப் பற்கள், கடுக்கன், மெசபடோமிய குடல்கழிவுக்கோப்பைகள், ஜார், தேனீர் கோப்பைகள், விரல் நகங்கள், ஜோடுகளின் வார், பேனா வரை தங்க மெருகேற்றும் சாயக்காரத் தெருவில், கரும்பொற்கொல்லர், வர்ணம் பூசுவோர், கன்னார், நடைவழியாக்குபவர்கள், துன்னக்காரர், பொன் அரதனங்களால் அணிகலங்கள் செய்யும் அரண்மனைக்கு வெளிவீதிகளில் குடியேற்றினர். மூர்கள் குதிரை மந்தைகளோடு வியாபாரத்துக்கு வருவதற்குமுன் முத்துப்பட்டணத்தின் ஆயிரம் ஜன்னல்கள் பொன்னால் மெருகேற்றி வழிபட்ட தெய்வங்களில் முன்னைப் பரதவக்கன்னிக்காக முறுக்குகொண்ட கயிற்றின் கடையில் கட்டிய எறியுளிகளைக்கொண்டு பரதவர் கடலில் மீன்வேட்டம் செல்வர். கன்னிமடு தொட்டுக்கொடுத்த அம்புக் கட்டுகளோடு இடுப்பில் தோல் துடியும் தொங்கும்.

சூரியக்கறை படிந்த கல் முகமூடிகள் அணிந்த ஹோமோசெபியன் என்னும் சிற்றினத்திலிருந்து தோன்றிப் பிரிந்து பாதாளவுலகின் தீயஅரசனாக புளூட்டோ கடல்பட்டணத்தை எலும்புக்கூடுகளின் நரகமாக வேறொரு கற்பனைக் கீழுலகை பிரம்மாண்டமான மூல வளச் சுரண்டலோடு சிருஷ்டித்ததில் அவன் நிருமானித்த தாமிரத் தீக்கோட்டையின் உலைக்களங்கள் மூச்சுவிட்ட ஒவ்வொரு கருமேகத்திலும் பிரித்தெடுக்கும் தங்க ரேகைகளும் இழையோடுவதை பஜார் தெரு சுவர்ணவணிகர்கள் அண்ணாந்து பார்த்திருந்தனர். 'இந்த நகரத்தின் மேல் தங்கக் காசு மழை செப்புக்காசு மழை பெய்யப் போகிறது' என ஒரே குரலில் வியந்து கத்தினார்கள். அவர்கள் நகரத்தின் வெளிப்புறத்தில் உள்ள தாமிரத் தீக்கோட்டையின் நிலவறைக்குப் போய் பார் எவ்வளவு அழகாகயிருக்கிறார்கள் உயிருள்ள தானியங்கிகள். தங்கவிளிம்பிட்ட கிண்ணங்களில் திராட்ஷைக் காடி அருந்தியவாறு தங்கத்திமிங்கலத்தில் தீய அரசர்களைத்

தங்களுடைய சுவர்ண மாளிகைக்கு வருமாறு அழைக்கிறார்கள் ரத்தின வணிகர்கள். பாணியர்களிடம் வாங்கிய சுட்ட செங்கற்களால் அமைந்த கல்லறைகளில் சுவர்ண வணிகர்களின் தூக்கம். ஆனால் அவர்கள் ஆன்மா மட்டும் விழித்திருந்தது.

நடுநிசியில் கல்லறையிலிருந்து வெளியேறி தாமிரத் தீக் கோட்டையின் உச்சிக்குப் பறந்து சென்று தங்களுக்குத் தேவையான தங்கரேக்குகள் இந்த நகரம் கண்டிராத அதிசயமாய் தங்கமீன்களாகவும் திரவவாதி அணில்வாலுடைய கேடியத்தால் மாற்றப்பட்டு அவை தங்களை நோக்கி வருவதைக்கண்டனர். ஒவ்வொரு ஆன்மாவும் தாமிரத் தீக்கோட்டைக்குப் போக விரும்பின. அங்கே இவர்களுக்காக மரணத்தை நினைவூட்டும் வாயில்கள் காத்திருக்கின்றன. வெவ்வேறு புகைக்கூண்டுகளில் வெளிப்படும் நீலப்பிழம்புகளும் செந்தீயும் தீயஅரசர்களின் கொடியாக கம்பமின்றிப் படபடத்தது. கரிய இருளில் மூடப்பட்டுள்ள கிராமங்களையும் கரிசல் விருவுகளில் கிளம்பும் நெருப்பு வட்டத்துக்குள் நமது மூதாதையர்கள் விதைத்த தானியங்களும் அந்தகக் கண்களைப் பொத்தி அழுதன காட்டில் உருண்டு. எல்லாப் பொருள்களிலும் சாவின் காலடிகள் அழிஅழியெனக் கதறும் கடல்.

கல்லறையிலிருந்து தப்பி வந்த ஒரு தலைவனின் இதயம் 'தங்கத்தின் ஊற்று மூலங்கள் பாணியரிடம் வற்றுவதில்லை. எனக்குமுன் இங்கே வந்த தலைவர்கள் ஆரோகனித்து வந்த முத்தாளராவுத்தன் குதிரைகளை தங்கநீரால் குளிப்பாட்டினார்கள் சுரங்கத்திலிருந்து வந்த பாதரஸ வாதிகள்... பாணியரே உங்களோடு உரையாடவே வந்தேன். தங்க இலைகளை மென்று கொண்டிருக்கிறீர்களே. இந்தப் பட்டணத்தின் மறைந்துபோன தலைவன் நான். உங்களோடு தாம்பூலம் தரித்துக் கொள்கிறேன். ஊரைச்சுற்றி என் நிலங்கள்தான். பிளாட் கொழுஞ்சி என் பெயர்' எனக் கூறியதும் பாணியர்கள் பொன்னிழைத்த பெட்டியைத் திறந்து கொடுக்கிறார்கள். ஆவியடங்காமல் மறைந்திருக்கும் பொற்காசுகளை நோட்டமிட்டுத் தலைவனின் நுனிமீசையில் திறந்துகொண்டது அபாயம். 'இலைகள் போதாது இன்னும் தங்கஇலைகளைக் கொடுங்கள்' என்று கோட்டைச் சுவரில் கைவைத்துக் கேட்டது மரணமடைந்த தலைவரின் ஆன்மா. வேறொரு கதவு வழியாக வந்தான் அணில்வாலுடைய கேடியத். 'இங்கே பலரின் மறைவிற்குப் பிறகு எஞ்சி நிற்பது சாம்பல்தான்' என்றான் திரவவாதி அணில்வாலுடைய கேடியத் தலைவனிடத்தில்.

எளியோரின் மானாவாரி நிலங்கள் வானம்பார்த்திருந்த காலமழை

அமிலத்துளிகளோடு பூமியைத் துளையிட்டன. தன்னால் கரைந்து ஒளிந்து வாழமுடியாத அளவிற்கு பிரமாண்ட உலைக்கூடத்தைச் சுற்றி பூட்ஸ்கால் புறாக்களின் அணிவகுப்பு. தாமிரத் தீக்கோட்டைச் சுற்றுகளைக் கடந்து இரைதேடும் ஒரு பட்சிகூடப் பறப்பது குற்றமாக்கப்படும். ஹாக்கிங் கருப்புப் பூனை சொன்னது, 'இந்தக் கருப்பு வெளிக்குள் நுழைந்த பறவை பல தினசரிகளை இழந்து பதினோறாம் நாள் வெளிவரும். இழந்த நாட்களுக்கு இடமுமில்லை, பறந்து கொண்டிருக்கும் பறவையுமில்லை. எங்கு மறைந்தது. இந்தக் கோட்டையைச் சுற்றி எதுவுமில்லாத கருப்புநாட்களுக்குள் யாருமில்லாமல் போகிறார்கள்.

யாருமில்லாத ஹாக்கிங்கின் கருப்பு பூனையாகயிருக்கிறேன். பசுக்களின்பின் சென்றவர்களைக் காணவில்லை. மரங்களுமில்லை இலைகளும் தளிர்க்கவில்லை பின்னொருநாள் வந்த அதேமரங்களின் இலைகளை உணவாக நஞ்சாகஅளித்தும் சாகாமலிருந்த பசுக்களுக்கு கொடுத்ததில் அவற்றின் கோமியத்தின் நிறமே இந்த நகரத்தின் அடிநிலத்தில் கோரி எடுத்த ஒவ்வொரு குவளை நீரும் மஞ்சள்நிற சாபமடைந்திருந்திருக்கிறதே' என்றது ஹாக்கிங் கருப்புப் பூனை. தகதகத்த தாமிரக்கோட்டை மேல் சாம்பல்நிற ஆந்தைகளின் அலறல் ஒலி நிசிப் படலத்தின் இருளாகப் படிகிறது. 'இந்தக் காட்டுச் செடிகளின் பூக்களில் நச்சு கலந்துள்ளது. உதடுகளால் அவற்றை முத்தமிட்டால்கூட சாவு சம்பவித்துவிடும்' என ஹாக்கிங் கருப்புப் பூனை சாவைப்போல் ஊர்ந்து சென்று ஐன்ஸ்டினின் கார்ட்டூன் பூனையிடம் கரைந்தது. அதற்கு இந்தப் பூனை சொன்னது 'ஈடு செய்ய முடியாதவையும் ஈடு செய்யக்கூடியவையும் அருகருகே இருப்ப தில்லை. காலத்தின் தூரப்புள்ளிகள் எப்போதுமே இணைந்தவைதான்' என்றது கருப்புப் பூனையிடம். 'மூலவளங்கள் அனேகமாய் வெட்டியெடுத்தவை. கப்பல் கூட்டமாய் இரவிரவாய் தொலைதூரத் தீவுகளையும் கதைகளும் இல்லாமல் அழித்தெடுத்தவை' என்றது கார்ட்டூன் பூனை. சுரங்கத்திலிருந்து தப்பி வந்த கங்காருகள் கூடவே வருகின்றன கப்பலுடன். அவற்றின் சாபத்திலிருந்து சூழல் சமநிலை குடை சாய்ந்துவிட்டது என்றது இவற்றின் கரைவைக் கேட்டுவந்த புள்ளிப் பெரும் பூனை.

தாமிரத் தீக்கோட்டையைச் சுற்றி இந்த மூன்று கார்ட்டூன் பூனை களும் நீண்ட வாலால் அளவிட்டு உயிர் மண்டலம் அனைத்திற்குமே கணிசமான அதிர்ச்சியைக் கொடுக்கும் என்பதையும் கோட்டைமேல் நடந்த பூனைகள் ஓரளவு சங்கடத்துடன் உள்ளே குதித்தன. அங்கே

நெப்டியூன்வாதிகளான உருமாற்றவாதிகளை திரவவாதி அணில் வாலுடைய கேடியத்துடன் கண்டதும் தங்கத்திமிங்கலத்துக்குள் உள் நுழைந்தன அவர்களோடு. அணில்வாலுடைய கேடியத்தைப் பார்த்து 'அமங்கலமான உலோகச் சுத்திகரிப்புக் கிரியைகள் அனைத்துலகக் கலங்கம். மீத்தேன் எடுத்து உலகத்தை வெறுமையாக மாற்றி விடாதீர்கள்' என்றது ஹாக்கிங் கருப்புப்பூனை. அதை வேகமாக ஆமோதித்த ஐன்ஸ்டின் கார்ட்டூன் பூனை கரைவு மொழியில் பேசியது. 'உயிர்வாழ் உலகமாக இல்லாத முத்துப்பட்டணத்தில் யாருமில்லாமல் போகும் எதிர்காலம் இருக்கிறது. ஆனால் கடல் உயிர்களின் இனப்பெருக்க காலத்தில் கடலுக்குள் இறங்காத முன்னைப் பரதவர்களுக்கு நேர்ந்த கதியென்ன? இயற்கையுடன் தங்களது பரஸ்பர உறவுகளை கட்டுப்படுத்திக் கொள்வதில் முத்துப்பட்டண மீனவர்களை விட்டால் வேறு யார் இருக்கிறார்கள்' என்றவாறு இயற்கை நியதியை இயல்பாய் கொண்டிருப்பதற்கென மூன்று பூனை களும் பரதவர்வீட்டு சமையலறைக்குப்போய் பெண்கள் பூனை களுக்கு வழக்கமாய் எடுத்துவைத்த வாவ்வல் மீனை ஆவலாய் மென்றன.

பூதவேதாளக்கப்பல்

சித்திரகுப்தன் ஓலைவாசகம். மரண ஏடுகளும் ஓலைச்சுவடிகளும் கிழித்து ஆயுள்தீர்ந்ததென்ற நாடகத்தில் புனுகுராணிக்கு தண்டனைக் காட்சி.

எம தர்மராசன் துதிப்பாடலை ஒரு கோமாளி வந்துபாடுகிறான். கேளும் சபையோர்களே... தர்மராசன் நீதிசொல்லும் இந்த வைவஸ்தபுரிப் பட்டணத்தில் சித்ரவதையாளர்கள் அதிகம்பேர் இருக்கிறார்கள். நீதிமன்றத்தில் கட்டுக்காவல் அதிகம். நாற்புரங் களிலும் கோட்டைகளும் அரண்களும் கண்ணுக்குப் புலப்படாதபடி மறைந்திருக்கும். அப்பேர்பட்ட பட்டணத்தில் தர்மராசன் கொலு மண்டபத்தில் உள்ளவர்கள் சமதமாதி குணமுள்ளவர்களென்றாலும் பசி, தாகம், மூப்பு, பிணி, சாக்காடு இன்றி எப்பொழுதும் மகாசந்தோஷமாக இருப்பதில் எமனுக்குத் தலைநோவு. திகட்டும் படியான பதார்த்தமுண்டு பித்தம் ஏறிக்கிடக்கிறான் சித்திரகுப்தன்.

அங்கிருக்கும் பொம்மைகளைக் கவனித்தால் எல்லோரும் கைகால் உடைந்த கதாப்பாத்திரங்கள். பிறரைப் புகழ்ந்து உபாசிக்கிறவர்கள் அழுகிப்போன கனியை ஏந்தியவர்கள். யோகபுருஷர்கள் ரோகமடைந்த உடலைப் பொக்காக உதிர்க்கிறார்கள். புற்றுமண்ணாய் தவ

சிரேஷ்டர்கள். பித்ருகணங்களுக்கு சந்ததிகள் எவ்வளவோ குறைவாகக் குற்றம்புரிந்தவர். சோமகர் பொம்மையும் அக்னியும் காலச் சக்கரமும் ஒருபுறமிருக்க உத்ராயணமும் தக்ஷிணாயனமும் மற்றொருபுறமிருக்க மிருத்யுதேவனைக் களிமண்ணில் பிடித்து வைத்தான் குசச்செட்டி. காலசோதனை பண்ணும் கிங்கரர் உடல் பிளாஸ்டிக் யுகத்தில் செய்தவை. துதிசெய்யாமல் இருக்கும் கொற்கை செழியநங்கை சுருட்டுப்புகைத்தவாறு சபைநடுவில் நிற்கிறாள். அவளை சபையோர் பார்க்கப் பார்க்க விசித்திரமாகச் சலம்புகிறார்கள்.

அங்கிருப்போர் எல்லாம் குற்றவாளிகளாக்கப்பட்டவர்கள். அவ்வளவு கூட்டத்துக்கும் வெகுவிலாசமாக இடங்கொடுத்தும் கடைசிவிருந்துக்கு அழைத்திருந்தான் எமதர்மர். நவரத்னவணிகரும் புகையிலை வணிகரான பரங்கிகளும் அடிமைவணிகர்களும் கூட்டிவந்த அடிமைகள் அரண்மனைத்தோட்டத்தில் எல்லாக் கனிகளையும் மாந்தியுண்கிறார்கள். சபை நடத்த முடியதவாறு ஒரே கலேபரம். அடிமைகளின் உடலில் பாசக்கயிறு தடமாக உள்ளதை எமன் பார்க்கிறான். சொர்க்கம் அடிமைகளுக்கே இனி எனத்தீர்ப்பை எழுதினான். அடிமைகளின் விடுதலைப்பாடல் ஆடல்களில் சந்தோஷித்திருக்கிறான் இன்று. பாசம், சூலம், கதை, கட்கம், என ஆயுதவகைகளை அடிமைகளிடம் தருகிறான். புண்ய ஆத்மாக்கள் மீது பாசத்தால் கட்டுகிறார்கள் சிலர். ஆக்ஞாசக்கரத்தைத் திருப்பிச் சுற்றுகிறார்கள் அடிமைநாட்டவர். எல்லாவற்றையும் விசாரித்து தக்கபடி தீர்ப்பளிந்து கிங்கரர்களிடம் ஒப்படைக்கிறார். பிறகு மறலியானவர் சித்திரகுப்தனை நோக்கி, சித்ரகுப்தா... இனிமேல் வரவேண்டியவர்கள் யார்?

சுவாமி... இன்று வரவேண்டியவர்கள் எல்லாம்வந்து விசாரிக்கப் பட்டுவிட்டார்கள். இன்னும் இந்த மகாபாவி புனுகுராணியும் மரணத்துக்கு தப்பிவிட்ட பழந்துப்பாக்கி சேகரிப்பவனும் இங்கே வந்திருக்கிறார்கள் சாகாமல்.

‘சித்ர குப்தா... சாகாத குற்றவாளிகளை விசாரிக்கும் அதிகார மில்லையே எனக்கு’

‘ராசா... இவளோ மகாபாதகி. இந்தத் தலையில்லாத ராபினைக் கத்தியால் கொலை செய்தவள். அவன் இவள்மேல் மையலாயிருந்தும் கிள்டனுடன் சேர்ந்து கொலைசெய்தாளே என்ன தண்டனை ராசா..’

‘அவள் மேல் முறையீடு செய்தால் நம்தீர்ப்பு செல்லாது. ஆயினும் நாடகம் தொடங்கிவிட்டதால் ரசிகர்களின் தண்டனைக்கு ஆளாகி

விடுவோம் சொல்...'

'இவளோ உத்தமப் பெண்களின் மனதையும் வசியமருந்தால் கெடுத்து தீயவழியில் செல்வதற்கு ஏதுவான துர்போதனைகளை புகட்டினாள். தன்கணவனையும் விஷம் கொடுத்து கொன்றாள். இப்போது விகாரமான பிரேதசரீரம் பெற்று கோரமானகடற் கழியிடத்தில் மீன்களோடு விளையாடி நீந்தித்திரிகிறாள் கடலில். நினைத்தபோதெல்லாம் இந்த விகாரமான பிரேதசரீரத்தைக் கலைந்து தேவதையாகவும் போட்மெயிலில் பயணிக்கிறாள் ராசா..'

அவ்வேளை கிங்கரர்கள் அவளை இழுத்துச்செல்கிறார்கள் பொம்மலாட்டக் கப்பலுக்குள். கப்பல் அறையில் வைத்துப் பூட்டினர். திரவவாதி அணில்வாலுடையக் கேடியத்தைக் கொன்றதால் இந்தக் கதியடைய நேர்ந்தது. நான் விகாரசரீரம் எடுத்ததிலிருந்து எமலோகத்திலிருந்து கிடைக்கும் மாங்கனி ஜாலம் கிட்டியதும் சௌந்தர்யமானாள். தர்மனுக்கு கொற்கை செழியநங்கை மீது பிரீதியுண்டாகி, பொம்மைகளை ஏந்திவருகிறான். அவர் களெல்லாம் பிணத்தின் தலைமுடியிலிருந்து தைக்கப்பட்டிருந்தனர்.

இறந்த மாட்டின் தொலிபொம்மைகளுக்கு கணவாய் மீன் உதிரம் பூசி முன்னூற்றி அறுபது தாவரச்சாரில் வர்ணமிடப்பட்ட நிஜத்தில் மறைந்த அமரர்களின் பொம்மைகளைக் கண்டதும் எல்லோரும் அவளுக்குத் தெரிந்தவர்களாகப்பட்டது.

பாவை சொல் மந்திரம்

'ஒரு காலில் ஷூவும் மறுகாலில் காலுறை மட்டும் அணிந்திருப்பது' (கதையில் சமநிலையைத் தக்க வைப்பதற்கு எப்படி வேண்டு மானாலும் சாத்தியங்களில் நுழையலாம்).

தாமிரத் தீக்கோட்டையின் ஜுவாலையிலிருந்து வெளிப்பட்ட 1001 ஜோக்காமிக்ஸ் ஸ்பிரிங் காவலர்களால் பெராட்டா ஸ்டாம்டே துப்பாக்கிகளால் சுடப்பட்டவர்களின் தபால்கட்டும் தெருத்தெருவாய் சிதறிஓடிய ஜோடுகளும் மிதந்துவரும் தூரத்தில் முத்துப்பட்டண மெயில் ஊளையிட ஒரு விநோத பொம்மலாட்ட விதிகளால் இயங்கும் ரயில்வே மற்றும் பிரிட்டிஷ் மெயில்சர்வீஸ் ரன்னர்கள் கூடவே ஓடிவந்து தபால் வேனுக்குள் வீசும் தோல் கித்தான்களில் மனித வர்க்கத்தின் தகவல் பரிமாற்றங்களுக்குச் சீல்வைத்து தபால் பிரித்த நகரங்களும் குக்கிராமங்களும் கட்டுகளாகி திணிக்கப் பட்டிருப்பதை ரயில்பெட்டி கிளார்க் வெளியில் போடும் பைகள்

ஒன்றில் பொம்மலாட்டக் கப்பலில் நடித்துவந்த எலிக்கிழிசல் வழியே கார்டுகள் ஒழுகிக்கொண்டே வருவதை யாரும் பார்க்கவில்லை. அரக்கு முத்திரையிடுதல் வேகமாய் இயங்குவதில் கூண்டு விளக்கடியில் ஈசல்படை சிறகடித்து ஓடியும். முத்துப்பட்டணத்தின் தெருநாய் பிலாக்கணமிட விளக்கைத் தூக்கிப்பார்த்தான் போஸ்ட்மேன். கூண்டுஒளி நீரில்பட்டு பளபளத்து நீள்கிற வெளிச்சம். அக்கரைத் தீவில் படகுலைட்டுகள் மேல் எழுந்து மறையும் நகர்வு. கரை ஒதுங்கிய தபால்கார்டுகளில் பலியானவர்களின் உடல்களை உருட்டும் அலைகளிருந்து அவர்களை மீட்கும் எளியோர் வருகிறார்கள், சித்திரக் கார்டுகளை பொறுக்கியவாறு நகர்வதைப் பார்த்த போஸ்ட்மேன் பிளாட்பாரம் நெடுக வீறிட்டு ஓடினான். கால்களைத் தலைகீழாகப் புதைத்து ஒருகால் ஷூ அணிந்தவன், மறுகாலில் காலுறை கிழிந்ததில் சிக்கியமீன் துள்ளி விழுந்தது கடலில். ஹார்பர்த்தெருவில் கைத்தட்டிக் கூவினான் தபால் ரன்னர், 'இங்கெ யார்யாரோ விழுந்து கெடக்காங்க எல்லோரும் கடலுக்கு வாங்க.'

செவ்வரி நாரை

ஜன்னலுக்குவெளியே வளர்ந்து அது வருகிறது (வங்க மாக்கள் எஜமானனைவிட மாங்கொட்டையை நம்பினார்கள். தன்னிச்சையாக வளர்வதை ஒருநாளும் தடுக்க ஒருவராலும் முடியாது. இது மாம்பழ ஜாலம்).

அங்கே முட்டையிட்டு பழைய வங்கத்தில் குஞ்சு பொறிப்பதற்காக பூர்வீக எச்சங்களை தாமிரபரணியாற்றில் தேடிஅலையும் செங்காலிகள். குலசேகரப்பட்டணம் கடற்கரைக்கு வெகுதூரத்தில் இருக்கும் முத்துப்பட்டணம் ஹார்பருக்கு மேற்கு திசையில் பசுவந்தனைப் பாறைச் சுனையிலிருந்து கிழக்கே பிளந்தோடும் உப்போடைகள். முடிமண் கண்மாயில் வந்திறங்கும் பெருநாரைகளும் சிறு வெள்ளாங்குருகுகளும். கச்சியிற் காக்கை கரிது, கொற்கையில் குருகு வெளிது. பரந்து வளைந்த ஆறாம்பிறைவடிவ ஏரிக்குள் வாசம். வெள்ளாங்குருகு குஞ்சுபொரிக்கும் இந்தக் காலம் அழகிய நுண்ணிதான பனிக்கூட்டமென வெண்தூவிகள் தானே முளைத்து விடும். பசுவந்தனை பரம்பு அடியில் வெண்கூதாளப் பூ ஒளிவிடும்.

அது வெள்ளாங்குருகின் சிருஷ்டி காலத்தில் தோன்றிவிடும். ஆறாம் பிறைவடிவ ஏரிக்கரையில் வசிக்கும் குருவி நாணல் ஒடித்து மாடுகள் மூழ்கி நீந்திவர இசைக்கிறான் மாட்டுக்காரச் சிறுவன். முட்டையிடும்

நாளெல்லாம் கால்கள் சிவந்துவிடும். குனிந்து தன் அழகைத் தானே காணும். இந்த நெய்தற்குருகு பரணியாற்றுப்புனல் தொட்டுப் பறக்கும். முத்துப்பட்டணம் கடற்கரைநெடுக அங்கங்கே தாழையுள் தங்கிவிடும். ஏனாதிச் சிறுவர்கள் வீச்சு வலைகொண்டு சகதிக்குள் பதுங்கி அதன் கால்கள் சிவப்பதை ரொம்பநேரமாய் உற்றுப் பார்க்கிறார்கள். சிவந்த கால்களில் அடியில் அந்த முட்டைகளை அவர்கள் எடுத்துப் பத்திரமாய் சம்பையைவணைந்து பொத்தி வைக்கிறார்கள். கும்பலான இருட்டில் கூடுகட்டி பதுங்கி முட்டை யிட்டு தன் கால்சிவப்பு பொறிக்கும் காலம்வரை கருஞ்சிவப்பாய் மாறுவதைப் பார்த்து ஆண்குருகுகள் நத்தை ஊண் ஊட்டும் குஞ்சுகளுக்கு. அதை ஏனாதிச்சிறுவர்கள் சகதியில் முகம்புதைத்து அது பார்த்துவிடாதவாறு பார்க்கிறார்கள்.

முத்துப்பட்டணம் துறைமுகத்து கருங்கழியோரம் ஏனாதிச் சிறுவர்கள் அந்த ஆற்றுக்குள் பதுங்கி அலைவார்கள் மீனவப் பெண்பிள்ளைகளுக்கிடையில் பெடைக்குருகு வெள்ளைமுட்டை இட்டதை காவல்காத்திருக்கும் கடல்நீந்தும் ஏனாதிப்பிள்ளைகள். முத்துப்பட்டணத்தைவிட்டு உடல்பேறாது குருகின் பெடைகள் வந்து வாசியாகி இருந்த வாசிகளோடு கடல் வங்குவைத்த ஏனாதிச் சிறுவர்களோடு கரைந்து துயிலும். தூங்கும் நண்டை சகதிக்குள் இருந்து கைவைத்து எழுப்பாமல் பிடித்துவிடும் ஏனாதிச் சிறுவன். தண் சினைய முட்டைகளுக்கு அருகில் பரணியாறு உருட்டிய கூழாங்கற்களும் புதரடியில் தெரிவதால் ஏமாறும் பெடைகளை யாரும் பார்ப்பதில்லை. தாழைக்கொக்கே... தாழைக்கொக்கே... என்று கைதட்டிக் கைதட்டி ஏனாதிச் சிறுவன் கூப்பிட்டாலும் வராது. வங்கக்கடற்காலில் பரணியாறு கலக்கிறது. பரணியின் தோற்றமும் முடிவும், கழிமுகத்தில் கிளைத்துமறையும். பசுவந்தனை மலைச் சுனையின் இருட்டில் அத்தனை சொட்டும் ஒவ்வொன்றாய் கூடி வெள்ளாங்குருகு முட்டி ஆறுமேல் வழிந்தோடும். சுனைமேல் ரெக்கை விரித்திருக்கும் கல்கருடன் ஆன்மாவில்பீறிட்டு பரணி ஓடிவரும் வங்கக்கடல் நோக்கி.

தாமிரத் தீக்கோட்டையைச் சுற்றும் தீயஅரசர்கள்

அவர்களைச்சுற்றி மாபெரும் தங்கக்குவியல். அது ஒருபோதும் செலவழியப் போவதில்லை. அவற்றில் சில கரடுமுரடான உலோகக் கருவுடனிருந்தன. அடிக்கூலங்களின் பொருட்கலவையை அகற்றித் தூயதாக்கப்படாமல் இருந்தன. உலைவைத்த சந்திலே

மூலகங்கள் காய்ச்சி வார்த்த மஞ்சள்ஆழிகள் கூத்தாடும் உலைவாய் மெழுகு உருகுவதெனக் கண்ணீரில் பொம்மைகள் எழுந்து வருகின்றன.

தினமராக்காதுபாசி காளிங்கநாகப்பப்பிள்ளை பாளையங் கோட்டையிலிருந்து முத்துப்பட்டணத்தில் ஐரோப்பாக் கண்டத்தில் உள்ள போர்சுக்கல், ஒல்லாந்து, டென்மார்க்கு தேசங்களின் பாஷைகளாகியவற்றில் பன்மொழிப் புலமைக்கு ஈடில்லாத பேர் பெற்றதில் பாளையப்பட்டு போர் வருவதற்கு முன்பே போர்துக்கீஸ் காரரின் கொடுமையினால் தோமாஸ் கிருஸ்தவர்களின் போதங்கள், பழக்கவழக்க ஆசாரங்கள் மாறிப்போயின எல்லாம். ரோமன் கத்தோலிக்கக் குருவாகிய பிரான்ஸிஸ் சவேரியார் சுண்ணாம்பு வளையமான யாழ்பாணம், கன்னியாகுமரி கடந்து கீழக்கரையில் உள்ள மணப்பாடு, முத்துப்பட்டணம் முதலான கரை துறைகளிலும் வசித்த முக்குவர், செம்படவர், பட்டணவர், பரவர்களுக்கு உபதேசமும் வாக்கு சகாயமும் பொருள் சகாயமும் செய்து துன்பப்படுத்தினவருக்கு விரோதமாய் துணைநின்றார். காயலில் பெண்களை அடிமை வியாபாரத்திற்கு பரங்கிகள் கொண்டுபோனதை கடிதமொன்றில் கண்டித்தார், சவேரியார். பஞ்சம், வறட்சியில் அடிமைகளுடன் பண்ட மாற்று நடந்தது. கருப்பர்களும் கனரின்ஸ்களும் முத்துப்பட்டணம் கொச்சியிலிருந்து சிங்களச்சந்தைக்கு ஏகினர் பரங்கியரோடு. கனரின்ஸ்களுக்கும் கஃப்ரஸ்களுக்கும் பரங்கித் துப்பாக்கி கொடுத்துப் கப்பல் படையில் சேர்த்தான். அவர்களிடம் கைதிகளுக்கான புளு சலம்போர், நீலக் காடாவை சுமத்திராவுக்கு நாடுகடத்திய போராளிப் பெண்கைதிகள் நெய்துதர கலனல் வெல்ஸ் காளையார்கோயில் இறுதிச் சண்டையில் பிடிபட்ட எழுபத்திமூன்று போராளிகளில் இருவர் செட்டிநாட்டுத் தையல்காரர்களாய் வந்ததில் அவர்களே தைத்துக் கைதிகளுக்கும் அளவெடுத்தனர். பரங்கிகளின் அடிமைக் காசாதுகள் தங்களுக்குகீழ் சில காசாதுகளை கூலிகொடுத்து வேலைக்கு அமர்த்தினர். இவர்கள் காலமெல்லாம் இருந்துவந்த சுமைதூக்கிகள்.

செபாஸ்டியான் சான்ஸியோ மச்சாடோ முத்துப் பட்டணத்தில் இருட்டு அரண்மனையில் மறைமுகவியாபாரம் அறிய முத்தும் கிடைக்காத குதிரைகளும் தான். நூறுகுதிரைகளை ஓர்மூஸ் பட்டணத்திலிருந்து வாங்கினான். எக்குதிரையின் முகநுனியில் வளைந்த மூன்று ரேகைகள் உள்ளனவோ? அது பூரண ஆயுள் பலத்தைத் தந்துவிடும். அந்த ரேகைகள் குறையக்குறைய குதிரையின் ஆயுளும் குறைந்துவிடும். முத்தின் ரசஓட்டத்தில் மறைந்து திரியும்

மூன்று ரேகைகளில் இருந்து நோக்கினான் குதிரை ரேகைகளை. கருமை, வெண்மை, பொன்மை கலந்து செம்மை ஆகிய நிறங்களை யுடைய அச்சிப்பிகளை எந்நேரமும் நோக்கினான்.

காலநீட்சி பற்றி ஒளி உருவம் முதலியவற்றின் தேய்வுகள் முறையே எய்துவனவாய் அம்முத்திறத்து முத்துகளையும் முறையே இளம் பருவத்து, நடுப்பருவத்து, முதிர்பருவத்து, பார்வைகள் உதிர உதிர செபாஸ்டியான் சான்ஸியோ மச்சாடோ தசமகணிதப் பலகையில் கால நீட்சியையும் ஒளிஉருவ மாயங்களின் படிம அடுக்கையும் ஒவ்வொரு முத்தையும் வைத்து பகலிராஅணிந்த கண்ணாடிக் கண்களால் திரும்பித் திரும்பிப் பார்த்தான். சிப்பிஓடு மூடிதிறக்கும் கணங்களில் இயக்கமும் உறை நிலையும் அந்தரத்தில் இருந்து கீழ்பாயும் ஒரு சொட்டுத் துளியில் நீர் யாக்கையினைச் சேர்ந்துள்ள ரசபாவமே முத்தின் எதிர்காலக் கருவளையமாக நிலந்தரு திருவிற்பாண்டியன் செங்கோன் தரைச்செலவுக்கு நூறு நூறு முத்து ராசாக்கள் கூட்டத்தை உலகின் மேகலா ரேகையின் தீ விளிம்பிலிருந்து கூட்டிவருகிறான்.

இரட்டை இப்பியின் அசைவும் இயக்கமும் அனிச்சையும் இருப்பும் அசைவின்மையும் முத்தின் படிம அடுக்காக மொழியுளம் கொண்டவர்கள் அந்தச் சிறு சிப்பியில் ஒன்று கலந்திருத்தல். அந்த கொற்கைக்கள் விடுதி, கள் உண்ட மரமேசைகள் வெறியில் அசைய குடிகாரர்கள் கொண்டுவந்த திறக்காத சிப்பிகளுக்கு கள் வழங்கினான். மேசையைவிட்டு நழுவும் சிப்பிகளை யார் எடுத்தாலும் பரதவனுக்கு அதிர்ஷ்டமென்று விட்டுவிடுவான்.

அம்முத்தைக் கால்கள் நடுங்கும் மேசைமேல் கண்ணாடி வைத்து சோதிப்பதே அவன் சிப்பியுடன் நடத்தும் சூதாட்டம். உப்பும் எண்ணெயும் கலந்த கொதிநீரில் இரவெல்லாம் சிப்பிகளை மூழ்கடிக்கிறான். வைகறையில் கொற்கைத் தாழியில் தூங்கும் முத்துகளைத் திரும்ப எடுத்து வெண் நெல், ஐவன நெல்லுடன் சேர்த்து கருத்தசுற்றத்தாருடன் தோய்க்கத் தோய்க்க அதில் எத்தனை நிற வேற்றுமைகள், நிறப்பிரிகைகள் ஆணிமுத்தை முதலில் கண்ட பெண்ணுக்கு சீக்கிரம் சங்குத்தாலி கிடைக்கும் என்பான். ஒன்றிலொன்று முத்துகள் ஒளிச்சேர்க்கையாகி ஊடுபாவாய் இழையும் மென்உயிர் நீட்சியை அதன் துல்லியத்தை தொன்மமாகப் பற்றிக் கொண்டிருக்கும் பூழியரின் நனவிலி மெய்ஞானம் முழுவதும் முத்தின் நிறப்பிரிகைகளின் தொடுதலில் ஒவ்வொன்று எய்தும் நிற

சுண்ணாம்பு வாளம்: முத்துப்பட்டணம் ❖ 671

வேற்றுமைகள், எய்தாத சிறந்த ஒளியோடு பொருந்தி இருக்குமாயின் அதனை இயற்கையான சிப்பி முத்தென்றும் கொடையளித்துவிடுவான்.

ஒளி சிறிது குறைந்து காணப்படுமாயின் அதனை யாருக்கும் தரமாட்டான். முத்து பவளங்களல்லாத அரதனங்கள் கால நீட்சியில் முதுமையினை எய்துவதில்லை. ஒரு செழிய மீனன் நெறிபிழைத் தொழுகுதலால் கடைக்கோடியில் ஒரு முத்தை வைத்து தன் நிலையை உணர்ந்துவிடுவான். கொற்கைக் கள்விடுதிக்கு மறுமுறையும், மயக்கரவு படமெடுத்து விசும்பி வாலால் ஊர்ந்துவர அது கக்கிய பால்நிறப்பேரொளி மெல்லிய ஒளியெழுப்பும் மணியாக அவனை எழுப்பியது. அது கிடைத்தற்கரியதாம். மயக்கரவு நழுவும் மெல்லொளியால் நிறமும், அந்நிறத்தால் ஒளியும் மெல்ல மயங்கும் ஒளியாக விடுதியெங்கும் பரவுகிறது. மயக்கரவின் நாவுடைய குதிரை அவனிடமிருந்தது, அதனை சீனமரபுப்படி வைத்திருக்கலாகாது என்றான் பட்டுவணிகன். அதை விற்றுவிட்டான். பின்பே முகநுனியில் வளைந்த மூன்று ரேகைகள் உள்ள குதிரையை ஓர்மூஸ் பட்டின வணிகன் கொடுத்தான். அதனோடு நூறு குதிரை களைக் கொண்டுவந்த கப்பலை ‘மச்சுவான்’ எனச் சீனமாலுமி சொன்னான். ஒரு குதிரைக்கு தீக்கோட்டையில் நூத்திரெண்டு டூகாட்ஸ் தங்கநாணயங்களுக்கு தீய அரசன் விலைகொடுத்தான். போர்ச்சுகீஸ் குதிரை வியாபாரி ஒருவனும் இத்தாலியிலிருந்து அரிய குதிரைகளுடன் நீல மார்பில்ஸ், ரோமானிய சிவப்புத் திரைகள், சான்ஸியோ மச்சாடோ மாளிகைக்கு வந்தன. குதிரை ஓவியத்தில் பேர்போன பேனர்ஷாவும் வந்தான் கப்பலில்.

பார்த்த விநாடியில் எந்த மீயூரல்ஸ் ஓவியங்களையும் அவன் கண்கள் மாற்றுப்பிரதியை வரைந்துவிடும். இவன் ஓவியத்தில் வரும் மனிதர்கள் மேற்கத்தியஆடை அணிந்திருந்தனர். அந்த ஓவியத்தில் ஒரு கப்பல், ஆறுகுதிரைகள், பன்னிரெண்டு மனிதர்கள், பன்னிரெண்டு துப்பாக்கிகள். தும்பிச்சி நாயக்கருக்கு அந்தக் குதிரைகளை விற்றிருக்க வேண்டும். விருப்பாச்சிப் போரில் வெடியுப்புக் குவியலைக் கண்தெரியாத விருப்பாச்சி கோபாலரிடம் கண்ட பரங்கியர் அஞ்சியிருக்க வேண்டும். முத்து வாணிபத்தை சான்ஸியோ மச்சாடோ கமுக்கப்படுத்தியதால் முத்து எதுவும் கண்ணில் படவில்லை. லிஸ்பனுக்கு வெடியுப்பு வாங்க முத்துப்பட்டணத்தின் கடற் தளபதியாக சுவாரஸ் டி பிரிட்டோ வந்துசேர்ந்தான். தாமிரத் தீக்கோட்டைக்கு தானியங்கி ரஸவாதிகளிடம் மாட்டிக்கொண்டான் சுவாரஸ். அங்கிருந்த தீயஅரசனுடன் வெடியுப்பு பெரும் வியாபாரி

விட்டல்நாயக்கரைப் பேட்டிகாண விருப்பாச்சி மலைகளுக்கு இடையே போனார்கள் குதிரைகளில். விட்டலின் வெடி உப்பு உலைக்கூடத் தொழிற்நுட்பம் இயற்கை முறையிலானது.

ஆனால் சிறு குடைவு சுரங்கங்கள் சாம்பல் போன்ற தூசுப்பொருள் பூமிக்கு அடியிலிருந்து மூலவளத்தை சுரண்டியதுதான். வெடியுப்பு மறைந்திருக்கும் ரகசியங்களைப் பரங்கியிடம் சொன்னால் விருப்பாச்சிக்கு ஆபத்து என உணர்ந்துதான் இருந்தனர் சுதேசிகள். அந்தக் கடற்தளபதி சுவாரஸ் மருதைக்கு வடமேற்கே பாளைய மிறக்கினான், வெடியுப்பு ஏற்றுமதியில் இறங்கினான். இவைகள் வெடியுப்பின் சாம்பல் தூசு மூலகங்கள். தானியங்கி ரஸவாதிகளிடம் மாட்டுவண்டிகளில் வரிசையாகக் கொண்டுபோகப் பட்டு மூன்று முறை சுத்தம் செய்தும் நான்குமுறை கழுவப்பட்டும் ஐந்தாவது முறை ஆறாவதுமுறை கழுவப்பட்டதும் தரத்தில் உயந்ததாக பாக்ஸில் அடைக்கப்பட்டது. மூலவளங்களின்றி செயற்கைப் பொருள் இருக்க முடியாது. பூவுலகத் தொழில் நுணுக்கம் பூமிக்கு அந்நியமான நிலைமைகளின் கீழ் சில யாந்திரீகப் பொருள்களைப் படைத்தாலும் அது அதிக நாள் இருக்க முடியாது. பூமியில் பிரிக்கபட்ட மூலகத்தின் உருவம் அந்த இயற்கையில் இருப்பதில்லை. வெடியுப்பில் நஞ்சுமிருந்தது. துப்பாகியில் அடைத்து இது ஒருவரைக் கொல்வதற்குப் போதுமானது.

ஐந்தாம் நீர்நிலவு சொன்ன கதை

பூமியிலிருந்து வந்த அண்டவெளிக் கப்பல் ஒன்றில் சென்றவர்களுக்கும் புளூட்டோவில் ஐந்தாவது நிலவிலிருந்து வந்த தூதுவர்களுக்கும் சந்திப்பு நடந்ததில் ஹாக்கிங் கருப்புப்பூனை அதி கதையாளர்களைக் கூட்டிவந்தது.

ஐன்ஸ்டின் பூனை விஞ்ஞானப் புனைவுகளின் நாவலுக்குள் சென்றது. காமிக்ஸ் நாவலைத் திறந்து வெளிவந்தது. ஒரு கட்டத்தை ஐன்ஸ்டின் கார்ட்டூன் பூனை வர்ணிக்கிறது. அங்கு வாயுமண்டலத்தில் ஆக்ஸிஜனுக்குப் பதிலாக குலோரின் உள்ளது. ஒரு குழுவினால் சுவாசிக்கப்படும் வாயு மற்றொன்றிக்கு நஞ்சாகயிருந்தது. ஆக்ஸிஜன் வாயுமண்டலத்தில் நிலையாக உள்ள பொருட்களும் வண்ணப் பூச்சிகளும் உலோகங்களும் புளூரின் வாயுமண்டலத்தில் அழிக்கப் படுகின்றன. அதுவெனவே புளூரின் வாயுமண்டலப் பொருட்கள் ஆக்ஸிஜன் வாயுமண்டலத்தில் அழிக்கப்படுகின்றன என்று புளூட்டோவின் ஐந்தாவது நிலவிலிருந்து வந்த தூதுவர்களுக்குச்

சொன்னது ஐன்ஸ்டின் கார்ட்டூன்பூனை. 'இதுவரை பல விஷயங் களைப் பற்றிப் பேசிக்கொண்டோம்' என்றான் தூதுவன். புளூட்டோவின் ஐந்து பனிநிலவுகளில் என்னென்ன சுவாசகோசங்கள் செயல்படுகின்றன' என்றது பூனை. அதற்கு ஐந்தாம்நிலவின் தூதுவன் சொன்னது 'ஐன்ஸ்டின் கார்ட்டூன் பூனையே, நீ அங்கு வந்தாலும் அதிக நாட்கள் எங்களோடு இருக்க முடியாது. நான்கு நீர் நிலவுகளின் வாழ்க்கையைப் போன்றே பனியிலிருக்கும் நீர்மனிதர்கள் எங்களோடு தொடர்புகொண்டுதான் இருக்கிறார்கள்' என்றவாறு இருவரும் விசும்பின் நரம்புடன் லயமடைந்தனர். நான் பூமியோடு சேர்ந்து பிரபஞ்சத்தினூடே இருக்கிறேன். உயர்வகை இயக்கத்தி லிருந்து ஐந்து நீர்நிலவுகளில் இருந்தும் நாம் உயிர்வாழ முடியுமா முடியாதா... இங்கிருக்கும் காற்று துயர்வீசுகிறது என பிளக்கும் இடைவெளியில் மறைகிறார்கள்.

தடாதகையின் வேப்பமாலை

வெள்ளை மல்துணிகள், வால்மிளகு, சுமத்திராவிலிருந்து கிழக்குக் கடற்கரை வந்தது. ஏற்கனவே அங்கு தாமிரச்சுரங்கத்தை புகையிலை விதை கொடுத்து வாங்கினான் பரங்கி. அடிமைகளுக்கு மாற்றாக மல்துணிகள் பரிமாற்றம் கோரமண்டல் கரைனெடுக நடந்தது. கருப்பர் உதவியில்லாமல் தாமிரத்தை எடுக்க முடியாது. ஒவ்வொரு பரங்கிக் குடும்பத்துக்கும் இரண்டு கருப்பர் உதவியாட்கள். பரங்கிவீட்டைப் பாதுகாக்கும் அவர்களுக்கு துணி, அரிசி, துப்பாக்கி மருந்து இனாம். இந்த முடிவு முதலில் முத்துக்குளித் துறையில் பின்பற்றினான் பரங்கி. ஏனெனில் சான்ஸியோ மச்சாடோ பரங்கியர்களைவிட கடல் ரகசியங்களை அறிந்தவன். சான்ஸியோ மச்சாடோவின் மூதாதையர் சுறாவசியக்காரியின் அத்தை முறையிலான காண்டவ வனத்தின் அரசி சமணகையின் வழிவந்தவர்கள். நீருக்குள் சலன உருவடைந்து கடல்உயிர்களின் சிறிய உரையாடல் களையும் தம் வசமாக்கிப் பயின்று வந்த நீர்மனிதர்களை ஒருமுறை முத்துக் குளிக்கும்போது சந்தித்துவிட்டான் சான்ஸியோ மச்சாடோ. நீர்மனிதர்களைப் பார்த்த மாத்திரத்தில் அவனுக்கு ஆசூழ் பிறந்தது. அவன் கனாவில் அண்ணாந்து ஒரு பெருமீன், சிறுமீன் கூட்டங் களிடையே நீர்க் குரல்வளைக் குருத்தில் மிகமெல்லிய மொழியில் உரையாடத் தொடங்கியிருந்தனர். இருட்டில்இருந்த கண்ணாடி மாளிகை நீர்மனிதர்களுக்காய் எப்போதும் திறந்திருந்தது.

முடிவில்லாத சுண்ணாம்புவளையத்தில் பூழியர் மறைந்திருந்த கடற்கரை ஊர்களின் மீன்பிடித்துறைகளுக்கும் பின்னிரவுக்கடல் பாதைகளில் நீர்மனிதர்கள் வெளிவரும் மீன்கூட்டத்தில் அவர்கள் ஊடுருவியிருப்பதை கருப்பு அடிமைகளான காஸாதுகளுக்கு காட்டினான் செபாஸ்டியான் சான்ஸியோ மச்சாடோ. பழங்காலத்தவர்களான நீர்மனிதர்கள் நிகழ்காலத்தவரோடு கலக்கும் நீர்வளரிகள் தூரத்தைக் காலத்தின் சுருக்கத்தில் கடப்பதை முற்காலத் தூரப் புள்ளியிலிருந்து தொட்டுவிடுகிறார்கள். ஒரு நூற்றாண்டை பாப்பிரஸ் காகிதத்தில் புரட்டினார்கள் நீருக்குள் சலனஉருவடைந்தன காகிதங்கள். பரதவர்கள் கருப்பர்களென வலிமையானவர்கள்.

பிறகு சவேரியார் மலாக்கா, ஜாவா முதலான தீவுகளுக்குப்போய் சென்கியான் தீவில் சுரம்கண்டு பரகதியடைந்தார் என்பதை கீத்தோலையில் எழுதிக்கொண்டிருந்த போது பனிமயமாதாவின் வலது கண்ணிலிருந்து உதிரம் சொரிந்து கொண்டிருந்ததை துபாஷி எழுதியும் கொடுத்திருந்தார். முத்துக் குளித்துறையிலிருந்த பரதவர்களுக்கு மலையத்துவசன் மகள் மீனாட்சி கருஞ்சிலை மீது இரவெல்லம் மீன்கள் தவழ்ந்து உரசும் கோடுகளை நோக்கிப் பரதவர்கள் அதிசயித்ததை கனவில் பார்த்தார், சவேரியார். அவர் மணிலாவுக்கு கப்பலேறி அங்கு அகுஸ்தின்சபை கன்னியர் மடத்துக் கோயிலிலிருந்த பேரழகின் நுணுக்கங்களோடு இருந்த பனிமய மாதா சுரூபத்தை முத்துப்பட்டணம் கொண்டுவர அவள் பரதவர்களின் தாயானாள். அன்னைக்கு முத்துக்குளித்துறை முழுவதும் ஒவ்வொரு வீட்டிலிருந்தும் ஒரு முத்து போய்சேர்ந்தது. முத்தின் ஓர்மையில் எல்லா சாதிசனங்களும் கூடிவந்ததில் நீர்மனிதர்களின் உலகம் ஒன்று சமுத்திர முத்தில் வாழ்ந்து வருவதை அப்போதுதான் கண்டுபிடித்தும் இருந்தார்கள். மீனாட்சிவேப்பமாலை சூடி இன்றைக்கும் மருதையை ஆண்டுவருவதாக சுறாவசியக்காரி சுபர்ணஜா பரதவர்களோடு போய் கோயில்பட்டரைக் கேட்க 'வேப்பமாலை சூடித்தான் கருவறையில் வாடாத வசிய வெள்ளைப்பூ சாத்தி மலையத்துவசனுடன் விளையாடுகிறாள்' என மொழிந்தார். எனவே கிருதமால் நதி நுரை பொங்கி மருதைக்கு அரசியான தடாதகையின் கையில் ஒவ்வொரு நாளும் சுறாவசியக்காரியின் கையில் இருந்து ஒரு முத்தை கிளி கவ்விப் போய் கொடுத்துவரும். கதை சொல்லிவந்த சுபர்ணஜாவின் நகங்கள் ஒலியிட்டுக் கூடவே பறந்துவரும். கேட்போருக்கும் நகங்கள் மாறிவரும். சொல்வது என்னவென்றால் கதையின் விதிப்படி கிளிநகங்கள் கேட்போருக்குத் தோன்றிவிடும்.

இருட்டு நீரில் அலைந்து வாழும் சிப்பிகள்

ஒல்லாந்து பங்களாவுக்குள் காலடிவைத்து முத்துச் சிலாபத்தில் தசமகணிதப் பலகையினைக்கொண்டே கடல்குவித்த ஏரல்களை உருட்டி தரம்பிரித்துப் பரவர்களுக்கு ஒரு பங்கும் ஒல்லாந்து ராணிக்குரிய பங்குகளையும் இதில் பட்டங்கட்டியார்களை 'ஏழுகடல் களின் அதிபன்' என்று அறிவித்ததன் மூலம் முக்கிய அந்தஸ்தும் வர கண்டெடுத்த சங்குகளையும் மீனவர்களின் பெயரிலேயே வரவு வைத்தார் தினமராக்கா துபாஷி.

கடல் நீர்மட்டத்தில் ஒருதுளி குருதி ஊர்ந்துவரப் பார்த்தாலும் மேலே உள்ளவர்கள் மூழ்கியவன் மீனால் விழுங்கப்பட்டுவிட்டான் என்று உணர்ந்து சிலவேளைகளில் கயிற்றை அசைத்தபின்னும் மூழ்கியவனை இழுக்க முடியாது. வெளியில் மொத்தக் குழுவும் சேர்ந்து அவனை மேலே இழுக்க முயல்வர். காலில் கவ்விய மீனுடன் துடிப்புவால் அசைகிறது. மூக்கையும் காதுகளையும் தேன்மெழுகால் அடைத்துக்கொண்டு இருநூறடிக்குக் கீழேயும் மூழ்குகிறார்கள். பரதவர்களைக் கூட்டமாய் அழைத்தன இருட்டுநீரில் அலைந்து வாழும் சிப்பிகள். முத்துக்குளிப்போன் கடல்தாயின் கருவறையில் நத்தைச்சுரியலில் நீர்வளரியென வளைந்திருக்கிறான். முத்துக் குளிக்கும் பரதவனுக்கு சாவேயில்லையாம். அவன் மூச்சடக்கி நேரம் கடந்து வெளிவரும்போது தயாராய் கொதிக்கும் நீரில் சூடாக்கிய துப்பட்டியை உடனே போர்த்தி மென்மையாகத் துவட்டுவார்கள். கடல் துளைகளில் முத்தை ஏந்தி மேலேறி வருகிறார்கள் கால்களைக் கவ்விய மீனுடனோ ட்ராகனுடனோ கடல் விலங்குடனோ ஒன்று கலந்த விலங்காகும் தோற்றம். அவற்றின் செதில்களால் கிழிபட்ட வயிறுகளோடு உடைபடும் கால்களுடனோ மேலேவந்ததும் சுற்றிச்சுற்றிக் குலவை.

பவளப்பாவைகள்

சித்தர் பாடல் 'செம்பினிற் களிம்புபோலச் சீவனும் சடமும் கூடி/ நம்பின உடலைக் கண்டு நல்லுயிர் வடிவங்காணாய்'

'வெள்ளையுஞ் கருப்புமாமோ? அகப்பேய்/வெள்ளியுஞ் செம்புமாமோ?/ உள்ளது உண்டோடி அகப்பேய்/ உன் ஆணை கண்டாயே!'

தாமிரத்தீக்கோட்டைப் பிழம்புகளில் உருக்கி வார்ப்படப் படைப்புகளில் அனல் பதுமைகளை திணை நிலங்களில் நகலெடுத்து பேனர்ஷா என்ற கொல்லான் பதுமைகளில் உயிர்மோனம் சேர

வில்லை. உலோக இருடிகள் கடற்கரையைத் துளையிட்டுவர கடுமையான அதி அதிர்வுகள் கடலடியில் போவதை நீரின் மாற்றங்களில் கண்டுணர்ந்தனர் படகோட்டிகள். இந்தப் பட்டணத்தில் சதாநேரமும் கிளிஞ்சல் மேடுகளை ரஸாயனச்சேர்மானங்கள் கரைத்து நுரைத்ததும் மற்றொரு இடத்தில் செப்புத்தாதுவும் சிப்பி நகரத்தின் உடலில் ஆதியிலிருந்த ராத்திரிகளை அரித்துப் பயமூட்டும். கிளிஞ்சல்களை அழகுபடுத்திய மிகவும் நுட்பமான சிற்ப விவரங் களும்கூட சிறிதும் கலையாமல் அப்படியே இருந்ததென்றால் இந்தக் கடல்மாற்ற நிகழ்ச்சிப் போக்கில் சித்திரமென்நிறங்களும் உதிர்வதைப் பார்த்தனர் பிள்ளைகள்.

தாமிரஉலையினது வாழ்க்கையின் கடைசிக்கட்டத்தில் சுண்ணாம்புவளையத்தில் மேலோடுகளுக்குள் ஊடுருவி வரும் சாவின் துர்கந்தம். பவளப்பாறைகளின் வாழ்வுகுறித்து அன்று தெரியாதிருந்த மிகப்பல கடல்ரகசியங்களை இளையோர் பென்சில் கண்களால் ஊர்ந்து அதுவரையான விஞ்ஞானத்தின் அதிர்ஷ்ட்ட வசமான கண்டுபிடிப்புகளை தினசரிக்காகிதங்களில் எச்சரிக்கை அடைந்தார்கள். முத்துப்பட்டணத்தின் அங்காடிவீதிகளில் திரவக்கனிமப்பிசுபிசுப்பு சரீரங்களைத்தொட்டு சொரசொரத்தன. பாறைகளின் வயதுக்குச் சமமான ஒவ்வொரு கடற்கரை மணலின் ஆயுளும் சமமென்பதில் கடல் அலை சொல்லிவிடும். முட்டிமோதி விட்டுத் திரும்பிச் செல்லும் அலைகள் மணலை அள்ளிக்கொண்டு நடுக்கடல் அடிப் பரப்பில் சென்றுவிடும். கழுத்தில் பவளமாலை சூடிய உப்புக் குறத்திகளும் முக்குவரும் சங்குகள் அரித்துத் திரியும் நண்பகல் கடல் தோற்றம். இரட்டைக் கிளிஞ்சல்களைஒத்த மற்றகடல் சிப்பிகளும் கிளிஞ்சல்களும் இந்நகரத்தின் கருணையுள்ள ஆன்மா.

பதிமூன்று ஆவிகள் முத்துப்பட்டணத்தின் தெருக்களை ஊடுருவி இணையற்ற தனியழகுடன் மிளிரும் சிறுமி சிலுவா நீலத்துகில்மூடிக் கடற்காற்றில் பாடிவருகிறாள் ராத்திரிகளில். இம்மண்பட்டணத்தின் உயிரகத்தில் முதல்பலியான சிறுபெண் சிலுவா இதயம் குருவிகளுடையது. சிலுவா கடற்கரைநெடுக கிளிஞ்சல் நத்தை ஓடுகளையும் கடல்குச்சிகளையும் சேகரித்து பனங் கொட்டானுடன் விளையாடிக்கொண்டிருக்கிறாள். இப்பிக்குள் வெள்ளிகளாய் வியத்தகு இருப்பில் வளைகுடாவாசி அவள்.

'உங்கள்நிலை பரிதாபத்துக்குரியது. சிலுவா நெருப்பிலே பிறந்ததை யாரும் என்றும் பார்த்ததில்லை என்றாலும் அவள்மீது

தழலாடும் நெருப்புக்கு நீங்கள் தலைவணங்க நேர்ந்துள்ளது' என வீடில்லாத சீகல்கள் திரும்பத்திரும்பச் சொல்லிவரும். மேகலா ரேகைக்கு அருகிலுள்ள சின்னஞ் சிறுகடல் அவள். வளைகுடா உப்பில் வளைந்திருந்தாள் சிலவேளை.

'தீய அரசர்களின் தயவைநாடிக் காத்திருக்கலாகாது...' என்றாள் சீகலிடம். புவிக்கோளத்தின் எந்த இடத்திலும் கடல்களின் விளிம்பில் அவள் வாக்கை எதிரொலித்தன சீகல்கள். உலக விளிம்புகளில் தீப்பற்றிஎரியும் இந்த வேளையில் சிறு பெண் சிலுவா கொண்டுவந்த உப்பு தீயஅரசனுக்கு எதிராய் பாயமுற்பட்டது. சிறியஉப்பு இவ்வாறு பாய, அதன் வண்ண அடுக்குகள் தனியழகு துணிவில் இருந்தது. அப்படியே உறைந்துவிட்ட கடல் இசையின் சிறுஅலை எத்தனை லட்சம் வளைவுகளோடு உறைந்தது. இன்னமும் தொடர்ந்து 1001 ஜோக் காமிக்ஸ் ஸ்பிரிங்காவலர்கள் பெர்கூஸன் ரைபிள்களால் சுட்டுக்கொண்டிருந்தார்கள். விண்மீது நகர்ந்து கொண்டிருந்த பனியாறு தவழ்வது போன்ற காட்சி தெரிந்தது. மெய்நிலையில் தலைகீழாக அவள் உப்புநகரம் இருண்டுபோன தருணத்தில் வாட்டர்லூ இறுதி முற்றுகையில் நெப்போலியனுக்கு எதிராய் கலனல் டோரிஸ் பினாட்டா வைத்திருந்த பேக்கர் ரைபிளால் சுடப்பட்டாள் சிறுமி. மேகங்களின் செங்குருதி மேனிமறைய நெடுநாட்களாகும் எனத் தினமராக்கா துபாஷி இந்த முத்துப் பட்டணத்தின் மேலோடுக்கு அடியிலுள்ள மரணத்தின் கருந்துகள்கள் மீவளிமண்டலம் வரை வளைந்துள்ளதாகவும் மேற்கிலிருந்து வந்த புனிதருக்கு லத்தீனில் எழுதிக் காட்டினார்.

கப்பலைத் தடுத்துக் கதை போடும் குலசையம்மை

தீய அரசர்களை வேதாளம் விரும்பினாலும் விரும்பாட்டாலும் இனி அதனால் தீக்கோட்டையிலிருந்து தன் பெயரை வெளிப் படுத்தாமல் இருக்க முடியவில்லை. மடிந்தோரின் செப்புச் சிலைக் கூடம் ஒன்றை சாக்கோட்டை உருவாக்கும். பூமியின்நாடித் துடிப்புக்கும் சந்தம் இவற்றுக்குமான இடையிலுள்ள உறவுகளைப் பற்றி கடல்ஓரமாகவே பயணப்பட்டு வருவதில் தன்வாழ்வை அர்ப்பணித்துக் கொண்ட மிமியல் டி பிரைஸ் தலைமையில் புனித தாமஸின் மிச்சங்களையும் தேடுவதில் ஆர்வங்கொண்டு எச்சத்தின் கதைகளை கோரமண்டல் கடற்கரைகளில் தேடித் தேவதைக் கதைசொல்லிகள் கயலிலும் கொற்கையிலும் இருக்கிறார்கள் என்பார் தினமராக்கா. நீரர

மகளிர் கண்களுக்குத் தோன்றி சமுத்ராசயனத்தில் மிதந்தவாறே சொல்லியவற்றைப் படைத்தலைவி நாயகி முத்தாரம்மன் குலசையில் மணல்தீடையாய் எழுந்து கப்பல்களை மறித்துப் பிடித்துக் கொண்டாள். எல்லோரும் நவநவவேடமிட்டு அரிதாரம்நாற ஆண் மார்பில் சீம்பால்கசிய கடற்கரைநெடுக சனத்தின் மாறுவேடங் களோடு ஒன்று கலந்து பாம்படம் குலுங்க குலவையிட்ட மூதாட்டி விட்ட அனல்வாக்கில் 'பரதவர் கூட்டத்தை சேர். நீர்தேடி வந்த புனிதரின் நீறும் உம்மைச்சேரும் போரும்' என வழிவிட்டாள் சீமையிலிருந்து வந்த கப்பல்காரப்புனிதருக்கு. அங்கு குடியேறிக் குதிரை வர்த்தகராய் ஒன்றுகலந்த மூர்களின் தாக்குதலுக்குப் பயந்து மாலுமிகளோடு பாளையம் இறக்கினார் மிமியல் டி பிரைஸ். மையம் விட்டோடும் சக்தி மேகலாரேகைக்கு அதிகமுண்டு என்பதால் அவருக்கு இந்த கீழைக்கடல் பல மர்மப்புதிர்களைக் கொண்டுள்ளதாக ஊகித்தார். மிமியல் டி பிரைஸ் ஏற்கனவே கொடுத்தனுப்பிய லிகிதத்தின்படி எதிர்கொண்டார் தினமராக்கா.

சுண்ணாம்பு வளையங்களாலான முத்துப்பட்டணத்துக்கு கலங்களும் அணிவகுத்துச் செல்ல அங்கே தாமிரத்தீக்கோட்டை மேல் எழுந்த தீநாவுகளால் நக்கிப்பொசுங்கிய கூட்டங்கூட்டமான பிரஜைகளுக்கு அது சாக்கோட்டையாக தீமூண்ட உலோகவாசல்களில் மடிந்தவர் களைத் தேடி ஊரூராய் சனம்துக்கப்பட்ட ஒப்பாரிப்பாடலை தூரத்தில் கேட்டார் புனிதர் பிரைஸ். மேகலா ரேகையில் ஒட்டினதெனத் தொங்கிக்கொண்டிருக்கும் இத்தீயஅரசர்களின் விதியை ஆராயத் தொடங்கினார் மிமியல் டி பிரைஸ். தனித்தியங்கும் தாமிரக் கோட்டையைச்சுற்றி இருதீயஅரசர்கள் பிரஜைகளை எலும்புக் கூடுகளாக உருமாற்றும் தானியங்கி ரஸவாதிகளோடு நேரில்வந்து மிமியல் டி பிரைஸை பேட்டி கண்டனர். ஊசலியின் குண்டு அசைந்தாடும் தளம் மாறுகிறது என்பதை ஐன்ஸ்டீன் கார்ட்டூன் பூனையிடமிருந்து கேட்டு தெரிந்திருந்ததை தங்கள் கண்டுபிடிப்பாக புனிதருக்கு சொன்னதை பூமி உருண்டை என்பதை இரண்டாவது முறையாக சொல்லும் முட்டாள்ரஸவாதிக்கு காதுகாதாய் சொன்னார் தினமராக்கா. பூமியின் அடியாழத்தில் தூங்கும் உலோகவிதிகளைப் பேசினார்கள் தீயஅரசர்கள். உடனே உணர்ந்து கொண்டார் இந்தப் பட்டணத்தின் துர்விதியைத் தீயஅரசரிடமிருந்து விடுவிக்குமாறு சர்வேஸ்வரனை வேண்டிக் கொண்டார் புனிதர். இந்தப் பட்டணத்தின் மீனவப்பெண்டிர் கைகளில் இருக்கும் மென்சங்கு வளையல்கள், சங்குத்தாலிகள் விழுந்து உடைபடும் ஸ்திதியையும் உணர்ந்தார்.

சுண்ணாம்பு வாளம்: முத்துப்பட்டணம் ✱ 679

அவர்கள் இருப்பும் உடையப்போகும் நிலையில் தீயஅரசர்களின் விதியால் சனம் தொடர்ந்து வீழ்ந்து கொண்டே இருக்கிறார்கள்.

சங்கு வளையல்கள் உடையாமல் காப்பாற்றுகிறது கடலன்னையின் கருணை. முத்துகளைத்தேடிக் கடலாழத்தில் செல்பவர்களைப் பெருமீன்கள் தாக்கிவிடாதவாறு மச்சராசிகளை மயக்குபவளான சுறாவசியக்காரியைக் கண்டு சீமையில் இருந்துவந்த துறவிமாரும் வயப்பட்டனர். ஏற்கனவே அனல்வாக்களித்து கப்பல்களை விடுவித்த குலசை மூதாட்டி சொன்னது பலித்தும் விட்டிருந்தது. புனித லிபிகளில் இருந்து எடுக்கப்பட்ட சிலபகுதிகளால் செய்த வசியத்தைக் கைகளில் கட்டிக்கொண்டு குதித்தார்கள். சுறாவசியக்காரியிடம் வசியக்கட்டுக்கு கீழ்படிந்து சுறாக்களின் வாய்கள் திறவாமல் இருக்கிறதென்று புனித தாமஸின் எச்சத்துகள்களிலொன்று சுறாவசியக்காரி சுபர்ண ஜாவிடம் வழிவழியாய் இருக்கிறதென்று மமியல் டி பிரைஸ் நம்பவும் செய்தார். உலோகப்புற்றுநோய் படர்ந்துவரும் தீக்கோட்டைஒன்றை ஏற்கனவே ரத்தினபுரியில் வைத்து பாப்ரஸ்தாள் ஏட்டில் வரைந்திருந்தார் மமியல் டி பிரைஸ்.

முத்துக்குளிப்போரைப் பீடித்துவரும் உலோகக் கழிவு நோய்கள் உள்ளூர்வாசிகளை வளைத்துக் கொண்டிருந்ததை மமியல் தன் குறிப்பேட்டில் எழுதி தான் கப்பலில்கொண்டுவந்த மருந்துக் குடுவையிலிருந்து ஏழு படகுத் துறைகளைச் சார்ந்த பரதவர்களுக்கும் வலையில் அகப்பட்ட உலோக மீன்களில் இருந்துவரும் நச்சுக்கும் தடைமருந்தாக பூசிக்கொள்ளுமாறு செவிலியர்களையும் அனுப்பினார். மடிந்தவர்முன் களிம்பு டப்பிகள் செயலிழந்திருந்தன. உலோக மீன்கள் சாக்கோட்டையிலிருந்து கடலில் ஊடாடியிருப்பதை நச்சுப்புகை சிவந்தசெவுள் வழியாகவும் தானே இயங்கும் வாலின் அசைவிலும் விநோதசுகக்கேடுகள் கடலுள் பொதிந்து வலைஞர்களை எந்த நேரத்திலும் நெருங்கி முட்டி பயமுறுத்தின மரணத்தின் முனைகளாய். புனித சவேரியாரின் குருசடி எண்ணையும் சரீரத்தில் பூசி ஜாடிகளையும் கொடுத்தார்கள். புனித தாமஸின் எச்சங்கள் சினகாக் கோயிலில் சேரமான் பெருமாள் கொழுவிய கல்விளக்குகளில் சிறிது வெளிச்சமாய் தொட்டு, தொன்மத்திலும் பட்டு முத்துப் பட்டணத்தை ஊடுருவியதில் பிறப்பிலேயே மனித விடுதலையைத் தேடிய பட்டணக்காரர்களின் தனித்துவம் கரிசல் வளையங்களிலும் சுண்ணாம்பு ஊசிக்கோபுரங்களாக மேலெழுந்தன. வெகுகாலத்திற்கு முன்பே அங்கிருந்து வந்த பரதவர் தோள்பட்டையிலும் மீன் கன்னியும் பனிமய சிலுவையும் உருக வரைந்து சென்றாள் பச்சைக்

குறத்தி. சுண்ணாம்பு வளையத்தின் திணைவெளி இலங்கையின் வடமேற்குப் பகுதியில் குதிரைமலையில் வசித்து வந்ததாகச் சொல்லிவந்த அல்லியரசாணி கூத்துநாடகத்தில் பரவர்கள் முக்கிய கதாப் பாத்திரங்கள். கூத்தில் போர்வைபிடிப்பவர் நகர்ந்ததும் இளவரசி அல்லி ராணியால் அவர்கள் முத்துசேகரித்து வருமாறு கட்டளை யிட்டபடி கடலில் மூழ்கியவாறு இருந்தனர்.

புளூட்டோ கவர்ந்துசென்ற பெர்சிபோன் என்ற சிலுவா

அவளின் கைப்பழக்கம் தெருவில் வரைந்த அவள் உருஓவியத்தைக் கடந்துகொண்டிருக்கிறார்கள். சிறிதுகாலம் வெளியேறிச் சென்று பிறகு தாய் டெமிட்டரோடு பெர்சிபோனும் சிலுவாவும் வீடு திரும்புவார்கள்.

தீக்கோட்டையைப் பீடித்த தீயஅரசர்கள் பாதாள உலகின் சக்திகளாகவும் சிலர் பாதாள மூலகங்களைக் கொள்ளைக் கப்பலில் ஏற்றிவரும் புளூட்டோவாக மாறுவதற்கு பெர்சிபோன் என்ற சிறு பெண் சிலுவா தமது உலகுக்கு கொண்டுபோக வேண்டிய விதியானது கதை மூலம் நிகழ்ந்துவிடுகிறது. புளூட்டோவின் கொடூரமான உலோக வேட்கையானது டெமிட்டரின் குமாரத்தி பெர்சிபோன் என்ற சிலுவாவின் தினங்களும் பக்கங்களும் மாதங்களும் ருதுக்களும் தாயோடு மூழ்கிவாழ்ந்த காலங்களால் உயிரூசியால் சித்திரப் பின்னல்களோடு அலையும் துணிகளை வரைந்து வந்தாள். பட்டுத் தைக்கத் தகுதியான நிறம்மாறும் நூல்களை ஊசியால் பூவாக்கினாள். மாயைகளையும் சித்திரமாக்கினாள். கீழுலகில் இருந்து பூத சிருங்கமெனப் பிரம்மை உள்ளவனான புளூட்டோ பூச்சிகள் நெய்த பட்டுப்பாதையில் நூற்கும் சிலந்தியாக அவள் மையலில் ஊர்ந்து வந்தான். அவ்வாறே ஆதாரமற்றது மையல் வடிவம். இயற்கையோடு கூடிய ஊசிரூபம் இருட்டில் தெரிந்தது. காற்று உருவமாக உள்ளே பிரவேசித்து அனேக காலம் காத்திருந்த உலோகங்களில் சிலைகளைப் படைப்பதற்கு கீழுலகில் சிலந்தியாய் சுழல்வதிலே சிறிது மதுவைப் பாறையில் பிய்த்தெடுத்த செப்புக் குவளையில் விட்டு அருந்தியதும் போதுமென்றும் அவளைத் தொட்டுச் செப்புப்பதுமையாக்கித் தூக்கிப் பறந்துவந்தால் போதுமென வருகிறான். ஒரு கவளம்கூட உணவு கொள்ளவில்லை. பாறையில் சுருள்விட்ட தங்கச் சருகை எல்லாம் சேகரித்து வந்தான் அவளுக்காக. அவள் உச்சியிலிருந்து உள்ளங்கால் வரை தங்கமென்று பெற்றோர்கள் அவளைத் தடவிச் சுடக்கிட்டனர். பார்க்கப் பயமாயிருக்கும்

புளூட்டோவின் நிழல்படிந்த முகம் மண்ணில்வேரூன்றி நீரில் மூழ்கிய ஆவிகளோடு தாமிர ஒளியாக கீழே பரவுகிறான். கீழுலகின் ஒன்பது உலோகங்களாய் விரைவாக மாறிமாறி அணைத்துக் கொள்ளும் இயல்பு அவனுடையது.

ஒளியை உள்ளே புகவிடாமல் விரைவில் மறைந்துவிடும் தீய இடத்தில் இருக்கிறான். பாதாள சக்திகளோடு பலியான சிறுகன்னி பெர்சிபோன் என்ற சிலுவா. போனதிலிருந்து முத்துப்பட்டணத்தில் நடந்தேறிய நிகழ்வுகளிலிருந்து உலோகஉளவாளிகளை அனுப்பிக் குருதி படிந்த தெருக்களில் ஊர்ந்துவரும் பலியானவர்களின் சாயைகள் விசாரணையில் உண்மையைத்தவிர வேறொன்றும் சொல்ல மாட்டார்கள் என்பதால் தெருமணலில் பதுங்கியிருக்கும் வினாச மடைந்த உடலுருப்புகள் ஒவ்வொன்றும் திறந்த ரணமாய் மதுரைவீரன் கதையின் விதிப்படி மாறுகால் மாறுகை வாங்கியதில் அவை மறைக்கப்பட்ட ரகசியங்களை தனியேபோய் சொல்லிவிடும் கதை மரபு உள்ளவர் தானே நாம். மேலும் மனுநீதிச் சோழன் அரசோட்சி வருவதாலும் நீதிக்குப் பங்கமில்லை. பசு உரைத்த கேள்விக்கே நடுங்கிப்போன இரு தீயஅரசர்களில் ஒருவர் தன் பொறகரத்தால் உலோகக் கோட்டையையும் முத்துப்பட்டணத்தையும் ஏடு தவறாமல் எழுத்தாணியில் நீதி சாயாமல் மற்றொரு தீயஅரசன் புறாவுக்கு தன் தசையையே வாளால் அரிந்து தூளாவில் வைத்ததில் அந்த நாளில் அவிழ்க்கப்பட்ட ஒவ்வொரு உருப்புமே கதைத்தொகுப்புகளாக வுள்ளன. புராணக்கதைகளில் தீயஅரசன் புளூட்டோ கையில் ஏந்தியுள்ள இறந்த கன்னி சிறு மலராகவும் முகம்வாடாமலும் பாதாள உலகில் ஒவ்வொரு உலோகவஸ்துவோடும் உரையாடத் தொடங்கினாள்.

வஸ்துக்களில் இருந்து வஸ்துகள் பற்றிய கருத்துகளும் பிரிக்கப் படுகின்றன. பூமியின் தன்வயத்திலிருந்து புறவயமும் வேறுபடுவதைக் காண்கிறாள். இயற்கையின் நிகழ்வுகள் வேறுபடுத்தப் பட்டு புராணக்கதையிலிருந்த பெர்சிபோன் என்ற சிலுவா முத்துப் பட்டணம் ஒரு தூசிக்கிண்ணமாக உருமாறி புளூட்டோவின் கை ஏந்தியிருப்பதை நோக்கினாள். அவ்வேளையில் புராணத்திலிருந்த சர்வத்தெய்வவாதம் தகதகக்கும் தாமிரச்சிலைகளாக அந்தத் தூசிக் கிண்ணத்துக்குள் புகைமூடி இருப்பதையும் கண்டு சர்வஜீவவாதத்தை உலோக அதரங்கள் முணுமுணுப்பதைச் சுற்றிப்படர்ந்த இயற்கையிடம் கண்டாள். உலகின் அழிவு, குழப்பம் ஆகிய சக்திகளின் உருவகமாகத் திகழ்ந்த நெமிலிஸ் சட்டமொழுங்கைப் பாதுகாக்கும் தெய்வமாகிறாள்.

விதியின் பயங்கரத் தேவதைகளாகிய மொய்ராய், ஜியஸின் மகிழ்ச்சிமிக்க புதல்விகளாகினர்.

எயிடர் வாத்தின் இருபத்தொரு கேள்விகள்

ஆதிகாலலெமுரா மக்களால் இனி எவ்வாறு தன் தீப்பாச்சியம்மனை முத்துப்பட்டண வீதிகளில் தேரிலிட்டு இழுத்துவர முடியும். தீக்கல் சுடரொளிவீசும் பாதையில் முத்துப்பட்டணத்தில் தீயஅரசர்களால் பலியான சிறுகன்னி சிலுவாவின் புதைபடிவத்தில் தீராமல்வளரும் கூந்தற்சிகலிகை வலிய தீக்கொழுந்தாகப் புறங்களில் அலைந்து நக்கிய மணல் வடுக்களைக் காட்டினார்கள் ரஸமானியர் பிரைஸிடம். அந்தச் சிறுகன்னியைத் துளையிட்ட தீக்கல் அவன் நாக்கின் அடியில் புரண்டுகொண்டிருப்பதும் அவளெப்போதும் தீய அரசன் கட்டளையால் பிரத்யேகமாகப் பயிற்சிபெற்ற தாமிரஸ்பிரிங் காவலன் சுட்ட ஒரு தீயுமிழ் கல் சிலுவாவின் உள்நாக்காய் இயக்கம் கொண்டிருப்பதாகவும் கடலடி உள்நாக்கு நத்தைகளின் கதையில் ரகசியமாகப் படிந்திருக்கிறாள் என்று சுறாவசியக்காரி சுபர்ணஜா எல்லாமீன்களையும் இந்தக் கதையால் வசியப்படுத்தினாள். இந்தப் பழம்பட்டணம் நீர்த்தாயின் நீலஸ்தனங்களில் பாலருந்திய பரதவர்களின் இயற்கையிலிருந்து கடல்மீன்களும் அந்தப் பெண்களின் மடியிலே வாழ்ந்துதான் நீரில் நுழைந்துவிடும்.

மீனவர்கள் முத்துப்பட்டணத்தின் படகுத்துறையில் சதா முட்டி மோதும் தோணிகளின் மரவொலிகளோடு மந்திர மீன்களைக் காணக் கடலுக்கு ஏகினார்கள். நீரின்கண்துஞ்சா விழிகள் மீன்களுக்கும் பரதவருக்கும். பெற்றபிள்ளைகளை அம்மணமாய் மீனுடன் துள்ள வைத்து வல்லத்தோடு ஓடவிட்டு சுண்ணாம்பு வளையத்து மனிதனை உலகிற்கு எதிராக வைக்கவில்லை. சும்மா அவற்றைக் கொல்ல வேண்டும் என்பதற்காக மீன்களைப் பிடிக்கவில்லை. இன்னார் எளியோர் என்று பாராமல் விலைமதிப்பற்ற மீன்களைக் கொடையளித்தார் மீனவர். தாமிரத் தீக்கோட்டையைச் சுற்றிப் பாழாகிய கழிசல்நிலங்களும் அழிமதியான கரிசல்நிலவளையங்களில் குருடாக்கிய தானியங்கள் ஒவ்வொன்றாய் உதிர்ந்து கூல வாணிபம் சிதைந்தது. சுண்ணாம்பு வளைய முத்துகளின் முழிகண்களையும் குருடாக்கும் நச்சுத்துகள் ஊடுருவிக்கொண்டே இருந்தது சதாவும்.

முத்துகளின் அந்தகவெளி கடலில் தள்ளாடி நகர்கிறது. கூட்டமான சிப்பிகளின்விழிகள் திறந்து துளைகிறது நச்சு முளை. பூமியிலுள்ள

தூசுகளை எல்லாம் கிண்ணத்திலிட்டு எண்ணிவிடும் புளூட்டோவின் கண்களுக்கு முன் எங்ஙனம் தூசுகளை எண்ணுதல் இயலாததோ அங்ஙனம் தீயஅரசனின் சாகசகுணங்களைக் கணக்கிடுதலும் இயலாததென்று அர்த்தம். தூசிப்படலத்தைத் தன்மேல் பூசியுள்ள முத்துப்பட்டணவாசிகள் அனுபவிக்கப் போகும் எதிர்காலம் புளூட்டோவின் விதியுடன் இணைந்திருக்கும். சமுத்திரத்தினுள்ளே முடிவில்லா நாசத்தை நச்சு நுரைகளாகத் துயரக்காற்றில் பறக்க விட்டவாறு புளூட்டோ வீற்றிருந்தான் தாமிரக்கோட்டை மேல். சுற்றியிருந்த கிராமங்களின் நிலங்கள், வீட்டுத் தளங்கள் கதவைத் திறந்துவரும் சுவாசிப்பதற்கில்லாத காற்றில் நடமாடியவாறு மேஜைமேலிருந்த விளக்கில் புரண்ட புளூட்டோவின் இருண்ட கீழுலகப் படிமயேடு திறந்து, தானே உரையாடத் தொடங்கியது. கட்டில், நாற்காலிகள், கோட் ஸ்டாண்ட், ஹாக்கிங் கருப்புப் பூனைகள், பாவ்லோவின் நாய்கள், யாரும் வளர்க்காத கடல் பாலூட்டிகள் அனைத்திலும் ஊர்ந்துவரும் கண்ணுக்கு தெரியாத அங்கமில்லாப் புழுக்களால் மூடப்பட்டிருக்கும் அந்தகவெளியில் உலகுயிர்கள் தடுமாறித் திரிகின்றன. அணில் சத்தம் தேம்புகிறது.

குயாகாவா வரிக்குதிரை சொன்னது

அழி அழியெனக் கத்தும் கடல். உலோகச்சிலைகளில் அழுகுரல் முடிவற்று நீள்கிறது. ஹாக்கிங் பூனை கருப்பு வெளியாக அனைத்தையும் அழிக்கிறது. நாற்றம் சகிக்க முடியாததாகயிருந்தது. வளர்ப்புப் பிராணிகளும் கார்ட்டூன்நாய்களும் பூனைகளும் அவற்றிடமிருந்து தப்பித் திரியும் பாதரஸ எலிகள் மட்டும் கருப்பு வெளியில் மறையவில்லை. பசியை ரவுக்கையாக அணிந்த எலிகள் தாமிரத்தைக்கரும்புகின்றன. மாடுகள் வாய்வைக்க முடியாத தூசுக்கரடுகளில் பட்டினியால் சாவின் மயக்கத்தில் மந்தையாக மெலிந்து உறங்குவதையும் பார்த்தான் புளூட்டோ. இறந்தவர்களுக்காக இறந்துகொண்டிருப்பவர்கள் உண்ணா நோன்பிருந்த நூறுநாட்கள் ஒவ்வொன்றும் எதிர்காலமாய்த் திரும்பி அடிவயிற்றில் தானியக் கதிர்களோடு வந்தவர்களை இயற்கையின் எதிரிகள் கண்காணித்துச் சுற்றிவருவதையும் கண்டனர்.

சுண்ணாம்பு வளையத்தின் கடற்பசுக்கள், ஆவுகரியா, மமலியா என்ற குருசடை தீவின் துக்கமான பாலூட்டிகளோடு கனாவில் கொஞ்சிய பட்டணத்தாரின் தலைகள் நீரில் மிதந்தவாறு இருக்கும். றெக்கையற்ற எயிடர் வாத்து, குயாகா வரிக்குதிரை, புபாலிஸ்

மான்கள், நீலக்குதிரைமான் மறைந்தே விட்டிருந்த உலகின் தொலை தூரங்களிலோகூடக் காணாமல் தொலைத்தவர்கள், அவையாவும் இல்லைஎன்றே கதைகளும் உலர்ந்திருக்கும். நாம் வாசிப்பது குயாகாவரிக்குதிரையின் கோடுகள் இல்லாத கதையைத் தான். ஒரு கணத்தில் நீலக்குதிரை மான் உலகின் எப்பகுதிக்குச் சென்றிருக்கும். புவி மையக்கோட்டில் சுழன்று சுற்றிக் கீழிறங்காமல் விசும்பில் வாழ்ந்திருந்த குருவியினங்கள் ஒவ்வொன்றாய் பறந்து வந்து சாக்கோட்டையைக் கடக்கும்போது திரும்பிவராமல் போவதேன்? சுழிக் காற்றில் சுழன்றுவந்த படைகுருவிகள் சோளக்கதிர்களை அரிந்து பறந்தவாறு காணாமல்போன சோளப்பெண்களைத் தேடுகின்றன. இந்த உலகின் மென்மையைத் தன் கால்குளம்படிகளில் வைத்திருந்த சோளப்பெண்களும் புபாலிஸ் மான்கள் தான். தானியம் விளைந்த காட்டின் நறுமணமாய் நெளிந்துபோகும் மஞ்சள்பாம்புகள் முத்தம்பட்ட பூமியைக் காணவில்லை. புபாலிஸ் மான் கூட்டம் தம் இணைகளை ஈர்ப்பதிலுள்ள கானகமையல் நிலத்தின்மேல் சாக்கோட்டை வந்ததென்ன. இம்மான் கூட்டம் எவ்வளவு அரியதோ அவ்வளவு குளிர்ந்த காடுகளோ முதல் குளிரி வளரியோடு மறைந்தன. வானுலகும் பூவுலகும் குளம்படிபடிந்த வண்டல்நிலத்தில் பதிந்த யோனிவடிவம் நீருக்குள் நடந்துசெல்ல அவற்றின் காலடி நீர்ப் புதர்களும் காணவில்லை. அங்கே தான் சருகுமான்களும் வரைந்த காகிதத்தைக் கிழித்துத் தாவும் தோற்றம். சின்னஞ்சிறு கற்கள் குளம்படிபட்ட கோடுகளோடு தூங்கும் காலஅமைதி எங்குளது? நழுவும் காற்றில் உயிர் கசியும் கானகத்தில் காயாத புள்ளிப்பூனைகளின் கரைவு. எவ்வகைக் கிராமங்களில் மஞ்சம்புல் வேய்ந்து மணக்கும் தாழ்வான காட்டுக் கூரைகள் உதிர்கின்றன சாம்பல் பழுத்து.

புபாலிஸ் மான் வாசனைப் பனுவல்

மோஸேயின் பின்னே கடல்வழிவிட்ட பின் ஓடிவந்த மக்கள் எங்கே போவார்கள். வேறு எயின்கிரகத்தில் குடியேறினால்கூட பூமியை முற்றிலும் ஒத்த ஒரு மண்கோளத்தை கண்டுபிடித்தாலோ புதிய நிலைமைகளுக்கு இயைந்து மாறி, திணைஜீவியாக இல்லாது போனாலன்றி பூமியின் அத்தனை திணைப்பொருள்களில் இருந்தும் தன்னைத் துண்டித்துக்கொள்ள முடியாது என்பதே அகத்தியம் காட்டிய மெய்யுடல். பிந்தியது நடைபெறுவது சாத்திய மில்லை, ஏனெனில் பலசிக்கல் நிறைந்த திணைமரபு கொண்டுள்ள பல்வேறு அகப்பரிமாணங்கள் வெறும் கால்களுடன் நடந்துவரும்

நெசவாளிகளாக உழவர்களாக கருமான்களாக இரும்புக்கார உலோகங்களாக சேமித்த தானியங்களோடு அடுக்குப்பானைகள் காலியாகிவிட்டபின் கந்தல்சேலையில் முடிந்த பாட்டியின் பழமையான விதைவித்துகள் கதைகளுக்குள்ளிருந்து தெருவெல்லாம் சிதறிவர செல்லரித்த புலவர் ஓலைகளில் இருந்து மூழ்கிய ஏடுகள் மந்திரங்களோடு முளைத்துவர வெள்ளிகள் உதிரும் வைத்திய ஏடுகளோடு பரம்பரைநோய்களோடு நனவிலிக் காய்சலாகத் தெரிந்த புழுதிக்காடுகளும் முடிவற்ற வேளாண்மரபோடு கலப்பைகள் சாத்திய கோட்டைத் தொழு பாழடைந்தபோது அவற்றை அணில் மார்க் தீப்பெட்டிக் கிட்டங்கிகளாக பிள்ளைகளையும் மெழுகுத் தீக்குச்சியின் பெட்டியில் அடைத்துவர கைத்திறன்களையும் கடத்திவந்தார்கள். தங்களை மீட்பதற்கு மோஸேயும் ஆரோனும் வந்தால் கைவினைஞர் களின் சிற்பச்செந்நூல் திறந்து முத்துப் பட்டணத்தில் தாமிரத் தீக்கோட்டையின் தழலாட்டத்தில் அசையும் தங்க நீராவி பூசிய ஜாடிகளைப் படைக்கும் அகதிகளாயிருந்தார்கள் பிரஜைகள்.

நீலக்குதிரை மானின் கால்நீட்சி

கல்செதுக்கு நகரத்தினை அங்கே கொற்கையில் உள்ளடங்கும் கடவுளரை திணையழிந்த கடற்கானலில் காணவருகிறார் அகத்தியரும் சமநிலை குடைசாய்ந்த பூமியை உழுதுகொண்டிருந்த கலப்பை ஒடிந்து கொழுமுனையில் செத்தவர்கள் படிந்திருக்கிறார்கள். தறிவீடுகள் நெடுக இருந்தன அங்கு. சிறைப்பட்டிருந்த நெசவுப் பெண்டிர் கூடாரங்களில் துயில வண்டிமறிச்சியம்மன் கண் தாளமானாள். தாமிரக்கோட்டை வாசல் திறந்து உலோகத்திரி விளக்குகளில் அக்கசாலை அச்சடித்துக் குவித்த செப்புநாணயங்களுக்கும் பொற் காசுகளுக்கும் ஒவ்வொரு ஊராய் வரிசையின் வந்து கையொப்பமிட்டு சணல் பைகளில் எண்ணி முடியாத தொகைக்கு தங்கள் பூதவுடலை சிபிச்சக்கரவர்த்தியின் தூலாவில் நிறுத்து ஏற்ற இறக்கங்களில் தடுமாறியவாறு இடாயெருமைகளில் பொதியேற்றித் திரும்பு கிறார்கள். கருத்த விளக்குகளின்மேல் பேய்பிடித்த உலோகக் காசுகளை வெட்டிப்போட்டு தங்களை விற்றுக் கொடுத்த நிலந்தரு திருவிற் பாண்டியர்கள் செங்கோன் தரைசெலவிலிருந்து தாமிரப் பட்டயத்தில் எழுதியபிரகாரம் பரங்கிமுத்திரையிட்டு அடகுவைத்தனர் தங்கச் சுருள்களுக்குள். இப்பழைய முத்துப்பட்டண வாணிபக் கப்பல்கள் எல்லாம் புளூட்டோ மரக்கலங்களாக நிறம் மாறிக்கொண்டிருந்தன.

பகுதி இரண்டு
கடகத் திருப்பம் அவந்திகா ரேகை

20

இருட்டுமுளரி நாளம்

சிறைக்கைதி வட்டச்சுவடி -1

சாளரத்தின் மீது மூன்று பணிப்பெண்கள்

ஜன்னலருகில் நின்று தம் அவிழ்த்த கூந்தலை சம்பா, சுவிரதை, விசாக நந்தி ஒருவர் மேல் ஒருவர் பாழியந்தோள் மீது படர்த்தி நெடுங் கழுத்தைச் சுற்றி மூன்று வாசனைகள் மறையாமல் மட்டிப்பால் புகையூட்டி ஒருவர் மாற்றி ஒருவர் அகுபரா ஆமையோட்டில் உலர்ந்த சருகுமான் குடலைஉருவி தொல் நரம்புகளாகப்பூட்டி இசைத்துப் பாடிக்கொண்டிருக்கும் நிலவின் அநித்ய பண்புகள் மறைமுகமாகத் தோற்றப்பாடுறும் படிமங்களாக இம்மூவரும் நிலவிற்கு ஆகர்ஷண மாகும் தலைகீழ் நீர்த்துளிகள் ஏந்தி சொட்டுச்சொல் பகர்கிறார்கள் குடல்கோடு சேரும் லயத்தில். சம்பா சருகுமான் கால்களாகத்தாவி நீள்த்துகிற அவந்திரேகையின் குறியீடு. ஆமையரசன் அகுபரா தன் எலும்பின் தூரங்களில் விசாகநந்தியின் ஆன்மாவின் குறியீடு.

இசையை நேசித்தானேயன்றி அவளுடன் மெய்ப்பட வில்லை. விசாகநந்தியின் அபிநயத்தின் ஒவ்வொரு நொடியும் சப்தா சாகரத்தில் அத்தனை இலைவடிவங்களை மெலிதினும் மெலிதாக ஒவ்வொரு க்ஷணமும் நரம்பிழையில் சுருதிமாற பண்ணுள் பால்வரை நியதியில் ஊழி நர்த்தகி தன்னை நரிகள் தின்னக்கண்டும் வருந்தாத கார்வையில் இசை கொடுத்து தன்புல உண்ணும் நரிகளின் ஊளையின் நீட்சியில் வெண்கோடுகள் இருளில்தோன்றி காட்டாரண்யத்தில் தன் இசையில் படரும் இலைக்கூட்ட வடிவங் களில் நரிகளின் பிலாக்கணம் பிரபஞ்ச கானமெனக் கண்டாள் போலும். இவள் உள்ளுணர்வின் கமகச் செறிவில் மந்திர நரிகளின் மாயநிலவுப்பாதைக்கு அளிக்கப்படும் அவந்திகா ரேகையின் புதிர் விளக்கங்களாகும் என்றாள் இன்னொருத்தியான சுகிரதை. பணிப் பெண்களின் தலைக்குப் பின்னால் கீழ்ப்புறமாக பாம்புவடிவக் கோடுகள் ஒவ்வொன்றும்

வேறான சர்ப்பவழிகளாக வளைந்தும் அவற்றிற்கான ஓர்மை விசையுறும் பாந்தல் வாளங்களில் நடந்தவாறு பிலாடவணா, மகிஷபுரா இரு நகரங்களும் சம்பர் உப்புதூங்கேணியில் உவர் வளையத்து மண்பட்டினங்களாக சுவர்களில் உதிரும் உப்புக்காற்று நூலகத்தில் அத்யயிக்கும் புனையரவுகளில் பின்னிப் பிணைந்துள்ள இந்தப்படைப்பின் சாயைகள் அவந்திகா ரேகையில் அலரிநிழல் படுவதில்லை. நிலவொளி இலைமேல் படும்பொழுது ஒவ்வொரு இலைகளிலும் எழுதாமையின் கோடுகள் தாம்பூலபத்திர நூலாகத் தலைக்கோலி சுரூபையின் ஆவியாக வரியிட்டு இசையின் சாகரத்தாள் கமுக்கப்படுத்திய சொல்லா நின்ற சங்கதிகள் ஒவ்வொரு இலைகளின் அடியில் இருக்கும் துவாரத்தின் வழியாக வெளியேறும் அகுபரா எலும்பு யாழின் குமுறல்கள் கசிந்தொழுகும் வெவ்வேறான வெளிகளின் விதுக்கள்விடும் ஒலிப்பரப்புகளில் கிளைபிரியும் இசைக்கவையில் மூவரும் சேர்ந்திசைப்பதிலுள்ள வித்தியாசங்கள் ராகங்களின் வேளைகள் உடன் இணைந்திருப்பதான மூன்று நிலவுகள் படைப்பின் புதிர் விளக்கங்கள்தாம். இந்தச் சாளரங்களில் ஒட்டியுள்ள முகங்களில் வேறுவேறான பிறைகளின் இரவுகள். சாளரத்தின் கீழே தானே செல்லும் நெடு வீதியில் பின்கைகட்டி ஒருவனை காவலர்கள் இழுத்துச் செல்கிறார்கள். அந்த சுவேதகண்டி வீதியில் படம் வரைந்து சற்பாத்திரர்களாக வருவோர் போவோர்களை யெல்லாம் தூரிகை வீசி நீர்வண்ண ஓவியமாக்கிவிடுவான்.

முற்பிறப்பிலிருந்து இன்னும் வந்து தோன்றியிராத பிறப்புகளின் தொலைதூரத்திற்கு பின்னாலிருக்கும் செம்மேடுகளில் பதிந்துள்ள முற்பிறப்பின் எலும்புகளை வைத்து அவந்திகா ரேகையினை அடைந்து உனக்குமுன் சொல்லப்பட்டவை யாவும் திருடன் சுவேதகண்டியின் திட்பத்தூரிகை வீச்சில் ஒவ்வொரு வரும் அசையாச் சிற்பங்களாகித் தெருவில் உறங்கிக்கொண்டிருக்கிறார்கள். மால்வாவின் திருடன் சுவேதகண்டியின் தூரிகைக்குள் அகப்பட்ட சம்பாவின் கூந்தல் இழையொன்றினால் அவன் கூறி வரைந்தகதை அவள் முகத்தோற்றத்திற்கு உரியனவாக இல்லையென்பதில் அவள் ஆன்மாவுடன்சேராத பழம்பிறப்பின் முகத்தோற்றம் அவந்திகா ரேகையில் சிறு உறக்கம் கொண்டுள்ளது. எதேச்சையின் எதேச்சையில் இந்தப் பனியிரவில் மீண்டும் மூன்று நிலவுகள் சாளரதில் முகம் வாட்டத்தில் மெலிந்து அயர்ந்திருக்கின்றன. தன் எழுது மையை அழுக்குச் சுரக்குடுக்கைகளில் வழியவிடுகிறான். சுவிரதையின் உஜ்ஜையினியில் நெய்த பட்டுப்பழம் புனைவுகள் சூடிய அவளது

கேசத்தில் நுழைந்த மால்வாசினுக்கோலியில் முடி உதறி சிக்கெடுக்கும் கையசைவு அவள் உறங்கியும் தானே கோதுகிறது. சுவேதகண்டி நோக்கிய சாளரத்தில் முன்சொல்லப்படாத கதையொன்றில் சொற்பிரவாகமாக இல்லாமல் நிச்சயமற்ற தன்மையில் மிக மிகத்தாமதம் கொண்டு சுண்ணாம்புக்கட்டியால் பூசி இருட்டை சுவிரதையாக்கி வரைந்து கொண்டிருந்தான். அவன் கலை மையலற்ற தான்தோன்றி இயற்கையில் நூறு நூறு செடி வாசனைகளின் வேறோட்டத்தில் சிப்ரா ஆறெனத் தடாகங்களில் கல்லும் நீரும் கைகோர்த்த கதையாக இருக்கிறது உன் கதை என்கிறான் சுவிரதையிடம்.

சிறைக்கைதி வட்டச்சுவடி -2

உஜ்ஜையினி லங்காபுரிப் பட்டணம்

கடகத் திருப்பமும் மகரத்திருப்பமும் பாவை நிழல்படுவதில்லை (உஜ்ஜையினிலும் லங்காபுரியிலும் சூரியன் மேலேறிவந்தாலும், சாய்ந்தாலும் நிழல் விழாத பதுமைகள்).

காளிதாசன் கையில்வந்து கால்வைத்த நகும்பா என்ற கிளி இமயத்திலிருந்து செங்கபாடம் திறந்து தேவநாகரி மொழியில் பேசத்தொடங்கியதும் பூமி எல்லாப் பச்சையிலும் கோடுபோட்டுத் திரியும் நாடியோட்டத்தில் ஒடிஸா முதல் தக்கானம்வரை கூட்டிச் சென்ற கிளியின் நீண்டுவளைந்த மூக்கைக்கண்டு விகடம் பேசிய வனோடு சண்டையிடுகிறான். தக்கானக் கிளிகளின் அலகு சிறுத்தவை. அவன் கிளிகளோடு சண்டை செய்யும் விதமே தேவநாகரி மற்றும் தெலுங்கில் அமைந்தது. மகிஷபுரியின் இளவரசி கன்னிமாடத்தின் சாளரத்தில் இருந்து எட்டிப்பார்த்துக் கீழேபோகும் அவனை நோக்கி கையசைக்கிறாள். அவன் அண்ணாந்ததில் வேறொருத்தி தோன்றி மகமல் பூச்சியைத் தூதுவிட்டாள். அவள் கழுத்தில் தொங்கிய பவளத்துண்டுகளாலான ஆரம் அசைய உள்ளேவருமாறு கூப்பிட்டாள். அந்த சுண்ணாம்பு மாடத்தில் சதுரங்கக் காய்கள் சிதறிக்கிடந்தன சொக்கட்டான் பலகையின் மீது. எதிர்ப்பக்கம் இரு ஜன்னல்களில் உரையாடிக்கொண்டிருந்தன சகோரப்பட்சியும் ஜாதகப்பட்சியும். அந்த மரக்கூடத்தில் எறும்பு வண்டின் வரிசை மேகலாபரண ஆடையில் மெதுவாய் பின்னலிட்டவாறு தலை நிமிர்த்தினாள் அவந்திகா. கவிக்கு காமனுடைய சரீரம் நூழிலை தேய்ந்தபிறை மெல்லநகர்கிறது சாளரத்தில். அந்தக் கூடத்தில் ஒத்திகையிடும் நடிகைகள் அவரவர்களின் எண்ணப்படி கையும்

கண்ணும் சிரசும் கழுத்து ஒத்தாசையாக இருந்து பேச்சுக்கேற்ப அசைந்து வார்த்தையாடுவது சிருங்காரம். வந்தவன் அவர்களையே கண்ணோட்டினான். ஒவ்வொருவர் வசனிக்கும் பாவத்தைக் கவனித்துப் பார்த்தான். பேச்சுக்களிலே கற்பனை, ரஸம், உவமை, அபிநயம் அவை ஒவ்வொன்றையும் தனித்தனியாகப் பிரித்த நாடக யோகி தார்கல்லா இருட்டில் இருந்து தோன்றினான்.

பெண்ணே உன் அபிநயம் ஒவ்வொரு வார்த்தையில் மூழ்கியுள்ள
ஆழத்தில் பிறக்கிறது
வாயினால் சொல்லாமல் கைகளினாலும் முகம் கண் தலை
அசைவுகளில் தவிப்பில் விம்மும் உன் கூந்தல் செவ்வையாக
இருக்கிறது
நம் இசை நாடகத்தில் சதிரும் பாடலும் பிரதானம்
பிரவர்த்திக்கும் காலத்தில் சிருங்கார பதம்
பதத்தின் தாத்பரியம்
மனதிற்குள் நொடியை நீ வாங்கிக்கொண்ட மாத்திரத்தில்
பதமானது நாயகா வாக்கியமா
நாயகி வாக்கியமா
தூதி வாக்கியமா
நீ சகஜமாகப் புரிந்து கொண்டிருக்கிறாய்
சேத்ரகவியின் பதங்களில் பிரபஞ்சம்
கன்யா யுவபுருஷர்கள் ஒவ்வொரு நொடியில் அடையும்
கலையின் உச்ச அனுபவங்கள் அடுத்த நொடியில் காணாமல்தான்
போய்விடுகின்றன
திரும்ப வராது கலை நொடி
காத்திருந்தாலும் கிடைக்காது
பிரபஞ்சத்தில் நடிகனுக்கான விதி திரும்பக் கிடைக்காத பால்
வரை நியதி

அடுத்த நாடகச் சீலையைத் திறந்து அபிநயிப்போர் ஒவ்வொரு பதத்தில் நாயக நாயகி பாவங்களில் மறைந்துபோன நடிகர்கள் கலையின் தழல் ஒலிக்கும் கால்கெச்சங்களைத் தொட்டு நீ சம்பிரதாயத்தில் மானசீக வேட்கையில் உருவேற்றிக் கொண்டாலும் அவர்கள் உச்சத்தில் வீசிய உடைந்த கழலில் தத்ரூபந்தான் கைக்கு கிட்டுமா... அந்தக் கணம் கடந்துவிட்ட அபிநயத்தில் வித்தைக்குள் சந்தேகம் உண்டாகும் இடங்களில் பாலர்கள் கூடிப்படிக்கும் இங்கே அபிநயம் ஆரம்பிக்கும் காலத்தில் முன்னோரின் அபிநய நேத்திரங்களை ஒவ்வொரு இமைப்பிலும் சங்கதிகளை வேறுவேறு கண்களாக அடுக்கிவைத்து

மறைந்தனர். நாயகிபாவத்தில் விஸ்தாரமாகப் பேச ஆரம்பித்தால் அதன் பால்வரையைத் தவறவிடுவோம்.

'பேசப்பேச பிழைதான்' என செங்கபாடம் திறந்து சொன்னது பறந்து வந்து தார்கல்லா தோள்அமர்ந்த கிளி நகும்பா. நாடகப் பாலகர் மேல் சுற்றிவந்து 'பதத்தில் தொனிக்கும் அபிநயங்கள்' அடிவானிற்கு கீழே மறைந்தவர்கள் நடிகை எலும்புகளாகச் சிவந்த நிலத் தோற்றங்களில் நான் பறந்து சென்ற வெளிர் சிவப்பு நகரமான அவந்திகாவின் ஞாபகஅடுக்கில் தகதகக்கிறார்கள் முன்னைச் சதிர்ப்பெண்டிர்.

'உன்னைச் சந்திக்கிறேன் வாரத்திற்கு ஒரு முறை' எனத் திரும்பிப் போகிறான். ஆனால் அவன் நகும்பா கிளி அவந்திகாவின் சாளரத்தில் நிற்கிறது 'காளிதாஸ்' உன் மீது மையல் கொண்டிருப்பதாகக் கூறியது பாடியபடி 'நான் ஒரு முறைதான் நேசித்தேன் ஆனால் நான் இருமுறையும் என் மையலை இழக்கிறேன்' என்றது பாடல். தக்கானக்கிளியாக அவளை உருமாற்றியது கிளிரேகை. சிறிது தூரத்தில் குளிர் வீசும் குளக்கரையில் குளித்துக் கொண்டிருந்தார்கள் அவந்திகா நடிகைகள். அவர்களின் சித்திரத் துயில்கள் அநேக மரங்கள் மீது உலர்ந்து அசைந்த காற்றில் காளிதாஸ் வருகிறான். தக்கானக்கிளிக்கு கிலிபிலி எனப்பெயரிட்டது நிகும்பா. கிளிரேகை அடர்ந்த தோப்பு களுக்கிடையில் சென்று பிரகாசம் சூழ்ந்த இடத்தில் பழைய கால நாடகங்களின் அபிநயங்கள் விட்டுப் பிரிந்த தேவதைகளின் சாயை களாய்ப் படிந்திருக்கின்றன இந்தக் காலத்திய ஆகாசத்தில். அங்கிருந்த மால்வாவின் சிவப்பு நாழியோடுவேய்ந்த பெரிய வரண்டாவில் கலையின் திறனை ஓயாது செய்துகொண்டுருந்தவர்களின் விக்ரமோர்வசியம் நாடகக்குரல்கள் முடிவற்ற வாக்கியங்களாய் அடிப்படை உணர்ச்சிகளான அனுதாபம், பயம், சோக நாடகத்தில் தன்னை மீறிய நரம்பிசையின் கோடுகளில் அனுபவமே உள்ளார்ந்து கரைந்து சொட்டும் ஒலிகள் மறையவும் இல்லை. இந்த மையல் கிரேக்க சோக நாடகத்தின் அடிக்கல்லாகத் தோன்றியது அவனுக்கு.

மத்திய மால்வாப் பகுதியில் செல்லும் பச்சைக்கோடு மால்வா பிராந்தியத்தின் பிரதம நகரத்தின் இடையில் நதி இருப்பதால் இந்தூர் இரண்டு பாகமாகப் பிரிந்துள்ளது. சக்கர் பஜாரில் கிளிகளுக்கான பவளக்கூண்டுகள் விற்கும் கடையில் சிறைப்பட்ட கிளியொன்று பைத்தியம் பிடித்து இறகுகளைப் பிய்த்து வந்தவர்கள் மேல் எறிந்து திட்டியது. பவளவணிகன் கிளிக்கூண்டு செய்து நம்மைச் சிறையில்

அடைக்கிறான். சட்டத்தின் கோட்டுக்குள் நீயும் இருக்கிறாய். தன்மீதான குற்றத்தை நண்பன்மீது போட்டு ஒப்புக்கொள்ள வைத்தாய். தனது வாணிபக் கப்பல் பழுதாக இருந்தும் தன் நண்பனை அதில் அனுப்பி மூழ்கடித்தான். ஆனால், அதில் தன் மகனும் கப்பல் நிலவறையில் தூங்குவதை இந்த வியாபாரி மறந்துவிட்டான். புத்ரசோகம் பீடித்ததால் மூழ்கும்கப்பலில் இருந்து தப்பி வந்த என்னை பவளக்கூண்டில் அடைத்தான் 'போபோ நகும்பா யாரோடும் இருந்தாலும் சிறைதான்' என்றது. 'காளிதாசனோடு இருக்கிறேன்' என்றது நகும்பா.' அசைந்து கொண்டிருந்த கூண்டைவிட்டு றெக்கை உதிர்க்கும் கிளி கூடவருவேன் எனக்கத்தியது. ஏழுநிசிகளில் ருதுசம் காரத்தை எழுதினான் ஜவம்பரி தர்மசாலாவில்.

உஜ்ஜைனியின் விளக்கைத் தூண்டி எழுதினான்

அங்கே அநேக அபிநயப்ரதிமைகள் ஏதேதோ அனுபவ பாவங்களில் மனம் கவருகின்றனர் கவியை. எழுதுவதில் ஈடுபட்ட எல்லோரும் ஏடுகளை விட்டுச்சென்றிருந்தனர் ஜவம்பரி தர்மசாலா நூலகத்தில். ஜைன சாகித்தியத்தில் அவந்திகாபுரி உஜ்ஜெயினி ஆயிற்று. காலாந்திரத்தில் சந்திரகுப்தனின் ராஜதானியாக இருந்ததில் கிளிரேகையை அடைவதற்கு ஸ்ருதகேவலி பத்ரபாகு அங்கு வந்திருந்தார். இவ்விடத்தில் இடிந்த கட்டிடங்களின் மேல் 24 புதிர் தூண்களைச்சுற்றி அசோகர், சந்ரகுப்தன், காளிதாசர் மூவரும் வேறுவேறு ஓரையான் கடல் கடந்த 24 புதிர்க்கம்பங்களும் ஓரையான் என்றே உணர்ந்திருந்தனர். அவந்திரேகை எல்லா நூல்கள் வழியும் ஊடுருவிச் சென்று காளிதாசனைத் தொடுகிறது. வசந்த பௌர்ணமி புத்தர் ஜனன தினம் அரண்மனை நடனமாது ஜவம்பரி புத்தர் விக்கிரகத்திற்கு நாடகவிதிப்படி பூஜையிட விதிக்கப்பட்டாள். இதுவரை அவந்தி இளவரசிக்கே உரிய அந்த உரிமையை ஜவம்பரி அடைந்தது கண்டு பெறாமைகொண்ட ரத்னாவளி முடிந்தால் நடமாதுவைத் தீர்த்துக்கட்டவோ நாடுகடத்தவோ சூழ்ச்சம் செய்து ஆறாவது புதிர்த் தூணுக்கு முத்து ஆராத்தித் தட்டுடன் செல்கிறாள். அங்கு பலமீவியல்புகள் கொண்ட யாளிகளின் உருமல் கேட்டு இருட்டானாள். பூதகணங்கள் தோன்றி யார்யாரோ வரும் நிகழ்ச்சி களாய் விரியும் 24 புதிர்த் தூண்களில் பல நாடக விளக்குகளுக்கு எண்ணெய்யூட்டும் திரிக்காரிகளின் சோகப்பாடலைக் கேட்டு தூண்கள் அதிர்ந்தன. அச்சுறுத்தும் ஒவ்வொரு தூண்களும் ஒரு உடுகண ஓரையானாக பழையமரபுக் கதைமாந்தர்களைக் கூட்டமாக

வெளிப்படுத்தியது. ரத்னாவளி ஒப்பனைக்காரனை அழைத்து வருகிறாள். புனையா ஓவியமாக ஜவம்பரியை வரைந்து அரசனைத் தூண்டி புத்தபீடிகைக்கு முன் நடனமாட வேண்டுமென உத்தரவிட வைக்கிறாள். ஜவம்பரி நடனஉடையுடன் மணல்மேடையில் தோன்றுகிறாள். புத்தரின் ரத்னமய ப்ரதிமையும் சதிரைப் பார்த்துக் கொண்டிருக்கிறது. அமராவதியில் இருந்து வந்த கிருஷ்ணநிறமுடைய காரஞ்ஜா எனும் வேறொரு சதிர்மாது தன்நயனங்களால் அபிநயத்தில் வரும் விதியின் கரும்நீலத்தை இவளுக்குக் காட்டிவிட ஸ்படிகக் கலையாகிறார்கள் இருவரும். கருவிழி ஜாலாத்தால் சதிர்வெளி நோக்கிவந்த புத்தரிடம் அடைக்கலமாகிறார்கள். நடனமேனி களிலிருந்த ஒவ்வொரு ஆபரணமாகக் கழற்றி சுழன்றாடி எறிகிறாள். கடைசியில் மணல் மேட்டில் புத்தரின் வசந்த பூர்வபட்ச நிலாச்சரீரத்தை அடைகிறாள். உள்ளே அணிந்திருந்த தேறி உடையுடன் காட்சி யளித்தாள் ஜவம்பரி. அவளை நோக்கிவந்த அவந்திகா என்னும் கிளிரேகைக்குள் சென்று மறைகிறாள்.

பழைய நகரமான உஜ்ஜைனியாலும், மற்றும் தற்கால ஓடிசா, ஆந்திரா ஆகிய நிலவெளிகளில் இருந்த கலிங்கத்தின் பழைய அரங்க நடிகர்களும் இந்தக் 'கிளிரேகை' நாடகத்தை காரஞ்ஜா ஜவம்பரி இருவரையும் அழைத்துப் பயிற்றுவித்த ஒத்திகையில் அரங்கேற்றினர்.

மேற்காணும் இந்த 'அவந்திகா கிளிரேகை' நாடகப்பனுவலை காளிதாசன் மொழியில் இயற்றிய காவியக் கவிதையாக இருப்பதை பார்வையாளர்கள் நெடுந்தொலைவு மறக்கவில்லை. இந்த நாடகக் கவிதையில் இமயமலைத் தொடர்களையும் காளிதாசரின் விரிவான விளக்கத்தையும் அடிப்படையாகக் கொண்டுள்ளது பச்சைரேகை. மேலும், அவன் உஜ்ஜைனியை ஆழமாக நேசித்த ஈர்ப்பின் உள்ளுமையாக அவன் இயற்றிய இந்த 'அவந்திகா கிளிரேகை' நாடகத்தினைப் பார்க்க அவந்திகாவந்த துறவி ரோஸா காண்டி சாஸைச் சந்தித்த நாடக ஆசிரியன் தார்கல்லா, வந்தவரை காளிதாஸின் பிறந்த உஜ்ஜனிக்குள் கூட்டிச் செல்ல அங்கு காளிதாசன் இருந்தான். அவனது எழுத்துக்களில் அடிப்படையாகக்கொண்ட தெருக்களின் புனைவுத் தோற்றங்கள் மேலும் துறவியை ஈர்த்தது. கவி நாடோடியாக அலைந்த பாலியத்தில் நீந்திய காஷ்மீர் ஏரிக்கு அழைத்துப் போகிறான் தார்கல்லா.

உஜ்ஜைன் மற்றும் கலிங்காவில் அல்லாத, காசுமீரில் காணப்படும் தாவரம் மற்றும் விலங்கினங்களின் உருவங்களும் துறவிமுன் தோன்றின.

குங்குமப்பூச் செடிகள், தேவதாரு மரங்களுக்கிடையில் துறவி காண்டிசாஸிற்கு கஸ்தூரி மான் கூட்டத்தைக் காட்டினான் தார்கல்லா. இந்த அவந்திகா கிளிரேகையில் புவியியல் அம்சங்களின் தொலை தூரங்கள் கவிதையிலும் இருக்க மலையின் மீதுள்ள சிறியஏரிகளில் இருட்டுநீரில் காளிதாஸ் மீனாக உருமாறியிருந்தான். காட்டிடை வெளி களில்செல்லும் புத்தரின் சுவடுகளைப்பின்பற்றி ஜவம்பரி, காரஞ்ஜாவுடன் உரையாடுவதைக் காட்டினான் துறவிக்கு. அது கிளிரேகை நாடகப்பனுவலாகவும் புரண்டது.

தார்கல்லா ஒவ்வொரு செடியாகத் தொடும்போது, மால்வாவின் காடுகளில் அவன் இயற்றியவரிகளில் உள்ள இடங்களில் அடையாளம் காணக்கூடிய சில பூர்ஜமரங்களும் முக்கியமாய் கவி விரும்பிய மஞ்சள் சரக்கொன்றையையும் வாளம்வாளமாகச் சூலகங்கள் உதிர்வதை அவன் கவிதைநாடகத்தின் அருஉருப் பாத்திரங்கள் என்றான் தார்கல்லா. இந்தக் கிளிரேகை நாடக வெளி மிகவும் பிரபலமானது அல்ல. எனவே, 24 புதிர்க் கம்பங்களில் மறைந்திருக்கும் விக்ரமாதித்தன் ஆராதித்த தேவதைஹரசித்தாதேவி மஞ்சள் சரக் கொன்றையைநோக்கி வந்துகொண்டே இருந்தாள். ஸிப்ராதட் 24 கம்பங்கள் கவியின் புனைவுநுழைவு வாயில்களாக இருப்பது நெருங்கிய தொடர்பில்லாதவர் ஒருவருக்குத் தெரிந்திருக்க முடியாது.

காஷ்மீரி வம்சத்தின் சில புராணக் குறிப்புகளில், நகும்பா கிளி பறந்து சென்று ஒரு ஏரியைக் காட்டியது. இந்த நாடகம் உருவாக்கப் படுவது பற்றிய புராணக்கதை சகுந்தலாவில் குறிப்பிடப்பட்டுள்ள நிலாடா புராணத்தில் குறிப்பிடப்பட்டுள்ள கிளிரேகையின் புராணக் கதை, அனந்தா எனும் பழங்குடித் தலைவர், ஒரு பேயைக் கொல்ல ஒரு ஏரியை வடிகட்டி வைத்தார் என அசரீரி சொன்னது ‘அனந்தா எனும் முன்னாள் ஏரி மறைந்து இப்போது நிலம் மேடாயிற்று.’

தார்கல்லா துறவியைக் கூட்டிப்போன நூலகத்தில் எடுத்த ஒரு ஏட்டில் சகுந்தலா பிராட்டியப்சினா தத்துவம் உள்புதைந்த தொல்கதையின்படி கிளிரேகை சம்புச்சயனமரத்தின் பொந்தில் பெரிய கபாடமுள்ள கிளி ரேகையின் வாச்சியங்கள் உள்ளன. நாடகமாகும் சம்புச்சயனமரத்தின் கிளை, அந்தக் காலகட்டத்தில் காளிதாஸிக்கு கிளிகொடுத்த மொழிகள் பலவாம். இந்த நாடகம் அவந்திகாவுற்கு வெளியே தெரியவில்லை என்று தார்கல்லா மேலும் சொன்னார் துறவியிடம்.

நாட்டுப்புறக் கலைகளின்படி, காளிதாசன் முதலில் ஒரு அறிவார்ந்த நபராகவும், மற்றும் மகிஷபுரியின் இளவரசியை திருமணம் செய்துகொண்டவராகவும் சித்தரித்தான் தார்கல்லா. அவனது மனைவியோடு ஒவ்வொரு இரவிலும் நடந்த கிளிசொன்ன கதைகளின் படி அவன் மனைவியின் சவாலின் காரணமாக அவன் ஒரு பெரிய கவிஞராக உருவானதாகவும், மற்றொரு புராணக்கதையின் படி அவன் முத்துப்பட்டணம்போய் அங்கிருந்து இலங்கையில் குமரதாசனாக வேறொரு பெயர் மாற்றிக்கொண்டு சுற்றித் திரிந்து மேகலா ரேகையை வந்தடைந்தான்.

பாவை செய்யும் தொழிலில் அவந்திகா உச்சத்தை அடைந்திருப்பது சூத்திரதாரியின் பொன்னிழைகள் விரல் எலும்பு மூட்டுகளில் தெளிந்து பொம்மைவிடும் மூச்சொலி அவற்றுக்கு தென்னிந்தியாவைச் சேர்ந்த கொற்கை, மஞ்சள் நீர்க்காயல் முத்தும் பின்னிய ஆடைகள்.

பூகற்ப நாடகக் கூடங்களில் இதிகாசத்தின் மூலமாகவும் அதில் வரும் பாத்திரங்களில் அசோக காலத்திய கலைபொருந்திய பொம்மைகள் அஜீதபிரபுவின் அழகிய மனம்கவரும் மான்தோலில் வரைந்த பொம்மைகள் இருமருங்கிலும் திரைத்துணிகள் அசையவரும் காட்சிப்பரப்பில் மரங்களிடையே ஒரு மடம் உள்ளது. அங்கு அஜீதநாதரின் நிஷ்டையுடன் கூடிய ஒரு பாகம் உடைந்த ஒரு உருவம் உள்ளது। எவ்வளவு பழமையாகக் காணப்படுகிறதோ அவ்வளவு பழமையான நடிகைகளின் அபிநயங்களும் பெருங்கலையாக ஒரு நொடி நின்று அப்பொழுதே மெல்லக் கரைந்தும் மறைய காளிதாஸன் ஏடுகள் மட்டும் இருக்க நாடகஆசான் எங்கே போனான். சிறிது தூரத்தில் கிளிரேகை என்ற ஒரு மேடை இருக்கிறது. இங்கே பல காவியஏடுகள் இடிந்து மேடாகமாறியதும் அபிராஸின் கனாவில் தானே வெளித்தோன்றிக் கசியும் இசையில் கிளிரேகை தெரிவதாயிற்று.

அவந்திகா ஒப்பனைக்காரர்கள் கையோடு கொண்டுசெல்லும் தாளகபாஷானப் பெட்டிகளைத் தோண்டி எடுத்ததில் நடித்த பொம்மைகள் அழியாமல் இருக்க இவைகளை 24 புதிர்க் கம்பங்களின் உள்ளே சேமித்து வைத்தனர். இதைத்தவிர மேடாக இருந்த கிளி ரேகையில் மந்திர தந்திர பொம்மைகள் பூமியில் புதைந்து கிடக்கின்றன. இன்னும் சில பழைய பொம்மைகள் அங்கே நடித்தவாறு சமிக்கை செய்துகொண்டே இருக்கும் ஒவ்வொரு திக்குகளிலும் அவந்திகா பொம்மைகளின் நடமாட்டம்.

மகிஷாபுரா

நீரில்லா மகிஷாபுரா. முற்றிலும் காய்ந்து மழையே இல்லாத நிலம். நிலவில்லா முற்றங்களில் மெல்ல நீரைக்கழுவி நிழல்களைப் புதைத்தவாறு சப்தஸ்ருங்க மாதா, வேலகன் மாதா, கொடியார் மாதா, காளிக மாதா, மகிஷாசுர மர்த்தினியும் வருகிறார்கள் தொலைவிலும், தூரத்திலும் தோன்றும் சம்பர் உப்புத்தூங்கேணிக்குள்ளிருந்து. வாழத் தகுதியில்லாத அளவுக்கு உடலைப் பாதிக்கும், எலும்புகளை உருக்கி அழிக்கும் உப்புநரகமான மகிஷாபுரா இருப்புக்குள் சிந்துரொமாக் குறவர் தூங்கிக்கொண்டிருந்தார்கள். கேணியைத் துருப்பிடித்த லாடஉருவில் அரித்துக்கொண்டிருந்தது ஆரவல்லி மலையின் வடிவம். ஆரவல்லி மலைக்கூட்டத்திற்கு அப்பாலிருந்த ஜின்வாரா மலையரசர்களை வீழ்த்தியதால் காணாமல்போன மலைக்கிராமங் களில் அபுஜிபிரா ஹில்லிக் காடுகளிலிருந்து வந்த சுரங்கஅடிமைகள் ஜவ்வாதுப் பூனைகளை வளர்த்து அவை காட்டிய வழியில் கீழிறங்குகிறார்கள் சிந்துரொமாக்குறவர்கள்.

வெயில் தாங்காமல் குளிர்ச்சிபெறும் பொருட்டு, குடிக்கத் தண்ணீர் கொடுக்க ஷ்யாம்கர் கிராமத்துப் பவாரியப்பெண்கள் அங்கு இருந்தனர். நெடுங்காலமாகத் தொடர்ந்து வருகிற நாடோடி வாழ்க்கையைவிட்டு நிரந்தரமாக உப்புநரகத்தில் பனிரெண்டு பழங்குடி மொழிகளையும் சேர்த்துப் புதைக்கும்போது பாடல்களை வனபூஷணம் என்ற பறவைகளும், டோல் பறவைகளும், சிக்கிலிக் கிளிகளும் மறைந்த மொழிகளில் மகிஷாசுர வதையில் ரொமானிகள் பருகிய குருதியின் ரகசிய உப்பு ஞாபகங்களாகப் பாடிக் கொண்டிருந்தனர் தற்கொலை நரகத்தில். சாரஸ் பறவைக்கு இது தெரியும். பேசரா, சாயின் என்ற இரு பேசும்கிளிகளை ஏந்தி வேட்டைக்குப்போன கெலா, மனோ, மஹிந்தா பழங்குடிகள் மாசுஇல்லாத, கெட்டுப்போகாத ஆரவல்லி மலைகளை எப்படித்தான் கைவிட்டார்களோ. ஜவ்வாதுப்பூனை சிந்துரொமா விசிறிப் பழங்குடிகளை விட்டுப்பிரியவே இல்லை. ஆனால் தன்னைத் தானே விடுவித்துக்கொள்ளப் பழகியிருந்தது ஜவ்வாதுப்பூனை. சுரங்க தஸ்கராக்களிடமும் பிரிட்டிஷ் ஆரவல்லி ரேஞ்சர்களிடமிருந்தும் பறித்த மசகிட்ட துப்பாக்கிகளால் சுரங்கப் பிசாசுகளை மறைந்திருந்து சுட்டார்கள் சிந்துரொமாக்குறவர்கள். அங்கே மொடாசா, தன்சுரா, பயத், அமோதரா, பாம்னா, மஹோடி, சர்தோய் கிராமங்கள் வீழ்ந்துவிட்டன. மகிஷாசுர மர்த்தினி கோபமானாள். சிறிதிலும் இச்சிறு உயிரிகள் தம் ஆகிருதிகளில் குரல்களில் அமைதியடைந்து

இருப்பதில்லை. அதே ரூபத்தில் தற்கொலை யானவர்கள் அதே வயதிலிருக்கிறார்கள். கண்ணோரங்களில் சிந்துரொமாக்குறவர் பழங்குடி ஒளிகசிகிறது. முடிவுறாத ஒரு கணத்தின் மீதியில் இருக்கிறாய். ஆரவல்லிக்குக் கண்ணீர் நிமையிலே... உணர்வைத் தூண்டிவிடும். 'யாராவது வாராங்களான்னு சுத்தமுத்தும் பாரு. சூசுவான்னு ஆரவல்லி ஓடையில உட்காந்திருக்கறா சிந்துரொமாக் குறத்தி முரியா... சாரக்கட்டு இன்னும் பத்துநாளைக்கு இருக்கும். சாரவாடைக்கு உடம்பு தாங்கமுடியாம கூதலுக்குக் குன்னிய அடைக்கலாங்குருவிக பருத்தி சிலுப்பூத்து சுளை வெடிச்ச பஞ்சில கூடு பின்னிக்கிட்டு தூங்குது. முட்டைகளைப் பொத்திப்பொத்தி குஞ்சிகிட்ட பேசுது. அவளுக்கும் எனக்கும் சடவு வந்து ஒரு வருஷமாச்சி. ஜிஹாரா செங்காடுகளில் கொடிக்கடலை போட்டிருக்கு...' கர்லாஹிதானி கிராமம் அங்கு இருந்தது. கராணிமலைகளில் ஆரவல்லிக்கிழங்கும், சோளமும் விளைச்சல். 'யாரு மேல கோவத்தை வச்சுகிட்டு இப்படி கூட்டுகுள்ள வசப்பாட்டு பாடுற... சோளநரி கொளுத்தென்ன... காஞ்சிரம் பழுத்தென்ன...' ஜிஹாராக் காட்டில் பிஞ்சிக்காயக் கொத்தாப்பறிச்சி அம்மிய அரைக்கிறா சிந்து ரொமாக் குறத்தி முரியா. புருஷங்காரனான ஆடறுக்கும் சிரவஸ் சொன்ன சொல் பொறுக்கமாட்டாம காஞ்சிரத்தைப் பிழிஞ்சு ஏனத்தை அதரத்தில் வைத்தாள். அதைத்தட்டிவிட்டான் சிரவஸ்.

அவனுக்கு முதுகுவலி வந்தது. அதனால் வலிதீராமல் ஆட்டுத் தோலை முதுகில் போடச்சொன்னான் சிரவஸ். முதல் ஆட்டின்காதை அறுக்கும்போது காயமேற்படுத்திவிட்டான். கையில் ரத்தம். கழுவக்கழுவ ஆட்டின் காயம் தெரிந்தது. முதல் ஆட்டின்ஆவி சிரவஸ்ஸுக்கு முதுகு வலியானது. அம்மிமேல் பல்லி துடியாய்த் துடித்து மல்லாந்து கிடக்கு கால உதச்சு அடங்கல உசிரு. அவன் முதுகுவலியைக் குணப்படுத்தவே முடியாது. சாமைப்பயிர்க் கற்றையைக் கொத்தாகப் பிடுங்கி வீசச் சொன்னான் முரியாவை. நிலத்தின் மூதாதையர் இறங்கி ஊதிஊதி வீசுவது கேட்டது. மறைந்த மொழியில் யாரோ மந்திரிக்கிறார்கள். துவரை ஆடும், சோள ஆடும் கடைசியாக ஆடு அறுக்கிறவனை ஆடு என்று சொல்லச்சொன்னது.

அவன் பூமியில் இருக்கும்வரை 'சிரவஸ்ஆடு' என்றுதான் மலை கூப்பிட்டது. அவன் சோளத் தட்டையில் ஆட்டுபொம்மைகள் செய்தான். அந்த ஆட்டுபொம்மைகள் பிள்ளைகளோடு விளையாடும். கடைசி அறுவடையின் பயிரை ஒரு ஆடாகக்கூப்பிட்டன காடுகள். அந்த நிலத்துக்குக் கூளஆடு எனப்பெயரிட்டனர். முரியா திருகையில்

வறுத்தசோளத்தைத் திரித்தவாறு இருந்தாள். மெல்லிய சோளமாவின் வாசனை.

அமோதரா, சர்தோய் இரு ஊர்களின் கேணிகளுக்கும் இடையில் போனால் உப்புஞாழல். தூரத்தில் மகிஷாபுரா பதுங்கித் திரியும். முள்ளுமுடலில் சோளநரிகள் இருக்கும். மஹோடி மடுத்துளைகளில் பிடித்த இரும்பாஎலிகளின் அடிவயிற்றைக்கீறி உப்புவைத்து அப்படியே சுட்டுத்திண்ணும் சிந்துரொமாக்குறவர்களைக் கண்டு ஊளையிடும் சோளநரி. நல்ல நிலாவெளிச்சத்தில் மகிஷாபுரத்து நரிகளின் நடமாட்டம் தெரியும். சோளமுயல், சாமைக்கதுவாலி, வரகுக்காடைகள் எல்லாம் இருக்கும். மகிஷாபுரா முழுக்க முழுக்கத் தன்னிறைவான ஊர். கையில் காசுபிறளாது. கண்ணில் காண்பிக்க மாட்டார்கள். வாரம் ஒருநாள் தன்சுரா வந்து பார்லி, கோதுமை, கடுகு எண்ணெய் வாங்கிக்கொண்டு செல்வது. பகல் முச்சூடும் கடுங்காப்பி. இரவுதான் சோளரொட்டி. காலையில் பார்லிக்கஞ்சி, மிளகாய், காய்ந்த ரொட்டி, கீரை. கந்தல்துணியால் வண்டுகட்டித் தோல் ஏனத்தில் கொண்டுபோவார்கள் சுரங்கத்துக்கு.

இரவுதான் திரும்புவார்கள். கொள்ளையடிக்கப் போவது மாதிரி சுரங்கதஸ்கராக்கள் எதிரே வருவார்கள். மேயப்போன ஆடுமாடுகளோடு முரியாவும், சிரவஸ்ஸும் அடைய வருவார்கள். சிமிழிக்குள் சுடரைக்கரைத்துப் பளபளக்கும் வெளிச்சத்தில் உப்புச்சவுக்கு. வங்கிழடுகள் இங்கே விட்ட கைத்தடி ராத்திரியெல்லாம் மகிஷாபுரத் தெருக்களைச் சுற்றியது. சம்பர் உப்புக்கேணியில் காணாமல்போய் குளித்து ஈரமானதுணியை உடுத்திய முரியாவின் மேல் 28அடுக்குத் துணிகள். விதோஷா ஈரச்சேலைக்காரி. அவளும் மகிஷாபுரத்து இருபத்தி எட்டுச் சுருக்கு வைத்தாள். என்னோடு ஒன்றாய் இருந்தாலும் சினேகிதி அல்ல. கூப்பிடும்போது எந்த ஒலியையும் கேட்கமுடியாத செவுடியும் அல்ல. இருவரின் நிழல்களும் பேசிக்கொள்வதே இல்லை. கீச்சிடும் சிறிய பறவைக்கு ஒரு முழம்வால், வரைந்து திரிகிறது மகிஷாபுரத்தை. குடலில்லாத மகிஷாபுரத்துக்காரர்களுக்கு பக்கவாட்டில் கண்கள். இவ்வூர் நிசிகள் காய்வெடித்துச் சிதறும் பூ பொன்போல் மின்னும் கடுகுப்பூ. அதில் மறைகிறாள் பாஹிமிதுனா.

மகிஷாபுரத்தைச் சுற்றி ஆயிரம்பாதங்கள்உள்ள பாதைகளில் சம்பர் உப்புக்கேணியின் உரையாடல். ஆனால் மறைந்த மொழிகளில் பதிவானவை, சிந்துரொமாக்குறவர் பேசும்மொழியில்

அறியப்பட்டவை. மேலும் பொருட்டாக்கப்பட வேண்டியவர்களுக்கு மங்கிய பழுப்பு இரவுகளில் ஆரவல்லி மலைகள் சொல்லிவிடும். பெயருடைய மலைமுழைஞ்சில் தொங்கும் கிராமங்களும் வீழ்ந்தன சுரங்கத்தில். ஆனால் சத்தி, பனியான், குற்ற தஸ்தக்குகள் வந்தால் சோளச்சேவல்கள் பறந்து பறந்து கண்ணை நோண்டிவிடும். சேவலைக் கடைசிஅறுவடையில் துரத்திவிடுங்கள் என்றால் சேவலைப் பிடித்துவிட்டோம் என்பதாம். கூடையில் சேவலைக்கொண்டு வருவோர் மறைந்த ஆரவல்லி ஊர்களுக்குப் போகிறார்கள். போகவிடாமல் சத்தி, பனியான், குற்ற தஸ்தக்குகள் அங்கே இருக்கிறார்கள். விரட்டுவார்கள் வந்தவர்களை யாரென்று தெரியாமல். சொந்த ஊர்களை அடையும் திறம் இறந்தவர்களுக்கு உண்டு.

சில நேரங்களில் ஆரவல்லி இடுக்குகளின் ஊடாகவும், காலத்தின் ஊடாகவும் நீண்டகாலத்துக்கு முன்பிருந்தே பாதைகள் சென்றன. தற்போதும் அந்தப் பாதைகளில் நடமாட்டம் இருந்தது. இருத்தல் ஊடாக, எதிர்ப்புகளின் ஊடாக அவர்களின் சோளவளரி சுழன்று கொண்டிருந்தது எதிரியைத்தேடி. சோளச் சேவலே அறுவடைச்சேவல். விவசாயிகளுக்கும், மகிஷாசுர மர்த்தினிக்கும் வனமரச்சேவலைக் கொடுத்துவிட்டு உயிருள்ள சேவலை வாங்கிக்கொள்வார்கள். கூழாங்கற்களால் சுரங்க தஸ்கராக்களை அடித்துக் கொல்வார்கள். தங்கள் ஊரை எடுத்து வேறுபக்கம் மாற்றியவர்களுக்கு வேறு இடத்தில் குடிசையை இடம்மாற்றியவர்களால் சுற்றிவளைக்கப் பட்டவர்கள் சம்பர் உப்புத் தூங்கேணிக்குள் தள்ளும் உப்பு விதியானது இரவிரவாய்ப்போய் கரைந்து மறைகிறார்கள் தற்கொலையில். நீரில்லாத நரகவாசிகள் கொளுத்தும் வெயிலில்வர இந்த அழுக்கான சிந்துரொமாக் குறவர்களைப் பார்த்து 'உங்களைச் சுத்தம் செய்துவிட்டு வாருங்கள்.' 'எந்தத் தண்ணீரை வைத்துச் சுத்தம் செய்வது?' என்றது அந்த உப்புநரகத்திலிருந்த நரிக்குறவக் குழந்தை. கடைசியாக ஓடிக்கொண்டிருக்கும் எலும்புகளைத் தொடுவதற்காக மரண முகமூடி யணிந்த வண்ணத்துப்பூச்சியிடம் விரல்நீட்டி ஓடுகிறாள் சிறுமி.

உப்புநரகத்தில் நேசமிக்க சுண்ணாம்புகருத்த காரைவீடுகள். பழக்கவழக்கங்களில் இருந்து திருணைமுற்றங்களில் வயோதிக ஷ்யாம்கர் கிராமத்து சிந்துரொமாக்குறக் கிழவிகள், பல்லில்லை என்றாலும் பிறைக்கொழுந்தை மென்றவாறு தன்னூர்ப் பெண்கள் தாவரங்களாய்மாறித் தொட்ட இலைகளின் ஸ்பரிசத்தால் சாகவும் மனம் வரவில்லை இப்பிறவிகளுக்கு.

இமைத்தபீலி தாழ்ந்திருந்த முரியாவும், விதோஷாவும் புளூட்டோவில் தூங்கும் சம்பர் உப்புக்கேணி ஒளிவருடங்களில் உமிழ்ந்த பனித்துளிகள் கிரகாதிகளாய் வால்முளைத்து எட்டிப் பார்த்த நாழிகையில் 'கிட்டானே மகிஷாசுரா' என்ற இடாயெருமைக் கொம்பனைக் கதைபோடக் கூப்பிட்டார்கள்.

மகிஷாபுரத்து அல்லிக்குடும்பங்களைப் புராதன உப்புத்தூங்கேணி மறதியில் சேர்த்துவைத்த மித்தாலி, நேவ்ரி, கௌசி, அகிர்துலியா என ஒவ்வொருவரின் மாறாப்பண்பில் உப்புத்தூங்கேணியில் குளிக்கும் போது ஒத்தகுடும்பமாகிவிடுவர். இவர்களில் சோளவளரி தழுவாதவர்கள் இல்லை. ஒரு பரிணாமப் போக்கில் சில தாவரப் பெண்களோடு குருத்து விடுகிற வளரியோடு பந்தம் ஏற்பட்டுவிடும். தாவரத்தில் சிந்துரொமாக் குறவர்களின் சோளவளரியும் சிற்றினம் தான். புறவளைவைத்தான் தீட்டுவார்கள். வளரியின் சூல் அடுக்கத்தில் விளைச்சலின் உந்துசக்தியான சோளவிதை உள்ளது. வளரி கலப்பினப் பன்மயத் திணைகளோடு பரிணமித்தது, பழங்குடிக் குழுக்களாகப் பிரிந்தது. ஆசியாவில் தோன்றியிருப்பினும் ஆஸ்திரேலியத் தொல்குடிப் பண்புகளை நறுமணமாகப் பெற்றுள்ளது. உலகத் தோற்றத்தில் எட்டுக்கபாலங்களின் வேறுபாட்டில் அவற்றின் இயல்பும் வேறுபட்டிருக்கும் பழையஆரவல்லிமலைகளில் பரவியுள்ளன வாதலால். சிறுயுத்தங்களில் சுரங்கதஸ்கராக்களிடம் தோல்வியுற்ற பழங்குடிகளான பர்மார், பர்வீ, கெலா, வஹத், பில்லி, கரடி, சிந்துரொமாக்குறவர்களால் கையைவிட்டுப் பிரியாமல் தொடர்ந்து கையாளப்படுகிறது சாமைவளரி, தானியங்கள் உருண்டபாதையில். மறைந்துபோன பல் இனங்களின் பன்மயமியென்றே தன் பயணத்தில் கண்டிருந்தான் கலனல் டோரிஸ் பினாட்டா. கீழைத் திணைகளிலும், வெப்பக்காட்டிலும் சிலசமயங்களில் தனித்த சூழ்நிலைகளில் மலைமேல் கைவிடப்பட்டு வாழும்நிலையை அடைவதுதான் வளரிக்கு முக்கியம்.

'சுருதிகளைக் கேட்கிறாயா... சிந்துரொமாக்குறவர்கள் வரட்டும். இந்த மகிஷாபுராவுக்கு அப்ஸரகன்னிமார்களே வாரும்... கின்னரர் களும் சித்திரப்பாவைகளாய் உறைந்தது போதும்... மேகராகக் குறிஞ்சிப் பண்ணில் சுழன்றுவா...' எனவே கானருது இடாயெருமை சொல்லிவரும் கிரகாதிகளோடு மறைந்துதிரியும் ஐந்து நிலவு களுக்கும் லட்சம் பனிச்சுருள்களுக்கும் இடம்மாற்றித் திரியும் தற்கொலையான சிறுபெண்களும், யுவர்களும், மறைந்த ஆரவல்லி முதுகுடிகளும், சிந்துரொமாக் குறவர்களும் நம்மோடுதான்

இருக்கிறார்களில்லையா? என்னால் நம்பமுடியவில்லை. தற்காலத்தில் வழங்கும் ராகச்சக்கரங்களில் ஒவ்வொரு முதுகுடிப்பெண்களின் ஆத்மஹத்திக்கும் விதியின் சுருதியை மீட்டியது மகிஷாபுரத்துக் கானருது என்ற இடாயெருமை.

'பெண்வேடமிட்ட சிந்துரொமாக்குறவர்களே. ஏன் இருகாது களையும் விரல் நகங்களால் இந்த உப்புநரகத்தில் மூடிக் கொண்டிருக்கிறீர்கள்...'

'அதாவது... வந்து... செவிகளை மூடிக்கொண்டு கிளையமர்ந்தால் இந்தத் தூங்கும் உப்புக்கேணியில் வரகுநாய்வளரி முணுமுணுக்கும் நாதம் வரும். பூனைக்கண்வளரிவீசிச் சிதறாதே உப்புநக்கும் பேதைஉள்ளானே... ஆக்காண்டியே... கல்லாந்தையே... பைரியே... தற்கொலையான தேவதைகளே... ஒரு தேவதையின் நரகத்தில் இன்னொரு மகிஷாபுரத்துத் தேவதை இருக்கிறாள். கேட்கும் நாதத்தில் மனசைச் செலுத்து... ஒன்றுக்குமேல் ஒன்றாக ஒவ்வொரு தேவதையும் இன்னொரு தேவதைக்கு அடிமையாவது தற்கொலையின் உப்புவிதி. நாதங்களும் பத்துவிதமாய் கேட்பீரே.. கடைசியில் கேட்கும் நாதத்தில் லயப்படும் உன் கதையும், சோளவளரியின் கதையும் கட்டுக்கதை... காற்றொலியில் மறைந்துவிட்ட உப்புவளரி எரிகிறதே... ஆகதநாதமிதோ கேளு... செல்லமே...வளரி சுண்டிக் கைக்குவரும் சுருதிகள் மூலமாய் கதையைக்கேட்டால் லயத்தைத்தரும் நம்புவாயா...'

'ஆகதநாதத்தில் முரியா, விதோஷா, ருக்கா மூவரின் கொப்புழில் சுருண்டிருக்கும் நத்தைச்சகதியில் அல்லித்தண்டுகள் முளைத்து விண்ணில் நீலங்கள் வெளிகளாய் முகிழ்கின்றன... அவை ஒவ்வொன்றும் தற்கொலையான சிந்துரொமாக்குறத்திகளே.'

குறத்தி சம்பா கல்மேல் அமர்ந்திருக்கிறாள் சில நாட்கள். பிறகு வரவேமாட்டாள். அங்குப் போன நள்ளிருள் யாமத்தே ஆரவல்லி பேயாட்டிக் கிணற்றுக்குள் வீழ்ந்த ரேணு, சிவாணி, ரஞ்சி இவர்களின் தலைகளை ஆரவல்லியின் பாசிப்படுகையில் கண்டெடுத்தனர். மேல்நோக்கிய மரம், கீழ்நோக்கிய பேயாட்டிக் கிணறு. ஆரவல்லி ஆத்துக்கால் அந்தக் கிணற்றின் ஊற்றுக்கால் ஆகிறது. மகிஷாபுரத்து உப்புவெளியில் தேத்தாங்காய் பறிப்பார்கள். தெள்ளுக்காய் மாதிரி இருக்கும். வேறு திணைகளில் கிடைக்காத தேத்தாங்காய் கம்மங் காட்டில் கிடைக்கும். தூங்கும் உப்புக்கேணித் தண்ணீரை மண்டி யானாலும் குடத்தில் காயைப்போட்டு ஊறவைத்துவிடுவார்கள் சிந்துரொமாக்குறப்பெண்கள். தேத்தாங்காயை மண்பானையில்

உரசியுரசி சுத்திகரித்து விடுவார்கள் குடிதண்ணீரை. மகிஷாபுரத்துப் பெண்களெல்லாம் சுற்றிஉட்கார்ந்து ஷ்யாம்கர் மண்பானையில் தேத்தாங்கொட்டை உரசுவதை சுரங்கதஸ்கராக்களால் ஆரவல்லி மலைகளில் தூக்கிலிடப்பட்ட ஐம்பத்தாறு பழங்குடிகளில் அல்வார் நகரத்துப் போராளிகளும் இருந்தனர். மளூத்தானா கிராமப்பெண்கள் சுற்றிலும் மரங்களில் அவர்கள் தொங்குவதை இமைவெறிக்கப் பார்த்திருந்தனர். தூக்கிலிடப்பட்டவர்களின் நிழல்களும் கேட்டன 'எனக்குக் கொஞ்சம் தெளிஞ்ச தண்ணி தாங்களேன்.' ஷ்யாம்கர், அல்வார் பகுதி கிராமங்களில்தான் தேத்தாங்காய் கண்ணில்படும். எல்லோரும் தேடி ஆரவல்லிச் சரிவுகளில் தோன்றும் கடுங்காட்டுக்குப் போயினர். போராளியும் தேத்தாங்காயைக் கண்டால் விடமாட்டான். மகிஷாபுரா தூங்கேணி யிலிருந்து ஒவ்வொரு ஊராய்ப் போனாலும் அந்த உவட்டுக் கரடுகளிலுள்ள தூங்கேணியைச் சுற்றித் தேத்தாங்காய்ச் செடி அரளிப்பாய் இருண்டிருக்கும் பூச்சி இரைச்சலுடன். சிந்து ரொமாக் குறவர்கள் ஆடு மாடு குளிப்பாட்டுதல், கழுவுதல் கூடாதங்கு.

குடிநீருக்காகப் பாதுகாகப்பட்ட நன்னீர்துர்காவின் கேணியில் ஆபுமலை முகமூடிஅணிந்த மச்சியா அரசனின்தலை மீனாக அசைந்தது. ஆபுமலை உப்புஏரியைச் சுற்றி ஏழு கன்யாக்கள் இருந்தனர். மச்சி, குருமி, கர்கடி, தார்துரி, மகரி, ஜடுபி, சோம்பா இந்த ஏழு கன்னிமாரும் உவட்டுக்கேணிகளைச் சுற்றி மண்குடங்களில் உரசுவார்கள் எந்நேரமும். அதில் எத்தனையோ சிதறிய தேத்தாங் கொட்டைக் கதைகள். அதில் ஏழாவதுகன்னி சோம்பாவின் புதிர்களைத்தான் தொடரப்போகிறீர்கள். அடுத்து மச்சி உங்களை கர்ண பரம்பரையான சிந்துரொமாக்குறவர் தாலிக்காக வனம்புகுந்து பழுப்பு நிறமுள்ள சிம்மத்தின் சுண்டுவிரலையோ, கரடியின் சுண்டு விரலையோ துண்டித்துக் கொண்டுவந்தால் மண ஒப்புதல் நடக்கும்.

விலங்கின் சுண்டுவிரல் துண்டித்த தாலி பரம்பரையானது. தாதுப் பிரதிமைகள் விநாசமடைந்து இடிபாடுகளிடையே சிலாபத்திரம் என்ற கடல்மல்லை மகிஷாசுர மர்த்தினியின் சிற்பஏடுகளை அடைவீர்கள். பெண்கள் பலர்கூடி குறத்தி முரியாவிற்கு மகிஷாசுர மர்த்தினியின் வேடம் புனைந்து சிந்துரொமாக்குறவர்கள் இடாயெருமையைச் சுற்றி மந்திர மொழிகளில் உரையாடி வழிபட மகிஷாசுரனின் முறுக்குண்ட கொம்பு ஒன்று சிங்கத்தீவில் விழ, ஒற்றைக் கொம்போடு ஏழுகடல் தாண்டி, மலைதாண்டி

மகிஷாபுராவில் விழுந்தான்.

அவள் கையில் பந்தையும், கழலையும், கிளியையும் வைத்திருந்தாள். முன்கரத்தில் சூலமேந்தி இருந்தாள். அவளுடைய சீரடிகளில் சிலம்பும், தண்டையும் புலம்ப அவள் இரண்டுபேருருவில் திரண்ட தோளினை உடைய மகிஷாசுரன் தலைமேல்நின்ற தையலாள் குறத்தி முரியா. இப்பெரிய வெண்மணிச் சிற்பம் கோட்டைவா அல்லது வனதுர்கா மலையம்மாளாக இருக்கலாம். தொன்முது பீங்கான்சிற்பம் உப்புக்கேணியில் மேலெழுந்தது. பீங்கான்முகப் புன்முறுவலைத் தண்ணிலவுக்கு ஒப்பிட்டு மயிற்பீலியின் அடியினை உடையது பற்கள். யோகநிலை கெடுமாறு போரிட்ட உடுக்கை இடையைத் துவள்விக்கும் துகில்களைப் பெற்றவள். கல்யானைப்பிரதிமைகள் உள்ளன. கட்டைவிரலில் பார்ஸ்மணி பதியப்பட்டிருந்தது. அதை அகற்றுவதற்கு முகமதியப் படையால் முடியவில்லை. முகமதியர் அதைத் தீண்டியதும் அசரீரி வாக்குடன் பூர்ணாநதியில் விழுந்து விட்டது. பல முயற்சிகள் செய்தும் அவர்களுக்குக் கிடைக்கவில்லை. விலங்கின் சுண்டுவிரலில் அம்மணி பூர்ணாநதியாக ரொமானிக் குறவர்கூட்டம் ஊர்ந்துகொண்டிருக்கிறது. பூர்ணா நதிக்கரையில் இரவுதிருப்பூட்டில் தீவளையம் சுற்றிக் கூடுவார்கள் சிந்து ரொமாக் குறவர். அவர்களின் முற்றத்தில் முகமதிய அரச ஆடைகளும் எளியோர் ஆடைகளும் உவர்மண் பூசி வெள்ளாவி வைப்பது மைகர், சோத்திகாசி, சவாய் பவாரியக்குடிகளில் ராத்திரி புகையும் உவர் மண்ணில் கலனல் டோரிஸ் பினாட்டாவின் மஸாக்குலிட்ஸால் சுட்ட ரிவால்வர் துருவும், பேக்கர் துப்பாக்கியால் சுடப்பட்டவர்கள் ஆடைகளை மண்ணில் பொதிந்து வைத்திருக்கிறார்கள் இங்கே.

ஆரவல்லி வெட்டுப்பாதைகளில் மங்கர் கிராமம் பல அபாயக் கல்வெட்டாங்குழிகள் மறைந்திருக்கும். கல்வெட்டாங்குழிகளில் காணாமல்போய் மிதந்த ரொமானிப்பிள்ளைகள் அங்கே கூப்பிடுவார்கள். கர்லாகிதானி கிராமம், பரிதாபாத் கிராமங்களைத் திஜாராக்காடுகள் மூடியிருக்கும். இங்கேதான் சுடப்பட்டவர்கள் உப்புநிலத்தின் வெளிகளில் எந்த தானியத்தையும் விதைக்க முடியாதபடி மேலும் தூரநடக்கிறார்கள். அழிந்த சிந்துரொமாக்குறவர் ஊரில் எந்தக் கட்டிடமும் இல்லை. குற்றத்தின் விதி, பிறவித் திருடர்களின் நிலம். கிழக்குச் சமவெளியில் ஒதுக்கிவைக்கப்பட்ட நிழல்கள் எரிந்துகொண்டிருந்தன ரொமானிக்கிராமங்களோடு. 'சிந்துரொமாக்குறவர்களே இந்த இடத்தைவிட்டுப் போய்விடுங்கள்' என்றான் சுரங்கதஸ்கரா. பதிலுக்கு 'மரத்தில் தூக்கிலிடுங்கள்

எங்களை வேண்டுமானால்... கிணற்றில்போட்டுக் கொன்றுவிடுங்கள். எங்கள் சிறுதுண்ட நிலம் ஆரவல்லி மேல் உள்ளது.' அவள் சொன்னதால் அவளை யாரும் கொல்லவில்லை. ஆரவல்லி மலைகளின்பக்கம் நடக்கிறாள் குறத்தி முரியா. அவர்களின் நிலம், நீர், காற்று, அவள் கொண்டுவந்த உப்பைக் கையளவு உரிமையாகப் பெற்றிருந்தாள். அழிக்கும் உப்புநரகத்தையும், அதனுடன் தற்கொலையில் வாழ்ந்து கொண்டிருப்பவர் நிலங்களை இறந்த பிறகுகூட அபகரிக்க முடியாது. அவர்களையும் ஆரவல்லி மலைகளைச் சார்ந்ததையும், மற்றவர்க்கும் சாராத இந்தக்காற்றும், வறண்ட வெளிகளும், ஆரவல்லியின் கடைசிப் பகுதிகளும், திஜாராக் காடுகளும் சிந்து ரொமாக் குறவர்களுக்கு உரிமை. பானாக்கருவிகளை இசைத்தால் அதன் குதிரைவால் ரோமத்தின் அதிர்வுகள் சொல்லிவிடும். ஆரவல்லி விலங்குகள் மனிதர்களுக்கு எதிராய்ச் சண்டைக்கு வரும். அவள் மட்டும் தனியாக மரங்கள் வாழும் விதத்தில் அசைகிறாள். நவீன மனிதர்களின் தானியங்கித் துப்பாக்கிகள் வருவதற்கு முன்னும் மரங் களையும், காடுகளையும், இவர்களையும் நிருமித்தவள் மகிஷாசுர மர்த்தினிதான். பாடல்களைச் சுமந்தபடி செல்கிறாள். மகிஷாசுர மர்த்தினி கதையின்படி அந்த ஏழுதேவதைகள் திணைவளத்துக்கு உயிர்கொடுத்ததால் சூடம் பொருத்தியும் கருகாத ஏழு வெற்றிலைகளில் பாக்கும் வைத்தாள் சிந்துரொமக் குறத்தி முரியா. சுக்கான்பத்தி உப்புத்தூங்கேணியைச்சுற்றிப் பெண்கள் உட்கார்ந்து செம்மண் மண்டி நீருக்குள் அதன் தேசல் ஒளிமீது மென்மையாகத் தொட்டு தேத்தாங்கொட்டைக் கோடுகளாக மந்திரிப்பார்கள். மகிஷாபுரத்தைச் சுற்றும் செங்காற்றுவீசும் விசில்சத்தம் இரவெல்லாம் கேட்கும். அவை கோதுமை நரிகள்தானோ. கடலைக் காடுகள்தான். இங்கேயும் நரிகளுக்குப் பஞ்சமில்லை.

அந்த நரிகள் இல்லையென்று காட்டை யாரால் உரிமைகொள்ள முடியுமங்கு. கம்புஓநாயின் கேள்விக்கு யார் பதில்சொல்வார்கள். உப்புவெளியடுக்கிய கதாச்சுருள்களும் செங்காற்றில் பறந்து திரிகின்றன. இந்த நாதத்தில் சிறகுவிரித்து உப்புநரக இடாயெருமை போடும் புதிர்களுக்கு அஸ்தமனவேளையில் வேறொருத்தி சுனந்தையும், சர்மிஷ்டையும், சுதாரையும் தந்திகளை வருடும்போது கல்லடுத்த நீரும் அதிரும். அந்தக் கோள்களுக்கும் ராசிகளுக்கும் சுத்தமத்திம ராகங்கள் வந்துசேரும். கமகமும் கற்பனைச்சுருள். இயற்கையொளி களை மகிஷாபுரத்துக் கதையோடுதொனிக்கும் முட்காய்ந்த கோடையில் சாமைக்காடையொன்று கூப்பிட்டது. 'பாரப்பா...

காதுகேட்கிறதா... சந்திரகாந்தமாவது புளூட்டோவின் பனிச்சுருளாக நீர்பொழிகிற கல்லாம். அதன் மீது மகிஷாசுரமர்த்தினி சுருண்டு தூங்குகிறாள். அவளுக்கு உறவுமில்லை. உற்றவர்களுமில்லை.' 'யாரும் வேண்டாமென்றா போனாள்... மகிஷாசுர இடாயெருமையே' 'ஏய் மகிஷாசுரா கேளு... பிள்ளாய்...' 'நாதத்தில் இருபத்திரெண்டு நாடிகளில் செல்கிறாள். இருபத்திரெண்டு சுருளாக இருக்கிறாள் மகிஷாசுர மர்த்தினி. இவள் கண்டத்திலிருந்தும் சிரசிலிருந்தும் நாதங்களைக் கேட்கக்கேட்கத் தெவிட்டாது. ஐவகையாகத் திணைகளை வகுக்கிறாள் மகிஷாசுர மர்த்தினி. ஏழுசுர தேவதை களோடு நத்தைக்கூடுகளில் கற்றைஒலி கேட்டாலும் ஒன்றிலொன்று பேதமிருக்கும் உள்காதில் கேளு...' என்றது வீணாய்க் கதைபோடும் உப்புநரகத்தில் இருந்த இடாயெருமை.

வயதில்மூத்த மகிஷாசுர மர்த்தினியை சினேகித்த இடாயெருமை பிறழ்வுற்றுத் திரிகிறது. இச்சிமரத்தின் கிளைமேல் வந்ததும் எத்தனையோ காற்று அலைகிறது. குறத்திகள் மேய்க்கும் இடாயெருமையைப் பிரியப்பட்ட மகிஷாசுர மர்த்தினி இசைப்பித்தில் சுரதேவதைகளோடு பாடித்திரிகிறாள் தூங்கும் உப்புக்கேணிக்கு வெளியில்.

சிறைக்கைதி வட்டச்சுவடி -3

சம்பர் உப்புத் தூங்கேணி

டோரிஸ் பினாட்டாவின் குதிரை நிழல் அடிவானத்தில் அசைகிறது. வளையும் சுருட்டுப்புகை நீலச்சுருணைகளாய்ச் சுற்றிச்செல்ல நெடுந்தொலைவில் கிடியர்கள் இடையறாது பெயர்ந்து கொண்டே யிருக்கும் சாத்பூராமலைகளின் சுபாவத்தில் வாய்குவித்த மேய்ப்பர் களின் சீல்க்கை ஒலிக்குறிப்பில் கட்டுப்பட்டு அலையும் ஆடுகளின் குளம்படியில் புழுதியின் வாசனை எழுந்து மடியும் பெருமயக்க முடைய இவ்வூர்களின் பால் ஈர்த்தது டோரிஸ் பினாட்டாவை. மலை மேய்ப்பரின் சீல்க்கையில் அறியப்படாத இசையைக் கேட்டான்.

செம்பட்டைக் கண்களில் காடுகள் மெல்ல நகர்கின்றன. ஆடுகள் வாய்வைக்கும் பசுந்தழைகளில் கண்கள்ஆயிரம் உருண்டு திரியும் நிழல்களிடையே குதிரைமேல் துப்பாக்கித்துரை தாமதித்து, மேட்டு நிலத்தில் சந்தால் புகையிலைத் தோட்டத்தின் உள்வாசலில் வரிகேட்டு நீட்டினான் துப்பாக்கியை. புகையிலைக் காய்ந்து அடுக்கிய கொட்டகையில் வாங்கிய நூறுகழஞ்சு பொன்னைப் பறித்து கால்

தூக்கிச் சிரிக்கும் ஜாக்சன் குதிரை. ஒதுக்கிடத்தில் இருளில் திருடுவார்கள். சப்தமற்ற கள்ள வெளவால்கள் கனிவழி இருட்டில் விருட்சங்களின் கற்பித உருவங்கள் தோன்றிவிடும். இருளே கருத்து உதிரமாய் சாறு கசியும் நிலவும் புறப்படாத வேளை வெளியெங்கும் படைபடையாய் இரவைத் திறந்து ஏகும் கள்ள வெளவாலின் தடைசெய்யப்பட்ட நிலம். தூங்கும் உப்புக்கேணி சொல்லும் மகிஷாசுர புராணாமிதைக் கேளும், டோரிஸ் பினாட்டவே. சீமைரசக் குடுக்கையேந்தி மஞ்சள்நிறத் திரவத்தைச் சிந்தி அரக்குச் சுருட்டை வாயில்கவ்வி பகை முகமூடியணிந்த கலனல் நீ... சுடுவதற்குமுன் கசூரி ஈச்சமரக் கள்ளைத் தருகிறோம். நிரா பதநீர், காதிக்கள் கசப்புக் கள்ளுக்கு அதிக போதை விரும்பும் குருட்டு வெளவால்கள் பறந்துவரும் சம்புச் சயனமரத்துக்கு. இரக்கும் கசப்புக்கள் மிச்சமிருந்தால் வரகுநாய்க்கும் சாமைநரிக்கும் கொடுப்போம்.

மித்திக்கள் வேண்டுமா சொல்... வேகமிருக்காது. ‘மகுபா இருந்தால் கொடு’ என்று கேட்டான் பினாட்டா. அதன் வாசனை வெகுதூரம் வீசுகிறது. உன் வரகு நாயின் மோப்பத்தைப் பிடித்து வருகிறேன். அடர்ந்த காட்டுப்பகுதியில் காய்ச்சினாலும் அதன் வாசனை இருட்டைத்துளைத்து வருகிறது. ‘கொலிஸ், துப்லஸ், ஒல்பாடு, சந்திரா ஆரஞ்சுக்காடி மீதானவரியை ரத்துசெய்’ என்றனர். ‘மாட்டோம்’ என்றான் பினாட்டா. ‘உன்னால் சுடப்பட்டவர்களின் இறுதி ஆசை மகுபா பூமதுதான். மிச்சமிருக்கும் எங்கள் வாழ்க்கையை மகுபாய்ன்றி நகர்த்துவது கடினமாகும் உன்னால் பலியானவர்கள் உப்புச்சுவரில் உறங்குகிறார்கள்’ என்றனர். கசப்பு மட்குடுவைகள் உடைந்துகிடக்கும் உப்புச்சுவரெங்கும். சாத்பூராமலைத் திராட்சை களிலிருந்து சலிக்காடியை மூன்று மண்சாடிகளில் சொட்டுச்சொட்டாய் வடித்த தீநீரை மகிஷாசுராவுக்குத் தரும் மண்குடுக்கைகளை இடாயெருமைமேல் கொண்டுசெல்கிறான் கிட்டானே மகிஷாசுரா. களிமண்ஜாடிகள், அமூக்கான சுரைக் குடுக்கைகள் சந்திரா தீநீரின்றி நாறுகின்றன. மகிஷாசுரமர்த்தினி ஏந்தியிருக்கும் கிளிகள் சொல்லிலக்கண ரீதியாக மனிதர்கள்தான்.

ரொமானியர்களுக்கும் சம்பர் கிளிகளுடைய பேசும் திறம்தான் மனிதர்களுக்கும் விலங்குகளுக்குமான வித்தியாசம் குறித்த மொழியின் வேர்களைத் தேடும் விவாதமாக கால்மடத்துறவி ரோஸா காண்டிஸாஸ் அவ்விரவில் கிளென்மார்கனாக பினீசியக் கண்ணாடியில் தோன்றி கற்பனைப் பூனைகளுடன் உரையாடியதை மண் இலைகளில் எழுதியிருந்தான் கிட்டானே மகிஷாசுரா.

அடுத்த ஒரு கால இலை தானே வாசிக்கத் தொடங்கியது. ஐந்து கூடாரங்களைக் கடந்த பிறகு உயரமான கரைகளுள்ள சிறிய உப்புத் தூங்கும் கேணிகள் வளையும் பாதைகளில் காட்டு விலங்குகளை வேட்டையாடத் தடைகளிருந்தும், சுதந்திரக் காட்டுவாசிகள் இரைப்பையை முகமூடியாக அணிந்து, ரெஜிமென்ட் ராயல் எஜமான்களையும் வேட்டையாடினர். ஆரவல்லி மலையைக் கடந்து செல்லும் மால்வா உப்புவழிகளில். அல்வார் நகரத்தைக் கண்டு பாம்பாக வளைந்து வாலில்விசும்பி எழுந்து திரும்பிப்பார்க்கும், கீழ்ப்படியாத, பழிதூற்றுகிற சுக்கான்காடுகளில் மறைந்திருந்தன. சட்டத்தை மதிக்காதவர்களின் கிராமங்கள்.

புராதன மீனா அலைகுடியோர் மீன்முகமூடியணிந்த ராசன் மச்சியாவுடன் கூட்டமாய்ப் போய் சம்பர் தூங்கேணியில் உப்பில் மறைந்துள்ள துக்கத்தால் விவசாயிகளிடமிருந்து பெற்ற காட்டுத் தானியங்களைக் கதிர்பிடித்துப் படைக்கிறார்கள். தூங்கும் கடவுளுக்கு இரவை இலையாக ஏந்தி உப்புத்துவாரங்களை அது திறந்து கல்மீன்களைக் கேணியின் ஆழத்திலிருந்து மேலேறிவருமாறு மந்திர இலைகள் விடும் இரவுகளில் கண்ணுறங்கா உப்பு வளரியை மிகக்குறைவான காற்றில் வெள்ளை கலனல் டோரிஸ் பினாட்டாவுக்கு எதிராக அசைக்கிறான் மீன்முகமூடியணிந்த ராசன் மச்சியா.

பூர்வ மீனாக்களை அழிக்க அந்த உப்புக்காடுகளில் பாயும் தரைமட்டப் பயிர்களின் வேர்மண்டலங்களின் ஒட்டுறவை அறியாமல் அழிக்க முடியாத உப்புவிதி தூங்கும் கேணிக்குள் மறைந்திருந்தது. மழையில்லா நாட்கள் நீடித்தால் டோரிஸ் பினாட்டா ஜபல்பூர் ரெஜிமெண்ட் ஒயிட் டைகர் மாளிகைக்குப் போய்விடுவான் ஓய்வெடுக்க.

வழிதேடி வரும் அதிகாரிக்கு இங்குள்ள நீர் எளிதில் ஆவியாவது தெரிவதில்லை. இந்த உவர்மண் மேட்டுப்பிரதேசத்தில் உள்ள பயிர்களின் வேர்கள் நீரை உறிஞ்சித் தடவித் துடைத்து எடுத்துக் கொள்கின்றன. வெள்ளை கலனல் டோரிஸ் பினாட்டாவின் மஸாக்குஸிட்ஸ் ரிவால்வருக்குக் கீழ் படைப்பிரிவில் 127 பேர் பேக்கர் துப்பாக்கிகளை நீட்டிவந்தனர் சுடுவதற்கு. உப்புநிலத்தின் நிலை மேடுமேடாய்க் கீழிறங்கியது. ஆனால் கன்னர்களின் அரக்குக் குதிரைகள் மேலேறி வரவேண்டியிருந்தது சுடுவதற்கு.

மீனாக்களின் பூர்வஅரசனின் மீன்முகமூடியில் இந்த உப்பு ராஜ்யம் மறைந்திருக்கிறது. ஈரம் குறைந்த வெள்ளையரைப் போலவே

கானகம். ஆனால் மீனா கிளைகளாக இருந்த 18 வகையினரின் வேர்களும் மரங்களும் செத்தை, சருகுகளாகப் புலம்பியபடி இருந்தன.

அவர்களைத் தேடிவரும் எல்லா வழிகளையும் உதிர்ந்த வாழ்வு சருகுகளாக மூடியிருந்தன. எதிரிகள் வருவது வீழ்ந்த கச்சாக்குறிப்பு களாக காகரிஷி எழுதி குற்றதோஷமுள்ள வாழ்வின் தோற்ற மூலமாகத் தப்பித்திரியும் சூட்சும இருண்மையும் மர்மமும் கிடியரின் மொழியகராதிப்படி இவர்களிடம் நிலவுவதால் வேண்டா மென்று நழுவவிட்ட கால இலைகளுக்குத் தெரியும். ஆனால் மீனர்களின் மண்ணுடன்தான் டோரிஸ் பினாட்டா சண்டை போட வேண்டியிருந்தது. இரு பாகம் ஆழத்திற்கு உப்புமணலே நிரம்பி இருந்தது. சியாம்கர் கிராமத்தின் மேல் ஆரவல்லி மலைகளிருந்தன ஊருக்கு வெளியே மலைக்கிராமங்களில் அவர்கள் பாடுவதை மலையிடுக்குகளில் பதுங்கியிருக்கும் மிகச்சிறு ஊர்களுக்கும் கேட்டுவிடும். எல்லா வீடுகளைவிட்டும் வெளியில் தப்பிய தனிமைவாசத்தில் யார் கண்ணுக்கும் அதன் தூரம் புலப்படாமல் கிட்டவந்தால் எட்டப்போகும் சம்பர்தூங்கேணி பூமிக்கே வெளியில் இருந்தது. ஆரவல்லி மலைகளின் உப்புஆன்மா தூங்கும் கேணியின் இறுகலான மௌனம்கொண்டிருக்கிறது. இருட்டுகூட உப்பாயிருந்தது.

ராசா மச்சிகாவின் வணங்காமுடி கம்புஓநாய்களை ஒத்த செம்பட்டை. தப்பி ஓடும்போது கம்பு ஓநாய்களின் காதுகள் கம்மங்கதிர்களாய் அசைந்தன. சம்புச் சயனமரத்தினடியே உதிர்ந்த ஒவ்வொரு லிபி இலையும் ராசா மச்சிகாவுக்குப் பணியாதிருந்தது. அந்தச் சம்புச்சயன மரம் அழிந்து பாலூட்டும் விழுதுகள் இரண்டில் நின்றுகொண்டிருந்தது தளியர்களென.

கஞ்சுவா ரஜபுத்திரர் பட்டாணியரிடம் தோல்வியடைந்த காலத்தில் தளி மூக்கறுப்புப்போரில் மானத்துக்கு அஞ்சி தூங்கும் உப்புக்கேணி யில்தான் மூக்கை ஒட்டவைக்க முடியாமல் மறைந்திருந்தனர். தளியரின் பூர்வீகப் பாட்டியான சமணகையை உப்புப் படுக்கையில் அவள் ஒரு நெடுங்கனாத்திறம் உரைத்த களவுக் காதைகளை முடிவற்றுக் காண்பவளாக பூதகணங்களிடம் சொல்லக் கடைசியேடு களில் எழுதியும் வைத்தனர். கம்புஓநாய் வரும் பாம்யான் புத்தரிடம் புல்லின்வேர் மண்ணைத் துளைத்துவரும் சொட்டுநீரின் தொனிகளையும் சொல்லிவரும். புத்தரைச் சுற்றி கடைசியாக ஒரு

சருகை எல்லாப்பக்கமும் போட்டுவிட்டு ஓநாயின் உப்புநிலத் தோற்றங்களை வட்டமான தீவளையத்தில் ஆடித் திரிபவர்கள் மனோ, தோமாக்களின் துணிஓநாய்களைக் கூடையில் எடுத்துக்கொண்டு பொம்மலாட்டக் கப்பலில் வருவார்கள் சோளக்கதிர்களும் ஏந்தி. உயிரோடு இருக்கிற சிந்துநூழாவை கப்பலில் வைத்துக் கூட்டிவர உப்புக்கேணியில் பிடித்த ஆடு, முயல், பூனை, நரிகளின் கழுத்துப் பகுதியை எடுத்துக்கொண்டு வழிப்பறியில் இறந்தவரையும் கொலையுண்ட இருடிகளையும் உப்பில் செதுக்கிய உடல் பாகங் களையும் பாம்யானுக்குப் படைக்க வருவர்.

காடு காடாய் வழிநெடுகப் பிடிபட்ட சேவல்,வாத்து, காடை, பூனை, இந்துகுஷில் பனிமேய்ப்பரிடம் கவர்ந்த ஆநிரைகளோடு வெள்ளாடு, ஒரு குதிரையையும் அறுவடைக்கு முன்பே கொண்டு வந்தனர் தூங்கேணியிலிருந்து பாம்யான்வரை. இந்த உப்புவழியைப் புனிதயாத்திரையென்றாள் நெடுங்கனவில் கரடி மீனாள்.

கம்மந்தான் கோழிகளை அவர்கள் கூடையில் கொண்டுவந்து வெள்ளி செவ்வாயில் சமணகைக்குப் படையலிட்டனர். அந்த சிந்துச்சேவல் ஒரு கரடிமீனாள் தூக்கிவரும் கூடையில் உட்காராது. செட்டையடித்து கூடையைக் கவிழ்த்துவிட்டு சத்தம்காட்டாமல் புராதனப் பட்டினமிருந்த சுவரெச்சங்களுக்கு ஓடிவிடும். எதிரியின் கண்ணை நோண்டியெடுத்துவிடும் அந்தச் சிந்துநூழா.

சேவலைப் பிடித்துவிட்டோம்
பார்லிநாயைத் திறந்துவிடு தாடியா
கட்டிவைப்பேன் உன் நூழாவை
அஸ்வமேதாவை அவிழ்த்துவிடு கரடியே
வாழும் உயிரோடு விடமாட்டேன் நூலாவே
கெலா பொம்மலாட்டம் ஈதே...

பாம்யானுக்கு வடபகுதியில் இந்துகுஷ் மலையிலும் தென் பகுதியான கோஷ்பாபாவை நோட்டமிடுவதற்காக கம்பு ஓநாயும் உப்புக் காற்று நாயைக்கூட்டிக்கொண்டு அங்குமிங்கும் வழிகளில் பதுங்கித் திரியும். பலக்கிற்கும்,பெஷாவருக்கும் இடையே குறட்டுகளின் ஓநாய்வளரி பனியில் வளரும் கேப்பைநாயைத் தேடியது. பாம்யான் மார்க்கம் பார்லிநாய்க்கும்,கோதுமைநரிக்கும் பதுங்கி வாழ்ந்திருக்க மிகவும் கஷ்டமானதாக இருந்ததால், அக்கஷ்டங்களிருந்து தங்களைக் காப்பாற்றிக்கொள்ளும் நோக்கத்துடன் வணிகர்கள் பாதையில் புத்தபகவானின் பெரிய பெரிய சிலைகள் வைத்திருந்தார்கள்.

வழிப்பறியரும் புத்தரை வணங்கி உரையாடிக் கூட்டமாக சாலைகளுக்குப் போகிறார்கள் ஓரமாக.

பாம்யானைத் தாண்டி மேலும் சென்றால் இரு நதிகளின் சங்கமத்தில் உள்ள கூடுசாலைகளில் மாறுவேடத்தில் தங்களை மறைத்துக்கொண்டு பக்கீர் வேடத்திலும், சாமியார் ஒட்டுத் தாடியிலும் சிலர் கல்மேல் தூங்குவார்கள். அங்கே கூடுசாலை பஜார் ஒன்று இருந்தது. வெவ்வேறு மாறுவேடமிட்டு கடைவைத்திருப்பவர்கள் கோவேறு கழுதைகளை வாடகைக்கு விட்டிருந்தனர் வர்த்தகர் களுக்கும், சூதாடிகளுக்கும். அந்த கம்பு ஓநாயின் கோவேறு கழுதைகள் இப்பிரதேசத்தில் இரவில் நட்சத்திரங்களை வைத்துப் பிரயாணம் செய்பவை. கடுங்குளிரில் நட்சத்திரங்களை வைத்துச் சூதாடுகிறார்கள். இந்த கடத்தல் பஜாரில் விலையுயர்ந்த ரத்தினங்கள், நறுமண சீசாக்கள், மரியுலா மதுக்குடுக்கைகள், வனமருந்துகள், கம்பளிகள், சீனப்பட்டு வியாபாரி வேடமணிந்த நரிவளரி ஒரு கரடி. இவன் மரியுலா வியாபாரி. அவனிடம் திராட்சக் காடிகளும் இருந்தன. வர்த்தகப் பாதையில் குடிநீர் கிடைப்பது அரிதாகையால் ஜார்களில் உள்ள நீருக்கு விலை அன்றே துவங்கிவிட்டது.

ஆலமரத்தினடியே பவாரியா ரிவ்வால் தூங்கிக்கொண்டிருந்த போது, புல்லட்ப்ரூஃட் ஜாக் துப்பாக்கி நீட்டி வந்தான் டோரிஸ் பினாட்டா. ஆடுமேய்க்கும் குஜ்ஜர்களின் ஆவி கம்புஓநாய்களாய் அலையும். கதைப்படி கம்புஓநாய் போதிசத்துவர்தான். சோளப் பெண்பன்றியை அவர் காப்பாற்றிய வேறொரு கதை உண்டு. கம்புஓநாய் குஜ்ஜர்களைக் காத்துவருவதால் கிடைக்கொரு ஆடு கேட்டாலும் கொடுக்கக் கூடியவர்கள்தான் அவர்கள். ஆனால் கடைசி அறுவடையில் போதிசத்துவர் தானியக் கதிரேந்தி வருவார் அவரைத் தொடர்ந்து கொண்டேயிருக்கும் விட்டுப்பிரியாத அனுபூதியில். கம்புஓநாயிடம் இருக்கும் தானியங்களின் கடைசி உப்புஏடுகள், உப்பு நக்கவரும் சருகுமான்கள். ஆரவல்லி மலையில் நடக்கும் மீனர்களின் கடைசி அறுவடைக்கு வரும் கம்புஓநாய் முதல் ஆட்டைப் பிடித்துவிடும். வறண்டநிலம் வெடித்திருந்த சுண்ணாம்புப் பாளங்கள் கற்களோடு கீறலோடி விரிசலடைந்து ஆங்காங்கே பிளந்த அடிவாரத்தில் கடைசி உப்புயேட்டில் கம்புஓநாய் குடும்பத்தோடு பசித்திருக்கும். யுகங்களாக மழை பெய்யாத சதுப்புநிலத் தோற்றங்களில் குட்டிகளுக்குக் கதைசொல்லிக் கொண்டிருக்கும் கம்பு ஓநாயின் மடுக்களில் கசியும் உப்பு ஏடுகளில், கதையின் ஓநாய்ப்புதர்கள் நிலவின் ஒளியை நக்கிக் குட்டிகளோடு

பால் அருந்துகின்றன. சுண்ணாம்பு ஓடைகளிலிருந்த பிளவுக் கிளைகளில் தான்தோன்றிக் கதைகள் தானே முனகிச் சொல்வதைக் கம்பு ஓநாய்க்குட்டிகள் காதுகளை மடித்து அருந்துகின்றன. மனிதன் தோன்றுவதற்கு முன்பே பலயுகங்களாய் சுண்ணாம்பு மலைகளின் மீது அலைந்து திரியும் சிறிய மிருகங்களும் அண்டப் பிளவிலிருந்து கூட்டமாய் வந்து பசித்தவத்தில் மூழ்கி மெலிந்த யாக்கையுடன் கண்களில் கருமை பூசின இரவுக் கதைகள். இந்த உப்பு வாளத்தின் பாதைகளில் தோன்றிய விலங்குருக்களை வரைந்திருந்தன சுண்ணாம்புக் குகைகள். உலர்ந்த காற்றில் சுருளாக வந்து சூரிய ரேகையில் கிளர்ந்த வட்டமயத்தின் வாளங்களே மனிதர்கள் அறியாத முதல் கதையாயிற்று. ஆரவல்லிக் கிழங்குமுயல் கதையின் விதியைச் சொன்னது.மேலும் கேப்பைநாய், களத்துநாய், அறுவடையில் தோன்றிமறையும் ஆரவல்லிமலையின் சாயல்களாய் இருந்தன. ஓநாய்வளரியும், காற்றுநாய்களாக அந்தரத்தில் அலையும். முட்டாள் நாய், ஓநாய்வளரியையும் நரிவளரியையும் கண்டால் ஓடிப்போய் பெரியநாயிடம் சொல்லிவிடும். ஓநாய்களின் வால் மேலே இருந்தால் நிலப்பரப்பு வாளமாய் வளைந்து காற்றலையில் அசைந்து வருவது தோன்றும்.

வெளித் தோற்றத்தில் கம்புஓநாயின் வால் காற்றில் மிதந்து கொண்டிருக்கும் வளரியாகும். அந்த திசையை நோக்கிப் பார்ப்பவர் களெல்லாம் அதன் வால் காற்றில் இருக்கிறதா, நிலத்தைநோக்கி இருக்கிறதா எனத் தொலைவில் உற்றுப் பார்க்கிறார்கள். காற்றில் இருந்தால் அதை வழிபடுவது மீனா வழிப்பறியர்களுக்கு நற்சகுன மாகும். வால் நிலத்தை 'நோக்கியிருந்தால் அதை வழிபடுவது விலங்கையே தேவதையாக ஒரு வெள்ளாட்டையும், கருஞ்சேவலையும் கொடுத்து கம்மங்கதிர் அறுப்புக்கு நாள்குறிப்பார்கள். ஓநாய்தான் எமக்கு அறுவடைக்கடவுள் என்றாள் மீனா. அது வழிப்பறியர்களின் பூர்வீகப்பாடலுக்கு இணையாகும். எம் இனப்பெருக்க சக்தி ஓநாயின் வாலில்தான் இருக்கிறது. மீனாக்களின் கிளைக்கொத்து பிரிவுகளில் மூதாதைகள் பெயர்களில்தான் அலைகுடிகளாயினர். பில்லிமீனருக்கு கோதுமைநரியும், தம்மருக்கு உப்புக்காற்று நாயும், தாடியாருக்கு பார்லி நாயும், தோமருக்கு ஆரவல்லிக் கிழங்குமுயலும், கெலாக் கிளையோருக்கு கதைபோடும் முட்டாள்நாயும், மனோகொத்துக் கிளையில் வரகுநாயும், மகிந்தாவுக்குக் களத்துநாயும், கல்சுவாவுக்கு ஓட்ஸ் ஆடும், கரடிமீனருக்கு நரிவளரியும், குறட்டுக்காரர்களுக்கு ஓநாய் வளரியும், வகட்டுமீனர்கள் சோளப்பன்றிகளின் பின்னே

சென்றனர். ஆரவல்லி ஓநாய் எல்லா மீனருக்கும் கிளைவிடும் செம்மயிர்க் கொன்றை மரமாயிருந்தது.

அறுவடை இன்னும் தொடர்ந்து கொண்டிருந்தது. கம்மங்கதிர்கள் அசையும் பொம்மலாட்டத்தில். கம்புஓநாய் அந்த விளைந்த காட்டுக் குருவிகளோடு போய்விடும். ஒரு கம்புஓநாய் தன் இனத்தில் ஒன்றைக்கொன்றிருந்தால் கதையின்படிகூட போதி சத்துவராக முடியாது.

வேறொரு காட்டுக்குப் போகும்போது பூர்வமீனர்கள் அங்கு இருப்பார்கள். அந்த அதிக உப்பில்லாத நிலங்களின் வெளித் தோற்றத்தில் கம்புஓநாய் உருவம் எல்லாத் தொலைவிலும் வெளிப்படும். அங்கு பார்ப்பவர்கள் எல்லாம் கம்மங்கதிர்கள் அசைவதைக் கம்புஓநாயின் காதுகளாகப் பார்த்தனர். களத்துநாய் அங்கு திரிவதைக்கண்டு மகிந்தா... எனக் கூப்பிடவும் மண்செடி யிலிருந்து ஆவியாய்ப் பறந்துவரும் களத்துநாய். அறுவடைக்கு முன் மண்ணுடன் தொடர்பு கொண்டிருக்கும் வரகுநாய் மோப்பமிட்டவாறு வரும். பிற இடங்களில் இருந்து நீர் கசிந்துவரும் உப்போடையில் அசையும் பிம்பங்களை நக்கிநக்கிப் பயிர்கள் அனைத்தையுமே சுவாசிக்கும். வேர்களின் கீழிருந்து. களர்நிலங்களில் மண்துகள்கள் இறுகிக்கொண்டு நீர்க்கோடுகளை உட்புக விடாமல் தடுக்கும். மழைநீர் மேலேயே தங்கி நின்றுவிடும். களர்நிலத்தின் காலமெல்லாம் இருக்கிறோம்தானே. களர்நிலவாசிகள் யாம். சேர்த்துவைத்த வான் மழைநீரெல்லாம் ஆவியாகிவிடும். நீர் உட்புகாமலே நின்றிருக்கும். இங்கு நிலம் வெகுளியாக இருக்கிறது நீரருந்தா ஓணானாக.

செம்மயிர்க் கொன்றைகள் வேர்விட்டு நிலம்பிளந்து நீரருந்தா பனிவரகு வெப்பம்தாங்கித் தவிட்டுப்பனியை மென்று குடிக்கிறது. தவிட்டுப்பனியின் கடவுளும் கம்பு ஓநாய்தான். இந்தக் களர்நிலத்தில் மகசூல் இல்லாமலேயே ஆரவல்லியிலிருந்து சோம்பேறியாகிக் கீழிறங்கிச் சோர்வான கழுதைப் பாறையில் தூங்குகிறார்கள். மனோக்கள் சோர்வாக இருந்தாலே வரகுநாய் வாலை முன்னால் நீட்டிக்கொண்டு போகவிடாது. அவர்கள் மலையூர்களின் சாமை அறுவடைக்குச் சென்று தசகூலியாய் பதக்குத்தவசம் வாங்கி வருவார்கள். கழுதைப் பாறையில் தூங்கினால் திரும்பமுடியாது ஊருக்கு. பில்லிக்கூட்டம். பேசியபடியே வந்து கடைசி அறுவடைக்குக் கூட்டிப் போகும்போது கம்பு ஓநாயைப் பிடிக்கப்போகிறார்கள் என்று மந்திரித்துச் சொல்லும் கோதுமைநரி.

நாடோடிப் பில்லியர் கோதுமை அறுவடைக்குக் கூட்டிப் போகிறார்கள். கோதுமைநரிகளே அங்கு உட்கார்ந்திருக்கிறதென்று பயப்படுவார்கள். தம் வரகுநாய் மோப்பங்கொண்டு. கடைசி அறுவடை செய்யும் பூர்வமீனோன் கம்பு ஓநாயாக உருமாறுகிறான். கரடிமீனர் நரிவளரியோடு வந்தால் கோதுமைநரிகள் அவர்களை நோக்கித் தொடுவதற்காக ஓடிவருகின்றன. மற்ற அறுவடைக்காரர் களையும் கோதுமை நரிகள் கதிரறுக்க விடாமல் வஞ்சிப்பதில்லை.

சிந்திய கோதுமைக் கதிர்களைச் சிறுமிகள் சேகரித்தால் அவர்களிடமே விட்டுவிடுவார்கள். கம்புஓநாயை அடிக்கமாட்டார்கள். அறுவடைக்குச் சொந்தக்காரப் பில்லி என்ற பெண்ணை கம்புஓநாய் என்று கூப்பிட்டார்கள். ஒரு வருடத்திற்கு இந்தப் பெயரை மாற்ற முடியாது. எந்தப் பெண் அறுவடை செய்கிறாளோ வீட்டுக்குத் திரும்பி வந்தவுடன் கடைசி அறுவடைக்கு உப்புக்காற்றுநாய் அலைந்துவர தாடியார் பார்லிநாயாய் தோன்றுவார்கள். கெலா கதைபோட்டால் அதிகக் கூலியாகக் கோதுமைக்கதிர்களையும் அறுத்துக்கொள்ளலாம். கதைபோடும் முட்டாள்நாய் ஒன்று ஊருக்குப் போகாமல் கழுதைப் பாறைக்கு வந்துவிடும். அங்கு வழிப்பறிக் கரடிகளும் மூத்த கெலாவும் ஓநாய்வளரியோடு தூங்குகிறார்கள். அறுவடையான கதிர்களை நிலக்கசக்காய் கசக்கி கழுதைப் பாறையில் ஒடித்த கோலால் தானியங்களைக்குத்தி ரத்தம்வர மூச்சுவாங்கி நின்றவாறு கதைகளைப் பரிமாற இரவைச் சமைக்கிறார்கள்.

சிறைக்கைதி வட்டச்சுவடி -4
சினார்மரத்தில் தொங்கும் ஓரியாதோம் சிட்டு சிரட்டைக் கின்னரியில் கதைகூறல்...

எனது காலடியில் தொலைதூர நிலம் நழுவுகிறது
காயம்பட்ட எம் நிலத்தின் தொலைவுகளும்
முன்னோர் எலும்புகளும் தாகமாகயிருக்கின்றன
மோப்ப முன்னுணர்வில் விலங்குகளே எம்மை அறியும்
ஓங்கி உயர்ந்திருந்த பிப்பலா மரத்தில் வெறுமையான இலைகளை
நான் கண்டேன்
வறண்ட பூமியின் முகங்களைப் பெற்றிருந்தோம்
கச்சேரியில் அடைபட்ட தாள்களில் கைமசகிட்டு ரேகைகளை
வைத்தோம்
எம் விலங்கிட்ட கைரேகைகளில் எமது தொலைதூர உப்புச்சுவர்
நொறுங்கிக் கொண்டிருக்கிறது

மனித அகத்தில் எங்கோ ஒளிந்துகொள்ளப் பயப்படுகிறேன்
இமைப்பொழுது வாழும் உயிர்களிடமே அடைக்கலமாகிறேன்
மனிதனல்லாத வனதேவதை
பேயுரு விலங்கு வேடமிட்டு அலைகிறோம்
சோகம், பயம் போன்ற உணர்வுகள் இருட்டு இந்தியப்
பிருதுங்கியிட மில்லை
கிராதர்கள் எமக்கு முன்பே மலையின் சாயலாயினர்
அலைந்தபடி கையில் மிக அரிய பண்டைக் கல்கல்லாரியை
சினார் உச்சியிலிருந்து வீசினர்
எதிரியைக் கண்டால் எறிவதுதைக் குச்சிகளென உடலைமுன்
வளைத்துக் காட்டினால் வந்தவர்கள் மறைந்துவிடுவார்கள்
பாதங்களை தரையில் அடித்துத் தாளமிடுவார்கள்
நிறைய அங்கஅசைவுகளே வெகுகாலப் பாஷையாகயிருக்கும்
கிராதர்கள் நடப்பது பரந்தவெளியின் அசைவுகளாகத் தோன்றும்
சினார் உதிர்ந்து கொண்டிருக்கும் இலைக் கூட்டமாய்
பிரம்மாண்டமான விரிந்து பரந்தவெளியில் ஓடிக்கொண்டிருப்பார்கள்
உதிரும் இலைகளின் நடனம்
அந்தரத்தில் தாளமிடும் சருகொலிகள்
நரிகளை வெகு நேரம் உற்றுப்பார்க்கிறார்கள் கிராதர்கள்
கிராதகி பெண்ணாய் இருந்தாலும் ஆணின் உடையில் பிருண்டுங்கி
யுடன் ராஜகீரியை விரட்டிக் கொண்டு வளைந்து ஓடுகிறாள்
சட்டென்று தோன்றுதல்
பின் மறைதல்
கண்ணெதிரில் கண்ட கீரிப்பிள்ளையோடு கொஞ்சிப்பாடினால்
வரும் கீரி
காட்டின் ஒரு முனையிலிருந்து மற்றொரு காட்டுக்கே ஓடிப் பல
கீரிகளோடு திரும்பிவரும் கீரிகளைக் கண்டதும் காலை வீசிவீசி
மிதக்கிறாள்

- ஓரியாதோம் பழங்குடியின் கின்னரிப்பாடல்.

'சினார்மரத்தின் மேல் ஒரு பித்தன்... கீழே இறங்கு... கின்னரியை என்னிடம் கொடு'

'ஏணியில்லாமல் உன்னால் இறங்கமுடியாதா...'

'அதைப் பற்றிக் கேலி பண்ணாதே பெண்ணே. எப்போதும் சினார் மேல் உட்கார்ந்திருக்கிறேன் காற்றுவரும் போது இசைக்கிறேன் உன் கதையை. காற்று நின்றதும் நிசப்தமாகி ஒவ்வொரு சினார்

இலையிலும் உன்னை வரைகிறேன். சுற்றியிருக்கிற மரத்தை எல்லாம் கொஞ்சுகிறாய் நீ' என்று கின்னரியில் இசைக்கிறான் சிட்டு.

ஓரியாதோம் சிட்டு தன் வெப்பரத்தச் சிரட்டைக் கின்னரியை ஏந்தியபடி ஒவ்வொரு குற்றவாளியிடமும் முகம்தடவிக் கண்களில் எழுதியுள்ள சொல்லாத கதைகள் இமைமுடிகளில் வளையும் போது தன் துயரத்தைக் கசியும் பீலி ஒலிகளில் படிந்துள்ள உப்பை விரல்களில் எடுத்து மோந்துபார்க்கிறான் சினார்மரத்தில் தொங்கும் குற்றவாளி. 'துங்காராக் குன்றுகளின் மறுபாதித் துயரம் நீ... உனது குற்றமென்ன சொல் ஜென்மக்கைதியே' எனக் கேட்டான் பிரான்ஸிஸ் லாடன். அவனுடன் சிறப்புப் பயிற்சிபெற்று பல்வேறு புராதன வர்த்தக வழிகளில் மறைந்திருந்தவர்களை வேட்டையாடிச் சுட்ட ஹெர்ஸ் பெர்டன், பெசண்ட் ரிவால்வர், வெப்ளி ரம்கே IV ரிவால்வர், புல்டாக் ரிவால்வர்களும் தொப்பிகளோடு தலையசைத்தனர். கின்னரியில் வில்லையசைத்து இசையிலேயே பதிலளித்தான். என் ஆடைகளில் இரவை மடித்து அசைவற்றுத் துயிலும் ஓரியாதோம் சிட்டரின் உடல்மீது பூசிய அரக்குநிறக் கனவு அதில் மூங்கில் கொட்டானுடன் திரியும் அட்டுப்பிடித்த கிடிலித் தேவதைகள் நேற்றைய உறக்கத்தில் வருகிறார்கள். சுதர்ஸன ஏரியின் அதிர்ஷ்டத் துவாரங்களில் ஊதியூதிக் கூப்பிடும் சிறுமிகளின் ராகத்திற்கு அப்பாவி ஈசல்படை தன்னை ஈந்துவிடும். ஈசல் எம் விடுபாடல்கள். ஒருபொழுது வாழ்ந்தாலும் அழகுக்காட்டிச் செத்துப்போவோம்.

ஓரியாதோம்சிட்டு விதி இதுதான் எனக்கனாவுரைத்தது. இதை என் வாய்ப்பூட்டில் வைத்து பற்களை முட்டும் உன் புல்டாக் ரிவாலுக்கு சொல்ல வேண்டுமா' என்றது பணியாத காட்டு இசை. மேலும் சொன்னது சிரட்டைக்கின்னரி 'ஈசல் ஆன்மாவின் அரக்குநிற மனக்குறிப்புகளில் இரண்டாகப் பிளவுபடுகிறார் எம் கடவுள் கிடிலி. கிடிலி தேவதைகளின் அகத்தில் எங்கோ ஒளிந்துகொள்ளப் பயப்படும் தேய்பிறை வளரி அவர் இமைப்பொழுது வாழும் ஓரியாதோம் சிட்டுகளிடமே அடைக்கலமா கிறார். இல்லாத இடத்துக்குப்போய் காணாத கெம்புக்கற்களையும் சொர்ணமச்சங்களையும் கொண்டு வந்தார் கிடிலி. நாங்கள் வழிப்பறி செய்யவில்லை, பேய்களின் இருட்டு நகரவர்த்தகர்களிடம். என்னைப் பற்றிச் சொல்ல ஒன்று மில்லை. தண்டனையின் கறையில் நீதியை உன்னால் இசைக்க முடியுமா சிட்டு... எனக் கேட்டான் பிரான்ஸிஸ் லாடன். 'என்னால் முடியாது. இரக்கமற்ற நீதியிடம் புல்டாக் துப்பாக்கிகள் இருப்பதால் இறந்த ஒவ்வொரு சிட்டுகளின் நெற்றியிலும் தழும்புகளாகயிருக்கிறது

சுட்ட துளைகள். என் தோளிலும் துளைத்திருக்கிறது பார் வடு. எங்கள் பிள்ளைகளைத் திருப்பிக் கொடு. பிள்ளை பிடிப்பவரா நீங்கள்'

மொகியாப் படகோட்டிகள் சீர்நதியிலிருந்து கம்பாத் வளைகுடா வரைக்கும் ஈரான் பாலைவனத்திலிருந்து மேற்கிந்தியாவின் எல்லாச் சாலைகளிலும் மரத்துக்கு மரம் காத்திருந்து அங்கிங்கு என்றில்லாமல் தேவைப்படும்போது உணவுக்காக வழிப்பறி செய்வார்கள். பத்திரிப் பழங்குடிகளுக்கு இவர்கள் மரத்திலேயே குடிபோட்டு வாழ்வது தெரியும். ஆங்கிலேயரைப் பகைத்து ரகசியமாகக் குதிரைகளையும் கடத்தினார்கள். சிந்துவிலிருந்து நீர்மார்க்கமாகப் போய் துவாரகா பாணியர் மரக்கலங்களைத் தொட்டனர். வேத காலத்துக்குப் பின்னே வந்த வணிகக்குழுக்களாய் உருமாறிய பாணியர்களிடம் பருகச்சத்தில் தங்கள் மூதோர் வேதகாலப் பனிமேய்பர்களிடம் ஆநிரை கவர்தலும் இந்திரனின் தூதகி வந்து நிரை மீட்டிச் சென்ற பாடல்கள் எளிதில் மறைவதுமில்லை. முன்னே புழக்கதிலிருந்த மிலிந்தனுடைய நாணயக் குவியலை ஒரு மலைச் சுருங்கையில் சேர்த்துவைத்திருந்தனர் பழம்பாணியர். அவற்றைக் கேள்வியான தொல்லியலாளன் ஆர். புரூஸ்புட் விக்டோரியா நாணயங்களுக்கு ஒன்றுக்கு ஐந்து கொடுத்துக் கைப்பற்றிக் கொண்டான். நாணயங்களில் மிலிந்தர் காலம் திறந்து கொண்டது. உஜ்ஜைனி, விதிஷா, கௌசாம்பி, பாடலிபுரம் வரை செல்லும் சாலையில் செல்லாத நாணயங்களைத் தேடினான். ஒவ்வொரு குன்றுகளில் உள்ள அண்டாங்கல் பாறைகளில் பாணியர், செட்டிப் பெண்டிர் சிறுவாடுகளென மறைத்து வைத்த புராதன நாணயங் களைப் பாணிய வர்த்தகர்களிடம் கண்டடைந்தான். ஒருவேளை அவன் தக்ஷசீலத்தின் புராதனங்களையும் கண்டு வரைந்தான். அபோலோடோடஸ், மிலிந்தன் இருவரையும் உஜ்ஜைனியிலும் பாடலிபுரத்திலும் சாயைகள் இருப்பதாக ஊகித்தான், நதியில் புரண்ட நாணயங்களின் பக்கத்தை வாசித்து. இந்திய கிரேக்கர்களைப் பற்றி அறிந்து கொள்ளப் பாணியப் பெண்கள் சுருக்குப்பைகளில் சேகரித்து வைத்திருந்தவற்றை பொகியாக் கூட்டத்தினர் காட்டு வழிப்பறியில் பதுக்கிவைத்த நாணயங்களைத்தவிர வேறுஒரு வழியும் இல்லாதது தொல்லியலாளியின் துரதிர்ஷ்டமாகும். திசை மறித்த இருட்டைத் திறந்து காட்டினர் பாணியவணிகர்.

பெருவழியையும் நூத்கொள்ளையர் மணல் வரைபடத்தை விரலால் கோடிட்டு நகர்ந்தனர். இந்துக்குஷ்சின் தென்பகுதியிலிருந்த கபிஷாவிலிருந்து பிரிந்த தாழ்ந்தவெளியில் அலெக்ஸாண்டரின்

சாயலைக் கண்டான் தொல்லியலாளன். புஸ்கராவதியில் தேடினான். அர்கோஷியாவிலிருந்து சிந்துவின் இடதுபக்கத்தில் தக்ஷசீலம், சாகல் என்ற இரு தலைநகரங்களுக்கு இடையில் புதைந்திருந்த மினோடார் எருதின் சிலையைப் பாணியப் பழம்பொருள் சேகரிப்பாளன் சகாரியா பாபுவிடம் ஒன்றுக்குப் பத்தாய் விலைகொடுத்தான். இந்திய கிரேக்க நாணயங்களின் உருவங்கள் உருண்டு பேசின அவனோடு. பலக்கிலிருந்து வரும் மற்ற கிளைப் பாதைகளின் இரு நகரங்களே அவனுக்கு வரைந்து காட்டின. பெயர்போன படைத்தலைவன் மிலிந்தனின் சருக்கத்தில் தோல் ஏடான மிலிந்த பிரச்னம் திறந்தது இருட்டு விளக்கில். புராதன மடைந்த இருநகரங்களே இவ்விரவில் நான் நாணயங்களைக் குலுக்கியவாறு உங்களிடம் உரையாடுகிறேன். எவ்வளவோ சாயல்களுடன் ஒளி வீசிக்கொண்டிருக்கிறீர்கள். இம்மங்கிய நாணயங்களில் பதித்த வார்த்தைகளும் மூழ்கிக் கொண்டிருக்கின்றன. அந்த இருட்டு வளரிகள் உதிர்த்த இந்தக் களவு நாணயங்களில் பலநூறு ஆயிரத்தியேழு இரவுகள் ஒவ்வொன்றும் மட்ராவின் தென்பகுதியிலிருந்து சம்பல் நதியில் மூழ்கிக் கொண்டிருக்கும் மிலிந்தனின் கீர்த்தியின் கிரேக்க யாழும் தெற்கே உள்ள காவிரி பாயும் கமாராவின் தேவகணிகை மகரயாழின் கானல்வரிப் பாடல்களில் ராசிவட்டமும் உன்னைபோல் இடமுறைத் திரிபாகவேயுள்ளது. ‘இரண்டுக்குமான திருப்பு நடுவணம்’ என்றன மூழ்கும் வார்த்தைகள் அவனிடம். நீரின் கோடுகளில் நீளும் வாக்கியங்களைக் கேட்டவாறு இருந்தான் அவன்.

பிப்பால்யா காடுகளில் போதைக்குள் அலையாக வெளிவரும் துதாதள், லோதா-லோதி, காஸீஸ், முண்டா போடஸ், நுத், முஸார், பாஸியா, தக்நக்கர், ஈகிப்டி, பத்தாராக்கள் தங்கள் குழந்தைகளையும் ஆட்டுக்குட்டிகளையும் தோளில் சுமந்தவாறு தாமஸ் ஸிலீமனின் கொடிய விப்லிஸ்காட் ரிவால்வருக்குப் பயந்து திரிகிறார்கள்.

கூடாரங்களையும் மெல்லிய மாவுப்பைகளையும் தானியச் சாக்கு களையும் சந்தால் எருதுகளில் பொதிபோட்டுத் தங்கள் பூர்வீகச் சாம்பல் வீடுகளில் வயோதிகர்களையும் எலும்பு துருத்திய மாடு களையும் கயிறுகளோடு விட்டுவிட்டு வெளியேற முதியோள்களை மிருகங்கள் மீதமர்த்தி கொடிய தெய்வங்களின் சாபத்துக்கு அஞ்சி அவர்களையும் கொண்டு சென்றனர். சாம்பல் மேடுகளில் இருந்த முதியோர் மெலிந்த கால்நடைகளின் மூக்குக்கயிற்றைப் பிடித்து கொண்டு நடந்தனர். கிடியருக்கு இருட்டில் பார்க்கிற சக்தி மற்றவர்களைவிட பலமடங்கு அதிகமுண்டு. கிடியரின் கண்களில்

மறைந்திருக்கும் பேய்களின் கூம்புவடிவ விழிப்படலமெனப் பழங்கால விலங்குகளின் நிழல்களின் அனுசரணம்கூடத் தெரியும்.

நட்சத்திரங்களின் சிறுசிறு புள்ளி ஒளியைக்கூட விடாமல் சேகரிக்கும் தன்மை அதிகம். ஒவ்வொரு கூழாங்கற்களின் ஒளிகசியும் இயற்கை கொடுத்த வறட்சியின் ஈர்ப்பிலிருந்து இருட்டுடன் பழகினார்கள். ஒரியாதோம் சிட்டுகளின் பழைமையான நேத்திரங்கள் இருட்டில் மங்கலாகத் தெரியும் அரு உருவங்களைக்கூட முழுவுருவ மாகக் காட்டிவிடும். வயோதிகரின் கண்கள் நிலைகுத்திய பார்வையில் அங்குமிங்கும் அசையாமல் எதிரிகளைத் தொலை விலேயே மயக்க உருவில் பிடித்துவிடும். சுருக்கம் விழுந்த முதிய நயனங்கள் வயதாக வயதாக அவை மிகப்பெரியனவாக மாறுவதால் தேவைக்குத் தக்கவாறு இருளின் குறைந்த ஒளியை உள்வாங்கிக் கொள்ள தம் ஆதிக் காடுகளிலேயே பழகியிருந்தனர். இருட்டிலுள்ள அசேதனப் பொருட்களின் சலனங்களில் பார்வை பார்த்துச் சொல்லி விடுவார்கள் வரப்போகும் விதியையும். கும்பினி மேஜர்களின் வெள்ளி ஸ்காட் துப்பாக்கியில் ஆடும் மரணப்புழுக்கள் ஒவ்வொன்றும் தாங்களும் துதாதள், லோதா-லோதி, காஸீஸ், முண்டா போடஸ், நுத், முஸார், பாஸியா, தக்நக்கர், ஈகிப்டி, பத்தாராக்களும்தான் என்பதை பிடிபட்ட பிள்ளைகளும் அறியும். சாமையரிந்த தாளால் வேயப்பெற்ற மண்கூரை வீடுகள் தூக்கத்தில் யார் முணுமுணுத்தாலும் காட்டுப் பூனைவாய் வெருவினாலும் மறுநாள் என்பது இன்னல்களுக்குக் கட்டியமாகும். காட்டின் அடிவாரத்தில் பூனைவால் அசைந்தால் கிடியரைப் பார்த்து சகுனம் கூறுவதாக அர்த்தம்.

சிறைக்கைதி வட்டச்சுவடி -5

உப்புச்சுவர்

நேற்றிரவு தோற்றமான உப்புச்சுவரில் உள்ளுறைவோர் வருந்தும் வெப்பமிக்க எயிற்பன்றியின் முதுகெலும்பாக வளைந்து முடங்கிக் கிடக்க நாளைய புதிரின் சாம்பலாகக் கரைந்து ஒளி மங்கிய பாஸியாக்களின் உப்பு ஓடைகள் பாய்கின்றன. அணிலும் எலியும் அவர்களைச் சுற்றி விதிகூறும். திரும்பித் திரும்பி வீசும் உப்புக்காற்றில் எம் ஒட்டுத் தலைமுடியால் கழுத்தில் சுருக்கிக் கொலையுண்ட ரயிலதிகாரிகளின் இறந்துகொண்டிருக்கும் கண்கள் உமிழ்கின்றன நிலக்கரியின் கங்குகளை.

வெப்பக்காடுகளில் வரகு வைக்கோலால் வேய்ந்த சிற்றூர்களில்

பேய் பிசாசுகள் உஷ்ணக் காற்றை வீசுவதாகக் கிராதர்கள் நம்பினர். ஊரினின்றும் பெயர்தலை அறியாத பழைய குடிகளும் இருந்தனர். அவர்களை வீழாத பெருமரங்களில் உள்ள பாம்புகளே தடுத்தன. கடும்குளிரில் கடைசிப் பகுதியிலும் ஊடாடி உதிரும் தவிட்டுப்பனி, வெவ்வேறு ராத்திரிகள் தொன்மையான மலைகளிலிருந்து வருவதால், தாம் யாரென்றும் பிறர் யாரென்றும் தெரியாத வெண்படலத்தில் புரண்டுகொண்டிருந்தது ஊசிக்காற்று. பொலி வழிந்த குன்றுகளின் தனிமை கொண்ட தோற்றத்தை நம்பினர்.

கயங்கள் நீரற்று உப்புத்துகள் பட்டிருக்கும் வளம் தப்பிய காட்டில் இவர்களை எதிர்த்துக் கல்வளரிகள் பறந்து தேடின. வெப்பக்காடுகளில் தாளிப்பனை ஓலைகளின் பேய்க் குரல். சாதாரண பறவைகளும் பிராணிகளும் வடலிகளில் கத்தின வால் துடிக்க. வளரித்தடை உத்தரவைக் கொண்டுவந்த பிரான்ஸிஸ் லாடன் வெப்பரத்தப் பிறவிகளின் தடங்களைக் கொண்டுதான் உப்புப் பாதையைக் கண்டுபிடித்தான். உப்புவழித் திருடர்களின் பாசம், கருணை, ஈவிரக்கம் உப்பாக மாறியிருந்தது. நள்ளிருளில் ஊடுருவும்படியான உப்பு வெளிச்சம் உவட்டு மண்கூரை அழுது புலம்பின, வீடுகள்மீது. அந்த உவட்டுநில மனிதர்கள் பிறவியில் கொண்டுவந்த உப்பைக் காளிதேவிக்குச் சுடப்பட்டவர்களின் இருதயங்களால் நீளமான உப்புச் சுவரெழுப்பினர். வர்த்தக மூட்டைகளைக் கவர்ந்தவர்கள் இரவிவாய் உப்புவழியாகச் சொந்த ஊருக்குச் சென்றுவிடுவர். இவர்களை வேட்டையாடி வரும் துப்பாக்கி சோல்சர்களை உப்புச்சுவர் தோன்றி தடுத்து திசைகளைக் குழப்பிவிடும். குற்றங்களுக்குப் பின் உப்புச்சுவர் களில் மண்டியிட்டுப் பதுங்கி உள்மறைகிறார்கள். பதனழிந்த தம் முன்னோரின் ஆவிகளைச் செறிவூட்ட அந்த உப்புச்சுவரைக் காத்துவந்த புராதன அண்டங்காக்கைகள் சுவர்மேல் அமர்ந்து இறகு ஒன்றைப் பிய்த்தெடுத்து பாசியா இனத்தைச் சேர்ந்த மணல்துறவி ஒருவன் எழுதிக்கொண்டிருந்தான். அலைக்கழிய ஊசலாடும் பாசியாக்களின் வாழ்வு காலத்தையும் இடத்தையும் மாற்றும் உப்புசுவர்களோடு நடந்து நரகத்தையும் இங்கே கண்டனர்.

உப்புப் பாலைவனம் விரிந்தகன்ற வெற்றிடங்களும் வரட்டுத் தானியங்களும் சிதறிய வேகத்தில் முளைத்திருந்தன பனியில். நெற்றுலர்ந்த காடுகளைவிட்டுச் சிதறிய நரிகளும் உயிர்தொனி இழந்த கதப்பு இனத்தோரும் அங்கிருந்து வெளியேறவுமில்லை. காந்திலா சிறு வணிகர் துப்பட்டியும் கம்பளிகளும் விற்றுவருவார்கள். உற்றுப் பார்ப்பதன் மூலம் வருங்காலத்தைச் சொல்லும் பாஸியா ஒட்டு

முடித் துறவிகள் வேடமிட்டுவந்து ரயில்பாதைகளின் வரவைத் தடுத்து கொடியஅதிகாரிகளின் துப்பாக்கிகளையும் ரயில்வே பொறிஞர் களையும் ஒட்டுமுடியால் கழுத்தில் சுருக்கிட்டுக் கொன்றனர். ஏமாற்றுப் பொய்யுரு தரித்த பாஸியாக்கள் அதிகாரிகளைக் கண்டு அற்புதம் போல் பல மாயவித்தை காட்டி மறைவார்கள். உருவற்று மறைந்திருக்கும் உப்புச்சுவரில் தீயஆவிகளின் பாடலுடன் புதர்க்காட்சி களாய்த் தோன்றும். இவர்களின் தீம்பான குற்றம் நிறைந்த இரவுகளைச் சாபமிட்டுச்சாடும் வர்த்தகர்களும் குதிரைகளும் நெடுந்தொலைவில் மறைய எலும்புகளாலான உப்புச்சுவர் வர்த்தகரின் கண்களில் பேய் நிழல்கள் கவிந்து கிலியடையச் செய்கின்றன.

ஈரப்பசையில்லாத கோடைஇரவுகளில் ஒருவகையான வெப்பக் காற்று புலம்புவது காடுகளை வெட்டித் துன்புறுத்திய கம்பேனி நாற்காலிகளும் மேஜைகளும் கச்சேரிப் பலகைமெத்துகளும் வனமரங்களின் அழுகையாகத்தெரியும் இந்தக் கொடியவர்களுக்கு. தொலைவிலிருந்தே சுட்டுக்கொல்லும் சோல்சர்களின் ஐங்கில் கார்பைன் துப்பாக்கிக் கட்டைகள்கூட இந்த வனத்தில் பறித்ததுதான். மஸ்கிடூன் துப்பாக்கிகளுக்கும் பேக்கர் துப்பாக்கிகளுக்கும் கண் களில்லை காதுகளில்லை. ஆனால், நீர்தேடித் தாகத்தில் உலர்ந்த காட்டுமனிதர்களின் கதைசொல்லும் மண்குரல்வளையைச் சுடும் ஆற்றலுண்டு. கதையின் ரத்தம் செந்நிறமானது. ஆனால், ஈகிப்டிக் குடும்பங்கள் சண்டையிட்டுப் பிரிந்துவிட்டாலோ பலரை பெர்கூலன் துப்பாக்கிகள் கழுத்தைக் குடைந்து வீழ்த்தினாலோ பதிந்த ரவைகளை ரணசிகிச்சை செய்து அரைகுறை உயிர் உள்ளவர்கள் மறுபிறப்படை வதற்கு சாகாமூலிகை நசியம்பிழிந்து காதில் ஊற்றுவார்கள் ஒன்றுகூடி. தோட்டாக்கள் பிளந்த உடல்பகுதி ஆறுவதற்கு சம்ரக்ஷணை செய்யும் பெண்கள் இயற்கையின் மூலிகைகளாக நடமாடினர். உள்நாக்கு நத்தைகள் இவர்கள், கூடுசுமந்து அலைகிறார்கள். ஊர்ந்த எச்சில் மண்வழியே வெளியேறிக் கூழாங்கற்களை முத்தமிடும் நீலநத்தைகள். இந்த வறண்ட காடுகளில் மறைந்து போன ஈகிப்டி எருதுகள் மலையில் இறங்கும்போதைவிடவும் சரிவுகளின் மேல்நோக்கிப் பயணித்து உச்சியை அடைந்துவிடும்.

சந்தால் எருதுகளைக் கண்டால் வளர்க்கும் ஆசையில் போகவிட மாட்டார்கள். எருதை இழந்த சந்தால் ஈகிப்டிகளின் மலை ஊருக்கு நேரில் வந்தால் பெண்கள் மன்றாடுவார்கள். முதியோர் சந்தால் எருதுகளோடு சொல்லும் கதைப்பாடலில் காணாமல்போன ஈகிப்டி எருதுகள் மறைந்த சோகத்தில் புகையிலையை இவர்களிடம் வாங்கி

சந்தால்களும் கவ்விக்கொண்டார்கள். சந்தால் தம் எருதுகளை மீட்டிச் செல்லும் போது பாறையையே சேவல் கிழித்துக் கொக்கறிக்கும் போகவிடாமல். 'சந்தாலை எதிர்க்கிற சேவலுக்கு விலாவில் இருக்கிறதாம் பித்து' என்றாள் விசாரப்பட்ட மூதோள்.

ஹஜார்ஜாதைச் சேர்ந்த கிராதர் காட்டு சாதியினர் ஆதிக்கல் வளரிகள் வந்தேறி ஜேம்ஸின் பேக்கர்துப்பாக்கிகளுக்கு அஞ்ச வேண்டாமே என்று பாறைகளுக்குளிருந்து வெளிவந்து கொடுத்தார்கள் கைக்குக் கைரகசியமாய். எப்பொழுதும் அவர்களுக்குள் மறைந்திருக்கும் விலங்குகளும் கல்மனிதர்களின் வாக்கொலிகளும் அழைத்தவாறு இருந்தன மலைகளின் அவாந்திரத்தில். கிழக்கிந்தியக் கம்பேனியார் அந்நியப் பொருட்களையும் ராணுவ ஊர்திகளையும் கொண்டு செல்ல சாலைகள் அமைத்தாலும் அவைகளிடம் நேசமிருப்ப தில்லை. கருப்புத்துணியாய் நீண்டுவரும் தார்ச்சாலைகளை வெறுத்தார்கள். நாளடைவில் கும்பினிப்படை தார்ச்சாலையில் தேடுதல் வேட்டைக்கு வந்தது. முன்னால் வந்து பிரிட்டிஷ் கித்தான்களால் பாளையம் இறக்கினார்கள். பின்னால் சாவுநடையில் கருப்பு பூடீஸ் அணிந்த சோல்சர்கள் வந்தடைந்ததும் காட்டுக் கிராமங்களில் இருந்த வரையாடுகளும் காட்டுக்கோழிகளும் மறைந்தன. புதிதாக வந்தவர்கள் சேவல் கட்டுக்கு எதிரிகள். கட்டுச் சேவல்களைத் தொட்டதில் ஆறு பூடீஸ்காரர்கள் காட்டு வாகையில் தலைகீழாகத் தொங்கியாடினர்.

டோரிஸ் பினாட்டா படையுடன் நட்புறவுகொள்ள யாருமில்லை. கங்கைக்கும் யமுனைக்கும் இடையிலுள்ள பிரம்மதேச மண்ணூழி மலைகளுக்குள் தப்பினார்கள் துதாதள், லோதா-லோதி, காஸீஸ், முண்டா போடஸ், நுத், முஸார், தக்நக்கர், பாஸியா, ஈகிப்டி, பத்தாராக்கள். இந்த வழிப்பறி நாடோடிக் கூட்டத்தார் தங்கள் மனைவி குழந்தைகள் ஆட்டுமறிகளோடு கூடாரங்களைச் சுமந்தவாறு சோளமாவையும் கழுதையில் ஏற்றி முன்னேறி தண்ணீர் இல்லாத காட்டுஇருளை நோக்கி நகர்ந்தனர். தங்களுக்கு வேண்டிய விதைத் தானியங்களைக் காடோ செடியாக விதைத்தனர். எதிரியின் குதிரைகள் மூன்று கயிற்றால் நுகத்தடியில் கட்டப்பட்டிருந்தன. சோல்சர் இருவர் பெர்கூஸன் துப்பாக்கியை ஊன்றி உறங்கிக் கொண்டிருந்தனர். பாழடைந்து வேட்டையாடப் பட்டிருந்தது தங்கள் கிராதரின் கிராமம். புராதன வளரி சேகரிக்கும் தொல்லியலாளன் டைரியில் அகப்படாமல் பழைமையான கல்வளரிகள் மலைமேல் சுழன்று திரிந்தன. அவற்றின் நிழல்கள் அவன் தேடும் வேட்கையால்

உரையாடத் தொடங்கின கனவுகளில். இவற்றைத் தேடிவந்த தொல்லியாலளன் ஆர். ப்ரூஸ்ஃபுட் படையில் ஒளிந்திருந்தான். கல்வளரிகளின் காலத்தை மோந்து நோக்கியே வட துருவ மிருகா நரைப்பனியரின் யுகங்களுக் கிடையில் டைரியில் எழுதியபடி இருந்தான். ஆர். ப்ரூஸ்ஃபுட்டைத் தான் சந்தேகித்தாள் கிராதர்ப் பாட்டி. ஆர். ப்ரூஸ்ஃபுட் போங்கையும் கோணலான குணங்களையும் அவன் முகத்திலேயே வாசித்தாள். அவனை விசாரிப்பதற்கு துபாசி அக்ஸ்ஸை கூட்டிக்கொண்டு வந்தான் கிடியர். வளரி சேகரிப்பாளன் ஆர். ப்ரூஸ்ஃபுட்டை கேம்ப் கட்டிலோடு மலைமலையாய்க் கடத்தியிருந்தனர் கிராதர். உப்புச் சுவரில் மறைந்தவர்கள் தானாகவே எதிரிகளை உருவாக்கிக் கொள்ளவில்லை. கலனல் டோரியஸ் பினாட்டோ அவர்களை வாழ அனுமதிக்கவில்லையா. உப்புச்சுவர் மொழிகளில் மறைந்திருக்கும் பூர்வீகர்களைத் தேடியது.

சிறைக்கைதி வட்டச்சுவடி -6

இலையுதிர்க்கும் மரநாய்வளரி

விந்திய மலையும் சாத்புரா மலையும் சந்திக்கும் இணைப்புப் புள்ளியாக தொல்பழங்குடிப் பைகாக்கள் மூலிகை தேடும் வனங்களில் மச்சி, குருமி, கர்கடி, தார்துரி, மகரி, ஜடுபி, சோம்பா மலைகளின் சாயல்களாய்ப் பின்தொடர்வார்கள் மூலிகைக் கற்றையுடன். சத்சமுந்தரியா கதையின்படி தாவுகன் தன் உள்ளங்கையை விழுங்கி விடுவதால் ஏழு தேவதைகளைப் பெற்றெடுத்தான். ஏழு கன்யைகளின் பாடல்களைப் பானாக்கருவிகளில் இசைக்கலாம். சுரங்கதஸ்கராக்களால் பௌத்தா கிராமம் ஆரவல்லி மலைக்கூட்டத்தில் காணாமல்போன மரங்களின் பாடல்களில் மேற்பரப்புப் பாறைகளை நீக்குதல் மலைகளுக்கு எதிரான முதல் யுத்தம் இலைகளாக உதிர்ந்து கொண்டிருந்தது.

வெள்ளைக் கலனல் டோரிஸ் பினாட்டாவின் மஸாக்குஸிட்ஸ் ரிவால்வருக்குப் பயந்து தீயஆவிகளோடு அலைந்தனர். பலநூறு வயதான விருட்சங்களாக நீலவெள்ளை மலர்கள் வீழ்ந்து கொண்டிருக்க விருட்சம் திறந்து மச்சி, குருமி, கர்கடி, தார்துரி, மகரி, ஜடுபி, சோம்பா மரநாய் ஏந்தி வருகிறார்கள். மரநாய் வளரியின் பாஷ்யத்தில் அருவமாய் வெள்ளைப்பஞ்சென ஸ்தூலம் கரைந்தவர் களாய் மெலிவுக்கும் மெலிவாய் இருக்கிறார்கள். கனாத்திறம் உரைக்கும் மரநாய்வளரி ஒளிவிட்டு நகரும் சாத்புராமலைகளின்

இருளில் முனித்தடம் செல்வதைப் பார்த்துவருகிறது. மரநாய்வளரியின் வெளிச்சம்பட்டு வாசனைகளை ஆரவல்லிப் பூவில் அவிழ்க்கிறார்கள். மேற்குப்புகையிலைத் தொண்டாலியில் உலர்ந்த இலைகளைக் கரடி மீனா மூதாட்டிகள் நிழல் வாட்டத்தில் காயவைப்பதும் கன்யைகள் கேட்டால் நயம் புகையிலைச் செடிகளைப் பிரித்து மோந்து பார்த்து இனாம்கேட்டு வாங்குவார்கள் நடுநிசியில். கன்யைகள் கரடியிடம் இனாம்கேட்ட புகையிலை மந்திரம் பாடலாயிற்று. உப்பு நரகத்திற்கு வந்து சேர்ந்த பரங்கிப் புகையிலை வியாபாரியும் பாணியவர்த்தகனும் கல்கத்தாவில் சுருட்டு வாணிபத்தில் சொர்ணயிலையுதிர்க்கும் புகைமரமாய் பரவியிருந்தனர். புகைக்கிறுக்கு வங்கப்புகையிலைத் தோட்டங்களாயிற்று. பாணியர் புலம்பெயர்ந்து புகையிலை விதைகளுக்கு முன்பே பரவியிருந்தனர் உலோக வேட்கையில்.

பவன்தேவின் வாயுநடனம் பானாப்பாடல்களாக சுழன்றுவரும் வறண்டவெளிகளில் மகுவாபோதைக்குள் அலையாக வெளிவரும் வகுதி, மார்வாரி மொழிப்பாடல்களை மேவதி, சேகவதி இரு இனங்களும் மழைச்சாறுகளை எடுத்துக் காய்ச்சிய அரிட்டங்களில் மனிதரைவிட ஆவியர் மண்குவளைகளை நீட்டி மறைந்த மொழிகளில் பாடுவார்கள் மகுவா கேட்டு. பவன்தேவ் என்றொரு கான சாஸ்திரத்தில் பேர்போன விகடை வம்புருவான தும்புருவை மானசீகக் குருவாய் கொண்டவனை ஜெயிக்க ஆவலுற்றாள் சர்மிஷ்டா. கானருதுக் கோட்டான் காடெல்லாம் பறந்து செடிகளின் ஓசையிலும் எறும்புகளின் கால்தொனிகளிலும் தானியங்களின் முணுமுணுப்பிலும் சோளத்தை உருட்டும் கட்டெறும்பிடமும் நுண்ணிய ஒலிகளைக்கேட்டு பாலைநிலத்தில் ஓடும் மாயத் தோற்றத்தில் கானத்தின் சுழலும் வளைவுகளும் கேட்டது கோட்டான்.

ஆகாசத்தில் சர்மிஷ்டாவின் நீலத்தோற்றமிவை மையலோடு கசியும் நாட்களைக் கோர்த்துக் கடக்கும் கானருது 'ஏய் விசித்திரக்கோட்டானே உன் கறுப்புக்கோட்டு தற்கொலையின் ஊருக்கு மேல் தானே மிதந்து திரிகிறது. வீட்டுக்கு வீடு உன் கோழிமுட்டைக் கண்ணாடி உற்று உற்றுப் பார்க்கிறது. இரு கண்ணில் இருக்கும் சூனியத்தையும் ஒன்றில் இருக்கும் இருட்டையும் பாய்ச்சி தற்கொலை ஜீவிகளை புளூட்டோவில் உள்ள சம்பர் உப்புக்கேணி நிலவிற்கு தோளில் போட்டு தூக்கிப் பறப்பது ஏன்... அவைகளை ஏன் கறுப்புக் கோட்டால் மூடுகிறாய். உன்கோட்டு அவர்கள் பூசிய கண்ணீரால் சாயம் வெளுத்துவிட்டது.' இப்படிப் புறணி பேசும் நத்தைகளின்

உரையாடலைக்கேட்டு வெட்கமடைந்தது கோட்டில் மறைந்திருக்கும் கானருது.

லவணபுரத்தில் மறைந்திருக்கும் வெள்ளைப்பூத்தெருவில் இந்த கானருது தன் கறுப்புக்கோட்டுகளைக் கடல்கொண்ட துவாரகாவின் சகதியில் முக்கி உலர்த்தி வந்தது. பல சிறுபெண்களில் ஒவ்வொருவராக வந்து ஆளுக்கொரு கோட்டு அணிந்து தங்கள் ஆத்மஹத்தியின் ரகசியத்தை சம்பர் உப்புக்கேணியில் அழுதவாறு முணுமுணுப்பார்கள். ரத்தினமாலாவின் கோட்டில் இருந்துவரும் இசைக்குள் லவணபுரத்து பவன்தேவ் வீழ்ந்துகிடக்கிறான். காலை நேரத்தில் அந்தத் தெருவில் நிருத்தப் பகுதியான அடவுகளை எவ்வெப்போது எப்படி உபயோகிப்பது வாயு நடனத்தில்? வர்ணம் முதலிய உருப்படிகளுக்கு ஆடுதல் முதலியவற்றைக் கொண்டு கூரிச்சாத்தான் என்றொரு ஆந்தையார் கோட்டானை வெல்லவே பிறந்திருப்பதாய் சொல்லி ஏளனமாய்க் கானருதுவைப் பேசியதால் லவணபுரா மறைந்திருக்கும் உப்புக்கேணியில் பதறிவிழுந்த கருப்புக்கோட்டுகளை ஒவ்வொன்றாய் எண்ணி அடுக்கிய சிஷ்யை களைப் பார்த்துக் கூசிப்போனது கோட்டான்.

ஆனால் சுரதேவதைகள் ஏழுபேரும் லவணபுரத்தில் மாடிவீடுகளில் தொங்கிக்கொண்டிருக்கும் தற்கொலையான சந்தால், கல்சுவா, மஹிந்தா, தாடியா சிறுபெண்களிடம் மனதைப்பறிகொடுத்ததில் 'நீ கானருதுவிடம் அப்பியாசம் செய்த வித்தைக்குமேல் தும்புருவின் சீடன் பவன்தேவிடம் நாதம் ஒளிந்திருக்கும்' எனச் சொல்கிறார்கள். கானம் திரியும் வாயு நடனமிடும் பவன்தேவ் சுரதேவதைகள் இசைக்கும் காற்றுத் துளைகளென நத்தைகளின் கருந்துளைகளுக்குள் ஒரு உப்பு நரகத்தில் இருநகரங்கள் ஒளிந்திருப்பதைக் கண்டான் பசுவின் காதுகளையுடைய சந்தால் பழங்குடிப் புத்திரன். அவனிடம் ஒருச்சாண் கட்டைக்குழல் சீவராசிகளை மயக்கும் நாகநந்தி, சூலினி, சுசரித்ரா ராகங்களை வாசித்தான், சுருள் மூச்சில் உடைபடும் தூங்கேணி நத்தையில் அழுகிய சகதிநகரமும் குடலுக்குள் புதுநகரமும் சர்மிஷ்டாவின் லவணபுரத்தில் வேறொன்றாகத் திரிந்தான் தாபத்தில்.

இப்பியில் தோன்றிய துவாரகாப்பட்டணம் அதில் தெளிந்துணருகிற வகையில் சர்மிஷ்டா வெள்ளியாக மெய்யெனத் தோன்றி விசார முகத்தில் நீலிபுத்திரன் மாடுமேய்த்துத் திரிந்தான். சகல நத்தைகளிலும் லவணபுரத்துப் பழைய தெரு இருட்டில் புகுந்துவிடும். சொல்லுறா நின்ற காமம் கற்பிதப்பொருளிலும் பரவிக் கடலோசை கேட்டது.

சாம்பல்நத்தைகளின் கூடுகளில் பாலுணர்ச்சிகளெல்லாம் பூச்சி நாய்களாகத் தூங்குவதாகக் காட்சிநாய்கள் பிதற்றுகின்றன சர்மிஷ்டா விடம். அவள் உடலற்றவளாக இருப்பது யுத்தத்தில் தோன்றிய சாமைநாய்களுக்குத் தெரியும்.

இதை காபுவா, தார்பிரதேசத் தன்னிலைமறந்த மகிஷாசுராதேவதா, பைகா, பூமிகா என்ற இருலவணரின் தூக்குமர நிழல்கவ்வ முழுமலையாகத் தோற்றம்கொண்டாள். லவணபுராக் காட்டில் சடைத்த முள்ளிலே தைலமும் உருக சாமைநாய்கள் கும்பினி யுத்தநூலைத் திண்ணத் தொடங்கின. பழிப்பவர் பக்கம்போய் அவமானம் அடைந்து திரும்பிய பக்கமெல்லாம் வெள்ளையர் அழிமதி செய்த திணைகளின் புஸ்தகத்தைத் திறந்து செங்காற்றில் கிழிந்து கந்தையணிந்த உள்நாட்டு ஏதிலிகள் சித்திரம் அழிந்த ஊர்களிலிருந்தும், வறண்டிருக்கும் நிலங்களிலிருந்தும் சுரங்கக்கூலி களாய் வெளியேறிப் போகிறார்கள். அவர்கள் காபுவா, தார்பிரதேச மண் தனிமையை நிஜமாய்க்கண்டு சாத்புரா மலைத்தொடரில் வடமேற்கில் சால்மரங்களிடையே தங்கினர். அமர்கண்டா நமோதாஷ் நதியின் மூலத்திலிருந்து நர்மதா ஆயிற்று. படகுகளாய் நகர்ந்தன தொல்குடி லவணா நிழல்கள்.

தொல்குடி லவணாவின் உப்புக்காற்று நாய்களின் தொன்மையை அறிவதற்காக லவணபுரத்து நூலகத்தில் நூல்களைத் தேடினான் கலனல் டோரிஸ் பினாட்டா. அது எங்கும் அகப்படவில்லை. நாய்வளர்க்கும் சிலகுறியீடுகள் எச்சங்களாய் இருந்துவரும் லவணாநில ரேகையில் செல்கிறான். பூமியின் கருப்பையில் தான்தோன்றியான நெருப்பினால் உப்புக்காற்று நாய்கள் அனல்வாக்கை யுத்தத்தில் கண்டிருந்தன. மனவெழுச்சி கொண்ட உப்புக்காற்றுக் குட்டி ஒன்றைக் கையில் ஏந்தி வைத்திருக்க முடியாது. பொறுமையின்றி மீமிகையாக வலுச்சண்டை செய்ய முனையும். திடீர்த்தாக்குதலைத் தொடுத்து விடும். அது திணைநெருப்பை மோப்பத்தடத்தில் தக்கவைத்துக் கொண்டிருக்கிறது.

இவ்வகைக் உப்புக்காற்று நாய் மலைகள் சூழ்ந்த நெருப்பைச்சார்ந்த ஆபுமலைதாண்டி இருக்கும் ஊர். முல்லைநிலத்தில் அழியாவரம் பெற்ற உப்புக்காற்றுநாய் லவண ராசா காலத்திலிருந்து திணைக்குடுமி களைத் தொடர்ந்து வருகிறது. அப்படிப்பட்ட ஆவியரில் ஒருவன் மால்பரோ சிறைக்கூடத்தில் நாயின் மையல் நூலொன்றை 'பிரசூதி' என்ற மாயநாய்க்குச் சமர்ப்பித்திருந்தான். உப்புநரகத்தின் ஆவியர்

ஏந்திவரும் மண் நுரையீரலில் எரியும் ஒளியாக இருந்து வரும். அதைக் கும்பினிகள் கைத்துப்பாக்கி ரவையில் வைத்து நெடுகித் துளை யிட்டார்கள். அன்று உப்புக்காற்று நாயின் ரத்தம் பெருகியது இறுதிக்களத்தில். வாதையால் தலைகவிழ்ந்து கும்பினி ராஜ்ஜியத்தார் நாய்களைப் புறக்கணித்தது துரதிர்ஷ்டம்தான் அவர்களுக்கு. காய்ந்த காட்டுவரகுத்தோகைகளைத் திணைமேல் காய்ந்திடச் செய்து உலர்ந்த சருகின் புலம்பல்களுடன் ஏதிலிகள் லவணபுராவிலிருந்தும் வெளியேறுகிறார்கள்.

மாயநாய்களின் கதாவசியங்களைப் பிரசூதிப்புத்தகத்திலிருந்து ஈர்க்கும் புளூட்டோ திரவ நிலவாக சம்பர் தூங்கும் உப்புக்கேணியில் ஆண் திரிந்த பெண்கோலத்தில் வெண்கலச்சிலைகள் தகதகக்க காமன் தீப்பந்தம் செந்தீப்படர உப்புத்தீவுகளில் ஆடிய ராத்திரிகளைப் புனைஅரவுகள் கக்கிகக்கிச் சுரியற்றாடி வாலில் விசும்பிய மகிஷாசுரா தேவதாவின் படம் விரிகோலம். அதில் காமன் மறைகிறான் ஆடிமுடித்து. உரகத்தின் பிடியாக மகிஷாசுரா ஊரைப்பீடித்ததில் காமன் கொழுவிய தீப்பந்தத்தில் இலுப்பை எண்ணெய்க் கசிவில் மோந்து பார்த்ததும் பெண்நத்தைக்குள் சிறு உருவெடுத்துப் புகுந்தனர். சொர்க்கத்தில் முடக்கப்பட்டிருந்த புளூட்டோவின் பாலுணர்ச்சிகளெல்லாம் உருகும் பனிச்செதில் சீறும் நிலவாயிற்று லவணபுரா.

‘ஒவ்வொருவரும் வேறாயினும் லவணபுரத்து வாசிகள்தான். ஒவ்வொரு செடியும் நட்சத்திரங்களோடு உதிர்பவைதான்’ என்றது புளூட்டோவாசியான பூச்சிநாய்.

புளூட்டோ தனித்துப் புலம்பியது சம்பர் தூங்கும்உப்புக்கேணியில் தற்கொலையானவர்களிடம் ‘தொலைதூர நிலவுகளாக இருக்கிறீர்கள். பனிச்சுருளில் கரைகிறீர்கள். உம் தாபங்கள் குழப்பமானவை’ சம்பர் தூங்கும் உப்புக்கேணியின் நீலத்தில் நூறுவகை ரொமானியரின் விசிறி நடன மெலிவைக் கொண்ட வெளி. ரொமானி அலைகுடியோர் விசிறிகளை உயிரோடு நடமாடும் உலகினர் அறிந்திராதவை. அதுவும் சுரகன்யைகள் அறியக்கூடாதவை. உலகின் இருப்புக்கான ஆதார ஊற்றும் சம்பர் தூங்கும் உப்புக்கேணியின் மறதியில் இருக்கும் ரொமானிகள்தான்.

எயின்கிரகப் பசுக்களோடு அவற்றிடம் ரகசியமாய்ப் பால் பாதையை கிட்டாரா அழுது இசைக்கிறது கானருதுக் கோட்டானிடம். ‘காமத்தின் புராதனவாசனைகளை எல்லோரும் இழந்துவிட்டனர்’

என்றது புளூட்டோவில் இருந்து பறந்துவரும் ரொமானியர் மறைந்திருந்த சம்பர் தூங்கும் உப்புக்கேணி.

இப்பிகளில் உருளும் காமத்தின் உப்புவெள்ளி

மனிதனே இயற்கையை விநாசமாக்கும் இவ்வெளிக்குக் காலம் தப்பி புளூட்டோ கப்பலுக்குவந்த இந்திரன் இருபாக நத்தைக்குள் சுருண்டுகொண்டான் இந்த உப்பு நரகத்தில்.

நத்தைகளின் வாசலாகச் சம்பர் தூங்கும்உப்புக்கேணி அத்தனை சிப்பிகளின் உணர்ச்சிக்கும் வெள்ளிகளாய் பிரவாகமெடுத்தது. 'இப்பிகளின் உருளும் காமத்தின் உப்பை வெள்ளிகள்' என்றவாறு சரீரிகளுக்குக் கொடையளித்தது சம்பர் தூங்கும் உப்புக்கேணி. இதில் ஆண்நத்தை பெண்நத்தை பேடுநத்தை என ஒன்றிலொன்று கணிதவிதியாய் கலந்திருக்கும் மாயம்.

சர்மிஷ்டா ருதுஉதிரத்தில் பாயும் செந்தழலில் காமன் இசைத்த பானாபாடல்களை குதிரை வால்முடியில் இசைத்த பர்தான்கள் மனப்பிரதியாக லவணபுராவின் விசாரமும் வீர்யமும் நுகரும் பெற்றியும் பத்தியும் பிறவும் பலவின்காமத்தில் ரொமானிப்பெண்டிர் காட்சி நாய்களின் ஊளைகளில் தென்பட்டார்கள். ருக்காவும், விதோஷாவும் தலைகீழாய்ப் பாய்ந்த துணிவிலகாமல் ஊக்குகள் குத்தி சேலை ஒதுங்காமல் சீத்தைமுள் கோர்த்து லவணபுரத்து தூங்கும் உப்புக்கேணியாயினர். நத்தைச்சகதி மெல்லும் வெள்ளிமீனும் வேர்த் தண்டுகளில் குருத்தோடு பின்னிக்கிடந்த ஒழுகண்ணியும், வில்லாத்தியும் தற்கொலைக்குள் புகுந்து தலைகீழாய்த் தொங்கும் ரொமானிவிசிறி தேவதைகள் அவர்களென்று கோடுகளை உரசியது சரீரத்தில். மீனுரசிய கோடுகள் தூங்கும் உப்புக்கேணி நீரிலும் அழியாத பனுவலாயிற்று.

பெண்பேட்டு நாண்டிகக்கூத்தன் பவன்தேவ் வாயுநடனத்தில் பெண்ணுறுப்புகள் பலபெற்றும் புருஷார்த்தம் அவாவி இருத்தல் புளூட்டோ கப்பலில் இருப்பவரோடு வேஷம் கலைந்து துயிலப் போகிறான் சம்பர் தூங்கும் உப்புக்கேணியில். நத்தைகளின் பவளச் செவ்வாய் தவள வொண்ணகை செவ்வியநிறவெளிக்குள் ஈர்த்தராத்திரி ஒழுகண்ணியும், வில்லாத்தியும் கருங்கொடிப் புருவத்துடன் கூத்து மத்தளம் விம்ம வந்தார்கள் நாண்டிகக்கூத்தன் பவன்தேவ் வாயு நடனமாடியவாறு காமன் இராத்திரி விழவுகளுக்கு. அது என்ன வெளியென்று தற்கொலையான பெண்களுக்குத் தெரிந்திருந்த சம்பர்

தூங்கும் உப்புக்கேணியாக நீலபிந்தில் சூல்கொண்டு தோற்றமாயின பிறைநாளொன்றில்.

நாண்டிகக்கூத்தன் பவன்தேவ் வாயுநடனத்தில் அபிநயத்தில் எழுந்த கைகளில் விரல்கள் முத்திரையிட்டுத் திறந்த வெளிகளில் அலை மடிப்பாய்ச் சுருளும் திரௌபதையின் கந்தலான சித்திரத்துகில் சம்பர் தூங்கும் உப்புக்கேணியில் முடிவற்று நீள்கிறது. தொல்குடி லவணா மண்ணுடலோர் கல்லாகமாறிய நத்தைக்குள்ளிருந்து வெளிப்பட்டு உணர்கொம்புகள் நீட்டி மேலசையும் அனந்தவெளியில் இழந்த இச்சை சால்மரப் பொந்துக்குள் காட்சிநாய்களுக்குள் பூச்சிநாய்கள் முயங்கும் சிணுங்கலைக் கேட்டு திரௌபதி அழுக்குச் சேலையில் தோன்றிய சித்திரமழிந்த விசயன் பிரகந்நளையாகி அலறுகிறான் சம்பர் தூங்கும் உப்புக்கேணி ராத்திரிகளில். இயற்கைக் காமம் வெளிவரத் துடிக்கும் கருஞ்சங்குகளைத்தேடி அலைகிற பூச்சிநாயுடன் பிரகந்நளை வேஷத்துடன் வருகிறாள். அவள் விரல்களில் உப்பு நளினம். தாமரைத்தண்டின் நூலினால் கோர்த்த நத்தைச்சலங்கை கட்டிக் கொண்டிருந்தாள்.

லவணபுரத்து சம்பர் தூங்கும் உப்புக்கேணிக்கு மேற்கில் சாபர்மதிக் கிளையில் ஒளிவருட நத்தைகளின் புதைபடிவங்களைத்தேடி எடுத்துவந்தாள் பிரகந்நளை. கல்லாகமாறிய ஓர்மரத்தில் எழுதிய ஒவ்வொரு சொல்லையும் தாகித்தாள். இருபால் நத்தையானான் வில்விசயன். புளூட்டோ கப்பலில் ஒட்டியூர்ந்து எச்சில்பட்டு மெல்லுயிரானான் நரன். இன்னொரு உலகைக் கருக்கொள்ளும் சாபத்தால் ஆயிரம் யோனிகள் உடல்வெளியில் திறந்து மூடினால் விழிகளாகிவிடும் இருமுக உணர்ச்சி சம்பர் தூங்கும் உப்புக்கேணியில் மறைந்திருக்கும் இந்திர ஜாலமாயிற்று.

விரும்பிய இடமெலாம் ரொமானிவிசிறி நடனக்குழு புகுந்த நீலநத்தைகள் விசும்பில் பறந்து அலையும் எயின்கிரகங்களாகவும் மாறிவிடும். தன் சரீரத்தின் வெகுவானவைகளைப் பச்சைகுத்திய வரிகளில் கருஉயிர்க்கும் கதைச்சுருள் கசிவதை பிரபஞ்ச இச்சை என்பான் கிட்டானே மகிஷாசுரா. அவன் இரு இடாயெருமைகளின் சாம்பல் நிறம் உதிரும் தூக்கத்தில் 96 மோப்பஞானம் இயற்கை நிறங்களாகப் பெருகச் செய்துவிடும். வேரூன்ற முடியாத விதிஸாகா ரெமேடியோ இடாயெருமைகளின் காலடிகளில் பச்சையம் விரல் களாய்ப் பதியும் புளூட்டோவின் பயணத்தில் இந்திரன் சாகா மருந்தையும் மூலிகைச் செடியையும் சதா லவணபுரத்து

ரொமானிக்காரி துணிபொம்மையில் மெழுகி எச்சில்கோடு தீட்டினான்.

பிரகந்நளையை ஏங்கவைத்த நுரைகளுக்குள் ரொமானியரின் மாயப்பதுமைகளும் உடைந்துவிடும். உமிழ் நாக்கில் உடலைத் தேய்க்கும் நத்தைச் சேற்றில் தான் வதைத்த அவுணர்குல இச்சையின் புத்தகத்தைக் கண்டெடுக்கிறாள் மகிஷாசுரமர்த்தினி சம்பர் தூங்கும் உப்புக்கேணியில். அதைத் திறப்பதில் லவணபுரத்து புழுதி விசிறிகளின் அசைவால் இந்திரனுக்கு இவளோடு போட்டியானது.

பால் நத்தைகளின் தெளியாத இருட்டு

மறைமுகமாக அவளோடு இமைகள் மூடிய சுரோணிதப்பைகளில் பால்நத்தைகளை ஈன்றாள் மகிஷாசுர மர்த்தினி. பிறந்ததும் பால்நத்தைகளில் உணர்கொம்புகள் முளைவிட்டன வெளிநீட்டி. விசும்பினை வரையும் இப்பிகளில் எத்தனை வளரிகள் ஒன்று மறியாமல் உறங்குகின்றன சம்பர் தூங்கும் உப்புக்கேணியில். விழித்து மூடிய நொடிக்கொரு வெள்ளியொன்றை இப்பியில் மிதக்க விட்டாள் எரிசுடராக. சம்பர் தூங்கும் உப்புக்கேணிப் படிகளில் லவணபுரத்து இருள்பூசிய அந்தியில் மாறிமாறிச் சுடர் வைக்கிறாள் மகிஷாசுரமர்த்தினிக்கு. அல்லியின் வேர்வடிவில் அசையும் ஜுவாலை. சர்மிஷ்டா விழித்துக்கொண்டாள் நீருக்குள். அவள் இருப்பே நீரின் மயக்கமாகிறது. தெளியாத இருட்டில் அவள் தற்கொலைக்கான காரணிகளும் மறைந்தன சம்பர் தூங்கும் உப்புக்கேணியில். அவள் தேகத்தில் பாசிமுளைத்து மீன்கள் நாசிவழி புகுந்து செவிவழி நிறம்மாறியவை. காலத்தால் முடிவடையாத கேசச் சுருள்கள் இறந்த பின்னும் மறுபடியாக வளர்ந்து வாசனையின் கரும்பூக்கள் வேறுபட்ட ஈர்ப்பானது. சொப்பனத்தில் நடமாடுகிற சர்மிஷ்டா கைநீட்டி போகத்தில் இச்சை மரமாகித் தூங்கும் இலைகளை மூடியிருந்தாள். தண்ணீரில் அல்லிகளாக யாதொரு பிரயத்தனமில்லாமலே மலர்கிறாள் சம்பர் தூங்கும் உப்புக்கேணியில். இயல்பாக விரும்பியே காணாமல் போன உறவுக்காரன் பவன்தேவ்மேல் மோகம்கொண்டதில் நாவறட்சியாயிற்று அவளுக்கு. அவனும் அதிதாகம் கொண்டவனாக அலைந்தான் பவன்தேவ்.

ஆயிரம் கண்ணுற்றவன் பதறிச்சுழிகிறான் மகிஷாசுர மர்த்தினியைப் பார்த்தமாத்திரத்தில். லவணபுரத்துக் கன்னியர்கூட்டம் அவன் உடல்படிந்து தூங்குகிறார்கள் மகிஷாசுர மர்த்தினி இமை

துடிக்கும் கனவில். மீன்வாடை கொண்ட சிந்து ரொமாக் குறவர்களின் குலமரபில் மறைந்திருக்கும் நிலங்களாகி வரும் மகிஷாசுரமர்த்தினி யோனி விழிகளுக்குள் இரு வளரிவடிவில் வளைந்த மீன்களின் சலனம்.

நீரோடைகளில் வேர்பட்ட விழிக்குமிழ்கள் மகிஷாசுர மர்த்தினி கருமணிக்குள் ஓடும் வெள்ளி நத்தைச் சுரியல்களில் முளைத்தன. உதிர்ந்த ஒவ்வொரு வெள்ளி மணல் மகிஷாசுர மர்த்தினியின் கைப்பிடியில் ஒளிப்புழுதி வழிகிறது. சம்பர் தூங்கும் உப்புக்கேணி நத்தைக்குள் சென்று சுழன்றுவரும் வளரி. ஆயிரம்கண்மனான் சலநிலையில் மிதக்கிறான். நீராகவும் காற்றாகவும் பிரிந்த உயிர் எழுந்தது. இந்த ஓடுடலிகளின் இருப்பையும் சிந்து ரொமாக் குறவர்களின் குலமரபில் மறைந்திருக்கும் சாமைவளரி இசைக்கிறது.

இச்சைமரத்தின் இலைகளைத் தொட்டதும் சாமைவளரி வடிவம் உப்புவளரியாக மாறிவிடும். ஒவ்வொரு இலைகளிலும் வேறுபடும் உப்புவளரி. ஓர்மை வடிவிலில்லை. இச்சை வரையறை செய்த இலக்கணத்தையே மாற்றி மாற்றி வரைந்து கொண்டே செல்கிறாள் மகிஷாசுர மர்த்தினி. ஒரு தேராளியாகவே வென்றவன் கைகளில் நாண்கயிறு உரைதலால் ஏற்பட்ட தழும்பினால் அடையாளம் இடப்பட்டிருக்கிறதால் உடும்புத்தோல்சுற்றி மறைந்திருக்கும் இந்தச் சங்கு வளையல்கள் கைகளில் தொங்குகிறபடி அணிந்திருந்தும் பின்னிவிடப் பட்டிருக்கும் தலைமுடியினை பிருகந்தளை என்றே அழைத்தன பூச்சியினங்கள். சர்ப்பத்தின் ஸ்பரிசத்துடன்கூடிய இந்த வில்லாளி தொட்டதும் இலைகளினடியில் மாற்றம் உண்டானது. மரம்தொற்றி வளரும் இச்சையின் விரல்கள் பவன்தேவுக்கு.

நாகரீகம் ஒடுக்கிமடக்கி வைத்திருக்கும் சலராசியான மனிதர் களுக்கு சம்பர் தூங்கும் உப்புக்கேணியில் மூழ்கிய லவணாவளரி நீலமாக இருக்குமென்றான் நனவிலித்தச்சன் பவன்தேவ். ஜல உருவிலான நிலவு ஒன்றினால் ஈர்த்துவரப்பட்ட புளூட்டோ எனும் மரக்கலத்தின் முன்பாகம் பேய்முனைப் பாறையில் தட்டி நின்றதில் அடைகிடக்கும் நாரைகள் கலவரம் அடைந்து சுற்றிப்பறந்து கொண்டிருப்பதை லவணபுராவை வேறு தீவிலிருந்து பார்த்தார்கள் ரொமானியர். வானிலேபறக்க மண்ணிலேநுழைய ஊணிலே உயிரை எழுப்பும் இச்சாலயத்தில் புழுதிவிசிறி நடனத்தில் நாடகத்தில் ஏகதேசம் கலை. இலைச்சாறினால் சித்திரம் தீட்டினால் குகைவளரி தோன்றிவிடும். மோக சோகத்தில் பிருகந்நளை இவர்களுடன் சம்பர்

தூங்கும் உப்புக்கேணிக்குள் நகரும் மாயக்கப்பலுக்கு வருகிறாள்.

இந்த புளூட்டோவில் ரஸவாதியாக தாடியுடன் திரிவது முதியலவணா கிட்டானே மகிஷாசுராதான். அவனைக் கேட்கிறாள் பிருகந்நளை. இம்மரத்தில் பலவகைத் தாவரங்களும் பூக்களும் கொடிபடர்ந்த இலைகளும் அரளிப்பாயிருந்தன. பதியமிட்டு பாரிசாத விருட்சத்தில் எல்லா உடுக்களும் ஒளிர்மை கொடுக்கும் பூர்ஜமர இலைக்கூட்டம் சதா லிபிகளை உதிர்த்துவிடும். உலர்ந்த இலைகளை விடியலில் சேகரிக்கிறான் கிட்டானே மகிஷாசுரா.

விராடனின் லவண ஏடு

இந்திரசபையில் முதியலவணா கிட்டானே மகிஷாசுராவுக்கு மரியாதை கொடுக்காவிட்டாலும் புளூட்டோவில் தஞ்சமடைந்துள்ள இந்திரனைக் கூப்பிட்டு 'அப்பா... சரிசரி கேளப்பா... பிரமகத்தி உன்னை விரட்டி வருவதால் என்னிடம் அடையவந்துவிட்டாய். பிரமனின் மூன்று சிரசுகளை வஜ்ரத்தால் துணித்ததில் பருந்து, கழுகு, காகமாகி அவை கபாலங்களைத் தூக்கித் திரிந்தும் உகந்தும் நிணம் புசித்ததில் லோகாயதம் சொல்வேன் உனக்கப்பா.'

'ஆகட்டும் ரொமானி நாடோடியே... நான் உம்மிடம் சம்பர் தூங்கும் உப்புக்கேணியின் பூருவகுடி சருக்கம் கூறுவேன். நத்தைக் கீறலில் வெள்ளி கசிகிறது. ஓர் இப்பியில் வளரியின் கோடு படிகிறது. ஒரு கதை முளைப்பதற்கு பூர்ஜமரத்தில் ஓர் இலை புது வடிவமடைந்து விடும். உனக்கு நான் சொல்லவும் கூடுமோ' என்றான் இந்திரன். நாம் சம்பர் தூங்கும் உப்புக்கேணியில் மிதக்கும் இந்த புளூட்டோ மரகலத்தில் ஒன்றுகலந்து உரையாடுவது அடுத்த கட்டத்திற்குக் கதையை நகர்த்தும் உத்தி விஷேசமாகத்தானே' எனப் பிருகந்நளை சங்குவளையலை ஒலிப்பித்தாள்.

உத்தரபல்குனி, பூர்வபல்குனி இருநட்சத்திரங்களின் சந்தியில் இருவளரிகளைக் கடக்கிறார்கள் தூரதேசங்களில் விண்மீனைத் தொடர்ந்த பிரகந்நளை.

ஒரு மாதம் மழைக்குள் பூர்வபல்குனி வளரியில் நீலம் கசிய இலைகளில் பனியும் இப்பியின் சொரூபத்தில் விராடபருவத்தைத் திறப்பதும் மூடுவதுமாக மழைவேண்டிய லவணபுரத்து ஊரார் பிரகந்நளையைச் சோடித்துக் கூட்டிவருகிறார்கள் சம்பர் தூங்கும் உப்புக்கேணியில் மிதக்கும் புளூட்டோ மரக்கலத்திற்கு. கலை மகிஷாசுரமர்த்தினியிடம் ஜீவதன்மை அடைகிறது. பாகாயப்

பிரவேசத்தில் எதனெதன் உருவெடுத்து நடிக்கிறாள். இப்பியிலே தோன்றிய உத்திரபல்குனிவளரி பச்சைநிறமாகப் பொங்கிவிடும். ரொமானியர் உணர்விலும் உயிரிலும் இசையாகிறாள் மகிஷாசுர மர்த்தினி.

குடாகேசம் விரித்தவள் நீள்கனவில் ஈடுபட்டிருந்தாள். நிஜத்தில் இல்லாத கனவிற்காண்கிற உருவெடுத்தது உப்புவளரி.

திரும்பிவந்த ரொமானியர் லவணபுராத் தெருவில் நின்று எல்லாச் சிறுவர்களையும் சிறு பெண்களையும் கூப்பிட்டனர். வீசும் காற்றில் இருந்து பிறந்த இசைத்திவளைகளின் ஓசையைக் கேட்டவாறு கைவிரித்து நிற்கிறார்கள் சங்குவளையல் குலுங்க. ஆகச் சிறிய மீன் முட்களை அடுக்கிக்கோர்த்த சிலைப்பளிங்கிலிருந்தும் ஒரு நெல் பிளந்து செதுக்கிய அரிசிப் பதுமைகள் வரை குறுந்திருட்டு ரொமானிகள் நுணுகிப் படைத்து எளியோர்க்குக் காண்பித்து தன் சுயரூபம் மறைத்துச் சிற்பியாயினர். காண்பதற்கு அரிய உருக்களைச்செய்து அதில் பாகாயப்பிரவேசமாகி வெவ்வேறார்கள். ஒவ்வொரு நாளும் உப்பு நரகத்தில் வேறொரு ஜனனமெடுத்துப் பல்காலம் வாழ்ந்தேனென்று சலித்துக்கொண்டனர். கிட்டானே மகிஷாசுரா லவணபுரத்துச் சாயப் பட்டறையில் துணிகளுக்குத் தாவரச்சாயம் பாய்ச்சிவந்தான் மாறுவேடத்தில். கிட்டானே ஜனித்த பசுமைத் தாவரக் குலப் பெயரோடு வந்தவரும் ரொமானி என்போர் வசந்தத்தில் பயிரின் துகள்களோடு சேவல்களின் இறகுகளைக் கலந்து விதைத்தார்கள் புழுதித் தானியங்களை.

சிறைக்கைதி வட்டச்சுவடி -7

மண்பானையைச் சுற்றிக் காயவைத்த பகல்கள்

விதாதிரி கிராமத்தில் சோளஓநாய் வரும் காற்றில் அலைமாதிரி சோளக்கதிர்கள் அசைந்ததென்றால் ஆசீவகத்துறவிகள் மாங்கோட்டை ஏந்தி வருவார்கள். சோளக்குருத்திலும் சோள நீலப்பூவிலும் ஆசீவகம் மலர்கிறது. ஆரவல்லி மலைத்தொடரின் தென்மேற்கில் ஆபுவைச் சுற்றி அரளிப்பான காடும், பலவித உருவில் மெய்யுருக்கொண்ட பாறைகளும் சூழ்ந்திருக்கும். தூங்கும் உப்புக்கேணியில் லவணக் கல்லாலான ஒரு பிம்பம் ஒவ்வொரு தீர்த்தங்கரராக மாறக்கூடிய மாயம் உப்பு நரகத்தில் விளைந்தது. சர்ப்ப குண்டலி ஆண் பெண் இரு சர்ப்பங்களாய் உப்பு ஏரியின் உறக்கம்கொண்டிருந்தன மோனத்தில். அதில் அசோகவிருட்சத்தின் கீழ் வீற்றிருக்கிறார் ஆதிநாதர். அந்தக்

கேணியில் மூழ்கியுள்ள மூன்றாம் உவர்மண் பட்டணமான கரிப்புரில் சமணச் சிற்பிகள் புதைந்திருக்கிறார்கள். பார்ஸ்வநாதரின் கிருஷ்ண பாஷாணப் பிரதிமைகள் உவர்மண் தெருக்களில் நடமாடிக் கொண்டிருக்க அதில் கலையை ஏற்றிவந்தான் சிற்பி. காமத்தின் வாசனைகள் இருபால் இறகுகொண்டு எழுதிவந்தான் கரிப்புர் சிற்பி. இடாயெருமைமேல் ஏறி வந்தான் நாதாம்.

கடைசி அறுவடையின் பயிர்களை ஓநாயின் உருவத்தில் செய்தான் சோளப் பழுப்பு ஆசாரி நாதாம். அந்த பொம்மைகள் கரிப்புர் தெருவில் நகரும். சோள பொம்மைகள் மனித உருவத்திலும் செய்ததில் சோளக்காட்டு பொம்மைகள் உருவாகின. தினைமுயல், கம்பு முதலை, கொக்கிர வாலி நரிகளையும் படைத்தனர் எல்லோரும் கரிப்புரில். லவணபுரத்துக்கு மேற்கில் பக்ரா ஆடுகளை மேய்த்து வந்தான் விலங்குத் தடத்தில் மேய்த்து வந்தான் பாகே. புலி வரிகள் கொண்ட பாகேவுக்கு அடர்ந்த காடுகள், மலைத்தொடர்கள் ஆற்றுச் சமவெளி களில் மறைந்துபோன மொழிகள் எல்லாம் தெரியும். சாத்புரா மலைகளிலிருந்து ஆரவல்லிவரை பழமையான கூன்பானை களிலிருக்கும் இர்பாச்சி மோவாக்களையும் சிந்த்ரம் பனையோர் களையும் பூர்காம் பூசணிக்கொடியாய் காடுகளைச் சுற்றிச்சுற்றிப் படரும் ஆரண்ய மொழியோர் அவனுக்காகக் காத்திருந்தனர். சில நூறு வயதான மூப்பர்கள் கூன்பானைகளில் உயிரோடிருந்தனர். அவர் களுக்குச் சேவலை காவுப்பலி கொடுத்து குடிபூசை செய்வதற்கு புலி உருவெடுத்து பாகே வரவேண்டும். எறும்புப்புற்றின் உட்புறத்தைப் போன்று பின்னிக்கிடந்த ஆரவல்லி மலைப்பாதைகளில் மறைந்து திரிபவன் பாகே. அடர்ந்து காடான நிலத்து வழிகள் மிகக் கொடியன. ஒவ்வொரு கொடியதெய்வங்களுக்கும் உயிரோடு ஒரு சோளச்சேவலை அறுவடையின்போது கொடுப்பான். சோளக்கதிரிலோ பூவிலோ செஞ்சேவலைக் கட்டி சோளப்பெண்ணுக்குக் கொடுப்பான். அவள் தலையில் சேவலை வைத்து அறுவடையின் போது நடந்து வருவாள். முற்றிய சேவலைக் கரிப்புரின் ஏதாவது ஓரிடத்தில் நாதாமிற்குத் தச்சுக் கழிக்கவேண்டும். இல்லையேல் ஆரவல்லிப்பிசாசுகள் தூங்க விடாது. துவரை நரிகள் போய்ச் சொல்லிவிடும். நாதாம் அந்தச் சேவலை அர்கா மண்பானைகளிடம் வைத்துவிடுவான்.

இன்னும் சாவேயில்லாத கூன்பானையோருக்குப் பலியிட்ட கொழுநிணங்கலந்த பக்ரா கிடாய் வாடை. ரத்தம்கலந்த மண்புழுதி. எறும்புகள் கடிக்கும் வேளையில் இறந்தவர்களும் வந்து உப்பும் மஞ்சளும் மெழுகிக்காயும் கசாப்பினை மகுவா வடிமது கொண்டு

சால்மரங்களிடையே மலையைவிட முதிய சிற்பி நவுபத்கானாவை சாத்புரா மலைத்தொடரிலிருந்து கூட்டி வருகிறார்கள். ஒவ்வொரு கல்லாய்த் தொட்டு வந்தான். தொட்டதும் நீரானது கல். நீல வண்ணத்தில் அவன் பார்வையில் பட்டாள் ஆரவல்லி. அவனோடு சிநேகிக்கவே லவணபுரத்துக் கூத்திலிருந்து இரவிரவாய்ப் பேடி உருவெடுத்து வந்தாள் பிரகந்நளை. மகுவா பூ மதுவில் ஒவ்வொரு கிராமங்களும் மாந்திரீக நீலமடைந்தன. ஊர்வசி சாபம் ஒவ்வொரு ஆரவல்லிப் பூக்களையும் பீடித்தது. ஜனனநாடி பார்த்து சணல்குச்சிப் பாவைகளைச் செய்து இலைச்சாயம் பூசுகிறான் தைலமண்ணெடுத்துப் பதுமைகளுக்கும் சீலைக்கும் நிறங்கள் பூசினான். சாத்புராவிலிருந்து வந்து குடிச்சடங்கில் குக்கரி கிராமத்துத் தாசண்டிக் கதை சொல்லி சாணம்மெழுகிய மண்வீடுகள் மேல் பாடினான். கதைகளாலான ஏடுகளே வீட்டுக்கூரைகளாகச் சொருகப்பட்டிருந்தன. சாவே இல்லாதவர்கள் கலைநயமிக்க பானைகளைப் பூர்வீகமாக வைத்திருந்தனர். உயிருடன் அப்பானைகளில் உள்ள தானியத்திற்குள் வாழ்ந்திருந்தனர்.

'நிலையற்ற பொம்மைகளின் நிழலாட்டம்' என்றான் சாவேயில்லாத மூதோன் நனவிலித்தச்சன் பவன்தேவிடம். ஒவ்வொரு சிற்பமும் உடைபடும் ஆனால் உருயேற்றிய கலை அரூபத்தின் சாயைதான் படைப்பில் அநித்திய சாயைகள். பார்ப்பவனின் நித்திய விதிகளா கின்றன மனதில். ராவணசாயாவில் எத்தனை ருதுக்கள் வாயுநடனம் கற்றனர் நனவிலித்தச்சன் பவன்தேவிடம். எல்லா மரங்களும் வாயுநடனத்தில் அசைந்தன. பவன்தேவுக்குள் எத்தனை வகை மூலிகைகள் உட்புகுந்து உருக்கள் பலவாகக் கொம்பு சுற்றிஆடும் அழூக்கான தோற்பாவைகளில் காமத்தின் மங்கலானநிறங்கள் ஒன்றிலொன்று ஊடாடி நம்மைவிட்டு நீங்காத கலையாகிறது. இச்சையின் இலைகளில் சாறெடுத்துப் பூசுவதில் இரவுகள் கடந்துவரும் பவன்தேவின் கைவிரல்கள். நீரில் படிந்து சலனம் கொள்கின்றன இவ்வுருவங்களின் நிழலாட்டம்.

21

செம்மண்முளரி நாளம்

குருவிகள்ஓலை தானே சொல்லும் கதை -1

தாம்பூலவல்லி

எனக்குள் அடர்ந்த சூனியமிருக்கிறது. வெற்றிடம் கொஞ்சம் கொஞ்சமாய் விரிவடைகிறது. என்ன உறங்கிக் கொண்டிருக்கிறதோ, நான் யாரோ? என் புதிர் இந்தச் சூனியம் தான் கூட்டிக்கொண்டு போகிறது. புதிரின் அடிநுனிக்குக் கூட்டிச் செல்கிறது. அதுதான் வழி நடத்துகிறது. அங்கு பூனைகள் சப்தமற்ற காலடிகளோடு வருகின்றன. அதன் கரைவில் காட்டுப்புல் வளைந்து பேசுகிறது.

மூலக்கரையிலே ஒருவன் தனித்திருக்கும் போதோ, தாம்பூலவல்லி கம்மாய்கரை நெடுக வரும்போதில் இயற்கையோடு ஒன்றிவிடுகிற மனவெழுச்சிக்கு ஆளாகிவிடுவார்கள். வெற்றிலையின் காம்பு, நுனி, நடுநரம்பு, பின்புறத்தில் அமைந்துள்ள தோல் இவைகளிலிருந்து நீங்கியே சுண்ண டப்பியை விரலால் பூசும் மாயத்தில் மோகினியாய் வெளிப்பட்டுவிடுவாள். துவர்த்தல், சொக்குதல், மூர்ச்சைப் புழு, உளுத்தல், பிசுபிசுப்பு இயற்கையாகயிருப்பதில் சுண்ணந் தடவாத பளிதமான ஒரு வெற்றிலையை, முதலில் மென்று பின் சுண்ணம் இவைகளை ஒன்றுர மெல்லும் முதல் நீர்நஞ்சு, இரண்டாவது பத்தியம், நான்காவது நீர் மதுரம். மணப்பொருள் சேர்க்கும் பாக்கு வர்த்தகரும் உள்ள ஊர். வெத்தலைச் செட்டி குமாரத்தி தாம்பூலவல்லி மணங்கூடிய வெற்றிலை பாக்கால் தம் நாலுகோட்டை முன்னோர், மங்கம்மாள் அரண்மனை, கூளப்ப நாயக்கன் கிள்ளைவிடுதூதுமாடம், பத்துத்தூணாய் பாழ்பட திருமலை மகால் வாசமிருந்து, சிறுவயல் அரண்மனையில் உறுதிக்கோட்டைக் காரை வீட்டில், நீலிதாபுரம் பூர்வீகத்தைக் கொண்ட வைகையாற்று வெற்றிலைச் செட்டிமார் வாரிசுகளே, தாம்பூல கரங்கவாகிணிமார்களாய் ஒவ்வொரு

செம்மண் உதிரும் நகரம், உயரமான களிமண் சுவர்கொண்ட நகரம், காரைச் சுவர் கொண்ட நகரம், உவட்டுக் கடல் நகரம் வரை முத்துச் சுண்ணம் சுட்டு, முதிய அரசாணிகள் செட்டிநாட்டில் டாப்பிலிருந்த தாசியாங் கணைகளுக்கு பையதா வாய்ப்பாட்டில் குரல் கம்மல் அகற்றுவார்கள்.

வெற்றிலையையும் சாம்பிராணிப் பதக்கத்தையும் மென்று சுவைக்கும்படி காரைவீட்டுப் பிள்ளத்தாச்சிகளுக்குப் பால்கட்டி உண்டாகும் முலை வீக்கத்தைக் கரைப்பார்கள். இந்தத் தாம்பூல கரங்கவாகிணிமார். வெற்றிலையை தணலில் வாட்டி அடுக்கடுக்காக கும்பமுலையில் வைத்துக்கட்டுவார்கள் பாற்சுரக்குமாறு. ஊரின் அனுபவத்தில் பெண்களுக்கு தீப்பட்ட புண்ணின் மீது வெற்றிலையைக் கட்ட வருவார்கள் தாம்பூலவல்லி வீட்டுக்கு. அந்த வீட்டில் எத்தனையோ தாம்பூல கரங்கவாகிணிமார் இருண்ட ஓவியங்கள் செப்பியா டோன் புகைப்படங்கள் சுவர்களில் மாட்டிக் கூட்டாகப் புதரடைந்த, ஞாபகங்கள் கண்ணாடிச் சட்டமிடப்பட்டிருக்கும். இளம் வெற்றிலைக் கொடி வேருள்ள இவ்வீட்டாருக்கு வைகையாற்றுக் கொடிக்கால் மானூரிலிருந்தது. தாம்பூலவல்லி வேரைச்சுவைத்தவாறு அரண்மனைப் பாடகர்களின் தொண்டை மகரக்கட்டு உடையாமல் கமகச் சுருள் விலகாமல் மெலிவிலும் மெல்லிய சுனாதத்தில் ராகபுட முறைக்கு பாசிலும் பளிதமும் பாக்கில் வைத்துத்தருவார்கள்.

வைத்திய இலை வீட்டின் முதல் தோற்றதைக் கண்டதும் அங்குள்ள புகையடைந்த ஓவியங்களில் ஊரின் அந்தரங்க உணர்வுகள் பீடித்திருப்பது தெரியும். அதை ஒருவருக்கும் சொல்லாமல் அகத்தைத் தூண்டிவிடும் கருப்பொருளைக் கொண்டுள்ளது. வைகை நீரில்இறங்கி வெற்றிலைக் கொடியிருக்கிறது. அதனை மீன்கள் கோடு ரசிச்சென்று விடும். இடைக்காட்டூர் செயின்ட் மேரிஸ் பள்ளிக்கு ஆற்றைக் கடந்துதான் படிக்கப்போகிறாள், நீலிதாபுர சிநேகிதிகளோடு. ஒவ்வொருவர் கையிலும் வைகை வெற்றிலைக் கொடி இலைகளைக் கிள்ளியெடுத்து, அதனை மீன்கள் அதிகம் நீஞ்சுமிடத்தில் உடனே பிழிகிறார்கள். வெற்றிலைச் சாறு நீரில் இறங்குகிறது. அந்தச் சாறு செல்லும் பகுதியில் ஈர்க்கப்பட்டு வரும் மீன்களை மயக்கமடையச் செய்கிறாள் தாம்பூலவல்லி. அதை மறுநாள் இரவிலும் அங்கே தாம்பூலவல்லி குறுக்கிட்டுக் கடந்துபோன வைகையின் நீர்பாதையில் அந்த மீன்கூட்டம் அலைகின்றன 'அவளைத் தேடியவாறு' நீலிதாபுரத்துக் காரர்கள் மிகையாகச் சேர்த்து வைத்திருக்கும் பூமியின் காந்தசக்தி கசியும் வெற்றிலைக் காரிகளை, வெகுதூரத்திலிருந்து

மணத்தை நுகரும் சக்தி தூர்ந்துவரும் அரண்மனைப் புறாக்களுக்கு இருப்பது அவற்றின் துக்கமான கும்காரஒலியில் விட்டுவிட்டுக் கேட்பதில் அது காணமல்போன தாம்பூலகரங்கவாகிணிகளின் வாழ்ந்திருந்த இடத்துக்கே வந்துசேர்கின்றன. இடைக்காட்டூர் செயின்ட் மேரிஸ் பள்ளிக்குப் போகும் பழைய பாலத்தில், வெளிப்பட்ட அரிச்சல் தோற்றம், மிஷன் தெருக்காரர்களின் ஓட்டுவீடுகளின் மணப்போக்கிலிருந்தது. நீலிதாபுரத்துக்குப் போகும் காட்டின் சூழ்நிலைகளில் ராத்தங்கல் ஆகாது. அந்தத் தாம்பூலகரங் கவாகிணிமார் வைகை வாய்க்காலில் ஒரு சிவந்த மானாமதுரை மண்பானையை, அதன் வாய் நீரோட்டதிற்குத் திறந்திருக்கும்படி அமையுமாறு மட்டை கட்டிவிட்டு, நீரில் இளையாங்குடிப் புகையிலை நறுக்குகளைத் தூவுகிறார்கள். இதனால் மீன்கள் மயக்கமுற்று பானையில்சேர இவ்விதம் வைகை ஆற்றில் மீன்பிடிப்பது நீலிதாபுரப் பெண்களின் வழக்கம். வெற்றிலைக் காம்பைக் கிள்ளாமல் கையில் ஏந்தினால் நிமித்திகம் பேசும், ஊர்வசியும், இந்த ஊரில் வெளிப்படுவாள்.

இவ்விதம் குணப்பாங்கு கொண்டிருந்தது, 'வைகை வெற்றிலை' தற்கால விவசாயம் அழிமதியானபோதும் செவல்நிலம் சம்சாரிகளின் பண்நெடும் ஆன்மாவைப்பெற்றிருந்தது. அவ்வெற்றிலைக் கொடிக்கால் எவ்விதத்திலும் சுயமரணத்தைக்கண்டு வாடிவிடும். அரசாணிகளைவிட வைகை வெற்றிலைச்செட்டி மகளுக்குச் செருக்கு அதிகம். வெறுப்பின்றிக் காளைகளை வளர்த்த ஆவிகள் இன்னும் மஞ்சு விரட்டில் தாம்பூலம் கொடுக்காமல் போட்டி துவங்காது.

கனவில் நூதனமாக வந்த வெற்றிலைச்செட்டி புத்திரி தாம்பூல வல்லியை எங்கே என்று கேட்டான்? கிளிபிலிஅத்தான். 'தூங்காமூடியைத் திறந்து தைல சீசாவிற்குள் மறைகிறேன்' என்றாள் தாம்பூலவல்லி. அவன் ஒவ்வொரு பாசுரம் பாடும் போதும் கூடவே இருக்கிறாள். அதை வாசனையாக உணர்ந்தாள். இந்த ஊரை விட்டுத் தாம்பூலவல்லி எங்கும் செல்லவில்லை. தெருமூலையில் காற்றில் திரும்பி வீடுகளின் மாடித்தோற்றங்களில், வேறொரு ஊரும் அசைவதைப் பார்த்தாள் தூக்கத்தில் தொங்கி வழியும் கலப்பை களோடு. ஞானவெட்டியான் பாடலைத் தன்னோடு புலம்பிச் சிறுவயல்கானகத்திற்கு வடக்கில், ஓர் ஒற்றைப்பனைமரத்தின் நிழலில் நின்றிருந்தாள், தாம்பூலவல்லி. அப்பனைமரம், தன்னடி விட்டு நிழல் சாயாதிருக்கக் கண்டவர்கள் இந்தப் பண்டிதர் மகள் நீலிதாபுரக் கன்னியாவனத்தில் உருவாகி, வந்தவளென்று அவ்விடம் விட்டு

நகர்ந்தனர் சந்தேகத்தில், அவர்களையும் விலகினாள். அவள் புருசர் ஒக்கூர் அத்தான் கூட்டிப்போவதற்கு, வருந்தினர் பலரும்.

மறுநாள் ஊருக்குத் திரும்பிவிட்டாள். கிளிபிலியைப்பிடிக்க தாம்பூலவல்லி பிரான்மலைக்குப் போனாள் ஒக்கூர் அத்தானுடன். மைவரையில் திரிந்து 'வனமூலிகையும்தேனும் கொண்டுவந்தான்' கிளிபிலி அத்தான். 'எங்கே போனாய் கிளிபிலி' 'பறவைகள் பின் சென்றேன். காட்டுத்துளசி இதோ' என்றான். 'நீ கண்ணுறங்கும் இடத்திற்கு நானும் வருவேன்... உன்னை என் அத்தானுக்குப் பிடிக்குமே கிளிபிலி' 'யாருமில்லாத வனத்தில் உடலும் உயிரும் அப்பில் உப்பெனக் கரைந்துவிடுமே தாம்பூலவல்லி... காய்ந்த இருப்பிற்பட்ட நீர்த்துளியாய்க் கரைந்தேன். அந்த சொச்சொரூப நீலதாபுரக் கன்யாவனத்தில் சாபமடைந்த இவ்வனத்தில் ஜனன மரணப்பிரவாகமாய் பட்சிகளின் ஒலிச் சலம்பல்...' மாரீசமானின் குளம்படிகளாக கிளிபிலி அத்தான், வனப்பட்சிக்குள் ஓடிக்கொண்டே இருந்தான். கிளிக்கண்ணியாயி காதுவடிவத்தில் தாவுமேடாகச் சுழியும் பச்சைத் தடாகத்தில் அந்த மாரீசமான் பாய்ந்துகொண்டு இருக்கிறது. கானகத்தின் ஒவ்வொரு ஒலியையும் கேட்டு ஓடும் மானின் குளம்படிகளில் கசியும் கன்யைகளின் மாயம். அவள் மான்கால்களில் கசியும் தைலவாசனைகளில் மூழ்கியிருந்தாள். அவள் மோப்பமிட்ட தடத்தில் ஒக்கூர் அத்தான் தைலச்சக்கைதேடி பலவகை மரப்பட்டை களைச் சேகரிக்கிறான் கிளிக்கண்ணியாயிக்கு. வாசனாதி வேர், சந்தனம், கஸ்தூரி, வனஸ்பதி, வெட்பாலை மரங்களின் உணர்ச்சி நிலைகளுக்கு ஏற்ப, ஒக்கூர் அத்தான் தைலஜாதி மரங்களின் வேரும் முள்கீற்றுத் தைலமும் பிழிந்து முன்னோர் கொண்டுவந்த உப்பையும் மானின்குளம்படி சென்றதடத்தில் எடுத்தான். ஒக்கூர் அத்தானின் வகையறா, கிளிக்கண்ணியாயிக்குக் காலகாலமாய் கேசவர்த்தினித் தைலங்கள் நூறுவகையில், கல்வத்தில் அரைத்துக் கல்செக்குகள் கர்... கிர்ரெனப் பிழியும் கொழும்பு மருத்துவச் செட்டி வகையறா.

ஊருக்கு மேல்பறந்து கொண்டிருக்கின்றன, மறதியான ஜன்னல்கள். அதில் பிரசன்னமாகியிருக்கும் கிளிக்கூட்டம். பித்தமாய் வர்ணம் சலனமுற்று மாயம் ரூபமாகும். நீலிதாபுரத்துக்கிளிக் கொஞ்சும் ஜன்னல்கள்... அதில் இலைகளின்றி மிதக்கும் இறகுகள். செஞ்செவேலெனக் கொக்கிமூக்கு கனியுதிர்க்கச் சொல்... கிளி... எனச் சுற்றும் காற்றின் ஆலோலம். பூமி தன் நிறங்களைப் பகிர்ந்து கொள்ளும் காமத்தில் பறந்துகொண்டிருக்கும் கிளிகளின் சாளரமாய்.

நீலிதாபுரத்தின் மாடிகளில் திறந்துகொள்ளும். கதைகளைப் பின்னுவதில் நூதன இழைகள் அலைவுறும் ஜன்னல்களைத் திறக்கிறீர்கள். தாம்பூலவல்லியோ மௌனத்தின் தனிமொழியைக் கொண்டிருந்தாள். எதிலும் ஒட்டாமல் துயர் சுமந்து கருக்கிருட்டில் தெருவைக்கடந்து பறக்கும் தத்தைகள். அவைகளோடு கிளிபிலி அத்தானுமிருந்தான்.

தாம்பூலவல்லியை கெட்டிக்கொடுத்த வைபவத்தில் இருந்து கிளிபிலிஅத்தான் அமரபட்சம் வேகம்கூடி அவளைத்தேடி மோகினி உருவெடுத்து சைக்கிளில் வருவான். செட்டிமகள் மானூர் வெற்றிலைக் கொடிக்காலில் இருந்தால், இவன் மேலவாசலில் காத்திருந்தான். அவளிருந்த தெருவில் தற்கொலைவாசி பையதாவிடம் பைமீதா ஆல்பம் தெலுங்குக்கவி சேத்ரய்யாவின் சிருங்கார ரசனைகூடிய பாடல்கள். 'மூவ கோபாலா...' எனத்தொடங்கினாள் கிளிபிலி அத்தானைக் கண்டதும். எல்லாமே முகபாவனைகள். மோகினி ரூபத்தில் சேலை கட்டிப் பொய்முலைகள் முலைக்கச்சை அவ்வளவு நளினம். மூக்குவியர்க்கப் பையதாவுக்குள் சிநேகிதன் ஆகிவிட்டான் கிளிபிலி அத்தான்.

இப்போது பையதாவில் தெலுங்குப் பாடல்களைக் கேட்கவும் கிளிநாயகத் தலைக்கோலி வெங்கிட்டா என்பவள், சேத்ராடனம் திரிந்து வந்து அவனுக்குச் சொல்லிக்கொடுத்தாள். நீலிதாபுரத் தாம்பூல கரங்கவாகிணிமார் வீடுகளில் எல்லாஜன்னல்களிலும் வெங்கிட்டாவும் பையதாவும் பாசுரங்களும் சலங்கை ஒலியும் நடுநிசி வரை கேட்கும். கதவுவழி கசியும் பையதா இசையில் லயித்துத் தானே சுழலும் சைக்கிள் சக்கரங்கள் தார்ரோட்டில் மிதந்து செல்வதை வெங்கிட்டா பார்த்திருந்தாள். தாம்பூலவல்லியுடன் உறவிருந்தாலும் நீரோடைகளில் சலனமுறும் பையதாப்பாடம் தெலுங்குக்கவியின் சிருங்கார ஒலி அந்தரங்கத்தில் உருகுவதைக் கேட்டுக்கேட்டு மோகினி உருவெடுத்தான் கிளிபிலிஅத்தான்.

'கிளிபிலி... இனிமே நீலிதாபுரப் புஷ்பவனத் தெருவுக்கு வராமல் இரு. உனக்கோ பையதா பாடம் இருக்கிறது. அவளுடன் நீ சேர்ந்திருப்பதானால் நான் உன்னுடன் பேசமாட்டேன். இங்கே வந்தாலும் தெருக்கோடியில் வந்து பார்ப்பதில்லை என்னை நீ. உன் சைக்கிள் சக்கரம் பையதாவில் சுழல்கிறது. 'போ போ' முன்பிருந்த காலமெல்லாம் தேவதைகளாகப் பாடித்திரிந்ததை உணர்ந்து, தாம்பூலவல்லி வீட்டுவாசலில் வெட்கினான்போலும். வெளித்

திருணையில் இவ்விருவர் உரையாடலில் சாரைக்காற்று ஈர்த்தது. கனவில் வழிந்த சர்ப்பமாக வாலைத்தூக்கித் தரையில் அடித்து வாதையில் நெளிந்தது காமம். ஒக்கூர் அத்தானுக்கு தெரியாததில்லை. வேண்டிய அளவு நிலைமை முற்றிவிடாமல் இருக்கச் சமாதானம் சொல்லக் கூசினார். ஒக்கூரார் பேர்ப்போனத் தைலக்காரர். சுற்றுவட்டாரத்தில் விஷக்கடிக்கு முறிமருந்து கொடுப்பதில் ராஜமருந்து கொடுப்பார். கொடுப்பதை வாங்கிக்கொண்டிருந்தால் கொடுங்க, இல்லாட்டி நாளை வரும்போது தாங்க. ஒக்கூர் அத்தானுக்குப் பூர்வீகவீடு ஒன்று நீலிதாபுர புஷ்பவனத் தெருவில் இருந்தது. அவ்வீட்டின் முன்கூடத்தில் பல மருத்துவர்களின் ஆவி மெல்லிய மூலிகைக்குள் இருட்டான தைலவாடையில் இருக்கும். மூன்று மகவைப் பெற்ற ஆசிர்வாதப் பண்டிதனின் தகப்பனார்.

பாக்கியம் பூட்டியாகியும் ஊஞ்சலில் இருந்தாள், வெற்றிலைச் செல்லத்துடன். நேசம், ஆசீர், ரூத் மூன்று பேருடையவள் கிருஷ்ணனின் மூத்த குமாரத்தி. தாத்தாவின் பெயரும் நடுவில் வைத்தார் மூலிகை வைத்ததென. மூத்த சகோதரன் ஒக்கூர் அத்தான். 'இந்திராடேசி' பாக்கியத்திற்குமுன் பிறந்தவள். எல்லோரும் இடைக்காடூர் செயின்ட் மேரிஸில் படித்தவர்கள். அவள் தாய் வேலா பேர் கொண்டவள். ரோஸி பால் மேரியை நீலிதாபுரப் புஷ்பவனத் தெருவில் நேசித்து, 'ரோஸி' சித்தி என்றனர். ரோஸிசித்தியுடன் கிளிபிலிஅத்தான் ரொம்பவும் கூச்சப்பட்டுப் பேசுவான். ரோஸிசித் தியிடம் சேலை களைக் கடன்வாங்கினால் நிஷ்களங்கமாக அவனுக்கு ஒப்பனை செய்வாள். இது தாம்பூலவல்லிக்கு பிடிக்காது ரோஸி சித்தியை. அவனே உடுத்திக்கொண்டிருக்கும்போது திடீரென்று வந்து தலையில் குட்டுவாள் ரோஸிசித்தி. 'அடப் பைத்தியமே. பையதா பாடம் உன்னைப் பித்தாக்கி அலைய வைக்குமடா. மோகினி அவதாரத்தில் தொலைந்து விடாதே லூசு' ரோஸியின் கண்ணாடியில் கிளிபிலி அத்தானே ரோஸியானாள். அவனை அலங்கரித்து பையதா படிக்கவைப்பாள். கிளிபிலிஅத்தான் மேல் இருந்த அந்தரங்க இயற்கையை இழக்க ரோஸிசித்தியால் முடியவில்லை. முற்றுப்புள்ளி வைத்தவாறு பல புள்ளிகளில் ஊர்ந்து நாகபந்தனத்தை அவனுக்காக வரைந்து வீட்டுக்குள் வைத்து அவனை அடைத்துவிடுவாள். விசனம் ஒன்றும் அவள் மனதை வேறுபடுத்தவில்லை. சுகம் சந்தோசம் கஷ்டத்திலும் கிளிபிலிஅத்தான் ரோஸிசித்தி உருவெடுப்பான்.

அருவமில்லாத போதும் தாம்பூலவல்லி போலும் வடிவெடுத்து சைக்கிளில் வெளியேறி காட்டில் அலைவான். வெகுளியில் ஏதோ

கலை இருக்கிறது. அது ரோஸிசித்தியாக இவன் மாறும்போது ஊரே அவனைக் கொஞ்சியது. சுருக்கமாகச் சொல்லும் பொழுது, அவன்மீது ஒரு இச்சையுமில்லை ரோஸிசித்திக்கு. அவளே தனியாக நடத்தும் நாடகத்தை வாழ்வரங்கில் தன் கண்ணாடிமுன் நடத்திக் கொண்டிருப்பவள்.

அவன் பாசுரங்களைக் கிளிக்கண்ணியாயி தாபத்திடம் கேட்டு வாடிய தாவரக்கிளியை தினம் கைப்பற்றி நிதம் ரோஸிசித்தியின் திருமஞ்சணஅறைக்குப் போய் மோகினி ரூபமடைந்தான். நீலிதாபுர மருதமரக் குளத்தில் வெங்கிட்டாவும் பையதாவும் நீராடப்போகும் வழியில் அவன் சைக்கிள் தடம் ஏற்கனவே போய், இரண்டாம் முறையாகக் காத்திருந்தது. 'நான் எந்த உணர்ச்சியிலும் கிளிபிலி அத்தானை அடையவில்லை. அது பறக்காமல் காலை விடியாது இல்லையா... கிளிப்பிள்ளாய்... மொழிப்பிள்ளாய்... தெள்ளமுதக் கிள்ளாய். செங்கபாடம் திற...' 'வைகறை துயிலெழு' என்று பள்ளிப் பிராயத்தில் இருந்தே வீட்டுக்குப்போய் திருணையில் இருந்து பருத்திமார் ஒன்றை ஒடித்து ஜன்னல் வழியே தூங்குகிறவனை, அடிப்பாள் ரோஸிசித்தி. 'கும்பகர்ணன் கட்டில் தூங்குகிறது.' அவன் மேல் குடத்து நீரை அள்ளிக்கையால் இறைத்து வீசுகிறார்கள் தெருப்பெண்கள். 'தூங்குமூஞ்சிக் கழுத. நாய் நரி... நந்தாங்குழி' 'பிரபஞ்ச நோக்கத்தில் துயில்வோனை வாயால் உரைப்பதோ' மனதால் அறியலாம் உள்ளூர் பெண்களால். 'அவன் செல்லஞ் சிணுங்குவான்' நீலிதாபுரக்காரிகளிடம். அவனின்றி கிணற்றடிப் பெண்களுக்கு, பொழுது போகவில்லை.

அவனைச் 'செல்லப்பாவையாக்கி' விளையாடியவர்கள் எல்லாம், சமைந்த பெண்கள்தான். தாம்பூலவல்லியைவிடமாட்டான் ஊரை விட்டு. தாம்பூலவல்லி இல்லாமலும், பதிணென் சித்தர்கள் பிரான்மலையில் இருந்து ஊருக்கு, மூலிகைக்காற்றை அனுப்பி வைக்கவும், மாட்டார்கள் இல்லையா. கிளிபிலிஅத்தானுடன் இடைவிடாமல் பழகிவந்தால் வெகுசீக்கிரம் நேரம் போவது தெரியாது. கஷ்டங்களும் மனக்குறையும் இருக்கவில்லை. நள்ளிருளில் எல்லாமேகங்களோடு அவன் பையதாப்பாடம் படிப்பது, வாத்தியார் வீட்டு மாடியிலிருந்து கேட்கும்.

பழைய கேமராக்கள் அழிந்து போகாமல், கோல்டன் ஸ்டூடியோவில் பத்திரமாய் இருந்ததில், ஒக்கூர் அத்தான். அதை மூலிகை வைத்துத் துடைப்பதாக ரோஸிசித்தி சொன்னாள். பால்மேரி ரோஸி என்ற

முழுப் பெயரை உச்சரித்த மடவார்வளாக, மானாமதுரை ரயிலடி சலூன்காரன், மதுபானி சிவன் கோவில் தெப்பக்குளத்தின், மேலத் தெருவில் நல்ல கிளிப்பிள்ளையை கூண்டிலிட்டு, 'வடுத்தயங்கா வெண்கவரியே செல்லக் கிளியே. இன்னைக்கு முகச்சுத்தம் செய்ய யார் வருவார் சொல்லு. என ரோஸியின் சிநேகிதன். கிளிபிலி அத்தான் வருவான்தானே' என்றான். 'ரோஸி ரோஸி' என்று திருப்பிச் சொன்னது கிளி. நான் நூறு முறைக்கு மேலாக திருப்புல்லாணி பெருமாளுக்கு, அடுத்திருக்கும் பைந்துழாய் நுனியில் சென்று, ரோஸிக்காகக் காத்திருந்தேன். இவ்வூர் நாய்களுக்கு, மதுபானியைக் கண்டால் கூடவே சுற்றிவரும். அவற்றுக்குக் காய்ந்த ரொட்டிகளைப் பேக்கரியில் வாங்கிவந்து தூக்கிப்போட்டால் பிடித்துக்கொள்ளும்.

மதுபானி மானாமதுரை ரயிலடி சலூனை மூடிவிட்டு கேமிரா பயிலவந்தான் ஒக்கூர் அத்தானிடம். கடந்தகால ஆஸ்ப்ரே, பிரிக்ளிங், ஹாரோட்ஸ் எல்லாமே சமேரியான் காலத்து சமாச்சாரம். அவருக்கு 'ஓல்ட் கேமிரா' என்றால் மோஸ்தர். சிவகங்கை கோல்டன் ஸ்டூடியோவில் ஆசீர்வாதமிருப்பார் சமயத்தில். மௌனமான யூலிஸ் கேமிராவைத் தொட்டுப் பழகியதில் தாம்பூலவல்லியின் ரேகைகளும் இணைந்திருந்தன அதில். இது நாவிதர்களின் கேமிரா. மல்லிராஜன் கறுப்புவெள்ளை போட்டோ ஆர்ட் குமாஸ்தா. கறுப்புவெள்ளை நெகட்டிவ்களில் நுண்தூரி வைத்து பளிங்குச் சிலையாக்கிவிடும் நுண்கலை வித்தகம். மல்லி ராஜனும் ஒக்கூர் அத்தானும் நீலிதாபுரத்திலும் மானாமதுரையிலும் பெயர்வாங்கிய நிபுணர்கள். இடைக்காட்டூர் ஹைஸ்கூலில் படிக்கும்போது, ஒக்கூர் அத்தானுக்கு ரயில்வே காலனி பூச்சிக்காரி ஒருத்தி சன்மானித்த யூலிஸ் கேமிரா கிடைத்தது. திரு உத்தரகோசமங்கை கோயிலில் புராதன ஆல்பத்துக்காகக் கொடுத்துவிட்டாள்.

மல்லிராஜன் வெங்கிட்டா வீட்டில் நடக்கும், பையதாவின் நாட்டிய நிறுத்தப் புகைப்படங்களை எடுத்து, ஸ்டூடியோவில் பென்சில் கோடுகளில் நுட்பமாய் படங்களைச் சித்தரிப்பார். எப்போதும் நீலிதாபுர புஷ்பவனத்தெரு பழந்தாசிகளின் புகைப்படங்களை வாங்க அந்தப்பூச்சிக்காரி மானாமதுரை ஸ்டூடியோவுக்கு வருவாள். கேமிராவின் குறைபாட்டில் இருந்து பையதாவின் போட்டோ சரிந்து, பரமக்குடி சாலைவழியாகக் காற்றில் சுழன்றோடியது. அதை விரட்டிக்கொண்டு ஓடிய பள்ளிப்பிள்ளைகளுக்கு அவள் உருகாண்பதில் தனி விருப்பம். இவ்வூர் பிள்ளைகள் நீலிதாபுர புஷ்பவனத் தெருவுக்குப் போனால் வீட்டில் அடிவிழும்.

குருவிகள்ஓலை தானே சொல்லும் கதை -2

மோகினிப்பட்டின் சரீர வாசம்

கற்றிருந்த கணிதவியல் இரு தனிமனித இருப்புக்குள் நிகழும் சம இடைவெளியில் கசபா சித்திரவிந்தை கிளிமூக்கில் ஒட்டிய பிப்பளம். 'உனது பிப்பளத்தை பூமி விழுங்கப்போகிறது' என்றாள் தாம்பூலவல்லி. 'நபூம்ஷ வேலைக்காரர்களோடு பிப்பளத்தை பகிர்ந்திடுவேன்' எனக் கிளி பறந்து கசபாத்தறி அரங்கில் நழுவ விட்டது. மட்டிப்பால் சாம்பிராணியைத் தூவுகிறாள் கசபா நூல் வித்தைக்காரி. நெருப்பில் காய்ந்த மண்கிண்ணியில் நெளிந்தாடுகிற நறுமணப்புகையில் வந்துபோகிறாள் அரவாயி. 'குகையில் பிறப்பது அரவாயி' என்றவாறே கசபாசித்திரத் தறிக்கால்கள் வழி சுருதியில் வளைகிறது நறும்புகை. பெட்டியில் வளரிவைத்துக் கும்பிடுகிறார்கள் பலபட்டடை அருங்காதாள் குருதி வழியினர். சுருதி பண்ணுகிறாள் செங்கழனி அம்மாயி. முதல் கசபாநெசவில், சுருதியில் திருப்தியில்லை. திருப்புவனம் ஐந்நூறு வயதான மருதமரத்திற்கு கீழ் வைகை ஓடுகிறது. அங்கு போகிறார்கள். நெசவுப் பாடத்தில் திருப்தியில்லை. கடைசியாக பச்சைவாழிக்கு வியர்க்கிறது. அவள் எமனேஸ்வரம் பட்டுப் புடவையை பத்துமுறையாவது முகத்தில் மெழுகிவிட்டு வேர்வை பட்ட முந்திநூல் முடிச்சுகளை விரல்களால் வருடுகிறாள். லேசாக ஒரு பீட்... சுருதி சேர்கிறது நூல் வித்தையில்.

கையில் உப்புப்படவும்... சுருதி சேர்கிறது மறுபடி அறுந்த நூலை எச்சில் தொட்டு இழை முடிகிறாள். விவரிக்க முடியாத ஈர்ப்பு மையமாகி விடுகிறாள் கசபா சித்திரக்காரி நூருண்ணிஸா. அவளுடைய அப்பா மல்பெரி இலைகள் சேகரிக்கும் பட்டுநூல்காரத் தெருவில் நெய்யப்போகிறார் நீர்த்துளி புட்டா பட்டுமீது நின்றுவிடும். கிளிபிலி அத்தானுக்கும் தாம்பூலவல்லிக்கும் உளப்பாங்கு மாறிப் போயிருக்கும் தருணம். சிறுவயல்கானகம் திரும்பாமல் நீலிதாபுரப் புஷ்பவனத் தெருவில் சின்னஜரிகைக்காரி வீட்டில் தஞ்சம். நங்கத்தி இளந்தாரியாகிவிட்ட கிளிபிலி அத்தானுக்கு கன்னத்தைக் கிள்ளி சிருங்காரப் பாடம் சொல்லிக் கொடுக்கிறாள். கிளிபிலி அத்தானுக்குக் குழந்தமையும் அடுத்த கட்டத்துக்கு மாறிவிடுமோ? தாம்பூல வல்லிக்குப் புரியவில்லை. நங்கத்தி மீதான ஈர்ப்பில் இருக்கிறான்.

நங்கத்தியை விட்டுப் பிரிந்ததும் நாயகி பாவத்தில் கணிதவியல் புதிய பாவங்களை நடிக்கவைத்தது. அப்போதெல்லாம் விலகிய மோனம் நங்கத்தியைப் பற்றிவிடும். இருவருக்குமான மௌனம்

ஒருமை கொள்ளப் பேசிப்பேசி தெருவெல்லாம் பிரிந்து நடக்கிறார்கள். தனித்தனியான பிரதிமைகளில் தோன்றிய பளிங்கென உருகும் சேத்திர கவியின் சிருங்கார ஓர்மைக்குள் ஐந்நூறு வயதான மருத மரத்தின் கீழ் வைகையில் குளித்தவாறு பாடம் சாதகமாகும். கசபா நூல்வித்தைக்காரி உடல்வெளி கலந்த கலையின் கம்பளம். நூல் என்ற வித்தையின் புதிரில் தொடர்கிறார்கள் இருவரும்.

நாயகிவேடம் இயற்கையில் பரவிக்கிடக்கும் நிறக்கற்கள் பாவத்தில் அலைபடும்போது இயங்கும் நீர்ச்சுழி போலும் கிளிபிலி அத்தானின் விந்தையான இரு சாயல். மோகினி உரு எடுக்கிறான் சிலையென வழியும் ஜீவிதத்தில்.

வித்யாதர மங்கையொருத்தியாக வேடமிட்டாள் கொல்லங் கிணறு இளவந்தி. யாழ் கொண்டு பாடி அரங்கமானாள். பனையக் குறிச்சி குட்டி அத்தை திருமகளாய் வெண்புடவையில் அமர்ந்து நந்தியாவட்டைப் பூக்களைக் கோர்க்கிறாள் அரங்க மையத்தில். வெண் ஆரத்தை வித்யாதர மங்கையிடம் பின்னிக்கொடுக்கிறாள். நபூம்ஷ வேலைக்காரன் முனிபுங்கவராய் திரை விலகி நுழைந்தான். அப்போது வரை நாயகி பாவத்தில் மோகனராகத்தில் அடித்தவன் முகாரியிலும் அடவு வைத்ததில் மோகினி ரூபமானான் கிளிபிலி அத்தான். இருநேர் எதிர்நிலைகளின் ஒருமைக்குள் இயங்கும் உளவியலை வெகுவாக மோகினிரூபம் ஈர்த்த அடவுகளில் வானவில் நீர்ப்பாம்பில் நிறவட்டுடன் தூரிகையை வீசிவீசி தன்மேல் பையதாவின் வரிகளை எழுதுகிறான். மோகினி இழைகளில் தோய்ந்து நிற்கும் வசீகரம் பன்மைக்கலையாக மாறுகிறது. படைப்பின் மோனத்தை மோகன முகாரியில் எடுக்கிறான். ஔணரிடமும் அமரரிடமும் போய் அமுதப் பல்லாவை இங்கு காட்டி ஆட ஆயிரம் தலையுடைய வாசுகியின் படம் விரி கோலத்தில் பாம்புமேல் வளைந்து வளைந்து ஆடுகிறாள் இளவந்தி. விஷமே கலையாக விஷப்பல்லா ஒன்றினை ஔணர்கள் அருந்த இசையின் சாகரமாகிறார்கள்.

அமுதத்தைவிட்டு மோகினியிடம் மயங்கி கூட்டமாய் நடந்து மோகினி ரூபத்தில் ஏங்குபவர்கள் விஷப்பல்லாவில் நூறுவகைப் பச்சை அரவுகளின் பின்னலில் சேத்ரகவியின் சிருங்காரம் வாலில் விசும்பி எழுந்து நிற்கிறது அரவாயி சொன்ன பையதாப்பாடம். கலையின் ஒழுங்கானது அது நேர்த்தியாக சிருங்காரத்தில் லயப்படும் கணநிலையின் முள்பிசகாத ஊறாத பேன்நிலை. எந்தக்கலையும் எதையும் நிரூபிக்க விரும்பவில்லை. மோகினியின் சிருங்காரத்தால்

மஞ்சள் மஞ்சளாய் சேத்திரக்கவியின் பித்தப்பூக்கள். கடல் கடைந்த வாசுகியின் வயிற்றிலிருந்து ஆயிரம் மீன்கண்கள் திரள் திரளாய் மோகினியின் சரீரவாசத்தில் உருண்டு ஒளிர்மைகொள்ளும். எந்தக்கலையும் புராணத்திற்கு ஆதரவளிப்பதில்லை. கலைஞனுக்குள் கலக்கும் சிருங்காரம், மோகினி மீதான மாயரசபாவம். சேத்திர கவியின் பாடத்தில் கசபா சித்திரநிலைகள் மாய மருந்தாக அவுணர் பக்கம் காட்டிய காமத்தின் பரிமாணங்கள். மௌனப்படுத்தியிருந்த தாளகபாஷாணப் பெட்டியைத் திறந்து சம்மாரமான ஒவ்வொரு அவுணருக்கும் தனித்தனியே மோகினியின் சூளமயக்கத்தை இரவிரவாய் ஆடிக்காட்டும் அரவாயியின் சிருங்காரம். நரம்பின் சுருதிகளை நீலிதாபுரப் புஷ்பவனத்தெரு தாசியாங்கணைகள் கிளிபிலி அத்தானுக்குச் சொன்னவை.

குருவிகள்ஓலை தானே சொல்லும் கதை -3

சசிவர்ணாவின் பால்விதி

பாதையோரக் கல்லாகினேன் கடக்கும் ஒவ்வொன்றும் கல்தனில் விட்டுச் செல்ல மிஞ்சுவதாக...

சுதேசிக் கைதிகள் மால்பரோச் சிறைக்கோட்டையை விட்டுத் தப்பியவர்களாக வீழ்ச்சியின் அந்தகாரத்தில் கப்பல் பலகைகளைத் தொடுவதால் மெய்மையின் துக்கமாக விழித்தெழுகிறார்கள் புளூட்டோ வாசிகளாக. ஆனாலும் இச்சை இலைகள் பரவிய நீருடலிகளின் ஓசை பருவங்களின் மாறுதலை வாளத்தின் தொன்மைக்குள் அடைகிறார்கள் விடுதலையில். உயிர்பெற்றுவிடப் போராடும் கல்விலங்குடன் சண்டையிட்டுத் தொட்டுத் தொட்டு தசையாக்கி உயிர்ப்பிக்கிறான் திணையாளி. திரும்பிவந்த துரைசாமி கல்விலங்கின் மேல் துயில்கிறான். மறதியில் ஊர்ந்துவரும் எதிரிகளின் நிழல்கள் எல்லா அறைகளுக்கும் போய் திணையாளிகளின் தூக்கத்தில் பளிங்காக நுழைந்து அப்பியசிக்காமலே அவர்களை விடுவித்துச் சயன ரூபத்திலேயே கூட்டிப் போகிறார்கள்.

தூக்கம் லயமானால் விடுதலையின் சொற்கள் அந்தகாரத்தில் கேட்கும் குமிழாம். ஒவ்வொரு கால் விலங்கிலும் இரும்பின் ஒலி ஊற்றுதோண்டத் தோண்ட நீர்சுரக்கும் இருண்ட ஊற்றைத்தேடி வருகிறார்கள். வேறுவேறு சிறையிருப்புக்கு இடங்களையே இடமாற்றுகிறார்கள். அங்கணமே அறியப்பெற்றாள் துரைசாமியின் வருகையை அதனால் குற்றம் காண முடியவில்லை சசிவர்ணாவிடம்.

பச்சைக்கானம் சதிர்வடிவில் சசிவர்ணாவின் சொரூபத்தினை அடைந்தது இவன் விடுதலையில். நீல நத்தைகள் பறந்துவரும் விந்தையைக் கடக்க முடியவில்லை. துரைசாமி சசியின் நாட்டியத்தைக் கப்பல் தளத்தில் பார்க்கிறான். பிரபஞ்சத்தைப் பார்க்கும் கண்களால் புளூட்டோவின் பயணத்தைச் செலுத்தும் மறைமுக மாலுமியாக இருக்கிறான் துரைசாமி. சசி அவனோடு பேசுவதெல்லாம் கலை. வந்த சிறுபெண்கள் சாமர்த்தியமாக அவளிடம் சதிர்கற்றுச் செல்கிறார்கள் நீலிதாபுர ஊரைவிட்டு. சதிர்நூல் பல உணர்ந்தனர் தலைக்கோலில் கைப்பட்டு. ஆடை மடிப்புகளில் எழுதித் தெரிவித்த முத்திரை விரல்களில் குறிகாட்டி கண் சிமிட்டினாள் சசி. இச்சைகளில் அடங்கி இருக்கும் சித்தத்தை சிருஷ்டி ஆக்கினாள் சசி.

இமைத்தால் வரும் கருங்கோடு திறந்தால் விலங்காகி விடும் வேறான இயற்கை நியதியில் இடமுறைத் திரிபாய் பூமியின் சுழற்சிக்கு எதிர்த்திசையில் ஓடிக்கொண்டிருப்பவர்கள் பைத்தியங்களாக இருக்கும். சூனியத்தை விழிகளில் தேக்கி கண்ணீர் இன்றிக் கதறும் வலி வாதைகளும் உருச்சிதைவதில் உப்பு வாடையுள்ள சிறைச் சிற்பங்களாகப் பதினேழு வருடங்களாகக் கரைந்த போகூழ். எனவே இறந்த குழிஉடலிகள் மறுபடி மேலெழ சாயைகள் ஆகிவிடும்.

புளூட்டோவிற்குள் யாருமில்லாதபோது தானே பரவிவரும் மால்பரோ இரவுகளின் திரவநிலவு வெறுமைக்குள் உருகிய ஒளியில் அடர்ந்திருக்கும் எயின் கிரகமது. உருகிமெலியும் வெளிச்சத்தில் சிறைப்பட்ட காலத்தில் மெய்யுருவை ஈர்க்கிறது திரவநிலவு. வீழ்ந்த யுத்தத்தில் திணையாளிகளைத்தேடி மரக்கலத்திற்கு வருகிறது ஒளியுடலாய். அதில் கனலும் கோடுகளை ரகசியமாகக் கிரகிக்கவும் அதில் மௌன ஒளியில் வாசிக்கிறாள் சசி, அத்தனை வருஷங்களாய்ச் சிறையில் கரைந்த நாட்களை. இம்மௌனம் சிறைச்சுவர்களால் மடிக்கப்பட்டு குருந்தமலர் எனும் காலங்களில் இதழ்களைப் பூப்பதும் உதிர்வதும் மால்பரோவில் எத்தனை காலம்.

முணுமுணுக்கும் சப்தத்தை நெளிவான அளவுகோல் எனக் கொண்டு ஆதிக்குச் செல்லும் கலமிது.

அவர்கள் தோல்வியடைந்த மனித இருப்புக்குள் உறைந்த கதியை நிலைத்த உணர்வுகளை விட்டுவிலகிப் பிளக்கும் இடைவெளியில் ஊடுறுவுகிறது திரவநிலவு. தன்னைச்சுற்றி தைல ஒளியால் எழுதிக் கொள்ளும் சுற்றுப்பாதையில் எல்லாத் திட வஸ்துகளிலிருந்தும் ஜீவ இருளைப்பூசி உயிர்ப்பிக்கத் தவழ்ந்துவருகிறது. குழந்தையாய்

அது கற்பத்தில் நீந்துவதாக இருக்கும் வட்டமான தாய்ப்பாறைக்குள் ஒரு துளியென மின்னுகிறது கருவாளம்.

புளூட்டோவின் சமையல் கூடத்தில் கண்ணாடிக் கூண்டுகளில் தொல்படிவங்கள் ஜீவதசை அடைந்துவரும் காலத்தை ரசமானிகளால் எடுத்துக்குமிழ்களாக ஊட்டுகிறார்கள் அசுரர்கள். தங்கள் உலகம் விண்மீன்கள் விடைபெறும் கணத்தில் தங்கியுள்ளதை அசுரகுருவான பிரகஸ்பதி வாக்யேயங்களை எழுதுகிறார், 'எங்கிருந்து தொடங்கி எங்கே போய்க்கொண்டிருக்கிறது கப்பல்?' என துரைசாமி கொடுத்த யூகிமீன் கேட்டதும் பிரகஸ்பதி புன்னகைக்கிறார்.

என் நெடிய ஆயுளில் நான் பலவிண்மீன்களின் மறைவையும் தோற்றத்தையும் தொலை உணர்வு கொள்கிறேன் யூகி... புவியின் வயதை பரிதியின் நிழல் விழும் சாயைகளைக் கணிக்கிறேன். அதைச் சேற்றில் மிதக்கும் பனிக்கட்டிதான் இந்தப் புளூட்டோ கப்பலில் நிலவாக உருகிக்கொண்டிருக்கும். கடல் ஏற்ற வற்றங்களுக்கும் பூமியின் நிலவுக்கும் தொடர்பிருக்கிறது. இரண்டையும் போட்டு குழப்பிக் கொள்ளாதே யூகிமீனே' என்றார் பிரகஸ்பதி வெங்கணர்.

குருவிகள்ஓலை தானே சொல்லும் கதை -4

கண்ணுடையாள்

வெண்மை கலந்த மஞ்சள்அரளி நிறமாகவும் நந்தவனம் சுடர் அடங்கிய கீற்றின் ஒளிக்கோடுகளில் போய் நீரிரைத்து உரையாடினாள் கிணற்றுடன். செங்கழுநீர் பிரியங்கொண்டு குளுந்திருந்தது சிவப்பு நிறப் பூக்கள் வாசனையைக்கடந்து மேடுகளில் நடந்துபோன பொட்டியாவாரிகள் காட்டுச்சந்தைகூடும் சருகணிக்காடு விளக்கொளி களாய்த் தனிமைகொண்டு அவளுடன் அசைந்து கொண்டிருக்கின்றன.

கண்ணுடையாளுக்கு அம்மா அய்யா இருவர் மீதும் வெறுப்பு. இருந்தாலும் அவர்களின் குணப்போக்கு விநோதங்கள் தன்னிடம் இருப்பதாகப் படும். கண்ணுடையாளுக்கு குயிலரச்சி தான் உயிர். குயிலரச்சிக்குள் வாழும் உறுபொருளுக்கு உயிர் கொடுத்தவன் இவள் ஒன்று விட்ட அத்தை மகன் கொப்புடையான். அவள் இறப்பிற்குப் பிறகு மந்திரத்தால் வழிநடந்தவள். சந்திரப்புலன்களுக்கு ஒவ்வொரு பிறையாகச்செல்கிறாள் கண்ணுடையாள். குயிலரச்சி ஒளிர்வாக ஊருக்கு வெளியில் நிலங்களை அடைகிறார்கள் இருவரும். ஒவ்வொரு வடிவத்திலும் குயிலரச்சியைக்கண்டாள் கண்ணுடையாள். 'அவள் வெளியேறுவதால் நானும் அவளுடன் போய்விடுவேன்'

என்றான் கொப்புடையான். 'ஏன்... கொப்புடையா... சிங்கபுணரிக் காட்டில் உப்பனாறு எப்போதும் வறண்டு தானிருக்கிறது. அது நம் துயரத்தில் ஓடுகிறது. குயிலரச்சி வந்தநாளில் வெள்ளம் பெருக் கெடுத்தது. ஆனாலும் அந்த உப்பு மண்ணைக் கடந்துதான் மூவரும் நடந்து படித்தோம்... நானில்லையா உனக்கு... என்னை நீ விரும்பவில்லை யென்றாலும் குயிலரச்சியின் சாயல்களைப் பால்யத்திலிருந்து அடைகிறவள் இல்லையா நான்.' 'கண்ணுடையாள்... என்னை விடவும் மேம்பட்டவள் நீ. ஒருவேளை குயிலரச்சியாக நானிருந்தால் உன்னைத்தொடருவேன். குயிலரச்சி உனக்கும் எனக்கும் இடையில் யுக சந்தியாக அழியும் வெள்ளியாக மறைந்து கொண்டு இருக்கிறாள். அவள் சாவதைக் கணிப்பவள் சொக்கநாச்சி அத்தைதான்.' அவளுக்கு நடக்கப்போவதெல்லாம் முன்கூட்டியே அரிச்சலானது. நனவிலித் தோற்றங்களில் சொக்கநாச்சி அத்தை மாமாவின் சாவை விதர்பா என்ற பச்சை விட்டில்பூச்சி காடுகாடாய்த் தாவி வருவதை ஊர் முடுக்கிலிருந்து பார்த்தாள். 'அந்தப் பச்சை விட்டிலை கையில் ஏந்தி விதர்பா... என் விதர்பா. மூங்கில் பூத்த நாளில் தாவி வந்த பூச்சியே... கலப்பை திணறும்ஒலி கேட்டது. தெளிவாக யார் சாவார் என்று சொல்ல முடியாதே அதையெல்லாம் தெரிந்திருந்தாள்' என்றான் அவன். மாமனின் தற்கொலைக்கான காரணி அத்தனை எளிதாக இல்லை. கடன்நெருக்கடி என்றோ, பஞ்சமாபாதகம் வேகமாய் வந்ததென்றோ, அவள் சொல்லவுமில்லை.

குருவிகள்ஓலை தானே சொல்லும் கதை -5

இரும்பாவயல்

தவளையென உள்ளே வெண்மையும் புறத்தே நீலநிறமும் கொண்ட நடுநீர்ப் பெருக்கில் தோன்றும் ஊர் தானியமலரில் அமர்ந்துள்ளது.

சமவெளியிலிருக்கும் வெப்பக்காடுகள் முனங்கும் இரவுகளில் நிலத்தைத் தரிசுபோட்ட விவசாயி கொழுவில் இறந்த அந்த ஒருநாள் எப்போதுமே சாபமாய் தெரிகிறது. அந்தச் சேவுகப் பெருமாள் விருவுப்பூனை மாதிரிஆள். காலமெல்லாம் காட்டை குருட்டுப் பூனையாக உழுதவர். அவர் பாரியாள் தாயிடம் அதீத காமம்பற்றி முணுமுணுப்பாள். எந்நேரமும் சேவுகப்பெருமாள் நீலக்கலர் டவுசர்போட்டுக் கைலியை இடுப்பைச்சுற்றிப் பட்டயமாகக் கட்டிக் பறக்கிறார் காட்டுக்கு. தூரத்தில்தெரியும் காட்டில் சோளத்தட்டை அசைவுகளுக்கிடையே காளாங்கரையில் வெக்கு வெக்கென்ற நடை.

எல்லாக் காடுகளிலும் தானே உழுது அந்த அத்தைக்காரி சொக்க நாச்சி விதைப்பெட்டி கொண்டு வந்தால் கோட்டேர் உழவில் விதை ஒழுகும். அப்பேறப்பட்ட ஆழி மாதிரி ஆளும் ஏன் உழவுமாடுகளை விற்று ஏரின் கொழுமுனையில் வீழ்ந்து செத்தான்? தாய் வேலாவுக்கு தன் உசிரை விடவும் சேவுகப்பெருமாள் பெருசு. சம்சாரித்தனத்தைத் தரிசாக்கிக் கலப்பைக்குள் சொருகிய தற்கொலை நாளின் இருளையும் காலம் உருக்குலைப்பதைப் பார்த்தாள். மூலவிட்டத்தில் விதை வித்துக்குக் கண் சொருகிவிட்டது. தவசங்களின் உறக்கம் காய்ந்த இரவாக ஊரை மாற்றியது. செத்தாரை எல்லாம் திரும்பஎழுப்ப முடியாதென்று பார்த்து வரவே சாவுக்காகக் காத்திருந்தாள் தாய் வேலா. உரையாடலாக கந்தர்வத்தத்துவம் கொண்டவர்கள் மெல்லியகுரலில் பேசியதெல்லாம் குளிர்ச்சியான காற்றில் கரைந்திருக்கும்.

கண்ணுடையாள் அய்யா சேவுகப்பெருமாள்மேல் குழந்தைகளை நெஞ்சுரோமங்கள் சுருள கால்களால் சதிராடவிட்டு பிஞ்சுக்கால் உதைவாங்கிய இளகியகல் இருக்கும். கேப்பைக்கருதென சுருண்ட முடிக்கார கண்ணுடையாவின் அய்யா. ஆனால் பக்கத்துத் தோப்புக்கார மாரியிடம் கேட்காமல் அணில்கடித்த கொய்யாப்பழங்களை மடிநிறையப் பெறக்கிக் கொண்டுவருவார் கண்ணுடையாளுக்கு. ஆனால் அவள்தாயார் சொக்கநாச்சி அத்தை குமுறப்பேசி கூச்சலிட்டு ஐயனைத்திட்டுவாள் வாய்க்கு வந்தபடி. 'ஊரார் கொய்யாத்தோப்பில் ஏன் திருடி வாரீர்... உம் வயசுக்கு ஏத்த காரியமா என்ன...?' சொக்கநாச்சி அத்தைக்காரி வார்த்தைகளைப் பிசகறவே சொல்லி வாழ்ந்திருந்தாள். காடுகரைக்குச் சிவந்தமிளகாய்ப்பழம் பறிக்கப் போனாள் தெருப்பெண்களோடு. ஆனால் மற்றவர்களோடு உருத்தாய் குளுந்த வார்த்தையாகப் பேசுவாள் சொக்கநாச்சி அத்தை. இப்படி மாறுபட்ட குணக்காரி. ஊரார் குழந்தைகளுக்கு மாற்றுப்பால் கொடுக்கிறாள். வலதுபக்கம் கை ஊன்றி காட்டுமுலை திறந்து கருவமரத்தொட்டிலில் குழந்தை தூக்கத்தை கலைக்காமல் பால் கொடுத்து ஆகாசத்தை நோக்கி முயங்குவாள். பாகனூருக்கும் சிறுகம்பியூருக்கும் கண்மாய்களுக்குப் பாயும் மணிமுத்தாறு அணைக்கட்டுக் கொத்தவேலைக்குப் போனார்கள். அங்கிருந்து எழுவங்கோட்டைக்குப் பக்கம் விரிசளை ஆற்றின் குறுக்கே தாழ்வானஅணைகட்டி அஞ்சுகோட்டை வாய்க் காலுக்குத் தண்ணீர் பாயும் அந்த வாய்க்காலைப் புதுப்பிக்கவும் சித்தாள்களோடு போனாள்.

வலப்பக்க, இடப்பக்க கொங்கைகள் ஒன்றிற்கொன்று மாறுபட்ட உரு உடையதாய் இருக்கும். காட்டு அரக்கியோ, அநாதைப்

பிள்ளைகளுக்குப் படுத்து முலையூட்டுகிறாள். தாய்மார்கள் கிட்டவராமல் பருத்திக்காட்டில் குனிந்து இவள் வலது முலையும், இடது முலையும் குழந்தைகளோடு கொஞ்சி மொச்சும் பால் ஒலி காடுகளையும் ஈர்த்து துடியாகவரும் தலைமுறைக்கும் ஊட்ட மளிப்பதாக அப்பாவிப்பெண்ணும் புரிந்து வைத்திருந்தாள். எளியதோர் உடைமரத்தில் தொங்கவிட்டிருக்கும் ஈயத்தூக்கு வாளிகளைக் கூசாமல் திறந்து பழையகஞ்சி, பழையசோறு புளிப்பு வகைகளை ஒரு கை அள்ளி எறும்புக்கு ரெண்டு பருக்கை சிந்தித் தானும் பிட்டு உண்பாள்.

மரமேறி ஓணானிடம் சந்தர்ப்பத்திற்கு ஏற்ப மழைக்குறி கூறுவாள். அனுமந்தக்குடியில் பூர்வீகக் காடிருந்தது. திருப்பாக்கோட்டை மங்கலக்கோட்டை இரண்டிலும் பருத்தியெடுக்க வருவார்கள். மெய்போல்பேசும் அவள் அனல் வாக்கில் கரட்டாண்டியும் தலையாட்டிக் கேட்கும். 'சொக்கநாச்சி... சொக்கநாச்சி... மழைவருமா சொல்...'

அவள் மார்மீது கொங்கைகள் சிலீமுகம் தூக்கிநிமிர உலர்ந்த செவக்காட்டு மண்ணைத்தெள்ளி நக்கி உச்சிமேல் பார்த்து உள்ளங் கைகளைக்கூட்டி உரசிப்பிசைந்து 'வரும்... நிலவு சாய்ந்த நாளை மறுநாளில் ஒரு பாட்டம்...நிலவின் அடி கீழே செல்ல முழுநாளும் கோடை மழை துளைக்கப்போவுது...' என்பாள். ஊஞ்ஞனை, செட்டி வயல் கம்மாய் நீர்கோர்ப்பு அதிகத் தொலைவில் விளாவடிய நேந்தல் சுற்றிலும் விளாமரக்காடு. தொன்னாறு காட்டைக் கடக்கிறது. அதைப் பார்க்கவே போனாள். ஆறு சிவப்பாய் ஓடுவதைக் காண ஆவல். மண்ணறிந்து காட்டுச்சிலைகளைத் தூற்றித்திட்டுவாள். 'நீ காட்டில் இருந்தென்ன... எக்காளச்சியம்மா... காக்காச்சியம்மா... லாடசாமி வீர சின்னு... குளுந்தாளம்மா. ஓடையில் நின்றென்ன அலங்காரியக்கா' எனக்காட்டை இருட்டித்திரிந்தாள் சொக்கநாச்சி அத்தை.

குருவிகள்ஓலை தானே சொல்லும் கதை -6
தொண்டியம்மன் கதை

வாலுக்கும் கீழுக்கும் பத்து
கீழுக்கும் ராமுக்கும் பத்து
ராமுக்கும் தேவிக்கும் பத்து
தேவிக்கும் உப்புக்கும் பத்து
உப்புக்கும் தொண்டிக்கும் பத்து.

மணல்குருத்தால் சிருஷ்டித்தான் அசுரர்கள் உருவை. பல்வகை அணிகலன்கள் உலோகங்களோடு அறுந்து முறிந்த மணிமுத்தா ஆற்று எளியநாகரீகம். வாள்மேல் நடந்த பெண்கள் மெல்லிய மாவினால் படைத்தனர் குலவையிட்டு விரதமிருந்து. கிளிஞ்சில் முத்தன் சாலைகளில் ஓவியமாய் எழுதி தும்பத்துக்கு வயிறு கழுவினான். தொண்டிக்கொத்தனார் சுதையால் புடைத்தெழ வைத்தார். பாழடைந்த அவள்மீது சிறுதூருகளும் கொத்துச் செடிகளும் முளைத்தன. மண்ணால் செய்த அசுரப் படிமைகள், பைசாசப்படிமைகள் ராக்கதர்களை மண்ணால் செய்து சுள்ளையில் சுட்டதில் பிரம்மனுக்கு வேலை குறைந்தது. கொசச்செட்டிக்கு கையில் வறுமையும் கலையில் உச்சமாகித் தரித்திரம் பிடித்தது. வாழ்கனலை கந்துகந்தாய்த் துவைத்தெடுத்தனர் மண்கால் உழவர்கள். மண்கடவுளர் கோபத்தில் உடைந்தனர். அவர்களின் முண்டக் கண்கள் நிலம் வெடிக்க எழுந்தனர் மாடசாமிகள். பாதம்வரை மறைத்துத் தடுக்கிய மண்ணாடைகள் உடைந்தும் சாயம் வெளுக்கவில்லை. சிலைகளின் பெரிய கண்கள் நகம்வளர்ந்து பறந்துகொண்டிருந்தன கூட்டமாய். பெண்தெய்வங்கள் நடுச்சந்திக்கு வந்து முறையிட்டன. சசிவர்ணன் ஆயிரம் தூண்களோடு கூடிய கருவிளக்குகளிடம் உரையாடிய ஊழிநர்த்தனத்தில் எண்ணெய்யில் ஊர்ந்து நடமாடும் தூக்குமரநிழல்கள் இறங்கி வருகின்றன. ரூபத்தில் அச்சமிக்க சண்டிதேவி, பைரவன், விருத்திரன், கும்பகர்ணன்தூக்கம் மண்ணாய் உதிர்ந்து கொண்டிருந்தன.

இந்தப் பாசிப்பட்டணம் தொண்டித் தையல்க்காரிகள் கசபாவின் பாவைகளுக்கு தைக்காத ஆடைகளை விரலால் இழையோடிப் பின்னலிடும் கூடாரம் கப்பலின் அடுத்தஅறையில் துணியின் ஒருபாதியை அவர்கள் பதுமைக்குஇடையில்கட்டி மறுபாதியில் மார்பையும் வர்ணமிடுவார்கள். கற்றாலைநாரினால் கூந்தலிடுவதில் நிஜமாகிவிடும். அதன்மூக்கில் ஒரு தங்கவளையத்தை மாட்டிக் கொள்ளவும் அங்கே விளைநிலங்களைத் தாண்டி ‘அரக்கு மாளிகை’ நாடகம் போட ஒற்றைமாட்டு வண்டியில் கசபாநூல் வித்தைக்காரன் வருகிறான். முழுநிலா நாளன்று பட்டினி இருக்கிறார்கள் விரதமேற்று. கயல் எம்போரியத்தில் பாசிப்பட்டணம், தொண்டி நெசவாளர் தொலைவுக்கு ஜவுளியேற்றிப் போவதும் வருவதும் சகஜம். தொண்டியம்மன் துணிப்பதுமையாகி கீழ்திசைக் காவலுக்கு வருகிறாள். அவள் தங்குவதற்கும் அறையில் உண்ணாநோன்பு ஏற்பதற்கும் கடற்காற்றின் ஓசையும் தூரத்தில் மீன்பிடித்துறையும் வலையிழுக்கும் அம்பாப்பாடலும் பரதவர்களின் மூச்சும் சப்தங்களும்

கேட்கவேண்டும் அவளுக்கு. இந்தத் தையல்காரிகள் நோன்பெல்லாம் அவர்களுக்காகவும் தன்னூர் மாறாமல் கையோடுவேய்ந்த தெருத் திருடர்களோடு சுவாலித்திருக்கவும் வேண்டுதல். அந்த டச்சுக்கார அரசி ஜூலியானா மண்டியிட்டு ஒல்லாந்த மொழியில் பிரார்த்தித்தாளாம். மரத்தைச்சுற்றி மேலேறும் மிளகுநாடாகிய மலபாரி வணிகனுக்கு மிளகு அறையும் கொடுத்தாள் அரசி. சாந்தாப்பூர் கம்பளவணிகனுக்குத் தனியிடம். கடல்நகரத்தைச் சேர்ந்த இரு தோல்வியாபாரிகள் பைகளும் வைத்திருந்தார் விற்பதற்கு. இங்கே கூடங்களில் நடக்கும் பாவையாட்டம். எண்ணைக்காரி விளக்கு களைத் துடைத்துச் சிக்கிய இருட்டை ஒரு நுண்ணூசியால் எடுக்க முற்பட்டாள். கடல்லாந்தர் சிமிழ்களில் கருத்திருக்கும் காலம். அந்த மங்கலான வெளிச்சத்தில் காலமும் திரும்பிச்செல்கிற பயணம். மலைப்பகுதி, திரவியங்களைக் காட்டி கப்பலிலேயே விற்று விடுகிறான் சேரவணிகன். அங்கே நெளிந்த டீக்கேத்தலில் தேநீர் பருகியவர் பானபாத்திரத்தை கழுவிக் கவிழ்த்திவிட்டால் புறப் படுகிறேன் என அர்த்தமாகிவிடும்.

கேளே... நான் கண்ட சொப்பனத்தில் செங்கடம்பும் முசுக் கொட்டை மரமும் தான்பிளந்து அக்காளும் தங்கையும் தொண்டி யம்மனும் பாசியம்மனும் நந்தவனப் பூவெடுத்து மணிமுத்தாறு கரைநெடுக முசுக்கொட்டைகளை சேகரித்துவரக் கொட்டானைக் கொண்டுபோய் கிளிஞ்சல்மோட்டில் உருட்டிவிட்டாள் தங்கச்சி பாசியம்மன்.

அந்த சின்னப்பாண்டிராசன் வேட்டையாடி வரும்போது... அசையீட்டிக்காரர் ஏழுமண்டைநாய்களுடன் வேட்டையாடிச் சுத்தும் போது அடப்பக்காரர் நெசவில்வல்ல கைக்கோலர் அவனைச் சுற்றிப் பட்டுருவிய சுலுத்திசுற்றி பெரியவீரபாகுபொம்மை ஒன்று அசைந்தாடும் எமனேஸ்வரம் பட்டுநூல் செட்டியிடம் வாங்கிவந்த பட்டாவளியைக் காட்டி அழகுபட்ட தொண்டியம்மனை கடைக் கண்ணில் நோங்கி சிறைஎடுக்க வேணுமின்னு எண்ணமிட்டான் தொண்டிராசன். நெசவில் முன்னோர்குடிச் சேவல்கொடி பிடித்துவரும் வீரபாகுபேத்தி என்னைத் தொட்டால் குட்டத்தில் வீழ்ந்து உன் திரேககாந்தி எல்லாம் உதிர்ந்துபோவாய் என்றாள் தொண்டி. சருகணிப் புரவிகள் பாய்ந்துவர ராசமகன் மணிமுத்தா ஆறுநெடுகத் தேடித் தவித்துவாரான். தொண்டி ராச பொம்மை குதிரையைக்கண்டு கண்தாளமானாள் மரப்பாவைத் தங்கச்சி. ஆவிரை இலைப் பொடியால் பொய்க்கால்குதிரைக்கு கோலமிட்டு முகமூடி வரைந்தாள்.

விளாம்பழச்சாறுதொட்டு கருநீலப் புள்ளிவைத்தாள். குதிரைக்கு யாருடை கண்ணேறும் படக்கூடாதென்று அக்காக்காரி தவதாயப் பட்டாள். அவள் விரல் உழுத வேகத்தில் பீறிட்டது ஊற்று. திரியெரிந்த வேலம்மை ஆயாவீட்டு மாடாக் குழியில் கிளியஞ்சிட்டிக் கருப்பெடுத்து தாய்ப்பாலில் தொட்டு எழுதினாள் தொண்டி நெசவாளர் ஏழ்மையை. கரிசலாங்கண்ணிச் சாறுபூசி பொய்க்கால் புரவிதூக்கப் பேயும் நெருங்கிவரக் கண்மார்பு உதடு நீங்கலாக மரம் செடிகொடி தாமரை வைகை வெற்றிலைக்கொடி உருவப்பச்சை குத்திவருகிறாள் பாவை. வள்ளிதழ் நெய்தல் தொடலையும் புனையாய் விரிபூங்கானல் ஒரு சிறை நின்றோய் தொண்டி... எனத் தன் கண்ணாடிப் புரவியில் ஏறிவருகிறாள் பாசிமரப்பாச்சி. பாசிப்பட்டணம் கடலில் நீர்மேல்வந்த கட்டராவுத்தர் குதிரைகள் துவாரமிட்ட தொண்டி முத்துக்குள் நுழைந்துவரும். இங்கே பலதேயங்களிலும் வழங்கும் வெகுபாஷைகளை எழுதிப்பழகும் வீரவளஞ்சியார் வீடு காதர் மீரா அம்பலம் வீட்டில் பலவகை வண்ணப் பொருட்களால் பொம்மைகளின் ஆடைகளுக்கு நிறம் தீட்டுவார்கள். அங்கு அம்பலத்தாரிடம் நாளிகை வட்டின் பலவகை எந்திரங் களையும் வாச்சியக் கருவிகளையும் திருப்பாலைக்குடிகாரர்கள் வைத்திருந்தனர். கிழக்குத்தெருவில் லெப்பைமார்கள் மலைக் கற்களையும் பொன் முதலிய உலோகங்களையும் பிளந்து கசிந்த ஊற்றில் சொட்டுச்சொட்டாய் ஒன்று சேரும் மணிமுத்தாறு பளபளப்பான வாளென மின்னியது. அந்த நீரைஅள்ளி மந்திரித்து உலோகப்பாவைகளை மெருகிடுகிறார்கள்.

முகமழிந்த பாவைகளைச் சுமந்தவாறு பொம்மைக்காரன் சித்திரம் பூசவருகிறான் கண்ணங்குடியார் வீட்டுக்கு. தெக்குத்தியார் வீட்டில் அவற்றை நீறாக்கிப் புடம்போடும் சில உலோக ரஸவாதிகள் இருந்தனர். மூலிகைகளை ஒன்றோடொன்று கலப்பாகவுள்ள பொன் வெள்ளியை அவர்கள் தனித்தனியே பிரித்து ஊதினர் தொண்டித் துளையில். வாழைக்குளத்தில் கருஞ்சிவப்புக் கல்லினங்களைக் குனிந்து எடுத்து அதன் நிறவொளிகளில் நடந்தார்கள் காணாமல் போன தொண்டி பொம்மைக்காரர்கள். தானியங்களைத் தொகுத்து வைக்கும் வீடுகள் இருப்பது தொண்டிமரைக்காயர் தெருவில். கைக்காளன் குளத்தில் எல்லோரும் குளிப்பார்கள். குடிநீர் குளமொன்றும் கால்படாத சுத்தத்திலிருந்தது. கிழக்குத் தெரு வழியாகப் போனால் மணிமுத்தாறு மணல்படுகை. சிறிதுதூரத்தில் தொண்டிக் கடல் அருகில் உப்பூர் சதுப்புக்காடு. அடர்த்தியான தோப்பில்

கோயிலெனச் சிறியதான கட்டிடம் அரைநாழிகை நேரம் நடக்கவந்தது தொண்டியம்மன் கோயில் ஆலமரங்கள், நெல்லிமரம், வேம்பு மரங்களிடையே ஒரு பாழும் கோயிலாகயிருந்தது. அதுவும் உலர்ந்து இருந்தது. ராத்திரியைப் பெண்ணாக்கி வழிபடும் உலோகப் படிவங்களின் எல்லா அவையங்களையும் காட்டு மண்விளக்குகளின் சிறுசுடர்கள் சிலைகளில் தாவி மேனோக்கிய கண்களை உடையவளை ஒளியால் ஸ்பரிசிக்க கீழ்நோக்கிய கண்களைவுடையவளைக் கந்தலடைந்த பொம்மலாட்டக் காரன் முகத்தில் பீலிரோமங்களை வரைகிறான்.

பொம்மைகள் இமைமூடுதலும் இல்லாததாகவும் என்றும் தற்கொலையான நீலிதா என்ற கன்னிகழியாத குமரு ஒருத்தியின் வயதுமாறாத பருவத் தோற்றமுடையவளாகவும் காலத்தில் நின்று போன அவள் யௌவனம் மங்காத ஆடை அணிகலன்களால் நிறைந்ததாகவும் அவன் ஒவ்வொரு பலியான கன்னிகளின் கதையையும் கைவிரல் நுனிவரை இயற்கை நிறமெடுத்துக் கழுத்திலிருந்து முழங்கைவரை சித்தரிப்பு மெல்ல நகர்கிறது. அவளது பதுமையின் பெருவிரல் அல்லாத மற்றவிரல் களெல்லாம் தனித்தனி வாசனைகளாய் பாவையாட்டி விரல்களோ சுட்டுவிரலில் கோர்த்த மாயக்கயிறுகள் நடுவிரலில் சுற்றி நீளம் குறையக்குறைய மோனமும் சாயல்களாய்க் கூடிவிடும் கலை. செப்பு அம்மன்மேல் பட்சிகளின் எச்சமும் தூசியும் மூடியிருந்தது. பீடத்தில் ஒட்டாமல் வேறாக நிற்கிறார்கள். சிலையைச் சுற்றி ஐந்து தலை நாகம் அழுத்திக் கடிக்கும் நெருஞ்சிக்கொடி. கரையாண்புற்றாக தொண்டித் தாத்தா நூறு வருஷமாய் ஊர்மாடு மேய்க்கிறார். அந்தப் பாழும் கோயிலுக்கு எதிரில் பளிங்கெனத் தெளிந்த நீர்க்குளமிருந்தது. அந்தக் குளத்தில் நாற்புரங்களிலுமிருந்த படிகள் இடிந்து சின்னாபின்னப் பட்டிருந்ததில் வெளிப்படும் அசுரஉருவ பொம்மைகள் சாயமிழந்திருந்தனர். சாம்பலடைந்த பேய்உருவங்கள் எழுந்து திரும்பவும் படிக்கட்டுகளைக் கதைப்படி நிர்மாணித்துவிடும். அமர்ந்திருப்போர் ஞாபக வாசத்தில் கருவிழி வரையும், சிற்பவினைஞர்களைப் பூழி அரசன் தனிக் கிராமமாகத் தனியிடத்தில் இக்குளத்தைச் சுற்றிவைத்ததில் பணி செய்வதிலும் எந்நேரமும் ஈடுபட்டிருந்தனர்.

கொஞ்சதூரம் சென்றால் தனிமையில் கள்விற்கும் தேறித்துறை இருந்தது. குடிப்போரின் தனிமையில் கடல் பேசியது. பாவைப் புருவங்களுக்கு ஊசியால் ரேகையிடும் குடும்பங்களின் கந்தலான வாழ் புராணம் கண்களின் உள்ளே பொம்மலாட்டக் கதைகள்

கருமணிகளாய் மூக்கு நுனித்துவாரத்தில் கலையின் சுவாசமிருந்தது. பொம்மலாட்டக் குடும்பப்பெண்கள் மனதுக்கு இயயைந்தவாறு மரம் சொல்லிசொல்லி கற்பனைத் திருஉருவங்களையும் பூர்வ இலக்கணம் வழுவாது மரப்பாவைகளை அமைப்போர் வறுமை யாகவே எப்போதும் இருந்திருக்கின்றனர். சரித்திரத்துக்கு உள்ளேயும் வெளியேயும் சுற்றிச்சுற்றி வட்டமிட்டு சந்திரகாந்தக் கல்லினாலும் ரத்னங்களாலும் ஆக்கப்பட்ட புராண உருவங்களுக்கு கண்டக நதியில் தோன்றிய எவ்வளவோ கதாபாத்திரங்கள் கல்லினால், மரத்தால், பொன்னால், உலோகங்களால் ஆக்கிய சிருஷ்டிதர்களும் பேய்கள் அமைத்த படிக்கட்டுகளில் அமர்ந்து வைகையாற்றுத் தாம்பூலம் தறித்தவாறு புராணப்பொய்யில் கூடுதலாகச் சிப்பிச்சுண்ணம் எடுத்து கடவாயில் இழுவி பொம்மலாட்டதைத் தொடர்ந்தார்கள். பின்னணியில் தொண்டை மகரக்கட்டு உடையாதவாறு வெற்றிலைச் சீதா நாவில் வந்து உரையாடுகிறார். அக்னியு வெட்டுப்பாதையில் ஓடிவந்த உடும்பைப்பிடித்து அதன் தோலால் கஞ்சிராவைப் பூட்டிய அடிபாட்டுக்காரன் பாடல் பொம்மலாட்டத்தில் உடைபடவுமில்லை.

குருவிகள்ஓலை தானே சொல்லும் கதை -7

எழுவன் கோட்டை விரிசளை ஆறு

நரி முன்னே செல்கிறதா... புதர் மண்டிய காடெல்லாம் நரிவாலால் அடிபட்ட நிலமுள்ளது. பெரிய பாதங்களுள்ள பெண்கள் நடந்து போகிறார்கள். ஒவ்வொரு விடியலும் கண்விழிக்கும் காகம் கனவில் வந்தது. தட்டையான கால்களுடன் ஓடும் நாடோடி ஆறு விரிசளை. 'ஆறு கெட நாணல் இடு, ஊரு கெட நூலை இடு, காடு கெட ஆடு விடு, மூன்றும் கதைகேட்க முதலையை விடு...' இந்த ஆறு பாய்கிறது கொஞ்சம், காய்கிறது கொஞ்சம். இந்த ஆறு நேராய்ப் போகாத விரிசளை.

பண்ணையரசி மூக்குக்குத்தாத குமறு. செல்லச்சாமி அவள் படிப்புக்காக மந்தைத்தோட்டத்தை தென்னை மரங்களோடு அடமானம் வைத்தார். நார்த்தாவுக்குப் போட்டி பண்ணையரசி. மார்க்ஷீட் மாடிப்படிக்கு உயர் உயரே ஏறிப் பட்டமாகப் பறந்தது கீழே வரவில்லை. இவளுக்கு செவிலியர் கல்லூரி ஸீட் உறுதியான நாளில் நார்த்தா நாறாங்கிக் கதவைப் பூட்டிக்கொண்டு வெளிவர வில்லை. அய்யா மாடியேறி அடுத்த வீட்டுக்கு ஏணி போட்டுப் புகைக்கூண்டு வழியாகக் கயிறுபோட்டு இறங்கி, தனக்குத் தேருதல்

சொன்னதில் ஒப்புவைத்தார். 'நார்த்தா உனக்கு உறவுவாசம் வேறாக அமையும். உலகம் யார்க்கும் அதிர்ஷ்டம் ஒன்றுபோல் அமையாது. அடுத்த வருசம் உன்னை அங்கு சேர்ப்பேன். இந்த வருசம் புதுக்கோட்டையில் படி. தயங்காத. நீ இல்லன்னா அய்யா உயிர்வச்சு இருக்கமாட்டேன். கெர்வம் காத்துக் குடு தாயி. நார்த்தா தாழ் திறந்து கம்பீரமாக நடந்தாள் அய்யாவுடன். பண்ணையரசி வீட்டுக்குப்போய் சகஜமானாள். நாவிழுத்துப்பேசினாள். சிரித்தாள். உள்ளுக்குள் பொறாமையுமில்லை. அவளும் இவளும் பனங்காட்டைச் சுற்றித் திரிந்தார்கள். கங்கல் மங்கலான இரவு மடைவழியாகத் திருவாடானை மெக்காவயல் கம்மாயில் மறுகால் ஓடும் நாளது. சிறுவயசில் அம்மா தூக்கத்தில் இவளைத் தூக்கிக்கொண்டு ஓடுகிறாள். ஏரியூர் சருகரை யாற்றில் பெத்தனாச்சியம்மன் கோயில் மூழ்கிக் கொண்டிருந்தது.

தாம்போதிப் பாலம் பெருக்கெடுத்தது. மாடு கன்றுகள் நீர்மேல் தத்தளித்து நீந்தி வர ஆட்கள் கால்நடைகளை மறுகால் சீற்றத்திலிருந்து தப்பித்து இழுத்துப் போராடும் அலறல். சங்கிலிமாடத்தி ஐந்து வயது மகளை சேலையோடு தொட்டில் கட்டி கம்மாக்கரை இழுவங்கிணற்றுக்குள் விழுந்துவிட்டாள். நல்லையாண்ணன் தெருவில் வைத்து அடித்து விட்டார். அவள் விதவை. சோலையப்பன் வாத்தியார் குடைக்கம்பை வைத்து அடிக்கிறார். ராத்திரி எல்லாம் தேடுகிறார்கள். கிழக்காமல் விரிஞ்சு மடைக்கழுங்கு தட்டி ஓடுகிறது. எல்லோரும் கரையைச் சுற்றிச் சொட்டச் சொட்ட நிற்கிறார்கள். அவளைத் தூக்குகிறவர்கள் குரங்கு மாதிரிப் பிள்ளையைப் பின்னாடிவைத்து தொட்டிகட்டி இருந்தாள் சங்கிலிமாடத்தி. அவளும் மகளும் சேர்ந்து ஒட்டியசாவு. தூக்கி வருகிறார்கள் கூட்டமாய். வாயிலிருந்து கக்கிய பாசியைப் பார்த்தனர். சுடுகாட்டு ஒளியில் சாரப்பாம்பு பளபளத்தது. பின்னிரவு நேரத்தில் மூக்குத்திக்கல் வெளிச்சம் தெரிந்தது மினுங்கி மினுங்கி. வயது செல்லவில்லை.

நாமெடுத்துச் சொல்லலாம் என்ற சங்கிலி மாடத்தி சரிதத்தைக் கேட்போருக்கு நேரும் துக்கம் இன்னபடித்தென்று சொல்லப் படாது ஐம்புலன் வழிகளில் உருகும் ஒருமைப்பட்ட துயர்வீசும். பிஞ்சும் சொருகியது கரத்தில். பூதகணங்களும் வாதையால் துயருற்ற பெத்தநாச்சியம்மன் தூண்களில் நடுக்கம். தூண்களில் நீர்த்தாரை வழிந்தது. பெரும்புறக்கடலாகும் இரவது.

தாயானவள் இவ்வுருவினை மாற்றிக் கைக்குழந்தையை எடுத்து

வண்டிச்சக்கரத்தில் சுற்றச்சுற்ற பச்சைத்திரவமாய் கக்கியது. கொசவ வீட்டு அழகுக்கிழவி மந்திரித்துஊத பெண்கள் முந்தியை வீசி வீசிக் குலவையிட்டார்கள். அக்கரையில் தவளைகளின் நாவுகள் காட்டு ஒலிகளைச் சுருட்டி துக்கத்தை இசைத்தன. கருவிலே நின்ற குழந்தை தாயின் பிடியிலிருந்து கை கால்களை அசைத்தது. வயிறு ஊதி சேற்றுத்தேரைகள் இருட்டிலும் தோல்வெளிச்சம் தெரிய கோடு போட்டுத் தாவின கரையில். சேற்றிலிருந்து கழுவிய பிள்ளையின் கால்கள் அசைந்தன மெல்ல. காருண்ட மேகங்கள் இடிமின்னலைப் பெருக்கிக் கவிந்திருந்த இவ்விரவில் ஊரார் கூடி எடுத்த பிள்ளைக்கு ஒருத்தி கொங்கைகளில் வெதுவெதுத்த பாலை ஊட்டினாள். குழந்தை அணைத்த சூட்டில் கதறியது. இந்த ஊரின் ஓசிக் கஞ்சியானாள் சிறுமி. பொற்றண்டை, கெச்சை பாடகங்கள் காலாழி பீலி கோர்த்து எல்லார் வீட்டிலும் செல்லம் கொடுத்தார்கள். தாம்பூலவல்லியைக் கூவி அழைத்தது ஊர். அவளைத் தவிட்டுக்குப் பிள்ளையில்லாத வெற்றிலைச் செட்டித் தம்பதிகள் வாங்கியதில் நான்கு பாரிசங்களிலும் வாசல்கள் விளங்க மாடிவீட்டுக் குமாரத்தியானாள்.

இனியவள் சகவாசம் தேடிவரும் சிநேகிதிகளுக்கெல்லாம் தாம்பூலவல்லி இளவரசி. அவள் சரீரம் வெயிலிலும், பனியிலும் படாமல் ஊர்கூடி வளர்த்தார்கள். வெற்றிலைச் செட்டியார் எல்லாச் சம்சாரி வீட்டுக்கும் மாசூல் களத்துமேட்டில் தாம்பூலம் கொடுப்பவர். பிள்ளை சமைந்தால் வெற்றிலைக் கொட்டான் கொடுப்பார். சுழிமாடுகளைக் கண்டு எயினர் கிரகசாரம் கூறுவார். நெற்றிச்சுழி ஏறு பூரான், இறங்கு பூரான் இருந்தால் இடிமேலிடி வந்து சேருமென்பார். மாட்டை வாங்க விடமாட்டார். கிளிக்கொம்பைப் பார்த்தால் விடமாட்டார். மாட்டு யாவாரத்தில் பலஊர்த் தண்ணிகண்ட கோப்பன். தண்ணிக்குத் தண்ணி பிணக்கு என்பார். சுழிமாடு பார்த்துப்பிடிப்பதற்குக் கூட்டிப்போவார்கள்.

அவளை நாடுகிற கிளிபிலி அத்தான் திருஉளம் பற்றிய போதும் அவனை நெருங்காமல் இருக்கிறாள். அவள் நனவிலியில் சங்கிலி மாடத்தியின் பால்உரு எரிந்து மங்குவதை மயக்கத்தில் காணக்கூடும். அவன் நெருங்கி வரும் ஒவ்வொரு தருவாயிலும் ஒரு கரத்தினை நீட்டி அனந்தகோடிக் கோடுகளை அந்தரத்தில் தீட்டினாள். ‘கிளிபிலி அத்தான், உனது மன விருத்தி லயப்படும்படிக்கு சில வார்த்தை களைக்கூட என்னால் தரமுடியவில்லை. என் ஸ்திதியில் யோகம் வாக்கியத்துக்கு அடங்காதென நிச்சயத்திருந்தவர் இந்த ஊரார்.

இந்த சிறுவயல் கானகத்தில் இருக்கும் பெரியவர்களின் பாரம்பரிய ஊர்க்கட்டுதிட்டம் என் தாயாரைச் சந்தேகித்து ஆண் பெண் கூட்டுறவில் இடை புகுந்து மோனத்தைக் கொன்றனர். எனக்கு இப்படி இந்த ஊரார் வளர்ப்பில் இருக்க விருப்பமே ஆனாலும் குற்ற உணர்விலிருந்து மறதியாய் இருக்கிறது ஊர். சொர்க்கத்திலிருந்து நிலவின் கதியைத் தீட்டுஉதிரத்தில் வரைந்துபார்க்கும் பெண்கள் பெரிய வீட்டில் எந்நேரமும் இருபது காளைகளுக்கு பருத்திவிதை ஆட்டவும் காடு கரைகளுக்கு போகவுமாக இருந்தார்கள்.

குருவிகள்ஓலை தானே சொல்லும் கதை -8

பனையேலையைக் கீழே வைத்து எழுதும் தொண்டிக் கண்ணாடி

இன்னொருவரும் சொற்களால் அடைக்கலமாகும் கண்ணாடி. படிக ஓடையாக எப்போதும் சுருள் கொண்டிருக்கிறது. கண்கட்டு வித்தையைக் காட்டவந்தாயா? கண்ட பாவனையாய் விதவிதமாய் கொண்டை முடிகிறாள் கண்ணாடியிலிருந்தவள். கண்டபடி பேசுகிறது கண்ணாடி. கண்டும் காணவில்லை கேட்டும் கேட்கவில்லை அவள்.

தொண்டிமுத்துப் புலவர் கிழக்குத்தெருவில் உள்ள கட்ட ராவுத்தரைப் பார்க்கவரும் தேவகோட்டை கருமுத்துச் செட்டியாரோடு வடக்குத் தெரு கப்ருஸ்தானின் கீழ்புறத்தில் சாலைத்தோப்புக்கு வந்து பேசுவார்கள். அதற்கு கிழக்கில் மணிமுத்தா ஆற்றோரக்குண்டு எனும் நீர்த்தேக்கத்தில் குளித்துவிட்டு தம் வீடுதிரும்பிய வழியில் இருவரையும் கண்டுபேசுவார் தொண்டிமுத்துப் புலவர். நீங்கள் பெரும் புலவராய் இருந்தால் மீன் தானாகவே தாவி வலையில் வந்து படுமாறு பாட்டுப்பாடுங்களேன் என்று விளையாட்டாகக் கேட்டார் செட்டியார். உடனே 'வெங்கணமாய் ஓடுகின்ற கெள்ளலே இந்த வலையிலே வந்துபடு துள்ளியே'அவ்வாறு பாடி வாய் மூடுவதற்குள் கடலில் இருந்த கெள்ளல் மீன்கள் துள்ளிக் குதித்து கட்ட ராவுத்தர் வலையில்வந்து வீழந்தன. திருணையில் இருந்தவாறே ஏராளமான பனை ஓலைகளைக் சீவிக்கொண்டிருப்பதைப் பார்த்து 'எதற்காக இவ்வளவு ஓலைகளையும் சீவுகிறீர்' என்று கருமுத்துச் செட்டியார் வினவ, 'கண்ணாடி முன் ஒரு கயல் இரு கயல்களாகி இருபக்கமும் இருந்து வாசிக்க மூன்று சர்க்கங்களாயிற்று. அதனால் ஓலைகளின் எண்ணிக்கை பெருகுவதும் காணாமல் போனவை கண்ணாடிச் சுருள்களிலிருந்து வருவதுமாகி விடும்.

கெள்ளல்மீன் கோடுபோட்டுவர சுண்ணாம்பு வளையம்,

செம்போர் வாளம், செம்மண் வாளம் மூன்றையும் எழுத எண்ணியுள்ளேன்' என்றார்.

தொண்டி தெற்கு வடக்குத் தெருவின் பூர்வீகர் அல்லி அராசாணி காலத்தில் முத்துச் சிலாபம் நடத்திய கர்ணபரம்பரைக்காரர்கள், அவர்களில் எக்கர்குடியார் வீடு, தெற்கத்தியார் வீடு, சேர்வாய்க்கால் வீடு, கண்ணங்குடியார் வீடு என பலர் வாழ்ந்து மறைந்த தொண்டிக்குள் மூர்களின் குதிரைக்கால் புழுதிமீது செம்போர் வாளம் படிந்து கொண்டிருக்கிறது. தொண்டிப்பாவோடி மைதானத்தில் நெசவுத் தொழிலை மேற்கொண்ட கைக்காளருக்கு கைக்காளன் குளம் குடிக்க நீர்தரும். தொண்டியில் கீழக்கரையில் மரக்கலராவுத்தர்களுக்கு சில மூதாதையர்களின் பூர்வீக வீடுகளும் இருந்தன. சுல்தான் ஜமாலுதீன் கீழ் கெய்ரோவில் இருந்து புறப்பட்ட அரபிகளில் ஒரு பகுதியினர் காயலிலும், மற்றொரு சிறு கூட்டம் தொண்டியிலும் குடியேறினர். அவர்கள் மரைக்காயர்தெரு என்ற ஒரு தெரு இருப்பதில் இருந்து சோனகர் என்று உய்த்துணர்ந்ததில் இருந்து லெப்பைமார்கள் அனைவரும் கிழக்குத் தெருவில் இருந்தனர். லெப்பைமார்களின் மூதாதையர்கள் அரபிக்குதிரைகளோடு வந்தனர். மொராக்கோவில் இருந்து வந்த அரேபியக் கம்பளத்துக்குப் பாண்டி மயங்கினான். அந்தக் கம்பளத்தில் அமர்ந்து நீர்மேல்வந்த நிமிர்பரிப் புரவிகள் கைகளைத் துணியால் மூடி, விலைதீரும் முன் குதிரைப்பற்களை வைத்து இரவில் சொன்ன அரேபியக் கதை போடுவார்கள். அறுபத்து ஆறாவது இரவில் வெண்மைநிறம் வாய்ந்த ஆறுபற்களைக் கண்டனர்.

அடுத்த ஏழு இரவுகளில் கீழ் வாய்ப்பற்கள் தோன்றும். பல இரவுகளாய் குதிரைகள் மாறி மாறிச் சொல்லி வந்ததில் பற்களின் நிறம் கருமையாகிவிடும். அடுத்துவரும் அகாலங்களில் வீழும் பற்களோடு மூர்க்கப்பலும் வந்துவிடும். சங்குநிறப் பற்களும், தேன்நிறப் பற்களும் பாதிநிரம்பிய ஆயுளோடு உதட்டினால் ஒலி எழுப்பியவாறே தொண்டித் துளைக்கு நூறு நூறாய் புகுந்து வரும்.

முத்துப்புலவர் ஏழையாக இருந்தபோதிலும் ஏடுகள் கீறி அடுக்கித் தொண்டித் துளையிட்டு வைத்தார். ஒருநாள் மன்னாரில் முத்துச் சிலாபம் நடப்பதாக தெரியவந்ததும் தாமும் செல்ல வேண்டுமென்று திடமான முடிவுக்கு வந்தார். எனினும் செல்வதற்கும், அங்கு சென்று வாங்குவதற்கும் கையில் காசு இல்லை. பாரியாளின் கழுத்தில் கிடந்த கரியமணியை வாங்கி விற்று அந்தப்

பணத்தைக் கொண்டு மன்னாருக்குப் பயணமானவர்களோடு சேர்ந்து போகிறார். ஒரு தடவை சிப்பிகளை வாங்கி அறுத்துப் பார்த்தார் ஒன்றில்கூட ஒரு நன் முத்தும் காணப்பெறவில்லை. இரண்டாவது தடவையும் வாங்கி அறுத்துப்பார்த்தார். இத்தடவையும் அப்படியே ஆயிற்று. மூன்றாவதாக முயன்றதில் தோல்வியில் முடிந்தது. முத்துப்புலவருக்குக் கைக்காசு கரைந்து போய்விட்டது பெரிதும் ஏக்கத்துடன் திரும்பிச் சிலாபம் நடக்கும் இடதில் இருந்து சற்றுத் தொலைவில் இருந்த பெருத்த தூங்கு மூஞ்சி மரநிழலில் அயர்ந்து படுத்துறங்கிவிட்டார். ஒரு காகம் தூங்கும் கிளைக்கு வந்து அவருக்கு நேர்மேலே தன் நிழல் அவரை தொடுமாறு எடுத்துவந்த சிப்பி ஒன்றைக் கால்களால் இடுக்கிக் கொத்தித் தின்றது. அந்தச் சிப்பி காகத்தின் கால்களில் இருந்து நழுவி கீழே படுத்திருந்த தன் பெயர்கொண்ட பெரியவர் மேல் விழுந்தது. அவர் மீது தூங்கும் சருகுகளும் விழுகின்றனவோ என தூக்கவெறிட்சியில் கண்களை விழித்துக்கூடப் பார்க்காமல் உதறித் தள்ளிவிட்டு மரத்தோடு சேர்ந்து தூங்கினார். மீண்டும் காகம் வேறொரு சிப்பியை எடுத்து வந்தது.

அதன் அற்புத மூடியைத் திறந்து சூல் கொண்டு அசைகிற மூன்று இழைகளை உடைய இந்த பாண்டி முத்துச் சருக்கத்தைச் சொல்ல ஆரம்பித்தது. காகத்தின் உள்ளே மதிப்பு வாய்ந்த தனி முத்தின் தசம கணிதப் பலகையினை முத்துராசாக்களின் கூட்டம் ஒவ்வொருவராய் உருட்டிப் பார்த்துச் சொல்வதைக் கேட்டுச் சொன்னது காகம். மீண்டும் வேறொரு அண்டம் அதே மரக்கிளையில் வைத்து காக்கை உகக்கும் அழுகிப்பிணவாடை வீசும் அரிய சிப்பியை காலிடுக்கில் இருந்து கீழே படுத்திருந்த முத்துப்புலவர் மீது விழுமாறு செய்தது. அதையும் உதறித்தள்ளிவிட்டு உறக்கம் மரமேறிக்கொண்டிருந்தது. தற்செயலாய் கண் விழித்து தன் மீது நாறிக்கொண்டிருக்கும் இந்த பொருள் யாது என்று பார்க்க அது சிப்பிக் கீறலில் ஒளியுமிழ்ந்து கொண்டிருக்கும் அரு உருவைக் கண்டார். அதிலே இரட்டைப் பெண் சிசுக்கள் தவழ்ந்துகொண்டிருந்தன. பிறந்த சிவப்பு மாறாத ஒளிவிட்டுக் கொண்டிருந்தன. அவற்றை எடுத்து மருதைச் சீமைக்குத் தன்னோடு வந்த கருங்கண் வல்லத்தானுடன் காகம் சொன்னதைத் தொடர்ந்தவாறு இருக்கிறார் முத்துப்புலவர்.

குருவிகள்ஓலை தானே சொல்லும் கதை - 9
தூங்காமணி குடிகாரன்

வலையில்லாமல் மீன் பிடிப்பது (இல்லாதவர்களோடு உரையாடல்).

'நேரமாகுது, மேளந்தட்டுங்க, ஆட்டக்காரங்க ஆடட்டும்' என்றவாறு தள்ளாடினான். 'பாதையில போகவிடாமல் முள்ளு தடுக்கு' ஒத்தக்கண் பாலத்தில் தண்டட்டி போட்டு நீலிதா என்னமா நடக்கானு பாரு... கிணத்துல தண்ணீ வத்திப்போய் வாளி கரைத்தட்டும் ஒலி காணாமல் போன பெண்களின் பேச்சுகால் சிரிப்பு ராத்திரி எல்லாம் கேட்டது நீலிதாபுரத்தில். வேப்பமரத்தில் காற்று சுகமாய் வீசுது. காக்கா குஞ்சிய அது தாக்காட்டுது... காகாவென்று தூங்காமணி கூப்பிட்டான். தலையைச் சாய்த்து கல்கண்ணால் உருட்டிப்பாடியது குடிவெறிப் பாடல். 'எனக்கு தாள் போயில தான் பிடிக்கும்' என்றாள் நீலிதா அவனிடம். அவள் துப்பிய தாம்பூல எச்சிலுக்கு மண்ணள்ளிப் போட்டாள் 'ஏ பயலே என்னை இந்தப் பாடுபடுத்துறதுக்கு நீ துலங்குவியா...' எனத் தாம்பூலம் தரித்தாள் பளிதத்தை மென்றவாறு 'நீ துலங்கமாட்ட....' எனத் துப்பிச் சபித்தாள் நீலிதா.

மூன்று அண்ணமாருக்கும் சுற்று வட்டாரத்தில் பெண் எடுத்ததில் விவசாயம் தளைத்தது. டெட்ராக்ஸ் சட்டை பளபளப்பில் டவுனில் சுற்றித் தள்ளாடிவரும் செம்மண்பாதையில் ஆளரவமற்ற ராத்திரி ஆவிகளிடம் பேசியவாறு சைக்கிளின் மெல்லியஒலி. பைதா மண் ரோட்டில் சரசரத்தது. ஆவிகளோடு சர்ப்பங்களும் மதித்து நிண்டு பேசும். பட்சிகளின் பாஷையில் ஒலிகொடுப்பான் தூங்காமணி.

மாடிகளுக்குமேல் தற்கொலையின் தொலைவுகள் அருகில்வந்து முணுமுணுத்த இரவது. இரட்டைஊரான இந்தக் குறுகலான மேல்மாடிக்குப்போகும் படிக்கட்டுகளில் ஏறுவதில் கவனம் இருந்தாலும் தூங்காமணி சுவர்முட்டி போதையில் மிதந்தே ஏறினான். அவனுடன் சகவாசம் கொண்ட ராத்திரிகளை வாழ்ந்து கொண்டிருந்தார்கள் தற்கொலையானவர்கள்.

அவனுக்குக் குப்பியைத்திறந்து அதீத தருணத்தைக் காட்டுகிறாள். கனவும் தூக்கமும் விடுகதைகளாக வந்துசேரும். தன்னூர் சிறு பெண்கள் முறைசொல்லிக் கூப்பிட்டதால் தற்கொலையில் பிணைந்திருக்கும் நரம்புகளெல்லாம் விடைத்துவிடும் அவனுக்கு. ஒவ்வொருத்தியிடமும் விசாரப்படுகிறான். மேல்மாடங்களுக்கு வருவோரில் யார் உயிருடன் இருக்கிறார்களோ என சாயலைப் பார்த்துச் சொல்லிவிடுகிறான். வேறுசிலரும் அவனிடம் பேச்சுக் கொடுத்தால் பேசமாட்டான். இந்த சிறுவயல்கானகத்தின் மாடிகளில் இருந்து பார்த்தால் அக்னியு வெட்டுப் பாதையில் மரங்கள் உரசிக் காற்றில் பரபரத்துத் தீவளையம் நெருங்குவது தெரியும். செம்மஞ்சளான

சாவின் அசைவுகள் அதில் தெரியும்.

சிறுவயல் கானகத்து ஊர்களில் பலரும் கொத்தனார்களாய் வெளியேறும் விதியாயிற்று சம்சாரிக்கு. விவசாயக்கூலிகளும் பெண்களும் சித்தாள்களாக உருமாறினார்கள். ரசமட்டத்தில் ரகசியங்கள் துடிப்பதையும் சித்தாள் பெண்களின் அருகில் சலங்கைப் பாம்பு சுருள்வதையும் நோக்கினர். சித்தாள் பெண்களின் தோற்றத்தைக் குடிகாரக்கொத்தனாரும் உணர்ந்திருப்பார். கட்டுக்கதைகளைத்தான் இச்சிறுபெண்கள் போடவருகிறார்கள் கொத்தனாரிடம் வெற்றிலை கேட்கும் ஆவலில். தற்கொலைக்கும் அக்னியு வெட்டுப் பாதையில் தீ எரிவதற்கும் தொடர்பு இருக்கும். அங்கிருந்து அரிச்சலாய் நடுக்கமாக வரும் நடுராத்திரி ஓசைகளையும் கேட்டவர்கள் விடிந்தால் சொல்லி விடப்போகிறார்கள்.

இவ்வூர் ஆண்கள் நெறி தவறும்போது தாய்மார் நிதானமாகவே இருப்பர். முற்றிவிட்டால் பிரான்மலை உச்சியில் தீ எரிவதைப் பார்க்கலாம். சிதறிக்கிடக்கும் சிறுவயல்கானகத்து ஊர்களின் ராத்திரிகள் தீவளையம்சுற்றி ஆடும் பிரான்மலையும் வெப்பரத்தப் பிறவிகளின் ஏவல்.கூச்சலும் சிரிப்பும் கொண்ட ராத்திரி வரும். கட்டுக்கதைகளில் மட்டும்தான் நமக்குத்தெரிந்த தற்கொலைகளுக்கு நிகரான சம்பவங்களும் தோற்றங்களும் மங்கிய சிறுவிளக்குகளில் உயிர்பெறுகின்றன இவ்வூர்களின் ராத்திரிகளில். கடந்து செல்லும் இரவுகளை ஆசி புரிகிறார்கள். மனிதனுக்கு ஆசி கொடுப்பதில்லை. இங்கு தற்கொலைக்குத் தூண்டும் ஏதோ ஒன்று கதையைஒட்டிச் சொல்லிச் சொல்லி வற்புறுத்தினால் மட்டும் சிறுபெண்கள் மெதுவாக வெண்கலச்சுடரிடம் சொல்வார்கள் இருளில் நீந்தியவாறு. கைகளால் சண்டையிடுவதுபோல நடித்து ஆர்வம் தொனிக்க பட்சிகளெனப் பாடிச்சொல்கிறார்கள் இன்னொருத்தியின் சருக்கத்தை. அப்பெண்கள் உயிர் நோவதற்கான காரணிகளை வேறுவிதமாக வெளிப்படுத்துவர். உடல் அசைவுகளில் வேறு ஒரு உயிர்வந்து பேசும். தனக்கான ஒருவன் வேறொரு பெண்ணோடு நிழலாய் அலைவதைக் காணவே இரவில் வருவரோ?

அவளுடனாவது நியாயமாய் இருக்கிறானாவென்று கடை விழிகளில் சிவக்கக்காண்பாள் தட்டாத்தி. ஒரு வில்வஇலையை மென்றவாறு பேசுவாள். இந்தச் செம்பாலையில் தற்கொலையின் தூரங்களில் கன்னிகழியாத பெண்களின் சாபம் கருநீலத்தில் படிந்திருக்கும். வந்தேறிசனம் உணர்ந்து விடும். சிறுவயல் கானகத்து

ஊர்களுக்குப் புதிதாக ஒருவரும் குடிவருவதில்லை. வாக்கப்பட்டு வந்த பெண்கள் கிணற்றில் நீர் இறைக்கப்போகும்போது துணைக்கு புதுமாப்பிள்ளையையும் கூட்டிப்போய் தாம்பூலவல்லி வீட்டில் வெற்றிலையை வாங்கி கிணற்றில் இடவும் அது கவிழ்ந்தால் ரொம்ப காலம் உருத்தாய் இருக்கமாட்டாய் என அவனைப் பார்த்துச் சொல்லி விடும் கிணறு. அந்தக்கிணற்றுக்குரலில் அசரீரி இருக்கும். இங்கே வாழ்க்கைப்பட்டவர்கள் தற்கொலையான கூட்டத்துக்கு இணக்கமாகி வெளியேறி காட்டுவேலைக்குப் போனாலும் இல்லாத உருவங்கள் வந்துகூப்பிடும் அரிச்சலாய். வெளியூரில் தப்பித் திரியும் இந்தச் செவக் காட்டுவூர்களின் இளந்தாரிகள் ஊருக்குள் ஜீவிப்பதில்லை. திடீரென்று வந்து ஒரு பெண்ணைக் கல்யாணம் முடித்து கூட்டிக் கொண்டு போய்விடுகிறான். அவனைக்கண்டு மறைவாய் இருப்போர் பற்றிவிடத்தான் நெருங்குவார்கள். மண்ணில் கால்பாவாத உருக்களும் இருந்தனர்.

தானியம் திறந்த காட்டில் சம்சாரிகளின் சுயசாவை செவல்மண் ஒத்துக்கொள்வதில்லை. சூரியனோடு எரியும் கொழுமுனையில் பதித்த நெஞ்சுடன் சுழன்று ஒளித்தன நவவிதைகள். காளையார்கோயில் ஆனைமடுவில் விழுந்துகொண்டேயிருந்த ருதுவானவர்களின் ஞாபகங்களில் தவறிவிடும் பெண்ணுருவங்கள் கன்யாவனத்தைப் பீடித்தது.

வனத்தின் வாசனை மயக்கமான நிறங்களை வெளிப்படுத்தி ஊழின் ஆழத்தில் உழவுமாட்டு நறுமணம் அந்தப் பெண்களுக்கு இருக்கும். தொழுவத்திலிருந்த எருதுகள் நிலத்தை ஒவ்வொரு பக்கமாகப் புரட்டிஉழுதன செம்பரங்கானலில். பட்சிகள் மேலே சுழன்று பறந்து விதைகளை அவளிடம் கேட்டன. பசிக்கிறதம்மா தட்டாத்தி. செம்பராங்காட்டுச் சால்கோடுகளில் வீழ்ந்த முத்துச் சோளத்தில் பெண்களும் இருந்தார்கள் அருகில். சம்சாரி மேல் கடாட்சம் வீசவில்லை கடவுளும். பிள்ளைகளானவர்கள் உழவரின் சரித்திரம் நிற்க, ஊரை விட்டுப் போயினர் பெருநகரம் நோக்கி. திரும்ப வராத தொலைவது. நவமணிச் சோளங்களில் உதித்த கன்னியர்கள் கர்ப்பவாதனையில்பட்டு மிகவும் வருந்தியும் பல தலைமுறை போற்றிய குள்ளங்கம்பை நழுவவிட்டுத் தேடினார்கள் குளுமையில்.

பெருங்காலமாக சிசுக்களைச் சுமந்துகொண்டு வாடி இருக்கிற தருவாயில் நெல்மணிகளிடத்தில் உதித்த அக்கன்னியர் உதிரப்போக்கில் தீட்டும்பட்ட கண்டாங்கியில் முடிந்து வைத்தனர் நழுவிய வித்துகளை.

செம்மண்முளரி நாளம் ❋ 765

பத்து மாதம் பலநாட்களாகத் தாய்மார் உதிரச் சிறையிற் பட்டுக் கைகால் ஆடாமல் பலதுன்பங்களை அனுபவித்து வருந்தியிருந்தனர். கேட்டீர்களோ, ட்சிஜாலங்களே... நவவிதைகளில் பிறந்த மங்கையர் கருவின் சுமையால் வருந்தியவர்கள் சிறுவயல் கானகத்தில் கேப்பைக் கருதுகள் மிதித்து செம்பொட்டல்களத்தில் உலர்த்திக் கோடுபோட்டுக் கிழித்தழுத வலியில் உயர்ந்தவள் சங்கிலி மாடத்தி.

குருவிகள்ஓலை தானே சொல்லும் கதை -10

உள்நாக்கு நத்தைகள்

கோழிக்கூண்டில் ஒரு முட்டையையாவது வைத்திரு (எல்லாவற்றையும் தீர்த்துவிடாதே மிச்சம் வை).

நீலம் படர்ந்த கடல்பரப்பில் அவன் அம்மா மயிலரச்சியை தூக்கத்தில் பிரிந்தவர்களாக வனத்தில் பிரிந்தவர்களாக வேறு வேறு கொடிவழிக்கு போகிறார்கள். பச்சைப்பாம்பு மன்னார் வளைகுடாவில் அழைக்க ஓடியமிருகங்கள் தொலைவில் திரும்பிப்பார்த்தன. அவர்கள் பின்தொடரக்கூடும். மயிலரச்சியின் சூல்பிளவில் தீரா நீர்மையில் உவட்டுக்கடல் நகரம், பெண்சாயைகள் கருந்தண்ணீரில் அலைவுறு கிறார்கள். கண்வடிவத் தொண்டிக்காராளர் ஊருணியை அடைந்திருந்தான் துரைசாமி. மிருதுவான கிளாதரியின் காலடிகளைக் கேட்டான். பாதங்களின் குருத்துஒலி அவளின் விரல்களில் குமிழ்ந்த வளரியின் அதிர்வுகள் அமானுஷ்யமானவை. வளரியுடன் நடந்தாள் கட்டங்கட்டமான பச்சைப்பாம்பின்மேல். குருதிச் சித்திரங்கள் பாம்புமேலிருந்து மெல்ல வளரியின் நிறமாறக்கூடியவை. இமைக்கும் போது அதன் காலடிகள் மாறுவதுவதென நடப்பதில் ஒவ்வொரு கட்டமாக உயிரின இச்சைகளின் பரிணாமங்கள் புழுவிலிருந்து சுருண்ட உயிராய் படிமம் கொண்டது வளரி. பாதையில் பட்ட புழுவின் ஒவ்வொரு உடல் மீது பதிய பாம்புமேல் இருந்த உதிரக்கோலங்களில் பெண்ருதுவாக வளதாரி உருமாறிய வேலையில் அக்கணமே முளைப்பாரியாய் ஒளிர்ந்தனர் ஆண்களும். புதுப்படைப்பாக்க நிலையில் உடல் பருவங்களின் வாசனை. பெண் சருமத்திலிருந்து வளதாடி ஆண்களின் பச்சை உருக்கத்தில் கிடைத்திருக்கும்.

இவர்களின் உடல் இலைகள் வனமார்பில் குளிர்ந்து சில நத்தைகளும் தம் எச்சில் உடலை ஆண்களிடம் ஒட்டிக்கொண்டது. ருதுக்களின் ஆவி வளதாடியானது. புழைய ஆண்மனனி திகைத்தது.

துரைசாமி முளைப் பாரி உடம்பில் நரம்புவிரிக்கும் இலைகளைத் தொடுவதற்காக உள்நாக்கு நத்தைகள் எச்சில்பட்ட நுரைகளை வளரிகளில் எழுதி தன் தைல உடல் காயமே பொய்யெனக்காய்ந்து உதிர்கின்றன. நத்தையின் உடலே நம் உள்நாக்குபோல் நூதனமாய்ச் சுருளும். உள்நாக்கு தளிர்க்கிறது ஆடவரின் உடலில். அவனுடல் பினாங்கு மலைப் பச்சையில் தொலைதூரம் பேய்க்கப்பல் நீர்மேல் ஏற்றி தொடுவானில் கடத்திய பசுமை முடியவில்லை.

உனக்குத் தெரியுமா கிளாதரி... உன்னைவிட்டு வெகுதூரம் மையலுக்கு வெளியேதான் மலைகளில் தளிர்க்கும் இலைகளில் நீ பறிப்பதற்காக வேண்டி தீவாந்திரத்தில் அடைபட்டு விதையாய் காத்திருந்து பேரிதழ் தாவரமானேன் உனக்காக. என் உள்நாக்கு நத்தைகள் முளைக்கும் இம்மலையடியில் இலைகளாய் தூங்குவதால் வருந்தாதே அவற்றை நான் யாருக்காவும் வெளியேற்ற முடியாது. உனக்குப்பிடித்த ஒக்கூர்காட்டு உள்நாக்கு நத்தைகள் இங்கேயும் என்னை வருடி சுவாசிக்கின்றன. ஒன்றும் புரியவில்லை எங்கு இருக்கிறோமென்று. நம் ஊரே சிறு வனமாக உன்னோடு இருக்கிறது கிளாதரி. அவ்வனத்தை உன் முலைத்தளிர்களுக்குள் பால் மடுக்களை இழந்த ஈருடலி சிசுக்கள் காணாமல்போன பறவைகளின் தேம்புதலை மட்டுமே இச்சையாகக்கொண்டிருப்பது திரும்பவும் நாம் இயற்கைக்குத் திரும்ப பச்சையம் தவிர்ப்பதற்கு ஆண்களிடம் வழி உண்டோ சொல்.

சுழிக்காற்றுப்பறவைகள் வளதாடிகளாய்ச் சுற்றிச்சுற்றி வன யோனியில் தங்கள் ஆதி இரவுகளைத்தேடிக் கால உறக்கத்தில் இருப்பதாக எனக்குத் தெரிகிறது. சுழிக்காற்றுப் பறவைகள் நகம் கீறிய பாறையெல்லாம் தவித்து இருந்த சிறியமனனிகளில் பனித்திருந்த அதிசயக் கோடுகளில் வனயோனி தளிர்ப்பது எங்கே. சுண்ணாம்பு மலைகளில் தானே தோன்றிய கட்குடைவுகளில் வேறு வேறு உள்நாக்கு நத்தைகள் கால இருப்பில் ஒலிச் சரிவுகளில் துயரத்தின் துயராத ராகங்களின் ஆதார ஒலி ஊற்றுகளாய் சுரந்துகொண்டிருக் கிறார்கள் என்பது உனக்கு புரியவில்லையா கிளாதரி. இருபாலில் குறியீடாகச் சுருங்கிவரும் உள்நாக்கு நத்தைகள் கல்லாறு மூடிய கோடுகளை நீ பார்க்கவில்லையா கிளாதரி. விலங்குப் பெண்ணை தொடர்ந்து சுண்ணாம்பு மலைக்குள் போனவர்கள் தலைகீழாய் ஓடும் நதியில் கல் மனிதர்கள். நீந்தும் சமைந்த நிலை.

இலைகள் பொங்கும் ஸ்தனங்களாக வளுதாடி வளைந்திருக்கிறது.

அவளுக்கு தெரியாமல் பாறைகளில் ஒட்டிக்குனிந்து வெதும்பி அழுதேன் கிளாதரியைச் சுற்றும் கிளாமரக் காட்டுப்பாதைகளாய் ஏங்கி. உள்நாக்கு நத்தைகள் ஊற்றைப்போல் குமிழ்குமிழாய் வெண்கூடுகளாய்ச்சுருண்டு உன்வாய் அதரத்தைவிட்டு வெளியேறிப் பறப்பதைக் கிளாக்காடு பார்த்திருக்கும். கிளாகாட்டுப் பிள்ளை களுக்கும் சுற்றிச்சுற்றி ஆடுமாடுகள் மேய்த்துத் துணை நாயுடனும் அலையும் அதே காலத்தில் செம்மண் சமவெளி மரங்களில் உள்நாக்கு நத்தைகள் ஒட்டி இருப்பதை அவற்றின் கூடுகள் சிறு சிறு ஊர்களாக சிவந்திருப்பதை சாதாரணமாக எல்லோரும் பார்த்துக் கொண்டிருப்பார்கள்.

குருவிகள்ஓலை தானே சொல்லும் கதை -11

அவன் விசார வீடு திரும்புகிறான்

சுமத்திராக் கடல் முயல்கள், பாறைநத்தைகள் உமிழும் நீர்மத்திலிருந்து எடுக்கப்படும் வெளிர் நீலமையில் வரைந்த துரைசாமியின் உரு ஓவியம் கரைந்துகொண்டிருக்கிறது.

தன் ஊர் எங்கிருக்கிறது என்று அறிந்துகொள்வதற்காகப் புகையைப் பின்தொடர்ந்து செல்கிறான். பாசிப்பட்டினம், சருகணி, சிறுவயல் அரண்மனை, மானூர் தேர்வீதி, படமாத்தூர் வீடு, போராளிகள் தஞ்சமடைந்த விசவனூர், கொல்லங்குடிக்கோட்டை, நரிக்குடிப் பள்ளிவாசல், கண்டுமேக்கி ஊர்ச்சவுக்கை, சூரியூர் சத்திரம், ஆனையார்கோட்டை, மச்சூர் காடுவந்து முத்தூர்கோட்டை தொழுவில் மாடுகள் இருந்தன. வண்டிகள் போய்வந்தசோடுகளின் குறுக்கே ஓடிக்கிடந்த கோடுகளில் சாம்பல் படிகிறது. அம்மா இருந்த திருணையில் பதிந்திருந்த உருவம். அங்கு அவள் இருக்கிறாள். மறைந்து திரிகிறாள், வண்டித்தடத்தில். அவன் பூர்வீகவீடு திரும்புகிறான். ஊர்ஊராய்த் தொட்டு வளர்கிறது விவசாயிகளின் புகைக்கோடு. காணாமல்போன பாதைகளின் அசைவு. மெல்ல உருவெடுத்து இருட்டுக்குள் மாறிமாறிக் கூப்பிட்டது, 'ஆந்தை யொன்று' அம்மாவின் வாசனை வரும்சோடுகளில் பறந்த திசையில் விவசாயத்தில் இருந்தவர்கள் இன்னமும்உழுதுகொண்டிருந்தார்கள் வெயில் அசைவில்.

அவனை யாருக்கும் அடையாளம் தெரியாது. இரவோடு இரவாகப் பழையசாலைவழி சிறுவயல் சென்று அங்கிருந்து காட்டுக்குள் கிளைவிடும் ரகசியபாதை வழியே காளையார் கோவிலுக்குப்

போகிறான் துரைசாமி. சோழபுரத்திலிருந்து வேறு வழியாக இரவில் நடந்தான். முன்பு அய்யாவுடன் ஒக்கூரிலிருந்து சிறுவயல் வந்து சேர்ந்த கலனல் வெல்ஸ் அங்கிருந்து கானகத்தின் ஊடாகச் சிறுபாதை வழியாகவும் காளையார்கோவில் வரை சென்றிருந்தான். வாணியங்குடி, கீரனூர் வழி செல்லும் கொல்லங்குடிப் பாதை முட்புதர் நிறைந்த வனாந்திரப்பாதை. தீவாந்திரத்திற்குப் பின் திரும்பும்போது அந்தப் பாதை தொடர்ந்து பயன்படுத்தப்படாமல், போக்குவரத்தின்றி அங்கங்கே முட்புதர்கள் பின்னிக்கிடந்தன. விடிவதற்கு முன்பே முத்தூர் வழியே, காளையார்கோவில் செல்லும் பாதை மங்கலாகத் தெரிந்தது. கலனல் அக்னியு வெட்டுப்பாதை துரைசாமி, கால் பட்டதும் பாம்பாய் நெளிந்து, கானல் நீரில் அரைகுறையாய் தேய்ந்து புகையாய்க் கலைந்தது.

கடல் பயணத்தில் உவப்பேறிய பையை, ஒரு வீட்டின் திருணையில் கழற்றி வைத்துவிட்டு, சிறுபொழுது ஓய்வெடுத்தான். சின்னவர் குடும்பம் இருந்த முத்தூர்அரண்மனை செங்கல்தளவரிசைகள் காட்டாற்றில், மறைந்து தெரிந்தது. தன் குடும்பம் இருந்த முத்தூர் விசாரத்தை அடைகிறான். சாந்தினால் மெழுகிய உள்கூடங்களில், தானியமூடைகள் தென்படும். அத்தூண்களில் மின்னலைப்போல் வெளிப்பட்டு மறைந்த, அம்மாவின் 'பழைய உரு' கொட்டுவாங் குளவி ஒன்று வட்டமாய் அவனைச் சுற்றிப் பறந்தது, மண் கூட்டிலிருந்து. ஏழடுக்கு மண்கூட்டை நோக்கினான் மேலச் சுவற்றில். சொந்த மண்ணைப் பிரிந்து செல்லும்போது, அந்த வீட்டில் எல்லோரும் இருந்தார்கள். பெண்களும் பிள்ளைகளும் தூக்கத்தில் இருந்தார்கள்.

மாடுகளுக்குப் பருத்திஆட்டிய உரல்கள், காய்ந்து கிடந்தன. அங்கங்கே காகங்கள் தனித்தனியேவந்து அவனைப் பார்த்தன. ஊர் மௌனமாய்க் கிடப்பதைப் பார்த்தான். காட்டுப்புழுக்களை இரையாகக் கவ்விவந்த, செங்குளவிகள் அவற்றைத்தன் மண்கூடுகளில் தூங்க வைப்பதைப்பார்த்தான். குளவி அவனை உள்ளே விடாமல் ரீங்காரமிட்டுத் தடுத்தது. அம்மாவின்சீதனச்சாடிகள் பளபளத்தன, அட்டாலைப்பலகையில். உறிவெண்ணையைக் காணாமல் பூனை கீரைமத்தை நக்கியது. காகங்களின் மாயநிறங்களால் சூழப்பட்ட முத்தூருக்கென்று ஒரு சுழிக்காற்று வீசும். ஊடுகாட்டுப் பாதையில் பூவரசநிழல் தொட்டு வந்து கொண்டிருந்தான். மயிலரச்சி கொடுத்த வேட்டைநாயில் ஒன்று எங்கிருந்தோ ஓடிவந்து வாயில் நுரைதள்ளும் ஊளையின் கோடுகோடாய் கிறுக்கி, அழுது துரைசாமியை நக்கியது.

ஊமையன் முத்தூர் அரண்மனைக்கு, வந்தபோதும் ஊசிமூக்கால் இதுதான் தொட்டது. அவன் அதற்கு 'காரசிங்கம்' என மணலில் எழுதிப் பெயரிட்டான்.

மால்பரோ சிறைவாழ்வின் கட்டுப்பாடுகளினால் ஆன, ஒரு பறவைக் கூண்டில் வாழ்ந்திருந்தான். ஒரு விடுகதையில் தன்னாட்சி கொண்ட பூமி, இங்கே பழைய மரபுகள் மறைவதற்கு நீண்ட காலம் பிடிக்கும். தோக்கிலவார் மரபுக் குழுவினருக்கு, பானர்மேன் துப்பாக்கி வைத்தான். அதே பானர்மேனை வயோதிகத் தோற்றத்தில், பினாங்கிலும், மால்பரோவிலும் சந்தித்திருந்தான். ஊமையன் வந்தபோது ஒயில்கும்மி பாடலில் வீசும் துணிகளும், விலங்குத் தொலி காயவைத்த கூரைவீடுகளில் உறுமிச்சத்தம் பறவைகளின் ஒலிகளாக மர்மத்தில் உரசும். நாடோடிகளின் கிளர்ச்சியை இதே தெருவில் கண்டிருந்தான். ஊமையனுக்கு அடைக்கலம் கொடுத்தது, அய்யாதான்.

சுதந்திரமாக உழுதுபயிரிட்ட நிலம், வறண்டு வருகிறது ஈரமற்று. பன்னிரண்டு உமிகொண்ட வரகுமண்கலம் கட்டிய தன் குடும்பம் இருந்த மண்கோட்டை குலுமைகளில் காக்காய்ச்சோளம் இருந்தது. காத்தாட்டி ஏந்தல், வாணியங்குடி, மானாக்குடி, முடிக்கரை, சக்குடி, சோளப்பெண்டிருக்குக் தசகூலியாக அது தீர்ந்துவிடும். 'வெக்கங் கெட்ட வெள்ளைக்கொக்குகளா விரட்டியடித்தாலும் வாறியளா...' என்று பாடிய சோளப்பெண்களின் காட்டுப்பாடல்.

தொங்கும் கூண்டுக்குள் கிளியோசை வரும். கூசிய யாவருக்கும் தன் ஸ்திதியைக் கூறியது விசார வீடு. 'வாசற்கதவுதான் கன்னியரே வாரும்' என்று செக்குஓசையைப் பிழிந்தது. பெண்பழி சுமந்த ஆவத்தாளின் உள்ளறையில், சுருட்டிய பாயின் கோரையில் கடியெறும்பு சிதறிய தவசங்களை உருட்டும் மெல்லொலி. கட்டிலோடு கட்டிலாகக் கிடந்தாள் அப்பத்தா. சமையலறையின் நீளவாட்டத்தில் அங்கணக் குழியில் உடல் கரைந்து முளைத்த தாவரங்களுக்குள் உரையாடலைத் துவங்கினாள் பாட்டி. காரைவீட்டின் துர்ச குணங்களை மறைமுகமாகக் கேட்டான். இலைநரம்புகளின் ஒளிர்வை பாட்டியின் விழிகள் நோக்க, வெளிப்படாத இலைகளுக்குள் தெரிந்த அய்யாவின் லிகிதங்களை, இருட்டு மூடியிருந்தது. இவ்வீட்டில் சமைந்த குமருகள் நாலுபேர் வாக்கப்பட்டுப்போன வேறுவேறு ஊர்களிலிருந்து எப்போதாவது பாட்டியைத்தேடி நடந்தே வருவார்கள். அவள் குரல் ஈசனிக் காடுகளில் கேட்டது. எல்லா வேர்களிலிருந்தும் முணுமுணுத்தாள்.

எல்லா நீரும் பாட்டியின் ஊருணிகளாக இருந்தது. குமருகள் அதை எட்டிப்பார்த்ததும் மருகி அழுதார்கள். அவள் இன்னும் உயிரோடுதான் இருக்கிறாள் என்றபோதும், அவளோடு உறங்கியராத்திரிகள் மரங்களின் தைலவாடையாக இருந்தது. விவசாயத்தின் ஆரக் கால்களாக இருந்த பெண்மக்கள் எந்நேரமும் செவக்காட்டுப் பெண்களோடு பாத்திகட்டவும், பாத்தி விலகி நீர் சேந்தவும், புங்கை மரக் குளிர்ச்சியில் மெதுவாய் நடக்கும் பாட்டியுடன் மத்தியானக் கஞ்சி குடிக்கும்போது நாரத்தைஊறுகாய் போதும். சுட்ட வத்தலைத் தொட்டுக் குடிப்பாள். உப்பைத் தொட்டு அம்மியை விழுங்கியவர்கள். துரைசாமிக்கு திண்டை முழுங்கின மாதிரிச் சஞ்சலம்.

புல் ஒன்று இருக்கிறது, 'சடைக்குதிரைவாலி' அது சொல்கிறது அதன் பெயரும் வடிவும் மறைந்துவிடும். கதிறுப்புக்கு முன்வரும் காற்றில் பாடுவதற்கும் அவற்றை நிறைபிடித்து அறுப்பதற்கும் உதவியாளராக மேப்பல், கீப்பல் சோளப்பெண்களும், முத்தூர் மண்வீட்டுப் பெண்களும் கொல்லங்குடி ஆத்தாமார்களும் இருந்தார்கள். அறுவடை தாமதமானால், ஒருவர் மாற்றி ஒருவர் பரண்கட்டிக் காவல் இருப்பார்கள். பட்சிகள் உச்சரிப்பும் அழிவில்லாப் பெரும்புலம்பல். சின்னவர் மண்கோட்டைத் தானியத்தைப் பகிர்வதில் தெருவே சிதறும். பளிங்குத்தவசங்கள் தெருவை நோக்கிப் பாய்ந்து ஓடும்... வீடுகளை விட்டுத் தெருவில் சாணம் மெழுகிப் பாய்விரித்து உறங்குபவர்களை நீரெடுக்கும் பெண்கள், சிரங்கை அள்ளித் தெளித்து கேலிசெய்வார்கள். கருக்கலில் வீட்டுத்தாழ்வாரத்தில் பசுமாடுகளில் கறந்த பால்சத்தம். 'பசு முனகினால் கன்றுக்கு விடு' என்பார் சின்னராசா.

மண்ணின்வளம் எல்லாப் பயிருக்கும் மகசூலாகி வீடு வந்து சேரும். வித்துகளைத் தேர்ந்தெடுத்துப்பெண்களிடம் கொடுப்பது அய்யாதான். அவை கந்தல் சேலைகளில் முடிந்து இருக்கும், மச்சுவீட்டுக் கொண்டிகளில் தொங்கி ஆடியவாறு. எல்லா உயிர்களும் கண்விழிக்கத் திரும்பவும் செவக்காட்டுப் புழுதி நிலம் முணுமுணுத்தது. அதனோடு வளையும் சொங்குச்சோளக்கதிரில், படைகுருவிகள் அரிந்து பறக்கும் சோளத்தை. அவற்றின் சொற்களே சோளம்தான். குருவிகளின் மூச்சுவீசும் காற்றானது, மெல்ல இழைகிறது. செவக்காட்டு விரல்களை ஊதியூதி, வரும் மாரியை உணர்வார்கள். அவர்கள் வீழ்ந்த மண்ணுலகில் தாழ்ந்த செம்போர் நிலத்தில் உலர்ந்த கூரைவீட்டுத் திண்ணைகளில், சாகப் பிரியப்படாத பூட்டி கிழவியின் உறக்கத்தைத்தான் இவனும் விரும்பி 'நீர்மேல் ஏற்றிய'

தீவாந்திரத்தண்டனையிலிருந்து பினாங்குக் கப்பலில் இருந்து தொண்டித்துளையில் புகைபோன போக்கில் அலையின் உருவில் சாணம்மெழுகிய மண்திருணையில் பின்னிரவின்சாயலாய்ப் படுத்து இருந்தான். உறக்கம் கண்ணைக்கட்டியதும் அம்மா வந்து எழுப்பினாள். 'மயில்குஞ்சு தொ... ர...சா...மி என்னப் பெத்தாரு... எம்புள்ள திருணையில் படுத்திருக்க... வீட்டுக்குள்ள வந்து தூங்குய்யா...'

அவன் திடுக்கிட்டு விழித்தான்.

தெருவில் வாடைக்காற்று.

காய்ந்த இலைகளின் ஓட்டம்.

அனாதியான காற்றுவாக்கில் எழுந்து செம்பராம்பொட்டல் காட்டுப்பாதையில் நடந்தான்.

நன்றி நவிலல்

நாவலை எழுதத் தூண்டிய புதுமைப்பித்தனின் கதையில் வரும் நன்னயப்பட்டன் குகையில் ப்ரம்மராட்சஸ் எலும்புக் கூட்டில் ஜீவரசத்தைப் பூசியதும் அசேதனங்களை உயிர்ப்பித்தல் தொடங்கியது.

சுமேர எழுத்து வடிவம் மூலம் தொதுவ ஒலிகளை எழுத சுமேர தீபிகாவைக் கொடுத்து உதவிய கிளென்மார்கன் மந்து தானே ஒலிக்கும் தனித்துவமான தொதுவ ஒலிகளை எழுதுவதற்கு ஏற்றவகையில் வெண்கல முளரி நாளம் ஒன்றை நீலமலைக் கல்குத்துகளில் கண்டு பிடித்த J. W. Breeks குறிப்புகளை தொகுத்து நூலாகவெளியிட்ட R.B. Foote நூலிலிருந்தே சுமேர தீபிகாவை கால்மடத்துறவி ரோஸா காண்டிசாஸ் கதாபாத்திரமாய் வந்தும் நாவலுக்குவெளியே இருந்தும் எழுதினார். அதில் ஈட்டிமுனைகள், தூண்டில் முட்கள், வலையல்கள், கண்மை தீட்டும் கம்பி, வெற்றிட சீசாக்கள் அருகில் வெண்கலக் கிண்ணங்களில் வரைந்த கலை உச்சத்தில் மாறாத ஒரு முட்டை வடிவு கொண்ட வெண்கலக் கிண்ணத்தில் சித்தரித்துள்ள தாமரை முளரி நாளமே வளைந்து வளைந்து வியக்கத்தக்க வெண்கல வளரியாய் பாதி தாமரையாய் முளைத்துள்ளது.இதன் காலம் ஐயாயிரத்து ஐநூறு ஆண்டுகளுக்கு முன்பு சுமேரியாவில் ஊர் எனும் இடத்தில் செய்த தங்கக் கிண்ணத்தின் இதே முளரி நாளம் ஒரு கதைக் கல்லுடன் நீலமலையில் கிடைத்ததை ஆதார ஊற்றாய் கொண்டிருக்கிறது சுமேர தீபிகா.

மால்பரோ ஹவுஸ் புத்தகத்திலிருந்து (*A catalog of the museum of ornamental Art,* Marl Berough Book house 1956).

James Wells, *Military Memories* 1830.

46 British rivers museum Indian Boomerang, Collection Sir Fransis.

டி .ஜி. ஜேம்ஸின் துதன்ஹாமன் பதனப்பேழைப்பிரதி.

புதுக்கோட்டை ராஜா ராமச்சந்திர டோண் டெய்மன் சேகரிப்பில் வலுவான தானியங்களில் வரைந்த சித்திரங்கள், வெள்ளிப் பூண் போட்ட வண்ணத் தந்த வளைதடி, மற்றொன்று அரக்குப் பூசியது.

Story of the Eye - Georges Bataille தமிழில் பெயர்ப்பாக்கியும் அல்-ஹம்பாரா இரு சகோதரிகள் என்ற அரண்மனை மடத்தின் சிவப்புச் சாளரங்களைத் திறந்து உரையாடிய நாகார்ஜுனனுக்கும்,

கிம்பர்லி வளரிவீசும் சர்வதேச விளையாட்டு வாகையோன் மற்றும் ஆஸ்திரேலியப் பழங்குடி ஆவியேரிய பெரு நூலோன் ரோஜர் பெர்ரிக்கும், அவன் நேரில் சந்திக்க வந்த வளரிப்பற்று பூசகர்களின் உரையாடல்களுக்கும்,

எகிப்திய பாரோக்களின் படமொழிகளில் காணப்படும் வளரிகளை நேரில் கண்டுவந்து விரிவான ஆய்வுக் கோப்புகளை வாசித்துக் காட்டிய ரோஜர்பெர்ரியுடன் சந்திப்பை ஏற்படுத்திய மேலக்கால் வளரி தெய்வங்களின் பூசைப் பெட்டி கோயிலுக்குக் கூட்டிச் சென்ற தொல்லியலாளன் காந்திராஜனுக்கும்,

மென் நீலக் கிளிஞ்சல்களாக நாவலுக்குள் ஒளியெழுத்தைக் கலையாக வரைந்து நிறமேற்றியவர்களான கவிஞர்கள் அதீதன் சுரேன், வே.நி. சூர்யா, பெரு. விஷ்ணுகுமார், தோழர் அன்பரசு, மதுரை வரதன், புதுக்கோட்டை ஷியாம் சுந்தர்வேல், தச்சபட்டி சேதுராமன், பாண்டிச்சேரி பார்த்திபன், சின்னக்கு முளை உ. விக்னேஷ், சா. சமயன், புனைகதையாளர் அசோக் ராம்ராஜ், நாகப்பட்டினம் கவின்மலர், சிவகிரி மண்மத்தார், வீராணம் வேல்ராஜ் ஆகியோருக்கும்.

மெய்ப்பு நோக்கிய கவிஞர்கள் ஸ்ரீ ஷங்கர், அகச்சேரன், காரைக்கால் விமல், காராகுளம் முகேஷ் சுப்ரமணியன் மற்றும் சிறுகதையாளர் விஜய ராவணன்,

சிவகங்கை செம்பராங்காடெல்லாம் மோட்டார் சைக்கிளில் கூட்டிச் சென்ற தங்க முனியாண்டிக்கும்,

அக்னியு வெட்டுப்பாதையை வரைந்து காட்டிய கவிஞர் மீராவின் அண்ணன் மனோகரன் அவர்களுக்கும்,

இருண்ட கால அரண்மனைச் சிறுவயல் வளரிகளுக்கும்,

விருப்பாச்சி மலைகளுக்குக் கூட்டிச்சென்ற நாடகனும் ஆங்கிலப் பேராசிரியருமான வின்சென்ட், திண்டுக்கல் பூட்டுநகர ராவுத்தர் களுக்கும்,

ஆஸ்த்ரேலிய வளரியை கோலாலம்பூரில் பரிசளித்த வல்லினம் நவீனுக்கும்,

அமெரிக்க சைத்திரீகை ஜீலியா லில்லார்டின் 'கடற்கன்னி' சித்திரத்தை நீர்வளரியின் இருவெளி ஓவியங்களாக்கி அட்டையை வடிவமைத்த ஓவியர் ப. மணிவண்ணனுக்கும்,

நூல்நயம் பேணும் அடையாளம் பதிப்புக்குழுவினருக்கும்,

கொங்கு நாட்டுக்கேகிய மிருக விதூஷகர்கள் நடுநிசியில் தொலைத்த முகமூடிகள் எழுந்து இரவிரவாய் மிதந்துவந்து என்னைக் கேட்காமல் நாவலை எழுதுகின்றன. இந்த நாவலை ஒவ்வொரு இரவாகப்பிரித்து எழுதிவிட்டு மறைந்துவிடும். விலங்கு முகமூடிகளை எழுதத் தூண்டிய மணல்மகுடி நடிகர்களுக்கும் குறிப்பாக வளரியை பட்டவனிடமிருந்து காட்டிய மானூத்து நடிகன் தங்கமாயன் ஈஸ்வரனுக்கும், தொதுவ மந்திரப் பாடல்களில் சதா திரிந்து கிளென்மார்கன் மந்துக்கு கூட்டிப்போன நடிகன் ஊட்டி மணிக்கும், சித்திரங்குடி சாம்பல் நாரைகளின் செவ்வரி வரைவுகளில் கிராமத்து மூதாய்கள் குலவைகள் சுழல நீண்ட கால இசைப்பாலையில் இளைப்பாறும் நத்தைக் கொத்தி நாரை, கரும்பாறை மூக்கன், கருங்குருகு, சிரகி, முங்குளிப்பான், கான்யாறு, குறுஞ்சுனை களை நாடிவர வலசைப் புள்ளினக் கோடுகளில் வளரிவடிவத்தை கணிதமாகக் காட்டிய பூபாலன் சுப்ரமணியனுக்கும், ஆவியூர் செல்லாயி வளுதாடிச் சடங்குப்பெண்களுக்கும் அவ்வூர் முளைப் பாலிகைச் சிறுமிகளுக்கும்,

நீர்வளரியைத் தொட்டுக் கோர்த்த அனைத்து மகிஷாசுரச் சிந்துரொமா இடா எருமைக் குருதி பருகிய நரிக்குறவர்களின் ரகசியக் கரங்களுக்கும் நன்றி படைக்கிறேன்—கற்பூரம் வெற்றிலையைப் பாக்கில் வைத்து.

புனைவுக் குறிப்புகள்

Duat- எகிப்தியர்களுடைய இறந்தவர்களின் உலகம்.

ஒசிரிஸ்-கீழுலக கடவுள், இறந்த பின்னான வாழ்க்கை மறுபிறப்பு.

Book of death-இறந்தோர்களோடு வைத்து அடக்கம் செய்யப்படும் புத்தகம்.

சவப் பேழைப் பிரதி -coffin text- பொருட்களில் இதைப் பொறித்து சவத்தோடு வைப்பர், middle kingdom.

பிரமிட் text. இறந்தப் பரோக்களைக் கடவுளுடன் இருக்கச் செய்தவற்கான மந்திரம், சிதைந்த மனித விலங்குகளைக் கொண்ட சித்திர எழுத்துகள், old kingdom.

சுமேர தீபிகா. பாப்பிரஸ் தாவரத்தின் தேவை உணரப்பட்ட அந்தக் காலம் தொட்டே தொல்கலைகளின் பட்டியல்களின் பொருத்தமான நரிப்பயிர் தான் தேர்ந்தெடுத்துத் தான்தோன்றியாய் பயிரிடாமல் வளர்ந்தது. எயிற்பட்டினத்துக்கு வடக்கில் பாலியாறு நெடுகப் பாப்பிரஸ் கோரைத் தாழைக்காடு. கழிசூழ்ந்த ஊர்களையுடைய பட்டினம் வரை கடலோரமாய் வந்து முடிந்தது. அந்த மணற்குன்று களுள்ள இடத்தில் பண்டை எயிற்பட்டினமும் அதனை அடுத்திருந்த பட்டினமும் கோரைச் சுருள்களாய் மறைந்திருக்கும். பல வகையான கோரைகளில் எல்லா நதிக்கரையிலும் பாப்பிரஸ் எதுவென்று அறிந்துகொள்ள முடியாது. புனைவாளிகளின் உளவெளிகளைக் கண்டறிந்து அவர்களுக்குத் தன்னையே பகிர்ந்தளித்தது. பாப்பிரஸ் கோரைகள் தீராமல் குடித்து மறைந்த நதிகளே சுமேர தீபிகாவின் ஆன்மா, கோரைச்சுருள்களில் ஓடிமறைந்த நதிகளைக் கடந்து கொண்டிருக்கிறோம்.

தோத் நூல். மாபெரும் தோத் கடவுள் தன் கையாலேயே எழுதிய நூலில் உலகத்தின் சகல ரகசியங்களும் இருக்க, முதல் பக்கத்தை நீ படித்தால் வானத்தையும், பூமியையும், பாதாளத்தையும், மலைகளையும்

கடலையும் மயக்கிவிடுவாய். பறவைகளின் பாஷைகளை நீ தெரிந்துகொள்வாய். அடிக்கடலின் சமவெளி இருட்டில் நடமாடும் நீர்மனிதர்களையும் நீ கண்டுகொள்வாய். இரண்டாவது பக்கத்தைப் படித்தால் இறந்துபோய் ஆவிகளின் உலகத்தில் இருந்தால்கூட நீ பூமிக்கு உன் பழைய வடிவத்தில் திரும்பி வரலாம். அத்தகைய நூலைப் பண்டைய எகிப்தியச் சித்திரமொழிக் கவிதை வேகத்தில் வரைந்த தோத் கடவுளின் விரல்களுக்கிடையில் பிரபஞ்ச ரகசியங் களையும் அறிந்து கொள்ளலாம் நீ.

விராடனின் லவண ஏடு. சம்பர் உப்புத் தூங்கேணியின் கனவில் மிதக்கும் விராடனின் லவண ஏடு தானே எழுதிக்கொள்ளும் கையின் கீர்த்தியின் உன்னத சிவப்புநிற அடுக்குகளாக அவை மாயஉருவடைந்திருந்தன. ஆயுளில் ஒரே ஒரு ஆண்டு அர்ச்சுனன் அடைந்த ருது உருவமைப்பில் கலையின் பிரவாகமே கீர்த்தி நிலை அடைய பிறைகளின் மாதிரி வடிவங்களே தேவைக்கேற்ப சிறிதும் பெரிதாகவும் உயரும் லவண அடுக்குமாடங்களின் உத்தி வடிவமைப்பானது, வில்விசயன் கீறும் உப்பு அம்புகளின் வடிவம் கலையின் திசைகளாயிற்று. ஊர்வசியின் உருவம் வடிவம் கொடுத்து வளர்த்த இருபால் விதியூடே வளர்ந்து கட்டுமான அங்கங்களும் சம்பர் உப்பு தூங்கேணியில் மூழ்கிய விராட பருவ ஏடு திறந்து சதிர் நங்கையர் வருகிறார்கள் நரனின் நிழல்களாய்.

திப்பு சுல்தான் கனவுப் புஸ்தகம். கவறெறிவோன் பெருஞ் சூதுப் போரைக் கருவாக நிகழ்த்துகிறான். இச்சூதாட்டத்தில் திப்பு தன் பன்னிரு குமாரத்திகளின் கனவுகளை இதிகாசமென ஒருபகுதியில் மற்றொரு கதையைக் கூறுகிறான். சூதாடுவோர்க்குக் கவறுகளை வாடகைக்குக்கொடுத்து அறவிடும் கட்டணத்தாலும் பெறப்படும் சூதாடுவோர் தம் சொந்தக் கவறுகளைப் பயன்படுத்தாதவாறு தடுக்கப்படுவர் பன்னிரு குமாரத்திகளின் கனவுகளால். கவற்றோடு திப்புசுல்தான் குமாரர்கள் பன்னிருவரும் பிணைக்கைதிகளாய்க் கும்பினி கொண்டுசென்ற கோட்டைச்சிறையில் உலூடோ எனும் பலகை விண்ணிலிருந்து கீழிறங்குகிறது. இவ்வாட்டங்களில் அதிர்ஷ்டமும், துரதிர்ஷ்டமும் கனவைப்பொறுத்து மாறுபடும். கவறுகள் ஊழிகளைச் சுற்றி பலகையாட்டங்களில் ஒன்றுகூடி யுத்தவியூகத்தின் சிக்கல்மிகுந்த ஆட்டமாக வளர்ச்சியடைகிறது. திப்புமுன் பல தலைகள் குனிந்து நோக்க அறுபத்தி நான்கு சதுர அறையமைந்த பலகையொன்றில் ஆடப்படுகிறது திப்பு

என்ற ஒருகாயும் அவன் படையின் உறுப்புகளோடு மொத்த நான்கு வகையான பிறகாய் களும், எதிரி அரசன் ஒன்றும், யானை ஒன்றும், குதிரை ஒன்றும், தேர் அல்லது கப்பல் ஒன்றும், காலாட்படை நான்குமாக எட்டுக்காய்கள் இவ்வாட்டத்தில் விருப்பாச்சி கோபாலரும், வேலுநாச்சியும், பூலி-வெள்ளை இருவரும், கலனல்களும், மருமான் சந்தாவும், அம்மான் தோஸ்த்து அலிகானும், தந்தை ஹைதரலியும் கலந்திருக் கிறார்கள். வெட்டுக்காய்களையும் வைத்துக்கொண்டு ஆட்டக் காரர்கள் நால்வர் எதிரெதிராக உட்கார்ந்துகொண்டு பாய்ச்சிகையை உருட்டி, விழும் ஆயத்துகளுக்குத் தக்கக் காய்களைப் படை வரிசையின் தாக்குதல்களோடு நகர்த்தி ஆட டோரிஸ் பினாட்டா ஹைதரலியின் படைகளைக் குறிக்கும் காய்களை வைத்து ஆடியமையாலும் மருமான் சந்தாவுக்கும், மைத்துனன் நவாப் முகமது அலிக்கும் வாரிசுப்போராய் அல்-ஹம்பாரா சூதுப்பலகை இறங்கிவருகிறது.

லெமுரி காரிகை. நிலந்தருமாற மீனனின் காவல் மிகுந்த கடிய அரண்மனை. ஆனால் மீள் இசைக்குழுக்கள் முன்னேறிச்சென்று திரும்பும் எதிர்ப்பாடல் , எதிர்சந்தம், சந்தப்போக்கு எதிர்மாறிய இசை, எதிர்நிரல் நிறை, எதிர்மாறிக் கதை உரைத்தல், விட்ட இடத்தில் சுமேரதீபிகா மரபணுநிழல்கள் பாகாயப்பிரவேசம்செய்து லெமுரிகாரிகைக்குள் உருமாறிவந்த யுகங்களுக்கிடையில் சிதைந்த மொழித்தொன்மங்களை நனவிலிமெய்ஞானத்தில் நீரரமகளிர் கூறல். எகிப்தியர் செங்கடலைக் கண்டுணர்ந்து பண்ட் நாட்டை அடைந்ததும் கபாடபுரத்தொடர்பின் முதற்படி கைகூடிற்று கடலில் மூழ்கிய வார்த்தைகளால். கபாடபுர மாலுமிகள் மிக முற்பட்ட காலத்திலேயே கடலோடிகளாய் இருந்தனர்.

தொதுவ எருமைக்கொம்பு வாளம் - சமர்ப்பணம்

பெளுக்குப்பான் விட்டில்கள் தாவிவந்து மோர்அம்மை கதைகள் போட உடல் பூண்ட தொதுவமொழிப் பழந்தெய்வங்கள் ஓடியொளிந்த மலை எல்லைகளில் எதிரொலிகளாக இருந்தனர். நீலமலைகளில் இருந்து இறங்கிவந்த தொதுவ இனப் பெண்பூசாரி என்றே நீர்ப்பாவையைக் கொற்கை, கயல் முத்து வர்த்தகர்கள் சொல்கிறார்கள். அவள் உடம்பில் மெசபடோமியத் தாயத்துகளும் வரையப் பட்டிருந்தன, தொதுவர் மந்திரிக்கும் கொம்போர்ஸியா எருமைக் கொம்பு மேல் நகம் வைத்துத் தொதுவ மொழிபேசும் நீலமலைக்

கருப்பு மைனா அவ்விடத்திலிருந்தது. நீலமலையிலிருந்து இந்துமாக் கடலின் அலைகளை அடக்கித் தொதுவர்கள் கோத்தர், இருளரைக் கூட்டி முள்ளுக்குறும்பரின் மூக்கால் வாசிக்கும் புகிரியின் சரமூச்சு கொற்கைக் குடாநாட்டுச்சீயாள் ஆதக்காளுக்கும் கேட்கும். கொற்கைக் குடாவில் தோண்டிய மரக்கலச் சிதிலங்களைச் சேகரித்து வந்தால் ஒரு மரக்கலத்தில் மகுலிம் என்று ஒரு மரத்துண்டில் பொறிக்கப்பட்டிருந்த தொதுவ மொழி அகராதியைப் புரட்டியதில் அம்பி, வங்கம், புணை, நாவாய், மஞ்சி, மகுலிம் என்பன ஒருபொருள் குறித்த பலபொருள் என்பான் ஆடுகுட்டன்.

நீலமலைநளிர்மண் பாளங்களில் நேர்கோடாகச் செல்லும் சித்திரங்களைத் தொட்டு உணர்ந்தவாறு வெள்ளெரிக்கோம்பை எழுத்துப்பாறை கருப்புமொழியுடலைத் தீண்டுகிறான் பூவாடு குட்டன் புத்ரன் பேடுதோர்குட்டன் பிடித்த நீர்கொம்புடன் மறைந் திருக்கிறான் சம்பைமரக் கிளையில். மொழியைத் தவிர வேறெதாலும் இட்டு நிரப்ப முடியாத பரந்துவிரிந்த நீலவனாந்திர வெளியாக இருக்கிறார்கள் பூந்தையல் தொதவச்சிகள். வெவ்வேறு தைல ஜாதிப் பெண்களாக பெரிய கன்னியாயி மோரம்மை இருக்கிறாள்.

நீலமலைக் கொடநாட்டு கோடுதேன் மந்து எருமைக் கோயிலார்க்கும். தொதுவக்கோன் பூவாடுகுட்டனுக்கும் ஆடுகுட்டனுக்கும்

கரிசல் வாளம் - சமர்ப்பணம்

நந்தன வருஷப் பஞ்சத்தில் கரிசல் வாளத்தின் ஆழத்தில் பதுங்கி இருக்கும் நென்மேனி மேட்டுப்பட்டியிலிருந்து தொண்டிக்கடல் வழியாக பினாங்குக்குக் கப்பலேறிய பெரியமாரி ஷாம்பா, வயாங் கோலாங் பொம்மலாட்டங்களைப் பார்த்துப் பார்த்து தக்கோலப் பட்டணத்து ராட்டினக்காரர்களோடு ஒன்றுகலந்து குடைராட்டின பொம்மைகளோடு 'ஜலத்துவழி ராவுத்தருடன்' வருஷங்கள் பல கடந்து பூர்வீக ஊர் திரும்பி இங்கேயே பொம்மைகளும் செய்தார். அந்த மஞ்சள்நிற அதீதஆழி பொம்மைகள் படாத பாடுபடுத்தின என் பால்ய வனத்தை. எங்களூர் பிரிந்து பினாங்குக்குப் பஞ்சகால ஏதிலிகளாய்ப் போய் ராட்டினக்காரர்களாய்த் திரும்பி வந்தார்கள். அதீதஆழி பொம்மைகளோடு அசையும் வடக்கு தெற்கு கீழத்தெருப் பிள்ளைகள் அதே வயதிலிருக்கிறார்கள். குடைராட்டினத்தி லிருந்தவாறு மஞ்சள்வெளிறிய நெற்கதிரேந்திச் சுற்றும் சித்திரைத்

தீர்த்த வளர்பிறை ராத்திரிகளில் மரநாய், புரவிகளேறி மறுசுற்றில் கம்மங்கதிர் மிட்டாய் வாங்கித்தந்த ராட்டினக்காரி வகையறாவுக்கும் இன்னும் இருந்துவரும் அழுக்கான ஆழிபொம்மைகளுக்கும் எல்லோரின் விளையாட்டுப் பருவங்களுக்கும் சமர்ப்பணம்.

৩০৩